తెలంగాణ

చరిత్ర, సంస్కృతి, ఉద్యమాలు

(చరిత్ర పూర్వ యుగం నుండి రాష్ట్ర ఏర్పాటు వరకు)

అడపా సత్యనారాయణ

ద్యావనపల్లి సత్యనారాయణ

తెలంగాణ పబ్లికేషన్స్
హైదరాబాద్
2023

Telangana
Charitra - Samskruthi - Udyamalu

(Charitra Poorva Yugam Nundi Rashtra Erpatu Varaku)

Writers:

Adapa Satyanarayana

Dyavanapalli Satyanarayana

First Edition ***: July, 2023***

Copies : 1000

Cover Design:

Brahmam Bhavana Grafix
Hyd @ 9848254745

Publisher :

Telangana Publications

For Copes:

Telangana Publications,

#1-1-80/15, I Floor, RTC X Roads,

Hyderabad 20, Telangana .

telanganapublications2022@gmail.com

Ph: 8639972160

Price : **590/-**

ISBN 978-81-958179-4-8

9 788195 817948

ప్రకాశకుల మాట

'తెలంగాణ' చరిత్ర ఎంతో విశిష్టమైనది. చరిత్ర పరిశోధకులు ప్రాచీన చరిత్రను గురించి ఎంతో చెప్పారు. ఇంకా ఆర్కైవల్ రికార్డులు పరిశోధించాల్సిన అవసరం వుంది. ప్రాచీన, మధ్యయుగ కాలాల నుండి రాజులు, అసఫ్ జాహీల పాలన నుండి నేటి ప్రజాస్వామ్య పాలకులదాకా గల వేలాది సంవత్సరాల చరిత్రను ప్రొఫెసర్ అడపా సత్యనారాయణ, డా॥ ద్యావనపల్లి సత్యనారాయణ ఎంతో పరిశోధనాత్మకంగా ఈ పుస్తకాన్ని రాశారు. మొదట దీన్ని ఆంగ్లంలో ***(Telangana History, Culture And Movements)*** రచించారు. దాన్ని మేము ప్రచురించటం ఎంతో అదృష్టంగా భావిస్తున్నాం. ఇప్పుడు తెలుగులో తీసుకురావటం మరెంతో ఆనందదాయకం. మా ఈ కృషిని పాఠకులు, మేధావులు, రచయితలు, రాజకీయ కార్యకర్తలు, యువత సమాదరిస్తారని విశ్వసిస్తూ మీ సూచనలు, సలహాలు, ఆదరణ అభ్యర్థిస్తూ, ఆశిస్తూ...

మీ...

తెలంగాణ పబ్లికేషన్స్

ముందుమాట

2016 ప్రారంభంలో మా తెలుగు పుస్తకం, "తెలంగాణ చరిత్ర-సంస్కృతి, రాష్ట్ర అవతరణ ఉద్యమాలు" ప్రచురించిన తర్వాత మిత్రుల సూచన మేరకు గత సంవత్సరం ఆంగ్ల భాషలో మరో సంపుటిని తీసుకు వచ్చాము. నిజానికి చరిత్ర పూర్వ యుగం నుంచి ఇప్పటి వరకు తెలంగాణ సమగ్ర చరిత్రకు సంబంధించిన ప్రామాణిక పుస్తకాలు తక్కువ. పోటీ పరీక్షల అవసరాలను తీర్చడానికి పలు రకాల మెటీరియల్స్ మార్కెట్‌లో అందుబాటులో ఉన్నప్పటికీ ఈ పుస్తకంలో తెలంగాణ చరిత్ర, సంస్కృతికి సంబంధించిన సమగ్ర కథనాన్ని దీర్ఘకాలిక దృక్పథం నుండి అందించడానికి ప్రయత్నించాము. విద్యావేత్తలు, విద్యార్థులు, పోటీ పరీక్షల అవసరాలను దృష్టిలో ఉంచుకుని ఈ పుస్తకం రచించాము. ఈ పుస్తకం రాయడంలో గ్రాడ్యుయేషన్, పోస్ట్ గ్రాడ్యుయేషన్ కోర్సుల చరిత్ర సిలబస్‌తో పాటు తెలంగాణ పబ్లిక్ సర్వీస్ కమిషన్ నిర్వహించే వివిధ పోటీ పరీక్షలను కూడా పరిగణనలోకి తీసుకున్నాము.

2014లో కొత్త తెలంగాణ రాష్ట్ర ఏర్పాటు అనేక సమస్యలు, సవాళ్లను ముందుకు తెచ్చింది. తెలంగాణ ప్రశ్న ఆరు దశాబ్దాలుగా మేధోపరమైన చర్చనీయాంశమైంది. తెలంగాణలో ప్రజల పోరాటాల మూలాలు, వారి అవగాహనలు, ఆకాంక్షలు, భాగస్వామ్యంపై చారిత్రక రచనలు చాలా తక్కువ. తెలంగాణ చరిత్ర, సంస్కృతి స్వభావ లక్షణాలను విశ్లేషించిన కొన్ని రచనలు ఉన్నాయి. తెలంగాణ చరిత్ర పరిశోధనలకు వర్జిన్ ఏరియా. ఇంతవరకు మరచిపోయిన, విస్మరించబడిన రికార్డులు, ఆధారాలను శోధించడానికి, ఇప్పటివరకు అన్వేషించని పురావస్తు, ఆర్కైవల్ రికార్డులను పరిశోధించడం ద్వారా కొత్త సమాచారాన్ని బయటకు తీసుకురావడానికి ఇది చాలా ముఖ్యమైన సమయం. తెలంగాణ చరిత్ర, సంస్కృతిని వ్రాయడం చాలా ముఖ్యమైనది. ఎందుకంటే ఇది పరిశోధన యొక్క ప్రస్తుత స్థితిని ప్రతిబింబించడానికి కొత్త అదనపు పరిశోధనలకు అవసరమయ్యే అనేక రంగాలను వెలికితీసేందుకు ఉపయోగపడుతుంది. ప్రస్తుత పుస్తకం ఈ సైద్ధాంతిక దృక్పథంతో వ్రాయబడింది. ఇది తెలంగాణ గడ్డపై మానవ మనుగడ ప్రారంభమైన కాలం నుండి ఇప్పటి వరకు (2014) కనెక్ట్ చేయబడిన విశ్లేషణను అందిస్తుంది.

ఈ పుస్తకం రెండు భాగాలుగా విభజించబడింది: మొదటి భాగంలో తెలంగాణ పూర్వ చరిత్ర, ప్రాచీన, మధ్యయుగ కాలం నాటి చరిత్ర, సంస్కృతులను గురించి ద్యావనపల్లి సత్యనారాయణ రాశారు; రెండవ భాగంలో అసఫ్ జాహీ కాలం (1724 –1948) నుండి తెలంగాణ రాష్ట్ర ఏర్పాటు (2014) వరకు ఉన్న ఆధునిక కాలం గురించి అడపా సత్యనారాయణ రాశారు. ప్రస్తుత పుస్తకం ఆధునిక తెలంగాణ ఆవిర్భావం యొక్క దీర్ఘకాలిక చారిత్రక ప్రక్రియను, దాని ప్రత్యేక అభివృద్ధి పథం మరియు సామాజిక–ఆర్థిక పరివర్తనను విశ్లేషిస్తుంది. ఇటీవలి సంవత్సరాలలో తెలంగాణ చరిత్ర, సంస్కృతుల స్వభావం, లక్షణాలకు సంబంధించి విరుద్ధమైన వివరణలు వెలువడ్డాయి. అందువల్ల ప్రామాణికమైన చారిత్రక ఆధారాలు, డేటా ఆధారంగా ప్రాంతీయ చరిత్రను తిరిగి అంచనా వేయడం, పునఃపరిశీలించడం, పునర్వివరణ చేయడం అవసరం. మా పుస్తకం తెలంగాణ చరిత్రలోని కీలకమైన అంశాలను విమర్శనాత్మకంగా ప్రస్తావించింది; నిష్పాక్షికమైన విశ్లేషణను అందించింది. ప్రత్యేక రాష్ట్ర సాధన కోసం తెలంగాణ ఉద్యమాల పెరుగుదలను సమగ్ర దృక్పథంతో పరిశీలించాము. 2016లో జిల్లాల సరిహద్దుల్లో జరిగిన మార్పుల దృష్ట్యా వాటి ఖచ్చితత్వానికి సంబంధించి పాఠకులు మరింత జాగ్రత్తగా ఉండాలని మేము అభ్యర్థిస్తున్నాము.

దీన్ని వ్రాయడానికి మా స్నేహితులు, శ్రేయోభిలాషులు చాలా మంది తమ సహాయాన్ని, ప్రోత్సాహాన్ని అందించారు. ఈ పుస్తకంలో ప్రధాన పరిశోధనలు అందించిన ప్రావీణ్యం కలిగిన చరిత్రకారులకు మా హృదయపూర్వక కృతజ్ఞతలు తెలియజేస్తున్నాం. ఈ పుస్తక రచనలో ప్రోత్సాహం అందించిన ఉస్మానియా యూనివర్సిటీ ఉపకులపతి ప్రొఫెసర్ డి. రవీందర్‌కి మా హృదయపూర్వక ధన్యవాదాలు. ప్రొఫెసర్ ఘంటా చక్రపాణి, తెలంగాణ రాష్ట్ర పబ్లిక్ సర్వీస్ కమిషన్ మాజీ చైర్మన్ మరియు ప్రస్తుతం డీన్, సోషల్ సైన్సెస్ ఫ్యాకల్టీ డాక్టర్ బి.ఆర్. అంబేద్కర్ ఓపెన్ యూనివర్శిటీ, హైదరాబాద్ తెలంగాణ చరిత్ర, సంస్కృతులకు సంబంధించిన అంశాల్ని విమర్శనాత్మకంగా వివరించినందుకు ధన్యవాదాలు. పుస్తకాలు అందించడంలో సహకరించిన హైదరాబాద్ ఉస్మానియా యూనివర్సిటీ చరిత్ర విభాగం ప్రొఫెసర్ అంజయ్య గారికి మా ధన్యవాదాలు. ప్రోత్సాహం అందించిన ప్రొఫెసర్లు జాడి ముసలయ్య, చెన్న బసవయ్య, సుధారాణిలకు కూడా మా కృతజ్ఞతలు తెలియజేస్తున్నాం.

మేము ప్రొఫెసర్ కంచ ఐలయ్య మరియు ప్రొఫెసర్ కె.పి.రావు గార్లకు రుణపడి ఉన్నాం. ఈ పుస్తకాన్ని రాయడంలో సహకరించిన తెలంగాణ సాహిత్య అకాడమీ చైర్మన్ జూలూరి గౌరీశంకర్ మరియు స్వామి రామనంద తీర్థ రూరల్ ఇన్‌స్టిట్యూట్ అసోసియేట్ ప్రొఫెసర్ డాక్టర్ ఎన్. కిషోర్ రెడ్డికి మా ప్రత్యేక ధన్యవాదాలు. యన్. వేణుగోపాల్ (వీక్షణం), డా॥ బి. వినయ్ కుమార్, పి.ముఖేష్ మరియు ప్రచురణకర్త కోయ చంద్రమోహన్‌లకు మా ధన్యవాదాలు.

ఈ పుస్తకంలో ధృవీకరించబడిన వాస్తవాలు మరియు చారిత్రక సంఘటనల విశ్లేషణలను అందించడానికి మేము మా స్థాయిలో ప్రయత్నించినప్పటికీ, నేర్చుకున్న చరిత్రకారులు మరియు పండితులు వారి అంచనాలకు అనుగుణంగా చెదురుమదురు వాస్తవాలను కనుగొనవచ్చు; అలా అయితే, దయచేసి మా దృష్టికి తీసుకురావాలని మేము వారిని అభ్యర్థిస్తున్నాం. అవసరమైతే మేము పుస్తకం తదుపరి సంచికలలో ఆ మేరకు మెరుగుపరుస్తాము. ప్రస్తుతానికి, ఈ పుస్తకం విద్యార్థులు, పండితులు, ఉపాధ్యాయులు, మరియు ఇతర సాధారణ ఔత్సాహికుల అవసరాలు తీర్చగలదని మేము ఆశిస్తున్నాము.

హైదరాబాద్, 20 జూలై 2023.

ప్రొఫెసర్ అడపా సత్యనారాయణ

డాక్టర్ ద్యావనపల్లి సత్యనారాయణ.

విషయ సూచిక

అధ్యాయం - 1

భౌగోళిక పరిస్థితులు - చారిత్రక ఆధారాలు

2014 జూన్ 2న భారతదేశంలోని 29వ రాష్ట్రంగా తెలంగాణ ఏర్పాటైంది. దక్షిణ భారతదేశంలో ఉన్న తెలంగాణ రాష్ట్రం 15°50' నుండి 19° 50' ఉత్తర అక్షాంశాల మధ్య, 77° 15' నుంచి 81° 15' రేఖాంశాల మధ్య వ్యాపించి ఉంది. తెలంగాణ వైశాల్యం 1,14,840 చ.కి.మీ. దీనికి ఎల్లలుగా ఉత్తరాన ఛత్తీస్ గడ్, మహారాష్ట్ర, పశ్చిమాన కర్ణాటక, దక్షిణాన, తూర్పున ఆంధ్రప్రదేశ్ రాష్ట్రాలున్నాయి. భౌగోళికంగా తెలంగాణ దక్కను పీఠభూమిలో భాగంగా ఉంది. దాని సరాసరి ఎత్తు సముద్ర మట్టానికి 150 నుంచి 600 మీటర్ల మధ్యలో ఉంది. తెలంగాణ భౌగోళిక పరిస్థితులను కింది అంశాల నేపథ్యంలో అర్థం చేసుకోవచ్చు. అవి:

1. శిలావరణం
2. జలావరణం
3. వాతావరణం
4. జీవావరణం

శిలావరణం

శిలావరణంలో భాగంగా తెలంగాణలోని గుట్టలు, అడవులు, నేలల గురించి తెలుసుకుంటాం. తెలంగాణ ఉత్తర భాగంలో ఉన్న ఆదిలాబాద్-నిర్మల్ జిల్లాలలోని పశ్చిమ కనుమల్లో భాగమైన సహ్యాద్రి పర్వతాలు స్థానికంగా సత్మల, నిర్మల కొండల పేర్లతో విస్తరించాయి. పశ్చిమ కనుమల్లోనే భాగమైన బాలాఘాట్ పర్వతాలు రంగారెడ్డి, వికారాబాద్, మహబూబ్ నగర్, నారాయణపేట జిల్లాల్లో విస్తరించాయి. వికారాబాద్ జిల్లాలో వీటిని అనంతగిరి కొండలు అని పిలుస్తారు. గోల్కొండ (హైదరాబాద్ ప్రాంతం) పీఠభూమి కూడా ఈ బాలాఘాట్ శ్రేణుల్లో భాగమే.

తెలంగాణ దక్షిణపు సరిహద్దుల్లో తూర్పు కనుమలు నల్లమల పర్వతాల పేరుతో విస్తరించాయి. వీటిని ఆవరించుకొన్న అడవులు అమ్రాబాద్ పీఠభూమి మీద

ఉన్నాయి. ఈ తూర్పు కనుమలు నల్గొండ జిల్లాకు (దేవరకొండ గుట్టలకు) దక్షిణ-ఆగ్నేయ సరిహద్దులుగా కొనసాగి ఖమ్మం జిల్లా తూర్పు, భద్రాద్రి కొత్తగూడెం జిల్లా ఉత్తరపు సరిహద్దులుగా మలుపు తీసుకున్నాయి. తెలంగాణ రాష్ట్రంలో అత్యంత ఎత్తైన శిఖరాలు ఖమ్మం, భద్రాద్రి కొత్తగూడెం, మహబూబ్ నగర్ జిల్లాల్లో వ్యాపించిన ఈ తూర్పు కనుమల్లోని ఖమ్మం పీఠభూమి, అమ్రాబాద్ పీఠభూములపైనే ఉన్నాయి. ఖమ్మం పీఠభూమి పైనే రాష్ట్రంలో అత్యంత విశాలమైన అడవులున్నాయి. ఈ అడవులను ఆనుకొని ములుగు జిల్లాలోని పాకాల కొండల్లో విస్తరించిన ఏటూరు నాగారం అడవులు, వాటిని ఆనుకొని జయశంకర్ భూపాలపల్లి, పెద్దపల్లి జిల్లాలలోని కందికల్, రాఖీ గుట్టల్లో విస్తరించిన కాళేశ్వరం అడవులు, వాటిని ఆనుకొని కుమ్రంభీమ్ అసిఫాబాద్ జిల్లాలో కెరమెరి ఘాట్ అడవులు, నిజామాబాద్ జిల్లాలో సిర్నపల్లి అడవులు విస్తరించాయి. ఈ అడవులే రకరకాల పశు పక్ష్యాదులకు, పలు గిరిజన తెగలకు ఆవాసాలు.

తెలంగాణలో ఎర్రనేలలు, నల్లరేగడి నేలలు, లాటరైట్ నేలలు విస్తరించాయి. వీటిల్లో ఎక్కువ భాగం ఎర్రనేలలది. ఈ రకమైన నేలలు గ్రానైట్ రాళ్లనుంచి రూపాంతరం చెందాయి. తెలంగాణలో ఎర్రనేలలను చల్క నేలలు, దుబ్బ నేలలుగా విభజించారు. నల్లరేగడి నేలల్లో ఎక్కువ భాగం గ్రానైట్, నైస్ రాళ్లు క్రమక్షయం కాగా ఏర్పడ్డాయి. ఇవి తేమను ఎక్కువ కాలం నిలుపుకుంటాయి. కాబట్టి పంటలకు అనుకూలమైనవి. ప్రత్యేకించి పత్తి పంటకు. తెలంగాణలో లాటరైట్ నేలల శాతం చాలా తక్కువ.

జలావరణం

తెలంగాణలో గోదావరి, కృష్ణ అనే రెండు ముఖ్యమైన నదులు తమ ఉపనదులను కలుపుకొని పారుతున్నాయి. దక్షిణ భారతదేశంలో అతిపెద్ద నది గోదావరి నది. ఇది అత్యంత ప్రాచీనమైన నది కూడా కాబట్టి దీనికి వృద్ధ నది అని, గంగానది వలె పవిత్రమైనది కాబట్టి వృద్ధ గంగ అని కూడా పేర్లున్నాయి. ఈ నది మహారాష్ట్ర నుంచి వస్తూ మంజీరాను కలుపుకొని కందకుర్తి (నిజామాబాద్ జిల్లా) దగ్గర తెలంగాణలో ప్రవేశించి నిజామాబాద్, నిర్మల్, మంచిర్యాల, జగిత్యాల, పెద్దపల్లి, జయశంకర్ భూపాలపల్లి, ములుగు, భద్రాద్రి కొత్తగూడెం జిల్లాల సరిహద్దుగా పారి ఆంధ్రప్రదేశ్‌లో ప్రవేశిస్తుంది. అలా గోదావరి తెలంగాణలో సుమారు 570 కిలో మీటర్ల దూరం ప్రయాణిస్తుంది. ఆదిలాబాద్ జిల్లా ఉత్తర, తూర్పు సరిహద్దులుగా పారే ప్రాణహిత నది జయశంకర్ భూపాలపల్లి జిల్లాలోని కాళేశ్వరం దగ్గర గోదావరితో సంగమించి దాని ప్రవాహ పరిమాణానికి 40 శాతం నీరును అందిస్తుంది. ఉత్తర

తెలంగాణలో పారే మానేరు నది కూడా కాళేశ్వరం ప్రాంతంలోనే గోదావరిలో కలుస్తుంది.

కృష్ణానది తెలంగాణకు దక్షిణ సరిహద్దుగా ప్రవహిస్తుంది. ఇది ఎత్తైన నల్లమల పర్వతాల గుండా ప్రవహిస్తూ చాలా అందంగా కన్పిస్తుంది. ఈ నదిలో అలంపురం దగ్గర తుంగభద్రా నది సంగమిస్తుంది. మూసీనది గోల్కొండ పీఠభూమిపై పారుతూ నల్గొండ జిల్లాలోని వాడపల్లి దగ్గర కృష్ణాలో కలుస్తుంది.

భారతదేశంలోని ప్రధానమైన పుష్కర (12) నదుల్లో గోదావరి, కృష్ణా, తుంగభద్ర, భీమ నదులున్నాయి. వీటికి తెలంగాణ పీఠభూమిపై పారే అనేక ఉపనదులున్నాయి. తెలంగాణ పీఠభూమి కాబట్టి, సముద్రతీరం లేక నీటి వనరుల లభ్యత తక్కువ కాబట్టి వర్షాకాలంలో పడే నీటిని ఆపుతూ చారిత్రక యుగాలలో అనేక చెరువులు నిర్మించబడ్డాయి. వీటి పరిమాణం పెద్దగా ఉంటుంది. కాబట్టి తెలంగాణలోని చెరువులను సముద్రాలు అని కూడా పిలుస్తారు. ఇటీవలి ప్రభుత్వపు లెక్కల ప్రకారం చిన్నా పెద్ద చెరువులన్ని కలిసి తెలంగాణలో 46 వేలు ఉన్నాయి. చెరువులతో పాటు గోదావరి, కృష్ణ, వాటి ఉపనదుల మీద నిర్మించిన ఆనకట్టల నుంచి పారే కాలువల ద్వారా తెలంగాణలోని పొలాలకు సాగు నీరందుతుంది. ఇటీవల దశాబ్దాల్లో వాటి నుంచి తాగునీరును కూడా హైదరాబాద్, నిజామాబాద్, కరీంనగర్, సిద్ధిపేట వంటి పట్టణాలకు అందిస్తున్నారు.

వాతావరణం

తెలంగాణ శీతోష్ణస్థితి ఉష్ణ మండలపు వర్షపాత మండలం లాగా ఉంటుంది. ఇక్కడ వర్షాకాలంలో 150 సెం.మీ. కంటే తక్కువ వర్షపాతం పడుతుంది. సాధారణంగా చలి కాలంలో అతి తక్కువ సగటు ఉష్ణోగ్రతలు 15° సెల్సియస్ వరకు నమోదవుతాయి. ఎండా కాలంలో ఎక్కువ ఉష్ణోగ్రతలు 45° సెల్సియస్ వరకు నమోదవుతాయి. ఈ నేపథ్యంలో తెలంగాణ శీతోష్ణస్థితిని కింది విధంగా 4 రకాలుగా గుర్తించారు.

అవి :	1. ఎండాకాలం	మార్చి నుంచి మే వరకు
	2. వర్షాకాలం	జూన్ నుంచి సెప్టెంబర్ వరకు
	3. రుతుపవన తిరోగమనం	అక్టోబర్ నుంచి నవంబర్ వరకు
	4. చలికాలం	నవంబర్ నుంచి ఫిబ్రవరి వరకు

తెలంగాణ ఉత్తర సరిహద్దుల్లో పారే గోదావరి లోయకు అటు ఇటు అడవులు

విస్తరించి ఉన్నాయి కాబట్టి ఆ ప్రాంతాల్లో ఎక్కువ వర్షపాతం ఉంటుంది. నైరుతి తెలంగాణలో నల్లమల అడవులు తప్ప మహబూబ్ నగర్, నారాయణపేట, వికారాబాద్ జిల్లాల్లో తక్కువ వర్షం కురుస్తుంది కాబట్టి ఈ ప్రాంతాన్ని శుష్క వర్షపాత మండలం అంటారు. ఇక తెలంగాణ మధ్య ప్రాంతంలో వర్షపాతం మధ్యస్థంగా ఉంటుంది.

జీవావరణం

తెలంగాణలో సుమారు 20 శాతం భూభాగంలో అడవులుండగా, 80 శాతం మైదాన ప్రాంతాలున్నాయి. మైదాన ప్రాంతాల్లో సుమారు 95 శాతం జనాభా నివసించగా, అటవీ ప్రాంతాల్లో 5 శాతం జనాభా (గిరిజనులు) నివసిస్తున్నది. అయితే రాష్ట్రంలో ఉన్న 10 శాతం గిరిజన జనాభాలో సగం మంది... ప్రధానంగా లంబాడీలు, ఎరుకలు గ్రామాల పరిసరాల్లో ఉండే మైదాన ప్రాంతాల్లో నివసిస్తున్నారు. మైదాన ప్రాంతాల్లో నివసించే ప్రధాన జనాభా (54 శాతం) వెనుకబడిన తరగతుల వారిది. వారితో పాటు 16 శాతం మంది షెడ్యూల్డ్ కులాలవారు, మరో 20 శాతం మంది ఇతర ఉన్నత కులాలకు చెందిన ప్రజలు నివసిస్తున్నారు. వీరందరిలో సుమారు 80 శాతం ప్రజలు హిందూ మతస్థులు కాగా, 15 శాతం ప్రజలు ఇస్లాం మతానికి చెందినవారు. మరో 5 శాతం మంది క్రిష్టియనులు. మొత్తం మీద తెలంగాణలో 2011 నాటి జనాభా లెక్కల ప్రకారం 3,52,86,757 మంది ప్రజలు జీవిస్తున్నారు. 2023 నాటికి తెలంగాణ జనాభా సుమారుగా 4,30,50,000 ఉంటుంది.

పశు పక్ష్యాదుల సంరక్షణకు సంబంధించి తెలంగాణలో రెండు వన్యప్రాణి సంరక్షణా కేంద్రాలున్నాయి. ఒకటి అమ్రాబాద్ పులుల అభయారణ్యం, రెండవది ఆదిలాబాద్ జిల్లాలోని కవ్వాల్ పులుల అభయారణ్యం. మెదక్ జిల్లాలోని మంజీర వన్యప్రాణి సంరక్షణా కేంద్రం మొసళ్ళు పెంపకానికి, వివిధ రకాల పక్షులకు పేరొందింది. ఇవి గాక పలు వన్యప్రాణి సంరక్షణా కేంద్రాలను తెలంగాణలోని వివిధ అటవీ ప్రదేశాల్లో నెలకొల్పారు. తెలంగాణలో గోదావరికి ఉత్తరాన ఉన్న జిల్లాల్లోని అడవుల్లో టేకు వంటి విలువైన కలప లభిస్తుంది. నిజామాబాద్ జిల్లాలోని అడవుల్లో విలువైన రూసా గడ్డి లభిస్తుంది. నల్లమల అడవులు, నల్గొండ జిల్లాలో ఉన్న దేవరకొండ అడవులు, పెద్దపల్లి జిల్లాలో ఉన్న రామగిరి అడవులు అనేక వన మూలికలు లభించే ప్రదేశాలుగా ప్రఖ్యాతి గాంచాయి.

చారిత్రక ఆధారాలు

చరిత్ర అంటే గడిచిపోయినది అని అర్థం. సంస్కృతంలో చరిత్రకు సమాన అర్థాన్నిచ్చే పదం ఇతిహాసం. ఇతిహాసం అంటే 'ఇలా జరిగింది' అని అర్థం. చరిత్రకు సమానమైన ఇంగ్లీషు పదం హిస్టరీ. ఇది గ్రీకు పదమైన 'హిస్టోరియా' నుంచి పుట్టింది. హిస్టోరియా అంటే తెలుసుకోవడం లేదా పరిశోధించి కనుక్కోవడం అని అర్థం. వర్తమానంలో ఎప్పుడూ సమస్యలుంటాయి. అలాంటి సమస్యలను గతంలో ఎలా ఎదుర్కొన్నారో పరిశోధించి తెలుసుకుంటే ఇప్పటి సవాళ్ళను సమర్థంగా ఎదుర్కొని విజయాలను సాధించగలం. ఇందుకోసమే ప్రధానంగా చరిత్రను ఎప్పటికప్పుడు ఆనాటి అవసరాల దృష్ట్యా అధ్యయనం చేయాలనుకుంటాం. చరిత్రను నిష్పాక్షికంగా (ఆబ్జెక్టివ్) అధ్యయనం చేయాలనుకున్నప్పుడు చారిత్రక ఆధారాలేమిటో మనకు తెలియాలి. తెలంగాణ చరిత్రకు సంబంధించిన ఆధారాలను ఈ క్రింది అంశాల నేపథ్యంలో తెలుసుకోవచ్చు.

పురావస్తు ఆధారాలు

1. శిలాశాసనాలు, రాగి శాసనాలు
2. నాణేలు
3. కట్టడాలు
   1) మత నిర్మాణాలు
   2) లౌకిక నిర్మాణాలు
   3) గ్రామాలు/పట్టణాలు/కోటలు
   4) ప్రాచీన ఆవాసాలు, పనిముట్లు, వస్తు సామగ్రి
   5) ప్రాచీన శ్మశానాలు
4. చిత్రాలు, శిల్పాలు

సాహిత్య ఆధారాలు

1. సమకాలీనగ్రంథాలు, తాళపత్రాలు
2. కవిలెలు
3. కైఫీయత్ లు
4. మౌఖిక సాహిత్య సాంప్రదాయాలు
5. విదేశీయుల రాతలు

పురావస్తు ఆధారాలు

చరిత్రకు అత్యంత ప్రామాణికమైన ఆధారాలు శాసనాలు. ఇవి రాతి/శిలా శాసనాలు, రాగి శాసనాలు అని రెండు రకాలు. శాసనాలతో పాటు నాణేల మీద కూడా రాతలుంటాయి. ఇలా రాతలు/అక్షరాలు లేదా లిపి కనిపెట్టిన తరువాత వాటి ఆధారంగా తెలుసుకుంటున్న గత కాలపు విషయాలను చరిత్ర అంటారు. భారతదేశంలో, తెలంగాణలో అక్షరాలు మనుగడలోకి వచ్చింది క్రీ.పూ. 3వ శతాబ్దంలో. అంతకు

ముందు కాలపు విషయాలను 'పూర్వ చరిత్ర' (లేదా చరిత్ర పూర్వయుగం/Pre-history) అంటారు. అక్షరాలు లేదా సంజ్ఞలు ఉండి అవి ఇప్పుడు మనకు అర్థం కాక చరిత్రను నిర్మించలేకపోతే అలాంటి యుగపు చరిత్రను 'పురా చరిత్ర' (Proto-history) అంటారు.

తెలంగాణ చరిత్రకు సంబంధించిన మొట్టమొదటి శిలా శాసనాలు, నాణేలు జగిత్యాల జిల్లాలోని వెల్గటూరు మండలంలో ఉన్న కోటిలింగాలలో దొరికాయి. వాటిని బట్టి కోటిలింగాల రాజులు తమ పేర్లతో భారతదేశంలోనే మొట్టమొదటి సారిగా నాణేలు వేయించారని తెలిసింది. ఆ రాజుల పేర్లు గోబద, సిరి కంవాయ, సిరివాయ, సిరినారన, సమగోప. వీరి తరువాతి కాలపు నాణేలపైనున్న సాతవాహన, సాతకణ్ణి, ఛిముక, పులుమావి మొదలైన పేర్లను బట్టి కోటిలింగాలలో దొరికిన బ్రాహ్మీ (లిపి) శాసనాలు తొలి శాతవాహనులందరికి కోటిలింగాల రాజధానిగా ఉండేదని, శాతవాహన కాలం నాటికే బౌద్ధమతం తెలంగాణలో ప్రవేశించి ప్రాధాన్యం వహించిందని తెలిపాయి. సూర్యాపేట జిల్లాలోని ఫణిగిరిలో జరిగిన తవ్వకాల్లో వెలుగు చూసిన ఒక ప్రాకృత భాషా శాసనం ద్వారా ఇక్ష్వాకులు నాగార్జునకొండ ప్రాంతంలోనే కాదు, దక్షిణ, మధ్య తెలంగాణలో ఉన్న ప్రాంతాలను కూడా పరిపాలించారని, ఆ రాజుల్లో చివరివాడైన రుద్రపురుషదత్తుడు ఇప్పటి వరకు భావిస్తున్నట్లుగా 11 సంవత్సరాలు కాకుండా కనీసం 18 సంవత్సరాలు రాజ్యపాలన చేశాడని అనేక విషయాలు తెలిశాయి.

నల్గొండ జిల్లాలోని తుమ్మలగూడెంలో దొరికిన రాగి శాసనాల ద్వారా విష్ణుకుండి రాజులు ఇక్కడి ఇంద్రపాలనగరాన్ని రాజధానిగా చేసుకొని పాలించారని, బౌద్ధ విహారాలకు అనేక దానాలు చేశారనే విషయాలు తెలియవచ్చాయి. ముదిగొండ చాళుక్యులు, కళ్యాణి చాళుక్యుల వంటి రాజవంశాల చరిత్రకైతే కేవలం శాసనాలే ఆధారాలు. ఇంతటి ప్రాధాన్యమున్న శాసనాలను సేకరించి పురావస్తు శాఖవారు ఇప్పటివరకు తెలంగాణలోని 6 జిల్లాల సంపుటులను ప్రచురించారు. మరో 4 పాత జిల్లాల శాసనాల సంపుటులను కూడా ప్రచురిస్తే తెలంగాణ ప్రాంతీయ చరిత్రలను సమగ్రంగా నిర్మించగలం. దేశంలో ఏ రాష్ట్రంలో లేనన్ని ప్రాచీన నాణేలు తెలంగాణలో ఉన్నాయి. అయితే వాటిని పద్ధతి ప్రకారం విభజిస్తేనే (కాటలాగింగ్ చేయడం) వాటి ఆధారంగా చరిత్రను అల్లుకోగలం.

మతానికి సంబంధించిన నిర్మాణాల్లో తెలంగాణలో 2100 సంవత్సరాల కిందటి నుంచి నిర్మించిన బౌద్ధ స్థూపాలు, ఆరామ విహారాలు, 1800 సంవత్సరాల

కిందటి నుంచి నిర్మించిన హిందూ దేవాలయాలు, 1200 సంవత్సరాల కిందటి నుంచి నిర్మించిన జైన బసదులు, ఆలయాలు, 500 సంవత్సరాల కిందటి నుంచి నిర్మించిన ముస్లిం మసీదులు, దర్గాలు, 200 సంవత్సరాల కిందటి నుంచి నిర్మించిన క్రిస్టియన్ చర్చిలు, పార్థీ దేవాలయాలు కన్పిస్తాయి. పై కాలాల కంటే ముందు నిర్మించిన గుహాలయాలు కూడా తెలంగాణలో ఉన్నాయి. ఒక్కొక్క మత నిర్మాణానికి ఒక్కో వాస్తు – శిల్ప శైలి ఉంటుంది. ఆయా శైలుల అధ్యయనం ఆధారంగా ఆయా కాలాల పరిస్థితులు, కళా విశేషాలు తెలుస్తాయి. నాగార్జునకొండలో జరిపిన తవ్వకాల్లో బహిరంగ ప్రదర్శనశాల (ఆంఫీ థియేటర్), కిలో మీటరు పొడవైన రాతి కాలువ బయటపడ్డాయి. ఇలాంటివి లౌకిక కట్టడాలు. శిథిలమైన ప్రాచీన పట్టణాలు, గ్రామాలు, దుర్గాలు – కోటగోడల్లో కూడా నివాస గృహాలు, అంతఃపురాలు, ధాన్యాగారాలు, ఓడరేవులు వంటి లౌకిక కట్టడాలు ఉంటాయి.

చరిత్ర పూర్వ యుగానికి చెందిన ఆవాసాల్లో, ప్రత్యేకించి గుహావాసాలు, వాటి పరిసరాల్లో ఆనాటి మానవులు వాడిన కుండ(పెంకు)లు, రాతి పనిముట్లు, ఆయుధాలు, కాల్చిన మట్టి బొమ్మలు వంటి వస్తువులు లభిస్తాయి. ఇనుపయుగం నాటి రాక్షస గూళ్ళల్లో (సమాధుల్లో) ఆనాటి మనుషులు వాడిన అనేక వస్తు సామాగ్రి లభిస్తుంది. ఉదాహరణకు, నిజామాబాద్ జిల్లాలోని పోచంపాడు రాక్షసగూళ్ళల్లో గుర్రం అస్థిపంజరం దొరకడాన్ని బట్టి రెండున్నర వేల ఏళ్ళ కిందటే తెలంగాణ ప్రజలు గుర్రాన్ని మచ్చిక చేసుకున్నారని, ఏనుగు దంతంతో చేసిన దువ్వెన దొరకడాన్ని బట్టి ఆ కాలపు మనుషులు అలంకార ప్రియులని... ఇలా ఎన్నో విషయాలు తెలియవచ్చాయి.

చరిత్ర పూర్వ యుగానికి సంబంధించి చరిత్ర ప్రియుల్లో అత్యంత ఆసక్తిని రేకెత్తించేవి గుహాచిత్రాలు. పాముపడగ ఆకారంలో ఉండే పెద్ద పెద్ద రాతి గుండ్ల కింద ఏర్పడే గుహల ఉపరితలాలకు, గోడలకు వేల సంవత్సరాల కిందటి నుంచే ఆది మానవులు రంగు రంగుల చిత్రాలను, రేఖా చిత్రాలను గీస్తూ వచ్చారు. వాటి అధ్యయనం ఆధారంగా చరిత్ర పూర్వ యుగపు మానవులు వేట ప్రధానవృత్తిగా జీవించేవారని, నాట్య విలాసాల్లో పాల్గొనేవారని, ప్రకృతి శక్తులను వరాలిచ్చే దేవతలుగా పూజించేవారని తెలుస్తుంది. అయితే మరింత అభివృద్ధి చెందిన చిత్రలేఖనాలు కూడా ప్రాచీన గుహల్లోనే చారిత్రక యుగంలో కూడా చిత్రించబడ్డాయి. ఇందుకొక ఉదాహరణగా జయశంకర్ భూపాలపల్లి జిల్లాలోని పాండవులగుట్ట పైనున్న గుహా చిత్రాలను గురించి చెప్పుకోవచ్చు. ఇలాంటి చిత్రలేఖనాలున్న గుహలను పర్యాటక

కేంద్రాలుగా కూడా మలుచుకోవచ్చు. చరిత్ర అందించే ఆచరణాత్మక ప్రయోజనం ప్రధానంగా పర్యాటకమే.

సాహిత్య ఆధారాలు

పురావస్తు ఆధారాలు వండుకోవలసిన కూరగాయల వంటివైతే సాహిత్య ఆధారాలు వండిన కూరల్లాంటివి. అంటే, ఆయా చారిత్రక కాలాల్లోనే రచించబడిన సాహిత్య గ్రంథాలు, తాళపత్రాలు ఆయా కాలాల చారిత్రక విశేషాలను ఎక్కువగా ఉన్నదున్నట్లు చిత్రిస్తాయి. కొన్నిసార్లు అతిశయోక్తులుండవచ్చు. అలాంటప్పుడు పురావస్తు ఆధారాలతో సమన్వయమయ్యే విషయాలనే ప్రామాణికంగా తీసుకోవలసి ఉంటుంది.

తెలంగాణ చరిత్రకు సంబంధించి సుమారు రెండు వేల సంవత్సరాల కిందటి నుంచి సాహిత్య ఆధారాలు అందుబాటులో ఉన్నాయి. పైశాచీ భాషలో గుణాఢ్యుడు రాసిన 'బృహత్కథ', ప్రాకృతంలో హాలుడు సంకలనం చేసిన 'గాథా సప్తశతి' ఆనాటి తెలంగాణ సమాజాన్ని అనేక కోణాల్లో చిత్రించాయి. 10వ శతాబ్దం నుంచి తెలుగు సాహిత్యం అందుబాటులోకి వచ్చింది. తొలి తెలుగు సాహిత్య గ్రంథాలు పుట్టిన వేములవాడ చాళుక్యుల ఆస్థానంలోనే తొలి కన్నడ సాహిత్య గ్రంథాలు కూడా పుట్టడం ఆసక్తిని కలిగిస్తుంది. 'పండితారాధ్య చరిత్ర', 'క్రీడాభిరామం', 'సింహాసన ద్వాత్రింశిక' వంటి 13-15 శతాబ్దాల నాటి గ్రంథాలు తెలంగాణ విజ్ఞాన సర్వస్వాల వంటివి. తెలుగు సాహిత్య గ్రంథాలు తమ అవతారికల్లో (ముందు మాటల్లో) శుద్ధ చరిత్రను చెప్పగా, కవిలెలేమో ఆయా రాజుల ఆస్థానాల్లో భట్రాజులు ఆయా రాజుల చరిత్రలను అందంగా కీర్తిస్తూ పాడిన పద్యాలు. వీటికి మంచి ఉదాహరణగా 'వెలుగోటి వారి వంశావళి'ని గురించి చెప్పుకోవచ్చు. ఈ సంకలనం పద్మనాయకుల చరిత్రకు మంచి వనరు.

ఆయా గ్రామాల పేర్లు ఎలా వచ్చాయి, ఆ గ్రామాల్లో గతంలో చోటు చేసుకున్న ఆసక్తికరమైన విశేషాలేమిటి... ఇలా గ్రామ రికార్డుల్లో గ్రామాధికారులు పొందుపర్చిన అంశాల ప్రతులను కైఫీయత్తులు అంటారు. కల్నల్ మెకంజీ అనే బ్రిటిష్ ఉద్యోగి ఆంధ్రలో ఇలాంటి కైఫీయత్తులను వేల సంఖ్యలో సేకరించి తెలంగాణలో కూడా సేకరించే ప్రయత్నం చేస్తే ఆనాటి నిజాం ప్రభుత్వం అందుకు అంగీకరించకపోవడంతో తెలంగాణలో కైఫీయత్తులు పెద్దగా వెలుగులోకి రాలేదు. అనుమకొండ, కొండపల్లి వంటి కొన్ని కైఫీయత్తులు మాత్రం చరిత్ర నిర్మాణంలో

ఉపకరిస్తున్నాయి. గ్రంథస్థం కాకుండా ప్రజల నాలుకలపైనే నాట్యం చేసే పదాలు, వీరగాథలు, విశ్వాస చరిత్రలు... ఇలాంటివన్నీ జానపద సాహిత్యంగా గత ఏడెనిమిది శతాబ్దాల క్రితం నుండి గ్రంథస్థం అవుతూ వచ్చాయి. సర్దార్ సర్వాయి పాపన్న, బల్మూరి కొండలరాయడు, బాల నాగమ్మ, సమ్మక్క-సారలమ్మల వంటి వీరులు, వీరనారీమణుల చరిత్రలు, బతుకమ్మ వంటి పండుగలు-ఆచారాల చరిత్రలు జానపద సాహిత్యం ద్వారానే ఎక్కువగా తెలుస్తాయి.

క్రీ.పూ. 4వ శతాబ్దంలో మౌర్యుల ఆస్థానంలో గ్రీకు రాయబారిగా ఉన్న మెగస్తనీస్ రచన 'ఇండికా'లో ఆంధ్రుల రాజకీయ ప్రస్తావనలున్నాయి. ఆనాడు ఆంధ్రులుగా పిలువబడినవారు ఈనాటి తెలంగాణ భూభాగంలోనే నివసించేవారు. అది మొదలు చైనా యాత్రికులు, మార్కోపోలో వంటి ఇటలీ యాత్రికులు, ఇతర దేశాల యాత్రికులు తెలంగాణ రాజీకయ, ఆర్థిక పరిస్థితులను గురించి వివరించారు. మార్కోపోలో, కుతుబ్షాహీల కాలపు విదేశీ యాత్రికులు ఇక్కడి అరుదైన వజ్రాల పరిశ్రమ, ఇతర సంపదల గురించి రాసిన తరువాత తెలంగాణపై ఇతర ప్రాంత రాజుల దండయాత్రలు జరిగాయి. అయితే విదేశీ యాత్రా రచనలు ఇతర సామాజిక, సాంస్కృతిక విశేషాలను కూడా సందర్భానుసారంగా పొందుపరుస్తాయి. కాబట్టి ఆయా అంశాలను తెలుసుకోవాలనుకున్నప్పుడు అవి చరిత్ర రచనలో ఉపకరిస్తాయి.

పైన పేర్కొన్న చరిత్ర ఆధారాలు పురావస్తు శాఖలో, సంగ్రహాలయాల్లో (మ్యూజియంలు), రాజ్యాభిలేఖనా సంస్థలో (స్టేట్ ఆర్కైవ్స్), రాతప్రతుల గ్రంథాలయంలో, విశ్వవిద్యాలయ గ్రంథాలయాల్లో, క్షేత్ర పర్యటనల్లో లభిస్తాయి. కాబట్టి చరిత్రను సాధికారికంగా నిర్మించాలనుకునేవారు తమ తమ అంశాల ప్రాతిపదికగా ఆయా ఆధారాలను సంప్రదించవలసి ఉంటుంది.

***

అధ్యాయం-2

చరిత్ర పూర్వ యుగ సంస్కృతులు

"మానవ జీవన పరిణామ క్రమాన్ని ఒక పూర్తిస్థాయి సినిమాగా తీస్తే, అందులో ఒక నిమిషం మాత్రమే చరిత్ర ఉంటుంది, మిగతా మొత్తం చరిత్ర పూర్వ యుగం ఉంటుంది" అని ప్రపంచ ప్రఖ్యాతి గాంచిన చరిత్రకారుడు గార్డన్ చైల్డ్ అన్నారు. చరిత్ర పూర్వ యుగమంటే మానవ చరిత్ర నిర్మాణానికి లిఖిత పూర్వక ఆధారాలు లేని యుగమని అర్థం. లిఖిత ఆధారాలు లభిస్తున్న గత 2300 సంవత్సరాల కాలాన్ని చారిత్రక యుగం అన్నారు. ఇప్పటి వరకు తెలిసిన ఆధారాల మేరకు చారిత్రక యుగాని కంటే సుమారు పద్దెనిమిది లక్షల సంవత్సరాల ముందు నుంచే తెలంగాణలో మానవ మనుగడ వికసిస్తూ వస్తున్నది.

ఆధారాలు

ఇంతటి సుదీర్ఘమైన చరిత్ర పూర్వ యుగానికి సంబంధించిన ఆధారాలు మాత్రం చాలా తక్కువగా అందుబాటులో ఉన్నాయి. 19వ శతాబ్దం మధ్య కాలంలో రాబర్ట్ బ్రూస్‌ఫూట్ యాదాద్రి భువనగిరి జిల్లాలోని వలిగొండలో కనుక్కొన్న బృహత్ శిలాయుగపు సమాధులు తెలంగాణ చరిత్ర పూర్వ యుగపు అధ్యయనానికి మొదటిసారిగా తెరతీశాయి. 1914 లో ఏర్పాటైన హైదరాబాదు రాష్ట్ర పురావస్తు శాఖ శాస్త్రీయంగా చరిత్ర పూర్వ యుగపు స్థలాలను గుర్తించింది. ఆ శాఖ 1953 లో ప్రచురించిన 'యాంటిక్వేరియన్ రిమెయిన్స్ ఇన్ హైదరాబాద్ స్టేట్' అనే ఆంగ్ల పుస్తకం తెలంగాణ చరిత్ర పూర్వ యుగానికి సంబంధించి 118 స్థలాలను సంరక్షిత స్థలాలుగా పేర్కొంది. వాటిల్లో ఆసిఫాబాద్, సిర్పూర్ (నిర్మల్ ప్రాంతం) లలో వృక్ష శిలాజాలు, తెలంగాణ అంతటా విస్తరించిన 20 కొత్త రాతి యుగపు స్థలాలు, 96 బృహత్ శిలాయుగపు స్థలాల వివరాలు కనిపిస్తాయి. కొత్త రాతి యుగం కంటే ముందు యుగపు స్థలాలను ఆ రిపోర్టు పేర్కొనలేదు.

1956 లో ఆంధ్రప్రదేశ్ రాష్ట్రం ఏర్పడిన తర్వాత పురావస్తు శాఖ వందలాది చరిత్ర పూర్వయుగ స్థలాలను గుర్తించింది. అయితే వాటిల్లో ఎక్కువ భాగం ముంపు స్థలాల తవ్వకాల (Salvage Archaeology) వల్లనే వెలుగు చూశాయి. సాల్వేజ్ ఆర్కియాలజీ అంటే ముప్పు పొంచి ఉన్న స్థలాలను అధ్యయనం చేయడం. నదీ లోయల్లోనే మానవ మనుగడ వికసించింది. నదులపై తెలంగాణలో గత శతాబ్దం నుంచి ఆనకట్టలు కడుతూ వచ్చారు. అలా నాగార్జునసాగర్, శ్రీరాంసాగర్, శ్రీశైలం, తుంగభద్ర, జూరాల, నిజాంసాగర్ మొదలైన ప్రాజెక్టులు అందుబాటులోకి వచ్చాయి. పోలవరం ప్రాజెక్టు ప్రస్తుత ఆంధ్రప్రదేశ్‌లో అందుబాటులోకి వస్తున్నది. ఈ ప్రాజెక్టుల్లో మునిగిపోయిన చారిత్రక, చరిత్ర పూర్వయుగ స్థలాలను పురావస్తు శాఖ అధ్యయనం చేసి, వాటి వివరాలను నివేదికలుగా ప్రచురించింది. అవి ఈ అధ్యాయానికి ప్రధాన ఆధారాలు.

పురావస్తు శాఖ సంచాలకులుగా పనిచేసిన వి. వి. కృష్ణశాస్త్రి తెలంగాణలోని అనేక చరిత్ర పూర్వయుగ స్థలాలను, ప్రత్యేకించి చిత్రలేఖనాలున్న స్థలాలను గుర్తించారు. తెలుగు విశ్వవిద్యాలయపు శ్రీశైలం పీఠంలో ఆచార్యులుగా పనిచేసిన కె. తిమ్మారెడ్డి, నాగర్ కర్నూలు జిల్లాలో పారే కృష్ణానది ఎడమ ఒడ్డున ఉన్న చరిత్ర పూర్వయుగపు స్థలాలను వెలుగులోకి తెచ్చారు. వారితోపాటు హైదరాబాద్ కేంద్రీయ విశ్వవిద్యాలయ ఆచార్యులు ఎం.ఎల్.కె. మూర్తి పోలవరం ప్రాజెక్ట్ లో మునిగిపోయిన దిగువ గోదావరి లోయలోని చరిత్ర పూర్వ యుగపు స్థలాలను గుర్తించారు. తెలంగాణ చరిత్ర పూర్వయుగానికి సంబంధించి వ్యక్తిగత ఆసక్తితో శాస్త్రీయంగా పరిశోధన చేసిన వారిలో పేర్కొనదగిన చరిత్రకారులు ఠాకూర్ రాజా రాంసింగ్, ద్యావనపల్లి సత్యనారాయణ. ఉత్తర తెలంగాణలో పారే గోదావరి లోయలో బాసర నుంచి భద్రాచలం మధ్య ఉన్న ఎన్నో స్థలాలను రాజా రాంసింగ్ గుర్తించారు. మానవ పరిణామ క్రమంలో తొలి దశ నుంచే తెలంగాణలో ఆధారాలున్నాయని ఆయన నిరూపించారు. సత్యనారాయణ గత పుష్కర కాలంలో సుమారు ఇరవై చరిత్ర పూర్వయుగ స్థలాలను, ప్రత్యేకించి గుహా చిత్రలేఖనాలను కనుక్కొని, పత్రికలు, పుస్తకాల ద్వారా ప్రకటించారు. ఆంధ్రప్రదేశ్ పురావస్తు శాఖలో పనిచేసిన బి.సుబ్రమణ్యం 2012 నాటి ప్రపంచ తెలుగు మహాసభల సందర్భంగా రచించిన 'తెలుగు నేలపై పురావస్తు పరిశోధనలు' అనే పుస్తకం తెలంగాణ చరిత్ర పూర్వయుగ అధ్యయనానికి ఒక ముఖ్యాధారం.

చరిత్ర పూర్వయుగం

చరిత్ర పూర్వయుగంలో మానవులు ప్రధానంగా రాతి ఆయుధాలను వాడారు. కాబట్టి, రాతి ఆయుధాల వాడి (Sharpness), పరిమాణాన్ని బట్టి చరిత్రకారులు కింది విధంగా యుగ విభజన చేశారు. తెలంగాణకు సంబంధించి అవి, వాటి కాలపు వివరాలు ఇలా ఉన్నాయి.

1. దిగువ పాత రాతి యుగం - 18 నుంచి 1.30 లక్షల సం॥ల క్రితం వరకు
2. మధ్య పాత రాతి యుగం - 1.30 లేదా 0.50నుంచి 0.20 లక్షలసం॥ క్రితం వరకు
3. ఎగువ పాత రాతి యుగం - 20,000 నుంచి 10,000 సం॥ల క్రితం వరకు
4. మధ్య రాతి యుగం - క్రీ.పూ. 8,500 నుంచి 3,000 సం॥ల క్రితం వరకు
5. కొత్త రాతి యుగం - క్రీ.పూ. 3,000 నుంచి 1,500 సం॥ల క్రితం వరకు
6. రాక్షసగూళ్ళ యుగం - క్రీ.పూ. 1,500 నుంచి క్రీ.శ. 300 వరకు

కొత్త రాతి యుగంలో రాగి వంటి లోహాలను పనిముట్లుగా వాడటం ప్రారంభమైంది. రాక్షసగూళ్ళ యుగంలో ఇనుప పనిముట్లను వాడటం కొత్తగా ప్రారంభమైంది. కాబట్టి, ఈ యుగాన్ని ఇనుప యుగమని కూడా అంటారు. ఈ యుగంలోనే పట్టణాలు, చిన్న చిన్న రాజ్యాలు, లిపి మొదలైన నాగరికతా చిహ్నాలు తలెత్తడం ప్రారంభమైంది. కాబట్టి, ఈ యుగాన్ని చరిత్ర పూర్వయుగం - చారిత్రక యుగం మధ్య సంధి యుగం (ప్రోటో హిస్టరీ) అని లేదా పురా చారిత్రక యుగమని పిలుస్తారు. మానవులు దిగువ పాత రాతి యుగంలో గులకరాతి పనిముట్లు (Pebbles), మధ్య పాత రాతి యుగంలో రాతి పెచ్చుల (Flakes) పనిముట్లు, ఎగువ పాత రాతి యుగంలో పదునైన రాతి పనిముట్లు (Blades and Burins), మధ్యరాతి యుగంలో చిన్న చిన్న రాతి పనిముట్లు (Microliths), కొత్త రాతి యుగంలో నునుపైన రాతి పనిముట్లు, రాక్షసగూళ్ళ యుగంలో ఇనుప లోహ పనిముట్లు వాడారు. కాబట్టి, ఆయా యుగాలను ఆయా పనిముట్ల పేర్లతో కూడా పిలుస్తారు.

దిగువ పాత రాతి యుగం

తెలంగాణలో చిన్న చిన్న గుట్టల వరుసల పక్కన నాగర్ కర్నూలు, నల్గొండ జిల్లాల దక్షిణ సరిహద్దుగా పారే కృష్ణానది ఎడమ ఒడ్డున ఉన్న నల్లమల అడవుల్లోని పీఠభూమి పైన దిగువ పాత రాతియుగపు ఆనవాళ్ళు అనేకం కనిపించాయి. దిగువ గోదావరి లోయలో ఈ యుగపు ఆవాసాలు పెద్దపల్లి చుట్టుపక్కల 300 చ.కి.మీ. మేర రామగుండం, గోదావరిఖని ప్రాంతాల్లో ఎక్కువగా కనిపించాయి. కుమ్రం భీమ్

అసిఫాబాద్ జిల్లాలోని సిర్పూర్ నుంచి నస్పూర్, మంచిర్యాల, చెన్నూరు నుంచి వేమనపల్లి దాకా మంచిర్యాల జిల్లాలోను, కడెం నదికి ఉపనది అయిన పెద్దవాగు కుడి గట్టు మీదున్న బోత్, పొచ్చెర గ్రామాలలోను, నిర్మల్ సమీపపు సువర్ణనది కుడి గట్టు మీదున్న చిట్యాలలోను, ములుగు జిల్లాలోని ఏటూరునాగారం అడవుల్లో ఉన్న ఎక్కల, సెలిబాక గ్రామాల్లోను, భద్రాద్రి కొత్తగూడెం జిల్లాలోని పాల్వంచ, చెర్ల, గోదావరి లోయలోనూ ఈ యుగపు స్థావరాలు 500 చ.కి.మీ. నుంచి 1,000 చ.కి.మీ. మేర విస్తరించి ఉన్నాయని ఠాకూర్ రాజా రాంసింగ్ కనుగొన్నారు.

ఆదిలాబాద్ జిల్లాలోని బోత్, పొచ్చెర జలపాతం, పెద్దపల్లి జిల్లాలోని గోదావరిఖని, రామగుండం, భద్రాద్రి కొత్తగూడెం జిల్లాలోని పాల్వంచ, నల్గొండ జిల్లాలోని రాయవరం, ఏలేశ్వరం, నాగార్జున కొండ, నాగర్ కర్నూల్ జిల్లాలోని చంద్రగుప్త పట్టణం, ఈర్లదిన్నె మొదలైన స్థలాలను దిగువ పాత రాతి యుగానికి చెందిన ముఖ్యమైన స్థలాలుగా గుర్తించారు.

పెద్ద పెద్ద ఆకారాలతో ఉండే చేతి గొడ్డళ్ళు, గోకుడు రాళ్ళు (Chopping tools), వృత్తాకారపు రాళ్ళు (Discoids) చేసుకుని ఈ యుగపు మనుషులు వేటలో, ఆహార సేకరణలో ఉపయోగించుకున్నారు. ఈ కాలపు ఆయుధాలకు ఆఫ్రికాలోని అష్యూలియన్ ప్రాంతపు ఆయుధాలతో పోలికలున్నాయి. ఆనాటి మనుషుల జీవనం ఇంచుమించుగా జంతువుల జీవన విధానాన్నే పోలి ఉండేది. గుహలు, పెద్ద పెద్ద చెట్ల తొర్రలు వారికి విశ్రాంతి సమయ ఆవాసాలుగా ఉపయోగపడేవి.

మధ్య పాత రాతి యుగం

ఈ కాలపు రాతి పనిముట్లు అనేక నదీ లోయల్లో దిగువ పాతి రాతి యుగపు పనిముట్లతో పాటుగా గుట్టలు గుట్టలుగా లభించాయి. ఇవి ప్రధానంగా రాతి పెచ్చులతో (Flakes) చేసినవి. నాగర్ కర్నూల్ జిల్లాలో కృష్ణానది ఎడమ ఒడ్డున ఉన్న యాపలదేవిపాడు దగ్గర జరిపిన తవ్వకాల్లో మొదటిసారిగా ఎద్దు (Bos namadicus) అస్థిపంజరం అవశేషాలు ఈ యుగపు పనిముట్లతో పాటుగా దొరకడం ప్రాధాన్యతను సంతరించుకొంది. అంటే, ఆనాటి మానవులకు ఎద్దులతో సంబంధం ఏర్పడిందని అర్థమౌతుంది.

ఈ యుగపు మానవులు చిన్న చిన్న చేతి గొడ్డళ్ళు, గండ్ర గొడ్డళ్ళు, గోకుడు రాళ్ళు వాడారు. ఒక ముఖం, రెండు ముఖాలున్నవి, పార్శ్వంలో అంచుగలవి, తిన్ననివి,

వాలు, పుటాకారం, కుంభాకారం, పుటాకార కుంభాకారాలు గల అలుగులు (drills), బరుమలు (borers) సాదా ముఖం, రెండు ముఖాల కొనలున్నవి, తోక ఉన్నవి, వాలిన భుజాలు కలవి... ఇలాంటి పలురకాల పెచ్చులతో చేసిన రాతి పనిముట్లను ఆనాటి మానవులు వాడినట్లు ఆధారాలు లభించాయి.

ఈ యుగానికి చెందిన ప్రధానమైన స్థలాలు ఈ కింది ప్రాంతాల్లో కనిపించాయి. అవి: నాగర్ కర్నూలు జిల్లాలోని నల్లమల అడవుల్లో ఉన్న అప్పాపూర్, బౌరాపూర్, చంద్రగుప్త పట్టణం లేదా చాకలిశిల, సలేశ్వరం, కదలీవనం, మేడిమాన్‌కల్, క్యాతూరు, సోమశిల, దసరాపల్లె, నల్గొండ జిల్లాలో ఉన్న ఏలేశ్వరం, నాగార్జునకొండ, గణపవరం, ఆదిలాబాద్ జిల్లాలోని పొచ్చెర, కుమ్రం భీమ్ ఆసిఫాబాద్ జిల్లాలోని ఆసిఫాబాద్, మర్లవాయి, మంచిర్యాల జిల్లాలోని నస్పూర్, పెద్దపల్లి జిల్లాలో ఉన్న గోదావరిఖని, మేడిపల్లి, బుచ్చయ్యపల్లి, రామగుండం, మల్కాపురం మొదలైనవి.

2023 జులై 9న ఈ పుస్తక రచయిత రాచకొండలోని రామాలయం దగ్గరి గుహలో మధ్య పాత రాతి యుగపు మానవులు పనిముట్లు చేసుకోవడానికి వాడిన నల్ల రాతి పరికరాన్ని గుర్తించారు. దానిని 30,000 – 2,50,000 సంవత్సరాల మధ్య కాలపు ఆది మానవులు తమ ఆయుధాలు, పనిముట్లు చేసుకోవడానికి వాడి ఉంటారని పురావస్తు నిపుణులు ఆచార్య కె.పి రావు అభిప్రాయపడ్డారు. ఎగువ పాత రాతి యుగంలో కూడా ఇలాంటి పరికరాన్ని వాడి ఉంటారని మరో నిపుణులు డా. ఈమని శివనాగిరెడ్డి అన్నారు.

ఎగువ పాత రాతి యుగం

భౌగోళిక వాతావరణ పరంగా ఈ యుగం ప్లైస్టోసీన్ (మంచుయుగం) ముగింపు దశను, హోలోసీన్ (శీతోష్ణయుగం) ఆరంభ దశను (క్రీ.పూ. 9500) సూచిస్తుంది. ఈ యుగంలో జీవించిన ప్రజలు బ్లేడ్ పనిముట్లు, పక్క అంచు ఉన్న బ్లేడ్ పనిముట్లు, కొన్ని చోట్ల ఎముకలతో చేసిన పనిముట్లను వాడారు. రాతి గుహల్లో రంగు బొమ్మలను గీయడం ఈ యుగంలో నేర్చుకొన్నారు.

ఈ యుగపు మనుషుల స్థావరాలు, పనిముట్లు తెలంగాణలో కొండ దిగువ ప్రాంతాల్లో, నదీతీర పర్యావరణ వ్యవస్థల లోతట్టు ప్రాంతాల్లో వెలుగు చూశాయి. కుమ్రం భీమ్ ఆసిఫాబాద్ జిల్లాలో ఉన్న వాంకిడి, గోదావరి లోయలో ఉన్న చెర్ల, బోర్నగూడెం, లక్నవరం, లింగవరం, పేరవరం, రాయవరం, వీరవరం, ఎల్లవరం,

ములుగు జిల్లాలో ఉన్న ఏటూరునాగారం, వరంగల్ జిల్లాలోని పాకాల, కృష్ణానదీ లోయలో ఉన్న ఏలేశ్వరం, నాగార్జునకొండ, చంద్రగుప్త పట్టణం, కదలీవనం, మేడిమాన్‌కల్ మొదలైన ప్రాంతాల్లో ఎగువ పాత రాతి యుగానికి చెందిన ముఖ్యమైన స్థలాలను గుర్తించారు.

మధ్య రాతి యుగం

మధ్య రాతి యుగం భౌగోళిక వాతావరణ పరంగా తొలి హోలోసీన్ యుగానికి చెందింది. ఆ కాలం నుంచి హిమ యుగ ప్రభావం తగ్గి మానవ వికాసానికి ఎక్కువ అనుకూల పరిస్థితులు ఏర్పడ్డాయి. ఈ యుగంలో మానవులు అతి చిన్న (సూక్ష్మమైన) రాతి ఆయుధాలను వాడారు. కాబట్టి, ఈ యుగాన్ని సూక్ష్మ రాతి యుగమని కూడా అంటారు. కేవలం రాతి ఆయుధాలనే వాడిన మానవ యుగాల్లో ఇది చివరిది. దీని తరవాత వచ్చిన కొత్త రాతి యుగంలో రాతితోపాటు, ఎముకలు, లోహపు ఆయుధాలు, పనిముట్లను కూడా వాడారు.

హైదరాబాద్‌లోని కేంద్రీయ విశ్వవిద్యాలయం ప్రధాన ద్వారం దగ్గర కనిపించే 'స్మారక శిల' వద్ద జరిపిన తవ్వకాల్లో చెర్ట్ (చెకుముకి రాయి వంటి ఒక శిలా స్ఫటికం)తో చేసిన సూక్ష్మరాతి పనిముట్లు బయటపడ్డాయి. వాటిల్లో గోకుడు రాళ్ళు, కట్టె పలుగుల్లో ఇరికించే పదునైన రాతి ఆయుధపు ముక్కలు ముఖ్యమైనవి. ఈ ప్రాంతం నదీ తీరాన లేకపోయినా ఇక్కడ మధ్య రాతి యుగపు పనిముట్లు దొరికాయంటే ఆ యుగపు ప్రజలు నదీ తీరాలతోపాటు విశాలమైన మైదాన నేలల్లో కూడా నివసించారని తెలుస్తుంది. మధ్య రాతి యుగానికి చెందిన గుహల్లోని రంగు చిత్రాల్లో 150 కి పైగా బొమ్మలు కనిపిస్తాయి. వీటిల్లో ప్రధానంగా జింక, చెవుల పిల్లి, హైనా, కుక్క నక్క తాబేలు, రేఖాగణిత నమూనాలు, ముసుగు ఉన్న మానవాకృతులు, చేతి ముద్రలు ఎరుపు రంగులో కనిపిస్తాయి. ఇవి ఎక్కువగా సున్నపురాయి, గ్రానైట్ రాయి, ఇసుకరాయి కొండ గుహల్లో కనిపిస్తాయి.

ఈ యుగానికి చెందిన మొదటి తరం చిత్రలేఖనాలు మహబూబ్ నగర్ జిల్లాలోని సంగనోనిపల్లి రాతి గుహల్లో ఉన్నాయి. వాటిల్లో ప్రధానమైనవి జింకల చిత్రాలు. వాటి పరిమాణం పెద్దగా ఉంది. బొమ్మను వేసే కుంచె జింక శిరస్సు నుంచి మొదలై వీపు వెనుక భాగం వైపు కదిలినట్లు రంగు క్రమంగా పలుచన కావడాన్ని బట్టి తెలుస్తున్నది. ఇదే లక్షణం సంగనోనిపల్లి సమీపంలోని దుప్పడ్ గట్టు, పోతనపల్లి, మన్నెంకొండ చిత్రాల్లో కూడా కనిపిస్తుంది. ఈ యుగపు చిత్రలేఖనాలు రంగారెడ్డి

జిల్లాలోని కోకాపేట, పెద్దపల్లి జిల్లాలోని రామగుండం, మెదక్ జిల్లాలోని హస్తలాపూర్, జయశంకర్ భూపాలపల్లి జిల్లాలోని పాండవుల గుట్ట, ములుగు జిల్లాలోని నర్సాపూర్‌లో ఉన్న రాతి గుహల్లో కూడా ఉన్నాయి.

కొత్త రాతి యుగం - విప్లవవాత్మక మార్పులు

చెక్కి తయారుచేసిన రాతి పనిముట్లను మరో రాతి మీద రాకి రాకి నునుపుగా చేసుకోవడంతో అవి పదునుగా, నునుపుగా తయారయ్యేవి. ఇలాంటి పనిముట్లను వాడిన మానవుల యుగాన్ని కొత్త రాతి యుగమన్నారు. ఈ యుగంలోనే ఎముకలతో కూడా ఆయుధాలు, పనిముట్లను తయారుచేసుకొనేవారు. ఈ యుగం మలి దశలోనేమో రాగి, కంచు లోహాలతో పనిముట్లను తయారు చేసుకోవడం నేర్చుకొన్నారు. వీటి సహాయంతో భూమిని తవ్వి మొక్కలను నాటడం, పెంచడం, పంటలను పండించడం నేర్చుకొన్నారు. పంటలను పండించడం అనే ప్రక్రియ మూడు ముఖ్యమైన ఆవిష్కరణలకు దారి తీసింది.

1) పంటలు పండే వరకు వాటిని పండించిన మనుషులు పంటచేల దగ్గరే ఉండాలి. కాబట్టి, అక్కడే ఇళ్లు కట్టుకొని 'స్థిరనివాసం' ఏర్పర్చుకోవలసి వచ్చింది. తద్వారా కుటుంబం, సమాజం, గ్రామం ఏర్పడ్డాయి.

2) పండిన పంటలను నిల్వ ఉంచుకోవడానికి పాత్రలు అవసరమయ్యాయి. ఈ అవసరం కుండలు, బానలను తయారుచేసుకోడానికి దారి తీసింది. మొదట చేత్తోనే కుండలను మట్టితో తయారుచేసి, కాల్చి గట్టిపర్చేవారు. తరువాత కుమ్మరి చక్రాన్ని కనుక్కొని, దాని మీద నునుపైన కుండలను తయారు చేసుకోవడం నేర్చుకొన్నారు. కుండల తయారీతో 'నిల్వ' భావన పెరిగి, 'వ్యక్తిగత ఆస్తి' అనే భావన పుట్టి, అంతకు ముందున్న సమానత్వ భావన కనుమరుగై, ధనిక-పేద సమాజ ఏర్పాటుకు దారితీసింది.

3) పంటలు పెద్ద ఎత్తున పండించడానికి పశువులను మచ్చిక చేసుకొన్నారు. పంటలను రవాణా చేయడానికి 'చక్రాల బండ్లు' అందుబాటులోకి వచ్చి, 'వ్యాపారం' పుట్టుకకు దారితీశాయి. ఇలా ఈ యుగంలో మానవులు ఆహార సేకరణ స్థాయి నుంచి ఆహార ఉత్పత్తి స్థాయికి ఎదిగారు కాబట్టి ఈ పరిణామాన్ని గార్డన్ చైల్డ్ 'కొత్త రాతి యుగ విప్లవం' అన్నాడు.

కొత్త రాతి యుగానికి చెందిన మొదటి దశ ఆవాసాలు గ్రానైట్ గుట్టల

మీదనో, గుట్టల మీదున్న చదునైన ప్రదేశాల మీదనో, లోయల అడుగు భాగాల్లోనో ఉండేవి. పెద్దపల్లి జిల్లాలోని గోదావరి లోయ ప్రాంతంలో పారే మానేరు నదీ తీరంలో తొగర్రాయి, కదంబాపూర్, పెద్ద బొంకూరు వంటి ప్రదేశాల్లో ఈ యుగానికి సంబంధించిన చాలా ఆవాసాలున్నాయి. ఇదే ప్రాంతంలో పారే పెద్దవాగు తీరంలో కూడా బుడిగెపల్లి, పాలకొండ, కోలకొండ, దేవరపల్లి వంటి స్థలాల్లో ఈ యుగపు స్థావరాలున్నాయి. తొగర్రాయి ఆవాసంలో పైకి పొడుచుకు వచ్చిన గ్రానైట్ రాతి గుట్టల దగ్గర పనిముట్లను తయారుచేసే స్థలం (లేదా పరిశ్రమ) కనిపించింది. కదంబాపూర్, జోగులాంబ గద్వాల జిల్లాలోని ఐజలో గొడ్డళ్లను సానబట్టే రాళ్ళు చాలా కనిపించాయి. ఇలాంటి సానబట్టే రాళ్లు మహబూబ్‌నగర్ జిల్లాలోని పెద్ద రేవల్లి అనే గ్రామ పరిధిలో ఉన్న గుట్టపైన కూడా ఉన్నాయి. జగిత్యాల జిల్లాలోని వెల్గటూరు మండలంలో, నల్గొండ జిల్లాలోని మునుగోడు మండలంలో 'సానబండ' అనే పేరుతో గ్రామాలే ఉన్నాయి.

పనిముట్ల సాంకేతికతలో పురోగతి

కొత్త రాతి యుగంలో త్రిభుజాకారపు గొడ్డళ్లు, బాడిసలు, ఒడిసెల రాళ్లు, మద్దురాళ్లు, కల్వాలు, పాత్రాలు, చెర్ట్ తో చేసిన బ్లేడు, అర్ధచంద్రాకారపు పనిముట్లు వాడుకలో ఉండేవి. ఈ యుగం చివరి దశకు చెందిన బ్లేడు పనిముట్ల పరిశ్రమతో పాటు రాగి, కంచు వస్తువులు జోగులాంబ గద్వాల జిల్లాలోని చిన్నమారూరు, చాగటూరుల్లో లభించాయి. ఇలా లోహపు పనిముట్లు లభించడమనేది బహుశా మహారాష్ట్ర, మధ్య భారతదేశంలో వర్ధిల్లిన హరప్పా ఉత్తర తామ్ర శిలా యుగ సంస్కృతులతో సంబంధాల వల్ల అయ్యుండొచ్చని కొందరు చరిత్రకారులు భావించారు. మీసాల రాగి ఖడ్గాలు సిద్ధిపేట జిల్లాలోని రిమ్మనగూడెంలో లభించాయి. ఈ నిక్షేప రాగి యుగ సంస్కృతి (Copper Hoard Culture) గంగానదీ తీర ప్రాంతం నుంచి తెలంగాణకు విస్తరించిందని చరిత్రకారులు భావిస్తున్నారు. ఈ రాగి కత్తులకు, ఇరాన్‌లో దొరికిన రాగి కత్తులకు పోలిక ఉండటం వల్ల అక్కడి ప్రజలే ఇక్కడికి వలస వచ్చారని అల్చిన్ అనే చరిత్రకారుడు చెప్పాడు. ఈ ఇరు ప్రాంతాల వస్తు సంస్కృతి, ఖనన (శవ) సంస్కృతుల మధ్య కూడా పోలికలున్నాయి అంటాడు ఆయన.

కొత్త రాతి యుగంలో మట్టి పాత్రలను ప్రధానంగా చేత్తోనే చేసేవారు. బూడిద రంగు లేదా లేత గోధుమ రంగు పాత్రలకు నలుపు లేదా ఎరుపు రంగుతో చేసిన నునుపు పూత ఉండేది. ఎక్కువగా కెంపు రంగు అలంకారం ఉండేది. చిల్లుల

జాడీలు, కుండలు కూడా ఈ యుగంలో వాడకంలో ఉండేవి. వాటి ఉపరితలాలు ముతకగా ఉండేవి. ఇలాంటి కుండలకు, తొలి సింధూ నాగరికతకు చెందిన కుండలతో దగ్గరి పోలికలున్నాయి. అలాగే బెలూచిస్తాన్, తొలి హరప్పా నాగరికతకు చెందిన కుండలతో కూడా పోలికలు ఉన్నాయి. కొన్ని చోట్ల బూడిద రంగు, లేత పసుపు రంగు గల పాత్రలను కుమ్మరి చక్రం మీద తయారుచేశారు. అవి మహారాష్ట్రలోని తామ్ర శిలా యుగానికి చెందిన జోర్వే పాత్రలతో సామ్యాన్ని కలిగి ఉన్నాయి. జోర్వే పాత్రలు క్రీ.పూ. 1400-1050 మధ్య కాలానికి చెందినవి.

ఆర్థిక వ్యవస్థ లక్షణాలు

కొత్త రాతి యుగపు ఆర్థిక వ్యవస్థ పశుపోషణ, వ్యవసాయం మీద ఆధారపడింది. మహబూబ్ నగర్ జిల్లాలోని ఉట్నూరు వంటి ప్రదేశాల్లో వెలుగు చూసిన బూడిద కుప్పలు కొన్ని అడవి జంతువుల దొడ్లు లేదా పశువుల్ని మందగా ఉంచిన కొట్టాలకు నిదర్శనాలని తెలిసింది. పశువుల పేడ కుప్పలను ఒక కర్మకాండలాగా దహనం చేయడం వల్ల బూడిద కుప్పలేర్పడ్డాయని ఆల్చిన్ చెప్పాడు. తవ్వకాల్లో బయటపడిన అవశేషాల ద్వారా ఆవులు, గేదెలు, గొర్రెలు, మేకలు, పందులు, కుక్కలు, పిట్టలను ఆనాటి మానవులు మచ్చిక చేసుకొన్నారని తెలిసింది. కొన్ని కొత్త రాతి యుగపు ఆవాసాల్లో పశుపోషణ ప్రాధాన్యాన్ని తెలిపే మూపురపు ఎద్దుల టెర్రకొట్ట (కాల్చిన మట్టి) బొమ్మలు, రాతి బొమ్మలు, రాతి చిత్రలేఖనాలు వెలుగుచూశాయి. ఈ యుగపు రంగు చిత్రాలు, రేఖా చిత్రాలు పెద్దపల్లి జిల్లాలోని బూదగవి, జయశంకర్ భూపాలపల్లి జిల్లాలోని పాండవుల గుట్ట, నల్గొండ జిల్లాలోని రాచకొండ, ఖమ్మం జిల్లాలోని నల్లముడి, నాగర్ కర్నూలు జిల్లాలోని దుప్పడ్ గట్టు, దొంగల గట్టు తదితర ప్రాంతాల్లో వెలుగు చూశాయి. ఈ యుగపు చిత్రాల్లో ఎద్దులు వంపు తిరిగిన కొమ్ములు, మూపురాలు, గంగడోలు, పొడవాటి శరీరాలతో చాలా అందగా కనిపిస్తాయి. బాణాలు పట్టుకొన్న మనుషులు వాటి పక్కన కనిపిస్తారు. కొన్ని చోట్ల మూపురపు ఎద్దులు ఢీకొంటున్నట్లు చిత్రించబడ్డాయి.

కొన్ని కొత్త రాతియుగపు స్థిర ఆవాసాల్లో లభించిన గింజల అవశేషాలను బట్టి ఆ కాలపు ప్రజలు ప్రధానంగా జొన్నలు, రాగులు, పప్పులు (పెసలు, మినుములు, ఉలవలు), వడ్లు పండించేవారని తెలిసింది. పంటలను ప్రధానంగా వర్షాధారంగానే పండించేవారు. పంట ఆశించిన విధంగా పండినందుకు దేవరకు కృతజ్ఞతగా పంట మొక్క - కంకిని, విత్తనాలు విత్తే, కలుపు తీసే కొంకిని పంట చేల దగ్గరి గుహలో పెట్టి,

జంతు మాంసంతో నైవేద్యం పెట్టి, మొక్కి ఆట పాటలతో సంబరాలు నిర్వహించుకునేవారని, ఆ తరువాతే కొత్త పంటలను తినేవారని, ఈ ఆచారాన్ని ఇప్పటికీ ఆదివాసులు పాటిస్తున్నారని ఇటీవల (8.7.2023న) ఈ పుస్తక రచయిత రాచకొండలో గుర్తించిన గుహా చిత్రలేఖనాల వల్ల స్పష్టమైంది. ఆ గుహలో కొంకి, కంకి, ఉడుము బొమ్మలుండటం, కొందరు ఆదివాసులు ఇప్పటికీ ఉడుము ఆట ఆడుతూ ఉండటం కొత్త రాతి యుగ సంస్కృతి కొనసాగింపుకు నిదర్శనాలని చెప్పవచ్చు.

మృత సంస్కార విధానం

కొత్త రాతి యుగంలో చనిపోయిన వారి (శవం) తలను ఉత్తరంవైపు పెట్టి ఖననం చేసేవారు. నాగార్జునకొండలో ఆవాస ప్రాంతంలోనే ఇద్దరు శిశువులను కుండలో సమాధి చేసిన ఆధారాలు వెలుగుచూశాయి. తెలంగాణలో పలుచోట్ల కొత్తరాతి యుగపు ప్రాంతాలు ఇనుప యుగంలో కూడా కొనసాగాయి.

రాక్షస గూళ్ల యుగం

క్రీ.పూ. 1500 సంవత్సరాల నుంచి, క్రీ.శ. 300 సంవత్సరాల మధ్య ప్రజలు చనిపోయినవారి అస్థిపంజరాలను మట్టి శవపేటికలో గాని, రాతి గూడులో గాని పెట్టి, పూడ్చి ఆ గూడు చుట్టూ పెద్ద పెద్ద రాళ్లను వలయాకారంలో నిలిపేవారు. కొన్ని చోట్ల గూడు నిర్మాణంలో వాడిన రాళ్లు కూడా భారీ పరిమాణంలో ఉన్నాయి. కాబట్టి, ఈ యుగాన్ని బృహత్ శిలా యుగం లేదా రాక్షసగూళ్ల యుగం లేదా పెద్ద రాతి యుగమని అంటారు. ఈ యుగంలో మొదటిసారిగా ఇనుప వస్తువులను విరివిగా వాడారు కాబట్టి, ఇనుప యుగమని పిలుస్తారు. స్థానిక ప్రజలు ఈ గూళ్లను పాండవుల గుళ్లు, వీర్లపాడులని కూడా పిలుస్తారు.

నిర్మాణం, రకాలు, ప్రయోజనం

మనిషి చనిపోయినా ఆత్మ జీవించి ఉంటుందని, అది గ్రామాల్లోకి వచ్చి ప్రజలకు హాని చేయకుండా సమాధి వరకే పరిమితమై ఉండటానికి, చనిపోయిన వ్యక్తి బతికున్నప్పుడు వాడిన పనిముట్లతో పాటు అతనికి ఇష్టమైన ఆహార పదార్థాలను కుండలో పెట్టి సమాధిలో నిక్షిప్తం చేసేవారు. చాలా సందర్భాల్లో చనిపోయిన వ్యక్తికి ప్రియమైన పెంపుడు జంతువులను కూడా అతనితోపాటు ఖననం చేసేవారు. ఇలాంటి రాక్షస గూళ్లు ప్రపంచమంతటా కనిపించినప్పటికీ ఐరోపా, ఆసియా ప్రాంతాల్లో ఎక్కువగా

ఉన్నాయి. భారతదేశమంతటా ఈ రాక్షస గూళ్లు ఉన్నప్పటికీ దక్కన్‌లోనే ఎక్కువగా కనిపిస్తున్నాయి. తెలంగాణలో మరీ ఎక్కువ. గుట్టల పైనుండే సమతల ప్రదేశాల్లోనూ, లోయల్లోనూ, నీటి వనరుల దగ్గర ఎక్కువగా కనిపిస్తాయి. ఇప్పటి వరకు జరిగిన పరిశోధనల ప్రకారం హైదరాబాద్ కేంద్రీయ విశ్వవిద్యాలయ ఆవరణలో ఉన్న ఒక రాక్షస గూడు సమాధి ఈ యుగానికి సంబంధించి దేశంలోనే మొదటిదని తేలింది. దానిలో దొరికిన ఆహారపు గింజలు ఇప్పటికి 4,250 సంవత్సరాల కిందటివని శాస్త్రీయ పరీక్షలు నిర్ధారించాయి.

రాక్షస గూళ్లు కొన్ని అప్పటికప్పుడు నిర్మించినవి కాగా, మరి కొన్నేమో మనిషి బతికున్నప్పుడే నిర్మించుకొన్నవి. రాక్షస గూళ్లల్లో కొన్ని కుటుంబ సమాధులు, మరి కొన్ని సామూహిక సమాధులు కూడా ఉన్నాయి. ఈ యుగపు సమాధులను మొదటి తరహా సమాధులు, రెండవ తరహా సమాధులని విభజించవచ్చు. చనిపోయిన మనుషులను అలాగే సమాధి చేస్తే అలాంటి సమాధులను మొదటి తరహా సమాధులని, అలా కాకుండా శవాలను దహనం చేసిన తరవాత మిగిలిన అవశేషాలను (ఎముకలను) సమాధి చేస్తే వాటిని రెండో తరహా సమాధులని నిర్వచించవచ్చు.

రాక్షస గూళ్లను నిర్మాణం ఆధారంగా నాలుగు రకాలుగా విభజించొచ్చు. అవి:

1) గుంత సమాధులు (Pit burials or cairns)
2) గూడు సమాధులు (Cist burials)
3) గది సమాధులు (Dolmens)
4) గుహ సమాధులు (Rock-cut burials)

గుంత తవ్వి అందులో మట్టి శవపేటికలో గాని, దీర్ఘచతురస్రాకారపు రాతి పలకల గదిలో గాని అస్థిపంజరాన్ని పెట్టి, పూడ్చి దాని చుట్టూ వలయాకారంలో పెద్ద పెద్ద రాళ్లను నిలిపితే దాన్ని గుంత సమాధి అంటారు. దీర్ఘచతురస్రాకారపు రాతి గదిని పూర్తిగా పూడ్చివేయకుండా ఒక మూరెడు ఎత్తు భూమి ఉపరితలం పైకి కనిపించే విధంగా పూడ్చి, దాని మీద ఒక రాతి సల్పను పెడితే అది గూడు సమాధి. రాతి సమాధి మొత్తం భూమి ఉపరితలం మీదనే ఉంటే అది గది సమాధి. కొండల్లో గుండ్రటి గుహలను తొల్చి, వాటిల్లో శవాలను పెట్టి కప్పు వేస్తే అవి గుహ సమాధులు.

మొదటి రెండు రకాల సమాధులు ఎక్కువగా కృష్ణానది ఎడమ ఒడ్డున కనిపిస్తే, గది సమాధులేమో గోదావరి కుడి ఒడ్డున ఎక్కువగా కనిపిస్తాయి. గుహ సమాధులు కూడా కొన్ని గోదావరి తీర ప్రాంతంలోనే కనిపిస్తున్నాయి. రాతి

పలకల గూళ్లు కొన్నిసార్లు స్వస్తిక్ లేదా శిలువ ఆకారంలో కూడా నిర్మించబడ్డాయి. గూడు నిర్మాణంలో వాడిన నాలుగు రాతి సల్పల్లో ఏదో ఒక దానికి, ముఖ్యంగా తూర్పువైపు రాతి పలకకు ఒక్కోసారి రంధ్రం కనిపిస్తుంది. ఆ రంధ్రం చనిపోయిన మనిషి ఆత్మ సంచరించేందుకో లేదా సమాధి క్రతువులు నిర్వహించినప్పుడు ఆహార పదార్థాలు ఇతరత్రా వస్తువులు సమాధి గూడు లోపల పెట్టడానికో అయ్యుంటుందని నిపుణులు భావిస్తున్నారు. రంధ్రం కాకుండా కొన్నిసార్లు రాతి తలుపుల మాదిరి రాతి చెక్కలు కనిపిస్తాయి. ఇలాంటివి ఏటూరునాగారం అడవుల్లో ఎక్కువగా కనిపిస్తున్నాయి. అవే అడవుల్లోని మల్లూరు గుట్టపై ఉన్న గది సమాధులైతే నిర్మాణ కళలో ఉచ్ఛస్థితిని అందుకొన్నాయి. వాటి భారీ పరిమాణం, వాటి చుట్టూ నున్నగా చెక్కి నిలిపిన రాతి ప్రహరీ గోడలు, సమాధి గదుల లోపలున్న 'పల్నాటి సున్నపురాయి' తొట్టెలు, సమాధి అరుగులపైనున్న రోళ్లు, వందలాది సమాధుల మధ్యలో ఉన్న మూడు కోట గోడలు, ఆ కాలపు పట్టణీకరణ, నగర రాజ్య మూలాలను చూస్తే ఎవరైనా ఆశ్చర్యచకితులౌతారు.

తెలంగాణలోని కొన్ని రాక్షసగూళ్ల దగ్గర రకరకాల నిలువురాళ్లు (మెన్‌హిర్లు) కూడా కనిపిస్తాయి. హైదరాబాద్ కేంద్రీయ విశ్వవిద్యాలయం ఆవరణ ప్రారంభంలో, సూర్యాపేట జిల్లాలోని ఫణిగిరి, యాదాద్రి భువనగిరి జిల్లాలోని ఆలేరు ప్రాంతంలో, జనగామ జిల్లాలోని బొమ్మెర, లేబర్తి, సిద్ధిపేట జిల్లాలోని శివారు వెంకటాపూర్ మొదలైన ప్రదేశాల్లో నిలువు రాళ్లు కనిపించాయి. ఇవి సమాధుల ఉనికిని తెలియచేస్తాయి. ఇవి గజం నుంచి ఐదు గజాల ఎత్తు వరకు ఉంటాయి. వరుసగా, సమాంతర వరుసలుగా ఉన్న నిలువు రాళ్లు జోగులాంబ గద్వాల జిల్లాలో కనిపించాయి.

నారాయణపేట జిల్లాలోని ముడుమలలో సుమారు 80 మెన్‌హిర్లు, వాటి చుట్టు పక్కల సుమారు 3 వేల వరకు రాక్షసగూళ్ల రాళ్లు ఉండేవి... రెండు దశాబ్దాల క్రితం వరకు. ఈ మెన్‌హిర్ల సముదాయం దగ్గర ఉన్న అత్యంత ఎత్తైన ప్రదేశంలో ఒక రాయిపై సప్తర్షి మండలాన్ని అరుంధతి నక్షత్రంతో సహా బద్దుల రూపంలో (Cup Marks) చెక్కారు. దీన్ని గుర్తించిన కె.పి.రావు ప్రపంచంలోనే అరుదైన ఈ సప్తర్షి మండలం ఆధారంగా ఆ నాటి రైతులు, విజ్ఞులు ఉత్తర ధృవ నక్షత్రాన్ని, ఇతర నక్షత్రాల గమనాలను, రుతువుల ఆగమన, నిర్గమనాలను గుర్తించే వారు అన్నారు. చుట్టు పక్కల మురారిదొడ్డి వంటి చరిత్ర పూర్వయుగ స్థలాలు ఉన్నాయి. ఆ పక్కనే భీమా నదీ లోయలో కూడా చరిత్ర పూర్వయుగ స్థలాలు ఉన్నాయని డి.డి.కోశాంబి (Myth and Reality లో) ప్రస్తావించారు. ఇలాంటి స్థలాల ప్రజలు ముడుమలలోని సప్తర్షి మండలం పరిజ్ఞానాన్ని వినియోగించుకునేవారని చెప్పవచ్చు.

మానవాకార శిలలు, శిలువ ఆకార శిలలు భద్రాద్రి కొత్తగూడెం జిల్లాలోని మంగపేట, కాంచనపల్లి, గుండాల, జానంపేట, ములుగు జిల్లాలోని మంగపేట, మొదలైన గోదావరి లోయ ప్రాంతాల్లో మాత్రమే గృహ సమాధుల (Dolmenoid cist burials) దగ్గర కనిపించాయి. శిలువ రాళ్లు ఇక్కడ తప్ప ఇప్పటి వరకు ప్రపంచంలో మరెక్కడా కనిపించలేదు. ఈజిప్ట్‌లోని పిరమిడ్ రాళ్లపై శిలువలను పట్టుకొన్న దేవతలను చిత్రించారు. కాబట్టి, ఆ మధ్యధరా ప్రాంతంతో తెలంగాణకు సంబంధం ఉన్నట్లు చరిత్రకారులు విశ్లేషిస్తున్నారు. జోగులాంబ గద్వాల జిల్లాలోని ఉప్పలపాడు గుంత సమాధిలో పడవ ఆకారపు శవపేటిక ఆధారాలు లభ్యం కాగా, చిన్నమరూర్ గూడు సమాధిపై తడిక గుర్తులు కనిపించాయి. గోదావరి తీరంలో ఉన్న పోచంపాడు (నిజామాబాద్ జిల్లా), కాంచనపల్లి మొదలైన చోట్ల దీర్ఘచతురస్రాకార వేదికలు కనిపించాయి. అవి శవాన్ని రాబందుల వంటి పక్షులకు ఆహారంగా వేసే వేదికలు గాని, పనిముట్లు తయారుచేసుకొనే అరుగులు గాని అయ్యుంటాయని భావిస్తున్నారు.

వస్తువుల సాంస్కృతిక ప్రాధాన్యత

రాష్ట్రంలో ప్రతి మండలంలోనూ రాక్షస గూళ్లు ఉన్నాయి. పురావస్తు శాఖ వారు మాత్రం సుమారు యాభై సమాధులను తవ్వారు. వాటిల్లో బయల్పడిన వస్తువులు ఆ యుగపు మనుషుల సాంస్కృతిక విశేషాలను తెలియచేస్తున్నాయి. అంత్య క్రియలకై వాడిన పలురకాల పాత్రలు, కుండలు, వాటి మూతలు, గుండ్రటి మూకుళ్లు, ముక్కాలు పీటలు మొదలైనవి ఎన్నో లభ్యమయ్యాయి. వాటిపై గోరు నొక్కులు, వేలి ముద్రలు, తాడుతో ఒత్తిన డిజైన్లు, రేఖా చిత్రాలు, కుమ్మరి చిహ్నాలు (Graffiti marks) కనిపించాయి. జోగులాంబ గద్వాల జిల్లాలోని చిన్నమరూరులో కుండపై తెలుపు రంగు పూత కనపడింది. మునుపటి ఖమ్మం జిల్లాలోని రుద్రమకోటలో గుండ్రటి మట్టి కుండలకు కింద నాలుగు కాళ్లున్నాయి. అంటే, మట్టి పాత్రల తయారీలో ఈ యుగపు మానవులు చాలా ప్రగతి సాధించారని చెప్పవచ్చు. ఎరుపు-నలుపు రంగు పాత్రలు, పూర్తి నలుపు రంగుతో మెరిసే పాత్రలు ఈ యుగంలో ప్రత్యేకతను సంతరించుకొన్నాయి. ఇవి ఎక్కువగా సమాధుల్లో వాడే పాత్రలుగా గుర్తించబడ్డాయి. అయితే వీటిని ఒండ్రు మట్టితో కుమ్మరి సారె (చక్రం) మీదనే తయారు చేశారు. నలుపు-ఎరుపు రంగులు ఒకే పాత్రకు ఒక్కోవైపుకు కనిపించడానికి కారణం, అలాంటి పాత్రలను ఒకదానిపై ఒకటి బోర్లించి కాల్చడం. దానివల్ల కాలని పై భాగం నలుపుగా, కాలిన కింది భాగం ఎరుపుగా కనిపిస్తాయి. నునుపు లేని ముతక పాత్రల్లో చెప్పుకోదగినవి పెద్ద పెద్ద కుండలు, బానలు, శవ పేటికలు.

అలంకరణకు ఉపయోగించిన మట్టి పూసలు జోగులాంబ గద్వాల జిల్లాలోని వీరాపురంలో లభించాయి. హైదరాబాద్ దగ్గరున్న మౌలాలీలో మట్టి గాజులు బయటపడ్డాయి. మట్టి బొమ్మలు చాలా చోట్ల వెలుగులోకి వచ్చాయి. నిజామాబాదు జిల్లాలోని పోచంపాడులో కుక్కలు, జోగులాంబ గద్వాల జిల్లాలోని ఉప్పేరులో కొమ్ములు తిరిగిన పొట్టేలు, శేరుపల్లిలో పొడవాటి కొమ్ముల దున్నపోతు, పెద్దపల్లి జిల్లాలోని పెద్ద బొంకూరులో దున్నపోతు తల మొదలైన మట్టి బొమ్మలు లభించాయి. వీటిని ఆనాటి మానవులు తమ ప్రయోజనాల కోసం మచ్చిక చేసుకున్నారని తెలుస్తున్నది. దున్నపోతులను రవాణా, వ్యవసాయం అవసరాలకై వాడుకొని ఉంటారు. హైదరాబాద్ శివార్లలో ఉన్న హస్మత్ పేటలో నాగలి కర్రు వంటి వస్తువు దొరకడం ఇందుకొక నిదర్శనం.

ఇంచు మించు ప్రతి సమాధిలో ఇనుప వస్తువులు కనిపించాయి. వేట, యుద్ధాల్లో వాడిన చిన్న చిన్న కొడవళ్లు, గొడ్డళ్లు, బల్లెపు మొనలు, కత్తులు, ఖడ్గాలు, బల్లేలు, బ్లేడ్లు, బాడిసలు, ఉలులు, త్రిశూలాలు, గుర్రపు నాడాలు, ఏనుగును అదిలించే అంకుశాలు పలుచోట్ల దొరికాయి. వీటి వల్ల ఆనాటి మనుషులు గుర్రాలు, ఏనుగులను మచ్చిక చేసుకొని వాటిని రవాణా, వేట, యుద్ధాల్లో ఉపయోగించుకొన్నారని అర్థమౌతుంది. జోగులాంబ గద్వాల జిల్లాలోని చిన్నమరూరులో దొరికిన చేపలు పట్టే గాలాలు ఆనాటి మనుషుల ఆహార ప్రాధాన్యాన్ని తెలియచేస్తున్నాయి.

పలు రాక్షస గూళ్లలో, ప్రత్యేకించి కృష్ణానది ఒడ్డున జోగులాంబ గద్వాల జిల్లాలో ఉన్న వీరాపురంలోని సమాధుల్లో అనేక రకాల ఆహార ధాన్యాల ఆధారాలు లభించాయి. వాటిల్లో ముఖ్యమైనవి వరి, బార్లీ, కొర్రలు వంటి తృణ ధాన్యాలు, ఉలవ, బఠాణీ, మినుము, కంది, చిక్కుడు వంటి పప్పు లేదా కాయ ధాన్యాలు, రేగుపండ్లు, ఉసిరికాయలు మొదలైనవి. ఇదే జిల్లా శేరుపల్లి, ఉట్నూరుల్లో వరి పౌష్టికాహార ధాన్యంగా వెలుగు చూసింది. హైదరాబాద్ కేంద్రీయ విశ్వవిద్యాలయంలోని సమాధిలో రాగులు బయటపడ్డాయి.

రాగి కత్తులు, కత్తి పిడులు, గంటలు, గాజులు, ఉంగరాలు, సూదులు పలు సమాధుల్లో దొరికాయి. వెండి, బంగారు వస్తువులు కూడా దొరికాయి. కాని చాలా స్వల్పంగా మాత్రమే. పెద్దపల్లి జిల్లాలోని కదంబాపూరులో బంగారు పూసలు, చెవి పోగులు, యాదాద్రి భువనగిరి జిల్లాలోని రాయగిరిలో వెండి, బంగారు పూసలు, చెవి పోగులు, ఖమ్మం జిల్లాలోని పోలిచెట్టి చెరువుగడ్డలో బంగారు ఉంగరం లభించాయి.

జోగులాంబ గద్వాల జిల్లాలోని శేరుపల్లి, చిన్నమరూరు, పెద్దమరూరులలో లభించిన జాతి రాళ్లైన అగేట్ (agate), కురువిందం (carnelian), సూర్యకాంతమణి (jasper), పద్మరాగమణి (amethyst), స్ఫటిక రాళ్లు వివిధ ఆకారాల్లో ఆభరణాలుగా వాడబడినట్లు కనిపించాయి. పోచంపాడు, చిన్నమరూరులలో కొమ్ముతో చేసిన దువ్వెనలు, ఖమ్మం జిల్లాలోని నెల్లిమిల్లిలో దంతపు పూసలు, గాజులు, హస్మత్‌పేటలో ఎముకలతో చేసిన పూసలు లభించాయి.

చారిత్రక సంధియుగం పునాదులు

ఇనుప యుగంలో ప్రజలు ప్రధానంగా పశుపోషణ, వ్యవసాయం చేసి ధాన్యాలను నిల్వచేసుకొన్నారు. కాబట్టి, నిరంతరం ఆహార సేకరణకై పాటుపడాల్సిన అవసరం లేక అలా తమకు దొరికిన ఖాళీ సమయంలో వారిలో ఆలోచనా వికాసం జరిగి, కళాతృష్ణ పెరిగి చిత్రకళను నేర్చుకొన్నారు. ప్రకృతిసిద్ధంగా లభించే ఎరుపు, నలుపు, తెలుపు రంగులతో కొండ గుహల్లో బొమ్మలు గీశారు. అలాంటి బొమ్మల గుహలు ములుగు జిల్లాలోని నర్సాపూర్, మెదక్ జిల్లాలోని ఎద్దనూర్, శివారు వెంకటాపూర్, వర్గల్, ఖమ్మం జిల్లాలోని రామచంద్రాపురం, నల్లమూడి (అక్షరాలలొద్ది), రంగారెడ్డి జిల్లాలోని కోకాపేట, మహబూబ్‌నగర్ జిల్లాలోని నందిపేట, నారాయణపేట జిల్లాలోని ముడుమల మొదలైన చోట్ల వెలుగు చూశాయి. ఈ గుహల్లో ముఖ్యంగా వేటాడే చిత్రాలు, కత్తి, డాలు, ధనుస్సు, బాణం, బల్లెం మొదలైన ఆయుధాలు పట్టుకొని తలపడుతున్న యుద్ధ వీరులు, గుర్రాన్ని, ఏనుగును స్వారీ చేస్తున్న మనుషులు, కుక్క, మూపురపు ఎద్దు, పశువులు, జింకలు, పక్షులు, చిరుత, కుందేలు, నక్క, తాబేలు, ఎండ్రకాయలు మొదలైనవి చిత్రించబడ్డాయి. గుహారాళ్లపై చెక్కిన రేఖా చిత్రాల్లో ప్రధానంగా త్రిశూలం, చక్రంలో నుంచి దూరిపోయే త్రిశూలం, బల్లెం కనిపిస్తాయి. కొన్నిచోట్ల కాళ్లు, చేతులు మాత్రమే ఉన్న మానవాకృతి గల బొమ్మలు (Anthropomorphic figures) కనిపించాయి. ఇవి ఆనాటి ప్రజల గణనాయకుణ్ణి గాని, పూర్వీకులను గాని సూచిస్తాయేమో! ముడుమలలోని గుహలో నలుపు రంగుతో అమ్మతల్లి దేవతను (Mother Goddess) చేతులు పైకెత్తి, కాళ్లు చాచినట్లు, రొమ్ములు జారినట్లు చిత్రించారు. ఆ చిత్ర దేవత సంతానం, పాడి పంటలనిచ్చే దేవతగా కొలువబడి ఉంటుంది. ముడుమలలోని మరో చిత్రలేఖనంలో ఒక ఆవు తోకను ఎత్తి, జననేంద్రియాలను ప్రదర్శిస్తున్నట్లుగా చిత్రించబడింది. పశుపోషణ ప్రధాన వృత్తిగా గల ఆనాటి ప్రజలు ఆవును కూడా పశు సంపద వృద్ధి కోసం గోమాతగా పూజించారని

ఆ చిత్రం వల్ల అర్థమౌతుంది. పాడి పంటలు సమృద్ధే తరవాత్తరువాత సమాజం వేగంగా వృద్ధి చెందడానికి ప్రధాన హేతువైంది.

పశుపోషణ, భూసాగు అనే కొత్త వృత్తుల వల్ల ఆహారం సమృద్ధిగా లభించి సమాజం కూడా విస్తరించింది. విస్తరించిన సమాజాన్ని క్రమబద్ధంగా నియంత్రణ చేయడానికి రాజకీయ వ్యవస్థ అవసరమైంది. అలా తెలంగాణలోనే కాకుండా మొత్తం దక్షిణ భారతదేశంలోనే మొట్ట మొదటిసారిగా క్రీ.పూ. 6వ శతాబ్దం నాటికి నిజామాబాద్ జిల్లాలోని బోధన్‌లో 'అశ్మక' అనే జనపదం (రాజ్యం) ఏర్పడింది. దానిలాగే ఉత్తర తెలంగాణలోని గోదావరి లోయలో మరికొన్ని చిన్న చిన్న రాజ్యాలు ఏర్పాటయ్యాయి. ఆ రాజ్యాల పేర్లు స్పష్టంగా తెలియకున్నా జగిత్యాల జిల్లాలోని కోటిలింగాలలో జరిపిన తవ్వకాల్లో లభించిన నాణేల మీద ఆ రాజుల పేర్లు స్పష్టంగా తెలిసాయి. అవి: గోబద, సిరి నారన, సిరి కంవాయ, సిరి వాయ, సిరి సమగోప. 'సమగోప' నాణేల మీద 'సాతవాహన' అనే పేరు పునర్ముద్రించబడింది. కాబట్టి సమగోప రాజును తొలగించి సాతవాహనుడు దక్షిణ భారతదేశంలోనే మొట్ట మొదటి సామ్రాజ్యం (సాతవాహనులది) స్థాపించాడని చెప్పవచ్చు.

***

అధ్యాయం-3

శాతవాహనులు

భారత దేశంలోని దక్కను ప్రాంతాన్ని, దక్షిణ భారతదేశాన్ని పరిపాలించిన మొట్టమొదటి చారిత్రక 'సామ్రాజ్యం' శాతవాహనులది. నిర్దిష్టంగా తెలుస్తున్న తెలంగాణ రాజకీయ, సామాజిక, సాంస్కృతిక చరిత్ర వీరితోనే ప్రారంభమవుతుంది. అంతటి ప్రాముఖ్యం కలిగిన వీరు ఎవరు అనే ప్రశ్నకి సమాధానం కింది విషయాల నేపథ్యంలో లభిస్తుంది.

జన్మస్థానం

బ్రాహ్మీ లిపిలో ఉన్న ప్రాకృత భాషా శిలా శాసనాలు శాతవాహనులను 'సాతవాహన' వంశానికి చెందినవారిగా పేర్కొంటున్నాయి. 'సాతవాహన' సంస్కృత రూపంగా పురాణాల్లో 'శాతవాహన' అనే పదం కనిపిస్తుంది. 'శాతకర్ణిలు' అనే మాట కూడా పురాణాల్లో కన్పిస్తుంది. అయితే వారి నాణేలు వారిని 'సదవాహనులు,' 'సాదవాహనులు' అని కూడా పేర్కొంటున్నాయి. హేమచంద్రుడు అనే వ్యాకరణవేత్త వారిని 'శాలివాహనులు' అని పేర్కొన్నాడు.

పురాణాలు శాతవాహనులను 'ఆంధ్రులు,' 'ఆంధ్ర జాతీయులు,' 'ఆంధ్ర భృత్యులు' అని పేర్కొంటున్నాయి. 'ఆంధ్ర' శబ్దం మొదటిసారిగా రుగ్వేద సంబంధ 'ఐతరేయ బ్రాహ్మణం' (క్రీ.పూ. 8వ శతాబ్దం) లో కన్పిస్తుంది. 'ఆంధ్రశ్చబహువః' అని మహాభారతం పేర్కొనడాన్ని బట్టి ఆంధ్రులు ఎందరో ఉన్నారని అర్థమవుతుంది. అయితే మెగస్తనీస్ (క్రీ.పూ. 4వ శతాబ్దం) తన రచన 'ఇండికా'లో ఆంధ్రులకు 30 కోట గోడలున్నాయంటూ మౌర్యుల తర్వాత భారతదేశంలోని బలవంతులలో ఆంధ్రులు ఒకరని సూచించాడు. ఇక అశోక మౌర్యుని శాసనాధారంగా ఆంధ్రులు మౌర్య సామ్రాజ్యంలో భాగమని తెలుస్తున్నది. అశోకుని తర్వాత ఆంధ్రులు స్వతంత్రులైనారని, వారిలో సాతవాహన వంశం సామ్రాజ్యాన్ని నిర్మించిందని చెప్పవచ్చు.

బి.ఎస్.ఎల్. హనుమంతరావు శాతవాహనులని అశ్వ చిహ్నాంగల ఆదిమ జాతివారని భావించారు. వైదిక సాహిత్యం వీరిని (ఆంధ్రులను) అనార్యులని పేర్కొంది. ఇక ప్రాచీన వాఙ్మయం ఆధారంగా వీరు శూద్రులుగా కూడా గోచరిస్తున్నారు. జైన వాఙ్మయం వీరిని బ్రాహ్మణ పురుషుడు శూద్ర స్త్రీ సంగమ సంతానంగా పేర్కొంటుంది. అయితే గుణాఢ్యుని 'బృహత్కథ' ఆధారంగా రచించిన 'కథా సరిత్సాగరం' శాతవాహనులను సాత యక్షునికి, బ్రాహ్మణ స్త్రీకి పుట్టిన వంశంగా పేర్కొంటుంది. గౌతమీ బాలశ్రీ తనను తాను రాజర్షి పత్నిగా పేర్కొనడం వల్ల వీరు క్షత్రియులని, గౌతమీ పుత్ర శాతకర్ణిని 'ఏకబ్రాహ్మణుడు' అని నాసిక్ శాసనం పేర్కొనడం వల్ల వీరు బ్రాహ్మణులని అనడానికి ఆస్కారముంది. వీరి వివాహ సంబంధాల్లో కూడా వర్ణసాంకర్యం కనపడడాన్ని బట్టి శాతవాహనులకు అన్ని వర్ణాలతో సంబంధముందని చెప్పవచ్చు. అయితే ఎక్కువ మంది చరిత్రకారులు వీరిని బ్రాహ్మణులని భావించగా కొర్లపాటి శ్రీరామమూర్తి 'చరిత్ర చర్చ' అనే పరిశోధిత గ్రంథంలో శాతవాహనులు ఆంధ్రులు, బ్రాహ్మణ మతస్థులు, శూద్ర కులస్థులు, కృషీవల కుటుంబులు అయిన పాలకులు అని సిద్ధాంతీకరించారు.

ఇటీవల ఒక పరిశోధకుడు 'శాతవాహన' పదానికి కన్నడ భాషలో 'హాలికుడు' అనే అర్థం చెప్పడాన్ని బట్టి, 'శాలివాహనుడు' అంటే తెలుగులో, సంస్కృతంలో (శాలి = వరి) రైతు అనే అర్థం వస్తుంది కాబట్టి శాతవాహనుల మొదటి వృత్తి వ్యవసాయం కావచ్చు. ఇంకా కొందరు పరిశోధకులు వీరిని కుమ్మరి మొదలైన వృత్తులకు చెందినవారిగా నిరూపించేందుకు ప్రయత్నించారు.

పురాణాల ఆధారంగా శాతవాహనులు ఆంధ్రులని నిర్ధారణకు వచ్చిన వి.ఎ. స్మిత్, ఇ.జె. రాప్సన్, ఎల్.డి. బార్నెట్, ఆర్.జి. భండార్కర్, మారేమండ రామారావు మొదలగు చరిత్రకారులు శాతవాహనులు కృష్ణా, గోదావరి నదుల డెల్టా ప్రాంతాల నుంచి ఎదిగినవారు అని అభిప్రాయపడ్డారు. పి.టి. శ్రీనివాస అయ్యంగార్, జొగెల్కర్, హెచ్.సి. రాయచౌదరి మొదలగు వారు శాతవాహనులు మహారాష్ట్రులని, ఆ ప్రాంతమే వారి ప్రాంతమని అభిప్రాయపడగా, వి.వి. మిరాశి వీరిది విదర్భ ప్రాంతమని అభిప్రాయపడ్డారు. వి.ఎస్. సుక్తాంకర్ శాతవాహనులు కర్ణాటకలోని బళ్లారి ప్రాంతవాసులని సిద్ధాంతీకరించారు. శాతవాహన నాణేలను అధ్యయనం చేసి పుచ్ఛా వాసుదేవ పరబ్రహ్మశాస్త్రి వీరు తెలంగాణలోని కోటిలింగాల, ధూలికట్ట (ధూళికోట), పెద్దబొంకూరు (పెద్దపల్లి జిల్లా), కొండాపూర్ (సంగారెడ్డి జిల్లా) ప్రాంతాల నుంచి పైకి వచ్చినవారని నిర్ధారించారు. ఎవరెన్ని అభిప్రాయాలు వెలిబుచ్చినప్పటికీ

అనేక ఆధారాలను సమన్వయంచేసి, శాతవాహనులు తెలంగాణ ప్రాంతం నుండి మహారాష్ట్ర, సౌరాష్ట్ర (గుజరాత్), తూర్పు రాజస్థాన్, దక్షిణ మధ్యప్రదేశ్, ఛత్తీస్‌ఘడ్, ఒరిస్సా, కొంకణి (గోవా), కర్నాటక, తమిళనాడు ప్రాంతాలకు విస్తరించారని చెప్పవచ్చు.

శాతవాహనుల శాసనాలు, నాణేలు, 'కథాసరిత్సాగరం' ఆధారంగా 'సాతవాహనుడు' శాతావాహనుల వంశ మూల పురుషుడని తెలుస్తుంది. అయితే పురాణాలు శ్రీముఖుడిని శాతవాహన వంశస్థాపకుడుగా సూచిస్తున్నాయి. ఈ రెండు విధాల ఆధారాలను సమన్వయం చేస్తే సాతవాహనుడు వంశస్థాపకుడు అయినప్పటికీ శ్రీముఖుడు స్వతంత్ర పాలనను స్థాపించి, విస్తరించి తన వంశ స్థాపకుడి నామాన్ని తన రాజవంశ నామంగా ప్రసిద్ధం చేశాడని చెప్పవచ్చు. అయితే శాతవాహనులను 'శాతకర్ణిలు' అని కూడా అంటారు. కాబట్టి మొదటి శాతకర్ణియే స్వతంత్ర శాతవాహన వంశస్థాపకుడు అన్నవారు కూడా లేకపోలేదు.

శాతవాహనుల పాలనా కాలాన్ని 300 ఏళ్లని వాయు పురాణం, 456 అని భాగవత, విష్ణు, బ్రహ్మాండ పురాణాలు, 460 అని మత్స్యపురాణం (30 రాజులు) సూచిస్తుండగా, వాటి ఆధారంగా గొర్తి వెంకట్రావు ఆ కాలాన్ని క్రీ.పూ. 271 – క్రీ.శ. 174 గాను, మారేమండ రామారావు క్రీ.పూ. 221 – క్రీ.శ. 218 గాను, బి.ఎస్.ఎల్ హనుమంతరావు క్రీ.పూ. 230 – క్రీ.శ. 225గాను, కోటిలింగాల తవ్వకాలు, శాసనాలు, నాణేలు ఆధారంగా పి.వి. పరబ్రహ్మశాస్త్రి క్రీ.పూ. 80 – క్రీ.శ. 230 గాను సమన్వయం చేశారు. శాస్త్రీయ అధ్యయనమైనందున శాస్త్రి నిర్ధారణనే అంగీకరించవలసి యున్నది.

తొలి శాతవాహనులు

పి.వి. పరబ్రహ్మశాస్త్రి అధ్యయనం ప్రకారం తొలి శాతవాహనుల పాలనా క్రమం ఈ విధంగా ఉంది.

1. శాతవాహనుడు	క్రీ.పూ. 80 నుంచి 60 వరకు
2. మొదటి శాతకర్ణి	క్రీ.పూ. 60 నుంచి 30 వరకు
3. శ్రీముఖుడు (ఛిముక)	క్రీ.పూ. 30 నుంచి 7 వరకు
4. కృష్ణుడు	క్రీ.పూ. 7 నుంచి క్రీ.శ. 12 వరకు
5. హకుశ్రీ (హాలుడు)	క్రీ. శ. 12 నుంచి క్రీ.శ. 17 వరకు
6. రెండవ శాతకర్ణి	క్రీ. శ. 17 నుంచి క్రీ.శ. 73 వరకు
7. మొదటి పులుమావి	క్రీ. శ. 73 నుంచి క్రీ.శ. 97 వరకు

తొలి శాతవాహనులు తెలంగాణ ప్రాంతం (కోటిలింగాల) నుంచి పాలన ప్రారంభించి, మహారాష్ట్ర వరకు రాజ్యవిస్తరణ కావించి, అక్కడి ప్రతిష్ఠానపురం రాజధానిగా విశాలమైన దక్కను భూభాగాన్ని పాలించారు. అనంతర కాలంలో శాతవాహనులను శకులు ఓడించడంతో వారు తిరిగివచ్చి కొండాపూర్, ఆంధ్రప్రదేశ్‌లోని ధరణికోట(ధన/ధాన్యకటకం)... అంటే ఈనాటి అమరావతి రాజధానులుగా పాలించారు. బేనాకటకము, శాతవాహనిహారము శాతవాహనుల శాఖా నగరాలుగా ఉండేవని కొర్లపాటి శ్రీరామమూర్తి తేల్చారు. మొదటి శాతకర్ణి మరణానంతరం అతని భార్య నాగానిక మహారాష్ట్రలోని నాణేఘాట్ గుహలో వేయించిన శాసనం అతడు నర్మదా లోయలోని పశ్చిమ మాళ్వా (ఉజ్జయిని), అనుప ప్రాంతాలను, విదర్భను ఆక్రమించాడని, రెండు అశ్వమేథ యాగాలను, ఒక రాజసూయ యాగాన్ని నిర్వహించాడని, వీర, శూర, అప్రతిహతచక్ర, దక్షిణాపథపతి మొదలైన బిరుదులు కలవాడని పేర్కొంటుంది. 'దక్షిణాపథపతి' అనే పదం శాతకర్ణి సమస్త దక్కను ప్రాంతాన్ని తన పాలనలోకి తెచ్చాడని సూచిస్తుంది. అయితే కళింగ (ఒడిషా) ఖారవేలుడు శాతకర్ణిని ఖాతరుచేయక కృష్ణా నదీ (కణ్ణబెణ్ణా) తీర మూషికానగర ప్రాంతం వరకు దిగ్విజయయాత్ర జరిపాడని అతని హాతిగుంఫా శాసనం తెలియచేస్తుంది. కాని ఛుళ్ళకళింగ జాతకం అశ్మకాధీశుడు కళింగాధిపున్ని జయించాడనడంతో శాతకర్ణి ఖారవేలుని జయించి శాతవాహన రాజ్యాన్ని తూర్పు దిశకు (ఒడిషా) వరకు విస్తరింప చేశాడని కొందరు చరిత్రకారులు వక్కాణించారు.

మొదటి శాతకర్ణి కొడుకు శ్రీముఖుడు నాణేలపై ఛిముక, సిముకగా పేర్కొనబడ్డాడు. ఇతడు తన కాలం నాటికి భారతదేశ రాజధానిగా ప్రసిద్ధి చెందిన పాటలీపుత్ర (ఈనాటి పాట్నా) రాజు కణ్వ సుశర్మను వధించి సామ్రాజ్య విస్తరణ చేయడంతో పురాణాలు ఇతనిని శాతవాహన వంశ స్థాపకుడుగా వర్ణించాయి. ఇతడి తరువాత ఇతని తమ్ముడు మొదటి కృష్ణుడు రాజ్యం చేశాడు. ఇతడి మరో తమ్ముడు హకుశ్రీ. ఇతడు రాజ్యపాలన చేసినట్లు పురాణాలు పేర్కొనకపోయినా నాణేఘాట్ శాసనం ఇతనిని రాజకుమారునిగా పేర్కొన్నది. కర్నూలు జిల్లాలోని వీరాపురంలో దొరికిన ఒక సీసపు బిళ్ళ మీద హకుశ్రీ పేరు ఒక వైపు, రోమన్ సామ్రాజ్య చక్రవర్తి టైబీరియస్ బొమ్మ, పేరు మరో వైపు రాసి ఉన్నాయి. టైబీరియస్ పాలనా కాలం క్రీ.శ. 14 నుండి 37 అని రూఢీగా తెలుసు కాబట్టి, హకుశ్రీది కూడా అదే కాలం అని స్పష్టమైంది. 2011 మే నెలలో కోటిలింగాల దగ్గరి మొక్కటావుపేట గ్రామ శివారులో దొరికిన ఒక శిలా శాసనం కూడా హకుశ్రీని శాతకర్ణి - నాగానికల కొడుకుగా

పేర్కొన్నది. ఆ కాలపు ప్రాకృత గ్రంథం 'గాథా సప్తశతి' సంకలనకర్త హాలునిగా ఈ హకుశ్రీని గుర్తించవచ్చు.

రెండవ శాతకర్ణి ఆనాటి దేశ స్థాయి రాజ్యం మగధ రాజధాని పాటలీపుత్రాన్ని నియంత్రించాడు. ఇతని శాసనం మధ్యప్రదేశ్‌లో సాంచీ స్థూప తోరణంపైన ఉండటం ఇతని రాజ్య విస్తృతిని తెలుపుతుంది. ఇతడు శకులను కూడా ఓడించి పశ్చిమ వాయువ్య భారతదేశాన్ని తన పాలనలోకి తెచ్చాడు. ఇతడే (కుంతల శాతకర్ణి) ప్రాకృతభాష స్థానంలో సంస్కృతాన్ని రాజభాషగా చేశాడు. ఇతడి తరువాత రాజైన మొదటి పులుమావి నాణేలు కూడా కోటిలింగాలలో దొరికాయి. కాబట్టి అతని కాలం వరకు కోటిలింగాల శాతవాహనుల రాజధానిగా ఉందని చెప్పవచ్చు. అయితే కోటిలింగాలకు సమాంతరంగా మహారాష్ట్రలోని ప్రతిష్ఠానం (పైఠాన్) కూడా వారి మరో రాజధానిగా ఉండేది.

మలి శాతవాహనులు

మొదటి పులుమావి తరువాత కొందరు రాజులు కొంత కొంత కాలం పాలించినట్లు పురాణ ఆధారాలు సూచిస్తున్నాయి. చారిత్రకంగా వారి మొత్తం పరిపాలనా కాలం సుమారు ఒక పదేళ్ళు ఉండి ఉంటుంది. వారి తరువాతి శాతవాహన రాజులను చరిత్రకారులు మలి శాతవాహనులు అన్నారు. ప్రముఖ చరిత్రకారుడు దినేశ్ చంద్ర సర్కార్ ప్రకారం మలి శాతవాహనుల పాలనా క్రమం ఇలా ఉంది.

1. గౌతమీపుత్ర శాతకర్ణి	(క్రీ.శ. 106-130)
2. వాశిష్ఠీపుత్ర (రెండవ) పులుమావి	(క్రీ.శ. 130-159)
3. శివశ్రీ శాతకర్ణి	(క్రీ.శ. 159-166)
4. శివస్కంద శాతకర్ణి	(క్రీ.శ. 166-174)
5. యజ్ఞశ్రీ శాతకర్ణి	(క్రీ.శ. 174-203)
6. విజయశ్రీ	(క్రీ.శ. 203-209)
7. చంద్రశ్రీ	(క్రీ.శ. 209-212)
8. మూడవ పులుమావి	(క్రీ.శ. 212-219)

అయితే పురాణాల ప్రకారం నాల్గవ పులుమావి క్రీ.శ. 227 వరకు పాలించినట్లు తెలుస్తున్నది. శాతవాహన రాజుల్లో అందరికంటే గొప్పవాడైన గౌతమీపుత్ర శాతకర్ణి తన పూర్వీకులు కోల్పోయిన మహారాష్ట్ర ప్రాంతాన్ని క్షహరాట వంశరాజు నహపాణుని వంశజులను తుదముట్టించి తిరిగి ఆక్రమించాడు. ఇతని తల్లి గౌతమీ

బాలశ్రీ వేయించిన నాసిక్ శాసనం ప్రకారం ఇతడు అసిక, అస్సక, మూలక, సౌరాష్ట్ర, కుకుర, అపరాంత, అనూప, విదర్భ, అకర, అవంతి ప్రాంతాలు, వింధ్య, అచవత, పరియాత్ర, సహ్య, కణ్వగిరి, సిరితన, మలయ, మహేంద్ర, సేత, చకోర మొదలైన పర్వత ప్రాంతాలకు అధిపతి. యవన, శక, పహ్లావులను నాశనం చేశాడు. 'క్షత్రియుల దర్పా'న్ని అణచాడు. అశ్వమేథ, రాజసూయ యాగాలను నిర్వహించాడు. 'ఏక బ్రాహ్మణ', 'ద్విజకుల', 'బ్రాహ్మణ', 'ఆగమనిలయ', 'త్రిసముద్రాధిపతి' మొదలైన బిరుదులను ధరించాడు. అతని గుర్రాలు మూడు సముద్రాల నీరు (అరేబియా, హిందూ మహా సముద్రాలు, బంగాళాఖాతం) తాగాయనడంలో అతని సామ్రాజ్యం సమస్త దక్కను, దక్షిణ భారతంలో విస్తరించిందని అర్థమవుతుంది. అతడు ఉజ్జయిని విక్రమాదిత్యుని ఓడించిన క్రీ.శ. 78వ సంవత్సరం శాలివాహన శకారంభ సంవత్సరంగా ప్రాచుర్యంలోకి వచ్చిందంటారు. కాని ఆ సంవత్సరం ఇతని పాలనా కాలంతో సమన్వయం కావడం లేదు. రెండవ శాతకర్ణి మరణ కాలం నుంచి శాలివాహన శకాన్ని గణించడం ఆరంభించారేమోనని కొందరు, మాఠరీపుత్ర పుత్ర శివస్వాతి శకసేనుడు ప్రారంభించాడని కొర్లపాటి శ్రీరామమూర్తి ('చరిత్ర చర్చ'లో) వాదించారు. భారత ప్రభుత్వం మాత్రం 1957 నుండి క్రీ.శ. 78 సంవత్సరాన్ని శాలివాహన శకారంభ సంవత్సరంగా అధికారికంగా పాటిస్తున్నది.

గౌతమీపుత్ర శాతకర్ణి అనంతరం అతని కొడుకు వాశిష్ఠీపుత్ర పులుమావి లేదా రెండవ పులుమావి 'దక్షిణా పథేశ్వర' బిరుదంతో రాజ్యం చేశాడు. ఇతని సమకాలికుడైన గ్రీకు బాటసారి టాలెమీ హిప్పోకురలో బెలికారస్ పాలిస్తున్నట్లు పేర్కొన్నాడు. ఇతని రాజ్యం ప్రధానంగా తెలుగు దేశానికే పరిమితమైంది. అప్పట్నుంచి తెలుగు రాజధాని ధనకడ లేదా ధాన్యకటకం... అంటే ఈనాటి ఆంధ్రప్రదేశ్‌లో అమరావతి. ముఖ్యమైన శాతవాహనులలో చివరివాడు యజ్ఞశ్రీ శాతకర్ణి. ఇతడు తన సామ్రాజ్య వైశాల్యాన్ని, శక్తిని, యశస్సును పునరుద్ధరించాడు. ఇతన్ని బాణుని గ్రంథం హర్షచరిత్ర 'త్రిసముద్రాధీశ్వరుడని' కీర్తిస్తున్నది. ఇతడు ఆచార్య నాగార్జునుని, బౌద్ధమతాన్ని పోషించాడని అంటారు. అయితే 'కథాసరిత్సాగరం' నాగార్జునుడు శాతవాహన యువరాజు చేతిలో హతుడయ్యాడని, అనంతరం రాజ్యం అల్లకల్లోలం అయిందని సూచిస్తున్నది. నిజానికి కూడా యజ్ఞశ్రీ అనంతరం కొన్నాళ్లకే శాతవాహన చివరి రాజు మూడవ పులుమావిని విజయపురి ఇక్ష్వాకు వంశ నాయకుడు శ్రీఛాంతమూలుడు పారద్రోలి, ధాన్యకటకాన్ని ఆక్రమించి తన వంశపాలన ప్రారంభించాడు.

రాజకీయ పరిస్థితులు

తెలుగు ప్రాంతం శాతవాహనులు అధికారంలోకి వచ్చేవరకు మౌర్యుల అధీనంలో ఉండడంతో వారి పాలనా విధాన ప్రభావం శాతవాహన పాలనా విధానంపై పడింది. ఉదాహరణకు, మౌర్యుల పాలనా విభాగం 'ఆహార' శాతవాహన కాలంలో కూడా కనిపిస్తుంది. కౌటిల్యుని అర్థశాస్త్రం, మను ధర్మశాస్త్రం, సమకాలీన ఆదర్శాలు, దేశ కాలానుగుణ పరిస్థితులు కూడా శాతవాహన పాలనా స్వభావం రూపుదిద్దుకోవడంలో ప్రధాన పాత్ర పోషించాయి. కొంత మంది శాతవాహన రాజులు తమ తల్లుల పేర్లను కూడా ధరించడంతో కొంతమంది చరిత్రకారులు శాతవాహనుల కాలంలో మాతృస్వామ్యం (ప్రభావం) ఉండేదని భావించారు. కాని గౌతమీపుత్ర శాతకర్ణి 'కుల పురుష పరంపరాగత విపుల రాజ్యం పొందాడు' అని పేర్కొనబడడంతో శాతవాహనులది పితృస్వామ్య పాలనా వ్యవస్థ అని తెలుస్తున్నది. గౌతమీపుత్ర శాతకర్ణి ప్రజలను కన్నబిడ్డలుగా చూశాడనడం కూడా పై విషయాన్ని సమర్థిస్తుంది.

శాతవాహన రాజులు 'రాజు', 'మహారాజు' మొదలైన చిన్న బిరుదులనే ధరించారు. అయితే 'దక్షిణాపథపతి' లాంటివి వారి రాజ్య విస్తరణను తెలియచేస్తాయి. ప్రజలు రాజును దైవాంశ సంభూతుడుగా భావించడం ఉండవచ్చు. రాజు ఆజ్ఞలను జారీ చేయడంలో నిరంకుశుడు. అనేక విద్యల్లో ఆరితేరినవాడు. హాలుడు 'గాథాసప్తశతి' అనే గ్రంథాన్ని మహారాష్ట్రీ ప్రాకృతంలో రాశాడు. తెలుగు ప్రాకృతంలో రాశాడని తెలుగు పరిశోధకుల వాదన. కుంతల శాతకర్ణికి కామక్రీడల పట్ల ఆసక్తి ఉండేదని వాత్స్యాయనుడు తెలుపగా, అతడు సంస్కృతాన్ని నేర్చుకొని దానిని రాజభాష చేశాడని ఇతర ఆధారాల వల్ల తెలుస్తున్నది. శాతవాహన రాజులకు ప్రజా సంక్షేమం ప్రధాన ధ్యేయంగా ఉండేది. రాజ్యం బలమైన కేంద్రంగా పనిచేసేది కాదు. స్థానిక పాలనకు ప్రాధాన్యం ఉండేది. శాతవాహనులు చతురంగ బలాలను (గజ, అశ్వ, ధనుస్సు, పదాతి దళాలు) పోషించారు. వారి తాత్కాలిక సైనిక శిబిరాలను స్కంధావారాలని, నగరాల్లోని సైన్యాగారాలను కటకాలని అనేవారు.

పన్నులు - పాలన

రాజ్యానికి భూమిశిస్తు ప్రధాన ఆదాయం. రాజు పంటలపై 'దేయమేయ,' 'రాజభాగ' పన్నులను, రహదార్లపై 'సుంకాలను', వృత్తులపై 'కరుకర' పన్నులను అనేకం విధించేవాడు. పన్నులను ధనరూపంలోగాని, వస్తురూపంలోగాని చెల్లించవచ్చు. వాటిని హెరణిక, భాండాగారిక అనే ఉద్యోగులు వసూలు చేసేవారు. అనేక చోట్ల

విరివిగా దొరికిన నాణేలు ప్రజలు ఎక్కువగా ధన రూపంలోనే పన్నులను చెల్లించేవారు అనే విషయాన్ని సమర్థిస్తున్నాయి.

శాతవాహన రాజ్య పాలనా విభాగాలను కింది విధంగా పేర్కొనవచ్చు.

1. రాజకంఖేట ప్రాంతం
2. సామంతుల ప్రాంతాలు
3. సరిహద్దు ప్రాంతాలు.

రాజు సొంతదారై అతని ప్రత్యక్ష పాలనలో ఉన్న భూమి/ప్రాంతం రాజకంఖేట లేదా రాజక్షేత్రం. మంత్రులు (అమాత్యులు), ఉన్నతోద్యోగి బృందం సహాయంతో రాజు పరిపాలన సాగించేవాడు. విశ్వాసామాత్యుడు అత్యంత ప్రధానుడైన మంత్రి. రాజామాత్యుడిది అతని తర్వాత స్థానం. మహాసేనాపతి, మహామాత్ర, మహాతరక, హైరణిక, భాండాగారిక, ప్రతీహార, లేఖక, నిబంధకార (రిజిస్ట్రార్), పట్టికా పాలక, గణపాక, దూత అనే ఉద్యోగుల పేర్లను శాసనాలు పేర్కొన్నాయి. ఉద్యోగులకు జీతాలు ధన రూపంలో చెల్లించబడేవి. యువరాజు లేదా 'కుమారు'నికి కూడా రాజ్యపాలనతో సంబంధముండేది.

సామంతరాజులలో చెప్పుకోదగినవారు కొల్హాపూర్ కుర వంశం, మైసూర్ ఛుటు వంశం, విజయపురి (నాగార్జునసాగర్) ఇక్ష్వాకు వంశం, మహారాష్ట్రలో మహారథులు, మహాభోజులు మొదలైనవారు. సామంత రాజులతో శాతవాహన రాజులకు వివాహ సంబంధాలుండేవి. శాతవాహనులు చివరి రోజుల్లో రాజ్యరక్షణకై రాజ్య సరిహద్దు ప్రాంతాలను సేనాపతుల అధీనంలో ఉంచారు. అలాంటి వారిలో ఒకడు సగమన మహాసేనుడు కోటిలింగాలలో ఉండేవాడు. వీరు క్రమంగా భూస్వాములైనారని తోస్తుంది.

స్థానిక పాలన

శాతవాహనులు తమ రాజ్యాన్ని 'ఆహారాలు' అనే రాష్ట్రాలుగా విభజించారు. సోపారాహార, గోవర్ధనాహార (నాసిక్), మామలాహార (పూణే), సాతవాహనీహార మొదలైన ఆహారాలు రాజధాని పేర్లతో శాసనాలలో కన్పిస్తాయి. వీటి పాలకులను 'అమాత్యులు' అనేవారు. వారికి వంశపారంపర్య హక్కులు, అధికారాలు లేవు. బదిలీలు ఉండేవి. నగరాలను నిగమ సభలనే వారు. వాటి అధ్యక్షులైన నాగరికులు పాలించేవారు. నగరాలు వాణిజ్య కేంద్రాలు కూడా. కాబట్టి నిగమసభలు వాణిజ్య సంఘాలు కూడా. అయితే సభలలో గృహపతులు కూడా సభ్యులు. బరుకచ్ఛ, ప్రతిష్ఠాన, తగర, గోవర్ధన,

సోపార, కళ్యాణం, నాసిక, ధాన్యకటక, ప్రతీపాలపుర, కొండాపూర్, బ్రహ్మగిరి, విజయపురి వంటివి శాతవాహన నగరాలు. పరిపాలనకు ప్రాతిపదికైన గ్రామానికి గ్రామిక లేదా గ్రామణి గ్రామాధికారి. గ్రామంలో తలారి అనే గ్రామ రక్షకుడు ఒక ఉద్యోగి. అయితే ఇతని వల్లే గ్రామస్థులకు కొన్ని సార్లు బెడద ఉండేది.

ఆర్థిక పరిస్థితులు

శాతవాహనుల కాలంలో ఆర్థిక పరిస్థితులు చాలా ఉచ్ఛస్థితిలో ఉండేవని వారి కాలపు శాసనాలు, గ్రంథాలు, విదేశీ యాత్రికుల రచనలు తెలియజేస్తున్నాయి. భారతదేశంలో / చరిత్రలో ఏ యుగంలోనైనా ప్రజల ప్రధాన జీవనాధారం వ్యవసాయమే. శాతవాహన యుగం కూడా ఇందుకు విరుద్ధం కాదు. ఈ యుగంలో వ్యవసాయ భూముల యజమానులు నాలుగు రకాలుగా ఉండేవారు. వారు :

1. రాజు – రాజ కంఖేట భూములు
2. గ్రామసభ – గ్రామ శివారు భూములు
3. మతసంస్థలు/పెద్దలు – అగ్రహార గ్రామ భూములు
4. కుటుంబ పెద్దలు – వ్యక్తిగత భూములు

ఆ కాలంలో దున్నేవాడిదే భూమి. అంటే ఒక వ్యక్తి అడవులను నరుక్కొని సాగుభూమి సిద్ధం చేసుకుంటే దాని మీద హక్కు ఆ సదరు వ్యక్తిదే. ప్రభుత్వానికి పన్ను కడితే చాలు. రాజుకు భూమి కావాలన్నా, దానం చేయాలన్నా ఆ భూమి ప్రైవేటు వ్యక్తిదైతే కొనేవాడు. రాజకంఖేట భూములు మాత్రం రాజువే. రాజు ఆ భూములను గ్రామ సభల సహకారంతో ప్రైవేటు వ్యక్తులతో విష్టి (వెట్టి చాకిరి = ఉచిత సేవ) చేయించుకొని పంటలు పండించుకునేవాడు. అగ్రహారాలు పొందిన బ్రాహ్మణ పండితులు, బౌద్ధ పండితులు, సంఘారామాల నిర్వాహకులు కూడా రైతులకు కూలీలిచ్చి తమ భూములను సేద్యం చేయించుకునేవారు.

శాతవాహనుల కాలపు శాసనాలు, సాహిత్య ఆధారాల్లో బావులు, ఏరులు, నదులు, జలయంత్రాల ప్రస్తావన ఉంది. కాబట్టి ఆనాడు రైతులు మెట్ట పంటలతో పాటు మాగాణి పంటలను కూడా పండించేవారని అర్థమవుతుంది. ఈ జల వనరుల నుండి రైతులు తమ పొలాలకు కాలువలు నిర్మించుకొనేవారని తెలుస్తుంది. జల యంత్రాలను నడిపించేవారికి ఒక సంఘం (శ్రేణి) ఉండేది. ఆ సంఘ సభ్యులను ఓదయంత్రకులు అనేవారు. ఆనాటి పంటల్లో ప్రధానమైనవి వరి, గోధుమ, కందులు,

నువ్వులు, అపరలు, పత్తి, చెరకు, కొబ్బరి, అల్లం మొదలగునవి. పత్తి ఆనాటి ప్రధాన వాణిజ్య పంట. జనుమునేమో పశువుల మేత కొరకు పండించేవారని తెలుస్తుంది. చెరకు నుండి బెల్లం తయారు చేసే పరిశ్రమలుండేవి. నువ్వుల నుండి నూనెను తీసేవారికి తిలపిసకులు అనే శ్రేణి ఉండేది. క్రీ. పూ. 1 వ శతాబ్దంలో మలయా దేశం నుండి కొబ్బరి దక్షిణ భారతదేశంలోకి వచ్చిందని కొన్ని ఆధారాలు తెలియజేస్తున్నాయి. గాహక అమాత్యులు అనే ఉద్యోగులు భూములను కొలిచి, సరిహద్దులను నిర్ణయించి రాళ్ళను పాతేవారు. ప్రభుత్వం రైతుల నుంచి ఒకటింటి ఆరవవంతు పంటను పన్ను/ భూమి శిస్తుగా వసూలు చేసేది.

వృత్తి శ్రేణులు

వ్యవసాయానికి, వ్యాపార వాణిజ్యాలకు అవసరమైన వస్తు సామాగ్రిని అందించడమే కాకుండా ప్రజల కనీస అవసరాలు, సౌకర్యాలు, విలాసాలకు కూడా అవసరమయ్యే వస్తు సామగ్రిని అందించేవారు వృత్తి పనివారు. ఇలాంటి వృత్తులు చేసేవారు శాతవాహనుల కాలంలో 18 రకాలుగా ఉండేవారు. వారు : కోలికులు, తిలపిసకులు, దమ్మిహాలు, మూలాకారులు, మాలాకారులు, ఓదయంత్రికులు, కమ్మకారులు, తెసకారులు, కులరికులు, అవేసణులు, సువణ్ణకారులు, మణికారులు, వడకులు, సెలవడకులు, చమ్మకారులు, వధికులు, పూసకారులు. వీరికి ఒక్కొక్కరికి ఒక్కొక్క శ్రేణి (వృత్తి సంఘం) ఉండేది. శ్రేణిలో సభ్యులు, వారికొక అధ్యక్షుడు ఉండేవారు.

శాతవాహన రాజు సిరి సంపదలతో తులతూగడానికి ఒక ప్రధాన కారణం కోలికుల శ్రేణి. కోలికులు అంటే బట్టలు నేసేవాళ్ళు లేదా పద్మశాలీలు. వాశిష్ఠీపుత్ర పులుమావి కాలంలో రక్కసి లోటయ్ అనేవాడు పత్తినుండి విత్తనాలను తీసి, దూదిని తయారుచేసే యంత్రాన్ని కనిపెట్టాడట (ఇతని వంశీయుల ప్రస్తావన గౌడవహ కావ్యంలో, రుద్రమదేవి త్రిపురాంతక శాసనంలో ఉంది). ఆ యంత్రం పేరు గిరక. దాన్ని కనిపెట్టిన తరువాత దూది నుండి దారాలు త్వర త్వరగా తీయడం సాధ్యం కావడం వల్ల తక్కువ కాలంలో ఎక్కువ బట్టలు నేయడం సాధ్యమైంది. ఆ కాలపు కోలికులు బట్టలను చాలా సన్నగా, ఆకర్షణీయంగా కూడా తయారు చేసేవారు. వాటిని కొనడానికి రోమన్ సామ్రాజ్యపు అంతఃపుర స్త్రీలు, ధనికులతో పాటు సామాన్య ప్రజలు కూడా ఎగబడేవారట. దాంతో రోమన్ సామ్రాజ్యపు ధనం శాతవాహన సామ్రాజ్యానికి చాలా వచ్చేదట. పైగా స్త్రీలు సన్నని బట్టలు ధరించడం వల్ల వారి అందాన్ని చూసి రోమన్ సామ్రాజ్యపు

పురుషులు వారి పట్ల ఆకర్షితులు కావడం వల్ల సమాజంలో నైతిక విలువలు తగ్గిపోతున్నాయని ప్లినీ అనే చరిత్రకారుడు వాపోయాడు.

వధికులు అంటే వడ్రంగి పనివారు. వీరు తయారు చేసే కుర్చీలు, మంచాలు, సోఫాలు, ఇతర నగిషీ వస్తువులు, దంతపు ఆలంకారిక వస్తువులు ఇక్కడి ధనికులకు మాత్రమే కాకుండా రోమన్ సామ్రాజ్యానికి కూడా ఎగుమతి అయ్యేవి. ఆలంకారిక పూసలు తయారు చేసేవారిని పూసకారులనేవారు. కమ్మకారులు ఇనుప వస్తువులు తయారుచేసేవారు. ఆ రోజుల్లో వూజ్ అనే ఉక్కు శాతవాహన రాజ్యంలో తయారయ్యేది. సంగారెడ్డి జిల్లాలోని కొండాపూర్‌లో కొలిమి తిత్తులు బయటపడ్డాయి. కోటిలింగాలలో స్వర్ణకారుల కొలిమి వెలుగు చూసింది. గోదావరి, కృష్ణా, భీమ నదుల లోయల్లోని బయలు భూముల్లో రత్నాలు, గురువిందలు, గోమేధికాలు, మణులు మొదలైన విలువైన రాళ్ళు దొరికేవి. రోమన్ చక్రవర్తి సీజర్‌కు ఇలాంటి మణులను ప్రీతితో సేకరించే అలవాటుండేదట. మరో రోమన్ చక్రవర్తి ఆగస్టస్‌కు ఒక దక్షిణ దేశపు రాజు బంగారు నగలు, మణులు, ఏనుగులు బహూకరించాడని చారిత్రకాధారముంది. ఆ దక్షిణ దేశపు రాజు శాతవాహన రాజేనని సాలెటోర్ అనే చరిత్రకారుడు చెప్పాడు.

వృత్తి శ్రేణులు బ్యాంకులుగా కూడా పనిచేసేవి. వర్తకులు, రాజులు కూడా శ్రేణుల దగ్గర పెట్టుబడులు పెట్టి, వాటిపై వచ్చిన వడ్డీతో దానాలు చేసేవారు. క్రీ.శ. 119-120 ప్రాంతంలో రుషభదత్తుడు (ఉసవదత్త) గోవర్ధనం అనే నగరంలోని నేతగాళ్ళ శ్రేణి వద్ద సంవత్సరానికి 12 శాతం వడ్డీకి రెండువేల కార్షాపణలు పెట్టుబడులు పెట్టి, వాటి మీద వచ్చే వడ్డీ డబ్బులను బౌద్ధమత ప్రచారకుల (పరివ్రాజకులు) జీవిత అవసరాలకై ఖర్చు చేయుమని ఒప్పందం చేసుకున్నట్లు తెలిపే శాసనమొకటుంది. అట్లే విష్ణుదత్త అనే స్త్రీ ఒక నేతల శ్రేణితో క్రీ.శ. 258లో అలాంటి ఒప్పందం చేసుకున్నట్లు మరో ఆధారముంది.

వ్యాపార వాణిజ్యాలు

శాతవాహన సామ్రాజ్య సంపదను పెంచింది వ్యాపార వాణిజ్యాలే. విదేశీ వాణిజ్యం పశ్చిమ దేశాలతో, తూర్పు దేశాలతో జరిగేది. ఈ రెండు రకాల దేశాలకు పెద్ద పెద్ద నౌకలు సరుకులను తీసుకువెళ్ళి, తీసుకువచ్చేవి. భారతదేశానికి అరేబియా సముద్రం పశ్చిమాన ఉంది కాబట్టి, ఆ సముద్ర తీరాన ఉన్న ఓడ రేవులను పశ్చిమ తీర పట్టణాలని, బంగాళాఖాతం తూర్పున ఉంది కాబట్టి దాని తీరపు ఓడ రేవులను తూర్పుతీర పట్టణాలని అనవచ్చు. ఈ రెండు తీరాల్లో ఉన్న పట్టణాలకు తెలంగాణ

భూభాగంలో పశ్చిమ-తూర్పు దిశల్లో పారుతున్న గోదావరి, కృష్ణ వంటి నదులు, తెలంగాణ పైన తూర్పు-పశ్చిమ దిశల్లో పారుతున్న నర్మద, తపతి వంటి నదుల్లో ఓడలు సరుకులను తీసుకువెళ్ళేవి.

పశ్చిమ సముద్ర తీరరేవు పట్టణాల్లో ప్రధానమైంది భరుకచ్ఛ (బేరిగజ). సోపార, వైజయంతి, చేల్ మొదలైనవి ఇతర పశ్చిమ తీర పట్టణాలు. తూర్పుతీర రేవు పట్టణాల్లో ప్రధానమైనది మచిలీపట్నం. దంతపురం (పోలూరు), నర్సాల, మోటుపల్లి, గూడూరు, దాని దగ్గరి అల్లోసిన ఇతర తూర్పు సముద్ర తీర పట్టణాలు. ఈ తీర పట్టణాలకు తెలుగు భూభాగం నుండి సరుకులను రవాణా చేసిన కృష్ణానదీ తీర పట్టణాలు ఘంటశాల, ఏలేశ్వరం, విజయపురి (నాగార్జునసాగర్), ధాన్యకటకం (అమరావతి), గోదావరి నదీ తీర పట్టణాలు జగిత్యాల జిల్లాలోని ధర్మపురి, రాయపట్నం, కోటిలింగాల, పెద్దపల్లి జిల్లాలోని మంథెన, జయశంకర్ భూపాలపల్లి జిల్లాలోని కాళేశ్వరం. ధర్మపురి నుండి కాళేశ్వరం వరకు గోదావరి దక్షిణపు ఒడ్డున ఉన్న శాతవాహన కాలపు రహదారి శిథిలాలను పురావస్తు శాఖ గుర్తించింది. హాలుడు అనే శాతవాహన రాజు కూడా ధర్మపురికి ఎగువనున్న సప్తగోదావరి మీదుగా ప్రతిష్ఠానం వెళ్ళాడని లీలావతి అనే కావ్యం తెలియజేస్తుంది. ఈ నదీ తీర పట్టణాలు వర్తక కేంద్రాలుగా ఉండేవి. నదీ తీరాల్లో ఉండే బౌద్ధ గుహలు, ఇతర పర్వతాల్లో ఉండే గుహా విహారాలను ఆనుకొనే ఆనాటి రహదారులు సాగేవి. ఆ గుహారామ విహారాల్లో వర్తకులు విశ్రాంతి తీసుకునేవారు. ధనిక వర్తకులు ఆ గుహల్లో నివసించే బౌద్ధ సన్యాసులకు అనేక దానాలు చేసేవారని ఆ కాలపు శాసనాలు తెలుపుతాయి.

స్వదేశీ వర్తకులకు వర్తక శ్రేణులుండేవి. వర్తక శ్రేణిని నిగమ లేదా నిగమ సభ లేదా నికాయశ్రేణి అనేవారు. శ్రేణి అధ్యక్షుణ్ణి శెట్టి లేదా గహపతిశెట్టి అనేవారు. స్థానిక పాలనలో ఈ నిగమ సభలను రాజు భాగస్వాములుగా చేసేవాడు. ఒక్కో వర్తక శ్రేణికి ఒక్కో సరుకు వ్యాపారంపై గుత్తాధిపత్యం ఉండేది. వర్తక శ్రేణులు ఎక్కువగా నదీ తీర పట్టణాల్లోనే ఉండేవి. ధనికులైన వర్తకులు, వ్యాపారులు కృష్ణానదీ తీర పట్టణాలైన ధాన్యకటకం, విజయపురి, ఘంటశాల, ఏలేశ్వరంలలో విలాసంగా జీవించేవారని తెలిపే శాసనాధారాలు లభించాయి. గోదావరి దక్షిణ తీరాన కోటిలింగాల దగ్గరున్న మొక్కటావుపేటలో కూడా ఒక వర్తక శ్రేణి ఉండేదని తెలిపే ప్రాకృత భాషా శాసనమొకటి ఆ గ్రామంలో దశాబ్దంనర కిందట వెలుగులోకి వచ్చింది. కోటిలింగాలలో శాతవాహన కోటను, గోదావరి నది ఒడ్డును ఆనుకొని ఓడరేవు ఉంది. దానికి ఎదురుగా గోదావరి ఆవలి ఒడ్డుకు మరో ఓడరేవు ఉంది. అక్కడున్న పట్టణం పేరు

లక్శెట్టిపేట. అక్కడ శాతవాహనుల కాలంలో లక్ష శెట్టిలు ఉండేవారని చెప్తారు. పట్టణం అంటే రేవు సమీపంలో ఉన్న నగరం అని అర్థం. శ్రీముఖుడి బిరుదు 'రాయ' పేరు మీద గోదావరి ఒడ్డున కోటిలింగాలకు ఐదు కిలోమీటర్ల దూరంలోనే రాయపట్నం అనే ఊరు ఏర్పడింది. అది శాతవాహనుల కాలంలో ఒక రేవుపట్టణం.

వర్తకులు సరుకులను రవాణా చేయడానికి ఎడ్ల బండ్లను ఉపయోగించేవారు. సుదూర ప్రాంతాలకు సరుకులను రవాణా చేసేటప్పుడు దొంగలను ఎదుర్కోవడానికి బిడారులుగా... అంటే వర్తకులు ఎక్కువ మంది కలిసి గుంపులు గుంపులుగా ప్రయాణించేవారు. బలాఢ్యులను స్వంత సైన్యంగా కూడా నియమించుకునేవారు. స్వదేశీ వర్తకులు ఎక్కువగా తూర్పు తీర దేశాలతో వ్యాపారం చేసేవారు. తూర్పు దేశాల్లోని మలయా దేశపు తక్కు ప్రాంతం నుంచి శాతవాహన ప్రాంతాలకు చందనం, ముత్యాలు, లహ అని పిలిచే సుగంధ ద్రవ్యాలు, సుమత్రా దేశం నుండి బంగారం వచ్చేదని గ్రీకు దేశీయుడు టాలెమీ రాశాడు. తూర్పు సముద్రం నుంచే పగడాలు, చైనా నుంచి పట్టు, కర్పూరం తెలుగు ప్రాంతాలకు దిగుమతి అయ్యేవి. తూర్పు దేశాల లాభసాటి వ్యాపారాన్ని ఆశించి తెలుగువారెందరో ఆ దేశాలకు వలస పోయి అక్కడ తాము విడిచి వెళ్ళిన నగరాల పేర్లు పెట్టుకున్నారు. అరకాన్ దేశ రాజధాని త్రిలింగ్, అన్నామ్ విజయపురి, సియాం సింధుశాఖలో కకుల మొదలైన పట్టణాలు ఏర్పడడానికి తెలుగువారే కారణం. శాతవాహనుల తొలి రాజధాని కోటిలింగాలకు దగ్గరున్న నాలుగు రోడ్ల వర్తక కూడలి ఉండవాడ (ఉండెడ) దగ్గర కకుల గుట్ట ఉంది. (ఉండ పదానికి సమానమైన ఊధ అనే సంస్కృత పదానికి ఆవు పొదుగు (నాలుగు రొమ్ములు) అని అర్థం. ఉండవాడ అంటే నాలుగు రోడ్ల కూడలి అని అర్థం).

శాతవాహన సామ్రాజ్యపు పశ్చిమ సముద్ర తీర పట్టణాల నుంచి నౌకలు ఇక్కడి సరుకులను అరేబియా సముద్రం, మధ్యధరా సముద్రాల మీదుగా రవాణా చేసి ఈజిప్టు, తూర్పు ఆఫ్రికా దేశాలు, ఇటలీ (రోమ్)కి చేరవేసేవి. ఈ భారీ నౌకలకు సముద్రంలో దారి చూపడానికి త్రప్పగ, చటింబ అనే పడవలుండేవని 'పెరిప్లస్ ఆఫ్ ఎరిత్రియన్ సీ' అనే సమకాలిక గ్రంథంలో ఉంది. యజ్ఞశ్రీ శాతకర్ణి నాణేల మీద రెండు తెరచాపల ఓడలు ముద్రించబడ్డాయి. ఆంధ్రప్రదేశ్ రాష్ట్రం గుంటూరు జిల్లాలోని చేబ్రోలులో దొరికిన అతని నాణేలపై మూడు తెరచాపల ఓడ, చుక్కాని గుర్తులను పి. సీతాపతి గుర్తించారు. చుక్కానిని ఆంధ్రులే (తెలుగువారే) కనిపెట్టారని "భారతి" పత్రికలో అచ్చైంది. విదేశీ వాణిజ్యంలో ఈజిప్షియనులు, రోమన్లు, సిరియన్లు, అరబ్బులు ఎక్కువగా పాల్గొనేవారు.

శాతవాహన దేశం నుండి రోమన్ సామ్రాజ్యానికి ఎగుమతైన సరుకుల్లో రాగి, చందనం, కలప, బియ్యం, గోధుమలు, నెయ్యి, నూనెలు, బట్టలు, శంఖులు, రత్నాలు, పచ్చలు, ముత్యాలు, వజ్రాలు, బంగారపు పసుపు కుర్చీలు, ఏనుగు దంతపు వస్తువులు, లవంగాలు, బొమ్మలు, అలంకరణ వస్తువులు, విలాస వస్తువులుండేవని 'పెరిప్లస్ ఆఫ్ ఎరిథ్రియన్ సీ'లో పేర్కొనబడింది. భరుకచ్ఛ రేవు నుండి శాతవాహన దేశానికి దిగుమతైన సరుకుల్లో ప్రధానమైనది ఇటలీ, అరేబియాల నుంచి వచ్చే మద్యం. గాజు సామానులను కూడా శాతవాహనులు దిగుమతి చేసుకొనేవారు. మొత్తం మీద శాతవాహన దేశం నుంచి రోమన్ సామ్రాజ్యానికి అయ్యే ఎగుమతులు ఎక్కువ, దిగుమతులు తక్కువ. భారతీయ సరుకులను రోమన్ మార్కెట్లలో వందలరెట్ల ఎక్కువ ధరలకు అమ్మేవారని ఆ దేశపు మేధావి ప్లినీ రాశాడు. దాంతో రోమన్ చక్రవర్తులు ఆగస్టస్, నీరోల కాలంలో ప్రతి ఏటా రోమన్ సామ్రాజ్యం నుంచి 10 కోట్ల సెష్టర్లు.... అంటే 11 కోట్ల పౌండ్ల (సుమారు 1000 కోట్ల రూపాయలు) డబ్బు భారతదేశానికి వెళ్ళేదని ప్లినీ వాపోయాడు. రోమన్ సామ్రాజ్య వ్యాపారులు తమ బంగారు, వెండి నాణేలను భారతదేశంలో చవక నాణేలతో మారకం చేసుకునేవారని అపోలోనియస్ రాశాడు. భారతీయ స్త్రీలు రోమన్ నాణేలను కరిగించుకొని ఆభరణాలు చేయించుకునేవారు. ఈ నిజాలను గుర్తించి నీరో కాలంలో రోమన్లు కల్తీ నాణేలను తయారు చేయడం మొదలుపెట్టారు. ఆ తరువాత వైసాస్పియస్ బంగారం ఎగుమతులను నిషేధించాడు. దాంతో శాతవాహన దేశం రోమ్ సామ్రాజ్యంతో చేసే వ్యాపారం తగ్గిపోయింది. అయితే గ్రామాల్లో ఎక్కువగా వస్తు మార్పిడి పద్ధతే ఆచరణలో ఉండేది.

సామాజిక పరిస్థితులు

శాతవాహన కాలం కంటే ముందు గల యుగ సంస్కృతికి సరైన ఆధారాలు లేక అది మనకు పెద్దగా తెలియరాలేదు. ఇక శాతవాహనుల కాలం వరకు తెలుగు ప్రజలు ఉత్తర భారతదేశ సంస్కృతితో మమేకమైనారని చెప్పవచ్చు. అయితే స్థానిక సంస్కృతి, విదేశీయుల రాక కూడా శాతవాహన సంస్కృతిలో ప్రధానాంశాలు అయినాయి. శాతవాహన కాలం నాటికి తెలుగు సమాజం గ్రామ సంస్కృతి నుండి నగరీకరణ వైపు, వర్ణవ్యవస్థ వైపు వేగంగా అడుగులు వేసింది.

శాతవాహన కాలం నాటికే వర్ణవ్యవస్థ తెలుగుదేశంలో వేళ్లూనుకుంది. సమాజం ప్రధానంగా నాలుగు వర్ణాలుగా విభజించబడింది. బ్రాహ్మణులు వైదిక

కర్మలు నిర్వహించడంలో, వైశ్యులు నిగమసభల (వాణిజ్యం) నిర్వహణలో నిమగ్నమయ్యారు. శూద్రుల్లో ప్రధానమైన వృత్తులు హాలిక, గోలిక (గోపాల), కోలిక (పద్మశాలి), వధిక (వడ్రంగి), కుమ్మర, కులార మొదలైనవి. వీరిలో పెక్కురు శ్రేణులుగా ఏర్పడి వాటి అధ్యక్షులైన "శ్రేష్ఠుల" అధీనంలో పని చేసేవారు. కాలక్రమంలో ఇలాంటి వృత్తులు, శ్రేణులే ఉపవర్ణాలు, కులాలుగా ఏర్పడ్డాయి. శాతవాహనులు రాజులైనప్పటికీ గౌతమీపుత్ర శాతకర్ణి వివరాలు గల నాసిక్ శాసనం ఆధారంగా అతడు 'ఏకబ్రాహ్మణు'డని, 'ద్విజవర కుటుంబవివర్ధను'డని, వర్ణసాంకర్యాన్ని నిలిపాడని తెలుస్తుంది. కాని "శాతవాహనులు ఆంధ్రులు, బ్రాహ్మణ మతస్థులు, శూద్ర కులస్థులు, కృషీవల కుటుంబులు అయిన పాలకులు" అని కొర్లపాటి శ్రీరామమూర్తి సిద్ధాంతీకరించారు. వీరు మహారాష్ట్రలోని స్థానికులతో, శకులు మొదలగు కొత్తగా వచ్చిన విదేశీయులతో సంబంధాలు నెరిపారు. శివశ్రీ శాతకర్ణి శక రాజు రుద్రదాముని కుమార్తె రుద్రదమనికను వివాహం చేసుకోవడం లాంటివి ఇందుకు ప్రబల నిదర్శనాలు. విదేశీయులైన శక, పహ్లవ, యవనులు భారతదేశ స్థానిక ఆచారాలతో, మతాలతో (హిందూ, బౌద్ధాలతో) మమేకమయ్యారు.

పితృస్వామిక సమిష్టి కుటుంబ వ్యవస్థ ఆచరణలో ఉండేది. గౌతమీపుత్ర శాతకర్ణి, వాశిష్ఠీపుత్ర శాతకర్ణిలాంటి పేర్లు, రాజస్త్రీలు చేసిన దానాలు మాతృస్వామిక వ్యవస్థ ప్రాముఖ్యాన్ని చాటుతున్నాయని కొందరు భావించినప్పటికీ, అవి బౌద్ధ సాంప్రదాయాన్ని మాత్రమే సూచిస్తున్నాయని కొందరు, బహుభార్యత్వాన్ని సూచిస్తున్నాయని మరి కొందరు అభిప్రాయపడుతున్నారు. ఇంకొందరేమో రాజుల పేర్లలోని గౌతమి, వాశిష్ఠి అనే పదాలు వారి పుట్టుక ఆయా నదుల ప్రాంతాల్లో జరిగింది అంటారు. ఏమైనప్పటికీ స్త్రీలకు గౌరవస్థానం ఉండేదనే తెలుస్తుంది. స్త్రీలు చేసిన దానధర్మాలు వారికి సొంత ఆస్తి ఉండేది అనే భావనకు తావిస్తున్నాయి. గాథాసప్తశతిలోని ఎన్నో గాథలను స్త్రీలు/కవయిత్రులు రచించారు. సేనాపత్ని, మహాభోజకి లాంటి పదాలు కూడా వారి గౌరవ స్థానాన్నే తెలుపుతున్నాయి. అయితే బహుభార్యత్వం, వితంతు బ్రహ్మచర్యం, భరుకచ్ఛ లాంటి రేవుపట్టణాల నుండి నాట్యకత్తెలను దిగుమతి చేసుకోవడం వంటి చర్యలు స్త్రీల పట్ల వివక్షతకు, వారు భోగ వస్తువులుగా ఉపయోగపడేవారనే విషయాలకూ తావిస్తున్నాయి. ఫణిగిరి, అమరావతి శిల్పాలు, ఆ కాలపు చిత్రలేఖనాలను బట్టి ఆ కాలంలో ప్రజలు కనీస వస్త్రధారణ చేసేవారని, కాని ఆభరణాలు మాత్రం ఎక్కువగా ధరించేవారని తెలుస్తుంది. స్త్రీలు రవికలను ధరించేవారు కాదు. కబరీ బంధాలు ధరించేవారు. మహారాష్ట్రలో ఉన్న

శాతవాహనులు మరో రాజధాని 'పైఠాన్'లోని స్త్రీలు వేసుకునే కొంగును తెలుగు స్త్రీలు వేసుకోవడం వల్ల దానికి తెలుగు ప్రాంతంలో 'పైట' అనే పేరు వచ్చిందని కొందరు మేధావులు భావించారు.

ప్రజలు ప్రధానంగా గ్రామాలలో నివసించినప్పటికీ నాటి వ్యాపార ప్రాధాన్యం (రోమన్ సామ్రాజ్యంతో) రేవులు, నదులు ఇతర నీటి వసతుల దగ్గర నగరాల సంఖ్య పెరగడానికి కారణమయ్యింది. భరోచ (భరుకచ్ఛ), సోపార, కళ్యాణ, పైఠాన్, కోటిలింగాల, ధాన్యకటకం నాటి ప్రధాన వ్యాపార కూడలులు, పట్టణాలు. కోటిలింగాల సమీప గ్రామాలలో ఇప్పటికీ ఉన్న 'బిడారి' అనే ఇంటిపేరు నాటి వ్యాపార ప్రాధాన్యాన్ని తెలుపుతున్నది.

మత పరిస్థితులు

శాతవాహన దేశంలో జైనం, బౌద్ధం, వైష్ణవం (భాగవత), శైవం ఒకటి తర్వాత ఒకటి వ్యాపించినట్లు అర్థమవుతుంది.

జైన మతం

జైన వాఙ్మయం మొదటి శాతవాహనున్ని జైన మతావలంబిగా పేర్కొంటున్నది. కోటిలింగాల తవ్వకాల్లో లభించిన నాణేల్లో 'సమగోప'ని నాణెం మీద 'సాతవాహన' నామం మళ్లీ ముద్రించబడిన నాణేలు దొరకడాన్ని బట్టి ఇతర మతస్థుడగు సమగోపున్ని జైనమతస్థుడగు సాతవాహనుడు నిర్మూలించి తన వంశ పాలనను ప్రవేశపెట్టాడనడానికి ఆస్కారముంది. జైన వాఙ్మయం కూడా మొదటి శాతవాహనుడు తన రాజధాని నగరంలో జైనులకు చైత్యాలయాలు నిర్మించాడని తెలియజేస్తుంది. ఇందుకు నిదర్శనంగా కోటిలింగాలకు రెండు కిలోమీటర్ల దూరంలో గల (జైన) మునుల గుట్ట మీద జైన కట్టడాలు, జైనులు సల్లేఖన వ్రతం చేసిన ఆనవాళ్లు (ఏటవాలు రాతి పడకలు) కనిపిస్తాయి. వాటి దగ్గర మొదటి శాతకర్ణి నాణేలు లభించాయి. కోటిలింగాలకు 4 కిలోమీటర్ల దూరంలో ఉన్న స్తంభంపల్లిలోని స్తంభం జైనుల 'మానస్తంభం' అయ్యుండే అవకాశం ఉంది. కోటిలింగాల దగ్గరలో గల జైనపేట, జనగామ, 'మాన'కొండూరు, మానాల, జైనాల, జన్నారం మొదలగు గ్రామాల పేర్లు కూడా మొదటి శాతవాహన రాజులు జైనాన్ని పాటించారనడాన్ని బలపరుస్తున్నాయి.

జైన గాథలు క్రీ.పూ. నాల్గవ శతాబ్దినాటికే తెలుగుదేశంలో కళింగ, మాళవ ప్రాంతాల ద్వారా తమ మతాన్ని ప్రవేశపెట్టాయని చెప్తున్నాయి. మౌర్య అశోకుని

మనుమడు సంప్రతి కూడా ఆంధ్ర, ద్రావిడ దేశాల్లో జైనం వ్యాప్తికి కృషి చేశాడట. అందుకు అమరావతి ప్రాంతంలోని వడ్డమాను కొండపై ఏర్పడిన 'సంప్రతి' విహారమే నిదర్శనం. అక్కడే కళింగ ఖారవేలుడు మహా మేఘవాహన విహారం నిర్మించాడు. క్రీస్తు శకారంభంలో కొండ కుందాచార్యుడు (క్రీ.పూ. 50 - క్రీ.శ. 50) కొనకొండ్ల (అనంతపురం జిల్లా)లో ఆశ్రమం నిర్మించుకొని సిద్ధాంత గ్రంథాలు రాస్తూ జైనమతాన్ని ప్రచారం చేశాడు. అతని గ్రంథాల్లోని 'సమయసార' శ్వేతాంబర, దిగంబర శాఖల వారందరికీ ప్రామాణికమయింది. అయితే దిగంబరత్వం, అహింస వంటి కఠిన నియమాలు జైనం తొందరగా ప్రాచుర్యం కోల్పోవడానికి కారణమయ్యాయని తెలుస్తుంది.

బౌద్ధ మతం - నాగార్జునుడు

బుద్ధునికి సమకాలికుడగు బావరి అనే రుషి కపిత్థవనంలో నివసించేవాడని, అతడు మగధ రాజధాని రాజగృహకు పంపిన పదహారు మంది శిష్యులు బుద్ధుని మతంలో చేరిపోయారని, వారిలో అతని మేనల్లుడు పింగియ తిరిగి వచ్చి అతనికి బౌద్ధం బోధించగా అతడు కూడా బౌద్ధమతంలో చేరిపోయాడని బౌద్ధ గ్రంథం 'సుత్తనిపాత' పేర్కొన్నది. బౌద్ధ మతానుయాయులు, వర్తకులు 'తెలివాహ' నదిని దాటి, 'ఆంధ్రనగరి'ని ప్రవేశించి అక్కడి నుండి ఆంధ్రాపథంలో బౌద్ధమతాన్ని ప్రాచుర్యంలోకి తీసుకువచ్చారని సెరివణిజ్జ అనే బౌద్ధ జాతక కథ సూచిస్తుంది. "తెలివాహ" నదియే నేటి గోదావరి అని చాలా మంది తెలుగు పరిశోధకులు భావిస్తున్నారు. 'కపిత్థ వనం' అంటే తెలుగులో 'వెలగచెట్ల వనం' అని అర్థం. ఇక ఆంధ్రనగరి నేటి కోటిలింగాల (జగిత్యాల జిల్లా). కోటిలింగాల గోదావరి నది ఒడ్డునే ఉంది. దాని చుట్టూ గల వెలగటూరు, వెలిగేడు, వెలుగుమెట్ల మొదలగు ఊర్ల పేర్లు మరియు పాశిగామ, కోటిలింగాల, ధూళికట్ట బౌద్ధస్థూపాలు బౌద్ధ జాతక కథల వివరాలను సమన్వయం చేయడంతో శాతవాహనులకు ముందే బౌద్ధమతం తెలంగాణలో ప్రాచుర్యంలోకి వచ్చిందని చెప్పవచ్చు.

క్రమంగా బౌద్ధమతం అత్యధిక ప్రజల మతం అయింది. చర్మకారులతో సహా వర్తకులు, పాటకజనం, స్త్రీలు, బాలశ్రీ వంటి శాతవాహన రాణులు బౌద్ధమతాన్ని ఆచరించారనడానికి నిదర్శనాలుగా వారు పట్టణాల్లో, రహదార్లపై నిర్మించిన స్థూపాలు, ఆరామ విహారాలు, చైత్యాలు కనిపిస్తాయి. కనుక గౌతమీపుత్ర శాతకర్ణి, అతని కుమారుడు పులుమావి, యజ్ఞశ్రీ శాతకర్ణిలకు బౌద్ధమత సంస్థలను పోషించక తప్పలేదు. రెండో బౌద్ధ సంగీతిలో బౌద్ధం (సనాతన) థేరవాద, మహాసాంఘిక శాఖలుగా విడిపోయింది.

ధాన్యకటకం మొదటి నుండే మహాసాంఘిక శాఖకు కేంద్రమయింది. అమరావతీ శాసనాలు, శిల్పాల్లో చైత్యకులు (మహాసాంఘికులు) బుద్ధునికి మొదటిసారిగా లోకోత్తర గుణాలను కల్పించి, బుద్ధ చిహ్నాలైన బోధివృక్షం, త్రిరత్నం, ధర్మచక్రం, చైత్యం, సింహాసనం, పాదాలు మొదలైన వాటిని పూజించడం ప్రారంభించినట్లు తెలుస్తుంది. ఈ చైత్యకులలో పూర్వశైల (ధాన్యకటకం), అపరశైల (శ్రీపర్వతం), ఉత్తరశైల (జగ్గయ్యపేట), రాజగిరిక (గుంటుపల్లి), సిద్ధార్థక (గుడివాడ) మొదలైన శాఖలు ఏర్పడ్డాయి. ఈ మహాసాంఘిక / చైత్యక సిద్ధాంతాలు క్రమంగా ఆచార్య నాగార్జునుని కాలం నాటికి (2వ శతాబ్దం) మహాయాన బౌద్ధంగా మారాయి.

ఆచార్య నాగార్జునుని జన్మస్థలం విదర్భ అని, కాంచీపురి అని, వేదలి (లంకావతార సూత్ర ప్రకారం) అని, శ్రీపర్వతం - ధాన్యకటకాల మధ్య గ్రామం (చైనా సంప్రదాయం) అని వివిధ వాదాలున్నాయి. అతడు చిన్నతనంలోనే వేదవేదాంగాలభ్యసించి, నలందా (విశ్వవిద్యాలయం ఏర్పాటు కాకముందు) మొదలైన విద్యాకేంద్రాల్లో బౌద్ధాన్ని అధ్యయనం చేసి, చివరగా శ్రీపర్వతం (నేటి నాగార్జునసాగర్)లో విశ్వవిద్యాలయాన్ని స్థాపించి దేశ విదేశాల విద్యార్థులకు అనేక విద్యలను గరిపాడని చరిత్ర. ఈయన ప్రజ్ఞాపారమితశాస్త్ర టీకా (సంస్కృతం), మాధ్యమిక కారికా, రత్నావళి, సుహృల్లేఖ మొదలైన 24 గ్రంథాలు రాశాడు. ప్రజ్ఞాపారమిత (జ్ఞానపరిమితులు) గ్రంథం మహాయాన బౌద్ధానికి ప్రామాణిక గ్రంథం. ఇది పౌరాణిక భావనయగు 'మార్పులేదు' అనే భావానికి, బుద్ధుని 'గతితార్కిక' వాదానికి మధ్య 'మాధ్యమిక' వాదాన్ని లేదా 'తేడాలేదు' అనే శూన్యవాదాన్ని ప్రవేశపెట్టి ప్రాచుర్యంలోకి తీసుకురావడమే కాకుండా నాగార్జునుడ్ని బుద్ధుని అవతారంగా కొలిచే స్థాయికి పెంచింది. ఇతడు సుహృదయంతో తన పోషకుడు యజ్ఞశ్రీ శాతకర్ణికి రాసిన లేఖలే 'సుహృల్లేఖ'. యజ్ఞశ్రీ శ్రీపర్వతంలో 1500 (500-400-300-200-100) గదులతో 5 అంతస్థుల పారావత విహారాన్ని నాగార్జుని కోసం నిర్మించాడని, నాగార్జునుడు ధాన్యకటక మహాచైత్యానికి శిలాప్రాకారాన్ని నిర్మించాడని చైనా, టిబెటన్ యాత్రా సాహిత్యం నమోదు చేసింది. అయితే కథాసరిత్సాగరం ప్రకారం యజ్ఞశ్రీ కొడుకే నాగార్జునుని మరణానికి కారణమని, నాగార్జునుని తరువాతి పీఠాధిపతి ఆర్యదేవుడు కూడా బ్రాహ్మణుల కుట్రకే బలి అయ్యాడని తెలుస్తుంది. ఏమైనప్పటికీ భారతీయ తర్కశాస్త్రానికి నాగార్జునుడే పితామహుడనవచ్చు. ఎందుకంటే, అతను ప్రతిపాదించిన శూన్యవాదం తరువాత కాలపు ఆదిశంకరాచార్యుని 'మాయా'వాదానికి మార్గదర్శి అయ్యింది.

హిందూ మతం

శాతవాహన రాజుల కాలంలో హిందూ మతాంశాలైన వైదిక క్రతువులు, పౌరాణిక భక్తి మత శాఖలైన వైష్ణవం, శైవం, శక్తి మత శాఖలు ఒకటి తరువాత ఒకటి వ్యాపించినట్లు గోచరిస్తున్నాయి.

నాణేఘాట్ శాసనంలో వైదిక మతం, భాగవత/భక్తి మతం రెండు అంశాలూ కనబడుతున్నాయి. శాసనాన్ని వేయించిన నాగానిక తనను 'ధిఖావ్రత యజ్ఞ సుందయా' అనీ, 'యజ్ఞహుత ధూపన సుగంధయా' అనీ వర్ణించుకోవడం, తన భర్త శాతకర్ణిని రెండు అశ్వమేధ యాగాలతోపాటు రాజసూయ, అగ్న్యాధేయ, అప్తోర్యామ, అనారంభణీయ, దశరాత్ర, త్రయోదశ రాత్ర, త్రిరాత్రాది క్రతువులు నిర్వహించి బ్రాహ్మణులకు గోదాన, భూదాన, సువర్ణ దానాలిచ్చి సంతృప్తిపరిచినవానిగా పేర్కొనడం, తమ కుమారుని పేరును వేదసిరిగా పేర్కొనడం తొలి శాతవాహనులు వైదిక క్రతు మతాన్ని అవలంబించారనడానికి నిదర్శనాలు.

అయితే అదే శాసనం వైదిక దేవతలతోపాటు భాగవత దేవతలైన సంకర్షణ, వాసుదేవ ప్రార్థనతో ప్రారంభిస్తున్నది. ఇది బ్రాహ్మణ/పౌరాణిక మత ప్రవేశాన్ని, ప్రాచుర్యాన్ని తెలుపుతుంది. శ్రీముఖుని (సిముక), కృష్ణుని (కన్హ) పేర్లు కూడా వైష్ణవ మత ప్రాధాన్యతను తెలుపుతున్నాయి. నాసిక్ శాసనం గౌతమీపుత్ర శాతకర్ణిని పౌరాణిక వీరులతో పోలుస్తున్నది. అతని శాసనాలపై కూడా వైష్ణవ మత చిహ్నాలు కనిపిస్తున్నాయి. హాలుని గాథాసప్తశతిలోని రాధాకృష్ణ, విష్ణు అవతార కథలు పౌరాణిక వైష్ణవ మత ప్రాధాన్యాన్నే తెలుపుతున్నాయి.

అయితే అదే గాథాసప్తశతి గౌరీ పశుపతుల ప్రార్థనతో ప్రారంభం కావడం, గణపతి, శక్తి ఆలయాలను ప్రస్తావించడం, పార్వతీ కళ్యాణం కథను చెప్పడం నాటి శివ-శక్తి మతాల ఉనికిని తెలియజేస్తుంది. శాతవాహన రాజు 'పులుమావి' అనే తెలుగు పదానికి అర్థం స్కంధుడు లేదా కార్తికేయుడు అని, తరువాత శివస్కంధ, శివశ్రీ అనే మలి శాతవాహన రాజుల పేర్లు, శాతవాహన నాణేలపై గల స్కంధుడు శైవమత ప్రాచుర్యాన్ని వ్యక్తం చేస్తున్నాయి. గుడిమల్లం (చిత్తూరు జిల్లా) శివలింగం కూడా క్రీస్తు పూర్వానిదని, శాతవాహనుల పూజలందుకున్నదని తెలుస్తున్నది. శాతవాహన నాణేలపై, శాసనాలపై గల స్వస్తిక్, నందిపాదం మొదలైన చిహ్నాలు కూడా బ్రాహ్మణ, పౌరాణిక మత ప్రాచుర్యాన్ని తెలుపుతున్నాయి.

భాషా సాంస్కృతిక పరిస్థితులు

నాటి బ్రాహ్మణ ఆశ్రమాలు, బౌద్ధ, జైన విహారాలు, వృత్తి (శ్రేణి) సంఘాలు మత, లౌకిక విద్యలను బోధించేవి. ధాన్యకటకంలో, శ్రీపర్వతంలో విశ్వ విద్యాలయాలుండేవి. ధాన్యకటకం విశ్వవిద్యాలయంలాగానే లాసాలో విశ్వవిద్యాలయం ఏర్పాటయిందని టిబెటన్ల సాహిత్యం తెలియజేస్తుంది.

శాతవాహన యుగంలో ప్రాకృతం, పైశాచీ, పాళీ, సంస్కృత భాషలలో అపార సాహిత్యం వెలువడింది. దేశీ (తెలుగు) భాషల్లో మౌఖిక సాహిత్యం (పాటలు, గేయాలు) ఉన్నట్లు గాథాసప్తశతి వల్ల తెలుస్తుంది. నాటి సామాన్య ప్రజల భాష దేశి. నాటి దేశి ద్రావిడ భాష నుండి విడివడి క్రమంగా తెలుగు భాషగా రూపొందిందని భాషా శాస్త్రజ్ఞులు అంటారు. పైశాచీ మాండలికం నాటి దేశీ భాషా సంబంధితం. ఆ భాషలో గుణాఢ్యుడు 'బృహత్కథ' అనే గ్రంథాన్ని కూడా వెలువరించాడు. అయితే శాతవాహనుల నాటి రాజభాష మాత్రం ఉత్తర భారత ప్రాంత ప్రభావితమైన ప్రాకృత భాష. దీనిని దక్షిణ ప్రాకృతం అనీ, మహారాష్ట్రీ ప్రాకృతం అనీ, తెలుగు ప్రాకృత మాండలికం అనీ భిన్నాభిప్రాయాలున్నాయి. ఏమైనప్పటికీ ప్రాకృతం తెలుగునీ, తెలుగు ప్రాకృతాన్నీ పరస్పరం ప్రభావితం చేసుకున్నాయి. 12వ శతాబ్దపు హేమచంద్రుని 'దేశి నామమాల' ప్రాకృతంలో అనేక తెలుగు పదాలున్నాయని పేర్కొంది. ఒక్క గాధాసప్తశతిలోనే అత్తా, పొట్ట, తుప్ప (నేయి), సరఅస్స (చెఱకు), రంప, మఇల (మైల), అవ్వో (అమ్మో), చోజ్జ (చోద్యం), వేంట (పత్తి) వంటి 40కి పైగా తెలుగు పదాలున్నాయని తిరుమల రామచంద్ర గుర్తించారు. అలాగే చీమకుర్తి శేషగిరిరావు తెలుగులో గల అమ్మ, సుత్తి (సుద్ధి), సుక్క (చుక్క), మరియాద, మిళ్ల (మైల), నగల (నాగలి) లాంటి 239 పాళీ పదాలున్నాయని గుర్తించారు. ఒక శాతవాహన రాజు పేరు పులుమావి కూడా తెలుగు పదం. పులు అంటే గడ్డి, మావి అంటే తల్లి మాయ. అనగా గడ్డిలో జన్మించినవాడు (శరజన్మన్) స్కంధుడు/ కార్తికేయుడు/ కుమార స్వామి అని అర్థం. గౌతమీపుత్ర శాతకర్ణి కాలం నుండి వెలువడిన శాతవాహన వెండి నాణేలపై ప్రాకృత, దేశీ భాషలు రెండింటి రాతలున్నాయి. శాతవాహన రాజుల శాసనాలన్నీ బ్రాహ్మీ లిపిలో ప్రాకృత భాషలో ఉన్నప్పటికీ కుంతల శాతకర్ణి కాలం నుండి సంస్కృతం రాజభాష అయినట్లు తెలుస్తుంది. నాటి నుంచి కావ్యాలు సంస్కృతంలో వచ్చాయి. కొంతమంది పండితులు కూడా సంస్కృతంలో మాట్లాడినప్పటికీ ప్రజల భాష మాత్రం దేశీ భాషయైన తెలుగే.

హాలుని కాలం (ఒకటవ శతాబ్దం) నుండే కావ్యరూప సాహిత్యం కనిపిస్తున్నది. 'కవి వత్సలు'డైన హాలుని ప్రాకృత కావ్యం గాథాసప్తశతిలో 700 గాథలు ఉన్నాయి. ఆయన రాజ్యం / ఆస్థానంలోని ఎంతోమంది కవులు, కవయిత్రులు వాటిని రాశారు. ఆ కావ్యంలో గ్రామీణ వాతావరణంలో అనేక వృత్తులకు చెందిన యువతీ యువకుల మధ్య ఉన్న ప్రేమ / శృంగారం వాస్తవికంగా వర్ణించబడింది. కుంతల శాతకర్ణి, శర్వవర్మ కథలతో గుణాఢ్యునికి సంబంధమున్నట్లు కనిపిస్తున్నా గుణాఢ్యుడు తను పైశాచీ మాండలిక భాషలో రాసిన 'బృహత్కథ'ను శాతవాహన రాజుకు (హాలునికి) అంకితమిచ్చినట్లు రాశాడు. అయితే అందులోని లంబకాలు (అధ్యాయాలు) అన్నీ లుప్తమై ప్రస్తుతం ఒక్క లంబకం మాత్రమే, అది కూడా సోమదేవభట్టు సంస్కృతంలోకి అనువదించిన 'కథా సరిత్సాగరం' రూపంలో లభ్యమవుతున్నది. బృహత్కథ రామాయణ మంతటి కావ్యం. ప్రపంచ ప్రఖ్యాతిగాంచిన పంచతంత్ర కథలకు అది మూలం. ఇక హాలుని వివాహంపై ప్రాకృతంలో ఒక అజ్ఞాతకవి (కుతూహలుడు) 'లీలావతి' కావ్యాన్ని రాశాడు. బౌద్ధుల గ్రంథాలు కూడా ప్రాకృతంలో రాయబడ్డాయి.

శర్వవర్మ కుంతల శాతకర్ణి కోసం రాసినట్లు చెప్పుతున్న సంస్కృత వ్యాకరణం 'కాతంత్ర వ్యాకరణం'. ఇది ఆరు నెలల్లో సులభంగా సంస్కృతం నేర్చుకోవడానికి ఉపకరిస్తుందట. మహాయాన బౌద్ధులు సంస్కృతంలోనే రచనలు చేశారు. నాగార్జునుని ప్రజ్ఞా పారమిత, సుహృల్లేఖ మొదలైన గ్రంథాలు సంస్కృత రచనలు. అతడు 'రత్నావళీ - రాజపరికథ'లో శ్రేయోరాజ్య సిద్ధాంతాన్ని ప్రవేశపెట్టాడు. అతని సుహృల్లేఖను ప్రతి విద్యార్థి కంఠస్థం చేసేవాడని చైనా యాత్రికుడు ఇత్సింగ్ (7వ శతాబ్దం) పేర్కొన్నాడు. నాగార్జునుని రచనలను కొన్నింటిని చైనీస్ భాషలోకి అనువదించారు. అతడు శ్రీపర్వతం విశ్వవిద్యాలయంలో పెద్ద గ్రంథాలయాన్ని నిర్మించినట్లు మరో చైనా యాత్రికుడు ఫాహియాన్ పేర్కొన్నాడు. నాగార్జునుని అనంతరం ఆర్యదేవుని రచనలు కూడా సంస్కృతంలోనే వెలువడ్డాయి. యజ్ఞశ్రీ శాతకర్ణి కాలంలో ఉజ్జైని నుండి వచ్చిన యాత్రికుడు అమరావతిలో వేయించిన శాసనంలో కూడా సంస్కృత ప్రభావం కనిపిస్తుంది.

మహారాష్ట్రలో ఉన్న అజంతాలోని తొమ్మిదవ, పదవ గుహలలో దొరికిన శాసనాల మీద గౌతమీపుత్ర శాతకర్ణి పేరు ఉండడంతో అవి శాతవాహన కాలపు సంస్కృతికి చెందినవని అర్థమవుతుంది. పదవ గుహలో (క్రీ.శ. 2వ శతాబ్దం) మహాయాన శాఖకు చెందిన 'షడ్దంత జాతక' కథా చిత్రంలో రాజు-రాణి బోధి వృక్షాన్ని పూజించడం, పదిహేను మంది బృందం నాట్యం చేయడం ఆనాటి సాంస్కృతిక విశేషాలను తెలుపుతాయి. భారత దేశ చరిత్రలోని మొట్టమొదటి పూర్తి వికసిత చిత్రలేఖనం

అజంతాలోనే కన్పిస్తుంది. లైనింగ్, చరశీలత్వం, సహజత్వం, ప్రసన్నత అజంతా కుడ్య చిత్రాల లక్షణాలు. అజంతా చిత్ర వివరాలు అమరావతీ శిల్పాలలో కన్పించడం గమనార్హం. ప్రజలు తమ ఇళ్ల గోడలపై జాతక, పౌరాణిక గాధలను చిత్రించుకొనేవారని నాటి వాఙ్మయం ద్వారా తెలుస్తుంది.

ప్రజలు నృత్య సంగీతాలతో వినోదాన్ని పొందేవారు. వీణ, వేణువు, మృదంగం, శంఖం నాటి సంగీత పరికరాలు. వాత్స్యాయనుని "కామసూత్ర" నాటి ప్రజలు హోలక, ఉద్యానవన, కౌముది యాగం, ఘటానిబంధన, మదనోత్సవం లాంటి పండుగల్లో వినోదించేవారని పేర్కొంటుంది. ఇట్లాంటి వినోదాల్లో స్త్రీలు పురుషులతో స్వేచ్ఛగా విహరించే వారని తెలుస్తున్నది.

***

అధ్యాయం-4

ఇక్ష్వాకులు - జైన, బౌద్ధ మతాల వ్యాప్తి

చివరి శాతవాహనుల కాలంలో చెలరేగిన అంతఃపుర కలహాలలో, మత కలహాలలో జోక్యం చేసుకుని మహాతలవర, మహాసేనాపతి పదవులలో ఉన్న వారి సామంతులగు ఇక్ష్వాకులు మూడవ పులుమావిని నిర్మూలించి స్వతంత్ర రాజ్యస్థాపన చేశారని 'యుగపురాణం' ఆధారాన్ని బట్టి చెప్పవచ్చు. మత్స్యపురాణం ఇక్ష్వాకులను శ్రీపర్వతీయులని, ఆంధ్రభృత్యులని, ఏడుగురు రాజులు ఒక శతాబ్దం పాలించారని పేర్కొన్నప్పటికీ విష్ణు పురాణం, జైన ధర్మామృతం ఇక్ష్వాకు రాకుమారులు దక్షిణపథానికి వచ్చి రాజ్యాలు స్థాపించారని పేర్కొనడం వారు కోసల ప్రాంతం (ఉత్తర భారతం లేదా చత్తీస్‌ఘడ్) నుండి వచ్చారేమో అనే అనుమానానికి తావిస్తున్నాయి. ఇక్ష్వాకులను కన్నడిగులని వోగెల్, తమిళులని గోపాలచారి, స్థానికులని కాల్డ్వెల్, ఇక్షు చిహ్నం గల ప్రాచీన స్థానిక గణికులని బి.ఎస్.ఎల్. హనుమంతరావు అభిప్రాయపడ్డారు. కాని నాగార్జునకొండ శాసనాలు మాత్రం ఇక్ష్వాకులు శాక్యముని గౌతమబుద్ధుని వంశం వారని, వాశిష్టిపుత్ర సిరి ఛాంతమూలుడు విజయపురిలో (నేటి నాగార్జునకొండలో) రాజ్యం స్థాపించాడని, మొత్తం నలుగురు రాజులు పాలించారని తెలుపుతున్నాయి. వీరు కృష్ణానదికి ఇటు - అటు గల జిల్లాలలో, అనగా తెలంగాణ, రాయలసీమ, కోస్తాంధ్ర మధ్య కూడలిలో ఉన్న జిల్లాల్లో సుమారు క్రీ.శ. 225 - క్రీ.శ. 355 మధ్య ప్రాంతంలో పరిపాలన చేశారు.

శాతవాహన యుగంలో ప్రారంభమయిన అన్ని రంగాల్లో చెప్పుకోదగిన పురోభివృద్ధి కనబడటం ఇక్ష్వాకు యుగ విశేషం. శాసనాల ఆధారంగా ఇక్ష్వాకులలో కింద తెలిపిన నలుగురు రాజులు విజయపురి రాజధానిగా పాలించారు.

1. వాశిష్టిపుత్ర సిరి ఛాంతమూల
2. మాఠరీపుత్ర వీరపురుషదత్త

3. ఎహువల ఛాంతమూల

4. రుద్రపురుషదత్త

ఇటీవల సూర్యాపేట జిల్లాలోని ఫణిగిరిలో దొరికిన శాసనం రుద్రపురుషదత్తుడు కనీసం 18 సంవత్సరాలు పాలించాడని, ఇంతవరకు చరిత్రకారులు భావిస్తున్నట్లు 11 సంవత్సరాలు కాదని విశదం చేసింది. ఇక్ష్వాకులు తమ రాజ్య నిర్వహణలో ఎక్కువగా శాతవాహనుల పరిపాలనా విధానాన్నే అనుసరించారు. మొదటి ఛాంతమూలుడు మహారాజు బిరుదాన్ని ధరించాడు. సామంతులు, విదేశీయులతో వివాహ సంబంధాలను ఏర్పరుచుకోవడం ప్రారంభించాడు. ఇక్ష్వాకులు తమ రాజ్యాన్ని రాష్ట్రాలుగా విభజించి పూగీయ, చాళుక్య, పల్లవ (?) తదితర వంశాల/సామంతుల పాలనలో ఉంచారు.

మతం

ఇక్ష్వాకులలో మొదటి రాజు వైదిక, పౌరాణిక మతాలను, రెండవ రాజు బౌద్ధమతాన్ని, మూడవ రాజు బౌద్ధ, శైవాలను రెండింటినీ అనుసరించారు. మొదటి ఛాంతమూలుని పుత్ర పౌత్రుల శాసనాల ఆధారంగా ఆయన అగ్నిహోత్ర, అగ్నిష్టోమ, అశ్వమేధ, వాజపేయ యాగాలను చేసి, అనేక కోట్ల హిరణ్యాలను (బంగారు నాణేలను?), వందవేల గోవులను, వందవేల నాగళ్లను దానం చేశాడని తెలుస్తున్నది. ఇతని అశ్వమేధ వేదిక నాగార్జునకొండలో బయల్పడింది. ఈయన మహాసేన విరూపాక్షుని భక్తుడు. కాబట్టి నాగార్జునకొండలో కనిపిస్తున్న కొన్ని మహాసేనాలయాలను ఈయనే కట్టించాడని భావించవచ్చు.

వీరపురుషదత్తుని 18వ రాజ్య సంవత్సరంలో అతని ఆయుర్వృద్ధికి, రాజ్యవృద్ధికి అతని అత్త దానధర్మాలు చేసింది. ఆయన కాలం బౌద్ధమతానికి సువర్ణయుగం. అంతఃపుర స్త్రీలు అనేకులు బౌద్ధ సంస్థలకు దానధర్మాలు చేశారు. ఆయన 6వ రాజ్యవర్షంలో మహాచైత్యాన్ని పునరుద్ధరించి ఆయక స్థంభాలు నిలిపారు. విజయపురి (శ్రీపర్వతం) మహాయాన బౌద్ధానికి ప్రపంచ ప్రఖ్యాతి గాంచి విదేశీ యాత్రికులనాకర్షించింది. అలాంటి వారి కోసం సింహళ విహారం తదితర వసతులు ఏర్పరుచబడ్డాయి. వీరపురుషదత్తుని కాలంలో రాజభాండాగారిక బోధిశర్మ మేనకోడలు ఉపాసిక బోధిసిరి తామ్రపర్ణి (శ్రీలంక), కాశ్మీర, గాంధార, చీన, చిలాట, తోసలి, అపరాంత, వంగ, వనవాస, యవన, ద్రమిల, పాలూరాది రాజ్యాల్లో బౌద్ధాన్ని ప్రచారం చేసే భిక్షుకుల కోసం శ్రీపర్వతంలో (నాగార్జునకొండలో) ఛుళధమ్మగిరిపై చైత్య గృహాన్ని, కులహ విహారం దగ్గర చైత్యాన్ని, సింహళ విహారంలో బోధి వృక్షానికి వేదికను,

మహాధమ్మగిరిపై గృహాన్ని, దేవగిరిపై ప్రార్థనశాలను, పూర్వశైలంపై తటాక మంటపశాలలను, కంటక శైల మహాచైత్య తూర్పు ద్వారంలో శిలామంటపాన్ని, హీతువ ముత్తు వద్ద మూడు గదులను, పపిలి దగ్గర ఏడు గదులను, పుష్పగిరిపై శిలామంటపాన్ని నిర్మించింది.

ఎహువల ఛాంతమూలుని కాలంలో బౌద్ధం, పౌరాణిక బ్రాహ్మణ మతం రెండూ పోషించబడ్డాయి. బౌద్ధ మతస్థులలో అపర మహావినశైలీయులు, బహు శ్రుతీయులు, మహీశాసకులు అని ఎన్నో శాఖలవారు ఏర్పడ్డారు. సేనాని ఎలిసిరి కుమారస్వామికి సర్వదేవాధివాసాన్ని, రాకుమారుడు వీరపురుషదత్తుడు పుష్పభద్రుడనే దేవుడికి (శివుడుకి) ఆలయాన్ని నాగార్జునకొండలో నిర్మించారు. ఒక అంతఃపురాంగన నొడగిరి స్వామికి దానధర్మాలు చేసింది. ఎహువల కాలంలోనే శక రాజు అభీరక వసుసేనుని సేనాని శివసేనుడు అష్టభుజస్వామి (నారాయణుడు) విగ్రహాన్ని నాగార్జునకొండలో ప్రతిష్టించాడు. నాగార్జునకొండలో ఉన్న హారీతి దేవాలయంలోని సప్తమాతృకల వద్ద నాటి స్త్రీలు సంతానం కోసం గాజులు సమర్పించేవారు. మంచికల్లు శాసనం తీర్థయాత్రికులను ప్రస్తావించింది.

వాస్తు - శిల్పాలు

నాగార్జునకొండలో మత, లౌకిక (రెండు రకాల) కట్టడాలు కన్పిస్తున్నాయి. అక్కడ ప్రాకారాలు, అగడ్త, కోటలో భవనాలు, రాజప్రాసాదం, ప్రేక్షాగారం (బహిరంగ ప్రదర్శనశాల) తవ్వకాల్లో బయటపడ్డాయి. బహిరంగ ప్రదర్శనశాల నిర్మాణంలో రోమన్ వాస్తుశిల్పుల పాత్ర ఉన్నట్లు అర్థమవుతుంది. అక్కడే కూర్మకుండం, అవబృథ స్నానవాటికతో పాటు అశ్వమేథ వేదిక కూడా బయటపడ్డాయి. నాగార్జునకొండ మీదనే బహుశా ఎహువల ఛాంతమూలుని కాలం నుండి నిర్మించబడిన కార్తికేయ, పుష్పభద్ర, హారీతి, అష్టభుజస్వామి, కుబేరస్వామి, మహాసేన, శక్తి, నవగ్రహాల విగ్రహాలు, ఆలయ శిల్ప శిథిలాలు బయటపడ్డాయి. నాటి ఆలయాలు ఆగమశాస్త్రాల ప్రకారం గర్భగుడి, అంతరాళం, మంటపం, ధ్వజస్థంభం, ప్రాకారాలతో సహా నిర్మించబడ్డాయి. అయితే హిందూ శిల్ప సంప్రదాయం శాతవాహన కాలంనాటిదే. కొణిదెన, పెదముడియం శిల్పఫలకాలు, చేజెర్ల సప్తమాతృకల విగ్రహాలు, వీరాపురం దేవాలయాలు ఇక్ష్వాకులు నిర్మించినవే. శ్రీపర్వతంతో పాటు సూర్యాపేట జిల్లాలోని ఫణిగిరి, ఖమ్మం జిల్లాలోని నేలకొండపల్లి, ఆంధ్రప్రదేశ్‌లోని జగ్గయ్యపేట, రామిరెడ్డిపల్లి, చినగంజాంలలో కూడా నాటి స్థూపాలు, విహారాలు, మంటపాలు దర్శనమిస్తున్నాయి. ఫణిగిరిలో సాంచి

తోరణాల వంటి శిలా శిల్ప శకలాలు ఇటీవల వెలుగులోకి వచ్చాయి. హైదరాబాద్, సంగారెడ్డి రహదారికి పక్కనున్న కంది గ్రామంలో ఆనాటి ఆంధ్రప్రదేశ్ పురావస్తు శాఖ 1983-84 సంవత్సరంలో జరిపిన తవ్వకాలలో ఇక్ష్వాకుల కాలపు నివాస స్థావరంలో అష్టకోణాకృత (ఎనిమిది పలకల) గర్భాలయం, దాని ముందు దీర్ఘ చతురస్రాకార మహా మండపం వెలుగు చూశాయి. ఇక్కడి ఇటుకలకు నాగార్జున కొండలోని సర్వదేవాధివాసంలో వాడిన ఇటుకలకు పోలికలుండడంతో ఈ ఆలయం కూడా అదే ఇక్ష్వాకుల కాలపు అష్టభుజ స్వామి ఆలయం అయ్యుంటుందని భావిస్తున్నారు. ఈ నేపథ్యంలో ఈ కంది ఆలయం భారతదేశంలో ద్రావిడ శైలికి చెందిన తొలి దేవాలయం అని ఈమని శివనాగిరెడ్డి స్థపతి భావించారు.

భాషా - సాహిత్యాలు

ఎహువల ఛాంతమూలుని కాలం నుండి శాసనాలను సంస్కృత భాషలో (నాగార్జునకొండలో) రాయడం ప్రారంభమైంది. నాటి శిల్పం ఎంత అందంగా ఉందో బ్రాహ్మీలిపి కూడా అంత అందంగా ఉంది. ఎహువల, అనిక్కి, బాపి, అడవి, రెమ్మణక మొదలయిన తెలుగు పదాలు నాటి తెలుగు భాషా ప్రాధాన్యాన్ని తెలుపుతాయి. నాగార్జునకొండ, ధాన్యకటకం నాటి ప్రధాన విద్యా కేంద్రాలు. ఇవి దేశవిదేశాల నుండి విద్యార్థులను ఆకర్షించేవి. వీటిల్లో మత, లౌకిక విద్యలు రెండింటిని బోధించేవారు. మహాయాన బౌద్ధానికి పేరొందిన శ్రీపర్వతం బౌద్ధుల గ్రంథ రచనకు కూడా నెలవైంది. నాగార్జునకొండ శాసనాన్ని బట్టి అభీరకులు (శకులు) ఎహువల ఛాంతమూలుని పాలనలో ఒక దశాబ్దకాలం అంతరాయం కల్గించారని తెలుస్తున్నది. మైదవోలు, మంచికల్లు శాసనాలు పల్లవుల మొదటి రాజు సింహవర్మ ఇక్ష్వాకు వంశపాలనను అంతం చేశాడని సూచిస్తున్నాయి.

జైన, బౌద్ధ మతాల వ్యాప్తి

అందుబాటులో ఉన్న పురావస్తు, సాహిత్య ఆధారాలను బట్టి తెలుగుదేశంలో జైనం, బౌద్ధం, వైదిక, పౌరాణిక భక్తి మతాలు క్రమంగా వ్యాప్తి చెందినట్లు తెలుస్తున్నది.

జైన మతం

జైన మతం తెలుగు దేశంలోకి ప్రవేశించి వ్యాప్తి చెందిన తీరును వాఙ్మయ పురావస్తు తవ్వకాల ఆధారంగా కింది విధంగా వివరించవచ్చు. మొదటి జైన తీర్థంకరుడు వృషభనాథుని కొడుకు బాహుబలి (గోమతేశ్వరుడు) పొదన్యపురం (బోధన్) రాజధానిగా

పరిపాలించాడు. పదవ తీర్థంకరుడు శీతలనాథుడు భదళపురి (భద్రాచలం?)లో నివసించాడు. పన్నెండవ తీర్థంకరుడు వసుపూజ్యుని కాలంలో ఇక్ష్వాకు రాకుమారుడు యశోధరుడు వేంగిలోని ప్రతీపాలపురం (భట్టిప్రోలు)లో రాజ్యస్థాపన చేసి పాలించాడు. ఇరవై నాలుగవ తీర్థంకరుడు వర్థమాన మహావీరుడు శ్రావస్తి నుంచి బయలుదేరి హతసిష, తోసలి, కళింగ (ఒడిషా) మీదుగా మోసలి (భట్టిప్రోలు) వరకు వచ్చాడు. ఈ కారణాల వల్ల మగధ చక్రవర్తి మహాపద్మనందుని కాలం (క్రీ.పూ. 400) నాటికి ఉత్తర కోస్తాంధ్ర లోని భట్టిప్రోలు వరకు జైనమతం ప్రవేశించి విస్తరించింది. ఆ తరువాత మగధ చక్రవర్తి ఐన మౌర్య చంద్రగుప్తుని ఆస్థానంలో (క్రీ.పూ. 320) ఉన్న గ్రీకు రాయబారి మెగస్తనీస్ తుంగభద్ర నదీ తీరంలో దిగంబర సంచార యతులు (దిగంబర జైనులు) ఉన్నారని రాశాడు. తుంగభద్ర తీరంలో అలంపురంలో అత్యంత ప్రాచీన కాలం నుండి పూజింపబడుతున్న నగ్న విగ్రహం (జోగులాంబ) ఈ దిగంబర యతుల సాంప్రదాయానికి చెందినదేమో! అశోకుని మనుమడు సంప్రతి (క్రీ.పూ. 200) దక్షిణదేశంలో జైన మత ప్రచారాన్ని గావించాడు. వడ్డమానులో సంప్రతి విహారం ఉంది. కుబేరుని (ధనదుని) కాలం (క్రీ.పూ. 200) నాటికి బౌద్ధమతంతో ఏర్పడిన సంఘర్షణలో జైనమతం వీగిపోయి గుంటుపల్లి, భట్టిప్రోలు, వడ్డమానుల్లో బౌద్ధస్థూపాలు వెలిశాయి. మొదటి శాతవాహన రాజు శ్రీ శాతవాహనుడు నిర్మించిన జైనతీర్థంలో (కోటి లింగాల దగ్గరి కంభంపల్లిలో?) పాదలిప్తసూరి ధ్వజారోహణ గావించాడు. తరువాత శాతకర్ణి, అతని కుమారుడు శక్తికుమారులను కూడ జైన గ్రంథాలు పేర్కొన్నాయి. తొలి శాతవాహనులు జైనమతాన్ని పోషించినట్లు వారి తొలి రాజధాని కోటిలింగాల చుట్టుప్రక్కలున్న ఊర్ల పేర్లు (జైనారం (జయ్యారం), పాటిగడ్డ, స్తంభంపల్లి, మానాల, మానకొండూరు, జైనపేట, మునులగుట్ట మీద దొరికిన శాతకర్ణి నాణేలు ధృవీకరిస్తున్నాయి. అయితే వారి గురువు కాలాకాచార్యుని సోదరి సరస్వతిని గార్ధభిల్లుడు చెరబట్టిన కాలం నుంచి వారి జైనమత పోషణ ఆగిపోయింది.

శాతకర్ణి సమకాలికుడైన కళింగ ఖారవేలుడు కోస్తాంధ్రలో జైనాన్ని ప్రచారం చేయడంతో పాటు కుమారగిరి (ఆంధ్రలోని రామతీర్థం లేదా దుర్గంకొండ లేదా ఉదయగిరి) పై జైనుల మహాసభ జరిపి పవిత్ర ద్వాదశాంగాలను క్రోడీకరింపచేసి భద్రపరిచాడు. ఆ సభలోనే దిగంబర, శ్వేతాంబర జైన శాఖల మధ్య సమన్వయ శాఖ ఐన యాపనీయ శాఖకు బీజాలు పడ్డాయి. అనంతరం అనంతపురం జిల్లా కొనకొండలో కొండ కుందాచార్యుడు (క్రీస్తు పూర్వం 40 - క్రీస్తుశకం 44) శ్వేతాంబర, దిగంబర శాఖలు రెండూ గౌరవించే గ్రంథాలు 84కి పైగా రాశాడు. అయినా క్రీ.శ. 83లో

శ్వేతాంబర, దిగంబర శాఖలు విడిపోయాయి. క్రీ.శ. 150 ప్రాంతంలో దక్షిణ దేశ దిగంబర జైనులు వేణాకతటీపురం (బెజవాడ)లో సమావేశమై తమ సిద్ధాంతాన్ని క్రోడీకరించుకున్నారు. ఈ సభ అనంతరం జైనులు దిగంబరులుగా, శ్వేతాంబరులుగా శాశ్వతంగా విడిపోయారు. దిగంబరులుగా ఉంటూ శ్వేతాంబర ఆచారాలను పాటించే యాపనీయులు కళ్యాణిలోనో, కరహాడ్లోనో, వల్లభిలోనో పుట్టినా ఆంధ్ర, కర్ణాటక ప్రాంతాలలోనే జనాదరణ పొందారు.

ఏమైనా, ఆరవ శతాబ్ది నాటికి జైనమతం పెద్దగా ప్రచారంలో లేదు. చాళుక్యుల యుగంలోనే ప్రచారంలోకి వచ్చి, కళ్యాణి - వేములవాడ చాళుక్యుల ప్రాంతాలలోని తెలంగాణలో ఉచ్ఛస్థితికి చేరుకుంది. ఒక్క పొట్లచెరువు (పటాన్చెరు) లోనే 500 జైన వసదులుండేవట. అలాగే కొలనుపాక కూడా నాటి నుండి నేటి వరకూ మనుగడలో ఉన్న జైన కేంద్రం. మహబూబ్నగర్ జిల్లాలోని మీనాంబరం, గొల్లత్తగుడి, నుస్రుల్లాబాద్లలో కూడా జైన కేంద్రాలు వర్ధిల్లాయి. కఠిన నియమాలు సడలించడం, శూద్రుల సాంఘికోన్నతికై ప్రయత్నించడం, చాళుక్య, రాష్ట్రకూట, నొలంబ రాజులు ఆదరించడం జైనం ఉచ్ఛస్థితిలోకి రావడానికి కారణాలు. తూర్పు చాళుక్యులు కొంతవరకు జైనాన్ని పోషించినప్పటికీ వారి హింసకు తాళలేకనే రుషభనాథుడు మొదలగు జైనులు అనుమకొండలో ఆశ్రయం పొందారు. తొలి కాకతీయులు జైనులు. ప్రోలరాజు అనుమకొండ శాసనం జినేంద్ర ప్రార్థనతో ప్రారంభమవుతుంది. అతని మంత్రి బేతన భార్య మైలమ అనుమకొండలో కడలాలయ బసదిని నిర్మించింది. 12వ శతాబ్దం నుండి తీవ్రవాద వీరశైవ మత శాఖ అనుయాయులు చేపట్టిన విధ్వంసంలో జైనం అంతరించింది. జైన దేవతలగు కాకతి, జోగులాంబ మరియు జైన ఆచారాలు హిందుమతంలో ప్రవేశించాయి.

బౌద్ధ మత వ్యాప్తి

అశ్మక, ములక ఆంధ్ర జనపదాల సరిహద్దులలో గోదావరి తీరాన నివసించే బ్రాహ్మణ పండితుడు బావరి పంపగా రాజగృహ (మగధ)కు వెళ్ళిన అతని 16 గురు శిష్యులు బుద్ధునితో మాట్లాడి బౌద్ధమతంలో కలిసిపోయారని, వారిలో ఒకడైన అతని మేనల్లుడు పింగియ తిరిగి వచ్చి బౌద్ధ ధర్మ విశిష్టతను గురించి అతనికి చెప్పగా అతనూ ఆ ధర్మంలో చేరిపోయి అనాగమి అయ్యాడని 'సుత్తనిపాత' వివరిస్తున్నది. బుద్ధుని శిష్యుడు మహా కాత్యాయనుడు అస్సక రాజు (నిజామాబాద్ జిల్లా) గురువు. ఇంకా బౌద్ధ వాఙ్మయం బౌద్ధులు కళింగం (ఒరిస్సా) మీదుగా వచ్చి, తెలివాహ

(గోదావరి నదిని దాటి, ఆంధ్రనగరి (కోటిలింగాల – తెలంగాణ)లో ప్రవేశించి తమ మతాన్ని ప్రచారం చేశారని సూచిస్తుంది. గోదావరి తీరాన గల పాశిగామ, ధూళికట్ట మొదలగు క్రీస్తు పూర్వపు స్థూప విహారాలు ఈ విషయాన్ని బలపరుస్తున్నాయి.

భౌగోళిక, చారిత్రక వ్యాప్తి

అశోకుని పదమూడవ శిలాశాసనంలో 'ఆంధ్రులు బౌద్ధ ధర్మాన్ని పాటిస్తున్నారు' అని పేర్కొన్న దానికి నిదర్శనాలుగా అతని కాలానికే (క్రీ.పూ. 3వ శతాబ్దం) బుద్ధుని శారీరక అవశేషాలపై నిర్మించబడ్డ స్థూపాలు భట్టిప్రోలు, ధాన్యకటకం (అమరావతి)లలో కనిపిస్తాయి. అమరావతి స్థూపం దగ్గర దొరికిన అశోకుని స్తంభ శాసనం ముక్క, ఆ స్థూప రాతి విశేషాల నునుపుదనం (అశోక మౌర్యుని వాస్తు లక్షణం) ఆ స్థూపాన్ని అశోకుడే మొదట అభివృద్ధిపరచాడనడానికి బలాన్నిస్తున్నాయి. అశోకుడు పంపిన మహాదేవ భిక్షు మహిష మండలంలో (భైంసా, నిర్మల్ నుంచి గోదావరి మీదుగా నల్గొండ వరకు) బౌద్ధాన్ని ప్రచారం చేశాడు. విశాఖపట్నం జిల్లాలోని శంకరం (సంఘారామం) రాతి స్థూపాలు, గుడివాడ, శాలిహుండం, దంతపురం బౌద్ధ కట్టడాలు కూడా అశోకుని కాలానివే.

అనేకాధారాలను బట్టి కళింగ ప్రాంతం గుండా సముద్ర మార్గం ద్వారా వచ్చినా, కోసల విదర్భ భూమార్గం ద్వారా వచ్చినా కూడలి ప్రదేశంగా కనిపించే బెజవాడ (వెచ్చవాడ విజయవాడ నుండి కృష్ణానది పోతాలంక) ద్వారా పడవల్లో ప్రయాణించి నదికి ఇటు అటు ఉన్న భట్టిప్రోలు, ధాన్యకటకం, ఘంటసాల, జగ్గయ్యపేట, నాగార్జునకొండ, గోలి, మాడుగుల, కేసానిపల్లి, ఆల్లూరు మొదలైన బౌద్ధ స్థలాలను దర్శించడానికి వీలుండేదని అర్థమవుతుంది. ఈ మార్గాలు భారతీయులకు, శ్రీలంక, దూర ప్రాచ్య దేశవాసులకు ఎక్కువ ఉపయోగపడేవి. పైన పేర్కొన్న స్థలాల్లో దొరికిన శాసనాల్లో 'మహా నావికులు' దాతలుగా పేర్కొనబడటం ఈ భావనను బలపరుస్తుంది.

పిటకాలు బౌద్ధమత పవిత్ర గ్రంథాలు. వాటి అధ్యయన అధ్యాపనలు జరిగిన చోటుకే పిటకాల గుళ్ళు అనే పేరు వచ్చింది. క్రీ.శ. 5వ శతాబ్దారంభంలో బుద్ధఘోషుడు అంధక భాషలో ఉన్న త్రిపీటకాలను 'విశుద్ధిమగ్గ' పేరుతో పాళీ భాషలోకి అనువదించినట్లు ఆయన తన 'మజ్జిమ నికాయ' వ్యాఖ్యానంలో చెప్పాడు. విశుద్ధిమగ్గ థేరవాద బౌద్ధానికి విజ్ఞాన సర్వస్వమనదగిన గ్రంథం. క్రీ.శ.4, 5 శతాబ్దాలలో నివసించిన దిగ్నాగుడు 'అపోహ' అనే మొట్ట మొదటి బౌద్ధమత తర్కాన్ని ప్రవేశపెట్టూ 'ప్రమాణ సముచ్ఛయ' అనే గ్రంథాన్ని రాశాడు. తన 'ప్రజ్ఞాపారమిత పిండార్థ'లో

‘అద్వైతం’ పరిపూర్ణ జ్ఞానమని, బుద్ధుడే దాని రూపం అని చెప్పాడు. అతడు కోటి లింగాల దగ్గరి పాశిగాంలో నివసించాడని ఒకరిద్దరు చరిత్రకారులు అభిప్రాయపడ్డారు. అతని శిష్యుడు ధర్మకీర్తి దక్షిణాంధ్రలో జీవించాడు. ‘తర్కజ్వాల’ గ్రంథకర్త భావ వివేకుడు (క్రీ.శ. 490-570) కూడా తెలుగువాడే.

క్రీ.పూ. 3వ శతాబ్దం నాటికే జగిత్యాల జిల్లాలోని కోటిలింగాలలో, పెద్దపల్లి జిల్లాలోని ధూళికట్టలో బౌద్ధ స్థూపాలు నిర్మించబడ్డాయి. ఆ తరువాత ఒకటి రెండు శతాబ్దాలలో ధూళికట్ట బౌద్ధ స్థూపం శిలా ఫలకాలతో అలంకరించబడింది. క్రీ.పూ. 1వ శతాబ్దం నుంచి క్రీ.శ. 2వ శతాబ్దాల మధ్య తెలంగాణను పాలించిన శాతవాహనుల కాలంలో ఆదిలాబాద్ జిల్లా సరిహద్దులలోని మాహూరు, జగిత్యాల జిల్లాలోని స్తంభంపల్లి, పాశిగాం, మునులగుట్ట (మొక్కట్రావుపేట), మీర్జాపేట, సంగారెడ్డి జిల్లాలోని కొండాపూర్, వరంగల్ జిల్లాలోని గీసుకొండ, సూర్యాపేట జిల్లాలోని ఫణిగిరి, తిరుమలగిరి, వర్ధమానుకోట, నాగారం, అర్వపల్లి, గోపులాయపల్లి, ఖమ్మం జిల్లాలోని నేలకొండపల్లి మొదలైన ప్రదేశాల్లో బౌద్ధ స్థూపాలు, చైత్యాలు, ఆరామాలు, విహారాలు వెలిసి కార్యకలాపాలు కొనసాగించాయని తవ్వకాలు, ఉపరితల పరిశోధనలు నిరూపించాయి. క్రీ.శ. 3 నుంచి 4 శతాబ్దాల మధ్యన ఇక్ష్వాకుల కాలంలో సూర్యాపేట జిల్లాలోని ఫణిగిరి, గాజులబండ, వర్ధమానుకోట, నల్గొండ జిల్లాలోని ఏలేశ్వరం, ఖమ్మం జిల్లాలోని నేలకొండపల్లి, ముదిగొండలలో బౌద్ధ మతం మనుగడలో ఉన్నట్లు ఆయా ప్రాంతాల్లోని పురావస్తు ఆధారాలు విశదం చేశాయి.

క్రీ.శ. 4 - 5 శతాబ్దాలలో... అంటే విష్ణుకుండుల పాలనా కాలంలో కొండరాళ్లను తొలిచి బౌద్ధ స్థూపాలు, ఆరామ విహారాలు, బౌద్ధ శిల్పాలు చెక్కిన ఆధారాలు ఖమ్మం జిల్లాలోని కారుకొండలో, హైదరాబాదులోని చైతన్యపురిలో, యాదాద్రి భువనగిరి జిల్లాలోని ఇంద్రపాలనగరం, తుమ్మలగూడెం, నాగారం, ఏలేశ్వరంలలో వెలుగు చూశాయి. అయితే ఇదే కాలంలో ఫణిగిరిలో బౌద్ధఫలకాలు శివలింగాలుగా మార్చబడ్డాయి.

బౌద్ధ స్థలాలు తెలంగాణలోని గోదావరి నదీ తీరప్రాంతంలో ఎక్కువగా కనిపిస్తాయి. ఇవన్నీ కూడా వర్తక రహదారుల్లో ఉండే నీటి వసతులకు సమీపాన గల కొండల మీద లేదా మైదానం మీద ఉండడం నాటి వర్తక ప్రాధాన్యాన్ని తెలియజేస్తుంది. దేశంలోని పద్దెనిమిదింటిలో తెలుగు రాష్ట్రాల్లోనే తొమ్మిది బౌద్ధ మత శాఖలు

విస్తరించాయని మహాయాన బౌద్ధం బాగా ప్రచారంలోకి వచ్చిందని అర్థమవుతుంది. ఆచార్య నాగార్జుని శూన్యవాదమైతే మరీ ఎక్కువ ఆదరణను పొందింది.

బౌద్ధ సన్యాసులు సామాన్యులకు అర్థమయ్యే విధంగా రచించి పాడిన నివాళి పదాలు, తుమ్మెద పదాల ఆధారంగా పాల్కురికి సోమన, యాగంటి లక్ష్మయ్య తదితర హిందూ కవులు ద్విపద కవిత్వం అల్లారని చెప్పవచ్చు. దూర ప్రాంతాల నుంచి శ్రీశైలం కాలి నడకన వెళ్ళే భక్తులు కూడా శూన్యవాద పదాలు పాడుతూ వెళ్ళేవారు. అయితే 13వ శతాబ్దానికల్లా బౌద్ధమత శూన్యవాదం ప్రాధాన్యం కోల్పోయి హిందూ మత భక్తివాదం ప్రాముఖ్యంలోకి రావడం గోన బుద్ధారెడ్డి 'రంగనాథ రామాయణం'లోని ఒక పద్యంలో గమనించవచ్చు. అది :

భక్తవత్సల మిముఁబరికింప తరమె
భక్తి యోగము దక్క బయలు మాటలకు (బయలు= శూన్యవాదం)

అయినా బౌద్ధమత సాంప్రదాయాలైన గుడి (కుటి), షోడశోపచారాలు, హారీతి మొదలైన దేవతలు హిందూ మతంలో ప్రవేశించాయని పలువురు అభిప్రాయపడ్డారు.

మాధ్యమికవాదం

రెండవ బౌద్ధ సంగీతిలో బౌద్ధ మతం థేరవాద, మహాసాంఘిక శాఖలుగా విడిపోయింది. నాటి నుండే ధాన్యకటకం మహాసాంఘిక శాఖకు ప్రధాన కేంద్రం. మూడవ బౌద్ధ సంగీతి సంకలన గ్రంథం 'కథావత్తు ప్రకరణం'లో అంధక (ఆంధ్ర) బౌద్ధ శాఖలైన చైత్యక, శైలవేతుల్యలకు ఎంతో ప్రాముఖ్యం కనిపిస్తుంది. మహాసాంఘిక బౌద్ధం (దాని శాఖలు) క్రమంగా మహాయాన బౌద్ధమతంగా మారింది. ఈ పరిణామానికి ప్రధాన కారకుడు ఆచార్య నాగార్జునుడు (క్రీ.శ. రెండవ శతాబ్ది). ఈయన మహాయాన శాఖ ప్రామాణిక గ్రంథాలైన ప్రజ్ఞాపారమిత, మాధ్యమికకారిక మొదలైన గ్రంథాలు రాసి, మాధ్యమిక లేదా శూన్యవాద తత్వాన్ని ప్రపంచవ్యాప్తంగా ప్రాచుర్యంలోకి తెచ్చాడు. ఈయన స్థాపించిన శ్రీపర్వత విశ్వవిద్యాలయానికి వారసుడు ఆర్యదేవుడు, భావవివేకుడు, దిగ్నాగుడు, అతని శిష్యుడు ధర్మకీర్తి తదితరులు కూడా బౌద్ధమత తత్వ వ్యాప్తికి ఎంతో కృషి చేశారు.

థేరవాదం, వజ్రయానం

క్రీ.శ. ఐదవ శతాబ్ది పూర్వార్థానికి చెందిన బుద్ధఘోషుడు శ్రీపర్వతం (విజయపురి – నాగార్జునకొండ)లోని సింహళ విహారం కడ గల బోధివృక్ష ఛాయలో కూర్చుండి కూడా బౌద్ధమత పవిత్ర గ్రంథాలైన త్రిపిటకాలకు విజ్ఞాన సర్వస్వాలనదగిన ఎన్నో

భాష్యాలు (థేరవాదం) రాసినట్లు తెలుస్తున్నది. తరువాత క్రీ.శ. ఆరవ శతాబ్దానికి చెందిన సిద్ధ నాగార్జునుడు వజ్రయాన శాఖ ఏర్పడడంలో కీలకపాత్రధారి. లైంగిక యోగసాధన ఈ శాఖలో ప్రధానాంశం. టిబెట్‌లో సిద్ధ నాగార్జునుడు ఈ మతాన్ని ప్రవేశపెట్టాడు. ఇతడు 50కి పైగా గ్రంథాలు రాశాడు. చివరి దశను శ్రీపర్వతంలో గడిపాడు. అసలు బుద్ధుడే తనకు జ్ఞానోదయం కలుగక ముందు ధాన్యకటకంలో ధారణలు వల్లించినందున దానికి ధరణికోట అనే పేరు వచ్చిందని, ఆ ధారణలే వజ్రయాన బౌద్ధమతం అయ్యిందని అంటారు. ఈ విధంగా బౌద్ధమత ప్రధాన శాఖలైన మహాయన, వజ్రాయన శాఖలకు పుట్టినిల్లు తెలుగుదేశం. ఇక్కడి నుండి ఈ మత శాఖలు ప్రపంచవ్యాప్తంగా, ముఖ్యంగా ఆగ్నేయాసియాలో అధిక ప్రచారంలోకి వచ్చాయి.

అనేక ఆధారాలు తెలుగుదేశంలోని అన్ని ప్రాంతాలలో బౌద్ధమత శాఖలన్నీ ప్రచారంలో ఉన్నాయని తెలియజేస్తున్నాయి. ఎహువల ఛాంతమూల అనే ఇక్ష్వాకు రాజు సోదరి (వనవాస రాణి) కొడబలి సిరి నాగార్జునకొండపై (థేరవాద) మహీశాసక విహారాన్ని కట్టించింది. తెలుగుదేశంలోని మహాసాంఘికులలో చైత్యకులు, శైలీయులు, వైతుల్యులు, బహుశ్రుతీయులు (కృష్ణానది ముఖద్వారం) ముఖ్యులు. వైతుల్యులు 'దాక్షిణ్యంతో భిక్షువులు స్త్రీలను రమించవచ్చు' అని నమ్ముతారు. ఈ మహాయాన శాఖ భావనే క్రమంగా లైంగిక యోగసాధన ప్రధానాంశంగా ఏర్పడిన వజ్రయాన శాఖకు మూలాధారం. ఇంకా తెలుగుదేశంలో సిద్ధార్థులు, రాజగిరికులు వంటి బౌద్ధమత శాఖలవారూ ఉన్నారు.

పోషణ

రాజవంశీయులలో ప్రత్యేకంగా శాతవాహన, ఇక్ష్వాకు, విష్ణుకుండి రాజులే ఎక్కువగా బౌద్ధమత సంస్థలను పోషించినట్లు కనిపిస్తుంది. విష్ణుకుండి గోవిందవర్మ తన రాణి పరమభట్టారికా మహాదేవి ఇంద్రపాలనగరంలో కట్టించిన విహారానికి పేణ్కపర గ్రామాన్ని దానం చేశాడు. రాష్ట్రకూట శైలికి చెందిన బౌద్ధ పీఠం ఒకటి కొలనుపాకలో దొరికింది. క్రీ.శ. 11వ శతాబ్దపు బెక్కల్లు (జనగామ జిల్లా) శాసనంలో బెక్కంటి మల్రెడ్డి బుద్ధునికి ఒక ఆలయాన్ని నిర్మించానని చెప్పుకున్నాడు. 12వ శతాబ్దపు నగునూరు (కరీంనగర్ జిల్లా) శాసనం కాకతీయ సామంతుడు వెల్లంకి గంగాధరుడు బుద్ధునికి గుడి కట్టినట్టు పేర్కొన్నది.

ఏమైనా, తెలుగుదేశంలో బౌద్ధమతానికి రాజుల ఆదరణ తక్కువే అని అర్థమవుతోంది. అయితే బౌద్ధం ప్రజల మతంగా ప్రాచుర్యంలో ఉంది. ఎంతోమంది

వర్తకులు, రాణివాస స్త్రీలు, గహపతులు (వ్యవసాయదారులు), శ్రేష్టులు (శెట్టిలు), కర్మకారులు, చర్మకారులు బౌద్ధ సంస్థలకు దానాలు చేశారు. ఇక్ష్వాకు రాజు రుద్రపురుష దత్తుని 18వ రాజ్య సంవత్సరంలో అతని ప్రధాన వైద్యుడు ధేమసేనుడు సూర్యాపేట జిల్లాలోని ఫణిగిరి బుద్ధ విగ్రహానికి ధర్మచక్రం చెక్కిన స్తంభాన్ని బహూకరించినట్లు ఇంకొందరు రకరకాల దానాలు చేసినట్లు తెలిపే శిలా శాసనాలు ఇటీవల అక్కడ దొరికాయి.

రాజాదరణ తక్కువ కావడం, నాటి రాజులను బ్రాహ్మణ మతం ఆకర్షించడం, బుద్ధున్ని విష్ణువు తొమ్మిదవ (శేషశయన) అవతారంగా చిత్రీకరించడం, వీరశైవం వంటి అతివాద మతాలు మధ్యయుగాలలో ఆవిర్భవించి బౌద్ధులను హింసించడం, బౌద్ధం కూడా వజ్రాయానంగా ప్రచారంలోకి వచ్చి పలు బౌద్ధ స్థూప విహారాలు అసభ్య కార్యకలాపాలకు నిలయాలుగా మారి బొంకుల దిబ్బలుగా, లంజల దిబ్బలుగా పేరుపడడం తదితర కారణాలు క్రమంగా బౌద్ధమత క్షీణతకు హేతువులయ్యాయి.

***

అధ్యాయం-5

విష్ణుకుండులు, చాళుక్యులు, చోడులు

తెలుగుదేశ చరిత్రలో అత్యంత ప్రాధాన్యం గల రాజవంశాల్లో విష్ణుకుండులకు ప్రముఖ స్థానం ఉంది. వీరు తెలుగుదేశ కీర్తిని దిగంతాలకు వ్యాపింపచేయడమే కాకుండా, మతం, భాషా, సాంస్కృతిక రంగాల్లో ఎన్నో కొత్త ఒరవడులను ప్రవేశపెట్టారు. కృష్ణానది ఉత్తర గట్టున తమ రాజకీయ ప్రస్థానాన్ని ప్రారంభించి, నర్మదా నది వరకు తమ సామ్రాజ్యాన్ని విస్తరించి, మూడు సముద్రాల (అరేబియా, బంగాళాఖాతం, హిందూ మహాసముద్రం) మధ్య దేశాన్ని కూడా కొంత కాలం పరిపాలించారు. క్రీ.శ.358 నుంచి క్రీ.శ.569 వరకు సుమారు రెండు వందల పది సంవత్సరాలు వీరు ప్రధానంగా కృష్ణానదికి ఉత్తరంగా ఉన్న తెలంగాణను, ఉత్తరాంధ్రను పరిపాలించారు. వీరి రాజధానులు అమరపురం, ఇంద్రపాల నగరం, దెందులూరు. అమరపురం నేటి నాగర్‌కర్నూలు జిల్లాలోని అమ్రాబాద్ మండల కేంద్రం. శక్రపురం అనే మరో పేరు గల ఇంద్రపాలనగరం యాదాద్రి భువనగిరి జిల్లాలోని వలిగొండ మండలంలో ఉన్న తుమ్మలగూడెం గ్రామ శివార్లలో ఉంది. దెందులూరు పశ్చిమ గోదావరి జిల్లాలోని పెదవేగి దగ్గర ఉంది. పురనిసంగమం అని తెలుస్తున్న వారి మరో రాజధాని అమ్రాబాదు మండలంలోని సంగనిగుండాల గాని, అలంపురం దగ్గరలోని సంగమేశ్వరం గాని అయ్యుంటుంది. సంగనిగుండాల దగ్గర మేడిమానుకల్ గ్రామ శివార్లలో ఒక నాటి పట్టణపు శిథిలాలు ఉన్నాయి. హైదరాబాద్ దగ్గరి కేసరిగుట్ట (కీసరగుట్ట), ఆంధ్రలోని బెజవాడలు కూడా కొంతకాలం విష్ణుకుండులకు రాజధానులుగా పనిచేశాయనే ఆధారాలు లభించాయి.

ఆధారాలు

విష్ణుకుండుల చరిత్రకు ప్రధాన ఆధారాలు శాసనాలు. వారి కాలంలో వేయించిన శాసనాలు 13 కాగా, వారి తర్వాతి కాలంలో వేయించిన 8 శాసనాలు

కూడా వారి చరిత్రను తెలియజేస్తున్నాయి. ఈ ఇరవైఒక్క శాసనాల్లో 16 రాగి రేకుల శాసనాలు కాగా, 5 శిలా శాసనాలు. విష్ణుకుండుల కాలపు ప్రధాన శాసనాలు ఇవి:

శాసనం పేరు	ప్రాంతం
1. తుమ్మల గూడెం రాగి శాసనాలు 2	వలిగొండ మండలం, యాదాద్రి భువనగిరి జిల్లా
2. చైతన్యపురి శిలా శాసనం	హైదరాబాదు జిల్లా
3. కీసర గుట్ట శిలా శాసనం	మేడ్చల్-మల్కాజ్‌గిరి జిల్లా
4. సలేశ్వరం శిలా శాసనం	అమ్రాబాద్ మండలం, నాగర్‌కర్నూలు జిల్లా
5. వేల్పూరు శిలా శాసనం	సత్తెనపల్లి, గుంటూరు జిల్లా
6. ఈపూరు రాగి శాసనాలు-2	తెనాలి, గుంటూరు జిల్లా
7. రామతీర్థం రాగి శాసనం	విశాఖపట్నం జిల్లా
8. చిక్కుళ్ళ రాగి శాసనం	తుని, తూర్పు గోదావరి జిల్లా
9. తుండి రాగి శాసనం	తుని, తూర్పు గోదావరి జిల్లా
10. పొలమూరు రాగి శాసనాలు	రామచంద్రాపురం, తూర్పు గోదావరి జిల్లా
11. ఖనాపూర్ రాగి శాసనం	సతార జిల్లా, మహారాష్ట్ర

విష్ణుకుండులు వేయించిన నాణేలు, కట్టించిన కోట గోడలు, నగరాలు, గుహాలయాలు, వాటి తవ్వకాల్లో బయటపడిన అనేక వస్తువులు, పనిముట్లు, శిల్పాలు మొదలైనవి వారి కాలపు చరిత్ర నిర్మాణంలో తోడ్పడతాయి. వారి కాలపు 'జనాశ్రయ ఛందో విచ్ఛిత్తి', 'సేతుబంధ' మొదలైన గ్రంథాలు కూడా ఆనాటి చారిత్రక పరిణామాలను అర్థం చేసుకోవడంలో ఉపకరిస్తాయి.

జన్మస్థలం

విష్ణుకుండులు తమను తాము అమరపురీశులమని, శ్రీపర్వతస్వామి పాదానుధ్యానం వల్ల తమ రాజ్యం శ్రీపర్వతం రెండువైపులా విస్తరించిందని చెప్పుకొన్నారు. ఇందుకొక బలమైన కారణంగా సముద్రగుప్తుని దండయాత్ర గురించి చెప్పవచ్చు. ఆయన ఉత్తర భారతదేశంలోని పాటలీపుత్ర (బీహారు రాజధాని పాట్నా) నుంచి

మొదలుకొని నలు దిక్కులా అనేక దిగ్విజయ యాత్రలు చేసి, రాజులందరిని ఓడించి, తమ ప్రాంతీయ సంస్కృతులను హిందూ మతానుగుణంగా సంస్కృతీకరించే హామీ మీద వారి రాజ్యాలను వారికి తిరిగి ఇచ్చాడని చరిత్రకారుడు పి.వి. పరబ్రహ్మశాస్త్రి రాశారు. సముద్రగుప్తుడు ఓడించిన వారిలో అప్పటి వరకు కృష్ణానది వరకు రాజ్యాధికారాన్ని కలిగి ఉన్న పల్లవులు కూడా ఉన్నారు. ఈ సంఘటన తరువాత కృష్ణానదీ తీర ప్రాంతంలో విష్ణుకుండులు విజృంభించారు. వీరు కూడా ఆనాటి రాజులందరి లాగానే 'సంస్కృతీకరణ'ను ప్రవేశపెట్టారు. అశ్వమేధ, రాజసూయ తదితర యాగాలు చేసి తమ రాజ్యాధికారాన్ని సగర్వంగా ప్రకటించుకొన్నారు. 'హిరణ్యగర్భ' అనే యాగం చేసి బ్రాహ్మణులు, క్షత్రియుల తేజస్సును తెచ్చిపెట్టుకొన్నారు.

నాగర్‌కర్నూల్ జిల్లాలోని అమ్రాబాదు మండలంలో ఉన్న మునులూరు (నేటి మన్ననూరు) కోట ప్రాంతం నుంచి ఎదిగిన విష్ణుకుండులు తమ (కొత్త) రాజధాని మామిడి వనం మధ్య ఉండడంతో మామిడిపురం అని, దానినే సంస్కృతంలో అమరపురం అని ఉంటారు. ఈ ప్రాంతంలో 'మామిడి' పేరుతో చేను, చెలుక, ఊర్లు కూడా ఉన్నాయి. అమ్రాబాదు దగ్గర్లోనే 'మొలకమామిడి' అనే ఊరు ఇప్పటికీ ఉంది. మరికొన్ని గ్రామాల అవతల మామిళ్ళపల్లి అనే క్షేత్ర గ్రామం ఉంది. మన్ననూరుకు దగ్గరలోని ప్రసిద్ధ ఉమామహేశ్వర క్షేత్ర ప్రాంతం మామిడిచెట్ల వనాలకు, ప్రత్యేకించి తుమ్మెద మామిడిచెట్లకు పేరుగాంచింది. మూడు దశాబ్దాల క్రితం వరకు కూడా ఉమామహేశ్వరంలో తుమ్మెద మామిడిచెట్టు ఉండేది. ఆ చెట్టు కిందనే ఆలయం ఉండేది. ఆ చెట్టు మామిడి కాయలను పగులగొడితే అందులో నుంచి తుమ్మెదలు వచ్చేవి. వాటిని చూసినవారిని ఆ క్షేత్రంలోనే 1995 లో ఈ పుస్తక రచయిత కలిసి మాట్లాడి ఆశ్చర్యపోయారు కూడా. సంస్కృతంలో మామిడిని ఆమ్రం అని, తుమ్మెదను 'భ్రమరం' అని అంటారు. అలా తుమ్మెద మామిడి భ్రమరామ్రం అవుతుంది. ఈ పదం చరిత్ర 14వ శతాబ్దాంభం నాటి నిత్యానాథ సిద్ధుని 'రసరత్నాకరం'లో కూడా ఉంది. భ్రమరామ్రం కాస్తా భ్రమరాంబై శ్రీశైలంలోని మల్లికార్జునునికి భార్య అయింది... స్థల పురాణంలో మల్లికార్జున అంటే సంస్కృతంలో మల్లెపూలతో పూజింపబడిన మద్ది (అర్జున) చెట్టు అని అర్థం. ఇప్పటికి కూడా శ్రీశైలంలో గర్భగుడికి ఉత్తర దిశలో మద్ది కాండంతో చేసి నిలిపిన వృద్ధ మల్లికార్జున లింగాన్ని చూడవచ్చు.

మొత్తం మీద చెప్పేదేమంటే, విష్ణుకుండులు సంస్కృతీకరణలో భాగంగా తమ ప్రాంతపు (పేరు) మామిడివనాన్ని ఆమ్రపురంగా, అమరపురంగా మార్చారు అని. విష్ణుకుండులు వైదిక మతాన్ని అవలంబించారు కాబట్టి, వేదాల్లో ఇంద్రుడు ప్రధాన

దైవం కాబట్టి, అతని (పురం) పేరున అమరపురం అని, అతని మరో పేరున శక్రపురమని, తరవాత తమ మరో రాజధాని పేరును ఇంద్రపాలనగరం అని సంస్కృత పేర్లు పెట్టుకొన్నారు. విష్ణుకుండులు యజ్ఞాలను నిర్వహించారు. బ్రాహ్మణులకు అగ్రహారాలను దానం చేశారు, బావులు, చెరువులు తవ్వించారని వారి శాసనాల్లో రాసి ఉంది. వీటిని నిర్ధారించే పలు భౌతిక ఆధారాలు మన్ననూరు, అమ్రాబాదు ప్రాంతాల్లో కనిపిస్తాయి. మన్ననూరు దగ్గర్లోని ప్రతాపరుద్రకోటలో ఉన్న ఒక ప్రాచీనాలయం పక్కన ఒక చతుర్భుజాకారపు బావి వంటి స్నానవాటిక ఉంది. అది విష్ణుకుండుల యజ్ఞ అవబృథ స్నానవాటిక అయ్యుండవచ్చు. దానినానుకొనే ఒక పెద్ద దిగుడు బావి, కోట కింద పడమటి దిక్కున ఉన్న రెండు ఆలయాలకు దగ్గర్లో మరో బావి ఉంది (దానిని పదిహేనేళ్ళ క్రితం మరమత్తు చేశారు). ఈ బావులనూ విష్ణుకుండులే తవ్వించి ఉండవచ్చు. ప్రతాపరుద్ర కోట కింద ఉత్తర దిశలో ఉన్న బ్రాహ్మణపల్లి అనే ఊరును విష్ణుకుండులు బ్రాహ్మణులకు అగ్రహారంగా ఇచ్చి ఉంటారు. ఆ ఊరి బ్రాహ్మణులే విష్ణుకుండుల చేత వేల యజ్ఞాలు చేయించి ఉంటారు.

విష్ణుకుండి వంశపు తొలి రాజుల్లో ఒకరైన గోవిందరాజు తన రాణి పరమభట్టారిక దేవి కోసం శక్రపురం (ఇంద్రపాలనగరం)లో నిర్మించిన పరమభట్టారిక మహాదేవి విహారానికి ప్రేణ్కపర, ఎన్మదల గ్రామాలను దానం చేసినట్లు శాసనాల్లో ఉంది. ఎన్మదల గ్రామం పేరు కొద్దిగా మారి ఎల్మల పేరుతో ఇప్పటికీ అమ్రాబాదు మండలంలో ఉంది. అయితే ఇంచుమించు అలాంటి పేరుతో ఉన్న గ్రామం మరొకటి నల్గొండ జిల్లాలో ఉంది అని బి.ఎన్. శాస్త్రి రాశారు. ఇక ప్రతాపరుద్రకోట పైన, దాని చుట్టుపక్కల ఎన్నో ప్రాచీన చెరువులున్నాయి. వీటిల్లో కొన్నింటినైనా విష్ణుకుండులే తవ్వించి ఉంటారు.

అమరపురంలో భూతగ్రాహకస్వామి (యముడు) ఆలయం ఉన్నట్లు, విష్ణుకుండి మాధవవర్మ దంతముఖస్వామి (గణపతి) విగ్రహ ప్రతిష్ఠ చేసినట్లు కూడా వారి శాసనాలు తెలుపుతున్నాయి. అమ్రాబాదులో బృహత్ శిలా యుగానికి చెందిన అనేక సమాధులున్నట్లు ప్రముఖ చరిత్రకారులు వి. వి. కృష్ణశాస్త్రి, ఠాకూర్ రాజారాం సింగ్ తెలిపారు. వాటిని ఇప్పటికీ ఆ ఊరి నైరుతి దిశలోను, తూర్పు దిక్కున చూడవచ్చు. ఇలా వందల సంఖ్యలో సమాధులున్నాయి కాబట్టి సమాధుల (మరణం) అధిపతి యముడికి ఆ ఊరిలో ఆలయాన్ని కట్టారు. ఇక నాలుగు అడుగుల ఎత్తుగల నల్లని గణపతి విగ్రహాన్ని ఈ రోజు కూడా అమ్రాబాదు ఊరవతల (తూర్పున) చూడవచ్చు.

తొలి తరం గణపతి విగ్రహాలకు కిరీటం ఉండేది కాదు. అమ్రాబాదు గణపతి విగ్రహానికి కూడా కిరీటం లేదు. కాబట్టి ఇది విష్ణుకుండులు ప్రతిష్ఠించిందేననవచ్చు. విగ్రహం పక్కనే 'వెంకయ్య బావి' ఉంది. ఈ గణపతికి తర్వాతి శతాబ్దాల్లో కూడా పూజలు జరిగాయని శాసనాలు చెప్తున్నాయి. కాబట్టి, భక్తుల సౌకర్యార్థం ఆ బావిని కూడా తమ శాసనాల్లో చెప్పుకున్నట్లు విష్ణుకుండులే తవ్వించారేమో. అమ్రాబాదుకు సమీపంలోని మాధవోనిపల్లె, మంచాల అనే గ్రామాలున్నాయి. ఇవి కూడా విష్ణుకుండి రాజులు మాధవవర్మ, మంచణల పేర్ల మీద ఏర్పడినట్లు తోస్తుంది. కారణం, ఆ ఊళ్లల్లో వారి కాలపు శిథిలాలు కన్పిస్తుండటం.

బి.ఎన్.శాస్త్రి సేకరించి ప్రచురించిన వివరాల ప్రకారం కోటప్పకొండ స్థల మహాత్మ్యంలో త్రికూటం అంటే రుద్రశిఖరం, విష్ణుశిఖరం, బ్రహ్మశిఖరాల సముదాయమని, వాటిల్లో బ్రహ్మ శిఖరం మీద, కింద శలంకయ్య అనే భక్తుడు శివుడికి, ఆనందవల్లి అనే శివ భక్తురాలికి ఆలయాలు కట్టించాడని, ఆ ఆలయ స్వామిని కోటప్ప అంటున్నారని తెలుస్తున్నది. ఆశ్చర్యకరంగా ఇవే వివరాలు కొన్ని తేడాలతో క్రీ.శ.1280 ప్రాంతంలో పాల్కురికి సోమనాథుడు రచించిన 'పండితారాధ్య చరిత్ర'లోని పర్వత ప్రకరణంలో కనిపిస్తున్నాయి. సోమనాథుడు శ్రీపర్వతంపై దక్షిణాన కుండ ఆకారంలో 'గుండ తీర్థం', ఉత్తరాన 'మల్లికాకుండం', వాటి ముందర 'మోక్షేశ్వరం', పశ్చిమాన బ్రహ్మేశ్వరం ఉన్నాయన్నాడు. ఇప్పుడు కూడా మన్ననూరికి 10 కి.మీ. దూరంలో గుండం తీర్థాన్ని, 30 కి.మీ. దూరంలో మల్లికాకుండాన్ని (మల్లెల తీర్థం), వాటి ముందర సర్వేశ్వరం/సలేశ్వరాన్ని చూడవచ్చు. సలేశ్వరంలోని రెండంతస్థుల గుహల్లో ఇక్ష్వాకుల కాలం నాటి ఇటుకల (18x 10 x 22 అంగుళాలు) గోడలు, విష్ణుకుండులు, తొలి చాళుక్యుల కాలపు ఇటుకల (16x 10 x 21/2 అంగుళాలు) గోడలు, ఆ ఇరువురి కాలాలకు చెందిన శాసనాలు ఉన్నాయి. బ్రహ్మేశ్వరం మన్ననూరు ఉత్తర ఈశాన్య ప్రాంతంలో ఉంది. ఆ ఊరికి అగ్నేయంలో మల్లప్ప గుట్ట ఉంది. దాని మీద మల్లప్ప స్వామి ఆలయం, దాని గోడమీద చిన్న బ్రాహ్మీ శాసనం, మల్లప్ప గుట్ట కిందున్న చెరువు అంచున విష్ణుకుండుల చిహ్నాలతో (కుండలు, లంఘించు సింహాలు) కూడిన ఆలయం ఉంది. ఇక శలంకయ్య కట్టించినట్లు చెప్తున్న ఆనందవల్లి ఆలయం ప్రతాపరుద్రకోట కింద వాయవ్య మూలలో, మూడు రోడ్ల మూల మలుపులో ఉంది. ఆనందవల్లి కన్యగానే శివుడి వరం వల్ల కొడుకును కన్నది కాబట్టి, ఆమెను ప్రజలు పతితగా చిత్రించి, ఆమెకు గుండు గీయించారు. తరవాత శివ మహిమను గ్రహించాక, ఆమెకు గుడి కట్టారు కాబట్టి, ఆమెను బోడగుండు దేవత అనేవారు. ఆ విగ్రహం,

దాని ముందు పచ్చని శివలింగం 1965-66 లో ఇక్కడ రోడ్డు వేసేటప్పుడు దెబ్బతిన్నాయి. ఆ దేవత బోడగుండు ముక్క (కుడి భాగం) 25.04.2010 నాడు ఈ పుస్తక రచయిత గుర్తించారు.

మొత్తం మీద చెప్పేదేమిటంటే, పురాతత్వ, శాసన, సాహిత్యాధారాలు తెలియచేస్తున్న కుండాలు (సుమారు 50) మన్ననూరు-అమ్రాబాదు ప్రాంతాల్లో కన్పిస్తున్నాయి కాబట్టి, విష్ణుకుండులు వాటిల్లో ఏదో ఒక కుండం దగ్గర నుంచి, ముఖ్యంగా మల్లెల తీర్థం మైదాన ప్రాంతం నుంచి ఎదిగారని నిర్ధారించవచ్చు.

రాజకీయ పరిస్థితులు

క్రీ.శ.355 ప్రాంతం వరకు విజయపురి (నాగార్జునకొండ) రాజధానిగా కృష్ణానదికి రెండు వైపులా ఉన్న తెలుగు జిల్లాలను ఇక్ష్వాకులు పరిపాలించారు. వారిని దక్షిణాన కంచి నుంచి పాలిస్తున్న పల్లవులు ఓడించి, కృష్ణానదీ ప్రాంతాన్ని శ్రీశైలం వరకు తమ ఆధీనంలోకి తెచ్చుకొన్నారు. కాని, త్వరలోనే క్రీ.శ.358 ప్రాంతంలో పాటలీపుత్రం (నేటి బీహార్ రాజధాని పాట్నా) నుంచి ఉత్తర, మధ్య భారతదేశాన్ని పరిపాలిస్తున్న గుప్త చక్రవర్తి సముద్రగుప్తుడు తన దక్షిణ దిగ్విజయ యాత్రలో పల్లవులను ఓడించి, తిరిగి వెళ్ళిపోయాడు. దీన్ని అదనుగా తీసుకొని అంతకు ముందు ఇక్ష్వాకు సామంతులుగా పనిచేసిన ఆనందగోత్రీకులు (కందార రాజులు) కృష్ణా-గుంటూరు ప్రాంతంలో, వారికి ఉత్తరాన వేంగి (ఏలూరు) ప్రాంతంలో శాలంకాయనులు తదితరులు స్వతంత్రించారు. తెలంగాణలో స్వతంత్రించిన వారు విష్ణుకుండులు. అది మొదలు విష్ణుకుండులు మొత్తం తెలంగాణ ప్రాంతాన్ని, ఆంధ్రప్రదేశ్ ప్రాంతాల్ని, కొంత కాలం (క్రీ.శ.5వ శతాబిఉత్తరార్థం) మహారాష్ట్ర ప్రాంతాన్ని పరిపాలించారు. విష్ణుకుండి రాజుల్లో సుమారు పదిమంది కన్పిస్తున్నారు. కాని, వారిలో ముగ్గురు, నలుగురేసి ఇంద్రవర్మలు, మాధవవర్మలు కనిపించడంతో, ఎవరి తరవాత ఎవరు పాలించారో నిర్ధారించడం కష్టమౌతుంది. అయితే, కింద తెలిపిన రాజుల కాలక్రమాన్ని ఎక్కువ మంది చరిత్రకారులు అంగీకరిస్తున్నారు.

1. ఇంద్రవర్మ (క్రీ.శ.358-370)
2. మొదటి మాధవవర్మ (క్రీ.శ.370-398)
3. గోవిందవర్మ (క్రీ.శ.398-440)
4. రెండో మాధవవర్మ (క్రీ.శ. 440-495)

5. దేవవర్మ (క్రీ.శ. 495-496)

6. మూడో మాధవవర్మ (క్రీ.శ. 496-510)

7. మొదటి విక్రమేంద్రవర్మ (క్రీ.శ.510-525)

8. రెండో ఇంద్ర(భట్టారక)వర్మ (క్రీ.శ. 525-555)

9. రెండో విక్రమేంద్రవర్మ (క్రీ.శ. 555-569)

మంచణ్ణ భట్టారకుడు అనేవాడు కూడా కొంత కాలం (క్రీ.శ.570 ప్రాంతంలో) అమ్రాబాదు ప్రాంతంలో పరిపాలించినట్లు తెలుస్తున్నది. మొదటి ఇద్దరు రాజులు దక్షిణ తెలంగాణలో తమ రాజకీయ ప్రస్థానాన్ని ప్రారంభించి తర్వాతి రాజుల విజృంభణకు మార్గాన్ని సుగమం చేశారు.

గోవిందవర్మ భుజబలంతో విష్ణుకుండి రాజ్యాన్ని శ్రీపర్వతానికి (శ్రీశైలం-నాగార్జునకొండ) రెండు వైపులా విస్తరింపజేశాడు. పల్లవులను ఓడించి, గుండ్లకమ్మనది వరకు ఆక్రమించాడు. కోస్తాంధ్రలోని గుణపాశపురంలో బలవంతుడైన మూలరాజు బిడ్డను పెండ్లాడి, అతని సహాయంతో వేంగిలోని శాలంకాయనులను ఓడించి, వారి రాజ్యాన్ని తన రాజ్యంలో కలుపుకొన్నాడు. ఉత్తరాన మూసీనదికి ఆవలి ప్రాంతాలు కూడా ఆయన రాజ్యంలో ఉండేవి. ఇందుకు నిదర్శనాలుగా హైదరాబాదులోని చైతన్యపురిలో గల అతని కాలపు శిలా శాసనం, హైదరాబాదు శివారులో గల కీసరగుట్ట (కేసరి గుట్ట) పైన గల విష్ణుకుండి కోట, దేవాలయ శిథిలాలు మొదలైనవాటిని గూర్చి చెప్పుకోవచ్చు. కేసరిగుట్ట కింద కేసరివాగు ఉంది. వాగు గట్టున ఉన్న ప్రాంతం పేరు గట్టుకేసరి (ఇప్పుడు ఘట్కేసర్). కేసరి అంటే సింహం. అది విష్ణుకుండుల రాజ చిహ్నం. ఆ రాజముద్ర ఒకటి ఔత్సాహిక చరిత్రకారుడు కుర్రా జితేంద్రబాబుకు కీసరగుట్ట పైన దొరికింది.

రెండో మాధవవర్మ (క్రీ.శ. 440-495) విష్ణుకుండి రాజులందరిలో గొప్పవాడు. ఆయన అనేక యుద్ధాలు (ఇంచుమించు వందకు పైగా) చేసి, బహుశా అన్ని యుద్ధాల్లోనూ విజయం సాధించి, ఒక్కొక్క విజయానికి గుర్తుగా కీసరగుట్ట పైన ఒక్కొక్క శివలింగం ప్రతిష్ఠ చేశాడు. ఇంద్రపాలనగరం చుట్టూ పారే మూసీ నదిలోని బండపైన కూడా ఇలాంటి శివలింగ ప్రతిష్ఠలున్నాయి. ఆయన విజయం సాధించిన ప్రతిచోటా రామలింగేశ్వర దేవాలయాన్ని కట్టించాడని తెలుస్తున్నది. అలా, ఈ రోజు వరక్కూడా ఆయన కట్టించిన రామలింగేశ్వర దేవాలయాలు వేల్పూరు (గుంటూరు జిల్లా సత్తెనపల్లి తాలూకా), ఈపూరు, ఇంద్రపాలనగరం, కీసరగుట్టల్లో పూజలు అందుకొంటున్నాయి. రెండో మాధవవర్మ దిగ్విజయాల్లో కొన్నింటిని ఇలా పేర్కొనవచ్చు.

గుణపాశపురం పాలకుడు, బంధువు కూడా అయిన ప్రభాకరుని సహాయంతో కళింగను (ఉత్తర కోస్తాంధ్ర + దక్షిణ ఒడిషా) ఆక్రమించాడు. తన 33వ రాజ్య పాలనా సంవత్సరంలో పల్లవులపై దాడి చేసి మళ్ళీ గుండ్లకమ్మనది వరకు విష్ణుకుండి రాజ్యాన్ని విస్తరించాడు. అతని రాజ్యానికి పడమటి దిక్కున మహారాష్ట్రలో వాకాటక రాజులు చాలా శక్తిమంతులు. ఆ వంశ ప్రధాన శాఖలో చివరి రాజైన పృథ్వీసేనుని (క్రీ.శ. 460 – 480) రెండో మాధవవర్మ ఓడించి అతని బిడ్డను పెళ్ళి చేసుకొన్నాడు.

పైన పేర్కొన్న విజయాలతో రెండో మాధవవర్మ 'ప్రాగ్దక్షిణాపదాంభోనిధిరేవా సరిత్సలిలవలయ' భూమి భర్తయై 'అనేక సామన్త మకుటమణిఖచిత చరణయుగళు' డైనాడు. అంటే, ఆయన రాజ్యం తూర్పున బంగాళాఖాతం నుంచి పడమర అరేబియా సముద్రం వరకు, దక్షిణ సముద్రం (బహుశా పులికాట్ సరస్సు) నుంచి ఉత్తరాన రేవా (నర్మదా) నది వరకు విస్తరించింది. అనేక సామంత రాజులు ఆయన పాదాలపై వాలారు. ఇందులో అతిశయోక్తి ఏమీ లేదు. ఆయన శాసనం ఒకటి మహారాష్ట్రలోని ఖానాపూర్‌లో దొరికింది. విష్ణుకుండి నాణేలు మహారాష్ట్ర అంతటా దొరికాయి. రెండో మాధవవర్మకు ఉన్న 'త్రివర నగర భవనగత సుందరీ హృదయ నందన' (త్రివర నగరంలోని భవనాల్లో ఉండే అందగత్తెల హృదయాలను ఆనందింపచేసినవాడు) అనే బిరుదులోని త్రివర నగరం నర్మదా నదిపై ఉన్న జబల్పూర్ దగ్గరలోని త్రిపురి లేదా తేవార్. వి.వి. మిరాశీ త్రివర నగరం దక్షిణ కోసల (బస్తర్) పాండువంశ రాజు తీవర దేవుని రాజధాని అంటే, ఇంకొందరు చరిత్రకారులు ఉత్తర కళింగను పాలించిన సోమవంశీయుల రాజధాని అని వాదించారు. వీటిల్లో ఏది త్రివరనగరం అయినా, రెండో మాధవవర్మ రాజ్యం ఉత్తరాన నర్మదా–మహానదీ రేవుల వరకు విస్తరించిందనేది మాత్రం సుస్పష్టం. విష్ణుకుండులకు, పల్లవులకు మధ్య ఎప్పుడూ యుద్ధాలు జరుగుతూ ఉండేవి. అందుకని, పల్లవుల దండయాత్రలను అరికట్టే ఉద్దేశంతో రెండో మాధవవర్మ తన రాజధానిని వేంగి సమీపంలోని దెందులూరు పురానికి మార్చి, తమ మొదటి రాజధాని అమరపురి కోట గోడలను పెంచి, బలిష్టపర్చి అక్కడ తన పెద్ద కొడుకు దేవవర్మను రాజప్రతినిధిగా నియమించాడు.

రెండో మాధవవర్మ తన విజయాలను ప్రకటించుకొనేందుకు 11 అశ్వమేధ యాగాలు, 16 రాజసూయ యాగాలు, వాజపేయం, పురుషమేధం మొదలైన వేయి యాగాలు చేశాడని విష్ణుకుండి శాసనాలు పేర్కొన్నాయి. ఈయన న్యాయ విధానాలను దేవతలు కూడా హర్షించారట. ఈయన బిరుదు 'జనాశ్రయ'తో మొదలయ్యే 'జనాశ్రయ ఛందోవిచ్ఛిత్తి' అనే ఛందో గ్రంథాన్ని ఈయనే రచించినట్టు తెలుస్తున్నది. ఈయన

ఇలా ఎన్నో విషయాల్లో గొప్పవాడు కాబట్టే, ఇతడ్ని కాకతీయులు మొదలుకొని ఎంతోమంది రాజులు తమ వంశకర్తగా చెప్పుకొన్నారు.

రెండో మాధవవర్మకు, వాకాటదేవికి పుట్టినవాడైనందున విక్రమేంద్రవర్మకు 'విష్ణుకుండి వాకాటక వంశద్వయాలంకార జన్మ' అనే నామాంతరం ఉంది. 'మహాకవి' బిరుదాంకితుడైన ఇతని వ్యాసంగాన్ని అదనుగా తీసుకొని అమరపురిలో దేవవర్మ కొడుకు మూడో మాధవవర్మ స్వతంత్రం ప్రకటించుకొన్నాడు. ఈ మాధవవర్మ కందార (ఆనందగోత్రీక) వంశాన్ని పూర్తిగా నిర్మూలించి, వారి 'త్రికూట మలయాధిప' బిరుదును తను ధరించాడు. అంటే, వారి ప్రాంతాన్ని తన ఆధీనంలోకి తెచ్చుకున్నాడన్నమాట. ఏమైనా విక్రమేంద్రవర్మ వాకాటక సింహాసనం నుంచి తరిమివేయబడో లేదా తన రాజధాని దెందులూరు నుంచి వచ్చో మూడో మాధవవర్మను అణిచేసి, విష్ణుకుండి రాజ్యాన్ని ఓ దశాబ్దిన్నర కాలం (క్రీ.శ. 510-525) పాలించాడు.

విక్రమేంద్రవర్మ తరువాత అతని కొడుకు రెండో ఇంద్రవర్మ రాజయ్యాడు. కాని, అతని పైకి మూడో మాధవవర్మ చాళుక్యుల (పులకేశి) సహాయంతో కాలుదువ్వాడు. ఇందుకు నిదర్శనంగా పులకేశి బిరుదు 'రణవిక్రమ' అనే పదం చెక్కిన శాసనాలు నల్గొండ జిల్లాలోని ఏలేశ్వరంలో దొరికాయి. ఈ సంపర్కంతోటే చాళుక్యులు విష్ణుకుండుల 'ఆశ్రయ' పదం ఉన్న బిరుదులు ధరించసాగారు. ఏమైనప్పటికీ, రెండో ఇంద్రవర్మ మూడో మాధవవర్మను, ఇతర పాలివాండ్లను ఓడించి, అమరపురి రాజ్యాన్ని 'రాజు క్షేత్రం'లో కలుపుకొని ఉంటాడు. ఇలా జరుగుతుండగా ఉత్తర ఈశాన్యంలో కళింగ సామంతులు కూటమిగా ఏర్పడి, రెండో ఇంద్రవర్మని ఎదిరించ ప్రయత్నించారు. కాని, వారితో చేసిన యుద్ధంలో రెండో ఇంద్రవర్మనే విజయాన్ని సాధించి రాజ్యాన్ని కాపాడాడు. ఉత్తర భారతదేశపు మౌఖరి వంశ రాజైన ఈశానవర్మ శలిక, ఆంధ్ర రాజులను జయించినట్లు చెప్పుకొన్నాడు. అంటే, ఈశానవర్మ చేసిన దక్షిణ దిగ్విజయ యాత్రలో రెండో ఇంద్రవర్మ ఓడిపోయి, తన బిడ్డ ఇంద్రభట్టారికాదేవిని ఈశానవర్మ కొడుకు శర్వవర్మకు ఇచ్చి, పెళ్లి చేసి వారితో స్నేహం, బంధుత్వం నెరిపాడు.

రెండో ఇంద్రవర్మ చనిపోయిన తరవాత అతని కొడుకు రెండో విక్రమేంద్ర భట్టారకవర్మను చిన్న వయస్సులోనే మంత్రిమండలి సింహాసనాన్ని ఎక్కించింది. ఇతని బిరుదు 'సకల భువన రక్షాభరణైకాశ్రయ' ఇతని రాజ్య విస్తృతి చాలా విశాలమైందని సూచిస్తుంది. ఇతని పదకొండవ రాజ్య పాలనా సంవత్సరంలో పల్లవ సింహవర్మ విష్ణుకుండి రాజ్యంపై దండెత్తాడు. గుంటూరు జిల్లాలోని ధాన్యకటకం పరిసరాల్లో

క్రీ.శ. 566 ప్రాంతంలో యుద్ధం జరిగినట్లు, రెండో విక్రమేంద్రవర్మకు పృథ్వీమూలుని సహాయం లభించినట్లు కనిపిస్తుంది. ఈ యుద్ధంలో రెండో విక్రమేంద్రుడు విజయాన్ని సాధించి, అందుకు గుర్తుగా ఇంద్రపాలనగరంలోని పరమభట్టారికా మహాదేవి విహారానికి దానధర్మాలు చేశాడు. ఇదే సమయంలో, పిష్టపురంలో రణదుర్జయ పృథ్వీమహారాజు స్వతంత్రం ప్రకటించుకొన్నాడు. అతని రాజ్యంలో గోదావరి, భద్రాద్రి కొత్తగూడెం, ఖమ్మం, నల్గొండ, సూర్యాపేట జిల్లాల ప్రాంతాలు ఉండేవి.

కొంత కాలం సైన్యాన్ని సమకూర్చుకొని రెండో విక్రమేంద్రవర్మ పృథ్వీమహారాజు మీద దాడి చేశాడు. కాని, ఆ యుద్ధంలో రెండో విక్రమేంద్రవర్మ మరణించాడు. దాంతో విష్ణుకుండి వంశం అనతి కాలంలోనే అంతరించింది. కాబట్టి, పృథ్వీమూలుడు స్వతంత్రించి గోదావరి జిల్లాల ప్రాంతాలను పరిపాలించాడు. అలా విష్ణుకుండి రాజ్యం అంతరించిన సంవత్సరం క్రీ.శ. 569–570 ప్రాంతం నుంచి సుమారు అర శతాబ్ది కాలం, అంటే క్రీ.శ.617 వరకు వారి రాజ్య భాగాలను తెలంగాణకు ఆగ్నేయ ఆంధ్రలో పృథ్వీమహారాజు, గుంటూరు – కృష్ణా – గోదావరి జిల్లాల్లో పృథ్వీమూలరాజు పరిపాలించారు. వీరిరువురిని క్రీ. శ. 617 లో జయించి, బాదామి చాళుక్య రాజు రెండో పులకేశి తన రాజ్యాన్ని తెలంగాణ, ఆంధ్ర ప్రాంతాల్లో విస్తరింపచేశాడు.

పాలనా విధానం

విష్ణుకుండుల పాలన అనేక కోణాల్లో గొప్పదని తెలుస్తున్నది. వీరు స్వపరాక్రమంతో, భుజ బలంతో రాజ్యాని సంపాదించుకొన్నా, శ్రీపర్వతస్వామి పాదాలను ధ్యానించడం వల్ల ప్రజాపాలనాధికారం పొందామని చెప్పుకోవడం, తమ నాణేలపై కూడా 'శ్రీపర్వత' అనే అక్షరాలు చెక్కించడంలో వారి వినయ విధేయతలు వ్యక్తమౌతున్నాయి. వారు 'నయ, వినయ, ఉత్సాహం మొదలైన సద్గుణ సంపత్తి' కలవారు. సక్రమ ప్రజాపాలనతో కీర్తిని గాంచారు. వారి సక్రమ పరిపాలన వల్ల భిక్షువులు, అనాధలు, అనాధులు, యాచకులు, వ్యాధి పీడితులు, దీనులు, కృపణ జనులు కూడా న్యాయంగా సంపాదించుకొనగలిగారు. ద్విజులకు (బ్రాహ్మణులకు), కులీనులకు (రాజోద్యోగులకు) ఆశ్రయభూతులయ్యారు. అంటే, వారికి భూములు, గ్రామాలు, పదవులిచ్చి వారి కృషి ద్వారా ప్రజల్లో శాంతిసౌభాగ్యాలు వెల్లివిరిసేట్లు చూశారు. వారికి వేలకొలది దాసీదాసులను కూడా దానం చేశారు. 'శయనాసన యాన పాన భోజన భవన వసనాభరణా'లను (మంచాలు, కుర్చీలు, ప్రయాణ సాధనాలు, భోజన పానీయాలు, భవనాలు, నగలను) దానం చేశారు. కన్యా దానాలు కూడా చేశారు.

వీటితో వారికి పేదల్లో మంచి పేరు ప్రఖ్యాతులు లభించాయి. మాధవవర్మ నిరంతరం తల్లిదండ్రుల పాదాలను సేవించేవాడట. వీటి వల్ల విష్ణుకుండులు ప్రజాసంక్షేమ కాముకులని, కాబట్టి వారి పాలనలో ప్రజలు సుఖసంతోషాలను అనుభవించారని అర్థమౌతుంది.

శాతవాహనుల తరవాత దక్కన్‌లో విశాల సామ్రాజ్యాన్ని పరిపాలించిన ఘనత విష్ణుకుండులకే దక్కుతుంది. వీరి పాలనలో సుమారు అర శతాబ్ది కాలం మహారాష్ట్ర, తెలంగాణ, ఆంధ్రప్రదేశ్ రాష్ట్రాల ప్రాంతాలు కలిసి ఉండేవి. అయితే, ఎక్కువ కాలం మాత్రం కృష్ణానదికి ఉత్తరాన గల తెలంగాణ, కోస్తాంధ్ర ఉన్నాయి. అంత విశాలమైన రాజ్యాన్ని ఏలారు కాబట్టే విష్ణుకుండులు 'మహారాజ' అనే బిరుదును ధరించారు. వీరు అన్ని వర్గాల ప్రజలకు ఆశ్రయభూతులయ్యారు కాబట్టే 'సకలభువనైకాశ్రయ, జనాశ్రయ, సత్యాశ్రయ, ఉత్తమాశ్రయ, విక్రమాశ్రయ' మొదలైన బిరుదులు ధరించారు. అందువల్ల వీరు తరవాతి తరాల రాజులకు ఆదర్శప్రాయులయ్యారు. అలా తరువాతి కాలపు చాళుక్య రాజులు 'ఆశ్రయ' బిరుదులను ధరించారు. కాకతీయులు మాధవవర్మను తమ వంశకర్తగా చెప్పుకొన్నారు. పిఠాపురం రాజులు, వెలమ రాజులు కూడా అదే మాట చెప్పుకొన్నారు.

న్యాయ పాలనకు విష్ణుకుండులు పెట్టింది పేరు. మాధవవర్మ (బహుశా రెండో మాధవవర్మ) 'దివ్యాలు' అనే న్యాయ విధులను కనిపెట్టాడు. చింతకాయలు అమ్ముకొనే ఒక స్త్రీ కొడుకుపై ఏమరుపాటున తన రథాన్ని పోనిచ్చి చంపిన రాకుమారునికి మాధవవర్మ ఉరిశిక్ష విధించాడట. అందుకు హర్షించి మల్లీశ్వరస్వామి బెజవాడలో కనక వర్షం కురిపించి, రాకుమారుడ్ని, చనిపోయిన చింత్రిణీ స్త్రీ కొడుకును బతికించాడని అక్కడి శాసనంలో ఉంది. ఇదే విషయం తర్వాతి కాలపు సాహిత్య గ్రంథాల్లో (నాచికేతోపాఖ్యానం, ప్రబోధచంద్రోదయం, పంచతంత్రం మొదలైనవి) కూడా ఉంది. అలా విష్ణుకుండులు సత్వం, సత్యం, త్యాగం మొదలైన సద్గుణ సంపత్తిచేత కీర్తి గాంచారు. అలా బ్రాహ్మణులు, క్షత్రియుల కంటే గొప్ప తేజస్సు కలవారయ్యారు. అయితే, ఒక మాధవవర్మకు 'హిరణ్యగర్భ' అనే బిరుదు ఉంది కాబట్టి, హిరణ్యగర్భ యాగం చేసి బ్రాహ్మణులు అయిన విష్ణుకుండులు మొదట తెలంగాణలోని స్థానిక శూద్రులే అని చెప్పవచ్చు.

విష్ణుకుండి రాజ్యంలో రాజే సర్వాధికారి, నిరంకుశుడు. అంటే, పాలనా విషయాల్లోనూ ఆయన మాటే అంతిమ నిర్ణయం. అయితే, రాజు నిర్ణయాలు

ప్రజాభిప్రాయాన్ని, ప్రజా సంక్షేమాన్ని అనుసరించి ఉండేవి. మంత్రి మండలి అభిప్రాయాలకు కూడా రాజాస్థానంలో సముచితమైన స్థానం ఉండేది. వారు ఒక్కోమారు రాజును కూడా సింహాసనంపై అధిష్టించేవారు. మాధవవర్మ ప్రాడ్వివాకులతో (న్యాయవేత్తలతో) చర్చించాకే తన కొడుకుకు మరణ దండన విధించాడట. శూరులకు, కులీనులకు విష్ణుకుండులు తగిన ఆశ్రయం కల్పించేవారు. విష్ణుకుండుల దేశం రాష్ట్రాలుగా, రాష్ట్రం విషయాలుగా, విషయం గ్రామాలుగా విభజించబడ్డాయి. రాష్ట్రానికి పాలకుడు రాష్ట్రకుడు. విష్ణుకుండుల దేశంలో పళకి రాష్ట్రం, ప్లక్కి రాష్ట్రం, కర్మ రాష్ట్రం, కళింగ రాష్ట్రం మొదలైన రాష్ట్రాలుండేవి. విషయానికి పాలకుడు విషయాధిపతి. విష్ణుకుండుల రాజ్యంలో గృధ్రవాడి విషయం, నేత్రపాటి (నతవాటి) విషయం మొదలైన విషయాలుండేవి. ఈ పాలనా విభాగాలు గాక రాజ్యంలో కొంత భాగానికి రాజు కొడుకును 'యువరాజు'గా నియమించడం కూడా ఉంది. ఇంకా కొన్ని సామంత రాజ్యాలు విష్ణుకుండి రాజ్యానికి లోబడి పాలించేవి. మాధవవర్మ కింద అనేక సామంతులు, గోవిందవర్మ కింద అన్య సామంతులు, సకల సామంతులు ఉండేవారని శాసనాల్లో ఉంది. వారిలో కొందరితో విష్ణుకుండులు వైవాహిక సంబంధాలను కూడా నెరిపారు. అవి కూడా విష్ణుకుండుల రాజ్య రక్షణకు, విస్తృతికి దోహదం చేశాయి.

విష్ణుకుండి రాజుకు తన దేశాన్ని పరిపాలించడంలో యువరాజు, మహామాత్య, అమాత్య, రహస్యాధికారి, ఆంతరంగికుడు తదితర అధికారులు తోడ్పడేవారు. రాజ్య రక్షణ, విస్తరణలో భాగంగా విష్ణుకుండులు అనేక కోటలను కట్టించారు. అలా కట్టిన కొత్త కోటలకు తమ మొదటి రాజధాని పేరు (అమరపురం) లేదా అదే అర్థం వచ్చే మరో పేరు పెట్టారు. అలా మనకు నల్లగొండ జిల్లాలో ఇంద్రపాలనగరం, ఇందుర్తి బెజవాడలో ఇంద్రకీలాద్రి, నిజామాబాదులోని ఇందూరు కనిపిస్తాయి. ఇందుర్తి, ఇందూరు, కీసరగుట్ట వారి స్థానిక స్థావరాలై ఉంటాయి. వేంగి దగ్గరలో ఉన్న వారి మరో రాజధాని ఢెందులూరు లేదా దెందులూరు. పల్లవుల దాడి నుంచి తమ రాజ్యాన్ని రక్షించుకోవడానికి విష్ణుకుండులు తమ మొదటి రాజధాని అమ్రాబాదు ప్రాంతంలో తెలుగు దేశంలో అత్యంత పొడవైన కోట కట్టారు లేదా బలిష్ట పరిచారు. ఆ కోట గోడ పొడవు సుమారు 240 కిలోమీటర్లు. ఆ కోట గోడను ఎప్పుడూ కడుతూనే ఉండేవారు. కాబట్టి, ఆ ప్రాంతంలో తరచుగా తమ ఇంటి ఆవరణ గోడలను కడుతూ ఉండేవాడిని 'వీడు పటాలభద్రుని కోట లాగా కడుతూనే ఉన్నాడు' అనే సామెత వచ్చింది.

ఆర్థిక పరిస్థితులు

విష్ణుకుండుల నాటి గ్రామాల్లో స్వయంసమృద్ధమైన ఆర్థిక వ్యవస్థ ఉండేది. అంటే, వ్యవసాయదారులు, వివిధ వృత్తుల ప్రజలు ఒకరిపై ఒకరు ఆధారపడి బతికేవారు. రాజులు వ్యవసాయాభివృద్ధికై చర్యలు తీసుకొన్నారు. బ్రాహ్మణులకు అగ్రహారాలతో పాటు, ఆ గ్రామంలో సాగు చేస్తున్న రైతులను, కొంత మంది దాసీ దాస జనాలను దానం చేశారు. రుతువుల గురించి పరిజ్ఞానం ఉన్న బ్రాహ్మణులు ఈ సేవకుల సహాయంతో వ్యవసాయ విస్తృతి చేశారు. అలా కొత్త భూములు సాగులోకి వచ్చాయి. విష్ణుకుండులు వ్యవసాయ బావులను, చెరువులను అనేకం తవ్వించారని వారి శాసనాలు తెలుపుతున్నాయి. వాటి ద్వారా మాగాణి పంటలు కూడా పండేవి. ఆనాడు భూమిని నివర్తనాల్లో కొలిచేవారు.

విష్ణుకుండుల రాజ్యంలో స్వదేశీ, విదేశీ వర్తక వాణిజ్యాలు కూడా కొనసాగాయి. వారి నాణేలు తెలంగాణలోని ఏలేశ్వరం, ఫణిగిరి, భువనగిరి, సుల్తానాబాద్ (పెద్దపల్లి జిల్లా)లో, ఆంధ్రలోని బొజ్జన్నకొండ, యలమంచిలి (విశాఖపట్నం జిల్లా)లలో, మహారాష్ట్రలోని నాసిక్, ఖానాపూర్, నాగపూర్‌లలో, మధ్యప్రదేశ్‌లోని బ్రహ్మగిరి తదితర ప్రదేశాల్లో దొరికాయి. కాబట్టి ఈ ప్రాంతాల్లో వారి కాలంలో స్వదేశీ వర్తకం జరిగిందని చెప్పొచ్చు. శాలంకాయనుల నుంచి వేంగిని, కళింగుల నుంచి వారి రాజ్యాన్ని ఆక్రమించిన తరువాత విష్ణుకుండుల విదేశీ వాణిజ్యం విస్తరించింది. కోస్తాంధ్రలో వారివి ఎక్కువ నాణేలు దొరకడం, వాటిపై ఓడ గుర్తు ఉండటం, రెండో మాధవవర్మకు త్రిసముద్రాధిపతి అనే బిరుదు ఉండటం వారి కాలపు విదేశీ వాణిజ్య ప్రాముఖ్యాన్ని సూచిస్తున్నాయి. మోటుపల్లి, కోడూరు మొదలైన తూర్పు తీర పట్టణాల నుంచి బర్మా, సయాం, కంబోడియా, చైనా, జపాన్, సిలోన్, సుమత్రా, జావా, బోర్నియో, మలయా, ఆరకాన్ మొదలైన తూర్పు దేశాలతో, ఈజిప్ట్, రోమ్, గ్రీస్ మొదలైన పశ్చిమ దేశాలతో విదేశీ వాణిజ్యం జరిగేది.

కృష్ణానది పైన ఉన్న వాడపల్లి, బెజవాడ, అమరావతి, మోటుపల్లి, ఘంటసాల, కోడూరు, అలంపురం-కూడలిసంగం మొదలైన ప్రదేశాలు ప్రధానంగా స్వదేశీ వర్తక కూడళ్ళు గాను, తరచుగా విదేశీ వర్తక కేంద్రాలు గాను కూడా పని చేసేవి. అలంపురం దగ్గరి కూడలి సంగమేశ్వరంలో జరిపిన తవ్వకాల్లో రోమన్ చక్రవర్తి కాన్స్టాంటిన్ (క్రీ.శ. 306-337) ది ఒక బంగారు నాణెంతో పాటు మరికొన్ని ఇతర నాణేలు దొరికాయి. వీటిని బట్టి కృష్ణా-తుంగభద్ర నదుల సంగమ ప్రదేశం విష్ణుకుండుల కంటే ముందు

నుంచే విదేశీ వర్తక కేంద్రమని, అది విష్ణుకుండుల కాలంలోనూ కొనసాగిందని స్పష్టమౌతుంది. క్రీ.శ.5వ శతాబ్దారంభ దశాబ్దాల్లో విష్ణుకుండుల రాజ్యంలో గవ్వలు కూడా ద్రవ్యంగా చెలామణి అయ్యాయని చైనా యాత్రికుడు ఫాహియాన్ రాశాడు. మరో చైనా యాత్రికుడు హ్యూయన్‌త్సాంగ్ శ్రీపర్వతం మీద బంగారంతో చేసిన నిలువెత్తు బుద్ధ విగ్రహాలు ఉన్నాయని రాశాడు. అవి దొరకలేదు కాని, ఒకటి నుంచి ఐదు అంగుళాల ఎత్తు ఉన్న రాగి బుద్ధ విగ్రహాలు మాత్రం (క్రీ.శ.4-5 శతాబ్దాలనాటివి) బుద్ధాంలో, అమరావతిలో దొరికాయి. వీటిని బట్టి, ఆనాడు కంసాలి వృత్తి పనివారు మంచి నైపుణ్యం గలవారని తెలుస్తున్నది. కీసరగుట్ట పైన కుర్రా జితేంద్రబాబుకు దొరికిన ఒక నశం డబ్బి (పోత ఇనుముతో మామిడి పిందె ఆకారంలో చేసినది - 7 సెం.మీ.) ఇందుకు మరొక నిదర్శనం. మొత్తం మీద విష్ణుకుండుల కాలంలో బౌద్ధ భిక్షువులు, బ్రాహ్మణులు, అనాథలు, యాచకులు, వ్యాధిగ్రస్థులు, దీనులు, కృపణ జనులు అందరు కూడా అనుభవించేంతంగా, న్యాయంగా సంపాదించిన ధనసమృద్ధి ఉండేదని శాసనాలు చెప్తున్నాయి కాబట్టి, ఆనాటి ఆర్థిక వ్యవస్థ పటిష్టమైనదని చెప్పవచ్చు.

సామాజిక పరిస్థితులు

విష్ణుకుండులు 'దానమానాదులచే అనురక్తమగు వర్ణాశ్రమ స్వజన పరిజనులైనవారు' అని వారి శాసనాల్లో ఉంది. గోవిందవర్మ వర్ణాశ్రమ ధర్మాన్ని గౌరవించేవాడట. ఇలా వారు చతుర్వర్ణాల ప్రజలు (బ్రాహ్మణ, క్షత్రియ, వైశ్య, శూద్ర కులాలు) తమ తమ వృత్తి ధర్మాలను పాటించేట్లుగా చేసే ప్రయత్నం చేశారు. అయితే, మొదటి రెండు కులాలకు ఎక్కువ గౌరవముండేదని స్పష్టమౌతుంది. విష్ణుకుండులలో కొందరు 'పరమ బ్రాహ్మణ్య' అని బిరుదు వహించడం, 'బ్రహ్మక్షత్ర తేజస్సు'ను ధరించడం, 'హిరణ్యగర్భ' యాగం చేసి ఆ బిరుదు ధరించడం మొదలైనవి బ్రాహ్మణ, క్షత్రియ వర్గాల ప్రాముఖ్యాన్ని తెలియచేస్తాయి. అంటే, శూద్రులైన విష్ణుకుండులు అనేక యాగాలు చేసి పై కులాల స్థాయికి పాకినట్లుంది. బ్రాహ్మణులకు అనేక అగ్రహారాలిచ్చారు. కులీనులకు కూడా పదవులిచ్చి గౌరవించారు.

వైశ్యులు స్వదేశీ, విదేశీ వ్యాపారాల్లో నిమగ్నమై ఉండేవారు. శూద్రుల్లో కంసాలివారు, శిల్పులు, చేనేత పనివారు మొదలైన వారికి సమాజంలో సముచిత స్థానం ఉండేది. రైతుల కృషి దేశానికి వెన్నెముక కాబట్టి కొందరు రైతులక్కూడా రాజన్యులు అగ్రహారాలను మాన్యాలతోపాటు దానం చేసేవారు. దాసీదాస జనాలను కూడా వేల సంఖ్యలో దానం చేసేవారట. వీరి వల్ల వ్యవసాయాభివృద్ధి, వ్యాపారాభివృద్ధి

జరిగేదేమో కాని, వారి మానవ హక్కులను మాత్రం (ఈనాటి పరిస్థితుల్లో) కాలరాచినట్లే అర్థమౌతుంది. పురుష మేధాలు (యాగాల్లో పురుషులను బలివ్వడం) కూడా చేసిన ఆ రోజుల్లో దాసీదాసులను దానమివ్వడం పెద్ద లెక్క కాదేమో! అయితే విష్ణుకుండులు చేసిన కన్యా దానాల వల్ల కన్యల తల్లిదండ్రులు, అత్త మామలు, వధూవరులు అందరూ సంతోషించేవారనే చెప్పాలి. విష్ణుకుండులు శయన, ఆసన, యాన, పాన, భోజన, భవన, వసన, ఆభరణాలను కూడా దానం చేసేవారట. ఇలా ఆ రాజులు చేసిన అనేక దానాలు ప్రజలకు సంతోషాన్ని కల్గించడమే కాక, ప్రజల్లో కూడా తమకు కలిగి ఉన్నంత మేరలో దానం చేసే సంస్కృతిని వ్యాపింపచేసి ఉంటాయి. మాధవవర్మ తన తల్లింద్రండుల పాదాలను నిరంతరం సేవించేవాడట. దీన్ని బట్టి ఆనాటి ప్రజలు కూడా తల్లిదండ్రులు, పెద్దల పట్ల భయభక్తులు కలిగి ఉండేవారని చెపొచ్చు.

మత పరిస్థితులు

విష్ణుకుండులు వైదిక మతానుయాయులు. శ్రీపర్వత స్వామి వారి కుల దైవం. వారి పేర్లు వారు వైదికులని, పరమ మహేశ్వర, పరమ బ్రహ్మణ్య వంటి వారి బిరుదులు వారు శివ భక్తులని, బ్రాహ్మణ మతావలంబకులని తెలియచేస్తున్నాయి. విష్ణుకుండులు స్వతంత్రులు కావడానికి కొద్ది కాలం ముందే శ్రీశైల ప్రాంత రాజును సముద్రగుప్తుడు జయించిన తరువాత వేయించిన అలహాబాద్ శాసనంలో 'పరమభట్టారకా పాదానుధ్యాతస్య' అని ఉంది. ఈ వాక్యంతో విష్ణుకుండుల 'శ్రీపర్వతస్వామి పాదానుధ్యాతస్య' అనే శాసన వాక్యానికి పోలిక ఉంది. తొలి తరం విష్ణుకుండి రాజు గోవిందవర్మ భార్య పరమభట్టారికాదేవి పేరు కూడా గుప్తుల ఇష్ట దైవం పేరయి ఉంది. శ్రీపర్వతస్వామికి లేదా శ్రీశైలం మల్లికార్జున స్వామికి చంద్రగుప్తుడు అనే రాజు బిడ్డ లేదా చెల్లెలైన చంద్రవతి (సంద్రవతి)కి మధ్య ఉన్న భక్తి భావ సంబంధమై కూడా ఎన్నో కథనాలున్నాయి. ఆమె ప్రతిష్ఠించిందని స్థానికులు చెప్పుతున్న గుప్తమహేశ్వర ఆలయ శిథిలాలు ఇప్పటికీ శ్రీశైలం ఉత్తర ద్వార క్షేత్రమైన ఉమామహేశ్వరానికి ఉత్తరాన ఉన్న ప్రతాపరుద్రకోట కింద వాయవ్య మూలన, రోడ్డుకు దక్షిణాన ఫర్లాంగు దూరంలో ఉన్నాయి. రెండో మాధవవర్మ వాకాటకదేవిని పెండ్లి చేసుకున్న తర్వాత విష్ణుకుండులు వైదిక బ్రాహ్మణ మతాన్ని తప్ప ఇతర మతాలను పోషించినట్లు కనపడదు. వాకాటకులు గుప్తుల బంధువులు. అందువల్ల వారు కూడా, గుప్తుల్లాగే వైదిక బ్రాహ్మణ మతాన్నే అవలంబించారు. వాకాటకుల ప్రభావం విష్ణుకుండులపై పడి ఉంటుంది. మొత్తం మీద అర్థమయ్యేదేమిటంటే, గుప్తులు–వాకాటకుల ప్రభావం మూలాన విష్ణుకుండులు సంస్కృతీకరణ చెంది వైదిక బ్రాహ్మణ మతావలంబకులు అయ్యారు.

వైదిక-పౌరాణిక మతం

క్రీ.శ. 4, 5 శతాబ్దాల్లో బౌద్ధ మతం ప్రజల్లో బాగా ప్రచారంలో ఉన్నందున విష్ణుకుండులు ఆ మతాన్ని పోషించినా, అందులో కూడా ఎక్కువగా బ్రాహ్మణులకే దానాలు చేసినట్లు కనిపిస్తుంది. ఏది ఏమైనా, విష్ణుకుండులు వైదిక, పౌరాణిక మతావలంబకులు. వారి పేర్లన్నీ వైదిక, వైష్ణవ మత సంబంధాలు. ఇంద్రభట్టారకవర్మ, అతని కొడుకు విక్రమేంద్రవర్మ 'పరమ మహేశ్వర' బిరుదులను ధరించారు. విష్ణుకుండులు తాము 'శ్రీపర్వత స్వామి పాదానుధ్యానం' వల్ల ప్రజా పరిపాలనాధికారం పొందామని చెప్పుకొన్నారు. వారి నాణేలపై కూడా 'శ్రీపర్వత' అనే పదాన్ని చెక్కించారు. శ్రీపర్వత పాదంలోనే (ఉమా) మహేశ్వర దేవాలయం ఉంది. ఇది అమ్రాబాదు మండలం లోనే ఉంది. శ్రీశైల దేవస్థాన ఉత్తర ద్వారంగా పేరొందింది. శ్రీశైలం మల్లికార్జునుడు కూడా విష్ణుకుండుల కాలంలోనే ఆ పేరుతో ప్రచారం పొంది ఉంటాడు.

రెండో మాధవవర్మ ఆజ్ఞతో అతని 33వ రాజ్య పాలనా సంవత్సరంలో యుద్ధభేరి (నగారా), దంతముఖస్వామి (గణపతి) విగ్రహ ప్రతిష్ఠలు జరిగాయి (క్రీ.శ. 489). ఆ విగ్రహానికి ప్రజలందరూ పూజలు చేసేవారట. ఈ వివరాలు సరిపోయే వెంకయ్య (గణపతి) విగ్రహం అమ్రాబాద్ ఊరవతల ఉంది. ఆ వెంకయ్య విగ్రహం దగ్గరలో వెంకయ్య బావి, ఆలయ శిథిలాలున్నాయి. దానికి కొన్ని కిలోమీటర్ల దూరంలో కొండల్లో గణేశ్వర ఆలయం ఉంది. నగారా ఇప్పుడు ఉమామహేశ్వర ఆలయ ఆవరణలో ఉంది. గోవిందవర్మ అనేక 'దేవాయతనాలు' కట్టించాడని శాసనాధారం. విష్ణుకుండులు కట్టించిన ఆలయాలు ఎక్కువగా వారి తొలి రాజధాని అమ్రాబాదు మండలంలో గల నల్లమల అడవుల్లోని లోయల్లో, జలపాతాల కింది గుహల్లో ఉన్నాయి. వారికి సమకాలికులుగా వారి రాజ్యపు తూర్పు భాగాలను పరిపాలించే ఆనందగోత్రీకులు / కందార రాజులు (అత్తివర్మ) వంకేశ్వరంలోని 'శంభు'ను కొలిచారట. ఒక వంకేశ్వరాలయం అమ్రాబాదు మండంలోనే ఉంది. కందార రాకుమారి పేరైన 'అవనీతలాంతవతి' కూడా అమ్రాబాదు 'పీఠభూమి'నే సూచిస్తున్నది.

తెలుగు రాష్ట్రాల్లో ఉన్న అక్కన్న-మాదన్న గుహలు, అక్కన్న-మాదన్నలు కట్టించినట్లుగా చెప్పబడుతున్న దేవాలయాలు విష్ణుకుండి రాజు రెండో మాధవవర్మ కట్టించినవేనని తెలుస్తున్నది. అలాంటి వాటిల్లో బెజవాడ (ఇంద్రకీలాద్రి) కనకదుర్గ ఆలయ సముదాయంలోని అక్కన్న మాదన్న గుహలను, కీసరగుట్టలో అక్కన్న-మాదన్నలు కట్టించినట్లుగా చెప్పబడుతున్న మందిరాలను, హైదరాబాదు శివార్లలోని మహేశ్వరం

ఆలయాన్ని ఉదాహరణలుగా చూపొచ్చు. నిజానికి వీటన్నింటిని రెండో మాధవవర్మ కట్టించి ఉంటాడు. హిందూ మతాన్ని పునరుద్ధరించే విషయంలో పోలికలున్నందున మాధవవర్మ పేరు అక్కన్న-మాదన్నలకు (17 శతాబ్దంలో) అన్వయమైందేమో!

రెండో మాధవవర్మ ఎక్కువగా రామలింగేశ్వరాలయాలను కట్టించాడు. ఆయన విజయం సాధించిన చోటల్లా వాటిని కట్టించాడు. వాటిల్లో గుంటూరు జిల్లాలో సత్తెనపల్లి ప్రాంతం లోని వేల్పూరు రామలింగేశ్వరాలయం, ఈపూరు రామలింగేశ్వరాలయం, కీసరగుట్టలోని రామలింగేశ్వరాలయం నేటి వరకూ పూజలందుకొంటూ కనిపిస్తున్నాయి. అమ్రాబాదు మండంలోని ఉమామహేశ్వర ఆలయ స్థల పురాణంలో కూడా రాముని ప్రసక్తి కనిపిస్తుంది. ఆ ఆలయానికి ఆగ్నేయంలో రామపాదాల గుర్తులున్నాయి. వీటిని బట్టి అక్కడ కూడా మొదట రామలింగేశ్వరమే ఉండేదని స్పష్టమౌతున్నది.

ఉమామహేశ్వరాలయానికి ఉత్తరాన మన్ననూరి వైపు వెళ్ళే దారి పక్కన పల్లవేశ్వరాలయం ఉంది. దీన్ని రెండు మూడు సార్లు విష్ణుకుండులపై దండెత్తిన పల్లవులు తమ విజయ సూచికగా కట్టించి ఉంటారు. అది మొదలు రెండో మాధవవర్మ తన ఒక్కొక్క విజయానికి గుర్తుగా ఒక్కొక్కటి చొప్పున కీసరగుట్ట పైన రామేశ్వరలింగ ప్రతిష్ఠలు చేశాడు. విష్ణుకుండులు వైష్ణవులు కాబట్టి, శివలింగాలను రామలింగాలన్నారు. ఇదే దృష్టాంతాన్ని తర్వాతి కాలపు తూర్పు చాళుక్య రాజు రెండో విజయాదిత్యుడు (నరేంద్ర మృగరాజ విజయాదిత్యుడు రాష్ట్రకూట గోవిందుడనే మృగరాజు (సింహం) పై విజయం సాధించినవాడు) కూడా తన 108 విజయాలకు గుర్తుగా 108 చాళుక్య భీమేశ్వరాలయాలను కట్టించాడు. రెండో మాధవవర్మ 'స్నానపుణ్యోదక పవీత్రీకృత శీర్షః' (పుణ్యస్నానాలచే పవిత్రమైన శిరస్సు కలవాడు) అని వర్ణించబడ్డాడు. దీని వల్ల ఆయన కాలంలో తీర్థయాత్రలకు, పుణ్యస్నానాలకు ప్రాముఖ్యం బాగా ఉండేదని తెలుస్తున్నది. విక్రమేంద్రవర్మ 'నేత్రపాటి విషయం'లోని త్రియంబకనాథ దేవాలయానికి లేదా సోమగిరీశ్వరనాథ దేవునికి దేవ భోగముగా రేగొన్థ గ్రామాన్ని దానం చేశాడు. విష్ణుకుండులు 'గ్రామ క్షేత్ర హిరణ్య ద్విరద తురగ గోబలీవర్ధ శయనాసన యాన పాన భోజన భవన వసనాభరణము'లతో పాటు కన్యలను, వేలకొలది దాసులను కూడా దానం చేశారని వారి శాసనాలు పేర్కొంటున్నాయి.

విష్ణుకుండులు అనేక యజ్ఞయాగాది క్రతువులను నిర్వహించారు. రెండో మాధవవర్మ 'ఏకాదశాశ్వమేధ, అవబృథ, అవధౌత, జగత్కల్మష, అగ్నిష్టోమ, బహుసువర్ణ,

పురుషమేధ, వాజపేయ, షోడశ రాజసూయ, ప్రజాపత్యనేక పౌండరీక శత సహస్రయాజినో" అని కీర్తించబడ్డాడు. వేలకొలది దాసులను, కన్యలను దానమివ్వడం, పురుషులను యజ్ఞాల్లో బలివ్వడం వంటి ఆచారాలు ఆనాడు ప్రజలందరూ సమానులు కారనే విషయాన్ని స్పష్టం చేస్తున్నాయి. విష్ణుకుండులు చేసిన యజ్ఞాలకు గుర్తుగా మన్ననూరు కోటలో వారి కాలపు అవభృథ స్నానవాటిక కనిపిస్తున్నది.

బౌద్ధ మతం

విష్ణుకుండుల పాలనా కాలం తొలి దశ నాటికి సమాజంలో బౌద్ధ మతం బాగా వ్యాప్తిలో ఉండేది. జనరంజక పాలకులు ప్రజాభిప్రాయాన్ని గౌరవించాలి కాబట్టి, తొలి తరం విష్ణుకుండి రాజులు తాము వైదిక మతానుయాయులైనప్పటికీ బౌద్ధ మత సంస్థలను పోషించారు. అలా గోవిందవర్మ తన 37 వ విజయరాజ్య సంవత్సరంలో వైశాఖ పూర్ణిమ నాడు పద్దెనిమిది శాఖలు కలిగిన బౌద్ధ ధర్మం తెలిసిన దశబలబలికి పద్నాలుగవ ఆర్య సంఘాన్ని ఉద్దేశించి తన రాణి తన పేరున ఇంద్రపాలనగరంలో కట్టించిన పరమభట్టారికా దేవి మహా విహారానికి దీప, ధూప, గంధ, పుష్ప, ధ్వజ, పాన, భోజన, శయన, ఆసన, గ్రాస, భైషజ్య, చేండస్ఫుటిత శీర్ణ సంస్కారాలు మొదలైన క్షేమాలు కలగడానికి పేణ్కపఱ గ్రామపు నిధులు, ఉపనిధులు, దండకరవృష్టులు, ఉచ్ఛిష్ట భాగములు అన్నింటితో కూడ ధారాపూర్వకంగా దానం చేశాడు. అదే సంఘానికి ఎన్మదల గ్రామాన్ని కూడా దానం చేశాడు. అదే విహారానికి రెండో విక్రమేంద్రవర్మ ఇఱుణ్డెరో అనే గ్రామాన్ని భిక్షు సంఘాల అనుభవం కోసం క్రీ.శ.566 లో దానం చేశాడు.

గోవిందవర్మ మామ పృథ్వీమూలుడు కూడా తన రాజధాని గుణపాశపురంలో (తూర్పు గోదావరి జిల్లా) తోఖలిఖాత మహావిహారాన్ని కట్టించాడు. అతని కొడుకు హరివర్మ గుణపాశపురంలోనే మరో విహారాన్ని కట్టించాడు. కట్టచెరువు అనే గ్రామాన్ని దానం చేశాడు. తాటికొండ దగ్గర శాక్యభిక్షు విహారాన్ని కట్టించాడు. గోవిందవర్మ శోభా సముదాయాలైన అనేక మహా విహారాలను ప్రతిష్ఠ చేశాడని, విక్రమేంద్రవర్మ నలుదిక్కులందున్న పూజ్యములగు భిక్షు సంఘాల అనుభవం కోసం దానాలు చేశాడని శాసనాలు తెలియచేస్తున్నాయి. అంటే, ఆనాడు విష్ణుకుండులు వారి రాజ్యం నాలుగు దిక్కులా బౌద్ధ ఆరామ విహారాలు కట్టించారని లేదా అప్పటికే మనుగడలో ఉన్నవాటికి పెద్ద ఎత్తున మరమ్మత్తులు, విస్తృత కార్యక్రమాలు చేపట్టారని తెలుస్తున్నది. ఇందుకు నిదర్శనాలుగా హైదరాబాదులోని చైతన్యపురి కాలనీలో గల గోవిందరాజ

విహారం, కీసరగుట్ట, కొండాపురం బౌద్ధ శిథిలాలు, సూర్యాపేట జిల్లాలోని ఫణిగిరి, గాజులబండ ఆరామ, స్థూప విహారాలు, ఖమ్మం జిల్లాలోని నేలకొండపల్లి స్థూప ఆరామాలు మొదలైనవి నేటికీ కనిపిస్తున్నాయి. ఫణిగిరిలో ఇటీవల చేపట్టిన తవ్వకాల్లో ఆరు ఆరామాలు బయటపడ్డాయి. ఒక్కో ఆరామంలో ఏడేసి గదులున్నాయి.

ఆంధ్రప్రదేశ్‌లో కూడా జగ్గయ్యపేట, శాలిహుండం, రామతీర్థం, తొట్లకొండ, బొజ్జన్నకొండ, రామతీర్థం, బుద్ధాం తదితర ప్రదేశాల్లో బౌద్ధ కట్టడాలున్నాయి. అయితే, వాటిల్లో చాలామటుకు అంతకు పూర్వం నుంచి కూడా మనుగడలో ఉన్నవే. కాని వాటిల్లో పెద్ద ఎత్తున విస్తృత కార్యక్రమాలు చేపట్టబడింది మాత్రం విష్ణుకుండుల కాలంలో. ఇందుకొక ఉదాహరణగా సలేశ్వర విహారాన్ని గూర్చి చెప్పుకోవచ్చు. ఇది నాగర్ కర్నూల్ జిల్లాలోని అమ్రాబాదు మండలంలో కృష్ణానది ఉత్తరపు/ఎడమ ఒడ్డున నల్లమల అడవుల్లోని గుట్టల మధ్య గల ఒక లోయలో ఉంది. ఇక్ష్వాకుల కాలంలో బౌద్ధ భిక్షువుల కోసం ఇక్కడ విహారం కట్టబడింది. ఇందుకు నిదర్శనాలుగా ఇక్కడ ఇక్ష్వాకుల కాలపు ఇటుక (18 x 10 x 22 అంగుళాలు) కట్టడాలు, విష్ణుకుండుల కాలపు బ్రాహ్మీ లిపి శాసనాలు, ఆ తర్వాతి కాలపు ఇటుక (10x 10x 22 అంగుళాలు) కట్టడాలు, శిలాకట్టడాలు, ప్రాచీన తెలుగు-కన్నడ లిపి శాసనాలు నేటి వరకూ కన్పిస్తున్నాయి. వీటిని 2011 ఏప్రిల్‌లో ఈ పుస్తక రచయిత గుర్తించి వెలుగులోకి తెచ్చారు.

హైదరాబాదులోని చైతన్యపురిలో బౌద్ధ మతానికి చెందిన హీనయాన శాఖ ఉండేది. అక్కడ కొసగుండ్ల నరసింహస్వామి గుహాలయం దగ్గర గల ఒక పెద్ద బండరాయి పైన ఆరు వరుసల ప్రాకృత శాసనం ఉంది. అందులో 'పుధగిరిపైన మహావిహారాన్ని ప్రతిష్ఠించిన మహావీతరాగ వాసుదేవ సిరిదాముని శిష్యుడును, బౌద్ధ సన్యాసియును అయినటువంటి పిండపతిక దామధరుని శాఖకు చెందిన బమ్రదేవ థెవిరుని శిష్యుడైన భదంత సంఘదేవుడు గోవిందరాజ విహారానికి గంధం, బట్టలు సమకూర్చే వ్యక్తుల ఉపయోగం కోసం శిలా వసతి (రాతి ఇల్లు) కట్టించాడు' అని రాసి ఉంది. ఇందులో పేర్కొన్న గోవిందరాజు విహారం, శిలా వసతి మూసీనది కుడి ఒడ్డున ఉండటం, దీనికి సుమారు 60-70 కిలోమీటర్ల దూరంలో మూసీనది ఒడ్డున విష్ణుకుండుల నగరం ఇంద్రపాలనగరం ఉండటం గమనార్హం. హైదరాబాదు ప్రాంతంలో దొరికిన అత్యంత ప్రాచీన శాసనం ఈ చైతన్యపురి శాసనం. ఇది క్రీ.శ. 5వ శతాబ్దారంభ కాలం నాటిది. ఈ శాసనంలో పేర్కొన్న పుధగిరి గనుక మగధ రాజధాని రాజగృహ దగ్గరి పాండవ పర్వతం (పాట్నా దగ్గర) గనుక అయినట్లయితే, రాజగృహలోని థేరవాదుల

మహావిహారానికి అనుబంధంగా ఉన్న విహారం ఒకటి చైతన్యపురిలో ఉండేదని చెప్పవలసి ఉంటుంది. ఈ శాసనంలో చెప్పిన పిండపాతికులు హీనయాన బౌద్ధ మతానికి చెందిన ఒక ప్రత్యేక శాఖీయులు.

చైతన్యపురికి కొన్ని కిలోమీటర్ల దూరంలోనే ఉన్న కీసర గుట్టపై మహాయాన బౌద్ధం ఆనవాళ్ళు కనిపిస్తున్నాయి. అందుకు నిదర్శనంగా అక్కడ ఔత్సాహిక చరిత్రకారుడు కుర్రా రాజేంద్రబాబుకు లభించిన మహాయాన కర్త ఆచార్య నాగర్జునుని లోహ విగ్రహాన్ని చూపవచ్చు. అయితే, కూర్చుని ఉన్న మూర్తి తలపై నాగ పడగ ఉండటం 23 వ జైన తీర్థంకరుని విగ్రహ విషయంలో కూడా పరిపాటే. కాబట్టి, అది గనుక నిజమైతే కీసర గుట్ట ప్రాంతంలో ఆనాడు జైన మతం కూడా వర్ధిల్లిందని చెప్పాలి. బౌద్ధ మతంలో ఆనాడు 18 శాఖలుండేవని, వాటినన్నింటినీ ఎరిగిన మహనీయుడు దశబలబలి అని ఇంద్రపాలనగరం మొదటి రాగి శాసనంలో రాయబడింది. ఆయా శాఖల్లో ఎన్నో సంఘాలుండేవి. అట్లాంటి వాటిల్లో ఒకటి 14వ ఆర్య సంఘం. అశనపుర ఆర్య సంఘానికి విక్రమేంద్రవర్మ త్రిలోకాశ్రయ రాజమహా విహారాన్ని కట్టించి దాని ప్రతినిధి సంఘదాసునికి రెండు గ్రామాలను వాటి తోటలతో సహా దానం చేశాడు. విక్రమేంద్రవర్మను మహాబోధిసత్వ, పరమసౌగత అనే బౌద్ధ సంబంధ బిరుదులతో సంబోధించడం జరిగింది. సంఘదాసుడు తామ్రపర్ణికి (శ్రీలంక) చెందిన క్షేమాచార్య శాఖకు చెందినవాడు.

బౌద్ధ మతాన్ని పోషించిన చివరి తెలుగు రాజులు విష్ణుకుండులు. (అయితే కాకతీయుల కాలం వరకు కూడా బౌద్ధం మిణుకు మిణుకుమంది) క్రీ.శ. 5వ శతాబ్దాంతం నాటికి కృష్ణానదికి దక్షిణాన... అంటే, నేటి అమరావతి, నాగార్జునకొండ ప్రాంతాల్లో బౌద్ధమతంలో మరొక ప్రధాన శాఖైన వజ్రయానం రూపుదిద్దుకొంది. ఆ శాఖలోని బౌద్ధ సంఘంలోకి స్త్రీలు, మద్యమాంసాలు, మాయ మంత్రాలు ప్రవేశించి, క్రమక్రమంగా పవిత్రతను, తద్వారా ప్రజాభిమానాన్ని కోల్పోయి చివరికి అటువంటి బౌద్ధ స్థలాలు బొంకుల దిబ్బలుగా, లంజల దిబ్బలుగా పేరుపడ్డాయి. పెద్దపల్లి జిల్లాలో ఉన్న బొంకూరు, చిన్న బొంకూరు, పెద్ద బొంకూరు, లంజమడుగు, కృష్ణా జిల్లా జగ్గయ్యపేట దగ్గరి లంజల దిబ్బ మొదలైనవి ఇందుకు కొన్ని ఉదాహరణలు మాత్రమే.

ఆనాటి బౌద్ధ మతంలో చోటుచేసుకొన్న ఇంకొక పరిణామమేమిటంటే, ఆ మత సంఘాలు, ఆరామ–విహారాల్లో బ్రాహ్మణాధిక్యం చోటు చేసుకోవడం. గోవిందవర్మ ఒక శాసనంలో 'అనన్త బ్రాహ్మణ సంభారస్య' అని విహార ప్రతిష్టాపన సందర్భంలో

చెప్పబడటం ఇందుకొక నిదర్శనం. బ్రాహ్మణులు క్రమంగా బుద్ధుడిని విష్ణువు యొక్క తొమ్మిదవ అవతారంగా చిత్రించారు. కాబట్టి, కొన్ని బౌద్ధ క్షేత్రాలు వైష్ణవ క్షేత్రాలుగా మారాయి. ముఖ్యంగా నరసింహాలయాలుగా మారాయి. బుద్ధుని కాలం నుంచే బౌద్ధమత ప్రాంతమైన ధర్మపురి (జగిత్యాల జిల్లా) విష్ణుకుండుల కాలంలోనే రామలింగేశ్వర స్వామి, నరసింహస్వామి ఆలయాల ప్రాంతంగా మారినట్లు అక్కడి చరిత్ర సూచిస్తుంది.

బౌద్ధ మతానికి సంబంధించిన చివరి తరపు గొప్ప తత్వవేత్తలు విష్ణుకుండుల రాజ్యంలో నివసించారు. క్రీ.శ. 5వ శతాబ్దానికి చెందిన తర్క పండితుడు దిగ్నాగుడు కొంత కాలం వేంగిలో నివసించాడు. అక్కడ ఆయన సాంఖ్యకారికా రచయితైన ఈశ్వర కృష్ణునితో వాగ్వాదాలు జరిపాడు. మరి కొంత కాలం పెద్దపల్లి జిల్లాలోని రామగిరి (రామగుండం), జగిత్యాల జిల్లాలోని మునులగుట్ట (కోటిలింగాల దగ్గర) ప్రాంతంలో జీవించినట్లు కాళిదాసు రచన 'మేఘసందేశం' కావ్యంలోని గోదావరి ప్రాంత వర్ణన వల్ల అర్థమౌతున్నది. దిగ్నాగుడు వందకు పైగా రచనలు చేశాడు. 'ప్రమాణ సముచ్ఛయం' అనే ప్రసిద్ధ గ్రంథాన్ని సంస్కృతంలో రాశాడు. యోగాచార పంథాను బోధించాడు. తెలుగు దేశానికి చెందిన బౌద్ధ మహా పండితులలో ఆయన ఆఖరి వాడు. బాసరలో కూడ దిగ్నాగుడు కొంత కాలం గడిపినట్లు తెలుస్తున్నది.

జైన మతం

క్రీ.శ.1115 లో నయసేనుడు అనే జైన కవి కన్నడంలో రచించిన 'ధర్మామృతం' అనే గ్రంథంలో 'శ్రీపర్వతం', దాని పరిసరాలకు ఆ పేర్లు ఎలా వచ్చాయో వివరణ ఉంది. వేంగీ దేశాన్ని ప్రతీపాలపురం రాజధానిగా చేసుకొని ఏలుతున్న ఇక్ష్వాకు వంశపు రాజు ప్రియబలుని సోదరుడు శ్రీధరముని రుషినివాస పర్వతంపై తపస్సు చేసినందువల్ల ఆ పర్వతానికి ఆయన పేరులోని మొదటి అక్షరం (శ్రీ) ఆధారంగా శ్రీపర్వతం అనే పేరు వచ్చిందని, ఆయనకు పూజ చేయాలని వచ్చిన దేవతలు కూడిన స్థలానికి అమరావతి అనే పేరు వచ్చిందని, ఆయన 'అర్జున' వృక్షం (మద్ది చెట్టు) కింద తపస్సు చేస్తుండగా ఆకాశ దేవతలు అతనిపై 'మల్లె'పూవులు కురిపించి పూజించారు కాబట్టి, ఆ స్థలానికి మల్లికార్జునం అనే పేరు వచ్చిందని ఆ గ్రంథంలో కథనాలున్నాయి. నాగర్‌కర్నూల్ జిల్లాలోని అమ్రాబాదు మండలంలో ఉన్న వటవేర్లపల్లి దగ్గరే మల్లెల తీర్థం ఉంది కాబట్టి, అదే మల్లికార్జునం కావడానికి అవకాశం ఉంది. నాసిక్‌లోని పులుమావి (రెండవ శతాబ్దం) శాసనం పేర్కొన్న 'సిరిధాన్' శ్రీధరుని పేరు మీద

వెలసిందేనేమో! ఇప్పుడు అమ్రాబాదుగా పిలువబడుతున్న అమరావతి మండలంలో పై గ్రంథంలో పేర్కొన్న అన్ని స్థలాలు ఉన్నాయి. రుషుల చెరువు ప్రాంతం లేదా శ్రీశైల శిఖర ప్రాంతమే శ్రీపర్వతం, అమరావతియే అమ్రాబాదు, మల్లికార్జునమే శ్రీశైల మల్లికార్జున దేవాలయ ప్రాంతం. జైన రుషులను 'మునులు' అని పిలుస్తారు కాబట్టి, శ్రీధరుడు తదితర జైన మునులు తపస్సు చేసిన ప్రాంతం పేరు మునులూరు అయి ఉంటుంది. ఈ ఊరు (ఇప్పుడు మన్ననూరు) కూడా అమ్రాబాదు మండలంలోనే ఉంది. ధర్మామృతం అనే గ్రంథంలో ఇంకా ఇంద్రప్రభుడు అనే ప్రెగ్గడ (మంత్రి) రుషినివాస ప్రాంతానికి వచ్చి, శ్రీధరుడ్ని తీసుకొని వెళ్ళి వేంగీ దేశానికి కొంత కాలం రాజును చేశాడని చెప్పబడింది. ఈ నేపథ్యంలో ఇంద్రవర్మ అనేవాడు విష్ణుకుండుల మొదటి రాజు కాబట్టి, అతన్ని శ్రీధరుడు అమ్రాబాదు ప్రాంతానికి పాలకుడుగా నియమించి ఉండొచ్చు అనిపిస్తుంది. మొత్తం మీద శ్రీశైల ప్రాంతం మొదట జైన ప్రాంతమని, అది విష్ణుకుండుల ఏలుబడిలో ఉండేదని అర్థమౌతుంది. తొలి తరం విష్ణుకుండి రాజు గోవిందవర్మ మామ పృథ్వీమూలుడు వడ్డమానులోని జైన విహారానికి దానాలు చేయడం కూడా ఆనాటి జైన మత ప్రభావాన్ని తెలుపుతుంది. ఉమామహేశ్వరానికి తూర్పున జైన సంబంధపు ముక్కిరిదా(వా)ని గుడి ఉంది. జగిత్యాల జిల్లా వెల్గటూరు మండలంలోని మునులగుట్ట దగ్గర కూడా ముక్కిరాపేట ఉంది. ముక్కిర జైన సంబంధ దేవతై ఉంటుంది.

అయితే, జైన మతం విష్ణుకుండుల కాలంలోనే కనుమరుగు కావడం కూడా జరిగింది. జైనంలో ఆనాడు పుట్టిన కాపాలిక తెగ అనుయాయులు తమ మంత్ర తంత్రాలతో అన్య స్త్రీ సంగమాలు, తాగి తందనాలు ఆడటాలు మొదలైన కృత్యాలతో ప్రజాభిమానాన్ని కోల్పోయి జైన మత క్షీణతకు కారణమయ్యారు. జైన ఆలయాలు శివాలయాలయ్యాయి. నయసేనుని కథనం ప్రకారం శ్రీశైల చరిత్రే దానికి గొప్ప ఉదాహరణ. కళింగ(ఒడిషా)లోని మహానది ఒడ్డున గల జయమంగళ గ్రామంలో పుట్టిన తెలుగువాడు కుమారిలభట్టు మొదట జైన విద్యను అభ్యసించి, జైనంలో హర్షించదగ్గది ఏమీ లేదని తెలుసుకొన్న తరువాత జైన మతాన్ని ఖండించి జైనులనెందరినో వైదిక మతంలోకి ఆకర్షించాడట. అతని శిష్యులు కూడా వైదిక మతాన్ని బాగా ప్రచారం చేశారట. అలా, జైన మతం నుంచి వైదిక మతంలోకి మారిన వాళ్ళలో విష్ణుకుండుల మొదటి రాజు ఇంద్రవర్మ కూడా ఒకడేమో !

సాంస్కృతిక పరిస్థితులు

విష్ణుకుండులు ఘటికాస్థానాలను ఏర్పాటు చేసి వాటిల్లో వేద విద్యలను పోషించారు. వేదాధ్యయన చేసే విప్రుల ప్రశంస వారి శాసనాల్లో కనిపిస్తుంది. వేదాభ్యసన, అధ్యయనాలు చేసే బ్రాహ్మణులకు విష్ణుకుండులు అగ్రహారాలిచ్చారు. అగ్రహారాలు పొందిన వారిలో శాసనాల ద్వారా అగ్నిశర్మ, ఈశ్వరశర్మ తదితరులు పేర్లు తెలుస్తున్నాయి. అగ్రహారాల్లో వ్యవసాయాభివృద్ధి కూడా జరిగింది. హైదరాబాదు శివార్లలోని ఘట్ కేసరి విష్ణుకుండుల నాటి ఘటికాస్థానమే అనడానికి నిదర్శనంగా దానికి దగ్గరలోని కీసర గుట్టపై విష్ణుకుండుల కాలపు కట్టడాలు బయల్పడ్డాయి. అగ్రహారాలు, దానధర్మాలు పొందినవారు అనేక విద్యాసారస్వతాల్లో నిష్ణాతులు. బౌద్ధ మత గురువు దశబలబలి నాలుగు వేదాల్లో విశారదుడు, సర్వశాస్త్రాల్లో పారంగతుడు, పద్దెనిమిది బౌద్ధ ధర్మాలు తెలిసినవాడు, సకల జ్ఞేయ జ్ఞాని అని శాసన సాక్ష్యం చెప్తుతున్నది.

భాషా సాహిత్యాలు

విష్ణుకుండి రాజులు కూడా మేధావులై ఇహ పరములందు సాటిలేని దృష్టి కలిగినవారు. గోవిందవర్మ 'షడభిజ్ఞ' అని వర్ణించబడ్డాడు. విక్రమేంద్రవర్మకు 'మహాకవి', 'పరమ సోగతస్య' (బుద్ధుని అంతటి జ్ఞాని) అనే బిరుదులున్నాయి. ఇంద్రభట్టారకవర్మకు 'ఘటికావాప్త పుణ్యసంచయ' అనే బిరుదుంది. రెండో మాధవవర్మ 'విద్వద్విజగురు విప్రావృద్ధ తపస్వీ జనాశ్రయాః' అని కీర్తించబడ్డాడు. ఈ బిరుదులన్ని విష్ణుకుండి రాజులందరు స్వయంగా కవిపండితులని, కవిపండిత పోషకులని తెలియచేస్తున్నాయి. విష్ణుకుండుల కాలం ప్రత్యేకత ఏమిటంటే, వీరి కాలం నాటికి ప్రాకృతం తెర మరుగై దాని స్థానంలో సంస్కృతం రాజభాష అయింది. బౌద్ధ మతం కనుమరుగు కావడంతో పాటే బౌద్ధం భాష ప్రాకృతం కూడా కనుమరుగైంది. గోవిందవర్మ కాలం నాటి చైతన్యపురి శాసనం బౌద్ధ మతం, ప్రాకృత భాషలకు సంబంధించింది కావడం గమనార్హం. ఆ తరవాత శాసనాలన్నీ సంస్కృతంలో వెలువడ్డాయి. క్రీ.శ. 5వ శతాబ్దం ప్రారంభంలో బుద్ధఘోషుడు అంధక భాషలో ఉన్న త్రిపీటకాలను విశుద్ధిమగ్గ పేరుతో పాళీ భాషలోకి అనువదించాడట.

అయితే, సామాన్య ప్రజల భాష మాత్రం తెలుగు. విక్రమేంద్రవర్మ చిక్కుళ్ళ శాసనంలో (సంస్కృతం) 'విజయ రాజ్య సంవత్సరంబుళ్' అనే మాట ఉంది. అందులో 'ంబుళ్' అనే పద భాగం తెలుగుది. 'ళ్' తెలుగులో బహువచన రూపమైన 'లు'కు పూర్వ రూపం. 'ంబు', 'బు' లు 'ము' కు బదులుగా వాడబడతాయి. సంస్కృతంలో

'సంవత్సరా' అని ఉండవలసిన చోట 'సంవత్సరములు' అనే తెలుగు మాటకు సమానమైన 'సంవత్సరంబుళ్' అనేమాట వాడబడింది కాబట్టి, ఆ శాసన రచయిత మీద ప్రజల భాష తెలుగు ప్రభావం ఎంతో ఉందని అర్థమౌతున్నది. విష్ణుకుండుల శాసనాల్లో పేర్కొనబడిన గ్రామాల పేర్లన్నీ తెలుగువే. అలాంటివి కొన్ని ఇవి : కుడవాడ, వెలిమ్బలి, మరొకకి, కళిక, పురణిసంగమ, పెరువాటిక, తెందుళూరు, రావరేవ, రేగోన్లమ్, పేణ్కపర, ఇరుణ్డెరో, తుండి, పఅకి విషయం, నేత్రపాటి విషయం. కీసరగుట్టపై ఉన్న ఒక గుండుకు 'తొలచువాండ్లు' అనే అచ్చ తెలుగు పదం చెక్కబడింది. 'జనాశ్రయ ఛందో విచ్ఛిత్తి' అనే సంస్కృత ఛందో గ్రంథంలో కూడా తెలుగు భాషా ప్రస్తావనలు చాలా ఉన్నాయి. 'జనాశ్రయ' అనేది రెండో మాధవవర్మ బిరుదు కాబట్టి, ఈ గ్రంథాన్ని ఆయనే రచించాడనిపిస్తుంది. అయితే, గణస్వామి అనే ఆయన రాజు బిరుదు (జనాశ్రయ) పేరుతో రాసి ఉంటాడని కూడా పండితులు సందేహిస్తున్నారు. ఈ గ్రంథపు 'అవతారిక' లభించకపోవడంతో ఈ సందేహాలు తలెత్తాయి. ఈ గ్రంథంలోని ఐదవ అధ్యాయంలో తెలుగు కవిత్వానికి సంబంధించిన గణాలు, యతులు, ప్రాసలు, జాతి పద్యాల వివరణ ఉంది. జాతి పద్యాలకు చెందినదిగా 'శీర్షిక' పద్య లక్షణాలు వివరించబడ్డాయి. 'శీర్షిక'నే తెలుగులో సీస పద్యం. ఆ అధ్యాయంలో తెలిపిన ఇతర జాతి, ఉపజాతి పద్యాల లక్షణాలు కూడా తెలుగు ఛందస్సుకు అనుగుణంగా ఉన్నాయి. ఆ అధ్యాయంలో వివరించబడిన ద్విపద, త్రిపద పద్యాల్లో ద్విపద పద్యాలు ఇప్పటి వరక్కూడా తెలుగులో కనిపిస్తుండటం గమనార్హం. పదవ శతాబ్దారంభంలో మల్లియ రేచన రచించిన తెలుగు ఛందో గ్రంథం 'కవిజనాశ్రయం'లో కూడా 'జనాశ్రయ' పదం కనిపించడంతో ఈ గ్రంథానికి కూడా 'జనాశ్రయ ఛందో విచ్ఛిత్తి'లోనే మూలాలున్నాయని, అప్పటికే తెలుగులో పద్య రచన ఉందని, కాబట్టే పద్య లక్షణాల గ్రంథం బయటికి వచ్చిందని అర్థమౌతున్నది.

వాస్తు - శిల్ప కళాభివృద్ధి

విష్ణుకుండుల కాలంలో వాస్తు నిర్మాణాలు కొత్త శైలిని సంతరించుకొన్నాయి. వారి రాజధాని నగరాలు, వాటి చుట్టు పక్కలున్న గుహలు ఆలయాలు, ఆరామ విహారాదుల నిర్మాణాలకు నెలవులయ్యాయి. తెలంగాణలో విష్ణుకుండుల రాజధానులైన అమరావతి (అమ్రాబాదు), ఇంద్రపాలనగరం, కీసరగుట్టల్లో వీరి కోటలున్నాయి. కీసరగుట్ట కింద చెరువును ఆనుకొని విశాలమైన భవనాలు, అంతఃపురాలు, శివాలయాలు, శక్తి ఆలయాలెన్నో ఇటుకలతో నిర్మితమై ఇప్పటికీ వెలుగు చూస్తూనే ఉన్నాయి. పదిహేను వందల ఏళ్ల కిందటి ఆ ఆలయాల్లో ఈ నాటిలాగే గర్భగృహం,

అర్ధమండపం, ముఖ మండపం ఉండటం గమనార్హం. భువనగిరి కోటను కూడా మొదట విష్ణుకుండులే కట్టించినట్లు తెలిపే వారి రాజ చిహ్నం (లంఘిస్తున్న సింహం) శిల్పాలు ఆ కోటగోడల మీద కనిపిస్తాయి. విష్ణుకుండుల కాలంలో రాజులు, రాజ బంధువులు, ఇతర ధనికులు కట్టించి అభివృద్ధి చేసిన బౌద్ధ విహారాలు, ఆరామాలు ప్రధానంగా హైదరాబాదులోని చైతన్యపురి, యాదాద్రి భువనగిరి జిల్లాలోని ఇంద్రపాలనగరం, ఫణిగిరి, తిరుమలగిరి, గాజులబండ, ఖమ్మం జిల్లాలోని నేలకొండపల్లి, కారుకొండ ప్రాంతాల్లో వెలుగు చూశాయి. చైతన్యపురిలో గోవిందరాజు తన పేరుతో 'గోవింద రాజ విహారం' కట్టించగా, అతని పట్టపు రాణి ఇంద్రపాలనగరంలో తన పేరు మీదనే పరమభట్టారికా మహాదేవి విహారాన్ని కట్టించింది. ఈ విహార ప్రాంతంలో రెండుచోట్ల ఉన్న రాళ్ల గుహలపై చెక్కిన బౌద్ధ ఆచార్యుల శిల్పాలను ఈ పుస్తక రచయిత గుర్తించి ఇటీవల వెలుగులోకి తెచ్చారు. ఫణిగిరిలో ప్రభుత్వం చేపట్టిన తవ్వకాల్లో మాంధాత, ఛాంపేయ, లోసక అనే బౌద్ధ జాతక కథలతో చెక్కిన శిల్పాలు, బుద్ధుని పాదుకలు, చైత్యాలు, స్థూపాలు, సన్యాసుల ఆరామ విహారాలు, మంటపాలు బయటపడ్డాయి. తిరుమలగిరిలోని బౌద్ధ స్థూపం ఫణిగిరి పైనుంచి చూస్తే కనిపించేంత దూరంలోనే ఉంది. నేలకొండపల్లిలోని బౌద్ధ స్థూపం చాలా పెద్దది కాబట్టి దాన్ని విరాట్ స్థూపమని పిలిచేవారు. రాను రాను విరాటరాజు గద్దెగా పిలువబడుతూ వచ్చింది. ఇక్కడి తవ్వకాల్లో బుద్ధుని పాలరాతి శిల్పాలు, లోహ విగ్రహాలు వెలుగు చూశాయి. పెద్దపల్లి జిల్లాలోని మంథని పట్టణం పరిసరాల్లో ఉన్న ఎల్. మడుగు మీదున్న గుహలు, గౌరీగుండం జలపాతంపై ఉన్న గుహల్లో కనిపించే మంటప స్తంభాలపై విష్ణుకుండి కాలపు చైత్యాలంకరణలు కనిపిస్తున్నాయి. కాబట్టి అవి కూడా ఆనాటి బౌద్ధుల ఆరామాలే అని చెప్పొచ్చు. ఎల్. మడుగు కిందివైపున కోమటి గుహలు సమకాలీన జైన మతస్థులకు ఆరామాలుగా మనుగడలో ఉన్నట్లు తెలుస్తున్నది.

విష్ణుకుండుల జన్మస్థానమైన అమరావతికి సమీపంలో ఉన్న ఉమామహేశ్వరం, సలేశ్వరం గుహలు, అలంపురం క్షేత్రం శైవ-శక్తి క్షేత్రాలుగా వెలుగొందాయి. విష్ణుకుండుల్లో కొందరు 'పరమ మహేశ్వరులు'గా కీర్తించబడటం వారి శైవ భక్తిని సూచిస్తుంది. వారి నాణేలపైన కనిపించే 'శ్రీపర్వత' అనే పదం కూడా వారి శైవ భక్తితోపాటు వారు శ్రీపర్వతంపైన శైవాలయాలను కట్టించారని సూచిస్తుంది. ఉమామహేశ్వరం తర్వాతి కాలంలో శ్రీశైల క్షేత్రానికి ఉత్తర ద్వార క్షేత్రంగా ప్రసిద్ధిగాంచింది. ఉమామహేశ్వరంలో పల్లవులు చెక్కించిన శివలింగం, విష్ణుకుండులు చేయించిన నగారాభేరి ఇప్పటికీ ఉన్నాయి. సలేశ్వరంలో ఉన్న రెండు గుహాలయాల్లో

ఒక ఆలయం గోడకు 'విశ్వేశ కక్కలస' అని రాసి ఉన్న బ్రాహ్మీ శాసనాన్ని ఈ పుస్తక రచయిత 2011లో వెలుగులోకి తెచ్చారు. అలంపురం క్షేత్రం విష్ణుకుండుల కంటే ముందువారైన ఇక్ష్వాకుల కాలం నుంచే మనుగడలో ఉండేదనే శాసనాధారం దొరికింది. అలంపురం బాల బ్రహ్మేశ్వరునితో పాటు జోగులాంబ క్షేత్రంగా కూడా పేరుగాంచింది. విష్ణుకుండుల తరువాత వచ్చిన చాళుక్య రాజులు ఇక్కడ నవబ్రహ్మ ఆలయాలను కట్టించారు. ప్రకాశం, నెల్లూరు జిల్లాల సరిహద్దుల్లో విష్ణుకుండుల కాలపు భైరవ కోనలో గుహాలయాలున్నాయి. విష్ణుకుండుల మరో రాజధానైన బెజవాడ (విజయవాడ) చుట్టు పక్కలున్న ఉండవల్లి, మొగల్రాజపురం, ఇంద్రకీలాద్రి అనే గుట్టల్లో కూడా అంతస్థులుగా చెక్కి బౌద్ధ ఆరామ విహారాలను నిర్మించారు. వాటి గోడలు లేదా స్తంభాల అడుగు భాగంలో 'శ్రీ ఉత్పత్తి పిడుగు' అని రాసి ఉన్నట్లే సలేశ్వరం, జయశంకర్ భూపాలపల్లి జిల్లాలోని పాండవులగుట్ట గుహాలయాల్లో కూడా అవే రాతలు ఉన్నాయి. బౌద్ధ, జైన మతస్థులను పారదోలిన శైవ మతస్థులు అలా రాశారని కొందరు చరిత్రకారులు భావించారు. మరి కొందరేమో ఆ రాతలు వాస్తు శిల్పుల సంఘం పేరును సూచిస్తాయన్నారు. ఏది నిజమో నిర్ధారించలేకున్నా ఆనాడు వాస్తు శిల్పులకు సంఘం ఉన్నది మాత్రం నిజం అని తెలిపే పదం 'తొలుచువాండ్లు' కీసరగుట్టలో ఉంది.

విష్ణుకుండులు కృష్ణానదికి (కొంతకాలం గుండ్లకమ్మ నదికి) ఉత్తరాన/ ఎగువనున్న యావత్ తెలుగు దేశాన్ని రెండు శతాబ్దాలకు పైగా పాలించి, అంతకు ముందు మనుగడలో ఉన్న మిశ్రమ సంస్కృతి స్థానంలో హైందవ ప్రధాన సంస్కృతిని ప్రవేశపెట్టి ఆ తర్వాతి కాలపు రాజులకు మార్గదర్శకులయ్యారు. వీరి వాస్తు శిల్ప రీతులను దక్షిణాన పల్లవులు, పశ్చిమాన చాళుక్యులు అనుసరించడం వీరి ఘనతకు ఒక్క నిదర్శనం మాత్రమే. విష్ణుకుండి రాజు మాధవవర్మ (పేరు) ను కాకతీయుల వంటి అత్యంత ప్రజాదరణ కలిగిన రాజులు కూడా తమ మూలపురుషుడుగా చెప్పుకోవడంలో విష్ణుకుండుల సంక్షేమ పాలనా వైభవం వెల్లడవుతుంది.

చాళుక్యులు

విష్ణుకుండుల తర్వాత తెలంగాణ బాదామి చాళుక్యుల పరిపాలనలోకి వెళ్ళింది. ఈ చాళుక్యులు జోగులాంబ గద్వాల జిల్లాలోని కృష్ణా - తుంగభద్ర నదుల మధ్య అంతర్వేదిలో ఉన్న గ్రామం తుమ్మెయనూరులో పుట్టి, పెరిగి క్రీ.శ. 6వ శతాబ్దం నుండి కర్ణాటకలోని బాదామి రాజధానిగా తెలంగాణను కూడా పరిపాలించారు. వీరి తరువాత క్రీ.శ. 8వ శతాబ్దం నుండి రాష్ట్రకూట వంశపు రాజులు మహారాష్ట్ర, కర్ణాటక, తెలంగాణ ప్రాంతాలను పాలించారు. కాని వారి ప్రత్యక్ష పాలనకు తెలంగాణ దూరంగా ఉండడంతో ఇక్కడ 8, 9 శతాబ్దాలలో సుమారు పది రాజవంశాలు పుట్టాయి. వీరిలో ఎక్కువ మంది చాళుక్య వంశానికి చెందినవారు కావడంతో తెలంగాణ చరిత్రలో క్రీ.శ. 6 నుండి 12 శతాబ్దాల మధ్య కాలాన్ని చాళుక్యయుగం అని పిలువడం సముచితంగా ఉంటుంది. బోధన్-వేములవాడ చాళుక్యులు రాష్ట్రకూటులకు సామంత రాజులుగా పనిచేసినా వారు కూడా చాళుక్య వంశానికి చెందినవారే. వారి తర్వాత కర్ణాటకలోని కళ్యాణి నుంచి (పశ్చిమ) చాళుక్యులు స్వతంత్ర రాజ్యంగా తెలంగాణ భూభాగాల్ని కూడా పాలించారు. దక్షిణ తెలంగాణను పాలించిన కందూరు చోడులు చోళ వంశానికి చెందినవారైనా వారు కూడా పశ్చిమ చాళుక్యుల కిందనే సామంత రాజులుగా పనిచేశారు. జగిత్యాల జిల్లాలోని పొలవాస రాజులు, అనుమకొండ-ఓరుగల్లు ప్రాంతాన్ని ఏలిన కాకతీయులు రాష్ట్రకూట మూలాలున్న వారైనా వీరు కూడా పశ్చిమ చాళుక్యులకు విధేయులుగానే పాలించారు.

బాదామి చాళుక్యులు

క్రీ.శ. 543-753 మధ్య కాలంలో యావత్ దక్కన్ రాష్ట్రాల ప్రాంతాలను కర్ణాటకలోని బాదామి (వాతాపి) నుంచి చాళుక్యులు పాలించారు. వీరి తరువాత అనేక చాళుక్య వంశాలు మనుగడలోకి వచ్చాయి కాబట్టి బాదామి చాళుక్యులను తొలి చాళుక్యులు అంటారు. ఈ వంశీయుల్లో గొప్ప రాజైన రెండో పులకేశి (క్రీ.శ. 610 - 642) జోగులాంబ గద్వాల జిల్లాలోని తుమ్మెయనూరులో వేయించిన రాగి శాసనం కృష్ణా-తుగభద్ర నదుల సంగమ ప్రాంతాన్ని చాళుక్య విషయం అని ప్రస్తావించింది కాబట్టి చాళుక్యుల జన్మస్థానం ఇదేనని చరిత్రకారులు నిర్ధారించారు.

క్రీ.శ. 540 ప్రాంతంలో ఇక్కడ విష్ణుకుండులు పరిపాలన చేస్తున్నారు. కాబట్టి చాళుక్యులు ఇక్కడి నుంచి బాదామికి వలస పోయి అక్కడి నుంచి క్రమంగా దక్కన్ ప్రాంతాలను జయించి పాలించారు. తుమ్మెయనూరు శాసనం ప్రస్తావించిన

సంగమేశ్వర స్వామి ఆలయం కూడా కృష్ణా - తుంగభద్ర నదుల సంగమ స్థానంలో ఉండడం ఈ వాదానికి బలాన్నిచ్చింది. రెండో పులకేశి క్రీ.శ. 616 సంవత్సరంలో కోస్తాంధ్రలోని వేంగి ప్రాంతపు 'పిష్టపురక'ను ముట్టడించి, జయించి ఖమ్మం జిల్లాలోని కల్లూరలో విడిది చేస్తున్నప్పుడు మంగళపురకు చెందిన అలూక మహారాజును పిలిపించి కల్లూర ప్రాంత పాలకున్ని చేశాడు. ఆయన ఈ అటవీ ప్రాంతాన్ని కష్టమనక పరిపాలించాడు. ఇదే సందర్భంగా రెండో పులకేశి తన రాణి కదంబ మహాదేవి స్వగురువుకు ఇచ్చిన వాగ్దానాన్ని కూడా నెరవేర్చాడు.

రెండో పులకేశి కొడుకు మొదటి విక్రమాదిత్యుడు రాజుగా ఉన్నప్పుడు ఒకసారి జోగులాంబ గద్వాల జిల్లాలోని మర్రూర (ఈనాటి చిన్నమరూరు)లో విడిది చేశాడు. అప్పుడు వంగూరువాడి విషయంలోని (ఈనాటి వంగూరు) ఈపరుంకల్ (ఈనాటి వీపనగండ్ల, వనపర్తి జిల్లా)ను తనకు శివమండల దీక్ష ఇచ్చిన సుదర్శనాచార్యులకు గురు దక్షిణగా ఇచ్చాడని ఆముదాలపాడు రాగిశాసనం విశదం చేసింది. ఆ నాటి వరకు వైష్ణవులైన బాదామి చాళుక్యులు అప్పటి నుంచి శైవులయ్యారని రమేశన్ అన్నారు. మొదటి విక్రమాదిత్యుని వారసుడు వినయాదిత్యుడు. వనపర్తి జిల్లాలోని బాణంకల్లు (ఈనాటి పానగల్)లో విడిది చేసినప్పుడు పణ్యాల (పల్లిపాడు) రాగి శాసనం విడుదల చేశాడు. అలంపూర్‌లోని స్వర్గబ్రహ్మ దేవకుల (దేవాలయం) ద్వారపాలకుడి శిల్పం మీద ఉన్న విక్రమాదిత్యుని కాలపు శాసనం ప్రకారం ఆ ఆలయాన్ని రాణి (మహాదేవి) గౌరవార్థం లోకాదిత్య ఏల అరస కట్టించాడు.

వినయాదిత్యుని వారసుడైన విజయాదిత్యుడు (క్రీ.శ.696-733) తన 10వ రాజ్యపాలనా సంవత్సరంలో ఏలపురలో (ఎల్లూరు), 12వ రాజ్యపాలనా సంవత్సరంలో హతంపురలో (అలంపూర్), 34 వ రాజ్యపాలనా సంవత్సరంలో రక్తపురలో (లక్ష్మేశ్వర్ / లక్ష్మాపూర్) విడిది చేశాడు. ఈ స్థలాలు అన్నీ మునుపటి మహబూబ్ నగర్ జిల్లా పరిధిలో ఉన్నాయి. తెలుగు దేశంలో ఈయన సామంతులుగా ఆనాడు బాణులు, రేనాడు తెలుగు చోళులు, భూపాదిత్యుడు, ఉపేంద్రుడు పాలించారట. అలంపూర్ కోట శాసనం ప్రకారం విజయాదిత్యుని ఆజ్ఞ మేరకు ఆ కోటగోడలను కట్టి పూజ్య ఈశానాచార్యునికి అంకితం చేశారట.

పైన వివరించినట్లు బాదామి చాళుక్యులు దక్షిణ తెలంగాణ నుంచే ఎదిగి, ఇక్కడనే శైవులై అలంపూర్‌లో ప్రసిద్ధి గాంచిన నవబ్రహ్మ ఆలయాలను కట్టించారు. బ్రహ్మ శివునికై తపస్సు చేసి సిద్ధి పొందిన ప్రదేశంగా భావించి ఇక్కడ బాలబ్రహ్మ, కుమారబ్రహ్మ, అర్కబ్రహ్మ, వీరబ్రహ్మ, విశ్వబ్రహ్మ, తారకబ్రహ్మ, గరుడబ్రహ్మ,

స్వర్గబ్రహ్మ, పద్మబ్రహ్మ ఆలయాలను సాంధర శైలిలో కట్టారు. విశ్వబ్రహ్మ ఆలయంతో పోలికగల పద్మబ్రహ్మ ఆలయం వీటన్నింటిలోకెల్లా పెద్దది. ద్రావిడ శైలిలో నిర్మించిన తారకబ్రహ్మ ఆలయం కోణాకృత మెట్ల శిఖరంతో (stepped pyramid), శుకనాసిలో నటరాజ విగ్రహంతో ప్రత్యేకంగా కనిపిస్తుంది. శివుని అనేక రూపాలను నవబ్రహ్మఆలయాలు అని పిలువబడే ఈ శివాలయాలలోని శిల్పాలలో చూడవచ్చు. ఈ క్షేత్రాన్ని యోగిని జోగులాంబ పరిరక్షిస్తుందని ఆ దేవతను శక్తిగా ఆరాధిస్తారు.

ముదిగొండ చాళుక్యులు

చాళుక్య వంశపు రాజుల్లో ఒక ముఖ్యమైన శాఖ ముదిగొండ చాళుక్యులది. వీరు క్రీ.శ 8వ శతాబ్దం చివరి కాలం నుండి క్రీ.శ. 13వ శతాబ్దం తొలి దశకం వరకు వరంగల్ జిల్లాలోని తూర్పు ప్రాంతం మొదలుకొని ఖమ్మం, భద్రాద్రి కొత్తగూడెం జిల్లాలను పాలించారు. కొంతకాలం ఆంధ్రప్రదేశ్‌లో ఉన్న కృష్ణా జిల్లాలోని విజయవాడ దగ్గరి కొండపల్లి వరకు కూడా పాలించారు. నిజానికి వీరు ఆంధ్ర ప్రాంతంలో స్వతంత్ర పాలన సాగించిన తూర్పు చాళుక్యులకే ఎక్కువ కాలం సామంతులుగా పనిచేశారు. ఒక్క బద్దెగుడు అనేవాడు మాత్రం వేములవాడ చాళుక్య రాజు రెండవ అరికేసరికి సామంతుడుగా మంచిర్యాల జిల్లాలోని చెన్నూరు ప్రాంతాన్ని పాలించాడు. వేములవాడ చాళుక్యులేమో రాష్ట్రకూటులకు సామంతులుగా ఉండేవారు. రాష్ట్రకూట సామంతులుగా ఎదిగి స్వతంత్రులైన కాకతీయుల సామంతుడు రేచర్ల రుద్రుడు ముదిగొండ చాళుక్యులను తెలంగాణ నుంచి తరిమి వేయగా వారు కృష్ణా జిల్లా ప్రాంతానికి వలసపోయారు.

ముదిగొండ చాళుక్యులు మొగిలిచర్ల (వరంగల్ జిల్లా)లో వేయించిన రాగి శాసనం, కొరవి (మహబూబాబాద్ జిల్లా)లో వేయించిన రాతి శాసనం వీరి చరిత్రకు ప్రధానాధారాలు. శాసనాలలో ముదుగొండగా పేర్కొనబడిన వీరి రాజధాని ముదిగొండ ఖమ్మంకు సుమారు పదికిలో మీటర్ల దూరంలో ఉంది. వీరు పాలించిన కొరవి సీమ కేంద్రం మహబూబాబాద్ జిల్లాలో ఉంది. కొరవి అనే పేరు 'కొరివి' అనే పదం నుంచి వచ్చి ఉంటుంది. ఎందుకంటే, మొగిలిచర్ల శాసనంలో వీరు బండ్ల చక్రాలు తిరుగని అందమైన ప్రదేశాన్ని అభివృద్ధి చేసినట్లుగా పేర్కొనబడ్డారు. అంటే... వారికంటే ముందు ఆ ప్రదేశం కారడవి అని, దాన్ని కాల్చి వీరు సాగు భూమిని సిద్ధం చేశారని అర్థం చేసుకోవచ్చు. ఈ నేపథ్యంలో వరంగల్ జిల్లాలోని తూర్పు ప్రాంతం నుండి మహబూబాబాద్, ఖమ్మం, భద్రాద్రి కొత్తగూడెం జిల్లాల్లోని చాలా భాగంలో

వ్యవసాయాభివృద్ధికి, సాంస్కృతిక వికాసానికి కృషిచేసిన ఘనత ముదిగొండ చాళుక్యులకు చెందుతుంది.

శాసనాల ప్రకారం క్రీ.శ. 8వ శతాబ్దాంతం నుంచి క్రీ.శ. 1218 వరకు కొరవి, ముదిగొండ, మంచికొండ ప్రాంతాలను పాలించిన ముదిగొండ చాళుక్యరాజుల వంశ క్రమం ఈ క్రింది విధంగా ఉంది (వివరాల్లో అస్పష్టత ఉంది).

1. గొణగుడు
2. కోకిరాజు (కొక్కిరాజు)
3. రణమర్దుడు
4. మొదటి కుసుమాయుధుడు (క్రీ. శ. 890– 915)
5. గొణగుడు (బిజయిత / విజయాదిత్య, క్రీ. శ. 915– 940)
6. రెండో కుసుమాయుధుడు (క్రీ. శ. 940 - 965)
7. విజయాదిత్య (క్రీ. శ. 965– 990)
8. మూడో కుసుమాయుధుడు (క్రీ. శ. 990 - 1015)
9. నిరవద్యుడు / నిజ్జయరాజు (క్రీ. శ. 1015 - 1040)
10. నాలుగో కుసుమాయుధుడు (క్రీ. శ. 1040 - 1065)
11. బేతరాజు (క్రీ. శ. 1065 - 1090)
12. ఐదో కుసుమాయుధుడు (క్రీ. శ. 1090 - 1110)
13. బొట్టు బేతరాజు (క్రీ. శ. 1110 - 1140)
14. ఆరో కుసుమాయుధుడు (క్రీ. శ. 1140 - 1165)
15. నాగతిరాజు (క్రీ. శ. 1165 - 1196)
16. బొట్టు శ్రీరామభద్రుడు (క్రీ. శ. 1196 - 1218)

కొరవి ప్రాంతంలో ఎదిగినవాడు... అంటే వంశస్థాపకుడు గొణగుడు అయినప్పటికీ ముదుగొండను రాజధానిగా చేసుకొని పాలించింది మాత్రం అతని వారసుడు కొక్కిరాజు. కొక్కిరాజు సోదరుడు రణమర్దుడు. ఇతడు చియ్యరాజు అనే స్థానిక రాజును ఓడించి గరుడ ధ్వజాన్ని పొందాడు. రావణాసురునికి ఉన్నంతటి గొప్ప వేతాళ ధ్వజం అప్పటికే రణమర్దునికి ఉన్నది. (కొరవిలోని వీరభద్రస్వామికి ఈ వేతాళ ధ్వజమే మాతృకై ఉంటుంది). ఈయన కొత్తగా మంచికొండ, కొండపల్లి

ప్రాంతాలను సంపాదించి పరిపాలించాడు. అప్పటి వరకు అడవుల్లో ఉన్న ఈ ప్రాంతాల్లో రణమర్దుడు పట్టణాలను నెలకొల్పాడని మొగిలిచెర్ల శాసనం తెలియజేస్తుంది. రణమర్దుని రాజ్య విస్తరణ గురించి రాష్ట్రకూట రాజు రెండవ కృష్ణునికి (కన్నర బల్లహుడు) తెలిసినట్లుంది. రణమర్దుడు తన రాజ్యంలోకి చొచ్చుకు వస్తాడేమోననే అనుమానంతో కృష్ణుడు స్వయంగానో, సైన్యాన్ని పంపో రణమర్దుని ఓడించి ఆయన కంఠియను తీసుకెళ్ళాడు. కాని కొద్ది కాలంలోనే రణమర్దుని వారసుడు కుసుమాయుధుడు క్రీ.శ. 893 ప్రాంతంలో రాష్ట్రకూట కృష్ణుని నుంచి రణమర్ద కంఠియను తిరిగి సంపాదించి, వేంగీ (తూర్పు) చాళుక్య రాజు భీమునికి అలంకరించి అతనితోపాటు అర్ధరాజ్యాన్ని మంచికొండనాడుతో కలిపి పరిపాలించాడు. ముదిగొండ చాళుక్యులు వేంగీ చాళుక్యులకు సామంతులే అయినప్పటికీ వారితో సమానంగా సగం రాజ్యాన్ని పాలించడంతో వీరి స్థితి కొంతకాలం ఉచ్ఛస్థితికి చేరిందని అర్థమవుతుంది. కుసుమాయుధుని తరువాత గొణగుడు రాజ్యాన్నేలాడు. అయితే అతనిని సింహాసన భ్రష్టుని చేయాలని అతని తమ్ముడు నిరవద్యుడు (నిజ్జయరాజు) ప్రయత్నం చేశాడు. ఈ తరుణంలో వేంగీ చాళక్య భీముడు మరణించడంతో రాష్ట్రకూట రాజు గోవిందుడు ముదిగొండ, వేంగీ చాళుక్య రాజ్యాల మీద దండయాత్ర చేశాడు. దాంతో గొణగుడు రాష్ట్రకూట సామంతుడైన వేములవాడ చాళుక్యరాజు రెండవ అరికేసరిని ఆశ్రయించాడు. గొణగుడు, అతని కొడుకు బద్దెగుడు అరికేసరి సామంతులుగా మంచిర్యాల జిల్లాలోని చెన్నూరు ప్రాంతాన్ని పాలించారు.

నిరవద్యుడు క్రీ.శ. 934లో ముదిగొండను మళ్ళీ సంపాదించుకున్నాడు. వేంగీరాజు రెండవ చాళుక్య భీమునికి సామంతునిగా కొరవి సీమను పాలించాడు. రాజ్యంలో సుఖశాంతులను నెలకొల్పాడు. కాబట్టే ఇతని వారసుడు కుసుమాయుధుడు మంచికొండలోని మొగలిచెరువుల అనే గ్రామాన్ని అన్ని పన్నులను మినహాయించి కుత్సిత గోత్రీకుడైన బ్రాహ్మణుడు దోనియశర్మకు దానమివ్వగలిగాడు. ఈ దానం మకర సంక్రాంతి నాడు ఇవ్వబడింది. ఈ దాన శాసనం చివర ఇతిహాస పద్యాలున్నాయి. శాసనంలో తెలిపిన సరిహద్దుల వివరాలలో మొగలిచెరువులకు దక్షిణాన కొరవి ఉన్నట్లు పేర్కొనబడింది.

నిరవద్యుని తరువాత కొరవిని ఏలింది అతని వారసులు బేతరాజు, కుసుమాయుధుడు. కుసుమాయుధునికి 'ముట్టానెగల్లు' అనే బిరుదుంది. ఇతని తరువాత వచ్చిన బొట్టు బేతరాజుకు 'వినీత జనాశ్రయ' అనే బిరుదుంది. బొట్టు అంటే ఖమ్మం(మెట్టు) అని బి.ఎన్.శాస్త్రి రాశాడు. కాకతీయ రాజు నాల్గవ గుండయ బొట్టు

బేతరాజును తరిమివేయగా అతడు కళ్యాణీ చాళుక్య రాజ్య వంశస్థాపకుడైన రెండవ తైలపున్ని ఆశ్రయించాడు. తైలపుడు పంపిన దండనాయకుడు విరియాల ఎర్రనృపుడు గుండయను చంపి బొట్టు బేతరాజును కొరవి సింహాసనంపై ప్రతిష్ఠించాడు. బొట్టు బేతరాజు రాణి శ్రీమహాదేవి అభినవగౌరిగా ప్రశంసించబడింది.

తరువాత కాలంలో వచ్చిన రాజు కుసుమాయుధుడు. ఇతనికి మార్బల కేసరి అనే బిరుదుంది. ఇతడు రాజైన తరువాత 'భూ ప్రఘట్టన' జరిగిందనే శాసనాధారం ఉంది. దాంతో కుసుమాయుధుడు తన సోదరుడు నాగతిరాజు, తన మంత్రులు ఇందపరాజు, రేమనరాజు, శ్రీకరణాధిపతులతో కలిసి వస్తువాహనాలతో సహా అడవుల్లోకి వెళ్ళి పన్నెండు సంవత్సరాలు పండ్లు ఫలాలు తిని బతికారు. ఇందుకు కారణం కాకతీయ రాజు క్రీ.శ. 1130 దశకంలో ముదిగొండ చాళుక్య రాజ్యంపై దండెత్తాడని భావించవలసి ఉంటుంది. కుసుమాయుధుడు మళ్ళీ రాజ్యం సంపాదించుకున్న తర్వాత, తనకు వనవాసకాలంలో సహకరించిన ఇందప, రేమనలకు రాజ లాంఛనాలు, మహామండలేశ్వర పదవులు ఇచ్చి గోదావరి తీరాన ఉన్న క్రివ్వక గ్రామాన్ని ధారాపూర్వకంగా దానం చేసి గౌరవించాడు.

కాకతీయ రుద్రదేవుని మరణం తర్వాత ఓరుగల్లు రాజ్యంపై వెలనాటి చోళులు దండయాత్ర జరిపినట్లే కుసుమాయుధుని తమ్ముడు నాగతిరాజు కూడా దండయాత్ర చేశాడు. కాని వారిని కాకతీయ సామంతుడు రేచర్ల రుద్రుడు ఓడించాడు. దాంతో ముదిగొండ చాళుక్య వంశ పాలన అంతమై నాగతిరాజు ఆంధ్రాలోని కొలని మండలం చేరుకున్నాడు. అతని తర్వాత రాజు బొట్టు శ్రీరామభద్రుడు క్రీ.శ. 1218లో కృష్ణాజిల్లాలోని శ్రీకాకుళ ఆంధ్ర విష్ణుదేవునికి దానాలు చేసినట్లు శాసనాధారం ఉంది.

సామాజిక - ఆర్థిక పరిస్థితులు

ముదిగొండ చాళుక్య వంశంలో సుమారు ఆరుగురికి కుసుమాయుధుడు అనే పేరుంది. వారిలో ఒక కుసుమాయుధుడు (బహుశా చివరివాడు) రెండు జాతులకు చెందినవాడుగా ఒక శాసనంలో ప్రశంసించబడ్డాడు. ముదిగొండ చాళ్యులది మానవ్యస గోత్రం అని ఒక శాసనం పేర్కొనగా, మరో శాసనంలో ఈ కుసుమాయుధుడు ఉన్నత బ్రాహ్మణ వంశానికి చెందిన గొప్ప పురుషునిగా కీర్తించబడ్డాడు. కాబట్టి మొదట శూద్రులైన ముదిగొండ చాళుక్యులు సమాజంలో ఉచ్ఛ స్థితిని కోరుకుని బ్రాహ్మణీకరణను పొందారని, వీరి మార్గాన్ని మరికొందరు ధనికులు, ఉన్నతాధికారులు పాటించి

ఉంటారని అర్థం చేసుకోవచ్చు. ఈ నేపథ్యంలోనే ఒక కుసుమాయుధుడు దోనియశర్మ అనే బ్రాహ్మణునికి మొగలిచెరువుల గ్రామాన్ని దానం చేశాడు. అయితే కులీనులు తమను ప్రజల చేత 'రాజులు', 'మహామండలేశ్వరులు' అని పిలిపించుకోవడానికే ఇష్టపడేవారని ఆనాటి శాసనాలు తెలియజేస్తాయి. ఆనాటి సమాజంలో సంపన్న వర్గాలకు చెందినవారుగా 'నాయకులు', 'కాంపులు' పేర్కొనబడ్డారు. వీరిలో కొందరు రాజకీయాలను ప్రభావితం చేసే స్థితిలో ఉండేవారు. కాబట్టి అలా శత్రు రాజులను కలిసే వారు గ్రామంలో ఉండరాదని కొరవి శాసనం నిషేధం విధించింది. ఆనాటి సమాజంలో చదువుకున్నవారు తక్కువగా ఉండేవారు. కాబట్టే కొరవి శాసనాన్ని 'సంధి విగ్రహి' (ఒక రకం సైనిక నాయకుడు) ఛాముమ్లేయడు రాశాడని శాసనం చివర అతను చేసిన సంతకం తెలుపుతుంది.

ముదిగొండ చాళుక్యులు పాలించిన ప్రాంతం అంతా అటవీమయమైనది. ఆ అడవుల్లో అప్పటికి ఎడ్లబండ్లు కూడా తిరగలేదు అని మొగిలిచర్ల శాసనం పేర్కొనడాన్ని బట్టి ఆ ప్రాంత ప్రజలకు అప్పటికింకా సరిగా వ్యవసాయం చేయడం కూడా తెలియదని, కాబట్టి ప్రజలలో ఎక్కువమంది పేదవారని, నూటికి నూరు శాతం గ్రామాల్లో, గిరిజన గూడేల్లో నివసించేవారని అర్థమవుతుంది. కాబట్టే ఒక శాసనంలో కుసుమాయుధుడు పేదల పక్షపాతిగా ప్రశంసించబడ్డాడు. అలాగే ముదిగొండ చాళుక్యుల్లో పలువురు రాజులు గ్రామీణ పేదరికం - సంక్షేమం పట్ల స్పృహ ఉన్నవారుగా కన్పిస్తున్నారు. తొలి తరపు రాజు రణమర్దుడు అందమైన అటవీ ప్రాంతాల్లో మంచికొండ, కొండపల్లి గ్రామాలను పట్టణాలుగా వృద్ధి చేశాడనే ప్రస్తావన మొగిలిచెర్ల శాసనంలో కన్పిస్తుంది. అంటే, చుట్టు పక్కలుండే గ్రామీణులకు పై పట్టణాల్లో వస్తు - వాహనాలు సుదూర ప్రాంతాలనుండి అందుబాటులోకి తేబడ్డాయని అర్థం. అలాగే ముదిగొండ, కొరవి గ్రామాలు కూడా ఈ రాజుల కాలంలోనే పట్టణాలుగా వృద్ధి చెందాయని చెప్పవచ్చు. అవి వారి రాజధానులు కూడా కాబట్టి వాటి పట్టణీకరణ సాధ్యమే.

ప్రజలు వ్యావసాయికంగా అభివృద్ధి చెందాలనే సంకల్పంతో అనుంగు గొణంగ రాజు కొరవి ప్రాంతంలో కొన్ని చెరువులు తవ్వించాడు. అతని తమ్ముడు నిరవద్యుడు కూడా ఈ విషయంలో అన్న బాటనే నడిచాడు. నిరవద్యుని మిత్రుడు పెద్దన అనేవాడు కూడా రాజు ఇవ్వజూపిన సౌఖ్యాలను కాదని, అందుకు బదులుగా కొరవి ప్రజల సంక్షేమం కోసం కొన్ని వసతులు ఏర్పాటు చేయాలని కోరుకున్నాడు. రాజు నిరవద్యుడు అలాగే చేశాడు కూడా. తన అన్న కొరవి ప్రజలకిచ్చిన సౌకర్యాలన్నింటినీ నిరవద్యుడు మళ్ళీ సమకూర్చాడు. ఆ రోజుల్లో పెరామని పున్నమినాడు ఎవరైనా ఎర గద్యాణం

ప్రభుత్వానికి చెల్లిస్తే ప్రజలు సంతోషంగా జీవిస్తారనే నమ్మకమున్నట్లు తెలిపే శాసనాధారముంది. దీనివల్ల రెండు విషయాలు స్పష్టమవుతున్నాయి. ఒకటి, ప్రభుత్వం ప్రజల నుంచి బలవంతంగా పన్నులు వసూలు చేసేది కాదని; రెండవది ప్రజలు స్వచ్ఛందంగా చెల్లించిన డబ్బు (పన్ను)లతో ప్రభుత్వం వ్యవసాయ భూములను అందుబాటులోకి తేవడం, చెరువులు తవ్వించడం వంటి కార్యక్రమాలు చేపట్టడం ద్వారా ప్రజలు సంతోషంగా జీవించేందుకు కృషి చేసేది అని.

ఇలా ప్రజా సంక్షేమానికి కృషి చేసేవారు తప్ప శత్రు రాజులను కలిసే ధనిక రైతులు (కాంపులు) కూడా గ్రామంలో ఉండరాదని ప్రభుత్వం శాసనం ప్రకటించింది. నేరస్థులకు భారీ మొత్తాలను నష్టపరిహారాలుగా కఠిన శిక్షలను విధించింది. కొరవి శాసనంలో ఆ వివరాలు ఇలా ఉన్నాయి.

పొడిచి చంపితే	120 ద్రమ్మలు
పొడిస్తే	60 ద్రమ్మలు
ముక్కు కోస్తే	25 ద్రమ్మలు
కొడితే	25 ద్రమ్మలు
కత్తి దూస్తే	25 ద్రమ్మలు
వ్యభిచరిస్తే	25 ద్రమ్మలు
హత్యచేస్తే	ఉరిశిక్ష

మత - సాంస్కృతిక పరిస్థితులు

ముదిగొండ చాళుక్యుల శాసనాల ద్వారా వారి కాలపు మత సాంస్కృతిక పరిస్థితులు కూడా కొన్ని తెలుస్తున్నాయి. వారు వైదిక, వైష్ణవ, శైవ, శాక్తేయ మతాచారాలను పాటించినట్లు తెలుస్తుంది. వారు తాము హారీతి పుత్రులమని, సప్త మాతృకలచే పాలింపబడువారమని చెప్పుకోవడం, బొట్టు బేతరాజు రాణి అభినవ గౌరిగా ప్రశంసించబడడంలో వారి శక్తి/దేవత ఆరాధన స్పష్టమవుతున్నది. వారి శాసనంలో పేర్కొనబడ్డ శివుడు, అంబికా కుమారుడు, మహాసేనుడు వారి శైవ మత ప్రీతిని తెలుపుతాయి. వారి శాసనాల్లో కౌశికుని ప్రస్తావన కన్పిస్తుంది. భగవాన్ నారాయణుడు, వరాహ లాంఛనం, గరుడ ధ్వజం ప్రస్తావనలు వారి వైష్ణవ భక్తిని తెలుపుతాయి.

ముదిగొండ చాళుక్యులు అశ్వమేధావబృథస్నాన పవిత్రీకృతులని పేర్కొనబడటం వారి వైదిక మత అభిమానాన్ని తెలుపుతుంది. వారి శాసనాలు ప్రస్తావించిన రాముడు, రావణుని వేతాళ ధ్వజం, శాసనాంతంలో పేర్కొనబడిన ఇతిహాస శ్లోకాలు ఆ కాలపు పురాణేతిహాస ఆసక్తులను తెలుపుతాయి. ఆ కాలపు అత్యంత ఆసక్తికరమైన దేవుడు కామదేవుడు. ఇతడు రూపంలేని నిర్గుణ దేవుడు. ఇప్పటికీ ఉత్తర తెలంగాణలోని గిరిజనులు అలాంటి కామదేవున్ని పూజిస్తారు. కాబట్టి కామదేవుడు అనాదిగా ఆదివాసుల దేవుడని, అతడిని నాగరికులు, రాజులు కూడా పూజించారని స్పష్టమవుతుంది.

ముదిగొండ చాళుక్యుల శాసనాలు విశదం చేసే పండుగలు మకర సంక్రాంతి, పేరామని పున్నమి, గౌరీ పండుగ. మకర సంక్రాంతి నాడు దానాలు చేయడం, పేరామని పున్నమి (ఏరువాక పున్నమి) నాడు ప్రభుత్వానికి స్వచ్ఛందంగా పన్నులు చెల్లించడం ప్రభువులు, ప్రజలు పుణ్యంగా, ప్రజా సంక్షేమ కారకాలుగా భావించేవారు. గౌరీ పండుగంటే ఈనాటి బతుకమ్మ పండుగనే అయ్యుండాలి. ముదిగొండ చాళుక్యులు కొన్ని జిల్లాల ప్రాంతాన్నే పాలించినప్పటికీ వ్యవసాయాభివృద్ధి ద్వారా ప్రజా సంక్షేమాన్ని కాంక్షించిన ప్రభువులుగా తెలంగాణ చరిత్రలో చోటు సంపాదించుకున్నారు.

వేములవాడ చాళుక్యులు

విష్ణుకుండుల తర్వాత బాదామి చాళుక్యులు కర్ణాటకతో కలిపి తెలంగాణను కూడా పరిపాలించారు. వారి పాలనా కాలంలో... అంటే క్రీ.శ. 6 నుంచి 8 శతాబ్దాల మధ్య కాలంలో వారికి తెలంగాణలో ఎందరో సామంతులు పుట్టుకొచ్చారు. అలాంటి వారిలో ప్రముఖమైనవారు వేములవాడ చాళుక్యులు. వీరు బాదామీ చాళుక్యుల వంశానికి చెందినవారే. కాని బాదామీ చాళుక్యులు చంద్ర వంశానికి చెందినవారు కాగా వేములవాడ చాళుక్యులు సూర్య వంశానికి చెందినవారు. బాదామీ చాళుక్యులకు సామంతులుగా క్రీ.శ. 641 నుండి వేములవాడ చాళుక్యులు నిజామాబాద్, జగిత్యాల, సిరిసిల్ల జిల్లాల ప్రాంతాన్ని పరిపాలించారు. వీరి వంశ మూల పురుషుడు సత్యాశ్రయ రణవిక్రముడు. అతని వారసులవి కొంతమంది పేర్లు తెలుస్తున్నాయి. కాని వారి చరిత్ర ఎక్కువగా తెలిసిరాలేదు. బాదామీ చాళుక్యులను ఓడించి కర్ణాటకలోని మాన్యఖేటం రాజధానిగా యావత్ దక్కను రాష్ట్రాలను పాలించిన రాష్ట్రకూట వంశరాజుల సామంతులుగా వేములవాడ చాళుక్య రాజుల చరిత్ర కొంత విపులంగా తెలుస్తున్నది. వీరి చరిత్రకు ఈ క్రింది శాసనాలు ప్రధాన ఆధారాలుగా నిలుస్తాయి.

1. మొదటి అరికేసరి కొల్లిపర రాగి శాసనం
2. రెండవ అరికేసరి కరీంనగర్ శిలా శాసనం
3. రెండవ అరికేసరి వేములవాడ శిలా శాసనం
4. రెండవ అరికేసరి చెన్నూరు శిలా శాసనం
5. కరీంనగర్ శిలాశాసనం (క్రీ.శ. 946 నాటిది)
6. జినవల్లభుని కుర్క్యాల శిలా శాసనం
7. మూడవ అరికేసరి పర్భణి రాగి శాసనం
8. బీరగృహుని కురువగట్టు శిలా శాసనం

పంప మహాకవి రచించిన 'విక్రమార్జున విజయం', 'ఆది పురాణం', సోమదేవసూరి రచన 'యశస్తిలక', మల్లియ రేచన 'కవిజనాశ్రయం' వంటి సమకాలీన గ్రంథాలు కూడా ఆనాటి చరిత్రను కొంత పొందుపరిచాయి. పైన పేర్కొన్న శాసనాలు, సాహిత్య గ్రంథాల ఆధారంగా వేములవాడ చాళుక్యుల పాలనా కాలాలు సుమారుగా ఈ క్రింది విధంగా ఉన్నాయి.

1. సత్యాశ్రయ రణవిక్రముడు (క్రీ.శ. 641-660)
2. పృథ్వీపతి (క్రీ.శ. 660-695)
3. మహారాజు (క్రీ.శ. 695-725)
4. రాజాదిత్య పృథు విక్రముడు (క్రీ.శ. 725-750)
5. వినయాదిత్య యుద్ధమల్లుడు (క్రీ.శ. 750-780)
6. మొదటి అరికేసరి (క్రీ.శ. 780-800)
7. మొదటి నరసింహుడు / రాజాదిత్యుడు (క్రీ.శ. 800-835)
8. రెండవ యుద్ధమల్లుడు (క్రీ.శ. 835-870)
9. బద్దెగుడు (క్రీ.శ. 870-895)
10. మూడవ యుద్ధమల్లుడు (క్రీ.శ. 900-910)
11. రెండవ నరసింహుడు (క్రీ.శ. 910-930)
12. రెండవ అరికేసరి (క్రీ.శ. 930-955)
13. వాగరాజు (క్రీ.శ. 955-960)

14. రెండవ బద్దెగుడు (క్రీ.శ. 960-966)

15. మూడవ అరికేసరి (క్రీ.శ. 966-973)

వీరిలో మొదటి నలుగురు రాజులు సుమారు 110 సంవత్సరాల కాలం (క్రీ.శ. 641-750) ఆనాటి బాదామీ చాళుక్యులకు సామంతులుగా పనిచేశారు. క్రీ.శ. 753లో రాష్ట్రకూటులు బాదామీ చాళుక్యులను ఓడించి తమ వంశ పాలన ప్రారంభించినప్పటి నుంచి వారిని క్రీ.శ. 973లో తిరిగి కళ్యాణి చాళుక్యులు ఓడించేంత వరకు వారి దగ్గర వేములవాడ చాళుక్యులు మహాసామంతాధిపతులుగా పని చేశారు. బాదామీ చాళుక్యుల కాలం నుండి సుమారు మూడు శతాబ్దాల పాటు (641-935) వీరు నిజామాబాద్ జిల్లాలోని బోధన్ రాజధానిగా పరిపాలించినప్పటికీ వీరి రాజకీయ, సాంస్కృతిక ప్రాభవం సిరిసిల్ల జిల్లాలోని వేములవాడ రాజధాని అయిన తరువాతనే ఇనుమడించింది కాబట్టి వీరిని చరిత్రకారులు వేములవాడ చాళుక్యులు అని సంబోధించారు.

వేములవాడ చాళుక్యులు నాలుగు ప్రాంతాలను పాలించారు. అవి : పోదననాడు (బోధన్ ప్రాంతం), సపాదలక్ష దేశం లేదా సబ్బినాడు లేదా సబ్బిసాయిర మండలం (పూర్వపు కరీంనగర్ జిల్లాలోని కాళేశ్వరం వరకు), చెన్నూరు (మంచిర్యాల జిల్లా), రామడుగు విషయం (నాగర్‌కర్నూలు, నల్గొండ జిల్లాలోని దేవరకొండ ప్రాంతాలు). అయితే రామడుగు విషయం క్రీ.శ. 9వ శతాబ్దంలో కొంతకాలం మాత్రమే వీరి పాలనలో ఉన్నట్లు తోస్తున్నది. కాబట్టి ఉత్తర తెలంగాణాకే వీరి పాలన పరిమితమైనట్లు చెప్పవచ్చు. సపాదలక్ష దేశం అంటే లక్షా పాతికవేల ఆదాయం వచ్చే ప్రాంతమని చరిత్రకారులు భావిస్తున్నారు. 'వేములవాడ' శాసనాల్లో లేములవాడ, లేంబులవాడలు కూడా సమానార్థకాలుగా పేర్కొనబడ్డాయి.

రాజకీయ పరిస్థితులు

బాదామీ చాళుక్య రాజ్యాన్ని ఓడించి రాష్ట్రకూట రాజ్య పాలనను స్థాపించడంలో రాష్ట్రకూట వంశపు దంతిదుర్గునికి వినయాదిత్య యుద్ధమల్లుడు సహాయపడి అందుకు బదులుగా మహాసామంత పదవిని, సపాదలక్ష దేశాన్ని పొందాడు. స్వంతంగా చిత్రకూట దుర్గాన్ని జయించాడు. సంస్కృత మహాకవి కాళిదాసు రచనల వ్యాఖ్యాత కొలిచెలమ (మెదక్ జిల్లా) మల్లినాథసూరి చిత్రకూటం అంటే పెద్దపల్లి జిల్లాలోని రామగిరి అని తెలిపాడు. వినయాదిత్యుడు తురుష్క, యవన, కాంభోజ, కాశ్మీర, నేపాళ, మాళవ, మగధ, కళింగాది దేశాలను కూడా జయించినట్లు సాంప్రదాయక అతిశయోక్తులు

కొల్లిపర శాసనంలో కన్పిస్తాయి. అయితే వినయాదిత్యుడు తన రాజుతో కలిసి ఆయా దేశాల సైనికులతో పోరాడి విజయం సాధించి ఉండవచ్చని మాత్రం చెప్పవచ్చు. వినయాదిత్యునికి గజసైన్యముందని 'విక్రమార్జున విజయం' తెలుపగా ఆ ఏనుగులను నూనెతో నింపిన దిగుడు బావుల్లో స్నానం చేయించిన తరువాత వినయాదిత్యుడు చిత్రకూట దుర్గాన్ని జయించాడని కొల్లిపర రాగి శాసనం తెలిపింది.

మొదటి అరికేసరి సామంత రాజుగా ఉన్న కాలంలో (780-800) రాష్ట్రకూట రాజ్యంలో అన్నదమ్ముల మధ్య చోటు చేసుకున్న రాజ్య పోరులో అన్న రెండవ గోవిందుడు ఓడిపోయి తమ్ముడు నిరుపమ ధృవుడు సింహాసనాన్ని ఆక్రమించాడు. ఈ పోరులో తన అన్నకు సహకరించిన తూర్పు / వేంగీ (కోస్తాంధ్ర) చాళుక్య రాజు నాల్గవ విష్ణువర్ధనున్ని శిక్షించుమని ధృవుడు మొదటి అరికేసరిని పంపించాడు. అరికేసరి యుద్ధంలో విష్ణువర్ధనున్ని ఓడించగా అతడు సంధి చేసుకొని తన బిడ్డ శీలమహాదేవిని ధృవునికిచ్చి పెండ్లి చేశాడు. ధృవుడు అరికేసరి వీరత్వాన్ని మెచ్చుకుని అతనికి రామడుగు విషయాన్ని (ప్రాంతాన్ని) ఇచ్చాడు. మొదటి అరికేసరికి ఉన్న బిరుదులు సాహసరామ, రాజత్రినేత్ర, త్రిభువనమల్ల, సమస్త లోకాశ్రయ మొదలైనవి అతని సాహస వీరత్వాన్ని తెలుపుతాయి. ఆయనకు గజతంత్ర విద్య, ధనుర్విద్యలు కూడా తెలుసు. ఇవి ఆనాటి సైనిక బలగాల రకాలను తెలుపుతాయి. ఆయనకు ఆయుర్వేద విద్య కూడా తెలుసనే శాసనాధారం సైనికుల గాయాలను నయం చేయడంలో కూడా ఆయన ప్రవీణుడని తెలుపుతుంది. బద్దెగునికి సోలదగండ అనే బిరుదున్నది. అంటే అపజయం ఎరుగని యుద్ధవీరుడని అర్థం. ఇతడు 42 యుద్ధాలందు విజయం సాధించాడని పంపకవి వర్ణించాడు. తూర్పు చాళుక్యరాజు భీముని పాలివాండ్లు ఆశ్రయించగా రాష్ట్రకూట రెండవ కృష్ణుడు భీమునిపై చేసిన దండయాత్రలో బద్దెగుడు పాల్గొన్నాడు. ఇది తెలిసి చాళుక్య భీముడు భయపడి కొల్లేరు జలదుర్గంలో తలదాచుకున్నాడు. అయితే ఈ దండయాత్ర ద్వారా ఎవరికీ లాభం కలుగలేదు.

వేములవాడ చాళుక్యుల్లో ఉత్తర భారతదేశ రాజులను ఓడించిన వీరుడు రెండవ నరసింహుడు (క్రీ.శ. 910-30). ఇతడు రాష్ట్రకూట రాజు మూడవ ఇంద్రవల్లభుడు పంపగా ఘూర్జర ప్రతీహారుల రాజధాని మహోదయం (కనోజ్) మీద దండయాత్ర చేసి, రాజు మహీపాలుడిని ఓడించి, అదే క్రమంలో గంగానది వెంట కూడా దండయాత్రలు చేసి, విజయాలు సాధించి, తన గుర్రాలను గంగానదిలో స్నానం చేయించి, తిరిగి వస్తూ కాళప్రియ నాథుని దేవాలయాన విజయస్తంభ శాసనం చెక్కించాడు. ఈ కాళప్రియ యమునా నదీ తీరాన ఉన్న కాల్పి అని కొందరు,

కాదు నిజామాబాద్ జిల్లాకు పశ్చిమాన ఉన్న కాంధార్ అని కొందరు వాదించారు. ఏమైనా ఈ దండయాత్రల్లో భాగంగానే లాట, సప్త మాళవ రాజ్యాలను (మధ్య పశ్చిమ భారతదేశం) కూడా జయించి ఆ రాజుల నుండి కప్పం వసూలు చేసినట్లు 'విక్రమార్జున విజయం' వర్ణించింది. రాష్ట్రకూట మూడవ ఇంద్రవల్లభ రాజుకు రెండవ నరసింహుడు చాలా యిష్టం కాబట్టి అతడు ఇతడికి తన సోదరి జాకవ్వనిచ్చి పెండ్లి చేశాడు. ఈ దంపతుల కొడుకే రెండవ అరికేసరి (క్రీ.శ.930-955). ఇతడికి కూడా మూడవ ఇంద్రవల్లభుడు తన బిడ్డ రేవక నిర్మాడినిచ్చి పెండ్లి చేశాడు. రెండవ అరికేసరి రెండవ భార్య లోకాంబిక కూడా రాష్ట్రకూట వంశం నుంచే వచ్చింది. ఇలా సామ్రాట్టులతో వియ్యమందగలిగిన సామంతులుగా వేములవాడ చాళుక్యులు ఘనుతికెక్కారు.

వేములవాడ చాళుక్యుల్లో అతి గొప్పరాజు రెండవ అరికేసరి. ఈయన క్రీ.శ 930లో రాజు కావడానికి ఒక సంవత్సరము ముందు రాష్ట్రకూట రాజు అమోఘవర్షున్ని రాజ్యభ్రష్టుణ్ణి చేసి అతని తమ్ముడు నాల్గవ గోవిందుడు సింహాసనాన్ని ఆక్రమించాడు. అది ధర్మ విరుద్ధం అని రెండవ అరికేసరి గోవిందున్ని ఎదిరించాలనుకున్నాడు. ఈ సమయంలోనే తూర్పు చాళుక్య రాజ్యంలో సింహాసనం కోసం పాలివాండ్ల మధ్య అంతఃకలహాలు మొదలయ్యాయి. మొదటి భీముని రెండవ కొడుకు విక్రమాదిత్యుడు తాడపరాజుని చంపి తాను రాజయ్యాడు. నాల్గవ గోవిందుడు వారి అంతః కలహాలలో జోక్యం చేసుకొని, విక్రమాదిత్యున్ని ఓడించి తాడపరాజు కొడుకు యుద్ధమల్లున్ని చాళుక్య సింహాసనంపై ప్రతిష్ఠించాడు. క్రీ.శ. 933లో వేములవాడ చాళుక్య, తూర్పు చాళుక్య రాజ్యాల మధ్యనున్న ముదిగొండ చాళుక్య రాజ్యంపై కూడా దండెత్తాడు. ముదిగొండ రాజు విజయాదిత్యుడు (బిజయిత లేదా గొణగుడు) రెండవ అరికేసరిని ఆశ్రయించగా అతడు ఇతడిని మంచిర్యాల జిల్లాలోని చెన్నూరు ప్రాంతానికి తన సామంతునిగా నియమించాడు. గొణగుని తరువాత అతని కొడుకు బద్దెగుడు కూడా చెన్నూరు ప్రాంతాన్ని పాలించినట్లు అతడు క్రీ.శ. 941లో చెన్నూరులోని అగస్త్యేశ్వర స్వామి ఆలయంలో వేయించిన శిలాశాసనం తెలుపుతుంది. గొణగుని తమ్ముడు నిరవద్యుడు కూడా యుద్ధమల్లున్ని సింహాసన భ్రష్టున్ని చేసే ప్రయత్నం చేశాడు. ఈ వారసత్వ యుద్ధాల్లో రెండవ భీముడు విజయం సాధించి తూర్పు చాళుక్య సింహాసనాన్ని అధిష్టించాడు.

నాల్గవ గోవింద వల్లభుడు పంద్యార్యుని నాయకత్వంలో పంపించిన రాష్ట్రకూట సైన్యాన్ని ఎదుర్కొని రెండవ అరికేసరి విజయం సాధించినట్లు వేములవాడ శాసనం తెలుపుతుంది. రెండవ అరికేసరి అంతటితో ఆగకుండా ముదిగొండ, చేది రాజ్యాల

సైన్యాలను కూడా కూడగట్టుకొని నాల్గవ గోవిందున్ని యుద్ధంలో ఓడించి తరిమివేశాడు. బద్దెగుడు అనేవాడిని మూడవ అమోఘవర్షుడనే బిరుదుతో రాష్ట్రకూట సింహాసనం మీద కూర్చుండబెట్టాడు. ఈ విధంగా తన చక్రవర్తులనే శాసించగల రాజనీతిజ్ఞుడుగా రెండవ అరికేసరి పేరుగాంచాడు. ఇతనికి పాంచరాంకుశ, అమ్మన గంధవారణ, ఆరూఢసర్వజ్ఞ, ఉదాత్తనారాయణ, గుణనిధి, గుణార్ణవ, త్రిభువన మల్ల మొదలైన బిరుదులున్నాయి. ఇతడే తన రాజధానిని వేములవాడకు మార్చాడు.

రెండవ అరికేసరి కొడుకు వాగరాజు (క్రీ.శ.955-960), అతని తర్వాత అతని తమ్ముడు బద్దెగుడు కరీంనగర్ జిల్లాలోని గంగాధర పట్టణం రాజధానిగా పరిపాలించారు. వరంగల్ దగ్గరి కాజీపేటలో ఉన్న దర్గా శాసనంలో కాకతీయ రాజు మొదటి ప్రోలుడు భద్రగుడు అనే రాజును పారద్రోలినట్లు పేర్కొనబడింది. ఆ భద్రగుడు ఈ బద్దెగుడేనేమో! బద్దెగుని తర్వాత రాజ్యానికి వచ్చిన మూడవ అరికేసరి (క్రీ.శ.966-973) తన రాజధానిని గంగాధర నుండి తిరిగి వేములవాడకు మార్చాడు. బహుశా వేములవాడ దగ్గరున్న పెద్దవాగు అనే నీటి వసతి కోసమే ఈ మార్పు జరిగి ఉంటుంది. క్రీ.శ. 973లో రెండవ తైలపుడు అనే రాజు రాష్ట్రకూట రాజ్యాన్ని నిర్మూలించి కళ్యాణి చాళుక్య రాజ్యాన్ని స్థాపించడంతో వేములవాడ చాళుక్య రాజ్యం కూడా అంతరించింది.

మత - సాంస్కృతిక పరిస్థితులు

తెలంగాణలో జైనమతం అత్యున్నత వైభవాన్ని అనుభవించింది వేములవాడ చాళుక్యుల కాలంలోనే. రెండవ బద్దెగుడు వేములవాడలో తన విద్యా గురువైన సోమదేవసూరి కోసం శుభధామ అనే జైనాలయాన్ని కట్టించాడు. ఈ జైనాలయం వసతికి (బసది) బద్దెగుని కొడుకు మూడవ అరికేసరి 'నవ సుధా కర్మబలి' నివేదన చేయడానికి సబ్బిసహస్రం (పూర్వపు కరీంనగర్ జిల్లా) లోని రేపాక ద్వాదశాంతర్గత వనికటుపలు గ్రామాన్ని దానమిచ్చాడు. క్రీ.శ. 968లో రేపాక గ్రామంలోనే జైనాలయాన్ని కూడా నిర్మించినట్లు అతని పర్భని శాసనం తెలియజేసింది.

రాజులే కాకుండా వారి ఆస్థానంలో ఉన్న ప్రముఖులు కూడా జైనమతాన్ని పోషించినట్లు కుర్క్యాల శాసనం తెలియజేస్తుంది. ఈ శాసనంలో రెండవ అరికేసరి ఆస్థాన కవి అయిన పంప మహాకవి తమ్ముడు జినవల్లభుడు వృషభాద్రిపై జైనాలయాన్ని కట్టించినట్లు వివరించబడింది. వేములవాడ చాళుక్య రాజులు జైన కవులైన పంపమహాకవి, జినవల్లభుడు, సోమదేవసూరి, మల్లియరేచన వంటి జైన కవులను

పోషించడం కూడా వారు జైన మతానికిచ్చిన ప్రాధాన్యమని అర్థమౌతుంది. ఐతే, ఈ రాజులు శైవ, శాక్తేయ, ఆదిత్య మతాలను కూడా ఆదరించారనే శాసనాధారాలు ఉన్నాయి. వినయాదిత్య యుద్ధమల్లుని రెండవ కొడుకు బీరగృహుడు మహబూబ్ నగర్ జిల్లాలోని జడ్చర్ల మండల గ్రామమైన కుర్వగట్టు శిలాశాసనంలో పేర్కొనబడ్డాడు. ఆ శాసనపు శిల చౌడమ్మ గుడిలో పొదగబడి ఉండడం వలన వీరు శక్తిని ఉపాసించారని తెలుస్తుంది. మొదటి అరికేసరి కృష్ణానది ఉత్తర తీరాన ఉన్న ఏలేశ్వరం పండితుడు ముగ్ధ శివాచార్యున్ని దర్శించి, అతని పాండిత్యానికి ముగ్ధుడై వేంగి విజయాన్ని పురస్కరించుకొని అతనికి రామడుగు విషయంలో బెల్మొగ గ్రామాన్ని అగ్రహారంగా విద్యా దానం చేశాడు. ఈ గ్రామ సరిహద్దుగా పేర్కొనబడిన ఊరిగే అనే ఊరును నాగార్జున సాగర్ దగ్గర పెద్దవూరగా గుర్తించారు. అహల్యానది తీరాన ఉన్న రామడుగు గ్రామంలో ప్రసిద్ధమైన రామాలయం ఒకటుంది. రెండవ అరికేసరి తంత్రపాలుడు పెద్దన వేములవాడలో ఒక ఆదిత్యాలయాన్ని కట్టించాడు. రెండవ అరికేసరి ఆ ఆలయాన్ని చూడడానికి వచ్చి పెద్దన కోరికపై భక్తుల వసతి కొరకై నిర్మించిన సత్రమును, ఉచిత వైద్యశాలను నిర్వహించడానికి 100 నివర్తనాల భూమిని ఉత్తరాయణ పుణ్యకాలమున దానం చేశాడు. రెండవ అరికేసరి వేములవాడ శాసనం వేములవాడలో ఉన్న నాలుగు ప్రధానాలయాలను వాటి స్థానాధిపతులను క్రింది విధంగా పేర్కొన్నది.

దేవాలయం	**స్థానాధిపతి**
1. రాజేశ్వరాలయం	మల్లికార్జునుడు
2. ఆదిత్యగృహం	వ్యక్తి లింగి
3. బద్దెగేశ్వరాలయం	విద్యారాశి
4. నగరేశ్వరాలయం	వ్యాఖ్యాన భట్టారకుడు

ఇదే శాసనం సూరి స్థానానికి చెందిన స్థానాధిష్టాయక పండిత మునీశ్వరుడు, ధాతవీయ వంశీకుడైన ఒక రుషిని కూడా పేర్కొన్నది. బహుశా రాజేశ్వరాలయాన్ని రాజాదిత్య బిరుదాంకితుడైన మొదటి నరసింహుడు, బద్దెగేశ్వరాలయాన్ని బద్దెగుడు తమ తమ పేర్లతో కట్టించి ఉంటారు. వేములవాడ చాళుక్యుల మొదటి రాజధాని బోధన్‌లో నిర్మించబడిన వంద స్తంభాల ఇంద్రనారాయణాలయం ఔరంగజేబు కాలంలో (17 శ.) దేవల్ మసీదుగా మార్చబడింది. ఈ ఆలయం, వేములవాడలో ఉన్న భీమేశ్వరాలయం వేములవాడ చాళుక్యుల వాస్తు శిల్ప కళారీతులకు అద్దం పడతాయి. వేములవాడ చాళుక్యులు జైన మతానికి అధిక ప్రాధాన్యమిచ్చినప్పటికీ వారు హిందూ

ఆలయాలను కూడా కట్టించారని, పండితులనూ పోషించారని అర్థమవుతుంది. జైనాలయాలు, హిందూ ఆలయాలకు అనుబంధంగా ఉండే మఠాలలో అనేక విద్యలు బోధించబడేవి.

సాహిత్య వికాసం

తొలి తెలుగు, తొలి కన్నడ భాషా సాహిత్యాలు వేములవాడ చాళుక్యుల కాలంలోనే పుట్టాయి. కన్నడ ఆదికవి పంప మహాకవిని పోషించిన ఘనత తెలంగాణలోవున్న వీరికే దక్కింది కాని కన్నడ రాజులకు కాదు. పంప మహాకవిది గుంటూరు జిల్లాలోని కమ్మనాడులో ఉన్న వంగిపర్రు గ్రామం అని కొందరు, కరీంనగర్ జిల్లాలోని వంగర అని కొందరు అభిప్రాయపడ్డారు. ఇతడు రెండవ అరికేసరిని కావ్యనాయకుడిగా (అర్జునునిగా) చిత్రిస్తూ 'విక్రమార్జున విజయం' అనే కావ్యాన్ని, జైన తీర్థంకరుల జీవిత చరిత్రను వర్ణిస్తూ 'ఆదిపురాణం' అనే కావ్యాన్ని రచించాడు. ఇతనికి రెండవ అరికేసరి జగిత్యాల జిల్లాలోని ధర్మపురిని అగ్రహారంగా దానం చేశాడు. పంప మహాకవి సమాధి, శాసనం మాత్రం బోధన్‌లోని కోటగోడపైన శిథిలావస్థలో ఉన్నాయి.

పంప మహాకవి తమ్ముడు జినవల్లభుడు వేములవాడ దగ్గరి కుర్క్యాలలోని బొమ్మలమ్మ గుట్టపై వేయించిన శిలా శాసనంలో తొలి కన్నడ పద్యాలతో పాటు సంస్కృత పద్యాలు కూడా ఉన్నాయి. తొలి తెలుగు కంద పద్యం కన్పించింది ఈ శాసనంలోనే. జినవల్లభుడి సహాయంతో మల్లియ రేచన అనే వైశ్యుడు 'కవి జనాశ్రయం' అనే లక్షణ గ్రంథాన్ని రచించాడు. కాబట్టి ఇప్పటి వరకు భావిస్తున్నట్లు తెలుగు ఆదికవిగా నన్నయను కాకుండా తొలి తెలుగు రచయితగా మల్లియ రేచనను గుర్తించవలసి ఉంటుంది. క్రీ.శ. 959 గడిచిన సిద్ధార్థి చైత్ర మదన త్రయోదశిన రెండవ అరికేసరి పెద్ద కొడుకు వాగరాజు గంగాధర రాజధానిగా రాజ్యమేలుతూ రాష్ట్రకూట రాజు కృష్ణవల్లభునితో కలసి చిత్తూరు జిల్లాలోని మేల్పాడిలో విడిది చేసి ఉన్నప్పుడు సోమదేవసూరి 'యశస్తిలక చంపువు' లేదా 'యశోధర చరిత్ర' అనే సంస్కృత గ్రంథాన్ని పూర్తి చేశానని అందులోనే రాశాడు. ఈయన జైన మత గౌళ సంఘానికి (బెంగాల్) చెందినవాడు. శాతవాహన కాలంలో గుణాఢ్యుడు రచించిన 'బృహత్కథ'ను ఈయననే సంస్కృతంలో 'కథాసరిత్సాగరం' పేరుతో అనువదించాడు.

ఈ విధంగా ఉత్తర తెలంగాణలో రెండు శతాబ్దాల కాలం శాంతి, సమగ్రతలను

కాపాడడమే కాకుండా తెలుగు, కన్నడ సాహిత్య, సాంస్కృతిక వికాసాల కోసం కూడా వేములవాడ చాళుక్యులు అవిరళంగా కృషి చేశారు.

కళ్యాణి చాళుక్యులు

చిట్టచివరి రాష్ట్రకూట రాజైన ఖొట్టగుని చంపి, క్రీ.శ. 972-73లో తొలి చాళుక్య వంశానికి చెందిన రెండో తైలపుడు స్వతంత్రుడై మలి చాళుక్యుల రాజ్యం స్థాపించాడు. ఇతని వంశీయులు ముందు మాన్యఖేటం నుంచి, తరువాత కళ్యాణ కటకం నుంచి పాలించారు. తైలపుడు ముందుగా రాష్ట్రకూటుల ఆధీనంలోనున్న భూభాగాన్ని, కొంకణ తీరాన్ని లాట, ఘూర్జర దేశాలను, వనవాసిని సొంతం చేసుకొని రాజ్యాన్ని విస్తరింపచేశాడు. అతని కొడుకు సత్యాశ్రయుడు (క్రీ. శ. 997 - 1008). ఇరువబెడంగ, అకలంకచరిత అనే బిరుదులను ధరించి వేంగీ రాజ్యంపై దండెత్తి శ్రీశైలం వరకూ ఆక్రమించు కొన్నాడు. పశ్చిమ చాళుక్యుల్లో మొదటి సోమేశ్వరుడు క్రీ.శ. 1042లో తన ముఖ్య పట్టణాన్ని కళ్యాణికి తరలించడం వల్ల తర్వాతి రాజులు కళ్యాణి చాళుక్యులుగా ప్రసిద్ధి నొందారు. కళ్యాణి నగరం ప్రస్తుత కర్ణాటకలో బీదర్ జిల్లాలో బసవ కళ్యాణిగా పిలువబడుతున్నది. కళ్యాణి చాళుక్యులు వీరు:

1. రెండవ తైలపుడు (క్రీ.శ. 973-997)
2. (సత్యాశ్రయ పులకేశివల్లభ మహారాజు) సత్యాశ్రయ ఇరువబెడంగ (క్రీ.శ.997-1008)
3. ఐదవ విక్రమాదిత్య (క్రీ.శ. 1008-1015)
4. రెండవ జయసింహ (క్రీ.శ. 1015-1044)
5. సోమేశ్వర (త్రైలోక్యమల్లదేవ) (క్రీ.శ.1044-1068)
6. రెండవ సోమేశ్వర (త్రైలోక్యమల్లదేవ) (క్రీ.శ. 1068-1076)
7. ఆరవ విక్రమాదిత్య (త్రిభువనమల్లదేవ, క్రీ.శ. 1076-1127)
8. మూడవ సోమేశ్వర (భూలోకమల్లుడు, సర్వజ్ఞ చక్రవర్తి, క్రీ.శ. 1127-1139)
9. రెండవ జగదేకమల్ల (క్రీ.శ. 1139-1149)
10. మూడవ తైలపుడు (క్రీ.శ. 1149-1162)

    (20 సంవత్సరాలు కాలచూరి వంశం (క్రీ.శ. 1162-1182) ఆధీనం.

11. నాల్గవ సోమేశ్వరుడు (క్రీ.శ. 1182-1189)

కళ్యాణ చాళుక్య సామ్రాజ్యం క్రమంగా క్షీణించి వారి సామంతులు అయిన హొయసాలులు, కాకతీయులు, యాదవులు బలపడి స్వతంత్ర రాజ్యాలుగా అవతరించారు.

చాళుక్యుల సామ్రాజ్యం దక్షిణాన కావేరీ నది నుండి ఉత్తరాన నర్మదానది వరకు విస్తరించబడింది. ఈ మధ్యలో తెలంగాణ కూడా ఉండేది. పరిపాలన సౌలభ్యం కోసం వీరు తమ సామ్రాజ్యాన్ని విషయ, మండల, దేశ, సీమ, వాడి, రాజ్యాలుగా విభజించారు.

చాళుక్యులు తమ సామ్రాజ్యాభివృద్ధి కోసం కృషి చేశారు. పంటల సాగుకై ఎన్నో తటాకాలు తవ్వించారు. మెట్లతో యుక్తంగా దిగుడు బావులను తవ్వించారు. వీరి కాలంలో ఎన్నో రేవు పట్టణాల ద్వారా పట్టు, గంధం, సుగంధ ద్రవ్యాలు, ఇతర విలువైన వస్తువులు విదేశాలకు ఎగుమతి చేయబడ్డాయి. చైనా, సంగమిత్ర, కంబోడియా, సయాం, సుమత్ర, మొదలైన దేశాలతో వర్తక వ్యాపారాలు కొనసాగాయి. వర్తక వ్యాపార సంఘాలు దేవాలయాలో సమావేశం అయ్యేవారు. ఈ సమావేశాలు నిర్వహించే వారిని మహేశ్వరులుగా పిలిచేవారు. పంచాణం వారు (కంసాలి, కమ్మరి, వడ్రంగి, రాతి పనివారు, పోతపనివారి) గూర్చి చాలా శాసనాలు ప్రస్తావించాయి. వీరి ప్రభావం సామ్రాజ్య మంతటా విషయ, మండల, దేశ, సీమ, వాడి, రాజ్యాలలో ఉండేది. వీరి పేర్లకి చివర ఓజు అని పెట్టుకున్నారు. ఉదా: గుండోజు, తిప్పోజు, మావోజు, అల్పోజు మొదలైనవి.

కళ్యాణి చాళుక్య రాజులు కళలను ప్రోత్సహించారు. మూడవ సోమేశ్వరుడు, జగదేకమల్లులు స్వయంగా కవులు. మూడవ సోమేశ్వరుడు క్రీ.శ. 1129లో సంస్కృతంలో 'మానసోల్లాసం' లేక 'అభిలషితార్థ చింతామణి' రచించాడు. ఇందులో సమాజంలో గల అన్ని వర్గాల వారి గురించి వివరించడం జరిగింది. ఈ గ్రంథం ఎన్నో విషయాలను... ముఖ్యంగా వైద్య, తంత్ర, పశు సంవర్ధన శాస్త్రం, జాతి ముత్యాలు, రత్నాలు గుర్తించే శాస్త్రం, వాస్తు శాస్త్రం, కోటనిర్మాణం, చిత్రలేఖనం, సంగీతం, ఆట పాటలు, వినోదం మొదలైన వాటిని గూర్చి తెలియజేస్తుంది. జగదేకమల్లదేవుడు 'సంగీతచూడామణి' అనే కావ్యాన్ని రచించాడు. బిల్హణుడు 'విక్రమాంకదేవ చరితము', విజ్ఞానేశ్వరుడు 'మితాక్షరి' కావ్యాన్ని, దయపాలుడు 'రూపసిద్ధి' అనే కావ్యాన్ని, రచించారు. కన్నడ కవులు ఎన్నో అమూల్యమైన గ్రంథాలను రచించారు.

కళ్యాణి చాళుక్యులు బాదామి చాళుక్యులవలె గుహలకే ప్రాధాన్యం ఇవ్వక ఎన్నో అపురూపమైన రాతికట్టడాలను నిర్మించారు. క్రమంగా నిర్మాణంలో ఇసుకరాతికి బదులుగా నల్లరాతిని ఉపయోగించారు.దేవాలయ ఉపపీఠాన్ని నక్షత్రాకారంలో నిర్మించారు. వీటినే తరువాత తెలుగు దేశంలో కాకతీయులు, కర్ణాటకలో హెూయసాలులు అనుసరించారు. కళ్యాణి చాళుక్యులు నాగర, ద్రావిడశైలులను మేళవించి ఒక ప్రత్యేక వాస్తు శైలిని రూపొందించారు. వీరు నిర్మించిన ఒంటిరాతి

స్తంభాలు నార్కెట్‌పల్లి, కొలనుపాక, యాదగిరిగుట్ట ప్రాంతాల్లో ఉన్నాయి. కళ్యాణి చాళుక్యుల సామంతులైన కందూరు చోడులు మహబూబ్ నగర్ జిల్లా బూత్పూర్ లో రామలింగేశ్వర ఆలయం, అలంపూర్‌లో ఓ ఆలయం, నల్గొండ జిల్లాలోని పానగల్ ప్రాంతంలో ఉదయ సముద్రం అనే తటాకము, కొలనుపాకలో ఎన్నో ఆలయాలు కట్టించారు.

కళ్యాణి చాళుక్యులు తెలంగాణలో ఆలయ నిర్మాణానికై కర్ణాటక ప్రాంతం నుంచి పనివారిని పిలిపించి ఎన్నో ప్రసిద్ధ దేవాలయాలు నిర్మించారు. ఉదా: కొలనుపాక, పటాన్చెరువు, హనుమకొండ దేవాలయాలు, ఐనవోలు (మల్లికార్జున ఆలయం), అలంపూరు (సూర్యనారాయణ ఆలయం), మల్లేశ్వరం (అగస్త్యేశ్వర త్రికూట ఆలయం), సోమశిల (శివాలయం), బెక్కెం (శివాలయం), పానగల్లు (పచ్చల సోమేశ్వరాలయం), నందికంది (రామలింగేశ్వరాలయం), గంగాపూరు (చెన్నకేశవాలయం), జడ్చర్ల, పూడూరు (చెన్నకేశవాలయం), గద్వాల, ఏలేశ్వరం (ఏలేశ్వరాలయం).

ఈ దేవాలయాల్లో కళ్యాణి చాళుక్యులు కుంతల వాస్తు శైలిని ప్రవేశపెట్టారు. త్రికుటాలయాలలో శివుడు, విష్ణువు, సూర్యుడుకి గర్భగృహాలు, ఈ మూడు గర్భగృహాలకు ముందర నంది మండపం, తరువాత అన్నింటికీ కలిపి ఒకే రంగమండపం నక్షత్ర ఆకారంలో ఉంటాయి. ఉదా: ముక్కంటేశ్వర ఆలయం (పిల్లలమర్రి). జోగులాంబ గద్వాల జిల్లా కృష్ణానది తీరంలో మొసలి నిలబడి ఉన్న గంగ, తాబేలుపై నిలబడి ఉన్న యమున శిల్పాలు, కాలాముఖ, వీరశైవ శాఖలకు సంబంధించిన నిలువెత్తు వీరభద్ర, కాలభైరవ విగ్రహాలు, ముచ్చటగొలిపే సప్తమాతృకలు, వారి వాహనాలను కలిగివున్న అష్ట దిక్పాలకులు, నునుపు తేలిన స్తంభాలు, మండపాలు వీరి కాలపు శిల్ప కళానైపుణ్యానికి నిదర్శనాలుగా కనిపిస్తాయి.

కళ్యాణి చాళుక్యుల కాలంలో జైనమతం కూడా బాగా రాజాదరణను పొందింది. వేములవాడ, కురిక్యాల, సంగమేశ్వరం, కోరుట్ల, హనుమకొండ, వరంగల్లు, కొలనుపాక, పటాన్చెరువు, గంగాపురం, వేముల, ఉజ్జిలి, కూడూరు, రేపాక, బాణాజీపేట, భైరన్‌పల్లి, బెక్కల్లు, గోవిందపురం ప్రాంతాల్లో జైన వసతులు కట్టించారు. పద్మప్రభ, వర్ధమాన, నేమినాథ, పార్శ్వనాథ, అంబిక, వీవనదారులు మొదలైన జైన విగ్రహాలు వీరి లోహ విగ్రహ నిర్మాణ నైపుణ్యాన్ని తెలియచేస్తున్నవి.

కళ్యాణి చాళుక్యులు ఆలయ గోడలపై రంగుల చిత్రాలు వేయించారు. వీటిలో కుమారసంభవం, భాగవతం, లకులీశ, ఉమామహేశ్వర ఆరాధనల చిత్రాలు కనిపిస్తాయి. ఉదా: అల్లాహ్ దుర్గం. ఈ చిత్రాల రంగులను ఇటుకరాయి, నల్లరాతి పొడి, ఇసుక,

అభ్రకం, స్ఫటికం మిశ్రమాలతో తయారుచేసి ఉపయోగించారు. రాచకొండ, కొలనుపాక, పిల్లలమర్రి, త్రిపురాంతకం, మాచర్ల ప్రాంత ఆలయాలలో ఇలాంటి చిత్రలేఖనాలను చూడవచ్చు.

కళ్యాణి చాళుక్యులు శైవ, శాక్తేయ, వైష్ణవ, జైన మత శాఖలను పోషించి సర్వమత సామరస్యాన్ని నెలకొల్పారు. మల్లీశ్వరం, అలంపూర్, హనుమకొండ తదితర ప్రదేశాల్లో లభించిన శాసనాల్లో కాలాముఖ శైవ ప్రస్తావనలున్నాయి. అలంపూర్‌లోని జోగులాంబ క్షేత్రం శాక్తేయ కేంద్రంగా ప్రాచుర్యంలోకి వచ్చింది. ఇలా కళ్యాణి చాళుక్యుల కాలంలో ప్రజలు సుహృద్భావంతో పరస్పరం సహకరించుకుని శాంతి సౌభాగ్యాలతో వర్ధిల్లారని చెప్పవచ్చు. కాబట్టే వారు తమ తరువాతి కాకతీయ రాజులకు మార్గదర్శకులయ్యారు.

కందూరు చోడులు

కందూరు చోడుల తొలి రాజులను ఒల్లాల శాసనం ప్రస్తావించింది. ఒరయ్యూరు చోడుల శాఖ ఒకటి ఏరువ ప్రాంతాన్ని పాలించింది. ఏరువ ప్రాంతమంటే దక్షిణ తెలంగాణలో కృష్ణానది పరీవాహక ప్రాంతం. అనంతరం మొదటి భీమ చోడుడు నల్గొండ దగ్గరి పానగల్లు నుంచి పాలించాడు. వీరి మరో రాజధానిగా కోడూరు మనుగడలో ఉండేది. వీరు సుమారుగా క్రీ.శ. 1060 నుంచి 1160 సంవత్సరాల మధ్య పూర్వపు మహబూబ్‌నగర్, నల్గొండ జిల్లాల్లోని విశాల భూభాగాలను ఇంచుమించుగా స్వతంత్రంగా పరిపాలించారు. తొలుత కళ్యాణి చాళుక్యులకు, తరువాత కాకతీయులకు సామంతులుగా రాజ్యపాలన చేశారు. ఐనప్పటికీ కాకతీయులతో వీరికి వివాహ సంబంధాలు ఉండేవి కాబట్టి తమ శాసనాల్లో తమ సామ్రాట్టులను ముందుగా ప్రశంసించలేదు. క్రీ.శ. 1282 నాటి మోతుకూరు శాసనంలో మాత్రం కందూరి రామనాథదేవ చోడ మహారాజు కాకతీయ సామ్రాట్టు రుద్రమదేవి ప్రశంసనీయ పాలనను ప్రస్తావించాడు. ఆయన మోతుకూరు (మిర్యాలగూడ మండలం)లో తన తండ్రి పేర వీర మల్నాథదేవ విగ్రహాన్ని ప్రతిష్ఠించి ఆ దేవుడికి భూములను వృత్తులుగా దానం చేశాడు. ఈ వంశీయులే పానగల్లులో ప్రశస్తనీయమైన ఆలయాలను కట్టించారు. రెండో తొండయ క్రీ.శ. 1091లో పానగల్లులో వేయించిన శాసనం ప్రకారం ఆయన ఒక బ్రాహ్మణుని ద్వారా తన తండ్రి రెండో భీమచోడుని అస్థికలను గయకు పంపించి, అక్కడి పవిత్ర గంగా నదిలో వాటిని కలిపించి, పిండ తర్పణాలు చేయించి, అందుకుగాను ఆ బ్రాహ్మణునికి భూమి వృత్తులను దానం చేశాడు.

✶✶✶

అధ్యాయం-6

కాకతీయులు

తెలుగు దేశాన్ని పాలించిన అతి గొప్ప రాజవంశం కాకతీయులది. వీరు వరంగల్ జిల్లా నుండి ఎదిగి, తెలంగాణలో విస్తరించి, ఆ తరువాత కోస్తాంధ్ర, రాయలసీమల్లో కూడా తమ పాలనను ప్రవేశ పెట్టారు. తొలి కాకతీయ రాజులు మొదట రాష్ట్రకూట రాజులకు సామంతులుగా (క్రీ.శ.973 వరకు) హనుమకొండ -వరంగల్ జిల్లా ప్రాంతాన్ని పాలించారు. మరో రెండు వందల సంవత్సరాల కాలం (క్రీ.శ. 1162 వరకు) పశ్చిమ చాళుక్య రాజులకు సామంతులుగా మధ్య తెలంగాణను పరిపాలించారు. ఆ తరువాత స్వతంత్ర రాజులుగా యావత్ తెలుగు దేశాన్ని సుమారు 160 సంవత్సరాలు (క్రీ.శ. 1323 వరకు) సుభిక్షంగా పాలించారు.

రాజకీయ పరిస్థితులు

క్రీ.శ. 956 నాటి మాంగల్లు శాసనం ప్రకారం కాకతీయుల మూల పురుషుడు గుండియ రాష్ట్రకూటుడు. రాష్ట్రకూటుల వంశం కర్ణాటకలోని మాన్యఖేటం (మాల్ఖేడ్) నుంచి పాలించింది. గుండియ వీరి సామంతుడని అతని పేరులోని 'రాష్ట్రకూట' అనే పదాన్ని బట్టి తెలుస్తుంది. గుండియకు మరో పేరు కాకర్త్య గుండన. 'కాకర్త్య' అనేది 'కాకతీయ' అనే తెలుగు పదానికి సంస్కృత రూపం. కాకతీయ అనే పదం 'కాకతి' అనే దేవత పేరు నుండి పుట్టింది. 'కాక' అంటే వేడి. కాకతి అంటే జ్వర దేవత, ఆరోగ్యదేవత అని అర్థం. క్రీ.శ. 753 నుంచి 973 మధ్య పాలించిన రాష్ట్రకూటుల్లో మలితరం రాజులు జైన మతావలంబకులు. జైనమత ప్రసిద్ధుల్లో 'సిద్ధులు' అనేవారు వైద్య శాస్త్రాన్ని బాగా అభివృద్ధి చేశారు. వారు కొలిచిన ఆరోగ్య దేవతనే కాకతి అయి ఉంటుంది. ఖాజీపేట దర్గా శాసనంలో పేర్కొన్న కాకతీయుల 'కులపురం' 'కాకతిపురం'. కాకతి దేవతే కాకతీయులు హిందూ మతాన్ని అవలంబించడం ప్రారంభించిన తరువాత 'పద్మాక్షి' దేవతై ఉంటుంది. పద్మాక్షిగుట్ట పైన జైన తీర్థంకరులు, సిద్ధవైద్యులు, జైన దేవతల విగ్రహాలుండడం గమనార్హం.

మహబూబాబాద్ జిల్లాలో ఉన్న బయ్యారం శాసనం ప్రకారం కాకతీయులది దుర్జయ వంశం. ఈ వంశపు కాకతీయ రాజులు సుమారు 16 మంది క్రీ.శ. 800 ప్రాంతం నుంచి పరిపాలించారు. వారు :

1. వెన్న నృపుడు
2. మొదటి గుండయ
3. రెండవ గుండయ
4. మూడవ గుండయ
5. ఎరియ / ఎర్ర నృపుడు
6. నాల్గవ / పిండి గుండయ (క్రీ.శ. 956-996)
7. మొదటి బేతరాజు (క్రీ.శ. 996-1052)
8. మొదటి ప్రోలరాజు (క్రీ.శ. 1052-1076)
9. రెండవ బేతరాజు (క్రీ.శ. 1076-1108)
10. దుర్గరాజు (క్రీ.శ. 1108-1117)
11. రెండవ ప్రోలరాజు (క్రీ.శ.1117-1157)
12. రుద్రదేవుడు / మొదటి ప్రతాపరుద్రుడు (క్రీ.శ. 1158-1195)
13. మహాదేవుడు (క్రీ.శ. 1195-1198)
14. గణపతిదేవుడు (క్రీ.శ. 1199-1262)
15. రుద్రమదేవి (క్రీ.శ. 1262-1289)
16. రెండవ ప్రతాపరుద్రుడు (క్రీ.శ. 1289-1323)

బయ్యారం శాసనం మహాదేవున్ని పేర్కొనలేదు... ఆయన యుద్ధాలు మాత్రమే చేసి మరణించినందుకేమో! ఆ శాసనాన్ని వేయించింది గణపతి దేవుని సోదరి కాబట్టి, ఆమె తన తరువాత రాజ్యానికి వచ్చిన రుద్రమదేవి, రెండవ ప్రతాపరుద్రుని పేర్లను కూడా పేర్కొనలేదు.

పిండి గుండయ కాలం వరకు తొలితరం కాకతీయులు రాష్ట్ర కూటులకు సామంతులుగా, విధేయులుగా ఉన్నారు. ఆయన కాలంలోనే క్రీ.శ. 973లో రాష్ట్ర కూటులను పారదోలి పశ్చిమ చాళుక్యులు కర్ణాటకలోని కళ్యాణి నగరంలో రాజ్య పాలన చేపట్టారు. ఆనాటికి వారి దాయాదులు ఆంధ్రప్రదేశ్‌లోని పశ్చిమ గోదావరి

జిల్లా రాజధాని ఏలూరు దగ్గర వేంగి నుండి పరిపాలన చేస్తున్నారు. వీరిని వేంగి చాళుక్యులని, తూర్పు చాళుక్యులని అనేవారు. పిండి గుండయ ఈ తూర్పు, పశ్చిమ చాళుక్యులెవరికీ సామంతుడు కాక తటస్థంగా ఉన్నాడు. కాని సమీపపు ఖమ్మం జిల్లాలోని ముదిగొండ చాళుక్యులు కొరవిసీమను ఆక్రమించుకొని, ఎదురు వచ్చిన గుండయను యుద్ధంలో ఓడించి చంపారు. వెంటనే గుండయ చెల్లె, స్థానిక విరియాల వంశపు రాజు ఎఱ్ఱభూపతి భార్య కామసానమ్మ తన అన్న గుండయ కొడుకు మొదటి బేతయను చేరదీసి, పశ్చిమ చాళుక్యులతో మంతనాలు జరిపి, వారి సామంతుడిగా చేసి కాకతీయ ప్రభుత్వాన్ని కాపాడింది. ఈ సంఘటన సుమారు క్రీ.శ. 1000 ప్రాంతంలో జరిగింది. అది మొదలు సుమారు శతాబ్దంనర కాలం కాకతీయులు కళ్యాణి చాళుక్యులకు సామంతులుగా తెలంగాణ ప్రాంతాన్ని పాలించారు.

మొదటి బేతరాజు మొదట వేల్పుకొండ రాజధానిగా పాలించాడు. దాన్నిప్పుడు జఫర్గఢ్ అంటున్నారు. అది జనగామ జిల్లాలో ఉంది. అయితే, కాకతీయ రాజధానిని హనుమకొండకు మార్చింది బేతరాజే. ఈయన తరువాత పాలనలోకి వచ్చిన మొదటి ప్రోలుడు, రెండవ బేతరాజు, దుర్గరాజుల తరువాత కాకతీయాధికారం చేపట్టిన రెండవ ప్రోలరాజు తన రాజధానిని ఏకశిలా నగరానికి మార్చడానికి పూనుకొని అక్కడ కోట నిర్మాణం ప్రారంభించి, కోట మధ్యన స్వయంభూ దేవాలయాన్ని కట్టించాడు. కళ్యాణి చాళుక్య రాజు రెండవ జగదేకమల్లుని సామంత 'మహా మండలేశ్వరుడు'గా మహారాష్ట్రలోని నాందేడ్ ప్రాంతం మొదలుకొని యావత్ తెలంగాణ ప్రాంతమంతటా కాకతీయ అధికారాన్ని విస్తరింపజేశాడు. వ్యవసాయ అభివృద్ధికై అడవులను నరికించి కొత్త భూములను సాగులోనికి తెచ్చి బావులు, కుంటలు, చెరువులు, కాలువలు తవ్వించి సాగునీటి ద్వారా పంటలు బాగా పండటానికి కృషి చేసి సమాజంలో ఉన్న దారిద్ర్యాన్ని రూపు మాపి 'దారిద్ర్య విద్రావణ' అనే బిరుదు పొందాడు.

రుద్రదేవుడు

కాకతీయుల్లో మొట్టమొదటి స్వతంత్ర రాజు మొదటి ప్రతాపరుద్రుడు. చరిత్రకారులు ఇతన్ని రుద్రుడు, రుద్రదేవుడు అని పిలుస్తున్నారు. హనుమకొండలోని వేయి స్తంభాల గుడి ఆవరణలో రుద్రుడు వేయించిన క్రీ.శ. 1163 నాటి శిలాశాసనం ఈయన విజయాలను వర్ణిస్తుంది. కళ్యాణి చాళుక్యుల మీద కాలచురి బిజ్జలుడు అనే రాజు విజృంభించి స్వాతంత్ర్యాన్ని ప్రకటించుకోగానే వారికి అంతవరకు సామంతుడుగా ఉన్న రుద్రుడు కూడా స్వతంత్రం ప్రకటించుకున్నాడు. అందుకు నిదర్శనంగానే హనుమకొండలో వేయి స్తంభాల గుడిని కట్టించాడు.

రుద్రుడు గోదావరి, కృష్ణానదుల మధ్యనున్న తెలంగాణ ప్రాంతమంతటా తన అధికారాన్ని సుస్థిరపరచుకొని, అదే సమయంలో గుంటూరు జిల్లాలో చోటు చేసుకున్న పల్నాటి యుద్ధంలో నాయకురాలు నాగమ్మకు సహాయం చేసి, విజయం సాధించి అది అదనుగా గుంటూరు, కృష్ణా, కర్నూలు, నల్గొండ జిల్లాల ప్రాంతాలపై తన అధికారాన్ని స్థాపించాడు. అలా ఏర్పడిన తన సువిశాల రాజ్యంలో పండిన పంటలు, వ్యాపార–వాణిజ్య వస్తువులు, సరుకులను దేశ విదేశాల్లోని ఇతర పంటలు, వస్తువులతో మారకం చేసుకోవలసిన అవసరమేర్పడి, అందుకోసమై సముద్ర మార్గాలు అవసరమై, వాటిని సాధించడానికి గోదావరి తీర ప్రాంతాలపై దండయాత్ర చేశాడు. అదే సమయంలో మహారాష్ట్రలోని దేవగిరి యాదవ రాజైన జైతుగి (జైత్రపాలుడు) రుద్రుని రాజ్యంలోని సబ్బిసాయిర మండలం (పూర్వపు కరీంనగర్ జిల్లా)పై దండయాత్ర చేయడంతో రుద్రుడు గోదావరి దండయాత్ర నుండి వెనుదిరిగి వచ్చి జైతుగితో యుద్ధంలో తలపడ్డాడు. కాని యుద్ధంలో మరణించాడు.

వెంటనే రుద్రుని తమ్ముడు మహాదేవుడు దేవగిరి యాదవులపై ప్రతీకారం తీర్చుకోవడానికి వారి రాజ్యంపై దండెత్తాడు. కాని, ఈయన కూడా యుద్ధంలో మరణించాడు. ఇతని కొడుకు గణపతిదేవున్ని కూడా యాదవులు 11 నెలల పాటు బంధించారు. (యుద్ధానికి ముందే మహాదేవుని కొడుకైన గణపతిదేవుడ్ని రుద్రుడు తనకు పుత్రులు లేకపోవడంతో దత్తత తీసుకున్నాడు). ఈ కాలంలో కాకతీయ రాజ్యాన్ని కాపాడినవారిలో ప్రముఖుడు రేచర్ల రుద్రుడు. అయితే యాదవులు తమ రాకుమారి సోమలదేవిని గణపతిదేవునికిచ్చి పెండ్లి చేసి ఆయనను బంధ విముక్తుణ్ణి చేసినట్లు చింతలూరు శాసనం, ఏకామ్రనాథుని 'ప్రతాపచరిత్ర' వల్ల అర్థమవుతుంది.

గణపతిదేవుడు

గణపతిదేవుడు కాకతీయ రాజులందరిలోకెల్లా గొప్పవాడు. తన పెద్దనాన్న రుద్రుని ఆశయం నెరవేర్చే క్రమంలో సమస్త తెలుగు దేశాన్ని ఒక్క గొడుగు కిందికి తెచ్చి 60 సంవత్సరాలు పాలించి పాలనా షష్టిపూర్తి చేసుకొన్నాడు. మరో దశాబ్ద కాలంపాటు తన కూతురు రాణి రుద్రమదేవికి సలహాదారుడుగా ఉన్నాడు. గణపతిదేవుని పాలన ప్రారంభమయ్యేనాటికి కోస్తాంధ్ర కాకతీయుల అధికారంలోకి రాలేదు. కాబట్టి గణపతిదేవుడు ముందుగా ఆ ప్రాంతంపై దండయాత్రలు చేశాడు. విజయవాడ వైపు సైన్యాలను నడిపించి వెలనాడు రాజు పృథ్వీశ్వరున్ని ఓడించాడు. తరువాత దివిసీమ రాజు అయ్యప పినచోడుని ఓడించి, అతని కూతుర్లు నారాంబ, పేరాంబలను పెండ్లి

చేసుకొని, వారి సోదరుడు జాయపను తన సేనానిగా నియమించుకున్నాడు. ఆ తరువాత గణపతిదేవుని సైన్యాలు ఉదయగిరి, గంజాం, బస్తరు, చక్రకూటం, మంత్రకూటం (మంథని), కాడి, గోగులనాడు, కొలను, మాడియం, దాక్షారామం తదితర ప్రాంతాలను జయించాయి. కోస్తాంధ్రలో పరాయి పాలన వచ్చిందనే భావన ప్రజలకు రాకూడదని ఆ ప్రాంతంలోని నిడదవోలు రాకుమారుడు చాళుక్య వీరభద్రునితో తన బిడ్డ రుద్రమకు పెండ్లి చేశాడు.

గణపతిదేవుడు ఓటమిని ఎరుగని తన సైనిక విజయాలతో తన రాజ్యాన్ని ఉత్తరాన నేటి ఛత్తీస్‌ఘడ్‌లోని బస్తరు జిల్లా నుంచి దక్షిణాన తమిళనాడులోని కంచి వరకు, తూర్పున బంగాళాఖాతం నుంచి పడమరన మహారాష్ట్రలోని ఔరంగాబాద్ వరకు విస్తరింపజేశాడు. కాకతీయ రాజధానిని ఓరుగల్లుకు (ఏకశిలా నగరానికి) మార్చి సమస్త తెలుగు ప్రజలను కన్న బిడ్డలవలె పాలించాడు. ఆలా అని ఆయన స్వయంగా అన్న మాటలు ప్రకాశం జిల్లా మోటుపల్లి శాసనంలో చెక్కి ఉన్నాయి.

గణపతిదేవుని కాలంలో నెల్లూరు రాజ్య సింహాసనానికై రాచ కుటుంబంలో ఇరువర్గాల మధ్య అంతర్యుద్ధం జరిగింది. ఒక వర్గ ప్రతినిధి ఐన తిక్క భూపతి గణపతిదేవుని ఆశ్రయించాడు. వెలనాడు యుద్ధంలో గణపతిదేవునికి సహాయం చేశాడు. గణపతిదేవుడు తిక్కసిద్ధిని నెల్లూరు సింహాసనంపై నిలిపాడు. కాని క్రీ.శ. 1248లో తిక్కసిద్ధి మరణించగానే మళ్ళీ నెల్లూరులో అంతర్యుద్ధం మొదలైంది. ఈసారి ఒక వర్గపు రాజు రెండవ మనుమసిద్ధి తరఫున తిక్కన సోమయాజి మారువేషంలో గణపతిదేవుని వద్దకు వచ్చి సాయం అర్థించాడు. (ఈ తిక్కనే మహాభారతాన్ని తెలుగులో రాసిన కవిత్రయంలో ప్రధాన కవి). గణపతిదేవుడు తన సామంతుడైన సబ్బి మండలం (కరీంనగర్ జిల్లా) రాజు సామంత భోజుని సైన్యంతో నెల్లూరుకు పంపాడు. కాని ఈలోగా గణపతిదేవునికి వ్యతిరేకంగా పెద్ద పెద్ద కుట్రలు జరిగాయి. క్రీ.శ. 1259లో గణపతిదేవుడు తన కూతురు రుద్రమదేవిని 'పట్టోద్ధృతి'గా ప్రకటించడంతో గణపతిదేవునికి యాదవ రాకుమార్తె ద్వారా పుట్టిన కుమారులు (హరిహర, మురారిదేవుడు) ఉండగా ఒక స్త్రీని రాణిగా ప్రకటించడం పట్ల కోపగించుకున్న మహారాష్ట్ర యాదవ రాజవంశీయులు అదే ప్రాంతం నుంచి వచ్చి నెల్లూరు, ములికినాడు (కడప జిల్లా) ప్రాంతాల పాలకుడైన అంబదేవుడు (అనే గణపతిదేవుని సామంతరాజు) గణపతిదేవుని శత్రువులైన పాండ్యులతో (తమిళనాడు), నెల్లూరులోని శత్రు వర్గంతో కలిసి కుట్రలు చేశారు. ఫలితంగా క్రీ.శ. 1262లో ముత్తుకూరులో జరిగిన యుద్ధంలో కాకతీయ సైన్యాలు ఓడిపోయాయి. గణపతిదేవుడు స్వయంగా దాక్షారామంలో పాండ్యులపై విజయం సాధించి నెల్లూరు

వైపు నడుస్తున్నప్పుడు అతని సైన్యంలోనే అనూహ్యంగా ఇరువర్గాల మధ్య అంతర్యుద్ధం జరిగింది.

రుద్రమదేవి

ఈ పరిణామాలతో గణపతిదేవుడు విసుగుచెంది యుద్ధాన్ని ఆపి, ఓరుగల్లుకు వెళ్ళి రుద్రమదేవిని 'రుద్రదేవ మహారాజు' పేరుతో కాకతీయ సింహాసనంపై కూర్చుండబెట్టి పట్టాభిషేకం చేశాడు. దాంతో క్రీ.శ. 1259 నుండి పాలనాధికారాలు పొందిన రుద్రమకు సైనికాధికారాలు కూడా చేకూరాయి. అప్పటి వరకు మహామండలేశ్వరులుగా పిలువబడిన కాకతీయులు 'మహారాజులు' అయ్యారు. రుద్రమకు పురుషవేషం నిర్ధారించబడింది. ఆమె బిడ్డ కొడుకు ప్రతాపరుద్రున్ని కూడా గణపతిదేవుడే ఆమెకు దత్తత ఇప్పించాడు. గణపతిదేవుని బావమరిది యాదవ మహాదేవుడు మహారాష్ట్రలోని దేవగిరి రాజు. అతడు తన మేనల్లుళ్ళు హరిహర, మురారిదేవులకు కాకతీయ సింహాసనంపై హక్కు ఉందని ఓరుగల్లుపై దండెత్తాడు. కాని రుద్రమ అతన్ని ఓడించి అతని సైన్యాన్ని ప్రస్తుత కర్ణాటకలోని బీదర్ కోట వరకు తరిమి, ఆ ప్రాంతాన్ని వశపర్చుకొని, అక్కడ కన్నడంలో ఒక శిలాశాసనం వేయించింది. అందులో ఆమె తన పూర్వీకుల 'రాయగజకేసరి' బిరుదుని ధరించినట్లు రాసి ఉంది.

రుద్రమ యాదవ సైన్యాన్ని ఎదుర్కొంటున్న సమయంలో ఆమె ఆడది అనే అలుసుతో ఆమె అత్తింటివారు నిడదవోలులో స్వతంత్రంగా పాలించడం ప్రారంభించారు. వారిని చూసి ఆమె ఇతర సామంతులు, కాకతీయ ప్రతినిధులు కూడా స్వతంత్రించడం మొదలు పెట్టారు. పొరుగుదేశమైన కళింగ (ఒడిశా) గంగ వంశపు రాజు భానుదేవుడు కూడా కాకతీయ రాజ్య భాగమైన గోదావరి ప్రాంతంలోకి చొచ్చుకొచ్చాడు. రుద్రమ ఆయనను జయించి గోదావరిని సరిహద్దుగా నిర్ధారించింది. నిడదవోలు, ఇతర సామంత ప్రాతినిధ్య పాలకులను కూడా విజ్ఞతతో తిరిగి విధేయులుగా చేసుకుంది. ఒక్కొక్క సైనిక నాయకున్ని ఈనాటి ఒక్క జిల్లా అంతటి ప్రాంతానికి అధికారిక బాధ్యునిగా నియమిస్తూ 'నాయంకర విధానం' ప్రవేశపెట్టింది. ఆమె తరువాత తరం రాజ్యాలైన విజయనగర రాజుల 'నాయంకర విధానం', గోల్కొండ కుతుబ్షాహీ సుల్తానుల 'ఖాసాఖైల్' (లెంకలు) విధానాలకు రుద్రమ నాయంకర విధానమే ప్రాతిపదిక.

రాజధాని ఓరుగల్లు మట్టికోట చుట్టూ అగడ్తను (కందకం) తవ్వించి, బురుజులను నిర్మించి, రాతి కోట చుట్టూ లోపలి వైపు నుంచి మెట్లు నిర్మించి శత్రు దుర్భేద్యంగా చేసింది. అందుకే ఓరుగల్లు కోటను కంచుకోట అనేవారు. అయినా

రుద్రమ శత్రు బాధను తప్పించుకోలేకపోయింది. కడప జిల్లాలోని వల్లూరు రాజధానిగా స్వతంత్రించిన ఆమె సామంతుడు అంబదేవుడు ఆమెకు వ్యతిరేకంగా యాదవులను, పాండ్యులను కూడగట్టుకున్నాడు. రుద్రమకు వారిపై యుద్ధం చేయవలసి వచ్చింది. ఆమె దత్త పుత్రుడు ప్రతాపరుద్రుడు వ్యూహ రచన చేయగా రుద్రమ త్రిపురాంతకంలో (ప్రకాశం జిల్లా) అంబదేవుని సైన్యాలను ఎదుర్కొంది. కాని క్రీ.శ. 1289 నవంబర్ కు ముందు జరిగిన ఆ యుద్ధంలో అంబదేవుడు ఆమెను, ఆమె సేనాని మల్లికార్జున నాయకున్ని చంపినట్లు నల్గొండ జిల్లాలో ఉన్న చందుపట్ల శిలా శాసనం వల్ల స్పష్టమైంది.

ప్రతాపరుద్రుడు

వెంటనే రుద్రమ దత్తపుత్రుడు రెండవ ప్రతాపరుద్రుడు కాకతీయ పాలనా పగ్గాలు చేపట్టాడు. కాని పరిస్థితులు చక్కబడేవరకు పట్టాభిషిక్తుడు కాదల్చుకోలేదు. కాబట్టి ఆయనను క్రీ.శ. 1289 నుండి క్రీ.శ. 1295 వరకు కొన్ని శాసనాలు కుమార ప్రతాపరుద్రుడని ప్రస్తావించాయి. ఆయన మొదట నాయంకర విధానాన్ని బలోపేతం చేసి సైనిక వ్యవస్థను పటిష్టపరిచాడు. అలా బలాన్ని సమకూర్చుకుని క్రీ.శ. 1291లో అంబదేవున్ని త్రిపురాంతకం నుండి పారదోలాడు. పాండ్యులను, యాదవులను పలుచోట్ల ఓడించాడు. అలా గణపతిదేవుని కాలంనాటి ప్రాంతాలపై కాకతీయ పాలనను పునః ప్రతిష్ఠించాడు. క్రీ.శ. 1294 నాటికి తుంగభద్ర అంతర్వేదిని జయించాడు. క్రీ.శ. 1295లో వీర ప్రతాపరుద్ర మహారాజుగా పట్టాభిషేకం చేసుకుని కాకతీయ రాజ్యాన్ని సుభిక్షంగా పాలించసాగాడు.

క్రీ.శ. 1302 నుంచి క్రీ.శ. 1323 మధ్య ఓరుగల్లుపై ఢిల్లీ సుల్తానుల సైన్యం ఏడు సార్లు దండయాత్రలు చేసింది... ప్రధానంగా ధనం కోసం. కొన్నిసార్లు కాకతీయ సైన్యం తిప్పికొట్టింది, మరి కొన్నిసార్లు ఓడిపోయింది.... ఆ కాలంలో దక్షిణ దేశ దండయాత్రల్లో మునిగి ఉండటంవల్ల. క్రీ.శ. 1323 మొదట్లో ఢిల్లీ సుల్తాను రాజ్య రాకుమారుడు ఉల్లుఖాన్ (రాజు అయిన తరువాత మహ్మద్ బిన్ తుగ్లక్) ఓరుగల్లుపై దండెత్తాడు. కాకతీయ సైన్యం అతని సైన్యంపై విజయం సాధించింది. విజయోత్సవాల్లో భాగంగా ప్రతాపరుద్రుడు కోటలోని ధాన్యాలను ప్రజలకు పంచిపెట్టాడు. అకస్మాత్తుగా ఉల్లుఖాన్ రెండవసారి దండెత్తాడు. కోటలోకి ధాన్యాలు, నీరు వెళ్ళకుండా పంట పొలాలను, నీటి కాలువలను ధ్వంసం చేయించాడు. అసలే ఎండాకాలం కావడంతో కోటలోని ప్రజలు, సైనికులు, అంతఃపురవాసులు అందరు నానా ఇబ్బందులకు గురవుతున్నారు. పైగా బొబ్బారెడ్డి అనే కాకతీయ నాయకునికి ఉల్లుఖాన్ లంచమిచ్చి, లంజపాతర దిబ్బ దగ్గర ఓరుగల్లు మట్టి కోటకు గండి పెట్టించగా

సుల్తాన్ సైన్యం కోటలోకి ప్రవేశించింది. 'పద్మనాయకులు' అనే నాయకులు వీరోచితంగా పోరాడారు. కాని బొబ్బారెడ్డి వర్గం యుద్ధానంతర ప్రయోజనాలను ఆశించి సుల్తాన్ సైన్యానికి సహకరించడంతో ప్రజల బాధలను కూడా చూడలేక ప్రతాపరుద్రుడు లొంగిపోయాడు. అతన్ని ఢిల్లీకి తీసుకొని పోతుంటే మార్గ మధ్యంలో నర్మదా నదిలో దూకి ఆత్మహత్య చేసుకున్నాడని కొందరు చరిత్రకారులు భావిస్తే, మరి కొందరేమో ప్రతాపరుద్రుడు ఢిల్లీ వెళ్ళి, తిరిగి వచ్చి, నాయంకరుల మధ్య అధికార పంపకం చేసి జయశంకర్ భూపాలపల్లి జిల్లాలోని కాళేశ్వరం క్షేత్రం దగ్గర గోదావరి నదిలో కలిసిపోయాడని సాహిత్యాధారాలను ఉటంకిస్తున్నారు. ప్రతాపరుద్రుడి మరణంతో తెలంగాణ అనుభవించిన రెండు శతాబ్దాల కాలపు ఐకమత్యం, యావత్ తెలుగుదేశం అనుభవించిన శతాబ్ద కాలపు ఐకమత్యం, శాంతి సౌభాగ్యాల స్వర్ణయుగానికి తెరపడింది. కాబట్టే ఆ తరువాతి తరాలు శతాబ్దాల తరబడి ప్రతాపరుద్రుడి పేరునే తలచుకున్నాయి.

అయితే కాకతీయుల పాలనా విశిష్టతలను తరువాత తరపు రాజులు, ముస్లిం సుల్తానులు కూడా అనుసరించారు. ఓరుగల్లు కటక పాలకుడుగా (కోట రక్షకుడు) పని చేసిన కన్ను (నాగయ గన్నయ) ముస్లింగా మారి, ఉల్గుఖాన్‌చే సుల్తాన్‌పూర్‌గా పేరు మారిన ఓరుగల్లు రాజ్య పాలకుడుగా నియమించబడ్డాడు. తరువాత కాలపు ఢిల్లీ సుల్తాన్ ఫిరోజ్ షా తుగ్లక్ దగ్గర ఉపప్రధానిగా (మాలిక్ మక్బూల్ తైలంగి పేరుతో) ఉన్నప్పుడు సుల్తాను రాజ్యంలో కాకతీయుల దశబంధ (దశవంద) విధానాన్ని, ఉద్యానవన కృషి విధానాన్ని ప్రవేశపెట్టి రాజ్య ఆదాయాన్ని పెంచాడు. దక్షిణాది విజయనగర రాజ్యం రాజులు కూడా ఈ విధానాల్ని అవలంబించారు. కాకతీయులు గ్రామ పాలనలో ప్రవేశపెట్టిన 'పన్నిద్దరు ఆయగాండ్ర' పద్ధతిని కూడా కుతుబ్షాహీలు 'బారా బలవంతులు' పద్ధతి పేరుతో అనుసరించారు. కాకతీయుల చెరువుల నిర్మాణం, పూడికతీతలను కుతుబ్షాహీలు, అసఫ్జాహీలు తెలంగాణలో 1948 వరకు అనుసరించారు. తెలుగుదేశంలో, ప్రత్యేకించి తెలంగాణలో ప్రతి రంగంలో కాకతీయులు చేసిన కృషి మరువలేనిది, మరపురానిది, మరల పాటించదగినది.

సామాజిక - ఆర్థిక పరిస్థితులు

తెలుగునేల, ప్రత్యేకించి తెలంగాణ ప్రాంతం స్వర్ణయుగాన్ని అనుభవించింది కాకతీయుల కాలంలోనే. కాకతీయ రాజులు తెలంగాణ గడ్డ మీదనే పుట్టి, పెరిగి ప్రజల కష్టసుఖాలను ఎరిగినవారు. కాబట్టి, ప్రజల కష్టాలను తీర్చి సుఖాలను పెంచే మార్గాలను ఆలోచించి ఆచరణలో పెట్టారు. కాకతీయులు వ్యవసాయం, వ్యాపారం, కుటీర పరిశ్రమలు, ద్రవ్య విధానం తదితర ఆర్థిక రంగాల్లో తెలుగునేలపై ఉన్న

వనరులు ప్రజల సంక్షేమానికి వినియోగపడేటట్లు అనేక సంస్కరణలు ప్రవేశపెట్టి వారి జీవన ప్రమాణాలను మెరుగుపరిచినట్లు ఆనాటి రాతి శాసనాలు, రాగి శాసనాలు, నాణేలు, గ్రంథాలు స్పష్టపరుస్తున్నాయి.

వ్యవసాయం

నాటికీ, నేటికీ వ్యవసాయం ప్రజల ప్రధాన జీవనాధారం. కాబట్టి కాకతీయులు వ్యవసాయ భూమిని, పంటలను విస్తృతంగా అభివృద్ధిపరిచే చర్యలు తీసుకున్నారు. వ్యవసాయ భూమి పరిమాణాన్ని పెంచడానికి వారు ప్రధానంగా నాలుగు రకాల చర్యలు తీసుకున్నారు.

ఒకటి : అడవులను నరికించి వ్యవసాయయోగ్య భూములను అందుబాటులోకి తెచ్చారు.

రెండు : నిరుపయోగంగా ఉన్న భూములను సాగు చేసేవారికి (చేయించేవారికి) పన్నుల రాయితీ ఇచ్చారు.

మూడు : గ్రామాలకు దూరంగా నిరుపయోగంగా ఉన్న భూములను బ్రాహ్మణులకు, పండితులకు అగ్రహారాలుగా (గ్రామాలు), మంచి అధికారులకు, దేవాలయాలకు కానుకలుగా ఇచ్చి ఆయా భూములను వ్యవసాయ యోగ్యంగా మార్చేలా చేశారు.

నాలుగు: రాజ్యంలోని భూమి అంతటికీ రాజే యజమాని కాబట్టి, రాచ పొలాలను సగం ఆదాయాన్ని చెల్లించే రైతులకు (అర్ధసీరులు) కౌలుకు ఇచ్చారు. ఈ పద్ధతిని 'అడపగట్టు' అనేవారు.

కాకతీయులు చేపట్టిన పై సంస్కరణలు వల్ల చెన్నూరు, మంథని, ఏటూరు నాగారం, పాలంపేట, పాకాల, కొత్తగూడ, ఎల్లందు, బయ్యారం, అమ్రాబాద్, శ్రీశైలం ప్రాంతాల్లో కొన్ని లక్షల ఎకరాల భూమి కొత్తగా సాగులోకి వచ్చినట్లు, ఫలితంగా పై ప్రాంతాల్లో కొన్ని వందల గ్రామాలు ఏర్పడినట్లు ఆ ప్రాంతాల్లో దొరికిన శాసనాలు విశదం చేస్తున్నాయి.

చెరువులు

కొత్తగా సాగులోకి వచ్చిన భూములకు, రావలసిన భూములకు సాగునీరు

అందించడానికి కాకతీయులు కొన్ని వందల చెరువులు తవ్వించారు. ప్రత్యేకించి తెలంగాణలో కాకతీయుల కాలంలో రాజులు, వారి సామంతులు, అధికారులు, బంధువులు తవ్వించిన చెరువు లేని గ్రామం లేదంటే అతిశయోక్తి కాదు. మొదటి ప్రోలరాజు (క్రీ.శ. 1052-1076) తన బిరుదు 'అరిగజ కేసరి' పేరుతో మహబూబాబాద్ దగ్గర కేసరి సముద్రం, సెట్టి కెరెయ అనే చెరువులను నిర్మించాడు. రుద్రదేవుని మంత్రి గంగాధరుడు ఈనాటి హన్మకొండ బస్టాండ్ దగ్గరి చెరువుని కట్టించాడు.

గణపతిదేవుని కాలంలోనైతే (క్రీ.శ. 1199-1262) ఆయన బంధువులు, మంత్రులు, అధికారులు ఎందరో ఎన్నో చెరువులను తవ్వించారు. ఆయన మంత్రి బయ్యన కొడుకు జగదాలు ముమ్మడి పాకాల చెరువును తవ్వించాడు. అది ఇప్పటికీ ఏటా 9,037 ఎకరాల భూమికి సాగు నీటిని అందిస్తున్నది. గణపతిదేవుని కింద మాండలిక పరిపాలకుడైన రేచర్ల రుద్రుడు రామప్ప చెరువు నిర్మించాడు. ఆ చెరువు ఇప్పటికీ 4,350 ఎకరాల భూమికి నీరందిస్తున్నది. ఆ చెరువు గట్టు తూర్పు కొసనున్న దేవాలయ మంటప స్తంభాలకు చెక్కిన మూడు నగ్న స్త్రీ మూర్తుల శిల్పాలు ఆ చెరువు ద్వారా వృద్ధి చెందే పాడిపంటలను సూచిస్తున్నాయి. గణపతిదేవుని సోదరి మైలాంబ ఖమ్మం జిల్లాలో బయ్యారం చెరువును తవ్విస్తే, అతని మరో సోదరి కుందవ్వ అదిలాబాద్, వరంగల్ జిల్లాల్లో తన పేర రెండు కుంద సముద్రాలను తవ్వించింది. అతని భార్య మైలమ కూడా కరీంనగర్ జిల్లాలో కటుకూరు చెరువును నిర్మించింది. గణపతిదేవుని సేనాని మల్యాల చౌండ వరంగల్ జిల్లాలోని కొండపర్తిలో 'సముద్రాల గర్వాన్ని అణిచివేసే' చౌండ సముద్రాన్ని నిర్మించాడు. ఈ చౌండ సముద్ర ప్రశస్తిలో ఆనాటి చెరువులను 'సముద్రాలని' ఎందుకు పిలిచేవారో వివరించారు.

చెరువులను తవ్వించడం ఆనాడు సప్త సంతానాల్లో ఒకటైన పుణ్యకార్యంగా ప్రచారంలో ఉండేది. కాబట్టి, రాజులతో పాటు చేతనైనవారెవరైనా చెరువులను తవ్విస్తుండేవారు. చెరువులతో పాటు ఇతర సాగునీటి ఆధారాలు కూడా కాకతీయుల కాలంలో మనుగడ సాగించినట్లు శాసనాధారాలున్నాయి. అలా మనకు కుంటలు, ఊట కాలువలు, ఏతం, మోట, రాటనాలు, మనుషులే లాగే కప్పీ రాట్నాల ప్రస్తావనలు కన్పిస్తాయి. ఇల్లంతకుంట (కరీంనగర్ జిల్లా) ఒక కుంటకు ఉదాహరణ. ఊట కాలువలకు ఉదాహరణలుగా గొనుగు కాలువ, బొమ్మకంటి కాలువ, ఉత్తమ గండ కాలువ, ఉటం కాలువ, చింతల కాలువ తదితరాలను పేర్కొనవచ్చు.

పెద్దపల్లి జిల్లా ధర్మారం మండలంలో ఉండే గొనుగు కాలువ మీద హక్కు విషయమై నేధవూరు, చామనపల్లి, కటికోల్యలపల్లి, దేవనపల్లి గ్రామస్థుల మధ్య వివాదాన్ని

పరిష్కరించడానికి ఆనాటి రాజు గణపతిదేవుడు రెండుసార్లు వారి వద్దకు అధికారులను పంపి, అన్ని కుల సంఘాల (సమయాల) అభిప్రాయాలను (రెండుసార్లు) తెలుసుకుని ప్రాడ్వివాకుని (న్యాయమూర్తి) సమక్షంలో తన తుది తీర్పు ప్రకటించి, ఆ కాలువ మీద చామనపల్లి మహాజనులకు (బ్రాహ్మణులకు) హక్కును కల్పించి, ఆ విషయాన్ని రాగి శాసన రూపంలో భద్రపరచడం జరిగింది. దీన్ని బట్టి ఆనాటి రాజులు ప్రజల సంక్షేమం, అభిప్రాయాలపట్ల ఎంత శ్రద్ధ తీసుకునేవారో అర్థమవుతుంది.

సాగునీటి కల్పన అనేది ఆనాడు దానంగా, వ్యాపారంగా కూడా చెలామణీలో ఉండేది. ప్రజల సంక్షేమాన్ని కాంక్షిస్తూ కులీనులు దేవుడికి దానంగా చెరువులను, కుంటలను తవ్వించడం గురించి పైన తెలుసుకున్నాం. చెరువులు, కుంటలు, కాలువలు ప్రైవేటు వ్యక్తులు కూడా తవ్వించి లేదా మరమ్మత్తులు చేసి రైతులకు సాగునీటిని అందించే పద్ధతి కూడా కాకతీయుల కాలంలో మనుగడలో ఉండేది. లబ్ధి పొందిన రైతులు (మరమ్మత్తుకు ప్రతిఫలంగా) తాము పండించిన ప్రతి పుట్టి ధాన్యానికి ఒక కుంచం చొప్పున చెల్లించేవారు. అలా చెల్లించడాన్ని 'పుట్టి కుంచం' లేదా 'చెరువు కుంచం' అనేవారు. ఈ పద్ధతినే 'దశవంద' అనేవారు. అంటే వందకు పది అని. చెరువు కింది రైతులందరూ చెరువు కుంచం చెల్లించక, అందుకు బదులుగా ఉమ్మడిగా మరమ్మత్తుదారుకు దశవంద మాన్యం (కొంతభూమి) ఇవ్వడం కూడా అమలులో ఉండేది. పుట్టి అంటే 80 కుంచాలు... ఇలా పుట్ల కొద్ది ధాన్యాన్ని రైతులు పండించుకునేందుకు వీలుగా సాగునీరును నిరంతరాయంగా కల్పించే ఏర్పాట్లు చేసుకునేట్లు చూడడం ఆనాటి ప్రభుత్వ సంక్షేమ యంత్రాంగానికి ఒక మచ్చు తునక.

ఆనాటి భూముల్లో అడవులు, పచ్చిక బయళ్ళు పశువుల మేతకు, వంట చెరుకు, వ్యవసాయ పనిముట్లు, వన మూలికలు తదితర అవసరాలకు ఉపయోగపడగా, అచ్చుకట్టు భూముల్లో ఈనాటి మెట్ట భూముల్లో లాగే వర్షాధార పంటలు పండేవి. మాగాణి భూముల్లో నీరు నేలలు, తోంటలు అని రెండు రకాలుండేవి. నీరు నేల అంటే వరి పండించే నేల. తోంట అంటే తోట. తోటలో ఈనాటి మాదిరిగానే కూరగాయలు, కొన్ని రకాల వాణిజ్య పంటలు, పండ్లను పండించేవారు. కాకతీయుల కాలంలో పంటలు ఎలా పండేవో తెలుపుతూ ఒక కవి హనుమకొండ దగ్గరి సిద్ధేశ్వర గుట్ట మీద ఇలా రాశాడు.

అంధ్రాస్సంతి గరీయాంసః కాంచన ఛాయ శాలయః
యథాహాటక స్యూతస్య కోటరారత్న శాలిః

అంటే, ఆంధ్రదేశపు (ఆనాటి తెలంగాణ) భూములు పండిన వరి పొలాలతో బంగారు మేరు పర్వతంలాగా మెరుస్తున్నాయని అర్థం. ఇప్పుడు తెలంగాణలో పండిస్తున్న అన్ని ఆహార పంటలు, పప్పు దినుసులు, వాణిజ్య పంటలు అన్నీ కాకతీయుల కాలంలో కూడ సమృద్ధిగా పండేవని సమకాలీన సాహిత్య ఆధారాలు స్పష్టం చేస్తున్నాయి. ఆ కాలంలో ప్రభుత్వమే కాకుండా ప్రైవేటు వ్యక్తులు కూడా భూమిని కౌలుకిచ్చేవారు. దానిని 'తాంబూల స్రవ' అనేవారు. అంటే ఆ సమయంలో రైతులు తాంబూలాలను పరస్పరం మార్చుకునేవారని అర్థమవుతుంది.

వ్యవసాయ పన్నులు

రాజ్యంలోని భూములన్నిటికీ రాజు యజమాని కాబట్టి, రాజుకు రైతులు అన్ని రకాల భూములపై 'శిస్తు' (పన్ను) చెల్లించేవారు. అడవులు, పచ్చిక బయళ్ళపై పుల్లరి, ఉప్పు మడులపైన 'అడ్డపట్టు సుంకం' చెల్లించేవారు. మెట్ట, మాగాణి భూములపైన చెల్లించే పన్నును 'అరి' అనేవారు. ఈ శిస్తును ధనం, ధాన్యం, వస్తురూపాల్లో చెల్లించవచ్చు. ఒక నిర్ణీత భూమిలో పండిన పంటను 'సిద్ధాయం' అనేవారు. ఈ సిద్ధాయంలో ఒక పుట్టి ధాన్యానికి ఒక బంగారు (పహిండి) నాణాన్ని శిస్తుగా చెల్లించేవారు. దాన్ని 'పుట్టిపహండి' లేదా 'పుట్టిమాడ' అనేవారు. 'సిద్ధాయం' పెరిగితే ప్రభుత్వానికి చెల్లించవలసిన పుట్టిమాడల సంఖ్య పెరుగుతుందన్నమాట. నీరు నేల సిద్ధాయం మీద చెల్లించే పన్నును 'గడ్డుగమాడ' అనేవారు. శిస్తును ధాన్యరూపంలో వసూలు చేసే సందర్భంలో 'తూము న్యాయకాండ్రు' పంటను కొలిచేవారు. 'తాసు న్యాయకాండ్రు' తూచేవారు. ఒక పుట్టి పంట పండితే ఒక తూము వసూలు చేసేవారు. దీనిని 'పుట్టి తూము' లేదా 'రాసితూము' అనేవారు. 'పుట్టి' అంటే 80 కుంచాలు, 'తూము' అంటే 4 కుంచాలు. కాబట్టి, 'భూమి శిస్తు' పంటలో 5 శాతం ఉండేదని చెప్పవచ్చు. పండిన పంట ధాన్యం కాక మరోలాగా కొలిచే పంట అయితే, ఆ పంటలో కొంత భాగాన్ని అది పండిన రూపంలోనే శిస్తుగా చెల్లించేవారు. అలాంటి పంట/వస్తురూప శిస్తును 'పంగ' లేదా 'పంగము' అనేవారు. కొలుచు, కొలుగు, పఱ అనే పదాలు కూడా అదే అర్థంలో శాసనాల్లో కనిపిస్తున్నాయి. పంగను సరైన సమయంలో, సరైన విధంగా చెల్లించకపోతే అందుకు శిక్షగా 'పంగతప్పు' అనే పన్నును చెల్లించవలసి ఉండేది. పంగము రూపంలో వసూలైన పంటను వసూలు చేసిన 'ఆయకాండ్రు' అనే అధికారులు అదే రోజు అంగట్లో అమ్మేందుకు కూడా రైతే అమ్మకపు పన్ను, కొనేవాడు 'విల్చుపన్ను' కట్టేవారు. ఈ రెండు పన్నులను 'అమ్మడికాలు' అనేవారు.

పై పన్నులతో పాటు కాంపులు (రైతులు) రాజుకు కానిక, దరిశనము అనే పన్నులను చెల్లించేవారు. రాచపొలాలను కౌలుకు తీసుకోవడాన్ని 'కోరు వ్యవస్థ' అనేవారు. అలాంటి పొలాల్లో పండిన పంటలో అర్ధాదాయం రాజుకు చెల్లించవలసి ఉండేది. పంట బాగా పండినప్పుడు చెల్లించే పన్నును ' వెన్నుపన్ను' అనేవారు.

పొలాలకి నీరు అందించేందుకు చెల్లించవలసిన పన్ను కాలాన్ని బట్టి పండిన పంటలో ఆరవ భాగాన్నుండి సగభాగం వరకు ఉండేది. ఒక్క రాచ పొలంపైనే సగభాగం పన్ను ఉండేది. కోరు వ్యవస్థలో రాజుకు చెల్లించే అర్ధాదాయం ఇదే. మిగతా భూములపై సాధారణంగా ఐదవభాగం పన్నుగా ఉండేది. ప్రభుత్వానికి అందిన పన్ను ఆదాయం తిరిగి ప్రజల సంక్షేమం కోసం చెరువులు, కుంటలు, కాలువలు తవ్వించడం తదితర ప్రజోపయోగ పనుల నిర్మాణం కోసమే వినియోగించబడేది. పైగా ఆనాటి రాజులు, కులీనులు అగ్రహారాలు, వృత్తులు, మాన్యాలను వరుసగా పండితులు, దేవాలయాలు, దేశ సేవకులకు ఉచితంగా ఇచ్చి, వాటిపై పన్ను రాయితీ కల్పించేవారు.

వృత్తులు - పన్నులు

వృత్తులో వ్యవసాయానికి అనుబంధమైనవి కొన్ని, నిత్యావసర వస్తుసేవలను అందించేవి కొన్ని కాకతీయుల కాలంలో ఉండేవి. అన్ని వృత్తుల్లో కుటీర పరిశ్రమల స్థాయిలో ఉండినవి నేత వృత్తి, గానుగ వృత్తి, లోహ వృత్తి. తిండి తరువాత అత్యవసర వస్తువులు బట్టలు కాబట్టి, బట్టలు నేసే సాలెలకు కాకతీయ రాజ్యమంతటా ప్రముఖ స్థానం ఉండేది. ఒక్క ఓరుగల్లు పట్టణంలోనే పద్మశాలీలు 6,500 మంది, పట్టు బట్టలు నేసే సాలెలు 2,500 మంది ఉండేవారట. పట్టు బట్టలకు విలువ ఎక్కువ కాబట్టి అవి ప్రపంచ వ్యాప్తంగా ఎగుమతి అయ్యేవి. పద్మశాలీల నైపుణ్యతను రుద్రమదేవి కాలం (1262-1289) చివరలో తెలుగు దేశాన్ని సందర్శించిన వెనిస్ యాత్రికుడు మార్కోపోలో ఇలా పొగిడాడు.

"వారు (పద్మశాలీలు) సాలెపురుగు జాలవలె ఉండే అతి సన్నని విలువైన వస్త్రాలను నేసేవారు. వాటిని ధరించడానికి ఇష్టపడని రాజు, రాణి ప్రపంచంలో లేరు".

ఇదే మార్కోపోలో ఆనాటి ప్రపంచంలో ఒక్క తెలుగు దేశంలోనే వజ్రాల పరిశ్రమ ఉండేదని, ప్రకాశం జిల్లా దేశీయకొండ (నేటి మోటుపల్లి) రేవు నుండి

వజ్రాలను ప్రపంచ దేశాలకు ఎగుమతి చేసేవారని రాశాడు. ఇంకా కాకతీయ రాజ్య ప్రజలకు ప్రపంచంలో ఎవరికీ లేని గొర్రెల సంపద కూడా ఉందని మార్కోపోలో రాశాడు.

పాకాల చెరువు గట్టు మీదున్న ఇనుప నాగలిని బట్టి, తెలంగాణలో ఇనుప పరిశ్రమకు సంబంధించి కనిపిస్తున్న ఆనవాళ్ళను బట్టి, సాహిత్యంలో ఇనుప వస్తువులకు సంబంధించి కనిపిస్తున్న ప్రస్తావనలను బట్టి కాకతీయుల కాలంలో ఇనుప పరిశ్రమ కూడా బాగా వర్ధిల్లింది అని చెప్పవచ్చు. పైన పేర్కొన్న పరిశ్రమలు తమ మీద ప్రభుత్వం పన్నులు వసూలు చేసే స్థాయిలో ఉండేవి. ఉదాహరణకు, నూనెను తయారు చేసే గానువు లేదా గానుగ మీద 'అరి' అనే ఆస్తి పన్నును, గానుగ నూనెను అంగట్లో అమ్మడానికి 'ముద్ర సుంకము' అనే పన్నును వసూలు చేసేవారు. నిర్ణీత కాలావధుల్లో వసూలు చేసే పన్నును 'వరుస రూకలు' అనేవారు. గానుగవారి కుల సంఘం లేదా వృత్తి సంఘం అయిన 'తెలికవేవురు' మీద కూడా పన్ను చెల్లించడం ఉండేది. గానుగ మీదలాగే నేత, రాటనాలు, కల్లుగీత, కమ్మరం, కుమ్మరం, ఉప్పు చేనులు మొదలైన అన్ని కుటీర పరిశ్రమల మీద కూడా ఆయా పన్నులు వసూలు చేసేవారు. 'సమయాలు' అనే వీరి కుల/వృత్తి సంఘాలు తమ ఇష్టానుసారం కూడా తమ ఆదాయంలో కొంత భాగాన్ని దేవాలయాలకు దానం చేసేవి. వీరందరూ తమ ఇల్లు, ఆస్తులపైన కూడా వరుసగా ఇల్లరి, అరి అనే పన్నులను చెల్లించేవారు. అప్పనము అనే కానుక పన్నును ప్రభువుకు చెల్లించేవారు. అష్టాదశ ప్రజలతో పాటు ఇతర వృత్తులవారు కూడా ప్రభుత్వానికి ఏటా చెల్లించే ఇల్లు, ఆస్తి, వృత్తి పన్నుల రేట్లు కింది విధంగా ఉండేవి.

కులం, వృత్తి, ఆస్తి	**సంవత్సరానికి చెల్లించాల్సిన పన్ను**
బ్రాహ్మణ	1 రూక (1 మర్తురు భూమి ఉంటే)
	1 రూక 1 పుట్టి ధాన్యానికి
తమ్మళి (పూజారి)	8 గద్యలు
వసది వాసులు (జైనులు)	5 రూకలు
నకరం(కోమట్ల సమయంపై మడిగ సుంకం)	
సాధారణ ఇల్లుపై	1 1/2 రూకలు
మంచి ఇల్లుపై	2 రూకలు
పేద ఇల్లుపై	3/4 రూక
కోమటి ఇల్లు	1 రూక
సైనికుని ఇల్లు	1/2 చిన్నం
సైనిక దొర ఇల్లు	2 చిన్నాలు
కరణం ఇల్లు	1 గద్య
కాంపు ఇల్లు	1/2 రూక
సాలె ఇల్లు	1/2 గద్య
సాలె మగ్గం	1 చిన్నం
రాట్నాల యజమాని	4 మాడలు
తోట యజమాని	3 చిన్నాలు
అంగడాల మందలు 2	2 రూకలు
గొల్ల	2 గద్యాణాలు
కుమ్మరి	1 గద్యాణం
మంగలి	5 రూకలు
మాలాకారు	5 రూకలు
సంకటీడు	5 రూకలు

పైన పేర్కొన్న పైసలు/నాణేలలో అత్యంత విలువైనది గద్య లేదా గద్యాణం. దీనికి మరో పేరు మాడ. దాని మీద పంది (వరాహం) బొమ్మ ఉండేది కాబట్టి, దానిని వరాహం అని కూడా అనేవారు. వరాహం కాకతీయుల రాజ లాంఛనం. గద్య అనేది

బంగారు నాణెం. రూక వెండి నాణెం. 10 రూకలు ఒక గద్యాణానికి సమానం. రూకలో సగం... అంటే అర్ధరూకను అడ్డుగ అనేవారు. అడ్డుగలో సగం పాదిక. పాదికలో సగం పరక. పరకలో సగం వీసం. అంటే.... 16 వీసాలు 1 రూకకు సమానం (ఇలాంటి నాణేల వాడుక తెలంగాణలో అర్ధ శతాబ్ది క్రితం వరకు అమలులో ఉండేది). ప్రతి నాణెం ముందు 'కేసరి' అనే పదం వాడేవారు. కేసరి వరాహం, కేసరి మాడ, కేసరి రూక.... ఇలా కేసరి అనేది కాకతీయుల బిరుదు; సింహం అని అర్థం. ఈనాడు ఒక్క రూపాయికి, పైసలకు మాత్రమే సంకేత చిహ్నాలు ఉపయోగిస్తున్నాము. కాని ఆనాడు అన్ని నాణేలకు సంకేతచిహ్నాలు ఉండేవి. గద్యకు గ, రూకకు ౼, అడ్డుగకు ||, పాదికకు |, పరకకు =, వీసానికి - అనేవి ఆ సంకేత చిహ్నాలు. కాకతీయుల కేసరి వరహాలు ఇప్పటి వరకు సుద్దాల, తరిగొప్పుల, నరసాపూర్, కమ్మరిగూడెం, పద్మాక్షి గుట్టల్లో దొరికాయి. ఇటూ అటుగా కేసరి వరహా బరువు 3.7 గ్రాములు, వ్యాసం 2.7 సెంటి మీటర్లు. వివిధ కుల వృత్తుల ప్రజలు నుంచి ప్రభుత్వం వసూలు చేసే పన్నుల రేట్లను పరిశీలించినప్పుడు బ్రాహ్మణులు, తమ్మళ్ళ (పూజారులు) నుంచే ఎక్కువ వసూలు చేసేదన్నట్లు స్పష్టమౌతుంది. అగ్రహారాలు తీసుకున్న బ్రాహ్మణులు కూడా పంటలపై, పూజారిత్వంపై పన్నులు చెల్లించవలసి ఉండేది. సామాన్య వృత్తుల ప్రజల నుంచి ప్రభుత్వం తక్కువ పన్నులను వసూలు చేసేది. దీన్ని బట్టి కాకతీయులది ప్రజా సంక్షేమ ప్రభుత్వమని స్పష్టమవుతుంది.

వ్యాపార వాణిజ్యాలు

కాకతీయుల కాలంలో వ్యాపారాన్ని వ్యవహారం అని, వ్యాపారిని బేహారి అని అనేవారు. ఆ కాలంలో తెలుగు దేశమంతటా వ్యాపారం మూడు రకాలుగా జరిగేది అని చెప్పుకోవచ్చు. అవి :

1. స్థానిక వ్యాపారం
2. స్వదేశీ వ్యాపారం
3. విదేశీ వ్యాపారం

అన్ని రకాల వ్యాపారాల్లో ఆ కాలంలో ప్రముఖ పాత్ర పోషించింది కోమట్లు, పెరికలు. సమకాలిక 'సుమతి శతకం'లో "పురికిని ప్రాణము కోమటి" (కోమట్లు గ్రామానికి ప్రాణము వంటివారు) అని కోమట్ల ప్రాధాన్యాన్ని నొక్కి వక్కాణించడం జరిగింది. వివిధ కుల వృత్తుల ప్రజలు ఉత్పత్తి చేసే వస్తువులను అందరి మధ్యన మారకం చేసి అందరి అవసరాలను తీర్చడంలో కోమట్లు కీలక పాత్రను పోషించేవారు.

వీరి కుల సంఘాన్ని "నకరము" అనేవారు. తెలివిగా ప్రవర్తించి లాభం గుంజేవారిని ఇప్పటికీ నకరాలు చేస్తున్నారు అంటుంటాము. కోమటిని సెట్టి లేదా చెట్టి అనేవారు. రాజుకు పన్ను రూపంలో వచ్చిన ధాన్యం, వస్తువులను అమ్మడానికి కూడా రాచసెట్టిలు అనేవారు ఉండేవారు. వ్యాపార వస్తువులను సంచుల్లో నింపి గాడిదల వీపుపైన అటొక సంచి, ఇటొక సంచి వేసి అలా వందల గాడిదలను అదిలించుకుంటూ వందల మైళ్ళ దూరాలలో ఉన్న వ్యాపార కేంద్రాలకు సరుకులను చేరవేసేవారిని 'పెరికలెత్తువారు' అనేవారు. పెరిక అంటే గాడిద వీపుపై రెండు వైపులా వేలాడదీసిన రెండు సరుకుల సంచుల ప్రమాణం. రాను రాను పెరికలెత్తు కాపువారికి పెరికలు అనే పేరు స్థిరపడిపోయింది. పెరికలెత్తువారు గుర్రాలు, ఎడ్ల బండ్లపైన కూడా సరుకులను వ్యాపార కేంద్రాలకు చేరవేసేవారు. వారం వారం వ్యాపారం జరిగే చోటును 'అంగడి' అనేవారు. పెంట అని కూడా అనేవారు. పెంట రాను రాను పేట అయ్యింది. పెంటల నిర్మాణం, నిర్వహణ ప్రభుత్వ ఆధ్వర్యంలోనే జరిగేది. వ్యాపారులు తమ సరుకులను నిల్వ చేసుకునేందుకు "పాక"లను కూడా ప్రభుత్వమే కట్టించేది. ఇలా చేయడం వల్ల ప్రభుత్వానికి అంగడి/వ్యాపారం మీద సుమారు పది రకాల 'సుంకాలు' ద్వారా ఆదాయం వచ్చేది. అవి :

1. అంగడి అద్దె	అంగడికి సరుకు తెచ్చినందుకు చెల్లించే అద్దె.
2. పాక అద్దె	సరుకును ప్రభుత్వ గిడ్డంగుల్లో భద్రపరుచుకున్నందుకు చెల్లించే అద్దె.
3. ముద్ర సుంకం	సరుకును అంగడిలో నమోదు చేయించుకున్నందుకు చెల్లించే పన్ను. దీన్ని బచ్చులు, కోమట్లు వసూలు చేసేవారు.
4. అమ్ముబడి సుంకం	సరుకు అమ్ముకున్నందుకు చెల్లించే సుంకం.
5. విల్చుబడి సుంకం	సరుకును కొన్నందుకు చెల్లించే సుంకం.
6. అనుమతి సుంకం	వ్యాపారం చేసుకునేందుకు ప్రభుత్వ అనుమతి తీసుకోవడానికి చెల్లించే సుంకం.
7. సుంకమాన్యం	గుత్తదార్లు అమ్ముబడి, విల్చుబడి సుంకాలను ప్రభుత్వం తరపున వసూలు చేసుకునేందుకు ప్రభుత్వానికి చెల్లించే సుంకం.
8. రేవుసుంకం	సరుకును పడవలపై ఎక్కించడానికి, దించడానికి, నదులను

దాటించడానికి చెల్లించవలసిన సుంకం. లేదా సముద్ర తీర రేవుల వద్ద సరుకును ఎగుమతి, దిగుమతి చేయడానికి చెల్లించే సుంకం.

9. సరుకు బండ్లను లాగే పశువులపై సుంకం

10. ఇతర సుంకాలు ఉదాహరణకు, కాయగూరల అమ్మకాలపై 'అలము' అనే సుంకం, వీధి వ్యాపారులపై సంవత్సరానికి కొంత సుంకం, గొర్రెల మందలపై 'కిరణము' అనే పన్ను వసూలు చేసేవారు.

వ్యాపార వాణిజ్యాలపై ఇన్ని రకాల పన్నులు వసూలు చేసినా వాటి వెనుక ప్రజా సంక్షేమమే ధ్యేయంగా ఉండేది. పన్నుల ద్వారా వచ్చిన ఆదాయంతో ప్రభుత్వం వ్యాపార వాణిజ్యాల విషయమై ప్రజలకు కావలసిన వసతి సౌకర్యాలను నిర్మించేది. పైగా పన్నులు కూడా వ్యాపార సరుకు కొనుగోలు/అమ్మకాల విలువలో ఒకటింట ఎనభై వంతు నుంచి నలభై వంతు వరకు మాత్రమే ఉండేవి. ఆనాటి ప్రభుత్వం వ్యాపార వాణిజ్యాల నిర్వహణ విషయంలో ఎంత జాగరూకత వహించేదో తెలియజేయడానికి సంబంధించిన పద్యం ఒకటి "నీతిసారం" అనే గ్రంథంలో ఉంది. (దాన్ని కాకతీయ రాజు ప్రతాపరుద్రుడే (1289–1323) రాశాడు అంటారు). దాని ప్రకారం వ్యాపార వాణిజ్యాల్లో రాజు మోసాలను జరుగనిస్తే అది ప్రజలకు వినాశనకరమని, కాబట్టి ఏ వ్యాపారైనా సరుకుని కావాలని నిల్వ చేసి దాని ధరను పెరుగనిచ్చే ప్రయత్నం చేస్తే అలాంటి సరుకును రాజు అతి తక్కువ ధరకు స్వాధీనం చేసుకోవాలి. తూనికలు (తూకాలు), కొలతలు విషయంలో ప్రభుత్వం సిన్నమెత్తు మోసాన్ని కూడా జరుగనిచ్చేది కాదు. సిన్నం అంటే 4 గురిగింజల బరువు. 3 సిన్నాలైతే 1 తులం. 3 తులాలు ఒక పలం. 40 పలాలు ఒక వీశ (వీసం). 2 వీసాలు 1 ఎత్తు. 4 ఎత్తులు ఒక తూము లేదా మణుగు. 20 మణుగులు ఒక పుట్టి. ఇలాంటి కొలతలు, తూకాలు తెలంగాణలో గత రెండు మూడు దశాబ్దాల క్రితం వరకు కొనసాగాయి.

స్థానిక వ్యాపారం అంగళ్ళలో కొన్ని ఊర్ల పరిధిలో జరిగేది. ఈ వ్యాపారం ఎక్కువగా 'సమయాల' పరిధిలో జరిగేది. 'సమయం' అంటే కులవృత్తి సంఘం. ప్రతి కులానికీ సమయం ఉండేది. ఆ కుల ప్రజలందరూ అందులో సభ్యులే. ఆ సమయం ఉత్పత్తి చేసిన వస్తువులను దాని ప్రతినిధులు స్థానిక అంగడిలో అమ్మేవారు. అయితే స్థానిక వ్యాపారం చేసే శ్రేణులు (సంఘాలు) కూడా ఆనాడు మనుగడ సాగించాయి.

కాకతీయ పూర్వ యుగపు శ్రేణుల్లో సెట్లతో పాటు రెడ్లు, నాయుళ్ళు, దాసర్లు, బోయలు తదితరులు కూడా సభ్యులుగా వుండేవారు. స్థానిక వ్యాపారం ఎక్కువగా నిల్వ ఉంచలేని వస్తువులైన ఉప్పు, పప్పు, బెల్లం, నేయి, కూరగాయలు, బట్టలు తదితరాల మీద జరిగేది. ఇలాంటి చిల్లర వ్యాపారం చేయడంలో ఆ రోజుల్లో 'శాసిర్బరు సమయం' పేరు గాంచింది. స్వదేశీ వ్యాపార వాణిజ్యాల్లో 'నకరాల' పాత్ర ఎక్కువ. అయితే గుంటూరు జిల్లా ఎనమదలకు చెందిన 'స్థల ఉభయ నానాదేశి పెక్కండ్రు' అనే వీరబణంజ (జైనుల) సమయానికి పాకనాడు, వేంగి, హనుమకొండ పట్టణం 'స్థలాలలో' (ఈనాటి మండలాలు) కూడా వ్యాపార వాణిజ్యాలు నిర్వహించుకునేందుకు అనుమతి ఉండేది.

కాకతీయుల కాలం నాటి ప్రధాన వ్యాపార కేంద్రాలు ఇవి: మఠియవాడ (అనుమకొండ - ఓరుగల్లు మధ్యనుంది), పానుగల్లు, పేరూరు (నల్గొండ జిల్లా), జడ్చెర్ల, అలంపురం, మగతల (మహబూబ్‌నగర్ జిల్లా), మంథెన (పెద్దపల్లి జిల్లా), దేశీయకొండ, త్రిపురాంతకం, పెద/ చిన్న గంజాం (ప్రకాశం జిల్లా), మాచెర్ల, ఎనమదల (గుంటూరు జిల్లా), దోర్నాల, శ్రీశైలం (కర్నూలు జిల్లా), కష్టపట్నం (నెల్లూరు జిల్లా), గుడివాడ మొదలైనవి. కాకతీయ రాజధానిలోని ప్రధాన వ్యాపార కేంద్రాన్ని మఠియవాడ లేదా మట్టెవాడ అనేవారు. మఠియ అంటే వస్తువు. గణపతిదేవుడు ఓరుగల్లు కోటలో వేయించిన శాసనం ప్రకారం ఓరుగల్లు/మఠియవాడలో ఏయే అంగళ్ళలో ఏయే సమయాలు ఏయే సరుకులు అమ్మేవారో కింద చూడవచ్చు.

అంగడి	**సమయం**	**సరుకులు**
చీరెమఠీయ	స్వదేశీ-పరదేశి	అన్ని రకాల వస్త్రాలు
చీరెమఠీయ	వాడలవారు	నీలి
పోకమఠీయ	స్వదేశీ-పరదేశి	పోకలు
ఆకు పెంట	శాసిర్బరు	తమలపాకులు
కూరగాయల అంగడి	శాసిర్బరు	కూరగాయలు, పండ్లు,
	స్థానిక బేహారులు	పచ్చళ్ళు, కొబ్బరి
నూవుల పెంట	స్వదేశీ పరదేశి	నువ్వులు, గోధుమలు, జొన్నలు, పప్పులు, ధాన్యం, నూనెలు.

ఉప్పు పెంట	స్వదేశీ-పరదేశి	ఉప్పు
లోహపనిముట్లు	తగరంవారు	తగరం, రాగి, సీసం, ఇతర లోహాలు
సుగంధ ద్రవ్యాలు	ఉభయ-నానాదేశి	గంధపు చెక్క, కస్తూరి, కర్పూరం, ఇతర ద్రవ్యాలు
రత్నాలు, దంతం	ఉభయ-నానాదేశి	ముత్యాలు, గాజులు, పూసలు మొదలగునవి.
నూలు మళిగ	ఉభయ-నానాదేశి	పత్తి, నూలు, ఉన్ని మొదలగునవి.

(నూలు మళిగ అంగడిలోనే ఓరుగల్లు తివాచీలు, అద్దకపు చీరెలు అమ్మేవారు)

పై పట్టిక ద్వారా విలాస వస్తువులను 'ఉభయ నానాదేశి' అనే విదేశీ వాణిజ్య సమయం అమ్మేది అని స్పష్టమవుతున్నది. ఇలాంటి పరదేశి వ్యాపారులు కాకతీయ రాజ్యంలోకి రావడానికి కొన్ని రహదారులుండేవి. బీదరు నుంచి పటంచెరువు (హైదరాబాదు దగ్గర) ద్వారా ఓరుగల్లుకు ఉండే మార్గం చాలా ప్రాచీనమైనది. కొలనుపాకకు అనుమకొండతో పాటు కర్ణాటకలోని కళ్యాణి, రాయచూరు, బీదరు పట్టణాలకు రహదారులుండేవి. ఆనాటి ప్రధాన ఓడరేవు పట్టణాలు మోటుపల్లి, పెదగంజాంల నుండి త్రిపురాంతకం, కర్నూలు గుండా బళ్ళారి వరకు రహదారి ఉండేది. రాజ్యంలోని అన్ని పెంటలకు ఓరుగల్లు నుండి వాణిజ్య మార్గాలుండేవి. మోటుపల్లి వంటి ఓడరేవుల ద్వారా విదేశీ వాణిజ్యాన్ని గణపతిదేవుడు పునరుద్ధరించినట్లు అక్కడ ఆయన విదేశీ వ్యాపారులకు వారి సంక్షేమానికి అభయమిస్తూ, ఎగుమతి-దిగుమతి సుంకాల్లో రాయితీలనిస్తూ క్రీ.శ. 1244లో వేయించిన శాసనం నిదర్శనం. గణపతిదేవ చక్రవర్తి విదేశీ వ్యాపారుల మీద దయతో తమ కీర్తి, ధర్మం ప్రపంచమంతటా వ్యాపించాలని వేయించిన ఆ శాసనంలో అన్ని ఎగుమతులు, దిగుమతులపై వాటి విలువలో కేవలం ముప్పైలో ఒక వంతును మాత్రమే సుంకంగా విధించినట్లు పేర్కొనబడింది. రుద్రమదేవి కాలంలో మోటుపల్లిని దర్శించిన ఇటలీ (వెనిస్) యాత్రికుడు మార్కోపోలో 'ఆ రేవు ద్వారా వజ్రాలు, ప్రపంచ రాజులందరూ ఇష్టపడే అతి సన్నని వస్త్రాలు తెలుగు దేశం నుండి ఎగుమతి అయ్యేవి' అని రాశాడు. మోటుపల్లితో పాటు కృష్ణపట్నం, చినగంజాం, హంసలదీవి, బందరు వంటి కరపట్టణాల (సుంకం వసూలు చేసేవి) నుండి కూడా ఎక్కువగా విలాస వస్తువులే దిగుమతి, ఎగుమతులకు నోచుకునేవి.

అలా చైనా, జపాను, బర్మా, మలయా, ఇండోనేషియా, జావా, సుమత్రా, నైరుతి-దక్షిణ భారతదేశంతో విదేశీ వ్యాపారం జరిగేదని శాసన సాహిత్యాధారాలు విశదం చేస్తున్నాయి.

ఇలా.. వ్యవసాయం కావచ్చు, వ్యాపారం కావచ్చు, మరే వృత్తి అయినా కావచ్చు... కాకతీయ రాజులు అన్ని ఆర్థిక రంగాల్లో అనేక సంస్కరణలు ప్రవేశపెట్టి ప్రజా సంక్షేమాన్ని అనూహ్యంగా పెంచారు. ఒక విదేశీయుడు... మార్కోపోలో 'ఈ రాజ్య ప్రజలకు జీవిత కనీస అవసరాలన్నీ సమృద్ధిగా లభిస్తాయి' అని రాయడమే ఇందుకు తార్కాణం. కాబట్టే కాకతీయుల కాలం స్వర్ణయుగం కాగలిగింది.

శ్రేణులు - సమయాలు

శాతవాహనులు, ఇక్ష్వాకుల కాలంలో ప్రధాన కులాలకు, వర్తకులకు శ్రేణులుండేవి. అనంతర కాలంలో వర్తక ప్రాధాన్యం క్షీణించడంతో వాటి ప్రాధాన్యం కూడా తగ్గింది. అయితే 'సమయాలు' అనే పేరిట ఈ కుల సంఘాలకు పునః వైభవం కాకతీయుల కాలంలో వచ్చింది. క్రీ.శ.11వ శతాబ్దం నాటికే అష్టాదశ వర్ణాలు/ప్రజలు అనే పదం వాడుకలో ఉంది. కాకతీయులు ఇంకా సమస్త ప్రజ, అశేష ప్రజ అనే పదాలనూ వాడారు. ప్రతి ఊరిలో, నగరంలో కులానికి ఒక వీధి ఉండేది. కాకతీయ రాజధాని ఓరుగల్లులో నివసించే వివిధ కులాల ప్రజల ఇండ్ల పట్టికను, 27 వర్గాల ప్రజలను సమకాలీన గ్రంథాలు ప్రతాప చరిత్ర, క్రీడాభిరామం ఇలా పేర్కొన్నాయి. అవి :

1. బ్రాహ్మణులు, 2. మంత్రులు, ఇతర అధికారులు, 3. యోధులు, 4. సాధారణ వైశ్యులు, 5. ధనిక వర్తకులు, 6. పద్మనాయకులు, 7. విశ్వకర్మలు, 8. గొల్లలు, 9. కాపులు, 10. ఈడిగలు, 11. శివబ్రాహ్మణులు, 12. కుమ్మర్లు, 13. పట్టు నేతగాళ్ల, 14. పద్మసాలీలు (నూలు), 15. మేదర్లు, 16. రంగులు వేసేవాళ్లు, 17. ఉప్పర్లు, 18. మేరలు, 19. బెస్తలు, 20. తెనుంగులు, 21. బుక్కలు, 22. సంగర్లు, 23. రజకులు, 24. వేశ్యలు, 25. పూటకూటివారు, 26. బలిజలు, 27. ఇతర కులాలు.

ఇంకా బంటెలవారు (అన్ని కులాల సైనికులు), కురుమలు వంటి వర్గాలు, భిక్షమెత్తుకునే దాసర్లు, మాల మాదిగల వంటివారూ ఉన్నారు.

ఈ 27 కులాల ప్రజలందరికీ సమయాలుండేవి. అన్ని సమయాలను కలిపి

అయ్యావళి అనేవారు. అష్టాదశ ప్రజలకు ఊరి సమయాలు, స్థల (కొన్ని ఊర్ల) సమయాలతో పాటు నాడు, విషయ స్థాయిల్లోనూ సమయాలుండేవి. ప్రతాపరుద్రుని కటకూరు, మాటేడు శాసనాలు అష్టాదశ ప్రజలతో పాటు నకరం, మహాజనులు, కాంపులు, బలింజసెట్టులనే సమయాలను పేర్కొన్నాయి. నకరము ఒక వర్తక సంఘం. నగరం పన్నులు వసూలు చేసే పాలక సంస్థ. 'ఊరు' గ్రామంలో అదే పనిచేస్తుంది. 'మహాజనులు' అనేది బ్రాహ్మణుల సమయం. 'కాంపులు' అనేది పంట కాపుల సమయం. 'బలింజ సెట్టులు' అనేది అన్ని వర్గాల ప్రజలు వర్తక-వ్యాపారాల నిర్వహణ కోసం ఏర్పాటు చేసుకున్న సమయం. ఆలయాల్లో సాని మున్నూర్వురు, శైవ సమయం అనే సమయాలు ఉండేవి. సమయాధిపతిని శ్రేష్ఠి (కులపెద్ద) అనేవారు. ప్రతి కులానికి సమయాచారం ఉండేది. సమయ నిర్వహణకై సంబంధిత కులం మీద పన్ను వసూలు చేసేవారు. కుల సమస్యలను, కుల వ్యక్తుల సమస్యలను సంబంధిత సమయం పరిష్కరించేది. వారి మంచి-చెడ్డలను, సమయ/కుల దాన ధర్మాలను చూసుకొనేది. ఊరి సమస్యలను అన్ని కులాల సమయాలు కలిసి పరిష్కరించుకొని మంచి-చెడ్డలను పట్టించుకొనేవి. ఇవి ఎంత బలవమైనవంటే, రాజు కూడా ఒక ఊరిలో కొంత భూమిని దానం చేయాలన్నా, పన్ను విధించాలన్నా, ఏం చేయాలన్నా సమయాల అనుమతి తప్పనిసరిగా తీసుకోవలసిందే.

మత పరిస్థితులు

కాకతీయులు మొదట జైన మతాన్ని ప్రోత్సహించేవారు. తరువాత శైవ మతాన్ని ఆదరించారు. వారు స్వయంగా శివదీక్ష పొందేవారు. మొదటి ప్రోలరాజు రామేశ్వర దీక్షితుడనే గొప్ప శైవాచార్యుని దగ్గర శివదీక్ష పొందాడు. వీరికి అప్పటి నుండి పరమ మహేశ్వరులనే బిరుదు వచ్చింది. గణపతిదేవుని కాలంలో విశ్వేశ్వర శివాచార్యుడనే గొప్ప శైవాచార్యుడు రాజగురువుగా ఉండేవాడు. రుద్రమదేవి కూడా ఆయనను ఆదరించి కృష్ణా నదీ తీరంలో మందరం (మల్కాపురం) అనే అగ్రహారాన్ని ఇచ్చింది. విశ్వేశ్వర పండితుడు గొప్ప విద్యాంసుడు. ఆయన స్వయంగా చాలా శివాలయాలు కట్టించి, శైవమఠాలు నెలకొల్పాడు.

కాకతీయ రాజులకు స్వయంభూదేవుడు ఇష్టదైవం. ఈ పేరుతో కాకతీయులు అనేక శివాలయాలను నిర్మించినారు. ఊరూరా చెరువులు త్రవ్వించడమే కాకుండా ఈ రాజులు, వారి సామంతులు, ఉద్యోగులు కూడా శివాలయాలు నిర్మించారు. అందులో మత దృష్ట్యా ప్రత్యేకంగా చెప్పదగినవి విశ్వేశ్వర శివాచార్యుడు నిర్మించిన మల్కాపురంలోని

శివాలయం, కాళేశ్వరంలోని శివాలయం. వీటిలో మత ప్రచారమే కాక విద్యాశాలలు, సత్రశాలలు, వైద్యశాలలు ఇంకా అనేకమైన ప్రజోపయోగకరమైన సంస్థలుండేవి. వైష్ణవమతాన్ని కూడా కాకతీయులు ఆదరించారు. రుద్రదేవ మహారాజు ప్రధానమంత్రి వెల్లంకి గంగాధరుడు అనుమకొండలో ప్రసన్న కేశవాలయమును చాలా గొప్పగా నిర్మించాడు. కాకతీయుల నాటి చెన్నకేశవాలయాలు ఇప్పటికీ చాలా వున్నాయి. ప్రతాపరుద్ర మహారాజు విష్ణ్వాలయాలకు దానాలు చేసినట్లు అనేక శాసనాలు ఉన్నాయి. అప్పటి సామాన్య ప్రజలు సర్వమత సహనం కలిగి సుఖజీవనం చేసేవారు.

సాంస్కృతిక పరిస్థితులు - సాహిత్యం

సాహిత్యాన్ని శైవమత ప్రచార సాధనంగా చేసిన మొదటి కవి పండిత త్రయంలోని వాడగు మల్లికార్జున పండితారాధ్యుడు. ఆతడు భవా, శివా అనే మకుటాలతో (పద్యాంతాలతో) 400లకు పైగా కంద పద్యాలలో రచించిన 'శివతత్వసారం' తెలుగులో మొదటి శతకం. ఇతడి సిద్ధాంతం కాకతీయ రుద్రుని కాలంలో ఆరాధ్య శైవంగా తెలంగాణ, ఆంధ్ర, కర్ణాటకల్లో ప్రచారమైంది.

శైవకవుల్లో గొప్పవాడు పాల్కురికి సోమనాథుడు. ఇతడు ఓరుగల్లు సమీప పాలకుర్తి గ్రామ జన్మస్థుడు. కాకతీయ రాజ్య అస్తమయ కాలానికి కొంచెం ముందు ఓరుగల్లు విడిచి కర్ణాటకకు వెళ్ళాడు. ఇతడు తెలుగులో వీరశైవ మత ధర్మములను వివరిస్తూ విశేష వృత్తములు, చతుర్విధ కందము అనే చిత్ర కవిత్వములో 'అనుభవ సారము'ను, వీరశైవ మత ధర్మోద్ధారకుడైన కన్నడ బసవేశ్వరున్ని నందీశ్వరుని అవతారంగా చిత్రిస్తూ 75 మంది శివ భక్తుల కథలతో తొలి వీరశైవ పురాణ గ్రంథం "బసవపురాణం"ను, "బసవా! బసవా! వృషాధిపా!" అనే మకుటంతో మొట్టమొదటిసారిగా పూర్తి శతక లక్షణాలతో, శబ్దాలంకార వైచిత్రితో, భాషా ప్రావీణ్యంతో "వృషాధిప" శతకమును, 'బసవలింగ' అనే మకుటంతో వీరశైవము శ్రుతి, స్మృతి సమ్మతమైనదంటూ 357 సీస పద్యములతో "చతుర్వేద సారము"ను, శ్రీశైలం భక్తకూటము వారి ఆజ్ఞ మేరకు 'మల్లికార్జున పండితారాధ్యుని చరిత్ర' ప్రధానాంశంగా నాటి శైవ ధర్మములను ప్రతిపాదిస్తూ ద్విపదలో "పండితారాధ్య చరిత్రము"ను, 'ఉదాహరణ' ప్రక్రియను ప్రారంభిస్తూ "బసవోదా హరణము"ను, 32 సీస పద్యాలలో 'చెన్నమల్లు సీసములు'ను, ఎనిమిది మాలిని వృత్త పద్యములతో 'బసవాష్టకము'ను, ద్విపదలో చిన్న గ్రంథం "సోమనాథస్తవము"ను, సంస్కృత పదభూయిష్ఠంగా పంచ ప్రకార గద్య, అక్షరాంక గద్య, నమస్కారగద్య, అష్టోత్తర శతనామ గద్యలను, బసవరగడ, గంగోత్పత్తి

రగడలను రచించాడు. వేదశాస్త్ర పురాణాగమ మంత్రార్థ సారముగా వీరశైవ మతాన్ని వివరిస్తూ కన్నడ భాషలో 160 వచనములు రాసి సంగనామాత్యునికి ఉపదేశించాడని 21 జనవరి 2018 నాడు శ్రీ శివయోగ పీఠంవారు ఫేస్‌బుక్‌లో ప్రచురించారు. ఎన్నో కవితా ప్రక్రియలకు, స్వతంత్ర సమకాలీన వస్తు ప్రయోగాలకు ఆద్యుడు మాత్రమే కాదు, తెలుగు, కన్నడ, సంస్కృతాది అష్ట భాషల్లో కవిత్వం వినిపించిన మహాకవి పాల్కురికి సోమన. ఇతని శిష్యుడు చక్రపాణి రంగనాథుడు కూడా శైవ ప్రచారానికై వేల రగడలను, వేల పద్యాలను రచించాడు. గణపతి దేవుని కాలం (క్రీ.శ.1199-1262)లో జీవించి "సర్వేశ్వర శతకం" రచించిన యధావాక్కుల అన్నమయ్య, చివరి ముగ్గురి కాకతీయుల మంత్రిగా పనిచేసి "శివదేవధీమణి" శతకం, "పురుషార్థసారం" రచించిన శివదేవయ్య (విశ్వేశ్వరశంభు - అగస్త్యుడు) కూడా శైవకవులే.

'మార్గ' కవితను సంస్కరిస్తూ అలతి అలతి పదాలతో గంభీరార్థ బోధనమే ఉత్తమ కావ్య శిల్పంగా ఆంధ్రావళి మోదముంబొరయునట్లు 'భారతం'లోని విరాట పర్వము నుండి స్వర్గారోహణ పర్వము వరకు 15 పర్వాలను స్వతంత్రంగా యథోచిత, కథానువాద పద్ధతులతో తెనుగించిన ఉభయకవిమిత్రుడు, కవిబ్రహ్మ, మహాకవి బిరుదాంకితుడు తిక్కన సోమయాజి. ఈయన నెల్లూరి చోడరాజు మనుమసిద్ధికి అంకితంగా అంతకుముందే (క్రీ.శ. 1256లో) నిర్వచనోత్తరరామాయణాన్ని రాశాడు. అతని మంత్రిగా గణపతిదేవ చక్రవర్తి దగ్గరకు (ఓరుగల్లుకు) వచ్చి ఆయన సహాయంతో మనుమసిద్ధిని సింహాసనంపై నిలిపాడు. ఇతని కవిత్వంలో నాటకీయత, రసాభ్యుచిత బంధము, తెలుగుదనము గోచరిస్తాయి. తిక్కన విజయసేనము, కవిసార్వభౌమ ఛందము (కవివాగ్బంధనము), కృష్ణ శతకములను కూడా రచించాడు. ఈయన భారతం హరిహరనాథునికి (శైవ - వైష్ణవ సామరస్యానికి) అంకితం.

తిక్కన శిష్యుడు (పెదతండ్రి) మూలఘటిక కేతన. ఇతడు దండి రచించిన 'దశకుమారచరిత్ర'ను అనువదించి (మొదటి తెలుగు కథాకావ్యం) తిక్కన నుండి 'అభినవదండి' బిరుదు పొందాడు. కేతన శృంగార దృష్టితో 'కాదంబరి'ని రచించడమే కాకుండా యాజ్ఞవల్క్య స్మృతిపై విజ్ఞానేశ్వరుని వ్యాఖ్య 'విజ్ఞానేశ్వరీయం'లోని "వ్యవహారకాండ"ను అనువదించాడు. అంతేకాదు, లభ్యమవుతున్న మొదటి తెలుగు వ్యాకరణ గ్రంథం "ఆంధ్ర భాషాభూషణం"ను రచించిందీ ఆయనే. తిక్కన మరో శిష్యుడు మారన మార్కండేయ పురాణాన్ని తెనుగించి నాగయ గన్న మంత్రికి అంకితమిచ్చాడు. కేతనకు ఇంచుమించు సమకాలికుడగు మంచన పంచతంత్రాది కథల ఆధారంగా ఇంచుమించు స్వతంత్ర రీతిలో రాసిన 'కేయూరబాహుచరిత్ర'ను

నందూరి గుండన మంత్రికి అంకితమిచ్చాడు. బయ్యన కవి తిక్కనను మెప్పించి భవ్యభారతి బిరుదు పొందాడు.

కాకతీయ యుగంలో వచ్చిన రాజనీతిశాస్త్ర గ్రంథాల్లో ప్రతాపరుద్రరాజు రచన "నీతిసారం", బాలబోధనకై "సుమతీ శతకం" రాసిన బద్దెననే రచించిన "నీతి శాస్త్ర ముక్తావళి", క్షేమేంద్రుని "ముద్రామాత్యం", శివదేవయ్య "పురుషార్థసారం", భోజుని వైదిక దినచర్య గ్రంథం "చారుచర్య"ను తెనిగించి ఆంధ్రభోజుడైన అప్పన్నమంత్రి రచించిన "నీతిభూషణం" ప్రధానమైనవి. ఈ యుగం చివర్లో రావిపాటి త్రిపురాంతకుడు "మదనవిజయం" అనే శృంగార ప్రబంధాన్ని, "అంబికా శతకా"న్ని రచించాడు. ఇతని సంస్కృత "ప్రేమాభిరామం" అనే వీధి నాటకాన్ని 15వ శతాబ్దారంభంలో వినుకొండ వల్లభరాయడు "క్రీడాభిరామం" అనే పేరుతో తెనిగించాడు. ఇది కాకతీయ చివరి రాజు రెండవ ప్రతాపరుద్రుని కాలపు సాంఘిక జీవితానికి దర్పణం వంటిది.

లలిత కళలు - వాస్తు శిల్పాలు

కాకతీయుల కాలంలో కోలాటం వంటి దేశీ నృత్య రీతులు ఎన్నో ఉన్నట్లు గణపతిదేవుని గజ దళాధిపతి జాయప రాసిన 'నృత్త రత్నావళి' వివరిస్తుంది. ఆనాడు ఆదరణ కలిగిన ఒక నృత్యరీతి పేరిణి. సైనికులకు ఉత్సాహాన్నిచ్చేందుకు గాను రూపొందినదిగా చెప్పబడుతున్న పేరిణిని పురుషులు తాండవ నృత్యంగా, రస హృదయుల కోసం స్త్రీలు లాస్య నృత్యంగా అభినయించేవారు అని అర్థమవుతుంది. కాకతీయుల ఆలయాలన్నింటిలో స్త్రీలు చేసే నృత్య భంగిమల శిల్పాలు కన్పిస్తాయి. సూర్యాపేట జిల్లాలోని పిల్లలమర్రి ఆలయం మంటప దూలాలపై చిత్ర లేఖనాలు ఉన్నాయి. ప్రతాపరుద్రరాజు భోగిని మాచల్దేవి ఎన్నో చిత్రశాలలు నడిపినట్లు 'క్రీడాభిరామం'లో వివరణలున్నాయి. ఇలా తెలుగు ప్రజలు కాకతీయుల కాలంలో రాజకీయ సామాజిక, ఆర్థిక పరిపుష్టితోపాటు లలిత కళారంగాలు అందించే ఆనందాన్ని కూడా ఆస్వాదించారని చెప్పవచ్చు.

సైనికావసరాలు పెరిగి కాకతీయ కాలం నుండి విజయనగర కాలం వరకు ఓరుగల్లు, రాయచూరు, గోల్కొండ(గొల్లకొండ), రాచకొండ, దేవరకొండ, అద్దంకి, కొండవీడు, రాజమహేంద్రవరం, పానగల్లు, ఉదయగిరి, విజయనగరం, పెనుగొండ, చంద్రగిరి మొదలైన అనేక కోటలు నిర్మితమయ్యాయి. ఒంటికొండ (ఓరుగల్లు- ఏకశిల) ప్రాంతాన్ని ఎన్నుకొని కాకతీయ రెండవ ప్రోలరాజు కోట నిర్మాణాన్ని ప్రారంభించగా, రుద్రదేవుడు ఎక్కువ భాగాన్ని కట్టించాడు. ఓరుగల్లు కోట నిర్మాణం కాకతీయ

యుగాంతం వరకు జరుగుతూనే ఉంది. ఓరుగల్లు (స్వయంభూ దేవాలయం) చుట్టూ నాలుగు దిక్కులా నాలుగు శిలా తోరణాలు (దర్వాజాలు), వాటిచుట్టూ పుట్ట, మట్టి, రాతి (కంచు) కోటలు అని మూడు కోట గోడలు, వాటి చుట్టూ కందకాలు నిర్మించారు. రాతికోట లోపలి నుండి కోటపైకి మెట్లను రుద్రమదేవి కట్టించగా, దానికి కాకతీయ సామంతుల సంఖ్యను సూచిస్తూ రెండవ ప్రతాపరుద్రుడు 77 బురుజులను కట్టించాడట. వారి అనంతరం షితాబాన్ ఆ కోటలోనే ఖుష్ మహల్ కట్టించాడు.

కాకతీయుల దేవాలయాలలో ఇసుక పునాదులు, ఎత్తైన అధిష్ఠానాలు, అలసా కన్యల శిల్పాలతో అలంకృతాలైన స్తంభాలతో కూడిన మండపాలు, జాలాలంకృత పిట్టగోడలు, తోరణాలు, ఇటుకలు, సున్నంతో నిర్మించిన విమానాలు, కీర్తి ముఖాలు, నున్నగా చెక్కిన నల్లసరపు రాతి నందులు, శివలింగాలు, రా(దా)య గజకేసరి చిహ్నాలు, కోలాటాది నృత్య వాద్య చిహ్నాలు మొదలైనవి ప్రత్యేక లక్షణాలుగా కన్పిస్తాయి. రెండవ ప్రోలుని కాలంలో అనుమకొండలో సిద్ధేశ్వరాలయం, పద్మాక్షి ఆలయం, ఓరుగల్లులో స్వయంభూ దేవాలయం, కేశవాలయం నిర్మితమయ్యాయి. రుద్రదేవుడు క్రీ.శ. 1162లో తనను స్వతంత్ర ప్రభువుగా ప్రకటించుకున్న సందర్భాన్ని పురస్కరించుకుని క్రీ.శ. 1163లో అనుమకొండలో కట్టించిన రుద్రేశ్వరాలయం కాకతీయ వాస్తుశిల్పాలకు కాణాచి వంటిది. వేయిస్తంభాల గుడిగా ప్రసిద్ధి చెందిన ఈ త్రికూటాలయ గర్భగుడులలో రుద్రేశ్వరుడు, వాసుదేవుడు, సూర్యదేవుని విగ్రహాలు ప్రతిష్ఠించబడ్డాయి. దీనికెదురుగా దక్షిణానగల మండపంలో మూడు వందల స్తంభాలున్నాయి. దానిని కళ్యాణ మండపం అని కొందరు, రాజ ఆస్థానం అని మరికొందరు అభిప్రాయపడుతున్నారు. ఇప్పుడు కేంద్ర పురావస్తు శాఖవారు దానిని పునర్నిర్మిస్తున్నారు.

గణపతిదేవుని కాలంలో సేనాని రేచర్ల రుద్రుడు ములుగు జిల్లాలోని పాలంపేట/రామప్పలో, నామిరెడ్డి సూర్యాపేట జిల్లాలోని పిల్లలమర్రిలో దేవాలయాలను కట్టించారు. కొండపర్తి, నాగులపాడు దేవాలయాలు కూడా ఆ నాటివే. రామప్ప చెరువు గట్టు కింద క్రీ.శ. 1213లో కట్టించిన రామప్ప దేవాలయం నేటికీ నిలిచివున్న కాకతీయ దేవాలయాలలో అద్వితీయమైనది. ద్వారస్తంభాల పై కప్పుకు ఆధారమిస్తూ బయటికి పొడుచుకు వస్తున్నట్లు కనిపించే నల్లరాతి అలసా కన్యలు, నాగకన్యలు, సింహాల శిల్పాలు ఈ ఆలయ ప్రత్యేకతలు. వీటిలో ఒక నాగకన్య శిల్పాన్ని చూసి, భ్రమసి శతాబ్దం పూర్వం నాటి నిజాం నవాబు కొంతకాలం ఇంట్లో పెట్టుకున్నాడట. సినారె 'నాగినివో, భోగినివో, నాట్యకళా విలాసినివో...' అంటూ దానిపై సినిమా పాట రాశాడు. ఇలాంటి అలసా కన్యలే సమీపపు ఘనపూర్ దేవాలయంలోనూ

కన్పిస్తాయి. రామప్ప దేవాలయ రంగ మంటప స్తంభాలపై నాట్యకత్తె చీరను కోతి లాగగా ఆమె మర్మాంగం బయటపడుతున్నట్లు చెక్కిన శిల్పాలు బెజ్జంకి మొదలైన ఆలయ శిల్పాల్లోనూ అనుసరించబడ్డాయి. ఇలాంటి గోపికా వస్త్రాపహరణాలు, రాసక్రీడలు, సంభోగ క్రీడలు, నాట్య-వాద్యబృందాలు, పురాణేతిహాస గాథలు, జైన, బౌద్ధ, శైవ, వైష్ణవ శిల్పాలెన్నో రామప్పలో దర్శనమిస్తాయి. తేలిక బరువుగల ఇటుకలతో నిర్మితమైన 4 భూముల (అంతస్థుల) విమానం ఈ ఆలయ ప్రత్యేకత. పాలంపేటలోని రుద్రేశ్వర (లేదా రామలింగేశ్వర) ఆలయానికి 2019 సంవత్సరానికి గాను ఐక్యరాజ్య విద్య, వైజ్ఞానిక, సాంస్కృతిక సంస్థ (యునెస్కో) 2021 జూలైలో ప్రపంచ వారసత్వ స్థలం హోదా ఇచ్చింది.

ఓరుగల్లు కోట మధ్యలో శిథిలమైపోయిన స్వయంభూ దేవాలయమే కాకతీయ దేవాలయాలన్నింటిలోకెల్ల పెద్దది, తలమానికమైనది. రెండవ ప్రోలుడే స్వయంభూ దేవాలయ నిర్మాణం చేసినా దాని తూర్పు భాగాన్ని మాత్రం గణపతి దేవుడు, పశ్చిమ భాగాన్ని రుద్రమదేవి కట్టించినట్లు ఇక్కడి శిథిలాల పరిశీలన ఆధారంగా విజ్ఞులు విశదం చేశారు. మండప స్తంభాలు, దూలాలపై ఏనుగు తొండం మీద నిలిచిన సింహాన్ని శిరస్త్రాణం, కత్తి, డాలు ధరించిన ఒక యోధురాలు అధిరోహించినట్లు కనిపిస్తున్న శిల్పాలు సేవుణుల (యాదవుల) మీద రుద్రమదేవి విజయాన్ని, 'దా(రా)యగజకేసరి' అనే ఆమె బిరుదాన్ని తెలియజేస్తున్నాయి. ఈ ఆలయం నలువైపులా, అలాగే అయ్యనవోలు (అయినవోలు) ఆలయం నలువైపులా గల శిలా తోరణాలు కాకతీయ వాస్తు శిల్పాలకు మకుటాయమానాలు.

జయశంకర్ భూపాలపల్లి జిల్లాలోని పరివెల (నరసింహస్వామి), కరీంనగర్ జిల్లాలోని కొత్తపల్లి, నగునూరు, పెద్దపల్లి జిల్లాలోని నందిమేడారం, మంథని, వరంగల్ జిల్లాలోని కొండపర్తి, గొడిశాల, నిడిగొండ ఆలయాలు కూడా కాకతీయులనాటివే. భారత దేశంలోని ద్వాదశ జ్యోతిర్లింగాల్లో ఒకటైన శ్రీశైల మల్లికార్జున దేవాలయాన్ని క్రీ.శ. 1220లలో కాకతీయ గణపతిదేవ చక్రవర్తి సోదరి మైలాంబ కట్టించగా, దాని ముందు వీరశిరోమండపాన్ని క్రీ.శ.1378లో అనవేమారెడ్డి, ముఖ మండపాన్ని క్రీ.శ.1405లో రెండవ హరిహరరాయలు, ప్రాకారాన్ని క్రీ.శ.1514 ప్రాంతంలో శాంత లింగయ్య, మండపాలను శ్రీకష్ణదేవరాయలు, ప్రాకారం, స్వర్ణమండపం, సోపానాలు, గోపురాలను అతని సామంతులు తనకంటి దేశాయి రెడ్లు, కళ్యాణ మండపాన్ని (క్రీ.శ.1529) అతని మంత్రి చంద్రశేఖరుడు కట్టించారు.

బోనాలు:

కాకతీయుల కుల దైవమైన కాకతమ్మకు సైదోడు ఏకవీర అని 'క్రీడాభిరామం' ప్రస్తావించింది. ఏకవీర గుడి వరంగల్లును ఆనుకొని ఉన్న మొగిలిచెర్లలో ఉంది. అక్కడికి రుద్రమదేవి తన బిడ్డ ముమ్మడమ్మను, ఆమె కొడుకు ప్రతాపరుద్రున్ని తీసుకువెళ్లి ఏకవీరా దేవికి ప్రత్యేక పూజలు చేయించింది. "నింబ పల్లవ నికురంబ సంధానిత వందకిత వందన మాలికాలంకృత ద్వారము"తో శోభాయమానంగా ఉండే ఆ ఏకవీరా దేవి గుడి ఎదుట బవనీలు (పంబ / జమిడిక వాద్యకారులు) నిలిచి ఎల్లమ్మ-పరశు రాముని కథలు చెప్పేవారని 'క్రీడాభిరామం' కింది విధంగా వర్ణించింది.

వాద్య వైఖరి కడు నెరవాది యనగ
ఏకవీరా మహాదేవి యెదుట నిల్చి
పరశురాముని కథలెల్ల ప్రౌఢి పాడె
చారుతర కీర్తి బవనీల చక్రవర్తి

ఏకవీరా దేవితోపాటు 'క్రీడాభిరామం' పలు అమ్మవార్ల జాతర కొలుపులను వర్ణించింది. మాహురమ్మ, ఏకవీర, రేణుక (ఎల్లమ్మ), కామవల్లి, కాకతమ్మల పేర్లు అమ్మవార్లలాగా ప్రస్తావించబడ్డాయి – ఓరుగల్లులో. ఈ దేవతలకు బోనం సమర్పిస్తూ కొలుపులు చేసే సందర్భాలలో ఉరుము (మద్దెల), కింకిణీ, పిల్లనగ్రోవి తదితర వాద్య శబ్దాలకు అనుగుణంగా జక్కుల పురంధ్రి, ఏడుగురు అక్కలు నృత్యాలు చేశారని క్రీడాభిరామం కింది విధంగా వర్ణించింది.

జక్కుల పురంధ్రి-కామవల్లి ఆరాధన:

సీ. కోణాగ్ర సంఘర్ష ఘుమఘుమ ధ్వని తార
కంఠ స్వరంబుతో గారవింప
మసిబొట్టు బోనాన నసలు కొల్పిన కన్ను
కొడుపుచే తాటించు నెడప దడప
శ్రుతికి నుత్కర్షంబు చూపంగ వలయుచో
చెవిత్రాడు బిగియించు జీవగట్టి
గిల్కుగిల్కున మ్రోయు కింకిణీ గుచ్ఛంబు
తాళ మానంబుతో మేళవింప

తే. రాగమున నుండి లంఘించు రాగమునకు
నురుమ యూరు ద్వయంబుపై నొత్తిగిల్ల
కామవల్లీ మహాలక్ష్మి కైటభారి
వలపు పాడుచు వచ్చె జక్కుల పురంధ్రి

తార, కింకిణి (వీణ వంటి వాయిద్యాలు) వాయిస్తుండగా జక్కుల పురంధ్రి తన తొడలపై ఉరుమ (మద్దెల వంటిది)ను వాయిస్తూ రాగాలాపనలకు అనుగుణంగా నాట్యం చేసిందట. ఇలాంటి శిల్పాలు రామప్ప తదితర దేవాలయ శిల్పాల్లో చాలా ఉన్నాయి. జక్కుల పురంధ్రి చేసింది ఒక బోనం నృత్యం. జక్కుల పురంధ్రి ఆటపాటల వెంటనే 'క్రీడాభిరామం' ఏడుగురు అక్కలలో ఒక అందకత్తె పీటలపై ఆడిన నృత్తాన్ని గురించి ఇలా వర్ణించింది.

సీ. ముద్రికా మాణిక్యముల దీప్తి కెంగేలి
పించెంబు కుంచెతో బిత్తరింప
నుపవాసమున తద్దయును సన్ననగు కౌను
చనుదోయి భరమున జలదరింప
తోకచుక్కల పోలు తోరంపు తెలి కన్ను
లావేశమున సిగ్గు నతకరింప
నిద్దంపు వెలిపట్టు నెటిక తూలినయప్డు
తొడల మించులు వెలి తొంగలింప

తే. నురుమ చప్పుళ్ళకును బిల్ల దొరుల మ్రోత
కంతకంతకు పేరుబ్బు నావహింప
నాడె పీటలపై నోలి కూడియున్న
యక్కలేడ్వురలో నొక్క యలరు బోడి

ఉరుమ (మద్దెల) చప్పుళ్ళు, పిల్లనగ్రోవి పాటలు మెల్లమెల్లగా నర్తకిని మైకానికి గురి చేయగా ఆమె నెమలి పింఛాల కట్టను చేతితో తిప్పుతూ పీటలపై నృత్తం చేస్తుండగా ఆమె సన్నని శరీరం, స్తన సంపద జలదరించాయట. తోకచుక్కల్లాంటి ఆమె కన్నులు సిగ్గును ప్రదర్శించాయట. ఆమె తూలినప్పుడు వెలిపట్టు (పలచని) చీర తొలగిపోయి

ఆమె తొడల అందాలు బహిర్గతమయ్యాయట. బోనమెత్తుకొని ఆడిన జక్కుల పురంధ్రి ఆట ఐనా, పీటలపై ఆడిన అక్కల నృత్తమైనా ఆరాధనా నృత్యాల కిందికే వస్తాయి. ఇలాంటి నృత్యాలను ఇంటి యజమానులు సంతానం కోసం కూడా ఏర్పాటు చేసేవారట.

బతుకమ్మ సంస్కృతి

'క్రీస్తు శకం 11 - 14 శతాబ్దాల మధ్య తెలంగాణను పరిపాలించిన కాకతీయులు వేయించిన వాడపల్లి శిలాశాసనం "బతుకమ్మ" గురించిన స్పష్టమైన శాస్త్రీయ ఆధారం. ఈ శాసనాధారంతో పాటు కాకతీయుల కాలపు సాహిత్య, మతరపరమైన ఆధారాలు కూడా లభిస్తున్నాయి.

1952 డిసెంబర్ 28 నాడు ఆచార్య బిరుదురాజు రామరాజుగారు ఆనాటికి సుమారు రెండు వందల సంవత్సరాల కిందట కాంచనపల్లి నరసింహరాజు రాసిన ఈ కింది బతుకమ్మ పాటను వరంగల్ సమీపంలోని మొగలిచెర్ల గ్రామంలో నరసింహరాజు వారసుల ఇంట సేకరించాడు.

శ్రీ లక్ష్మిదేవియు చందమామ
సృష్టి బ్రతుకమ్మయ్యె చందమామ
పుట్టిన రీతి జెప్పె చందమామ
భట్టు నరసింహకవి చందమామ

ధర చోళదేశమున చందమామ
ధర్మాంగుడను రాజు చందమామ
ఆ రాజు భార్యయు చందమామ
అతి సత్యవతియండ్రు చందమామ

....

సత్యవతి గర్భమున చందమామ
జన్మించె శ్రీలక్ష్మి చందమామ
అంతలో మునులునూ చందమామ
అక్కడికి వచ్చిరీ చందమామ

....

బ్రతుకు గనె ఈ తల్లి చందమామ
బ్రతుకమ్మయనిరంత చందమామ

....

శ్రీ మహా విష్ణుండు చందమామ
చక్రాంకుడను పేర చందమామ
రాజు వేషంబున చందమామ
రాజు ఇంటికి వచ్చి చందమామ
ఇల్లింటమని వుండి చందమామ
అతివ బ్రతుకమ్మను చందమామ
పెండ్లాడి కొడుకులా చందమామ
పెక్కు మందిని గాంచె చందమామ

....

జగతిపై బ్రతుకమ్మ చందమామ
శాశ్వతంబుగ వెలసె చందమామ

పై చందమామ పాటను ప్రతి గ్రామంలో అనుభవమున్న ప్రతి స్త్రీ పాడిన తరువాతనే మిగతా బతుకమ్మ / ఉయ్యాల పాటలను పాడుతుంది. ఈ పాట సునూరు రెండున్నర శతాబ్దాల క్రితం నుంచే ప్రచారంలోకి వచ్చినప్పటికీ పాటలో పేర్కొనబడిన చోళ దేశపు రాజు ధర్మాంగుడు, ఆయన భార్య సత్యవతి పాత్రలకు జగిత్యాల జిల్లాలోని ప్రసిద్ధ పుణ్యక్షేత్రం ధర్మపురిలో బాగా ప్రచారంలో ఉన్న ధర్మాంగద – సత్యవతి కథకు (పాము పాట అనీ అంటారు) చాలా సామ్యం ఉంది. ఈ కథాంశం కాకతీయుల కాలపు చరిత్రను తెలిపే ప్రాచీన గ్రంథం "సిద్ధేశ్వర చరిత్ర"లో కూడా ఉంది. కాకతీయులు మొదట తెలంగాణకు తూర్పున కోస్తాంధ్రను పాలిస్తున్న వేంగీ చాళుక్యులకు, వారి వారసులైన చోళ – చాళుక్యులకు సామంతులుగా ఉండేవారు. ఈ చోళ – చాళుక్యుల కాలంలో ఈ ధర్మాంగద – సత్యవతి కథ పుట్టిందనిపిస్తుంది.

ఈ కథ ప్రకారం ధర్మాంగద సత్యవతులు లక్ష్మీదేవికి తపస్సు చేయగా ఆమెనే స్వయంగా వీరికి బిడ్డగా పుట్టగా మునులు వారి వద్దకు వచ్చి ఈ తల్లి బ్రతుకు కన్నది కాబట్టి ఆమెకు "బ్రతుకమ్మ" అని పేరు పెట్టారు. అందరూ అలాగే పిలిస్తూ వచ్చారు. శ్రీ విష్ణువే చక్రాంకుడు అనే రాజుగా పుట్టి బతుకమ్మను పెండ్లాడి పెక్కు మంది కొడుకులను కన్నారు. జగతిపై బతుకమ్మ శాశ్వతంగా నిలిచిపోయింది.

ఇది కవి బతుకమ్మ పుట్టుక గురించి చెప్పిన కథనం. ఈ కథనంలో బతుకమ్మ సంతానాన్ని... గ్రామీణుల భాషలో చెప్పాలంటే బతుకును ఇచ్చే దేవత. గ్రామీణులు

తమ సంతానం సంతోషంగా ఉండటానికి బతుకమ్మ పండుగ సందర్భంలో వారికి కొత్త బట్టలు, గాజులు, నగలు కొనిస్తూండడం గమనార్హం.

వీటన్నింటికి ధనం కావాలి. ధనాన్నిచ్చే దేవతగా శ్రీ లక్ష్మీ దేవిని గురించి చెప్పుకుంటారు. కాబట్టి కవి శ్రీ లక్ష్మీ దేవి బతుకమ్మగా పుట్టిందని భావించాడు. కాని గ్రామీణ స్త్రీలు తమ ఉయ్యాల పాటల్లో బతుకమ్మ, గౌరమ్మలనే ఎక్కువగా కీర్తిస్తారు. గౌరి దేవి శివుని భార్య కదా! ఈ విషయం నరసింహ కవిని సంశయానికి గురి చేసివుంటుంది. కాబట్టే మరో బతుకమ్మ పాటలో ఇలా రాశాడు.

శ్రీ లక్ష్మి నీ మహిమలూ–గౌరమ్మ–చిత్రమై తోచునమ్మా
భారతీ సతివయ్యి బ్రహ్మకిల్లాలివై
పార్వతీదేవివై పరమేశు రాణివై
పరగ శ్రీ లక్ష్మివయ్యా గౌరమ్మ భార్యవైతివి హరికినీ 1
ఎన్నెన్నో రూపముల ఏడేడు లోకముల
ఉన్న జనులకు కోర్కెలన్ని సమకూర్చుచు
కన్న తల్లీవైతివి–గౌరమ్మ–కామధేనువవైతివి 2
ముక్కోటి దేవతలు చక్కనీ కాంతలు
మక్కువగ నిను గూర్చి పెక్కు నోములు నోమి
ఎక్కువా వారైరిగా గౌరమ్మ ఇహ లోకముల యందునా 3
తమరి కంటెక్కువా దైవమెవ్వరు లేరు
సమయింప పుట్టింప సకల లోకంబులను
క్రమముచే పాలింపగా–గౌరమ్మ–కర్త నీవే కావటే 4

పై పాటలో బతుకమ్మ ఎవరో కవికి స్పష్టత లేక "నీవు భారతీ సతివి... అంటే బ్రహ్మకు భార్యవైన సరస్వతివి, పరమేశుని పత్నివైన పార్వతివి, హరికి భార్యవైన సాక్షాత్తు లక్ష్మివి. ఎన్నో రూపాల్లో ఏడేడు లోకాల్లోని జనులందరి కోర్కెలను తీరుస్తున్నావు" అంటూ త(మ)నకు సమాధానం చెప్పుకున్నాడు. చివరగా ఆమెను గౌరమ్మ అన్నాడు. గ్రామీణ స్త్రీల మాటను గౌరవించాడు. సృష్టి, స్థితి, లయలకు ఆ దేవతనే కర్త అన్నాడు. ఆమె కంటే ఎక్కువైన దైవమింకొకటి లేదని ఖరా ఖండిగా చెప్పాడు. అది నిజమే కదా! తెలంగాణలో బతుకమ్మ / దసరా పండగను మించిన పెద్ద పండుగ లేదు కదా!

కాకతీయులు విష్ణువర్ధన మాధవవర్మను తమ మూల పురుషుడుగా అనే చెప్పుకున్నారు. ఇతర రాజ వంశాలూ చెప్పుకున్నాయి. కాబట్టి మాధవవర్మ రాజు

పౌరాణిక వ్యక్తేమో అనే సందేహం వస్తుంది. కాని ఆయన క్రీ.శ. 5వ శతాబ్దంలో యావత్ తెలుగు రాష్ట్రాలతో పాటు ఇతర దక్కన్ రాష్ట్రాలనూ పాలించినవాడు. ఆయన గొప్పతనం ఆయనను గాథల్లోకి లాగింది. అలా ఒక గాథ బతుకమ్మకు సంబంధించి పుట్టింది. ఈ కథలో ఆయన కుసుమ శ్రేష్టి, కుసుమాంబికల బిడ్డ వాసవాంబిక అనే అందగత్తెను పెళ్ళి చేసుకోవాలనుకుంటాడు. కాని ఆయనది తమ కులం కాదని కుసుమ శ్రేష్టి అందుకు నిరాకరిస్తాడు. ఈ సందర్భంగా స్త్రీలు పాడే పాటను చూడండి.

ఎవ్వరైతేనేమి ఉయ్యాలో
ఎంతవాడైతేమి ఉయ్యాలో
వంశేతరునికి ఉయ్యాలో
పిల్లనివ్వగాను ఉయ్యాలో
శాస్త్రంబు ఒప్పదని ఉయ్యాలో
శంకించె ఆ శ్రేష్టి ఉయ్యాలో

వాసవాంబిక చివరికి ఆత్మాహుతి అవుతుందని, ఆమె పార్వతీ దేవి అవతారం అని నమ్ముతూ వైశ్యులు ఆమెను మళ్ళీ బతుకుమని కోరుకుంటూ బతుకమ్మ ఆట ఆడుతారు. నిజానికి కథలోని కుసుమశ్రేష్టి, కుసుమాంబ, వాసవాంబ అనే పేర్లు పూవులు, పూవుల వాసన అనే అర్థాలను వ్యక్తపరుస్తున్నాయి. కాబట్టి బతుకమ్మ పువ్వుల పండుగగా అవతరించింది అనే సారాంశమే ఈ కథలోనూ వెల్లడైందని చెప్పవచ్చు.

ఇక బతుకమ్మకు సంబంధించిన స్పష్టమైన శాసన ఆధారం కాకతీయ రాజు గణపతి దేవుని కాలానిది. ఇది నల్గొండ జిల్లాలోని వాడపల్లిలో లభించింది. క్రీ.శ. 1211 నాటికి కృష్ణా - మూసీ నదుల సంగమ ప్రదేశంలో "బ్రతుకేశ్వర స్థానం" వుండేదని ఈ శాసనం పేర్కొన్నది. అంటే అక్కడి కృష్ణా నదిలో బతుకమ్మను నిమజ్జనం చేసేవారని అర్థమేగా! వాడపల్లిలోని బ్రతుకేశ్వర స్థానంలో మేలుగుంటు సోదరులు ఐదుగురు కాకతి గణపతి దేవుని పేరు మీదా, తమ తల్లితండ్రులు (కోడె - మైలసాని) పేరు మీదా త్రికూటాలయాన్ని కట్టించి దేవతల అంగరంగ వైభోగాల నిర్వహణ నిమిత్తం ఆలయ పూజారి భీమజియ్యకు 30 పుట్ల వెలి పొలాన్ని దానం చేశారని ఈ శాసనం స్పష్టం చేసింది.

కాకతీయులు విదేశాలతో వాణిజ్య వ్యాపారాలు కొనసాగించిన వాడపల్లి (ఓడపల్లి)ని వ్యాపార నిమిత్తం, నదీ సంగమ స్నానాల నిమిత్తం, శ్రాద్ధ కర్మల నిమిత్తం ప్రజలు వేలు, లక్షల సంఖ్యలో సందర్శించేవారు. అలా పవిత్రమైన, అభివృద్ధి కేంద్రమైన

ఆ సంగమ క్షేత్రంలో బతుకమ్మ నిమజ్జనాలు కూడా వేల సంఖ్యలో జరిగేవి. కాబట్టి దానికి బ్రతుకేశ్వర స్థానం అనే పేరు వచ్చింది. మేలుగుంటు సోదరులు జన సామాన్యాన్ని, వారి ఆచార సాంప్రదాయాలను గౌరవించి వారికి ఆనందమిచ్చే బ్రతుకేశ్వర/బ్రతుకేశ్వరి గుడిని ఎనిమిది వందల ఏండ్ల క్రిందనే కట్టించారు. ప్రభుత్వం ఈ బ్రతుకేశ్వర గుడిని, శాసనాన్ని పునరుద్ధరిస్తే ఘనమైన ప్రజా వారసత్వ చరిత్రను గౌరవించి, కాపాడి భావి తరాలకు భద్రంగా అందించినట్లవుతుంది.

కొందరు సాహితీవేత్తలు బతుకమ్మ పండుగను కాకతీయ రాణి రుద్రమదేవి చరిత్రతో సమన్వయం చేశారు. ఆచార్య తిరుమల రామచంద్ర "రుద్రమదేవి తన దాయాదులైన దేవగిరి (మహారాష్ట్ర) యాదవ రాజులపై విజయం సాధించి, తన రాజధాని ఓరుగల్లుకు తిరిగి వచ్చి విజయ సూచకంగా పెద్ద ఎత్తున బతుకమ్మ సంబరాలు నిర్వహించింది" అని రాశాడు. బతుకమ్మ నవరాత్రోత్సవాల తరువాత 'విజయ దశమి' పండుగ జరగడం గమనార్హం. మరో ప్రసిద్ధ తెలుగు సాహితీవేత్త ఆరుద్ర రుద్రమదేవి కాలంలో బతుకమ్మ పండుగకు విశేష ఆదరణ వచ్చి ఉంటుందని అభిప్రాయపడ్డాడు. ఆయన అభిప్రాయాన్ని ఒక జానపద గాథకు సమన్వయం చేస్తే తేలిందేమిటంటే.. యుద్ధ క్షేత్రంలో ఒక శత్రువు రుద్రమదేవిని వెన్నుపోటు పొడవగా ఒక స్త్రీ అడ్డుపడి తన ప్రాణాలను కోల్పోయి రాణికి బతుకునిచ్చింది. రుద్రమను బతికించినందుకు కృతజ్ఞతగా ఆమెను "బ్రతుకు అమ్మ" అంటూ బతుకమ్మ పుట్టిందనే ఈ కథ 1857 నాటి సిపాయి తిరుగుబాటులో పాల్గొన్న ఝాన్సీరాణి లక్ష్మీబాయి సంరక్షురాలి వీరమరణాన్ని జ్ఞప్తికి తెస్తుంది. రుద్రమదేవికి సమకాలీనుడైన ప్రసిద్ధ కవి పాల్కురికి సోమనాథుడు 'బసవపురాణం' అనే ద్విపద కావ్యంలో ఆనాటి స్త్రీలు చప్పట్లు కొట్టుతూ, జతి గీతాలను పాడుతూ (జతి గీతముల మీద చప్పటలిడుచు) ఆడేవారని ప్రస్తావించాడు. ఈ ఆట బతుకమ్మ ఆటనే స్పష్టమౌతుంది.

బతుకమ్మను పారే నదులు, వాగులతో పాటు అవి అందుబాలులో లేనిచోట చెరువుల్లో నిమజ్జనం చేస్తారు. చెరువు నీరు తాగడానికి, పంటల పోషణకు అత్యంతావశ్యకం. కాబట్టి చెరువుల మీద కూడా బతుకమ్మ పాటలు పుట్టాయి. కాకతీయుల కాలంలోనే తెలంగాణలో పెద్ద పెద్ద చెరువులు పుట్టాయి. అట్లాంటి పెద్ద చెరువుల్లో ఒకటి పాకాల చెరువు. దాని మీద స్త్రీలు పాడే పాట ఇది.

పాకాల చెరువుకూ ఉయ్యాలో
ఎన్నియో రేవులూ ఉయ్యాలో

ఉప్పుప్పు రేవొకటి ఉయ్యాలో
మంచినీటి రేవు ఉయ్యాలో
మాయన్న తాగేటి ఉయ్యాలో
మంచినీటి రేవు ఉయ్యాలో
బసవన్న తాగేటి ఉయ్యాలో
పాలదీ రేవోటి ఉయ్యాలో

బతుకమ్మ పాటలు సాహిత్యపరంగా మాత్రా ఛందస్సులో సాగుతాయి. నాలుగేసి మాత్రలతో (కి, ట, త, క = 4+4+4+4) సాగే ఆవృతాన్ని చతురస్రగతి అని, ఐదేసి మాత్రలతో (కి, ట, త, కి, ట = 2+3+3+2) సాగే ఆవృతాన్ని ఖండగతి అని, ఏడేసి మాత్రలతో (త, కి, ట, కి, ట, త, క = 3+4 మరియు కి, ట, త, క, త, కి, ట = 4+3) సాగే ఆవృతాన్ని మిశ్రగతి అని అంటారు. ఇవి ద్విపద కవితకు దగ్గరగా ఉంటాయి. ద్విపత కవిత బహుళ ప్రచారంలోకి వచ్చింది కాకతీయుల కాలంలోనే. ఈ కాలంలో ద్విపద కవితలో గోనబుద్ధ భూపతి 'రంగనాథ రామాయణం' అనే ప్రసిద్ధమైన కావ్యాన్ని రచించాడు (అతని కొడుకులు పూర్తి చేశారు. ఈ కావ్యంలో వాల్మీకి రామాయణంలో లేని 'ఉంగరపు ఆనవాలు', 'లక్ష్మణరేఖ' అనే ఉందంతాలున్నాయి. నిజానికి ఇవి స్త్రీలు పాడే 'బాలనాగమ్మ కథ' అనే ఉయ్యాల పాటలో కన్పిస్తాయి. బాలనాగమ్మ వనపర్తి జిల్లాలోని పానగల్ కోటకు చెందిన రాణి. ఆమెను ఒక మాయల ఫకీరు బంధించగా ఆమె కొడుకు బాలవద్దిరాజు పెద్దవాడై ఆమెను రక్షించడానికి వెళ్ళి ఉంగరపు ఆనవాలు చూపించి నమ్మించి, ఆమె ద్వారా మాయల ఫకీరును నమ్మించి అతని ప్రాణాల చిరునామా గురించి తెలుసుకొమ్మనడం, ఆమె అలాగే చేయగా ఫకీరు ఇలా చెప్పడం "బాల నాగమ్మ" పాటలో వినిపిస్తుంది.

నాదు ప్రాణంబులను ఉయ్యాలో
పంచరంగుల చిలుకగా ఉయ్యాలో
చేసి వాటిని నేను ఉయ్యాలో
ఏడు నదులావల ఉయ్యాలో
ఏర్పాటుగా ఉండు ఉయ్యాలో
తాటి తోటల మధ్య ఉయ్యాలో
పెద్దమాను చెట్టు ఉయ్యాలో
తొర్రలో దాచితి ఉయ్యాలో

బాలనాగమ్మ కథలాగే స్త్రీలు పాడే 'సారవ్వ కథ' పాట కూడా కాకతీయుల కాలానిదే. క్రీ.శ. 12వ శతాబ్దంలో కాకతీయ రుద్రదేవరాజుకు మేడారంలోని కోయ స్త్రీలు సమ్మక్క సారలమ్మలకు సంబంధించింది. సారవ్వ పాట ఇలా సాగుతుంది.

జారు జారు బండ ఉయ్యాలో
నా బిడ్డ సారవ్వ ఉయ్యాలో
మూకుట్ల పుట్టింది ఉయ్యాలో
యెదురుటి లంకల్లో ఉయ్యాలో
మెట్టు మేడారమూ ఉయ్యాలో

కాకతీయుల కాలానికే వరంగల్‌లో జనసామాన్యం చేత అనన్య సామాన్యంగా పూజలందుకున్న దేవత భద్రకాళి. ఈ దేవత గుడి ముందు చెరువు, పక్కన పద్మాక్షి దేవత గుహాలయాలున్నాయి. ఇవన్నీ ఈనాటికీ ప్రసిద్ధమైన బతుకమ్మ ఆట స్థలాలు. ఇక్కడి ఆటలను చూచి చలించి కొంత కల్పిత కథతో సాకేతపురి కస్తూరి 'బతుకమ్మ మునిగింది' అనే నవల రాసింది.

వరంగల్ (ఓరుగల్లు కోటలో) ఉన్న శంభుని గుడి కాకతీయుల కాలంలో చాలా ప్రసిద్ధి గాంచింది. ఈ శంభుని రాణిగా బతుకమ్మను కీర్తించడం చాలా బతుకమ్మ పాటల్లో వినవచ్చు. ఒకటి చూద్దాం.

వైశ్యముని శ్రేష్టుడగు ఉయ్యాలో
శంభు శ్రేష్టునకు ఉయ్యాలో
దేవకీ పేరున ఉయ్యాలో
వెలుగొందె ఆ కన్య ఉయ్యాలో

మరొక పాట ఇలా సాగుతుంది:

వరుసాతో సద్దులు గట్టి
ఆ శంభునికప్పగించి
మా యమ్మ లక్ష్మీదేవి
పోయి రావమ్మ

కాకతీయుల కాలంలో గుడిని నగరు, నగురు అనే వారు అని ఆ కాలపు శాసనాలు, సాహిత్య గ్రంథాలు తెలియజేస్తాయి. కొన్ని ప్రాచీనమైన బతుకమ్మ పాటల్లోనూ ఈ నగరు శబ్దం గుడికి ప్రత్యామ్నాయ పదంగా కనిపిస్తుంది ఇలా :

దశరథ మహారాజు కోల్
నగరూ ముందర కోల్

మరో పాటలో చూడండి :

బ్రహ్మదేవుడు శివుడు ఉయ్యాలో
పసరంబు దూడలై ఉయ్యాలో
చోళరాజ నగరు ఉయ్యాలో
చేరీనారమ్మ ఉయ్యాలో
పుట్ట చెంతకు చేరి ఉయ్యాలో
దిన దినము శ్రీహరికి ఉయ్యాలో
పాలిచ్చుచుండెను ఉయ్యాలో

ఇలా బతుకమ్మ పండగ పాటలు కాకతీయ కాలపు రాజులను, ఆర్థిక, సాహిత్య, మతపరమైన విషయాలను కొంత జానపద కల్పితాలతో వ్యక్తం చేస్తుంటాయి. కాబట్టి బతుకమ్మ కాకతీయుల పోషణలో బాగా బతికిందని నిర్ద్వంద్వంగా చెప్పవచ్చు.

సమ్మక్క-సారక్కలు మా'నవ' దేవతలు

'సమ్మక్క సారక్కలు చారిత్రక వ్యక్తులు. మరి, వారు దేవతలెలా అయ్యారు' అనే ప్రశ్నకు సమాధానం 'వారు ప్రజా సంక్షేమం కోసం పాటుపడడమే' అని చెప్పుకోవాలి. సమ్మక్క ఒక సామంత రాజు భార్య కాగా, సారక్క ఒక స్వతంత్ర రాజు కూతురు అని సమకాలీన శాసనాలు, చరిత్రను అధ్యయనం చేస్తే వెల్లడవుతుంది. ఈ విషయంలో గిరిజన జానపద సాహిత్యం కూడా కొంత సమాచారాన్ని అందిస్తుంది. ఈ ఆధారాలను సమన్వయం చేసి సమ్మక్క సారక్కల చరిత్రను కింది విధంగా నిర్మించవచ్చు. సమ్మక్క సారక్కలు కోయ (గిరిజన) జాతికి చెందినవారు. వీరి పూర్వీకులు వింధ్య పర్వతాలకు దక్షిణంగా మహారాష్ట్ర, మధ్యప్రదేశ్, ఛత్తీస్‌ఘడ్, తెలంగాణ రాష్ట్రాల్లో విస్తరించి చిన్నచిన్న రాజ్యాలు ఏర్పరచుకున్నారు. వీళ్లు మాతృదేవతను, శివుణ్ని కొలిచేవారు.

సమ్మక్క వంశీకులు చందావారు బండిచిక్క వేలుపును కొలిచేవారు. ఆమె తండ్రి రాయిబండానిరాజు భూపాలపట్నం ప్రాంతానికి రాజు. అతని బావ సముద్రుడు ఛత్తీస్‌ఘడ్‌లోని బస్తర్ ప్రాంతం బీజాపూర్ తాలూకా కొత్తపల్లి ప్రాంతానికి రాజు. అతనిది నాగవంశం. నాగవంశపు రాజులకు సంబంధించిన రెండు తెలుగు శాసనాలు కూడా అక్కడ వెలుగుచూశాయి. వాటిని సి.ఎ. పద్మనాభశాస్త్రి ప్రచురించారు.

రాయిబండానిరాజు తన కూతురు సమ్మక్కను సముద్రుని కొడుకు పగిడిద్దరాజుకిచ్చి పెండ్లి చేశాడు. పగిడిద్దరాజు జగిత్యాల జిల్లాలోని పొలవాస దేశాన్ని పరిపాలిస్తున్న రెండవ మేడరాజుకు (క్రీ.శ. 1116 – క్రీ.శ. 1158) మేనల్లుడు. ఆయన పెద్దపల్లి జిల్లాలోని మేడారం ప్రాంతానికి రాజు అయ్యాడు. మేడారం పూర్తి పేరు మౌజె మేడారం. పగిడిద్దరాజు ఇంటి పేరు మజ్జివారు. 'మౌజె' లేదా 'మజ్జి' అంటే ఊరు అని కూడా అర్థం ఉంది. ఐతే, ఈ చారిత్రక మేడారం పెద్దపల్లి జిల్లా ధర్మారం మండలంలో ఉండగా, మరో మేడారం ములుగు జిల్లాలో ఉంది. ధర్మారం మండలపు మేడారం దగ్గర ముజ్జంపల్లి అనే గ్రామం ఉండడాన్ని బట్టి, అక్కడి పక్క ఊర్లలో (దుర్గం గుట్ట, మేడారం) మేడరాజు వంశీకులు కట్టించినట్లు భావిస్తున్న దుర్గాలు, ఊర్లు, దేవాలయాలు ఉన్నాయి కాబట్టి, సమ్మక్క భర్త ఇక్కడే రాజ్యం చేశాడని చెప్పాల్సి ఉంటుంది.

మేడరాజు, పగిడిద్దరాజు తదితర స్థానిక రాజుల మీద అనుమకొండ కాకతీయ రాజు రెండవ ప్రోలుడు తన రాజ్య విస్తరణలో భాగంగా క్రీ.శ. 1138లో ఒకసారి యుద్ధం చేయగా, అతని కొడుకు మొదటి ప్రతాపరుద్రుడు క్రీ.శ. 1159లో మరోసారి యుద్ధం చేసి వారిని ఓడించాడు. ఓడిపోయిన మేడరాజు తన బిడ్డను ప్రతాపరుద్రునికిచ్చి పెండ్లి చేయడానికి నిరాకరించి అందుకు బదులుగా తన పొలవాస దేశాన్ని, సంపదను విడిచిపెట్టి, గోదావరి దాటి మంచుకొండ అడవుల్లోకి పారిపోయాడని హన్మకొండ వేయి స్తంభాల గుడి ముందరి శాసనంలో ఉంది. మేడారానికి సుమారు 20 కిలోమీటర్ల దూరంలో ఉన్న గోదావరిని దాటిన తరువాత సుమారు 10 కిలోమీటర్ల దూరంలో మంచుకొండ అడవులున్నాయి. ఆ అడవుల్లో ఇప్పటికీ కోయతుర్ (గోండు) ప్రజలు 'చిన్నయ్య' దేవున్ని (భీముడ్ని) పూజిస్తున్నారు. ప్రస్తుతం జాతర జరుగుతున్న మేడారానికి దక్షిణాన కూడా మంచికొండ అడవులున్నాయి. సారక్క కన్య కాబట్టి మంచుకొండ చుట్టుప్రక్కల కన్నెపెల్లి, కన్నెపేట, కన్నెపురం అనే గ్రామాలు వెలిశాయి. కన్నెపల్లి 'జాతర మేడారం' పక్కన కూడా ఒకటుంది. కాని ఇది గోదావరికి దక్షిణాన ఉన్నది. మేడరాజు బిడ్డ సారక్క అని, ఆమె కన్యగా మిగిలిపోయిందని భావించవచ్చు. ఎందుకంటే వేయిస్తంభాల గుడి శాసనం ప్రస్తావించిన ఏడమ రాజును కోయ గిరిజనుల పటచిత్రాలు (పడిగెలు) కూడా ప్రస్తావిస్తాయి.

మేడరాజు బంధువర్గం, పగిడిద్దరాజు కుటుంబం అందరూ ప్రస్తుత ములుగు జిల్లాలో ఉన్న మేడారం బయ్యక్కపేట ప్రాంతపు అడవులకు వలసపోయి అక్కడ మరో చిన్న రాజ్యాన్ని ఏర్పాటు చేసుకుని ఉంటారు. శత్రుశేషం ఉండరాదని ప్రతాపరుద్రుని సేనలు వారిపై దండయాత్ర చేసి ఉంటాయి. ఇరు వర్గాల మధ్య దయ్యాల మడుగు

దగ్గర 10 రోజులు యుద్ధం జరిగిందని, యుద్ధంలో సమ్మక్క కొడుకు జంపన్న భీకరంగా పోరాడి మరణించాడని, అప్పటి నుండి ఆ ప్రాంతపు వాగుకు 'జంపన్న వాగు' అని పేరొచ్చిందని కొందరు ప్రస్తావించారు. ఈ వాగుకే సంపంగి వాగు అనే పేరు కూడా వాడకంలో ఉంది. యుద్ధంలో ఇతర సైనికులు కూడా మరణించిన తరువాత సమ్మక్క, సారక్కలు కూడా కాకతీయ సైన్యాలపై వీరోచితంగా పోరాడి అమరులయ్యారని, అనంతరం భక్తులను ఆశీర్వదిస్తున్నారని కొందరి విశ్వాసం. శాసనాధారాన్ని మాత్రమే నమ్మినప్పుడు ఏడ(మ)రాజు మాత్రమే చారిత్రక పురుషుడు. ఈ ఏడమరాజుతో పాటు కోయ గిరిజన పడిగెలు సమ్మక్క సారలమ్మల చరిత్రలను కూడా ప్రస్తావిస్తాయి కాబట్టి వారు కూడా చారిత్రక స్త్రీలేనని చెప్పవచ్చు. అయితే సమ్మక్క చిన్నప్పట్నుంటే మహిమాన్వితురాలు. తనే తన ముక్కుపుల్ల, కుంకుమభరిణి తన వారికిచ్చి తను మాయమై తనకు రెండు మూడు సంవత్సరాలకొకసారి కొలుపులు చేస్తే ఆశీర్వదిస్తానని చెప్పిందని పడిగెల కథనం.

అలా తమ ప్రజలను రక్షించడానికై కృషి చేసి మరణించినవారిని స్మరించుకోవడానికి వీరగల్ శిల్పాలను చెక్కించడం ఆనాటి ఆనవాయితీ. అలా ఈ కోయ రాజుల సమూహంలోని నగునూరు (కరీంనగర్ దగ్గర) దొమ్మరాజు వీరుల శిల్పాలను వారి పేర్లతో సహా నగునూరులో ఉన్న దేవాలయాల దగ్గర చూడవచ్చు. అలాంటి వీరగల్లులు రెండు ప్రస్తుతపు ములుగు జిల్లాలో ఉన్న మేడారం దగ్గర జంపన్న వాగుపై వంతెన కట్టేందుకు తవ్వుతున్న సమయంలో బయట పడ్డాయి. అందులో ఒక స్త్రీమూర్తి విగ్రహం సమ్మక్కదే అయ్యుంటుంది. పురుషమూర్తి విగ్రహం జంపన్నది అయ్యుంటుంది.

సమ్మక్క సారక్కలు ప్రజల మనసుల్లో స్థానం సంపాదించుకోవడానికి వారు చేసిన ప్రజా సంక్షేమ పనులే కారణమని కోయ గిరిజన కథనాలు తెలుపుతాయి. సమ్మక్క మూలికా వైద్యంలో దిట్ట. తనకు పెళ్లయిన రోజునే ఒక పెళ్లి కొడుక్కి పాము కరిస్తే ఒక మూలిక పసరు పోసి బతికించిందట. సంతానం కావడానికి, దీర్ఘకాలిక మొండి రోగాలు నయం కావడానికి కూడా ఆమె మందులిచ్చేదట. సమ్మక్క వంశపు (చందా వంశపు) ఇంటి కోడలు బుర్రికుంట అనే కుంటను ప్రజల వినియోగార్థం కట్టించిందట. జలకం బావి కూడా అలా తవ్వించిందే. దాని ఆనవాళ్లను బయ్యక్కపేటలో చూడవచ్చు. ధర్మారం మండలంలోని మేడారంలో ఉన్న చెరువును కూడా సమ్మక్క వంశీయులే కట్టించి ఉండవచ్చు. ఈ చెరువులు ప్రజలను కరువు కాటకాల బారిన పడకుండా కాపాడాయి. చందావంశం వారి ఒకటో గోత్రం కశ్యప. ఈ గోత్రానికి

చెందిన దొమ్మరాజు, ఏడరాజు సోమేశ్వర, నగరేశ్వర తదితర ఆలయాలను కట్టించి, వాటి నిర్వహణకై చేసిన దానాలు, వారి పండిత పోషణ వివరాలను 2012లో ఈ పుస్తక రచయిత నిజామాబాద్ జిల్లాలోని తాడ్వాయి దగ్గరి గ్రామం గుజ్జుల్ శాసనంలో గుర్తించారు. ములుగు జిల్లాలోని మేడారం కూడా తాడ్వాయి మండలంలోనే ఉండడం గమనార్హం. ధర్మారం - మేడారం చుట్టుపక్కల సమ్మక్క భర్త పగిడిద్దరాజు పేరుతో 'పగిడిపల్లి' అని మూడు గ్రామాలున్నాయి. వాటిని సమ్మక్క-పగిడిద్దరాజు కట్టించి ఉండవచ్చు.

ఈ విధంగా తమ ప్రజలను కంటికి రెప్పలా కాపాడి, వారి సుఖ సంతోషాల పరిరక్షణ కోసం నిరంతరం శ్రమించిన సమ్మక్క - సారక్కలు ప్రజల మనసుల్లో దేవతలై కొలువుదీరడం వింతేమీ కాదు. ఇందుకు ఆనాటి సాంస్కృతిక పరిస్థితులు కూడా సహకరించాయి.

***

అధ్యాయం-7

రేచర్ల పద్మనాయకులు

తెలంగాణలో కాకతీయ రాజుల తర్వాత చెప్పుకోదగిన రాజులు రేచర్ల పద్మనాయకులు. వీరిని రాచకొండ, దేవరకొండ వెలమ ప్రభువులని చరిత్రకారులు పిలుస్తారు. చరిత్రకు తెలిసినంత వరకు వీరు తమ మూల పురుషుడు చెవ్విరెడ్డి (భేతాళ నాయకుడు) మొదలుకొని క్రీ.శ. 1253 సంవత్సరం నుంచి కాకతీయులకు సామంతులుగా నల్గొండ జిల్లాలోని ఆమనగల్-పిల్లలమర్రి ప్రాంతాలను పాలించారు. కాకతీయులు క్రీ.శ. 1323లో పతనమయ్యాక ఓరుగల్లు రాజ్యాన్ని పాలించిన ముసునూరు నాయకులకు సానుకూలంగా ఉన్నారు. కాని సింగమ నాయకుడు క్రీ.శ. 1357 తర్వాత స్వతంత్రించాడు. కాని దాని పర్యవసానంగా జరిగిన జల్లిపల్లి యుద్ధం సమయంలో కుట్రపూరిత హత్యకు గురయ్యాడు. అందుకు కారణమైన సోమవంశ క్షత్రియులను సింగమ కొడుకులు అనపోత, మాదా నాయకులు వేటాడి వెంటాడి చంపారు. క్రీ.శ. 1368 ప్రాంతంలో ఓరుగల్లు రాజధానిగా తెలుగు దేశాన్ని పాలిస్తున్న ముసునూరి వంశపు రాజు కాపయ నాయకున్ని కూడా ఓరుగల్లు దగ్గరి భీమవరంలో జరిగిన యుద్ధంలో చంపారు. దాంతో తెలంగాణలో తమ వంశ పాలనను ప్రవేశపెట్టారు.

పాలకులు

అనపోతా నాయకుడు క్రీ.శ. 1361లో రాజధానిని ఆమనగల్లు నుండి రాచకొండకు మార్చాడు. తన తమ్ముడు మాదానాయకుడిని దేవరకొండలో నియమించాడు. ఈ రెండు కేంద్రాల నుండి గోదావరికి దక్షిణంగా ఉన్న తెలంగాణలో వారి పాలన శతాబ్దానికి పైగా కొనసాగింది. ఈ వంశపు రాజుల క్రమం ఇలా ఉంది.

సింగమ నాయుడు	క్రీ.శ. 1325 - 1361
అనపోతా నాయుడు	క్రీ.శ. 1361 - 1384

రెండవ సింగమ	క్రీ.శ. 1384 - 1399
రెండవ అనపోత	క్రీ.శ. 1399 - 1421
రావు మాధవ	క్రీ.శ. 1421 - 1430
మూడవ సింగమ	క్రీ.శ. 1430 - 1475

ఈ రాజులు తమ రాజ్యానికి పడమరనున్న బహమనీ సుల్తానులతో స్నేహం చేసి కోస్తాంధ్రను పాలిస్తున్న రెడ్డి రాజులను అణిచారు. అనంతరం కళింగ (ఒడిషా) గజపతి రాజులతో స్నేహం చేసి బహమనీ సుల్తానులను ఓడించారు. చివరికి విజయనగర (కర్ణాటాంధ్ర) రాజులతో స్నేహం చేస్తున్నప్పుడు బహమనీల చేతిలో ఓడి రాజ్యాన్ని పోగొట్టుకున్నారు. క్రీ.శ. 1435-1460 మధ్య, క్రీ.శ. 1475-1503 మధ్య రాచకొండ బహమనీ సుల్తానుల స్థానిక పాలనా కేంద్రంగా ఉండింది. తిరిగి వారి నుండి రాచకొండను క్రీ.శ. 1503లో ఓరుగల్లు పాలకుడు షితాబ్‌ఖాన్ అనే సీతాపతిఖాను వశపర్చుకున్నాడు. క్రీ.శ. 1536 తర్వాత కొంతకాలం వరకు రాచకొండ గోల్కొండ కుతుబ్షాహీల స్థానిక కేంద్రంగా పనిచేసింది.

ఆర్థిక సంక్షేమం

కాకతీయ వారసత్వాన్ని పుణికి పుచ్చుకున్నారు కాబట్టి పద్మనాయక రాజులు ప్రజా సంక్షేమమే ధ్యేయంగా పాలన సాగించారు. ప్రజల ప్రధాన జీవనాధారం వ్యవసాయం కాబట్టి, వ్యవసాయానికి సేద్యపు నీరు అవసరం కాబట్టి వీరు కూడా పలు చెరువులు, కుంటలు, బావులను తవ్వించారు. మొదటి అనపోత తన పేరుతో అనపోత సముద్రము, రాయ సముద్రము మొదలైన బృహత్ తటాకాలను (పెద్ద చెరువులు) తవ్వించాడని రాచకొండ శాసనాల్లో ఉంది. ఈ చెరువుల కింది వైపు నుంచి రాతి కప్పులతో నిర్మించిన కాలువలున్నాయి. రాచకొండపైన సంకెళ్ళ బావి, కొలువుకూటం బావులను కూడా అనపోతనాయుడు తవ్వించాడు. రాచకొండకు పశ్చిమోత్తరాన సుమారు ఏడు కిలోమీటర్లు దూరంలో ఉన్న 'నాగసముద్రం' అనే చెరువును క్రీ.శ. 1429లో రావు మాధవుని భార్య నాగాంబిక తన పేర కట్టించిందని ఆ చెరువు గట్టు మీదున్న శాసనంలో ఉంది. పద్మనాయక రాజులు కాలువలను కూడా బాగు చేయించారు. రాజ్యపు ప్రధాన ఆదాయ వనరైన భూమి శిస్తును కూడా ధర్మశాస్త్ర నిర్దేశం ప్రకారం పంటలో ఆరవభాగం మాత్రమే వసూలు చేసేవారు. ఇంచుమించుగా ఇప్పుడున్న పంటలు అప్పుడూ పండేవి. విదేశీ వ్యాపారం ప్రధానంగా కృష్ణా, మూసీ నదుల సంగమ ప్రదేశపు ఒడ్డునున్న ఓడపల్లి (వాడపల్లి) రేవు నుండి

జరిగేది. కాబట్టి ఈ రేవు కోసం ఆంధ్ర ప్రాంతపు రెడ్డి రాజులకు, పద్మనాయకులకు మధ్య యుద్ధాలు జరిగేవి. ఇతరత్రా ఆర్థిక కార్యకలాపాలు కాకతీయుల కాలపువే వీరి కాలంలోనూ అమలులో ఉండేవి.

సంగీత సాహిత్యాలు

రాచకొండ రాజులు సంగీత సాహిత్యాది కళలను సముచితంగా పోషించారు. మొదటి అనపోతా నాయుని ఆస్థాన పండితుడు నాగనాథ కవి సంస్కృతంలో 'మదన విలాసం' అనే భాణం (ఒక నాటక ప్రక్రియ) రచించాడు.

రెండవ సింగమ నాయడు స్వయంగా కవి పండితుడు. కాబట్టి ఇతనికి 'సర్వజ్ఞ', 'లక్ష్యలక్షణవేది' అనే బిరుదులుండేవి. ఈయన 'రసార్ణవ సుధాకరం' అనే లక్షణ గ్రంథాన్ని రచించాడు. రసార్ణవ సుధాకరంలో సంప్రదాయానికి భిన్నంగా 'వేశ్యలు (వార కాంతలు), పౌర కాంతలు (పట్టణ యువతులు) వంటి సామాన్యులకు కూడా కావ్య ప్రబంధాలలో నాయికా స్థానం కల్పించవచ్చు' అని సప్రామాణికంగా వాదించాడు. సారంగదేవుని 'సంగీతరత్నాకరం' కన్నా దానిపై తను వ్రాసిన వ్యాఖ్యాన గ్రంథం 'సంగీత సుధాకరం' అందరికీ సుబోధకంగా ఉంటుందని రెండవ సింగమ సగర్వంగా చెప్పుకున్నాడు. అతడు రచించిన 'రత్న పాంచాలిక' నాటకాన్ని తెలంగాణ స్థానిక రాజధాని నగరాల్లో పలుచోట్ల ప్రదర్శించేవారట – ప్రత్యేకించి ఉత్సవాల సమయాల్లో. రెండవ సింగని ఆస్థాన కవులు విశ్వేశ్వరకవి 'చమత్కార చంద్రిక' అనే అలంకార శాస్త్ర గ్రంథాన్ని, బొమ్మకంటి అప్పయార్యుడు 'అమరకోశం' గ్రంథానికి వ్యాఖ్యానాన్ని రచించారు. విశ్వేశ్వరకవి రెండవ సింగమను 'సాహిత్య శిల్పావధి' అని కీర్తించాడు. రెండవ సింగమ మరో ఆస్థాన విద్వాంసుడు శాకల్య మల్లభట్టు సంస్కృతంలో 'నిరోష్ఠ్య రామాయణం', 'ఉదారరాఘవం' అనే కావ్యాలను, 'అవ్యయ సంగ్రహం' అనే నిఘంటువును రచించాడు. శాకల్య మల్లభట్టు మనుమడు శాకల్య అయ్యలార్యుడు 'భాస్కర రామాయణం' రచనను పూర్తి చేశాడు. అయితే మల్లభట్టు దక్షిణాది వైష్ణవ మతాచార్యుడైన వేదాంత దేశికుడి కొడుకు వరదాచార్యుడితో వాగ్వాదంలో ఓడిపోయాడు. అనంతరం రెండవ సింగని కోరిక మేరకు వేదాంత దేశికుడు 'సుభాషితనీతి', 'తత్త్వసందేశ', 'రహస్య సందేశ' అనే గ్రంథాలను రచించాడు.

ప్రజలు మొదలు ప్రభువుల వరకు అందరూ నాట్యాన్ని ప్రధాన సంతోష వనరుగా భావిస్తారు. నాట్యకళను తమ తమ స్థాయిల్లో పోషిస్తారు – ఉత్సవాదులలో. నాట్యకళలో నిష్ణాతులు మాత్రం స్త్రీలే. కాబట్టి రూప యవ్వన గాత్ర అభినయ కుశలురైన స్త్రీలను

భోగినీలు అని పిలుస్తూ వారిని రాజులు పోషించడం కాకతీయ చక్రవర్తి గణపతిదేవునితో మొదలైంది. ఆయన మనుమడు ప్రతాపరుద్రుడు పోషించిన భోగిని మాచల్దేవికి ఆనాటి ఢిల్లీ సుల్తానుకున్నంత ఖ్యాతి ఉందేదని ఏడు శతాబ్దాల నాటి సాంస్కృతిక చరిత్రను తెలిపే 'క్రీడాభిరామం' అనే వీధి నాటకం ప్రస్తావించింది. ఆమె స్వయంగా తన చరిత్రను రాయించి దానిని నృత్యనాటకంగా ప్రదర్శింపజేయించిందట - ఓరుగల్లులో అయినా కాకతీయులు గాని, వారి ముందు, వెనుక రాజులు గాని ప్రత్యేకంగా నాట్యశాలలు కట్టించినట్లు సాహిత్య ఆధారాలు గాని, పురావస్తు ఆధారాలు గాని ఇప్పటి వరకు లభించలేదు - ఒక్క రాచకొండ పద్మనాయక రాజుల విషయంలో తప్ప.

రేచర్ల పద్మనాయక రాజులలో సర్వజ్ఞ సింగభూపాలుడు భోగినిని పోషించడమే కాకుండా ఆమె కొరకు రాచకొండలో నాట్య మండపం కట్టించి, అందులో ఆమె చేత నాట్య ప్రదర్శనలిప్పించి, వాటిని అధ్యయనం చేసి 'రసార్ణవ సుధాకరం' అనే సులభ గ్రాహ్య నాట్యాలంకార శాస్త్ర గ్రంథాన్ని సంస్కృతంలో రచించాడు. ఆ గ్రంథంలో భాగంగా లక్ష్య గ్రంథమైన 'రత్న పాంచాలిక' అనే నాటకాన్ని రచించాడు. అంతకు ముందు ఆలంకారికులు వేశ్యను నాయికకు పనికి రాని "సామాన్య" స్త్రీ అని రాస్తే సింగ భూపాలుడేమో తన రచనలో 'నాటకంలో దేవుడు నాయకుడైనప్పుడు అతన్ని వరించే భోగిని నాయికార్హత పొందుతుందిబీ అట్టి నాటకం శుద్ధ ప్రహసనం అవుతుంది' అని చెప్పడమే కాకుండా తన 'రత్న పాంచాలిక' నాటకంలో కువలయావళి అనే భోగినిని కృష్ణుని వరించి అతన్ని పెళ్ళాడిన నాయికగా చిత్రించాడు.

ఇదంతా నిజంగా జరిగిన చరిత్ర. కాబట్టి ఈ చరిత్రను సహజ కవి పండితుడైన బమ్మెర పోతన 'భోగినీ దండకం' అనే కావ్యం రచించాడు. దానిని మొట్ట మొదటి తెలుగు చారిత్రక దండకంగా సాహిత్య చరిత్రకారులు నిర్ధారించారు. అదే పోతన కృష్ణుడితో గోపికలు సలిపిన 'రాసక్రీడ' అనే నృత్యాన్ని గూర్చి తన భాగవతంలో సుదీర్ఘ వచనంగా రచించాడు. అట్లాగే సమకాలీనుడైన కొరవి గోపరాజు తన 'సింహాసన ద్వాత్రింశిక' లో కూడా దేవ వేశ్యలైన రంభ, ఊర్వశులు పోటాపోటీగా ప్రదర్శించిన నృత్యాల గురించి వర్ణించాడు. అలాంటి నృత్యాలు ఈ భోగినీ మండపంలో ప్రదర్శించినవి చూసే వారు రాసి ఉంటారు.

రాచకొండలో భోగినీ మండపం వెనుక భాగంలో పద్మనాయక రాజుల "బిరుదు గద్య"లో పేర్కొన్నట్లు (ఆరూఢ తురగ రేఖా రేవంత వనితా జన హృదయ వన వసంత) సింగ భూపాలుడు అశ్వారూఢుడై విహరిస్తున్నట్లున్న చిత్రముంది. 2021లో ఈ పుస్తక రచయిత గుర్తించిన ఆ రేఖా చిత్రాన్ని భోగినే చెక్కించి ఉంటుంది... తనను

వైభవోపేతంగా పోషించిన సింగభూపాలుని మీద గౌరవాభిమానాలతో. ఇలాంటి ఏకైక వైభవోపేత భోగినీ నాట్య మండపం, అందులోని అరుదైన సర్వజ్ఞ సింగభూపాలుని మీద గౌరవాభిమానాలతో ఇలాంటి ఏకైక వైభవోపేత భోగినీ నాట్య మండపం, అందులోని అరుదైన సర్వజ్ఞ సింగభూపాలుని చిత్రం చారిత్రక వైభవ పునర్మాణం కోసం వేచి చూస్తున్నవి.

రావు మాధవ వాల్మీకి రామాయణానికి 'రాఘవీయం' అనే సంస్కృత వ్యాఖ్యానాన్ని రచించినట్లు రాచకొండ సమీపంలో ఉన్న దేవలమ్మ నాగారంలోని చెరువు గట్టుపైనున్న శిలా శాసనం పేర్కొంది.

మూడవ సింగని ఆస్థానంలో అత్యంత ప్రజాదరణ కలిగిన సహజ కవి పండితుడు బమ్మెర పోతన. ఇతడు రాజు-భోగినిల మధ్య చోటుచేసుకున్న ప్రేమ-శృంగారాల వృత్తాంతంతో 'భోగినీ దండకం' రచించాడు. ఇలా చారిత్రక నేపథ్యంలో తెలుగులో రచించబడిన దండకాల్లో ఇదే మొదటిది. పోతన అంతకు ముందే 'వీరభద్ర విజయం' అనే కావ్యాన్ని రాశాడు. క్రీ.శ. 1433 తర్వాత చోటు చేసుకున్న రాజకీయ అల్లర్లకు కినిసి తన స్వగ్రామం బొమ్మెరలో (జనగామ జిల్లా) వ్యవసాయం చేసుకుంటూ తెలుగులోకి 'భాగవత పురాణాన్ని' స్వేచ్ఛగా అనువదించాడు. అందులోని 'అల వైకుంఠ పురంబులో....', 'సిరికిం చెప్పడు...', 'ఓ యమ్మ నీ కుమారుడు' వంటి పద్యాలు ఇప్పటికీ తెలుగువాళ్ళ నోళ్ళలో నానుతుంటాయి. పోతన మరో రచన 'నారాయణ శతకం'. ఆంధ్రప్రదేశ్‌లోని రెడ్డి రాజ్యం నుంచి మూడవ సింగని ఆస్థానాన్ని దర్శించడానికి వస్తూ 'సర్వజ్ఞుడైన ఆ రాజును ఎట్లు మెప్పింతునో శారదాంబ' అంటూ భయపడ్డాడట మహాకవి శ్రీనాథుడు. దీన్ని బట్టి పద్మనాయక రాజులు, వారి ఆస్థానాలు కవి పాండిత్యాలకు ఎంతటి ఘనత వహించినవో అర్థమవుతుంది.

దేవరకొండ రాజు మాదానాయుని మంత్రి పెద్దిరాజు కొడుకు పోతురాజు గౌరన 'నవనాథ చరిత్ర', 'హరిశ్చంద్రోపాఖ్యానం' తదితర గ్రంథాలను, నాగర్‌కర్నూలు జిల్లాలోని ఉమామహేశ్వరంలో మాదానాయుడు వేయించిన శాసనాన్ని రచించాడు. పద్మనాయకుల సామంతరాజు రాణా మల్లుని (వేముగల్, నిజామాబాద్ జిల్లా) ఆస్థాన కవి కొరవి గోపరాజు తొలి తెలుగు విజ్ఞాన సర్వస్వమనదగిన గ్రంథం 'సింహాసన ద్వాత్రింశిక'ను రాశాడు. మరో సామంత రాజ్యం రామగిరి (పెద్దపల్లి జిల్లా) లోని రాజులు కూడా మడికి సింగన వంటి కవులను పోషించారు. 'శృంగార రస కళాశ్రిత వచోధనుడు' అనే బిరుదు కలిగిన మడికి సింగన పద్మపురాణోత్తర

ఖండం, జ్ఞానవాశిష్ట రామాయణం, సకలనీతి సమ్మతం అనే గ్రంథాలను రచించాడు. తెలుగు భాగవతంలోని దశమస్కంధం రాసి పోతన భాగవతానువాదాన్ని పూర్తి చేశాడు.

దేవాలయాలు, ఉత్సవాలు

పద్మనాయక రాజుల కాలం నాటి సాహిత్యంలో ప్రజలు, ప్రభువులు తమ నగరాల్లో వసంతోత్సవాలు, లక్ష్మీ ఉత్సవాలు, ప్రసన్న గోపాల వసంత యాత్రలు ఘనంగా నిర్వహించేవారని, ఈ ఉత్సవాల్లో వారు వేశ్యలు, భోగినిలతో సరస సల్లాపాల్లో తేలియాడేవారని, రత్నపాంచాలిక నాటకాన్ని ప్రదర్శించేవారని వర్ణించబడి ఉంది. ఈ ఉత్సవాలు ఆనాటి ప్రధాన దేవాలయ ప్రాంగణాల్లో నిర్వహించబడేవి. అలాంటి దేవాలయాలు కొన్ని (సుమారు 20) ఇప్పటికీ రాచకొండలో కన్పిస్తున్నాయి. రాచకొండ కోట గోడలున్న గుట్టలకు తూర్పున ఉన్న తూంబాయి తండా పడమటి పరిసరాల్లో ఆనాటి ప్రధాన దేవాలయాలున్నాయి. వాటిల్లో ఒక దేవాలయం చాళుక్య-కాకతీయులనాటి దేవాలయాల శైలులను పోలి ఉంది. అది కోట గోడ అవతల తూర్పు దిశలో ఉంది. దీనికి కొద్దిగా పునరుద్ధరణలు చేస్తే పద్మనాయక యుగానికి చెందిన శిల్పకళా శోభితమైన ఆలయం అందుబాటులోకి వస్తుంది.

రాచకొండ కోటగోడ ఆగ్నేయ ద్వారం లోపల ఒక శివాలయం (ఏక కూటాలయం), దాని వెనుక వైష్ణవాలయం ఉన్నాయి. ఈ రెండు ఆలయాలూ రాచకొండ రాజుల కళాసృష్టులు. అయితే ఇవి క్రీ.శ. 1434 నుండి బహమనీ సుల్తానుల దాడికి గురయినాయి. శివాలయంలోని ప్రధాన లింగాన్ని ఆనాటి పూజారులు/భక్తులు ఆ ముస్లిం దాడులకు భయపడి పశ్చిమాన కిలోమీటరు దూరంలో ఇప్పుడు గాడి పీర్ల దర్గాగా పిలువబడుతున్న ప్రాంతానికి తరలించి పాతిపెట్టారు. ఆ శివలింగమే 2013వ సంవత్సరం జూన్ చివర్లో రాచకొండ పాత సర్పంచ్ భారతమ్మకు చెందిన భూమిలో నిధుల తవ్వకాల్లో బయటపడినట్లు వార్తలు వచ్చాయి. ఆ లింగం ఆరు అడుగుల ఎత్తైన అరుదైన అందమైన శివలింగం. ఈ శివాలయం వెనుకున్న వైష్ణవాలయాన్ని విప్పి క్రీ.శ. 1435 ప్రాంతంలో బహమనీ గవర్నరు దసూర్ ఖాన్ మసీదుగా మార్చినట్లు తోస్తుంది. ఈ మసీదుకు ఆనుకొనే దక్షిణం వైపు వాస్తు నైపుణ్యంతో ఒప్పారుతున్న ఆళ్వారు సన్నిధి శిథిలం కాకుండా ఇప్పటికీ ఉంది. ఇక ఈ ఆలయ సముదాయంలో ఉండి చూస్తే కిలో మీటరు దూరం పరిధిలో నలుదిక్కులా సుమారు నాలుగేసి ఆలయాలు కన్పిస్తాయి.

రాచకొండ కోట గోడలు కనుచూపు మేరలో ఉన్న మూడు - నాలుగు గుట్టలపై విస్తరించాయి. ఇవి మూడు ప్రాకార వలయాలుగా కన్పిస్తున్నాయి. మొదటి కోట గోడల పశ్చిమ ద్వారం దాటిన తరువాత రామాలయముంది. ఈ ఆలయంలో సీతారామ లక్ష్మణుల విగ్రహాలు గుహలో ఉన్నాయి. గుడికి దక్షిణాన కోనేరుంది. రెండవ కోటగోడ వైపు వెళ్తున్నప్పుడు మరో ద్వికూటాలయం ఉత్తరాభి ముఖంగా శిథిలమై ఉంది. దీనికి ఫర్లాంగు దూరంలో ఉత్తరాన బహమనీ ముస్లింలు (మాలికునీమత్) ఆలయ శిలలతో క్రీ.శ.1484లో నిర్మించిన మసీదు ఉంది. ఈ మసీదులో ఒక స్తంభానికి అరబిక్ భాషలో వారు వేయించిన శాసనముంది.

రెండవ కోటగోడ ప్రవేశ ద్వారం ముందరున్న ఒక పెద్ద శిలపై ఒక పెద్ద శాసనం లిఖించబడి ఉంది. శాసనం పక్కకు భైరవ శిల్పం ఉంది. ఇలాంటి భైరవ శిల్పాలు రాచకొండ కోట ప్రతి ద్వారం దగ్గర, శాసనం దగ్గర ఉన్నాయి. భైరవ శిల్పం పద్మనాయక రాజుల రాజ చిహ్నం. అదే వారు చాలా కాలం వరకు శైవమతాన్ని అవలంబించారనీ తెలియజేస్తుంది. మూడవ కోటగోడ ద్వారం శిల్పశోభితమైంది. కోట మధ్యలో అగ్రస్థానాన రాజమందిరం ఉంది. దానికి కుడివైపు మూలలో ఒక ఆలయం శిథిలమై ఉంది. దీని పరిసరాల్లో పలు నీటి వసతులున్నాయి. ఇక్కడ్నుంచి చూస్తే ఎటు చూసినా గుట్టల పైన కోటగోడలు కన్పిస్తాయి. భోగందాని మంచం, భోగందాని గూడులుగా చెప్పబడే రెండు భోగమంటపాలు, ఒక గుడి కన్పిస్తాయి. సర్వజ్ఞ సింగభూపాలుడు తన భోగిని కోసం వీటిని నిర్మించాడేమో, నర్సింహుల గుట్ట పైన ఒక పెద్ద గుహాలయముంది. మరో గుహను నరసింహాలయంగా కట్టి, దాని ముందు కొండ బండకే ద్వాదశ ఆళ్వారు మూర్తులను చెక్కారు.

దేవరకొండలోని కొచ్చెగుట్ట పైన కూడా నరసింహాలయముంది. రాచకొండలో ఉన్నట్లే దేవరకొండ కోటగోడల లోపల రామాలయముంది. కోటపైన కూడా రామాలయముంది. ఆ ఆలయాన్ని అనపోతనాయుడు కట్టించినట్లు తెలిపే అస్పష్టమైన శాసనం ఆలయం సమీపంలో ఉన్న గుండం దగ్గరి గుండుకు చెక్కబడింది. ఈ రామాలయానికి కిందివైపు అల్లంత దూరంలో శివాలయముంది. శివాలయం దాటి ధాన్యాగారాల మీదుగా వెళ్తే ఒక కొలను కన్పిస్తుంది. ఆ కొలను ఒడ్డున కొన్ని గుండ్లు ఉన్నాయి. ఒక గుండు ఏర్పరిచిన గొడుగు వంటి పుటాకారం తలంపై ఆంజనేయుని చిత్రలేఖనముంది. పద్మనాయకుల కాలం నాటి ఇటువంటి చిత్రలేఖనమే జయశంకర్ భూపాలపల్లి జిల్లాలోని పాండవుల గుట్ట పైనున్న ఒక గుహ (గొంతి గుహ)లో కూడా ఉంది. రాచకొండ కోటగోడల ఆగ్నేయ ద్వారం లోపలున్న వైష్ణవ ఆలయం పై కప్పుకు

ఉన్న రామాయణంలోని పుత్రకామేష్టి యాగం, అశ్వమేధయాగం చిత్రలేఖనాలను ఇటీవలే ఈ పుస్తక రచయిత వెలుగులోకి తెచ్చారు.

క్రీ.శ. 1464 నాటి శాసనం ప్రకారం ఆనాటికి వరంగల్ ప్రాంతానికి పాలకుడైన మూడో సింగభూపాలుని కొడుకు రావు ధర్మానాయకుడు ఆ విజయాన్ని పురస్కరించుకుని ఈనాటి జయశంకర్ భూపాలపల్లి జిల్లాలోని చిట్యాల మండలంలో ఉన్న నైనపాక గ్రామం బయట ఉన్న బండపరుపు పైన గోపుర ఆకారంలో సర్వతోభద్ర ఆలయం కట్టించాడు. పద్మజగతి పైన సాదా గోడలను కప్పు వరకు రాయితో నిర్మించి, ఆ పైన ఇటుక, సున్నంతో మూడు అంతస్థుల విమానం నిర్మించారు. ఈ గుడికి నలువైపులా నాలుగు ద్వారాలు పెట్టి చదరంగా... అంటే సర్వతోభద్ర తరగతికి చెందిన ఆలయంగా నిర్మించారు. అక్కడే ఉన్న నల్లసానపు బండను సర్వతోభద్ర పీఠంగా చెక్కారు. పీఠం మీద ఒక దిక్కు సీతారామలక్ష్మణులు, రెండో దిక్కు పద్మాసన నరసింహ, మూడో దిక్కు కాళీయమర్దన వేణుగోపాల, నాలుగో దిక్కు బలరామ మూర్తులను చెక్కారు. "ఈ శిల్పాల పైన ఒకే రాతిలో చెక్కిన గుమ్మటాన్ని పోలిన శిఖరం లాంటి ఆకారం, గర్భాలయ లోపలి గోడలకు గల గూళ్లు, బయటి ద్వారాల పైన గల ఆర్చీలు" ఈ ఆలయంపై బహమనీ సంప్రదాయ శైలిని ప్రస్ఫుటం చేస్తున్నాయని ఈమని శివనాగిరెడ్డి స్థపతి వ్యాఖ్యానించారు.

పద్మనాయక రాజులు ప్రజా సంక్షేమం పట్ల నిబద్ధత కలిగినవారైనప్పటికీ సమకాలీన హిందూ, ముస్లిం రాజులతో స్నేహ సంబంధాలు మార్చుతూ పోవడం వల్ల వారి రాజ్యంలో ఎక్కువ కాలం శాంతి కరువై, చివరికి వారి రాజ్యమే వారి శత్రువుల పాలైంది.

***

అధ్యాయం-8

కుతుబ్‌షాహీలు

క్రీ.శ. 1323లో యువరాజు ఉలుఘ్ ఖాన్ (మహమ్మద్ బిన్ తుగ్లక్) కాకతీయులను ఓడించి ఓరుగల్లులో ఢిల్లీ సుల్తానుల రాజ్యాధికారాన్ని స్థాపించినప్పటికీ క్రీ.శ. 1336 నాటికి రెడ్డి, నాయక, విజయనగర రాజులు తెలుగుదేశంలో హిందూ రాజ్యాలను పునఃప్రతిష్ఠించారు. ఇదే కాలంలో (క్రీ.శ.1347లో) కర్ణాటకలోని గుల్బర్గాలో బహమనీ (సున్నీ) ముస్లింల రాజ్యం ఏర్పడింది.

పాలకులు

శతాబ్దంనర తరువాత విచ్ఛిన్నమైన ఆ రాజ్యం నుంచి గోల్కొండ కుతుబ్‌షాహీల రాజ్యం ఏర్పడింది. దక్షిణ ఇరాన్‌లోని హమ్దన్ రాజ్యంలో శతాబ్దికాలం రాజకీయం నెరిపిన కారాకునీల్ తెగకు ఆకునేవ్ తెగతో ప్రాణాపాయం ఏర్పడగా కారాకునీల్ (షియా) తెగకు చెందిన సుల్తాన్ కులీ తన పినతండ్రి అల్లా కులీతోపాటు వచ్చి, బహమనీ సుల్తాన్ మూడవ మహమూద్ ఆస్థానంలో చేరి, తన ప్రభు భక్తితో, ప్రజ్ఞతో, ధైర్యసాహసాలతో ఖవాస్‌ఖాన్ బిరుదు పొంది, క్రీ.శ.1487లో బీదర్‌లో చెలరేగిన స్థానిక-విదేశీ వర్గ పోరాటంలో దక్కనీ వర్గం నుంచి అఫాకీ వర్గం పక్షాన మహమూద్‌ను రక్షించి, దొంగలు, సామంతుల అవిధేయత నుంచి తెలంగాణను రక్షించాడు. క్రీ.శ.1489 ప్రాంతంలో బహమనీ రాజ్యం నుండి అదిల్షా, నిజాంషా రాజ్యాలు విడిపోయినా సుల్తాన్ కులీ మాత్రం మహమూదుకు విధేయంగా ఉన్నాడు. క్రీ.శ.1493లో మహమూద్ పై తిరుగుబాటు చేసిన గోవా పాలకుడు బహదూర్ జిలానీని ఎదుర్కొనే యుద్ధంలో తెలంగాణ పాలకుడు కుతుబ్ ఉల్ ముల్క్ దక్కనీ మరణించగా జిలానీని అణచిన సుల్తాన్ కులీకి మహమూద్ 'కుతుబ్ ఉల్ ముల్క్' అనే బిరుదునిచ్చి క్రీ.శ.1496లో గోల్కొండ జాగీర్దార్‌ను చేశాడు. ఆ బిరుదే సుల్తాన్ కులీ, అతని వారసుల వంశనామం అయింది.

గోవులు మేసే కొండ (గొల్లకొండ/గోల్కొండ)పై కాకతీయులే కోట నిర్మించగా అది సుల్తాన్ కులీ కాలం నుండి కుతుబ్షాహీల రాజ్యనామం, రాజధాని అయింది. క్రీ.శ.1512లోనే కులీ స్వతంత్రించాడనే ఒక అభిప్రాయం వున్నప్పటికీ నిజానికతడు క్రీ.శ. 1518లో మహమూద్ మరణించే వరకు అతనికి విధేయుడిగా ఉండి, అప్పుడే స్వతంత్రించి, విజయనగర రాజు శ్రీకృష్ణదేవరాయల మరణం (క్రీ.శ.1530) తర్వాత బీజాపూర్, బీరార్, చితాబ్ఖాన్ (ఖమ్మంమెట్టు), గజపతి మొదలగు రాజులను, తిరుగుబాటుదారులను ఓడించి, స్వయంగా రాజుకొండ, దేవరకొండ, పానగల్లు, ఘనపురం, ఎల్గందుల, మలంగూర్, నల్గొండ, ఖమ్మం మొదలగు 60, 70 దుర్గాలను ఆక్రమించి, కోహిర్, ఓరుగల్లు మధ్యనున్న గోల్కొండ జాగీరును తెలంగాణ, కృష్ణా-గోదావరి డెల్టాల తీరాంధ్ర ప్రాంతాలకంతటికీ విస్తరించి సామ్రాజ్యంగా మార్చాడు. కులీ అనంతరం ఆరుగురు రాజులు అదిలాబాద్, అనంతపురం, కర్నూలు జిల్లాల్లోని కొన్ని ప్రాంతాలు మినహా మద్రాసు ప్రాంతం వరకు యావత్ తెలుగు దేశాన్ని క్రీ.శ. 1687లో ఔరంగజేబు ఆక్రమించే వరకు తెలుగు రాజుల్లాగా పాలించారు. కుతుబ్షాహీ రాజుల పాలనా క్రమం ఈ విధంగా ఉంది.

1. సుల్తాన్ కులీ కుతుబ్ ఉల్ ముల్క్	క్రీ.శ. 1518-43
2. జంషీద్ కుతుబ్ షా	క్రీ.శ. 1543-50
3. సుభాన్ కులీ	క్రీ.శ. 1550-50
4. ఇబ్రహీం కుతుబ్ షా	క్రీ.శ. 1550-80
5. మహమ్మద్ కులీ కుతుబ్ షా	క్రీ.శ. 1580-1612
6. సుల్తాన్ మహమ్మద్	క్రీ.శ. 1612-26
7. అబ్దుల్లా కుతుబ్ షా	క్రీ.శ. 1626-72
8. అబుల్ హసన్ తానీషా	క్రీ.శ. 1672-87

ఆర్థిక పరిస్థితులు

కుతుబ్షాహీలు తెలుగు దేశాన్ని సుదీర్ఘకాలం (170 సంవత్సరాలు) శాంతి భద్రతలతోపరిపాలించారు. దానివల్ల దేశంలో ఆనాటి ప్రజల ఆర్థిక పరిస్థితులు చెప్పుకోదగినంత సుభిక్షంగా ఉండేవి. కాబట్టి ప్రజలు చెల్లించిన పన్నుల ద్వారా ప్రభుత్వానికి సాలీనా 5 కోట్ల హొన్నుల ఆదాయం వచ్చేదని క్రీ.శ. 1615లో మెథోల్డ్ అనే బ్రిటిష్ ఉద్యోగి రాశాడు. 4 కోట్ల హొన్నుల ఆదాయం పరిపాలనకు, ప్రజా

సంక్షేమానికి ఖర్చు కాగా ఒక కోటి హొన్నుల ఆదాయం ప్రభుత్వం దగ్గర నిలువ ఉండేదట. 19 లక్షల హొన్నుల ఆదాయమేమో ప్రభుత్వానికి నికర లాభంగా వచ్చేదట. హొన్ను అనేది కుతుబ్షాహీల కాలపు ప్రామాణిక బంగారు నాణెం. అది ఆనాటి మొఘలు చక్రవర్తుల వెండి రూపాయలు నాలుగింటికి లేదా కుతుబ్షాహీల 16 పణాలకు సమానం. రూపాయి బరువు ఒక తులం. ఒక రూపాయి 4 పణాలకు, మొఘలుల 16 అణాలకు సమానం. ఒక పణ కుతుబ్షాహీల 32 తార్లకు, ఒక తార్ 2 కాసులకు సమానం.

ఒక మనిషి ఒక రోజు కార్ఖానా (పరిశ్రమ)లో పనిచేస్తే అతనికి కూలీగా మూడు అణాల పైసలు వచ్చేవి. మూడు అణాలకు 7.5 శేర్ల బియ్యం వచ్చేవి. అంటే ఆనాటి నిత్యావసర ధరలు చవకగా ఉన్నట్లే అర్థమవుతుంది. ఇతర సౌకర్య, విలాస వస్తువులు ధరలు కూడా అన్ని వర్గాల ప్రజలకు అందుబాటులోనే ఉండేవన్నట్లు ఈ క్రింది వస్తువుల ధరల పట్టిక తెలియజేస్తుంది.

వస్తువు	**పరిమాణం**	**ధర (హొన్నులలో)**
గోధుమలు	ఒక పుట్టి	3-4
బియ్యం	ఒక పుట్టి	1-1.5
వెన్న	ఒక మణుగు	7-10
కోడిగుడ్లు	80	1/16 హొన్ను / 1 పణం
మిరియాలు	ఒక పుట్టి	25
లవంగాలు	ఒక మణుగు	33-60
చందనం కర్ర	ఒక పుట్టి	100-120
సీసం	ఒక పుట్టి	7-20
పటిక	ఒక పుట్టి	12
ఎద్దు	ఒకటి	1-2
మేక	ఒకటి	1-2 పణాలు
కోళ్ళు	60-70-80	1
చైనా పట్టు	ఒక మణుగు	40-45
చైనా మఖ్మల్	ఒక గజం	1-1.25

కస్తూరి	ఒక మణుగు	10–12
పాదరసం	ఒక మణుగు	20–25
కర్పూరం	ఒక శేరు	5–20
బిళ్ళోరి సామాన్లు	3–4	1
లక్క సామాన్లు	1	1 లేదా 3/4 హొన్ను
రేకు	ఒక పుట్టి	45–80

కుతుబ్షాహీల కాలపు ప్రభుత్వం, ప్రజల ఆదాయ రంగాలను కింది విధంగా అర్థం చేసుకోవచ్చు.

1. వ్యవసాయం
2. పరిశ్రమలు, వృత్తులు
3. వ్యాపారం

ప్రజల ప్రధాన జీవనాధారం వ్యవసాయం. వ్యవసాయం అన్ని యుగాలలో వలెనే ప్రధానంగా వర్షాధారంగానే సాగేది. అయితే కుతుబ్షాహీ రాజులు, వారి సామంతులు కూడా కొన్ని చెరువులు, కాలువలు తవ్వించటం కొన్ని శాసనాల్లో కన్పిస్తుంది. పాత కాలపు భూమి కొలతలను మార్చి కొత్తగా బిఘాలు, దండ ప్రమాణాలను ప్రవేశపెట్టినట్లు తెలిపే శాసనమొకటి సూర్యాపేట జిల్లాలోని నాగులపాడులో ఉంది. కుతుబ్షాహీలు ఉద్యాన వనాలు (గార్డెన్లు), పండ్ల తోటల సాగును గోల్కొండ పరిసరాల్లో ప్రోత్సహించారు. భూమి శిస్తు వసూలు చేసే బాధ్యతలను మిరాశీదార్లు, ఇజారాదార్లు, జాగీర్దార్లు, దేశముఖ్లు, దేశ్పాండేలకు అప్పజెప్పారు. వీరిలో చాలా మంది బ్రాహ్మణులు, రెడ్డిలు, వెలమలు, కమ్మ కులస్థులు ఉండేవారు. వీరిలో పలువురు రైతుల నుండి ఎక్కువ పన్నులు వసూలు చేయడం వల్ల వారిపై భారం పడేది. తానీషా కాలంలో కుతుబ్షాహీ రాజ్యమంతటా ఏటా 2,40,50,503 హొన్నుల శిస్తు వసూలు అయ్యేదని ఆనాటి ఆధారాలు తెలుపుతున్నాయి.

వ్యవసాయం తరువాత వృత్తి పరిశ్రమలు ప్రజల ఆదాయ వనరులుగా ఉండేవి. పరిశ్రమల్లో గోల్కొండ రాజ్యం వజ్రాల పరిశ్రమకు ప్రపంచ ప్రఖ్యాతిని పొందింది. గోల్కొండ కోటలో కూడా వజ్రాల వ్యాపారం జరిగేది. అందుకోసం ఏర్పాటైన కోట దర్వాజాను మోతీ దర్వాజా అని పిలిచేవారు. ఆ కాలంలో మట్టిబెడ్డలను వాసన చూసి కూడా ఏ ప్రాంతంలో వజ్రాలు దొరుకుతాయో గుర్తించే నిపుణులుండేవారు.

తెలంగాణ, కర్ణాటక ప్రాంతాల్లో పారే కృష్ణానది తీరం వెంట కుతుబ్షాహీల కాలంలో 23 వజ్రాల గనులుండేవి. వాటిల్లో ప్రధానమైనవి ఇవి :

కృష్ణా జిల్లా	పరిటాల
గుంటూరు జిల్లా	కోళ్ళూరు
కడప జిల్లా	గండికోట
అనంతరపురం జిల్లా	రామప్పకోట
అనంతపురం జిల్లా	వజ్రకరూరు
కర్ణాటక	కోలారు

పది క్యారెట్ల కంటే తక్కువ విలువగల వజ్రాలు దొరికే గనులను ప్రభుత్వం గంటకు ఒక హొన్ను చొప్పున చెల్లించాలని ప్రైవేటు వ్యక్తులకు కౌలుకిచ్చేది. అలా కోళ్ళూరు గనిని మూడు లక్షల పణాలకు ప్రభుత్వం కౌలుకిచ్చిందని, అందులో రోజూ 30 వేల మంది పనిచేసేవారని మెథోల్డ్ రాశాడు. 750 క్యారట్ల పరిమాణమున్న కోహినూర్ వజ్రం కూడా ఈ కోళ్ళూరు గనిలోనే దొరికిందట. మహబూబ్‌నగర్ జిల్లాలో ఉన్న మరో కొల్లూరు ప్రాంతీయులు కొహినూరు వజ్రం తమ ప్రాంతంలోనే దొరికిందంటారు. అయితే అది క్రీ.శ.1304లో దొరికిందనే ఆధారం తైమూరు ఆత్మకథలో ఉందట. అది ఇటీవలి కాలం వరకు బ్రిటిష్ రాణి రెండవ ఎలిజబెత్ ధరించిన కిరీటంలో ఉండేది. అబ్దుల్లా కుతుబ్షా కిరీటంలో వజ్రాలుండేవని అయోనో అనే విదేశీయుడు రాశాడు. గండికోట, కోలారు గనుల్లో రోజూ 10 వేల మంది కార్మికులు పనిచేసేవారు. వజ్రాలతో పాటు పచ్చలు, వైఢూర్యాలను కూడా సేకరించి వ్యాపారం చేసేవారు. వజ్రాల గనులకు పహారాదారులుండేవారు. అయినా దొంగతనాలు జరిగేవి.

కుతుబ్షాహీల కాలంలో వర్ధిల్లిన ప్రధానమైన లోహ పరిశ్రమ ఇనుము-ఉక్కు పరిశ్రమ. ఈ పరిశ్రమకు నిర్మల్, నిజామాబాద్ జిల్లాలోని ఇందూరు, ఇందల్వాయి, కోనపురం పేరెన్నికగన్న కేంద్రాలు. ఇందల్వాయిలో తయారయ్యే కత్తులు, బాకులకు దేశంలో వున్న అన్ని మార్కెట్లలో మంచి గిరాకీ ఉండేదని మెథోల్డ్ రాశాడు. ప్రత్యేకించి గోల్కొండ రాజ్యం నుంచి ఇనుము-ఉక్కు పంజాబుకు, పర్షియా దేశాలకు ఎగుమతి అయ్యేది.

మచిలీపట్నంలో తుపాకులు, తూటాలు, ఓడలను తయారు చేసేవారు. ఇంగ్లీషువారు, పోర్చుగీసువారు కూడా తమ ఓడలను ఇక్కడ తయారు చేయించుకునేవారు. తద్వారా తమ ధనం కుతుబ్షాహీ రాజ్యానికి వెళ్తున్నదని ఇంగ్లీషువారు తమ ఓడలను

ఇక్కడ నిర్మించుకోరాదని నిషేధం విధించుకున్నారు. ఆంధ్రలోని కొండపల్లి కొయ్య బొమ్మలకు ప్రసిద్ధి చెందింది. నరసాపురం కూడా కట్టెతో చేసే హస్తకళా ఖండాలకు పేరొందింది.

కులవృత్తుల్లో ప్రధానమైన బట్టల పరిశ్రమ కుతుబ్షాహీల కాలంలో ఓరుగల్లు, గోల్కొండ చుట్టుపక్కల ప్రాంతాలు, నల్గొండ, ఖమ్మం పట్టణాల పరిసర ప్రాంతాలు, మచిలీపట్టణం బట్టల తయారీకి సంబంధించిన వివిధ అంశాలకు పేరొందాయి. ఓరుగల్లు (వరంగల్) ముప్పురి నేత బట్టలు, గంజి బట్టల తయారీకి పేరొందింది. ఇవి విదేశాలకు ఎగుమతి అయ్యేవి. ఓరుగల్లుతో పాటు గోల్కొండ పరిసర ప్రాంతాల్లో తయారయ్యే తివాచీలను 'గోల్కొండ తివాచీలు' అనేవారు. క్రీ.శ.1687లో గోల్కొండను మొఘల్ సైనికులు దోచుకోగా రోడ్లపై మిగిలిపోయిన ఎన్నో తివాచీలను చూసి బాధపడ్డారట. వివిధ రంగులతో అద్దిన సన్నని బట్టలను 'ఛనేట్' అనేవారు. మచిలీపట్టణంలో కలంకారీ, ఓడల తెరచాప బట్టలు తయారయ్యేవి. ఖమ్మం పట్టణానికి సుమారు 20 కిలోమీటర్ల దూరంలో ఉండే నాగులవంచ, నల్గొండ పరిసరాల్లో తయారయ్యే నీలిమందు కూడా విదేశాలకు ఎగుమతి అయ్యేది.

కుతుబ్షాహీల కాలంలో గోల్కొండ రాజ్యం వ్యాపారం ఎక్కువగా తూర్పు సముద్ర (బంగాళాఖాతం) తీరం నుండే జరిగేది. కాబట్టి గోల్కొండ, హైదరాబాదుల నుంచి వ్యాపార సరుకులు నల్గొండ లేదా కొండపల్లి మీదుగా బెజవాడ (విజయవాడ) చేరేవి. అక్కడి నుంచి నిజాంపట్నం, మచిలీపట్టణం తీర రేవులకు చేరేవి. బెజవాడ నుంచి కొండవీడు మీదుగా గాని, మచిలీపట్టణం మీదుగా గాని సరుకుల రవాణా పులికాట్ సరస్సు మీదుగా చెన్నపట్టణం (చెన్నై) తీర రేవు వరకు సాగేది. పైన పేర్కొన్న తీర పట్టణాల నుంచి వ్యాపార వస్తువులను నౌకలు భాద్రపద మాసంలో తూర్పు దేశాలైన ఆరకాన్, పెగూ, మలయాలకు రవాణా చేసేవి. పశ్చిమ సముద్రం (అరేబియా సముద్రం) నుంచి అరేబియా, టర్కీ, పర్షియా (ఇరాన్), ఐరోపా దేశాలకు పుష్య మాసంలో సరుకులను రవాణా చేసేవి.

కుతుబ్షాహీ రాజ్యం నుంచి ప్రధానంగా ధాన్యం, బట్టలు, వజ్రాలు, ఇనుము-ఉక్కు సామాగ్రి, నూనె, పొగాకు వస్తువులు ఎగుమతి అయ్యేవి. ఆనాటి ప్రధానమైన దిగుమతులు చందనం, కస్తూరి, లక్క గాజు, సీసం, పంచదార, ఎరుపురంగు/ మఖమల్ బట్టలు, చీనాపట్టు, బంగారం, మిరియాలు, మెరుపు పాత్రలు మొదలగునవి. ఈ ఎగుమతులు, దిగుమతులపై వ్యాపారులు మూడున్నర శాతం విలువను ప్రభుత్వానికి

సుంకంగా చెల్లించేవారు. ఒక్క పులికాట్‌లో మాత్రం రెండు శాతం చెల్లించేవారు. రేవులో లంగరైన ప్రతి నౌకకు 15 హొన్నులు సుంకం కింద చెల్లించవలసి ఉండేది. ఇలా విదేశీ వాణిజ్యం లాభసాటిగా సాగుతున్న కాలంలోనే డచ్చి, ఇంగ్లీషు దేశాల వర్తక సంఘాలు వచ్చి, ఇక్కడి రేవు ప్రాంతాలను కౌలుకు తీసుకుని, గిడ్డంగులు నిర్మించి క్రమక్రమంగా ఇక్కడి వ్యాపారాన్ని తమ చేతుల్లోకి తీసుకున్నారు.

మిశ్రమ సంస్కృతి

క్రీ.శ. 13 శతాబ్దం చివరి కాలం నుండే దక్కనులో, తెలంగాణలో కూడా ముస్లిం మత పెద్దలు, అధికారులు, ప్రజలు స్థిరనివాసం ఏర్పరుచుకుంటున్నప్పటికీ కుతుబ్షాహీలు తెలంగాణలో స్వతంత్ర రాజ్యాన్ని ఏర్పాటు చేసేంతవరకు ముస్లింలకు స్థానికత లేదు. కుతుబ్షాహీ రాజ్య స్థాపకుడు సుల్తాన్ కులీ కుతుబ్షా ఇస్లాం మతంలోని షియా శాఖకు చెందినవాడు. షియా శాఖకు చెందిన ముస్లింలకు సహనం ఎక్కువ. సుల్తాన్ కులీకి మరీ ఎక్కువ. ఆయన తెలుగుదేశం అంతా తనదే అనుకునేవాడు. ఆయన వారసత్వం ఆయన కొడుకు ఇబ్రహీం కుతుబ్షాకు వచ్చింది.

రాజకీయ కారణాల వల్ల ఇబ్రహీం హిందూ రాజులైన విజయనగర రాజ్యంలో కొంతకాలం ఉండడం, దేవరకొండ ప్రాంతానికి రాజప్రతినిధిగా పని చేయడం వల్ల కూడా ఆయనకు హిందువుల భాషా – సంస్కృతులతో సన్నిహిత సంబంధాలు ఏర్పడ్డాయి. ఆయన హిందూ అమ్మాయి భాగీరథిని పెళ్ళి చేసుకున్నాడని ఆయన ఆస్థాన కవి అద్దంకి గంగాధరుడు తన గ్రంథం 'తపతీ సంవరణోపాఖ్యానం'లో రాశాడు. ఇబ్రహీం కొడుకు మహమ్మద్ కులీ కుతుబ్షా భాగమతి అనే హిందూ స్త్రీని పెళ్ళి చేసుకున్నాడని పలువురు అభిప్రాయపడ్డారు. ఆమె ఊరు చించెలం ఉన్న ప్రాంతంలోనే చార్మినార్ కట్టించాడు. ఆమె పేరు మీదనే చార్మినార్ ప్రాంతపు కొత్త నగరానికి భాగ్యనగర్ అనే పేరు వచ్చిందట. భాగమతి మహమ్మద్ కులీకి భార్య అయిన తరువాత ఆమె పేరు హైదర్ మహల్‌గా మార్చబడినా మళ్ళీ ఆమె మార్చబడిన పేరు మీదనే భాగ్యనగరానికి 'హైదరాబాద్' అనే పేరు వచ్చిందని ఆ కాలపు విదేశీయుల రచనలు భిన్న కథనాలను నమోదు చేశాయి.

అబ్దుల్లా కుతుబ్షా కాలం నుండి అక్కన్న మాదన్నలు మొదలైన హిందువులు సర్వ సైన్యాధ్యక్షుడు, ప్రధానమంత్రి వంటి పెద్ద పెద్ద పదవులను నిర్వహించారు. అబుల్ హసన్ తానీషా ఐతే భద్రాచల రాముడు అనే హిందూ దేవుడికే భద్రాచలం,

పాల్వంచ, శంకరగిరి గ్రామాల్లో వందల ఎకరాలను రాసిచ్చాడు. ఇలా కుతుబ్షాహీ రాజులు ఇస్లాం మతస్థులు అయినప్పటికీ వారు తమను తాము ఎప్పుడూ విదేశీయులు (టర్కీలు/తురకలు) అనుకోకుండా స్థానిక హిందువులతో బలమైన బంధాలను పెంచుకోవడం వల్ల తెలుగు దేశంలో 'మిశ్రమ సంస్కృతి' వికసించింది. అది రాజకీయ, మత, సామాజిక, సాంస్కృతిక రంగాలన్నింటిలోనూ వేళ్ళూనుకొంది.

కుతుబ్షాహీ రాజులు ముస్లింలు అయినప్పటికీ గ్రామాల్లో పన్నులు వసూలు చేయడం, అధికార యంత్రాంగాన్ని నడిపించడం వంటి అధికారాలు ఎక్కువగా హిందువులైన బ్రాహ్మణులు, రెడ్లు, వెలమలు, కమ్మలకే మిరాశీదార్లు, జాగీర్దార్లు, దేశ్‌ముఖ్‌లు, దేశ్‌పాండేల పేర్లతో ఇచ్చారు. అక్కడక్కడా పై అధికారం మాత్రం కొంతమంది ముస్లింలకు ఇవ్వబడింది. కాబట్టి పల్లెల్లో అక్కడక్కడా పన్ను వసూలు కేంద్రాలు, కచేరీలు, మసీదులు కుతుబ్షాహీ వాస్తు శైలిలో నిర్మించబడ్డాయి. కుతుబ్షాహీ కాలపు గద్వాల, వనపర్తి, ఆత్మకూరు, దోమకొండ, పాపన్నపేట మొదలైన సంస్థానాధీశులు హిందువులే. ఐతే కుతుబ్షాహీ రాజులు, వారి ముస్లిం సామంతులు, అధికారులు మాత్రం మసీదులు, ఇతర ముస్లిం కట్టడాలు కట్టించి వాటికి మాన్యాలు ఇచ్చారు. వారే కొన్ని చోట్ల హిందూ ఆలయాలకు, బ్రాహ్మణులకు కూడా అగ్రహారాలు, దానాలు ఇచ్చారు. కృష్ణానది తీరంలో ఉన్న మల్లేశ్వరస్వామి ఆలయానికి తానీషా భోగాపురం, చెరుకూరు, వీరన్న పట్టణాలను దానం చేశాడు. మహమ్మద్ కులీ కుతుబ్షా ఉద్యోగి లాలాఖాన్ ఉప్పునూతుల అనే గ్రామాన్ని బ్రాహ్మణులకు అగ్రహారంగా ఇచ్చాడు. తానీషా కొలువులో అమాత్యులుగా పనిచేసిన అక్కన్న-మాదన్నలైతే ఎన్నో హిందూ ఆలయాలను పునరుద్ధరించారు. అలాంటి ఆలయాలను వారి పేర్లతో పిలువడం పరిపాటి అయ్యింది.

కుతుబ్షాహీ రాజులు పర్షియా చక్రవర్తిని ప్రపంచంలో ఉన్న ముస్లింలందరికి మత పెద్దగా భావించి ఆయన పేరును శుక్రవారం నాటి ప్రార్థనల్లో చదివినా, వారి కాలంలోనే సూఫీలు అనే ముస్లిం మత గురువులు మత సహనాన్ని బోధించినా అభ్యంతరం చెప్పలేదు. నిజానికి హిందూ ముస్లిం సంస్కృతుల సమ్మేళనానికి, ఐక్యతకు కృషి చేసింది సూఫీలే. మానవులంతా సోదరులే అని బోధించే వారి కంఖాలను (మఠాలను) హిందువులు ఎంతో మంది దర్శించేవారు. వారు చనిపోయిన తరువాత వారి సమాధులు (దర్గాలు) పవిత్ర స్థలాలు అయ్యేవి. ఈ కంఖాలు, దర్గాలలో హిందువుల భజనలలాగా సంగీత సత్సంగాలు జరిగేవి. హిందూ గురువులకు చేసినట్లే సూఫీలకు కూడా హిందూ, ముస్లిం భక్తులందరూ సాష్టాంగ ప్రమాణం చేసేవారు.

కంఖాలలో పెట్టే అన్న దానాల్లో అందరూ పాల్గొనేవారు. సూఫీలు ఉచితంగా అందించే వైద్యసేవలను హిందూ, ముస్లింలు అందరూ అందుకునేవారు. బహమనీల కాలంలోనే చిష్టీ శాఖకు చెందిన గెసూ దరాజ్ అనే సూఫీ ప్రభావం తెలంగాణపై కొంత ప్రసరించినా, షేక్ బాబా షర్ఫుద్దీన్, షియాబుద్దీన్ అనే సోదరులు హైదరాబాద్ సమీపంలో స్థిర నివాసమేర్పరచుకున్నప్పటి నుంచి గోల్కొండ రాజ్యంలో సూఫీ మత గురువుల ప్రభావం పెరిగింది. దేవుడు ఒక్కడే అని సూఫీలు ప్రచారం చేశారు కాబట్టి, కంఖాలను హిందువులు, హిందూ ఆలయాలను ముస్లింలు దర్శించేవారు.

మహమ్మద్ కులీకుతుబ్‌షా ముస్లిం పండుగ మొహర్రం వేడుకలను ప్రారంభించాడు. అప్పట్నుంచి తెలుగు దేశమంతటా ముస్లింలతో పాటు హిందువులు కూడా మొహర్రం వేడుకల్లో పాల్గొనేవారు. ఈ నేపథ్యంలోనే పల్లె పల్లెలో పీరీల పండుగ జరిగేది. ఇప్పటికీ జరుగుతూనే ఉంది. తెలుగులో ఎన్నో మొహర్రం పాటలు పుట్టుకొచ్చాయి. పీరీలకు హిందువులు ముడుపులు కట్టడం హిందూ ఆచారాన్ని సూచిస్తుంది. ముస్లింలు రంజాన్ పండుగకు ముందు రోజు జరుపుకునే షబీరాత్‌లో భాగంగా తమ ఇండ్లను హిందువుల లాగా దీపాలతో అలంకరించుకునేవారు. ముస్లింలు జరుపుకునే నౌరోజ్ ఉత్సవం కూడా హిందువుల హోలి పండుగను పోలి ఉండేది.

క్రీ.శ. 16వ శతాబ్దారంభం నాటికి తెలుగుదేశంలో ఎక్కడో కొద్ది మంది తప్ప ముస్లింలు లేరనే చెప్పాలి. ఆనాటికి హిందువులలోనే షణ్మతాలకు చెందినవారు ఉండేవారు. స్మార్త బ్రాహ్మణులు కొన్నిసార్లు యజ్ఞాలు కూడా చేసేవారు. చాలా మందిలో బహుదేవతారాధన, మూఢాచారాలు ఉండేవి. కొంతమంది స్త్రీలు చనిపోయిన భర్తతోపాటు 'సతీసహగమనం' కూడా చేసేవారు (చితిలో కాలిపోయేవారు). కొందరు వితంతువులను మాత్రం వారి బంధువులు, బ్రాహ్మణులు బలవంతంగా వారి భర్తల చితిలోకి తోసేవారని సమకాలీన విదేశీ యాత్రికుడు వెర్నియర్ రాశాడు.

ఇలా జీవనం గడుపుతున్న హిందువుల సమాజంలో కుతుబ్షాహీల కాలంలో ముస్లింల రాకతో కొన్ని ముఖ్యమైన మార్పులు చోటు చేసుకున్నాయి. ముస్లింలు తమ ఆచారం ప్రకారం నలుగురు స్త్రీలను కూడా పెళ్ళి చేసుకోవచ్చు. ఈ ఆచార ప్రభావం వల్ల హిందువుల్లో బహుభార్యత్వ ఆచారం అనాది కాలం నుండే అమలులో ఉన్నప్పటికీ కుతుబ్షాహీల కాలంలో దానికి ప్రభుత్వాన్ని నడిపే ముస్లిం సమాజం మద్దతు దొరికి ఆ ఆచారం మరింత బలపడింది. హిందూ-ముస్లిం ఇరువర్గాల వారూ పెండ్లి చేసుకునేటప్పుడు తెరసెల్లాలు వాడేవారు. మహమ్మద్ కులీ కుతుబ్‌షా కాలం

నుంచి కళాకారులైన వేశ్యలకు సమాజంలో గౌరవం పెరిగింది. ఆయన భాగమతి అనే భోగం స్త్రీని ప్రేమించిన విషయం జగద్విదితం. ఆయనలాగే అబ్దుల్లా కుతుబ్షా తారామతి, ప్రేమామతి అనే నాట్యకత్తెలను చేరదీశాడు. వీరి పేరిట కూడా తారామతిపేట, ప్రేమామతిపేట అనే గ్రామాలు గోల్కొండ ప్రాంతంలో వెలిశాయి. అబ్దుల్లా కాలంలో వేశ్యలు ఆగ్రా, బుర్హాన్‌పూర్, లాహోర్, కాబూల్, అహ్మదాబాద్, కర్ణాటక, తెలంగాణ ప్రాంతాల నుంచి కూడా వేల సంఖ్యలో హైదరాబాద్ నగరానికి వచ్చేవారట. ఆనాడు నగరంలో 20 వేల మంది వేశ్యలుండేవారని టావర్నియర్ అనే ఫ్రెంచి యాత్రికుడు రాశాడు. ధనిక హిందూ, ముస్లిం ప్రజలు వేశ్యాలోలత్వానికి లోనైనప్పటికీ కళాకారులైన వేశ్యలకు ప్రభుత్వ ఆదరణ, గౌరవం లభించేవి. అలాంటి కళాకారులైన భోగం మేళాల పోషణకు తానీషా కాలంలో ప్రభుత్వం ఏటా 3,24,000 హొన్నులు ఖర్చు చేసేదట.

భాషా సాహిత్యాలు, లలిత కళారంగాల్లో కూడా మిశ్రమ సంస్కృతి వెల్లి విరిసింది. తెలుగు భాషకు అదనంగా పారశీక (పర్షియన్), అరబిక్, ఉర్దూ, హిందీ భాషలు తెలుగుదేశంలో ప్రచారమయినాయి. ఉర్దూ భాషా సాహిత్యాలకు ఊతమిచ్చిందే దక్కన్, ప్రత్యేకించి గోల్కొండ రాజ్యమని, ఇక్కడి నుంచే అవి ఉత్తర భారతదేశానికి వ్యాపించాయని భాషావేత్తలు భావిస్తారు. తెలుగు, ఉర్దూ భాషలు పరస్పరం పదాలను ఇచ్చి పుచ్చుకున్నాయి. కుతుబ్షాహీ రాజులు తెలుగు కవులను పోషించడమే కాదు, తెలుగులో కూడా కవిత్వం రాశారు. 'వైజయంతీ విలాసం' అనే కావ్యం రచించిన సారంగు తమ్మయ్యకు మహమ్మదు కులీ కుతుబ్షాతో రా, పో అనేటంత సాన్నిహిత్యం ఉండేదట. మహమ్మద్ కులీ బతుకమ్మ సాహిత్యాన్ని కూడా కొంత వెలువరించాడని చరిత్రకారుడు బి.ఎన్.శాస్త్రి రాశాడు.

సంగీతం-నాట్యం కళల్లో ప్రావీణ్యం కలిగిన వేశ్యలు హిందూ-ముస్లిం ఇరు సమాజాల్లోనూ ఉండేవారు. వారిని ఇరు సమాజాలకు చెందిన కులీనులు పోషించేవారు. కూచిపూడి భాగవతులకు అబుల్ హసన్ తానీషా కూచిపూడి అగ్రహారాన్నిచ్చాడు. అబ్దుల్లా కుతుబ్షా ఆస్థానాన్ని క్షేత్రయ్య దర్శించి ఆయన మీద ఎన్నో 'పదాలు' చెప్పాడు. భద్రాచలం రామదాసు కీర్తనలు తెలుగుదేశమంతటా ప్రచారమయ్యాయి. భద్రాచలానికి కుతుబ్షాహీలు మాన్యాలు ఇచ్చారు. ఆనాటి ముస్లిం వాద్యకారులు భద్రాచలంలో ఇప్పటికీ కొనసాగుతున్నారు. హిందూ వాస్తు-శిల్ప రీతికి సంబంధించిన పూర్ణ కుంభాలు, లతలు-పద్మాలు, హంసలు, ఏనుగులు మొదలైన శిల్పాలు ముస్లిం కట్టడాల్లో ప్రవేశించాయి. దాంతో భారత-పర్షియా వాస్తు నిర్మాణాల కలయికతో

ఇండో-శారసెనిక్ అనే కొత్త వాస్తు రీతి పుట్టింది. అబ్దుల్లా కుతుబ్షా కాలం నుంచి వెలుగులోకి వచ్చిన 'దక్కన్ సూక్ష్మ చిత్రకళ' (Miniature paintings) లో హిందూ పద్ధతిలో రాగాలు, స్త్రీల (రాగమాల) భావనలు ప్రవేశించాయి.

ఇలా ఓ పక్క సమరస సంస్కృతి వెల్లి విరుస్తున్న సమయంలోనూ మరో పక్క పర్షియా, మధ్య ఆసియా ప్రాంతాల నుంచి షియా ముస్లింలు వచ్చి తెలుగు దేశమంతటా విస్తరించారు. మహమ్మద్ కులీ సున్నీ ముస్లింలను నిరసించేవాడు. దాంతో సున్నీ ముస్లింలైన మొఘల్ చక్రవర్తులు షాజహాన్, ఔరంగజేబులకు కోపం వచ్చి, వారు గోల్కొండ రాజ్యాన్ని ఓడించి తమ రాజ్యంలో కలుపుకున్నారు.

తెలుగు సాహిత్య సేవ

పారశీకమే అధికార భాష ఐనప్పటికీ, ఉత్తర భారతాన పుట్టినదిగా భావిస్తున్న ఉర్దూ (అరబ్బీ, తుర్కి, హిందీ, సైనిక శిబిర మిశ్రిత) భాషాభివృద్ధికి ఊతమిచ్చినప్పటికీ కుతుబ్షాహీలు నాగరిక లిపిలో తెలుగు భాషలో ఫర్మానాలు జారీ చేయడంలో, తెలుగు కవులను పోషించడంలో వారు తెలుగు భాషా సాహిత్యాలకు అందించిన తోడ్పాటు విశదమవుతుంది. వీరి కాలపు సాహిత్యంలో సమకాలీన తంజావూరు తెలుగు సాహిత్య (క్షీణ/శృంగార) లక్షణాలు కన్పిస్తాయి.

ఇబ్రహీం కుతుబ్షాను అతని ఆస్థాన తెలుగు కవులు ప్రేమతో మల్కిభరాముడు అని సంబోధిస్తూ అతనిపై అనేక చాటువులు, కృతులు రచించారు. అతని ఆస్థాన తెలుగు కవి అద్దంకి గంగాధర కవి అతనికి అంకితంగా రాసిన 'తపతీ సంవరణోపాఖ్యానం'లో అతని ఆస్థానాన్ని వేద, పురాణ, వ్యాకరణ శాస్త్ర విద్వాంసులెందరో అలంకరించారని కీర్తించాడు. ఇబ్రహీం కందుకూరి రుద్రకవికి చింతలపాలెం అగ్రహారాన్నిచ్చి గౌరవించగా అతడో, అతని వారసుడో (సంకుసాల రుద్రకవి) నిరంకుశోపాఖ్యానం, సుగ్రీవ విజయం రచించాడు. ఇప్పటి వరకు లభించిన యక్షగానాల్లో సుగ్రీవ విజయమే మొదటిది. 'దశరథరాజనందన చరిత్ర' వంటి గ్రంథాలు రాసిన సింగరాచార్యులు వంటి కవులు గల మరింగంటి వైష్ణవ పండిత వంశానికి చెందిన అప్పన్న సిఫారసు చేయగా ఇబ్రహీం సామంతుడు పటాన్‌చెరువు పాలకుడైన అమీన్‌ఖాన్‌కు అంకితంగా పొన్నెగంటి తెలగనార్యుడు రాసిన 'యయాతి చరిత్ర' తొలి 'అచ్చ తెలుగు' కావ్యం. అది ఓష్ఠ్య, నిరోష్ఠ్య, ద్వ్యర్థి, అచల, జిహ్వాకాది గారడీ కవిత్వాలకు ఉదాహరణ.

మహమ్మద్ కులీ కుతుబ్షా ఆస్థాన తెలుగు కవి గణేశ పండితుడు. అతని ఆస్థానంలో గోల్కొండ కరణీకంగా పనిచేసిన ప్రసిద్ధ కవి సారంగు తమ్మయ్య శృంగార రస ప్రబంధం 'వైజయంతీ విలాసం' రచించాడు. కృష్ణా జిల్లా మొవ్వ గ్రామంలోని గోపాలస్వామిపై పచ్చి శృంగార 'పదాలు' చెప్పిన వరదయ్య తిరుపతి, కంచి, శ్రీరంగం మొదలగు క్షేత్రాలు తిరిగి క్షేత్రయ్యగా పేరుపొంది, అబ్దుల్లా కుతుబ్షాహీని దర్శించి ఆయనపై వేయి వరకు 'పదాలు' పాడాడు.

భద్రాచలం తహశీల్దార్ కంచర్ల గోపన్న తహశీల్ డబ్బులతో రామాలయం నిర్మించి, అందుకు అబ్దుల్లా కుతుబ్షాచే గోల్కొండ కోటలో జైలు చేయబడి, జైలు విముక్తికై భక్తి ఆవేశంలో రామునిపై లయ, తాళ యుక్తంగా భజన 'కీర్తనలు' రాయగా (రామలక్ష్మణులు ప్రసన్నులై తానీషా అనుమతితో అతన్ని విడిపించగా), నాటి నుండి గోపన్న రామదాసుగా కీర్తి పొందాడు. "ఏ తీరుగ నను దయ జూచెదవో", "సీతాకు చేయిస్తి చింతాకు పతకమ్ము", "నను బ్రోవమని చెప్పవే" మొదలైన రామదాసు కీర్తనలు తెలుగు వారి నోళ్లలో నేటికీ నానుతున్నాయి. రామదాసు రాసిన 'దాశరథీ శతకం'లో తన మరో కావ్యాన్ని దురాత్ములకిచ్చినట్లు తెలిపాడు.

సంస్థానాల సాహిత్య పోషణ

సుల్తాన్ కులీ కాలంలో జాగిర్దారు ఈడూరు ఎల్లయ్యకు అంకితంగా శంకర కవి 'హరిశ్చంద్రోపాఖ్యానం' రాశాడు. పటాన్ చెరువు పాలకుడు అమీన్‌ఖాన్ తొలి అచ్చతెలుగు కావ్యం 'యయాతి చరిత్ర'ను రాయించాడు. విజయనగర సామ్రాజ్య ఉద్యోగి కామినేని కాచారెడ్డి బిక్కనవోలు (కామారెడ్డి జిల్లా)లో రాజ్యాన్నేర్పాటు చేసుకోగా సుల్తాన్ కులీ అతన్ని మెదక్ దుర్గాధిపతిగా నియమించాడు. అతని మనుమడు ఎల్లారెడ్డి 'బాలభారతం', 'కిరాతార్జునీయం' అనే కావ్యాలను అంకితం తీసుకున్నాడు. మహమ్మద్ కులీ సమకాలికుడు అగు ఎల్లారెడ్డి మనుమడు కామిరెడ్డి పట్టమట సోమనాథ సోమయాజి ఆంధ్రానువాదాలగు 'సూత సంహిత' (స్కాందపురాణాంతర్గతం)ను, అతని తమ్ముడు ఎల్లారెడ్డి 'బ్రహ్మోత్తర ఖండం'ను అంకితం తీసుకున్నారు. ఎల్లారెడ్డి తమ్ముడు మల్లారెడ్డి షట్చక్రవర్తి చరిత్ర, శివధర్మోత్తరం, పద్మపురాణం అనే కావ్యాలు రచించాడు. జటప్రోలు సంస్థానం రాజా సురభి మాధవ రాయలు 'చంద్రికా పరిణయం' రాశాడు. అలాగే గద్వాల సంస్థానమూ కవి పండితులను పోషించి 'విద్వద్గద్వాల' అనే పేరు తెచ్చుకుంది.

వేమన, వీరబ్రహ్మం

17వ శతాబ్దంలో వేమన, పోతులూరి వీరబ్రహ్మం ఎవరి పోషణలోనో కాకుండా సొంతంగానే ప్రజలకు అర్థమయ్యే పద్యాలు, పాటల్లో సంఘ సంస్కరణ కవిత్వం చెప్పారు. నీతి, సంఘ (వర్ణ) సమానత్వం, అస్పృశ్యతా నిర్మూలన, మానవత్వం, సామ్యవాదం, నిరాడంబరత్వం (నగ్నత్వం), హేతువాదం, సాధన, ఆత్మజ్ఞానం, అద్వైతం, వీరశైవం, శూన్యవాదం, బౌద్ధం, జైనం మొదలైనవి ప్రధానాంశాలుగా దేశాటనలో ప్రచారం చేస్తూ ఆటవెలది అనే దేశీ ఛందస్సులో వేయికి పైగా (4 వేలు) పద్యాలను వేమన తన శిష్యులకు, ప్రజలకు బోధించాడు. కడప, గుంటూరు ప్రాంతాల వాసి యగు వేమన వేశ్యలవంటి ఎంగిలి విద్యలని వేదాలను, కామయాజులను, యజ్ఞాలను, 'మును ముహూర్తముండ ముండెట్ల మోసెరా' అంటూ మూఢ నమ్మకాలను, కాముకులగు మోసగత్తెలను (స్త్రీలను), 'పియ్యి తినెడు కాకి పితరుడెట్లాయెరా' అంటూ శ్రాద్ధకర్మలను, విగ్రహారాధనను, తీర్థాటనలను, 'లింగ మతములోన దొంగలుగా బుట్టి – ఒకరినొకరు నింద నొనర జేసి – తురక జాతి చేత ధూళియై పోదురు' అంటూ నాటి శైవ, ముస్లిం మతాలను తీవ్రంగా విమర్శించాడు. కర్నూలు జిల్లా పోతులూరు వాసి, కంసాలి కులస్థుడగు వీరబ్రహ్మం వేమన భావాలతోనే కవిత్వం, భవిష్యత్తునూహించి 'కాలజ్ఞానం' చెప్పగా, అతని శిష్యులగు దూదేకుల సిద్ధయ్య, పంచమ కులస్థుడగు కక్కడు కూడా అదే బాటలో పయనించారు.

నాట్య సంగీతాలు

అభినయ, నృత్య, గీత, వాద్య సంగీత సాహిత్యాల సమాహార కళ నాట్యం. వేశ్యలు, కూచిపూడి భాగవతులు (సంచారులు) ఈ కళల్లో నిష్ణాతులు. ఒక్క హైదరాబాదులోనే రెండు వేల మంది వేశ్యలు రాజ దర్బారులో, కులీనుల కచేరీల్లో, భోగం మేళాల్లో, మత సాంఘిక కార్యక్రమాల్లో ఆడి పాడేవారు. మహమ్మద్ కులీ తనకిష్టమైన నాట్యకత్తె భాగమతి (తర్వాత హైదర్‌మహల్) పేరు మీదనే భాగ్యనగరాన్ని (హైదరాబాద్) నిర్మించాడట. ఆయన వారసులు తారామతి, ప్రేమామతి అనే కళావంతులగు వేశ్యలను పోషించారు. వారు ఆటపాటల ప్రదర్శనలకోసం బారాదరులను (12 గదులతో) నిర్మించారు. నాటకాలలో ఆడే స్త్రీలను పాతర కత్తెలు అనేవారు. తానీషా కూచిపూడి అగ్రహారాన్ని అక్కడి భాగవతులకిచ్చాడు. 'సుగ్రీవ విజయం' మొదలగు యక్షగానాల్ని భాగవతులు ప్రదర్శించేవారు.

నృత్యంలో దేశి, మార్గ రీతులు, దేశీలో మొహర్రం మొదలగు ముస్లిం పండగల్లో గ్రామీణులు పాడుతూ ఆడే కోలాటం ఆట ప్రధానమైనవి. వాద్య సంగీతంలో తాళం, తాళంలో జంపె, ధృవ, ఆది, ఆట తాళాలు ప్రముఖమైనవి. గాత్ర సంగీతంలో లాలి పాటలు, ధవళాలు, సువ్వాలు, ఏల పదాలు, పెండ్లి పాటలు, మంగళహారతి పాటలు ప్రధానమైనవి.

చిత్రలేఖనం

అహ్మద్‌నగర్ రాజ్యపు నైజాంషా ఆస్థానంలో రూపొందిన 'తారిఫ్ హుస్సేన్ షా పాద్ షాహి దక్కన్' అనే గ్రంథంలో రాక్షసి - తంగడి యుద్ధానికి (క్రీ.శ. 1565) సంబంధించి కనిపించే 14 చిత్రాలే దక్షిణ భారతదేశపు 'సూక్ష్మ వర్ణ చిత్రాలకు' మొదటి ఉదాహరణలని విజ్ఞులు అంటారు. హిందూ, పారశీక, పాశ్చాత్య ప్రభావాల ఫలితంగా రూపొందిన 'దక్కనీ వర్ణచిత్రశైలి'కి పితామహుడుగా పేరొందిన గోల్కొండ ఆస్థాన కళాకారున్ని మొఘలులు పిలిపించుకున్నారు. ఈ శైలి చిత్రకళ పరిపుష్టి పొందినదనడానికి నిదర్శనాలు - అబ్దుల్లా కుతుబ్షా కాలపు ఊరేగింపు చిత్రాల్లో అజంతా ఛాయలతో సహజంగా కనిపించే మీర్‌జుమ్లా అక్కన్న, మాదన్నల ముఖాకృతులు, తానీషా కాలంలో పక్క (అర్ధముఖ) ఆకృతిలో చిత్రింపబడి ఇటీవల బయటపడిన అబ్దుల్లా, తానీషాల రూప పటాలు.

వాస్తు శిల్పాలు

గుమ్మటాలు (డోమ్‌లు), కమానులు/ ఆర్చ్‌లు, మినరెట్లు (శిఖరాలు) మొదలగు పర్షియన్, షియా, పఠాన్ లక్షణాలతో, పక్షులు, పూలు, తీగలు మొదలగు భారతీయ అలంకారిక లక్షణాలతో ఏర్పడిన ఇండో-ఇస్లామిక్ వాస్తు రీతిలో కుతుబ్షాహీ రాజులందరూ గోల్కొండ, హైదరాబాద్, హయత్‌నగర్, వినుకొండ, కంభం (ఖమ్మం మెట్టు) మొదలగు పట్టణాల్లో ఎన్నో కట్టడాలు నిర్మించారు. దేవాలయాది హిందూ నిర్మాణాలు మాత్రం కొత్తగా జరగలేదనే చెప్పాలి.

గోల్కొండ

గోల్కొండ కోట నిర్మాణాన్ని కులీ కుతుబ్షా చేపట్టినప్పటికీ దానిని దక్షిణ భారత దేశంలోనే అతి పెద్ద కోటగా తీర్చిదిద్దింది మాత్రం ఇబ్రహీం కుతుబ్షా. చుట్టూ 7 కిలో మీటర్ల బలిష్టమైన రాతి గోడలతో, వాటి చుట్టూ లోతైన కందకాలతో, 87 బురుజులతో, 8 దర్వాజాలతో నిర్మించబడిన గోల్కొండ కోట ఔరంగజేబు లాంటి

మొఘలు చక్రవర్తికే 8 నెలల ముట్టడి అనంతరం కూడా లొంగకపోవడం దాని గొప్పదనాన్ని తెలియజేస్తుంది. కోట లోపల నిర్మించిన కార్యాలయాలు, రాజప్రాసాదాలు, అంతఃపురాలు, బారాదరులు (రంగ/నాట్య మండపాలు), కోట అగ్రభాగాన గల బాలాహిస్సార్/రాజ దర్బారు, రాణివాసాల మధ్య గల ఫౌంటెయిన్లు, పార్కులు కోట సౌందర్యాన్ని ఇనుమడింపజేశాయి. 3 కిలోమీటర్ల దూరంలో (ఉత్తరాన) గల 'దుర్గం/రహస్య చెరువు' నుండి ఏనుగుల సహాయంతో పర్షియన్ చక్రంను ఉపయోగించి పైపుల ద్వారా కోటలోని పెద్దబావిలోకి, అక్కడి నుండి నీటిని కోట అగ్రభాగానికి చేరవేయడం, స్నానవాటికలోకి వేడినీరు, చన్నీరు చేరేట్లు ఏర్పాటు చేయడం మొదలగు హైడ్రలాజికల్ ఇంజనీరింగ్ ఘనతలు నాటి నాగరిక ప్రపంచానికే కొత్త. గోల్కొండను ఆనుకొని ఉన్న నయా ఖిలాలో 2015లో చేపట్టిన తవ్వకాలలో, 'చలిగాలి భవనం' (Air-cooling palace) బయటపడింది.

హైదరాబాద్

గోల్కొండ కోటలో జన సాంద్రత పెరగడంతో ఇబ్రహీం కుతుబ్షా కోటకు కొన్ని మైళ్ల దూరంలో తన పేర ఇబ్రహీంపట్టణాన్ని కట్టి ఆ పట్టణ నీటి అవసరాలకోసం ఇబ్రహీం సాగర్ అనే చెరువు కట్టించాడు. మూసీనది ప్రాంతంలో నివసించే ప్రజల కోసం క్రీ.శ. 1562 - 64 మధ్య తన బావమరిది హుస్సేన్ నిర్మాణ సారథ్యంలో చెరువు (నేటి హుస్సేన్‌సాగర్) కట్టించాడు. తన కొడుకు మహమ్మద్ కులీ కుతుబ్షా (క్రీ.శ. 1580-1612) యవ్వనంలో ఉన్నప్పుడు వర్షాకాలంలో పొంగిపొర్లే మూసీనదిని కష్టపడుతూ దాటి చించలం గ్రామవాసి భాగమతిని కలుసుకోవడం చూడలేక పారిస్ వంతెనను తలదన్నే వంతెనను (పురానాపూల్) ఇబ్రహీం కట్టించాడని, అనంతరం మహమ్మద్ కులీ రాజు అయిన తర్వాత తన రేఖా శాస్త్ర పరిజ్ఞానాన్ని ఉపయోగించి గ్రిడ్ నమూనాపై చించలం గ్రామం చుట్టే నూతన రాజధాని నగరాన్ని 70 లక్షల హొన్నుల ఖర్చుతో నిర్మించాడని, ఆ నగరాన్ని అతని ప్రియురాలు భాగమతి పేర భాగ్‌నగర్ అని భారతీయులు, ఆమె మారిన పేరున (హైదర్ మహల్) హైదరాబాద్ అని పర్షియన్లు అంటారని సమకాలీన ఫ్రెంచి బాటసారి టవర్నియర్ రాశాడు. అయితే మరో బాటసారి థెవ్‌నాట్ మాత్రం ఆ నూతన రాజధానిని బాగ్‌నగర్ (తోటల నగరం) అన్నాడు. నేటికీ హైదరాబాద్‌లో బషీర్‌బాగ్, బాగ్‌లింగంపల్లి, కంచన్‌బాగ్, కుందన్‌బాగ్ మొదలగు ప్రాంతాలుండటం గమనార్హం. దీన్నిబట్టి బాగ్‌నగర్ సంస్కృతీకరణ రూపం భాగ్యనగరం అని చెప్పాలి. ఇక ఫెరిస్టా ఇబ్రహీమే తన ప్రియురాలు భగీరథీ పేర భాగ్‌నగర్ కట్టించాడని రాశాడు. పారిస్ రాజప్రాసాదాలంతటి భవనాలతో అబ్దుల్లా

కుతుబ్షా తల్లి హయత్‌బక్షీ బేగం హయత్‌నగర్ కట్టించిందని థెవ్‌నాట్ రాశాడు. రాజమాతగా తన పేరు (మాసాహెబ్) మీద హయత్‌బక్షి కట్టించిన చెరువు ప్రాంతమే ఈనాటి హైదరాబాద్‌లోని మాసాబ్‌ట్యాంక్ అని పలువురు భావించారు.

చార్మినార్

హైదరాబాద్ నడిబొడ్డులో 60 అడుగుల చతురస్ర ప్రణాళికపై 146 మెట్లతో 60 అడుగుల ఎత్తుగల నాలుగు కమానులపై చివరి/ నాల్గవ అంతస్థులో మసీదుతో ప్లేగువ్యాధి నివారణ సూచకంగా క్రీ.శ. 1591-92 మధ్య మహమ్మద్ కులీకుతుబ్షా చార్మినార్‌ను 2 లక్షల హొన్నుల (9 లక్షల రూ.) ఖర్చుతో నిర్మించాడు. 186 అడుగుల ఎత్తున్న చార్(4) మినార్లు కలిగి యున్నందుకే ఈ నిర్మాణానికి చార్మినార్ అనే పేరు వచ్చింది. ఇది కుతుబ్షాహీ వాస్తు/ స్మారక నిర్మాణాలన్నింటిలోకెల్లా తలమానికమైంది. హైదరాబాద్ (చార్మినార్)కు నలువైపులా జనారణ్యం విస్తరించాలనే మహమ్మద్ కులీ ఆకాంక్ష (పద్యం)కు నిదర్శనాలుగా కాకతీయ తోరణాలను తలపించే అరవై అడుగుల ఎత్తుగల (4) చార్ కమాన్లను క్రీ.శ. 1594లో నిర్మించారు. చారిత్రక ప్రాధాన్యంగల చార్ కమాన్లను 6వ నిజాం మీర్ మహబూబ్ ఆలీఖాన్ ఒక శతాబ్ది క్రితం నవీనీకరించాడు.

భవనాలు - మసీదులు

16వ శతాబ్దాంతంలోనే చార్మినార్ చుట్టూ కట్టబడిన కార్యాలయాలు, రాజభవనాల్లో దాడ్‌మహల్, 4 అంతస్తుల ఆమన్‌మహల్, మొహరం వేడుకలు జరుపుకోవడానికై క్రీ.శ.1594లో కట్టిన బాద్‌షాహి అషుర్ఖానా, ప్రజా వైద్య సౌకర్యాలకై క్రీ.శ.1597లో నిర్మించిన దార్-ఉల్ షిఫా కుతుబ్షాహీ వాస్తు నిర్మాణాలలో చెప్పుకోదగినవి. చార్మినార్ కు ఈశాన్యంలో అతిథిగృహం, టర్కీ స్నానవాటిక, విద్యా సౌకర్యాలతో క్రీ.శ.1598లో ఇండో-పర్షియన్ వాస్తురీతిలో కట్టబడిన 'జామీ మసీదు' హైదరాబాదులోని ఆకర్షణీయమైన మసీదుల్లో మొదటిది. చార్మినార్‌కు నైరుతిలో సుల్తాన్ మహమ్మద్ కుతుబ్షా కాలం నుండి అతను మక్కా నుండి తెచ్చిన మట్టి, గంధం, మహమ్మద్ ప్రవక్త వెంట్రుక మొదలగు అవశేషాల మీద 67 మీటర్ల పొడవు, 54 మీ. వెడల్పు, 23 మీ. ఎత్తుగల 15 ఆర్చ్‌ల హాలును 8 వేల మంది శిల్పులు, కూలీలు, క్రీ.శ. 1694లో ఔరంగజేబు పూర్తిచేసే వరకు 77 సంవత్సరాలు పనిచేసి నిర్మించిన 'మక్కా మసీదు' కుతుబ్షా సామ్రాజ్యంలోకెల్లా పెద్ద మసీదు. మహమ్మద్ కుతుబ్షా దీనిని "బైతుల్ అతిఖ్"గా పేర్కొన్నాడు. మక్కా మసీదు నమూనాను పోలి,

మక్కా పోలేని వారికి ఎల్లప్పుడూ 'దక్కను కాబా'గా అందుబాటులో ఉండే ఈ మినరెట్లు లేని మసీదు ఒకేసారి 10 వేలమంది ప్రార్థనలు చేసుకునేందుకు వీలు కల్పిస్తుంది. హైదరాబాద్ నగరంలోని టోలి మసీదు, ఖైరతాబాద్ మసీదులు, సూఫీ సన్యాసుల దర్గాలు కూడా కుతుబ్షాహీ నిర్మాణాల్లో చూడదగినవి.

గోల్కొండ పక్కన కుతుబ్షాహీ రాజవంశీకులు కట్టించుకున్న 30కి పైగా సమాధుల్లో 7రు రాజులవి, రాజమాత హయత్ బక్షీ బేగంది సుందరమైనవి. వీటిల్లో తాము జీవించి ఉన్నప్పుడే తమ సమాధులను చతుర్భుజాకారంలో సుల్తాన్ కులీ, అష్టభుజాకారంలో జంషీద్, 42.5 మీటర్ల ఎత్తుతో మహమ్మద్ కులీ, తన సమాధి ముందు ఫౌంటెయిన్‌తో బక్షి, రాజ చిహ్నాలతో అబ్దుల్లా కట్టించుకోవడం గమనించవచ్చు. క్రీ.శ. 1687లో ఔరంగజేబు కుతుబ్షాహీల రాజ్యాన్ని ఆక్రమించడంతో అర్థాంతరంగా ఆగిపోయిన తానీషా సమాధినీ చూడవచ్చు.

సర్దార్ సర్వాయి పాపన్న

క్రీ.శ.1687లో తెలంగాణను పాలించే గోల్కొండ రాజ్యాన్ని మొఘల్ సామ్రాట్ ఔరంగజేబు ఓడించి దక్కన్ సుబాగా చేసి ఒక గవర్నరు పాలనలో ఉంచాడు. సుబా అధికారులు ఇక్కడి స్థానికులు కాదు. కాబట్టి వారు ప్రజా సంక్షేమం కోసం పనిచేయకుండా పన్నుల వసూలు, వీలైనన్ని విధాల వ్యక్తిగత సంపాదనల మీదే దృష్టి పెట్టేవారు. ప్రత్యక్ష పరిపాలన లేకపోవడం వల్ల అలాంటి ముస్లిం సర్దారులకు తోడు స్థానిక జమీందార్లు కూడా ప్రజలనే హింసించడం మొదలు పెట్టారు. బాధిత ప్రజల్లో 14వ శతాబ్దం నుంచి తెలంగాణలో స్థిరపడుతూ వచ్చిన తురకలు కూడా ఉన్నారు. అంటే హిందూ ముస్లింలు అందరూ 17వ శతాబ్దాంతానికల్లా ఒక స్థానిక సంక్షేమ ప్రభుత్వ ఏర్పాటును కోరుకుంటున్నారు.

ఈ నేపథ్యంలో జనగామ ప్రాంతంలో గౌడ కులంలో నాచగోని సర్వాయి పాపన్న పుట్టాడు. ఇతడు తెలంగాణలో స్థానిక పరిపాలనను ప్రవేశపెట్టాలనే బృహత్ ఆశయం కలవాడుగా కన్పిస్తాడు. అందుకు ఆయన ముందుగా తెలంగాణలో తిష్టవేసిన మొఘల్ ప్రభుత్వాన్ని పారదోలవలసి ఉంటుంది. ఇందుకు ఆయనకు సైన్యం కావాలి, ఆయుధాలు కావాలి, ఫిరంగులు కావాలి. వీటన్నింటికి ధనం కావాలి. శారదకాండ్రు, వీరముష్టివారు, పిచ్చుకుంట్లవారు అనే జానపదులు పాడే పాపన్న వీరగాథ ప్రకారం పాపన్న తన తల్లి సర్వమ్మను సతాయించి, ఆమె చూపిన చోట తవ్వి, ఏడు కొప్పెరల ధనం వెలికి తీశాడు. సమకాలీన ముస్లిం రచనల ప్రకారం పాపన్న ధనం సేకరించింది

తన వితంతు సోదరి నుంచి. దానితో బంధు మిత్రులను, యువకులను కలుపుకొని సైన్యం నిర్మించాడు.

పాపన్న సైన్యంలో ముఖ్యమైన వ్యక్తి మీరా సాహెబు. ఇతర ముఖ్య వ్యక్తుల్లో పేర్కొనదగినవారు హసన్, ఇమామ్, దూదేకుల పీరు, కుమ్మరి గోవిందన్న, చాకలి సర్వన్న, మంగలి మాసన్న. జానపద గాథ ప్రకారం పాపన్న మొత్తం 12 వేలమంది సైనికులను తయారు చేశాడు. ఖాఫీఖాన్ అనే 17వ శతాబ్దాంతపు ముస్లిం చరిత్రకారుని రచన సూచించే వివరాల ప్రకారం సుమారు 12 వందల మంది సైనికులనైనా నియమించుకున్నాడు. సైన్యాన్ని నియమించుకోవడానికి అవసరమయ్యే ధనాన్ని సంపాదించడానికి పాపన్న అనేక రహదార్లను కొల్లగొట్టాడని జానపద సాహిత్యం విశదం చేస్తుంది. ధనికులు, వ్యాపారులు, జమీందారులు, సర్దార్లను దోచుకున్నాడు – వారి దగ్గరే అధిక మొత్తంలో ధనముంటుంది కాబట్టి. వారందరూ కలిసి ప్రభుత్వ సహాయంతో పాపన్నను బంధించే పథకాన్ని రూపొందించారు. ఇది తెలిసి పాపన్న వారి ప్రాంతాలకు దూరంగా కరీంనగర్ జిల్లాలో ఉండే ఎలగందల పరగణా జమీందారు వెంకట్రావు కొలువులో పనికి కుదిరాడు. ఆ కాలంలో జగిత్యాల జిల్లాలోని పొలవాస, మానాల జమీందార్ల మధ్య జగడాలు జరుగుతున్నాయి. పాపన్న తన జమీందారు పక్షాన ఆ జగడాల్లో పాల్గొని విజయం సాధించాడు. ఆ నేపథ్యంలో పాపన్నకు తన వంటి వ్యక్తి కొండల రాయుడు, మరొకడు హనుమంతు అనే వారితో పరిచయమైంది. వీరు ఏకమై గ్రామాలు గ్రామాలనే కొల్లగొట్టారట. బాధిత ప్రజలు జమీందారు వెంకట్రావుకు చెప్పగా ఆయన పాపన్నను జైలులో పెట్టాడు. కాని అతని భార్య తన కొడుకు ఆరోగ్యం బాగైతే ఖైదీలను విడుదల చేస్తామని మొక్కుకున్న కోరిక మేరకు వెంకట్రావు పాపన్నను విడిచి పెట్టాడు.

పాపన్న చాకలి సర్వన్నతో కలిసి ఉన్న జనగామ ప్రాంతంలోని షాహ్‌పురానికి వచ్చి, అక్కడొక మట్టికోట కట్టి సైనికులను నియమించడం ప్రారంభించాడు. అందుకు ఇంకా ధనం కావలసి వచ్చి మళ్ళీ వ్యాపారులను, గ్రామాలను కొల్లగొట్టడం ప్రారంభించాడు. కొన్ని గ్రామాల ప్రజలు పాపన్న కొల్లగొట్టడాలు, ముస్లిం సర్దారుల పీడనలను తట్టుకోలేక అడవుల్లోకి పారిపోయారు. పాపన్న కొల్లగొట్టడాలు, విషయం ప్రజలు, ప్రభుత్వాధికారుల ద్వారా మొఘలు చక్రవర్తి ఔరంగజేబుకు తెలిసింది. వెంటనే అతడు పాపన్నను శిక్షించుమని కొలనుపాకలో సర్దార్ గా పనిచేస్తున్న రుస్తుం దిల్‌ఖాన్‌ను ఆదేశించాడు. రుస్తుం తన అనుచరుడు ఖాసింఖాన్ నాయకత్వంలో పంపిన సైన్యం షాహ్‌పురం కోటను ముట్టడించింది. దాంతో అప్పటి వరకు దొంగగా ముద్రపడిన

పాపన్న ఒక భారతదేశ స్థాయి చక్రవర్తి ఔరంగజేబు పంపిన సైన్యంతో పోరాడవలసి వచ్చింది. ఆ సైన్యాన్ని ఎదిరించినట్లైతే తను రాజకీయంగా ఎదగవచ్చు అనే విషయం అర్థమై పాపన్న, అతని సైన్యం వీరావేశంతో ఖాసింఖాన్ సైన్యాన్ని ఎదుర్కొని ఓడించారు. పాపన్న ఖాసింఖాన్‌ను చంపాడు కూడా. రుస్తుం దిల్‌ఖాన్‌కు ఇది ఊహించని పరిణామం. తను పాపన్న శక్తి సామర్థ్యాలను తక్కువగా అంచనా వేశానని తెలుసుకొని రుస్తుం వెంటనే వేలకొలది సైనికులను వెంటేసుకుని వెళ్ళి షాహ్‌పురం కోటను ముట్టడించాడు. పాపన్న దగ్గర వేలమంది సైనికులు లేరు. కాబట్టి రుస్తుం దిలీఖాన్‌ను ఎదుర్కోవడం సాధ్యం కాదనుకొని కోటలోని రహస్య ద్వారం నుండి తప్పించుకుని పారిపోయాడు. రుస్తుం పాపన్న లేని షాహ్‌పురం కోటను ధ్వంసం చేసి కొలనుపాకకు తిరిగిపోయాడు.

రుస్తుం దిల్‌ఖాన్ కొలనుపాకకు వెళ్ళిపోగానే పాపన్న సైనిక బలగాలను అధిక సంఖ్యలో నియమించుకొని వచ్చి షాహ్‌పురం కోటను ముట్టడించి, కాపలా ఉన్న తురక సైనికులను ఓడించి కోటను వశపర్చుకున్నాడు. ఆ వెంటనే షాహ్‌పురం మట్టికోట స్థానంలో రాతి కోటను బలిష్టంగా నిర్మించాడు. ఆధునిక ఆయుధాలు... అంటే తుపాకులు, మందుగుండు సామాగ్రి, ఫిరంగులు సమకూర్చుకున్నాడు.

పాపన్న బలపడుతున్న సంగతి తెలుసుకుని రుస్తుం దిల్‌ఖాన్ షాహ్‌పురం కోటపై మళ్ళీ దండయాత్ర చేశాడు. ఈ సారి పాపన్న, అతని సైనికులు రుస్తుం దిల్‌ఖాన్ సైన్యంతో పోటాపోటీగా పోరాడారు. షాహ్‌పురం రాతి కోటను ఛేదించడం రుస్తుం సైన్యానికి సాధ్యం కాలేదు. మూడు నెలల తరువాత కూడా కోట వశం కాకపోవడంతో అలసిపోయి ఉన్న తరుణంలో రుస్తుంకు పాపన్న కానుకల ఆశ చూపి యుద్ధాన్ని విరమించుకోమని కోరాడు. రుస్తుం కానుకలు తీసుకొని కొలనుపాకకు తిరిగి వెళ్ళిపోయాడు. అయితే ఈ యుద్ధ సమయంలో పుర్దిల్‌ఖాన్ అనే జమేదారు కత్తివేటుకు పాపన్న ప్రధాన అనుచరుడు చాకలి సర్వాయ బలయ్యాడు. అప్పట్నుంచి అతని పేరునే (సర్వాయ) పాపన్న తన పేరు ముందు పెట్టుకున్నాడంటారు కొందరు. సర్వాయ, పాపన్నలే షాహ్‌పురం కోటను నిర్మించారు కాబట్టి, స్థానికులు వారిరువురి పేర్లను కలిపి (సర్వాయ పాపన్న) పలికేవారేమో! అయితే పాపన్న తల్లి పేరు కూడా సర్వమ్మ కాబట్టి, స్థానికులు పాపన్న పేరుకు ముందు ఆమె పేరును చేర్చి పిలువడం వల్ల కూడా పాపన్నకు సర్వాయ పాపన్న అనే పేరు వచ్చే అవకాశముంది.

క్రీ.శ. 1707లో మొఘల్ సామ్రాట్ ఔరంగజేబు చనిపోయాడు. సింహాసనం కోసం ఢిల్లీలో అతని వారసుల మధ్య పోరు మొదలైంది. ఆ కాలంలో దక్కన్ ప్రాంత

వ్యవహారాలు చూస్తున్న ఔరంగజేబు కొడుకు కాంబక్ష్ కూడా ఢిల్లీలో చోటు చేసుకుంటున్న రాజకీయ పరిణామాల మీద దృష్టి పెట్టి తెలంగాణలో చోటుచేసుకుంటున్న పరిణామాలను అలక్ష్యం చేస్తున్న తరుణంలో పాపన్న యాదాద్రి భువనగిరి జిల్లాలోని వలిగొండ మండలంలో ఉన్న వేములకొండ మీద కోట కట్టాడు. అలాగే తాటికొండలో మరో కోట కట్టాడు. మరింత సైనిక బలాన్ని పెంచుకున్నాడు.

ఆత్మవిశ్వాసం పెంచుకున్న తరువాత క్రీ.శ. 1708 ఏప్రిల్ 1 నాడు వరంగల్ ప్రజలు మొహర్రం పండుగ జరుపుకుంటున్న సమయంలో పాపన్న రెండు-మూడు వందల పదాతిదళంతో, నాలుగైదు వందల ఆశ్విక దళంతో ఓరుగల్లును (వరంగల్) ముట్టడించాడు. వరంగల్ పట్టణాన్ని చేరే దారులన్నింటినీ మూయించి ఆశ్విక దళంతో పట్టణం మీద పడి లక్షల రూపాయల విలువైన ధన సంపత్తిని కొల్లగొట్టాడు. కోటను స్వాధీనం చేసుకుని వరంగల్ తివాచీల సంతను కొల్లగొట్టాడు. కోటలో నివసించే 12 వేల మంది స్త్రీలు, పురుషులు, పిల్లలను బందీలుగా పట్టుకున్నాడు. ఎదురుపడిన వందలమంది ముస్లిం సైనికులను, సర్దారులను చంపాడు. ఖాజీ మహమ్మదు భార్యను ఉంచుకుని, అతని బిడ్డను వేశ్యలకు అప్పగించాడు.

ఓరుగల్లు కోట, చుట్టు పక్కల గ్రామాలను కొల్లగొట్టి, విశేషమైన ధనాన్ని సంపాదించుకొని రెట్టించిన ఉత్సాహంతో పాపన్న తన సైన్యంతో వెళ్ళి భువనగిరి కోటపై దండెత్తి, దుర్గ పాలకున్ని ఓడించి కోటను స్వాధీనపరచుకున్నాడు. భువనగిరి దండయాత్రలో కూడా పాపన్నకు చాలా ధనం లభించింది. ఈ దండయాత్రల ద్వారా లభించిన ధనంతో పాపన్న తాటికొండ కోటను బలోపేతం చేశాడు.

తెలంగాణ గుండెకాయ వంటి ప్రాంతంలో ఉన్న ఓరుగల్లు, భువనగిరి వంటి శత్రు దుర్భేద్య కోటలను పాపన్న అవలీలగా స్వాధీనం చేసుకొని సంపదను కొల్లగొట్టడం, ముస్లిం సైనికులను, సర్దారులను చంపడం, ఒక ఖాజీ భార్యను ఉంచుకోవడం అనేక మంది ముస్లిం సర్దారులకు కోపం తెప్పించింది. పాపన్న కూడా సర్దారు అని పిలువబడే స్థాయికి ఎదగడం వారికి కంటగింపయింది. అలాంటి వారిలో షాహె ఇనాయత్ అనే ఒక ముస్లిం యోగి ఢిల్లీకి వెళ్ళి ఔరంగజేబు తర్వాత మొఘల్ చక్రవర్తి ఐన బహదూర్ షాకు పాపన్న చర్యల గురించి చెప్పి, త్వరగా తగిన చర్యలు తీసుకోవాలంటూ నలుపై రోజులు నిరాహార దీక్ష చేసి చనిపోయాడు. దాంతో బహదూర్‌షా హైదరాబాద్ సుబేదార్ యూసఫ్‌ఖాన్ రుజ్ బహానికి పాపన్నను చంపుమని ఆదేశాలిచ్చాడు. యూసఫ్‌ఖాన్ పంపిన అతని ప్రధాన సేనాని దిలావర్‌ఖాన్ సైనిక బలగాలతో వెళ్ళి

పాపన్న ఉన్న షాహ్‌పురం కోటను ముట్టడించాడు. పాపన్న సైనిక బలగాలను ఓడించి కోటను వశపర్చుకున్నాడు. పాపన్న వరంగల్ నుండి బందీలుగా తెచ్చిన ముస్లిం సైనికులు పాపన్నపై తిరుగుబాటు చేసి దిలావర్‌ఖాన్ వైపు తిరిగి యుద్ధం చేశారు. దాంతో ఓటమి తప్పదని అర్థమైన పాపన్న రహస్య మార్గం గుండా తప్పించుకొని తాటికొండ కోటకు చేరాడు. పాపన్న తాటికొండలో మరింత సైన్యాన్ని సమకూర్చుకున్నాడు. ఈలోగా దిలావర్‌ఖాన్ సైనిక బలగాలతో షాహ్‌పురం నుంచి వచ్చి తాటికొండ కోటను ముట్టడించాడు. అయితే పాపన్న అప్పటికే కోటను శత్రు దుర్భేధ్యంగా నిర్మించడంతో, అతని సైన్యాలు కూడా ముస్లిం సైన్యాలతో వీరోచితంగా పోరాడడంతో తొమ్మిది నెలల యుద్ధం తరువాత కూడా కోట వశం కాకపోవడంతో దిలావర్‌ఖాన్ కోట లోపలికి ఆహారం, వస్తువులు చేరకుండా చేసి, అదనపు బలగాలతో కోట ముట్టడిని ఉధృతం చేశాడు.

ఇక తాటికొండలో కూడా పరాజయం తప్పదని భావించి పాపన్న కొద్దిమంది అనుచరులతో కలిసి కోట నుంచి తప్పించుకొని సిద్ధిపేట జిల్లాలోని హుస్నాబాద్ సమీపంలో ఉన్న సర్వాయిపేటకు వెళ్ళి, అక్కడ ఒక కోట కట్టి బలపడుతున్న సమయంలో ఒక పేరు తెలియని నమ్మకద్రోహి గూఢచర్యం ద్వారా ముస్లిం సైన్యాలకు చిక్కాడు. యూసఫ్‌ఖాన్ రుజ్ బహానీ పాపన్న తలను నరికి గోల్కొండ కోట గుమ్మానికి వేలాడ దీయించాడు. మొండేన్నేమో ఢిల్లీలోని మొఘల్ చక్రవర్తి బహదూర్‌షాకు కానుకగా పంపాడు. జానపద ఆధారాలేమో పాపన్న గోల్కొండ కోటను వశపర్చుకుని ఏడు ఘడియలు ఏలాక చనిపోయాడని తెలుపుతాయి.

పాపన్న వంటి ఒక సామాన్య వ్యక్తి తన ఒక్క జీవిత కాలంలోనే ఓరుగల్లు, భువనగిరి వంటి మహత్తరమైన కోటలను స్వాధీనం చేసుకోగలగడం, ఢిల్లీ రాజుకు బుగులు పుట్టించగలగడం చేయగలిగాడంటే అతనికి ఆ శక్తినిచ్చింది తెలంగాణలో స్థానిక సంక్షేమ ప్రభుత్వాన్ని ప్రతిష్ఠించాలన్న కాంక్షేనని చెప్పక తప్పదు.

***

అధ్యాయం - 9

అసఫ్ జాహీలు I: 1724-1868 A.D.

కుతుబ్ షాహీ రాజవంశం పతనం తరువాత, గోల్కొండ రాజ్యం 1687-1724 జ.జు. సంవత్సరాల మధ్య మొఘల్ పాలనలోకి వచ్చింది. 1707లో ఔరంగజేబు మరణం తరువాత, మొఘల్ సామ్రాజ్యం చాలా బలహీనపడి విచ్ఛిన్నమైంది. పర్యవసానంగా, వివిధ ప్రావిన్సుల/సుబాల సుబేదార్లు తమ స్వాతంత్ర్యాన్ని ప్రకటించుకున్నారు. దక్కన్‌లో, మీర్ ఖమరుద్దీన్ ఖాన్ చిన్ ఖిలిచ్ ఖాన్ ఆధ్వర్యంలో 1724లో అసఫ్ జాహీ రాజ్యం ఉనికిలోకి వచ్చింది, ఆయన నిజాం-ఉల్-ముల్క్ అసఫ్ జా అనే బిరుదుతో ప్రసిద్ధి చెందారు. హైదరాబాదు నిజాంల కుటుంబం భారతదేశాన్ని పాలించే రాకుమారులలో ర్యాంక్, హోదా మరియు అధికారంలో ముందుండింది. ఈ వంశం మొదటి ఖలీఫా అబూ బకర్ తండ్రి వైపు నుండి మరియు తల్లి వైపు ప్రవక్త ముహమ్మద్ వరకు దాని వారసత్వాన్ని కలిగి ఉంది. అసఫ్ జాహీల పూర్వీకుడు పర్షియాకు చెందిన షేక్ షహబుద్దీన్. అతని మరణం తరువాత, అతని వంశపారంపర్య వారసుడు, బొఖారా ఖాజీగా ఉన్న నవాబ్ అబిద్ కులీ ఖాన్, మొఘల్ చక్రవర్తి షాజహాన్ పాలనలో 1658లో భారతదేశానికి వచ్చాడు. అతను ఉన్నత స్థానానికి ఎదిగినందువల్ల చాలా గౌరవం లభించింది. అతని తరువాత అతని కుమారుడు మీర్ షహబుద్దీన్ ఘాజీ-ఉద్-దిన్ ఖాన్ ఫెరూజ్ జంగ్ రాజయ్యాడు. 1682లో, అతను మరాఠాలకు వ్యతిరేకంగా విజయవంతమైన యుద్ధం చేసాడు, దీనికి ప్రతిఫలంగా గాజియుద్దీన్ ఖాన్ బహదూర్ అనే బిరుదును మొఘల్ చక్రవర్తి ఔరంగజేబ్ అతనికి అందించాడు.

నిజాముల్-ముల్క్ 1671లో ఆగ్రాలో ఘాజీ-ఉద్దీన్ ఫిరూజ్ జంగ్ మరియు సఫియా ఖానం దంపతులకు జన్మించాడు. అతని అసలు పేరు ఖమరుద్దీన్-ఖాన్. అతను మొఘల్ చక్రవర్తి ఔరంగజేబుతో కలిసి దక్కన్‌కు వెళ్లి అనేక యుద్ధాల్లో పాల్గొన్నాడు. అతను ఆరు సంవత్సరాల వయస్సులో 400 అశ్వికదళానికి మన్సబ్దార్‌గా నియమించబడ్డాడు. ఔరంగజేబు అతనిని "చిన్ ఖిలిచ్ ఖాన్" (బాల ఖడ్గవీరుడు) బిరుదుతో

సత్కరించాడు. 1693 లో, అతను మరాఠాలతో పోరాడాడు మరియు యుద్ధ రంగంలో వారిని ఓడించాడు. యుద్ధంలో అతని శౌర్యం, నైపుణ్యంతో ముగ్ధుడైన, ఔరంగజేబు అతన్ని 2000/500 జట్ మరియు సవార్ మన్సబ్దార్‌గా నియమించాడు. నిజాం-ఉల్-ముల్క్ ఔరంగజేబ్ అనంతర కాలంలోని ప్రముఖ ప్రభువులలో ఒకరు. అతను 1724లో అసఫ్ జాహీ రాజవంశం మరియు స్వయంప్రతిపత్తి కలిగిన హైదరాబాద్ రాష్ట్రాన్ని స్థాపించాడు. అతని వారసులు దక్కన్‌ను 224 సంవత్సరాలు పాలించారు. నిజాంల పాలన హైదరాబాద్ స్టేట్‌లో మధ్యయుగవాదం నుండి ఆధునికవాదానికి పరివర్తనను సూచిస్తుంది. అసఫ్ జాహీ పాలనలో ఏడుగురు నిజాంలు ఉన్నారు. వారు 1724 నుండి 1948 వరకు పాలించారు.

అసఫ్ జాహీ పాలన (1724-1948 A.D)

మొదటి నిజాం	నిజాం-ఉల్-ముల్క్	(1724-1748)
	నాసిర్ జంగ్	(1748-1751)
	సలాబత్ జంగ్	(1751-1762)*
రెండవ నిజాం	నిజాం అలీ ఖాన్	(1762-1803)
మూడవ నిజాం	సికందర్ జా	(1803-1829)
నాల్గవ నిజాం	నాసిర్-ఉద్-దౌలా	(1829-1857)
ఐదవ నిజాం	అఫ్జల్-ఉద్-దౌలా	(1857-1868)
ఆరవ నిజాం	మీర్ మహబూబ్ అలీ ఖాన్	(1868-1911)
ఏడవ నిజాం	మీర్ ఉస్మాన్ అలీ ఖాన్	(1911-1948)

*మొఘల్ చక్రవర్తులు నాసిర్ జంగ్ మరియు సలాబత్ జంగ్‌లకు “నిజాం” బిరుదును ఇవ్వలేదు. అందువల్ల, వారి కాలం నిజాం పాలనలో ఉన్నట్లు పరిగణించబడలేదు.

నిజాం-ఉల్-ముల్క్

ఔరంగజేబు మరణానంతరం, మొఘల్ చక్రవర్తి బహదూర్ షా దక్కన్ నుండి చిన్ ఖిలిచ్

ఖాన్‌ను తొలగించి, అవధ్ గవర్నర్‌గా మరియు గోరఖాపూర్‌కు ఫౌజ్‌దార్‌గా నియమించాడు. తరువాత, ఫరూఖ్ సయ్యర్ అతన్ని దక్కన్‌లోని ఆరు సుబాలకు గవర్నర్‌గా నియమించాడు. అతనిని 'ఖానీ ఖానా మరియు 'నిజామ్-ఉల్-ముల్క్ బదూర్ ఫతే జంగ్' బిరుదులతో సత్కరించాడు. ఫరూఖ్ సయ్యర్ మరణం తరువాత, సయ్యద్ సోదరులు ఔరంగజేబు మనవడిని సింహాసనంపై కూర్చోబెట్టారు. అతను ముహమ్మద్ షా అనే బిరుదును స్వీకరించాడు. చిన్ ఖిలిచ్ ఖాన్‌ను తన వజీర్, ప్రధానమంత్రిగా నియమించాడు. వజీర్‌గా అతను మొఘల్ కోర్టులో ముఖ్యమైన పాత్ర పోషించాడు మరియు నాదిర్ షా దండయాత్ర సమయంలో అతను మొగల్ సామ్రాజ్యాన్ని రక్షించాడు. అయితే, అతను కోర్టు కుట్రలు మరియు ఢిల్లీలోని అంతర్గత రాజకీయాల వల్ల విసుగు చెందాడు. డెక్కన్‌లో తన వైస్రాయల్టీని తిరిగి కొనసాగించాలని నిర్ణయించుకున్నాడు. అతను తిరిగి వచ్చినప్పుడు, అతని అధికారాన్ని ముబారిజ్ ఖాన్ స్వాధీనం చేసుకున్నట్లు కనుగొన్నాడు. 1724లో శేకర్ ఖేడాలో ప్రత్యర్థుల మధ్య శేక్కర్-ఖేడా యుద్ధం జరిగింది, ముబారిజ్ ఖాన్ చంపబడ్డాడు మరియు అతని సైన్యం ఓడిపోయింది. నిజాం-ఉల్-ముల్క్ ఆధ్వర్యంలో ఈ ప్రాంతం వాస్తవిక స్వాతంత్ర్యాన్ని తెలియజేసినందున ఈ యుద్ధం దక్కన్ చరిత్రలో గొప్ప ప్రాముఖ్యతను సంతరించుకుంది.

నిజాం-ఉల్-ముల్క్ దక్కన్ సుబాలో విజయవంతమైన ప్రవేశం చేశాడు. దాని రాజధాని ఔరంగాబాద్‌లో స్వతంత్ర అసఫ్ జాహీ రాజ్యాన్ని స్థాపించాడు. మొఘల్ చక్రవర్తి ముహమ్మద్ షా నిజాం-ఉల్-ముల్క్‌ను దక్కన్ సుబేర్దార్‌గా గుర్తించి, అతనికి అసఫ్ జా అనే బిరుదును ప్రదానం చేశాడు. 1724లో అధికారం చేపట్టిన తర్వాత, అసఫ్ జాహీ పాలకుడు నిజాం డొమినియన్స్‌లో చౌత్ (ఆదాయంలో నాలుగో వంతు) మరియు సర్దేశ్‌ముఖి వంటి పన్నులను రద్దు చేయాలని నిర్ణయించుకున్నాడు. ఈ సందర్భంలో, నిజాం పన్నులు విధించే మరాఠీ వారి వాదనను అంగీకరించడానికి నిరాకరించడంతో మరియు వారికి పన్నులు చెల్లించడాన్ని వ్యతిరేకించడంతో మరాఠాలతో విభేదించాడు. ఇది నిజాముల్-ముల్క్ మరియు మరాఠాల మధ్య విభేదాలకు దారితీసింది. మరాఠాలతో చేసిన యుద్ధాలలో, నిజాం చివరకు పాల్ఖేడ్ యుద్ధంలో ఓడిపోయాడు. తత్ఫలితంగా ఆయన మరాఠాలతో ఒప్పందంపై సంతకం చేయవలసి వచ్చింది. ఒడంబడిక ప్రకారం,నిజాం మరాఠాలు చౌత్ మరియు సర్దేశ్‌ముఖి పన్నులు వసూలు చేయడానికి అనుమతించాడు.

అంతర్గతంగా, నిజాం-ఉల్-ముల్క్ తన అధికారాన్ని సుస్థిరం చేసుకున్నాడు మరియు అనేక పరిపాలనా సంస్కరణలను ప్రవేశపెట్టాడు. అతను భూమి మంజూరు

మరియు రివార్డుల వ్యవస్థ ద్వారా సైన్యం మరియు ప్రభువులపై నియంత్రణ సాధించాడు. డొమినియన్ల సైనిక సేవ మరియు పౌర పరిపాలన కూడా అదే సూత్రాలపై నిర్వహించబడ్డాయి. నిజాం-ఉల్-ముల్క్ పాలనలో హైదరాబాద్ రాష్ట్రం నిజాం అధికార ఫౌంటెన్-హెడ్‌గా కేంద్రీకృత పరిపాలనగా మారింది. అతను మొఘల్ ఆధిపత్యాన్ని అంగీకరించినప్పటికీ, ఆచరణలో ప్రాంతీయ రాష్ట్రంపై ఎటువంటి తనిఖీలు మరియు అధికారాలు లేవు. దివాన్ అత్యున్నత పదవితో సహా అన్ని ముఖ్యమైన అధికారులను నిజాం స్వయంగా నియమించారు. అతను యూరోపియన్ అనగా ఫ్రెంచ్ మరియు బ్రిటీష్ ఈస్ట్ ఇండియా కంపెనీలతో స్నేహపూర్వక సంబంధాలను కొనసాగించాడు. వర్తకం మరియు వాణిజ్యాన్ని ప్రోత్సహించాడు. కర్ణాటక ప్రాంతంలో దక్కన్ వైస్రాయ్ యొక్క ఆధిపత్యాన్ని గుర్తించిన ఆర్కాట్‌లో అతని ప్రధాన కార్యాలయంతో ఒక నవాబ్ ఉండేవాడు.

తూర్పు తీరంలో చికాకోల్ నుండి దక్షిణం వరకు దేశం మొత్తం దక్కన్ వైస్రాయ్ ఆధిపత్యాన్ని అంగీకరించింది. ఔరంగాబాద్‌లో రాజధానితో దక్కన్‌లోని బీదర్, బీజాపూర్, బేరార్, ఔరంగాబాద్, ఖాందేష్ మరియు హైదరాబాద్ వంటి ఆరు మొఘల్ సుబాలకు నిజాం తనను తాను అధిపతిగా ప్రకటించుకున్నాడు. ఆ విధంగా దక్కన్ వైస్రాయల్టీ దాదాపు తపతి నదికి దక్షిణంగా ఉన్న భారతీయ ద్వీపకల్పం అంతటా విస్తరించింది. నిజాం-ఉల్-ముల్క్ కత్తి మరియు కలాన్ని సులభంగా పట్టుకున్నాడు. అతను టర్కిష్ మరియు పెర్షియన్ భాషలలో ప్రావీణ్యం కలిగి ఉన్నాడు. కవిత్వం మరియు చిన్న కథలు రాసాడు. అతని కలం పేరు శ్కాకిర్. నిజాం-ఉల్-ముల్క్ 1748లో బుర్హాన్‌పూర్‌లో 77 సంవత్సరాల వయస్సులో మరణించాడు. అతని వారసులు 1948 వరకు హైదరాబాద్ రాష్ట్రాన్ని పాలించారు.

ఇంటర్రెగ్నమ్ సంధికాలం, 1748-1762

1748లో నిజాం-ఉల్-ముల్క్ మరణం తర్వాత, ముజఫర్ జంగ్ మరియు నాసిర్ జంగ్ మధ్య సింహాసనం కోసం పోరాటం జరిగింది. మొదటివాడు నిజాం మనవడు, రెండోవాడు అతని సొంత కొడుకు. ఈ సంఘర్షణలో రెండు యూరోపియన్ కంపెనీలు వేర్వేరు వైపులా ఉన్నాయి మరియు ప్రత్యర్థి పోటీదారులకు మద్దతు ఇచ్చాయి: ఫ్రెంచ్ ఈస్ట్ ఇండియా కంపెనీ ముజఫర్ జంగ్‌కు మద్దతు ఇచ్చింది, అయితే నాసిర్ జంగ్‌కు బ్రిటిష్ వారు మద్దతు ఇచ్చారు. యుద్ధంలో, ముజఫర్ జంగ్ యొక్క ప్రత్యర్థి నాసిర్ జంగ్ 1750లో కర్నూలు మరియు కడప నవాబులచే (హిమ్మత్ ఖాన్ మరియు

అబ్దుల్ నబీ ఖాన్) హత్య చేయబడ్డాడు; ముజఫర్ జంగ్ 1751లో తనను తాను రాజుగా ప్రకటించుకున్న వెంటనే పాండిచ్చేరిలో దర్బార్ నిర్వహించాడు. ఈ సందర్భంగా ఫ్రెంచ్ గవర్నర్ డ్యూప్లెక్స్‌కు జాఫర్ జంగ్ అనే బిరుదును ప్రదానం చేశారు మరియు కృష్ణా నదికి దక్షిణంగా ఉన్న అన్ని భూభాగాలకు ఆయనను వైస్రాయ్‌గా నియమించినాడు. ముజఫర్ జంగ్ తనకు మద్దతుగా నిలిచినందుకు గుర్తింపుగా ఫ్రెంచి వారికి మచిలీపట్నం, యానాం, దివిలను మంజూరు చేశాడు. అతను ఫ్రెంచి కంపెనీకి 50,000 పౌండ్లు చెల్లించి, డూప్లెక్స్‌కు సంవత్సరానికి రూ. 10,000 మంజూరు చేసినాడు. నసీర్ జంగ్ మరణానంతరం, పాండిచ్చేరి నుండి ఔరంగాబాద్‌కు వెళుతుండగా, ముజఫర్ జంగ్‌ను రాయచోటి సమీపంలోని లక్కిరెడ్డిపల్లి కనుమ వద్ద కర్నూలు, కడప నవాబులు హత్య చేశారు.

ముజఫర్ జంగ్ మరణం ఫలితంగా, ఫ్రెంచ్ జనరల్ బుస్సీ పరిస్థితిని పూర్తిగా నియంత్రించాడు. సింహాసనంపై సలాబత్ జంగ్ (నాసిర్ జంగ్ సోదరుడు)ని నియమించాడు. బుస్సీ కొత్త పాలకుని రాజధాని నగరమైన హైదరాబాద్‌కు తీసుకెళ్లి శాంతిభద్రతలను పునరుద్ధరించారు. ప్రతిఫలంగా, సలాబత్ జంగ్ మునుపటి మంజూరులను ధృవీకరించడంతో పాటు, మచిలీపట్నం చుట్టూ ఉన్న అదనపు గ్రామాలను ఫ్రెంచ్ కంపెనీకి అప్పగించాడు. నిజాంపట్నం, కొండవీడు, కొండపల్లి, నర్సాపూర్ మంజూరు చేశారు. అతను డూప్లెక్స్‌ను కృష్ణా నదికి దక్షిణంగా ఉన్న ప్రాంతాలకు గవర్నర్‌గా నియమించాడు. 1751 నుండి 1758 వరకు, బుస్సీ హైదరాబాద్‌లోనే ఉండి సలాబత్ జంగ్ తన అధికారాన్ని మరియు స్థానాన్ని సుస్థిరం చేసుకోవడానికి సహాయం చేశాడు. హైదరాబాద్‌లో మకాం వేసిన ఫ్రెంచి సైనిక దళాల నిర్వహణ కోసం ప్రతి నెలా రెండు లక్షల రూపాయలు చెల్లించేందుకు సలాబత్ జంగ్ అంగీకరించాడు. ఒడంబడిక ఫలితంగా, గంజాం నుండి గుంటూరు (ముర్తజానగర్) వరకు చీకాకోల్, రాజమండ్రి, ఏలూరు మరియు ముస్తఫానగర్ (కొండపల్లి) సర్కార్లతో కూడిన కోస్తా ఆంధ్ర మొత్తం ఫ్రెంచ్ కంపెనీ ఆధీనంలోకి వచ్చింది. దక్షిణ కృష్ణా రీజియన్‌కు డ్యూప్లెక్స్‌ను గవర్నర్‌గా నియమించారు. అలా హైదరాబాద్ రాష్ట్రంలో ఫ్రెంచి అధికారం దృఢంగా స్థిరపడింది. అయితే, కర్ణాటక యుద్ధాల తర్వాత మరియు అంతర్గత రాజకీయాల కారణంగా సలాబత్ జంగ్ ఫ్రెంచ్ శక్తి క్షీణిస్తోందని గ్రహించాడు. అందువల్ల బ్రిటిష్ ఈస్ట్ ఇండియా కంపెనీతో ఒప్పందానికి వచ్చాడు. బుస్సీ దక్కన్ ప్రాంతాన్ని విడిచిపెట్టిన వెంటనే, సలాబత్ జంగ్ బ్రిటిష్ వారికి అప్పగించాడు. 1759లో, అతను బ్రిటిష్ వారికి నిజాంపట్నం, మచిలీపట్నం, కొండవీడు మరియు కొండపల్లి సర్కార్‌లోని కొన్ని భాగాలను అప్పగించాడు.

నిజాం అలీ ఖాన్

సలాబత్ జంగ్ యూరోపియన్ కంపెనీల సహాయంతో అధికారంలోకి వచ్చినప్పటికీ, అతని స్థానం సురక్షితంగా లేదు; ఎందుకంటే, కొన్ని సంవత్సరాల తర్వాత అతని తమ్ముడు, నిజాం అలీఖాన్, అతనిని తొలగించి, సింహాసనాన్ని ఆక్రమించాడు. తరువాత సలాబత్ జంగ్‌కు మరణశిక్ష విధించబడింది. ఈ విధంగా, పదమూడు సంవత్సరాల స్వల్ప వ్యవధిలో, ముగ్గురు అసఫ్ జాహీ యువరాజులు హైదరాబాద్ గద్దె కోసం పోటీదారులుగా ఉండి హింసాత్మక వారసత్వ యుద్ధాల కారణంగా మరణించారు. అంతిమంగా, నిజాం అలీఖాన్ అంతర్గత యుద్ధాలలో విజయం సాధించి, రెండవ నిజాంగా బిరుదును పొంది హైదరాబాద్ సంస్థాన సింహాసనం అధిష్టించాడు. 1762 నుండి 1803 వరకు నిజాం అలీ ఖాన్ సుదీర్ఘ పాలన దక్కన్ చరిత్రలో చాలా ముఖ్యమైనది. ఎందుకంటే ఈ కాలంలోనే బ్రిటిష్ ఈస్ట్ ఇండియా కంపెనీ నిజాంపై పూర్తి ఆధిపత్యాన్ని పొందింది మరియు అతనిపై ఆరు ఒప్పందాలను బలవంతంగా రుద్దింది. 1766, 1788 మరియు 1800 ఒప్పందాల ద్వారా, కంపెనీ వరుసగా ఉత్తర సర్కార్లు, గుంటూరు మరియు సెడెడ్ జిల్లాలను స్వాధీనం చేసుకుంది. నిజాం అలీఖాన్ హయాంలో 1763లో రాజధాని ఔరంగాబాద్ నుండి హైదరాబాద్‌కు మార్చబడింది.

కర్ణాటక యుద్ధాలు ముగిసిన తర్వాత రాబర్ట్ క్లైవ్ నేతృత్వంలోని బ్రిటిష్ ఈస్ట్ ఇండియా కంపెనీ దక్కన్ ప్రాంతంలో ఆధిపత్య శక్తిగా ఉద్భవించింది. హైదరాబాద్ పాలకుల వంటి వారి మిత్రరాజ్యాల నియంత్రణను కలిగి ఉంది. 1765లో మొఘల్ చక్రవర్తి బ్రిటీష్ వారికి ఉత్తర సర్కార్లలో ఆదాయాన్ని సేకరించే దివానీ అధికారాలను మంజూరు చేశాడు. మొఘల్ మంజూరును ధృవీకరించి, సర్కార్లను అప్పగించమని కంపెనీ నిజాం అలీని ఒప్పించింది. కాంగ్రేగుల జోగి పంతులు, 1766లో బ్రిటీష్ ఈస్ట్ ఇండియా కంపెనీకి ఉత్తర సర్కార్లను బదిలీ చేయడంలో దుబాషిగా ముఖ్యమైన పాత్ర పోషించారు. 1766లో నిజాం మరియు బ్రిటిష్ వారి మధ్య జరిగిన ఒప్పందం ప్రకారం ఉత్తర సర్కార్లను ఈస్ట్ ఇండియా కంపెనీకి ఇచ్చారు. అందుకుగాను బ్రిటీష్ కంపెనీ తొమ్మిది లక్షల రూపాయలు నిజాంకు చెల్లించింది. తరువాత 1788లో, నిజాం అలీ సోదరుడు బసలత్ జంగ్ ఆధీనంలో ఉన్న గుంటూరు సర్కార్ (ముర్తజానగర్) బ్రిటిష్ వారికి లొంగిపోయింది. అధికారంలోకి వచ్చిన తరువాత, నిజాం అలీ మరాఠాల నుండి ముప్పును ఎదుర్కోవలసి వచ్చింది. వారు తరచుగా తన భూభాగాలను ఆక్రమించుకున్నారు మరియు చౌత్ మరియు సర్దేశ్ముఖి పన్నులు చెల్లించాలని డిమాండ్

చేశాడు. బాహ్య శత్రువుల నుండి తనను తాను రక్షించుకోవడానికి నిజాం అలీ 1798లో బ్రిటిష్ గవర్నర్ జనరల్ లార్డ్ వెల్లెస్లీచే ప్రవేశపెట్టబడిన అనుబంధ సైన్య సహకార ఒప్పందంలోకి ప్రవేశించాడు. బ్రిటిష్ ఇండియాలో హైదరాబాద్ నిజాం, నిజాం అలీఖాన్ అనుబంధ కూటమిపై (సైన్య సహకార పద్ధతి) సంతకం చేసిన మొదటి పాలకుడు. ఒడంబడిక ప్రకారం ఈస్ట్ ఇండియా కంపెనీ నిజాం డొమినియన్స్‌లో బ్రిటీష్ దళాలను నిలబెట్టడానికి అంగీకరించింది. ఈ దళాల నిర్వహణ కోసం, నిజాం ప్రభుత్వం సంవత్సరానికి దాదాపు 24 లక్షల రూపాయల ఖర్చు పెట్టవలసి వచ్చింది. నిజాం దీనికి అంగీకరించి 1800లో బళ్లారి, అనంతపురం, కడప మరియు కర్నూలు జిల్లాలను బ్రిటిష్ ఈస్ట్ ఇండియా కంపెనీకి బదిలీ చేశాడు. 18వ శతాబ్దం చివరి నాటికి, నిజాం రాష్ట్రం బ్రిటిష్ రక్షణలోకి వచ్చింది.

మూడవ ఆంగ్లో-మైసూర్ యుద్ధం తరువాత మరాఠాలు మరియు నిజాం మధ్య సంబంధాలు దెబ్బతిన్నాయి. నిజాం అలీ తన రాష్ట్రంలో మరాఠాలు చౌత్ మరియు సర్దేశ్‌ముఖీలను వసూలు చేయడాన్ని వ్యతిరేకించాడు. 1791లో పీష్వా నానాఫడ్నవీస్ పన్నులు చెల్లించాలని పట్టుబట్టారు. మరాఠా పీష్వా వాదనలను బలహీనపరిచేందుకు, నిజాం అలీ మరాఠా సమాఖ్యలో విభేదాలను సృష్టించేందుకు ప్రయత్నించాడు. కానీ విఫలమయ్యాడు. నిజాం మరాఠాలకు పన్నులు చెల్లించడంలో మొండిగా ఉండటంతో, పీష్వా అతనిపై యుద్ధం ప్రకటించాడు. 1794 లో, వారి మధ్య ఖర్ధా యుద్ధం జరిగింది. నిజాం తన ఓటమిని అంగీకరించి అవమానకరమైన ఒప్పందంపై సంతకం చేయాల్సి వచ్చింది. ఒడంబడిక ప్రకారం, నిజాం షోలాపూర్, దౌల్తాబాద్ మరియు అహ్మద్‌నగర్ కోటలను మరాఠాలకు ఇచ్చాడు మరియు మూడు కోట్ల రూపాయలను యుద్ధ నష్టపరిహారంగా చెల్లించాడు. నిజాం బ్రిటిష్ వారితో మిలటరీ ఒప్పందం చేసుకున్నప్పటికీ, మరాఠాలతో యుద్ధ సమయంలో నిజాం అలీకి వారి సహాయం అందలేదు. అందువల్ల, అతను బ్రిటీష్ వైఖరితో అసంతృప్తి చెందాడు మరియు తన రాజ్యం నుండి బ్రిటిష్ దళాలను పంపాలని నిర్ణయించుకున్నాడు.

బ్రిటిష్ వారికి ప్రత్యామ్నాయంగా, నిజాం అలీ ఫ్రెంచ్ సైనిక సహాయాన్ని అభ్యర్థించాడు. 1786లో, మోన్సియర్ రేమండ్‌గా ప్రసిద్ధి చెందిన మిచెల్ జోచిమ్ మేరీ రేమండ్ హైదరాబాద్ నిజాం సేవలో చేరాడు. అతను సాధారణ సైనికుడిలాగా తన వృత్తిని ప్రారంభించాడు, కానీ కొంతకాలం తర్వాత 300 మంది సైనికులకి నాయకత్వం వహించాడు. 1796లో, జనరల్ మిచెల్ అమర్-ఎ-జిన్సీ లేదా కంట్రోలర్ ఆఫ్ ఆర్డినెన్స్‌గా

నియమితులయ్యారు. అతను అనేక ఫిరంగి కర్మాగారాలను స్థాపించాడు. అతని మార్గదర్శకత్వంలో తుపాకులు, మందుగుండు సామాగ్రి మరియు ఫిరంగులు తయారు చేయబడ్డాయి. హైదరాబాద్‌లోని ఫతే మైదాన్ సమీపంలోని గన్ ఫౌండ్రీ లేదా టాప్ కా సంచా బ్రిటీష్ ఇండియాలోని ఫౌండరీలలో బాగా ప్రసిద్ధి చెందింది. పన్నెండు సంవత్సరాల సైనిక సేవ తర్వాత, రేమండ్ 15,000 మంది సైనికులకు కమాండర్ అయ్యాడు, దీనిని రేమండ్ కార్ప్స్ అని పిలుస్తారు. అతను నిజాంతో సత్సంబంధాలను పెంచుకున్నాడు. క్రమంగా అతని సన్నిహితుడు మరియు విశ్వసనీయుడు అయ్యాడు. రేమండ్‌ని నిజాం గౌరవించడమే కాకుండా స్థానిక ప్రజల ప్రేమ, ఆప్యాయత మరియు నమ్మకాన్ని కూడా పొందాడు. హైదరాబాద్ రాష్ట్రంలో తన దయ, ధైర్యం మరియు సహకారం ద్వారా అతను ప్రజాదరణ పొందాడు. ముస్లింలు ఆయనను మూసా రహీమ్ అని, హిందువులు మూసారామ్ అని పిలిచేవారు. హైదరాబాద్‌లోని అస్మాన్‌గఢ్‌లోని అతని సమాధి గౌరవం మరియు అంకితభావానికి చిహ్నంగా ఉంది; మూసారం బాగ్ ప్రాంతం మరియు మూసీ నదికి అడ్డంగా ఉన్న వంతెనకు అతని జ్ఞాపకార్థం అతని పేరు పెట్టారు.

కళలు మరియు సంస్కృతి

1763లో నిజాం అలీ ఖాన్ తన రాజధానిని ఔరంగాబాద్ నుండి హైదరాబాద్‌కు మార్చినప్పుడు, నగరం మొత్తం డెక్కన్‌లో చిత్రలేఖనానికి ప్రధాన కేంద్రంగా మారింది. దక్కనీ పెయింటింగ్‌కు నిజాంలు పోషకులు. కళలకు పోషకుడిగా ఉన్న నిజాం అలీఖాన్ ఆస్థానంలో పెయింటింగ్‌లు కొనసాగాయి. అతని పాలనలో కవులు, సంగీతకారులు మరియు కళాకారులు అతని ఆస్థానానికి వచ్చారు. అతని ఆస్థాన చిత్రకారుడు రాయి వెంకటాచలం. రాజా చందూలాల్ కూడా కళలను పోషించాడు. రాజా నానక్ రామ్, రాయ్ రాయన్ మరియు ఇతర హిందూ ప్రభువుల కోసం అనేక రచనలు చేశారు. హైదరాబాద్‌లో నిజాంల చిత్రాలు, వారి ముఖ్య ప్రభువులు, సూఫీలు, రాచరిక ఊరేగింపులు, జెనానా దృశ్యాలు, ఉద్యానవనాలలో విహారయాత్రలు మరియు రాగమాల సిరీస్ చిత్రాలను పెద్ద సంఖ్యలో పోషించారు. విచారకరంగా, కాలక్రమేణా వాటి నాణ్యత క్షీణించింది. అసఫ్ జాహీ కాలంలో రూపొందించిన చిత్రాలను "హైదరాబాద్ స్టైల్" అని పిలిచేవారు. 1875 వరకు హైదరాబాద్‌లో చిత్రకారులు చురుకుగా ఉండేవారు. రాజకీయ మరియు సామాజిక విషయాలలో క్షీణత పెయింటింగ్స్‌లో కూడా ప్రతిబింబించింది. అదే సమయంలో ఫోటోగ్రఫీ వారికి ఇష్టమైనదిగా మారింది. తత్ఫలితంగా

సూక్ష్మ చిత్రకారులు నిర్లక్ష్యం చేయబడ్డారు. సుమారు 18వ శతాబ్దం ప్రారంభం నుండి, అనేక స్థానిక పాఠశాలలు అసఫ్ జాహీ పాలకుల సామంతుల క్రింద, ప్రధానంగా కర్నూలు మరియు కడప నవాబుల క్రింద మరియు షోరాపూర్, వనపర్తి మరియు గద్వాల హిందూ రాజులచే స్థాపించబడినాయి. దక్షిణ భారతదేశంలో ఉన్న ఈ కేంద్రాల పెయింటింగ్‌లు దక్కన్ చిత్ర శైలులచే ప్రభావితమయ్యాయి.

రాగమాల పెయింటింగ్స్

రొమాన్స్‌ను సూఫీ ఓవర్‌టోన్‌లతో రాసే సంప్రదాయం దక్కన్‌లో కూడా స్వీకరించబడింది. ఈ ప్రక్రియ 17 నుండి 19వ శతాబ్దాలలో అభివృద్ధి చెందింది. ఈ ప్రక్రియ పదిహేనవ శతాబ్దంలో మస్నవికదమ్ రావ్ పదమ్ రావ్‌తో ప్రారంభమైంది. సిరాజ్ ఔరంగబాది "బూస్తనే ఖయాల్"ను కంపోజ్ చేసే వరకు అసఫ్ జాహిటైమ్స్ వరకు కొనసాగింది. ఈ రొమాన్స్‌కు రాగమాల పెయింటింగ్‌పై ప్రత్యక్ష ప్రభావం లేనప్పటికీ, అవి ఖచ్చితంగా రాగమాల చిత్రణకు అనుకూలమైన వాతావరణాన్ని సృష్టించాయి. సూఫీ స్థాపనలలో సంగీతం యొక్క ప్రాబల్యం ముఖ్యంగా హిందూస్థానీ సంగీతంలోని రాగాలు మరియు రాగిణిలపై కవ్వాలి రూపం మరియు ఆనాటి పాలకులతో సూఫీల సన్నిహిత సంబంధాలు కూడా రాగమాల సంప్రదాయాన్ని ప్రోత్సహించాయి. హైదరాబాద్‌లోని రాగమాల పెయింటింగ్‌లు డెక్కన్ యొక్క మిశ్రమ సంస్కృతికి అద్భుతమైన వ్యక్తీకరణ. అంతేకాకుండా భారతీయ సూక్ష్మ చిత్రలేఖనం యొక్క ముఖ్యమైన వ్యక్తీకరణ. వారు "నాద బ్రహ్మ" యొక్క వేద ఆలోచనను – సృష్టికర్త యొక్క ధ్వని రూపం, సంగీతం యొక్క దృశ్య రూపం, వైవిధ్యమైన రసాలు లేదా సాహిత్యం యొక్క రుచులు, నాయకులు మరియు నాయికల ప్రేమ ద్వేషాలు – హీరోలు మరియు హీరోయిన్లు మరియు మానవుని యొక్క సూఫీ భావనను ప్రతిష్టించారు.

మహాలకాబాయి చందా

హైదరాబాద్ రాష్ట్రంలోని గొప్ప కళాకారులలో మహాలకాబాయి ఒకరు. ఆమె పాడటం, నృత్యం చేయడమే కాకుండా కవిత్వం కూడా రాసింది. ఆమె ఒక అద్భుతమైన కళాకారిణి. ఆమె గుర్రపుస్వారీ నైపుణ్యాలు నిజాం కోర్టులో బాగా ప్రసిద్ధి చెందాయి. ఆమె తెలివితేటలకు కూడా ప్రసిద్ధి చెందింది. అనేక మంది సభికులు ఆమె కొరడా నాలుకకు భయపడి మెచ్చుకున్నారు. ఆమె ప్రభువులకు ప్రియమైనది. ఆమె ఆరాధకులలో ఇద్దరు అసఫ్ జాహీ పాలకులు, నిజాం అలీ ఖాన్ మరియు సికిందర్ జా, పూనాలోని

పీష్వా, పేష్కర్ మహారాజా చందూలాల్, ఇద్దరు ప్రధానులు-అరెస్తు జా మరియు మీర్ ఆలం, అసిస్టెంట్ బ్రిటిష్ రెసిడెంట్‌లు ఉన్నారు. వారిలో జాన్ మాల్కం, అనేక ఇతర కులీనులు, సభికులు మరియు కవులు ఉన్నారు.

మహాలకాకు అపారమైన సంపద, రాజభవనం మరియు ఆభరణాలు ఉన్నాయి. ఆమె తరచుగా గుర్రాలు, ఏనుగులు మరియు పరివారంతో వివిధ నవాబుల దేవీడీలు మరియు రాజభవనాలలో జరిగే ముషాయిరాలకు ప్రయాణించేవారు. నిజాంల మెరిసే దర్బార్‌లలో నేర్చుకున్న శుద్ధి మరియు కవితా శ్రేష్ఠులకు వ్యతిరేకంగా ఆమె తనదైన శైలిలో నిలబడగలిగింది. ఆమె ప్రతిచోటా డిమాండ్‌లో ఉన్నట్లు అనిపించింది ఆమె లేకుండా ఏ పార్టీ కూడా పూర్తికాదు. ఆమె మహిళ సాహిబ్-ఎ-దివాన్. మొదటి మగ సాహిబ్-ఎ-దివాన్ కూడా హైదరాబాద్-కవి రాజు మహమ్మద్-కులీ. ఏది ఏమైనప్పటికీ, కొంతమంది చరిత్రకారులు ఇంతియాజ్ అనే మరో కవయిత్రి దివాన్‌ను మహలకా కంటే కొన్ని వారాల ముందు బయటకు తీసుకువచ్చారని నమ్ముతారు, కానీ అంతగా తెలియదు. కాబట్టి మహాలకా చందా సాధారణంగా భారతదేశపు మొదటి మహిళ సాహిబ్-ఇ-దివాన్‌గా అంగీకరించబడింది.

చందా తన కాలంలో ప్రసిద్ధ సాహిత్యవేత్త మరియు కవి అయిన షేర్ మహమ్మద్ ఖాన్ ఇమామ్ వద్ద సాహిత్యం మరియు కవిత్వాన్ని అభ్యసించారు. ఆమె నృత్యం మరియు గానం పాఠాలు గొప్ప తాన్సేన్ వారసుడు అయిన ఉస్తాద్ కుశాల్ ఖాన్ కంటే తక్కువ వ్యక్తి చేత నిర్వహించబడలేదు. ఆమె ప్రఖ్యాత నర్తకి పన్నా వద్ద డ్యాన్స్ నేర్చుకుంది. ఒకసారి ఆమె పూనాలో పీష్వాల దర్బార్‌లో నృత్యం చేస్తున్నప్పుడు, ఆమె ధరించిన ముత్యాల తీగ విరిగిపోయి, ముత్యాలు నేలమీద పడి చప్పుడు చేశాయి. మహాలకా ముత్యాలు అద్భుతంగా ఉన్నాయి. పీష్వా సంగీత విద్వాంసులు చందాను నృత్యం ఆపివేయమని చెప్పాడు, తద్వారా సభికులు వాటిని తీసుకోవచ్చు. అప్పుడు ఆమె గర్వంగా "చందా నేలమీద పడిన దేనినీ తీయదు." మరొక సందర్భంలో ఆమెను ముషైరాకు తన పల్లకిలో తీసుకెళ్తున్నప్పుడు, ఆమె ఓవల్ ఆకారంలో ఉన్న పాన్-బాక్స్ బయట పడి వీధికి దొర్లింది. అక్కడ ఉన్న ఒక వ్యక్తి "బాయి-జీ ఆప్ కా అండ గిర్ గయా" అని పిలిచాడు. వెంటనే చందా "అవును గుడ్డు పడిపోయింది మరియు కోడి కిచకిచలా ఉంది." అన్నది.

మహాలకా బాయి చందా విశాలమైన జాగీర్లను నిర్వహించారు. ప్రస్తుతం ఉస్మానియా యూనివర్సిటీ ఉన్న అడిక్‌మెట్‌లోని భూమి ఆమెదే, నాంపల్లి బాలికల

పాఠశాల ఉన్న స్థలం కూడా ఆమెదే. ఆమెకు చందాపేట, హైదర్‌గూడ, మౌలాలిలో కూడ భూములు ఉన్నాయి. ఆమె ఒక తెలివైన వ్యాపార మహిళ; ఆమె ప్రతి ఉదయం అల్పాహారం తర్వాత ఆమె ఖాతాలకు హాజరైంది. పొద్దున్నే లేచి ఖురాన్‌ను అధ్యయనం చేసింది, తన ఖాతాలను చదివింది, ఆపై సాహిత్యాన్ని అభ్యసించింది. సాయంత్రాలు నృత్యం మరియు గానం ప్రారంభమవుతుంది. ఆడపిల్లలు చదువుకోవాలని ఆమె నమ్మి 300 మంది విద్యార్థినులుండే పాఠశాలను ప్రారంభించారు. ఇద్దరు అమ్మాయిలు, ఒక అబ్బాయిని కూడా దత్తత తీసుకుంది. ఆమె మరణానంతరం ఆమె భూములు హైదరాబాద్ రాష్ట్రానికి తిరిగి వచ్చాయి. మొహమ్మద్ ప్రవక్త అల్లుడు హజారత్ అలీ మందిరం పాదాల వద్ద ఉన్న మౌలా అలీలో చందా ఖననం చేయబడింది. ఆమె హజారత్ అలీ భక్తురాలు. ఆమె తన అనేక కవితలను ఆయనకు అంకితం చేసింది. ఆమె సమాధి తన తల్లి పక్కనే ఉంది.

సికందర్ జా

నిజాం అలీ మరణం తరువాత, అతని రెండవ కుమారుడు సికందర్ జా సింహాసనాన్ని అధిష్టించాడు. అతని కాలంలో బ్రిటిష్ అధికారం పెరిగింది. బ్రిటిష్ మరియు మరాఠాల మధ్య రెండవ మరాఠా యుద్ధాలు జరిగాయి. ఈ యుద్ధ సమయంలో, నిజాం బ్రిటీష్ వారికి హృదయపూర్వకంగా మద్దతు ఇవ్వలేదు, అయినప్పటికీ 1803లో అస్సేలో జరిగిన రెండవ ఆంగ్లో-మరాఠా యుద్ధంలో బ్రిటిష్ వారు మరాఠాలను ఓడించారు. యుద్ధం తర్వాత బేరార్ అని పిలువబడే మరాఠా భూభాగంలోని కొంత భాగాన్ని నిజాంకు అప్పగించారు. సైనిక కూటమి ఒప్పందం ద్వారా నిజాం ఈస్టిండియా కంపెనీ అధీనంలోకి వచ్చాడు. ఆ విధంగా, బ్రిటీష్ పారామౌంట్ సీ హైదరాబాద్ రాష్ట్రంపై ధృఢంగా స్థాపించబడింది. ఆచరణలో, అతను తన బాహ్య సార్వభౌమత్వాన్ని కోల్పోవడమే కాకుండా, సైనిక కూటమి కారణంగా అతని అంతర్గత ఆధిపత్యం కూడా చాలా వరకు బలహీనపడింది. ఒప్పందం ముగిసిన వెంటనే, హైదరాబాద్‌లోని బ్రిటీష్ రెసిడెంట్‌లు నిజాం అంతర్గత సార్వభౌమాధికారాన్ని అణచివేయడం ప్రారంభించారు. వారి చేతుల్లో తేలికైన సాధనంగా ఉండే ఒక దివాన్‌ను నియమించాలని పట్టుబట్టారు. ఈ విధంగా సైనిక కూటమిపై సంతకం చేసిన తర్వాత హైదరాబాద్ నిజాం తన సార్వభౌమాధికారాన్ని కోల్పోయాడు. అతను ఇకపై ఇతర రాజ్యాలతో ఒప్పందాలు కుదుర్చుకోలేకపోయాడు. అదనంగా, బ్రిటిష్ రెసిడెంట్ అంతర్గత పరిపాలనలో జోక్యం చేసుకోవడం ప్రారంభించాడు; ఫలితంగా నిజాం అధికారాలు చాలా వరకు తగ్గించబడ్డాయి.

ఉదాహరణకు, నిజాం మహిపతి రామ్‌ను పేష్కార్‌గా నియమించాడు, అయితే బ్రిటిష్ వారు దానిని వ్యతిరేకించారు మరియు అతని స్థానంలో మీర్ ఆలంను నియమించారు.

హైదరాబాద్‌లోని బ్రిటీష్ రెసిడెంట్, మేజర్ J.A కిర్క్ పాట్రిక్, మైసూర్ యుద్ధాల్లో కంపెనీకి విశ్వాసపాత్రంగా ఉన్న మీర్ ఆలమ్‌ను 1804 నుండి 1808 వరకు దివాన్‌గా నియమించాలని నిజాంకు సిఫార్సు చేశారు. హైదరాబాద్‌లోని ప్రసిద్ధ మీర్ ఆలం ట్యాంక్ ఆయనచే నిర్మించబడింది. . అతను 1804లో ట్యాంక్‌కు పునాది వేశాడు. ఇది 1806లో పూర్తయింది. ఇది మూసీ నదికి దక్షిణంగా ఉంది. ఏడవ నిజాం చేత ఉస్మాన్ సాగర్ మరియు హిమాయత్ సాగర్ రిజర్వాయర్‌లను నిర్మించకముందు మీర్ ఆలం ట్యాంక్ హైదరాబాద్ నగరంలో తాగునీటికి ప్రాథమిక వనరుగా ఉండేది. మీర్ ఆలం మరణం తరువాత, దివాన్ పదవిని అతని అల్లుడు మునీర్-ఉల్-ముల్క్ నిర్వహించారు. తర్వాత రాజా చందూలాల్ పేష్కార్ అయ్యాడు. బ్రిటిష్ రెసిడెంట్ సిడెన్‌హామ్ చందూలాల్‌కు గొప్ప మద్దతుదారు.

చందూ లాల్ లాహోర్‌లోని ఖత్రీ కుటుంబం నుండి వచ్చారు. అతను 1776లో హైదరాబాద్‌లో జన్మించాడు. 1806లో పేష్కార్‌గా నియమితులైనప్పుడు, తొలిసారిగా ప్రాచుర్యంలోకి వచ్చాడు. దివాన్ లేదా ప్రధాన మంత్రి తర్వాత పేష్కర్ రెండవ స్థానంలో ఉంది. పేష్కర్ రాష్ట్ర ఖాతాలను నిర్వహించేవారు మరియు ఖజానాను నియంత్రించారు. రెసిడెంట్ వాస్తవ పాలకుడయ్యాడు మరియు చందూ లాల్ అతని చేతుల్లో కేవలం సాధనంగా మారాడు. అసలు అధికారం పేష్కార్ చేతుల్లోకి వచ్చింది. నిజాం మరియు పామర్ అండ్ కంపెనీ మధ్య ఆర్థిక లావాదేవీలలో కీలక పాత్ర పోషించిన బ్రిటీష్ ఈస్ట్ ఇండియా కంపెనీకి రాజా చందు లాల్ విశ్వాస పాత్రుడు. "బ్రిటీష్ ప్రభుత్వం చందూలాల్‌ను ఏ ధరకైనా సమర్థించుకోవడానికి సిద్ధంగా ఉండగా, రెండో వారు కూడా తమ కను సన్నలలో ఉండాలనే ఆత్రుతతో ఉన్నారు. చందూలాల్‌కు జీవితంలో అత్యున్నతమైన అభిరుచి ఏమిటంటే, అధికారంలో ఉండటమే. తనను తాను అధికారంలో ఉంచుకోవడం కోసం అతను తన దేశ ప్రయోజనాలను త్యాగం చేయడానికి కూడా వెనుకాడలేదు".

రస్సెల్ బ్రిగేడ్

1811 మార్చిలో హెన్రీ రస్సెల్ హైదరాబాద్ రెసిడెంట్‌గా ఉన్నప్పుడు గ్రామీణ ప్రాంతాల్లో శాంతిభద్రతలు చాలా దయనీయంగా ఉన్నాయని గమనించాడు. రాష్ట్రంలో శాంతిభద్రతలను కొనసాగించేందుకు కొత్త సైన్యాన్ని ఏర్పాటు చేయాలనుకున్నాడు. అతని సంస్కరణల కారణంగా 1811లో 'రస్సెల్ బ్రిగేడ్' పేరుతో కొత్త సైన్యం ఏర్పడింది.

పిండారీలు, భిల్లులు మరియు జమీందార్ల తిరుగుబాట్లను రస్సెల్ అణచివేశాడు. ఆంగ్లో-మరాఠా యుద్ధాల్లో కూడా ఈ సైన్యం కీలక పాత్ర పోషించింది. రస్సెల్ బ్రిగేడ్ రాష్ట్రాల ఖర్చుతో పోషించబడింది. ఆ తర్వాత రస్సెల్ బ్రిగేడ్ హైదరాబాద్ కాంటింజెంట్‌గా మార్చబడింది. పైగా సిబ్బంది మరియు బ్రిటిష్ కార్యాలయాలకు చెల్లింపులు చేయడంతో సైనిక ఖర్చులు వేగంగా పెరిగాయి. సైనిక దళం రాష్ట్ర ఆర్థిక వ్యవస్థకు పెద్ద పీట వేసింది. రస్సెల్ బ్రిటిష్ సైన్య నిర్వహణ కోసం ఒక కొత్త పద్ధతిని రూపొందించాడు. అతను పేష్కార్, చందూ లాల్‌ను బలవంతంగా, బ్రిటిష్ దళాల చెల్లింపు కోసం పామర్ అండ్ కంపెనీ అని పిలువబడే వాణిజ్య సంస్థతో ఒప్పందం కుదుర్చుకున్నాడు. హైదరాబాద్ కంటింజెంట్ నిర్వహణ నిజాంకు ఆర్థిక భారంగా మారింది. పంతొమ్మిదవ శతాబ్దపు మొదటి అర్ధభాగంలో, హైదరాబాద్ రాష్ట్ర ఆర్థిక పరిస్థితి ప్రమాదకర పరిస్థితుల్లో ఉంది. ఈ తరుణంలో పామర్ అండ్ కంపెనీ అప్పులు యిచ్చి నిజాంకు మద్దతుగా నిలిచింది.

పామర్ అండ్ కంపెనీ

ఈ కంపెనీ స్థాపకుడు విలియం పామర్. అతను పూనాలోని పీష్వా ఆస్థానంలో నివసించే జనరల్ పామర్ కుమారుడు. 1799లో హైదరాబాద్‌కు వచ్చి నిజాం సైనిక సేవలో చేరాడు. ఆయన నిజాం సైన్యంలో చేరిన మొదటి బ్రిటిష్ పౌరుడు. విలియం పామర్ బ్రిగేడియర్ స్థాయికి పదోన్నతి పొందాడు. తరువాత, అతను 1812లో తన స్వంత వ్యాపారాన్ని ప్రారంభించి, గోదావరి ఒడ్డున ఉన్న కలప అడవులను ఓడల నిర్మాణానికి ఉపయోగించుకోవడానికి పదవీ విరమణ చేశాడు. 1812లో, విలియం పామర్ అండ్ కంపెనీ అని పిలిచే ఒక వ్యాపార సంస్థను ప్రారంభించాడు. 1814లో, అతను హైదరాబాద్ స్టేట్‌లో బ్యాంకింగ్ మరియు వాణిజ్య సంస్థను తెరవడానికి అనుమతి కోసం గవర్నర్ జనరల్-ఇన్-కౌన్సిల్‌కు దరఖాస్తు చేశాడు. హెన్రీ రస్సెల్ పామర్ అండ్ కంపెనీని స్థాపించడంలో ప్రత్యేక ఆసక్తిని కనబరిచాడు. ఈ కంపెనీలో విలియం పామర్, అతని ఇద్దరు కుమారులు, అతని సోదరుడు జాన్ పామర్, మద్రాస్ గవర్నర్ కుమారుడు మరియు గవర్నర్ జనరల్ లార్డ్ హేస్టింగ్స్ అల్లుడు సర్ విలియం రంబోల్ట్, రెసిడెన్సీ సర్జన్ విలియం క్యూరీ, మిలియనీర్ గుజరాతి వ్యాపారి-వాణిజ్యుడు బంకాటి దాస్, సుమ్యూల్ రస్సెల్. ఇంజనీర్ సోథెబీ మరియు జార్జ్ లాంబ్ భాగస్వాములుగా ఉన్నారు. సంస్థలోకి రంబోల్ట్ యొక్క ప్రవేశం "రెసిడెంట్ కంటే మెరుగైన ప్రభావాన్ని పొందింది".

హైదరాబాద్‌లోని బ్రిటీష్ రెసిడెంట్, రస్సెల్ సైనిక దళాల నిర్వహణ కోసం

పామర్ అండ్ కంపెనీ నిజాం ప్రభుత్వానికి ముందస్తుగా డబ్బు ఇవ్వాలని సూచించారు. భారత ప్రభుత్వం నుండి అనుమతి పొందిన తరువాత పామర్ సంస్థ నిజాంకు నెలకు రెండు లక్షల రూపాయలు అప్పుగా ఇచ్చింది. ప్రతిగా, నిజాం ప్రభుత్వం బేరార్‌లోని కొన్ని జిల్లాల్లో ఆదాయాన్ని కేటాయించింది. తద్వారా ఏటా 30 లక్షల రూపాయల ఆదాయాన్ని పొందింది. ఆ విధంగా, సంస్థ సంవత్సరానికి ఆరు లక్షల రూపాయల భారీ లాభాన్ని ఆర్జించింది. చందూ లాల్ ఈ కంపెనీని ప్రమోట్ చేయడానికి ప్రత్యేక ప్రయత్నాలు చేసారు. కంపెనీ కొరకు అతని "విధేయత మరియు త్యాగానికి అవధులు లేవు". సంస్థ యొక్క సహాయాన్ని పొందేందుకు అతను రాష్ట్ర ఖజానా నుండి పామర్ కుటుంబ సభ్యులకు సాధారణ పెన్షన్లను చెల్లించడానికి ప్రతిపాదించాడు. వారికి నెలకు దాదాపు 80 వేల రూపాయలు చెల్లించారు. నిజాం ప్రభుత్వం పామర్ మరియు కంపెనీ నుండి 25% వడ్డీకి డబ్బును తీసుకుంది, అయితే సంస్థ 12% వడ్డీకి పబ్లిక్ నుండి నిధులను పొందింది.

పామర్ మరియు కంపెనీ "రెసిడెంట్ (రస్సెల్) ఆధ్వర్యంలో వాణిజ్య శ్రేయస్సు యొక్క నిచ్చెనపై అడుగు పెట్టింది" అని అందుబాటులో ఉన్న ఆధారాలు స్పష్టంగా తెలియజేస్తున్నాయి. నిజానికి, హైదరాబాద్‌లో కంపెనీ ప్రారంభం "నిజాం యొక్క వాస్తవిక దోపిడీ మరియు రాష్ట్ర ఆర్థిక దోపిడీ"కి నాంది పలికింది. రెసిడెంట్ యొక్క ప్రోత్సాహం మరియు మద్దతు "అన్ని ప్రమాదాల నుండి రక్షించబడింది". అతని ప్రభావం ప్రైవేట్ సంస్థల నుండి కస్టమర్లు మరియు నిధులను సేకరించింది. పర్యవసానంగా, సంస్థ యొక్క అవకాశాలు ప్రకాశవంతంగా మారాయి. దాని శ్రేయస్సు వేగంగా పెరిగింది. ఇది కంపెనీలో యూరోపియన్ అధికారుల పెద్ద ఎత్తున పెట్టుబడులను సులభతరం చేసింది. ప్రత్యేకించి, భారత గవర్నర్–జనరల్‌తో సంబంధం ఉన్న విలియం రంబోల్ట్ కంపెనీకి అధికారిక సహాయాన్ని పొందడంలో కీలకపాత్ర పోషించాడు. అతని గురించి ఈ విధంగా వ్యాఖ్యానించబడింది; "సర్ విలియం రంబోల్ట్ ఒక నిష్కపటమైన వ్యక్తి. అతని జీవితంలో వీలైనంత త్వరగా ధనవంతులు కావడమే అతని ఏకైక లక్ష్యం... అతను సంపదను సంపాదించడానికి మార్గాలను అన్వేషిస్తున్నాడు మరియు అతని ఎంపిక చివరికి హైదరాబాద్‌పై పడింది." ఇంకా, "సర్ విలియం రంబోల్ట్ చేరిక పామర్ కో యొక్క ప్రతిష్టను విపరీతంగా పెంచింది. ఇంతవరకు సంస్థ యొక్క పోషకుడిగా ఉన్న (బ్రిటీష్ రెసిడెంట్) రస్సెల్ ఇప్పుడు సంస్థను అభివృద్ధి చేయడానికి చురుకుగా ఆసక్తి చూపడం ప్రారంభించాడు. రమ్‌బోల్ట్ ప్రవేశంతో, "సంస్థ యొక్క వ్యవహారాలు మునుపెన్నడూ వినని వర్తక సంబంధిత విషయాలలో మితిమీరిన ప్రభావం మరియు లాభాల స్థాయికి

చేరుకునే వరకు మరింత వేగంగా సాగాయి". బ్రిటీష్ రెసిడెంట్ కంపెనీపై చూపిన ఆసక్తి మరియు ప్రారంభంలో ఇది రెసిడెన్సీ భవనంలోనే ఉండటం వలన స్థానిక ప్రభువులు మరియు మంత్రి (చందులాల్) "దీనిని కోరుకోవడం" కూడా ప్రభావితం చేసింది. 19వ శతాబ్దపు మొదటి రెండు దశాబ్దాలలో, పామర్ అండ్ కంపెనీ ఏకైక కమీషన్ ఏజెంట్‌గా ఉద్భవించింది. ఏ ఇతర స్థానిక సంస్థకు నిజాం ప్రభుత్వంతో నేరుగా లావాదేవీలు జరపడానికి అనుమతి లేదు. పేద రైతులపై క్రూరమైన అణచివేతకు దారితీసిన రాష్ట్రం మొత్తం ఆదాయాలపై. చందూలాల్ వంటి ప్రభుత్వ ఉన్నతాధికారులు కొందరు "తనకు సంస్థల మద్దతు ఉన్నంత వరకు మరేమీ పట్టింపు లేదు" అని భావించారు, అయితే కంపెనీ యొక్క దిగువ స్థాయి కార్యకర్తలు "అధికారంతో మత్తులో ఉన్నారు. పామర్లు మరియు బ్రిటిష్ ప్రభుత్వానికి ద్వంద్వ అధికారంగా వారు ప్రాతినిధ్యం వహించారు.

1820లో సర్ చార్లెస్ మెట్‌కాఫ్ హైదరాబాద్ రెసిడెంట్‌గా వచ్చారు. పామర్ అండ్ కంపెనీ రాష్ట్రాన్ని ఎలా దోపిడీ చేస్తుందో అతను వెంటనే గ్రహించాడు. 1822లో, రస్సెల్, మాజీ రెసిడెంట్ మరియు అతని సహాయకుడు సోథెబీ, సంస్థలో రహస్య భాగస్వాములుగా ఉండి భారీ లాభాలను ఆర్జించారని అతను కనుగొన్నాడు. పామర్ అండ్ కంపెనీకి నిజాం మొత్తం అప్పు 80 లక్షలకు పైగా ఉందని మెట్‌కాల్ఫ్ అంచనా వేశాడు. నిజాం రాష్ట్రం స్థానిక బ్యాంకర్లకు సుమారు 17 లక్షలు బకాయిపడింది. చందూలాల్ అవకతవకల వల్ల అప్పులు అలాగే ఉండిపోయాయి. మెట్‌కాఫ్ సరైన విషయాలను సెట్ చేయడానికి తీవ్రమైన చర్యలు తీసుకున్నాడు. పామర్ అండ్ కంపెనీ బారి నుండి నిజాం ప్రభుత్వాన్ని విముక్తి చేయడానికి, అతను బ్రిటిష్ ప్రభుత్వం నుండి 6 శాతం వడ్డీతో 60 లక్షల రూపాయల రుణాన్ని ఏర్పాటు చేశాడు. ఈ మంజూరుతో నిజాం పామర్ అండ్ కంపెనీ రుణం చెల్లించాడు. వెంటనే, పామర్ అండ్ కంపెనీ దివాలా తీసింది. 1867లో విలియం పామర్ మరణించాడు.

మెట్‌కాఫ్ సంస్కరణలు

1820లో మెట్‌కాఫ్ రెసిడెంట్‌గా బాధ్యతలు స్వీకరించినప్పుడు, హైదరాబాద్ రాష్ట్ర ఆర్థిక పరిస్థితి దయనీయంగా ఉంది. గ్రామీణ ప్రాంతాల్లో సరైన పరిపాలన లేదు మరియు అత్యధిక వేలం వేసిన కాంట్రాక్టర్లకు ఆదాయ సేకరణను అప్పగించారు. చందూలాల్ అనుసరించిన రెవెన్యూ పరిపాలన అణచివేత పద్ధతుల కారణంగా, పేద రైతులు సాగును నిలిపివేసి పొరుగు ప్రాంతాలకు పారిపోయారు. అణచివేత పరిపాలనా వ్యవస్థ చాలా తరచుగా రైతాంగాన్ని తిరుగుబాటు మరియు బందిపోటు వ్యవస్థకు

దోహదం చేసింది. రెవెన్యూ కాంట్రాక్టర్లు త్వరితగతిన లాభాలు పొందేందుకు రైతాంగాన్ని వేధించి అధిక పన్నులు చెల్లించాలని ఒత్తిడి తెచ్చారు. రైతాంగం అణచివేతకు గురైంది. రెవెన్యూ కాంట్రాక్టర్లు భూములను మధ్యవర్తులకు అప్పగించడం ద్వారా భారీ లాభాలను పొందారు. సాగుదారుల నుండి డబ్బును దోపిడీ చేశారు. మెట్‌కాఫ్, రెసిడెన్సీ బాధ్యతలు స్వీకరించిన తర్వాత, ప్రజల కష్టాలను తీర్చడం ప్రభుత్వ తక్షణ అవసరాన్ని గ్రహించారు. ప్రజల జీవన స్థితిగతులను ప్రత్యక్షంగా తెలుసుకునేందుకు ఆయన నిజాం సంస్థానంలో పర్యటించారు. మెట్‌కాల్ఫ్ ప్రజల జీవన స్థితిగతులను అధ్యయనం చేసిన తరువాత, రైతాంగం సుఖంగా ఉండాలంటే, బ్రిటిష్ జోక్యం ఖచ్చితంగా అవసరమని ఒప్పించాడు. మెట్‌కాల్ఫ్ విచారణ చేసిన తరువాత, రాష్ట్ర ఆదాయాలలో మొత్తం 10 లక్షల రూపాయల (ఒక మిలియన్) లోటు ఉందని మరియు ఖర్చు ఆదాయాన్ని మించిందని కనుగొన్నాడు. రాష్ట్ర ఆదాయంలో లోటును తగ్గించడానికి, అతను 10 సంవత్సరాల కాలానికి ప్రయోగాత్మక చర్యగా గ్రామ పరిష్కార ప్రాతిపదికన భూ సంస్కరణలను ప్రవేశపెట్టాలని నిర్ణయించాడు. అతను ప్రభుత్వ వ్యయాన్ని తగ్గించడానికి మరియు ఆదాయం మరియు ఖర్చుల మధ్య సమతుల్యతను కొనసాగించడానికి ప్రయత్నించాడు.

భూ రెవెన్యూ పరిపాలనను సంస్కరించడానికి మెట్‌కాల్ఫ్ రాష్ట్రాన్ని జిల్లాలుగా విభజించారు. స్థానిక రెవెన్యూ అధికారులను పర్యవేక్షించే బ్రిటిష్ అధికారుల అధీనంలో ఉంచారు. నిజాం అధికారులు రైతుల నుండి అధిక పన్నులు వసూలు చేయకుండా నిరోధించడం యూరోపియన్ పర్యవేక్షకుల ప్రధాన విధి. కొత్త పథకం ప్రకారం సాగుదారుల నుండి ఫిర్యాదులను స్వీకరించడానికి యూరోపియన్ అధికారులను సూపర్‌వైజర్‌లుగా నియమించాడు. నిజాం అధికారులను సమర్థవంతంగా పర్యవేక్షించడం ద్వారా ప్రజలను పీడించకుండా నిరోధించాడు. సాగుదారులు నేరుగా స్థానిక అధికారులకు లేదా నిజాం ప్రభుత్వానికి రెసిడెంట్ ద్వారా అప్పీలు చేసుకోవడానికి అనుమతించారు. మెట్‌కాల్ఫ్ ఆదాయ సేకరణ కోసం నమ్మకమైన మరియు సమర్థవంతమైన తాలూకాదార్‌లను కూడా నియమించినాడు. లోటు బడ్జెట్‌ను నియంత్రించడానికి చర్యలు తీసుకున్నాడు. భూ ఆదాయాన్ని పెంచేందుకు భూసారాన్ని పరిశీలించి భూమి శిస్తు విధించి పదేళ్ల కాలానికి పన్నును నిర్ణయించారు. దోపిడీ మరియు నేరాలను అంతం చేయడానికి అతను యూరోపియన్ అధికారులను నియమించాడు. మెట్‌కాల్ఫ్ యొక్క సంస్కరణలు హైదరాబాద్ రాష్ట్ర ఆర్థిక పరిస్థితులు మరియు వనరుల మెరుగుదలకు దారితీశాయి. మెట్‌కాల్ఫ్ 1825లో పదవీ విరమణ చేశాడు. చందు లాల్ కొత్త రెసిడెంట్, మార్టింటో మెట్‌కాఫ్ సంస్కరణలను రద్దు చేయడానికి ఒప్పించాడు. సికిందర్ జా బ్రిటీష్ వారితో

సమస్యాత్మక సంబంధాలను కలిగి ఉన్నాడు. రెసిడెంట్స్ అతని అధికారాలను తగ్గించారు. నిరాశ మరియు అసహ్యంతో నిజాం క్రియాశీల పరిపాలన నుండి వైదొలిగి మరణించాడు. అతని హయాంలో, హుస్సేన్ సాగర్ సరస్సుకు అవతలి వైపున బ్రిటిష్ కంటోన్మెంట్ స్థాపించబడింది. అతని పేరు మీద సికింద్రాబాద్ అని పేరు పెట్టారు. తర్వాతి సంవత్సరాల్లో హైదరాబాద్, సికింద్రాబాద్ జంట నగరాలు మహానగరంగా ఎదిగాయి.

నాసిర్-ఉద్-దౌలా

మీర్ ఫుర్కుందా అలీ ఖాన్ నాసిర్ ఉద్ దౌలా నాల్గవ నిజాంగా సింహాసనాన్ని అధిష్టించాడు. అతని హయాంలో వహాబీ ఉద్యమం మరియు బేరార్ అప్పగింత వంటి ముఖ్యమైన సంఘటనలు హైదరాబాద్ రాష్ట్రంపై చాలా వరకు ప్రభావం చూపాయి. 1829లో నిజాం తన సేవ నుండి బ్రిటిష్ అధికారులను ఉపసంహరించుకోవాలని భారతదేశ గవర్నర్ జనరల్ విలియం బెంటింక్‌ను అభ్యర్థించాడు. అతను దానిని అంగీకరించాడు. నాసిర్-ఉద్-దౌలా మెట్‌కాఫ్ సంస్కరణలను కూడా రద్దు చేశాడు. యూరోపియన్ అధికారుల ఉపసంహరణ తర్వాత, నిజాం ప్రభుత్వం వారి స్థానంలో భారతీయ పర్యవేక్షకులను అమీన్స్ లేదా మన్సబ్దార్లను నియమించింది. కానీ రెవెన్యూ కాంట్రాక్టర్ల అణిచివేతను అంతం చేయడంలో వారు చాలా అసమర్థులని నిరూపించబడ్డారు. చందూలాల్ నేతృత్వంలోని అసమర్థ మరియు అవినీతి పరిపాలన నిజాం ప్రభుత్వానికి వ్యతిరేకంగా అనేక తిరుగుబాట్లకు దారితీసింది. మునగాల, హింగోలి, అమ్మనాలపాలెం, చింతగాని, సిరొంచ, మహదేవపురం మొదలైన స్థానిక పెత్తందార్లు మరియు జమీందార్లు క్షీణిస్తున్న పరిపాలనా వ్యవస్థను ఉపయోగించుకుని తిరుగుబాట్లు చేశారు. పరిపాలనా సంస్కరణలను తీసుకురావడానికి, హైదరాబాద్ రాష్ట్రాన్ని 16 జిల్లాలుగా విభజించారు మరియు జిల్లాకు అధిపతిగా తాలూక్దార్లను నియమించారు. రవాణ పౌర మరియు న్యాయ పరిపాలనకు బాధ్యత వహించారు. తాలూక్దార్లు జిల్లాలలో అత్యున్నత అధికారాన్ని చలాయించారు. పన్నులు మరియు జరిమానాలు విధించడానికి, ప్రజలను అణచివేయడానికి తమ అధికారాలను ఉపయోగించారు. అమాయకులు మరియు దోషులపై విచక్షణారహితంగా నేరం మోపారు. నేరస్థులు నిష్కపటంగా స్వేచ్ఛగా వెళ్లడానికి అనుమతించబడ్డారు, ఎందుకంటే వారు రాష్ట్రానికి ఆదాయ మార్గాలను అందించారు. దీని ఫలితంగా పల్లెల్లో హత్యలు, దారి దోపిడీలు వంటి సంఘటనలు చోటు చేసుకున్నాయి. హైవే దొంగలు తమ వద్దకు తెచ్చిన దోపిడీలో వాటాదారులు కావడంతో స్థానిక జమీందార్లు ఈ దోపిడీలకు సహకరించారు. నాసిర్ ఉద్ దౌలా నిజాం రాష్ట్రంలో సతిని నిషేధించారు. 1838లో జనరల్ ఫ్రేజర్ హైదరాబాద్‌లో బ్రిటిష్ రెసిడెంట్‌గా నియమితులయ్యారు.

వహాబీ ఉద్యమం

పంతొమ్మిదవ శతాబ్దపు తొలి దశాబ్దాలలో బ్రిటిష్ వారికి వ్యతిరేకంగా వహాబీ ఉద్యమం ప్రారంభమైంది. ఇది మొదట పంజాబ్‌లోని సిక్కు ఆధిపత్యానికి వ్యతిరేకంగా ప్రారంభమైంది. అయితే 1820 నాటికి ఇది బెంగాల్, వాయువ్య సరిహద్దు, యునైటెడ్ ప్రావిన్సెస్ మరియు మద్రాస్‌లో విస్తృతంగా వ్యాపించింది. వహాబీ ఉద్యమాన్ని సయ్యద్ అహ్మద్ బరేల్వీ మరియు అతని అనుచరులు నిర్వహించారు. సిక్కులు మరియు బ్రిటిష్ వారికి వ్యతిరేకంగా పోరాడిన వారిని ముజాహిద్‌లుగా పిలిచేవారు. 1831లో సయ్యద్ అహ్మద్ మరణానంతరం అతని అనుచరులు మౌలవీ విలాయత్ అలీ మరియు సలీం దీనిని కొనసాగించారు. వారు 1838లో దక్కన్‌కు వచ్చారు. రాజకుమారుడు ముబారిజ్-ఉద్-దౌలా విశ్వాసాన్ని పొందడంలో విజయం సాధించారు, అతను నిజాం సికందర్ జా యొక్క మూడవ కుమారుడు మరియు నాసిర్-ఉద్-దౌలా తమ్ముడు. అతనికి రైస్-ఉల్-ముస్లిం బిరుదును ప్రదానం చేయడం ద్వారా, అతను వహాబీ ఉద్యమ నాయకుడిగా గుర్తించబడ్డాడు. అందులో చురుకుగా పాల్గొన్నాడు. ఆయనతో పాటు కర్నూలు నవాబు, గులాం రసూల్ ఖాన్ కూడా ఉద్యమంలో పాల్గొన్నారు. ముబారిజ్-ఉద్-దౌలా బ్రిటిష్ వారికి వ్యతిరేకంగా తిరుగుబాటులో చురుకుగా సంబంధం కలిగి ఉన్నాడు. స్థానిక నాయకులు మరియు పాలకులతో రహస్య చర్చలు జరిపాడు. తదనంతరం, ముబ్రిజ్-ఉద్-దౌలాను అరెస్టు చేయాలని రెసిడెంట్ ఫ్రేజర్ నిజాంపై ఒత్తిడి తెచ్చాడు. యువరాజును అరెస్టు చేసి గోల్కొండ కోటకే పరిమితం చేశారు. వహాబీ ఉద్యమాన్ని సమర్థించిన కర్నూలు నవాబును కూడా అరెస్టు చేసి తిరుచిరాపల్లి కోటలో బంధించారు. తరువాత, అతను పదవీచ్యుతుడయ్యాడు. అతని జాగీర్ మద్రాసు ప్రెసిడెన్సీలో విలీనం చేయబడింది. ముబారిజ్-అద్-దౌలా 1854లో గోల్కొండ కోటలో మరణించారు. వహాబీ ఉద్యమం ఆగిపోయింది. అయితే, హైదరాబాద్‌లో వహాబీ ఉద్యమం 1857లో జరిగిన సంఘటనలకు నాంది పలికింది.

బెరార్ అప్పగింత

1851 జనవరి నాటికి హైదరాబాద్ నిజాం ఈస్టిండియా కంపెనీకి సైనిక దళాల నిర్వహణ కోసం సుమారు 70 లక్షల రూపాయలు బకాయిపడ్డాడు. అతను తన నగలు మొదలైనవాటితో సగం మొత్తాన్ని తీర్చగలిగాడు. మిగిలిన మొత్తాన్ని సంవత్సరాంతానికి చెల్లిస్తానని వాగ్దానం చేశాడు కానీ వాగ్దానాన్ని నిలబెట్టుకోలేకపోయాడు. భారతదేశ గవర్నర్ జనరల్ లార్డ్ డల్హౌసీ, 31 డిసెంబర్, 1850 నాటికి మొత్తం రుణాన్ని చెల్లించాలని

నిజాంకు తెలియజేసారు. అతను హైదరాబాద్, బ్రిటిష్ రెసిడెంట్ ఫ్రెజర్‌ను ఏటా 35 లక్షల రూపాయల ఆదాయం వచ్చే జిల్లాలను సూచించమని కోరాడు. ఆ విధంగా 1853లో, నిజాం బేరార్ ఒప్పందంపై సంతకం చేయవలసి వచ్చింది, బేరార్ ప్రావిన్స్, ఉస్మానాబాద్ మరియు రాయచూర్ జిల్లాలను ఈస్ట్ ఇండియా కంపెనీకి అప్పగించారు. ఒడంబడిక ముగిసిన తరువాత, నిజాం యొక్క దళాలు హైదరాబాద్ కాంటింజెంట్‌గా నిర్వహించబడ్డాయి. మరియు బ్రిటిష్ ఇండియన్ ఆర్మీకి సహాయకుడిగా మార్చబడ్డాయి. నిజాం మరియు బ్రిటీష్ మధ్య జరిగిన బేరార్ ఒప్పందం లార్డ్ డల్హౌసీ యొక్క విస్తరణ విధానాన్ని ధృవీకరించింది. 1851లో సిరాజ్-ఉల్-ముల్క్ దివాన్ అయ్యాడు, అయితే అతను 1853లో నిజాం భూభాగాలను బ్రిటిష్ వారికి బలవంతంగా అప్పగించినందుకు షాక్ మరియు అవమానంతో మరణించాడు. తరువాత మే, 1857లో ఉత్తర భారతదేశంలో సిపాయిల తిరుగుబాటు జరిగినప్పుడు నసీర్-ఉద్-దౌలా మరణించాడు.

అఫ్జల్-ఉద్-దౌలా

మీర్ తైహ్నత్ అలీ ఖాన్ అఫ్జల్-ఉద్-దౌలా 1821లో జన్మించాడు. నాసిర్-ఉద్-దౌలా మరణం తర్వాత 1857లో సింహాసనాన్ని అధిష్టించాడు. అతని హయాంలో జూలైలో హైదరాబాద్‌లోని రెసిడెన్సీ భవనంపై రోహిల్లాలు దాడి చేయడంతో సిపాయిల తిరుగుబాటు ప్రారంభమైంది. హైదరాబాద్ స్టేట్‌లో బ్రిటిష్ వ్యతిరేక భావన తెలియనిది కాదు లేదా కొత్తది కాదు. వాస్తవానికి, 19వ శతాబ్దం ప్రారంభం నుండి హైదరాబాద్ నిజాం బ్రిటిష్ ఈస్ట్ ఇండియా కంపెనీతో సైనిక కూటమిలోకి ప్రవేశించవలసి వచ్చింది. 1839లో వహాబీలు జిహాద్‌ను ప్రకటించి, బ్రిటిష్ పాలనను కూలదోయడానికి కుట్ర పన్నినప్పుడు కూడా అది వ్యక్తమైంది. 1853లో నిజాం హైదరాబాద్‌లో ఉన్న బ్రిటిష్ అనుబంధ సైనిక బలగాల ఖర్చుల కోసం బేరార్, రాయచూర్ మరియు ఉస్మానాబాద్ జిల్లాలను బ్రిటిష్ ఈస్టిండియా కంపెనీకి కేటాయించవలసి వచ్చినప్పుడు బ్రిటిష్ వ్యతిరేక భావన తీవ్రమైంది. బ్రిటిష్ వారిపై ప్రజల్లో తీవ్ర ఆగ్రహం నెలకొంది. రాజా మహీపత్ రామ్ మరియు వహాబీల ప్రోత్సాహంతో నిజాం సేవలో ఉన్న స్థానిక దళాలు బలమైన బ్రిటిష్ వ్యతిరేక భావాలను వ్యక్తం చేసినాయి. ప్రత్యేకించి, నిజాం సైన్యంలోని అరబ్బులు, రోహిల్లాలు, ఆఫ్ఘన్లు మరియు సిక్కులు బలమైన బ్రిటిష్ వ్యతిరేక ద్వేషాన్ని పెంచుకున్నారు. అఫ్జల్-ఉద్-దౌలా హయాంలో 1857లో నిజాం ఆధీనంలో జరిగిన తిరుగుబాటుకు రోహిల్లాలు మరియు అరబ్బులు నాయకత్వం వహించారు.

బ్రిటిష్ రెసిడెన్సీపై దాడి

సిపాయిల తిరుగుబాటు ఉత్తర భారతదేశం మరియు ఢిల్లీలో తిరుగుబాటుదారులచే వ్యాపించిన తరువాత, తిరుగుబాటు గురించిన వార్తలు దక్కన్‌లో వ్యాపించాయి. అఫ్జల్-ఉద్-దౌలా పాలనా కాలంలో, హైదరాబాద్ నగరంలో వాల్-పోస్టర్లు మరియు వాల్-రైటింగ్లు బ్రిటిష్ వ్యతిరేక భావాలను ప్రచారం చేశాయి. రహస్య కార్యకలాపాలు కూడా నిర్వహించబడ్డాయి. నిజాం మరియు దివాన్ తిరుగుబాటులో చేరాలని కోరారు. ముస్లింలు, హిందువులు ఐక్యంగా ఉండి నిజాంను తిరుగుబాటుకు ప్రోత్సహించాలని ప్లకార్డులో విజ్ఞప్తి చేశారు. సిపాయిలు "నిజాంకే సర్హద్ కే బహర్ నహీ జాయేంగే! దిన్ కే ఊపర్ కమర్ నహీ బందేంగే", ఢిల్లీకి వెళ్లి మొఘల్ చక్రవర్తికి వ్యతిరేకంగా పోరాడటానికి వారి అసమ్మతిని సూచిస్తోంది. జూలై 17, 1857 సాయంత్రం మౌల్వీ అల్లావుద్దీన్ మరియు జమేదార్ తుర్రేబాజ్ ఖాన్ నేతృత్వంలో దాదాపు ఐదు వందల మంది రోహిల్లాలు కోఠిలోని రెసిడెన్సీ భవనంపై దాడి చేశారు. తుర్రేబాజ్ ఖాన్ మరియు మౌలావి అల్లావుద్దీన్ నేతృత్వంలోని రోహిల్లాల దాడి గురించి తెలుసుకున్న రెసిడెంట్ కల్నల్ డేవిడ్‌సన్ జాగ్రత్తలు తీసుకున్నాడు మరియు అన్ని ప్రవేశ ద్వారాల వద్ద కాపలాదారులను నియమించాడు. రెసిడెన్సీ భవనం సమీపంలో జై గోపాల్ దాస్ మరియు అబ్బన్ సాహెబ్‌లకు చెందిన రెండు ప్రైవేట్ నివాస గృహాలను ఆక్రమించిన తరువాత, తుర్రేబాజ్ ఖాన్ నాయకత్వంలోని తిరుగుబాటుదారులు వ్యూహాత్మక స్థానాన్ని ఆక్రమించి దాడిని ప్రారంభించారు. బ్రిగ్స్ నేతృత్వంలోని బ్రిటిష్ దళాలు రాత్రంతా ఫిరంగి కాల్పుల శక్తితో దాడిని తిప్పికొట్టాయి. ఉన్నతమైన అగ్నిమాపక శక్తి వారిని అధిగమించడంతో, తిరుగుబాటుదారులు వెనక్కి తగ్గారు మరియు అక్కడి నుండి పారిపోయారు.

కాల్పుల్లో చాలా మంది రోహిల్లాలు చనిపోయారు. పర్యవసానంగా, రెసిడెన్సీ భవనంపై దాడి విఫలమైంది. అనంతరం వారిద్దరినీ అరెస్టు చేసి అదుపులోకి తీసుకున్నారు. తుర్రేబాజ్ ఖాన్‌ను మొగుల్‌గూడ/మొగిలిగిద్ద వద్ద 22 జూలై 1857న అరెస్టు చేసి క్రిమినల్ కోర్ట్ మేజిస్ట్రేట్ కరామత్ అలీ ముందు హాజరుపరిచారు. సివిల్ కోర్టు మేజిస్ట్రేట్ ఫజలుల్లా, గాలిబ్ జంగ్ వాంగ్మూలాన్ని నమోదు చేశారు. సమకాలీన ఆధారాల ప్రకారం, విచారణ సమయంలో తుర్రేబాజ్ ఖాన్ పశ్చాత్తాపం చెందలేదు. మౌలవి అల్లావుద్దీన్‌తో సహా అతని సహచరుల పేర్లను వెల్లడించడానికి నిరాకరించాడు. దాడికి పూర్తి బాధ్యతను తానే తీసుకున్నాడు. అతను విచారణ కమిటీకి ఇలా చెప్పాడు: "నేను నా స్వంత ఇష్టానుసారం

అల్లర్లలో పాల్గొన్నాను". ఏ అల్లరిమూక నాకు తెలియదు. జెహాద్ చేసినందుకు మత జెండా ఎగురవేయబడిందని ప్రజలు నాకు తెలియజేయడంతో నేను అందులో పాల్గొన్నాను. కోర్టు తీర్పు ప్రకారం తుర్రేబాజ్ ఖాన్‌కు జీవితాంతం కారాగార శిక్ష విధించబడింది. కానీ అతను జనవరి 18, 1859 న ఇద్దరు సెంట్రీల క్రియాశీల సహాయంతో జైలు నుండి తప్పించుకోగలిగాడు, వారు కూడా ఖైదీలతో పారిపోయారు. "అతనితో (తుర్రేబాజ్ ఖాన్) సాధారణ సానుభూతి ఉందని, అందులో అతని గార్డులు పాలుపంచుకున్నారని నేను భావిస్తున్నాను" అని బ్రిటీష్ అధికారులు గుర్తించారు. తుర్రేబాజ్ ఖాన్‌ను పట్టుకున్నందుకు 5,000 బహుమతి ప్రకటించారు. అయితే, ఒక ఇన్ఫార్మర్ ఖుర్బాన్ అలీ అందించిన సమాచారంతో, తూప్రాన్ గ్రామంలో నిజాం సైనికులతో జరిగిన ఘర్షణలో తుర్రేబాజ్ ఖాన్ పట్టుబడ్డాడు మరియు కాల్చి చంపబడ్డాడు. అతని మృతదేహాన్ని హైదరాబాద్ నగరానికి తీసుకువచ్చి కోఠిలోని రెసిడెన్సీ భవనం ప్రధాన గేటు ముందు గొలుసులతో వేలాడదీశారు. ఈలోగా బెంగళూరుకు పారిపోయిన మౌల్వీ అల్లావుద్దీన్‌ను మంగళంపల్లి గ్రామం వద్ద పట్టుకుని హైదరాబాద్ తీసుకొచ్చారు. అతన్ని జీవిత ఖైదీగా జూన్ 1859లో అండమాన్ (కాలా పాని)కి తీసుకెళ్లారు. అక్కడ అతను 1884లో మరణించాడు.

వెంకటప్ప నాయక్ తిరుగుబాటు

గుల్బర్గా జిల్లాలోని షోరాపూర్ సంస్థానం విస్తీర్ణంలో చాలా చిన్నది. దీనిని యువరాజు వెంకటప్ప నాయక్ పరిపాలించారు. అతను మైనర్ అయినందున, అతన్ని రీజెంట్ కల్నల్ మెడోస్ టేలర్ ఆధ్వర్యంలో ఉంచారు. అతను 1853లో స్వతంత్ర అధికారాన్ని స్వీకరించాడు. అతని పౌరులు, స్థానిక జమీందార్లు మరియు పీష్వా నానా సాహెబ్ యొక్క దూతల ఒత్తిడితో, అతను 1857లో బ్రిటిష్ వారికి వ్యతిరేకంగా జరిగిన తిరుగుబాటులో పాల్గొనాలని నిర్ణయించుకున్నాడు. అతని మద్దతుదారులు అతను మొత్తం దక్షిణ మరాఠాకు పాలకుడు అవుతాడని హామీ ఇచ్చారు. బ్రిటీష్ శక్తికి వ్యతిరేకంగా యుద్ధం విజయవంతంగా పూర్తయిన తర్వాత షోరాపూర్ నుండి రామేశ్వరం వరకు భూభాగం తన ఆధీనంలో ఉంటుందని భావించాడు. అతను తన సైన్యంలోకి కొన్ని వందల మంది అరబ్బులు మరియు రోహిల్లాలను నియమించుకున్నాడు. "రాజా అనేక చర్యల ద్వారా తన దేశాన్ని పరిపాలించడానికి పూర్తిగా అనర్హుడని నిరూపించుకున్నాడు" అని బ్రిటిష్ రెసిడెంట్ వ్యాఖ్యానించారు.

అరబ్బులు మరియు రోహిల్లాలను తన సైన్యంలో చేర్చుకోవడానికి షోరాపూర్ పాలకుడు ప్రయత్నాలు చేశాడని హైదరాబాద్ రాష్ట్ర దివాన్ సాలార్జంగ్ బ్రిటిష్ రెసిడెంట్‌కు

నివేదించాడు. అతను నియమించిన కిరాయి దళాలను రద్దు చేయమని బ్రిటీష్ అధికారులు రాజాను ఆదేశించారు, కానీ అతను దానిని అంగీకరించడానికి నిరాకరించాడు. తిరుగుబాటులో పాల్గొనవద్దని పాలకులను ఒప్పించేందుకు కెప్టెన్ రోజ్ కాంప్‌బెల్‌ను పంపారు. మొత్తం పరిస్థితి అదుపు తప్పుతుందని క్యాంప్‌బెల్ గుర్తించడంతో, షోరాపూర్‌పై దాడి చేయాలని కెప్టెన్ విండ్‌హామ్‌కు ఆదేశాలు జారీ చేశాడు. ఫిబ్రవరి 7, 1858న, విండ్‌హామ్ దళాలు బేదార్లు, అరబ్బులు మరియు రోహిల్లాలతో కూడిన రాజా దళాలచే దాడి చేయబడ్డాయి. సుమారు 5-7 వేల మంది ఉన్నట్లు అంచనా వేయబడింది. తరువాత జరిగిన యుద్ధంలో బ్రిటిష్ దళాలకు నాయకత్వం వహించిన కెప్టెన్ న్యూబెర్రీ మరణించాడు. అయితే, బ్రిటిష్ బలగాల రాక నేపథ్యంలో రాజా పోరాటాన్ని కొనసాగించలేకపోయాడు. అతను హైదరాబాద్‌కు పారిపోయాడు, అక్కడ అతన్ని పట్టుకుని రెసిడెంట్‌కి అప్పగించారు. బ్రిటీష్ దళాలు చివరికి షోరాపూర్‌ను జప్తు చేశాయి. కల్నల్ క్యాంప్‌బెల్‌ను దాని పరిపాలనకు బాధ్యత వహించారు.

షోరాపూర్ పాలకుడిని పట్టుకున్న తర్వాత, హైదరాబాద్‌లో విచారణ కోసం మిలటరీ కమిషన్ ముందు హాజరుపరిచారు. విచారణ సమయంలో, తిరుగుబాటుకు పూర్తి బాధ్యతను రాజా సొంతం చేసుకున్నాడు. అతనికి మద్దతు ఇచ్చిన మద్దతుదారుల పేర్లు చెప్పడానికి నిరాకరించాడు. రాజా వెంకటప్ప నాయుడుపై విచారణ జరిగింది మరియు మరణశిక్ష విధించబడింది. రెసిడెంట్ మరణశిక్షను జీవితాంతం ఖైదీగా మార్చారు. తరువాత గవర్నర్ జనరల్ చింగ్లేపుట్ కోటలో నాలుగు సంవత్సరాల జైలు శిక్షగా మార్చారు. అయితే అక్కడికి తీసుకెళ్తుండగా కాల్చుకుని ఆత్మహత్య చేసుకున్నాడు. షోరాపూర్ సంస్థానం తర్వాత నిజాం పాలనలో భాగమైంది. షోరాపూర్ పాలకుని విచారణకు సంబంధించిన సంఘటనలు మహారాష్ట్ర దేశం యొక్క దక్షిణ భాగం మరియు ఉత్తర కర్నాటక్ ప్రాంతంలో విస్తృతంగా విస్తరించిన తిరుగుబాటును వెల్లడించాయి. షోరాపూర్ రాజు మరణంతో బ్రిటిష్ వ్యతిరేక తిరుగుబాటు సెంటిమెంట్ తగ్గలేదని కూడా సూచించింది. ఉద్యమ ప్రధాన కేంద్రాలు మిరాజ్, కొల్హాపూర్, నర్గుండ్, కొప్బాల్, రాయచూర్ మొదలైనవి. బ్రిటీష్ దళాలు తిరుగుబాటుదారులను నిరాయుధులను చేసి మిరాజ్ మరియు కొల్హాపూర్ వద్ద తిరుగుబాట్లను అణచివేశాయి. నరగుందం రాజు పట్టుబడ్డాడు. ఆ తర్వాత ఉరితీయబడ్డాడు.

నిజాం రాష్ట్రంలోని వివిధ ప్రాంతాలలో మరియు దాని పరిసర ప్రాంతాలలో జరిగిన తిరుగుబాట్లకు సంబంధించిన అధికారిక పత్రాలు స్థానిక జమీందార్లు మరియు

రాజులతో పాటు జనాభాలోని ఇతర వర్గాల వారు రోహిల్లాలు, భిల్లులు మరియు గోండులు మొదలైనవారు బ్రిటిష్ వారికి వ్యతిరేకంగా తమ పోరాటాన్ని కొనసాగించారని తెలియ చేశాయి. 1858 మరియు 1859లో బస్మత్‌నగర్ మరియు నిర్మల్ ప్రాంతాల్లోని రోహిల్లాలు మరియు అజంతా ప్రాంతంలోని భిల్లులు బ్రిటీష్ వారికి తీవ్ర ఇబ్బందులను సృష్టించారని హైదరాబాద్ స్టేట్‌లో ఫ్రీడమ్ స్ట్రగుల్ వాల్యూమ్‌లలో ఉదహరించబడిన అందుబాటులో ఉన్న ఆర్కైవల్ ఆధారాలు సూచిస్తున్నాయి. ముఖ్యంగా రోహిల్లాలు బ్రిటీష్ అధికారానికి లోబడి ఉండటానికి నిరాకరించారు. నానా సాహిబ్‌కు విధేయతను బహిరంగంగా ప్రకటించారు. బ్రిటీష్ వారిపై నిరాదరణకు గుర్తై గ్రామాల్లో తిరుగుతూ ప్లకార్డులు ప్రదర్శించారు. ఒక ప్లకార్డు, ఈ విధంగా ప్రకటించింది. "పూనాలోని నానా సాహిబ్ సేవకులైన రోహిల్లాలందరి పేరు మీద. నిజాం (మొగులై) బ్రిటీష్ వారితో పొత్తు పెట్టుకున్నాడు మరియు నానా సాహిబ్‌కు సహాయం చేయలేదు. ఈ కారణంగా నిజాం దేశాన్ని దోచుకుంటున్నాం... నిజాం దేశాన్ని సర్వనాశనం చేస్తాం." తాంతియా తోపే నిజాం పాలనను అంతమొందించాలని యోచిస్తున్నట్లు రోహిల్లాలు పుకార్లు విన్నప్పుడు, వారి సంఖ్య పెరిగింది. అయితే, బ్రిగేడియర్ హిల్ నేతృత్వంలోని బ్రిటీష్ దళాలు వాటిని అణచివేసింది. వారి నాయకులు షా గులాం హుస్సేన్ మరియు సయ్యద్ హుస్సేన్‌లను ఉరితీశారు. అజంతా ప్రాంతంలోని భిల్లులు 1857లో భాగోజీ నాయక్ నాయకత్వంలో తిరుగుబాటు చేశారు. వైజాపూర్ దేశ్‌పాండేలు కూడా తమ సహాయాన్ని అందించారు. ఆదిలాబాద్ జిల్లాలో, రోహిల్లా తిరుగుబాటుదారులు రామ్‌జీ గోండ్ నాయకత్వంలో గోండు గిరిజనుల బలమైన దళంతో చేరారు.

రంగారావు కుట్ర

రోహిల్లాలు, భిల్లులు మరియు గోండులతో సహా నిజాం డొమినియన్స్‌లోని సాధారణ ప్రజలు, స్థానిక నాయకులు బ్రిటిష్ పాలన పట్ల అసంతృప్తితో ఉన్నారు. వారు ఉత్తర భారతదేశంలో తిరుగుబాటును ఉపయోగించుకున్నారు. వలస పాలనకు వ్యతిరేకంగా పోరాడారు. 19వ శతాబ్దం మధ్యకాలంలో హైదరాబాద్ రాష్ట్రంలోని అనేక ప్రాంతాల్లో కుట్రలు మరియు తిరుగుబాట్ల తరంగం కొనసాగింది. బ్రిటీష్ అధికారులు "హైదరాబాద్‌లోని అసంతృప్త అంశాలు బ్రిటీష్‌కు వ్యతిరేకంగా జరిగే సాధారణ ప్రణాళికలో చేరాలనే కోరికతో ప్రేరేపించబడ్డారు" అని పేర్కొన్నారు. 1858లో నానా సాహెబ్‌ల ఆజ్ఞలు మరియు బ్రిటీష్ అధికారాన్ని ఎదిరించే ప్రకటనల పర్యవసానంగా రంగారావు కుట్ర జరిగింది. ఫిబ్రవరి, 1857లో సోనాజీ పండిట్, రాజా రాయ్ రాయన్ ఎస్టేట్‌లోని దఫ్తర్దార్, హైదరాబాద్‌లోని ఒక కులీనుడు పూనాలోని నానా సాహెబ్‌కు ఒక లేఖ

రాశాడు. తర్వాత హైదరాబాద్ నుంచి బహిష్కరించారు. రంగారావు (నానా సాహెబ్ ఏజెంట్), కౌలాస్‌కు చెందిన రాజా దీప్ సింగ్ మరియు సఫ్దర్-ఉద్-దౌలా, నిజాం ఆస్థానంలోని కొంతమంది కులీనుల సహకారంతో కలిసి పనిచేసిన ఒక కుట్రను బ్రిటిష్ వారు కనుగొన్నారు. గ్రామ పట్వారీ అయిన రంగారావు 1857లో తిరుగుబాటుదారులు నానా సాహిబ్‌కు వ్రాసిన లేఖలను స్వయంగా తీసుకువెళ్లారు. నానా సాహెబ్ తిరుగుబాటుదారులకు మద్దతు ఇవ్వాలని విజ్ఞప్తి చేస్తూ గ్రామ అధికారులు, సైనికులు, దేశ్‌పాండేలు, దేశ్‌ముఖ్‌లకు మద్దతు ప్రకటించారు.

పథకం ప్రకారం తిరుగుబాటుదారులు పదివేల మంది సైన్యాన్ని పెంచాలనుకున్నారు. అయితే, కీలకమైన తిరుగుబాటుదారుడు సోనాజీ పండిట్ మరణం, నిధులు మరియు సమన్వయం లేకపోవడంతో మొత్తం కుట్ర విఫలమయ్యాయి. దేశద్రోహం మరియు నాన్ సాహెబ్ సూచనల మేరకు సైన్యాన్ని పెంచడానికి ప్రయత్నించినందుకు రంగారావును రెసిడెంట్ స్వయంగా విచారించారు. అతనికి మరణశిక్ష విధించబడింది. కానీ తరువాత దానిని గవర్నర్ జనరల్ జీవితాంతం అండమాన్‌కు రవాణా చేయడానికి మార్చారు. ఇతర కుట్రదారులను స్థానిక కోర్టులు విచారించాయి మరియు జైలు శిక్ష విధించాయి.

రావు సాహెబ్ సంఘటన

అనేక కుట్రలు మరియు తిరుగుబాట్ల నుండి నైజాం యొక్క డొమినియన్స్‌లో బ్రిటిష్ వారిపై జనాదరణ పొందిన ఆగ్రహం కొనసాగింది. బ్రిటీష్ వారికి వ్యతిరేకంగా హైదరాబాద్ స్టేట్ ప్రజలలో విస్తృతమైన అశాంతి నెలకొంది. రోహిల్లాలు, గోండులు, కోయలు, అలాగే స్థానిక జమీందార్ల తిరుగుబాట్ల ద్వారా స్పష్టమైంది. 'బేగం బజార్ కుట్ర కేసు'గా పేరొందిన రావ్ సాహెబ్ పేష్వా ఘటన ఇందుకు ఉదాహరణ. ఉత్తర భారతదేశంలో సిపాయిల తిరుగుబాటును అణచివేసిన తరువాత, రావు సాహెబ్ పేష్వా హైదరాబాద్‌కు వచ్చి బేగంబజార్‌లో రహస్యంగా బస చేశాడు. అతను మరొక వ్యక్తి కిషన్ రావుతో కలిసి దక్కన్‌లో తిరుగుబాటును నిర్వహించడానికి స్థానిక ప్రజల మద్దతును పొందాడు. స్థానిక గోసైన్ వ్యాపారులు, బ్రాహ్మణులు మరియు భూస్వాముల మద్దతును పొందడంలో వారు విజయం సాధించారు. బ్రిటిష్ సైన్యంలోని కొందరు సైనికులు కూడా వారికి మద్దతుగా నిలిచారు. అయితే, పోలీసులు వారి మద్దతుదారులను అరెస్టు చేయడం ద్వారా వారి ప్రణాళికను విఫలం చేశారు. అయితే వారిద్దరూ తప్పించుకున్నారు. తరువాత 1862లో, రావ్ సాహెబ్ కాన్పూర్‌లో బంధించబడి చంపబడ్డాడు. మల్ఖేడ్,

కొప్పల్, భాల్కీ, నరగుండం, భీర్ మొదలైన ప్రాంతాలలో జరిగిన అనేక కుట్రలు మరియు తిరుగుబాట్ల ద్వారా నిజాం సంస్థానంలో బ్రిటిష్ వ్యతిరేక భావన వ్యక్తమైంది.

రెసిడెంట్ మరియు దివాన్‌పై దాడులు

తుర్రేబాజ్ ఖాన్ బ్రిటిష్ రెసిడెన్సీపై దాడి తర్వాత హైదరాబాద్ నగరంలో బ్రిటీష్ వ్యతిరేక భావన ప్రజల్లో కొనసాగుతోందనేది కొందరు సిపాయిల హత్యాప్రయత్నాలు, పెద్దమనుషుల కుట్రలు వంటి అనేక సంఘటనల ద్వారా రుజువైంది. నిజాం ఆస్థానంలోని కొంతమంది వ్యక్తులు, బ్రిటిష్ వారి పట్ల శత్రుత్వ భావాలతో "స్థాయి మరియు ప్రభావంలో అత్యంత ప్రముఖులు", బ్రిటిష్ అధికారానికి వ్యతిరేకంగా నిజాంను ప్రభావితం చేయడానికి ప్రయత్నించారని రెసిడెంట్ కనుగొన్నారు. కుట్రదారులలో ఒకరైన మిర్దా చంద్ ఒకరు. "అతను జూలై 17, 1857న రెసిడెన్సీపై దాడి చేసిన తిరుగుబాటుదారులలో ఒకడు. అతను బ్రిగేడియర్ మెకెంజీని గాయపరిచిన తిరుగుబాటుదారులకు సహాయం చేయడానికి కాంటింజెంట్ యొక్క కంటోన్మెంట్ అయిన బోలారమ్‌కు వెళ్లాడు. అతను హంతకుడైన జహంగీర్ ఖాన్‌కి స్నేహితుడు మరియు పోషకుడు". రెసిడెంట్, కల్నల్ డేవిడ్‌సన్, నిజాంను అతని కోర్టు మరియు రాజధాని నుండి వారిని తొలగించమని బలవంతం చేశాడు.

1857లో తిరుగుబాటు తర్వాత స్థానిక ప్రజలలో బ్రిటీష్ వ్యతిరేక భావన రెసిడెంట్, డేవిడ్సన్ మరియు దివాన్ సాలార్ జంగ్ I జీవితాలపై జరిగిన హత్యా ప్రయత్నాలలో కూడా వ్యక్తమైంది. బ్రిటిష్ రెసిడెంట్ డేవిడ్సన్ 1859 మార్చి 8న నిజాం కోర్టును సందర్శించినప్పుడు, స్థానిక సైనికుడు జహంగీర్ ఖాన్ స్లగ్స్‌తో నిండిన కార్బైన్‌తో రెసిడెంట్‌పై దాడి చేశాడు. కానీ అది రెసిడెంట్‌ని కాకుండా సేవకుడిని గాయపరిచిందని గుర్తించి, అతను గీసిన కత్తితో పరుగెత్తాడు. అయితే అంగరక్షకులు అడ్డగించడంతో హంతకుడు అక్కడికక్కడే మృతి చెందాడు. ఈ సంఘటనకు ప్రత్యక్ష సాక్షి అయిన రెసిడెంట్‌కి రెండవ సహాయకుడు కెప్టెన్ హేస్టింగ్స్ ఫ్రేజర్ ఇలా వ్యాఖ్యానించాడు: "దండగుడు యూరోపియన్లందరిపై ఆ కాలంలోని మతోన్మాద భావాన్ని పంచుకున్నాడని మరియు రెసిడెంట్‌ను నాశనం చేయడం ద్వారా ఘాజీ (విశ్వాసం యొక్క ఛాంపియన్) అనే అసూయపడే బిరుదును పొందాలని అతను ఊహించాడనడంలో ఎటువంటి సందేహం లేదు." అదేవిధంగా కూకట్‌పల్లి వద్ద హైదరాబాద్ కాంటెంజెంట్‌కు చెందిన ఓ అశ్విక దళం సిబ్బంది కెప్టెన్ మాసింటైర్‌పై కత్తితో దాడి చేశాడు. అధికారి చేతికి కోత పడింది. ఆ తర్వాత దాడి చేసిన వ్యక్తి పారిపోయాడు. ఆ తర్వాత ఉరి వేసుకున్నాడు. తిరుగుబాటు

అణిచివేయబడిన తరువాత, బ్రిటీష్ వారు నిజాం యొక్క బలమైన మద్దతు మరియు విధేయతకు లోతుగా బాధ్యత వహించారు. 1857 తిరుగుబాటు సమయంలో బ్రిటీష్ ప్రభుత్వం హైదరాబాద్ ప్రాముఖ్యతను నిజాం మరియు సాలార్ జంగ్ యొక్క స్నేహం మరియు మంచి సంకల్పాన్ని కూడా గుర్తించింది.

సాలార్ జంగ్ సంస్కరణలు

మీర్ తురాబ్ అలీ ఖాన్, సాలార్ జంగ్ I, (1829–1883), హైదరాబాద్ రాష్ట్రానికి గొప్ప ప్రధానమంత్రిగా పరిగణించబడ్డారు. బ్రిటిష్ వారు అతనిని సర్ సాలార్ జంగ్ అని పిలిచారు మరియు ఆ బిరుదుతో సంబోధించారు. అతను మొదట బీజాపూర్ ఆదిల్ షాహీ రాజుల క్రింద మొఘల్ చక్రవర్తుల క్రింద మరియు చివరగా నిజాంల క్రింద వివిధ పదవులను నిర్వహించిన కుటుంబానికి చెందిన వారసుడు. అతను తన మామ సిరాజ్–ఉల్–ముల్క్ తర్వాత 1853లో 23 సంవత్సరాల వయస్సులో ప్రధానమంత్రి అయ్యాడు. మూడు దశాబ్దాలు, 1853–83 వరకు వరుసగా ముగ్గురు నిజాంల వద్ద పనిచేసిన ఘనత ఆయనకు ఉంది. ఆయన అధికారాన్ని స్వీకరించిన సందర్భంలో హైదరాబాద్ రాష్ట్రంలోని సామాజిక–ఆర్థిక పరిస్థితులు మరియు శాంతిభద్రతల పరిస్థితి అధ్వాన్నంగా ఉంది. 1853లో సాలార్ జంగ్ అధికారం చేపట్టినప్పుడు రాష్ట్ర అప్పు దాదాపు రూ. 30 లక్షలు (మూడు మిలియన్లు). అరాచకం, అన్యాయం, అసమర్థ పాలన, కోర్టు కుట్రలు/కుతంత్రాలు మరియు విభిన్న కోణాలనుండి ఇబ్బందులు ఉన్నాయి. రాష్ట్రంలో శాంతిభద్రతలను పునరుద్ధరించడానికి, నిజాం సైన్యంలోని అత్యంత విలువైన అరబ్ కిరాయి సైనికులకు కొంత క్రమశిక్షణను అందించడం సాలార్ జంగ్ ప్రారంభించాడు. అక్రమ వ్యాపారాన్ని నిర్మూలించిన దుందుడుకు ప్రభువులు మరియు దొంగల బృందాలకు వ్యతిరేకంగా అరబ్ సైన్యాన్ని నియమించాడు. నిజాం రాజు అడ్మినిస్ట్రేటివ్ మరియు బ్యూరోక్రాటిక్ వ్యవస్థ "శిలాజ మరియు దుర్భరమైనది". అటువంటి పరిస్థితిలో, సాలార్ జంగ్ పరిపాలనా మరియు ఆర్థిక సంస్కరణలను చేపట్టారు, హైదరాబాద్‌లో న్యాయస్థానాలను ఏర్పాటు చేశారు, పోలీసు బలగాలను ఏర్పాటు చేశారు. నీటిపారుదల ప్రాజెక్టులను నిర్మించారు మరియు మరమ్మతులు చేపట్టారు. ఆధునిక రవాణా మరియు కమ్యూనికేషన్ మార్గాలను నిర్మించారు, మౌలిక సదుపాయాలను సృష్టించారు, వర్తకం మరియు వాణిజ్యాన్ని ప్రోత్సహించారు. విద్యా సంస్థలు స్థాపించారు. దివాన్‌గా నియమితులయ్యే ముందు సాలార్ జంగ్ దాదాపు ఒక సంవత్సరం పాటు తెలింగానలోని తాలూకాల ఆదాయాలను నిజాం ప్రభుత్వంలోని ఒక ఆంగ్ల అధికారి

అయిన డైటన్ మార్గదర్శకత్వంలో నిర్వహించాడు. అతను అద్భుతమైన ఆదాయ సేకరణ వ్యవస్థను ప్రవేశపెట్టాడు. సాలార్ జంగ్ తన మేనమామ ప్రైవేట్ జాగీర్లను నిర్వహించిన నాలుగు సంవత్సరాల కాలంలో రెవెన్యూ వ్యవస్థను కూడా చాలా విజయవంతంగా నిర్వహించాడు. ఆ విధంగా జాగీర్ నిర్వాహకునిగా ఇంతకుముందు పొందిన అనుభవంతో, సాలార్ జంగ్ "ఒక ముఖ్యమైన రాచరిక రాష్ట్రంలో అంతకు ముందు తెలియని లేదా అనుభవించని సామర్థ్య స్థాయిలకు పటిష్టమైన పరిపాలనను అందించాడు". అందుకే, ఆయనను 'హైదరాబాద్ రాష్ట్ర వాస్తుశిల్పి మరియు ఆధునీకరణకర్త' అని పిలుస్తారు. అతను ఎదుర్కొన్న ఇబ్బందులు ఉన్నప్పటికీ రెండు హత్యాప్రయత్నాలు, నాలుగు పర్యాయాలు ఉద్యోగం కోల్పోయే అంచున, సాలార్ జంగ్ బ్రిటీష్ ప్రభుత్వం పరిపాలనా వ్యవస్థను సంస్కరించే ఆలోచనతో సానుభూతితో ఉన్న సమయంలో దివాన్‌షిప్ పదవిని నిర్వహించారు. అంతేగాక, నిజాం, నాసిర్-ఉద్-దౌలా, యువ దివాన్ యొక్క ఉత్సాహపూరితమైన ప్రయత్నాలను మరియు సంస్కరణ ఆలోచనలను బహిరంగంగా అడ్డుకోలేదు.

పరిపాలనా సంస్కరణలు

పంతొమ్మిదవ శతాబ్దం మధ్యకాలంలో, హైదరాబాద్ రాష్ట్రం 82,698 చ.మైళ్లలో విస్తరించి ఉంది. 1881 జనాభా లెక్కల ప్రకారం 98.45 లక్షల జనాభాతో ఉంది. ఇది మూడు ప్రాంతాలను కలిగి ఉంది, అవి మరాఠ్వాడా, కర్నాటక్ మరియు తెలంగాణ. ఇది దివానీ, జాగిర్దారీ మరియు సర్ఫ్-ఎ-ఖాస్ అని పిలువబడే మూడు వేర్వేరు భూ యాజమాన్య వ్యవస్థలను కలిగి ఉంది. పరిపాలనా సౌలభ్యం మరియు సమర్థవంతమైన పాలన కోసం, సాలార్ జంగ్ నిజాం డొమినియన్స్‌లోని దివానీ ప్రాంతాలను సుబాస్, సర్కార్లు, (జిల్లాలు) మహల్స్ (ఉప-జిల్లా) వంటి వివిధ పరిపాలనా విభాగాలుగా విభజించారు. గ్రామం పరిపాలనలో అత్యల్ప యూనిట్. 1867 పరిపాలనా సంస్కరణల పథకం ప్రకారం, రాష్ట్రం ఐదు విభాగాలుగా లేదా స్మత్‌లుగా విభజించబడింది. అవి: వాయువ్య, పశ్చిమ, దక్షిణ, ఉత్తర మరియు తూర్పు. ప్రతి డివిజన్ లేదా సుబాకు సదర్ తాలూక్దార్ (సుబేదార్) నాయకత్వం వహిస్తారు. ఇది బ్రిటిష్ ఇండియా డివిజనల్ కమీషనర్ పదవికి సమానం. అతను సుబాపై రెవెన్యూ, పోలీసు మరియు న్యాయపరమైన అధికారాలను కలిగి ఉన్నాడు. సుబాలో శాంతిభద్రతల పరిస్థితిని నియంత్రించాడు. రెవెన్యూ మరియు న్యాయ వ్యవహారాల్లో అతనికి ఇద్దరు సబార్డినేట్‌లు సహకరించారు. అయితే, ఈ విషయాల్లో ఆయన ఆయా మంత్రుల నియంత్రణలో పనిచేయాల్సి వచ్చింది.

సాలార్ జంగ్ చేపట్టిన పరిపాలనా వ్యవస్థ ప్రధాన పునర్వ్యవస్థీకరణ ఔరంగాబాద్, గుల్బర్గా, వరంగల్ మరియు మెదక్ అనే నాలుగు సుబాల ఏర్పాటు. తెలంగాణ ప్రాంతం రెండు సుబాలను కలిగి ఉంది, అంటే మెదక్ మరియు వరంగల్. ప్రతి డివిజన్/సుబా జిల్లాలుగా విభజించబడింది. ప్రతి డివిజన్‌లో 4-5 జిల్లాలు ఉంటాయి. భౌతిక సరిహద్దులు మరియు అస్పష్టతల అతివ్యాప్తి యొక్క ప్రస్తుత సమస్యలను అధిగమించడానికి, రాష్ట్రం బాగా నిర్వచించబడిన మరియు గుర్తించదగిన సరిహద్దులతో స్పష్టంగా గుర్తించబడిన జిల్లాలుగా విభజించబడింది. ప్రారంభంలో, రాష్ట్రం మొత్తం 14 జిల్లాలుగా విభజించబడింది, కానీ తరువాత 1877-78లో నాగర్ కర్నూల్ మరియు 1879-80లో గుల్బర్గా జిల్లాలు ఏర్పడ్డాయి. ఆ విధంగా దివానీ ప్రాంతంలోని మొత్తం జిల్లాల సంఖ్య 16కి చేరుకుంది. అవి ఔరంగాబాద్, పర్భాని, నాందేడ్, ఇందూర్ (నిజామాబాద్), భీర్, బీదర్, మెదక్ (మెతుకుసీమ), ఎల్గండల్ (కరీంనగర్), నల్దుర్గ్, షోరాపూర్, తూర్పు రాయచూర్, పశ్చిమ రాయచూర్, ఖమ్మం, నల్గొండ, నాగర్ కర్నూల్ మరియు గుల్బర్గా. ప్రతి జిల్లాకు ఒక తాలూక్దార్ నాయకత్వం వహించారు తాలూక్దార్లు మూడు వర్గాలుగా విభజించబడ్డారు. అవ్వల్ (మొదటి), దువ్వం (రెండవ) మరియు సువ్వం (తృతీయ). మొదటి తాలూక్దార్లు రాష్ట్రంలో పనిచేసిన ముస్లింలు, హిందువులు లేదా పార్సీలు, లేదా కొన్ని సందర్భాల్లో ప్రధానంగా ఉత్తర భారతదేశం నుండి వచ్చినవారు. తాలూక్దార్లు సదర్ తాలూక్దార్లు/సుబేదార్ల నియంత్రణ మరియు పర్యవేక్షణలో పనిచేశారు, అయితే జిల్లాల్లో ఆదాయ సేకరణ, ఆదాయం మరియు వ్యయం, దిగుమతులు, ఎగుమతులు, శాంతిభద్రతలు మరియు సివిల్ మరియు క్రిమినల్ విషయాలపై అధికారాన్ని కల్గి ఉన్నారు. ట్రెజరీలు స్థాపించబడ్డాయి. జిల్లాల్లో పోలీసు సూపరింటెండెంట్లు, వైద్య మరియు విద్యా అధికారులను నియమించారు.

మొదటి తాలూకాదారు జిల్లాకు ఎగ్జిక్యూటివ్ చీఫ్ మరియు ఏకైక అడ్మినిస్ట్రేటర్. రెండవ మరియు మూడవ తాలూకాదార్లు సెటిల్మెంట్ పని మరియు వార్షిక జమాబందీని పర్యవేక్షించడానికి, కార్యనిర్వాహక మరియు న్యాయపరమైన అధికారాలను ఉపయోగించారు. వారి క్రింద గిర్దావర్లు (ప్రయాణ ఫిర్కా రెవెన్యూ ఇన్స్పెక్టర్లు) కేడర్ ఉంది. రెవెన్యూ పరిపాలనలో వారు ముఖ్యపాత్ర నిర్వహించారు. ప్రతి జిల్లాకు తాలూకాదార్లను నియమించారు, వీరి ప్రధాన విధి ప్రభుత్వ ఆదాయ సేకరణ. తాలూక్దార్ రెవెన్యూ పరిపాలనలో చాలా కీలకమైన స్థానాన్ని ఆక్రమించాడు. ఆయన తన అధీన అధికారులు తమ విధులను సక్రమంగా నిర్వర్తించడాన్ని వ్యక్తిగతంగా గమనించాలి. రాబడికి సంబంధించిన వాయిదాలు సకాలంలో ప్రభుత్వ ఖజానాకు చెల్లించేలా చూడడం

తాలూకాదార్ బాధ్యత. జిల్లా పరిపాలనా వ్యవహారాలలో తాలూకాదార్లకు నాయిబ్‌లు, గుమాస్తాలు, అమీల్‌లు మొదలైనవారు సహకరించారు. ప్రతి జిల్లాను తాలూకాలుగా విభజించారు. ప్రారంభంలో 74 తాలూకాలు ఉన్నాయి, కానీ 1880-81 నాటికి వాటి సంఖ్య 107కి పెరిగింది. ప్రతి తాలూకాకు ఒక తహశీల్దార్‌ను బాగా నిర్వచించిన న్యాయ మరియు కార్యనిర్వాహక అధికారాలతో నియమించారు. తహశీల్దార్లు సివిల్ దావాలు మరియు క్రిమినల్ కేసులను పరిష్కరించేవారు, వారి ప్రధాన విధి రెవెన్యూ సేకరణ. అతని అధికార పరిధిలోని ప్రాంతాన్ని నిర్వహించడంలో డిప్యూటీ (నాయబ్) తహశీల్దార్లు, గిర్దావర్లు, రెవెన్యూ మరియు న్యాయ గుమాస్తాలు అతనికి సహకరించారు.

నగరాల్లో కొత్వాల్‌లు ముఖ్య అధికారులుగా ఉండేవారు. శాంతిభద్రతలను పరిరక్షించడంలో మరియు పోలీసింగ్‌లో వారు ముఖ్యమైన పాత్ర పోషించారు. పట్టణాల్లో ఆదాయ సేకరణ, ఖర్చులపై కూడా అధికారాన్ని కలిగి ఉన్నారు. రాజధాని హైదరాబాదులో కొత్వాల్ ఉన్నత స్థానాన్ని పొంది గౌరవంగా చూసేవారు. అతని ఆధ్వర్యంలోని పోలీసు బలగంలో అరబ్బులు, సిక్కులు, కంధారీలు, హర్కర్ మరియు బర్కందాజ్‌లు వంటి వివిధ జాతీయులు ఉన్నారు. గ్రామం అడ్మినిస్ట్రేటివ్ యూనిట్‌లో అత్యల్ప మరియు కీలకమైన స్థాయి. సాలార్ జంగ్ సంస్కరణల్లో భాగంగా, కామయ్య రెవెన్యూ అధికారుల సేవలు రద్దు చేయబడ్డాయి. గ్రామ రెవెన్యూ వ్యవహారాలను నిర్వహించడానికి సాంప్రదాయ గ్రామ అధికారులైన పటేళ్లు మరియు పట్వారీలను తిరిగి నియమించారు. వారు సేకరించిన భూ రెవెన్యూ మొత్తాన్ని బట్టి వారి జీతాల చెల్లింపుకు స్కేళ్లు నిర్ణయించబడ్డాయి. ప్రతి గ్రామానికి వతందార్లు లేదా వంశపారంపర్య గ్రామ అధికారులు పునరుద్ధరించబడింది. వారు పటేల్‌లను చేర్చారు- సాధారణంగా ప్రతి గ్రామానికి ఇద్దరు గ్రామ అధికారులున్నారు. ఒకరు (మాలీ పటేల్) రెవెన్యూ కోసం మరియు మరొకరు (పోలీస్ పటేల్) శాంతి భద్రతల ప్రయోజనం కోసం నియమించబడినారు. గ్రామ గుమస్తా మరియు అకౌంటెంట్ అయిన గ్రామ పట్వారీ. రెవెన్యూ రికార్డులను కూడా ఆయనే నిర్వహించారు. తలారి, సేకరణ పనిలో పాల్గొన్న ప్యూన్; గ్రామంలోని ప్రతి 50 ఇళ్లకు సేత్‌సింధీ మరియు నీటిపారుదల పనులు చూసే ఒక వాచ్‌మెన్, నీరటి మరియు కాపలాదారు ఉన్నారు. బేగారి, ఢెడ్, చావడి యొక్క దూత మరియు స్కావెంజర్‌లు నియమించబడినారు.

సెంట్రల్ అడ్మినిస్ట్రేషన్

హైదరాబాదు రాష్ట్ర పరిపాలనా వ్యవస్థలో, దివాన్/ప్రధానమంత్రి ప్రధాన కార్యకర్త మరియు అతను దానిపై పూర్తి నియంత్రణను కలిగి ఉన్నాడు. మెరుగైన పరిపాలనా

విధానాన్ని ప్రవేశపెట్టేందుకు సాలార్ జంగ్ ఇప్పటికే ఉన్న ఏర్పాట్లను ఉపయోగించుకున్నారు. సాలార్ జంగ్ రాష్ట్రంలో కొత్త పరిపాలనా వ్యవస్థని సృష్టించారు. సాలార్ జంగ్ సంస్కరణల ప్రధాన లక్షణం రెవెన్యూ విధుల సంస్థాగతీకరణ. జిల్లా స్థాయిలో తాలూక్దార్‌లో అధికార కేంద్రీకరణ మరియు రాష్ట్ర స్థాయిలో ప్రధాన మంత్రిలో పరిపాలనా నియంత్రణను కేంద్రీకరించడం. తన అధికారాలను అమలు చేయడంలో, దివాన్‌కు సహ-రీజెంట్ మరియు ఉప ప్రధాన మంత్రి పేష్కర్ సహాయం చేశారు. దివాన్ నిజాంకు జవాబుదారీగా ఉన్నప్పటికీ, రాజకీయ మరియు ఆర్థిక విషయాలలో అతనికి బ్రిటిష్ రెసిడెంట్ మరియు ఇతర నలుగురు ముఖ్యమైన మంత్రులు సలహా ఇచ్చారు. పరిపాలనా సామర్థ్యాన్ని కొనసాగించడానికి, సాలార్ జంగ్ మొత్తం కేంద్ర పరిపాలనా వ్యవస్థను 14 శాఖలు/మంత్రిత్వ శాఖలుగా విభజించారు. అవి: 1.జ్యుడీషియల్, 2.రెవెన్యూ, 3.పోలీస్, 4.పబ్లిక్ వర్క్స్, 5.విద్య, 6.మెడికల్, 7. మునిసిపాలిటీలు, 8.మిలిటరీ, 9.ఫైనాన్స్, 10.పోస్ట్, 11.రైల్వే అండ్ టెలిగ్రాఫ్, 12. సర్ఫే ఖాస్, 13. పొలిటికల్ మరియు 14.లీగల్. పైన పేర్కొన్న 14 శాఖలలో, వాటిలో మొదటి ఏడు శాఖలకు సదర్-ఉల్-మిహామ్ అని పిలువబడే ప్రత్యేక మంత్రులు నాయకత్వం వహించారు. మంత్రులు ప్రభుత్వ కార్యదర్శుల ద్వారా నేరుగా దివాన్ (మదార్-ఉల్-మిహామ్)తో సంభాషించారు. మంత్రుల్లో నలుగురు ముఖ్యులు. వారు 1. నవాబ్ ముఖ్రామ్-ఉద్-దౌలా- రెవెన్యూ; 2. నవాబ్ బషీర్-ఉద్-దౌలా; న్యాయవ్యవస్థ మరియు జైళ్లు; 3. నవాబ్ షంషేర్ జంగ్ బహదూర్- పోలీస్; 4. షహబ్ జంగ్ బహదూర్- పబ్లిక్ వర్క్స్, మున్సిపాలిటీలు, విద్య మరియు వైద్యం. మెరుగైన సమన్వయం మరియు సమర్థవంతమైన పాలన కోసం సాలార్ జంగ్ తన ప్రత్యక్ష నియంత్రణలో సెంట్రల్ సెక్రటేరియట్ వ్యవస్థను కూడా ప్రవేశపెట్టారు. ఇందులో చేర్చబడింది ఈ క్రింది విభాగాలు: 1. జ్యుడీషియల్ మరియు పోలీస్, 2. రెవెన్యూ, 3. మిలిటరీ, 4. పబ్లిక్ వర్క్స్, 5. మిలిటరీ (సంస్కరించిన దళాలు), 6. ఇతరాలు, 7. ఆంగ్ల కార్యాలయం, 8. సర్ఫ్-ఇ-ఖాస్, 9.రాజకీయ, 10.చట్టబద్ధమైన వ్యవస్థ. మంత్రులు సలహా పాత్రను పోషించారు, అయితే కేంద్రీకృత అధికారాలు నిజాం యొక్క అధీనంలో ఉన్న దివాన్‌కు ఉన్నాయి. పాలకుడు సర్వశక్తిమంతుడు అతను రాష్ట్రంలో అత్యున్నత అధికారి మరియు మంత్రులందరిపై మరియు దివాన్‌పై అధిక అధికారాలను కలిగి ఉన్నాడు. రాజు వారి సలహాకు కట్టుబడి ఉండవచ్చు లేదా పాటించకపోవచ్చు. అతని ఆమోదం లేకుండా ఏదీ ప్రారంభించబడదు లేదా ఖరారు చేయబడదు.

రెవెన్యూ సంస్కరణలు

అసఫ్ జాహీల కాలంలో మూడు ప్రధాన భూ యాజమాన్యం మరియు రెవెన్యూ వ్యవస్థలు ప్రబలంగా ఉన్నాయి. హైదరాబాద్ స్టేట్ మొత్తం వైశాల్యం 82,698 చ.మీ. ఇందులో 59.21 శాతం దివానీ లేదా ప్రభుత్వ భూములు, 49.79 శాతం నాన్-దివానీ (జాగీర్) భూములు, 9.9 శాతం సర్ఫ్-ఇ-ఖాస్ లేదా నిజాం స్వంత భూములు. దివానీ భూములు ప్రభుత్వ భూములు, అవి ప్రభుత్వ ప్రత్యక్ష నిర్వహణలో ఉన్నాయి మరియు వాటి నుండి వచ్చే ఆదాయం ప్రభుత్వ ఖజానాకు చేరుతుంది. నిజాం ప్రభుత్వానికి భూ ఆదాయమే ప్రధాన ఆదాయ వనరు. దివానీ లేదా ఖాల్సా లేదా ప్రభుత్వ భూములు ప్రభుత్వం నేరుగా ఆదాయాన్ని సేకరించేవి మరియు రెవెన్యూ పరిపాలన ప్రభుత్వ ఆధీనంలో ఉండేవి. ఈ భూములు దివాన్ లేదా నిజాం ప్రభుత్వ ప్రధాన మంత్రి పాలనలో ఉన్నాయి. రాష్ట్రంలోని మొత్తం గ్రామాల సంఖ్యలో మూడింట రెండు వంతులు దివాని వ్యవస్థలో ఉన్నాయి. సాలార్ జంగ్ ప్రధానంగా దివానీ ప్రాంతంలోని రెవెన్యూ పరిపాలనపై దృష్టి సారించారు మరియు సుదూర సంస్కరణలను ప్రవేశపెట్టారు. రాష్ట్రాన్ని దుష్పరిపాలన, ఆర్థిక ఇబ్బందుల నుంచి గట్టెక్కించే అనేక ప్రయత్నాలు చేశాడు. సాలార్ జంగ్ సంస్కరణలకు ముందు, రెవెన్యూ పరిపాలన మరియు ఖజానా దయనీయ స్థితిలో ఉంది. ఐదవ నిజాం హయాంలో బ్రిటిష్ ఈస్టిండియా కంపెనీకి బేరార్ అప్పగించడం రాష్ట్ర ఆదాయాన్ని కుంగదీసింది. అధికారులకు సక్రమంగా జీతాలు చెల్లించలేక, నిజాం తన నగలను తాకట్టు పెట్టడంతో రాష్ట్రం దివాళా తీసింది. ప్రైవేట్ వడ్డీ వ్యాపారులు (సౌకార్లు) మరియు ఇతరుల వద్ద చేసిన మొత్తం అప్పు 2.70 కోట్ల రూపాయలకు చేరుకుంది. రాష్ట్ర ఆదాయాన్ని పెంపొందించడానికి సాలార్ జంగ్ ప్రస్తుతం ఉన్న రెవెన్యూ వేలంతోపాటు రెవెన్యూ అధికారులకు కమీషన్ చెల్లించే విధానాన్ని రద్దు చేసినాడు. దివానీ ప్రాంతంలో విస్తీర్ణాన్ని విస్తరించేందుకు ప్రయత్నాలు జరిగాయి. ఖల్సా/రైత్వారీ భూములను మధ్యవర్తుల జోక్యం లేకుండా నేరుగా ప్రభుత్వమే నిర్వహించేది. సాలార్ జంగ్ ప్రవేశపెట్టిన భూ రెవెన్యూ సంస్కరణల ఫలితంగా 13,000 చదరపు మైళ్ల టంఖా జాగీర్‌ల పునరుద్ధరణ మాత్రమే కాకుండా 4,000 చదరపు మైళ్ల విస్తీర్ణంలో ఉన్న తనఖా తాలూకాలు కూడా విమోచించబడ్డాయి.

అదేవిధంగా 2,900 చదరపు మైళ్ల విస్తీర్ణంలో ఉన్న జట్ జాగీర్లను పునఃప్రారంభించారు. నాన్-దివానీ ప్రాంతాల ఈ పున:ప్రారంభాల ఫలితంగా, సుమారు 30,000 చదరపు మైళ్ల విస్తీర్ణం, రూ. 66,23,500 ఆదాయం సాలార్ జంగ్ ద్వారా

1853 నుండి 1883 వరకు ఖల్సా భూభాగం క్రిందకు తీసుకురాబడింది. సాలార్ జంగ్ ఆర్థిక సంస్కరణల పర్యవసానంగా, హైదరాబాద్ రాష్ట్ర మొత్తం ఆదాయం 1853-54లో 6.8 మిలియన్ల నుండి రూ. 1864-65లో 19.1 మిలియన్లు పెరిగింది. తర్వాత సంవత్సరాల్లో ఇది క్రమంగా పెరిగి 1880-81లో రూ. 29.6 మిలియన్లకు చేరుకుంది. 1853 మరియు 1881 మధ్య కాలంలో సేకరించిన స్థూల భూ ఆదాయం దాదాపు రెండున్నర రెట్లు పెరిగిందనే వాస్తవం నుండి సాలార్ జంగ్ యొక్క రెవెన్యూ విధానం విజయం స్పష్టమైంది. బ్రిటిష్ ఇండియన్ సామ్రాజ్యంలో 25 శాతం దామాషా పెరుగుదలకు వ్యతిరేకంగా, నిజాం డొమినియన్స్‌లో డిమాండ్‌పై వసూళ్ల శాతం 98.85. ఆదాయం పెరగడానికి ప్రధానంగా భూ రెవెన్యూ, అడవులు, అబ్కారీ, కస్టమ్స్, స్టాంపులు, రోడ్డు సెస్, పోస్టల్ ఛార్జీలు మరియు స్టాంపు-డ్యూటీల సహకారం ఉంది. ప్రభుత్వ ఆదాయ సేకరణకు కమీషన్‌ను రూపాయికి రెండు అణాల చొప్పున లేదా వారు సేకరించిన ఆదాయంలో ఎనిమిదో వంతు చొప్పున అనుమతించారు. అంతేగాక, తాలూక్దార్లు ప్రభుత్వానికి ఎటువంటి సూచనలు చేయకుండా, తమకు నచ్చిన కింది ఉద్యోగులను నియమించుకున్నారు. వారు అసమర్థులు, వారు ఏ విధంగానూ ప్రభుత్వానికి నేరుగా బాధ్యత వహించరు. వారు తమ తాలూకాను ఇతరులకు లీజుకు ఇచ్చారు మరియు ప్రభుత్వం అనుమతించిన మొత్తం సేకరణ ఛార్జీలను కేటాయించారు. అటువంటి వినాశకరమైన వ్యవస్థలో రైతుల హక్కులు విస్మరించబడ్డాయి, ప్రభుత్వ ఆర్థిక ప్రయోజనాలు దెబ్బతిన్నాయి. సరోజీ రేగాని ఇలా వ్యాఖ్యానించారు, “తాలూక్దార్లు జిల్లాలలో అత్యున్నత అధికారాన్ని చలాయించారు మరియు వారి అధికారాలను అధిక పన్నులు మరియు జరిమానాలకు ఉపయోగించారు. ప్రజలను అణచివేసారు. అమాయకులు మరియు దోషులపై విచక్షణారహితంగా నేరం మోపారు. నేరస్థులు నిష్కపటంగా స్వేచ్ఛగా వెళ్లడానికి అనుమతించబడ్డారు, ఎందుకంటే వారు రాష్ట్రానికి ఆదాయ మార్గాలను అందించారు. దీని ఫలితంగా పల్లెల్లో హత్యలు, దారి దోపిడీలు జరిగాయి. స్థానిక జమీందార్లు ఈ దోపిడీలకు సహకరించారు, ఎందుకంటే వారు కూడా హైవే దొంగలు తెచ్చిన దోపిడీలో వాటాదారులు”.

రెవెన్యూ సేకరణ వ్యవస్థను క్రమబద్ధీకరించడానికి, సాలార్ జంగ్ ప్రభుత్వ జీతాలతో తాలూకాదార్లను నియమించారు మరియు వారు భూ రెవెన్యూ సేకరణకు బాధ్యత వహించారు. సబ్-ఆర్డినేట్ సిబ్బందిని నియమించి ప్రభుత్వ నిధుల నుండి జీతాలు చెల్లించారు. 1864 సంవత్సరం సచివాలయ వ్యవస్థ మరింత అభివృద్ధిని సూచిస్తుంది. ఆదాయానికి సంబంధించిన విషయాలతో ముడిపడి ఉన్న ప్రధాన మంత్రి

యొక్క ఉత్తర్వులను జారీ చేయడానికి, రెవెన్యూ బోర్డ్, అకౌంటెంట్ జనరల్ మరియు ఆడిటర్ జనరల్‌లకు అనుగుణంగా ఒక రెవెన్యూ కార్యదర్శిని నియమించారు. 1864వ సంవత్సరంలో, దఫ్తార్-ఇ-ముల్కీ అనే ప్రత్యేక కార్యాలయాన్ని స్థాపించారు. అది చివరికి రాజకీయ శాఖగా మారింది. ఇది బ్రిటీష్ ప్రభుత్వం మరియు తాలూక్దార్‌లతో లావాదేవీలకు బాధ్యత వహించింది. 1864లో రెవెన్యూ బోర్డు ఏర్పాటు, 1867లో జిలాబందీ ప్రవేశపెట్టడం నిజాం డొమినియన్స్‌లో ఒక క్రమబద్ధమైన రెవెన్యూ పరిపాలనను ఏర్పాటు చేయడంలో ఎంతగానో దోహదపడింది. సాలార్ జంగ్ దేశాన్ని చక్కగా నిర్వచించబడిన మరియు జిల్లాలుగా విభజించాల్సిన అవసరం ఉందని భావించారు. ప్రభుత్వ ప్రత్యక్ష నియంత్రణలో పనిచేసే సాధారణ స్థాపనచే నిర్వహించబడే నిర్దిష్ట ప్రాంతాలు మరియు సరిహద్దులతో నిర్ణీత సంఖ్యలో తాలూకాలుగా ఉపవిభజన చేయబడింది. ఈ సంస్కరణకు జిల్లాబంది వ్యవస్థ అని పేరు వచ్చింది.

పునరుద్ధరించబడిన జిల్లాలతో సహా మొత్తం దివానీ ప్రాంతం రెవెన్యూ పరిపాలనకు సంబంధించిన విషయాలను రెవెన్యూ బోర్డు పర్యవేక్షించింది, నిర్దేశించింది మరియు నియంత్రించబడుతుంది. గందరగోళాన్ని తొలగించడానికి, జిలాబందీ వ్యవస్థ ప్రతి తాలూక్దార్ యొక్క అధికార పరిధిని రెవెన్యూ డివిజన్‌తో సకార-టెర్మినస్‌గా చేసింది. సాలార్ జంగ్ పరిపాలనా సంస్కరణలను ప్రవేశపెట్టడంతో, తాలూక్దార్లు మరియు ఇతర అధీన అధికారులపై నేరుగా పర్యవేక్షించే బాధ్యతను ప్రభుత్వం స్వీకరించింది. వారిని వేతన ప్రాతిపదికన నియమించారు. కొత్త పరిస్థితిని ఎదుర్కొనేందుకు, మంత్రి మరియు తాలూక్‌దార్‌ల మధ్య ఉత్తర ప్రత్యుత్తరాలను పరిష్కరించడానికి మరియు ఎప్పటికప్పుడు ప్రభుత్వం ఆమోదించిన ఉత్తర్వులను జారీ చేయడానికి "మున్షిఖానా" అనే కొత్త కార్యాలయం స్థాపించబడింది. 1867లో బోర్డ్ ఆఫ్ రెవెన్యూ రద్దు చేయబడినప్పుడు దాని జీవితకాలం తగ్గించబడింది. ఆ సంవత్సరంలో, జిల్లాలు "స్మిట్స్" అని పిలువబడే ఐదు విభాగాలుగా పునర్విభజన చేయబడ్డాయి. అదే సమయంలో, సదర్ తాలూక్దార్ కార్యాలయం తాలూక్దార్‌తో సహా డివిజన్‌లోని అన్ని విభాగాలపై పర్యవేక్షణ అధికారంతో సుబేదార్ యొక్క మరింత గౌరవప్రదమైన, బాధ్యతాయుతమైన స్థానంగా మార్చబడింది. దాదాపుగా పనిచేయని బోర్డు ఆఫ్ రెవెన్యూ అధికారాలను డివిజన్ స్థాయికి వికేంద్రీకరించి సుబేదార్లకు అప్పగించారు. సదర్ ముకహమ్మ-ఇ-మల్గుజారి అని పిలువబడే కేంద్ర రెవెన్యూ కార్యాలయం రాష్ట్ర స్థాయిలో మాజీ బోర్డ్ ఆఫ్ రెవెన్యూలోని ఇతర ఇద్దరు సభ్యులతో సృష్టించబడింది. అయితే, 1868లో రెవెన్యూ శాఖను పర్యవేక్షించాల్సిన సదర్-ఉల్-మొహమ్ అనే కార్యనిర్వాహకుడిని నియమించినప్పుడు కేంద్ర రెవెన్యూ కార్యాలయం

స్వల్ప కాల వ్యవధిని కలిగి ఉంది. భూ రెవెన్యూ సేకరణను ఏకీకృతం చేసి, సర్వే మరియు సెటిల్‌మెంట్ కార్యకలాపాలను ప్రవేశపెట్టారు. 1875లో రెవెన్యూ సర్వే విభాగం స్థాపించబడింది. ఔరంగాబాద్ జిల్లాలో కార్యకలాపాలు ప్రారంభించబడ్డాయి. సాలార్ జంగ్ నియమించిన మొదటి రెవెన్యూ సర్వే కమీషనర్ మౌల్వీ మహదీ అలీ. ట్రయల్ సర్వే తర్వాత, హైదరాబాద్ స్టేట్‌లో బొంబాయి ల్యాండ్ టెన్యూర్ సిస్టమ్‌ని అవలంబించారు.

సాహుకార్లు, ప్రైవేట్ బ్యాంకర్లతో వ్యవహరించే పాత పద్ధతి రద్దు చేయబడింది మరియు ప్రభుత్వం ప్రతి తాలూకా మరియు జిల్లాలో ట్రెజరీలను ఏర్పాటు చేసింది. ముఫాసిల్ పట్టణాలలో ప్రభుత్వ ఖజానాలు కూడా స్థాపించబడ్డాయి. 1856-57లో, సాలార్ జంగ్ జిల్లాల్లోని అన్ని టంకాలను రద్దు చేయడం ద్వారా నాణేల సంస్కరణను ప్రవేశపెట్టినాడు. హైదరాబాద్ నుండి హాలి సిక్కా రూపాయి అనే పేరుతో పూర్తిగా కొత్త కరెన్సీని విడుదల చేశాడు. దీని విలువ బ్రిటిష్ రూపాయి కంటే 15 శాతం తక్కువ. హైదరాబాద్ నగరంలో ప్రభుత్వ ఖజానా స్థాపించబడింది. కస్టమ్స్ శాఖను ప్రభుత్వం స్వాధీనం చేసుకుంది. దిగుమతి మరియు ఎగుమతులపై పన్నులను వేలం వేసే విధానం రద్దు చేయబడింది. కస్టమ్స్ డిపార్ట్‌మెంట్ ఉప్పుపై విధించే సుంకాల బాధ్యతను కూడా తీసుకుంది. 1861లో మెట్రోపాలిస్‌లో స్టాంప్ పేపర్ కార్యాలయం స్థాపించబడింది. బాండ్‌లు మరియు ఇతర చట్టపరమైన సాధనాలపై స్టాంపు డ్యూటీలు విధించబడ్డాయి. స్టాంపులపై రుసుము కోర్టు ఆఫ్ జస్టిస్‌లో దాఖలు చేయబడిన ఫిర్యాదులు, పిటిషన్లు మరియు ఇతర పత్రాలపై కూడా చెల్లించబడతాయి. 1867లో, అడవుల పరిరక్షణ మరియు నిర్వహణ కోసం ఒక విభాగం స్థాపించబడింది. ఈ విభాగానికి బాధ్యత వహించడానికి ఒక సూపరింటెండెంట్‌ను నియమించారు. 1867లో, ప్రత్యేక పబ్లిక్ వర్క్స్ డిపార్ట్‌మెంట్ స్థాపించబడింది. సదర్ ముహ్తామిన్ లేదా చీఫ్ ఇంజనీర్‌ను నియమించారు. ఫిస్ట్ మెకానికల్ వర్క్‌షాప్ 1874లో ప్రారంభించబడింది. ఇది పబ్లిక్ వర్క్స్ డిపార్ట్‌మెంట్‌కు జోడించబడింది. 1875లో జియోలాజికల్ సర్వే డిపార్ట్‌మెంట్‌ను ప్రారంభించి సూపరింటెండెంట్‌ను నియమించారు.

న్యాయ సంస్కరణలు

సివిల్ మరియు క్రిమినల్ అధికారాల విభజనతో న్యాయవ్యవస్థ పునర్వ్యవస్థీకరణ, హైకోర్టుకు అధికారాలను పెంచడం, చట్టపరమైన కార్యదర్శిని నియమించడం మరియు హైకోర్టుపై సుప్రీం జ్యుడీషియల్ కౌన్సిల్ ఏర్పాటు గురించి సాలార్ జంగ్ ఆలోచించారు. అతను 1853లో దివాన్ అయినప్పుడు, శాంతిభద్రతలు బాగా క్షీణించాయి మరియు

నగరంలో కూడా కోర్టులు తమ అధికారాన్ని అమలు చేయలేకపోయాయి. హైదరాబాద్ నగరంలో న్యాయవ్యవస్థలో సాలార్ జంగ్ యొక్క సంస్కరణలు, అరబ్బులు, రోహిల్లాలు మరియు సిక్కులచే సృష్టించబడిన చట్టవిరుద్ధతను నియంత్రించడానికి అనేక కొత్త న్యాయస్థానాలను ఏర్పాటు చేయడం. అతనిచే స్థాపించబడిన మొదటి న్యాయస్థానం అదాలత్-ఇ-బాద్షాహీ. ఇది అతని స్వంత పర్యవేక్షణలో పనిచేసింది. నగరంలో న్యాయ వ్యవస్థ యొక్క పౌర మరియు క్రిమినల్ నేర పరిధులు వేరు చేయబడ్డాయి. హైకోర్టు, ది మజ్లిస్-ఇ-మురాఫా-సదర్, ఒక (అధ్యక్షుడు) మరియు ఐదుగురు న్యాయమూర్తులతో కూడిన, సివిల్, క్రిమినల్ మరియు రెవెన్యూ కేసులలో అప్పీల్ నజీమ్‌గా అత్యున్నత న్యాయస్థానంగా మార్చబడింది. సిటీ క్రిమినల్ మరియు సివిల్ కోర్టులు, దార్-ఉల్-ఖాజా మరియు అదల్ట్ కరోర్గిరి. ఇది డివిజన్లలోని సదర్ తాలూకాదార్ల కోర్టు నుండి అప్పీళ్లను కూడా విచారించింది. 1862లో, మొత్తం దివానీ భూభాగంలో న్యాయ నిర్వహణను పర్యవేక్షించడానికి మరియు న్యాయపరమైన విధులను నిర్వర్తించడానికి దివాన్‌కు సహాయం చేయడానికి సెక్రటేరియట్ ఏర్పాటు చేయబడింది. 1868లో, సద్రుల్ మహమ్ అదల్ట్ (న్యాయ మంత్రిత్వశాఖ) స్థాపించబడింది. ఇది అన్ని న్యాయస్థానాలను పర్యవేక్షించే మరియు నియంత్రించే అధికారం కలిగి ఉంది. నవాబ్ బషీర్-ఉద్-దౌలా సద్రుల్ మహమ్ అదాలత్‌గా నియమించబడ్డారు. ప్రభుత్వ ఖజానాకు కార్యదర్శి మరియు అవసరమైన క్లరికల్ సిబ్బందిని అందించారు. గ్రామాల్లోని పటేళ్లు, పట్వారీలు, తహశీల్దార్లు, తాలూక్దార్లు మరియు సదర్ తాలూక్దార్లకు పౌర మరియు క్రిమినల్ అధికారాలు రెండూ ఇవ్వబడ్డాయి.

1872లో, అన్ని మెట్రోపాలిటన్ మరియు జిల్లా కోర్టుల కోసం మహ్కామా-ఎ-మురాఫా-ఎ-అజ్లా అని పిలువబడే అప్పీల్ కోర్టు సృష్టించబడింది. ఇది ఒక అధ్యక్షుడు మరియు నలుగురు సభ్యులను కలిగి ఉంటుంది. దీనిని అప్పీలేట్ కోర్ట్ ఆఫ్ జ్యుడికేచర్ అని పిలుస్తారు. 1879లో జారీ చేసిన నోటిఫికేషన్ ప్రకారం, న్యాయవ్యవస్థను సదర్-ఉల్-మిహామ్‌గా ఉంచిన శాఖలలో ఒకటిగా భావించారు. సదర్ అదాలతే-ఎ-ముస్తరిదా మొత్తం దివానీ భూభాగానికి అప్పీల్ కోర్టు. సాలార్ జంగ్ సంస్కరణలు ప్రత్యేక సివిల్ మరియు క్రిమినల్ కోర్టుల మొఘల్ వ్యవస్థను తిరిగి ప్రవేశపెట్టడానికి ప్రయత్నించాయి. నగరంలో న్యాయ వ్యవస్థ యొక్క పౌర మరియు నేర పరిధులు వేరు చేయబడ్డాయి. సాలార్ జంగ్ న్యాయ సంస్కరణల యొక్క ఆసక్తికరమైన ఆవిష్కరణ మహానగరంలో పంచాయతీ వ్యవస్థను ఏర్పాటు చేయడం మరియు గ్రామాలకు విస్తరించడం. ఈ కొత్త ప్రయోగం 1875 నోటిఫికేషన్ ద్వారా చేయబడింది.

పోలీసు సంస్కరణలు

1853కి ముందు, సాలార్ జంగ్ దివాన్ అయినప్పుడు శాంతిభద్రతల పరిరక్షణకు క్రమబద్ధమైన పోలీసు పరిపాలన లేదు. జిల్లాలో సక్రమంగా లేని దళారులు, సిబ్బంది ప్యూన్‌లు, గ్రామ సేవకులు పోలీసుల విధులు నిర్వహించారు. గ్రామ సేవకులు, వారు నిర్వహించే పోలీసు విధులకు ప్రతిఫలంగా మదింపు లేకుండా భూములను స్వాధీనం చేసుకున్నారు. పంట దిగుబడిలో వాటా పొందారు. రాజధాని నగరం హైదరాబాదులో, ఉన్నత పదవిలో ఉన్న కొత్వాల్/కమీషనర్ ఆఫ్ పోలీస్ నియమితులయ్యారు. అతని ఆధ్వర్యంలో అనేక మంది డిటెక్టివ్‌లతో సహా వివిధ జాతీయతలతో కూడిన పోలీసు బలగాలు ఉన్నాయి. 1861లో, అరబ్బులు, కాంధారీలు, సిక్కులు, బర్కండజేలు మరియు హర్కర్‌లతో కూడిన మొత్తం పోలీసు బలగం కొత్వాల్ నియంత్రణలో ఉంది. సిటీ పోలీస్ ఫోర్స్‌లో 1,524 మంది కాల్బలం, 136 మంది మౌంటెడ్ సిబ్బంది ఉన్నారు. దాని నిర్వహణ కోసం 82,346 రూపాయలు ఖర్చు చేశారు. సాలార్ జంగ్ సంస్కరణల కింద, రెవెన్యూ అధికారుల నుండి పోలీసులను వేరు చేసి, సాధారణ పోలీసు బలగాన్ని ఏర్పాటు చేశారు. 1867లో బోర్డ్ ఆఫ్ రెవెన్యూ రద్దు చేసిన తర్వాత సదర్ ముహతమిమ్ కొత్వాలి లేదా ఇన్‌స్పెక్టర్ జనరల్ ఆఫ్ పోలీస్ యొక్క ప్రత్యేక కార్యాలయం స్థాపించబడింది. తరువాత 1869లో సదర్-ఉల్-మిహమ్ కొత్వాలి లేదా మినిస్టర్ ఆఫ్ పోలీస్ కార్యాలయం సృష్టించబడింది. ఇది మొత్తం పోలీసు పరిపాలనపై నియంత్రణ కలిగి ఉంది. అయినప్పటికీ, ఇన్‌స్పెక్టర్-జనరల్ ఆఫ్ పోలీస్ కార్యాలయం అనవసరమైనదిగా గుర్తించబడింది. తదనుగుణంగా రద్దు చేయబడింది. దివానీ భూభాగం ఐదు విభాగాలుగా విభజించబడింది మరియు ప్రతి డివిజన్‌లో పోలీసు పరిపాలన నైబ్‌సదర్ ముహత్మిమ్స్ లేదా డిప్యూటీ ఇన్‌స్పెక్టర్ జనరల్ ఆఫ్ పోలీస్‌కి అప్పగించబడింది. ప్రతి జిల్లాలో పోలీసు కార్యనిర్వాహక నిర్వహణ ముహత్మిమ్స్ లేదా జిల్లాల సూపరింటెండెంట్ ఆఫ్ పోలీస్ నియంత్రణ మరియు పర్యవేక్షణలో ఉంటుంది. పోలీసు సూపరింటెండెంట్ శాంతిభద్రతల పరిరక్షణలో, నేరాల నివారణలో మరియు విచారణకు సంబంధించిన ముందస్తు చర్యల నిర్వహణలో మెజిస్టీరియల్ అధికారాలను కలిగి ఉన్నారు. పోలీసు సబ్-డివిజనల్ అధికారిని అమీన్ లేదా ఇన్స్పెక్టర్ అని పిలుస్తారు. అతను నేరుగా ముహత్మీమ్ కొత్వాలి అధీనంలో ఉండేవాడు. ప్రతి తాలూకాకు ఒక అమీన్‌ను నియమించారు మరియు అతని ఆధ్వర్యంలోని పోలీసు దళం యొక్క కార్యనిర్వాహక నిర్వహణకు అతను బాధ్యత వహించాడు. ప్రతి ఠాణా/స్టేషన్‌కు ఒక జమాదార్ లేదా చీఫ్ కానిస్టేబుల్‌ను మరియు ప్రతి పోలీసు చౌకీ/పోస్టుకు ఒక దఫాదార్ లేదా హెడ్ కానిస్టేబుల్‌ను నియమించారు. పోలీసు సంస్కరణలు

పై నుండి క్రిందికి అంటే జిల్లా నుండి గ్రామ స్థాయి వరకు స్పష్టంగా నిర్వచించబడిన అధికారాలు మరియు విధులతో స్వతంత్ర విభాగాన్ని రూపొందించడానికి దారితీసింది. ప్రతి గ్రామంలో పోలీసు విధుల నిర్వహణకు బాధ్యత వహించే పోలీసు పటేల్ ఉన్నారు మరియు ప్రతి గ్రామంలో ప్రతి యాభై ఇళ్లకు ఒక సేథ్‌సింధీ ఉన్నాడు. అతను గ్రామ కాపలాదారు మరియు పోలీసు పటేల్‌కు లోబడి ఉన్నాడు.

విద్యా సంస్కరణలు

1853కి ముందు హైదరాబాదు రాష్ట్రంలో విద్యావ్యవస్థ చాలా అధ్వాన స్థితిలో ఉంది. షామ్స్-ఉల్-ఉమారా, అమీర్ కబీర్ వంటి కొందరు గొప్ప వ్యక్తులు ఉదారవాద అభ్యాసానికి పోషకుడిగా మరియు మార్గదర్శకుడిగా ఉన్నారు. అతను రాజధాని నగరంలో అరబిక్ మరియు పర్షియన్ పాఠశాలను స్థాపించాడు. అతను స్వయంగా గొప్ప గణిత శాస్త్రజ్ఞుడు మరియు అనేక పుస్తకాలు వ్రాసాడు. 1843లో నవాబ్ ఫక్రుద్దీన్ ఖాన్ షాస్-ఉల్-ఉమారా తన సొంత రాజభవనంలో ఉర్దూ బోధనా మాధ్యమంగా మదరసా-ఇ-ఫఖ్రియాను ప్రారంభించాడు. పర్షియన్, అరబిక్, ఇంగ్లీష్, లాజిక్, ఫిలాసఫీ, మ్యాథమెటిక్స్, ఫిజికల్ మరియు బయోలాజికల్ సైన్సెస్ వంటి సబ్జెక్టులను పాఠశాలలో బోధించేవారు. వ్యవస్థాపకుడు స్వయంగా ప్రముఖ విద్యావేత్త. అతను ఫిజికల్ సైన్స్ మరియు బయోలాజికల్ సైన్స్ వంటి సబ్జెక్టులకు సంబంధించి ఇంగ్లీష్ మరియు ఫ్రెంచ్ భాషలలోని అనేక పుస్తకాలను ఉర్దూ భాషలోకి అనువదించాడు. ప్రభుత్వం విద్యాసంస్థలు స్థాపించడానికి ముందు హైదరాబాద్ రాష్ట్రంలో విద్యను ప్రోత్సహించడంలో క్రైస్తవ మిషనరీలు ముఖ్యమైన పాత్ర పోషించాయి. 1834లో సెయింట్ జార్జ్ గ్రామర్ స్కూల్, 1855లో ఆల్ సెయింట్స్ హై స్కూల్ స్థాపన, ఆంగ్ల విద్య మరియు పాశ్చాత్య పాఠ్యాంశాల వృద్ధికి దారితీసింది. అయితే, దివాన్‌గా అధికారం చేపట్టిన తర్వాత సాలార్ జంగ్ విద్యారంగంలో అనేక సంస్కరణలు ప్రవేశపెట్టారు. నిస్సందేహంగా, హైదరాబాద్ స్టేట్‌లో ఆధునిక విద్యావ్యవస్థను సాలార్ జంగ్ ప్రవేశ పెట్టినాడు. 1853-54లో, సాలార్ జంగ్ "అరబిక్, పర్షియన్ మరియు ఆంగ్ల భాష", అలాగే "తెలిగూ మరియు మరాట్టా" మాధ్యమాల ద్వారా ఓరియంటల్‌పై అభిరుచిని పెంపొందించే ఉద్దేశ్యంతో హైదరాబాద్‌లో దారుల్-ఉలమ్ అనే ఓరియంటల్ కాలేజీని స్థాపించాడు. ఇది "దక్కన్‌లోని ఓరియంటల్ లెర్నింగ్ కేంద్రం మరియు క్లాసిక్ భాషల ద్వారా సంస్కృతికి అభిరుచిని వ్యాప్తి చేసే సాధనం" అని ఉద్దేశించబడింది.

దారుల్-ఉల్మ్ కళాశాల పాఠ్యాంశాల్లో భాషలతో పాటు భౌతిక శాస్త్రం, రసాయన శాస్త్రం, గణితం, ఖగోళ శాస్త్రం, భౌగోళిక శాస్త్రం, చరిత్ర మరియు శారీరక విద్య వంటి అంశాలు ఉన్నాయి. నగరంలో 160 మంది విద్యార్థులు ఉన్న ఈ సంస్థ గురించి వ్రాస్తూ, సాలార్ జంగ్ "రాష్ట్ర సేవ కోసం ఉన్నతమైన విజయాలు సాధించిన యువకులను" ఉత్పత్తి చేస్తుందని వ్యాఖ్యానించారు. 1859లో, ప్రతి తాలూకా మరియు జిల్లా హెడ్ క్వార్టర్స్‌లో రెండు పాఠశాలలు, ఒకటి పర్షియన్‌లో, మరొకటి స్థానిక భాషలో రెవెన్యూ శాఖ నిర్వహణ మరియు పర్యవేక్షణలో ప్రారంభించాలని ప్రభుత్వం ఉత్తర్వులు జారీ చేసింది. జిల్లాకు పాఠశాలల డిప్యూటీ ఇన్‌స్పెక్టర్లను 1875లో నియమించారు. సిటీ హై స్కూల్ మరియు చాదర్‌ఘాట్ హైస్కూల్ వరుసగా 1870 మరియు 1872లో స్థాపించబడ్డాయి. చాదర్‌ఘాట్ ఆంగ్లో-వెర్నాక్యులర్ స్కూల్ తర్వాత హైదరాబాద్ కాలేజీకి కేంద్రంగా మారింది, ఇది 1884లో మద్రాసు విశ్వవిద్యాలయం B.A ప్రమాణానికి అనుబంధంగా ఉంది. హైదరాబాద్ కళాశాల 1887లో నిజాం కళాశాలగా మారింది. డా. అఘోరనాథ్ చటోపాధ్య దాని మొదటి ప్రిన్సిపాల్. పబ్లిక్ వర్క్స్ విభాగానికి అవసరమైన సాంకేతిక సిబ్బందిని ఉత్పత్తి చేయడానికి 1870లో స్కూల్ ఆఫ్ ఇంజనీరింగ్ స్థాపించబడింది. మదర్సా-ఎ-అలియా 1873లో ప్రభువులు మరియు జాగీర్దార్ల పిల్లల కోసం స్థాపించబడింది. ఇంగ్లీష్ పబ్లిక్ స్కూల్ తరహాలో చక్కని ఇంగ్లీష్ మరియు ఓరియంటల్ బోధన అందించడం ఈ పాఠశాల లక్ష్యం. మిస్టర్ క్రోన్ దాని మొదటి ప్రధానోపాధ్యాయుడు. సాలార్ జంగ్ మేనల్లుడు, ముఖ్రామ్-ఉద్-దౌలా, 1878లో రాజకుటుంబం మరియు నగరంలోని ఉన్నత వర్గాల పిల్లల చదువుల కోసం మదర్సా-ఇ-ఐజాను స్థాపించాడు.

సాలార్ జంగ్ పాలనా కాలంలో ఉర్దూ, పర్షియన్ మరియు ఇతర స్థానిక భాషల్లో రాష్ట్రంలో మొత్తం 162 పాఠశాలలు స్థాపించబడ్డాయి, వాటిలో 142 జిల్లాల్లో ఉన్నాయి. మెడికల్ మరియు ఇంజినీరింగ్ కళాశాలలను మినహాయించి విద్యా శాఖ నియంత్రణ నాజీమ్ తాలిమత్ లేదా ఇతర మంత్రి ఆధ్వర్యంలో పబ్లిక్ ఇన్‌స్ట్రక్షన్ డైరెక్టర్‌కి అప్పగించబడింది. హైదరాబాద్ నగరంలో ఒక కళాశాల మరియు మరో పన్నెండు పాఠశాలలు ఉన్నాయి. విద్యా సిబ్బందిలో ఇద్దరు ప్రిన్సిపాల్స్, ఇద్దరు ప్రొఫెసర్లు, 140 మంది మాస్టర్లు, 50 మంది అసిస్టెంట్ మాస్టర్లు, 21 మంది టీచర్లు ఉన్నారు. 1883 సంవత్సరంలో విద్యపై చేసిన ఖర్చు రూ. 2 లక్షలు. ఒక ఆంగ్ల అధికారి, ఔ.స. విల్కిన్సన్ 1869-70లో ఎడ్యుకేషన్ సెక్రటరీ మరియు డైరెక్టర్ ఆఫ్ పబ్లిక్ ఇన్‌స్ట్రక్షన్‌గా నియమితులయ్యారు. 1871లో, జిల్లా పాఠశాలల విద్యావ్యవస్థను మెరుగుపరిచి

వెర్నాక్యులర్ ఎడ్యుకేషన్ డైరెక్టర్‌ని నియమించారు. 1876లో, నిజాం ప్రభుత్వం లండన్‌లోని రాయల్ స్కూల్ ఆఫ్ మైన్స్‌లో జియాలజీ మరియు మైనింగ్ అధ్యయనం చేయడానికి ఇద్దరు విద్యార్థులను ఇంగ్లాండ్‌కు పంపింది. 1879లో డిప్లొమా పట్టా పొందిన తర్వాత వారు హైదరాబాద్‌కు తిరిగి వచ్చారు.

నిజాం రైల్వేస్

సాలార్ జంగ్ సంస్కరణలు అసఫ్ జాహీ పాలన చరిత్రలో కొత్త శకానికి నాంది పలికాయి, ఇది రైల్వేలు మరియు భారీస్థాయి పరిశ్రమల వంటి ఆధునిక రవాణా మరియు కమ్యూనికేషన్ మార్గాల అభివృద్ధికి సాక్ష్యంగా ఉంది. భారతదేశ వైస్రాయ్ ఎర్ల్ మాయో ఇలా వ్యాఖ్యానించారు, "సర్ సాలార్ జంగ్ తన కోసం ఒక రాష్ట్ర రైల్వేను తయారు చేసుకున్న స్థానిక ప్రభుత్వానికి మొదటి ప్రతినిధిగా గర్వించదగిన గౌరవం పొందుతాడు". సాలార్ జంగ్ ప్రారంభించిన విస్తృత సంస్కరణలు నిజాం డొమినియన్స్‌లో మౌలిక సదుపాయాల అభివృద్ధికి గట్టి పునాది వేసినాయి. హైదరాబాద్ సంస్థానం బ్రిటీష్ ఇండియాలో తన స్వంత రైల్వే వ్యవస్థను కలిగి ఉన్న మొదటి రాష్ట్రంగా కూడా గుర్తింపు పొందింది. నిజాం రాష్ట్ర రైల్వే పౌర మరియు సైనిక ట్రాఫిక్ రెండింటినీ నిర్వహించింది. నిజాం పాలనలో ఇనుము, బొగ్గు, కలప సమృద్ధిగా ఉన్న ప్రాంతాల గుండా రైలు మార్గాన్ని నడపాలని సాలార్ జంగ్ ప్రతిపాదించాడు. హైదరాబాద్ నుంచి వరంగల్ వరకు, ఆపై ఉత్తరాన చాందా వరకు, తూర్పున సింగరేణి బొగ్గు క్షేత్రాల వరకు రైల్వేలను పొడిగించాలని కూడా ఆయన ప్రతిపాదించారు. ప్రతిపాదిత నిజాం స్టేట్ రైల్వే కోసం సాలార్ జంగ్ వివరణాత్మక ప్రణాళికలను సిద్ధం చేయడంతో 1870లలో హైదరాబాద్ స్టేట్‌లో ఆధునిక భారీ–స్థాయి పారిశ్రామికీకరణ ప్రారంభమైంది. బ్రిటీష్ ప్రభుత్వం మరియు నిజాం ప్రభుత్వం మధ్య రైల్వేల నిర్మాణానికి మధ్య జరిగిన ఒప్పందాన్ని ప్రభావితం చేయడంలో ఆయన కీలక పాత్ర పోషించారు. నిజాం ప్రభుత్వం తన స్వంత నిధులను సమకూర్చుతుందని మరియు పెట్టుబడిదారులు మరియు 'ప్రైవేట్ స్పెక్యులేటర్ల' పెట్టుబడులను కూడా అనుమతించాలని ఆయన ప్రతిపాదించారు. "రైల్వే నిర్మాణం, నిర్వహణ మరియు పని, భూమిని అందించడం మరియు అవసరమైన పరిహారం చెల్లింపు, సర్వే మొదలైన వాటితో సహా" నిజాం ప్రభుత్వం 10 మిలియన్ రూపాయల కేటాయింపు కోసం తుది మెమోరాండం అందించింది.

వాడి (గుల్బర్గా సమీపంలో) నుండి సికింద్రాబాద్ వరకు 115.75 మైళ్ల దూరం ఉన్న లైన్ యొక్క మొదటి విభాగం అక్టోబర్, 1874లో ట్రాఫిక్ కోసం తెరవబడింది.

వరి, కలప మరియు బొగ్గు క్షేత్రాలను ముఖ్యమైన పట్టణ కేంద్రాలతో అనుసంధానించడం ద్వారా ట్రాఫిక్‌ను పెంచడానికి నిజాం ప్రభుత్వం కొత్త మార్గాలను ప్లాన్ చేసింది. ఒక సీనియర్ ప్రభుత్వ అధికారి, అబ్దుల్ హక్‌ను లండన్ ఏజెంట్ మరియు ఇతర ఆంగ్ల పెట్టుబడిదారులతో చర్చల కోసం నిజాం ప్రభుత్వం తరపున సాలార్ జంగ్ ఇంగ్లాండ్‌కు పంపారు. హక్ నేషనల్ ప్రొవిన్షియల్ బ్యాంక్ ఆఫ్ ఇంగ్లండ్‌తో చర్చించి, "హిస్ హైనెస్ ది నిజాం గ్యారంటీడ్ స్టేట్ రైల్వే కంపెనీ లిమిటెడ్" పేరుతో కొత్త కంపెనీతో ఒప్పందం కుదుర్చుకున్నాడు. ఇది డిసెంబర్, 1883లో ఉనికిలోకి వచ్చింది. నిజాం డొమినియన్స్‌లో రైల్వేలతో పాటు ట్రంక్ రోడ్లు కూడా నిర్మించబడ్డాయి. 1868 నాటికి, హైదరాబాద్ నుండి షోలాపూర్, గుల్బర్గా, కర్నూలు, మసులీపట్నం, హన్మకొండ మరియు నాగ్‌పూర్‌లకు ట్రంక్ రోడ్లు ఉండేవి. వీటిలో కొన్ని మొదట బ్రిటీష్ మిలటరీ అధికారులు దళాల కదలికలను సులభతరం చేయడానికి నిర్మించారు. తదనంతరం, నిజాం ప్రభుత్వం అనేక ట్రంక్ రోడ్ల నిర్మాణాన్ని చేపట్టింది, రాజధాని నగరమైన హైదరాబాద్‌ను ఒకవైపు జిల్లా హెడ్‌క్వార్టర్స్‌తో కలుపుతూ, మరోవైపు రాష్ట్ర భూభాగాలను పక్కనే ఉన్న బ్రిటిష్ ఇండియన్ ప్రావిన్స్‌లతో కలుపుతుంది. అదేవిధంగా రైల్వే స్టేషన్లతో అనుసంధానం చేసేందుకు అనేక ఫీడర్ రోడ్లను కూడా నిర్మించారు. రాష్ట్రంలోని ప్రధాన వర్తక మరియు వాణిజ్య కేంద్రాలు ఈ విధంగా అనుసంధానించబడి రవాణా ప్రయోజనాన్ని పొందాయి.

బొగ్గు, ఆర్థిక విలువ కలిగిన ఏకైక ఖనిజం. నిజాం డొమినియన్స్‌లోని సింగరేణి, సస్తీ మరియు పవోని గనులలో కనుగొనబడింది. 1871కి ముందు, బొగ్గు నాణ్యత మరియు పరిమాణాన్ని అన్వేషించడానికి మరియు నిర్ణయించడానికి ప్రయత్నాలు జరిగాయి. తదనంతరం, నిజాం ప్రభుత్వ పబ్లిక్ వర్క్స్ డిపార్ట్‌మెంట్, జియోలాజికల్ సర్వే ఆఫ్ ఇండియా మరియు లండన్‌లోని హైదరాబాద్ డెక్కన్ కంపెనీ ద్వారా అన్వేషణలు జరిగాయి. నివేదికల ప్రకారం, వివిధ ప్రదేశాలలో బొగ్గు అందుబాటులో ఉంది. బొగ్గు అన్వేషణ అవకాశాలు హైదరాబాద్ రాష్ట్రంలో బొగ్గు నిక్షేపాల కోసం అన్వేషణ కోసం జియోలాజికల్ సర్వే ఆఫ్ ఇండియా డిప్యూటీ సూపరింటెండెంట్ వీటీ. బ్లాన్‌ఫోర్డ్ దృష్టిని ఆకర్షించాయి. తనకు నిజాం సంస్థానం అనుమతి, సహకారం అందించాలని కోరారు. 1871లో ప్రస్తుత కొత్తగూడెం జిల్లాలోని యెల్లందులో సింగరేణి బొగ్గు క్షేత్రాన్ని కనుగొన్న జియోలాజికల్ సర్వే ఆఫ్ ఇండియాకు చెందిన డాక్టర్ కింగ్ కూడా అన్వేషణలో విజయవంతమైన ప్రయత్నాలు చేశారు. బొగ్గుకు చాలా డిమాండ్ ఉంది. బొగ్గు బొంబాయి మరియు మద్రాస్ మార్కెట్‌లలో విక్రయించబడింది. వివిధ రైల్వే కంపెనీలకు కూడ బొగ్గు సరఫరా చేయబడింది.

సాలార్ జంగ్ కాలంలో నిజాం ప్రభుత్వం పరిశ్రమలను ప్రోత్సహించాలని కోరింది. పూర్వపు హైదరాబాద్ స్టేట్‌లో పరిశ్రమల అభివృద్ధి, పాలకులతో పాటు ప్రభువులు కూడా గ్రామీణ మరియు పట్టణ పరిశ్రమలను స్థాపించి ప్రోత్సహించారని తెలుస్తుంది. బన్సీ రాజా చేసిన ప్రయత్నాలు అందుకు ఉదాహరణ. హైదరాబాదులో ఆయుధాలు మరియు మందుగుండు సామాగ్రి కర్మాగారం స్థాపనలో ప్రధాన పాత్ర పోషించిన అతను వ్యవస్థాపక లక్షణాలు కలిగిన గొప్ప వ్యక్తి. ఆయుధాలు మరియు మందుగుండు సామాగ్రి, తుపాకీ కర్మాగారం, తుపాకీ-పౌడర్, తోలు, కాగితం మరియు యంత్రాలపై తయారు చేసిన దుస్తుల కోసం వర్క్‌షాప్ ఏర్పాటు చేయడం ప్రస్తావించదగినది. 1864లో, గన్-పౌడర్ ఫ్యాక్టరీని బన్సీ రాజా ప్రారంభించారు, ఇది 1934 వరకు దాని ఉత్పత్తిని కొనసాగించింది. 1868లో హైదరాబాద్ నగరంలో ఆయన గార్మెంట్ స్టిచింగ్ యూనిట్‌ను కూడా స్థాపించారు. బన్సీ రాజా 1868 సంవత్సరంలో నగరం నడిబొడ్డున ఆయుధాలు మరియు మందుగుండు సామగ్రి కర్మాగారాన్ని ప్రారంభించాడు. బన్సీ రాజ్ తన పుస్తకం, కలాం-ఇ-ముతాఫరికాత్‌లో, సాలార్ జంగ్ ఒత్తిడితో తన ఫ్యాక్టరీని మరియు అనేక ఇతరాలను ప్రారంభించాడని రాశాడు. హైదరాబాద్ రాష్ట్రంలో మొదటి పత్తి మిల్లు 1875లో ఔరంగాబాద్‌లో స్థాపించబడింది. ఔరంగాబాద్, వరంగల్, పైఠాన్, బీదర్ మరియు ఇతర ప్రాంతాలలో హస్తకళా ఉత్పత్తులను ప్రాచుర్యంలోకి తీసుకురావడానికి కూడా ప్రయత్నాలు జరిగాయి. ప్రత్యేక సందర్భాలలో, ప్రత్యేకించి నిజాం జన్మదిన వేడుకల సందర్భంగా హైదరాబాద్ నగరం మరియు చుట్టుపక్కల ప్రభుత్వం ప్రదర్శనలు నిర్వహించింది. 1856లో సాలార్ జంగ్ రాజధాని నగరంలో చాదర్‌ఘాట్‌లో ముడి ఉత్పత్తులు మరియు తయారీల మొదటి ప్రదర్శనను నిర్వహించాడు. 1881 నాటి గొప్ప ప్రదర్శనలో ప్రదర్శించడానికి వరంగల్ నుండి కొన్ని అత్యుత్తమ రగ్గులు మరియు తివాచీలు ఇంగ్లాండ్‌కు పంపబడ్డాయి. అప్పటి నుండి హైదరాబాద్ రాష్ట్రం భారతదేశంలో లేదా ఐరోపాలో జరిగే అన్ని కళలు మరియు తయారీల ప్రదర్శనలకు క్రమం తప్పకుండా సహకారం అందించింది.

కమ్యూనికేషన్ నెట్‌వర్క్

భారతదేశంలో ఎలక్ట్రిక్ టెలిగ్రాఫ్ వ్యవస్థను లార్డ్ డల్హౌసీ ప్రారంభించాడు. తత్ఫలితంగా, 1856-57లో హైదరాబాద్‌ను బొంబాయితో మరియు కర్నూలుతో మొదటిసారిగా అనుసంధానించారు. సాలార్ జంగ్ అధికారిక ప్రయోజనం కోసం కమ్యూనికేషన్ పరికరాన్ని ఉపయోగించారు. 1857లో, సాలార్ జంగ్ తన అధికార

పరిధిలో టెలిగ్రాఫ్ లైన్లను కత్తిరించడం గురించి వనపర్తి సమస్థానానికి చెందిన రాజా రామేశ్వర్ రావును హెచ్చరించాడు. 1870 ఒప్పందం ప్రకారం టెలిగ్రాఫిక్ లైన్లను భారత ప్రభుత్వం ప్రారంభించింది. రాజధాని నగరం హైదరాబాద్ మరియు జిల్లాల మధ్య పోస్టల్ కమ్యూనికేషన్ వ్యవస్థ 1862లో స్థాపించబడింది. 1869లో పోస్టల్ డిపార్ట్‌మెంట్ పునర్వ్యవస్థీకరించబడింది. మొత్తం దివానీ భూభాగంలో తపాలా ఏర్పాటును పర్యవేక్షించడానికి, డైరెక్ట్ చేయడానికి మరియు నియంత్రించడానికి మెట్రోపాలిస్‌లో పోస్ట్ మాస్టర్-జనరల్ కార్యాలయం స్థాపించబడింది. పోస్టల్ రన్నర్ల ద్వారా రోజువారీ డెలివరీ వ్యవస్థ కూడా స్థాపించబడింది. అర్ధ అణా నుండి ఎనిమిది అణాల వరకు వివిధ రకాల స్టాంపులు ముద్రించబడ్డాయి మరియు ప్రవేశపెట్టబడ్డాయి. 1882లో, రెండు ప్రభుత్వాల పోస్టాఫీసుల మధ్య పరస్పర ఉత్తరప్రత్యుత్తరాల మార్పిడి కోసం నిజాం ప్రభుత్వం మరియు బ్రిటిష్ ప్రభుత్వం మధ్య పోస్టల్ ఒప్పందం కుదిరింది. హైదరాబాద్‌లోని హెడ్ పోస్టాఫీసులో టెలిఫోన్ ఎక్స్ఛేంజ్ డిపార్ట్‌మెంట్‌ను ఏర్పాటు చేశారు.

ముగింపు

సాలార్ జంగ్ బహుముఖ గుణాలు కలిగిన వ్యక్తి, గొప్ప నిర్వాహకుడు మరియు దార్శనికుడు. ఉన్నత స్థాయి సంస్కర్త. అతని సంస్కరణలు రాష్ట్ర ఆర్థిక మరియు పరిపాలనా, సామాజిక–ఆర్థిక వ్యవస్థల మెరుగుదలకు దోహదపడ్డాయి. ఆ విధంగా అతను హైదరాబాద్ స్టేట్ ఆధునికీకరణదారుగా పేరు పొందాడు. అతని సంస్కరణలు ఆధునిక తెలంగాణ చరిత్రలో ఒక మైలురాయిగా నిలిచాయి. సాలార్ జంగ్ చేపట్టిన సంస్కరణలు, ప్రత్యేకించి రాష్ట్రంలోని పెద్ద ప్రాంతాలపై పరిపాలనా నియంత్రణను ఏర్పాటు చేయడం మరియు దివానీ ప్రాంతాల్లోని వ్యక్తికి గ్రామం నుండి ఆదాయ ప్రాతిపదికను మార్చడం, నగదును ప్రవేశపెట్టడం, ఆదాయాన్ని చెల్లించడం, ఆహార ధాన్యం మరియు ఇతర ముడిసరుకులకు డిమాండ్ పెరగడం. ఎగుమతి వాణిజ్యం, రైతులు విస్తరిస్తున్న స్థాయిలో మార్కెట్ కోసం మరింత ఉత్పత్తి చేయడానికి దారితీసిన కొన్ని అంశాలు. ఈ పరిణామాలు క్రెడిట్ మార్కెట్ వృద్ధితో పాటు రవాణా మరియు కమ్యూనికేషన్ అభివృద్ధికి తోడ్పడ్డాయి. పత్తి మరియు నూనె గింజల వంటి వాణిజ్య పంటలకు బాహ్య డిమాండ్ పెరగడంతో, వ్యవసాయ ఆర్థిక వ్యవస్థ ప్రాథమిక మార్పులకు గురైంది.

సాలార్ జంగ్ ఇంగ్లీష్ బోధించడానికి మరియు పాశ్చాత్య విద్యను అందించడానికి అనేక పాఠశాలలను స్థాపించాడు. పర్యవసానంగా, హైదరాబాద్ నగరంలో చిన్నదైన కానీ చాలా స్పష్టమైన మేధో శ్రేణి సృష్టించబడింది. అతని సమర్థ నాయకత్వంలో పందొమ్మిదవ శతాబ్దపు రెండవ భాగంలో పరిపాలనా, విద్య మరియు సామాజిక–ఆర్థిక రంగాలలో గణనీయమైన మార్పులు వచ్చాయి. అతను పందొమ్మిదవ శతాబ్దపు చివరిలో భారతదేశం యొక్క ఉత్తమ సంస్కర్తలలో ఒకరిగా గుర్తించబడ్డాడు. పరిపాలనా నిర్మాణం, మౌలిక సదుపాయాల అభివృద్ధి మరియు సామాజిక–ఆర్థిక వ్యవస్థలో మార్పులకు దారితీసిన అతని సంస్కరణలు, వినూత్న విధానాలు హైదరాబాద్ రాష్ట్ర ఆధునికీకరణలో కీలక పాత్ర పోషించాయి.

1884లో హైదరాబాద్ సివిల్ సర్వీస్ (HCS) ప్రారంభోత్సవం, సాలార్ జంగ్ మేధావికి తార్కాణం. అతను అసాధారణమైన జరిడాలో ప్రచురించాడు. సాధారణంగా ప్రజలకు మరియు ప్రత్యేకించి ప్రభువులు మరియు పెద్దమనుషులకు అవగాహన కల్పించడం యొక్క ప్రాముఖ్యతను తెలియజేస్తూ, తగినంత మంది మంచి పుట్టుకతో ఉన్న యువకులను ఎంపిక చేయడానికి ప్రభువులు మరియు అధికారులతో కూడిన ఒక

కమిటీని నియమించారు. హైదరాబాద్ సివిల్ సర్వీసెస్‌కు ఎంపికైన అభ్యర్థులు నిజాం కళాశాలలో శిక్షణ పొంది చివరి సంవత్సరంలో పరిపాలనలో ప్రాక్టికల్ శిక్షణ కోసం బ్రిటిష్ ఇండియాకు పంపబడ్డారు. పరిపాలనా సామర్థ్యాన్ని మెరుగుపరచడానికి, సాలార్ జంగ్ బ్రిటీష్ ఇండియాలోని ఇతర ప్రాంతాల నుండి మరియు విదేశాల నుండి హిందూ మరియు ముస్లిం వర్గాలకు చెందిన అర్హులైన, సమర్థులైన అధికారులను నియమించారు. ముల్కీయేతర నిర్వాహకులలో కొందరు ప్రముఖులు: డా. అఘోర్నాథ్ చటోపాధ్యాయ, మౌల్వీ చిరాగ్ అలీ, సయ్యద్ హుస్సేన్ బిల్గ్రామి, సయ్యద్ అలీ. బిల్గ్రామి, మహిబ్ హుస్సేన్, మోహి ముల్క్ మరియు సయ్యద్ మెహదీ అలీ. సాలార్ జంగ్ దివాన్‌షిప్ సమయంలో హైదరాబాద్ స్టేట్‌లో ముల్కీ v/s నాన్-ముల్కీ సంఘర్షణకు బీజం వేయబడింది.

దివాన్‌గా ఉన్న ముప్పై సంవత్సరాల కాలంలో, బ్రిటిష్ రెసిడెంట్ మరియు నిజాంల సహకారంతో సాలార్ జంగ్ రాష్ట్ర వ్యవహారాలను నిర్వహించగలిగాడు. అతను ముగ్గురు నిజాంలు మరియు ఏడుగురు బ్రిటిష్ రెసిడెంట్ల ఆధ్వర్యంలో పనిచేశాడు. బేరార్ సమస్యకు సంబంధించి బ్రిటీష్ అధికారులు మరియు అసఫ్ జాహీ పాలకుల మధ్య ఉద్రిక్తత మరియు ఘర్షణలు జరిగిన సందర్భాలు ఉన్నాయి. బేరార్‌ను నిజాం ప్రభుత్వానికి అప్పగించమని కోరినందుకు సాలార్ జంగ్ భారత వైస్రాయ్ అసంతృప్తిని ఎదుర్కొన్నాడు. నిజాం ఆస్థాన అధికారులు మరియు ప్రభువులలోని కొన్ని వర్గాలు సాలార్ జంగ్‌ను "బ్రిటిష్ అనుకూలుడు" అని ముద్రవేసేందుకు మొగ్గు చూపారు. నిజాం కోర్టులోని ప్రభావవంతమైన విభాగాల నుండి అతను వ్యతిరేకతను ఎదుర్కోవలసి వచ్చింది. కొన్ని సందర్భాల్లో, కొంతమంది నిజాం పాలకులు కూడా అతని పట్ల అసంతృప్తిగా ఉన్నారు. వారి అసంతృప్తిని వ్యక్తం చేశారు. సాలార్ జంగ్ నాలుగుసార్లు రాజీనామా సమర్పించారు. అతని పదవీకాలంలో రెండు హత్యాప్రయత్నాల నుండి తప్పించుకున్నారు. అతను 1857 తిరుగుబాటును మరియు నిజాం డొమినియన్లలోని ఇతర తిరుగుబాట్లను అణచివేయడంలో బ్రిటిష్ ప్రభుత్వానికి పూర్తి మద్దతునిచ్చాడు. అందువల్ల, అతని విశిష్ట సేవలకు గుర్తింపుగా, 1870లో క్వీన్ విక్టోరియాచే సాలార్ జంగ్‌కు నైట్ గ్రాండ్ కమాండర్ స్టార్ ఆఫ్ ఇండియా (GCSI) బిరుదు లభించింది. అతను 1876లో ఆక్స్‌ఫర్డ్ విశ్వవిద్యాలయం నుండి డాక్టర్ ఆఫ్ సివిల్ లా గౌరవ డిగ్రీని కూడా పొందాడు.

***

అధ్యాయం - 10

అసఫ్ జాహీలు II: 1869-1948 A.D

అయిదవ నిజాం అఫ్జల్-ఉద్-దౌలా మరణించే సమయానికి, మహబూబ్ అలీ ఖాన్ రెండున్నరేళ్ల బాలుడు. సాలార్ జంగ్, షమ్స్-ఉల్-ఉమ్రా, అమీర్-ఎ-కబీర్ మరియు రాజా నరేంద్ర బహదూర్ యువరాజుకు సంరక్షకులుగా ఒక కౌన్సిల్ ఆఫ్ రీజెన్సీని ఏర్పాటు చేశారు. మీర్జా ఆషా బేగ్‌ని అతని ట్యూటర్‌గా నియమించారు. 18 సంవత్సరాల వయస్సులో మెజారిటీ సాధించిన తర్వాత మహబూబ్ అలీ 1884లో రాష్ట్ర వ్యవహారాలపై పూర్తి నియంత్రణను స్వీకరించాడు మరియు 1911 వరకు హైదరాబాద్ స్టేట్ ఆరవ నిజాంగా పాలించాడు. అధికారాన్ని స్వీకరించిన తరువాత, "హైదరాబాద్ ప్రజలు శాంతి మరియు శ్రేయస్సుతో జీవించడం, సంపద వనరుల అభివృద్ధిలో, జ్ఞాన సముపార్జనలో మరియు శాస్త్రాల పెంపకంలో నిమగ్నమై ఉండటం కంటే గొప్ప ఆనందాన్ని నాకు మరొకటి ఇవ్వదు అని అన్నాడు." రాజకీయ, పరిపాలనా, సామాజిక-ఆర్థిక మరియు సాంస్కృతిక రంగాలలో పెను మార్పులను తీసుకురావడంలో కూడా అతని పాలన ముఖ్యమైనది. అతను ఉదారవాది, సహనశీలి, విశాల దృక్పథం మరియు దూరదృష్టి గలవాడు కాబట్టి, అతను హైదరాబాద్ రాష్ట్రానికి ప్రసిద్ధ పాలకుడు.

పరిపాలన, పరిశ్రమలు, వర్తకం/వాణిజ్యం మరియు విద్యారంగంలో బహుముఖ పురోగతి హైదరాబాద్‌ను మధ్యయుగ కాలం నుండి ఆధునికతకు మార్చింది. అతని పాలనలో గణనీయమైన సామాజిక-ఆర్థిక మార్పులు, ప్రభుత్వ రంగ పరిశ్రమలు మరియు నీటిపారుదల అభివృద్ధి కూడా జరిగింది. రాష్ట్ర ప్రభుత్వం ఆధ్వర్యంలో విద్య, ఆరోగ్యం మరియు ఇతర సాంఘిక సంక్షేమ కార్యక్రమాల పెరుగుదల నిజాం పరిపాలనలో గుర్తించదగిన లక్షణం. మహబూబ్ అలీ ఖాన్ కాలం మత సహనం, మత సామరస్యం, శాంతియుత సహజీవనం పరంగా సామాజిక-సాంస్కృతిక మరియు మతపరమైన పురోగతిని సాధించింది. సమ్మిళిత సంస్కృతి నీతి వర్ధిల్లడం అతని పాలన యొక్క ముఖ్య లక్షణంగా మారింది. "హైదరాబాద్ దాని నిజమైన అర్థంలో హిందూ-ముస్లిం ఐక్యత యొక్క

అత్యంత ఆనందకరమైన దృశ్యాన్ని అందించింది. దాని సామాజిక మరియు అధికారిక జీవితం హిందూ-ముస్లిం సంస్కృతి యొక్క సమ్మేళనం. జనాదరణ పొందిన ఊహలో, నిజాం తన దార్శనికత, ఉదారవాద విధానాలు మరియు విస్తృత దృక్పథం వల్ల "ప్రజల ప్రియమైన" పాలకుడు అయ్యాడు.

మూసీ వరదలు

మూసీ నది వరదలు 28 సెప్టెంబరు 1908న సంభవించిన కారణంగా సుమారు 15,000 మంది మరణించారు. 19,000 కంటే ఎక్కువ గృహాలను ధ్వంసం అయినాయి. మొత్తం నగరంలోని జనాభాలో నాలుగింట ఒక వంతు మంది నిరాశ్రయులయ్యారు. ఆధునిక తెలంగాణ చరిత్రలో ఇదొక పెను విషాదం. 1901లో 448,466 మంది జనాభాతో, హైదరాబాద్ భారత ఉపఖండంలో నాల్గవ అతిపెద్దది. నిజానికి, 20వ శతాబ్దపు మొదటి త్రైమాసికంలో ప్లేగు, ఇన్ఫ్లుఎంజా, కలరా, స్మాల్‌పాక్స్ మరియు మలేరియా వంటి అనేక విపత్తులు సంభవించాయి. ఇవి భారతదేశంలోని అతిపెద్ద రాచరిక రాష్ట్ర రాజధాని అయిన హైదరాబాద్ నగరం యొక్క సామాజిక-ఆర్థిక మరియు జనాభాను నాశనం చేశాయి. బంగాళాఖాతంలో ఏర్పడిన తుఫాను కారణంగా వరదలు సంభవించాయి. భారీ వర్షాలు అనేక అప్‌స్ట్రీమ్ ట్యాంకులను విచ్ఛిన్నం చేయడం వల్ల విస్తృతమైన ప్రాణ మరియు ఆస్తి నష్టానికి దారితీసింది. వరదలకు ముందు 48 గంటల్లో ఒక్క హైదరాబాద్ నగరంలోనే పన్నెండు అంగుళాల వర్షం కురిసింది. పర్యవసానంగా, మూసీ నది అకస్మాత్తుగా మూడున్నర గంటలలోపు సుమారు పదహారు అడుగుల పైకి లేచి, అఫ్జల్, ముస్సలాం జంగ్ మరియు చాదర్‌ఘాట్ వంతెనలను కొట్టుకుపోయి, పాత నగరంలోని వీధుల్లోకి నీరు చేరింది. ఇది హుస్సేన్ సాగర్ కట్టను కూడా ధ్వంసం చేసింది. నగరంలో అన్ని కమ్యూనికేషన్లను విచ్ఛిన్నం చేసింది. హైదరాబాద్ నగరాన్ని సగం నీటిలో ఉంచింది. కొల్సవాడి, ఘాన్సీ బజార్, జియాగూడ, పురానా పుల్, కొత్త కాచిగూడ, ఒలిఫెంట్ బ్రిడ్జి ప్రాంతాలు ఎక్కువగా దెబ్బతిన్నాయి. కొల్సవాడిలో దాదాపు 2,000 మంది వ్యక్తులు కొట్టుకుపోయారని మరియు ఘాన్సీ బజార్‌లో సమాన సంఖ్యలో మరణించారని అంచనా వేయబడింది. ఒక సమకాలీన విలేఖరి సుమారు 50,000 మంది మరణించారని అంచనా వేశారు మరియు నగరాన్ని ఒక విశాలమైన సమాధిగా వర్ణించారు. "వీధులు మరియు నేలమాళిగలు భయంకరమైన రాయి మరియు మట్టితో కుళ్ళిపోయిన మాంసంగా రూపాంతరం చెందాయి" అని రాశాడు. 20 కోట్ల విలువైన ఆస్తి నష్టమై పోయింది. పురానా పుల్ మరియు చాదర్‌ఘాట్ వంతెనల మధ్య జనసాంద్రత

ఎక్కువగా ఉండే నగరంలో అత్యధిక ప్రాణనష్టం జరిగింది. ఉస్మానియా హాస్పిటల్‌లోని 200 ఏళ్లనాటి చింతచెట్టు దానిని ఎక్కిన 150 మందిని రక్షించింది. నిజాం రెసిడెన్సీ మధ్య కమ్యూనికేషన్ ప్యాలెస్ మరియు పాతబస్తీకి అంతరాయం ఏర్పడింది. హైదరాబాద్, ఉత్తరాన నిజామాబాద్ మరియు తూర్పున విజయవాడ నగరాల మధ్య రైళ్ల రాకపోకలు నిలిచిపోయాయి. ఈ దుర్ఘటనతో నిజాం, మీర్ మహబూబ్ అలీఖాన్ తీవ్రంగా కలత చెందారు. వరదల నేపథ్యంలో బ్రిటీష్ రెసిడెంట్, ఓ'డ్వైర్ నిజాంను సందర్శించినప్పుడు, విపత్తు యొక్క తీవ్రతతో నిజాం మరియు అతని ప్రభుత్వం విలవిలలాడినట్లు అతను కనుగొన్నాడు. బ్రిటీష్ రెసిడెంట్ ఓ'డ్వైర్ ప్రకారం, నిజాం అసమర్థతతో దాదాపుగా దిగ్భ్రాంతికి గురయ్యాడు. పరిస్థితిని చూసి తీవ్రంగా చలించిపోయిన నిజాం హైదరాబాద్ వాసుల కష్టాలను తీర్చడానికి తన శక్తి మేరకు కృషి చేసాడు. అతను వ్యక్తిగతంగా చాలా జాగ్రత్తలు తీసుకున్నాడు. ఇళ్లు మరియు వస్తువులు కొట్టుకుపోయిన వారికి అవసరమైన వాటిని ఏర్పాటు చేశాడు. సంక్షోభం మధ్యలో నిజాం తక్షణ సహాయం కోసం ఆదేశాలు జారీ చేశాడు. తన సైనిక కమాండర్ సర్ అఫ్సర్-ఉల్-ముల్క్‌ను తన రాజభవనానికి పిలిపించాడు మరియు వెంటనే సహాయక చర్యలు చేపట్టమని ఆదేశించాడు. మత సహనం మరియు మంచి సంకల్పానికి పేరుగాంచిన మీర్ మహబూబ్ అలీ ఖాన్ తన రాజభవనాన్ని నది నీటి అంచు కోసం విడిచిపెట్టాడు. మత గురువుల సలహా మేరకు ప్రార్థనలు చేసి, వేడుకలు చేసి, దేవతను శాంతింపజేశాడు. ఒక ప్రత్యక్ష సాక్షి నిజాం చర్యను మరియు ప్రజల కృతజ్ఞతను వివరించాడు. 'తనకు ఇష్టమైన ప్రజల కష్టాలను చూసి రక్తపు కన్నీరు కార్చాడు. అతని దుఃఖం, సానుభూతి, తనకు ఎక్కడ సహాయం చేయాలనే ఆత్రుత మాటల్లో వర్ణించలేనంతగా ఉంది'. నిజాం విధ్వంసంపై నిజంగా విచారం వ్యక్తం చేశాడు. వరద బాధితుల దయనీయ పరిస్థితులను చూసి చలించిపోయిన ఆయన తన పంచ మహల్లా ప్యాలెస్ మరియు పురానా హవేలీని నిరుపేదలకు ఆశ్రయం కల్పించేందుకు తెరవాలని ఆదేశించారు.

నిజాం వివిధ రాజభవనాల ప్రాంగణంలో తాత్కాలిక గుడిసెలు నిర్మించాలని కూడా ఆదేశించాడు. నవాబ్ ఫఖర్-ఉల్-ముల్క్ బహదూర్‌కు చెందిన అసద్ బాగ్ ప్యాలెస్‌లో పార్దా మహిళలకు కూడా ఏర్పాట్లు చేశారు. ఉచిత వసతితో పాటు హిందువులు మరియు ముస్లింల కోసం నగరంలోని వివిధ ప్రాంతాల్లో అనేక వంటశాలలు ఏర్పాటు చేయబడ్డాయి. 37,894/- రూపాయల ఖర్చుతో ఇక్కడ 6.25 లక్షల మందికి ఆహారం అందించారు. మహారాజా కిషన్ పెర్షాద్, నవాబ్ మొయినుద్దీన్ ఖాన్ మొదలైన హైదరాబాద్‌లోని ప్రముఖ ప్రభువులు కూడా వారి రాజభవనాలలో వంటశాలలను

ఏర్పాటు చేశారు. స్థానభ్రంశం చెందిన వ్యక్తులకు చాలా రోజుల పాటు మత వంటశాలల నుండి పగలు మరియు రాత్రి ఆహారం అందించారు.

సహాయ, పునరావాస పనులు చేపట్టేందుకు, కేంద్ర సహాయ కమిటీని ఏర్పాటు చేసేందుకు నిజాం ఫర్మానా జారీ చేశారు. సహాయ నిధి కోసం ప్రజా విరాళాలను సమీకరించారు. ప్రభుత్వ నివేదికల ప్రకారం రూ. 15.70 లక్షలు వసూలు చేశారు. అంతేకాకుండా ప్రభుత్వం రూ. 5 లక్షలు, నిజాం స్వయంగా తన వ్యక్తిగత నిధులు, ప్రైవి పర్స్ నుండి లక్ష రూపాయల మొత్తాన్ని అందించాడు. ఎలాంటి సహాయం పొందలేని మహిళల సంరక్షణ కోసం, లేడీ హైదరీ, సరోజినీ నాయుడు, హుమాయూన్ మీర్జా, కేసన్ వాకర్ వంటి గౌరవనీయులైన మహిళలతో ప్రత్యేక మహిళా కమిటీని ఏర్పాటు చేశారు. వారు తమ సొంత నిధులతో నిరుపేద మహిళల కోసం పనిచేశారు. వరదల బారిన పడిన మహిళలు, అనాథలు మరియు వితంతువులకు సహాయం అందించారు. నిజాం ప్రభుత్వం రూ. 10.09 లక్షలు నష్టపోయిన వారి ఇళ్లను పునర్నిర్మించడానికి మరియు రూ. 2.02 లక్షలు వివాహాలకు గ్రాంట్లు, విద్యార్థులకు పుస్తకాలు, దుకాణాల పునఃస్థాపన మరియు గృహోపకరణాల కొనుగోలు చేయడానికి ఖర్చు చేసినారు.

ప్రభుత్వం కూడా రూ. 17,849 లను పదవీ విరమణ చేసిన వ్యక్తుల పెన్షన్ల కోసం ఉపయోగించింది. అంతేకాకుండా వరదల వల్ల ధ్వంసమైన ఇళ్లను పునర్నిర్మించడానికి ప్రభుత్వ ఉద్యోగులు మరియు ఇతరులకు మంజూరు చేసిన రుణాల బాకీని చెల్లించడానికి 3.59 లక్షలు ఉపయోగించబడ్డాయి. ప్రభుత్వ గ్రాంట్ల ద్వారా మొత్తం 17,849 మంది లబ్ధి పొందారు. సహాయక చర్యలలో చనిపోయినవారిని త్వరగా పారవేయడం మరియు కలరా వంటి అంటువ్యాధుల నుండి ముందు జాగ్రత్త చర్యగా ఔషధాల పంపిణీ కోసం తాత్కాలిక ఆసుపత్రులను ఏర్పాటు చేయడం కూడా జరిగింది. ప్రభుత్వం కూడా ధరల పెరుగుదలను నియంత్రించింది మరియు నిరుపేదలకు ధాన్యం పంపిణీ కోసం చౌక ధర డిపోలను తెరిచింది.

1908 నాటి మూసీ వరద మహబూబ్ అలీ ఖాన్ పాలనలో మరపురాని సంఘటన. ఇందులో అతను నిర్వాసితులైన ప్రజల పట్ల కరుణ మరియు దాతృత్వాన్ని ప్రదర్శించాడు. వినాశకరమైన వరదలు 50,000 మందిని చంపాయి, 80,000 ఇళ్ళు ధ్వంసమయ్యాయి, నగర జనాభాలో నాల్గవ వంతు మంది నిరాశ్రయులయ్యారు. వరద అఫ్జల్ గంజ్ ఆసుపత్రిని పూర్తిగా ధ్వంసం చేసింది మరియు రోగులను సమాధి చేసింది. నిజాం, మీర్ మహబూబ్ అలీఖాన్ విషాదానికి ఎంతగానో కదిలిపోయాడని ఒక పండితుడు

ఎత్తి చూపాడు. మరుసటి రోజు అతను నగరంలో నిర్జనమైన దృశ్యాన్ని చూడటానికి బయలుదేరినప్పుడు, అతని కళ్ళు చెమర్చాయి. అతని ముందు చూపులో పూర్తిగా పబ్లిక్ వ్యూలో మాట్లాడకూడదు. ఈ అరుదైన బహిరంగ భావోద్వేగ ప్రదర్శనను సరోజినీ నాయుడు తన 'ది టియర్స్ ఆఫ్ ఆసిఫ్' కవితలో రికార్డ్ చేశారు. వరద బాధితులకు ఆశ్రయం కల్పించేందుకు రాజభవనాలను తెరవాలని నిజాం ఆదేశించాడు. ప్రజలకు ఆహారం ఇవ్వడానికి సామూహిక వంటశాలలను ఏర్పాటు చేయాలని ఆయన ఆదేశించారు మరియు పెద్ద ఎత్తున సహాయక చర్యలను ప్రారంభించారు.

విపత్తు తర్వాత మూడు నెలల పాటు సుమారు 80 వేల మందికి మరమ్మతులు, వస్త్రాలు పంపిణీ మరియు ఆహారం కోసం నిజాం రూ. 4.5 లక్షలు విరాళంగా ఇచ్చారు. అసఫ్ జాహీ పాలకుడు అవలంబించిన సామాజిక-సాంస్కృతిక విధానాలు హిందూ ముస్లిం ఐక్యత మరియు మత సహనానికి దోహదపడ్డాయి. కృతజ్ఞతగా, కొంతమంది తమ పిల్లలకు మహబూబ్ ఖన్నా, మహబూబ్ రాయ్, మహబూబ్ రాజ్, మహబూబ్ నారాయణ్, మహబూబ్ రెడ్డి అని పేర్లు పెట్టారు.

పరిపాలనా సంస్కరణలు

మహబూబ్ అలీ పరిపాలనలో అత్యంత విశేషమైన లక్షణం 1893లో "కానుంచ" (శాసనం) ప్రకటన. ఇది కొత్త పాలనా వ్యవస్థను ప్రారంభించింది మరియు హైదరాబాదు రాష్ట్రంలో పరిపాలన రూపంలో ముఖ్యమైన మార్పులకు దారితీసింది. అడ్మినిస్ట్రేటివ్ వ్యవస్థ యొక్క పునర్వ్యవస్థీకరణ కోసం పథకం యొక్క అత్యంత ముఖ్యమైన లక్షణాలలో ఒకటి సలహా సంస్థను సృష్టించడం. చట్టం కౌన్సిల్స్ ప్రకారం, అంటే, కార్యనిర్వాహక వ్యవహారాల కోసం నిజాం నేతృత్వంలోని కౌన్సిల్ ఆఫ్ స్టేట్ లేదా క్యాబినెట్ కౌన్సిల్ మరియు చట్టాలను రూపొందించే ఉద్దేశ్యంతో ఒక లెజిస్లేటివ్ కౌన్సిల్ సృష్టించబడ్డాయి. క్యాబినెట్ కౌన్సిల్ అనేది ప్రధాన మంత్రి, పేష్కార్ మరియు డిపార్ట్‌మెంటల్ మినిస్టర్‌లతో కూడిన సంప్రదింపుల సంస్థ. కౌన్సిల్ ప్రధాన మంత్రి, శాఖల మంత్రుల అధికారాలను మరియు కార్యదర్శుల విధులను కూడా నిర్వచించింది. ప్రాముఖ్యమైన అన్ని పరిపాలనా విషయాలు మధ్యవర్తిత్వం మరియు పరిష్కారం కోసం కౌన్సిల్‌కు సూచించబడతాయి. అయితే, క్యాబినెట్ బడ్జెట్ అంచనాలను పరిగణించింది మరియు ఆదేశాల కోసం నిజాంకు అన్ని ముఖ్యమైన విషయాలను సమర్పించడానికి మాధ్యమంగా వ్యవహరించింది. ప్రధాన మంత్రి భావించే ఏదైనా ఇతర అంశాన్ని కౌన్సిల్ ముందు ఉంచాలని కూడా ఇది పరిగణించింది. లెజిస్లేటివ్ కౌన్సిల్ 19 మంది సభ్యులను కలిగి ఉండగా, ప్రధానమంత్రి

అధ్యక్షుడిగా మరియు సహాయ మంత్రి ఉపాధ్యక్షుడిగా ఉన్నారు. వీరితో పాటు కౌన్సిల్‌లో 11 మంది అధికారిక సభ్యులు, ఆరుగురు అనధికారిక సభ్యులు ఉన్నారు. ఇది నామినేటెడ్ మరియు ఎన్నికైన సభ్యులను కూడా కలిగి ఉంది, మెజారిటీ నామినేట్ చేయబడింది. ఈ కౌన్సిల్ రూపొందించిన చట్టాలు మరియు నియమాలు నిజాం ఆమోదానికి లోబడి ఉన్నాయి.

మహబూబ్ అలీ పాలనలో మరొక ముఖ్యమైన సంఘటన బేరార్ ప్రావిన్స్‌కు సంబంధించినది. ఇది 1853లో ఐదవ నిజాం అఫ్జల్-ఉద్-దౌలాచే బ్రిటీష్ ప్రభుత్వానికి లొంగిపోయింది. 1902 నవంబరు 5న నిజాం ప్రభుత్వం బేరార్ జిల్లాను బ్రిటీష్ వారికి రూ. 25 లక్షలు. లీజుకు కేటాయించి సంవత్సరానికి ఒప్పందం ప్రకారం, బేరార్‌పై నిజాం సార్వభౌమాధికారం గుర్తించబడింది మరియు నిజాం పుట్టినరోజున అసఫ్ జాహీ జెండాను ఎగురవేయడం జరిగింది. రాష్ట్ర ఆదాయానికి గండికొట్టిన హైదరాబాద్ కాంటింజెంట్ కూడా రద్దు చేయబడి బ్రిటిష్ సైన్యంలోకి చేర్చబడింది. ఫిబ్రవరి 5, 1885న, ఇంగ్లండ్ రాణి నిజాంకు నైట్ గ్రాండ్ కమాండర్ ఆఫ్ స్టార్ ఆఫ్ ఇండియా గౌరవాన్ని ప్రదానం చేసింది. క్వీన్ విక్టోరియా మరణ జ్ఞాపకార్థం, 1905లో సరూర్‌నగర్‌లో విక్టోరియా మెమోరియల్ అనాథాశ్రమాన్ని నిర్మించారు. ప్రిన్స్ ఆఫ్ వేల్స్ హైదరాబాద్ సందర్శన సందర్భంగా విక్టోరియా జనానా ఆసుపత్రిని నిర్మించారు.

విద్యా సంస్కరణలు

మహబూబ్ అలీఖాన్ పాలనలో విద్యారంగంలో గణనీయమైన మార్పు వచ్చింది. విద్యకు సంబంధించి నిజాం ప్రభుత్వం ప్రకటించిన విధానం ఏమిటంటే, "ప్రభుత్వ విధుల నిర్వహణకు మరియు వారి స్వంత వ్యక్తిగత వ్యవహారాలకు తగినట్లుగా ప్రభువుల వారసులకు విద్య మరియు శిక్షణ అనివార్యం. సాగుదారులు మరియు రైతుల మధ్య ప్రాథమిక విద్య వ్యాప్తి, వారి స్థితిని మరియు వారికి ప్రభుత్వానికి మధ్య ఉన్న సంబంధాలను అర్థం చేసుకోవడానికి వీలు కల్పిస్తుంది. మహబూబ్ అలీఖాన్ యొక్క "జ్ఞాన సముపార్జన" మరియు "శాస్త్రాల పెంపకం" యొక్క దార్శనికతకు అనుగుణంగా హైదరాబాద్ రాష్ట్రంలో విద్యావ్యవస్థ రూపాంతరం చెందింది. ఈయన హయాంలో విద్యాశాఖ సామూహిక విద్యా ప్రాజెక్టును ముమ్మరంగా చేపట్టి అనేక పాఠశాలలను స్థాపించింది. ఉదాహరణకు, పాఠశాలల సంఖ్య 1869లో 125 నుండి 1884 నాటికి 192కి పెరిగింది, వీటిలో 30 హైదరాబాద్ నగరంలో మరియు మిగిలినవి గ్రామీణ ప్రాంతాల్లో ఉన్నాయి.

ఒక ఆంగ్లేయుడు, W.H. హైదరాబాద్‌లోని ఇంజనీరింగ్ స్కూల్ ప్రిన్సిపాల్ మరియు పబ్లిక్ ఇన్‌స్ట్రక్షన్ డైరెక్టర్‌గా నియమితులయ్యారు. ఉదారవాద కళలతో పాటు, మానవీయ శాస్త్రాలు, శాస్త్రీయ మరియు వృత్తి విద్య కూడా అభివృద్ధి చెందాయి. మహబూబ్ అలీ ఖాన్ సైన్స్ అండ్ టెక్నాలజీ కోర్సులపై ఆసక్తి కనబరిచారు. ఆయన హయాంలో హైదరాబాద్‌లో వైద్య కళాశాల, వరంగల్, ఔరంగాబాద్‌లలో ఇంజనీరింగ్ కళాశాలలు ఏర్పాటయ్యాయి. 1884లో రాష్ట్రమంతటా పర్షియన్ స్థానంలో ఉర్దూను అధికార భాషగా మార్చారు. ఆ విధంగా, అన్ని ప్రభుత్వ విద్యా సంస్థల్లో బోధనా మాధ్యమం ఉర్దూ. అయినప్పటికీ, ఆంగ్ల మాధ్యమం మరియు స్థానిక పాఠశాలలు కూడా అభివృద్ధి చెందాయి. 1887లో మదర్సా-అలియా మరియు హైదరాబాద్ కళాశాలలను విలీనం చేయడం ద్వారా హైదరాబాద్‌లోని ప్రసిద్ధ నిజాం కళాశాల స్థాపించబడింది. ఇది ఆంగ్ల మాధ్యమ కళాశాల. అఘోర్నాథ్ చటోపాధ్యాయ దాని మొదటి ప్రిన్సిపాల్. ఇది మద్రాసు విశ్వవిద్యాలయానికి అనుబంధంగా ఉంది. అసఫియా హై స్కూల్ అని పిలువబడే ఒక రెసిడెన్షియల్ పబ్లిక్ స్కూల్ 1895లో 150 మంది విద్యార్థులతో స్థాపించబడింది. ముఖ్యంగా సైనికాధికారుల పిల్లలకు కుల, మతాలకు అతీతంగా లౌకిక విద్యతో పాటు నైతిక శిక్షణను అందించడం దీని ప్రధాన లక్ష్యం. అప్పటి హైదరాబాద్ స్టేట్ కమాండర్-ఇన్-చీఫ్ నవాబ్ అఫ్సర్ జంగ్ బహదూర్, సైనిక అధికారుల పిల్లలకు విద్య మరియు శిక్షణ ఇవ్వడానికి రెసిడెన్షియల్ పాఠశాలల అవసరాన్ని మరియు ప్రాముఖ్యతను నొక్కి చెప్పారు. ఉన్నత విద్యతోపాటు వృత్తి, పారిశ్రామిక, వృత్తి శిక్షణా సంస్థల ఏర్పాటుపై కూడా సరైన శ్రద్ధ చూపారు. దీని ప్రకారం, మూడు పారిశ్రామిక పాఠశాలలు వరుసగా 1870, 1884 మరియు 1890లో హైదరాబాద్, ఔరంగాబాద్ మరియు వరంగల్ అనే మూడు ప్రధాన పారిశ్రామిక కేంద్రాలలో ప్రారంభించబడ్డాయి.

ఈ పారిశ్రామిక శిక్షణా కేంద్రాలు హైదరాబాద్ రాష్ట్రంలో పారిశ్రామిక అభివృద్ధిలో ముఖ్యమైన పాత్ర పోషించాయి. బోధన ఆంగ్లం మరియు ఉర్దూ రెండింటిలోనూ నిర్వహించబడింది. బాలికలకు పారిశ్రామిక మరియు సాంకేతిక విద్యను అందించే సంస్థను 1899లో సికింద్రాబాద్‌లో వెస్లియన్ మిషన్ ప్రారంభించింది, ఇక్కడ లేస్ తయారీ, పట్టు వడకడం మరియు ఇతర వృత్తిపరమైన అంశాలు బోధించబడ్డాయి. ఇరవయ్యవ శతాబ్దం మొదటి దశాబ్దంలో నిజామాబాద్ మరియు బీదర్లలో రెండు పారిశ్రామిక పాఠశాలలు స్థాపించబడ్డాయి. ఆరవ నిజాం కాలంలో 37 ఇంజినీరింగ్ పాఠశాలలు ఉండేవి. 1899లో, కనీసం ఇద్దరు లెక్చరర్ల సిబ్బందితో లా స్కూల్

ప్రారంభించబడింది. ఇరవయ్యవ శతాబ్దం మొదటి దశాబ్దంలో, ఔరంగాబాద్ మరియు గుల్బర్గాలో మరో రెండు న్యాయ విద్యాలయాలు ప్రారంభించబడ్డాయి.

జెనానా పాఠశాలలు అని పిలువబడే అనేక బాలికల పాఠశాలలు నిజాం డొమినియన్స్‌లో స్థాపించబడ్డాయి. మిషనరీలు, రోమన్ కాథలిక్కులు మరియు ప్రొటెస్టంట్లు ఇద్దరూ హైదరాబాద్ రాష్ట్రంలో బాలికల కోసం పాఠశాలలను స్థాపించడంలో విజయం సాధించారు. మొదటగా, సెయింట్ జాన్స్ చర్చి యొక్క చాప్లిన్ 1834లోనే హైదరాబాద్‌లో బాలికలు మరియు బాలురుల కోసం పాఠశాలను ప్రారంభించారు. తదనంతరం 1850లో బాలికల విభాగం బాలురుల నుండి వేరు చేయబడింది మరియు సెయింట్ జార్జ్ బాలికల సెమినరీ పేరుతో పనిచేసింది. . తరువాత సెయింట్ ఫ్రాన్సిస్ గర్ల్స్ స్కూల్ (1850), ప్రొటెస్టంట్ ఆర్ఫనేజ్ కోవెంట్ స్కూల్ మరియు St.Anns స్కూల్ (1871), రోజరీ కాన్వెంట్ హై స్కూల్ (1904) మొదలైనవి స్థాపించబడ్డాయి. అయితే, కొన్ని మిషనరీ పాఠశాలలు ఆంగ్లో-ఇండియన్ క్రైస్తవులకు మాత్రమే ఉద్దేశించబడ్డాయి మరియు వాటిలో హిందూ లేదా ముస్లిం బాలికలను చేర్చుకోలేదు. మహబూబ్ అలీ హయాంలో విద్యారంగ వృద్ధిలో గుర్తించదగిన లక్షణం పాఠశాలల స్థాపనలో ప్రభుత్వ-ప్రైవేట్ భాగస్వామ్యం, ముఖ్యంగా బాలికల కోసం.

ఆరవ నిజాం హయాంలో హైదరాబాద్‌లో తొలి ప్రభుత్వ జెనానా పాఠశాలను ప్రారంభించారు. 1885 సంవత్సరంలో, హైదరాబాద్ నగరంలో ప్రత్యేక ముస్లిం బాలికల పాఠశాలను స్థాపించారు మరియు 1890లో నాంపల్లి బాలికల పాఠశాలను ఇది హైదరాబాద్ రాష్ట్రంలో స్త్రీ విద్యను ప్రోత్సహించింది. అఘోర్నాథ్ ఛటోపాధ్యాయ స్త్రీ విద్య వ్యాప్తిపై చాలా ఆసక్తిని కలిగి ఉన్నాడు. అతను 1881లో ముస్లిం మరియు హిందూ బాలికల కోసం చాదర్‌ఘాట్ స్కూల్ లేదా గ్లోరియా హై స్కూల్ అని పిలువబడే హిందూ ఆంగ్లో-వెర్నాక్యులర్ పాఠశాలను స్థాపించాడు. పాఠశాల పాఠ్యాంశాల్లో ఇంగ్లీష్, ఉర్దూ మరియు తెలుగు, చరిత్ర, భూగోళశాస్త్రం, హోమ్ సైన్స్ మరియు హిందుస్తానీ సంగీతం ఉన్నాయి. మొత్తం 76 మంది బాలికల్లో 26 మంది ముస్లింలు, 50 మంది హిందువులు. హైదరాబాద్ నగరంలో బాలికల కోసం ఉర్దూ మీడియం పాఠశాల ఇదే. 1882లో వెస్లియన్ మిషన్ ద్వారా సికింద్రాబాద్ మరియు చాదర్‌ఘాట్‌లలో బాలికల పాఠశాలలు ప్రారంభించబడ్డాయి. తరువాత 1885లో, సయ్యద్ హుస్సేన్ బిల్గ్రామీ హైదరాబాద్‌లో మొట్టమొదటి ముస్లిం బాలికల పాఠశాలను స్థాపించారు. సాలార్ జంగ్ కుమార్తె నూర్ ఉనిస్సా బేగం మరియు ఇమాద్-ఉల్-ముల్క్ సోదరి సుజాత్ అలీ

వంటి కొంతమంది ఉన్నత తరగతి మహిళలు తమ రాజభవనాలలో ప్రభువులు మరియు జాగీర్దార్ల కుమార్తెల విద్య కోసం పాఠశాలలను స్థాపించారు. 1905లో, సరూర్‌నగర్ అనాథాశ్రమంలో అన్ని కులాలు మరియు వర్గాల కోసం బాలికల పాఠశాల ప్రారంభించబడింది. ఈ పాఠశాలలో ప్రాథమిక విద్యతో పాటు ఎంబ్రాయిడరీ మరియు ఇతర వృత్తి నైపుణ్యాలను నేర్పించారు. మహబూబియా బాలికల పాఠశాల 1907లో ప్రారంభించబడింది, ఇది ఉన్నత తరగతి సమాజంలోని బాలికల కోసం మాత్రమే ఉద్దేశించబడింది మరియు ఖరీదైనది. 1909లో, ఫ్లోరెన్స్ వైల్డ్ మహబూబియా స్కూల్ హెడ్ మిస్ట్రెస్‌గా నియమితులయ్యారు. ఆమె తన మరో ముగ్గురు యువ ఉపాధ్యాయులను తీసుకువచ్చి పాఠశాలలో నియమించింది. ఈ పాఠశాలలో, ఎక్కువగా యూరోపియన్ ఉపాధ్యాయులను నియమించారు మరియు కేంబ్రిడ్జ్ పరీక్షకు సూచించిన సబ్జెక్టులు బోధించబడ్డాయి.

ఆరవ నిజాం పాలనలో, హైదరాబాద్ రాష్ట్రంలో స్త్రీ విద్య క్రమంగా విస్తరించింది: 6249 మంది విద్యార్థులతో 91 పాఠశాలలు స్థాపించబడినాయి. హైదరాబాదులోని హిందువులతో పోలిస్తే, ముస్లింలు విద్య యొక్క ప్రయోజనాలను పొందడంలో మెరుగ్గా ఉన్నారని గమనించడం ఆసక్తికరంగా ఉంది. పంతొమ్మిదవ శతాబ్దం చివరి వరకు తమ ఆడపిల్లలను చదివించాలనే ఉత్సాహాన్ని హిందువులు ప్రదర్శించలేదు. జనానా హైస్కూల్, నాంపల్లి, మహబూబియా గర్ల్స్ స్కూల్, స్టాన్లీ గర్ల్స్ హైస్కూల్, హుస్సేనీ మొహల్లా మిడిల్ స్కూల్, షాహలిబండ మిడిల్ స్కూల్, గవర్నమెంట్ మిడిల్ స్కూల్, గుల్బర్గా, గర్ల్స్ పాఠశాల మరియు సికింద్రాబాద్ వంటి కొన్ని పాఠశాలలు వృత్తి విద్యను అందించాయి. బాలికలకు వంట, తోటపని, ప్రథమ చికిత్స వంటి కోర్సులు ప్రవేశపెట్టబడినాయి. హైదరాబాద్‌లో విక్టోరియా మెమోరియల్ ఆర్ఫనేజ్ మరియు ఖాదీమ్-ఉల్-ముస్లిమీన్ వొకేషనల్ స్కూల్ మరియు డోర్నకల్ మరియు కరీంనగర్‌లలో ఒకేషనల్ పాఠశాలలను ప్రభుత్వం స్థాపించింది. విద్యార్థులకు టైలరింగ్, చెరకు వర్క్, బాస్కెట్రీలో శిక్షణ ఇచ్చారు. నాంపల్లి జెనానా కళాశాల మాత్రమే బాలికలను ఇంటర్మీడియట్ మరియు ఉస్మానియా యూనివర్సిటీ బి.ఎ పరీక్షలకు సిద్ధం చేసింది.

హైదరాబాద్ పాతబస్తీలో ధర్మవంత్ హైస్కూల్ మరియు ముఫ్టి-ఉల్-ఆనం హైస్కూల్ అని పిలువబడే రెండు ప్రైవేట్ పాఠశాలలు వరుసగా 1880 మరియు 1882లో ప్రారంభించబడ్డాయి. ఇవి ఆంగ్ల మాధ్యమంలో విద్యను అందించాయి. పూర్వపు పాఠశాలను మల్వాల కాయస్థ నాయకులు ప్రారంభించారు. తరువాత ఖత్రీ కులస్థులచే

స్థాపించబడింది. వారిద్దరికీ ఉన్నత స్థాయి పెద్దల మద్దతు లభించింది. ఈ పాఠశాలల ప్రధాన లక్ష్యం మతం, కులం మరియు మతంతో సంబంధం లేకుండా విద్యను అందించడం. 1883లో నిజాం ప్రభుత్వం పై సంస్థలకు గ్రాంట్-ఇన్-ఎయిడ్ మంజూరు చేసింది. 1909లో, అన్వర్-ఉలూమ్ ఉన్నత పాఠశాలను మౌల్వీ అన్వర్ ముహమ్మద్ అబ్దుల్ రజాక్ సాధారణ విద్యను అందించే లక్ష్యంతో స్థాపించారు. రాధా బాయి కాళోజీ జ్ఞాపకార్థం 1904లో శ్రీ రంగారావు కాళోజీ చాదర్‌ఘాట్‌లో ఒక తెలుగు పాఠశాలను ప్రారంభించారు. ప్రముఖ మరాఠీ మేధావులు పండిట్ శ్రీపాద్ దామోదర్ సత్వలేకర్, ధర్మవీర్ వామన్ నాయక్, జస్టిస్ కేశవరావు కోరాట్కర్ మరియు ఇతరులు "వివేక్ వర్ధినీ ఎడ్యుకేషన్ సొసైటీ"ని స్థాపించారు. 25 అక్టోబర్ 1907 మాతృభాషలో విద్యను అందించడానికి వివేక్ వర్ధిని పాఠశాల - సొసైటీ యొక్క మొదటి సంస్థ ఆంగ్లో-వెర్నాక్యులర్ పాఠశాల ఇది ప్రాథమిక స్థాయిలో మరాఠీలో మరియు మధ్య పాఠశాల స్థాయిలో ఆంగ్లంలో బోధనను అందించింది.

హైదరాబాద్ మెడికల్ స్కూల్

హైదరాబాద్ మెడికల్ స్కూల్ (HMS) 1846లో నాల్గవ నిజాం, నాసిర్-ఉద్-దౌలా పాలనలో స్థాపించబడింది. ఇది భారతదేశంలోని మొదటి ఉర్దూ మీడియం కళాశాల. ఇది 1920లో చివరి నిజాం మీర్ ఉస్మాన్ అలీ ఖాన్ చేత స్థాపించబడిన ఉస్మానియా మెడికల్ కాలేజ్ (OMC)కి పూర్వగామిగా కూడా ఉంది. ఉస్మానియా మెడికల్ కాలేజీ చాలా కాలంగా ప్రభుత్వ సంస్థగా ఉంది. ఇది భారతదేశంలో మరియు బహుశా ఆసియాలోని పురాతన వైద్య పాఠశాలల్లో ఒకటి. . చారిత్రాత్మకంగా, బ్రిటీష్ భారతదేశంలో HMS మొదటి వృత్తిపరమైన వైద్య సంస్థ. ఇక్కడ స్థానిక భాష బోధనా మాధ్యమం. అప్పటి నిజాం దివాన్/ప్రధాని సాలార్ జంగ్ తమ పిల్లలను గన్‌ఫౌండ్రీలోని హెచ్‌ఎంఎస్‌కు పంపమని ప్రభువులను ఒప్పించారు. 1846 వరకు, యునాని మరియు ఆయుర్వేదంతో సహా సాంప్రదాయ భారతీయ వైద్యం సాధారణ వైద్య విధానం అమలులో ఉంది. బ్రిటీష్ వారు వచ్చిన తర్వాత కూడా, ఆ సమయంలో ప్రబలంగా ఉన్న సాంస్కృతిక స్వభావాన్ని దృష్టిలో ఉంచుకుని, ప్రభువులు మరియు సాధారణ ప్రజలు అల్లోపతిని వ్యాధుల చికిత్సా విధానంగా అంగీకరించడానికి ఇష్టపడలేదు. ప్రారంభంలో, నాల్గవ నిజాం అనారోగ్యం హైదరాబాద్ స్టేట్‌లో HMS వైద్యకళాశాల స్థాపనకు మరియు అల్లోపతి వైద్యం వ్యాప్తికి దారితీసింది. నాల్గవ నిజాం, నాసిర్-ఉద్-దౌలా అనారోగ్యంతో ఉన్నప్పుడు యునానీ మరియు యితర వైద్య అభ్యాసకులు అతని వ్యాధిని నయం

చేయలేకపోయినప్పుడు, బ్రిటిష్ రెసిడెంట్ సర్జన్, విలియం కాంప్‌బెల్ మెక్లీన్ అల్లోపతి చికిత్సను ఉపయోగించారు. మరియు నిజాం యొక్క వ్యాధిని నయం చేశారు. అక్కడ రాజు అతనికి 'ఖిలాత్' (రాచరిక వస్త్రాలు) ప్రసాదించి, "ఈ శాస్త్రాన్ని మన రాజ్య ప్రజలకు బోధిస్తే మన ప్రియమైన ప్రజలు ఎంతో ప్రయోజనం పొందుతారు" అని చెప్పాడు. నిజాం కొత్త చికిత్సకు ఆకర్షితుడయ్యాడు. ఆ తర్వాత గన్‌ఫౌండ్రీలో హైదరాబాద్ మెడికల్ స్కూల్ స్థాపించబడింది.

బ్రిటిష్ రెసిడెంట్ J.S. ఫ్రేజర్ యొక్క సిఫార్సుపై, డాక్టర్ విలియం కాంప్‌బెల్ మాక్లీన్ వైద్య పాఠశాలకు మొదటి ప్రిన్సిపాల్‌గా నియమితులయ్యారు. బ్రిటిష్ మెడికల్ జర్నల్ ఇలా వ్యాఖ్యానించింది, "అతను డాక్టర్. మాక్లీన్ ఒక వైద్య పాఠశాలను నిర్వహించినాడు. ఇది భారతదేశంలోని మొట్టమొదటిది. ఇక్కడ స్థానిక యువతకు వారి స్వంత మాతృభాషలో పాశ్చాత్య వైద్య శాస్త్రాలను బోధించారు. అతను తన హృదయాన్ని ఈ సంస్థలోకి విసిరాడు, ఇది పూర్తిగా విజయవంతమైంది. తత్ఫలితంగా, నిజాం డొమినియన్లలో అల్లోపతి అభ్యాసం, వైద్య విద్య మరియు ప్రజారోగ్య వ్యవస్థల అభివృద్ధికి పునాదులు వేసింది. హైదరాబాద్ మెడికల్ స్కూల్ యొక్క ప్రధాన లక్ష్యం డెక్కన్ స్థానిక యువతకు యూరోపియన్ వైద్యాన్ని ఉర్దూ మాధ్యమం ద్వారా నేర్పించడం, ఇది భారతదేశంలో మొదటి విజయవంతమైన స్థానిక వైద్య పాఠశాల. అల్లోపతి వైద్యం మరియు శస్త్రచికిత్సకు సంబంధించిన స్వతంత్ర వైద్య ఛార్జ్‌ను స్వీకరించగల సమూహానికి శిక్షణ ఇవ్వడం మరియు సిద్ధం చేయడం. తెలంగాణ రాష్ట్రంలోని ఆధునిక వైద్య విద్య మరియు ప్రజారోగ్య సంస్థలు నిజాంలు మరియు సాలార్ జంగ్‌లకు చాలా రుణపడి ఉన్నాయి ఎందుకంటే ప్రభువుల పిల్లలను వైద్యంలో శిక్షణ కోసం HMS (హైదరాబాద్ మెడికల్ స్కూల్) కి పంపారు.

హైదరాబాద్‌లోని బ్రిటిష్ రెసిడెంట్ డాక్టర్ మాక్లీన్ సూపరింటెండెంట్‌గా నిజాం మెడికల్ స్కూల్ స్థాపనకు ప్రశంసించారు. వైద్యాధికారిగా డాక్టర్ మాక్లీన్ యొక్క సామర్థ్యం, సామరస్యపూర్వకమైన ప్రవర్తన మరియు భారతదేశంలోని స్థానికులతో ఉన్న అనుబంధం, అతను సంస్థ యొక్క విధులకు అత్యుత్తమ అర్హతను అందించాయని కూడా అతను గుర్తించాడు. క్రైస్తవ, మహమ్మదీయ లేదా హిందువులైనా, గౌరవప్రదమైన కుటుంబం మరియు అనుబంధాలు గల మంచి స్వభావం గల తెలివైన యువకులను, ఇప్పటికే సహించదగిన విద్యను పొంది, తగినంత స్తోమత ఉన్న యువకులను చేర్చుకోవాలని ఆయన సూచించారు. నిజాం ఆధీనంలో ఆంగ్ల మాధ్యమంలో బోధనను ప్రవేశపెట్టడం

సాధ్యం కాలేదు మరియు స్థానిక జనాభా ఆంగ్ల భాషపై మొగ్గు చూపలేదు. ఈ పరిస్థితులలో, పాశ్చాత్య వైద్యం యొక్క జ్ఞానాన్ని విద్యార్థులకు అందించగలిగే ఏకైక మార్గం స్థానిక భాష ఉర్దూ ద్వారా. మొదట్లో అడ్మిషన్లు పొందిన విద్యార్థుల సంఖ్య ముప్పైకి పరిమితం కావడంతో మతం, కులాల ప్రాతిపదికన అడ్మిషన్లలో ఎలాంటి వివక్ష ఉండేది కాదు. డాక్టర్ మాక్లీన్ చాలా ఆసక్తిని కనబరిచాడు, వైద్య పాఠశాల అభివృద్ధికి తన శక్తి మరియు హృదయాన్ని ధారపోశాడు. ఇంగ్లీషులో పరిచయం లేని విద్యార్థులకు ఉర్దూ భాషలో పాశ్చాత్య వైద్యాన్ని బోధించే డాక్టర్ మాక్లీన్ యొక్క పద్ధతి చాలా వినూత్నంగా ఉంది మరియు బ్రిటిష్ అధికారులచే ప్రశంసించబడింది. అతను విద్యార్థులకు ఆంగ్లంలో ఉపన్యాసాలు ఇచ్చాడు, కాని సబ్జెక్టును ఒక అనువాదకుడు ఉర్దూలోకి అనువదించాడు. హైదరాబాద్ మెడికల్ స్కూల్ డాక్టర్ స్మిత్ సంపాదకత్వంలో 1851 నుండి రిసాలా టిబ్బి అనే పత్రికను ప్రచురించింది. డాక్టర్ మాక్లెన్ మరియు డాక్టర్ మెకెంజీ విద్యార్థుల కోసం ఉర్దూలో పుస్తకాలు రాశారు, అవి ఒక గొప్ప వ్యక్తి అయిన షంసుల్ ఉమ్రా యాజమాన్యంలోని ప్రెస్ నుండి ప్రచురించబడ్డాయి.

డా. మాక్లీన్ యొక్క బోధనా పద్ధతిలో పాఠాలను పదే పదే పునశ్చరణ చేయడం, రోజువారీ పరీక్ష ద్వారా మద్దతునిస్తుంది. ఉపన్యాసాలు వైద్యశాస్త్రంలో ప్రామాణిక పుస్తకాల నుండి సంకలనం చేయబడ్డాయి మరియు ఉర్దూలోకి అనువదించబడ్డాయి. ఈ పనిలో అతనికి ఉర్దూలో మంచి పరిజ్ఞానం ఉన్న సబ్-అసిస్టెంట్-సర్జన్ డాక్టర్ ముర్రే మరియు మున్షీ మీర్ అహ్మద్ అలీ సహాయం చేశారు. డాక్టర్ మాక్లీన్ తన స్వంత అనుభవం నుండి మెటీరియల్‌ని జోడించారు మరియు ప్రతి విద్యార్థి ఉపన్యాసాలను కాపీ చేసారు. ఈ వ్యాయామం కష్టతరమైనది మరియు నెమ్మదిగా ఉంటుంది మరియు ఉపాధ్యాయులు మరియు విద్యార్థులకు ముఖ్యంగా ప్రారంభ దశలలో గణనీయమైన ఓర్పు మరియు పట్టుదల అవసరం. సౌకర్యవంతంగా ఉర్దూలోకి అనువదించలేని సాంకేతిక పదాలకు సంబంధించి, అసలు లాటిన్‌లో ఉంచి, బోధించారు. తక్కువ వ్యవధిలో పాఠశాల ఎంత బాగా పని చేయడం ప్రారంభించిందో లండన్‌లోని కోర్టు ఆఫ్ డైరెక్టర్స్‌కు సమర్పించిన ఎగ్జామినింగ్ కమిటీ నివేదికల నుండి స్పష్టమైంది. . విద్యార్థులు ప్రశ్నలకు సమాధానమిచ్చిన సంతృప్తికరమైన విధానం మరియు సబ్జెక్టుపై వారి జ్ఞానం, వారి స్వంత పరిశ్రమ మరియు తెలివితేటలకు మరియు ఉపాధ్యాయులచే వారి అధ్యయనాలను ఏ విధంగా నిర్దేశించాయో శ్రద్ధ వహించడానికి విశ్వసనీయ సాక్ష్యాన్ని కలిగి ఉంది. డాక్టర్ మాక్లీన్ ప్రయత్నాలకు హాజరైన విజయం భవిష్యత్తుకు శుభసూచకం, మరియు వైద్య పాఠశాల విద్యార్థులు ప్రదర్శించిన ఆసక్తి ఉపాధ్యాయునిగా అతని అపారమైన శక్తి

మరియు సామర్థ్యాలను నిరూపించింది. ప్రారంభంలో, మెడికల్ స్కూల్ గన్‌ఫౌండ్రీలో అద్దె భవనంలో ఉంది. తరువాత రెసిడెన్సీ కాంపౌండ్‌లోని కొత్త ప్రాంగణానికి మార్చబడింది. 1848 సంవత్సరంలో రెసిడెన్సీ డిస్పెన్సరీలో (ప్రస్తుతం సుల్తాన్ బజార్ హాస్పిటల్ అని పిలుస్తారు) వైద్యపరమైన సూచనలను అందించారు. డాక్టర్. మాక్లీన్ మరియు అతని సహచరులు రెండు దశాబ్దాల కృషిలో హైదరాబాద్ మెడికల్ స్కూల్‌లో భారతదేశంలోని ఇతర వైద్య కళాశాలల్లో ఉపయోగం కోసం వివిధ వైద్య శాఖలలోని నలభై పాఠ్య పుస్తకాలను ఉర్దూలోకి అనువదించారు. బ్రిటీష్ ఇండియాలో అగ్రగామి స్థానిక వైద్య పాఠశాలగా హైదరాబాద్ మెడికల్ స్కూల్ గుర్తించబడింది. మొదట్లో ఉన్నత వర్గాల కుమారులను మాత్రమే మెడికల్ స్కూల్లో చేరేలా ఒప్పించి ప్రోత్సహించేవారు. బోధనా కోర్సు 5-6 సంవత్సరాలు కొనసాగింది, చివరికి ఒక పరీక్ష నిర్వహించబడింది మరియు విజయవంతమైన అభ్యర్థులకు డిప్లొమాలు ఇవ్వబడినాయి.

అర్హత కలిగిన వైద్యులను హకీమ్‌లుగా (మెడికల్ ఆఫీసర్లు) నియమించారు మరియు గ్రామీణ ప్రజలకు వైద్య సహాయం అందించడానికి జిల్లా క్లినిక్‌లు మరియు డిస్పెన్సరీలలో నియమించబడ్డారు. హైదరాబాద్ మెడికల్ స్కూల్ వైద్య విద్య యొక్క ముఖ్యమైన సంస్థగా మారింది మరియు మద్రాస్ ప్రెసిడెన్సీ యొక్క సర్జన్-జనరల్ నియమించిన బోర్డ్ ఆఫ్ ఎగ్జామినర్స్ ద్వారా పరీక్షలు నిర్వహించబడ్డాయి. విజయవంతమైన అభ్యర్థులకు అసిస్టెంట్ సర్జన్ మరియు సబ్-అసిస్టెంట్ సర్జన్ డిప్లొమాలను ప్రదానం చేశారు. ఈ అర్హతలను పొరుగున ఉన్న బొంబాయి మరియు మద్రాసు ప్రెసిడెన్సీలు అలాగే భారత సైన్యం గుర్తించింది. 1866లో, అఫ్జల్ గంజ్‌లో ఒక బోధనా ఆసుపత్రి స్థాపించబడింది మరియు దీనికి ఐదవ నిజాం అఫ్జల్-ఉద్-దౌలా పేరు పెట్టారు. నిజాం ప్రభుత్వంలో ప్రత్యేక వైద్య సేవ విభాగం కూడా సృష్టించబడింది మరియు పాఠశాలలో పట్టభద్రులు ఉపాధి పొందారు. హైదరాబాద్ మెడికల్ స్కూల్ చరిత్రలో మరో ముఖ్యమైన మైలురాయి డాక్టర్ ఎడ్వర్డ్ లారీని ప్రిన్సిపాల్‌గా నియమించడం. ఆయన దీనిని ప్రపంచ వైద్య పటంలో ఉంచారు. 1883లో, అప్పటి ప్రిన్సిపాల్ సర్జన్-మేజర్ థామస్ బ్యూమాంట్ పాఠశాలలో బోధనా మాధ్యమాన్ని ఉర్దూ నుండి ఆంగ్లంలోకి మార్చారు మరియు డాక్టర్ లారీ దానిని కొనసాగించారు. సికింద్రాబాద్‌లోని పాత బోర్డ్ ఆఫ్ ఎగ్జామినేషన్ స్థానంలో మద్రాస్ మెడికల్ కాలేజీ బోర్డ్ ఆఫ్ ఎగ్జామినర్స్ ఏర్పాటు చేశారు. అఫ్జల్ గంజ్ హాస్పిటల్ (1866లో స్థాపించబడింది) చీఫ్ సర్జన్‌గా మరియు హైదరాబాద్ మెడికల్ స్కూల్ ప్రిన్సిపాల్‌గా, అతను అనస్థీషియా ఏజెంట్‌గా క్లోరోఫామ్‌పై పరిశోధనను ప్రోత్సహించాడు, ఆరవ నిజాం మీర్ మహబూబ్ అలీ ఖాన్ క్రియాశీల మద్దతుతో హైదరాబాద్‌కు

ప్రపంచవ్యాప్త గుర్తింపు తెచ్చాడు. రెండు క్లోరోఫామ్ కమీషన్లు డాక్టర్ లారీ పరిశోధనను ధృవీకరించాయి మరియు అతను అంతర్జాతీయంగా ప్రసిద్ధి చెందాడు. ప్రముఖ మెడికల్ జర్నల్, లాన్సెట్ కూడా అతని పరిశోధన ఫలితాలను గుర్తించింది. అనేక బ్రిటీష్ ఆసుపత్రులలోని రోగులకు క్లోరోఫామ్ అనస్థీషియాను ప్రదర్శించడానికి అతని విద్యార్థులు ఇంగ్లాండ్‌కు పంపబడ్డారు మరియు అతని విద్యార్థులలో ఒకరైన డాక్టర్ రూపాబాయి ఫుర్దూంజీ ప్రపంచంలోని మొట్టమొదటి మహిళా మత్తు వైద్యురాలు అయ్యారు.

డాక్టర్ లారీ ఆసుపత్రిలోని పేద రోగులకు అరుదైన సేవా స్ఫూర్తితో పనిచేశాడు, దీని ప్రయోజనం కోసం అతను ఒక నిధిని ఏర్పాటు చేసినాడు. దాని నుండి పాలు మరియు ఇతర ఆహార పదార్థాలను అవసరమైన రోగులకు సరఫరా చేశారు. అతని డైనమిక్ నాయకత్వంలో హైదరాబాద్ మెడికల్ స్కూల్ వైభవాన్ని పొందింది, ఇది పూర్వపు హైదరాబాద్ రాష్ట్రంలో వైద్య విద్య మరియు ప్రజారోగ్య సంస్థల అభివృద్ధి రంగంలో అత్యుత్తమ కేంద్రంగా మారింది. ఆరవ నిజాం మహబూబ్ అలీఖాన్, ఏడవ నిజాం మీర్ ఉస్మాన్ అలీఖాన్ ల ఆధ్వర్యంలో వైద్య విద్య అభివృద్ధి చెందింది. వాస్తవానికి, నిజాంలు వైద్య విద్యలో బోధన, పరిశోధన మరియు ఆవిష్కరణలను ప్రోత్సహించిన విధానానికి, ఆ సమయంలో భారతదేశంలో మరెక్కడా కనిపించని పూర్వాపరాలు లేవు. ఆధునిక హైదరాబాద్‌లో వైద్య విద్య 19వ శతాబ్దం మధ్యకాలంలో ప్రారంభమైంది. హైదరాబాద్ మెడికల్ స్కూల్ స్థాపనతో అఫ్జల్ గంజ్ హాస్పిటల్ నిజాం పాలకుల ఆధ్వర్యంలో బోధనా ఆసుపత్రిగా పనిచేసింది. హైదరాబాద్ మెడికల్ స్కూల్ ఇప్పుడు ఉస్మానియా మెడికల్ కాలేజీగా పిలవబడుతుంది. 1925లో ప్రస్తుత నిర్మాణం వచ్చినప్పుడు అఫ్జల్ గంజ్ ఆసుపత్రికి ఉస్మానియా జనరల్ హాస్పిటల్ అని పేరు పెట్టారు. 1846లో ప్రారంభమైనప్పటి నుండి, ఉస్మానియా మెడికల్ కాలేజీ దేశంలోని అత్యంత ప్రతిష్టాత్మకమైన మరియు మార్గదర్శక వైద్య కళాశాలలలో ఒకటిగా నిలిచింది. ఉస్మానియా మెడికల్ కాలేజీకి వైద్య ఆవిష్కరణల గొప్ప చరిత్ర ఉంది మరియు దాని దీర్ఘకాల వారసత్వం 1888 మరియు 1891లో హైదరాబాద్ క్లోరోఫామ్ కమీషన్‌ల వంటి ల్యాండ్‌మార్క్ విజయాల ద్వారా గుర్తించబడింది, ఇది మానవులలో క్లోరోఫామ్ వాడకం యొక్క భద్రతను ఖచ్చితంగా స్థాపించింది. ప్రపంచంలోనే తొలిసారిగా ఉస్మానియా ఆస్పత్రిలో క్లోరోఫామ్‌ను మత్తుమందుగా వాడారు. విక్టోరియా రాణి క్లోరోఫామ్ అనస్థీషియా మరియు హైదరాబాద్ క్యాప్ ఉపయోగించి బిడ్డకు జన్మనిచ్చిందని చెప్పారు. 1880ల చివరలో సర్ లారీ ఆధ్వర్యంలో పనిచేసిన తరువాత హాప్‌కిన్స్ మెడికల్ యూనివర్సిటీలో (USA) పనిచేసిన ప్రపంచంలోని మొట్టమొదటి మహిళా మత్తు వైద్యురాలు డా. రూపాబాయి

ఫుర్ధాంజీ. ఇన్స్టిట్యూట్ ఫర్ ట్రాపికల్ డిసీజెస్‌లో దోమల గట్‌లో మలేరియా పరాన్నజీవిని సర్ రోనాల్డ్ రాస్ నోబెల్-విజేతగా కనుగొన్నారు, ఇది ఇప్పుడు అతని పేరును కలిగి ఉంది. ప్రస్తుతం, ఉస్మానియా జనరల్ హాస్పిటల్ ప్రతి స్పెషాలిటీకి ఒక ఆసుపత్రి (కిరీటం ఆభరణం) కల్గి ఉంది. తెలంగాణ రాష్ట్రంలోని అపెక్స్ తృతీయ సంరక్షణ మరియు సూపర్ స్పెషాలిటీ కేంద్రంగా మారింది. నీలోఫర్ మహిళలు మరియు పిల్లల ఆసుపత్రిలో (శిశువైద్య కేంద్రం ఫర్ ఎక్సలెన్స్) రాష్ట్రంలోని మొట్టమొదటి మానవ పాల బ్యాంకు అది. ప్రపంచంలోని కొన్ని అరుదైన కేసులను నమోదు చేసింది, ఉస్మానియా మెడికల్ కాలేజ్, కమ్యూనిటీ హెల్త్ సర్వీసెస్, కఠినమైన వైద్య శిక్షణ, అవార్డు-గెలుచుకున్న పరిశోధన మరియు విశిష్ట పూర్వ విద్యార్థులకు కూడా ప్రసిద్ధి చెందింది. వారు తమ రంగాలలో ప్రపంచ అగ్రగామిగా ఎదిగారు. భారతదేశంలోని ఏకైక వైద్య కళాశాలగా ఉస్మానియా ప్రసిద్ధిగాంచింది. ఇక్కడ ప్రతి వైద్య నిపుణులకు ప్రత్యేక శిక్షణా ఆసుపత్రి ఉంది. ఎండోక్రినాలజీలో పోస్ట్-గ్రాడ్యుయేట్ కోర్సును అందించే దక్షిణ భారతదేశంలోని ఏకైక వైద్య కళాశాల ఇది. అందుకు నిస్సందేహంగా ప్రపంచ ప్రఖ్యాతి గాంచిన ప్రభుత్వ వైద్య సంస్థలను స్థాపించిన ఘనత హైదరాబాద్ నిజాం పాలకులదే.

క్లోరోఫామ్ కమిషన్

సర్జన్ మేజర్ ఎడ్వర్డ్ లారీ 1885లో అఫ్జల్ గంజ్ హాస్పిటల్ ప్రిన్సిపల్ మరియు హైదరాబాద్ మెడికల్ స్కూల్ యొక్క చీఫ్ సర్జన్‌గా బాధ్యతలు చేపట్టారు. లారీ క్లోరోఫామ్ అనస్థీషియాను ప్రాచుర్యంలోకి తెచ్చాడు. వైద్య విద్యార్థులను దానిని నిర్వహించడంలో నైపుణ్యం కలిగి ఉన్నాడు. పంతొమ్మిదవ శతాబ్దపు ముగింపు సంవత్సరాల్లో హైదరాబాద్ మెడికల్ స్కూల్ క్లోరోఫామ్ అనస్థీషియా పరిశోధనలో ముందంజలో ఉంది. బృందం యొక్క నాయకుడు మేజర్ ఎడ్వర్డ్ లారీ, రెసిడెన్సీ సర్జన్. అతను వరుస ప్రయోగాలను నిర్వహించి క్లోరోఫామ్ అనస్థీషియా యొక్క భద్రతను ప్రదర్శించాడు. 1880వ దశకం చివరిలో, అతను క్లోరోఫామ్ భద్రతపై శాస్త్రీయ పరిశోధన కోసం అవసరమైన అన్ని రకాల సహాయాన్ని అందించడానికి హైదరాబాద్ నిజాంను ఒప్పించాడు. దీనిని మొదటి హైదరాబాద్ క్లోరోఫామ్ కమిషన్, 1888 అని పిలుస్తారు. ఇందులో సర్జన్ పాట్రిక్ హెహిర్ అధ్యక్షుడిగా, సభ్యులుగా డా. ఎ. చమరెటెస్ మరియు డా. జె.ఎ. కెల్లీ ఉన్నారు. కమీషన్ యొక్క ప్రయోగాలు "క్లోరోఫామ్‌ను కుక్కలకు సంపూర్ణ భద్రతతో పీల్చడం ద్వారా ఇవ్వవచ్చు మరియు శ్వాసక్రియను అంతటా జాగ్రత్తగా చూసుకుంటే ప్రమాదవశాత్తూ మరణిస్తామనే భయం లేకుండా చేయవచ్చు" అని నిర్ధారించారు.

డాక్టర్ లారీ యొక్క తీర్మానాలు బ్రిటీష్ మెడికల్ జర్నల్, లాన్సెట్ సంపాదకీయం ద్వారా వివాదాస్పదమైంది: "హైదరాబాద్ కమీషన్ ఈ అంశంపై చూపిన శ్రద్ధను స్వాగతిస్తున్నాం. కమిషన్ క్లోరోఫామ్‌లో హృదయాన్ని విస్మరించడాన్ని మేము గుర్తించలేము. ఇది హాని చేస్తుంది మరియు ఆ విలువైన మత్తుమందును ఉపయోగించడంలో అజాగ్రత్తను రేకెత్తిస్తుంది, ఇది దీర్ఘకాలంలో కమిషన్ సూచించిన కారణానికి నష్టం కలిగిస్తుంది".

డాక్టర్ లారీ విమర్శలకు సమాధానమిస్తూ, ఈ విషయంలో రెండవసారి మరింత విస్తృతమైన అధ్యయనానికి ఖర్చులు చెల్లించవలసిందిగా హైదరాబాద్ నిజాంను ఒప్పించారు. లారీ ఒక లేఖలో ఇలా పేర్కొన్నాడు, "లాన్సెట్‌ను ఒక స్పెషలిస్టును అందజేయమని నిజాం ఆదేశించాడు. హైదరాబాద్ క్లోరోఫామ్ కమీషన్ యొక్క ప్రయోగాలను పునరావృతం చేయడానికి ప్రతినిధి"ని పంపమన్నాడు. ఈ ఆఫర్‌కు ప్రతిస్పందనగా, లాన్సెట్ తన ప్రతినిధిగా డా. టి. లాడర్ బ్రంటన్ ని ఒక నిపుణుడిగా మరియు డాక్టర్ లారీ నేతృత్వంలోని బృందం ప్రయోగాలను పర్యవేక్షించడానికి తన ప్రతినిధిగా ప్రతిపాదించింది. ఇది 1889లో రెండవ హైదరాబాద్ క్లోరోఫామ్ కమీషన్ ఏర్పడటానికి దారితీసింది. దీనికి డాక్టర్ సర్జన్–మేజర్ లారీ అధ్యక్షత వహించారు. డా. లాడర్ బ్రంటన్, బామ్‌ఫోర్డ్ మరియు రుస్తుంజీ సభ్యులుగా ఉన్నారు. డా. బామ్‌ఫోర్డ్ కార్యదర్శిగా వ్యవహరించారు. డాక్టర్ బ్రంటన్ పర్యవేక్షణలో గుండె మరియు శ్వాసక్రియపై క్లోరోఫామ్ చర్యను అధ్యయనం చేయడానికి అఫ్జల్‌గంజ్ హాస్పిటల్‌లో ప్రయోగాలు నిర్వహించబడ్డాయి.ప్రయోగాలను విజయవంతంగా నిర్వహించిన తర్వాత, న్యాయబద్ధంగా ఉపయోగించినప్పుడు క్లోరోఫామ్ అనస్థీషియా చాలా సురక్షితమైనదని కమిషన్ నిర్ధారించింది. ఒక ప్రత్యేక క్లోరోఫారమ్ ముసుగు రూపొందించబడింది. ఇది ఇంగ్లాండ్‌లో "హైదరాబాద్ క్లోరోఫామ్ మాస్క్"గా ప్రసిద్ధి చెందింది.

డాక్టర్ లాయర్ బ్రంటన్, సర్జన్, మేజర్ ఎడ్వర్డ్ లారీస్, చీఫ్ సర్జన్ మరియు హైదరాబాద్ మెడికల్ స్కూల్ ప్రిన్సిపాల్ చే సూచించబడిన సాంకేతికతను ప్రశంసించారు. హైదరాబాద్‌లో క్లోరోఫామ్ నిర్వహణ విధానాన్ని ప్రశంసిస్తూ బ్రంటన్ రాసిన లేఖలు ప్రముఖ మెడికల్ జర్నల్, "ది లాన్సెట్"లో 1890లో ప్రచురించబడ్డాయి. బ్రంటన్ 57 రోజుల బస తర్వాత 1889 డిసెంబర్ 18న హైదరాబాద్‌ను విడిచి వెళ్ళారు. నవాబ్ ఇంతేసార్ జంగ్ క్లోరోఫామ్ కమిషన్‌కు ఇచ్చిన విందులో డాక్టర్ లాడర్ బ్రంటన్ చేసిన ప్రసంగంలో, "కమీషన్‌కు కల్పించిన పని సౌకర్యాలు ఇలా ఉన్నాయి. ఐరోపా ఖండంలోని గొప్ప ప్రయోగశాలలలో కూడా కనుగొనబడలేదు. నిజానికి, తులనాత్మకంగా తక్కువ సమయంలో చేసిన పెద్ద సంఖ్యలో ప్రయోగాలు దీనిని చూపించడానికి సరిపోతాయి."

ప్రపంచ ప్రఖ్యాత సైంటిఫిక్ జర్నల్ నేచర్ సంపాదకీయం ఇలా వ్యాఖ్యానించింది "డా. లాడర్ బ్రంటన్ తన సమాధానంలో చాలా నిజంగా చెప్పాడు. నిజాం పరిశోధనా అంశాన్ని ఎన్నుకోవడంలో ముసల్మాన్ల సంప్రదాయాలను అనుసరించడమే కాకుండా, కమిషన్‌కు అన్ని వస్తువులను సరఫరా చేయడంలో హరౌన్-అల్-రస్చిద్ మరియు అబ్దుర్రహ్మాన్ యొక్క ఔదార్యానికి పోటీగా నిలిచాడు. నిజాం శాస్త్రీయ పరిశోధన యొక్క నిర్దిష్ట విషయాల పట్ల చూపిన ఉదారవాదానికి కొన్ని ఉదాహరణలు ఉన్నాయి. ఈ విషయంలో వారు చూపిన అద్భుతమైన ఉదాహరణకి, నిజాం మరియు అతని జ్ఞానోదయం పొందిన మంత్రి సర్ అస్మాన్ జా శాస్త్రీయ ప్రపంచం యొక్క కృతజ్ఞతలకు అర్హులు. "అలాగే, నిజాంకు నివేదికను అందజేస్తూ, హైదరాబాద్ రాష్ట్ర ప్రధాన మంత్రి సర్. అస్మాన్ జాహ్ "కమీషన్ ద్వారా వచ్చిన ఫలితాలు వైద్య వృత్తికి సేవ చేసినట్లు రుజువు చేయవచ్చు మరియు మానవాళికి ప్రయోజనం చేకూర్చవచ్చు" అని వ్యాఖ్యానించారు. క్లోరోఫామ్ అనస్తాసియాకు సంబంధించి హైదరాబాద్ మెడికల్ స్కూల్ చేసిన విజయవంతమైన ప్రయోగాలు చిరస్మరణీయమైన సంఘటన, మరియు వైద్య చరిత్రలో హైదరాబాద్‌కు శాశ్వత స్థానం కల్పించింది.

హైదరాబాద్ మెడికల్ స్కూల్ అనేక మంది ప్రసిద్ధ వైద్యులను తయారు చేసింది, వీరిలో డాక్టర్. S. మల్లన్న మరియు డాక్టర్. ఫర్దూంజీ రూపా బాయి ఉన్నారు. వారిద్దరూ క్లోరోఫామ్ కమిషన్‌తో సంబంధం కలిగి ఉన్నారు. ఎస్ .మల్లన్న ఎఫ్ ఏ పరీక్షలో ఉత్తీర్ణత సాధించి మెడికల్ స్కూల్ లో చేరాడు. క్లోరోఫామ్ కమిషన్ సమయంలో, అతను 1895లో డాక్టర్ లారీతో కలిసి ఇంగ్లండ్‌కు వెళ్లాడు. ప్రభుత్వ స్కాలర్‌షిప్ సహాయంతో అతను అక్కడ చదివి ఉన్నత డిగ్రీని పొందాడు. గ్రేట్ బ్రిటన్ మరియు ఐర్లాండ్ నుండి సైకాలజీలో పట్టా పొందారు. తదనంతరం, అతను 1900లో హైదరాబాద్‌కు తిరిగి వచ్చి హైదరాబాద్ మెడికల్ స్కూల్‌లో చేరాడు. అతను మళ్లీ లండన్ వెళ్లి మరొక డిగ్రీని పొందాడు. కేంబ్రిడ్జ్ విశ్వవిద్యాలయం నుండి (డిప్లొమా ఇన్ పబ్లిక్ హెల్త్) మరియు మాస్టర్ ఆఫ్ సర్జరీ డిగ్రీ కూడా పొందారు. అతను ఎడిన్‌బర్గ్ విశ్వవిద్యాలయం నుండి డాక్టర్ ఆఫ్ మెడిసిన్ డిగ్రీని పొందిన గౌరవాన్ని కూడా కలిగి ఉన్నాడు. 1903లో డాక్టర్ మల్లన్న ఉస్మానియా మెడికల్ స్కూల్‌లో పాథాలజీ అండ్ ఫిజియాలజీ లెక్చరర్‌గా నియమితులయ్యారు.

హైదరాబాద్ మెడికల్ స్కూల్ ప్రిన్సిపాల్ డాక్టర్ లారీ ఐదుగురు లేడీ స్కాలర్‌లను మెడికల్ కోర్సులో చేరమని ప్రోత్సహించారు. వారిలో ఒకరు మిస్ రూపా బాయి ఫుర్దూంజీ. ఆమె 1885-1889లో హైదరాబాద్ మెడికల్ స్కూల్‌లో తన చదువును

పూర్తి చేసింది. ఆమె ప్రపంచంలోని మొట్టమొదటి మహిళా అనస్థీషియాగా పరిగణించబడింది. సర్జన్ మేజర్ (IMS) ఎడ్వర్డ్ లారీ, బ్రిటిష్ రెసిడెన్సీ యొక్క చీఫ్ సర్జన్ మరియు హైదరాబాద్ మెడికల్ స్కూల్ ప్రిన్సిపాల్, క్లోరోఫామ్ అనస్థీషియాను అందించడంలో డాక్టర్ ఘర్డంజి నైపుణ్యాన్ని ప్రశంసించారు. అతను ఇలా వ్యాఖ్యానించాడు: "సర్కోమా కోసం గర్భాశయం మరియు దాని అనుబంధాల తొలగింపు కోసం ఆపరేషన్ విషయంలో, క్లోరోఫామ్ నిర్వహించబడింది మరియు ఐదవ సంవత్సరం పార్సిలేడీ, విద్యార్థిని మిస్ ఘర్డోంజీ ద్వారా రోగికి గంటన్నర పాటు పూర్తిగా మత్తుమందు ఇవ్వబడింది". రూపా బాయి నైపుణ్యం ఎంతో ప్రశంసించబడింది. ఆమె 1909లో ఎడిన్‌బర్గ్ విశ్వవిద్యాలయంకి మత్తుమందుల గురించి మరింత అనుభవం మరియు జ్ఞానాన్ని పొందడానికి నియమించబడింది. ఆ రోజుల్లో అనస్థీషియాలో ప్రత్యేక అర్హత అందుబాటులో లేనందున, ఆమె ఎడిన్‌బర్గ్ విశ్వవిద్యాలయం నుండి ఫిజిక్స్ మరియు కెమిస్ట్రీలో డిప్లొమా పొందింది, ఎందుకంటే మత్తుమందులు నిర్వహించే వైద్యులకు ఈ విషయాల పరిజ్ఞానం ఉపయోగకరంగా ఉంది.

USAలోని హార్వర్డ్ మెడికల్ స్కూల్‌లో మహిళా అభ్యర్థులెవరూ చేరని సమయంలో (19వ శతాబ్దం చివరిలో) హైదరాబాద్ మెడికల్ స్కూల్‌లో మహిళా విద్యార్థినిగా డాక్టర్ రూపా బాయి గుర్తింపు పొందారు. ఆ రోజుల్లో ఇంగ్లండ్ మరియు అమెరికాలోని ప్రసిద్ధ వైద్య పాఠశాలలు మహిళా అభ్యర్థులకు అడ్మిషన్‌ను నిరాకరించడం గమనించదగ్గ విషయం. 'ఫాలోట్స్ టెట్రాలజీ' ఫేమ్ కోసం 'బ్లాక్ టౌసింగ్' సర్జికల్ టెక్నిక్‌కి చెందిన ప్రముఖ పీడియాట్రిక్ కార్డియాలజిస్ట్ డాక్టర్ మిస్ టౌసింగ్‌కు బోస్టన్‌లోని హార్వర్డ్ మెడికల్ స్కూల్‌లో ప్రవేశానికి నిరాకరించారు. ఈ నేపథ్యంలో, మీర్ మహబూబ్ అలీ ఖాన్ మరియు ఉస్మాన్ అలీ ఖాన్ పాలనలో వైద్య విద్య యొక్క ప్రాముఖ్యత చాలా గొప్పది. హార్వర్డ్ యూనివర్శిటీకి చెందిన "బోస్టన్ బ్రాహ్మణుల" కంటే హైదరాబాద్ నిజాంలు ఎక్కువ జ్ఞానోదయం కలిగి ఉన్నారని తెలుస్తోంది. చదువు పూర్తయ్యాక, డాక్టర్ రూపా బాయి హైదరాబాద్ రాష్ట్ర వైద్య విభాగంలో చేరారు. ఆమె 1889-1917 సంవత్సరాలలో బ్రిటిష్ రెసిడెన్సీ హాస్పిటల్, అఫ్జల్ గుంజ్ హాస్పిటల్ మరియు జెనానా హాస్పిటల్‌లో అనస్థీషియాను అందించింది. 1920లో, ఆమె నిజాం వైద్య సేవ నుండి చాదర్‌ఘాట్ ఆసుపత్రి సూపరింటెండెంట్‌గా పదవీ విరమణ చేసింది.

హైదరాబాద్ మెడికల్ స్కూల్‌తో పాటు, పెర్షియన్ మరియు అరబిక్ అనే రెండు విభాగాలతో యునానీ మెడికల్ స్కూల్ స్థాపించబడింది మరియు అనేక మంది విద్యార్థులు

యునాని హకీమ్‌లుగా ఉత్తీర్ణులయ్యారు. మీర్ మహబూబ్ అలీఖాన్ హయాంలో వైద్య, వైజ్ఞానిక పరిశోధనల్లో పురోగతి సాధించడం గమనార్హం. హైదరాబాదులో శాస్త్రీయ అధ్యయనాలు నిర్వహించేందుకు, నిజాం ప్రభుత్వం 1898లో మంచి సౌకర్యాలతో కూడిన పాశ్చర్ ఇన్‌స్టిట్యూట్‌ను నిర్మించేందుకు అనుమతినిచ్చింది. ఖగోళ శాస్త్రంలో పరిశోధనలు చేసేందుకు ఒక అబ్జర్వేటరీని ఏర్పాటు చేసేందుకు కూడ నిజాం ప్రభుత్వం అనుమతినిచ్చింది. దీనిని 1908లో నవాబ్ జాఫర్ జంగ్ స్థాపించారు. నిజామియా అబ్జర్వేటరీ అని పిలిచేవారు. అతను రెండు టెలిస్కోప్‌లను విరాళంగా ఇచ్చాడు మరియు ప్రారంభంలో (1908–18) బ్రిటిష్ పండితులను డైరెక్టర్లుగా నియమించాడు. ఉస్మానియా విశ్వవిద్యాలయం స్థాపన తర్వాత, అబ్జర్వేటరీ అధికారికంగా 1919లో దాని నియంత్రణకు బదిలీ చేయబడింది. ఈ అబ్జర్వేటరీ యొక్క విలువైన సహకారం ఏమిటంటే, అంతర్జాతీయ కార్యక్రమం “కార్టే–దు–సీల్”లో పాల్గొనడం. ఇది ఖచ్చితమైన కొలతల నుండి విస్తృతమైన ఆస్ట్రోగ్రాఫిక్ స్టార్ కేటలాగ్‌ను తయారు చేయడం. ఇది 8, 00,000 నక్షత్రాలపై పరిశీలనలతో కూడిన 12 కేటలాగ్‌లను కూడా ప్రచురించింది.

బొగ్గు గనులు మరియు రైల్వేలు

1871లో బొగ్గును డాక్టర్ కింగ్ కనుగొన్న తర్వాత, 1880లలో వాణిజ్య మైనింగ్ ప్రారంభమైంది. హైదరాబాద్ డెక్కన్ మైనింగ్ కంపెనీ అని పిలువబడే లండన్ ఆధారిత సంస్థ 1886లో స్థాపించబడింది. దీనిలో హైదరాబాద్ ప్రభుత్వం 75% వాటాను కలిగి ఉంది. కంపెనీ నిర్వహణ మరియు నియంత్రణ మొదట్లో ప్రభుత్వం చేతుల్లో ఉండేది. సింగరేణి కోల్ ఫీల్డ్స్‌ను హైదరాబాద్ (డెక్కన్) కంపెనీకి లీజుకు ఇవ్వడం వల్ల ఎట్టకేలకు సెప్టెంబర్, 1893లో అమలులోకి వచ్చింది. ఇది ప్రారంభించేందుకు 1894లో వరంగల్ జిల్లాలో 2.40 లక్షల టన్నుల బొగ్గును వెలికితీసి రూ. 9.25 లక్షల ఆదాయం సమకూర్చింది. మైనింగ్ కంపెనీ 1908లో ఆదిలాబాద్ జిల్లాలోని సస్తీ మరియు పవోని బొగ్గు గనుల లీజుకు పొందింది. కొత్త గుంతలను తెరవడంతో బొగ్గు ఉత్పత్తి గణనీయంగా పెరిగింది. 1911లో బొగ్గు కంపెనీ మొత్తం ఉత్పత్తి 5.05 లక్షల టన్నులకు చేరుకుంది. గ్రేట్ ఇండియన్ పెనిన్సులా రైల్వేస్ ద్వారా పెద్ద మొత్తంలో వినియోగించబడింది. బెజవాడ నుండి కాలువ ద్వారా మద్రాసుకు కూడా పంపబడింది. బొంబాయికి కూడా సరుకు పంపబడింది.

వాడి నుండి సికింద్రాబాద్ వరకు 1874లో ప్రారంభించబడిన మొదటి రైలు మార్గము మొదటి మూడు సంవత్సరాలలో (1874–77) నష్టాలను చవిచూసింది.

అందువల్ల, వరి, కలప మరియు బొగ్గు క్షేత్రాలను ముఖ్యమైన పట్టణ కేంద్రాలతో అనుసంధానించడం ద్వారా ట్రాఫిక్‌ను పెంచడానికి నిజాం ప్రభుత్వం కొత్త మార్గాలను ప్లాన్ చేసింది. దీని ప్రకారం, నేషనల్ ప్రొవిన్షియల్ బ్యాంక్ ఆఫ్ ఇంగ్లండ్ ఆర్థిక సహకారంతో "హిజ్ హైనెస్ ది నిజాం గ్యారెంటీడ్ స్టేట్ రైల్వే కంపెనీ లిమిటెడ్" అనే కొత్త కంపెనీతో ఒప్పందం కుదుర్చుకుంది. ఇది డిసెంబర్, 1883లో ఉనికిలోకి వచ్చింది. సికింద్రాబాద్-వరంగల్ రైల్వే లైన్ ఏప్రిల్, 1886లో ప్రారంభించబడింది మరియు డోర్నకల్ జంక్షన్-సింగరేణి కాలిరీస్ లైన్ జనవరి, 1888లో ప్రారంభించబడింది. సికింద్రాబాద్-బెజ్వాడ రైలు మార్గం ఫిబ్రవరి, 1889లో పూర్తయింది. నిజాం గ్యారెంటీడ్ స్టేట్ రైల్వే హైదరాబాద్ స్టేట్ యొక్క గ్యారెంటీ కింద ఒక కంపెనీ యాజమాన్యంలో ఉంది, దీని కోసం నిజాం ప్రభుత్వం రీడీమ్ చేయగల తనఖా డిబెంచర్ల సమస్య ద్వారా లేవనెత్తబడింది. తదనంతరం, 1885లో వాడి-సికింద్రాబాద్ రైల్వేను నిజాం గ్యారెంటీడ్ స్టేట్ రైల్వే కంపెనీకి బదిలీ చేయడానికి సంబంధించి ఒక ఒప్పందం కూడా కుదిరింది. తరువాత, హైదరాబాద్ గోదావరి లోయ రైల్వే నిర్మాణం మరియు పనికి సంబంధించిన ఒప్పందం మార్చి, 1897లో పూర్తయింది. అది 1900లో ట్రాఫిక్ కోసం తెరవబడింది. ఔరంగాబాద్, జాల్నా, పర్భానీ మరియు నాందేడ్ మీదుగా 370 మైళ్ల దూరం వరకు సికింద్రాబాద్‌ను మన్మాడ్‌ను కలిపే మీటర్ గేజ్‌పై గోదావరి వ్యాలీ లైన్ నిర్మించబడింది. ఈ మార్గాన్ని నిజాం గ్యారెంటీడ్ స్టేట్ రైల్వేస్ సుమారు నాలుగు కోట్ల రూపాయల వ్యయంతో నిర్మించి, నిర్వహించింది. ఈ లైన్ ద్వారా ముఖ్యమైన పత్తి పండించే జిల్లాలకు రైల్వే కమ్యూనికేషన్‌ను అందించింది.

గ్రేట్ ఇండియన్ పెనిన్సులా రైల్వేలో వాడి నుండి, నిజాం యొక్క గ్యారెంటీడ్ స్టేట్ రైల్వే తూర్పున కాజీపేట్ జంక్షన్/వరంగల్ మరియు ఆగ్నేయ దిశలో మద్రాసు రైల్వే యొక్క ఈస్ట్ కోస్ట్ విభాగంలో బెజవాడ వైపు ప్రయాణించింది. ప్రధాన లైన్ మొత్తం పొడవు 310 మైళ్లు. హైదరాబాద్-గోదావరి వ్యాలీ రైల్వేలు (మీటర్ గేజ్) హైదరాబాద్ నగరం నుండి గ్రేట్ ఇండియన్ పెనిన్సులా రైల్వే యొక్క ఈశాన్య భాగంలో మన్మాడ్ వరకు వాయువ్యంగా 391 మైళ్ల వరకు వెళ్ళింది. ఇది అక్టోబరు, 1900లో ట్రాఫిక్ కోసం తెరవబడింది. 1891 నాటికి, హైదరాబాద్ స్టేట్ బ్రాడ్ గేజ్‌లో 467 మైళ్లు మరియు 1899 మరియు 1901 మధ్య ప్రారంభించబడిన నారో గేజ్‌లో 391 మైళ్లను కలిగి ఉంది. నిజాం స్టేట్ రైల్వేలో చివరి వరకు మొత్తం మూలధన వ్యయం 1904లో రూ. 4.3 కోట్లు. ఇరవయ్యవ శతాబ్దం ప్రారంభంలో, హైదరాబాద్ రాష్ట్రం యొక్క అతిపెద్ద ఎగుమతి పంట అయిన పత్తి, పత్తి పరిశ్రమ ఒక ముఖ్యమైన స్థానాన్ని

ఆక్రమించింది. అక్టోబరు 1900లో హైదరాబాద్-గోదావరి రైల్వే ప్రారంభం నిజామాబాద్, నాందేడ్, పర్భాని మరియు ఔరంగాబాద్ జిల్లాల్లో పత్తి సాగుకు గొప్ప ఊపునిచ్చింది. ఈ జిల్లాల్లో అనేక జిన్నింగ్ మరియు ప్రెస్సింగ్ ఫ్యాక్టరీలు స్థాపించబడ్డాయి. హైదరాబాద్ డెక్కన్ స్పిన్నింగ్ అండ్ వీవింగ్ మిల్స్ లిమిటెడ్, (1877), మహబూబ్ షాహీ గుల్బర్గా మిల్స్ (1884), మరియు ఔరంగాబాద్ మిల్స్ (1888) స్థాపించబడ్డాయి. 1901 నాటికి, నిజాం డొమినియన్స్‌లో అన్ని రకాల 68 పెద్ద పారిశ్రామిక స్థాపనలు ఉన్నాయి, ఇవి సగటున పది లేదా అంతకంటే ఎక్కువ మంది రోజువారీ కూలీలను కలిగి ఉన్నాయి.

1865 మరియు 1911 మధ్యకాలంలో మీర్ మహబూబ్ అలీఖాన్ పాలనలో హైదరాబాద్ రాష్ట్రం గణనీయమైన మార్పులకు గురైంది. అతను ఉదారవాద మరియు సహనశీలి అయిన నిజాంగా ప్రసిద్ధి చెందాడు మరియు అతని హయాంలో అనేక సంస్కరణలు ప్రవేశపెట్టబడ్డాయి. ప్రత్యేకించి, ఆరవ నిజాం ఆధునిక రవాణా సాధనాల అభివృద్ధి మరియు రైల్వేలు, రోడ్లు మరియు పాశ్చాత్య విద్య వంటి వాటిపై ఎక్కువ దృష్టి పెట్టాడు. అతని పాలనలో పరిపాలనా మరియు రెవెన్యూ సంస్కరణలు కూడా ప్రవేశపెట్టబడినాయి. వ్యవసాయం అభివృద్ధి, మహబూబ్‌నహర్, అసఫ్‌నహర్, మూసాపేట్ వంటి నీటిపారుదల ప్రాజెక్టులు, లక్నవరం వంటి పాత చెరువుల పునరుద్ధరణ, ప్రజారోగ్యం, పారిశుధ్యం మరియు నీటి సరఫరా, వర్తకం, వాణిజ్యం మరియు పరిశ్రమల వృద్ధి పంతొమ్మిదవ శతాబ్దం చివరి భాగంలో ఆర్థిక మరియు సామాజిక మార్పుకు దోహదపడింది. పరిపాలన, పరిశ్రమలు, మరియు వాణిజ్యం మరియు విద్య రంగాలలో బహుముఖ పురోగతి హైదరాబాద్ రాష్ట్రాన్ని మధ్యయుగ కాలం నుండి ఆధునికతకు మార్చింది. మీర్ మహబూబ్ అలీ ఖాన్ హయాంలో పరిపాలనా సంస్కరణలు ముల్కీ-నాన్-ముల్కీ వివాదానికి కారణమయ్యాయి.

మీర్ ఉస్మాన్ అలీ ఖాన్

మీర్ ఉస్మాన్ అలీఖాన్ 1911లో హైదరాబాద్ ఏడవ నిజాంగా సింహాసనాన్ని అధిష్టించాడు. 1918లో కింగ్ జార్జ్ ఎడ్వర్డ్ నిజాం బిరుదును హిజ్ హైనెస్ నుండి హిస్ ఎక్సల్టెడ్ హైనెస్‌గా పెంచాడు. మీర్ ఉస్మాన్ అలీఖాన్ హైదరాబాద్ రాష్ట్రానికి అత్యంత వివాదాస్పద పాలకుడు. కొందరు అతన్ని సంకుచితం, మతతత్వం, మతోన్మాదం కల్గినవాడు అని పిలుస్తారు. మరికొందరు అతనిని పిచ్చివాడు అని పిలిచారు. కానీ, ఆసిఫ్ జాహీ రాజవంశం యొక్క చివరి పాలకుడు నిర్వచనాన్ని ధిక్కరించాడు. ఆధునిక హైదరాబాద్‌కు

రూపశిల్పిగా, ప్రణాళికాబద్ధమైన ఆధునిక నగరాన్ని అభివృద్ధి చేయడంలో ఆయన పాత్రను అనేక మంది పండితులు గుర్తు చేసుకున్నారు. అతని 37 ఏళ్ల పాలనలో బొగ్గు గనులు, రైల్వేలు, రోడ్లు, మోటారు రవాణా, విమానయానం, పోస్ట్ అండ్ టెలిగ్రాఫ్, విద్య, నీటిపారుదల, ప్రజారోగ్యం మొదలైన ప్రభుత్వ రంగ పరిశ్రమలు అభివృద్ధి చెందాయి. ఇరవయ్యవ శతాబ్దంలో నిర్మించిన ముఖ్యమైన ప్రజా భవనాలు మరియు స్మారక చిహ్నాలు అతని జ్ఞానోదయ విధానాలకు ప్రతి రూపంగా ఉన్నాయి: హైకోర్టు, అసెంబ్లీ హాల్, సిటీ కాలేజ్, ఉస్మానియా జనరల్ హాస్పిటల్, నిజామియా యునాని హాస్పిటల్, కాచిగూడ రైల్వే స్టేషన్, జూబ్లీ హాల్, ఉస్మాన్‌సాగర్, హిమాయత్‌సాగర్ మొదలైనవి. .

ఉస్మానియా విశ్వవిద్యాలయం వాస్తుపరంగా మరియు మేధోపరంగా విద్యకు చివరి నిజాం అందించిన గొప్ప సహకారం. ఈ స్మారక కట్టడాలు హిందూ-ముస్లిం మరియు పాశ్చాత్య నిర్మాణ శైలుల సమ్మేళనాన్ని సూచించాయి. ఒక పండితుడి ప్రకారం "పూర్వపు హైదరాబాద్ నగరం, వాతావరణం పరంగా ఒక తోటలా ఉండేది. ఈ తోటలోని ప్రతి పువ్వు రంగు మరియు సువాసన హైదరాబాద్ పౌరులను మాత్రమే కాకుండా బయటివారిని కూడా ఆకర్షించాయి. మిశ్రమ సంస్కృతి మరియు మర్యాద, మానవత్వం మరియు సహనం ఈ నగరాన్ని ప్రపంచ ఖ్యాతిని పెంచాయి. అద్భుతమైన సంప్రదాయాలు, వైభవం, గౌరవం, సార్వభౌమాధికారం, గాంభీర్యం, సామాజిక మరియు ఆర్థిక పరిస్థితులు, నైతిక మరియు సాంస్కృతిక పోకడలు ఈ నగర గౌరవాన్ని పెంచాయి. కళ మరియు వాస్తుశిల్పం, సాహిత్యం మరియు లలిత కళల పెరుగుదల దక్కనీ సంస్కృతి యొక్క విలక్షణమైన సంశ్లేషణ మరియు ఆధునిక తెలంగాణ చరిత్రలో ఒక కొత్త శకం ఆవిర్భావాన్ని సూచిస్తుంది. హైదరాబాద్‌కు అనేక విధాలుగా హోదాను పెంచిన ఘనత మీర్ ఉస్మాన్ అలీఖాన్‌కు దక్కాలి.

మీర్ ఉస్మాన్ అలీ ఖాన్ హయాంలో, బ్రిటిష్ ఇండియాలో అమలులోకి రాకముందే హైదరాబాద్ ప్రిన్సిలీ స్టేట్‌లో అనేక సుదూర సంస్కరణలు ప్రవేశపెట్టబడ్డాయి. ఉదాహరణకు, మార్చి 20, 1922న ఉస్మాన్ అలీఖాన్ పుట్టినరోజు సందర్భంగా అధికారికంగా 'బెగార్' (బలవంతపు శ్రమ)పై నిషేధం విధించబడింది, అయితే కార్యనిర్వాహక వ్యవస్థ నుండి న్యాయవ్యవస్థను వేరుచేస్తూ 'ఫార్మాన్' మే 8, 1921న జారీ చేయబడింది. 'ఫర్మానా' జారీ చేయడం ద్వారా 1920లో, అతను తన రాజభవనంలో గోహత్యను నిలిపివేశాడు. నిజాం అలీఖాన్ అత్యంత ధనవంతుడు అయినప్పటికీ, దయాదాక్షిణ్యాలు కలిగిన పిచ్చివాడిగా గుర్తించబడ్డాడు, అయితే కుల, వర్గాల మరియు మతంతో సంబంధం లేకుండా సరైన కారణం కోసం తన డబ్బుతో ఉదారంగా ఉండేవాడు. నిజానికి హిందువులు,

ముస్లింలను తన 'రెండు కళ్లు'గా ప్రకటించుకున్నాడు. బ్రిటీష్ ఇండియాలోని అనేక విద్యా సంస్థలు అతని ఉదార స్వచ్ఛంద విరాళాల నుండి ప్రయోజనం పొందినాయి. కొన్నింటిని పేర్కొనడానికి: అలీఘర్ ముస్లిం విశ్వవిద్యాలయం, శాంతినికేతన్, బనారస్ హిందూ విశ్వవిద్యాలయం, ఇస్లామియా కళాశాల పెషావర్, ఆంధ్రా విశ్వవిద్యాలయం, జామియా మిలియా ఇస్లామియా, భండార్కర్ పరిశోధనా సంస్థ, పూనా, శివాజీ మిలియరీ స్కూల్, కొల్హాపూర్, సర్ C.V. రామన్ ఇండియన్ అకాడమీ ఆఫ్ సైన్స్, బెంగళూరు మొదలైనవి నిజాం రాజు నుండి గ్రాంట్లు పొందాయి. హైదరాబాదులో ఉన్నత చదువులు చదవడానికి మతంతో సంబంధం లేకుండా గోపాల కృష్ణ గోఖలే జ్ఞాపకార్థం స్కాలర్‌షిప్‌ను ఏర్పాటు చేశాడు.

మీర్ ఉస్మాన్ అలీ ఖాన్ ముస్లిమేతరుల పట్ల ప్రత్యేకమైన మరియు అసమానమైన మత సహనాన్ని కొనసాగించారు. అతను మసీదులు, చర్చిలు, దేవాలయాలు, గురుద్వారాలు, అషూర్ ఖానాలు, సమాధులు మరియు పుణ్యక్షేత్రాల పరిరక్షణకు గ్రాంట్లు అందించాడు. అతను ఉలేమా, సాధువుల వారసులు, పండితులు మరియు పూజారులకు మద్దతు ఇచ్చాడు. దేవాలయాల రక్షణతో పాటు, మీర్ ఉస్మాన్ అలీ ఖాన్ హిందువుల క్రమమైన పూజలు మరియు వేడుకలకు కూడా నిధులు అందించారు. గౌలి పుర, మాదన్నపేట, యాదగిరి, గోల్నాక ఆలయాలకు వార్షిక నిధులు మంజూరయ్యాయి. భద్రాచలం, తిరుపతి బాలాజీ ఆలయాలకు వార్షిక నిధులు కూడా ఇచ్చారు. సీతారాం బాగ్ ఆలయ పరిరక్షణ కోసం ఒక కమిటీని ఏర్పాటు చేశారు. ఒక అధ్యయనం ప్రకారం, మీర్ ఉస్మాన్ అలీ ఖాన్ పాలనలో, హిందూ దేవాలయాల కోసం 97,000 రూపాయల ఆర్థిక సహాయం మరియు రెండు లక్షల ఎకరాలకు పైగా భూమిని విరాళంగా ఇచ్చారు. మీర్ ఉస్మాన్ అలీ ఖాన్ పాలన సామాజిక-సాంస్కృతిక మేల్కొలుపు మరియు పౌర మరియు రాజకీయ వ్యవస్థ యొక్క ప్రజాస్వామ్యీకరణ యొక్క సామూహిక ఉద్యమాల పెరుగుదలను అనుభవించింది.

పరిపాలనా సంస్కరణలు

1911లో సింహాసనాన్ని అధిరోహించిన తర్వాత, మీర్ ఉస్మాన్ అలీఖాన్ మొదటి ప్రపంచ యుద్ధం (1914-18) సమయంలో దివాన్ లేకుండా తన వ్యక్తిగత పాలనను ప్రవేశపెట్టాడు. ఇది అనేక మార్పులకు దారితీసింది. సానుకూల వైపు సంస్కరణలు పరిపాలనా యంత్రాంగాన్ని కఠినతరం చేయడానికి, నీటిపారుదల, వ్యవసాయం, పారిశ్రామికీకరణ, నగర ప్రణాళిక మరియు మౌలిక సదుపాయాల అభివృద్ధి రంగాలలో వినూత్న చర్యలకు దారితీశాయి. 1914 నాటికి, ఆరవ నిజాం కాలంలో ప్రవేశపెట్టిన

క్యాబినెట్ కౌన్సిల్ ప్రభుత్వ పరిపాలనలో తన పాత్రను పోషించడం మానేసింది. పాత వ్యవస్థలోని కొన్ని లోపాలు వెలుగులోకి వచ్చాయి. లోపాలను పరిష్కరించడానికి మరియు పరిపాలనా యంత్రాంగం అవసరాలను తీర్చడానికి నిజాం తన అంతిమ నియంత్రణ మరియు అధికారానికి లోబడి అనేక పరిపాలనా మరియు రాజ్యాంగ చర్యలను ప్రవేశపెట్టాలని నిర్ణయించుకున్నాడు.

రాష్ట్ర మెరుగైన పరిపాలన కోసం వ్యక్తిగతంగా కాకుండా సంస్థాగత సంస్థలను కూడా ఆయన ప్రవేశపెట్టారు. భారతదేశంలో బ్రిటీష్ వారు ప్రవేశపెట్టిన సంస్కరణలకు అనుగుణంగా, నిజాం ప్రభుత్వం కొత్త రాజ్యాంగాన్ని రూపొందించింది, ఇది ఒక ప్రెసిడెంట్/సదర్–ఇ–ఆజం నేతృత్వంలోని కార్యనిర్వాహక మండలి (బాబ్–ఇ–హుకుమత్), దీని అధికారాలు స్పష్టంగా గుర్తించబడ్డాయి. కౌన్సిల్ యొక్క ఇతర సభ్యులుగా. కార్యనిర్వాహక మండలి సృష్టించబడింది. పూర్తి మరియు ఖచ్చితమైన పరిపాలనా అధికారాలతో, నిజాం పరిశీలన కోసం రిజర్వు చేయబడిన విషయాలపై సలహా ఇవ్వడానికి ఆదేశించబడింది. కార్యనిర్వాహక మండలిలో ఆరుగురు సభ్యులు మరియు ప్రధాన మంత్రి దాని అధ్యక్షుడు. సదర్–ఇ–ఆజం అధ్యక్షుడిగా, రెవెన్యూ సభ్యుడు ఉపాధ్యక్షుడిగా మరియు ఇతర మంత్రులు సభ్యులుగా కొత్త కార్యవర్గాన్ని ఏర్పాటు చేశారు. ప్రధాన న్యాయమూర్తి, హైకోర్టు న్యాయమూర్తులు, డైరెక్టర్ జనరల్ ఆఫ్ రెవెన్యూ, డైరెక్టర్ ఆఫ్ పబ్లిక్ ఇన్‌స్ట్రక్షన్, ఇన్‌స్పెక్టర్–జనరల్ ఆఫ్ పోలీస్ మరియు ఫైనాన్స్ సెక్రటరీతో కూడిన శాసన మండలి కూడా ఏర్పడింది.

నిజాం ప్రవేశపెట్టిన కొత్త పరిపాలనా సంస్కరణల లక్ష్యాలలో వ్యయాల స్థిరీకరణ, అప్పుల పరిసమాప్తి, వ్యవసాయం, నీటిపారుదల, రవాణా మరియు కమ్యూనికేషన్ అభివృద్ధి, పారిశ్రామికీకరణ, సక్రమంగా లేని సైనిక దళాలు మరియు మన్‌సాబ్‌లను క్రమంగా పంపిణీ చేయడం, వార్షిక బడ్జెట్ మరియు ఖాతాలను ప్రవేశపెట్టడం వంటివి ఉన్నాయి. భారత ప్రభుత్వం నుండి రుణంపై కంప్ట్రోలర్–జనరల్ నియామకం. కార్యనిర్వాహక మండలిలో ప్రెసిడెంట్ (సదర్–ఇ–అజం), ఏడుగురు సాధారణ సభ్యులు (సదర్–ఉల్–ముహమ్స్) మరియు పోర్ట్‌ఫోలియో లేకుండా ఒక అదనపు సాధారణ సభ్యుడు ఉన్నారు. అధ్యక్షుడు లేనప్పుడు అతని విధులను నిర్వర్తించడానికి సభ్యులలో ఒకరిని ఉపాధ్యక్షుడిగా నియమించవచ్చు. కొత్తగా ఏర్పాటైన ఎగ్జిక్యూటివ్ కౌన్సిల్‌కి మొదటి అధ్యక్షుడిగా సర్ అలీ ఇమామ్ నియమితులయ్యారు. అతను ఒక ప్రముఖ న్యాయవాది మరియు సమర్థుడైన నిర్వాహకుడు. గతంలో బీహార్‌లోని పాట్నా హైకోర్టు న్యాయమూర్తిగా పనిచేశారు. 1919 నవంబర్ 17న ఎగ్జిక్యూటివ్ కౌన్సిల్‌ను ప్రారంభించిన

సందర్భంగా మీర్ ఉస్మాన్ అలీఖాన్ కౌన్సిల్ తన దృష్టిని "విద్య అభివృద్ధి, ఆర్థిక వనరుల విస్తరణ, వాణిజ్యం మరియు పరిశ్రమల అభివృద్ధి, పారిశుధ్యం మరియు పరిశుభ్రతలో పురోగతి వంటి వాటిపై దృష్టి సారించాలని సూచించాడు. మరియు కమ్యూనికేషన్‌లో మెరుగుదల." అలీ ఇమామ్ యొక్క మొదటి ప్రాముఖ్యత కొలమానం నిజాం అంగీకరించిన కార్యనిర్వాహక వ్యవస్థ నుండి న్యాయవ్యవస్థను వేరు చేయడం. 1921లో కార్యనిర్వాహక మరియు న్యాయవ్యవస్థ మధ్య అధికారాల విభజన దిగువ స్థాయిలో స్వతంత్ర మున్సిఫ్ కోర్టుల స్థాపనకు దారితీసింది, ఇది వారి కార్యనిర్వాహక విధులతో పాటు గతంలో భూ రెవెన్యూ అధికారులు నిర్వహించే పనులను చేపట్టింది. వివాదంలో ఉన్న చిన్న మొత్తాల సివిల్ కేసులు మరియు చిన్న క్రిమినల్ కేసులు మునిఫ్ కోర్టుల పరిధిలోకి వచ్చాయి. జిల్లా కోర్టు (అదాలతే-ఎ-జిలా) మరియు అక్కడి నుండి ప్రాంతీయ న్యాయస్థానానికి (అదాలతే-ఇ-సుబాహ్) అప్పీల్ చేసే హక్కు ఉంది.

అలీ ఇమామ్ రాష్ట్రంలో సాగుకు పనికిరాని భూమిని తిరిగి స్వాధీనం చేసుకోవడానికి మరియు కాలనీలుగా మార్చడానికి ఒక ముఖ్యమైన పథకాన్ని ప్రవేశపెట్టారు. దాదాపు 40 లక్షల ఎకరాల కొత్త భూమిని సాగులోకి తీసుకురావడానికి ప్రభుత్వం "వలసీకరణ" పథకాన్ని ప్రచారం చేసింది. సాగుయోగ్యమైన బంజరు భూములను బయటి నివాసితులకు పంపిణీ చేయాలని మరియు కొన్ని ప్రోత్సాహకాలను అందించాలని ఇది ప్రతిష్ఠించింది. వలసల పథకం కోస్తా ఆంధ్ర రైతుల దృష్టిని ఆకర్షించింది. వారిలో ఎక్కువ మంది గుంటూరు మరియు కృష్ణా జిల్లాల నుండి తెలంగాణ ప్రాంతానికి వలస వచ్చారు. ప్రధానంగా ఖమ్మం, వరంగల్ జిల్లాల్లో గోదావరి నదీ తీరం వెంబడి నల్లమట్టి, రేగర్ భూములను కొనుగోలు చేశారు. ముఖ్యంగా 1930, 1940లలో తెలంగాణలో నిజాంసాగర్, వైరా, నిజామాబాద్, ఖమ్మం, నల్గొండ జిల్లాల్లోని పాలేరు, మూసీ ప్రాజెక్టుల వంటి కొన్ని నీటిపారుదల ప్రాజెక్టులను నిర్మించిన తర్వాత ఆంధ్రా సాగుదారుల వలసలు పెరిగాయి.

1919లో ఏర్పాటైన ఎగ్జిక్యూటివ్ కౌన్సిల్ 1947 వరకు పనిచేసింది. 1944 నాటికి కౌన్సిల్ సభ్యుల సంఖ్య పదికి పెరిగింది. 29 నవంబర్, 1947న, నిజాం, మీర్ ఉస్మాన్ అలీఖాన్ కార్యనిర్వాహక మండలిని (బాబ్-ఇ-హుకుమత్) రద్దు చేస్తూ ఫర్మాన్ జారీ చేశాడు. 1940ల చివరలో ఉన్న క్లిష్టమైన రాజకీయ పరిస్థితుల అవసరాలను తీర్చడానికి, అతను ఒక సంవత్సరం పాటు లాయిక్ అలీ అధ్యక్షుడిగా 'మధ్యంతర ప్రభుత్వం' అనే కొత్త కౌన్సిల్‌ను ఏర్పాటు చేశాడు. అయితే, 1948లో పోలీసు చర్య తర్వాత లాయిక్ అలీ ప్రభుత్వం రద్దు చేయబడింది.

నిజాం పరిపాలనలో అంతర్భాగంగా ఉండేలా శాసనమండలిని విస్తరించాలని కోరింది. రాజ్యాంగాన్ని తీసుకురావడానికి హైదరాబాద్ రాష్ట్రంలో సంస్కరణల కోసం రాయ్ బాలముకుంద్ కమిటీని నియమించారు. నిజాం ఎగ్జిక్యూటివ్ కౌన్సిల్ ప్రెసిడెంట్ సర్ అలీ ఇమామ్‌కు లెజిస్లేటివ్ కౌన్సిల్‌కు సంబంధించి సంస్కరణలను ప్రవేశపెట్టడానికి అధికారం ఇస్తూ ఫార్మాన్ జారీ చేశాడు. శాసన మండలి సభ్యుల సంఖ్యను 104కు పెంచాలని బాలముకుంద్ కమిటీ సిఫార్సు చేసింది, అందులో 50% ప్రభుత్వం నామినేట్ చేయాలని మరియు 50% మందిని ప్రజలు ఎన్నుకోవాలని సూచించింది. బాల్ముకుంద్ కమిటీ సిఫార్సులను పరిశీలించి, శాసన మండలి పొడిగింపు చర్యలను నివేదించేందుకు ప్రభుత్వం మరో కమిటీని నియమించింది. అయితే, నిజాం ప్రభుత్వం రెండు కమిటీల సిఫార్సులను అమలు చేయలేదు. ఇది హైదరాబాద్ స్టేట్ రిఫార్మ్స్ అసోసియేషన్ రాజకీయ ఆందోళనలకు దారితీసింది. ప్రాథమిక హక్కుల కోసం, ముఖ్యంగా పత్రికా స్వేచ్ఛ, అసెంబ్లీ, శాసన మండలిని ప్రాతినిధ్య పార్లమెంట్‌గా మార్చాలనే డిమాండ్‌ను హైదరాబాద్ స్టేట్ రిఫార్మ్స్ అసోసియేషన్ తీవ్రంగా ముందుకు తెచ్చింది.

దీనిని 1922లో కేశవరావు కొరట్కర్ మరియు ఇతరులు స్థాపించారు. బ్రిటిష్ ఇండియాలో పెరుగుతున్న రాజకీయ ఒత్తిడి మరియు రాజ్యాంగ సంస్కరణలకు ప్రతిస్పందనగా, నిజాం రాజ్యాంగ సంస్కరణలను రూపొందించే బాధ్యతను కార్యనిర్వాహక మండలి యొక్క రాజ్యాంగ వ్యవహారాల కమిటీకి మరియు 1937లో నిర్దిష్ట ప్రయోజనం కోసం నియమించబడిన ప్రత్యేక కమిటీకి అప్పగించారు. రాజకీయ సంస్కరణల కమిటీ కింది సభ్యులతో నియమించబడ్డారు:

1. దివాన్ బహదూర్ అరవముదు అయ్యంగార్ - ఛైర్మన్
2. మీర్ అక్బర్ అలీ ఖాన్
3. గులాం మహ్మద్ ఖురేషీ, హెచ్.సి.ఎస్
4. ప్రొఫెసర్ ఖాదిర్ హుస్సేన్ ఖాన్
5. కాశీనాథ్ రావు వైద్య

సయ్యద్ యూసుఫ్ అలీ కమిటీకి కార్యదర్శిగా ఉన్నారు. అయ్యంగార్ కమిటీకి "ప్రభుత్వంలో మార్పులు మరియు రాష్ట్ర శాసనసభ పునర్నిర్మాణ ప్రశ్నలను పరిశీలించడానికి" అలాగే "ప్రతిపాదిత రాజ్యాంగ సంస్కరణల గురించి దర్యాప్తు చేసి

నివేదించడానికి” అప్పగించబడింది. సంస్కరణల కమిటీ తన నివేదికను 1938 ఆగస్టు 31న ప్రభుత్వానికి సమర్పించింది మరియు కార్యనిర్వాహక మండలి పరిశీలనలతో పాటు 1939 జూలై 15న నిజాంకు సమర్పించబడింది.

కమిటీ యొక్క ప్రధాన సిఫార్సులు:

1. శాసన మండలిలో అధికారికేతర మెజారిటీ ఉండాలి.
2. కౌన్సిల్ సభ్యులను ప్రాదేశిక లేదా మతపరమైన ప్రాతిపదికన ఎన్నుకోకూడదు, కానీ ఆర్థిక మరియు వృత్తిపరమైన పరిశీలనల ఆధారంగా ఉండాలి.
3. హిందూ మరియు ముస్లిం ఎన్నికైన సభ్యులు సంఖ్యలో సమానంగా ఉండాలి.
4. కౌన్సిల్‌లో హిందూ-ముస్లిం ప్రాతినిధ్యాన్ని సమతుల్యం చేయడానికి క్రిస్టియన్ మరియు పార్సీ కమ్యూనిటీల నుండి ఒక్కొక్క సభ్యుడు ఎన్నికవుతారు.

అయ్యంగార్ కమిటీ నిబంధనల ప్రకారం వెళ్లినా, హైదరాబాద్ స్టేట్‌లో బాధ్యతాయుతమైన ప్రభుత్వాన్ని ఏర్పాటు చేయాలని సిఫారసు చేయలేదు. అయినప్పటికీ, సంస్కరణల కమిటీ సిఫార్సులు హైదరాబాద్ స్టేట్ కాంగ్రెస్ మరియు మజ్లిస్-ఇత్తెహాదుల్-ముస్లిమీన్ పార్టీకి ఆమోదయోగ్యం కాదు. స్టేట్ కాంగ్రెస్ హిందూ-ముస్లిం సమానత్వాన్ని తిరస్కరించారు, మజ్లిస్ పార్టీ లెజిస్లేటివ్ కౌన్సిల్‌లో ముస్లిం మెజారిటీ (51%) కోరుకున్నారు. అంతేకాదు, కాంగ్రెస్ డిమాండ్ చేసిన విధంగా బాధ్యతాయుతమైన ప్రభుత్వ ఏర్పాటును మజ్లిస్ వ్యతిరేకించింది. కొత్త రాజ్యాంగ సంస్కరణలను ప్రవేశపెట్టేందుకు కమిటీ చేసిన సిఫార్సులను ఆమోదిస్తూ నిజాం 1939 జూలై 17న ఫర్మానా జారీ చేశాడు. కానీ 1939లో రెండవ ప్రపంచ యుద్ధం ప్రారంభమైనందున, మజ్లిస్ మరియు ఇతర రాజకీయ పార్టీల నుండి వ్యతిరేకత కారణంగా, అయ్యంగార్ కమిటీ సిఫార్సులను నిజాం ప్రభుత్వం అమలు చేయలేదు. ఇది యుద్ధం ముగిసిన తర్వాత మాత్రమే, 1946లో హైదరాబాద్ లెజిస్లేటివ్ అసెంబ్లీగా పిలవబడే శాసన మండలి ఉనికిలోకి వచ్చింది. చివరకు నిజాం ఆమోదించిన శాసన సభ 43 నామినేట్ చేయబడిన 56 ఎన్నుకోబడని స్థానాలకు గాను 76 ఎన్నికైన స్థానాలను అందించింది. సభ్యులు, సర్ఫ్-ఇ-ఖాస్ యొక్క ముగ్గురు ప్రతినిధులు మరియు 10 మంది కౌన్సిల్ సభ్యులు. హైదరాబాదు రాష్ట్ర శాసనసభ యొక్క కూర్పు నుండి, నిజాం రెండు ప్రధాన వర్గాల ఉమ్మడి సంఘం కోసం రాజ్యాంగాన్ని స్థాపించడానికి ప్రయత్నించినట్లు స్పష్టమవుతుంది.

మున్సిపల్ మరియు స్థానిక పరిపాలన

సాలార్ జంగ్ యొక్క పరిపాలనా సంస్కరణల్లో భాగంగా, 1869 సంవత్సరంలో, మున్సిపల్ పరిపాలన మొదట రాజధాని నగరమైన హైదరాబాద్‌లో ప్రవేశపెట్టబడింది. దీని ప్రకారం నగరాన్ని నాలుగుగా, చాదర్ ఘాట్ శివారు ప్రాంతాలను ఐదు డివిజన్లుగా విభజించారు. నగరం మరియు శివారు ప్రాంతాల యొక్క మొత్తం పరిపాలన సిటీ పోలీస్ కమీషనర్ కొత్వాల్-ఎ-బల్దియా నియంత్రణలో ఉంది. మునిసిపల్ మరియు రోడ్ మెయింటెనెన్స్ శాఖ 1869లో స్థాపించబడింది. సాలార్ జంగ్ హైదరాబాద్ బోర్డ్ మరియు చాదర్‌ఘాట్ బోర్డ్‌కు మున్సిపల్ కమిషనర్‌ను కూడా నియమించారు. అప్పట్లో హైదరాబాద్‌లో 3.5 లక్షల జనాభా ఉండేది. 1886లో, చాదర్‌ఘాట్ సబర్బన్ ప్రాంతం ప్రత్యేక అధికారికి అప్పగించబడింది. తర్వాత అది చాదర్‌ఘాట్ మున్సిపాలిటీగా మారింది. 1933లో, చాదర్‌ఘాట్ మునిసిపాలిటీని హైదరాబాద్ మునిసిపాలిటీలో విలీనం చేసి హైదరాబాద్ మునిసిపల్ కార్పొరేషన్‌గా ఏర్పాటు చేశారు మరియు హైదరాబాద్ మున్సిపల్ చట్టం ప్రకారం చట్టబద్ధమైన హోదా ఇవ్వబడింది.

1934లో మున్సిపల్ కార్పొరేషన్‌కు మొదటి ఎన్నికలు నిర్వహించి స్టాండింగ్ కమిటీని నియమించారు. తర్వాత 1945లో సికింద్రాబాద్ మున్సిపాలిటీ ఏర్పడింది. తదనంతరం, హైదరాబాద్ కార్పొరేషన్ చట్టం ప్రకారం 1950లో హైదరాబాద్ కార్పొరేషన్ మరియు సికింద్రాబాద్ కార్పొరేషన్‌లు ఏర్పాటయ్యాయి. 1955లో, హైదరాబాద్ మరియు సికింద్రాబాద్ మునిసిపల్ కార్పొరేషన్‌లు రెండూ కలిసి 1956లో మునిసిపల్ కార్పొరేషన్ ఆఫ్ హైదరాబాద్‌గా ఏర్పడ్డాయి. హైదరాబాద్ ఆంధ్ర ప్రదేశ్ రాజధాని అయింది. మెహదీ నవాజ్ జంగ్ హైదరాబాద్ మున్సిపల్ కార్పొరేషన్ మొదటి కమిషనర్.

బ్రిటీష్ ఇండియాలో 1884లో వైస్రాయ్ లార్డ్ రిప్పన్ స్థానిక సంస్థల వ్యవస్థను ప్రవేశపెట్టారు. హైదరాబాద్ నిజాం 1888లో దస్తూర్-ఉల్-అమాల్ అనే ఫార్మాన్ జారీ చేసి మూడు-స్థాయి స్థానిక సంస్థల నిర్మాణాన్ని రూపొందించారు. అవి ఎ). సెంట్రల్ బోర్డ్ బి). జిల్లా బోర్డు మరియు సి). తాలూకా బోర్డు. కార్యనిర్వాహక మండలి అధ్యక్షుడు లేదా రెవెన్యూ మంత్రి సెంట్రల్ బోర్డ్‌కు అధిపతి మొదటి తాలూక్దార్/కలెక్టర్ జిల్లా బోర్డుకు నాయకత్వం వహిస్తారు మరియు తహశీల్దార్ తాలూక్ బోర్డు అధిపతి. 1908లో మూసీ నదికి వరదలు వచ్చిన తరువాత, హైదరాబాద్ ప్రభుత్వం భవిష్యత్తులో విపత్తును నిరోధించే వరుస మార్పులకు శ్రీకారం చుట్టింది. నగర పునర్నిర్మాణంలో సలహాలు, సహకారం అందించడంతోపాటు ఇలాంటి విపత్తు పునరావృతం కాకుండా చర్యలు

తీసుకోవాలని ప్రముఖ ఇంజనీర్ ఎం. విశ్వేశ్వరయ్యను నిజాం ఆహ్వానించారు. వివరణాత్మక విచారణ మరియు చర్చల తరువాత, విశ్వేశ్వరయ్య హైదరాబాద్ నగరానికి వరదల నుండి నివారణ శక్తిని నగరం పైన ఉన్న బేసిన్‌లో వరద పరివాహక ప్రాంతాల నిర్మాణం నుండి రావాలని సూచించారు. ఈసీ ఏఎండీ మూసీ వాగుల వరద నీటికి అడ్డుకట్ట వేసేందుకు నగరానికి ఎగువన రెండు ట్యాంకులు నిర్మించాలని ఆయన సూచించారు. నిజాం మీర్ ఉస్మాన్ అలీఖాన్ హయాంలో ఉస్మాన్ సాగర్, హిమాయత్ సాగర్ అని పిలిచే రెండు ఆనకట్టలను ప్రముఖ ఇంజనీర్ నవాబ్ అలీ నవాజ్ జంగ్ బహదూర్ ఆధ్వర్యంలో సుమారు కోటి రూపాయలతో నిర్మించారు. ఈ సరస్సులు మూసీ నది వరదలను నివారించడమే కాకుండా హైదరాబాద్ నగరానికి ప్రధాన తాగునీటి వనరులు.

ఇరవయ్యవ శతాబ్దం ప్రారంభంలో, స్థలాకృతి మరియు వాతావరణం, మంచి వర్షపాతం మరియు భూగర్భ జలాలు నిజాం డొమినియన్లలో మంచి వ్యవసాయ అవకాశాలను అందించాయి. హైదరాబాదు నగరం యొక్క జనాభా స్వరూపం ఒక లోతైన పరివర్తనకు గురైంది: 1931 మరియు 1951 మధ్య కాలంలో వరుసగా 58.4 శాతం మరియు 52.5 శాతం దశాబ్దాల వృద్ధితో పదకొండు లక్షల కంటే ఎక్కువ జనాభా ఆకస్మికంగా పెరిగింది. మెరుగైన పరిపాలన, పరిశ్రమలు, వ్యాపారం, రవాణా మరియు మౌలిక సదుపాయాల అభివృద్ధి దీనికి కారణమని చెప్పబడింది. 1931 నాటికి నగరం 13 శాతం వృద్ధిని నమోదు చేసింది. అయితే పారిశ్రామికీకరణ కారణంగా రాబోయే రెండు దశాబ్దాల్లో నగర జనాభాలో గణనీయమైన మరియు అఖండమైన 60 శాతం వృద్ధి హైదరాబాద్ స్వరూపాన్ని మార్చింది. భారీ ప్రాదేశిక విస్తరణ ముఖ్యంగా హైదరాబాద్ యొక్క ఉత్తర మరియు ఈశాన్య ప్రాంతాలు గణనీయంగా అభివృద్ధి చెందాయి. 1908 తర్వాత కాలంలో, ప్రభుత్వ కార్యాలయాలు మరియు నిజాం మీర్ ఉస్మాన్ అలీ ఖాన్ నివాసం పాత నగరం నుండి మూసీ నదికి ఉత్తరాన ఉన్న చద్దర్‌ఘాట్ ప్రాంతానికి మారాయి. 1914లో కింగ్ కోఠి చివరి నిజాం అధికారిక నివాసంగా మారింది. ఇది నజ్రీ బాగ్, ఉస్మాన్ మాన్షన్ మరియు కింగ్ కోఠీలతో కూడిన మూడు-ప్యాలెస్ కాంప్లెక్స్. ఉస్మాన్ అలీ ఖాన్ యొక్క ప్రధాన నివాసంగా ఈ రాజభవనాలు మొదట 21 ఎకరాలలో విస్తరించి ఉన్నాయి.

ఏడవ నిజాం 1912లో హైదరాబాద్‌ను ప్రణాళికాబద్ధంగా మరియు దశలవారీగా అభివృద్ధి చేయడం కోసం సిటీ ఇంప్రూవ్‌మెంట్ బోర్డు (CIB), ఆరైష్-ఎ-బల్దాను ఏర్పాటు చేశాడు. ఒక చరిత్రకారుడి ప్రకారం, సిటీ ఇంప్రూవ్‌మెంట్ బోర్డు హైదరాబాద్ నగరం

డి.యన్.ఏను సెట్ చేసింది". సిటీ ఇంప్రూవ్‌మెంట్ బోర్డుకు మురికివాడల క్లియరెన్స్, భూముల సేకరణ, కొత్త కాలనీలను అభివృద్ధి చేయడం, పేదలకు గృహాలు, వినోద పార్కులు, ఆట స్థలాలు, రోడ్ల విస్తరణ, షాపింగ్ కాంప్లెక్స్‌లు నిర్మించడం మొదలైన పనులను అప్పగించారు. దీని ప్రకారం ఖైరతాబాద్, నాంపల్లి, మలక్ పేట, మల్లేపల్లి సహా పలు ప్రాంతాల్లో బోర్డు ఇళ్లను నిర్మించింది. డబీర్‌పురా, సుల్తాన్ షాహీ, మొగల్‌పురా, నాంపల్లి మరియు గన్ ఫౌండ్రీ, రెడ్‌హిల్స్, మల్లేపల్లి మరియు మూసీ నది ఒడ్డున ఉన్న మురికివాడల పునరావాస పనులను బోర్డు చేపట్టింది. ఇది కాకుండా, బోర్డు అనేక ప్రధాన నగరాల కంటే ముందు విశాలమైన ఉద్యానవనాలు, ప్రణాళికాబద్ధమైన హౌసింగ్ కాలనీలు, త్రాగునీటి సరఫరా, పారిశుధ్యం మరియు ప్రత్యేక తుఫాను నీటి కాలువలు, విశాలమైన రోడ్లు మరియు బస్సు మరియు రైలు సేవలతో భూగర్భ డ్రైనేజీని నిర్మించడం ద్వారా హైదరాబాద్ నగరం రూపాన్ని మెరుగుపరిచింది. 1922 సంవత్సరంలో, పూర్తి స్థాయి మరియు తగినంత త్రాగునీటి సరఫరా ప్రారంభించబడింది. 1923 నాటికి నగరంలో టెలిఫోన్ సిస్టమ్ విద్యుత్ ప్రారంభించబడింది. తరువాత 1931లో, హైదరాబాద్ మురుగునీటి వ్యవస్థ పూర్తయింది. ఇది నగర జీవితాన్ని ఆధునిక జీవన ప్రమాణాలను మెరుగుపరిచింది.

నిజామియా టిబ్బి హాస్పిటల్ (చార్మినార్ దగ్గర), పతేర్‌గట్టి కాంప్లెక్స్, మోజామ్ జాహీ మార్కెట్, హైకోర్టు, ఉస్మానియా హాస్పిటల్ మరియు సిటీ కాలేజీ నిర్మాణానికి CIB (సిటీ ఇంప్రూవ్‌మెంట్ బోర్డు) ఘనత వహించింది. అజంపురా, పటాన్‌చెరువు, సనత్‌నగర్ మరియు మౌలా అలీ వంటి పారిశ్రామిక ప్రాంతాలను అభివృద్ధి చేయడంతోపాటు రైల్వే స్టేషన్ చుట్టూ ఆర్టీరియల్ రోడ్ల నిర్మాణాన్ని కూడా CIB చేపట్టింది. ఈ ప్రాజెక్టులకు ఉపయోగించిన గోపురాలు మరియు తోరణాల నిర్మాణం ఉస్మానియన్ శైలిగా ప్రసిద్ధి చెందింది. CIB యొక్క ఆధునికీకరణ ప్రాజెక్టులు M. విశ్వేశ్వరయ్య సిఫార్సులకు అనుగుణంగా ఉన్నాయి. "అభివృద్ధి ప్రతిపాదనలతో ముడిపడి ఉన్న కళాత్మక, ఆర్థిక మరియు పారిశుధ్య పరిగణనలను విస్మరించడం సరికాదు" అని ఆయన అభిప్రాయపడ్డారు. అసఫ్‌జాహీ పాలకులు, ముఖ్యంగా ఆరవ మరియు ఏడవ నిజాంలు, ఆధునిక కాలంలో సామాజిక-ఆర్థిక పరివర్తన కోసం తెలంగాణ ప్రాంతంలో ప్రముఖ స్థానాన్ని ఆక్రమించారు. భౌతిక మరియు మౌలిక సదుపాయాల స్వరూపాన్ని మార్చడం ద్వారా హైదరాబాద్ నగరాన్ని ఆధునీకరించడానికి వారు ఎంతో దోహదపడ్డారు.

అంటువ్యాధులను ఎదుర్కోవడం

చారిత్రాత్మకంగా, ఒక నిర్దిష్ట సమయంలో సమాజంలో అంటు వ్యాధి విస్తృతంగా సంభవించడం మన దేశంలో ప్రాచీన కాలం నుండి జరిగింది. భారతదేశం కుష్టు వ్యాధి మరియు స్మాల్ పాక్స్ వంటి కొన్ని అంటువ్యాధుల నిలయంగా పరిగణించబడుతుంది. అంటువ్యాధి అనేది ఒక నిర్దిష్ట జనాభాలో ఎక్కువ సంఖ్యలో ప్రజలకు తక్కువ వ్యవధిలో వ్యాధి వేగంగా వ్యాపించడం. అంటువ్యాధులను అరికట్టడానికి ప్రభుత్వాలు జాతీయంగా మరియు స్థానికంగా నిర్దిష్ట పరిస్థితులపై ఆధారపడి చర్యలు చేపట్టాయి. తెలంగాణ ప్రత్యేక సందర్భంలో, హైదరాబాద్‌లోని అత్యంత ప్రముఖమైన స్మారక చిహ్నం చార్మినార్, అనేక మంది మానవ ప్రాణాలను కోల్పోయిన గొప్ప ప్లేగును గుర్తుచేసుకుంటూ నిర్మించబడింది. వేలాది మందిని బలిగొన్న కలరా మహమ్మారి జ్ఞాపకార్థం సికింద్రాబాద్‌లోని ఉజ్జయిని మహంకాళి ఆలయాన్ని బ్రిటిష్ సైన్యంలోని సైనికుడు సూరిటిఅప్పయ్య నిర్మించాడు. నిజాం పాలనలో తెలంగాణలో ప్లేగు, మలేరియా, కుష్టువ్యాధి వంటి అనేక అంటువ్యాధులు వ్యాపించాయి.

మహారాష్ట్ర నుండి 19వ శతాబ్దం చివరలో ప్లేగు హైదరాబాద్ రాష్ట్రంలోకి ప్రవేశించింది. సికింద్రాబాద్‌కు రైలులో ప్రయాణించిన ప్రయాణికులు తొలి బాధితులుగా మారారు. నిజాం ప్రభుత్వం వెంటనే స్పందించి ప్లేగు నివారణ శిబిరాలను ఏర్పాటు చేసింది. సికింద్రాబాద్ రైల్వేస్టేషన్‌లో ప్రయాణికులను అదుపులోకి తీసుకుని, వ్యాధి సోకిన వారిని క్వారంటైన్ కేంద్రాలకు తరలించారు. ప్రస్తుతం నాంపల్లి, మలక్‌పేట్, అజంపురా, పంజాగుట్ట, బషీర్‌బాగ్ మొదలైన ప్రాంతాలలో బాధిత వ్యక్తుల వైద్య చికిత్స కోసం అనేక అంటువ్యాధి శిబిరాలు ఏర్పాటు చేయబడ్డాయి. అనేక దేవాలయాలు మరియు దర్గా భూములు శరణార్థి శిబిరాలుగా మార్చబడ్డాయి, ఇక్కడ వేలాది మంది ప్రజలు ప్లేగు బారిన పడ్డారు. వారికి వసతి కల్పించారు.

ఈ అంటువ్యాధుల సమయంలో, కుటుంబాలు మృతదేహాలను వారి కుటుంబ స్మశానవాటికలకు తీసుకెళ్లడానికి అనుమతించబడలేదు మరియు సమీపంలోని అందుబాటులో ఉన్న వాటిలో ఖననం చేయబడ్డాయి. వ్యాధి వ్యాప్తిని పరిమితం చేయడానికి మృతదేహాలను రవాణా చేయడాన్ని కూడా ప్రభుత్వం నిషేధించింది. అయితే, 20వ మొదటి రెండు దశాబ్దాలలో ప్లేగు, మలేరియా, స్మాల్-పాక్స్, మీజిల్స్, కలరా (గత్తర), ఇన్ఫ్లుఎంజా/స్పానిష్ ఫ్లూ మొదలైన అంటు వ్యాధులు పదే పదే వ్యాపించి వేలాది మంది మరణించిన సమయంలో హైదరాబాద్ నగరానికి శతాబ్దం అతిపెద్ద దెబ్బ తగిలింది.

1900 మరియు 1920 సంవత్సరాల మధ్య కాలంలో 10 లక్షల మందికి పైగా ప్రజలు అంటువ్యాధుల కారణంగా నిజాం డొమినియన్లలో మరణించారని అంచనా వేయబడింది. ఇందులో 1918-19లో ఒక సంవత్సరంలో 3, 50,000 మంది ప్రజలు ఇన్ఫ్లుఎంజాతో మరణించారు. ఈ అంటువ్యాధులు, ముఖ్యంగా ఇన్ఫ్లుఎంజా మరియు ప్లేగు కారణంగా హైదరాబాద్ రాష్ట్ర జనాభా 3 నుండి 5 శాతం తగ్గింది.

1908 వరదలు

1908లో మూసినదికి పెద్ద ఎత్తున వరదలు రావడంతో హైదరాబాద్ నగరం నాంపల్లి ప్రాంతం 1911లో ప్రాణాంతకమైన ప్లేగు వ్యాధి బారిన పడింది. తదనంతరం, అంటువ్యాధుల వ్యాప్తిని ఎదుర్కోవటానికి నగరంలో వైద్యం, పారిశుధ్యం మరియు పరిశుభ్రతను మెరుగుపరచాలని నిజాం ప్రభుత్వం నిర్ణయించింది. అంటువ్యాధుల సమయంలో, వ్యాధిని నియంత్రించడానికి ప్రభుత్వం వేలాది మందికి టీకాలు వేసింది మరియు 1910-11లో రూ.5,00,000 ఖర్చు చేసింది. 1918లో ఇన్ఫ్లుఎంజా మహమ్మారిని అరికట్టేందుకు, నిజాం డొమినియన్స్‌లోని అన్ని ఆసుపత్రులు మరియు డిస్పెన్సరీలకు వైద్య శాఖ 18 లక్షల డోసుల వివిధ మందులను సరఫరా చేసింది. ఇంకా, ఉచిత మందులతో పాటు, పేద రోగులకు 66,000 పౌండ్ల గంజి, పాలు మొదలైన ఆహారాన్ని అందించారు.

హైదరాబాద్‌లో రెండుసార్లు ప్రాణాంతక ప్లేగు వ్యాపించింది: 1911-12లో 13,500 మంది మరణించగా, 1916-17లో 16,500 మంది మరణించారు. తొలుత చాదర్‌ఘాట్-నాంపల్లి ప్రాంతంలో దీనిని గుర్తించి అప్పటి మున్సిపల్ కమిషనర్ ఏహెచ్ స్టీవెన్స్ నివారణ చర్యలు చేపట్టారు. ప్లేగు నిర్మూలన కమీషన్ ఏర్పాటు చేయబడింది మరియు కల్నల్ డ్రేక్ బ్రోక్‌మన్‌ను ప్రత్యేక కమీషనర్‌గా నియమించారు. అదే విధంగా ప్లేగు, మలేరియా తీవ్రంగా వ్యాపించినప్పుడు రూ.1,62,939 ఖర్చుతో 63,831 మందికి వ్యాక్సిన్ వేయించారు.

అంటువ్యాధి వ్యాప్తిని తనిఖీ చేయడానికి ప్లేగు డిపార్ట్‌మెంట్ ట్రాపింగ్, ఎర వేయడం, ఎలుకల ధూమపానం మరియు క్రిమిసంహారకాలు వంటి నివారణ మరియు ముందు జాగ్రత్త చర్యలను అమలు చేసింది. ప్లేగు నిరోధక చర్యలను చేపట్టడంలో అధికారులు సహకరించడం వల్ల కలిగే అనేక ప్రయోజనాలను గ్రహించేలా ప్రజలకు అవగాహన కల్పించడంలో శాఖ ద్వారా ప్రచార పని కూడా జరిగింది. ఈ లక్ష్యాన్ని సాధించడానికి, మానవ ఏజెన్సీ ద్వారా ఎక్కడి నుండి మరొక ప్రాంతానికి సంక్రమణ వ్యాప్తి చెందుతుందో వివరిస్తూ ఇంగ్లీష్, ఉర్దూ మరియు తెలుగు భాషలలో కరపత్రాలు మరియు పోస్టర్లు

ఉచితంగా పంపిణీ చేయబడ్డాయి. "ప్లేగ్ ది డిస్ట్రాయర్" వంటి చలనచిత్రాలు ప్లేగు వ్యతిరేక చర్యల యొక్క ప్రయోజనాలపై మ్యాజిక్ లాంతరు ద్వారా వివరించబడిన ఉపన్యాసాలతో పాటు ప్రదర్శించబడ్డాయి మరియు వాటిని చూసేందుకు వందలాది మంది ప్రజలు తరలివచ్చారు. గ్రామస్తులలో ప్లేగు నివారణ చర్యలను వ్యాప్తి చేయడానికి, ప్రభుత్వం సరికొత్త ప్రొజెక్టర్‌తో కూడిన ఆరు చక్రాల సినిమా మోటారు వాహనాన్ని ఏర్పాటు చేసింది. అవగాహన ప్రచారం కూడ చేపట్టింది.

ప్లేగు కార్యాలయంలో ఒక ప్రత్యేక ప్రదర్శన గదిని ఏర్పాటు చేశారు, ఇక్కడ ప్లేగు వ్యాధి యొక్క ఎటియాలజీ మరియు ఎపిడెమియాలజీ మరియు ప్లేగు వ్యతిరేక చర్యలను వివరించే చిత్రాలు మరియు పటాలను సందర్శకులకు చూపించబడ్డాయి. ప్రచార పనితో పాటు, ప్లేగు విభాగం తాత్కాలిక శిబిరాలు మరియు గుడిసెలను ఏర్పాటు చేసింది, ఇక్కడ 15,000 మందికి పైగా వసతి కల్పించారు మరియు రెండు లక్షల మందికి పైగా ప్రజలకు వాక్సిన్ చుక్కలు వేశారు. 1915లో అంటువ్యాధుల వ్యాప్తిని నిరోధించడానికి, నిజాం ప్రభుత్వం నల్లకుంటలో రోగులను నిర్బంధించడానికి కొత్త ఆసుపత్రిని స్థాపించింది, దీనిని ఇప్పుడు కోరంటి దవాఖానగా పిలుస్తారు. ఇది తీవ్రమైన అనారోగ్యంతో బాధపడుతున్న రోగులకు ప్రత్యేకమైన ఐసోలేషన్ మరియు క్వారంటైన్ వైద్య సదుపాయాలతో ఒక ప్రత్యేకమైన వైద్య సంస్థ. నిజాంలు మలేరియా మరియు మశూచిని కలిగి ఉన్న వైద్య రంగంలో శాస్త్రీయ పరిశోధనలను ప్రోత్సహించారు. 1902లో నోబెల్ బహుమతి పొందిన సర్ రోనాల్డ్ రాస్ మలేరియాపై చేసిన పరిశోధనలకు బేగంపేట ఆసుపత్రిలో పనిచేశారు. ఉస్మానియా మెడికల్ హాస్పిటల్‌కు చెందిన ప్రముఖ సర్జన్ డాక్టర్. ఎస్. మల్లన్న, రసాయన మరియు బాక్టీరియాలజికల్ లాబొరేటరీని స్థాపించారు, ఇది రబ్బీ వ్యతిరేక టీకాలపై మార్గదర్శక పరిశోధనలు చేసింది మరియు ప్లేగు వ్యతిరేక టీకాలు వేయడానికి కూడా ప్రాచుర్యం కల్పించింది.

మెచ్చుకోదగిన పని

అంటు వ్యాధులు వ్యాప్తి చెందుతున్న సమయంలో మహిళలతో కూడిన హైదరాబాద్ రిలీఫ్ అసోసియేషన్ అనే స్వచ్ఛంద సంస్థ చేస్తున్న కృషి అభినందనీయం కావడం విశేషం. వాలంటీర్లు అనేక ప్రాంతాలను సందర్శించడమే కాకుండా, రోగులను వైద్య చికిత్స కోసం ఐసోలేషన్ ఆసుపత్రులకు తీసుకెళ్లడానికి ప్రజలను, ముఖ్యంగా పర్దా ధరించిన ముస్లిం మహిళలను ప్రేరేపించారు. వారు టీకాలు వేయాలని, వ్యాధి సోకిన ప్రాంతాలను ఖాళీ చేయమని మరియు మంచి పారిశుధ్య సౌకర్యాలతో ప్రభుత్వ శిబిరాలకు

తరలించాలని ప్రజలను ప్రోత్సహించారు. సంఘం పేద రోగులకు నిత్యావసర వస్తువులు మరియు పాలు కొనుగోలుకు సరిపడా ప్యాకెట్లను ఉచితంగా పంపిణీ చేయడంలో దాతృత్వ పని చేసింది. అదే విధంగా తెలంగాణలో ఆది-హిందూ ఉద్యమ స్థాపకుడు భాగ్యరెడ్డి వర్మ హైదరాబాద్ నగరంలో ప్లేగు వ్యాధి సోకిన సమయంలో ఎంతో సేవ చేశారు. అతను స్వస్తిక దళ్ మరియు హ్యూమానిటేరియన్ లీగ్ యొక్క వాలంటీర్ల ద్వారా సహాయక చర్యలను నిర్వహించాడు, దాని కోసం అతను నిజాం, మీర్ ఒస్మాన్ అలీ ఖాన్ నుండి పతకాన్ని గెలుచుకున్నాడు. ప్లేగు, కలరా, మశూచి మొదలైన అంటు వ్యాధులు వ్యాప్తి చెందుతున్న సమయంలో ప్రజా సంఘాలు చేస్తున్న సేవలను ప్రభుత్వం కొనియాడింది. తెలంగాణ భూస్వామ్య సమాజంలో ఉన్న అజ్ఞానం, దురభిమానాలు, మూఢ ఆచారాలు మరియు సంప్రదాయాలను దృష్టిలో ఉంచుకుని, స్వచ్ఛంద సంస్థలు గణనీయమైన పాత్ర నిర్వహించాయి. ఆధునిక అల్లోపతి వైద్యం మరియు చికిత్సను పొందేందుకు ప్రజలను, ముఖ్యంగా మతపరమైన ఆలోచనలు కలిగిన పురుషులు మరియు స్త్రీలను ప్రేరేపించడంలో కీలక పాత్ర పోషించాయి. కొన్ని స్వచ్ఛంద సంస్థలు. లేడీ హైదరీ మరియు భాగ్యరెడ్డి వర్మ వంటి ప్రముఖులు కొంతమంది సనాతన వ్యక్తుల పక్షపాతాలను తొలగించారు మరియు అంటువ్యాధుల నిర్మూలనకు ఆధునిక చికిత్సా పద్ధతులను అనుసరించమని వారిని ప్రోత్సహించారు. గతంలోని ఇటువంటి అనుభవాలు ప్రస్తుత కోవిడ్-19 నిర్వహణపై ప్రభుత్వం, ప్రత్యేకించి ప్రభుత్వ సంస్థలు మరియు జ్ఞానోదయం పొందిన పౌర సమాజ సంస్థలు మరియు మేధావుల పాత్రపై ఉపయోగకరమైన అంతర్దృష్టులను అందిస్తాయి.

రవాణా మరియు కమ్యూనికేషన్ల వృద్ధి

నిజాం డొమినియన్స్‌లో రైల్వేలు 1870లలో ఉనికిలోకి వచ్చాయి. తదనంతరం, రైల్వే నెట్‌వర్క్ బ్రిటిష్ ఇండియా ప్రక్కనే ఉన్న రైల్వేలతో అనుసంధానించబడింది. ఇది ఉత్తర మరియు దక్షిణ భారతదేశాల మధ్య మరియు తూర్పు మరియు పశ్చిమ తీరాల మధ్య ప్రత్యక్ష మార్గాలలో రవాణా సౌకర్యాలను అభివృద్ధి చేసింది. నిజాం రైల్వే వ్యవస్థ రాష్ట్రంలోని దాదాపు అన్ని ముఖ్యమైన పరిపాలన మరియు వాణిజ్య కేంద్రాలను అనుసంధానించింది. 1900లో హైదరాబాద్-గోదావరి వ్యాలీ రైల్వేను ప్రారంభించిన తర్వాత, ఈ క్రింది లైన్లు నిజాం అలీఖాన్ హయాంలో నిర్మించబడ్డాయి: పూర్ణ జంక్షన్-హింగోలి (1912), సికింద్రాబాద్-ద్రోణాచలం (1916), సికింద్రాబాద్-బొల్లారం మరియు సికింద్రాబాద్-ఫలక్‌నుమా (1924), కాజీపేట-బల్హార్షా (1924), కారేపల్లి-

కొత్తగూడెం (1927). ఒక ప్రభుత్వ నివేదిక ఇలా పేర్కొంది: "కొత్తగూడెం నుండి ఇరవై నాలుగు మైళ్ల దూరంలో గోదావరి నది ఒడ్డున ఉన్న భద్రాచలంలోని ప్రసిద్ధ హిందూ దేవాలయాన్ని సందర్శించే యాత్రికులకు కారపల్లి-కొత్తగూడెం ఎంతో సహాయం చేస్తుంది. కొత్తగూడెం నుంచి భద్రాచలం వరకు మోటార్లు కిరాయికి తిరుగుతాయి. పర్భాని-పుర్లి (1929) మరియు వికారాబాద్-బీదర్ (1930), జాన్కంపేట్-బోధన్ (1938) నుండి రైలు మార్గాలు కూడా నిర్మించబడ్డాయి. "బోధన్‌లో ప్రభుత్వ ఆధ్వర్యంలో స్థాపించబడిన చక్కెర కర్మాగారానికి ఆహారం అందించడానికి నిర్మించిన జాన్కంపేట్-బోధన్ బ్రాంచ్ లైన్‌ను హిస్ హైనెస్ ది ప్రిన్స్ ఆఫ్ బేరార్ ట్రాఫిక్ కోసం తెరిచారు మరియు ఈ లైన్ 1 నవంబర్ 1938 నుండి పని చేయడం ప్రారంభించింది".

ఇరవయ్యవ శతాబ్దంలో నిజాం అలీ ఖాన్ హయాంలో హైదరాబాద్ రాష్ట్రం ఆర్థికంగా దృఢంగా మారింది మరియు అన్ని రైల్వే లైన్ల నిర్మాణాన్ని చేపట్టింది. 1930-31 నాటి ప్రభుత్వ నివేదిక ప్రకారం, "ప్రభుత్వం 1930 ఏప్రిల్‌లో రైల్వేలను కొనుగోలు చేసింది మరియు ధర చెల్లించడానికి వారు ఇండియన్ బ్యాంక్ నుండి ఒకటిన్నర మిలియన్ స్టెర్లింగ్ రుణాన్ని సేకరించారు మరియు ముఖ విలువలో 5½ శాతం డిబెంచర్లు జారీ చేశారు. వాటి విలువ రూ. 30, 88,000". 1930లో ఇది నిజాం స్టేట్ రైల్వేగా మారింది. అయితే, రైళ్లను నడిపే ఏర్పాట్లను NGS రైల్వే కంపెనీకి అప్పగించారు. ప్రభుత్వం నిర్ణయించినట్లుగా, గతంలో లండన్‌లో పనిచేస్తున్న హెచ్ఈహెచ్ నిజాం స్టేట్ రైల్వే బోర్డు 1941 నవంబర్ 1 నుండి హైదరాబాద్‌కు బదిలీ చేయబడింది, అయితే లండన్‌కు చెందిన ఏజెంట్ రైల్వే ప్రయోజనాలను చూసుకున్నారు. ఏడవ నిజాం కాలంలో, హైదరాబాద్ స్టేట్ రైల్వే వ్యవస్థ 1,360 మైళ్లను కలిగి ఉంది, అందులో 688 మైళ్లు బ్రాడ్ గేజ్ మరియు 672 మైళ్లు మీటర్ గేజ్. నిజాం ప్రభుత్వ పెట్టుబడి మొత్తం రూ. 1940 చివరి నాటికి 15.3 కోట్లు.

రైల్వే స్టేషన్లు

సికింద్రాబాద్ రైల్వే స్టేషన్ 1874లో నిర్మించబడింది మరియు నాంపల్లి స్టేషన్ అని పిలువబడే హైదరాబాద్ దక్కన్ రైల్వే స్టేషన్ 1907లో హైదరాబాద్ రాష్ట్ర ఆరవ నిజాం మీర్ మహబూబ్ అలీ ఖాన్ పాలనలో ఉనికిలోకి వచ్చింది. స్టేషన్ యొక్క ప్రధాన పోర్టికో మరియు కాన్కోర్స్ అసఫ్ జాహీ ఆర్కిటెక్చర్ ద్వారా ప్రభావితమయ్యాయి మరియు స్టేషన్ భవనం కోటను పోలి ఉంటుంది. సికింద్రాబాద్ స్టేషన్ 1874 మరియు 1916 మధ్య నిజాం రైల్వేస్‌కు ప్రధాన కార్యాలయంగా ఉంది. మొదటి ప్యాసింజర్

రైలును ప్రవేశపెట్టడానికి ముందు 1921 వరకు నాంపల్లి స్టేషన్ ఎక్కువగా గూడ్స్ సైడింగ్‌గా ఉపయోగించబడింది. కాచిగూడ రైల్వే స్టేషన్ నిజాం అలీ ఖాన్ హయాంలో 1916లో నిర్మించబడింది మరియు ఇది 1916 నుండి 1951 వరకు నిజాం గ్యారెంటీడ్ స్టేట్ రైల్వే యొక్క ప్రధాన కార్యాలయంగా మారింది. "కాచిగూడ స్టేషన్ వాస్తుపరంగా దక్షిణ మధ్య రైల్వేలో అత్యంత అందమైన స్టేషన్. "మధ్య మరియు పక్క గోపురాలు మరియు మినార్లతో కూడిన ఈ స్టేషన్ గోతిక్ నిర్మాణ శైలిలో ఒక అద్భుతం. మహారాజా ప్యాలెస్ లాగా ఉంటుంది. కాచిగూడ స్టేషన్ హైదరాబాదు నగరంలోని ల్యాండ్‌మార్క్‌లలో ఒకటి.

రోడ్డు రవాణా

పంతొమ్మిదవ శతాబ్దం చివరలో, నిజాం ప్రభుత్వం అనేక ట్రంక్ రోడ్లను చేపట్టింది మరియు నిర్మించింది, రాజధాని నగరమైన హైదరాబాద్‌ను ఒకవైపు జిల్లాతో, మరోవైపు రాష్ట్ర భూభాగాలను పక్కనే ఉన్న బ్రిటీష్ ఇండియన్ ప్రావిన్స్‌లతో కలుపుతుంది. రోడ్ల యొక్క ఉపయోగం మరియు ప్రాముఖ్యత క్రమంగా పెరిగి తక్కువ వ్యవధిలో రోడ్లు అనుబంధంగా కాకుండా రైల్వేలకు ప్రత్యర్థులుగా పరిగణించడం ప్రారంభించాయి. గూడ్స్ రోడ్ల నిర్మాణం, డొమినియన్ అంతటా విస్తరించడం మోటార్ సేవల పెరుగుదలకు దారితీసింది. నిజాం డొమినియన్స్‌లో మొత్తం రహదారి మైలేజీ 1940 నాటికి 5,911కి మీటర్లకు పెరిగింది. రైల్వే సేవలకు అనుబంధంగా, నిజాం స్టేట్ రైల్వే 15 జూన్ 1932 నుండి బస్సు సర్వీసును ప్రవేశపెట్టింది. నిజాం స్టేట్ రైల్వే కంపెనీ (NSRC) రోడ్డు మెకానికల్ ట్రాన్స్‌పోర్ట్ సర్వీస్‌ను ప్రారంభించింది. రవాణా డిపార్ట్‌మెంట్ (RMTS) 1932లో. ఎంపిక చేసిన ట్రంక్ మార్గాల గుత్తాధిపత్యాన్ని స్వాధీనం చేసుకుని, RMTS బ్రిటిష్ ఇండియాలో మొట్టమొదటి ప్రభుత్వ యాజమాన్యంలోని రోడ్డు రవాణా సంస్థగా అవతరించింది. అప్పటి నుండి, ఇది ఒక విధానాన్ని అనుసరించింది రైలు మరియు రోడ్డు రవాణా సేవల సమన్వయ సూత్రం ఆధారంగా విస్తరించింది.

రైల్ బోర్డు సిఫారసులను అనుసరించి, నిజాం ప్రభుత్వం జాతీయ రహదారులపై వంతెనలను నిర్మించింది. మొదటగా 12 బస్సుల సముదాయం ప్రారంభించబడింది మరియు రోడ్డు రవాణా సంస్థ యూరోపియన్ ట్రాఫిక్ సూపరింటెండెంట్ ఆధీనంలో ఉంచబడింది. 1932లో, రైల్వే అడ్మినిస్ట్రేషన్ ఆధ్వర్యంలో షెడ్యూల్డ్ బస్సు సర్వీసులు 27 వాహనాలతో ప్రారంభమై 450 కి.మీ. వ్యాప్తిచెందింది. కానీ 1943 సంవత్సరం చివరి నాటికి, బస్సు సర్వీస్ 334 వాహనాలతో 4,206 మైళ్లకు పైగా నడిచింది. ఇంకా, ఇది దాదాపు 500 వాహనాలకు విస్తరించబడింది. 7200 కి.మీ. మొత్తం మైలేజీ నిజాం

డొమినియన్‌లోని దాదాపు మూడు వంతుల ట్రంక్ రోడ్‌లను కవర్ చేసింది. హైదరాబాద్ రాజధాని నగరంలో ప్రయోగాత్మకంగా సిమెంట్ రోడ్లను నిర్మించడం గమనార్హం. ప్రిన్స్ మరియు ప్రిన్సెస్ ఆఫ్ వేల్స్ హైదరాబాదు సందర్శన 1905లో నిజాం డొమినియన్‌లోకి మోటారు కార్ల ప్రవేశానికి గుర్తుగా ఉంది. ఆరవ నిజాం VI బొంబాయి నుండి తన కోసం ఒక కారును ఆర్డర్ చేసాడు మరియు ప్రభువులు అతనిని అనుసరించారు. ఏరో విమానాలు, రైల్వేలు మరియు బస్సులతో పాటు, రాష్ట్రంలో అనేక సైకిళ్లు, కోచ్‌లు, టాంగాలు మరియు టాక్సీలు అందుబాటులో ఉన్నాయి. 1948లో రాష్ట్రంలో 5000 మోటారు కార్లు ఉండేవి.

డెక్కన్ ఎయిర్‌వేస్

నిజాం స్టేట్ రైల్వే భారతదేశంలోని ఏకైక రైల్వే, ఇది రోడ్డు రవాణా మరియు వాయు శాఖను కలిగి ఉంది. నిజాం డొమినియన్స్‌లో విమాన సేవలను ప్రవేశపెట్టడానికి తాత్కాలిక చర్యగా 1932లో ఒక పౌర విమానయాన బోర్డు ఏర్పడింది, ఇది విమానయానానికి సంబంధించిన విషయాలలో ప్రభుత్వానికి సలహాదారుగా పనిచేసింది. 1936లో, ఎగిరే మరియు ఏరోనాటిక్స్ కళ మరియు శాస్త్రాన్ని ప్రోత్సహించే లక్ష్యంతో ఏరో క్లబ్ స్థాపించబడింది. సొంత వాయుమార్గాలను కలిగి ఉన్న మొదటి రాచరిక రాష్ట్రాలలో హైదరాబాద్ ఒకటి. ఆ తర్వాత బేగంపేటలో ఏరోడ్రోమ్‌ను నిర్మించారు. నిజాం ప్రభుత్వం ఒక ఏవియేషన్ బోర్డును నియమించింది, నవాబ్ వలీ-ఉద్-దౌలా, ఆర్మీ సభ్యుడు, అధ్యక్షుడిగా ఉన్నారు. మరియు రాజకీయ, ఆర్థిక, పోస్టులు, రైల్వేలు మరియు ప్రతినిధులతో వాణిజ్యం మరియు పరిశ్రమల శాఖలు, పౌర విమానయానాన్ని అభివృద్ధి చేయడం మరియు రాష్ట్ర విమానయాన సేవను ప్రారంభించడం అనే లక్ష్యంతో సభ్యులుగా ఉన్నారు. ప్రభుత్వ ఏవియేషన్ బోర్డు యొక్క లక్ష్యాలలో ఒకటి సివిలియన్ ఫ్లయింగ్ క్లబ్‌ను నిర్వహించడం మరియు హైదరాబాద్ నగరం మరియు ప్రధాన జిల్లా పట్టణాల మధ్య మెయిల్ మరియు ప్రయాణీకుల సేవల కోసం నాలుగు విమానాలను నిర్వహించడం.

హెచ్‌ఈహెచ్‌కి నిజాం ప్రభుత్వ చెందిన సివిల్ ఏవియేషన్ బోర్డు మార్గదర్శకత్వంలో హైదరాబాద్ స్టేట్‌లో విమానయానం క్రమంగా పురోగమించింది. హైదరాబాద్‌కు చెందిన అగ్రగామి ఏవియేటర్ బాబర్ మీర్జా బోర్డ్ ఆఫ్ సివిల్ ఏవియేషన్‌కు కార్యదర్శిగా నియమితులయ్యారు. హైదరాబాద్ స్టేట్ ఏరో క్లబ్ జూన్ 1936లో ప్రారంభించబడింది మరియు బేగంపేటలో ప్రధాన కార్యాలయంతో సొంత ఎయిర్‌వేలను కలిగి ఉన్న మొదటి

రాచరిక రాష్ట్రాలలో హైదరాబాద్ ఒకటి. ప్రభుత్వ నివేదిక ఇలా పేర్కొంది: "బేగంపేట (హైదరాబాద్)లో అన్ని తరగతుల విమానాలను పగలు మరియు రాత్రి ల్యాండింగ్ చేయడానికి మరియు ప్రయాణీకులకు టెర్మినల్ సౌకర్యాలతో కూడిన వాణిజ్య విమానాశ్రయాన్ని నిర్మించాలని నిర్ణయించారు. డొమినియన్లు మరియు బ్రిటిష్ ఇండియా మరియు రాజధాని మరియు రాష్ట్రంలోని ముఖ్యమైన పట్టణాల మధ్య విమాన రాకపోకలకు విస్తరించాయి. విమానాశ్రయ భవనం రూపకల్పన మరియు క్లబ్ ఉపయోగం కోసం తాత్కాలిక భవనాన్ని నిర్మించే పనిని రాష్ట్ర ఆర్కిటెక్ట్‌కు అప్పగించారు".

1938 జనవరి 11న, రైల్వే పరిపాలన పర్యవేక్షణలో రాష్ట్రంలోనే కాకుండా బ్రిటిష్ ఇండియాకు కూడా విమాన సేవలను ప్రారంభించేందుకు ఎగ్జిక్యూటివ్ కౌన్సిల్ ప్రతిపాదనలకు ఫార్మాన్-ఇ-ముబారక్ ద్వారా నిజాం అంగీకరించారు. తత్ఫలితంగా, సివిల్ ఏవియేషన్ బోర్డు రద్దు చేయబడింది మరియు రైల్వే అడ్మినిస్ట్రేషన్ కింద ప్రత్యేక విభాగాన్ని ఏర్పాటు చేయడానికి విమాన రవాణా కోసం ఏర్పాట్లు చేయబడ్డాయి. ఎయిర్ డిపార్ట్‌మెంట్ నిజాం డొమినియన్స్‌లోని రోడ్ ట్రాన్స్‌పోర్ట్ డిపార్ట్‌మెంట్‌కు అనుబంధ సేవగా నిర్వహించబడింది. 1938 నాటి నిజాం ఫార్మాన్ ప్రకారం, బేగంపేటలో ఏరోడ్రోమ్‌తో పౌర విమానయానం ప్రారంభించబడింది. ఈ విధంగా, హైదరాబాద్ ప్రభుత్వం 1930 నుండి నిజాం స్టేట్ రైల్వే బోర్డు ద్వారా రైల్వేలను, 1932 నుండి రోడ్డు రవాణాను మరియు చివరిగా 1938 నుండి 1948లో నిజాం పాలన ముగిసే వరకు వైమానిక రవాణాను నియంత్రించడం మరియు నిర్వహించడం వంటి ప్రత్యేకతను కలిగి ఉంది. 1933లో ఏవియేషన్ బోర్డు స్థాపన, 1936లో ఏరో క్లబ్ హైదరాబాద్ స్టేట్‌లో పౌర విమానయాన చరిత్రలో కొత్త శకానికి నాంది పలికాయి. బాబర్ మీర్జా మరియు పింగిలి మధుసూధన్ రెడ్డి శిక్షణ పొందిన పైలట్లు వారు నిజాం డొమినియన్లలో వాయుమార్గాల అభివృద్ధిలో కీలక పాత్ర పోషించారు. P. M. రెడ్డి హైదరాబాద్ స్టేట్ ఏరో క్లబ్‌కు చీఫ్ పైలట్ ఇన్‌స్ట్రక్టర్‌గా మరియు ఎయిర్ ట్రాన్స్‌పోర్ట్ విభాగానికి చీఫ్ పైలట్‌గా ఉన్నారు. అనురాధ రెడ్డి ప్రకారం, "అతను హైదరాబాద్ స్టేట్ ఏరో క్లబ్‌కు వెన్నెముకగా ఉన్నాడు ఆయన విమానయానకారులకు దాని కాస్ట్ ఐరన్ పునాదిని వేశాడు". అతని మొదటి బ్యాచ్ విద్యార్థులలో ఒక మహిళా ట్రైనీ పైలట్, మిస్ అబాన్ పెస్టోంజీ చెనోయ్ ఉన్నారు. ఆమె A కాటగిరి పైలట్స్ లైసెన్స్‌కు అర్హత పొందింది మరియు ఆమె హైదరాబాదు స్టేట్ ఏరో క్లబ్‌లో డిస్టింక్షన్ పొందిన మొదటి మహిళా సభ్యురాలిగా నిలిచింది. ఆమె "హైదరాబాద్ ఫస్ట్ లేడీ పైలట్" అనే ప్రత్యేకతను కూడా కలిగి ఉంది. హైదరాబాద్ బులెటిన్ (ఏప్రిల్ 6, 1938) ఇలా వ్యాఖ్యానించింది, "మిస్

చెనోయ్ చాలా ముఖ్యమైన ఆధునిక కమ్యూనికేషన్‌లకు వ్యతిరేకంగా దురదృష్టకర పక్షపాతాన్ని ఛేదించడంలో ఆమె విజయం సాధించినందుకు మేము హృదయపూర్వకంగా అభినందిస్తున్నాము".

1945లో డెక్కన్ ఎయిర్‌వేస్ లిమిటెడ్ స్థాపన నిజాం డొమినియన్స్‌లో ఆధునిక రవాణా మరియు సమాచార మార్గాల అభివృద్ధిలో ఒక ముఖ్యమైన ల్యాండ్ మార్క్. ఇది హైదరాబాద్‌లో ఉన్న వాణిజ్య విమానయాన సంస్థ మరియు 1947 ముందు కాలంలో భారతదేశంలో ఉన్న తొమ్మిది విమానయాన సంస్థలలో ఒకటి. ఈ విమానయాన సంస్థ గతంలో హైదరాబాద్ స్టేట్ మరియు టాటా ఎయిర్‌లైన్స్ జాయింట్ వెంచర్. డెక్కన్ ఎయిర్‌వేస్‌లో డెబ్బై ఒక్క శాతం వాటా నిజాం ప్రభుత్వ ఆధీనంలో ఉండగా, మిగిలినది టాటా సన్స్ మరియు ఇతరులకు చెందినది. ప్రారంభంలో, డెక్కన్ ఎయిర్‌వేస్ మూడు విమానాల సముదాయంతో ప్రారంభించబడింది. డెక్కన్ ఎయిర్‌లైన్ మద్రాస్-హైదరాబాద్-నాగ్‌పూర్-భోపాల్-గ్వాలియర్-ఢిల్లీ, హైదరాబాద్-బాంబే మరియు హైదరాబాద్-బెంగళూరు సెక్టార్‌లలో నడుస్తుంది. ఎయిర్ కమోడోర్ హెచ్.ఎ. డెక్కన్ ఎయిర్‌వేస్ మొదటి జనరల్ మేనేజర్ మరియు మేనేజింగ్ డైరెక్టర్ ఫెంటన్. తర్వాత కెప్టెన్ పి.ఎం. రెడ్డిని ఆపరేషన్స్ మేనేజర్ మరియు మేనేజింగ్ డైరెక్టర్‌గా నియమించారు. 1953లో ఇండియన్ ఎయిర్‌లైన్స్‌లో విలీనం అయ్యే వరకు, డెక్కన్ ఎయిర్‌వేస్ పదమూడు డగ్లస్ DC-3' డకోటా' విమానాల సముదాయాన్ని కలిగి ఉంది. దీని మొదటి విమానం జూలై 1946లో ప్రారంభమైంది. హైదరాబాద్ స్టేట్ ఔరంగాబాద్, వరంగల్, బీదర్, హకీంపేట్ మరియు బేగంపేట్‌లలో కాంక్రీట్ రన్‌వేలతో ఐదు ఎయిర్‌ఫీల్డ్‌లను కలిగి ఉంది.

1947లో, భారతదేశ విభజన పెద్ద సంఖ్యలో ప్రజలను తరలించడానికి దారితీసింది. అక్టోబర్ 1947 మరియు ఫిబ్రవరి 1948 మధ్య, డెక్కన్ ఎయిర్‌వేస్ ప్రజలను రెండు దిశలలోకి తీసుకువెళ్లడంలో ముఖ్యమైన పాత్ర పోషించింది. నిజాం మరియు భారత ప్రభుత్వం మధ్య చర్చల సమయంలో, హైదరాబాద్‌లోని నిజాం మరియు ఢిల్లీలో అతని రాజ్యాంగ సలహాదారు సర్ వాల్టర్ మాంక్టన్ మధ్య రహస్య సంభాషణలను నిర్వహించే పనిని డెక్కన్ ఎయిర్‌వేకి అప్పగించారు. సెప్టెంబరు, 1948లో, "ఆపరేషన్ పోలో" సమయంలో, డెక్కన్ సర్వీస్‌లన్నీ పోరాటాలన్నీ నిలిచిపోయాయి. అయితే, తర్వాత 1949లో విమానయాన సంస్థలు తిరిగి కార్యకలాపాలు ప్రారంభించాయి. 1951లో, డెక్కన్ ఎయిర్‌వేస్ శ్రీమతి ప్రేమా మాథుర్‌ను బహుశా ప్రపంచంలోనే మొట్టమొదటి మహిళా వాణిజ్య పైలట్‌గా అంగీకరించడంలో అగ్రగామిగా ఉంది. ఆమె DC-3ని సహ-

పైలట్‌గా నడిపింది. ఆ తర్వాత ఆమె ఢిల్లీలో ఉన్న పారిశ్రామికవేత్త జి.డి.బిర్లా ప్రైవేట్ ఎయిర్‌క్రాఫ్ట్‌కు పైలట్‌గా మారింది. 1952లో, హైదరాబాద్ నిజాం ఢిల్లీలో జరిగిన రాజ్‌ప్రముఖ్ సదస్సుకు హాజరైనందుకు డెక్కన్ ఎయిర్‌వేస్ డకోటాలో తన మొదటి విమాన ప్రయాణ అనుభవం పొందాడు. 1945 మరియు 1953 మధ్య, బార్బర్ మీర్జా డెక్కన్ ఎయిర్‌వేస్ యొక్క మొదటి భారతీయ ట్రాఫిక్ సూపరింటెండెంట్. డెక్కన్ ఎయిర్‌వేస్ సెక్రటేరియట్ చారిత్రాత్మక రోనాల్డ్ రాస్ మలేరియా ఇన్‌స్టిట్యూట్‌లో ఉంది. ఈ భవనం డెక్కన్ ఎయిర్ వేస్ LINK ట్రైనర్ ఎస్టాబ్లిష్‌మెంట్ (సిమ్యులేటర్)ని కూడా నిర్వహించింది, ఇది ఇండియన్ ఎయిర్‌లైన్స్ యొక్క సెంట్రల్ ట్రైనింగ్ ఎస్టాబ్లిష్‌మెంట్‌గా పరిణామం చెందింది. P.M. Reddy డెక్కన్ ఎయిర్‌వేస్ యొక్క ఆపరేషన్స్ మేనేజర్, జనరల్ మేనేజర్ మరియు మేనేజింగ్ డైరెక్టర్‌గా భారతదేశంలోని అత్యుత్తమ మరియు అత్యంత సమర్థవంతమైన ఎయిర్‌లైన్స్‌లో ఒకటిగా మార్చడానికి తీవ్రంగా కృషి చేశారు. 1953లో జాతీయీకరణ మరియు ఇండియన్ ఎయిర్‌లైన్స్‌తో విలీనం తర్వాత, భారత ప్రభుత్వం డెక్కన్ ఎయిర్‌వేస్‌లో 78% వాటాలను కలిగి ఉంది, 13% వాటాలు టాటాలు మరియు 9% సాధారణ ప్రజల వద్ద ఉన్నాయి.

పోస్ట్ మరియు టెలిఫోన్లు

పంతొమ్మిదవ శతాబ్దపు రెండవ భాగంలో, పోస్టల్ వ్యవస్థ రాష్ట్రం అంతటా విస్తరించింది. జిల్లాల్లో ఒక హెడ్ పోస్టాఫీసు మరియు తాలూకా ప్రధాన కార్యాలయంలో సబ్ పోస్టాఫీసులు, అన్ని ముఖ్యమైన పట్టణాలు, నగరాలు మరియు వ్యాపార కేంద్రాలలో స్థాపించబడ్డాయి. రైల్వే మెయిల్ కార్యాలయం స్థాపించబడింది మరియు ఇన్స్పెక్టర్ రైల్వే మెయిల్ కూడా నియమించబడింది. నిజాం పోస్టల్ వ్యవస్థలో గుర్తించదగిన లక్షణం దాని స్వతంత్ర స్వభావం. తన గౌరవాన్ని మరియు పాలకుడి సార్వభౌమత్వాన్ని నిలబెట్టడానికి, నిజాం ఇంపీరియల్ పోస్టాఫీసులలో ప్రజల నుండి బ్రిటిష్ కరెన్సీని స్వీకరించడానికి మరియు పోస్టల్ వ్యవస్థను విలీనం చేసే ప్రతిపాదనను అంగీకరించడానికి నిరాకరించాడు. 1911లో నిజాం అలీఖాన్ సింహాసనాన్ని అధిష్టించిన సందర్భంగా, హైదరాబాద్ స్టేట్‌లో 417 పోస్టాఫీసులు ఉన్నాయి, వార్షిక పోస్టల్ ఆదాయం రూ. 3.79 లక్షలు. నిజాం ప్రభుత్వం బ్రిటిష్ ఇండియన్ పోస్టల్ వ్యవస్థలోని కొన్ని అంశాలను స్వీకరించింది, అయితే నిజాం డొమినియన్స్‌లో అందించిన సేవలు మరియు ప్రవేశపెట్టిన విధానం బ్రిటిష్ ఇండియాతో సమానంగా ఉన్నాయి. హైదరాబాద్ రాష్ట్రం అన్ని స్టాంపులు మరియు పోస్టల్ స్టేషనరీలపై ఆంగ్లంతో పాటు ఉర్దూ, మరాఠీ మరియు తెలుగు వంటి స్థానిక భాషలను స్వీకరించింది.

రాష్ట్రంలో మొదటి టెలిఫోన్ లైన్ 1885లో హైదరాబాద్‌లోని వివిధ విభాగాల మధ్య కమ్యూనికేషన్‌ను సులభతరం చేయడానికి ఏర్పాటు చేయబడింది. 1919లో, టెలిఫోన్ల శాఖ ఒక సూపరింటెండెంట్ పర్యవేక్షణలో వచ్చింది. 1924లో, డిపార్ట్‌మెంట్ అదనంగా 2000 లైన్ల సామర్థ్యంతో 1200 లైన్ల సెంట్రల్ ఎక్స్ఛేంజ్‌ను ఏర్పాటు చేసింది. 1926-1928లో ఔరంగాబాద్, జల్నా, గుల్బర్గా, నాందేడ్, రాయచూర్, వరంగల్, లాతూర్, పర్భాని మరియు నిజామాబాద్‌లలో టెలిఫోన్‌లు ఏర్పాటు చేయబడ్డాయి. 1938వ సంవత్సరంలో హైదరాబాద్ సిటీ టెలిఫోన్‌లలో వచ్చిన సేవల వ్యవస్థలో ముఖ్యమైన మార్పు సెంట్రల్ బ్యాటరీ సిస్టమ్ నుండి ఆటోమేటిక్ సిస్టమ్‌కు మారడం. నారాయణగూడలో కింగ్ కోటి మరియు కొన్ని రాజభవనాల కోసం ఉద్దేశించిన మార్పిడి పాత మాగ్నెటో విధానంలో కొనసాగింది. ఆటోమేటిక్ ఎక్స్ఛేంజ్‌లో 2,100 లైన్‌ల కోసం అడిక్‌మెట్ (ఉస్మానియా విశ్వవిద్యాలయం), గోల్కొండ మరియు సికింద్రాబాద్‌లలో ఉపగ్రహ మార్పిడితో గౌలిగూడ వద్ద సెంట్రల్ ఎక్స్ఛేంజ్ ఉంది. నిజాం VII పాలనలో టెలిఫోన్ సౌకర్యాల విస్తరణ జరిగింది. మెరుగైన సేవల ఫలితంగా 1935లో 848 మంది ఉన్న చందాదారుల సంఖ్య 1937లో 964కి పెరిగింది. 1935లో హైదరాబాద్ సిటీ టెలిఫోన్ దాదాపు ఐదు లక్షల రూపాయల వ్యయంతో పూర్తిగా ఆటోమేటిక్ సిస్టమ్‌కి మార్చబడింది. 1941-42 సంవత్సరం ఆల్ ఇండియా ట్రంక్ లైన్‌ను హైదరాబాద్ రాష్ట్రంతో అనుసంధానం చేసింది. టెలిఫోన్ నెట్‌వర్క్ చందాదారులకు బ్రిటీష్ ఇండియాలోని ఏ ప్రాంతంతోనైనా సంప్రదింపులు జరపడానికి సులభమైన యాక్సెస్‌ను అందించింది. మీర్ ఉస్మాన్ అలీ ఖాన్ హయాంలో, పూర్వపు హైదరాబాదు రాష్ట్రం చక్కగా నిర్వహించబడే కమ్యూనికేషన్ వ్యవస్థను కలిగి ఉంది. రోడ్డు రవాణాను జాతీయం చేసిన మొదటి రాష్ట్రం మరియు ఎయిర్‌వేస్‌ను ప్రవేశపెట్టిన మొదటి రాష్ట్రం. 1935లో నిజాం ప్రభుత్వం రేడియో ప్రసారాన్ని ప్రారంభించింది, దీనిని డెక్కన్ రేడియోగా పిలిచేవారు. సరూనగర్‌లో ఒక ట్రాన్స్‌మిటింగ్ స్టేషన్‌ను కమ్యూనికేషన్ డిపార్ట్‌మెంట్ 1.33 లక్షలు ఉస్మానియా సిక్కాఆర్‌ల మొత్తం ఖర్చుతో నిర్మించింది. ట్రాన్స్‌మిషన్ కోసం ఒక ట్రాన్స్‌మిటర్‌ను O.S రూ.2.05 కి కొనుగోలు చేశారు. ఔరంగాబాద్‌లో మరో ట్రాన్స్‌మిటింగ్ స్టేషన్‌ను రూ. 1936లో 71,422. పునర్వ్యవస్థీకరణ పథకం హైదరాబాద్‌లోని సెంట్రల్ స్టేషన్ ద్వారా మాత్రమే కాకుండా, ఔరంగాబాద్, గుల్బర్గా మరియు వరంగల్‌లోని ప్రాంతీయ స్టేషన్‌ల ద్వారా మొత్తం డొమినియన్‌లను కవర్ చేసే ప్రసార అభివృద్ధి కోసం నిజాం ప్రభుత్వంచే నిర్వహించబడింది. బ్రాడ్ కాస్టింగ్ నెట్ వర్క్ మరాఠవాడ, తెలంగాణ మరియు కర్ణాటక ప్రాంతాల స్థానిక అవసరాలను తీర్చింది. దక్కన్ రేడియో ప్రసారాలు మూడు ప్రధాన స్థానిక భాషల్లో అంటే మరాఠీ, కన్నడ మరియు తెలుగు భాషల్లో జరిగాయి.

నీటిపారుదల ప్రాజెక్టులు

మీర్ ఉస్మాన్ అలీ ఖాన్ పాలనలో, రాష్ట్ర నీటిపారుదల విధానంలో ముఖ్యమైన మార్పు జరిగింది. ఒక అధ్యయనం ప్రకారం, "ఏడవ నిజాం, మీర్ ఉస్మాన్ అలీ ఖాన్, నీటి వనరులను ఉపయోగించడం, ట్యాంకులు, రిజర్వాయర్లు , మధ్యస్థ మరియు ప్రధాన నీటిపారుదల ప్రాజెక్టులను నిర్మించడం ద్వారా రాష్ట్రానికి, ముఖ్యంగా నీటిపారుదలలో గొప్ప సేవ చేసాడు. 1908లో మూసీ వరదలు, దాని పర్యవసానాలు నీటిపారుదల ప్రాజెక్టుల అభివృద్ధిలో ప్రధాన కార్యక్రమాలకు దారితీశాయి. హైదరాబాద్ రాష్ట్ర నీటిపారుదల విధానం రక్షణ నుండి ఉత్పాదక ప్రయోజనాలకు మార్చబడింది మరియు "రిజర్వాయర్ల యుగం" ప్రారంభమైంది. చీఫ్ ఇంజనీర్ నవాబ్ అలీ నవాజ్ జంగ్ యొక్క సమర్థ మార్గదర్శకత్వంలో, నిజాం ప్రభుత్వం వ్యవసాయ అభివృద్ధికి నీటిపారుదల ప్రాజెక్టులు మరియు నీటి వనరుల నిర్వహణ కోసం అదనపు నిధులను కేటాయించింది.

అలీ నవాజ్ జంగ్ మెరుగైన నిర్వహణతో నీటి యొక్క వాంఛనీయ వినియోగం కోసం సమగ్ర నీటిపారుదల మరియు అభివృద్ధి ప్రణాళికను రూపొందించడానికి బాధ్యత వహించారు. ఇరవయ్యవ శతాబ్దం మొదటి త్రైమాసికంలో నీటిపారుదల ప్రాజెక్టులు మరియు కాలువల త్రవ్వకానికి ప్రాధాన్యత ఇవ్వబడింది. ఏడవ నిజాం హయాంలో ఉస్మాన్‌సాగర్, హిమాయత్‌సాగర్, పాలేరు, వైరా, మూసీ, పెండ్లిపాకల, సింగభూపాలెం, నిజాంసాగర్, డిండి మొదలైన అనేక ముఖ్యమైన నీటిపారుదల ప్రాజెక్టులు పూర్తయ్యాయి. తత్ఫలితంగా, 1922 మరియు 1947 సంవత్సరాల మధ్య మొత్తం సాగునీటి ప్రాంతం 10.49 లక్షల ఎకరాల నుండి 14.05 లక్షల ఎకరాలకు పెరిగింది. ప్రభుత్వ నివేదికలు, జిల్లా గెజిటీర్లు మరియు ఇతర అందుబాటులో ఉన్న సమాచారాన్ని పరిశీలిస్తే, మీర్ ఉస్మాన్ అలీఖాన్ కృష్ణా, గోదావరి వంటి ప్రధాన నదులపై మరియు అల్లైర్, మంజీర, కుడలైర్, పాలైర్, మూసీ, డిండి మొదలైన ఉపనదులపై నీటిపారుదల ప్రాజెక్టులను మంజూరు చేసినట్లు సూచించింది.

1908 నాటి వినాశకరమైన మూసీ వరదల తరువాత, గండిపేటగా ప్రసిద్ధి చెందిన ఉస్మాన్ సాగర్ 1920లో మూసీ నదిపై నిర్మించబడింది. మూసీ నది అనంతగిరి కొండలలో ఉద్భవించి 52 మైళ్ల తర్వాత హైదరాబాద్ నగరంలోకి ప్రవేశిస్తుంది. ఇది మూసీ మరియు ఈసి అనే రెండు ప్రవాహాలతో ఏర్పడింది. ఈసి గోల్కొండ కొండల దిగువన సంగం వద్ద మూసీని కలుస్తుంది. మూసీ రిజర్వాయర్‌కు పాలకుడి పేరు మీద ఉస్మాన్ సాగర్ అని పేరు పెట్టారు. ఇది ఫరీదాబాద్ గ్రామానికి ఒక మైలు దూరంలో

సంగం లేదా మూసీ మరియు ఈసి జంక్షన్ పైన ఉంది. ఉస్మాన్ సాగర్ కేవలం వరదల నియంత్రణకు మాత్రమే కాకుండా హైదరాబాద్ నగరం మరియు సికింద్రాబాద్‌కు నీటి సంరక్షణ మరియు నీటిపారుదల కొరకు కూడా నిర్మించబడింది. హిమాయత్ సాగర్ అని పిలవబడే ఈసి నదిపై మరొక జలాశయం 1926లో నిర్మించబడింది. ఇది మూసీ నదితో జంక్షన్ పైన మూడు మైళ్ల దూరంలో ఉన్న కిలాసాన్ దర్గా కుగ్రామం పైన ఉంది. ఈ ప్రాజెక్టుకు చివరి నిజాం పెద్ద కుమారుడు హిమాయత్ అలీ ఖాన్ ఆజం జా పేరు పెట్టారు. మీర్ ఉస్మాన్ అలీ ఖాన్ హయాంలో, ప్రభుత్వం పాత ట్యాంకులు మరియు బావుల మరమ్మతులను ప్రోత్సహించడమే కాకుండా అనేక కొత్త నీటిపారుదల ప్రాజెక్టుల నిర్మాణాన్ని కూడా ప్రోత్సహించింది. అంతేకాకుండా, నీటిపారుదల శాఖ ద్వారా నీటి నియంత్రణ, కాలువల విస్తరణ, ట్యాంకుల మరమ్మతులు మరియు పునరుద్ధరణపై కూడా రాష్ట్రం దృష్టి సారించింది. ఉదాహరణకు, అల్లైర్ నదిపై మహబూబ్‌నహర్ ప్రాజెక్ట్, మంజీరా నదిపై ఫతేనహర్ ఎడమ కాలువ మరియు పోచారం సరస్సు కరువు పీడిత మెదక్ జిల్లాలో వేలాది ఎకరాలకు సాగునీరు అందించడానికి నిర్మించబడ్డాయి. 1899లో, పి. రోస్కో అలెన్ చీఫ్ ఇంజనీర్‌గా ఉన్నప్పుడు, ఆరవ నిజాం మీర్ మహబూబ్ అలీ ఖాన్ మహబూబ్‌నహర్ ప్రాజెక్ట్‌ను మంజూరు చేయగా, 1903లో రూ. 18.31 లక్షలు ఖర్చు అయింది. తరువాత, VII నిజాం హయాంలో ప్రాజెక్టును పొడిగించాలని నిర్ణయించారు. చీఫ్ ఇంజనీర్ నవాబ్ అలీ నవాజ్ జంగ్ బహదూర్ పనులను పరిశీలించిన తర్వాత ప్రాజెక్ట్ పరిధిని పెంచడానికి ఆదేశాలు జారీ చేశారు. అందుకనుగుణంగా 31.40 లక్షల రూపాయలతో కొత్త అంచనాలు రూపొందించి ప్రభుత్వం ఆమోదం తెలిపింది. ఈ రిజర్వాయర్ ద్వారా 16,069 ఎకరాలకు సాగునీరు అందుతుండగా, 41 గ్రామాలకు సాగునీటి సౌకర్యం కల్పించారు.

మెదక్ పట్టణానికి 13 కిలోమీటర్ల దూరంలో మంజీరా నదికి ఉపనది అయిన పసుపులేరుపై రోయన్‌పల్లి ప్రాజెక్టును 1926లో నిర్మించారు. ఈ ప్రాజెక్ట్ కొన్ని ముఖ్యమైన ట్యాంకుల ద్వారా సుమారు 1,100 ఎకరాలకు సాగునీరు అందించింది. మెదక్ జిల్లాలో నిర్మించిన పై నీటిపారుదల ప్రాజెక్టుల ద్వారా దాదాపు 35 వేల ఎకరాలకు నీరు అందించారు. అదేవిధంగా మూసీ నదిపై ఉన్న ఆసిఫ్‌నహర్ డ్యామ్‌ను 1907-8లో రూ. 6.77 లక్షలతో రామన్నపేట, నల్గొండ తాలూకాల్లోని 24 గ్రామాల్లో 8 వేల ఎకరాలకు సాగునీరు అందించడంతో పాటు దాదాపు 18 చెరువులకు నీరు అందించారు. ప్రస్తుత ఖమ్మం జిల్లాలో కృష్ణా నదికి ఉపనది అయిన పాలేరు రిజర్వాయర్ నిర్మాణాన్ని 1923లో ప్రారంభించి 1928లో రూ. 24.65 లక్షలు మరియు 1934లో సుమారు

12,890 ఎకరాలకు సాగునీరు అందించారు. ఖమ్మం జిల్లాలో వైరా నదిపై ఒక రాతి డ్యామ్‌ను రూ. రూ. 32 లక్షలతో నిర్మించారు. సుమారు 17,500 ఎకరాలకు నీరందించారు. 1923లో నిర్మాణాన్ని ప్రారంభించి 1930లో పూర్తి చేశారు. డిండి రిజర్వాయర్ గతంలో మహబూబ్‌నగర్ జిల్లాలో ఉంది. 1942లో రూ. సుమారు 40 వేల ఎకరాలకు నీరందించేందుకు 35.30 లక్షలు ఖర్చు చేశారు. 1940లో నిర్మాణాన్ని ప్రారంభించి 1942లో పూర్తి చేశారు. జిల్లాలో విజృంభిస్తున్న కరువుల ప్రభావం నుంచి ఈ ప్రాంతాన్ని రక్షించేందుకు ఈ ప్రాజెక్టును చేపట్టారు. ఇది డిండి నదిపై నేటి కల్వకుర్తి తాలూకాలోని గుండ్లపల్లి గ్రామ సమీపంలో నిర్మించబడింది. పెండ్లిపాకల గ్రామ సమీపంలో ఉప్పువాగుపై 1938లో రూ.6.79 లక్షల అంచనా వ్యయంతో పెండ్లిపాకల ప్రాజెక్టును నిర్మించారు. ఇది పూర్వం నల్గొండ జిల్లా దేవరకొండ తాలూకాలోని ఎనిమిది గ్రామాలలో సుమారు 2,000 ఎకరాలకు సాగునీరు అందిస్తోంది. సుమారు 4,800 ఎకరాలకు సాగునీరందించేందుకు గతంలో వరంగల్ జిల్లాలోని బైత్‌పల్లివాగుపై రూ.2.27 లక్షలతో బైత్‌పల్లి ట్యాంక్ ప్రాజెక్టును నిర్మించారు. ట్యాంక్ నిర్మాణం 1941లో ప్రారంభించి 1943లో పూర్తయింది. ప్రస్తుతం ఖమ్మం జిల్లా ముధిర తాలూకాలోని బేతుపల్లి, గంగవరం గ్రామాలలో ఉంది. సింగభూపాళం జలాశయం దాని పైన ఉన్న పది ట్యాంకుల సమూహం మరియు టెర్మినల్ ట్యాంక్ ప్రస్తుత కొత్తగూడెం జిల్లాలోని యెల్లందు తాలూకాలోని సిరిపురం గ్రామ సమీపంలో ఉంది. ఈ పనిని వాస్తవానికి 1919లో కరువు సహాయక చర్యగా ప్రారంభించారు. తరువాత 1940లో సుమారు 2,600 ఎకరాలకు నీరందించేందుకు రూ. 3.97 లక్షలు ఖర్చు చేసినారు. గోదావరి నదికి ఉపనది అయిన మానేర్, నిజామాబాద్ మరియు కరీంనగర్ జిల్లాల గుండా ప్రవహిస్తుంది. మానేర్ నీటిపారుదల ప్రాజెక్టును 1949లో రూ. 23.70 లక్షల ఖర్చుతో నిర్మించినారు. ప్రస్తుతం ఇది జిల్లా కేంద్రంలో ప్రధానంగా సిరిసిల్ల తాలూకాలో 38,308 ఎకరాల నికర కమాండ్ ఏరియా కలిగి ఉంది. మూసీ ప్రాజెక్టును సోలిపేట గ్రామ సమీపంలో నిర్మించారు, ప్రస్తుత సూర్యాపేట జిల్లాలో 1954 మరియు 1961 మధ్య రూ. 118.14 లక్షలు ఖర్చుతో నిర్మించి 30,000 ఎకరాలకు పైగా సాగునీరు అందించారు.

మీర్ ఉస్మాన్ అలీఖాన్ హయాంలో నిర్మించిన నీటిపారుదల ప్రాజెక్టులలో నిజాం సాగర్ జలాశయం నిజాం డొమినియన్లలో అతిపెద్దది. 1916లో, ప్రధాన ఇంజనీర్ నవాబ్ అలీ నవాజ్ జంగ్ నీటిపారుదల, జలవిద్యుత్, తాగు మరియు ఇతర ప్రయోజనాల కోసం మంజీరా నదిపై బహుళ ప్రయోజన ఆనకట్ట నిర్మాణానికి స్థలాన్ని ఎంపిక చేయడానికి సర్వే నిర్వహించారు. ప్రతిపాదిత ప్రాజెక్ట్ శాస్త్రీయంగా ప్రణాళికాబద్ధమైన

పంపిణీ వ్యవస్థ మరియు విద్యుత్ ఉత్పత్తి యొక్క ప్రగతిశీల పథకంపై నీటిని నిల్వ చేయడానికి 'పెద్ద రిజర్వాయర్ల' యొక్క కొత్త కార్యక్రమాన్ని ప్రారంభిస్తుందని ఆయన దృశ్యమానం చేశారు. తదనంతరం, నిజామాబాద్ జిల్లాలోని అచ్చంపేట్ గ్రామం సమీపంలో మంజీరా నదికి అడ్డంగా 1922-1931 మధ్యకాలంలో మూడు కోట్ల రూపాయలకు పైగా ఖర్చుతో రాతి కట్టను నిర్మించారు. నిజామాబాద్ జిల్లాలోని బాన్సువాడ, బోధన్, నిజామాబాద్ మరియు ఆర్మూర్ తాలూకాలలో సుమారు 2.75 లక్షల ఎకరాలకు సాగునీరు అందించారు. . రిజర్వాయర్ పూర్తయిన తర్వాత, దాదాపు 152 ఇప్పటికే ఉన్న ట్యాంకులు నీటిపారుదల కోసం తగినంత నీటి సరఫరా ద్వారా ప్రయోజనం పొందాయి. నిజాం సాగర్ కాలువ నుండి జల-విద్యుత్ ఉత్పత్తి ముప్పైలలో ప్రారంభమైంది. ఇది 1938-39లో 20 మిలియన్ KW గరిష్ట స్థాయికి చేరుకుంది. బహుళ ప్రయోజన నిజాం సాగర్ ప్రాజెక్ట్ ఈ ప్రాంతం యొక్క సామాజిక-ఆర్థిక అభివృద్ధికి దోహదపడింది మరియు వాణిజ్య వ్యవసాయం పురోగమించింది. ముఖ్యంగా నీటి లభ్యత కారణంగా పెద్ద ఎత్తున చెరకు ఉత్పత్తి సాధ్యమైంది. వ్యవసాయాన్ని వాణిజ్యీకరించడం వల్ల జిల్లాలో చక్కెర కర్మాగారాల వంటి వ్యవసాయ ఆధారిత పరిశ్రమలు కూడా స్థాపించబడ్డాయి. మీర్ ఉస్మాన్ అలీఖాన్ హయాంలో తెలంగాణ ప్రాంతంలో అనేక మధ్యతరహా నీటిపారుదల ప్రాజెక్టులను అభివృద్ధి చేయడం జరిగింది. నీటిపారుదల అభివృద్ధికి ప్రభుత్వ వ్యయం 1920లో రూ. 53.37 లక్షల నుండి 117.25 లక్షలకు పెరిగింది.

పై నీటిపారుదల ప్రాజెక్టులకు అదనంగా, నిజాం ప్రభుత్వం ఇప్పటికే ఉన్న ట్యాంకుల పునరుద్ధరణ. మరమ్మత్తు మరియు నీటిపారుదల కోసం నిలుపుదల చేయబడిన నీటిని వినియోగించే కార్యక్రమాన్ని చేపట్టింది. ఉదాహరణకు, కాకతీయ పాలకులు గతంలో వరంగల్ జిల్లాలో నిర్మించిన ప్రసిద్ధ చెరువులైన పాఖాల, లక్నవరం, రామప్ప మరియు ఘన్‌పూర్ వంటి వాటిని నిజాం ప్రభుత్వం పునరుద్ధరించింది. పునరుద్ధరణ తర్వాత వేలాది ఎకరాల వ్యవసాయ భూములకు సాగు నీరు అందించబడింది. అంతేకాకుండా, ఈ ట్యాంకులు పునరుద్ధరించబడ్డాయి. రాష్ట్రం మరియు గ్రామ సంఘం ద్వారా మంచి నీటి నిర్వహణ ద్వారా గరిష్ట వినియోగంలోకి వచ్చాయి. నిజాం పాలకులు వ్యవసాయాన్ని ప్రోత్సహించడానికి నీటిపారుదలకి ప్రాధాన్యత ఇచ్చారు. హైదరాబాద్‌లో 5,362 ట్యాంకులు, 14,494 కుంటలు, 1,36,568 ట్యాంకులు నీటిపారుదల పనులు కొనసాగుతున్నాయి. 1868-84 కాలంలో పూర్తి చేసిన నీటిపారుదల ప్రాజెక్టులలో ఇబ్రహీంపట్నం మరియు బల్కాపూర్ ఛానల్ ఉన్నాయి. 19వ శతాబ్దం చివరిలో బేనూరు

మరియు మహబూబనహర్ ప్రాజెక్టులు ప్రారంభమయ్యాయి. 1875 నుండి 1940 వరకు, ట్యాంక్ నీటిపారుదల తొమ్మిది రెట్లు పెరిగింది, తెలంగాణలో మొత్తం నీటిపారుదల ఏడు రెట్లు పెరిగింది. 1920లో, ప్రధాన నదుల ఉపనదులపై అనేక మధ్య తరహా నీటిపారుదల ప్రాజెక్టులు నిర్మించబడ్డాయిబీ వాటిలో ముఖ్యమైనవి పోచారం, డిండి, పాలేరు, వైరా, మానేరు మరియు మంజీరాపై ఘన్‌పూర్‌లో మరియు గోదావరిపై ఖానాపూర్‌లోని ఆనకట్టలు నిర్మించబడినాయి. ప్రభుత్వ నివేదికల నుండి అందుబాటులో ఉన్న సమాచారాన్ని బట్టి ఏడవ నిజాం, మీర్ ఉస్మాన్ అలీఖాన్ నీటి వనరులను కొరత మరియు కరువుల సమస్యను పరిష్కరించడమే కాకుండా రాష్ట్రంలోని సామాజిక-ఆర్థిక అభివృద్ధికి కూడా ఉపయోగించుకునే ఆసక్తిని కనబరిచారని స్పష్టమవుతుంది. పాలేరు, వైరా రిజర్వాయర్లు పూర్తయిన తర్వాత ఖమ్మం పట్టణం వర్తక, వాణిజ్యం, కమ్యూనికేషన్లలో గణనీయమైన అభివృద్ధిని సాధించిందనేది స్పష్టమవుతోంది. అదే విధంగా నిజాంసాగర్, మానేరు ప్రాజెక్టులు పూర్తయ్యాక నిజామాబాద్, కరీంనగర్ జిల్లాల్లో సామాజిక-ఆర్థిక పరిస్థితులు గమనించదగ్గ మార్పులకు లోనయ్యాయి. తెలంగాణ ప్రాంతంలో కాలువ సాగునీటి ప్రాంతాలలో వలసలు, వ్యవసాయం వాణిజ్యీకరణ, పట్టణీకరణ, వ్యవసాయ-పరిశ్రమల అభివృద్ధి మరియు వాణిజ్యం పెరుగుదల గమనించదగినవి.

పరిశ్రమల వృద్ధి

నిజాం డొమినియన్లు సమృద్ధిగా సహజ వనరులను కలిగి ఉన్నాయి. అయితే మూలధన పెట్టుబడుల కొరత కారణంగా పందొమ్మిదవ శతాబ్దంలో పారిశ్రామిక వృద్ధి వేగం మందగించింది. అయితే, హైదరాబాద్ స్టేట్‌లో రైల్వేలు మరియు కమ్యూనికేషన్స్, బొగ్గు గనులు, పత్తి వస్త్ర పరిశ్రమల అభివృద్ధికి సాలార్ జంగ్ I బాధ్యత వహించాడు. మీర్ ఉస్మాన్ అలీ ఖాన్ హయాంలో, 1918లో ప్రత్యేక వాణిజ్యం మరియు పరిశ్రమల శాఖ (సనత్-ఇ-హీరాఫత్) స్థాపించబడింది. పారిశ్రామిక కార్యకలాపాలను పెంపొందించడానికి ఐదుగురు అనధికారిక సభ్యులతో కూడిన తొమ్మిది మంది సలహాదారుల బోర్డు ఏర్పాటు చేయబడింది. నిజాం రాష్ట్రంలో 1901లో, 68 పెద్ద పారిశ్రామిక సంస్థలు ఉన్నాయి మరియు 1920 నాటికి వాటి సంఖ్య 330కి పెరిగింది. ఇన్‌స్పెక్టర్ ఆఫ్ ఫ్యాక్టరీస్ అండ్ బాయిలర్ 1910లో ఏర్పాటు చేయబడింది. హైదరాబాద్ కంపెనీ చట్టం 1910లో ప్రకటించబడింది. 1917లో పారిశ్రామిక ప్రయోగశాల ఏర్పాటు చేయబడింది. వాణిజ్యం మరియు పరిశ్రమల ప్రత్యేక విభాగం 1918లో స్థాపించబడింది.

1921లో, వాణిజ్యం మరియు పరిశ్రమల శాఖ అభివృద్ధి శాఖలో విలీనం చేయబడింది, అయితే తరువాత 1927లో ఇది పూర్తి స్థాయి సంస్థగా మారింది. నిజాం డొమినియన్లలో పారిశ్రామిక అభివృద్ధిలో వాణిజ్యం మరియు పరిశ్రమల శాఖ ప్రముఖ పాత్ర పోషించింది. 1928లో, హైదరాబాద్ ఫ్యాక్టరీల చట్టం ఆమోదించబడింది. నిజాం ప్రభుత్వం పరిశ్రమలకు షేర్లు, డిబెంచర్లు మరియు రుణాల రూపంలో రాష్ట్ర సహాయాన్ని అందించడానికి పారిశ్రామిక ట్రస్ట్ ఫండ్ ఏర్పాటుకు ఒక కోటి (పది మిలియన్) రూపాయలను మంజూరు చేసింది. ఆర్థిక సభ్యుడు, రెవెన్యూ సభ్యుడు మరియు P.W D. సభ్యుడు అనే ముగ్గురు సభ్యులతో కూడిన బోర్డు ఈ నిధిని నియంత్రిస్తుంది. వాణిజ్యం మరియు పరిశ్రమల శాఖ డైరెక్టర్ జనరల్ బోర్డుకు కార్యదర్శిగా వ్యవహరించారు. ఇది అనేక రకాల పరిశ్రమలకు సాంకేతిక మరియు సంస్థాగత మద్దతును కూడా అందించింది. నిజాం అలీఖాన్ పాలనలో, పెద్ద ఎత్తున పారిశ్రామిక సంస్థలు 1920లో 354 నుండి 1939 నాటికి 879కి పెరిగాయి. 1929–50 కాలంలో, మైనింగ్ మరియు తయారీ రంగాలలో మొత్తం 85 కంపెనీలలో 43, అగ్గిపెట్టెలు మొదలైనవి ఆర్థిక సహాయం పొందినాయి. 1938లో, ఉస్మానియా యూనివర్సిటీ గ్రాడ్యుయేట్ అసోసియేషన్ ద్వారా హైదరాబాద్ నగరంలో శాశ్వత పారిశ్రామిక ప్రదర్శన సంఘం (నుమాయిష్-ఎ-మస్నూత్-ఎ-ముల్కీ) ఏర్పాటు చేయబడింది, ఇది పూర్వపు హైదరాబాద్ రాష్ట్రంలోని పారిశ్రామిక ఉత్పత్తులను ప్రాచుర్యంలోకి తెచ్చింది. దానికి నిజాం ప్రభుత్వం మద్దతు ఇచ్చింది. 1938లో, పబ్లిక్ గార్డెన్స్‌లో దాదాపు 100 స్టాల్స్‌తో కూడిన మొదటి ఎగ్జిబిషన్ ఏర్పాటు చేయబడింది. ఎగ్జిబిషన్ సొసైటీ ముల్కీ ఇండస్ట్రీస్ అనే పత్రికను ప్రచురించింది. ఏ పరిశ్రమలోనైనా ఒకే యూనిట్‌ను ప్రోత్సహించడం, అన్ని ప్రధాన కంపెనీలపై రాష్ట్ర నియంత్రణ, స్థానికులు/స్థానిక (ముల్కీలు) పరిశ్రమల అభివృద్ధికి ప్రాధాన్యత ఇవ్వడం మరియు విదేశీ పెట్టుబడిని నిరుత్సాహపరచడం నిజాం ప్రభుత్వ పారిశ్రామిక విధానంలో గుర్తించదగిన లక్షణం. చమురు, బియ్యం మరియు పిండి మిల్లు, చిన్న-స్థాయి మోటార్ మరియు ఇంజనీరింగ్ వర్క్‌షాప్‌లు, బటన్ ఫ్యాక్టరీలు, అగ్గిపెట్టె కర్మాగారాలు మరియు చర్మశుద్ధి కర్మాగారాలు కూడా గణనీయంగా పెరిగాయి. కార్పొరేట్ రంగంలో మరో మూడు టెక్స్‌టైల్ మిల్లులు, రెండు సిగరెట్ ఫ్యాక్టరీలు, రెండు గాజుల ఫ్యాక్టరీలు, చక్కెర కర్మాగారాలు ఏర్పాటయ్యాయి. వ్యవస్థీకృత పరిశ్రమలో శ్రామిక శక్తి 1930లో 23,000 నుండి 1939 నాటికి 47,000కి పెరిగింది. అదనంగా, రైల్వే, మైనింగ్ మరియు ఇతర మౌలిక సదుపాయాల పరిశ్రమలలో మరో 30,000 మంది కార్మికులు నిమగ్నమై ఉన్నారు.

బొగ్గు తవ్వకం

బొగ్గు ఉత్పత్తి హైదరాబాదు రాష్ట్రంలో మొట్టమొదటి ఆధునిక పరిశ్రమ ఇది. 1880 ల చివరలో ప్రారంభించబడింది. లండన్‌కు చెందిన హైదరాబాద్ డెక్కన్ మైనింగ్ కంపెనీలో 75 శాతం వాటాలను ప్రభుత్వం కలిగి ఉంది, ఇది ప్రాస్పెక్టింగ్ మరియు బొగ్గు తవ్వకాల కోసం 1887లో స్థాపించబడింది. సింగరేణి కాలిరీస్ రాష్ట్రంలోనే మొట్టమొదటి బొగ్గు క్షేత్రం. ఇది 1889లో ప్రారంభించబడింది మరియు బొగ్గు అయిపోయిన తర్వాత 1941లో మూసివేయబడింది. 1889 మరియు 1940 మధ్య బొగ్గు ఉత్పత్తి 0.59 నుండి 13.01 లక్షల టన్నులకు పెరిగింది. మైనింగ్ పరిశ్రమ సుమారు 18,000 మందికి ఉపాధి కల్పించింది మరియు హైదరాబాద్ రాష్ట్రంలో ఉత్పత్తి చేయబడిన ఖనిజాల మొత్తం విలువలో 65 శాతానికి పైగా ఉంది. 1939లో కొత్తగూడెంలో అతిపెద్ద బొగ్గు క్షేత్రం ప్రారంభించబడింది మరియు ఇది మొత్తం బొగ్గు ఉత్పత్తిలో 55 శాతానికి పైగా ఉంది. ఆ తర్వాత తాండూరు బొగ్గు క్షేత్రం ప్రాముఖ్యతను సంతరించుకుంది. సింగరేణి కాలిరీస్ కంపెనీ లిమిటెడ్ (SCCL) 23 డిసెంబర్ 1920న హైదరాబాద్ కంపెనీల చట్టం ప్రకారం పబ్లిక్ లిమిటెడ్ కంపెనీగా విలీనం చేయబడింది. ఇది హైదరాబాద్ (డెక్కన్) కో. లిమిటెడ్ బెస్ట్ & కో., సెక్రటరీలుగా వ్యవహరించిన అన్ని ఆస్తులు మరియు అప్పులను స్వాధీనం చేసుకుంది. హైదరాబాద్ ప్రభుత్వం 1945లో కంపెనీ మెజారిటీ షేర్లను కొనుగోలు చేసింది. 1945 నుండి 1949 వరకు, హైదరాబాద్ కన్‌స్ట్రక్షన్ కంపెనీ లిమిటెడ్ మేనేజింగ్ ఏజెంట్‌గా వ్యవహరించింది. 1949లో ఈ పనిని హైదరాబాద్ ప్రభుత్వం ఇండస్ట్రియల్ ట్రస్ట్ ఫండ్‌కు అప్పగించింది. రాష్ట్రాల పునర్వ్యవస్థీకరణకు అనుగుణంగా 1956లో కంపెనీ నియంత్రణను ఆంధ్రప్రదేశ్ ప్రభుత్వానికి అప్పగించింది. 1956లో కంపెనీల చట్టం ప్రకారం SCCL ప్రభుత్వ కంపెనీగా మారింది.

ఆరవ నిజాం హయాంలో స్థాపించబడిన మూడు టెక్స్‌టైల్ మిల్లులతో పాటు, దివాన్ బహదూర్ రాంగోపాల్ టెక్స్‌టైల్ మిల్లు మరియు ఆజం జాహీ మిల్లు వరుసగా 1920 మరియు 1934లో ఏడవ నిజాం హయాంలో స్థాపించబడ్డాయి. మీర్ ఉస్మాన్ అలీ ఖాన్ పాలనలో స్థాపించబడిన ఇతర ప్రధాన పరిశ్రమలు క్రింది వాటిని కలిగి ఉన్నాయి:

జిందా తిల్స్‌మత్ ("లివింగ్ మ్యాజిక్"), యునాని హెర్బల్‌ను హైదరాబాద్‌లో ప్రముఖ హకీమ్ మొహమ్మద్ మొయిజుద్దీన్ ఫారూఖీ కనుగొన్నారు. 1920లో, "జిందా తిలిస్మత్" అనే కుటుంబ యాజమాన్య సంస్థలో జిందా తిల్స్‌మత్ తయారు చేయబడింది. ఇది హైదరాబాద్‌లోని అంబర్‌పేటలో ఉంది.

షాహాబాద్ సిమెంట్ పరిశ్రమ 1925లో ప్రారంభించబడింది. దీనిని హైదరాబాద్ రాష్ట్రంలోని పూర్వపు గుల్బర్గా జిల్లాలో షహాబాద్ వద్ద 35 లక్షలు మూలధనంతో ఏర్పాటు చేసినారు. తరువాత, ఇది 1936లో అసోసియేటెడ్ సిమెంట్ కంపెనీస్ లిమిటెడ్ ఆఫ్ ఇండియాలో విలీనం చేయబడింది.

వజీర్ సుల్తాన్ టొబాకో కంపెనీ లిమిటెడ్ 1927లో స్థాపించబడింది. హైదరాబాద్ కంపెనీల చట్టం క్రింద విలీనం చేయబడింది. ప్రముఖ చార్మినార్ సిగరెట్‌ను ఈ సంస్థ ఉత్పత్తి చేసింది. హైదరాబాద్ సిగరెట్ ఫ్యాక్టరీ గోల్కొండ సిగరెట్లను ఉత్పత్తి చేసింది. నిజాం ప్రైవేట్ ఎస్టేట్ మాజీ ఛైర్మన్ మరియు నిజాం ట్రస్ట్ ట్రస్టీ అయిన షాహిద్ హుస్సేన్ ప్రకారం, మీర్ ఉస్మాన్ అలీఖాన్ "చార్మినార్ సిగరెట్లను కాల్చేవాడు, వాటిని కాల్చిన పొగాకులో అతని కోసం ప్రత్యేకంగా చుట్టేవాడు, కేవలం స్థానికులను ప్రోత్సహించాలనే ఏకైక ఉద్దేశ్యంతో. హైదరాబాద్ రాష్ట్రంలో పరిశ్రమల స్థాపన జరిగింది.

డెక్కన్ మార్బుల్ అండ్ మైనింగ్ కంపెనీ 1930లో రాష్ట్ర ఆర్థిక సంస్థగా స్థాపించబడింది మరియు ఇది నిజాం డొమినియన్లలో ఖనిజాల వెలికితీతను చేపట్టింది. హైదరాబాద్ ఐరన్ అండ్ స్టీల్ వర్క్స్ లిమిటెడ్ 1932లో హైదరాబాద్‌లో రూ. 6 లక్షల చెల్లింపు మూలధనంతో స్థాపించబడింది. ఇది చమురు వెలికితీత యంత్రాలు మరియు ఇతర వస్తువులను ఉత్పత్తి చేసింది. హైదరాబాద్ ప్రభుత్వ ఇండస్ట్రియల్ ట్రస్ట్ ఫండ్ రూ. 25,000 ప్రారంభంలో మరియు రూ. 37,000 డిబెంచర్లు సమకూర్చింది. ఒకప్పుడు దిగుమతి చేసుకున్న ఇనుము మరియు ఉక్కు పలకలు ఇప్పుడు నిజాం డొమినియన్లలో స్థానికంగా ఉత్పత్తి చేయబడ్డాయి.

నిజాం షుగర్ ఫ్యాక్టరీ 1939లో 15,000 ఎకరాల భూమిలో స్థాపించబడింది. ఆ ప్రదేశానికి శక్కర్ నగర్ అని పేరు పెట్టారు. స్వాతంత్ర్యానికి పూర్వం ఇది ఆసియాలో అతిపెద్ద చక్కెర కర్మాగారం. నిజాం కాలంలో ఇది ఒక ప్రధాన పరిశ్రమ. 1939 సంవత్సరంలో, గ్రామాల నుండి కర్మాగారానికి చెరకును తీసుకురావడానికి, ఫ్యాక్టరీ నుండి చక్కెరను కూడా తీసుకువెళ్లడానికి నిజామాబాద్ మరియు బోధన్ మధ్య రైల్వే లైను ప్రారంభించబడింది.

హైదరాబాద్ ఆల్విన్ లిమిటెడ్ 1942లో ఆల్విన్ మెటల్ వర్క్స్‌గా స్థాపించబడింది. ఇది నిజాం ప్రభుత్వం యొక్క ఇండస్ట్రియల్ డెవలప్‌మెంట్ ట్రస్ట్ మరియు M/s అల్లాదిన్ & కంపెనీ యొక్క జాయింట్ వెంచర్‌గా ప్రారంభించబడింది. హైదరాబాద్ ఆల్విన్ మెటల్ వర్క్స్ లిమిటెడ్ హైదరాబాద్ స్టేట్ రైల్వేస్ కోసం అల్బియాన్ సిఎక్స్ 9 బస్సులను

సమీకరించేది. 1952లో మొదటి సాధారణ ఎన్నికల కోసం బ్యాలెట్ బాక్సులను కూడ తయారు చేసింది. ఇది ఆటోమొబైల్స్, ట్రక్కులు, స్కూటర్లు, బస్ కోచ్‌ల తయారీలో పాలుపంచుకుంది. హైదరాబాద్ రాష్ట్ర ప్రభుత్వ ఇంజనీరింగ్ కంపెనీ కూడా. భవనం, రిఫ్రిజిరేటర్లు మరియు చేతి గడియారాలు పరిశ్రమలు స్థాపించబడినాయి.

సిర్పూర్ పేపర్ మిల్స్ లిమిటెడ్ తెలంగాణలోని పూర్వపు ఆదిలాబాద్ జిల్లాలో కాగజ్‌నగర్‌లో ఉన్న ఒక సమగ్ర పల్ప్ మరియు పేపర్ మిల్లు. ఇది 1936లో స్థాపించబడింది, అయితే అసలు ఉత్పత్తి 1942లో ప్రారంభమైంది. ఇది దేశంలోని పురాతన పేపర్ మిల్లుల్లో ఒకటి. కాగజ్‌నగర్ కొత్త పట్టణాన్ని ఏడవ నిజాం మీర్ ఉస్మాన్ అలీ ఖాన్ స్థాపించారు మరియు దీనికి పేపర్ మిల్స్ పేరు పెట్టారు. సిర్పూర్–కాగజ్‌నగర్‌లో సర్ సిల్క్ అనే మరో టెక్స్‌టైల్ కంపెనీ కూడా ఉండేది. ఇది 1946లో స్థాపించబడింది కానీ తరువాత మూసివేయబడింది.

ప్రాగా టూల్స్ లిమిటెడ్ భారతదేశంలోని సికింద్రాబాద్‌లోని కవాడిగూడలో ప్రధాన కార్యాలయంతో మెషిన్ టూల్స్ తయారీకి ప్రాగా టూల్స్ కార్పొరేషన్ లిమిటెడ్‌గా 1943లో స్థాపించబడింది. ఇది ఒక కోటి రూపాయల అధీకృత మూలధనంతో 1943లో ప్రారంభించబడింది. 1947లో హైదరాబాద్ ప్రభుత్వం ఈ పరిశ్రమపై ఆసక్తి చూపి రూ. దీని విస్తరణకు 20 లక్షలు మంజూరు చేసింది.

హైదరాబాద్ ఆస్బెస్టాస్ 1946లో హైదరాబాద్ ప్రిన్స్లీ స్టేట్‌లో స్థాపించబడింది మరియు ఇది ప్రధానంగా సిమెంట్ షీట్లను ఉత్పత్తి చేసింది. తర్వాత 1947లో హైదరాబాద్ ఇండస్ట్రీస్ గా పేరు మార్చారు.

పై పరిశ్రమలతో పాటు, ఏడవ నిజాం పాలనలో కింది కర్మాగారాలు కూడా స్థాపించబడ్డాయి: బటన్ ఫ్యాక్టరీ, సోప్ ఫ్యాక్టరీ, ఇండస్ట్రియల్ ఆల్కహాల్ ఫ్యాక్టరీ, దక్కన్ గ్లాస్ వర్క్స్, రెండు సిగరెట్ ఫ్యాక్టరీలు (చార్మినార్ మరియు గోల్కొండ), దక్కన్ పెన్సిల్ ఫ్యాక్టరీ, హైదరాబాద్ రసాయన మరియు ఎరువులు, S.P. ఆయిల్ క్లాత్ మరియు అనుబంధ ఉత్పత్తులు, జాతీయ ఆహార ఉత్పత్తులు మరియు దక్కన్ షూస్ అండ్ లెదర్ వర్క్స్ మొదలైనవి.

1941 సంవత్సరంలో, మీర్ ఉస్మాన్ అలీ ఖాన్ హైదరాబాద్ స్టేట్ బ్యాంక్‌ను రాష్ట్ర సెంట్రల్ బ్యాంక్‌గా స్థాపించారు, ఇది నిజాం డొమెనియన్ల కరెన్సీ అయిన ఉస్మానియా సిక్కాను నిర్వహించేది. బ్రిటీష్ ఇండియాలో హైదరాబాదు మాత్రమే దాని స్వంత కరెన్సీని

కలిగి ఉంది, దేశంలోని ఇతర ప్రాంతాల కంటే భిన్నంగా ఉండే హైదరాబాద్ రూపాయి చలామణిలో ఉంది. బ్రిటీష్ ఇండియాలో పాలకుడు తన స్వంత కరెన్సీ నోట్లను జారీ చేయడానికి అనుమతించిన ఏకైక రాష్ట్రం హైదరాబాద్. 1918లో 100 రూపాయల నోటును ప్రవేశపెట్టారు.

విద్యాభివృద్ధి

మీర్ ఉస్మాన్ అలీఖాన్ పాలనలో ప్రాథమిక స్థాయి నుండి ఉన్నత స్థాయి వరకు విద్యావ్యవస్థలో చెప్పుకోదగ్గ మార్పులు వచ్చాయి. ఇరవయ్యవ శతాబ్దం మొదటి రెండు దశాబ్దాలలో, నిజాం ప్రభుత్వం ప్రాథమిక విద్య యొక్క వేగవంతమైన విస్తరణ విధానాన్ని అనుసరించింది. పాఠశాలలు మరియు విద్యార్థుల సంఖ్య మూడు రెట్లు పెరిగింది. 1915 నుండి 1920 వరకు కేవలం ఐదు సంవత్సరాలలో, వ్యయం రూ. 1.05 మిలియన్ల నుండి రూ. 4.5 మిలియన్లు.ప్రాథమిక పాఠశాలల వ్యయం రూ. 480,000 నుండి రూ. 1.3 మిలియన్లకు పెరిగింది. దీనికి అనుగుణంగా ప్రాథమిక పాఠశాల విద్యార్థుల సంఖ్య 114,000 నుండి 199,000కి పెరిగింది మరియు మాధ్యమిక పాఠశాలల్లో విద్యార్థుల సంఖ్య 19,000 నుండి 32,000కి పెరిగింది. ఒక పండితుడు ఇలా పేర్కొన్నాడు, "మీర్ ఒస్మాన్ అలిక్ ఖాన్ పాలనలో మొదటి 25 సంవత్సరాలలో విద్యావ్యవస్థ చాలా విస్తరించింది. మొత్తం బడ్జెట్‌లో కేవలం 1.77 శాతం మాత్రమే ఉన్న విద్యా మంత్రిత్వ శాఖ బడ్జెట్ రూ. 1910లో 769,000, 1931లో మొత్తం బడ్జెట్‌లో రూ. 10.45 శాతానికి పెరిగింది".

M.T.A మేహ్యూ, విద్యా సలహాదారు సిఫార్సుల మేరకు ఉచిత ప్రాథమిక విద్య విస్తరణ పథకం చేపట్టారు. విద్యపై ఖర్చు దాదాపు రూ. 16 రెట్లు పెరిగింది. 1917 మరియు 1948 మధ్య రూ. 6 లక్షల నుండి రూ. 97 లక్షలు పెరిగింది. 1935లో, విద్యా పునర్వ్యవస్థీకరణ సమస్యపై విచారణ మరియు నివేదిక కోసం ప్రభుత్వం అప్పటి ఉస్మానియా విశ్వవిద్యాలయం ప్రో-వైస్-ఛాన్సలర్ డాక్టర్. ఎ. మెకంజీ ఆధ్వర్యంలో ఒక కమిటీని నియమించింది. కమిటీ సిఫార్సులు కొన్ని మార్పులతో ఆమోదించబడ్డాయి. బోర్డ్ ఆఫ్ సెకండరీ ఎడ్యుకేషన్ ఏర్పాటు చేయబడింది. నిజాం డొమినియన్స్‌లో సాంకేతిక మరియు వృత్తి విద్యా విభాగం స్థాపించబడింది. విద్యా సంస్కరణలు భవనాలు మరియు సిబ్బందికి తగిన సదుపాయంతో ప్రాథమిక పాఠశాలలను బలోపేతం చేయాలని భావించాయి లోకల్ ఫండ్ పాఠశాలలను ప్రభుత్వ పాఠశాలలుగా మార్చడం, బాలుర మరియు బాలికల పాఠశాలలకు గ్రాంట్స్-ఇన్-ఎయిడ్ పెంపు తనిఖీ ఏజెన్సీని బలోపేతం

చేయడం జిల్లాల్లో విద్యా సలహా కమిటీల ఏర్పాటు ఉపాధ్యాయ శిక్షణ, కళలు మరియు క్రాఫ్ట్ పాఠశాలల స్థాపన, వెనుకబడిన మరియు అణగారిన తరగతుల కోసం ప్రత్యేక పాఠశాలలను స్థాపించడం మొదలైనవి. 1926-7 సంస్కరణలు రాష్ట్ర నియంత్రణను మరింత బలోపేతం చేయడానికి మరియు పాఠశాలలు మరియు పాఠ్యాంశాలను ప్రామాణీకరించడానికి దారితీశాయి. జిల్లాలకు 47 మంది కొత్త ఇన్స్పెక్టర్లను నియమించారు, ఇది మొదటిసారిగా ప్రాథమిక పాఠశాలల సాధారణ నియంత్రణను పూర్తిగా ఆదర్శప్రాయంగా కనిపించకుండా చేసింది.

మీర్ ఉస్మాన్ అలీ ఖాన్ (1911-1948) పాలనలో నిజాం డొమినియన్లలో ప్రాథమిక విద్య అనేక రెట్లు విస్తరించింది. 1921లో హైదరాబాద్ రాష్ట్రంలో 2.08 లక్షల మంది విద్యార్థులతో 4203 ప్రాథమిక పాఠశాలలు ఉన్నాయి. 1947లో వాటి సంఖ్య వరుసగా 6,300 మరియు 3.88 లక్షలకు పెరిగింది. 1920లలో మాధ్యమిక పాఠశాల విద్యా విధానం సంస్కరించబడింది మరియు ఆంగ్లం తప్పనిసరి పాఠ్యాంశంగా చేయబడింది. హైదరాబాదు రాష్ట్రంలో రెండు రకాల ఉన్నత పాఠశాలలు ఉన్నాయి, అవి ఆంగ్ల ఉన్నత పాఠశాలలు మరియు ఉస్మానియా ఉన్నత పాఠశాలలు. పూర్వం మద్రాస్ యూనివర్సిటీ పరిధిలోని హైస్కూల్ లీవింగ్ సర్టిఫికేట్ ఎగ్జామినేషన్ (HSLC) కోసం విద్యార్థులను సిద్ధం చేశారు. తరువాత ఉస్మానియా మెట్రిక్ పరీక్ష కోసం ఉద్దేశించబడింది. అయితే రాష్ట్రంలో ఉద్యోగావకాశాలు కల్పించడంతో ఉస్మానియా మెట్రిక్ విద్యార్థుల్లో ఆదరణ పొందింది. మాధ్యమిక విద్య మరియు పరీక్షల ద్వంద్వ విధానం 1939లో రద్దు చేయబడింది మరియు అన్ని పాఠశాలలు బోర్డ్ ఆఫ్ సెకండరీ ఎడ్యుకేషన్ నియంత్రణలోకి తీసుకురాబడ్డాయి.

దళితుల విద్య

హైదరాబాద్ రాష్ట్రంలో నిమ్న కులాల దళితులు వివక్షకు గురయ్యారు మరియు వారికి అధికారిక విద్య అందుబాటులో లేదు. కుల వివక్ష కారణంగా ప్రభుత్వ పాఠశాలల్లో ప్రవేశం నిరాకరించబడింది. అగ్రవర్ణ హిందువులు స్థాపించిన ప్రైవేట్ విద్యాసంస్థలు దళిత పిల్లలను చేర్చుకోలేదు. కానీ కొన్ని క్రిస్టియన్ మిషనరీ సంస్థలు వారికి ఆధునిక విద్యను అందించాయి. ఒక ప్రభుత్వ నివేదిక ఇలా పేర్కొంది: "తమ వర్గాల కుల దురభిమానాల కారణంగా పరియా [దళితుడు] ఒక వర్గంగా ఇంకా మా పట్ల ఎలాంటి అనుగ్రహాన్ని పొందలేదు. వారి కోసం ఏమి చేసినా అది పూర్తిగా వెస్లియన్ మెథడిస్ట్ మరియు ఇతర మిషన్ల ఈ దిశలో గొప్ప ప్రయత్నాల వల్ల వస్తుంది. అణగారిన

ప్రజలలో అక్షరాస్యతను పెంచడానికి, నిజాం ప్రభుత్వం 1916-17 సంవత్సరంలో అణగారిన తరగతుల కోసం 63 ప్రత్యేక పాఠశాలలను స్థాపించింది. 1919 నాటికి 3804 మంది విద్యార్థులతో వారి సంఖ్య 80కి పెరిగింది. ప్రభుత్వం పేద విద్యార్థులకు ఉచిత విద్య, పుస్తకాలు, యూనిఫాంలు, హాస్టల్ సౌకర్యాలు మరియు స్కాలర్‌షిప్‌లను కూడా అందించింది. 1931లో, లండన్‌లో జరిగిన అణగారిన తరగతుల సదస్సులో ప్రసంగిస్తూ, డాక్టర్ అంబేద్కర్ తన అధ్యక్ష ఉపన్యాసంలో ఇలా వ్యాఖ్యానించారు, "ఈ అణగారిన తరగతుల సదస్సు ఈ తరగతి అభ్యున్నతికి శ్రద్ధ చూపిన నిజాం ప్రభుత్వానికి కృతజ్ఞతలు. వారి విద్య కోసం ప్రభుత్వం ప్రత్యేక పాఠశాలలను కూడా ప్రారంభించింది. నిజాం ప్రభుత్వ దయకు అరుదైన ఉదాహరణ. మరే ఇతర భారతీయ రాష్ట్రాలు ఈ తరగతికి ఇటువంటి విద్యా సౌకర్యాలను అందించలేదు. నిజాం అడుగుజాడల్లో నడవాలని ఈ సదస్సు ఇతర రాష్ట్రాల పాలకులను అభ్యర్థిస్తోంది".

ప్రభుత్వ నివేదికల ప్రకారం, 1936 సంవత్సరంలో, అణగారిన తరగతుల కోసం 101 ప్రత్యేక పాఠశాలలు ఉన్నాయి. మొత్తం 4017 మంది విద్యార్థులు మరియు మొత్తం వ్యయం రూ. 30,927. నిజాం ప్రభుత్వం 1934లో భాగ్యరెడ్డి వర్మ స్థాపించిన పాఠశాలలను స్వాధీనం చేసుకుని వాటిని "ప్రత్యేక ప్రాథమిక పాఠశాలలు"గా గుర్తించింది. ఈ ప్రత్యేక పాఠశాలల్లో చెప్పుకోదగ్గ అంశం తెలుగు మాధ్యమం కొనసాగింపు. ఒక అధ్యయనం ప్రకారం, 1945లో నిజాం డొమినియన్స్‌లో అణగారిన తరగతుల కోసం 186 ప్రత్యేక పాఠశాలలు ఉన్నాయి, వీటిలో బోధనా మాధ్యమం తెలుగు. అదే సంవత్సరంలో, అణగారిన తరగతులకు చెందిన 8,764 మంది బాలురు ఈ ప్రత్యేక పాఠశాలల్లో మరియు మరో 7,500 మంది సాధారణ పాఠశాలల్లో చేరారు. వాస్తవానికి, 1880లో ఆరవ నిజాం పాలనలో నిజాం ప్రభుత్వం ప్రాథమిక విద్య (నాల్గవ తరగతి వరకు) అనుమతించింది. స్థానిక భాషలలో, ఉర్దూ, తెలుగు, మరాఠీ మరియు కన్నడలలో విద్యా బోధన జరిగింది. ప్రభుత్వం కూడా IV ప్రమాణం వరకు గుర్తించిందిబీ విద్యార్థులు తమ మాతృభాష లేదా ఉర్దూను బోధనా మాధ్యమంగా ఎంచుకునే అవకాశం కల్పించింది.

గిరిజన పాఠశాలలు

అణగారిన తరగతుల కోసం ప్రత్యేక పాఠశాలలతో పాటు, ఆదిలాబాద్, మహబూబ్‌నగర్ మరియు వరంగల్ జిల్లాల్లోని ఏజెన్సీ ప్రాంతాలలో గోండు, కోయ, చెంచు మరియు బంజారా గిరిజనులలో అక్షరాస్యతను వ్యాప్తి చేయడానికి హైదరాబాద్ ప్రభుత్వం వారి మాతృభాషలో ప్రత్యేక గిరిజన పాఠశాలలను ఏర్పాటు చేసింది. హైమెండోర్ఫ్

సిఫారసు మేరకు, గిరిజనులకు విద్యనందించేందుకు ఏజెన్సీ ప్రాంతాల్లో ప్రత్యేక పాఠశాలలు స్థాపించబడ్డాయి. ప్రొఫెసర్ హైమెన్‌డార్ఫ్ 1943లో ఆదివాసీలలో అక్షరాస్యతను పెంపొందించడానికి గోండు విద్యా పథకాన్ని (GES) రూపొందించారు. GES దీని కింద, ప్రస్తుత కుమ్రం భీమ్ ఆసిఫాబాద్ జిల్లాలోని జైనూర్ మండలం మార్లవాయిలో గోండు ఉపాధ్యాయుని నేతృత్వంలో శిక్షణా కేంద్రం స్థాపించబడింది. కొత్త గిరిజన ఉపాధ్యాయులు-పట్వారీలు (ట్రైనీలు) పాత నాయకులు శిక్షకులతో సామరస్యపూర్వకంగా పనిచేసినందున ఇది బాగా పనిచేసింది. GES గోండి మాట్లాడేవారిని ప్రాథమిక పాఠశాల ఉపాధ్యాయులుగా గుర్తించి శిక్షణ ఇచ్చింది. 1943లో, గోండ్ ఎడ్యుకేషన్ స్కీమ్ మొత్తం రూ. 46,267 ఖర్చుతో ప్రారంభమైంది. తెలుగు మాట్లాడే ప్రాంతాల్లో తెలుగుపై ప్రాథమిక పరిజ్ఞానాన్ని అందించడం ఈ పథకం ప్రధాన లక్ష్యం. ఆదిలాబాద్ జిల్లాలోని ఉట్నూర్ తాలూకా గిరిజన గ్రామమైన మర్లవాయిని ఎంపిక చేసి గోండు తెగల ప్రయోజనాల కోసం పాఠశాల, శిక్షణా కేంద్రాన్ని ఏర్పాటు చేశారు. ప్రారంభంలో మొత్తం 30 మంది గిరిజన విద్యార్థులు ప్రవేశం పొందారు. బోధనా మాధ్యమం గోండి భాషలో ఉండేది. అనంతరం 72 గ్రామ పాఠశాలలు, రెండు ఉపాధ్యాయ శిక్షణా కేంద్రాలను ప్రారంభించారు. లిఖిత గోండి భాష లేనందున దేవనాగరి లిపిలో అనేక పుస్తకాలు మరియు చార్టులు ప్రచురించబడ్డాయి, వీటి ఖర్చు రూ. 1.34 లక్షలు. మాట్లాడే మాండలికం మాత్రమే అయిన గోండిని బోధనా మాధ్యమంగా స్వీకరించారు. విద్యార్థులకు అందుబాటులో ఉంచబడిన సాహిత్యం: పెద్దల కోసం గోండి పఠన చార్ట్, గోండి ప్రైమర్ మరియు పిల్లలకు మొదటి రీడర్, మూడు పురాణ పద్యాలు ది మిత్ ఆఫ్ సన్యాసులు మొదలైనవి. నిజాం ప్రభుత్వం విద్యార్థుల కోసం శిక్షణా కేంద్రం మరియు వసతి గృహాలు నిర్మించింది. 1951 నాటికి, మార్లవాయి మరియు గిన్నెధారిలోని ఉపాధ్యాయ శిక్షణా కేంద్రాలు 95 మంది ఉపాధ్యాయులు, ఐదుగురు గ్రామ అధికారులు, ఒక రెవెన్యూ ఇన్‌స్పెక్టర్, ఐదుగురు గుమస్తాలు మరియు ఏడుగురు ఫారెస్ట్ గార్డులను తయారు చేశాయి, ఇది భారీ స్థాయిలో విజయాన్ని సూచిస్తుంది. పోలీసు చర్య తర్వాత హైదరాబాద్‌ను ఇండియన్ యూనియన్‌లో విలీనం చేయడంతో విద్యా విధానాల్లో మార్పు వచ్చింది. ఏది ఏమైనప్పటికీ, గిరిజనులకు బోధించే గిరిజనులను కలిగి ఉన్న ఆంత్రోపాలజిస్ట్ చేత అమలులోకి తెచ్చి పథకాలు విజయవంతమైన ప్రభుత్వాలు ఏవీ విజయవంతం కాలేదు.

1946లో వరంగల్ జిల్లాలో కోయ తెగల విద్యా పథకాన్ని ప్రభుత్వం ప్రారంభించింది. యెల్లందు తాలూకా సుదిమల్ల గ్రామంలో కోయ విద్యా కేంద్రాన్ని ప్రారంభించారు.

పాఠశాల భవనం, ఉపాధ్యాయుల నివాసాలు నిర్మించారు. ప్రారంభించడానికి, పదిహేను మంది కోయ విద్యార్థులు ఉపాధ్యాయ అభ్యర్థులుగా చేర్చబడ్డారు మరియు శిక్షణ పొందారు. వీరికి రూ. నెలకు 15. 1947లో, పద్నాలుగు గ్రామ పాఠశాలలు ప్రారంభించబడ్డాయి. 1947 చివరి నాటికి మొత్తం 277 మంది విద్యార్థులతో మరో ఏడు గ్రామ పాఠశాలలు ఏర్పడ్డాయి. వరంగల్ జిల్లాలో, గోదావరి లోయ గ్రామీణ సంక్షేమ పథకం కింద పాలోంచ తాలూక్‌లో కూడా అనేక పాఠశాలలు ప్రారంభించబడ్డాయి మరియు 80 మంది విద్యార్థులు ప్రవేశం పొందారు. వారికి ఉచిత విద్య మరియు స్టడీ మెటీరియల్స్ లభించాయి.

పూర్వపు నిజాం పాలనలో, వరంగల్ జిల్లా మహబూబాబాద్ తాలూకాలో బంజారా సంఘాలు అధికంగా ఉండేవి. 1946లో బంజారా విద్యార్థుల కోసం తొర్రూర్ గ్రామంలో ఒక పాఠశాల మరియు ఉపాధ్యాయ శిక్షణా కేంద్రం స్థాపించబడింది. బంజారా భాషకు లిపి లేదు కాబట్టి బంజారా భాషలో పిల్లలకు చదువు చెప్పేందుకు తెలుగు, దేవనాగరి లిపిలో పుస్తకాలు రాశారు. పఠన సామగ్రిలో ఈ క్రింది పాఠ్యపుస్తకాలు ఉన్నాయి: బంజారాబాలశిక్ష, బంజారా మొదటి మరియు రెండవ రీడర్, బంజారా అడల్ట్ చార్ట్, బంజారా చిత్రపత్, "రాధ మరియు మోలా" మొదలైనవి. తొర్రూర్ ప్రాథమిక పాఠశాల 34 మంది విద్యార్థులను చేర్చుకుంది. తరువాత 39 ప్రత్యేక ప్రాథమిక పాఠశాలలు ఇతర గ్రామాలలో ప్రారంభించబడ్డాయి. . ఈ పాఠశాలల్లో ప్రత్యేక ఉపాధ్యాయుల ద్వారా బంజారా మాండలికంలో బోధన అందించి, ఈ పథకంపై ఏటా రూ. 27,957 ఖర్చు చేశారు. అమ్రాబాద్ గ్రామీణ సంక్షేమ పథకం కింద, మహబూబ్‌నగర్ జిల్లా మన్ననూర్ గ్రామంలో 1948లో మొత్తం 77 మంది విద్యార్థులతో ఒక పాఠశాలను స్థాపించారు. మీర్ ఉస్మాన్ అలీఖాన్ హయాంలో అణగారిన తరగతులకు, గిరిజన వర్గాలకు ప్రాథమిక స్థాయి నుంచి యూనివర్సిటీ స్థాయి వరకు ఉచితంగా విద్య అందించారు. వారిలో ప్రతిభావంతులైన విద్యార్థులు ఉన్నత విద్యను అభ్యసించడానికి స్కాలర్‌షిప్‌లను ప్రదానం చేశారు.

మీర్ ఉస్మాన్ అలీఖాన్ హయాంలో మహిళా విద్యను ప్రోత్సహించారు. వాస్తవానికి, ఆరవ నిజాం, మీర్ మహబూబ్ అలీఖాన్ బాలికల పాఠశాలలను ప్రారంభించాడు . అనేక జెనానా ప్రాథమిక పాఠశాలలను స్థాపించాడు. కానీ ఏడవ నిజాం పాలనలో, జనానా పాఠశాలలు జెనానా హైస్కూల్ నాంపల్లి, మహబూబియా గర్ల్స్ స్కూల్, స్టాన్లీ గర్ల్స్ హైస్కూల్, సికింద్రాబాద్, హుస్సేనీ మొహల్లా మిడిల్ స్కూల్, షాహలిబండ మిడిల్ స్కూల్ వంటివి ఉన్నత పాఠశాలలుగా అప్‌గ్రేడ్ చేయబడ్డాయి. మదరసా-నిజ్వాన్,

హనమకొండ, ప్రభుత్వ మిడిల్ స్కూల్ గుల్బర్గా, బాలికల పాఠశాల, సికింద్రాబాద్ మొదలైన వాటిలో కొన్ని పాఠశాలలు, వంట, తోటపని మరియు బాలికలకు ప్రథమ చికిత్స తరగతులను అందించాయి. నాంపల్లి జెనానా కళాశాల మాత్రమే బాలికలను ఇంటర్మీడియట్‌కు సిద్ధం చేసిన ఏకైక కళాశాల. విద్య పురోగతితో, మహిళలు కూడా మేధో ప్రయోజనాలలో న్యాయమైన వాటాను పొందారు. ఇరవయ్యవ శతాబ్దం మొదటి దశాబ్దం ముగిసే సమయానికి బాలికల కోసం 80 ప్రాథమిక, 10 ఉన్నత పాఠశాలలు మాత్రమే ఉన్నాయి మరియు మహిళా ఉపాధ్యాయులకు శిక్షణా పాఠశాలలు లేవు. కానీ మీర్ ఉస్మాన్ అలీ ఖాన్ పాలనలో మొదటి 25 సంవత్సరాలలో మహిళా విద్య వేగంగా విస్తరించింది. 1936లో, రెండు మహిళా కళాశాలలతో పాటు 677 ప్రాథమిక, 28 మాధ్యమిక, 4 శిక్షణ మరియు 4 ప్రత్యేక పాఠశాలలు ఉన్నాయి.

ఉన్నత విద్య

ఉర్దూ మీడియం యూనివర్శిటీ ఆలోచనను ఇద్దరు ప్రముఖ ఇస్లామిక్ పండితులు, రఫయత్ జంగ్ మరియు జమాలుద్దీంగ్ ఆఫ్ఘని 1873లో ప్రతిపాదించారు. తరువాత బ్రిటిష్ ఓరియంటలిస్ట్ పండితుడు, బ్లంట్ W.S. 1884లోఆరవ నిజాం మీర్ మహబూబ్ అలీఖాన్‌ను ఉర్దూ మీడియం యూనివర్సిటీని స్థాపించమని అభ్యర్థించాడు. కానీ ఆయన దానిని అంగీకరించలేదు. అబ్దుల్ బాసిత్ మరియు మౌల్వీ ముహమ్మద్ అక్బర్ అలీ వంటి దారు-ఉల్-ఉలుమ్ కళాశాలలోని ఓల్డ్ బాయ్స్ అసోసియేషన్ మరియు హైదరాబాద్ ఎడ్యుకేషనల్ కాన్ఫరెన్స్ సభ్యులు నిజాం డొమినియన్స్‌లో ఉర్దూను బోధనా మాధ్యమంగా ప్రోత్సహించడానికి ప్రయత్నించారు. 1915లో కాన్ఫరెన్స్‌లో తన ప్రారంభ ప్రసంగంలో, సర్ అక్బర్ హైదరీ, "దేవుని కోరిక, కొన్ని సంవత్సరాలలో దార్-ఉల్-ఉలుమ్ అద్భుతమైన విశ్వవిద్యాలయంగా మారుతుందని" ప్రకటించారు. ఉర్దూ వంటి మాతృభాషలో బోధన "భారతదేశంలో లౌకిక విద్య విజయానికి కీలకం" అని ఆయన అభిప్రాయపడ్డారు. తదనుగుణంగా, 1917లో హైదరీ ఉర్దూ-మీడియం విశ్వవిద్యాలయం ఏర్పాటుకు సిఫార్సు చేస్తూ ప్రభుత్వానికి నివేదిక సమర్పించారు. ఉస్మానియా యూనివర్శిటీని ఉర్దూ మీడియం సంస్థగా స్థాపించడంలో సర్ సయ్యద్ రాస్ మసూద్ కూడా ముఖ్యమైన పాత్ర పోషించారు. ఎడ్యుకేషన్ డైరెక్టర్‌గా, అతను విద్యా వ్యవస్థను అధ్యయనం చేయడానికి మరియు ఉన్నత విద్యలో బోధనా మాధ్యమంగా మాతృభాషను ప్రవేశపెట్టడానికి సాధ్యాసాధ్యాలను తెలుసుకోవడానికి ఆరు నెలల పాటు జపాన్‌కు వెళ్లారు. ఉస్మానియా యూనివర్సిటీలో ఉర్దూ మాధ్యమాన్ని ప్రవేశపెట్టాలని సిఫారసు చేస్తూ నిజాం ప్రభుత్వానికి నివేదిక సమర్పించారు.

ఉర్దూ మాధ్యమంలో ఉస్మానియా విశ్వవిద్యాలయం స్థాపన పూర్వపు హైదరాబాదు రాష్ట్రంలో ఉన్నత విద్యారంగంలో కొత్త శకానికి నాంది పలికింది. 26 ఏప్రిల్ 1917న, చివరి నిజాం మీర్ ఉస్మాన్ అలీఖాన్ మీర్ ఉస్మాన్ అలీఖాన్ ఒక ఫార్మాన్‌ను ప్రకటించాడు, దీని ద్వారా కొత్త విశ్వవిద్యాలయం "ప్రాచీన మరియు ఆధునిక భౌతిక వ్యవస్థలలో అత్యుత్తమమైన వాటి యొక్క పూర్తి ప్రయోజనాన్ని పొందడానికి రూపొందించబడింది. మేధో మరియు ఆధ్యాత్మిక సంస్కృతి విలసిల్లుతుందని" నిజాం పేర్కొన్నాడు, "హైదరాబాద్ డొమినియన్స్‌లో పురాతన మరియు ఆధునిక, ప్రాచ్య మరియు ఆక్సిడెంటల్ కళలు, శాస్త్రాలు సంశ్లేషణ చేయబడే విధంగా ప్రస్తుత విద్యా విధానంలోని లోపాలను సరిదిద్దే విధంగా ఒక విశ్వవిద్యాలయాన్ని స్థాపించాలి..." అని పేర్కొన్నాడు. "ఇది రాష్ట్ర అధికారిక భాష మరియు రాష్ట్ర జనాభాలో అత్యధికులు అర్థం చేసుకుంటారు." ఫార్మాన్‌స్టేట్: "యూనివర్శిటీ యొక్క పనిలో ప్రాథమిక ప్రధానమైనది ఉర్దూ ఉన్నత విద్య మాధ్యమంగా ఏర్పరచబడాలి, అయితే ఒక భాషగా ఆంగ్ల పరిజ్ఞానం అదే సమయంలో విద్యార్థులందరికీ తప్పనిసరి అని భావించాలి''. అలా హైదరాబాద్ 1918లో ఉస్మానియా యూనివర్శిటీ స్థాపన తర్వాత ఉర్దూ మరియు ఇస్లామిక్ స్కాలర్‌షిప్ యొక్క కేంద్రంగా అభివృద్ధి చెందింది. భారతదేశంలోని మొట్టమొదటి ప్రాంతీయ భాషా విశ్వవిద్యాలయం, ఉస్మానియా హైదరాబాద్ యొక్క ఏకైక ఆధునికతకు చిహ్నంగా పనిచేసింది. ఇది భారతదేశంలోని ముస్లిం మేధావులను కాబూల్, దర్బన్, ఇస్తాంబుల్ మరియు కైరో వంటి సుదూర ప్రాంతాలతో అనుసంధానించే ప్రాంతీయ 'ఉర్దూస్పియర్' యొక్క ముఖ్యమైన కేంద్రంగా హైదరాబాద్ హోదాను మెరుగుపరిచింది. అలీఘర్, దేవ్‌బంద్ మరియు లక్నో నుండి ముస్లిం ఆలోచనాపరులను తూర్పు మధ్యధరా ప్రాంతంలోని వారి సహచరులతో కలుపుతూ హైదరాబాద్ 'ముస్లిం మేధో ప్రపంచంలో నోడల్ కేంద్రం'గా పేరుగాంచింది.

ప్రారంభంలో, ఉస్మానియా విశ్వవిద్యాలయానికి సొంత క్యాంపస్ లేదు. గన్ ఫౌండ్రీ ప్రాంతంలోని ప్రైవేట్ భవనాల నుండి తాత్కాలికంగా ప్రారంభమైంది. ఆ తర్వాత యూనివర్సిటీకి అనువైన స్థలం కోసం అన్వేషణ సాగింది. 1928లో, నిజాం 18వ శతాబ్దపు ప్రసిద్ధ కవయిత్రి మరియు వేశ్య, అనేక వేల ఎకరాల భూమిని కలిగి ఉన్న మహ్ లకా బాయి చందాకు చెందిన అడిక్‌మెట్ జాగీర్ నుండి సుమారు 1600 ఎకరాల భూమిని మంజూరు చేశాడు. నవాబ్ జైన్ యార్ జంగ్, స్టేట్ ఆర్కిటెక్ట్ మరియు సయ్యద్ అలీ రజాతో కూడిన నిపుణుల బృందాన్ని యూరప్, USA, జపాన్, ఈజిప్ట్ మరియు టర్కీకి పంపారు, అక్కడ ఉన్న అనేక విశ్వవిద్యాలయాల నిర్మాణ లక్షణాలను అధ్యయనం

చేసి ఉస్మానియా విశ్వవిద్యాలయానికి నమూనాను సూచించడానికి పంపారు. ఆర్ట్స్ కాలేజీ భవనాన్ని డిజైన్ చేసిన బెల్జియన్ ఆర్కిటెక్ట్ మోన్సియర్ జాస్పర్‌ను బృందం గుర్తించింది. అతను మొఘల్, హిందూ, బౌద్ధ, ఇండో-పర్షియన్ మరియు యూరోపియన్ నిర్మాణ సంప్రదాయాలను మిళితం చేశాడు. బిల్డింగ్ యొక్క స్తంభాలు మరియు లింటెల్స్ బౌద్ధ-అజంతా-ఎల్లోరా శైలిని పోలి ఉంటాయి, ఇండో-సార్సెనిక్ నుండి తోరణాలు మరియు గోపురాలు, యూరోపియన్ మరియు హిందూ దేవాలయాల నుండి కారిడార్లు ఉన్నాయి.

జాస్పర్ డిజైన్ ప్రకారం, నవాబ్ జైన్ యార్ జంగ్ 1934 మరియు 1939 మధ్య భవన నిర్మాణాన్ని చేపట్టారు. ఆర్ట్స్ కాలేజీ భవనం దాని నిర్మాణ వైభవానికి ప్రసిద్ధి చెందింది మరియు ఇది డెకాన్ యొక్క మిశ్రమ సంస్కృతిని ప్రతిబింబిస్తుంది. ప్రాంతీయ భాషను ఉన్నత విద్యా మాధ్యమంగా ప్రాచుర్యంలోకి తీసుకురావడానికి, 1917 ఆగస్టులో ఎనిమిది మంది అనువాదకులు మరియు మౌల్వీ అబ్దుల్ హక్ అధిపతిగా సంకలనాలు మరియు అనువాదాల బ్యూరో స్థాపించబడింది. ఉస్మానియా విశ్వవిద్యాలయం అనువాద బ్యూరో ఒక ప్రత్యేకమైన సంస్థ, ఇది ఉన్నత విద్య యొక్క మేధో సంపన్నతకు దోహదపడింది. బ్యూరో ఇంగ్లీష్, పర్షియన్, అరబిక్ మరియు ఇతర యూరోపియన్ భాషలలోని శాస్త్రీయ, సాంకేతిక మరియు వైద్య పుస్తకాలను ఉర్దూలోకి అనువదించడం ప్రారంభించింది. ఆర్ట్స్ అండ్ సోషల్ సైన్సెస్, సైన్సెస్, లా, ఇంజినీరింగ్, మెడిసిన్, ఎడ్యుకేషన్ ఫ్యాకల్టీలకు సంబంధించిన వందలాది పుస్తకాలను అనువదించి విద్యార్థులకు అందుబాటులో ఉంచారు. విశ్వవిద్యాలయం యొక్క అనువాద బ్యూరో చేసిన ప్రశంసనీయమైన పనిని భారతదేశం మరియు విదేశాలలో ఉన్న పండితులచే గుర్తించబడింది.

ఉస్మానియా యూనివర్శిటీ స్థాపన తెలంగాణ ప్రాంతంలో ఉన్నత విద్యలో గణనీయమైన వృద్ధికి దారితీసింది. నిజాం పాలనలో విద్య మరియు ఆరోగ్యానికి బడ్జెట్ కేటాయింపులు 1911లో రూ. 21.75 లక్షలు, 1948లో 428.41 లక్షలు. నిజాం ప్రభుత్వం మహిళల కోసం ప్రత్యేక కళాశాలతో సహా అనేక ఇంటర్మీడియట్, డిగ్రీ మరియు ప్రొఫెషనల్ కాలేజీలను కూడా స్థాపించింది. ఇరవయ్యవ శతాబ్దం మొదటి త్రైమాసికంలో సిటీ కాలేజ్, లా కాలేజ్, మెడికల్ కాలేజ్, ఇంజినీరింగ్ కాలేజ్, అగ్రికల్చరల్ అండ్ వెటర్నరీ కాలేజ్, టీచర్ ట్రైనింగ్ కాలేజ్ మొదలైన ప్రముఖ విద్యాసంస్థల స్థాపన జరిగింది. 1917 మరియు 1948 మధ్య కాలంలో సెకండరీ ఉన్నత విద్య. విశ్వవిద్యాలయం 1919 నుండి ఇంటర్మీడియట్ సర్టిఫికేట్, 1921 నుండి B.A డిగ్రీలు మరియు 1923 నుండి M.A డిగ్రీలను మంజూరు చేసింది. దాని ఉనికి ప్రారంభ

సంవత్సరాల్లో 225 మరియు 25 మంది సిబ్బందితో నిరాడంబరమైన ప్రారంభంతో, ఉస్మానియా విశ్వవిద్యాలయం వేగవంతంగా వేగంతో విస్తరించింది మరియు గొప్పగా మారింది.

విద్యా రంగంలో పురోగతి

నిజాం డొమినియన్స్‌లోని అన్ని ఇతర సంస్థల మాదిరిగానే, యూనివర్శిటీ కాలేజ్ ఆఫ్ ఆర్ట్స్ ప్రారంభమైనప్పటి నుండి అనేక మార్పులను చూసింది. అన్నింటికంటే ముఖ్యమైనది, విద్యార్థుల నమోదులో క్రమంగా పెరుగుదల మరియు కొత్త డిపార్ట్‌మెంట్‌లు మరియు సాంప్రదాయ విభాగాలకు సంబంధించిన అధ్యయన కోర్సులను చేర్చడం. యూనివర్శిటీ కాలేజ్ ఆఫ్ ఆర్ట్స్‌లో ఫ్యాకల్టీ ఆఫ్ ఆర్ట్స్ ఇద్దరు ప్రొఫెసర్లతో ప్రారంభించబడి 12 విభాగాలను కలిగి ఉందని చారిత్రక ఆధారాలు సూచిస్తున్నాయి. యూనివర్సిటీ పరిధిలోని మొత్తం కళాశాలల సంఖ్య 40 కాగా విద్యార్థుల సంఖ్య 17,354కి పెరిగింది. విద్యా ప్రమాణాలు మరియు లౌకిక స్వభావాన్ని కొనసాగించడానికి, నిజాం ప్రభుత్వం భారతదేశంలోని వివిధ ప్రాంతాల నుండి, ప్రధానంగా ఉత్తర భారతదేశం నుండి అనేక మంది ప్రముఖ పండితులను ఆహ్వానించింది. యూరోపియన్ పండితులను కూడా నియమించింది మరియు వారు విశ్వవిద్యాలయంలో ముఖ్యమైన పదవులను నిర్వహించారు.

వైద్య విద్య మరియు ఆసుపత్రులు

ఉస్మానియా విశ్వవిద్యాలయం స్థాపన తర్వాత, మీర్ ఉస్మాన్ అలీ ఖాన్ హయాంలో వైద్య విద్య మరియు ప్రజారోగ్యం అభివృద్ధి చెందాయి. హైదరాబాద్ మెడికల్ స్కూల్ 1920లో ఉస్మానియా మెడికల్ కాలేజీగా మార్చబడింది. అఫ్జల్ గంజ్ హాస్పిటల్ 1925లో ఉస్మానియా జనరల్ హాస్పిటల్‌గా మారింది, ఇది ఆసియాలోనే అతిపెద్దది. హాస్పిటల్ భవనాన్ని బ్రిటిష్ ఆర్కిటెక్ట్ విన్సెంట్ జెరోమ్ ఎస్చ్ ఇండో-సార్సానిక్ నిర్మాణ శైలిలో రూపొందించారు. డాక్టర్ యూసుఫ్ మీర్జా ఈ ఆసుపత్రికి మొదటి రెసిడెంట్ మెడికల్ ఆఫీసర్ (RMO)గా పనిచేశాడు. 1851లో, గాంధీ ఆసుపత్రిని మొదట మూడు వార్డుల వైద్యశాలగా పరిగణించారు, తరువాత 1900లో 95 పడకలతో కంటోన్మెంట్ ఆసుపత్రిగా అభివృద్ధి చేయబడింది. ఇది 1913లో కింగ్ ఎడ్వర్డ్ మెమోరియల్ హాస్పిటల్‌గా ప్రసిద్ధి చెందింది. గాంధీ మెడికల్ కాలేజీని మొదట పీపుల్స్ మెడికల్ కాలేజ్ అని పిలుస్తారు, దీనిని 14 సెప్టెంబర్ 1954న స్థాపించారు. డాక్టర్ సయ్యద్ నిజాముద్దీన్ అహ్మద్

మొదటి ప్రిన్సిపాల్ మరియు కళాశాల స్థాపకుడు. 1908లో వచ్చిన మహా మూసీ వరద తరువాత, హైదరాబాద్ నగరంలో భయంకరమైన అంటువ్యాధులు ప్రబలాయి. వాటిలో ప్లేగు చాలా మంది మరణాలకు కారణమైంది.

అంటువ్యాధి వ్యాప్తి చెందడంతో, ప్రభుత్వం డ్రేక్ బ్రాక్‌మన్‌ను ప్లేగు కమిషనర్‌గా నియమించింది. కమీషనర్ తరలింపు, టీకాలు వేయడం మరియు క్రిమిసంహారక పనులను చేపట్టారు. భయంకరమైన వ్యాధి నుండి ప్రజలను రక్షించడానికి, ప్రభుత్వం యుద్ధ ప్రాతిపదికన శిబిరాలు మరియు ప్లేగు వాక్సిన్ చుక్కలను ఏర్పాటు చేసింది. ఎర్రన్నగుట్ట, కిషన్ బాగ్, చాంద్రాయణగుట్ట, మాదన్నపేట్, నల్లకుంట, అంబర్‌పేట్ తదితర ప్రాంతాల్లో ప్లేగు శిబిరాల్లో అనేక మందిని ఉంచారు. మొదట్లో టెంట్లు వేసి పడకలు ఏర్పాటు చేసి 1915లో ప్లేగు బాధితులకు తాత్కాలిక క్వారంటైన్ సౌకర్యాలు కల్పించారు. ఎర్రన్నగుట్టలోని క్వారంటైన్ క్లినిక్‌ని ఫీవర్ హాస్పిటల్ (కోరంటి)గా మార్చారు. దీనిని 1923లో నల్లకుంటలో 13.50 ఎకరాల స్థలంలో మీర్ ఉస్మాన్ అలీఖాన్ స్థాపించారు. బ్రిటీష్ రెసిడెన్సీ సర్జన్ పెద్ద సంఖ్యలో రోగులకు చికిత్స చేయడానికి కొంతమంది వైద్యులు మరియు నర్సులను నియమించారు. కొన్నేళ్లుగా, నిజాం ప్రభుత్వ వైద్య విభాగం ద్వారా మరిన్ని పరికరాలను సేకరించి వార్డులు సృష్టించడంతో ఫీవర్ ఆసుపత్రి అభివృద్ధి చెందింది.

ఎర్రగడ్డ చెస్ట్ హాస్పిటల్ అని పిలువబడే TB ఛాతీ ఆసుపత్రి ఒక నవాబుకు చెందిన 65 ఎకరాల సువిశాల స్థలంలో స్థాపించబడింది. ప్రస్తుతం ప్రభుత్వ ఛాతీ ఆసుపత్రి ఉన్న ఇర్రానుమా ప్యాలెస్ ఆరవ నిజాం కాలంలో 1888లో నిజాముద్దీన్ ఫక్రుల్ ముల్క్ అనే ప్రభువుచే నిర్మించబడింది. ఈ ప్యాలెస్‌ను ఏడవ నిజాం మీర్ ఉస్మాన్ అలీ ఆసుపత్రిగా మార్చడానికి విరాళంగా ఇచ్చారు. ఏడవ నిజాం కోడలు, మీర్ ఉస్మాన్ అలీ ఖాన్ కోడలు దుర్రు షెవార్ చిల్డ్రన్ అండ్ జనరల్ హాస్పిటల్‌ను స్థాపించారు. ఏడవ నిజాం మరొక యువరాణి నీలోఫర్ 1949లో ప్రసిద్ధ పిల్లల ఆసుపత్రిని స్థాపించారు. దీనికి ఆమె పేరు మీద నీలోఫర్ హాస్పిటల్ అని పేరు పెట్టారు. ఈ ఆసుపత్రి తల్లి మరియు బిడ్డ ఇద్దరి ఆరోగ్య అవసరాలను తీర్చడానికి ఒక నిర్దిష్ట దృష్టితో స్థాపించబడింది. ఆమె దాతృత్వం, పేదలు మరియు రోగుల పట్ల సానుభూతి కారణంగా "ఆధునిక దేవాలయం"గా యిది నిర్మించబడింది. 1953లో మహిళలు మరియు పిల్లల కోసం నీలోఫర్ ఆసుపత్రిని నెలకొల్పడంలో మెహదీ నౌజ్ జంగ్ కీలక పాత్ర పోషించారు, దీని కోసం అతను రూ. 35 లక్షలు విరాళం సేకరించారు. నీలోఫర్ హాస్పిటల్ అనేక జబ్బుపడిన, మరియు క్లిష్టమైన కేసులకు సేవ, సంరక్షణ మరియు పోషణ కోసం ఉద్దేశించబడింది.

పిల్లల ఆసుపత్రితో పాటు, ఏడవ నిజాం మహిళల కోసం ప్రసూతి ఆసుపత్రులను కూడా స్థాపించారు. మెహదీ నవాజ్ జంగ్ ఇన్స్టిట్యూట్ ఆఫ్ ఆంకాలజీ- హైదరాబాద్ రాష్ట్రంలో మొట్టమొదటి ప్రభుత్వ క్యాన్సర్ ఆసుపత్రి. దీనిని మెహదీ నవాజ్ జంగ్ స్థాపించారు. 1955లో, మెహదీ నవాజ్ జంగ్ రూ.18 లక్షల విరాళాలు సేకరించి నగరంలో తన పేరుతో క్యాన్సర్ ఆసుపత్రిని స్థాపించారు. ఇది ప్రభుత్వ ఆసుపత్రి. ఇది థైరాయిడ్ క్యాన్సర్‌లో రేడియో-అయోడిన్ అబ్లేషన్‌ను ఉపయోగించడంలో మార్గదర్శకులలో ఒకటి. ఇది ప్రాంతీయ క్యాన్సర్ కేంద్రాలలో ఒకటి. ప్రస్తుతం కేంద్ర ప్రభుత్వంచే ఆమోదించబడింది. నిధులు సమకూరుస్తుంది. 1961లో, నిజాంస్ ఛారిటబుల్ ట్రస్ట్ ఆర్థోపెడిక్ రోగుల కోసం ఒక ప్రత్యేక ఆసుపత్రిని రూ. 55 లక్షలు ఖర్చులు నిర్మించింది. నిజాం ఆర్థోపెడిక్ ఆసుపత్రిని కేంద్ర రైల్వే మంత్రి S. K. పాటిల్ ప్రారంభించారు. ఈ ఆసుపత్రి 1964 డిసెంబర్‌లో బేరార్ యువరాణి హర్ హైనెస్ ద్వారా ప్రారంభించబడింది. ఆసుపత్రి మొదటి సూపరింటెండెంట్ M. రంగారెడ్డి, ప్రసిద్ధ ఆర్థోపెడిక్ సర్జన్, ఆర్థోపెడిక్స్ కోసం ఒక స్పెషాలిటీ ఆసుపత్రిని నిర్మించమని నిజాంను ఒప్పించాడు మరియు దాని నిర్మాణంలో ముఖ్యమైన పాత్ర పోషించాడు. 1976లో ఆంధ్ర ప్రదేశ్ ప్రభుత్వానికి అప్పగించే వరకు ఈ ఆసుపత్రి నిజాం ఛారిటబుల్ ట్రస్ట్ క్రింద ఉండేది.

యునాని నిజామియా జనరల్ హాస్పిటల్ 1926లో హైదరాబాద్ రాష్ట్రంలో యునాని వైద్యాన్ని ప్రాచుర్యంలోకి తెచ్చేందుకు చివరి నిజాం చేత నిర్మించబడింది. మీర్ ఉస్మాన్ అలీ ఖాన్ పాలనలో, అనేక మంది ఆయుర్వేద వైద్యులు, ఉపాధ్యాయులు, ప్రముఖ పోషకులు మరియు పరోపకారి కృషి కారణంగా ఆయుర్వేద వైద్యం అభివృద్ధి చెందింది. 1934లో హైదరాబాద్ నగరంలోని నిజాం ఆయుర్వేద కళాశాల మరియు నిజాం ఆయుర్వేద సదర్ దవాఖానా ప్రైవేట్ సంస్థగా స్థాపించబడ్డాయి. దీనిని బేరార్ యువరాజు ఆజం జా బహదూర్ ప్రారంభించారు. ప్రారంభోత్సవం తర్వాత, నిజాం ప్రభుత్వం ఆయుర్వేద ఆసుపత్రికి నెలకు రూ. 200/- గ్రాంటు మంజూరు చేసింది. ఇన్ఫ్లుఎంజా వ్యాప్తి తర్వాత ఆయుర్వేద వైద్య శాస్త్రానికి సంబంధించి నిజాం ప్రభుత్వం విధానం మార్చబడింది. 1939లో, ప్రత్యేక ఆయుర్వేద విభాగం స్థాపించబడింది. 1940లో ప్రైవేట్ ఆయుర్వేద కళాశాలలు మరియు డిస్పెన్సరీలు ప్రభుత్వ ఆయుర్వేద కళాశాల మరియు ప్రభుత్వ కేంద్ర ఆయుర్వేద ఆసుపత్రిగా మార్చబడ్డాయి. కళాశాల అధికారికంగా గుర్తింపు పొందిన ఆయుర్వేద విశారద డిగ్రీ విద్యను అందించింది. కోర్సు వ్యవధి నాలుగు సంవత్సరాలు మరియు బోధనా మాధ్యమం ఉర్దూ. అయితే విద్యార్థులు ఉర్దూ, హిందీ, తెలుగు భాషల్లో పరీక్ష రాయడానికి అనుమతించారు. ఆయుర్వేద వైద్య విద్యను

ప్రభుత్వం ఉచితంగా అందించింది. ఆ విధంగా హైదరాబాద్ రాష్ట్రంలో ఏడవ నిజాం ఆయుర్వేద వైద్య శాస్త్రాన్ని ప్రోత్సహించారు.

ప్రిన్స్లి ఆధునికత

పంతొమ్మిదవ మరియు ఇరవయ్యవ శతాబ్దాలలో సామాజిక-ఆర్థిక పరివర్తనలో కోసం అసఫ్ జాహీ పాలకులు తెలంగాణ ప్రాంతంలో ప్రముఖ స్థానాన్ని ఆక్రమించారు. హైదరాబాద్ రాష్ట్ర చరిత్రలో 1869 మరియు 1911 మధ్య కాలం చాలా ముఖ్యమైనది. పరిపాలన, విద్య, ఆర్థిక వ్యవస్థ, రాజకీయాలు మరియు సామాజిక నిర్మాణం వంటి దాదాపు అన్ని రంగాలలో బ్రిటిష్ ప్రభావం కనిపించింది. ఆరవ మరియు ఏడవ నిజాంల హయాంలో రాష్ట్రాన్ని మరియు సమాజాన్ని ఆధునీకరించడానికి అనేక సంస్కరణలు ప్రవేశపెట్టబడ్డాయి. ముఖ్యంగా, సాలార్ జంగ్ సంస్కరణలు పరిపాలనా వ్యవస్థ, సామాజిక-ఆర్థిక అభివృద్ధి మరియు విద్యా వ్యవస్థ యొక్క ఆధునికతకు పునాది వేసింది. గత ఆరవ మరియు ఏడవ నిజాంల పాలనలో హైదరాబాద్ స్టేట్లో మిశ్రమ సంస్కృతి అభివృద్ధి చెందింది. కళ మరియు వాస్తుశిల్పం, సాహిత్యం, లలిత కళలు మొదలైన వాటి పెరుగుదల విలక్షణమైన దక్కన్ సంస్కృతిని మరియు ఆధునిక తెలంగాణ చరిత్రలో ఒక కొత్త శకం ఆవిర్భావాన్ని సూచిస్తుంది. ఈ కాలం రైల్వేలు, రోడ్లు, విద్యుత్తు, వాయుమార్గాలు, నీటిపారుదల మరియు రిజర్వాయర్లు వంటి ఆధునిక రవాణా మరియు కమ్యూనికేషన్ల అభివృద్ధికి నాంది పలికింది నిజానికి, హైదరాబాద్ నగరంలో అన్ని ప్రధాన ప్రజా భవనాలు ఆరవ, ఏడవ నిజాంల కాలంలో నిర్మించబడ్డాయి. వారు కళ, వాస్తుశిల్పం మరియు సంస్కృతిని ఆదరించారు, ఇది తెలంగాణ ప్రాంతీయ గుర్తింపుకు కేంద్రంగా మారింది. చివరి నిజాం, మీర్ ఉస్మాన్ అలీఖాన్ ప్రపంచంలోనే అత్యంత సంపన్నుడిగా మరియు నగల సేకరణతో పాటు ఆర్థిక సంస్కరణలకు ప్రసిద్ధి చెందాడు. ఆయన హయాంలో హైదరాబాద్ రాష్ట్రం నీటిపారుదల ప్రాజెక్టుల అభివృద్ధి, ఆధునిక భారీ పరిశ్రమలు మరియు ఉర్దూ మాధ్యమంలో ఉస్మానియా విశ్వవిద్యాలయం వంటి విద్యాసంస్థలను స్థాపించినాడు. మీర్ ఉస్మాన్ అలీ ఖాన్ పాలనలో సామాజిక-సాంస్కృతిక మేల్కొలుపు మరియు పౌర మరియు రాజకీయ వ్యవస్థ యొక్క ప్రజాస్వామ్యీకరణ కోసం ఉద్యమాలు కూడా పెరిగాయి.

19వ శతాబ్దపు మధ్య నుండి 20వ శతాబ్దపు మధ్య కాలంలో, హైదరాబాద్ స్టేట్లో సామాజిక-ఆర్థిక మరియు సాంస్కృతిక రంగాలలో అనేక ముఖ్యమైన పరిణామాలు జరిగాయి. ఆరవ నిజాం పాలనలో ముఖ్యమైన రాజ్యాంగ మార్పు జరిగింది. దీనిని

రాష్ట్ర/క్యాబినెట్ కౌన్సిల్ మరియు లెజిస్లేటివ్ కౌన్సిల్ యొక్క కార్యనిర్వాహక మండలి కనూంచ-ఇ-ముబారక్ అని పిలుస్తారు. ఇది రాష్ట్రంలో రాజ్యాంగ సంస్కరణలకు నాంది పలికింది. పంతొమ్మిదవ శతాబ్దపు రెండవ భాగంలో సాగునీటి ప్రాజెక్టుల పరంగా వ్యవసాయ రంగంలో ముఖ్యమైన మార్పులు చోటు చేసుకున్నాయి. సుదూర ప్రాంతాలకు ప్రాప్యత మరియు వాణిజ్య అభివృద్ధిని సులభతరం చేయడానికి రవాణా మరియు కమ్యూనికేషన్ల యొక్క ఆధునిక మరియు శాస్త్రీయ మార్గాలను పరిచయం చేయడానికి కూడా ప్రయత్నాలు జరిగాయి. ఆధునిక విద్య, ఉపాధి మరియు పారిశ్రామిక అభివృద్ధి హైదరాబాద్ రాష్ట్రంలో మధ్యతరగతి ఆవిర్భావానికి దోహదపడింది. విద్య యొక్క పెరుగుదల సాంస్కృతిక పునరుజ్జీవనానికి కూడా దోహదపడింది. అనేక సాహిత్య సంఘాలు మరియు క్లబ్‌లు స్థాపించబడ్డాయి. రాష్ట్రంలో ప్రజాభిప్రాయాన్ని ప్రభావితం చేసే కళలు, శాస్త్రాలపై సాహిత్యం మరియు పుస్తకాలు వ్రాయబడ్డాయి. మీర్ ఉస్మాన్ అలీఖాన్ సింహాసనాన్ని అధిష్టించిన తర్వాత ఆర్థిక సంస్కరణలను ప్రారంభించి హైదరాబాద్ హోదాను ఆశించదగిన స్థానానికి పెంచారు. మతపరమైన మరియు లౌకిక జ్ఞానాన్ని అందించడం మరియు ప్రచారం చేయడం నిజాంల పాలనలో ఎల్లప్పుడూ ముఖ్యమైన విధానం. సంప్రదాయాలను కొనసాగిస్తూ, మీర్ ఉస్మాన్ అలీ ఖాన్ బడ్జెట్‌లో 11% వరకు విద్య కోసం మాత్రమే ఖర్చు చేశారు-పాఠశాలలు, కళాశాలలు, విశ్వవిద్యాలయాలు మరియు అనువాద విభాగం ఏర్పాటు చేయబడింది. ప్రాథమిక విద్యను తప్పనిసరి చేసి సమాజంలోని పేద వర్గాలకు ఉచితంగా విద్యను అందించారు.

అదేవిధంగా, కళ మరియు వాస్తుశిల్పం, సంగీతం, నృత్యం, నాటకం వంటి లలిత కళల పెరుగుదల హైదరాబాద్ యొక్క మిశ్రమ సంస్కృతిని సుసంపన్నం చేసింది. ఆరవ నిజాం మరియు సాలార్ జంగ్ రాష్ట్ర సామాజిక-ఆర్థిక మరియు సాంస్కృతిక జీవన అభివృద్ధిలో చాలా ముఖ్యమైన పాత్ర పోషించారు. వారి విధానాలు, సంస్కరణలు మరియు ప్రగతిశీల ఆలోచనలు పంతొమ్మిదవ శతాబ్దం చివరి నుండి హైదరాబాద్ రాష్ట్రం మరియు సమాజం యొక్క ఆధునీకరణకు దారితీశాయి. హైదరాబాద్ స్టేట్ యొక్క విశిష్ట లక్షణాలు: బ్రిటీష్ భారతదేశంలో మొదటి ప్రిన్స్లీ స్టేట్, దీనిలో న్యాయవ్యవస్థ కార్యనిర్వాహక వ్యవస్థ నుండి వేరు చేయబడింది. ఉర్దూ మీడియం ఆఫ్ ఇన్‌స్ట్రక్షన్‌గా యూనివర్సిటీని స్థాపించిన మొదటి రాష్ట్రం 1911లో ఉరిశిక్షను రద్దు చేసిన మొదటి రాష్ట్రం బొగ్గు గనులు, రైల్వేలు, సిమెంట్, వస్త్రాలు, కాగితం మొదలైన ప్రభుత్వ రంగ పరిశ్రమలను అభివృద్ధి చేసి కోటి రూపాయలతో ఇండస్ట్రియల్ ట్రస్ట్ ఫండ్‌ను ఏర్పాటు చేసిన మొదటి రాష్ట్రం నిజాం స్టేట్ రైల్వే అని పిలువబడే దాని స్వంత రైల్వే వ్యవస్థ

కలిగిన మొదటి రాష్ట్రం రోడ్డు రవాణా సంస్థను కలిగి ఉన్న మొదటి రాష్ట్రం డెక్కన్ ఎయిర్‌వేస్ అని పిలువబడే ఎయిర్‌లైన్స్ మరియు దాని స్వంత పోస్టల్ మరియు కరెన్సీ వ్యవస్థను కలిగి ఉన్న మొదటి రాష్ట్రం.

సంస్థానములు

నిజాం డొమినియన్స్‌లోని హిందూ సంస్థానాల మూలం మనల్ని మధ్యయుగ హిందూ రాజ్యమైన కాకతీయుల కాలానికి తీసుకువెళుతుంది. కాకతీయుల పతనం తరువాత సైనికాధికారులు, ఎక్కువగా రెడ్డి వర్గానికి చెందినవారు, చుట్టుపక్కల భూభాగంపై తమ అధికారాన్ని ఏర్పరచుకున్నారు మరియు తమలో తాము దానిని పంచుకున్నారు. ఈ విధంగా హిందూ సంస్థానాలు నిజాం పాలకుల కంటే ముందు ఉనికిలో ఉన్నాయి. అవి వ్యక్తిగతంగా మరియు స్వతంత్రంగా పరిపాలనా విధులను నిర్వహించాయి. అయినప్పటికీ వారు నిజాం పాలకుల అధీనంలో ఉన్నారు. పాలకులకు అవసరమైనప్పుడు పేష్కష్, నజర్నా మరియు దళాలను సరఫరా చేశారు. సమస్తానాదార్లు వంశపారంపర్యంగా ఉన్నారు. వారు నిజాం డొమినియన్స్‌లోని వివిధ ప్రాంతాలను పాలించారు. పాత సైనిక అధిపతులలో, వారిలో పదహారు మంది నిజాం పాలన 1948లో ముగిసే వరకు జీవించారు. కొన్ని ముఖ్యమైన సంస్థానాలు వనపర్తి, గద్వాల్, జెటప్రోలు, అమరచింత, పాల్వంచ, గోపాల్ పేట్, గురుగుంట, కొల్లాపూర్, ఆనెగుండి. వీటిలో కొల్లాపూర్/జటప్రోలు మరియు పాల్వంచ వెలమల పాలనలో ఉండగా, మిగిలినవి రెడ్డి సమస్థానాలు. మొత్తంగా తీసుకున్నప్పుడు సంస్థానాలు నిజాం డొమినియన్స్‌లో విశ్వసనీయమైనవి మరియు అంతర్భాగాలు.

గద్వాల్ సంస్థానం తుంగభద్ర మరియు కృష్ణా నదుల మధ్య 'రాయచూర్ దోఆబ్' అని పిలువబడుతుంది, ఇది సుమారు 1200 చదరపు మైళ్ల విస్తీర్ణంలో ఉంది. 2021 జనాభా లెక్కల ప్రకారం సుమారు 1, 10,000 జనాభాతో ఉంది. ఈ సంస్థానం కాకతీయ యుగం నుండి అంటే 14వ శతాబ్దం నుండి కొనసాగింది మరియు హైదరాబాద్ రాష్ట్రంలో అతిపెద్ద వాటిలో ఒకటి. కుటుంబ చరిత్ర ప్రకారం, పెద్ద వీరారెడ్డి, పెద్దన్న భూపాలుడు, సర్గా రెడ్డి, వీరారెడ్డి మరియు కుమార వీరారెడ్డి 1553 మరియు 1704 మధ్య గద్వాలను పాలించారు. వారిలో ప్రముఖ పాలకులు నల్ల సోమనాద్రి లేదా సోమన భూపాలుడు మరియు మహారాణి ఆదిలక్ష్మి దేవమ్మ, చివరి పాలకులు. రాజా సీతారాం భూపాల్ బహదూర్-II మైనారిటీ సమయంలో, రాణి లక్ష్మీ దేవమ్మ సంరక్షకుని/రీజెంట్‌గా ఉన్న కోర్ట్ ఆఫ్ వార్డుల పర్యవేక్షణలో రాష్ట్రం ఉంచబడింది. నిజాం, మీర్

ఉస్మాన్ అలీఖాన్ బహదూర్, అతనికి "మహారాజా" బిరుదును ప్రసాదించాడు. మార్చి 1934లో, నిజాం కోర్టు పర్యవేక్షణ నుండి సంస్థానాన్ని తొలగించి, మహారాణికి ఆమె రాష్ట్ర పరిపాలనకు సంబంధించిన పూర్తి అధికారాలను అప్పగించారు. రాజాలు తమ సబ్జెక్ట్‌లపై నేర మరియు పౌర అధికార పరిధిని కల్గి ఉన్నారు. నిజాం పాలనలో ఉన్నప్పటికీ వారు తమ సొంత నాణేలను ముద్రించారు. 1948లో గద్వాల సమస్తానంలో మొత్తం 360 గ్రామాలు ఉన్నాయి.

గద్వాల పాలకులు వారి సాహిత్య పోషణకు మరియు పండితుల ప్రోత్సాహానికి ప్రసిద్ధి చెందారు. పెద్ద సోమభూపాలుడు స్వతహాగా కవిగా ఉంటూ తెలుగు భాష, సాహిత్యాభివృద్ధికి ఎనలేని కృషి చేశారు. రతిరహస్యం, అస్తపదులు, మదాస ప్రబంధం రచించి రామాయణంను తెలుగులోకి అనువదించారు. అతను భద్ర పరిణయం మరియు ముకుంద విలాసం రచయిత, పెద్ద సోమయాజి, అదుట్ల శేషా చార్యులు, శ్రేష్టులూరు నారాయణ చార్యులు, పోకూరి కాశీపతి మొదలైన గొప్ప కవులను కూడా పోషించాడు. గద్వాల్ సమస్థానం క్రాఫ్ట్ ఉత్పత్తికి ఒక ముఖ్యమైన కేంద్రం. ఉదాహరణకు, గద్వాల్ పట్టు చీరలు ప్రపంచ ప్రసిద్ధి చెందాయి.

వనపర్తి సంస్థానాన్ని గతంలో సూగూరు సంస్థానంగా పిలిచేవారు. ఇది పూర్వపు మహబూబ్‌నగర్ జిల్లాలో ఉంది. ఇది 440 చదరపు మైళ్ల విస్తీర్ణంలో 150 గ్రామాలు మరియు మొత్తం 81,000 జనాభాతో 29 కుగ్రామాలను కలిగి ఉంది. వీర కృష్ణా రెడ్డి దీని వ్యవస్థాపకుడు. ఈ సంస్థానం పాలకులు నిజాం ప్రభుత్వం నుండి "బల్వంత్", "మహాభూపాల్", "మహారాజా" మరియు 2,000 పదాతిదళం మరియు 1,000 సోవర్ల మన్సబ్, ఆలం", నక్కర" మరియు వారసత్వపు ఇసుకలను పొందారు. పరిపాలనా ప్రయోజనాల కోసం సంస్తాన్‌ను ఇద్దరు తహశీల్దార్‌ల క్రింద సూగూర్ మరియు కేసంపేట అనే రెండు తాలూకాలుగా విభజించారు మరియు మూడవ తహశీల్దార్ రాజా యొక్క ప్రైవేట్ ఎస్టేట్‌లను నిర్వహించేవారు. సంస్తాన్ మొత్తం ఆదాయం సుమారు రూ. 8 లక్షలు రాజా పేష్కష్ రూ. 82,862 నిజాం ప్రభుత్వానికి చెల్లించాడు.. ఈ సంస్థానం యొక్క ప్రసిద్ధ వారసులు "కిరణ్ రావు", "అదితి రావు హైదరీ". రాజా రామేశ్వర్ రావు ఈ సంస్థానం చివరి పాలకుడు మరియు అతను 1948లో ఓరియంట్ లాంగ్‌మన్ (ఓరియంట్ బ్లాక్‌స్వాన్) భారతీయ పుస్తక ప్రచురణ సంస్థను స్థాపించాడు.

ప్రజల ప్రధాన వృత్తి వ్యవసాయం. నేలలు సారవంతమైనవి మరియు అనేక ట్యాంకుల ద్వారా నీటిపారుదల సౌకర్యాలు కల్పించబడినాయి. రైత్వారీ విధానం

సంస్థానంలో ప్రబలంగా ఉంది. భూములు సర్వే చేయబడి, అంచనా వేయబడ్డాయి. రైతులు బదిలీ చేయగల పట్టా హక్కులను కలిగి ఉన్నారు. తకా వి రుణాలను ప్రభుత్వం తక్కువ వడ్డీకి రైతులకు మంజూరు చేసింది. పాలకులు సివిల్ మరియు క్రిమినల్ అధికార పరిధిని కలిగి ఉన్నారు. సంస్థానంలో మునిసిఫ్ కోర్టు మరియు జిల్లా కోర్టు ఉన్నాయి. ఇది దాని స్వంత పోలీసు బలగాన్ని కూడా కలిగి ఉంది. ఇందులో 119 మంది అధికారులు మరియు పురుషులు ఉన్నారు. వీరిలో 1,033 గ్రామ కాపలాదారులు కూడా ఉన్నారు. ఇది అరబ్బులు, రోహిల్లాలు మరియు సిక్కులతో పాటు 75 మస్కెట్‌లు మరియు 25 సోవార్‌లతో కూడిన ఒక చిన్న క్రమరహిత దళాలను నిర్వహించింది. వనపర్తి రాజులు 2000 పదాతిదళం మరియు 2000 అశ్విక దళాన్ని కలిగి ఉన్నారు.

పాలకులు పాఠశాలలను స్థాపించి అక్షరాస్యత పెంపునకు దోహదపడ్డారు. ప్రజారోగ్య వ్యవస్థలో అర్హత కలిగిన వైద్యాధికారులు మరియు ఆయుర్వేద వైద్యులతో కూడిన డిస్పెన్సరీలు ఉన్నాయి. సంస్థానంలో ఇంగ్లీషు, సంస్కృతం, పర్షియన్, ఉర్దూ, తెలుగు మరియు కెనరీస్ భాషలలో పుస్తకాలు ఉండే మంచి లైబ్రరీ ఉంది. వనపర్తిపాలకులు ట్యాంకులు, బావులు, కాలువలు, రోడ్లు మొదలైనవాటిని పర్యవేక్షించే అర్హత కలిగిన ఇంజనీర్లతో ప్రజా పనులకు వారి సహకారం కోసం ప్రసిద్ధి చెందారు. ముఖ్యమైన ట్యాంకులు: రంగసముద్రం, వీర సముద్రం, కేసమ్మకుంట, శంకర సముద్రం మరియు సరళ సాగర్. పాలకులు దేవాలయాలు, మసీదులు, ధర్మశాలలు, ట్రావెలింగ్ బంగ్లాలు మొదలైన వాటిని కూడా నిర్మించారు. 1870లో ప్రింటింగ్ ప్రెస్ మరియు పబ్లికేషన్ హౌస్ స్థాపించబడింది మరియు అనేక పుస్తకాలు ప్రచురించబడ్డాయి. వనపర్తి రాజులు ఇష్టం గోపాల రాయ, మానవల్లి రామకృష్ణ కవి మరియు తిరుపతి వెంకట కవులు వంటి అనేక మంది కవులను పోషించినారు.

జెటప్రోలు/కొల్లాపూర్ నిజాం పాలనలోని అత్యంత ప్రాచీనమైన మరియు చారిత్రాత్మకమైన సంస్థానాలలో ఒకటి. పిల్లలమర్రి బేతాళ రెడ్డి జెటప్రోలు కుటుంబ స్థాపకుడు మరియు కాకతీయ వంశానికి సామంతుడు. మొదట్లో రాజధాని జటప్రోలులో ఉండేది ఆ తర్వాత కొల్లాపూర్‌కు మారింది. దీనిని కొల్హాపూర్ (కొల్లాపూర్) సంస్థానం అని కూడా పిలుస్తారు. ఇది "సురభి" కుటుంబం క్రింద ఉండేది. 1507లో ముళ్ల భూపతి రెడ్డి హయాంలో విజయనగర రాజ్య చక్రవర్తి నుంచి సంస్థానం సనద్‌ను పొందింది. తదనంతరం, నిజాం అలీ ఖాన్ రూ. 6,000, 2,000 అశ్వికదళం, జెండా మరియు నక్కరా, ఖిల్లాత్ మరియు రాజా బహదూర్ బిరుదు బచెల్లించాడు. ప్రసాదించినాడు.

సంస్థానం దాని సమర్థవంతమైన వ్యవస్థ పరిపాలన మరియు ప్రజా సంక్షేమానికి ప్రసిద్ధి చెందింది. రాజులు ఇంగ్లీష్, ఉర్దూ, తెలుగు, పర్షియన్ మరియు సంస్కృతం బోధించే ఆంగ్లో–వెర్నాక్యులర్ పాఠశాలను స్థాపించారు. పుస్తకాలు మరియు ఇతర అవసరాలు ఉచితంగా సరఫరా చేయబడ్డాయి. కొంతమంది పేద విద్యార్థులకు ఉచిత భోజనం కూడా అందించారు. వారు కొల్హాపూర్‌లో స్టేట్ డిస్పెన్సరీని కూడా స్థాపించారు మరియు మొత్తం ఖర్చులను సంస్థానం భరించింది. మెజిస్ట్రేట్ కోర్టు, సివిల్ కోర్టు, సుబేదార్ కచ్చేరీ మరియు అటవీ, జైలు మరియు అబ్కారీ కార్యాలయాలు వంటి అన్ని పరిపాలన శాఖలు చక్కగా నిర్వహించబడ్డాయి. సంస్తాన్ మొత్తం ఆదాయం నాలుగు లక్షల యాభై వేల రూపాయలు మరియు నిజాం ప్రభుత్వానికి చెల్లించే వార్షిక కప్పం రూ. 70,000. సంవత్సరానికి.

రాజధాని జటప్రోలు పట్టణంలో, రాజులు టౌన్ ప్లానింగ్ వ్యవస్థను ప్రవేశపెట్టారు. తత్ఫలితంగా ఇది ఒక అందమైన చిన్న పట్టణంగా వికసించింది. ఇందులో భాగంగానే పాలకులు రోడ్లు, చౌల్ట్రీల నిర్మాణానికి విరివిగా డబ్బు వెచ్చించి ట్యాంకులు, బావులన్నీ బాగు చేశారు. పాలకులు మత సహనం, మత సామరస్య విధానాన్ని అనుసరించారు. ఆరవ నిజాం, మీర్ మహబూబ్ అలీఖాన్ రాజా వెంకట్ లక్ష్మణ్ రావు యొక్క పరిపాలనా దక్షతను మెచ్చుకుని "నాజీమ్ నవాజ్వంత్ బహదూర్" బిరుదుతో సత్కరించారు. పాలకుడు "ప్రకాశవంతుడిగా పరిగణించబడ్డాడు". వెలుగోటి వంశావళి రచయిత వెల్లాల సదాశివ శాస్త్రి మరియు సురభి వంశ చరిత్ర రచయిత అవదానం శేష శాస్త్రి వంటి పండితులను ఆయన ఆదరించారు. బడుగు బలహీన వర్గాల సంక్షేమం కోసం పాలకులు పాఠశాలలు స్థాపించి పేదల ఇళ్లను నిర్మించి విద్యను అందించారు. జెటప్రోలు సంస్థానానికి చివరి పాలకుడు రాజా వెంకట జగన్నాథరావు.

మహబూబ్ నగర్ జిల్లాలో **అమరచింత/ఆత్మకూర్** సమస్థానం దాదాపు 190 చ.మైళ్ల విస్తీర్ణంలో ఉంది. ముక్కెర గోపిరెడ్డి దీని వ్యవస్థాపకుడు. దాని పాలనలో 69 గ్రామాలు ఉన్నాయి. సంస్థానం మొత్తం ఆదాయం 2, 50,000 అందులో రూ. 70,000 పెష్కష్/నివాళిగా నిజాంకు చెల్లించబడింది. 1931లో సంస్థానం యొక్క మొత్తం జనాభా 47,000. రాజా శ్రీరామ్ భూపాల్ భార్య రాణి భాగ్య లక్ష్మమ్మ చట్టబద్ధంగా అమర్చింత ప్రసిద్ధ పాలకురాలిగా గుర్తింపబడింది. ఆమె గోల్కొండ కవుల సంచికకు సంపాదకత్వం వహించిన సురవరం గోపాల్ రెడ్డి పోషకురాలు. అమరచింత పాలకులు ఎందరో కవులను ఆదరించి తెలుగు సాహిత్యాభివృద్ధికి తోడ్పడ్డారు. సురపురం శేషయ్య ప్రముఖ కవి. అతను నిరోష్ట్య రామాయణాన్ని రచించాడు మరియు దానిని రాజా రాంభూపాలుడికి

అంకితం చేశాడు. తిరుమల భుక్కపట్నం శ్రీనివాసాచార్యులు, జాంబవతీ పరిణయం యొక్క స్వరకర్త అమర్చింత సమస్థానం యొక్క ఆస్థాన కవి. మీరంతా పండితులు దీక్షితుల నరసింహ శాస్త్రి, కార్యంపూడి రాజమన్న కవి మరియు తిరుపతి వెంకట కవులు. అమరచింత/ఆత్మకూర్ చక్కటి మస్లిన్‌కు ప్రసిద్ధి చెందింది.

మెదక్ జిల్లాలోని పాపన్నపేట సంస్థానం, కాకతీయ రాజవంశంలో సైనిక జనరల్‌గా ఉన్న అనంతరెడ్డిచే స్థాపించబడింది. సంస్థానం పాలకులలో ప్రముఖులు రాజా సదాశివ రెడ్డి మరియు రాయ్ బగన్ (రాయల్ టైగ్రెస్) మహారాణి శంకరమ్మ. ఆమె శౌర్యం మరియు పరిపాలనా నైపుణ్యంలో ఆమెను రాణి రుద్రమదేవితో పోల్చారు. సంగారెడ్డి జిల్లాకు ఆమె తండ్రి పేరు పెట్టారు. ప్రారంభంలో దీని రాజధాని ఆంథోల్–జోగిపేట. ఇది 1948లో రాజా రామచంద్రారెడ్డి బహదూర్ పాలనలో ఇండియన్ యూనియన్‌లో విలీనం చేయబడింది. శంకరంపేట పట్టణంలోని శంకరంపేట కోటను మహారాణి శంకరమ్మ నిర్మించారు, దీనికి ఆమె పేరు పెట్టారు.

యాదాద్రి భువనగిరి జిల్లాలో ఉన్న **రాజాపేట/నారాయణపురం** సంస్థానం మంచాల్ రెడ్డిచే స్థాపించబడింది. తరువాత, 18వ శతాబ్దంలో వారి కుటుంబ సభ్యుడు రాజా వెదిరె వెంకట నారాయణరావుచే సంస్థాన్ నారాయణపూర్ స్థాపించబడింది. 1914లో రాజా రామేశ్వర్ రావు మరణంతో అనేక వారసత్వ యుద్ధాలు జరిగాయి. కొంతమంది చరిత్రకారుల ప్రకారం, జంట సంస్థానాలలో చివరి పాలకుడు "జహీరున్నీసా బేగం" ఆమె తండ్రి, రాయన్న ఇస్లాం మతంలోకి మారారు. అతను సాలార్ జంగ్ మరియు నిజాం పాలకులతో సన్నిహిత సంబంధం కలిగి ఉన్నాడు.

దుబ్బాక/జిల్లాల సంస్థానం సిద్దిపేట జిల్లాలో ఉంది. ఇది పూర్వపు మెదక్ జిల్లాలో అతిపెద్ద సమస్థానం. దీని ఆధీనంలో 40 గ్రామాలు ఉన్నాయి. ఈ సంస్థానానికి చివరి పాలకుడు రాజా ఉమ్మారెడ్డి.

గోపాల్‌పేట సంస్థానం వనపర్తి జిల్లాలో ఉంది మరియు ఇది వనపర్తి పాలకుల కుటుంబంతో ముడిపడి ఉంది. రాజా వెంకట్ రెడ్డి తన తండ్రి రాజగోపాల్ రావు పేరుతో ఈ సమస్థానాన్ని సృష్టించారు. ఇది "నుగురు సిక్కా" అని పిలువబడే దాని స్వంత నాణేలను కూడా ముద్రించింది. నారాయణపేట/నారాయణపురం సంస్థానం నారాయణపేట జిల్లాలో ఉంది. దీనిని "లోకయపల్లి" సమస్థానం అని కూడా పిలుస్తారు. చివరి పాలకురాలు మహారాణి లక్ష్మీదేవి. ఈ సంస్థానం పాలకులు ప్రసిద్ధ నారాయణపేట చీరలను పోషించారు.

సిర్నపల్లి సంస్థానం ప్రస్తుతం నిజామాబాద్ జిల్లాలోని ఇందూరు డివిజన్‌లో ఉంది. దాని వ్యవస్థాపకుడు చెన్నమ రెడ్డి. కాకతీయుల పాలన నాటి పురాతన సంస్థానాలలో ఇది ఒకటి. సంస్థానం స్థాపకుడికి నిజాం పాలకులు "మహామరాతీబ్ "ఉకురిపాల్కి" చాటర్, చౌన్నార్, నిషాల్ మరియు డంకా బిరుదు ఇచ్చారు. చెన్నమ రెడ్డి తరువాత అతని వారసులు చాలా మంది పరిపాలించారు. చివరకు రాంభూపాల్ పాలనలో సంస్థానం భారత యూనియన్‌లో విలీనం చేయబడింది. చీలం జానకీ బాయి సంస్థానానికి చెందిన ప్రముఖ మహిళా పాలకురాలు. ఆమె అభివృద్ధికి పర్యాయపదంగా పరిగణించబడింది. ఆమె పాలన (1859-1920) "స్వర్ణ కాలం"గా పరిగణించబడింది. జానకంపేట్ జంక్షన్‌కి ఆమె పేరు పెట్టబడిన హైదరాబాద్-మన్మాడ్ రైలు మార్గాన్ని మార్చడంలో ఆమె కీలక పాత్ర పోషించారు. ప్రస్తుత నిజామాబాద్ నగరంతో పాటు 149 గ్రామాలు ఈ సంస్థానం పరిధిలో ఉన్నాయి. జానకీ బాయి తన పరిపాలనకు మరియు ప్రజల సంక్షేమం కోసం ఉదారవాద విరాళాలకు ప్రసిద్ధి చెందింది. ఆమె వ్యవసాయ అభివృద్ధికి అనేక ట్యాంకులు మరియు కాలువలను నిర్మించింది. ఆమె రామడుగు ప్రాజెక్టులోకి ప్రవహించే చెరువును నిర్మించింది. ఆమె తాగునీటి కోసం మంచిప్ప చెరువుతో సహా పలు చెరువులను నిర్మించింది మరియు నిజామాబాద్ పట్టణానికి నీటి పైప్‌లైన్‌ను కూడా వేసింది. నిజామాబాద్ పట్టణంలోని క్లాక్ టవర్ కూడా ఆమె నిర్మించింది. హిందు భక్తురాలిగాగా, ఆమె తన సంస్థానంలో అనేక దేవాలయాలను నిర్మించింది.

దోమకొండ సమస్థానం అబ్దుల్లా హుస్సేన్ కుతుబ్షాచే 1636లో కామినేయుడు/ కామారెడ్డికి మంజూరు చేయబడింది. అతని ఇంటిపేరు కామినేని. ఇది పూర్వపు నిజామాబాద్ జిల్లాలో ఉంది. ఈ సంస్థానం యొక్క కుటుంబ సభ్యులు పాకనాటి రెడ్డి వర్గానికి చెందినవారు. వారు గద్వాల్ మరియు ఆత్మకూర్ సంస్థానాల బంధువులు. కామినేని కుటుంబ పాలనలో సంస్థానంలో 40 గ్రామాలు ఉన్నాయి. కామారెడ్డి తర్వాత మల్లా రెడ్డి, పోతా రెడ్డి, రాజన్న చౌదరిలు వచ్చారు. రాజా రాజేశ్వర రావు హయాంలో సంస్థాన రాజధాని కామారెడ్డి పేట నుండి దోమకొండకు మార్చబడింది. ఆయన తర్వాత పెద్ద రాజేశ్వరుడు వచ్చాడు. అతను చందూలాల్ (నిజాం ప్రధాన మంత్రి)కి సమకాలీనుడు మరియు మంచి స్నేహితుడు. దోమకొండ సంస్థానానికి చివరి పాలకుడు రాజా సోమేశ్వర్ రావు. దోమకొండ పాలకులు పండితులను ఆదరించి తెలుగు సాహిత్యాభివృద్ధికి తోడ్పడ్డారు. పాలకుడు కామినేని మల్లా రెడ్డి స్వయంగా "పద్మ పురాణం" మరియు "శివ ధర్మోత్తరం" రచించిన ప్రముఖ పండితుడు. పట్ట మెట్ట సోమనాద సోమయాజి రచించిన "సూత

సంహిత", కామినేని ఎల్లారెడ్డి "భద్రుత్తర అభ్యుదయం" మరియు "ఉమాపతి అభ్యుదయం" మరియు పెద్దమామధాడి వెంకట కృష్ణ కవి "రెడ్డికుల నిర్ణయ చంద్రిక" ముఖ్యమైన సాహిత్య రచనలు. ఆదిపూడి ప్రభాకర కవి కామినేని వంశ చరిత్రను రచించి రాజా ఉమాపతికి అంకితం చేశారు. ఈ మధ్యకాలంలో ఉపాసన–రాంచరణ్ పెళ్లితో ఈ సంస్థానం వెలుగులోకి వచ్చింది.

భద్రాద్రి కొత్తగూడెం జిల్లాలో ఉన్న **పాల్వంచ** సంస్థానం నిజాం డొమినియన్‌లోని అతిపెద్ద మరియు పురాతన సమస్థానాలలో ఒకటి. దీని మొదటి పేరు శంకరగిరి. దీని చరిత్ర 14వ శతాబ్దానికి చెందినది. తన మిలిటరీ జనరల్ (అశ్వ ధాల) "అప్పన్న"కి "అశ్వరావు" బిరుదుని ఇచ్చింది కాకతీయ ప్రతాప రుద్ర దేవుడు . అన్నపా అశ్వారావు 1324లో సంస్థాన స్థాపకుడు. ఇది సుమారు 40,000 జనాభాతో 800 చ.మైళ్లలో విస్తరించి ఉంది. ఇది వెలమ జమీందార్లచే పాలించబడింది, దీని బిరుదు 'అస్వరవ మరియు నిజాం యొక్క సామంత రాజ్యాలలో ఒకటి. సంస్థానం వార్షిక ఆదాయం రూ. 6, 00,000. ఇందులో రూ. 45,000 పెష్‌కుష్‌గా నిజాం ప్రభుత్వానికి చెల్లించారు. సంస్థానానికి పాల్వంచ రాజధానిగా, భద్రాచలం పాలకుల నివాసంగా ఉండేది. అనంతరం అశ్వారావుపేట తలమానికంగా మారింది. వెంకటరామ నర్సింహా అశ్వారావుకు 1798లో మీర్ నిజాం అలీ ఖాన్, అషఫ్ జా-II చేత "రాజా బహదూర్ సవాయి మానసబదార్" బిరుదు లభించింది. 2,000 మంది అశ్వికదళం మరియు 3,000 మంది సైనికులతో వారి స్వంత జెండా మరియు నఘరాతో తమ ప్రాంతాన్ని పాలించడానికి అతనికి అనుమతి ఇప్పబడింది. ఆయన తరువాత, అతని కుమారుడు నర్సింహ అశ్వారావు సంస్థానానికి పాలకుడు అయ్యాడు.

1769లో, మొఘల్ కమాండర్లు, జాఫర్-ఉద్-దౌలా నర్సింహా అశ్వారావును చంపి, ఖజానాను కొల్లగొట్టారు. తరువాత, రామచంద్ర అశ్వారావు సింహాసనాన్ని అధిరోహించి ఒక సంవత్సరం పాటు పరిపాలించాడు మరియు అతని తరువాత చంద్ర సవాయి అశ్వారావు రాజయ్యాడు. సీతా రామ చంద్ర అశ్వారావు మరణానంతరం అతని తల్లి లక్ష్మీ నర్సయమ్మరావు 12 సంవత్సరాలు పాలించారు. పాల్వంచ సంస్థానం చివరి పాలకుడు విజయ అప్పారావు. అతని హయాంలో, పోలీసు చర్య జరిగింది మరియు సంస్థానం యూనియన్ ప్రభుత్వంలో విలీనం చేయబడింది. పాల్వంచ సంస్థాన చరిత్రను రచించిన కొత్తపల్లి వెంకట లక్ష్మీనారాయణ శర్మ వంటి ఆస్థాన కవులను పాల్వంచ పాలకులు ఆదరించారు. సంస్థానం యొక్క ప్రముఖ పాలకుడు రాజా "పార్థసారథి అప్పారావు సవాయి అశ్వారావు బహదూర్" 1932 వరకు పాలించారు. అతను శ్రీ కృష్ణ దేవరాయ

ఆంధ్ర బాషా నిలయం వ్యవస్థాపకులలో ఒకడు. సాహిత్య పోషణకు అతనికి సాహిత్య విశారద అనే బిరుదు ఇవ్వబడింది.

పై సంస్థానాలతో పాటు, దొంతి, బండ లింగాపూర్, అలంపూర్, వేల్పూర్, నర్సాపూర్, బోరవెల్లి మొదలైన ఇతర ప్రాంతాలు ఉన్నాయి. వ్యవసాయ అభివృద్ధికి చెరువులు మరియు కాలువలు నిర్మించడం వంటి అనేక ప్రజా సంక్షేమ కార్యక్రమాలను సంస్థానాలు చేపట్టాయి. వారు పండితులు, కవులు, ప్రింటింగ్ ప్రెస్‌లను స్థాపించడం, అనేక సాహిత్య రచనలు, పత్రికలు, మ్యాగజైన్‌లను ప్రచురించడం ద్వారా విద్య మరియు అక్షరాస్యత వృద్ధిలో క్రియాశీల పాత్ర పోషించారు.

గడీలు, దొరలు

"గడి" అనే పదం మరాఠీ పదం "ఘడ్" నుండి ఉద్భవించింది, దీని అర్థం "కోట"–దొరలు/దేశ్‌ముఖ్‌ల నివాస భవనం. భూస్వామ్య శక్తికి విస్మయం కలిగించే చిహ్నంగా స్థానికంగా గడి అని పిలువబడే మానర్ ఇళ్ళు తెలంగాణ అంతటా వ్యాపించి ఉన్నాయి. తెలంగాణ జిల్లాల్లో నిజాం కాలంలో స్థానిక వర్గాలపై అధికారాన్ని చెలాయించిన దొరల నివాస స్థలాలు గడీలు. వారు ఎక్కువగా అగ్రవర్ణాలకు చెందినవారు – రెడ్డి, బ్రాహ్మణ మరియు వెలమ వర్గాలకు చెందినవారు. గాడీలు కూడా పరిపాలనా కేంద్రాలు. దొరలు శాంతిభద్రతలను అమలు చేశారు మరియు నిజాం తరపున గ్రామస్తుల నుండి పన్నులు వసూలు చేశారు. నిజాం పాలనలో దొరలు పాలక వర్గం హోదాను అనుభవించారు. నిజాం రాష్ట్రం మొత్తం మీద దాదాపు 200 మంది గడీలు ఉన్నాయి. వాటిలో కొన్ని ప్రముఖ గడీలు: విస్నూరు, కల్లెడ, దుబ్బాక, మద్దనూరు, బండిలింగంపేట, వంగర, మరిపెడ మొదలైనవి. దొరలు "గడీల నుండి పరిపాలన సాగించారు మరియు 50 నుండి 60 గ్రామాలకు పైగా పన్ను వసూలు చేసేవారు. అంతేకాకుండా వేల ఎకరాల భూములను కూడా కలిగి ఉండి ప్రజలను వివిధ రకాలుగా దోపిడీ చేశారు. రైతుల సాయుధ పోరాటంలో ఎంతో పేరు తెచ్చుకున్న విస్నూరు గడి వరంగల్ జిల్లా పాల్కుర్తి మండలంలో ఉంది. దీనిని 1935–36లో రాపాక రాంచంద్రారెడ్డి నిర్మించారు. జానకమ్మ దొరసాని ఈ గడీకి ప్రముఖ మహిళా నిర్వాహకురాలు. కల్లెడ గడి ఏడు ఎకరాల విస్తీర్ణంలో 1936లో నిర్మించబడింది. యర్రబెల్లి వీర రాఘవరావు గడి యజమాని మరియు అతను వెలమ కులానికి చెందినవాడు. ఇది వరంగల్ జిల్లా వర్ధన్నపేట తాలూకాలో ఉంది, పోలీసు చర్య తరువాత, వీర రాఘవరావు కుమారుడు 1952

సంవత్సరంలో ఎమ్మెల్యేగా ఎన్నికయ్యారు. తరువాత, 1996లో రామ్మోహన్ రావు ఈ గడీని విద్యాభివృద్ధికి మరియు గ్రామాభివృద్ధి కార్యక్రమాలకు విరాళంగా ఇచ్చారు. తెలంగాణలోని ఇతర ముఖ్యమైన గడీలు: మరిపెడ-రామసహాయం సురేందర్ రెడ్డి, బచ్చోడు-రామసహాయం భువనసుందర్ రెడ్డి, పిండిప్రోలు- నూకల జగన్నాథ రెడ్డి, ఎర్రబాడు- జన్నా రెడ్డి ప్రతాప రెడ్డి, వడ్డేపల్లి-పింగిలివెంకట్రామా రెడ్డి మరియు వేల ఎకరాల భూములను కలిగి ఉన్నారు.

***

అధ్యాయం - 11

సామాజిక-సాంస్కృతిక చైతన్యం

భారతదేశంలోని స్వదేశీ సంస్థానాలలో హైదరాబాద్ అతిపెద్దది మరియు అగ్రస్థానంలో ఉంది. అసఫ్ జాహి పాలకులు నిరంకుశ రాజకీయ-పరిపాలన వ్యవస్థ మరియు భూస్వామ్య సామాజిక వ్యవస్థకు నాయకత్వం వహించారు. నిజాం రాష్ట్రం మూడు భాషా ప్రాంతాలుగా విభజించబడింది. అవి: తెలంగాణ (తెలుగు), మరాఠ్వాడా (మరాఠీ) మరియు కర్ణాటక (కన్నడ). ఇది బహుళ- భాషా, బహుళ-జాతి, బహుళ-సాంస్కృతిక మరియు బహుళ-మత రాజ్యం. 1941 జనాభా లెక్కల ప్రకారం, జనాభాలో 84% హిందువులు, 11% ముస్లింలు, మిగిలినవారు జైనులు, సిక్కులు మరియు పార్సీలు వంటి ఇతర మతాలకు చెందినవారు. భాషా సమూహాలలో, తెలుగువారు దాదాపు 50%, మరాఠీలు 25%, కన్నడిగులు 11%, మిగిలిన వారు బెంగాలీలు, తమిళులు మరియు రాజస్థానీయులు వంటి ఇతర భాషా సమూహాలకు చెందినవారు. పరిపాలన ప్రయోజనం కోసం మొత్తం రాష్ట్రాన్ని నాలుగు సుబాలుగా (పరిపాలన యూనిట్లు) విభజించారు. అంటే వరంగల్, మెదక్ (తెలంగాణ), ఔరంగాబాద్ (మరాఠ్వాడా) మరియు గుల్బర్గా (కర్ణాటక). హైదరాబాద్ రాష్ట్రంలో తెలంగాణ ప్రాంతం 50% శాతం విస్తీర్ణంలో ఉంది. మరాఠ్వాడా ప్రాంతంలో 28 శాతం మరియు కర్ణాటక ప్రాంతంలో 22 శాతం. 1951 జనాభా లెక్కల నివేదిక ప్రకారం తెలుగు మాట్లాడే జనాభా 9. మిలియన్లు (50%), మరాఠీ మాట్లాడే 4.5 మిలియన్లు (25%) మరియు కన్నడ మాట్లాడే 2.00 మిలియన్లు (11%), ఉర్దూ మాట్లాడే జనాభా 2.10 మిలియన్లు (12%).

నిజాం డొమినియన్స్లో భాగమైన తెలంగాణ ప్రాంతం ప్రత్యేకమైన దక్కని సంస్కృతికి ప్రాతినిధ్యం వహిస్తుంది. ఇది ఒక నిర్దిష్ట ప్రాంతీయ గుర్తింపును కలిగి ఉంది. దక్కన్ ప్రాంతం యొక్క మిశ్రమ సంస్కృతిని వారసత్వంగా పొందిన అసఫ్ జాహి రాజ్యం భిన్నమైన సమాజం యొక్క పరస్పర అవగాహనను మరియు సామరస్యాన్ని సూచిస్తుంది. ప్రధాన కమ్యూనిటీలు ఒకరి సంస్కృతి ద్వారా మరొకరు ఎలా ప్రభావితమయ్యారు

మరియు వారు ఒకరి ఆచారాలు, సంప్రదాయాలు, వేడుకలు, దుస్తులు మరియు జీవన శైలిని ఇంకొకరుఎలా స్వీకరించారో కూడా ఇది ప్రతిబింబిస్తుంది.

కుల వ్యవస్థ

తెలంగాణ ప్రజల సామాజిక-ఆర్థిక జీవితం నిరంకుశ మరియు భూస్వామ్య దోపిడితో కూడుకున్నది. మొత్తం హైదరాబాద్ రాష్ట్రంలోని 53 మిలియన్ ఎకరాల భూమిలో దాదాపు 30 మిలియన్ ఎకరాలు అంటే దాదాపు 60 శాతం దివాని/ఖల్సా అని పిలవబడ ప్రభుత్వ ప్రత్యక్ష నియంత్రణలో ఉంది. దాదాపు 15 మిలియన్ ఎకరాలు అంటే దాదాపు 30 శాతం జాగిర్దారీ విధానంలో మరియు దాదాపు 10 శాతం, నిజాం ప్రైవేట్ ఎస్టేట్ అంటే సర్ఫ్-ఎ-ఖాస్ వ్యవస్థ. నిజాం డొమినియన్లలో, పాయిగాలు, సంస్థానందార్లు, ఇజరదార్లు, బంజర్దార్లు, మక్తేదార్లు, అగ్రహారందార్లు మొదలైనవారు వివిధ రకాల భూస్వామ్య అణచివేతలు అమలులో ఉన్నాయి. సాంఘిక మరియు ఆర్థిక అధికారాలను అనుభవిస్తున్న తెలంగాణ కులీనులు గ్రామ సమాజంలో ఆధిపత్యం చెలాయించారు. తెలంగాణలోని కుల వ్యవస్థ యొక్క ప్రత్యేక లక్షణం ఏమిటంటే అది స్వచ్ఛమైన వర్ణ వర్గాలకు అనుగుణంగా లేదు. గంగా-లోయ ప్రాంతంలో కాకుండా, ఉదాహరణకు, క్షత్రియులు మరియు వైశ్యుల స్వచ్ఛమైన వర్గాలు తెలంగాణలో లేవు. ఉన్నత కులాలు బ్రాహ్మణులు, వైశ్యులు (స్థానికంగా కోమటిలు లేదా" సాహుకార్లు అని పిలుస్తారు), రెడ్డిలు, కమ్మలు, వెలమలు ఉన్నారు. మరొక ప్రత్యేకత ఏమిటంటే సామాజిక-ఆర్థిక సోపానక్రమంలో బ్రాహ్మణుల యొక్క అసాధారణమైన ఉన్నత స్థానం. సాంఘిక కులవ్యవస్థ ఒకదానితో ఒకటి ముడిపడి ఉంది. భూస్వామ్య వ్యవస్థ, సామాజిక-ఆర్థిక హక్కు మరియు అధికారం యొక్క నిర్మాణానికి దగ్గరగా ఉంటుంది. ఆచారపరంగా ఉన్నతమైన కులాలు, బ్రాహ్మణ వంటి వారు కూడా భూస్వామ్యం, ఆధునిక విద్య మరియు ప్రభుత్వ ఉపాధి పరంగా గణనీయమైన ఆర్థిక వనరులను కలిగి ఉన్నారు. తెలంగాణలో ఎగువ జనాభా మొత్తం జనాభాలో దాదాపు 15 శాతం. తెలంగాణ సమాజంలోని అత్యధిక మెజారిటీ, 85 శాతం కంటే ఎక్కువ మంది వ్యవసాయ/రైతు, చేతివృత్తి మరియు సేవా కులాలు, మైనారిటీలు, (ముస్లింలు మరియు క్రైస్తవులు), షెడ్యూల్డ్ కులాలు మరియు తెగలు క్రింద వివరించిన విధంగా ఉన్నారు.

సాగు/వ్యవసాయ కులాలు:

రెడ్లు, వెలమలు, కాపు/తెలగ వర్గాలు ప్రధానంగా భూమి వ్యవసాయంపై ఆధారపడి జీవిస్తున్నారు. వారిలో అత్యధికులు పేద రైతులు మరియు కౌలుదారులుగానే మిగిలిపోయారు..

చేతివృత్తుల కులాలు: సాలె, పద్మసాలె, దేవాంగ, మరియు జాంద్ర మొదలైన పేర్లతో పిలువబడే అనేక నేత కులాలు ఉన్నాయి. వస్త్ర మిల్లుల నుండి పోటీ కారణంగా వారి వృత్తి బాగా ప్రభావితమైంది. క్రమంగా వారి స్థానం ప్రతిఫలం లేకుండా మరియు ఆర్థికంగా బాగాలేదు. విశ్వబ్రాహ్మణులు/పంచనమ్వార్లు వృత్తిరిత్యా బంగారు పనివారు, కమ్మరులు, వీరు తమ వృత్తిపరమైన మేధావి తనానికి మరియు వారి వాణిజ్యంలో అసాధారణ నైపుణ్యాలకు ప్రసిద్ధి చెందారు.

సేవా కులాలు:

మెజారిటి చాకలి కమ్యూనిటీ వారి సాంప్రదాయ వృత్తిని నిర్వహిస్తుంది. గ్రామాల్లో పెళ్లిళ్లు, ఆలయ వేడుకల్లో జ్యోతి, పల్లకీలు మోసేవారుగా కూడా వ్యవహరించేవారు. వారు బట్టలు ఉతకడమే కాకుండా అన్ని రకాల చిన్నాచితకా సేవలను కూడా నిర్వహించారు. మంగలలు/నాయిబ్రాహ్మణులు హెయిర్ కట్టర్లతో పాటు గ్రామ సంగీత విద్వాంసులు మరియు వైద్యులు కూడా. స్వాతంత్ర్యానికి ముందు కాలంలో బార్బర్లు గ్రామ సర్జన్లుగా వ్యవహరించారు. వారి మహిళలు మంత్రసానులు/నర్సులు (దయాలు)గా పనిచేశారు. అయినప్పటికీ, ఆధునిక వైద్యం మరియు ఆసుపత్రుల అభివృద్ధి కారణంగా వారి సాంప్రదాయ వృత్తులయిన 'వైద్య' మరియు మంత్రసానలకు ఎదురుదెబ్బ తగిలింది. కుమ్మరులు/శాలివాహనులు. పూర్వ కాలంలో గ్రామీణ సమాజంలో వారు చాలా ముఖ్యమైన పాత్ర పోషించారు. ప్రతి ఇంటిలో వంట చేయడానికి మరియు నీటిని నిల్వ చేయడానికి మట్టి పాత్రలు మరియు కుండలు ఉండేవి.

వృత్తి/వృత్తి కులాలు:

వృత్తి కులాలలో అనేక ఉపవిభాగాలు/విభాగాలు ఉన్నాయి. అయినప్పటికి వారు ఒకే విధమైన వృత్తులను కొనసాగిస్తున్నారు. గొల్లలు/యాదవులు గొర్రెలు/మేకలు మరియు పాల విక్రయదారులు. ఇది ప్రాథమికంగా ఒక వృత్తిసంబంధమైన సంఘం, ఇది క్రమంగా స్థిరపడిన వ్యవసాయదారులుగా రూపాంతరం చెందింది. గొల్లలు కూడా

భూములు సంపాదించి సాగు చేసుకుంటున్నారు. గొర్రెలు/మేకలను మేపడంతోపాటు, కురుమలు (గొల్లల ఉపకులం) కంబళ్లు నేస్తారు.

టాడీ టాపర్స్: గౌండ్ల/సెట్టిబలిజలకు చెందిన కల్లు గీత సంఘాలు కూలి పని మరియు పొలం పనులు వంటి ఇతర వృత్తులను కూడా చేపట్టవలసి వస్తుంది. వారిలో కొందరు చిన్న రైతులు/కౌలుదారులుగా వ్యవసాయంలో నిమగ్నమై ఉండగా, మరికొందరు ఉపాధి వెతుక్కుంటూ ఇతర ప్రాంతాలకు వలస వెళ్లారు. ఈ ప్రాంతంలోని పొడవాటి తాటి చెట్ల నుండి కల్లు తీయడానికి వారు చాలా వినూత్నమైన పరికరాలను కలిగి ఉన్నారు. ఆ సాంకేతికత మారుతోంది. కొన్ని సాధనాలు ఇప్పటికి కనుమరుగై పోయినాయి. కాని వాటిలో చాలా ఇప్పటికీ అందుబాటులో ఉన్నాయి.

చేపలు పట్టడం/వేటాడటం కులాలు:

బెస్తలు, ముత్రసాలు, బోయలు, తెనుగులు మొదలైనవారు ప్రధానంగా గ్రామీణ ప్రాంతాల్లో మంచినీటి మత్స్యకారులు. ట్యాంకులు, చానెళ్లు, ప్రవాహాలు, బావులు మొదలైనవి చేపలు పట్టడానికి వారి ప్రధాన వనరులు.

పాక్షిక సంచార కులాలు: ఒడ్డెరలు/ఉప్పరలు బావులు, కుంటలు తవ్వేవారు. రోడ్డు తయారీదారులు మరియు మట్టి తవ్వేవారి సంఘం. వారి సంప్రదాయ వృత్తి మట్టిపని. రాళ్లను కొట్టడం, ఇళ్లు, రోడ్ల నిర్మాణం, తాపిపని, కూలి పనులు కూడా చేసేవారు. వారికి ప్రధాన ఉపాధి వనరు పబ్లిక్ వర్క్స్ డిపార్ట్మెంట్ మరియు రైల్వేలు/రోడ్ల నిర్మాణం మరియు నిర్వహణ, వారు సాధారణంగా సమూహాలలో నిమగ్నమై ఉంటారు మరియు ఉపాధి కోసం ఒక ప్రదేశం నుండి మరొక ప్రదేశానికి వలస వెళతారు.

షెడ్యూల్డ్ కులాలు:

తెలంగాణలో మొత్తం షెడ్యూల్డ్ కులాల జనాభా 54.09 లక్షలు ఇది రాష్ట్ర జనాభాలో 18%. వీరిలో 59 ఉపవర్గాలు ఉన్నాయి. ప్రధాన కులాలు రెండు, అవి మాలలు మరియు మాదిగలు. మాలలు ప్రధానంగా వ్యవసాయ కూలీలుగా పనిచేసేవారు. సాంఘిక సోపానక్రమంలో అట్టడుగున ఉండి, సంప్రదాయాల భారంతో వారు అన్ని రకాల 'అశుద్ధ' మరియు అపవిత్ర ఉద్యోగాలు చేస్తారు. సంప్రదాయంగా మాదిగలు తోలు కార్మికులు. కాని క్రమంగా చేతితో పనిచేసే కార్మికులుగా రూపాంతరం చెందారు. తెలంగాణలోని మాదిగలు భారీ తోలు పనిముట్లు చేసేవారు. తాడులు, బెల్టులు, బ్యాగులు

వంటి పరికరాలు తయారు చేసేవారు. వారిలో చాలా మంది తోలు వస్తువులను తయారు చేయడంలో నిపుణులు.

షెడ్యూల్డ్ తెగలు:

తెలంగాణలో 31.78 లక్షల గిరిజన జనాభా ఉంది, ఇది రాష్ట్ర జనాభాలో 9.08%. మొత్తం 32 గిరిజన సంఘాలు ఉన్నాయి. తెలంగాణలోని గిరిజన సంఘాలు రెండు ప్రధాన వర్గాలుగా విభజించబడ్డాయి. ఆదిమ/అటవీ తెగలు వీరిలో గోండులు, కోయలు, కొండ రెడ్డిలు, నాయకోడులు, కొలాములు, చెంచులు మొదలైనవారు ఉన్నారు. మైదాన ప్రాంత తెగలలో లంబాడాలు/బంజారాలు, యెరుకలలు, యానాదీలు, నక్కలు వారు మొదలైనవారు ఉన్నారు.

మైనారిటీలు: 2011 జనాభా లెక్కల ప్రకారం, ముస్లింల జనాభా 44.64 లక్షలు (12.69%) మరియు క్రైస్తవులు 4.47 లక్షలు. (1.27%).

సామాజిక దురాచారాలు

నిజాం నిరంకుశ పాలనలో తెలంగాణ సమాజం పురుడు, బాల్య/పూర్వ వివాహాలు, బహుభార్యత్వం, వితంతు పునర్వివాహాల నిషేధం, వ్యభిచారం, ఆడ శిశు హత్య, సతి, జోగిని/బసవి, ఆడపాప/దాసి, భోగం/సాని, అంటరానితనం మొదలైన అసంఖ్యాక మూఢనమ్మకాలను కల్గివుంది. తెలంగాణలో మహిళల స్థితి దయనీయంగా ఉంది మరియు ఫ్యూడలిజంలో వారి పరిస్థితి సంతృప్తికరంగా లేదు. సాంప్రదాయిగా తెలంగాణ మహిళలకు ప్రాథమిక విద్యను అనవసరమైన విలాసంగా భావించి నిరాకరించారు. పందొమ్మిదో శతాబ్దం చివరి వరకు బాలికల కోసం ఒక్క ప్రభుత్వ ఉన్నత పాఠశాల కూడా లేదు. ఉన్నత కులాలకు చెందిన బాలికలు ఒకరకమైన అనధికారిక ప్రాథమిక విద్యను పొందారు. అయితే, కొన్ని మినహాయింపులు మినహా, తెలంగాణ మహిళలు నిరక్షరాస్యులుగా మరియు విద్యావిహీనులుగా మిగిలిపోయారు. మతం పేరుతో బాలికలపై లైంగిక దోపిడికి పాల్పడ్డారు. ఆ విధంగా నిశ్చితార్థం చేసుకున్న స్త్రీలను జోగినిలు, బసవిలు లేదా మురళీలు అని పిలుస్తారు. వీటన్నింటి పేర్లు చివరికి దేవదాసి అనే పదానికి పర్యాయపదాలుగా అంచనా వేయబడ్డాయి. మత విశ్వాసాల ముసుగులో మాదిగల కులానికి చెందిన మహిళలు మాత్రమే ఈ వ్యవస్థలోకి నెట్టబడ్డారు. మతపరమైన ఆంక్షలు గ్రామంలోని అగ్రవర్ణ పురుషులు వారిని లైంగికంగా వేధించడానికి అనుమతిస్తాయి. గ్రామం నుండి బహిష్కరించబడుతుందనే భయంతో మరియు మూఢ

నమ్మకాల కారణంగా తల్లిదండ్రులు వారిని దేవతలకు అంకితం చేస్తారు. ఈ స్త్రీలు అగ్రవర్ణాల అంత్యక్రియలలో నృత్యం చేస్తారు.

తెలంగాణలోని వివిధ ప్రాంతాల్లో జోగినులకు వేర్వేరు పేర్లు ఉన్నాయి. మహబూబ్నగర్, ఆదిలాబాద్, మెదక్, వరంగల్ మరియు నిజామాబాద్లో వారిని జోగినిలుగా పిలుస్తారు. రంగారెడ్డి జిల్లాలో వారిని మాతమ్మ అని పిలుస్తారు. కరీంనగర్ జిల్లాలో వారిని అమాబాయి జోగిని అని పిలుస్తారు. జోగినీలతో కూడిన ఆచారాలు తరచుగా అపకీర్తితో కూడిన పవిత్రమైన వ్యభిచారం మరియు లైంగిక బానిసత్వం స్థాయికి దిగజారిపోయాయి, ఎందుకంటే వారు పూజారి, గ్రామపెద్ద మరియు గ్రామ అధికారులను వారి సేవలతో సంతోషపెట్టవలసి ఉంటుంది. అన్ని భూస్వామ్య దౌర్జన్యాలలో అత్యంత దారుణమైన విషయం ఏమిటంటే, బాలికలను ఉన్నత కులాల ఇళ్లలో దాసీలు/అడపాపాలు (బానిస బాలికలు)గా ఉంచడం. అలాంటి అమ్మాయిలు భూస్వామి ఇంటికి కన్యలుగా వచ్చి కుటుంబ సభ్యులు మరియు వారి అతిథుల లైంగిక అవసరాలను తీర్చవలసి ఉంటుంది. గ్రామాల్లో మూఢనమ్మకాలు, సాంఘిక దురాచారాలు పెచ్చుమీరాయ వారితో, బాణామతి, చేతబడి వంటి దళిత మహిళలను హింసించారు. వారిపై లైంగిక హింస తెలంగాణలో భూస్వామ్య వ్యవస్థ యొక్క సాధారణ లక్షణం. తెలంగాణలోని దళిత సంస్కర్తలు జోగిని/మురళి/బసవి సంప్రదాయం నుండి దళిత స్త్రీలను విముక్తి చేసేందుకు తీవ్ర ప్రయత్నాలు చేశారు. ముఖ్యంగా భాగ్యరెడ్డి వర్మ ఈ దురాచారాన్ని రద్దు చేసేందుకు ఆది హిందూ మురళి నివారణ మండలి అనే సంస్థను స్థాపించారు. అరిగే రామస్వామి కూడా ఈ పద్ధతులకు వ్యతిరేకంగా పోరాడారు మరియు చాలా మంది దళితులను జోగినులను వివాహం చేసుకోమని ప్రోత్సహించారు.

కుల వ్యవస్థ గ్రామాల ఆర్థిక కార్యకలాపాలతో దగ్గరి సంబంధం కలిగి ఉంది. తెలంగాణ గ్రామీణ ప్రాంతంలో బానిసత్వం యొక్క విలక్షణమైన రూపం బంధిత కార్మికులు. ఇది అనేక రూపాల్లో ఉనికిలో ఉంది మరియు దాని స్పష్టమైన రూపాలు వెట్టి మరియు భగేలా. తెలంగాణలో, వెట్టి వ్యవస్థ అనేది అన్ని వర్గాల మరియు కులాల ప్రజలను వివిధ స్థాయిలలో ప్రభావితం చేసే సర్వవ్యాప్త సామాజిక ఆచారం. ఇది ఎక్కువగా వ్యవసాయం-ఇంటి పనికి సంబంధించినది. ప్రతి కులం భూస్వాములకు సేవలు మరియు వస్తువులను ఉచితంగా సరఫరా చేయాలి. అదేవిధంగా, ప్రతి దళిత కుటుంబం వెట్టి చేయడానికి కుటుంబం నుండి ఒక వ్యక్తిని పంపాలి. బలవంతపు శ్రమ మరియు బలవంతపు నిధులు వివిధ రూపాల్లో భూస్వాముల ద్వారా మాత్రమే కాకుండా, చిన్న మరియు ఉన్నత స్థాయి అధికారులందరిచే కూడా సేకరించబడ్డాయి. వెట్టి వ్యవస్థ

తెలంగాణ ప్రజల జీవితాన్ని అణచివేత మరియు బానిసత్వంగా మార్చింది. ఇది అట్టడుగు కులాల స్వాతంత్ర్యం, గౌరవం మరియు ఆత్మగౌరవాన్ని పూర్తిగా దెబ్బతీసింది. భగేలను "వ్యవసాయ సేవకులు"గా పరిగణించారు. తన అప్పుకు బదులుగా కొన్ని షరతులలో భూస్వామి వద్ద పని చేయడానికి అంగీకరించిన వ్యక్తిని భగేలా అంటారు. సాధారణంగా ధేడ్లు, మాంగ్లు, చామర్లు మొదలైన అట్టడుగు కులాల ప్రజలు భగేలాలుగా ఉన్నారు.

సామాజిక సంస్కరణ ఉద్యమాలు

ఇరవయ్యవ శతాబ్దపు మొదటి త్రైమాసికంలో నిజాం రాజ్యాలలో విద్య అభివృద్ధి చెందింది. స్థానిక మాధ్యమంతో పాటు, ఆంగ్ల మాధ్యమ పాఠశాలలు స్థాపించబడ్డాయి. ఇవి ఉదార మానవ విలువలు మరియు శాస్త్రీయ దృక్పథంతో నిండిన విద్యావంతులైన మధ్యతరగతి ఆవిర్భావానికి దోహదపడ్డాయి. మధ్యతరగతి వృద్ధి, రవాణా మరియు కమ్యూనికేషన్ల అభివృద్ధి, వార్తాపత్రికలు, లైబ్రరీలు, విద్యా సంస్థలు మొదలైనవి ప్రజల మేల్కొలుపులో గణనీయమైన పాత్ర పోషించాయి. వారిలో కొత్త స్పృహ పెరగడం ప్రారంభమైంది మరియు వారు ప్రబలంగా ఉన్న సామాజిక దురాచారాలను విమర్శించారు. అఘోరనాథ్ చటోపాధ్యాయ, (సరోజినీ నాయుడు తండ్రి), మరియు ముల్లా అబ్దుల్ ఖయ్యూమ్, మహమ్మద్ ముర్తుజా, కేశవ రావ్ కొరాట్కర్, వామన్ నాయక్ వంటి ప్రముఖులు నిజాం రాజ్యాలలో విద్య మరియు సామాజిక-సాంస్కృతిక మేల్కొలుపులో ముఖ్యమైన పాత్ర పోషించారు. స్త్రీ విద్య వంటి అనేక సామాజిక సంస్కరణ కార్యకలాపాలు వారు చేపట్టారు. బాల్య వివాహాలకు వ్యతిరేకంగా మరియు వితంతు పునర్వివాహాలకు అనుకూలంగా పోరాడారు. అఘోర్నాథ్ చటోపాధ్యాయ తన ఆలోచనలు మరియు కార్యకలాపాలను వ్యాప్తి చేయడానికి చాదర్ ఘాట్లో 1879లో యంగ్ మెన్స్ ఇంప్రూవ్మెంట్ సొసైటీని స్థాపించాడు. ఖయ్యూమ్ పర్దా వ్యవస్థ మరియు బహుభార్యత్వానికి వ్యతిరేకంగా ప్రచారం నిర్వహించాడు. వారిద్దరూ ఇఖ్వాస్ -ఉస్-సఫా అనే సొసైటీని ప్రారంభించారు. ఆ సంఘం ద్వారా ఒక పత్రిక ప్రచురించబడింది మరియు అది వారి సంస్కరణవాద భావజాలాన్ని వ్యాప్తి చేయడానికి ఉపయోగపడింది. తదనంతరం వివిధ సామాజిక సంస్కరణ సంస్థలు స్థాపించి, ప్రజల్లో సామాజిక-సాంస్కృతిక చైతన్యం తీసుకురావడానికి కృషిచేసినారు.

థియోసాఫికల్ సొసైటీ:

థియోసాఫికల్ సొసైటీని 1882లో చాదరఘట్‌లో రామస్వామి అయ్యర్

స్థాపించారు. ఇది నగరంలో మేధో కార్యకలాపాలకు కేంద్రంగా మారింది. ఇది ప్రధానంగా మత సామరస్యం మరియు సామాజిక స్వచ్ఛత ఉద్యమంపై దృష్టి సారించింది. బోలారమ్ (డెక్కన్)లో బోలారం థియోసాఫికల్ సొసైటీ అని పిలువబడే మరొక శాఖ 25 డిసెంబర్ 1882న ప్రారంభించబడింది. ఈ శాఖ కింది మూడు లక్ష్యాలతో అంటే (ఎ) పురాతన ఆర్యన్ మత అధ్యయనాన్ని ప్రోత్సహించడానికి, (బి) సమాజం యొక్క నైతిక పునరుత్పత్తిని ప్రోత్సహించడం మరియు (సి) యూనివర్సల్ బ్రదర్ హుడ్ భావాలను పెంపొందించడం. ఇది ప్రతి ఆదివారం వారపు సమావేశాలను ఏర్పాటు చేసింది. థియోసాఫికల్ ఫిలాసఫీపై మాతృభాష మరియు ఆంగ్లంలో ఉపన్యాసాలను ఏర్పాటు చేసింది. 1883లో కల్నల్ ఓల్కాట్ బొల్లారం, సికింద్రాబాద్ మరియు హైదరాబాద్ శాఖలను సందర్శించారు. హుస్సేన్ సాగర్ సమీపంలో థియోసఫీపై విస్తృతమైన ఉపన్యాసం ఇచ్చారు. 1894లో అన్నా బాయి పేరుతో ఉచిత పఠన గదిని ఏర్పాటు చేశారు. చాలా థియోసాఫికల్ జర్నల్లు మరియు పుస్తకాలు, ది హిందూ, ది బడ్జెట్, ఈవినింగ్ మెయిల్, హైదరాబాదీ మొదలైన పేపర్లు కూడా ప్రజలకు అందుబాటులో ఉంచబడ్డాయి. 1917లో థియోసాఫికల్ సొసైటీ తరపున స్వామి వెంకట్ రావు తన లక్ష్యాలను వ్యాప్తి చేయడానికి ఆంధ్రమాత అనే వార్తాపత్రికను ప్రచురించారు. సొసైటీ భవనం 1906లో హనుమాన్ టెక్డీలో అన్నీ బెసెంట్చే ప్రారంభించబడింది. పెస్టోంజి, జహంగీర్జీ మరియు జార్జ్ రఘునాథ్ రెడ్డి వంటి నగర ప్రముఖులు దాని కార్యకలాపాలలో పాల్గొన్నారు. ఇది మతపరమైన మరియు సాంస్కృతిక ప్రసంగాలపై చర్చల కేంద్రంగా మారింది మరియు సమాజంలోని ఉన్నత వర్గాలను ఆకర్షించింది. థియోసాఫికల్ సొసైటీ బాలికల ఉన్నత పాఠశాలను ప్రారంభించింది మరియు నిజాం డొమినియన్లలో మహిళల విద్యను ప్రోత్సహించింది.

బ్రహ్మ సమాజం:

రాజా రామ్ మోహన్ రాయ్ స్థాపించిన బ్రహ్మ సమాజం పందొమ్మిదవ శతాబ్దం చివరి దశాబ్దాలలో నిజాం రాష్ట్రంలో క్రియాశీలకంగా మారింది. సమాజ్ మొదటి సమావేశం 1914లో హైదరాబాద్లోని రెసిడెన్సీ బజార్లో నిర్వహించబడింది. దీనికి నారాయణ గోవింద్ వెలింగ్కర్ అధ్యక్షత వహించారు. సరోజినీ నాయుడుతో కలిసి వితంతు పునర్వివాహాలు నిర్వహించి బ్రహ్మ తత్వాన్ని వ్యాప్తి చేయడంలో కీలకపాత్ర పోషించారు. దళిత ఉద్యమానికి అగ్రగామి అయిన భాగ్యరెడ్డి వర్మ బ్రహ్మసమాజ కార్యకలాపాల్లో చురుకైన పాత్ర పోషించారు, కానీ అందులో చేరలేదు. ఆల్బర్ట్ రీడింగ్ రూమ్, సికింద్రాబాద్, నగరంలోని మల్వాల సభ మరియు హిందూ సోషల్ క్లబ్, చాదర్

ఘాట్, సోషల్ సర్వీస్ లీగ్, హ్యూమానిటేరియన్ లీగ్లు కూడా హైదరాబాద్ రాష్ట్రంలో సామాజిక–సాంస్కృతిక మేల్కొలుపులో మార్గదర్శక పాత్ర పోషించాయి.

ఆర్యసమాజ్:

ఆర్యసమాజ్ 1875లో బొంబాయిలో స్వామి దయానంద్ సరస్వతి స్థాపించారు, ఇది సాంఘిక దురాచారాలు మరియు యుగాలుగా హిందూ జీవన విధానంలోకి ప్రవేశించిన మూఢనమ్మకాలను నిర్మూలించే లక్ష్యంతో స్థాపించబడింది. విగ్రహారాధన, జంతుబలి, అంటరానితనం, బాల్య వివాహాలు మొదలైన వాటిని ఆయన ఖండించారు. ఆర్యసమాజ్ హిందూమతంలో విగ్రహారాధన వంటి ఆలస్యమైన వాటిని శుద్ధి చేయడానికి ఒక సంస్కరణ ఉద్యమంగా ప్రారంభమైంది. ఇది హిందూ విశ్వాసం కోసం వేదాలను దాని స్వచ్ఛమైన రూపంలో తిరిగి ప్రవేశపెట్టాలని కోరుకుంది. హిందూ మతంలోకి ప్రవేశించిన మూఢనమ్మకాల ఫలితంగా పరిగణించబడే విగ్రహాలు మరియు ఆచారాలను వ్యతిరేకించింది. "వేదం" యొక్క అధికారంపై ఆధారపడిన కుల భేదాలు లేదా జాతి లేకుండా సార్వత్రికతను లక్ష్యంగా చేసుకుంది. ఆర్యసమాజ్ భావజాలం మరియు సనాతన ధర్మ సిద్ధాంతాలు రెండింటికీ హైదరాబాద్ లోని ప్రముఖ మేధావులలో మద్దతుదారులు ఉన్నారు. రెండు సమూహాల ప్రధాన ఆందోళన హిందూ సమాజం మరియు దాని సంస్కరణ.

ఆర్య సమాజం పందొమ్మిదవ శతాబ్దం చివరలో మరియు ఇరవయ్యవ శతాబ్దం ప్రారంభంలో భారతదేశంలో మతపరమైన మరియు సామాజిక సంస్కరణల కోసం అత్యంత ప్రజాదరణ పొందిన మరియు ప్రభావవంతమైన ఉద్యమం. దయానంద్ శిష్యుడు, పండిట్ గిరిజానంద్ సరస్వతి హైదరాబాద్ నగరంలో మార్చి 1892లో వరుస ఉపన్యాసాలు చేశారు. తత్ఫలితంగా, రెసిడెన్సీ ప్రాంతంలో ఆయన ప్రారంభించిన ఆర్యసమాజ్ శాఖ ఉనికిలోకి వచ్చింది. హైదరాబాద్ ఆర్యసమాజ్ అధ్యక్షులుగా కమత పర్సాద్, కార్యదర్శిగా మహాత్మ లక్ష్మణ్ దాస్జీ, కోశాధికారిగా బొజ్జం నర్సింలు ఉన్నారు. ఆర్యసమాజ్ ఒక మతపరమైన మరియు సాంఘిక సంస్కరణ ఉద్యమం. వైదిక మతంపై బలమైన విశ్వాసం ఉంది. 1894లో ఆర్యసమాజుకు చెందిన ఇద్దరు బోధకులు, పండిట్ బాల కృష్ణ శర్మ మరియు నిత్యానంద్ బ్రహ్మచారి రెచ్చగొట్టే ప్రసంగాల కారణంగా రాష్ట్రం నుండి బహిష్కరించబడ్డారు. ప్రారంభంలో, సమాజ్ మరియు సత్సంగం యొక్క సామాజిక–సాంస్కృతిక మరియు మతపరమైన కార్యక్రమాలు పుల్లిబౌలిలో జరిగాయి. తరువాత సమాజ్ హష్మత్ గంజకు మారింది. సత్సంగ్ హాజరు పెరగడంతో, సమాజం

మళ్లీ 1900లో ప్రతాప్ గిర్జి కోఠి (ప్రస్తుత E.N.T హాస్పిటల్ భవనం, కోటి)కి మారింది. చివరగా, నవంబర్ 1904లో, సమాజిస్టులు చావని రెసిడెన్సీ (ప్రస్తుతం సుల్తాన్ బజార్)లో రూ.2000/- కి ఇంటిని కొనుగోలు చేశారు. నేటి వరకు ఆర్యసమాజ్ ఈ భవనం నుండి పనిచేస్తుంది. సుల్తాన్ బజార్ ఆర్యసమాజ్ యొక్క క్రియాశీల కేంద్రంగా మారింది. 1905లో హైదరాబాద్ స్టేట్ ఆర్యసమాజ్ అధ్యక్షుడిగా పండిట్ కేశవరావు కోరాట్కర్ ఎన్నికతో, నిజాం నిరంకుశ పాలనకు వ్యతిరేకంగా ప్రజల మనస్సుల్లో సామాజిక-సాంస్కృతిక స్పృహను కలిగించడంలో కొత్త పరిమాణాన్ని అందుకుంది. 1938 నాటికి రాష్ట్రంలో ఆర్యసమాజ్ 250 శాఖలను కలిగి ఉంది, వాటిలో 20 హైదరాబాద్ మరియు సికింద్రాబాద్ జంట నగరాల్లో ఉన్నాయి. ఆర్యసమాజ్ హిందువులు తమను తాము హిందువులుగా సంఘటితం చేసుకునే వేదికను అందించింది. స్వీయ భరోసా నుండి మిలిటెన్సీకి మారింది. హైదరాబాద్లోని కందస్వామి బాగ్లో ఆర్యసనాజ్ మొదటి వార్షిక వేడుకలు ఘనంగా జరిగాయి. ఆర్యసమాజ్ బోధకులు శ్రీ గోకుల్ పర్సాద్ మరియు శ్రీ దీన్ దయాళ్ శర్మ. ఈ సమయంలో ఆర్యసమాజ్ మరియు సనాతనిస్టుల మధ్య అనేక మతపరమైన చర్చలు జరిగాయి మరియు గణనీయమైన దృష్టిని ఆకర్షించాయి.

1931లో హైదరాబాద్లో ఆర్యప్రతినిధి సభ స్థాపించబడే వరకు, ఆర్యసమాజ్, సుల్తాన్ బజార్ నిజాం రాష్ట్రవ్యాప్తంగా కార్యకలాపాలకు కేంద్రబిందువుగా పనిచేసింది. మొదటి ఆర్యప్రతినిధి సభ 1942లో పండిట్ వినాయక్ రావు విద్యాలంకర్ అధ్యక్షతన ఉద్గర్లో జరిగింది. 1943లో నిజామాబాద్లో రెండవ వార్షిక సదస్సు జరిగింది. గణపత్ కాశీనాథ్ శాస్త్రి అధ్యక్షుడిగా ఎన్నికయ్యారు. వంద పాఠశాలలు మరియు 25,000 మంది బలమైన వాలంటీర్ కార్ప్స్ ఏర్పాటుకు సంబంధించి సదస్సులో ఒక ముఖ్యమైన తీర్మానం ఆమోదించబడింది. మూడో సదస్సు నారాయణపేటలో జరగ్గా, రాయ్ శరత్ ఘుండే అధ్యక్షత వహించారు. నాల్గవ సదస్సు గుల్బర్గాలో రాజా నారాయణ్ లాలా పిట్టి అధ్యక్షతన జరిగింది. ఐదవ సదస్సు 1946లో వరంగల్లో జరిగింది. పండిట్ వినాయక్ రావు అధ్యక్షత వహించారు. క్రమంగా, ఆర్యసమాజ్ వికారాబాద్, మహబూబ్ నగర్, సూర్యాపేట, జగిత్యాల్, గద్వాల్ మరియు మెదక్ పట్టణాలలో తన శాఖలను స్థాపించింది. ఇది ప్రధానంగా నిర్మాణాత్మక కార్యకలాపాలపై దృష్టి సారించింది. సమాజ్ కార్యకలాపాలలో ప్రముఖ నాయకులు కేశవ రావు కోరట్కర్, వినాయక్ రావు విద్యాలంకర్ మరియు పండిట్, నరేంద్రజీ వంటివారు కీలక పాత్ర పోషించారు. స్వామి దయానంద సరస్వత్ రచించిన సత్యార్థ ప్రక్షాళనలో ఎక్కువ భాగాన్ని ఆదిపూడి సోమనాథరావు తెలుగులోకి అనువదించగా, మిగిలిన భాగాన్ని రాజరత్నమాచారి మరియు మంత్రిప్రగడ

వెంకటేశ్వరరావు అనువదించారు. సమాజ్ తన భావజాలాన్ని ప్రచారం చేయడానికి ఉర్దూ వారపత్రిక వేద ఆదర్శ్ మరియు వైదికరార్షం అనే వార్తాపత్రికను ప్రచురించింది. హైదరాబాద్లో ఆర్యసమాజ్ సంస్థను బలోపేతం చేసేందుకు గణేష్ ఉత్సవాలు ప్రారంభించి క్రమంగా జిల్లాలకు విస్తరించారు. ఈ వేడుకల్లో సామూహిక ప్రార్థనలు, భజనలు, సాంస్కృతిక కార్యక్రమాలు, ధార్మిక మరియు సాంస్కృతిక ప్రసంగాలు నిర్వహించబడ్డాయి.

పాఠశాలలు మరియు గ్రంథాలయాలు:

సరైన విద్య లేకుండా జ్ఞానోదయం లేదని గ్రహించిన ఆర్యసమాజస్థులు అనేక 'వేద పాఠశాలల'ను స్థాపించారు. అత్రాఫ్-ఇ-బల్దాలోని ఘట్కేసర్లోని గురుకుల పాఠశాల మరియు నల్గొండలోని ఉపదేశక్ విద్యాలయంతో సహా దాదాపు 90 పాఠశాలలు అన్ని వర్గాలకు చెందిన ప్రజల విద్యా అవసరాలను తీర్చాయి. ముఖ్యంగా, ఉపదేశక్ విద్యాలయం హరిజనులకు మరియు ఇతర అణగారిన తరగతులకు దాని తలుపులు తెరిచి ఉంచింది. ఆర్యసమాజ్ వ్యాయామశాలలు మరియు అఖాడాల ద్వారా బాలికలు మరియు బాలుర శారీరక విద్యను ప్రోత్సహించింది. బాలికలకు ఆత్మరక్షణలో శిక్షణ ఇచ్చేందుకు అఖాడాస్లో ఫిజికల్ ట్రైనింగ్ ఇచ్చారు. ఉమాబాయి ఔరంగాబాద్కర్ ప్రారంభించిన మహారాష్ట్ర లేడీస్ క్లబ్ ఆఫ్ సుల్తాన్ బజార్ ప్రముఖ అఖాడా. దాని శిక్షకురాలు మిస్ పార్లేకర్. మరొకటి సుల్తాన్ బజార్లోని హనుమాన్ కన్యా వ్యాయామశాల, దీని స్థాపకులు సుశీలాబాయి పాఠక్ మరియు శ్రీమతి లీలా లక్ష్మీ బాయి. ఆర్యసమాజ్ నాయకులు పండిట్ నరేంద్రజీ స్వయంగా అత్రాఫ్-ఇ-బల్దా జిల్లా తాండూరులో హరిజన బస్తీలో వేద పాఠశాలను ప్రారంభించారు. సమాజ్ యొక్క ప్రతి శాఖ దాని ప్రాంగణంలో ఒక లైబ్రరీని నిర్వహించేది. బండారు మీనయ్య ఇంట్లో కాసం శంకరయ్య, అరవపల్లి లచ్చయ్యల ఆధ్వర్యంలో ఆంధ్ర గ్రంథాలయం స్థాపించబడింది. ఈ లైబ్రరీ యొక్క ముఖ్య ఉద్దేశ్యం సామాజిక-సాంస్కృతిక మేల్కొలుపును ప్రోత్సహించడం. ఈ కార్యకలాపాలలో భాగంగా, వారు నిరక్షరాస్యులైన హరిజనులకు మరియు ఇతర కులాలకు రాజకీయ సంఘటనల గురించి తెలుసుకునేలా బోధించారు. హరిజనులలో అక్షరాస్యతను ప్రోత్సహించడం, అంటరానితనానికి వ్యతిరేకంగా పోరాటం, గ్రామ పరిశుభ్రత మరియు జాతీయ పండుగలను జరుపుకోవడం వంటి సామాజిక సంస్కరణ కార్యకలాపాలను కూడా లైబ్రరీ చేపట్టింది. 1937లో నిజామాబాద్లో "బాపూజీ వచనాలయం" పేరుతో గ్రంథాలయాన్ని స్థాపించారు. ఆంధ్ర బాలికల పాఠశాలను 1938లో జగిత్యాల పట్టణంలోని పల్లెర్ల లచ్చయ్య స్థాపించారు. ఆంధ్ర గ్రంధాలయం ప్రజలలో తన విద్యా

కార్యకలాపాలను కొనసాగించింది. ముఖ్యంగా హరిజనులకు, చెప్పులు కుట్టేవారికి మరియు నేత కార్మికులకు వయోజన విద్యను ప్రోత్సహించింది. రాగల్లి లచ్చయ్య గాంధీకి అత్యంత విధేయుడు. హరిజనుల అభ్యున్నతికి తన జీవితాన్ని అంకితం చేసిన ఆయనను “జగిత్యాల గాంధీ” అని ముద్దుగా పిలుచుకునేవారు. కాసం శివ రాజ గుప్తా మార్గదర్శకత్వంలో దక్కన్ హ్యూమానిటేరియన్ లీగ్ (ఆర్యసమాజ్ శాఖ) నిషేధం, బాల్య వివాహాలు మరియు విగ్రహారాధన వంటి సాంఘిక దురాచారాలను నిర్మూలించే సంఘ సంస్కరణ కార్యకలాపాలలో పాల్గొంది. హిందీ మాధ్యమంలో కేశవ్ మెమోరియల్ స్కూల్ 1940లో కేశవ రావు కోరాట్కర్ జ్ఞాపకార్థం స్థాపించబడింది.

సామాజిక మరియు మతపరమైన కార్యకలాపాలు:

ఆర్యసమాజ్ సామాజికంగా ఉపయోగపడే కార్యక్రమాలను చేపట్టింది. తద్వారా దాని లక్ష్యాలు ప్రజలకు చాలా వేగంగా చేరాయి. ఆహారం మరియు ఆశ్రయం అందించడం, కరువు సమయాల్లో ఆర్థిక సహాయం చేయడం, నిరుపేదలకు అనాథాశ్రమాలు స్థాపించడం, సామూహిక కులాంతర వివాహాలు నిర్వహించడం వంటివి ఆర్యసమాజ్ చేపట్టిన కొన్ని ముఖ్యమైన కార్యకలాపాలు. పండిట్ నరేంద్రజీ నేతృత్వంలోని హైదరాబాద్ ఆర్యసమాజిస్టులు కలుషిత నీటి బారిన పడిన యాత్రికులకు అవసరమైన వైద్య సహాయం అందించారు. 1945లో, రాష్ట్రమంతటా కలరా విజృంభించినప్పుడు, ఆర్యసమాజ్ కార్యకర్తలు బతికి ఉన్న బాధితులకు వైద్య సదుపాయాలు మరియు ఇతర సహాయాన్ని అందించారు. ఎంతో మంది నిరుపేద చిన్నారులకు వసతి కల్పించేందుకు నిజామాబాద్లో ‘దయానంద అనాథ ఆశ్రమాన్ని’ ప్రారంభించారు. ఆర్యసమాజ్ తెలంగాణలోని అనేక ప్రాంతాల్లో కులాంతర మరియు వితంతు పునర్వివాహాలను ప్రోత్సహించింది. ముఖ్యంగా కరీంనగర్, ఆదిలాబాద్ జిల్లాల్లో అనేక వితంతు వివాహాలు చేయడంలో కాసం శివ రాజ గుప్తా కీలకపాత్ర పోషించారు. సనాతన ధర్మం నుండి కొంత ప్రతిఘటన వచ్చింది. సనాతన ధర్మ మహా మండలానికి చెందిన బ్రాహ్మణ సంఘం వారి వేదనను ప్రదర్శించి ఈ వివాహాలను వ్యతిరేకించింది. దసరా, దీపావళి వంటి పండుగల సమయంలో, ఆర్యసమాజ్ మతపరమైన ఊరేగింపులు మరియు సమావేశాలను నిర్వహించి, తద్వారా ప్రజల మధ్య ఐక్యత మరియు సామరస్యాన్ని సాధించింది. అటువంటి సందర్భాలలో, సమాజ్ నాయకులు మముత్ సమావేశాలలో ప్రసంగించారు మరియు వివిధ మతపరమైన మరియు జాతీయ సమస్యలపై స్పందించారు. ప్రముఖ నాయకుల ప్రసంగాలు నిర్వహించే సభకు జాతీయ నాయకుల పుట్టినరోజులు సరిపోయే సందర్భాలు. సిద్ధిక్ దిందార్ అనే

ముస్లిం తనను తాను చెన్న బసవేశ్వరుని అవతారంగా ప్రకటించుకున్నాడు మరియు తన ప్రసంగాలలో హిందూ దేవుళ్ళను విమర్శించాడు. ఆర్యసమాజిస్టులు అతనిని ఖండించారు మరియు ఇస్లాంకు వ్యతిరేకంగా ప్రచారం చేయడం ద్వారా ప్రతీకారం తీర్చుకున్నారు. ఆర్యసమాజ్ హవన్ కుండ్స్ మరియు ఓం జెండాలను ఎగురవేయడం ద్వారా దాని సామాజిక సేవలు మరియు మత సంస్కరణ కార్యకలాపాలను కొనసాగించింది. శారీరక దృఢత్వాన్ని పెంపొందించడం కోసం అనేక అఖాడాలు మరియు వ్యాయమశాలలు ప్రారంభించబడ్డాయి. తరువాత వారు అవి సంఘ విద్రోహ కార్యకలాపాలకు మరియు మిలిటెంట్ పోరాటాలకు కేంద్రాలుగా మారాయి. గోరక్ష (గోవుల రక్షణ) ఆర్యసమాజ్ యొక్క ప్రధాన ఆందోళనలలో ఒకటి.

శుద్ధి ఉద్యమం:

తెలంగాణలో బలవంతపు శ్రమకు (వెట్టి మరియు భగేలా) లోనైన అట్టడుగు కులాలు నిరసనగా మరియు అగ్రవర్ణ భూస్వాములపై ప్రతీకారం తీర్చుకోవడానికి ఇస్లాంను స్వీకరించారు. దళితులు ఇస్లాంలోకి మారడం హిందూ మత పెద్దలు మరియు ఆర్యసమాజిస్టులలో ఆందోళన సంకేతాలను పంపింది. 1930లలో, నల్గొండ జిల్లాలో చాలా మంది దళితులు ఇస్లామిక్ మతంలోకి మార్చబడ్డారు. ఆర్యసమాజ్ ఒక్కసారిగా కార్యరూపం దాల్చింది. పండిట్ నరేంద్రజీ మరియు పండిట్ బల్దేవ్‌లను నియమించింది. శుద్ధి చేయడం ద్వారా వారిలో చాలా మందిని తిరిగి ఆర్య మడతలోకి మార్చింది. శుద్ధి ఉద్యమం ద్వారా, పండిట్ నరేంద్రజీ చాలా మందిని ఆర్యసమాజంలోకి తీసుకువచ్చారు. ముఖ్యంగా మిర్యాలగూడ, సూర్యాపేట మరియు దేవరకొండ శుద్ధి కేంద్రాలుగా పని చేశాయి. ఒక్క పిల్లలమర్రి నల్గొండ జిల్లాలోనే నరేంద్రజీ కృషి వల్ల 93 మంది దళితులు తిరిగి హిందూ మతంలోకి మారారు. ఈ చర్యలు హిందువులు, ముఖ్యంగా దళితులు, ఇస్లాం మతంలోకి సామూహిక కదలికలను నిరోధించాయి మరియు ఈ ప్రాంతంలో హిందూ మతాన్ని రక్షించాయి. సమాజ్ ప్రధానంగా అట్టడుగు కులాలను తిరిగి హిందూ మతంలోకి తీసుకురావడానికి వారిపై దృష్టి సారించింది.

ఆర్యసమాజ్ యొక్క పెరుగుతున్న కార్యకలాపాలు నిజాం ప్రభుత్వం దృష్టిని ఆకర్షించాయి. అది నిజాం అధికారుల అసంతృప్తికి కారణమైంది. ప్రభుత్వం సమాజ్‌పై ఆంక్షలు విధించారు మరియు పోలీసుల వైఖరిని కఠినతరం చేశారు. ప్రభుత్వం గొప్ప వ్యక్తుల పుట్టిన మరియు మరణించిన రోజులలో ఎటువంటి కార్యక్రమాలను జరుపుకోడానికి లేదా/మరియు సమావేశాలు నిర్వహించలేదు. మతపరమైన కార్యక్రమాలు, జాతరలు,

నగర్ కీర్తనలు, సాహిత్య కార్యక్రమాలు, హవన్ కుండ్లు/ఓం జెండాలను ఆవిష్కరించడం మొదలైనవి నిర్వహించడానికి అనుమతిని యివ్వలేదు. నిజాం ప్రభుత్వం గస్తీ నంబర్ 52ని తీసుకొచ్చింది. 1921 మరియు 1929లో గస్తీ నెం, 53 అనుమతి లేకుండా అన్ని రకాల సమావేశాలను నిషేధించింది. ఆర్యసమాజ్ ఈ ఉత్తర్వును వ్యతిరేకించింది. అయినప్పటికీ, ముస్లింలలో ఆలోచనలను వ్యాప్తి చేసినందుకు సత్యార్థ ప్రకాష్ను మరియు వీక్లీ పేపర్ వేద ఆదర్శ్ను దేశద్రోహ పుస్తకంగా పరిగణించి ప్రభుత్వం నిషేధించింది. ప్రభుత్వ అణచివేత విధానాలు అమలులో ఉన్నప్పటికీ, ఆర్యసమాజ్ తన కార్యక్రమాల్ని విస్తరించింది మరియు 1940లలో తనకు అనుకూలంగా ప్రజల అభిప్రాయాన్ని ఆకర్షించింది. నిజాం వ్యతిరేక స్వాతంత్ర్య పోరాటంలో చురుకైన పాత్ర పోషించింది.

మజ్లిస్-ఎ-ఇత్తెహాద్-ఉల్-ముస్లిమిన్:

1927 నవంబర్ 9న హైదరాబాద్లో మొఘల్పురాలో ముస్లింల సంప్రదింపుల సమావేశం జరిగింది. మౌల్వీ మహమూద్ నవాజ్ ఖాన్ నివాసంలో కొంత మంది ముస్లిం పెద్దలు సమావేశమయ్యారు. అక్కడ ముస్లింలలోని వివిధ వర్గాలను ఒకే వేదికపైకి తీసుకురావాలని నిర్ణయించారు. సంస్థ పేరు మజ్లిస్-ఇ-ఇత్తెహాద్-ఎ-బైనుల్-ముస్లిమీన్ ఒక సంవత్సరం తరువాత, 1928లో బైనుల్ ముస్లిమీన్ తొలగించబడింది మరియు 11-11-1928న మజ్లిస్-ఇ-ఇత్తెహాదుల్ ముస్లిమీన్ అని పేరు మార్చబడింది. ముస్లింలలోని అన్ని వర్గాలను ఏకం చేయడం మరియు ఒకే బ్యానర్పైకి తీసుకురావడం, ముస్లింల ఆర్థిక, సామాజిక మరియు విద్యా లక్ష్యాలను పరిరక్షించడం మరియు రాజ్యానికి మరియు పాలకులకు విధేయతను తెలియజేయడం. అమలులో ఉన్న రాష్ట్ర చట్టాలను గౌరవించడం దీని లక్ష్యాలు. మరో మాటలో చెప్పాలంటే, మజ్లిస్ ముస్లిం సమాజంలోని మతపరమైన మరియు సామాజిక కార్యకలాపాలపై దృష్టి పెట్టింది. 1937 వరకు దాదాపు ఒక దశాబ్దం పాటు, మజ్లిస్ బలహీనమైన మరియు అసమర్థమైన సంస్థ మరియు తక్కువ ప్రొఫైల్ను కొనసాగించింది. ఈ సంస్థకు అబుల్ బయాన్ బహౌద్దీన్ కార్యదర్శి మరియు బహదూర్ యార్ జంగ్ సంయుక్త కార్యదర్శి.

1930లలో మారిన సామాజిక-రాజకీయ పరిస్థితులలో నిజాం పాలనలో మజ్లిస్ మరింత రాజకీయంగా ప్రజాదరణ పొందింది, మిలిటెంట్గా మరియు మరింత మతోన్మాదంగా మారింది. ఈ పరివర్తనలో నవాబ్ బహదూర్ యార్ జంగ్ కీలక పాత్ర పోషించారు. శక్తివంతంగా మరియు ఉద్రేకపూరితమైన వక్తృత్వంతో భారీ జనసమూహాన్ని సేకరించగల సామర్థ్యం ఉన్న అతను నిజంగా ఆకర్షణీయమైన నాయకుడు. "1930ల

ప్రారంభంలో అతను తన అసాధారణ ప్రతిభను ఉపయోగించి హైదరాబాదులో హిందూ మతం మారినవారిని పెద్ద సంఖ్యలో చేర్చడం ద్వారా ముస్లింల స్థానాన్ని పెంచే పనిలో ఉన్నాడు." అతని నాయకత్వంలో, మజ్లిస్ బలం పెరిగింది మరియు ముస్లింలలో గణనీయంగా విస్తరించింది. అతను రాష్ట్రవ్యాప్తంగా మజ్లిస్ ఆధ్వర్యంలో అంజుమాన్ తబ్లీగ్ సొసైటీలను స్థాపించాడు మరియు ఖురానిక్ సందేశాన్ని గ్రామీణ ప్రాంతాలకు తీసుకెళ్లడానికి అనేక వందల మంది వాలంటీర్లను నియమించారు. నల్గొండ మరియు వరంగల్ వంటి తెలంగాణ జిల్లాలలో, బహదూర్ యార్ జంగ్ 15 మంది సాధారణ బోధకులతో మజ్లిస్ యొక్క ఏడు శాఖలను స్థాపించారు. ఒక సంవత్సరంలో 1129 మంది అంటరానివారిని ఇస్లాంలోకి మార్చారు. వరంగల్లో 700 మంది బహిష్కృత ధేర్లను మతం మార్చారు. బహదూర్ యార్ జంగ్ కార్యకలాపాల ఫలితంగా 1930 చివరి నాటికి 20,000 మంది అంటరానివారు ఇస్లాంలోకి మార్చబడ్డారని అంచనా వేయబడింది. 20,000 మత మార్పిడులలో, దాదాపు 5,000 మంది అతని వ్యక్తిగత ప్రయత్నాల వల్ల ప్రభావితమయ్యాయని సంస్థ పేర్కొంది. ఆర్యసమాజ్ వలె, అతను కూడా తన ప్రయత్నాలను ప్రధానంగా అంటరానివారి వైపు నడిపించాడు – ఈ ప్రక్రియ, ముస్లింలలో కూడా ఇబ్బందులను ఎదుర్కొంది, ఎందుకంటే ఆచార ఆంక్షలు లేనప్పటికీ, కొత్తగా మారిన వారు తరచుగా సమాజంలో సమాన సభ్యునిగా అంగీకరించబడరు. ఏది ఏమైనప్పటికీ, శుద్ధి మరియు తబ్లిగ్ ఢీకొనడానికి మరియు గ్రామీణ ప్రాంతంలో మతపరమైన ఉద్రిక్తతలు నిరంతరం పెరగడానికి మధ్య ఉన్న సంబంధాన్ని కాదనలేము. మతమార్పిడి కార్యకలాపాలు పెరగడంతో హిందువులు మరియు ముస్లింల మధ్య విభేదాలు తీవ్రమయ్యాయి. అంటరానివారిని తిరిగి హిందూ మతంలోకి మార్చాలనే ఆర్యసమాజ్ శుద్ధి ఉద్యమం మత హింసకు కారణమైంది.

1938లో హైదరాబాద్ నగరంలో ధూల్పేట్ అల్లర్లలో బహదూర్ యార్ జంగ్ యొక్క ఇద్దరు బంధువులు చంపబడ్డారు, ఇది హైదరాబాద్ రాష్ట్రంలో ప్రబలంగా ఉన్న మతపరమైన పరిస్థితులను మార్చడంలో ముఖ్యమైన మైలురాయి. ముఖ్యంగా ముస్లింలు తమ ప్రయోజనాలను కాపాడుకోవడానికి రాజకీయ వేదికను కలిగి ఉండటం యొక్క ప్రాముఖ్యతను గ్రహించారు. మజ్లిస్ పార్టీ, ఆర్యసమాజ్ మరియు హైదరాబాద్ స్టేట్ కాంగ్రెస్ ఆధ్వర్యంలో హిందువుల ఏకీకరణ నుండి ముప్పును గ్రహించింది. మారిన రాజకీయ పరిస్థితులలో ముస్లింలు తమను తాము ఒక మతపరమైన సమాజంగా మార్చుకున్నారు / ఊహించుకున్నారు మరియు మజ్లిస్ పార్టీ నిర్మాణాలను పునర్వ్యవస్థీకరించారు. దీని ప్రకారం 1939లో అధ్యక్ష పదవిని సృష్టించి దానికి బహదూర్

యార్ జంగ్ ఎన్నికయ్యారు. అతను 1944లో మరణించే వరకు ఆ పదవిలో కొనసాగాడు. మజ్లిస్ రాజ్యాంగం నిజాం రాష్ట్రంలోని ముస్లింల మత, ఆర్థిక, రాజకీయ, కమ్యూనిటీ, భాషాపరమైన ప్రయోజనాలకు ప్రాధాన్యతనిస్తూ మార్చబడింది. బహదూర్ యార్ జంగ్ యొక్క ఆకర్షణీయమైన నాయకత్వంలో మజ్లిస్ విస్తృత ప్రజాదరణ పొందిన పార్టీగా ఎదిగింది. అది నిజాంలో రాష్ట్రంలోని ముస్లింల ప్రయోజనాలకు ప్రాతినిధ్యం వహిస్తున్నట్లు గుర్తించబడింది. మూడు సంవత్సరాలలో, మజ్లిస్ పార్టీ యూనిట్ల సంఖ్య 58 నుండి 354 కి పెరిగింది. మజ్లీస్ 1940 నాటికి హైదరాబాద్ రాష్ట్రంలో ముస్లింల బలమైన, ప్రభావవంతమైన మరియు ఏకైక రాజకీయ పార్టీగా క్రియాశీలకంగా మారింది.

బహదూర్ యార్ జంగ్ ముస్లిం ప్రజా సార్వభౌమాధికారం, అనా-అల్-మాలిక్ ('నేనే రాజు') యొక్క ఆలోచనను ప్రచారం చేసినప్పుడు రాజకీయ గతిశీలత గ్రహించదగిన పరివర్తనకు గురైంది. హైదరాబాద్లోని ముస్లింలే నిజమైన సార్వభౌమాధికారులని, నిజాం దాని ప్రతినిధి మాత్రమే అని ప్రకటించారు. బహదూర్ యార్ జంగ్ కూడా హైదరాబాద్‌పై బ్రిటీష్ పారామౌంట్ అధికారాన్ని ప్రశ్నించాడు మరియు నిజాం స్వాతంత్ర్యాన్ని గౌరవించాలని బ్రిటిష్ ప్రభుత్వానికి సలహా ఇచ్చాడు. అతని ఉద్దేశం స్పష్టంగా ఉంది: హైదరాబాదును ఇస్లామిక్ స్టేట్ గా ప్రకటించడం. 1940 నాటి రాష్ట్రంలో మారుతున్న రాజకీయ దృష్టాంతంలో బహదూర్ యార్ జంగ్ మజ్లిస్కు ద్వంద్వ పాత్రను అందించాడు. ఒక వైపు ముస్లింల రాజకీయ శక్తిని బలోపేతం చేయడం మరియు మరోవైపు బాధ్యతాయుతమైన హైదరాబాద్ స్టేట్ కాంగ్రెస్ మరియు ఇతర రాజకీయ డిమాండ్లను వ్యతిరేకించడం. అయితే, నిజాం మరియు బ్రిటిష్ వారు బహదూర్ యార్ జంగ్ సార్వభౌమాధికారం మరియు రాజకీయ అధికారాన్ని ఉచ్చరించడాన్ని అనుమానించారు. ప్రత్యేకించి నిజాం మజ్లీస్ భావజాలంతో అసౌకర్యానికి గురయ్యాడు, అది రాష్ట్ర లౌకిక నిర్మాణాన్ని దెబ్బతీస్తుంది మరియు అస్థిరపరుస్తుంది అని భావించాడు. ఏది ఏమైనప్పటికీ, 1944లో బహదూర్ యార్ జంగ్ ఆకస్మిక మరణం మరియు నిజాం రాష్ట్రంలో తదనంతర రాజకీయ పరిణామాలు ముఖ్యంగా రజాకార్ల పెరుగుదలతో చాలా మార్పులకు లోనయ్యాయి. మజ్లిస్-ఎ-ఇత్తెహాద్-ఉల్-ముస్లిమీన్ రజాకార్లుగా రూపాంతరం చెందడం మరియు హైదరాబాద్ రాజకీయాల్లో వారి పాత్ర గురించి తదుపరి అధ్యాయంలో చర్చించబడతాయి.

క్రైస్తవం మరియు దళితబహుజన చైతన్యం

ఆధునిక భారతదేశంలో మత మార్పిడి మరియు సామాజిక-సాంస్కృతిక మార్పులతో

పాటు విద్యా, ఆరోగ్యం మరియు స్వీయ-అభివృద్ధి పథకాల అభివృద్ధిలో క్రైస్తవ మిషనరీల పాత్ర అనేక చారిత్రక అధ్యయనాల ద్వారా గుర్తించబడింది. క్రైస్తవ మిషనరీలు సామాజిక సంస్కరణలు, భాష/సాహిత్యం/భాషాశాస్త్రం, బలహీన వర్గాల సామాజిక-ఆర్థిక అభివృద్ధికి సంబంధించిన వివిధ పథకాలను చేపట్టారు. అందుకే, క్రైస్తవ మతాన్ని కొంతమంది పండితులు "పేదల మతం"గా అభివర్ణించారు. ప్రత్యేకించి, పూర్వపు హైదరాబాద్ రాష్ట్రంలోని తెలంగాణా జిల్లాలలో, ఆంగ్లో-అమెరికన్, జర్మన్ లూథరన్ మరియు ఇతర ప్రొటెస్టంట్ మిషనరీలు అట్టడుగు కులాలు మరియు వర్గాల ప్రయోజనాల కోసం సామాజిక-ఆర్థిక పురోగతికి సంబంధించిన వివిధ కార్యక్రమాలను నిర్వహించడంలో కీలకపాత్ర పోషించారు. మొదటి వెస్లియన్ మెథడిస్ట్ చర్చి తెలంగాణ ప్రాంతంలో 1879లో బర్గెస్ నాయకత్వంలో మరియు మార్గదర్శకత్వంలో స్థాపించబడింది. 1880 మరియు 1930 మధ్య 50 సంవత్సరాల కాలంలో వెస్లియన్ చర్చి దళితబహుజన వర్గాలలో అనేక విద్యా మరియు సామాజిక అభ్యున్నతి కార్యక్రమాలను నిర్వహించి, వారిని మార్చడంలో విజయం సాధించింది. పెద్ద సంఖ్యలో. వరంగల్, కరీంనగర్, మెదక్, నిజామాబాద్, ఆదిలాబాద్ జిల్లాలలో కూడా చర్చిలు స్థాపించబడ్డాయి.

తెలంగాణలోని వెస్లియన్ మెథడిస్ట్ చర్చి యొక్క విద్యా కార్యకలాపాలు హైదరాబాద్, సికింద్రాబాద్ మరియు జిల్లాల్లోని గ్రామీణ మరియు పట్టణ ప్రాంతాలలో అనేక పాఠశాలలను స్థాపించాయి. పర్యవసానంగా, 1883లో కరీంనగర్, 1886లో సిద్దిపేటలో, 1886లో మెదక్లో రెండు మిషన్ స్టేషన్లు స్థాపించబడ్డాయి. ఈ సమయంలోనే కంది, సంగారెడ్డి, నిజామాబాద్, ఆలేరు, లక్సెట్టిపేట, నిర్మల్ మరియు మంచిర్యాలలో కొత్త సర్క్యూట్లు కూడా స్థాపించబడ్డాయి. హైదరాబాద్ స్టేట్లో బర్గెస్, ప్రాట్, వెస్లీ (మిషనరీ త్రివ్రమేట్) వంటి చర్చి వ్యవస్థాపకులు చేసిన మార్గదర్శక పని మంచి ఫలితాలను ఇచ్చింది. వెల్లియన్ మిషనరీలు అనేక పాఠశాలలు, డిస్పెన్సరీలను స్థాపించారు మరియు అణగారిన వర్గాలకు ఆధునిక విద్యను అందించారు. మొట్టమొదటిసారిగా, సాంప్రదాయ హిందూ కుల వ్యవస్థ ద్వారా ఆధునిక జ్ఞానానికి ప్రాప్యత నిరాకరించబడిన ఈ అణగారిన వర్గాలు క్రైస్తవ మతం క్రింద అక్షరాస్యత యొక్క ప్రయోజనాలను పొందాయి. 1895 సంవత్సరంలో స్టాన్లీ బాలికల పాఠశాల ప్రారంభించబడింది. ఇది 1908లో ఉన్నత పాఠశాలగా మార్చబడింది. 1889-90లో హైదరాబాద్లో తెలుగు ఉపాధ్యాయుల శిక్షణ కోసం వెస్లియన్ మిషన్ ద్వారా ఒక తెలుగు సాధారణ పాఠశాల ప్రారంభించబడింది.

హైదరాబాదు రాష్ట్రంలోని క్రైస్తవ మిషనరీలు బాలికల కోసం వృత్తి శిక్షణ మరియు పారిశ్రామిక పాఠశాలలను స్థాపించాలనే ఒక వినూత్న ఆలోచనను ప్రారంభించారు.

1899లో సికింద్రాబాద్లోని వెస్లియన్ మిషన్ ద్వారా బాలికలకు పారిశ్రామిక మరియు సాంకేతిక విద్యను ప్రోత్సహించడానికి ఒక సంస్థ ప్రారంభించబడింది, ఇది లేస్ తయారీ, పట్టు నేయడం మరియు అలాంటి ఇతర చేతిపనులలో శిక్షణనిచ్చింది. అదేవిధంగా, అత్యంత పవిత్రమైన రోజరీ మిషన్ 1903లో చాదరగాట్లో బాలికలకు శిక్షణ ఇవ్వడానికి పారిశ్రామిక పాఠశాలను స్థాపించింది. మిషనరీలు స్థాపించిన పాఠశాలల్లో అంటరానివారు మరియు కుల హిందువులు ఇద్దరినీ విద్యార్థులుగా చేర్చుకున్నారు. మిషనరీ ప్రయత్నాల ఫలితంగా 1920లో 400 గ్రామాలలో దాదాపు 450 పాఠశాలలు స్థాపించబడినాయి. దాదాపు 8,000 మంది పిల్లలు ప్రాథమిక విద్యను అభ్యసించారు. క్రిస్టియన్ మిషనరీ పాఠశాలల్లో విద్యార్థులు నేత మరియు వ్యవసాయం వంటి వృత్తిపరమైన విద్యను అభ్యసించారు. మగపిల్లలను నేత, వడ్రంగి వంటి వృత్తులు నేర్పించగా, అమ్మాయిలకు ఎంబ్రాయిడరీ, టైలరింగ్, కుకరీ మరియు హౌస్ కీపింగ్ లో శిక్షణ ఇచ్చారు. ప్రజలలో విద్యను వ్యాప్తి చేయడంలో ప్రభుత్వం విఫలమైనందున క్రైస్తవ మిషనరీ పాఠశాలలు మాలలు మరియు మాదిగలు వంటి అంటరాని వర్గాల అవసరాలను తీర్చాయి.

మొదటి క్రైస్తవులు మాలల నుండి మార్చబడ్డారు. అయితే, నేత కార్మికులు, గొర్రెల కాపరులు, వడ్రంగులు మరియు కమ్మరి వంటి అనేక కుల హిందువులు కూడా మతం మార్చబడ్డారు. 1896 నాటికి, కరీంనగర్, సిద్దిపేట, మెదక్, కంది, ఆలేరులో ఐదు సర్క్యూట్లు స్థాపించబడ్డాయి. మొదటి దశ మిషనరీ పనిలో మొత్తం 4000 మత మార్పిడులు జరిగాయి. పూర్వపు నిజాం రాష్ట్రంలోని తెలంగాణా ప్రాంతంలో క్రైస్తవుల సంఖ్య 1879లో 1,656 నుండి 1921 నాటికి 66,570కి పెరిగిందని అందుబాటులో ఉన్న డేటా నుండి స్పష్టంగా తెలుస్తుంది. ఈ విధంగా, తెలంగాణ ప్రాంతంలోని మొదటి తరం దళిత మేధావులకు మిషనరీ విద్య ప్రయోజనం చేకూర్చింది. ఇరవయ్యవ శతాబ్దపు ప్రథమార్ధంలో సామాజిక-రాజకీయ ఉద్యమాలలో వారు ముఖ్యమైన పాత్ర పోషించారు. వాస్తవానికి, నిజాం రాష్ట్రంలో దళిత ఉద్యమ స్థాపకుడు, భాగ్యరెడ్డి వర్మ, మిషనరీ ప్రోత్సాహం మరియు సహాయం యొక్క ఉత్పత్తి.

1929లో తెలంగాణలోని గ్రామ పాఠశాలల్లో 4,815 మంది విద్యార్థులు ఉండగా, వారిలో 88 శాతం మంది బాప్టిజం పొందిన క్రైస్తవులు. మెన్నోనైట్ చర్చి మహబూబ్ నగర్ మరియు గద్వాలలో తన పనిని ప్రారంభించింది. చర్చి సభ్యులు చాలా మంది గ్రామాలలో నివసించారు. మతం మారిన వారు ప్రధానంగా మాదిగలు. కానీ కొందరు మాల కులానికి చెందినవారు కూడా ఉన్నారు. దాదాపు చర్చి సభ్యులందరూ రైతులు, కూలీలు మరియు రోజువారీ కూలీ కార్మికులు. వీరిలో 80 శాతం మంది

నిరక్షరాస్యులు. క్రైస్తవ మిషనరీలు పాస్టర్లుగా మరియు పాఠశాల ఉపాధ్యాయులుగా విద్య మరియు ఉపాధిని అందించడమే కాకుండా, తెలంగాణ గ్రామీణ ప్రాంతంలోని దళితబహుజన వర్గాల సాధికారత కోసం అనేక ఆర్థిక మరియు వ్యవసాయ కార్యక్రమాలను కూడా ప్రవేశపెట్టారు. కొత్తగా చదువుకున్న దళితబహుజన్ పిల్లలు బోధన, ప్రభుత్వ సేవ, రైల్వేలు, సైన్యం, పోలీసు, ఆసుపత్రులు మరియు డిస్పెన్సరీలు వంటి ఆధునిక రంగాలలో ఉపాధిని పొందారు మరియు ఒక విధమైన సామాజిక-ఆర్థిక చైతన్యాన్ని పొందారు. వెస్లియన్ మెథడిస్టు, మెన్నోనైట్స్, చర్చి మిషన్ సొసైటీ, అమెరికన్ బాప్టిస్టు మొదలైన వివిధ మిషనరీలు బైబిల్ మరియు జెనానా కార్యకర్తలుగా నిమ్న కులాల మహిళల ప్రయోజనం కోసం సామాజిక-ఆర్థిక పురోగమన కార్యక్రమాలను నిర్వహించడంలో కీలకపాత్ర పోషించారు. తెలంగాణ ప్రాంతంలో, మిషన్ పాఠశాలల్లో చదువుకున్న దళిత మహిళలు, పాఠశాల ఉపాధ్యాయులు మరియు నర్సులుగా ఉపాధి పొందారు. టైలరింగ్, ఎంబ్రాయిడరీ, లేస్ మేకింగ్ మొదలైన వృత్తిపరమైన వృత్తులలో శిక్షణ పొందారు. అమెరికన్ బాప్టిస్ట్ తెలుగు మిషన్ 1875లో సికింద్రాబాద్లో పని ప్రారంభించింది మరియు అప్పటి నుండి తెలంగాణలోని అనేక ప్రాంతాల్లో శాఖలు ప్రారంభించబడ్డాయి.

1896 మరియు 1912 సంవత్సరాల మధ్య, 32 మంది యూరోపియన్ మహిళా కార్మికులను మహిళా సహాయక బృందం హైదరాబాద్కు పంపింది. వీరిలో 14 మంది వైద్యం పని కోసం , 11 పాఠశాలలకు మరియు 6 జెనానా కోసం ఉన్నారు. యూరోపియన్ మహిళా మిషనరీలు గ్రామాల్లో పర్యటించి రోగులకు మందులు పంపిణీ చేశారు. కలరా సమయంలో మహిళా మిషనరీలు సామాన్య ప్రజలకు ఎంతో సేవ చేశారు. మహిళా వైద్య మిషనరీలు గ్రామాల్లో గొప్ప మార్పు కోసం దోహదపడ్డారు. 1915లో, రెవరెండ్ వెస్లియన్ మెథడిస్టు మిషన్కు చెందిన G.M కేర్ మరియు డాక్టర్ ఇసాబెల్ కేర్ నిజామాబాద్లో ఒక లెప్రసీ హోమ్/హాస్పిటల్ స్థాపించబడినారు. ఇరవయ్యవ శతాబ్దం ప్రారంభంలో అత్యంత భయంకరమైన అంటు వ్యాధి బాధితులను నయం చేయడం కోసం ఇది ఒకప్పటి నిజాం రాష్ట్రంలో మొట్టమొదటి అతిపెద్ద ఆశ్రయం మరియు వైద్య సంస్థ. ఇసాబెల్ కెర్ 1875లో ఫోహెబెసన్లో జన్మించారు- ఇసాబెల్ కెర్ 1875 స్కాట్లాండ్లో జన్మించారు మరియు అబెర్డీన్ విశ్వవిద్యాలయం నుండి 1903లో మెడిసిన్ (MBBS)లో పట్టభద్రుడయ్యారు. G.M kerr తో ఆమె వివాహం తరువాత. వెస్లియన్ మెథడిస్ట్ మిషన్ సూపరింటెండెంట్ కెర్ నిజామాబాద్ వచ్చారు. ఒక వైద్యురాలు మరియు భక్తుడైన క్రైస్తవురాలు కావడంతో, ఆమె బాధితులను పోషించాలని నిర్ణయించుకుంది మరియు

మిషన్ కాంపౌండ్లో 'కుష్టురోగులకు గుడిసె'ను ప్రారంభించింది. నిజామాబాద్కు చెందిన ప్రముఖ వ్యక్తి రాజా నర్సా గౌడ్ స్వచ్ఛందంగా మిషనరీ దంపతులకు అండగా నిలిచారు. అతను డాక్టర్ కెర్ యొక్క పనిని చూశాడు మరియు క్రిస్టియన్ మిషనరీల మానవతా సేవకు చాలా ముగ్ధుడయ్యాడు. కుష్ఠురోగులకు శాశ్వత చికిత్సా కేంద్రం ఆలోచనకు మద్దతుగా డిప్పల్లిలో 10,000 రూపాయలు మరియు 60 ఎకరాల భూమిని విరాళంగా ఇచ్చారు. రాజా నర్సా గౌడ్ యొక్క దాతృత్వం ఒక అద్భుతమైన వైద్య సంస్థ స్థాపనకు దారితీసింది, ఇది నిజాం డొమినియన్లలో మొట్టమొదటిది. డిచ్ పల్లి లెప్రసీ హాస్పిటల్ కుష్టు వ్యాధికి వ్యతిరేకంగా పోరాటంలో ప్రపంచంలోని ప్రముఖ కేంద్రాలలో ఒకటిగా మారింది మరియు వేలాది మంది రోగులు డాక్టర్ ఇసాబెల్ కెర్ ద్వారా చికిత్స పొందారు. బ్రిటీష్ నివాసి మరియు ప్రధాన మంత్రి, సాలార్ జంగ్ III మిషనరీల ద్వారా వైద్య సంరక్షణ మరియు ప్రజారోగ్యానికి సంబంధించిన పనిని ప్రశంసించారు. నిజాం ప్రభుత్వం మిషనరీలకు ఆర్థిక సహాయాన్ని అందించడమే కాకుండా ప్రభుత్వ ఆరోగ్య విధానంలో వారిని భాగస్వాములను చేసింది.

మెదక్ చర్చి

తెలంగాణ రాష్ట్రంలోని మెదక్ కేథడ్రల్ భారతదేశంలోని అతిపెద్ద చర్చిలలో ఒకటి. ఇది వాస్తవానికి బిషప్ చార్లెస్ వాకర్ పోస్నెట్ చేత నిర్మించబడింది మరియు డిసెంబర్ 1924లో పవిత్రం చేయబడింది. మెదక్ డియోసెస్ ఆసియాలో అతిపెద్ద డియోసెస్ మరియు వాటికన్ తర్వాత ప్రపంచంలో రెండవది. ప్రస్తుతం, మెదక్ కేథడ్రల్ చర్చి ఆఫ్ సౌత్ ఇండియా ఆధ్వర్యంలో ఉంది ఈ చర్చి మెదక్లోని బిషప్ యొక్క స్థానం. ఇది తెలంగాణలోని అన్ని చర్చిలలో అతిపెద్దది. పంతొమ్మిదవ శతాబ్దం చివరలో, మెదక్ ప్రాంతం మొత్తంలో దాదాపు రెండు వందల మంది క్రైస్తవులు ఉన్నారు. ఇరవయ్యవ శతాబ్దపు తొలిభాగంలో, మెదక్ జిల్లా కరువుతో అల్లాడుతోంది. రెవ. పోస్నెట్ కష్టాల్లో ఉన్న ప్రజలకు సహాయం అందించడానికి ఉచిత వంటగదిని నడపడానికి బదులుగా చర్చి నిర్మాణంలో ప్రజలకు ఉపాధిని కల్పించాడు. అతను హైదరాబాద్లో ఉన్న సమయంలో, ఈ ప్రాంతం రెండు తీవ్రమైన కరువులతో బాధపడింది. ఒకటి 1890ల చివరలో మరొకటి 1919 నుండి 1921 వరకు. మెదక్లో చాలా మంది గ్రామస్తులకు వసతి కల్పించడానికి అతను నిర్మించిన గోతిక్ శైలిలో పెద్ద చర్చి అతని అత్యంత కనిపించే వారసత్వం. మెదక్ చుట్టుపక్కల, ముఖ్యంగా మాల మరియు మాదిగ కులాల వారు, సామూహిక ఉద్యమాలలో క్రైస్తవ మతంలోకి మారారు. రెవరెండ్ పోస్నెట్ ఉపాధ్యాయులు మరియు చర్చి నాయకులకు శిక్షణా సంస్థను కూడా స్థాపించాడు. ఇరవయ్యో శతాబ్దం

మొదటి రెండు దశాబ్దాలలో పోస్నెట్ కృషి వల్ల తెలంగాణలో క్రైస్తవ సంఘం బలం 3,900 నుండి 20,000కి పెరిగింది.

మెదక్ చర్చి చైర్మన్ గా పోస్నెట్ పదవీకాలంలో మొత్తం క్రైస్తవుల సంఖ్య 1.15 లక్షలకు పెరిగింది. ఇంకా, ఆయన చైర్మన్గా ఉన్న సమయంలోనే జిల్లాలో దాదాపు 163 గ్రామాల్లో ప్రజా ఉద్యమం సాకారం అయింది. ఇది చిన్న మార్గంలో ప్రారంభించబడింది, అయితే మెదక్ మరియు నిజామాబాద్ జిల్లాలలో వందల వేల మందిని చర్చిలోకి తీసుకువచ్చారు. కొన్ని గ్రామాలలో క్రైస్తవ సంఘాలు రెండింతలు మరియు మూడు రెట్లు పెరిగాయి. అణగారిన వర్గాల నుండి కొత్తగా మారిన విద్యార్థులకు విద్యను అందించడానికి పోస్నెట్ అన్ని చర్యలను తీసుకున్నాడు. మిషనరీల కథనాలు స్థానిక స్థాయిలో మార్పిడి ప్రక్రియపై అంతర్దృష్టులను అందిస్తాయి. అట్టడుగు కులాల మతమార్పిడుల ఫలితంగా ఒక కొత్త సామాజిక వ్యవస్థ మరియు విలక్షణమైన గుర్తింపులు కలిగిన సంఘం ఆవిర్భవించాయి. అట్టడుగు కులాల మతమార్పిడుల ఫలితంగా ఒక కొత్త సామాజిక వ్యవస్థ మరియు విలక్షణమైన గుర్తింపులు కలిగిన సంఘం ఆవిర్భవించాయి. దళితబహుజన్ కులాల మత మార్పిడిలో అత్యంత విశేషమైన మరియు ముఖ్యమైన అంశం ఆత్మగౌరవం, విశ్వాసం, గౌరవం మరియు న్యాయం. మతమార్పిడులు, ముఖ్యంగా చదువుకున్న మహిళలు వైద్య కార్మికులు, పాఠశాల ఉపాధ్యాయులు, బైబిల్ మహిళలు మొదలైన వారికి ఉపాధిని కనుగొన్నారు మరియు చర్చి ద్వారా సాధికారత పొందారు.

బిషప్ అజరయ్య

డోర్నకల్–ఖమ్మం ప్రాంతంలో చర్చి మిషన్ సొసైటీ/ఆంగ్లికన్ మిషన్ కార్యకలాపాలు బిషప్ వి.ఎస్. అజరయ్య ఆధ్వర్యంలో నిర్వహించబడినాయి. డోర్నకల్ డియోసెస్లో ఎక్కువ సంఖ్యలో ఆంగ్లికన్ భారతీయ క్రైస్తవులు ఉన్నారు మరియు ఇది కృష్ణా జిల్లాలో ఎక్కువ భాగం, దుమ్మగూడెం అనే గోదావరి జిల్లాలోని కొంత భాగాన్ని కలిగి ఉంది. ప్రారంభంలో, అంటరాని వర్గాలు పెద్ద సంఖ్యలో చేరాయి. తరువాత శూద్రులు మరియు అగ్ర కులాలు అనుసరించారు. డోర్నకల్ ప్రాంతంలో క్రైస్తవ మతం వ్యాప్తి కారణంగా కులాంతర సంబంధాలలో గుర్తించదగిన మార్పు వచ్చింది. ప్రార్థనా స్థలం అన్ని కుల మతమార్పిడులను కలపడానికి కేంద్రంగా మారింది. ఈ ప్రాంతంలో సామూహిక మతమార్పిడులు క్రైస్తవ సంఘాల బలాన్ని పెంచాయి. పంతొమ్మిదవ శతాబ్దం చివరి నుండి డోర్నకల్ డియోసెస్ నూట యాభై మంది పాస్టర్లతో కలిగి ఉంది. రెండు లక్షల ఇరవై వేల మంది క్రైస్తవులను కలిగి ఉంది. తరువాతి ముప్పై సంవత్సరాలలో, డోర్నకల్

చుట్టుపక్కల జిల్లాలలో పేదలు మరియు దోపిడీకి గురైన వారిలో క్రైస్తవ మతానికి సామూహిక ఉద్యమంగా పేరు తెచ్చుకోవడంలో బిషప్ అజరయ్య కీలక పాత్ర పోషించాడు.

బిషప్ అజరయ్య ఇరవయ్యవ శతాబ్దం ప్రారంభంలో క్రైస్తవ మతంలోకి అట్టడుగు స్థాయి మార్పిడులలో అత్యంత విజయవంతమైన నాయకుడు. ఆప్యాయతతో గౌరవప్రదమైన తండ్రిగా ప్రసిద్ధి చెందిన అతను దాదాపు 200,000 బహిష్కరించబడిన మాలలు మరియు మాదిగలు, గిరిజనులు మరియు తక్కువ-కుల బ్రాహ్మణేతరులను తన అభివృద్ధి చెందుతున్న చర్చిలోకి తీసుకువచ్చి సామూహిక ఉద్యమాలను ప్రేరేపించాడు. అతను బాలికలకు విద్య కోసం ఒక పాఠశాలను కూడా స్థాపించాడు. తరువాత అతని పేరు మార్చాడు. 1924 నాటికి, డోర్నకల్ డియోసెస్లో ఎనిమిది మంది బ్రిటిష్ పూజారులు మరియు 53 మంది భారతీయ మతాధికారులు ఉన్నారు. 1935 నాటికి, దీనికి 250 మంది భారతీయ మతాధికారులు మరియు 2,000 మందికి పైగా గ్రామ ఉపాధ్యాయులు, వైద్య క్లినిక్లు, సహకార సంఘాలు మరియు ప్రింటింగ్ ప్రెస్లు ఉన్నాయి. డియోసెస్ యొక్క ఏకైక కళాశాల, డోర్నకల్లోని బిషప్ అజారియా కళాశాల, క్రైస్తవులు మరియు క్రైస్తవేతరులు ఇద్దరికీ విద్యనందించింది. అతను స్థాపించిన బాలికల పాఠశాల పేరు కూడా అతని గౌరవార్థం మార్చబడింది. చర్చ్ ఆఫ్ ఇంగ్లాండ్ జెనానా మిషన్లో డోర్నకల్ డియోసెస్లో పదకొండు మంది లేడీ వర్కర్లు ఉన్నారు. వారు నాలుగు కేంద్రాలలో సువార్త పనిని నిర్వహిస్తున్నారు. అవి. మసులిపటం, ఎలూరు, బెజవాడ మరియు ఖమ్మంమెట్.

ఖమ్మంమెట్లో క్రైస్తవం వైపు మాల, మాదిగ కులాల పెద్దఎత్తున ఉద్యమం జరిగింది. డోర్నకల్ బిషప్ అధికార పరిధిలో క్రైస్తవుల సంఖ్య 100,000 కంటే ఎక్కువ. డోర్నకల్ డియోసెస్లో 1200 మందికి పైగా పురుషులు మరియు మహిళలు గ్రామ పాఠశాలల్లో ఉపాధ్యాయులుగా పనిచేస్తున్నారు. అనేక గ్రామాలలో రాత్రి పాఠశాలలు కూడా ప్రారంభించబడ్డాయి, తద్వారా యువకులు తమ విద్యను కొనసాగించే అవకాశం కల్గి ఉన్నారు. వారిలో చాలా మందికి నిజాం ప్రభుత్వంలోని పోలీస్, ఫారెస్ట్ డిపార్ట్మెంట్ మరియు ఇతర పబ్లిక్ సర్వీసెస్లో వివిధ సబార్డినేట్ పదవులలో ఉపాధి లభించింది. డోర్నకల్లో ఒక వృత్తి విద్యా పాఠశాల ప్రారంభించబడింది. ఇక్కడ వ్యవసాయం, చేనేత మరియు వడ్రంగి నేర్పించారు. చర్చ్ ఆఫ్ ఇంగ్లాండ్ జెనానా మిషనరీ సొసైటీ మహిళల విద్యలో చురుకుగా పాల్గొంది. క్రైస్తవ బాలికలను థర్డ్ ఫారం వరకు చదివించిన మసులిపట్నంలోని షార్కీ మెమోరియల్ స్కూల్ గురించి ప్రత్యేకంగా ప్రస్తావించాలి. ఇద్దరు ఆంగ్ల మహిళల ఆధ్వర్యంలో మహిళా ఉపాధ్యాయులకు సాధారణ శిక్షణా

తరగతి కూడా ఉంది. ఎలూరు, ఖమ్మంమెట్ మరియు డోర్న కల్లలో ప్రాథమిక బాలికల బోర్డింగ్ పాఠశాలలు కూడా మంచి పని చేస్తున్నాయి. వివిధ కేంద్రాలలో బైబిలు స్త్రీలు సువార్త పనిని నిర్వహించారు. దుమ్మగూడెం మరియు ఖమ్మంమెట్లలో మహిళల కోసం లేస్ పరిశ్రమలు ప్రారంభించబడ్డాయి మరియు డోర్నకల్లో డియోసిసన్ స్కూల్ ఆఫ్ నీడిల్ వర్క్ను స్థాపించారు.

భాగ్యరెడ్డి వర్మ మరియు ఆది-హిందూ ఉద్యమం

హైదరాబాద్ రాష్ట్రంలో అంటరానితనం మరియు కుల వివక్షకు వ్యతిరేకంగా ఆది-హిందూ ఉద్యమం ప్రారంభమైంది. ఈ ఉద్యమానికి మార్గదర్శకుడు మాదారి భాగయ్య, అలియాస్ భాగ్యరెడ్డి వర్మ. 1906లో భాగ్యరెడ్డి వర్మ జగన్ మిత్ర మండలిని స్థాపించారు. దళితులకు ఆధునిక విద్యను అందించడం దీని ప్రధాన లక్ష్యం. జోతిబా పూలే మరియు ఇతర సంఘ సంస్కర్తలు స్ఫూర్తితో అతను అగ్రవర్ణాల వివక్షకు వ్యతిరేకంగా నిరసన తెలిపాడు మరియు హైదరాబాద్ రాష్ట్రం/తెలంగాణలోని దళితుల్లో చైతన్యం తీసుకురావడానికి ప్రయత్నించాడు. అతని నినాదాలు "చదువు పొందండి, దళితులు అంటరానివారు కాదు వారు ఈ దేశానికి వెన్నెముక కాబట్టి మేము ఆది హిందువులం. 20వశతాబ్దం మొదటి దశాబ్దంలో తన సొంత ఖర్చులతో దళిత పిల్లలకు విద్యా కార్యక్రమాలను ప్రారంభించి, తక్కువ కాలంలోనే 2500 మంది విద్యార్థులతో 26 పాఠశాలలను స్థాపించగలిగారు. 1910లో, హైదరాబాదు నగరంలోని ఇసామియా బజార్లోని "జగన్ మిత్ర మండలి" కార్యాలయంలో, తరువాత లింగంపల్లి మరియు బోగులకుంటలో దిగువ ప్రాథమిక పాఠశాల స్థాపించబడింది. చెంచల్గూడ, సుల్తాన్ షాహి, ధూల్పేట్ మరియు గన్ ఫౌండ్రీలలో మరికొన్ని పాఠశాలలు ఏర్పడ్డాయి. డెక్కన్ హ్యుమానిటేరియన్ లీగ్ ఈ పాఠశాలలను నిర్వహించడానికి నిధులు కేటాయించింది. తర్వాత, భాగ్యరెడ్డి వర్మ అభ్యర్థన మేరకు 1934లో నిజాం ప్రభుత్వం వాటిని స్వాధీనం చేసుకుని, వాటిని 'ప్రత్యేక ప్రాథమిక పాఠశాలలు'గా గుర్తించింది. దళిత బాలికల పాయల్ పాఠశాలకు మార్గదర్శకులు కట్టా రామక్క మరియు జంగం సర్వయ్య. రామక్క అనే వితంతువు దళిత పిల్లల చదువుల కోసం తన జీవితాన్ని అంకితం చేసింది. కాల్వ బస్తీలో ఇంటి ముందు చిన్న పాఠశాలను ప్రారంభించి బడిబాటలో ఉన్న బాలబాలికలను తన ఇంటి వద్దకు చేర్చి ప్రాథమిక విద్యను అందించింది. ఆమె పాఠశాల బలం క్రమంగా పెరిగింది మరియు ఆమె సంస్థ సికింద్రాబాద్ అంతటా ప్రసిద్ధి చెందింది. 1929లో మహాత్మాగాంధీ హైదరాబాద్కు వచ్చినప్పుడు ఆది-హిందూ పాఠశాలలు,

ఆది-హిందూ భవన్లను సందర్శించి దళితుల విముక్తి కోసం భాగ్యరెడ్డి వర్మ ఎనలేని కృషి చేశారని కొనియాడారు.

భాగ్యరెడ్డి వర్మ 1913 నుండి 1938 వరకు ప్రతి సంవత్సరం వైశాఖ పూర్ణిమ రోజున బుద్ధ జయంతిని నిర్వహించడం ద్వారా బౌద్ధమతాన్ని ప్రచారం చేశారు. అతను సమానత్వం, నైతికత, హేతుబద్ధత, ధర్మం, అహింస మరియు శాంతియుత సహజీవనం లాంటి బౌద్ధ సూత్రాలను ప్రబోధించాడు. అతను దళితులలో ఏకత్వ భావనను పెంపొందించడానికి ప్రీతిభోజనం (కమ్యూనిటీ డైనింగ్) అనే అంతర్-భోజనాలను కూడా నిర్వహించాడు. హరికథలు, భజనలు, కీర్తనలు మొదలైన ప్రసిద్ధ ప్రదర్శన కళారూపాల ద్వారా దళితుల దుస్థితి. హిందూ మతం యొక్క ద్రోహం మరియు ఇతర సామాజిక వైకల్యాల సందేశాన్ని వ్యాప్తి చేశారు. భాగ్యరెడ్డి వర్మ తెలంగాణలో అగ్రగామి దళిత ఆలోచనాపరుడు, దళితులకు చండాలు, పంచములు మొదలైన బ్రాహ్మణుల గుర్తింపును ఆయన ఖండించారు. దళిత విముక్తి యొక్క సిద్ధాంతకర్తగా అతను నేల యొక్క అసలు పుత్రులు, భూమిపుత్రులు మరియు అసలు నివాసుల సిద్ధాంతాన్ని ప్రతిపాదించాడు - 'ఆది" మరియు దళిత పూర్వీకులను ఆర్య పూర్వ సంస్కృతిని గుర్తించాడు. 1922లో, మాన్య సంగం ఆది-హిందూ సోషల్ సర్వీస్ లీగ్ గా పేరు మార్చబడింది. పాపన్న అధ్యక్షత వహించిన తొలి సదస్సు హైదరాబాద్లో జరిగింది. 1925లో అరుంధతీయ నాయకుడు సుబేదార్ సాయన్న నాయకత్వంలో ఆది-హిందూ సభను, గుంటిమల్ల రామప్ప నాయకత్వంలో మతంగ జనసభను నిర్వహించారు. భాగ్యరెడ్డి 1927లో మల్లెపల్లెలో మాతంగి సభను స్థాపించి దళితుల్లో వివిధ ఉపకులాల మధ్య ఐక్యత తీసుకురావాలని పిలుపునిచ్చారు. ఎన్ ఆర్ నేతృత్వంలో. బాబయ్య, మాదిగ సమాజం సంఘ సంస్కరణ ఉద్యమాన్ని ప్రారంభించాడు. అతను కరీంనగర్, వరంగల్, ఖమ్మం మరియు నిజామాబాద్ జిల్లాలతో సహా తెలంగాణలో విస్తృతంగా పర్యటించి మాదిగల హక్కుల కోసం పోరాడారు. ముదిగొండ లక్ష్మయ్య అనే పారిశ్రామికవేత్త ఈ ఉద్యమానికి మద్దతు పలికి పేద మాదిగ విద్యార్థులకు స్కాలర్షిప్లు మంజూరు చేయడం ద్వారా ఆర్థిక సహాయం చేశారు. 1937లో జాంబవర్ణ సేవా సమితి అరుంధతీయులకు అవగాహన కల్పించేందుకు కృషి చేసింది.

ఆది-హిందూ ఉద్యమం పట్టణ దళిత వర్గాల్లోనే కాకుండా గ్రామీణ ప్రాంతాల్లో కూడా చైతన్యం తీసుకొచ్చింది. గ్రామీణ దళిత సంఘాలు వెట్టి చేయడానికి నిరాకరించిన అనేక సందర్భాలను గోల్కొండ పత్రిక నివేదించింది. ఈ నేపథ్యంలో వెట్టి వ్యవస్థపై తిరుగుబాటు చేసిన పీసరి వీరమణి పాత్ర చెప్పుకోదగ్గది. అతను దళితులను వెట్టి

చేయకూడదని ప్రేరేపించాడు మరియు సంఘటితం చేశాడు. హరిజన్ అనే పదాన్ని ఉపయోగించడం గురించి గాంధీని కూడా ప్రశ్నించాడు. జోగిని వ్యవస్థను రద్దు చేసేందుకు భాగ్యరెడ్డి వర్మ ఆది-హిందూ మురళీ నిర్వాణ మండలిని స్థాపించారు. ఇది దళిత స్త్రీలను లైంగిక బానిసత్వానికి గురిచేసే వినాశకరమైన ఆచారాన్ని వ్యతిరేకించింది. దళితులు కూడా వెట్టి, బేగర్ మరియు భగేల వ్యవస్థ అని పిలువబడే బలవంతపు పనికి గురయ్యారు. ఆది-హిందూ క్రియాశీలత ఫలితంగా, నిజాం ప్రభుత్వం ఈ అమానవీయ పద్ధతులను వరుసగా 1923 మరియు 1944లో రద్దు చేసింది.

సామాజిక సంస్కరణ కార్యక్రమాలతో పాటు దళిత రాజకీయ సాధికారత కార్యక్రమాల్లో కూడా భాగ్యరెడ్డి పాల్గొన్నారు. భారతదేశంలోని రాజకీయ పరిణామాలు హైదరాబాద్ రాష్ట్రంలోని దళిత ఉద్యమాన్ని కూడా ప్రభావితం చేశాయి. 1931లో సికింద్రాబాద్ లోని బోలారం కంటోన్మెంట్ ప్రాంతంలో భాగ్యరెడ్డి వర్మ హైదరాబాద్లోని అణగారిన వర్గాల మొదటి రాజకీయ సదస్సును నిర్వహించారు. ఈ సదస్సులో దళిత రాజకీయ ప్రాతినిధ్యానికి అనుకూలంగా తీర్మానాలు చేశారు. ఏడవ నిజాం ఉస్మాన్ అలీఖాన్ హైదరాబాద్ మున్సిపల్ కౌన్సిల్కు ఒక దళిత కౌన్సిలర్ను నామినేట్ చేయడానికి అంగీకరించారు. తత్ఫలితంగా, అరిగే రామస్వామ్ 1934లో హైదరాబాద్ మునిసిపాలిటీకి కౌన్సిలర్గా నామినేట్ అయ్యారు. ఉత్తర భారతదేశంలో అనేక దళిత గుర్తింపు ఉద్యమాలు జరిగాయి. ఢిల్లీ, అలహాబాద్, లక్నో మరియు నాగ్పూర్లలో అఖిల భారత ఆది హిందూ (అణగారిన తరగతులు) సమావేశాలు నిర్వహించబడ్డాయి. ఈ సదస్సులన్నింటికీ భాగ్యరెడ్డి వర్మ ప్రతినిధిగా హాజరయ్యారు. 1931లో లక్నోలో జరిగిన ప్రత్యేక రాజకీయ అఖిల-భారత అణగారిన తరగతుల సదస్సుకు ఆయన అధ్యక్షత వహించారు, దీనిలో భారతదేశంలోని తొమ్మిది కోట్ల మంది అణగారిన వర్గాల తరపున మాట్లాడే ఏకైక ప్రతినిధిగా అంబేద్కర్ ఏకగ్రీవంగా ఎన్నికయ్యారు. 1933లో నాగ్పూర్లో జరిగిన ఆది-హిందూ సదస్సుకు భాగ్యరెడ్డి అధ్యక్షత వహించారు. ఆ విధంగా హైదరాబాద్ స్టేట్లో ఆధునిక దళిత రాజకీయాల అభివృద్ధిలో ఆయన కీలక పాత్ర పోషించారు, ఇది దళితుల ప్రాతినిధ్య సంస్థల్లో భాగస్వామ్యానికి దారితీసింది.

అరిగె రామస్వామి భాగ్యరెడ్డి వర్మ సమకాలీనుడు మరియు కుల వివక్షకు వ్యతిరేకంగా పోరాడారు. సికింద్రాబాద్లో సునీతా బాలసమాజం, నాంపల్లిలో మాతంగి మహాసభలను స్థాపించారు. జోగిని వ్యవస్థ, దేవదాసీల నిర్మూలన కోసం పోరాడి మూఢనమ్మకాలు, జంతుబలులు, బాల్య వివాహాలను వ్యతిరేకించారు. అతను ముఖ్యంగా జోగిని వ్యవస్థకు

వ్యతిరేకంగా పోరాడాడు మరియు హైదరాబాద్లో దీక్షా వేడుకలు అని పిలవబడే వాటిపై దాడులు నిర్వహించి వాటిని అరికట్టాడు. అతను అచల తత్వాన్ని ప్రతిపాదించాడు మరియు బ్రహ్మ సమాజ సూత్రాలను విశ్వసించాడు. 1922లో జె.పాపయ్య ఉపాధ్యక్షుడిగా, కొండా వెంకటస్వామి అధ్యక్షుడిగా ఆది హిందూ జాతియోన్నతి సభను ప్రారంభించారు. అరిగె రామస్వామి అరుంధతీయ మహా సభను స్థాపించి మాదిగ సమాజంలో అవగాహన కల్పించారు. మాదిగల శ్రేయోభిలాషి గిర్కల మల్లేష్ రావు, అరిగె రామస్వామికి సహకరించారు. వారిద్దరూ దాని గురించి తీవ్రంగా ఆలోచించి, మాదిగలకు వారి చట్టబద్ధమైన హక్కులను సాధించడానికి ప్రత్యేక సంస్థ నుండి తీవ్రమైన చర్యలు తీసుకున్నారు.

నిజాం రాష్ట్రంలో దళిత ఉద్యమానికి నాయకత్వం వహించిన మరో దళిత నాయకుడు బి.ఎస్.వెంకట్ రావు. అతను బాబాసాహెబ్ అంబేద్కర్ యొక్క ఉద్యమం నుండి గొప్పగా ప్రేరేపించబడ్డాడు మరియు హైదరాబాద్ అంబేద్కర్గా ప్రసిద్ధి చెందాడు. అతను అనేక దళిత సంఘాలను స్థాపించాడు. 1922 లో, తన స్నేహితులు గోవిందరాజులు మరియు మాదారి వెంకటస్వామితో కలిసి ఆది-ద్రావిడ సంఘాన్ని స్థాపించాడు. 1922లో సి.ఎస్. యతిరాజ్, కె.రామస్వామి, అరిగె రామస్వామిలతో కలిసి ఆది హిందూ మహాసభను కూడా ప్రారంభించారు. సాంఘిక దురాచారాలను తొలగించి దళితుల మధ్య ఐక్యత కోసం కృషి చేశారు. అతను స్థాపించిన సంస్థల ద్వారా అనేక సమాజ సంక్షేమ సేవలను అందించాడు. అశ్లీల నృత్యాలు, వివాహాలు మరియు ఇతర సామాజిక కార్యక్రమాలలో మద్యపానం చేయకుండా దళిత యువకులను చైతన్యపరిచాడు. అతను జ్యోతిబా ఫూలే మరియు అంబేద్కర్ వంటి మహారాష్ట్ర దళిత నాయకుల భావజాలానికి వ్యక్తిగతంగా ఆకర్షితుడయ్యాడు. వారి ప్రేరణతో అతను 1936లో అంబేద్కర్ యూత్ లీగ్ని ప్రారంభించాడు. ఇది హైదరాబాద్ రాష్ట్రంలో అంబేద్కరిజాన్ని ప్రాచుర్యంలోకి తీసుకురావడంలో ఎంతో దోహదపడింది. 1939లో హైదరాబాద్ అసెంబ్లీలో స్థానిక సంస్థల తరపున ఎమ్మెల్యేగా ఎన్నికై చివరకు 1947లో నిజాం ప్రభుత్వ విద్యాశాఖ మంత్రిగా బాధ్యతలు చేపట్టారు. హైదరాబాద్ చరిత్రలో తొలిసారిగా నిజాం ప్రభుత్వాన్ని ఒప్పించి కోటి రూపాయలు కేటాయించారు. దళితుల సంక్షేమం కోసం షెడ్యూల్డ్ కులాల ట్రస్ట్ ఫండ్. అంబేద్కర్ యూత్ లీగ్లను విలీనం చేయడం ద్వారా హైదరాబాద్ డిప్రెస్డ్ క్లాసెస్ అసోసియేషన్కు నాయకత్వం వహించాడు. తెలంగాణలో దళిత ఉద్యమంపై అంబేద్కర్ ప్రభావం ఇరవయ్యవ శతాబ్దం మూడు మరియు నాల్గవ దశాబ్దాలలో కనిపించింది. అంబేద్కర్ వ్యక్తిగతంగా చాలాసార్లు హైదరాబాద్కు వచ్చి దళిత నేతలతో

సంబంధాలు కొనసాగించారు. 1940 నాటికి, వెంకట్ రావు నేతృత్వంలోని అణగారిన తరగతుల సంఘం మరియు 1942లో J. S. సుబ్బయ్య స్థాపించిన షెడ్యూల్డ్ క్యాస్ట్ ఫెడరేషన్ మధ్య నాయకత్వానికి పోటీ తీవ్రమైంది. వెంకట్ రావు యొక్క నిజాం అనుకూల మరియు దళిత-ముస్లిం కూటమి ప్రతిపాదనతో సుబ్బయ్య ఏకీభవించలేదు. ఇద్దరు నేతల మధ్య ఏర్పడిన ఈ చీలిక తెలంగాణలో దళిత ఉద్యమ స్వయం ప్రతిపత్తిని క్రమంగా బలహీనపరిచింది.

సంఘం యొక్క సామాజిక-రాజకీయ మేల్కొలుపు కోసం సహకరించిన ఇతర ప్రముఖ దళిత నాయకులు M.L.ఆదయ్య, చిత్తరయ్య, శ్యామ్ సుందర్, జె.ఎస్. సుబ్బయ్య, టి.వి.నారాయణ, సదా లక్ష్మి, ఈశ్వరీబాయి మొదలైన వారు బత్తుల శ్యామ్ సుందర్ అగ్రవర్ణ ఆధిపత్యాన్ని, హిందుత్వ భావజాలాన్ని ధిక్కరించి దళిత-ముస్లిం ఐక్యతను ప్రతిపాదించారు. దే బర్న్ అనే తన పుస్తకంలో అతను దళిత విముక్తికి సంబంధించిన తన తాత్వికతను వివరించాడు. B.S వెంకట్ రావుతో కలిసి అతను రాజకీయ సమీకరణలో చురుకుగా పాల్గొన్నాడు మరియు 1940 లలో హైదరాబాద్ స్టేట్లో దళిత ఉద్యమాన్ని బలోపేతం చేశాడు. అంబేద్కర్ స్థాపించిన షెడ్యూల్ క్యాస్ట్ ఫెడరేషన్లో చురుకైన పాత్ర పోషించి దళిత యువతలో అంబేద్కరిజాన్ని ప్రచారం చేశారు. ఆయన భీమ్ సేన స్థాపకుడు. అతను 1941లో ఆల్ ఇండియా డిప్రెస్డ్ క్లాసెస్ అసోసియేషన్ అధ్యక్షుడయ్యాడు. నిజాం ప్రభుత్వం తరపున ఐక్యరాజ్యసమితి సంస్థలో హైదరాబాద్ కేసుకు ప్రాతినిధ్యం వహించాడు.

కొండా లక్ష్మణ్ బాపూజీ, పద్మశాలి సంఘం

తెలంగాణ సమాజంలో అత్యధిక జనాభా ఉన్న వెనుకబడిన కులాలు ప్రాథమిక మానవ హక్కులను కోల్పోయాయి. గ్రామీణ ప్రాంతాల్లో, వ్యవసాయ కూలీలు మరియు చేతివృత్తులవారు భూస్వాములు మరియు ప్రభుత్వ అధికారులకు వెట్టి అని పిలిచే ఉచిత సేవలను అందించారు. కుల సంఘాల స్థాపన ఈ వర్గాల్లో కొత్త మేల్కొలుపుకు దారితీసింది. వెనుకబడిన కుల సంఘాలు గుర్తింపు, ఆత్మగౌరవం, గౌరవం కోసం ఉద్యమాలు నిర్మించారు. 1920 మరియు 1930 లలో ఆంధ్ర మహా సభ సామాజిక-రాజకీయ ఉద్యమాలను నిర్వహించినప్పుడు, వెనుకబడిన శూద్ర కులాలలో నిరక్షరాస్యత మరియు పేదరికాన్ని రూపుమాపడానికి ఆధునిక విద్య మరియు ఉపాధి అవకాశాలను ప్రోత్సహించడానికి కుల సంఘాలు కృషి చేశాయి. శూద్ర కులాల్లో ముఖ్యంగా పద్మశాలి, మున్నూరు కాపు, ముదిరాజ్, యాదవ, గౌడ్ కులాలకు చెందిన మొదటి తరం విద్యావంతులు తమ

కులాల అభివృద్ధికి పాటుపడ్డారు. కొండా లక్ష్మణ్ బాపూజీ, బొజ్జం నర్సింలు, కృష్ణ స్వామి ముదిరాజ్లు 20వ శతాబ్దం ప్రారంభం నుంచి తెలంగాణలోని వెనుకబడిన కులాల ఉద్యమాల త్రిమూర్తులుగా పేరొందారు. వారు కుల సంఘాలను స్థాపించడానికి, వారి విద్యార్థులకు హాస్టళ్లను నిర్మించడానికి, ఉపాధి అవకాశాలను ప్రోత్సహించడానికి చొరవ తీసుకున్నారు. వ్యవసాయం తర్వాత ఒక ముఖ్యమైన రంగమైన చేనేత రంగానికి చెందిన పద్మశాలిలు జోతిబా ఫూలే యొక్క సంఘ సంస్కరణ ఉద్యమాలచే ప్రభావితమయ్యారు. గుంటక నర్సయ్య పంతులు, హకీం నారాయణదాస్, కొండా లక్ష్మణ్ బాపూజీ తదితరులు తమ సంఘం అభివృద్ధికి పాటుపడ్డారు.

కొండా లక్ష్మణ్ బాపూజీ తెలంగాణలో చేనేత వర్గాల హక్కుల కోసం పోరాడేందుకు పద్మశాలి సంఘాన్ని స్థాపించడంలో అగ్రగామి. అతను స్వాతంత్ర్య పోరాటం మరియు సామాజిక-రాజకీయ ఉద్యమాలలో చురుకైన మరియు కీలక పాత్ర పోషించాడు. అందుకుగాను నిజాం ప్రభుత్వం ఆయనకు జైలు శిక్ష విధించింది. హైదరాబాద్ పద్మశాలి సంఘం ఇరవయ్యవ శతాబ్దం ప్రారంభంలో స్థాపించబడింది. పద్మశాలీల మధ్య సంఘీభావాన్ని పెంపొందించడం, విద్య మరియు విజ్ఞాన రంగాలలో మద్దతును అందించడం, మూఢనమ్మకాలను నిర్మూలించడం మరియు ఆర్థిక పరిస్థితులను మెరుగుపరచడం దీని లక్ష్యాలు. కొండా లక్ష్మణ్ బాపూజీ 1930లో హైదరాబాద్లో నిజాం రాష్ట్ర పద్మశాలి యువజన సంఘాన్ని స్థాపించారు. భూస్వాముల దౌర్జన్యాలకు ఇతర వెనుకబడిన కులాల మాదిరిగానే చేనేత కార్మికులు కూడా బలి అయ్యారు. వారు వతందార్లు, జమీందార్లు మరియు ప్రభుత్వ అధికారులచే వెట్టి (ఉచిత శ్రమ) చేయవలసి వచ్చింది. తెలంగాణలోని పలు జిల్లాల్లో పద్మశాలి యువజన సదస్సులు నిర్వహించారు. వేలాది మంది చేనేత కార్మికులను సమీకరించడం ద్వారా యువత గ్రామపెద్దలు, అధికారుల అన్యాయం, దౌర్జన్యాలు, సాంఘిక దురాచారాలకు వ్యతిరేకంగా పోరాటాలు చేసినారు. యువతలో నిస్వార్థ సేవ, అంకితభావం, సమిష్టి కృషి వంటి విలువలు పెంపొందించడం వల్ల వారు నిర్మాణాత్మక కార్యకలాపాలను నిర్వహించగలిగారు. ఇది సామూహిక శక్తిని నిర్మించడానికి వేల మంది నేత కార్మికులను సమీకరించడానికి కూడా వీలు కల్పించింది.

కొండా లక్ష్మణ్ బాపూజీ నిజాం రాష్ట్ర పద్మశాలి మహాసభకు అధ్యక్షునిగా ఎన్నికయ్యారు. సమాజం యొక్క సామాజిక, సాంస్కృతిక, ఆర్థిక మరియు విద్యా అభివృద్ధికి త్రిముఖ వ్యూహాన్ని ప్రకటించారు. బాపూజీ హైదరాబాద్లోని రాజమొహల్లాలో 1300 చదరపు మీటర్ల విస్తీర్ణంలో భవనాన్ని కొనుగోలు చేసి పద్మశాలి హాస్టల్ను ప్రారంభించారు. తన

స్నేహితుల సహకారంతో కొన్ని వేల రూపాయలతో భవనాన్ని కొనుగోలు చేశాడు. ఈ హాస్టల్లో ఉంటూ ఉన్నత విద్యను అభ్యసించిన పలువురు విద్యార్థులు ఉన్నత స్థాయి ఉద్యోగాలకు ఎంపికై చదువులో మరియు జీవితంలో విజయం సాధించారు. హైదరాబాద్లో పద్మశాలి భవన్, హాస్టల్ నిర్మాణం తర్వాత కరీంనగర్, నిజామాబాద్, వరంగల్ జిల్లాల్లో పద్మశాలి విద్యార్థులకు హాస్టళ్లు నిర్మించారు. తదనంతరం, పద్మశాలి సేవా సమాజ్, పాఠశాలలు, సహకార హౌసింగ్ సొసైటీలు, చౌల్ట్రీలు (సత్రం), కల్యాణ మంటపాలు (వివాహ ఫంక్షన్ హాళ్లు) కూడా సమాజ సంక్షేమం కోసం అనేక ప్రదేశాలలో స్థాపించబడ్డాయి. 1929లో హైదరాబాద్లో జరిగిన ఆరవ అఖిల భారత పద్మశాలి మహాసభ పద్మశాలి సంఘం సంక్షేమం కోసం అనేక తీర్మానాలను ఆమోదించింది. శాసనసభ, జిల్లా బోర్డు, తాలూకా బోర్డు, మున్సిపాలిటీ పదవుల్లో దామాషా ప్రకారం ప్రాతినిధ్యం కల్పించాలని డిమాండ్ చేసింది. విద్యావంతులు/అర్హత కలిగిన సభ్యులను నియమించాలని, చేనేత కార్మికులకు ప్రత్యేక బ్యాంకు ఏర్పాటు చేయాలని కోరుతూ మరో తీర్మానాన్ని మహాసభ ఆమోదించింది. చేనేత పరిశ్రమ అభివృద్ధికి సాంకేతిక శిక్షణ అందించాలని తీర్మానం చేశారు. అటువంటి సంఘీభావం మరియు అవగాహన యొక్క అడుగుజాడల్లో, పద్మశాలి సమాజం మాత్రమే కాకుండా ఇతర వెనుకబడిన మరియు అణగారిన వర్గాలను కూడా "బహుజన సుకాయ, బహుజన హితాయ" సూత్రంపై నిర్వహించడానికి గొప్ప ప్రయత్నాలు జరిగాయి.

బొజ్జం నర్సింలు, మున్నూరు కాపు సంఘం

విజయనగర సామ్రాజ్య పతనం తర్వాత దాదాపు 300 కుటుంబాలు హైదరాబాద్కు వలస వెళ్లాయి. ఈ వ్యక్తులను "మున్నూరు" (అక్షరాలా మూడు వందల మంది అని అర్థం) అని పిలుస్తారు. ఈ కులాల ప్రధాన వృత్తి వ్యవసాయం మరియు వారిలో ఎక్కువ మంది ఇప్పటికీ దీనిని కొనసాగిస్తున్నారు. వారిలో కొందరు గ్రామ పటేళ్లు మరియు భూస్వాములు మరియు జమీందార్లుగా ఉన్నత స్థాయికి ఎదిగారు, కాని వారిలో ఎక్కువ మంది సాధారణ సాగుదారులు శాశ్వత భూమిని కలిగి ఉన్నారు. వీరిలో కొందరు భూమిలేని దినసరి కూలీలు మరియు ధనిక కుటుంబాలలో చిన్నపాటి సేవకులుగా పనిచేస్తున్నారు. హైదరాబాద్ మరియు సికింద్రాబాద్ జంట నగరాలలో, మున్నూరుకాపు సంఘం ప్రజలు వ్యాపారంలోకి ప్రవేశించి వ్యాపారవేత్తలుగా పేరు సంపాదించారు. వీరిలో ఎక్కువ మంది చిన్నచిన్న దుకాణాలను కలిగి ఉన్నారు. వారి జీవనోపాధి కోసం డబ్బు సంపాదించారు. వీరిలో కొద్దిమంది మాత్రమే ప్రభుత్వ సర్వీసుల్లోకి ప్రవేశించారు. ఈ కులస్థులు హైదరాబాద్ రాష్ట్రమంతటా చెల్లాచెదురుగా

ఉన్నారు. నిజానికి మున్నూరుకాపులు నిజాం పాలనలో వెనుకబడిన తరగతుల్లో ఉండేవారని, నిజాం పాలనలో జరిగిన అన్ని మహాసభలను మున్నూరుకాపు మహాసభ అని పిలిచేవారు.

మున్నూరుకాపు సంఘం మొత్తం జీవన పరిస్థితులు సంతృప్తికరంగా లేవు. నిరక్షరాస్యత, మద్యపానం, బాల్య వివాహాలు పెచ్చరిల్లాయి. పండుగలు, కుటుంబ కార్యక్రమాలకు భారీగా ఖర్చు చేశారు. సమాజంలోని ఆందోళనకర పరిస్థితులకు ప్రతిస్పందనగా, కొంతమంది చురుకైన యువకులు హైదరాబాద్లో తోట బలిజ సంఘాన్ని ప్రారంభించారు. బాల్య వివాహాలకు వ్యతిరేకంగా పోరాడి బాలికల కనీస వివాహ వయస్సును పెంచినారు. కొద్దిపాటి వనరులను వృధా చేయకుండా ఉండేందుకు వివాహ వేడుకలను ఒక్క రోజుకే పరిమితం చేయాలని వారు సూచించారు. వారు శైవ మరియు వైష్ణవ అనుచరుల మధ్య వివాహాలను ప్రోత్సహించారు. సామాజిక వేడుకలు మరియు అంత్యక్రియల ఆచారాలలో మద్యపానాన్ని నిర్మూలించారు. హైదరాబాదు మరియు సికింద్రాబాద్లోని అనేక మంది యువకులు సంఘంలో నమోదు చేసుకున్నారు మరియు సమాజ సంక్షేమానికి ఎనలేని కృషి చేశారు. సంఘం మున్నూరుకాపు మహాసభను నిర్వహించి సర్వతోముఖాభివృద్ధికి వ్యూహరచన చేయాలని నిర్ణయించింది.

హైదరాబాద్, సికింద్రాబాద్ జంట నగరాల్లోని సమాజాన్ని ఏకం చేసేందుకు సామాజిక, ఆర్థిక, విద్య, ఉపాధి అంశాలపై అవగాహన కల్పించడంలో బొజ్జం నర్సింలు, తుంగ సత్తయ్య, ఎర్రం సత్యనారాయణ కీలక పాత్ర పోషించారు. వీరిని కాపు నాయకత్వంలోని త్రయం అని అభివర్ణించవచ్చు. మొదట్లో మున్నూరుకాపు సంఘం 1922లో అలియాబాద్లో, ఆ తర్వాత సికింద్రాబాద్లో ప్రారంభమైంది. మున్నూరుకాపుల సామాజిక ఉద్యమంలో బొజ్జం నర్సింలు కీలకపాత్ర పోషించారు. మున్నూరుకాపు ఉద్యమ పితామహుడిగా కూడా ఆయన గుర్తింపు పొందారు. హైదరాబాద్ రాష్ట్రంలో విస్తృత స్థాయిలో వెనుకబడిన తరగతులను ఏకం చేయడం కోసం ఆయన విస్తృతంగా కృషి చేశారు. 1935లో హైదరాబాద్లో జరిగిన మున్నూరుకాపు మహాసభను సంఘం సామాజిక, ఆర్థిక, విద్యారంగ అభివృద్ధికి నాందిగా పేర్కొనవచ్చు. సమాజంలోని సభ్యుల విద్యను ప్రోత్సహించడానికి మరియు అక్షరాస్యతను ప్రోత్సహించడానికి పాఠశాలలను ప్రారంభించాలని మహాసభ తీర్మానించింది. మాతృభాష మరియు వృత్తి విద్య ద్వారా నిర్బంధ ప్రాథమిక విద్య మరియు మాధ్యమిక పాఠశాలల కోసం ప్రభుత్వాన్ని అభ్యర్థించడం: బాలికల పాఠశాలలను స్థాపించడం: పగటి పాఠశాలలకు హాజరయ్యే స్థోమత లేని

వృద్ధులు మరియు పేద సభ్యుల కోసం రాత్రి పాఠశాలలకు మద్దతు ఇవ్వడానికి సమాజంలోని దాతృత్వవాదులను అభ్యర్థించడం: గ్రామీణ ప్రాంతాల నుంచి ఉన్నత విద్యను అభ్యసించేందుకు వచ్చే విద్యార్థుల ప్రయోజనార్థం నగరంలోని హాస్టల్, విరాళాలు సమీకరించడంతోపాటు సామాజిక వర్గాల వారు ఉదారంగా సహకారం అందించాలని విజ్ఞప్తి చేశారు. వివాహం, చావు లాంటి సామాజిక కార్యక్రమాలలో మద్యపానాన్ని ఖండించారు. వ్యవసాయం, ఆర్థికం, విద్య రంగాల్లో మున్నూరుకాపు సామాజికవర్గం ఎదుర్కొంటున్న సమస్యలపై సదస్సులు దృష్టి సారించారు. మున్నూరుకాపు ప్రధాన వృత్తి వ్యవసాయం కాబట్టి, రాష్ట్ర సహకారంతో వ్యవసాయ సహకార సంఘాలను ప్రారంభించడం, రైతులకు రుణసదుపాయం కల్పించడం, నాణ్యమైన విత్తనాన్ని సరఫరా చేయాలని వారు ప్రభుత్వాన్ని డిమాండ్ చేశారు. మున్నూరు కాపు యువక మండలి సామాజిక, ఆర్థిక మరియు విద్యా అభివృద్ధికి సోదరభావం పట్ల కరుణను పెంపొందించడానికి స్థాపించబడింది. ఇది ఇస్లామియా బజార్లో విద్యార్థుల హాస్టల్ను స్థాపించింది మరియు విద్యార్థుల ట్యూషన్ ఫీజు, పాఠ్య పుస్తకాలు, హాస్టల్ మొదలైన వాటి ఖర్చులకు మద్దతుగా విరాళాలను సేకరించింది. అర్హులైన పేద విద్యార్థులకు ఆర్థిక సహాయం/స్కాలర్షిప్లను రుణంగా అందించడానికి ఒక విద్యా నిధిని ఏర్పాటు చేశారు. ఉన్నత చదువులు చదవడానికి మెట్రిక్యులేషన్ పాసైన వారికి కూడ ఆర్థిక సహాయం అందించినారు.

మున్నూరుకాపు సంఘంలోని కుల పెద్దలు కాపు కులస్థులలో అక్షరాస్యత చాలా తక్కువగా ఉన్నందున హాస్టళ్లను ప్రారంభించడం మరియు సమాజంలోని పేద కుటుంబాల విద్యార్థులకు స్కాలర్షిప్లు అందించడం ద్వారా విద్యను ప్రోత్సహించాలని నిర్ణయించారు. మున్నూరుకాపు హాస్టల్ నిర్మాణానికి దాతల సహకారంతో బొజ్జం నర్సింలు మున్నూరుకాపు ట్రస్ట్ నిధిని ఏర్పాటు చేశారు. సంఘం కృషి వల్ల సామాజిక సంస్కరణలు, విద్యా అభివృద్ధి పురోగమించాయి. ఈ హాస్టళ్లు, విద్యాసంస్థల సేవలను వినియోగించుకున్న విద్యార్థులు ఉపాధి పొందడంలో విజయం సాధించారు. మున్నూరు కాపు సంఘం పలు సామాజిక, సాంస్కృతిక కార్యక్రమాలను కూడా నిర్వహించింది. ఫలితంగా మున్నూరుకాపు సంఘం అందించిన అవకాశాల వల్ల సమాజం విద్య, ఉద్యోగ, వ్యాపార, రాజకీయ రంగాల్లో పాక్షికంగా విజయం సాధించింది. కె.నీలకంఠం సత్యనారాయణ తన స్వయం కృషితో "మున్నూరుకాపు విద్యార్థి వసతిగృహం" (మున్నూరుకాపు స్టూడెంట్స్ హాస్టల్)కు రూపు దిద్దారు. కాచిగూడలో ప్రస్తుతం ఉన్న భవనాన్ని బొజ్జం నర్సింలుతో కలిసి కొనుగోలు చేశారు. ఆయన మహాసభకు అధ్యక్షుడిగా, మున్నూరుకాపు హాస్టల్కు ధర్మకర్తగా కూడా వ్యవహరించారు.

కృష్ణ స్వామి ముదిరాజ, ముదిరాజ్ మహాసభ : హైదరాబాద్ మాజీ మేయర్ కృష్ణ స్వామి ముదిరాజ్ ముదిరాజ్ కుల అభ్యున్నతికి పాటుపడ్డారు. కేశవులు, బి వెంకటరావు, బి రంగయ్య, ఎస్ ముత్తయ్య తదితరులు కూడా ముదిరాజ్ కులాభివృద్ధికి కృషి చేశారు. కృష్ణ స్వామి యొక్క డైనమిక్ మరియు తెలివిగల నాయకత్వంలో సంఘం మునుపెన్నడూ లేని విధంగా గణనీయంగా అభివృద్ధి చెందింది మరియు గుర్తింపును సంపాదించింది. 21 సంవత్సరాల పాటు అధ్యక్షునిగా తన చురుకైన నాయకత్వాన్ని అందించడమే కాకుండా, తెలంగాణ ప్రాంతంలో మొదటి ముదిరాజ్ మహాసభను పెద్ద ఎత్తున నిర్వహించారు. ముదిరాజ్ మహాసభ 30 సెప్టెంబర్ 1922 న కృష్ణ స్వామి ముదిరాజ్ వ్యవస్థాపక అధ్యక్షుడిగా ఉనికిలోకి వచ్చింది. సభ ద్వారా విద్యార్థుల కోసం అనేక పాఠశాలలు మరియు వసతి గృహాలు స్థాపించబడ్డాయి.

అన్ని చారిత్రక, పౌరాణిక ప్రాముఖ్యత కలిగిన ముత్రాజు సంఘం ఇరవయ్యవ శతాబ్దపు తొలి దశాబ్దాలలో పూర్తిగా పేదరికంలో ఉంది. 1922లో ముదిరాజ్ మహా సభ ఏర్పడిన వెంటనే దాని నాయకులు గ్రామాల్లో విస్తృతంగా పర్యటించి సమాచారాన్ని సేకరించి సమాజంలోని ముదిరాజ్ సంఘం వాస్తవ పరిస్థితులను విశ్లేషించారు. అలా చేస్తూనే, నాయకులు కూడా సమాజంలో కొత్త మేల్కొలుపును రేకెత్తించారు మరియు వారి సభను నిర్వహించారు. ఒకప్పుడు తమ పేరు బయటపెట్టాలంటే భయపడే ముదిరాజులు మెల్లమెల్లగా తమ పేర్ల తర్వాత ముదిరాజ్ పేరును పెట్టుకోవడం మొదలుపెట్టారు. ముదిరాజ్ మహా సభ సికింద్రాబాద్లో ఐదు అంతస్తులు ముదిరాజ్ భవన్ ను నిర్మించాలనే తన చిరకాల వాంఛను ప్రధానంగా కృష్ణ స్వామి యొక్క నిరాటంకమైన సేవలను తెలియజేస్తుంది. ముదిరాజ్ భవన్ సమాజం యొక్క గౌరవం మరియు ఆత్మగౌరవానికి ప్రతీక. తక్కువ ఉపాధి అవకాశాలు మరియు అతితక్కువ సామాజిక భద్రతతో ముదిరాజ్ సమాజంలోని మెజారిటీ పేదరికంలో కొట్టుమిట్టాడుతున్నారు. నిరక్షరాస్యత, అనారోగ్యం, ఉపాధి లేకపోవడం మరియు పరిపాలనలో అజ్ఞానం ముదిరాజ్ సమాజం దయనీయమైన స్థితికి దారితీసింది. కృష్ణ స్వామి ముదిరాజ్ ముదిరాజ్ మహా సభకు తొలి సంఘ సంస్కర్త మరియు రూపశిల్పి, దేశవ్యాప్తంగా ముదిరాజులందరినీ ఒకే వేదికపైకి తీసుకొచ్చారు. ప్రభుత్వం నుండి ఎటువంటి సహాయం లేకుండా తన స్వంత కృషి మరియు వనరులతో హిందీ కన్యా పాఠశాలను ప్రారంభించినందుకు అతను చాలా గౌరవం పొందాడు.

కృష్ణ స్వామి ముదిరాజ్, ఇతర సామాజిక కార్యకర్తలు మరియు సంఘ పెద్దలతో కలిసి 1941లో హైదరాబాద్లోని కాచిగూడలో మొదటి ముదిరాజ్ మహా సభ సమావేశాన్ని

నిర్వహించడంలో చాలా కష్టపడి విజయం సాధించారు. ఈ సమావేశంలో కింది తీర్మానాలు ఆమోదించబడ్డాయి:

- సమాజంలో అక్షరాస్యులు చాలా తక్కువ మంది ఉన్నందున అక్షరాస్యతను పెంపొందించడానికి నిర్బంధ ప్రాథమిక విద్యను అమలు చేయాలని ముదిరాజ్ మహా సభ ప్రభుత్వాన్ని అభ్యర్థిస్తుంది.

- పొరుగు జిల్లాల నుండి హైదరాబాద్ వచ్చే ముదిరాజ్ యువతకు సహాయం చేయడానికి ఉచిత వసతి, ఆహారం మరియు ఇతర సౌకర్యాలతో కూడిన ముదిరాజ్ విద్యార్థుల హాస్టల్ను ఏర్పాటు చేయడం.

- ఉన్నత విద్యను అభ్యసిస్తున్న మరియు చదువుతున్న సమాజంలోని పేద యువతకు అవసరమైన అన్ని సహాయాన్ని అందించడం ముదిరాజుల విధి.

- సమావేశం బాల్య వివాహాల ఆచారాన్ని తీవ్రంగా ఖండించింది మరియు కనీసం 13 సంవత్సరాల వయస్సు వచ్చిన తర్వాత మాత్రమే బాలిక వివాహాలు చేయాలని సమాజాన్ని కోరింది. సమాజం అన్ని కార్యక్రమాలు మరియు వేడుకలలో కాఠిన్యం పాటించాలని, రోజురోజుకు పెరుగుతున్న వరకట్న వ్యవస్థ యొక్క సామాజిక దురాచారాన్ని విడిచిపెట్టాలని సమావేశం తీర్మానించింది.

- స్థానిక ప్రభుత్వ సిబ్బంది రైతులపై వేధింపులను అదుపు చేసేందుకు మరియు రైతు స్నేహపూర్వక విధానాన్ని అవలంబించేందుకు ప్రభుత్వంతో చర్చలు జరపాలని కూడా సమావేశం తీర్మానించింది.

- "ఖానున్-ఇ-ఇంజెహత్ ఇంతేకాలే ఆరాఖ్" చట్టంలో కోలి, మౌళి మరియు తెలంగాణతో పాటు "ముదిరాజ్ ని చేర్చడం. తెలగ, తెనగ, తెలగలు, బంటు, ముతరాజా, ముత్రాసి, నాయుడు, కోలి, అబ్బల్గిర్, నాయక్, మరియు ముత్రయన్ ఉపవర్గాల సభ్యులందరికీ ముదిరాజ్ అనే ఒకే పేరును ఉపయోగించడం.

- ఉన్నత విద్యను అభ్యసించిన ముదిరాజ్ సంఘం సభ్యులకు వారి అర్హతకు అనుగుణంగా కొన్ని గెజిట్ పోస్టులను రిజర్వ్ చేయమని నిజాం ప్రభుత్వాన్ని అభ్యర్థించడం.

కృష్ణ స్వామి ముదిరాజ్ నిజాం ప్రభుత్వ అణచివేత, అణచివేత చట్టాలు, సంఘవిద్రోహుల చర్యలు, మరియు అన్ని అసమానతలు మరియు కష్టాలకు వ్యతిరేకంగా 1922 నుండి 1961 వరకు యాభై సంవత్సరాల పాటు అణగారిన వర్గాలను

మేల్కొల్పడానికి, సంఘటితం చేయడానికి మరియు ఐక్యం చేయడానికి అవిశ్రాంతంగా పోరాడిన ప్రముఖ నాయకుడు. అన్ని వర్గాల నుండి మరియు పెద్దల నుండి గౌరవం మరియు మద్దతు పొందగలిగారు. అతను పరోపకారి, ఉదార మద్దతుతో రాష్ట్రవ్యాప్తంగా ముదిరాజ్ కమ్యూనిటీ కోసం పాఠశాలలను స్థాపించాడు. కృష్ణ స్వామి ముదిరాజ్ స్థాపించిన హైదరాబాద్ ఎడ్యుకేషనల్ కాన్ఫరెన్స్ సమాజంలోని సభ్యులలో అవగాహన మరియు రాజకీయ జ్ఞానోదయం తీసుకురావడంలో ప్రభావవంతంగా ఉంది. కృష్ణ స్వామి 1926లో డెక్కన్ స్టార్ అనే ఆంగ్ల వారపత్రికను ప్రారంభించి దానికి సంపాదకులుగా పనిచేశారు. అతను ఉర్దూ వారపత్రిక మసావత్ మరియు మరొక ఆంగ్ల దినపత్రిక న్యూ ఎరాను కూడా ప్రారంభించాడు. చాలా సంవత్సరాలు దాని సంపాదకుడిగా పనిచేశాడు. నిజాం రాజ్యంలో అణగారిన ప్రజలలో నూతన మేల్కొలుపు మరియు చైతన్యానికి ఆయన గణనీయమైన కృషి చేశారు.

పెరికలు, గౌడ్లు, యాదవులు, విశ్వబ్రాహ్మణులు మొదలైన ఇతర వెనుకబడిన కులాలు తమ తమ వర్గాల్లో సామాజిక- ఆర్థిక మరియు సాంస్కృతిక మార్పును తీసుకురావడానికి కుల సంఘాలను స్థాపించారు. సామాజిక సంస్కరణ, ఆధునిక విద్య మరియు ఉపాధిపై దృష్టి పెట్టారు. వారు పురాతన కుల నిర్దిష్ట వృత్తులను నిలిపివేయాలని మరియు ఆధునిక జ్ఞానాన్ని పొందడం ద్వారా వారి సంఘాలను ఆధునీకరించాలని ప్రయత్నించారు. తెలంగాణలోని వెనుకబడిన కులాలు వెట్టిచాకిరీ (బలవంతపు శ్రమ)కు గురవుతున్నందున, వారు తమ కులానికి సంబంధించిన సామాజిక కళంకం నుండి తమను తాము విడదీయడానికి ప్రయత్నించారు. సమాజం యొక్క సామాజిక మరియు ఆర్థిక అభివృద్ధికి కుల సంఘాన్ని ఏర్పాటు చేయడంలో ముఖ్య పాత్ర పోషించిన ప్రముఖ నాయకులలో ఈ క్రింది వారు ఉన్నారు: పెరికలు-లింగన్న పూజారి యాదవులు- సంగెం సీతారామయ్య గౌడ్స్- చిరాగు వీరన్న: విశ్వబ్రాహ్మణులు - చింతపల్లి రాఘవాచారి; చట్టాద శ్రీవైష్ణవులు-తిరునగరి వెంకటప్పయ్య; కళావంతులు- సిద్ధాబత్తుని శ్యాంసుందర్, లంబడాస్-కోకియా నాయక్. ఈ కుల సంఘాలు విద్యను వ్యాప్తి చేయడానికి మరియు వారి వర్గాల పేద విద్యార్థులకు సహాయం చేయడానికి హాస్టళ్లను ఏర్పాటు చేశాయి. తెలంగాణ పల్లెల్లో భూస్వామ్య అణచివేతకు గురవుతున్న యువతకు విద్య, ఉపాధి అవకాశాలు కల్పించడంలో కూడా ముఖ్యపాత్ర పోషించారు. ఇరవయ్యో శతాబ్దం ప్రథమార్థంలో తెలంగాణలో జరిగిన కుల ప్రాతిపదికన సామాజిక సంస్కరణ కార్యక్రమాలు సామాజిక, సాంస్కృతిక, రాజకీయ జాగృతికి దారితీశాయి.

హైదరాబాదులో వెనుకబడిన తరగతుల ప్రాతినిధ్యం కోసం మరియు రాజ్యాంగ

నిబంధనలు మరియు రక్షణలను వినియోగించుకోవడానికి వారిని నిర్వహించేందుకు వెనుకబడిన తరగతుల సదస్సు ఆగస్టు 1951లో స్థాపించబడింది. ఈ సదస్సు నిర్వహణకు కన్వీనర్గా బొజ్జం నర్సింలు, ప్రధాన కార్యదర్శిగా మార్గం నర్సింగరావు నియమితులయ్యారు. హైదరాబాద్ రాష్ట్రంలోని వెనుకబడిన తరగతుల పట్ల ప్రభుత్వం చూపుతున్న ఉదాసీనత, వివిధ సమస్యలపై అప్పీలు సమర్పించే అవకాశం ఆయనకు లభించింది. హైదరాబాద్లోని వెనుకబడిన తరగతుల వారికి స్థిరమైన ఆర్థిక పరిస్థితిని సాధించేందుకు కృషి చేసేందుకు ప్రతి వెనుకబడిన తరగతుల నుంచి ఐదుగురు ప్రతినిధులతో హైదరాబాద్ ప్రదేశ్ వెనుకబడిన తరగతుల సంఘం 8 మే 1954న బొజ్జ నర్సింలు అధ్యక్షతన ఏర్పాటైంది. కుల అసమానతలను రూపుమాపడంతోపాటు ఎలాంటి రాజకీయ పక్షపాతం లేకుండా అన్ని వెనుకబడిన తరగతుల సర్వతోముఖాభివృద్ధికి పాటుపడడమే తమ లక్ష్యమని ప్రకటించింది. కృష్ణ స్వామి ముదిరాజ్ ఆల్ హైదరాబాద్ బ్యాక్వర్డ్ క్లాసెస్ అసోసియేషన్కు వైస్ ప్రెసిడెంట్గా పనిచేశారు. ఇది దేశంలోనే మొదటిది. ఇది మాడపాటి హనుమంత రావు మరియు ఇతర ప్రముఖ సామాజిక కార్యకర్తల మద్దతుతో ఏర్పడింది. సమాజం ప్రధానంగా వెనుకబడిన వర్గాలను సంఘటితం చేయడం, మేల్కొల్పడం మరియు ఐక్యం చేయడం మరియు వారి హక్కుల కోసం పోరాడడం లక్ష్యంగా పెట్టుకుంది. కృష్ణ స్వామి ముదిరాజ్ విశాల దృక్పథం ఉన్న వ్యక్తిగా ఉండటం కేవలం తన సంఘం సంక్షేమానికే పరిమితం కాలేదు. సాధారణంగా అన్ని వెనుకబడిన వర్గాల సంక్షేమం కోసం సమానంగా పోరాడారు. ఆయన హైదరాబాద్ స్టేట్ బ్యాక్వర్డ్ క్లాసెస్ కమిటీ వ్యవస్థాపకులలో ప్రముఖ సభ్యుడు.

రెడ్డి జన సంఘం:

దళితబహుజన్ కులాలు చేపట్టిన సామాజిక సంస్కరణ కార్యకలాపాలు అగ్రవర్ణ మేధావులను వారి కుల సంఘాలను, ముఖ్యంగా రెడ్డి మరియు ఆర్య వైశ్యలను సంఘాలు స్థాపించడానికి ప్రేరేపించాయి. చారిత్రాత్మకంగా తెలంగాణలో విద్య మరియు ఉపాధిపై దృష్టి సారించి సంఘ సంస్కరణ ఉద్యమాన్ని నిర్వహించడంలో దళితులు అగ్రగామిగా ఉన్నారు. ఆది-హిందూ మహాసభ దళిత వర్గాలలో విద్యా అభివృద్ధికి పాఠశాలలు మరియు వసతి గృహాలను స్థాపించడానికి ప్రయత్నించింది. ఇది సాంఘిక దురాచారాలు, కట్టుబాట్లు, సంప్రదాయాలు మరియు తద్వారా వివాహాలు మరియు భోజనాల ద్వారా ఉపకులాల మధ్య అవగాహనను పెంపొందించే వివిధ కార్యక్రమాలను కూడా చేపట్టింది. కోస్తా ఆంధ్రలో కాకుండా తెలంగాణలో దళితులే మొదటగా సంఘ సంస్కరణ కార్యకలాపాలకు శ్రీకారం చుట్టారు. దళితులలో ఆధునిక విద్యను వ్యాప్తి చేయడంలో క్రైస్తవ మిషనరీల పాత్ర ఆధునిక తెలంగాణ చరిత్రలో ఒక ముఖ్యమైన అంశం.

పంతొమ్మిదవ శతాబ్దం చివరి నుండి దళితులు మిషనరీ విద్య యొక్క ప్రధాన లబ్ధిదారులు. ఆధునిక విద్య యొక్క ప్రాముఖ్యతను అర్థం చేసుకున్న రెడ్డిలు మరియు వైశ్యలు వంటి ఆధిపత్య అగ్రవర్ణాలు ఇరవయ్యవ శతాబ్దం రెండవ మరియు మూడవ దశాబ్దంలో తమ తమ వర్గాల్లో సంఘ సంస్కరణ కార్యకలాపాలను ప్రారంభించారు. ఈ గ్రామీణ ఆధారిత కమ్యూనిటీలు ఆర్థికంగా మరియు సామాజికంగా ప్రాధాన్యత కలిగి ఉన్నప్పటికీ, హైదరాబాద్ రాష్ట్రంలో విద్య మరియు ఉపాధి రంగంలో వారి ప్రాతినిధ్యం తక్కువగా ఉంది. ఉదాహరణకు, 1931 జనాభా లెక్కల ప్రకారం కాపులు/రెడ్డిలలో అక్షరాస్యత విశ్వ బ్రాహ్మణుల కంటే తక్కువగా ఉంది.

అయినప్పటికీ, కొంతమంది వ్యక్తులు తమ స్వంత కుల సంఘాలను నిర్వహించడానికి చొరవ తీసుకున్నారు. రెడ్డిలలో విద్య మరియు ఉపాధిని ప్రోత్సహించడంలో రాజా బహదూర్ వెంకట రామారెడ్డి గణనీయమైన పాత్ర పోషించారు. అతను నిజాం డొమినియన్లలో ఆధునిక విద్య యొక్క ఉపాధి అవకాశాల నుండి ప్రయోజనం పొందాడు. అందువల్ల అతను సమాజంలో సామాజిక-సాంస్కృతిక సంస్కరణ ఉద్యమంలో చొరవ తీసుకున్నాడు. విద్యా సంస్థలు మరియు హాస్టళ్లను స్థాపించాడు. ఆయన నాయకత్వంలో 1918లో రెడ్డి జన సంఘం స్థాపించబడింది. సుమారు దశాబ్దం పాటు సురవరం ప్రతాప రెడ్డి దానికి కార్యదర్శిగా ఉన్నారు. ఆయన ఇతర ప్రముఖులతో కలిసి రెడ్డి జన సంఘం ఆధ్వర్యంలో సంఘాన్ని ఏర్పాటు చేసి విద్యాభివృద్ధికి కృషి చేశారు. రెడ్డి హాస్టల్ 1918లో హైదరాబాద్లో 54 మంది విద్యార్థులతో అద్దె ఇంట్లో ప్రారంభించబడింది, అయితే ఆ తర్వాత 1924లో ప్రస్తుతం అబిడ్స్లో రెడ్డి హాస్టలు నిర్మించారు. గద్వాల్ మరియు వనపర్తి రాజులు మరియు రెడ్డి వర్గానికి చెందిన ఇతర భూస్వాములు హాస్టల్ కోసం విరాళాలు అందించారు. హాస్టల్ ప్రాథమికంగా రెడ్డి కులాల విద్యార్థుల ప్రయోజనాల కోసం స్థాపించబడింది, ఇది ఇతర కులాల కోసం కూడా తెరవబడింది. గ్రామీణ ప్రాంతాల నుండి హైదరాబాదుకు చదువుకోవడానికి వచ్చిన విద్యార్థుల ప్రయోజనం కోసం ఇది ఉపయోగపడుతుంది.

కుల/మతాలకు అతీతంగా హాస్టళ్లలో విద్యార్థులకు వసతి మరియు వసతి సరసమైన ఖర్చుతో అందించబడింది. పేద విద్యార్థులకు వసతి మరియు బోర్డింగ్ ఛార్జీల నుండి మినహాయింపు ఇవ్వబడింది. వెంకట రామా రెడ్డి దూరదృష్టి గలవారు మరియు మహిళల సాధికారత కోసం దూరదృష్టితో 1931లో హైదరాబాద్లోని నారాయణగూడలో బాలికల ఉన్నత పాఠశాలను స్థాపించారు. ఈ పాఠశాలకు అనుబంధంగా ఒక మహిళా హాస్టల్ కూడా 1933లో స్థాపించబడింది మరియు ఆయన మరణించే వరకు ఈ సంస్థకు

ఛైర్మన్ గా ఉన్నారు. ఇరవయ్యవ శతాబ్దం మొదటి త్రైమాసికంలో అతను సంఘ సంస్కర్తలు మరియు విద్యావేత్తలలో ప్రముఖుడు. అతను తన సంఘం అభ్యున్నతి కోసం మాత్రమే కాకుండా అనేక సాంఘిక దురాచారాలకు వ్యతిరేకంగా, ముఖ్యంగా అంటరానితనానికి వ్యతిరేకంగా బలంగా పోరాడాడు మరియు హైదరాబాద్ లోని అనేక పాఠశాలలు మరియు బలహీన వర్గాల హాస్టళ్లకు ఆర్థికంగా సహాయం చేశాడు. రాజా బహదూర్ వెంకట రామ రెడ్డి మహిళా కళాశాల, నారాయణగూడ, 1954లో హైదరాబాద్ మహిళా విద్యా సంఘం ద్వారా స్థాపించబడింది, ఇది మహిళలకు ముఖ్యంగా గ్రామీణ ప్రాంతాల నుండి వచ్చే వారికి విద్యను అందించాలనే ఉద్దేశ్యంతో ఒక లాభాపేక్షలేని విద్యా సంఘం.

ఆర్య వైశ్య మహాసభ

ఆర్య వైశ్య వర్తక సంఘం అభ్యున్నతి కోసం హైదరాబాద్లో ఉనికిలోకి వచ్చిన మరొక ముఖ్యమైన కుల సంఘం. వైశ్యులు ప్రధానంగా చిన్న పట్టణాలు మరియు గ్రామాలలో స్థిరపడ్డారు మరియు గ్రామీణ ప్రాంతాల్లో వ్యాపారులు మరియు డబ్బు వడ్డీకి ఇచ్చేవారు. సంఘంలోని కొంతమంది ప్రబుద్ధులు ఈ సంఘం ప్రయోజనాల కోసం ఒక సంఘాన్ని ప్రారంభించేందుకు ప్రయత్నాలు చేశారు. 1936లో ఆదిలాబాద్ జిల్లా చెన్నూరుకు చెందిన హైకోర్టు వకీల్ నాగోతు వెంకట కృష్ణారావు చొరవ తీసుకుని నిజాం రాష్ట్ర ఆర్య వైశ్య మహాసభను స్థాపించి తొలి సమావేశం 1936 నవంబర్ 11న తేలుకుంట్ల వెంకటేశ్వరరావు అధ్యక్షతన ఫీల్కానాలో జరిగింది. పలు తీర్మానాలు చేశారు. వైశ్యుల కోసం పాఠశాలలు, హాస్టళ్లు మరియు లైబ్రరీల ఏర్పాటుతో సహా ఆమోదించబడ్డాయి. రెండో సభ అక్బర్బజార్లో రుద్రగిరి నర్సిములు శ్రేష్ఠి అధ్యక్షతన జరిగింది. నిజాం రాష్ట్ర ఆర్య వైశ్య మహా సభ మొదటి సమావేశం కాచిగూడలోని తుల్జా భవన్లో దందు పెంటయ్య గుప్తా అధ్యక్షతన 12-13 డిసెంబర్ 1937లో నిర్వహించబడింది. ఈ సమావేశానికి ఐదు వేల మంది ప్రతినిధులు హాజరయ్యారు. ఈ సదస్సుతో పాటు ఆర్య వైశ్యుల మహిళా మహా సభ కూడా నిర్వహించబడింది. జంధ్యం (పవిత్ర దారం) మరియు పెట్టుబడి వేడుకలను ధరించే బ్రాహ్మణ ఆచారాలను అనుకరిస్తూ, బ్రాహ్మణుల మాదిరిగానే ద్విజాహుడ్ (రెండుసార్లు జన్మించారు) అని పేర్కొంటూ సమావేశంలో అనేక తీర్మానాలు ఆమోదించబడ్డాయి. వారు సనాతన ధర్మాన్ని వ్యతిరేకించారు. స్త్రీపురుషుల సమానత్వాన్ని, స్త్రీ విద్యను ప్రోత్సహించడం, సామాజిక సంస్కరణలు, వివాహ ఖర్చులను తగ్గించడం మొదలైనవాటిని ప్రతిపాదించారు.

ప్రముఖ నాయకులు ఉప్పల గౌరీశంకర్, కె.వి. గుప్తా వైశ్య యువకులు, మహిళల

కోసం అనేక కార్యక్రమాలు చేపట్టారు. మహాసభలో విద్య, సంఘ సంస్కరణ ప్రధాన ఎజెండా. 1938లో గౌరీశంకర్ అధ్యక్షతన జరిగిన మహాసభల మొదటి రాష్ట్రస్థాయి సదస్సు, 1939లో ఏడుగురు విద్యార్థులతో హైదరాబాద్లోని గౌలిగూడలో వైశ్య హాస్టల్ను స్థాపించారు. కానీ తర్వాత అది త్వరగా పెరిగి 1953లో కాచిగూడలో పెద్ద శాశ్వత హాస్టల్ భవనం నిర్మించబడింది. హైదరాబాద్లో ఆర్య వైశ్య హాస్టల్ ఏర్పాటులో కొత్తూరి సీతయ్య గుప్తా విశేష పాత్ర పోషించారు. సమాజంలో సామాజిక-సాంస్కృతిక మరియు రాజకీయ జాగృతిని తీసుకురావడానికి మహాసభ తెలంగాణ వ్యాప్తంగా పట్టణాలు మరియు గ్రామాలలో అనేక సమావేశాలను నిర్వహించింది. దాని కార్యకలాపాల్లో భాగంగా జిల్లాల్లో వెట్టి వంటి భూస్వామ్య పద్ధతులకు వ్యతిరేకంగా పోరాడేందుకు వాణిజ్య, వర్తక సంఘాలను ఏర్పాటు చేశారు. వర్తక సంఘం భవనాలు వారి సామాజిక మరియు రాజకీయ కార్యకలాపాలకు ప్రధాన కేంద్రాలుగా మారాయి. ఐక్యత మరియు సంఘీభావాన్ని పెంపొందించడానికి మహాసభ అనేక సమాజ ఆధారిత పథకాలు మరియు కార్యక్రమాలను నిర్వహించింది.

మీడియా మరియు జర్నలిజం

విద్యావంతులైన మధ్యతరగతి వృద్ధి, పట్టణీకరణ మరియు ప్రింటింగ్ ప్రెస్ యొక్క ప్రజాదరణ పందొమ్మిదవ శతాబ్దం చివరి దశకంలో నిజాం ఆధిపత్యంలో ఉర్దూ, ఇంగ్లీష్ మరియు వెర్నాక్యులర్ (తెలుగు, మరాఠీ మరియు కన్నడ) జర్నలిజం వృద్ధికి దోహదపడ్డాయి. ఈ కాలం చురుకైన పాత్రికేయ కార్యకలాపాల ద్వారా వర్గీకరించబడింది. అనేక వార్తాపత్రికలు మరియు పత్రికలు ప్రారంభించబడ్డాయి. ఉర్దూ రాష్ట్ర అధికార భాష కావడంతో అసఫ్ జాహీ పాలకులు దీనిని ప్రోత్సహించారు. ఉర్దూ జర్నలిజం ఆవిర్భావం నిజాంల నిరంకుశ పాలనకు సమ్మతి మరియు ప్రతిఘటన రెండింటికి ప్రతీక. కొన్ని ఉర్దూ వార్తాపత్రికలను ప్రభుత్వం ఆదరించింది, మరికొన్ని బహిరంగంగా మరియు ప్రభుత్వ విధానాలను విమర్శిస్తూ భావ వ్యక్తీకరణకు, పత్రికా స్వేచ్ఛకు అండగా నిలిచాయి. ఈ విధంగా జర్నలిజం పౌర మరియు ప్రజాస్వామ్య హక్కుల కోసం పోరాడింది. అసఫ్ జాహీ కాలంలో ఉర్దూ వార్తాపత్రికల ఆవిర్భావం "మొదటి నుండి ఉర్దూ జర్నలిజంచే ప్రతిపాదింపబడిన తిరుగుబాటు చైతన్యానికి ప్రతీక". నిజానికి, ఉర్దూ, ఆంగ్ల పత్రికలు బ్రిటిష్ వలస పాలకులను మరియు నిజాంను విమర్శించాయి. అందువల్ల, పత్రికారంగం యొక్క స్వతంత్ర మరియు స్వయంప్రతిపత్తి పాత్ర హైదరాబాద్ రాష్ట్రంలో రాజకీయ మేల్కొలుపుకు ముఖ్యమైన కారకాల్లో ఒకటి.

నిజాంల నిరంకుశ పాలనలో ప్రెస్ తీవ్ర ఆంక్షలకు లోనైంది. ఉదాహరణకు, వార్తాపత్రికలపై అనేక ఆంక్షలు విధిస్తూ 1891లో హెూం శాఖ ఒక సర్క్యులర్ను జారీ చేసింది. సర్క్యులర్ ప్రకారం "అత్యున్నతమైన నిజాం ప్రభుత్వం లేదా దాని అధికారులపై ప్రజల మనస్సులను పక్షపాతం కలిగించే వాటిని ప్రచురించడానికి సంపాదకులకు అనుమతి లేదు". ప్రెస్ మరియు పబ్లిక్ ఒపీనియన్" మరియు "ముజెల్స్ ఎడిటర్స్"ని బానిసలుగా మార్చడానికి ప్రయత్నిస్తున్న ఈ "గ్యాగింగ్ ఆర్డర్" షౌకత్-ఉల్-ఇస్లాం మరియు హైదరాబాద్ రికార్డ్ వంటి కొన్ని వార్తాపత్రికలచే ఖండించబడింది. ఉర్దూ పేపర్, షౌకత్-ఉల్-ఇస్లామ్ హైదరాబాద్ స్టేట్ను జారిస్ట్ రష్యాతో పోల్చారు. ఈ పత్రికను నిజాం ప్రభుత్వం నిషేధించింది. హైదరాబాద్ రాష్ట్రంలోని కొన్ని ప్రముఖ ఉర్దూ వార్తాపత్రికలు మరియు వాటి సంపాదకీయాలు క్రిందీవిధంగా ఉన్నాయి.

- అఫ్తాబ్-ఎ-డక్కన్ (1860), మొదటి ఉర్దూ దినపత్రిక - ఖాజీ మొహమ్మద్ కుతుబ్
- ఆసిఫ్-ఉల్-అక్బర్ (1878), నారాయణ స్వామి ముదలియా ప్రచురించిన మొదటి ఉర్దూ వారపత్రిక - ఎన్. నారాయణరావు
- ముఅల్లిమ్-ఇ-షఫీక్ (1880) - మౌల్వీ మోహిబ్ హుస్సేన్
- హజార్-దస్తాన్ (1883) సయ్యద్ అఖిల్. ఇది వారపత్రికగా ప్రారంభించబడింది. తరువాత ఇది 1885లో దినపత్రికగా మార్చబడింది. ఇది హైదాబాద్లోని మొదటి ఉర్దూ దినపత్రిక.
- పీక్ అసఫీ (1884) - సయ్యద్ హసన్
- దక్కన్ పంచ్ (1887) తర్వాత ముషీర్-ఎ-డక్కన్ అని పేరు పెట్టారు - పండిట్ కిషన్ రావు
- అక్బర్-ఎ-ఆసిఫ్ (1887) - సయ్యద్ మొహమ్మద్ సుల్తాన్ అఖిల్
- సఫీర్-ఎ-డక్కన్ (1888) - అమ్జద్ అలీ
- సహీఫా (1911) -మౌల్వి అక్బర్ అలీ
- రెహబర్-ఎ-డక్కన్ (1920) - అహ్మద్ మొహియుద్దీన్
- నిజాం గెజిట్ (1927) - హబ్బిబుల్లా రద్దీ మరియు వికార్ అహ్మద్

- రైయత్ (1927) - ఎం.నర్సింగరావు
- పాయం (1936) - ఖాజీ అబ్దుల్ గఫార్

మీజాన్ (1942), గులాం మొహమ్మద్ కలకత్తావాలాచే ఇంగ్లీష్, తెలుగు మరియు ఉర్దూ అనే మూడు భాషలలో ప్రచురించబడింది - ఉర్దూ సంపాదకుడు హబీబుల్లా అవాజ్.

ఇమ్రోజ్ (1948) - షోయ్‌బుల్లా ఖాన్

1901లో, ప్రచురించబడిన పత్రికలు మరియు వార్తా పత్రాల సంఖ్య కేవలం 14 మాత్రమే, వాటిలో 12 ఉర్దూలో మరియు 2 మరాఠీలో ఉన్నాయి. 14 లో 7 మాత్రమే వార్తా పత్రాలుగా ఉన్నాయి. ఉర్దూ పత్రికలకు సంబంధించి ముస్లింలు మాత్రమే కాదు, హిందువులు కూడా ఉర్దూ భాషలో వార్తాపత్రికలను ప్రారంభించినట్లు గమనించవచ్చు. అందువల్ల, భాష లౌకికమైనది, అది ఒక మతంతో ప్రత్యేకంగా గుర్తించబడలేదు మరియు ఉర్దూ "లష్కర్ భాష"గా ప్రసిద్ధి చెందింది. హిందూ మేధావి వర్గం అధికారిక భాషతో కలిసి ఉంది. ఉర్దూ ప్రెస్ కూడా నిజాం అనుకూలమైనది కాదు. షౌకత్-ఉల్-ఇస్లాం మరియు పాయం వంటి పత్రికలు ప్రభుత్వ విధానాలను విమర్శించాయి. ప్రజల జాగృతికి దోహదపడ్డాయి. ముఅల్లిమ్-ఇ-షఫీక్ ముస్లిం సమాజంలోని పర్దా వ్యవస్థ వంటి మూఢ పద్ధతులను ఖండించారు మరియు ఆధునిక విద్య మరియు సామాజిక సంస్కరణల వ్యాప్తిని ప్రతిపాదించారు. దాని సంపాదకుడు, మౌల్వీ మోహిబ్ హుస్సేన్ తన ప్రగతిశీల ఆలోచనలకు "ఉర్దూ జర్నలిజం యొక్క ఆర్కిటెక్ట్" అని పిలుస్తారు. అతను తన పత్రికల ద్వారా సంఘ సంస్కరణ కార్యకలాపాలు మరియు మత ఐక్యతను ప్రచారం చేశాడు. అతను ముస్లిం మహిళల విద్య కోసం పోరాడిన తొలి సంఘ సంస్కర్త. ముస్లిం సమాజంలోని మతపరమైన సనాతన ధర్మం మరియు అస్పష్టమైన పద్ధతులను విమర్శించినందుకు అతని పత్రికను నిజాం ప్రభుత్వం నిషేధించింది. హైదరాబాద్లోని ముస్లిం సమాజంలో సామాజిక సంస్కరణల రంగంలో పనిచేసిన మరొక గొప్ప వ్యక్తి ముల్లా అబ్దుల్ ఖయ్యూమ్. ఉర్దూ మాధ్యమం ద్వారా సాధారణ విద్య కోసం పాఠశాలలను ఏర్పాటు చేయాలని, విద్యను తప్పనిసరి చేయాలని ఆయన సూచించారు. అతను 1891లో దైరత్-ఉల్-ఔరిఫ్ అనే పరిశోధనా కేంద్రాన్ని స్థాపించాడు, ఇది అనేక అరుదైన అరబిక్ రచనలను సవరించి, అనువదించి ప్రచురించింది. అతను ఉదారవాద జాతీయవాద మేధావి మరియు స్త్రీ విద్య కోసం పోరాడాడు. స్త్రీ విద్యను ప్రోత్సహించడానికి మరియు అనేక సామాజిక సంస్కరణ కార్యకలాపాల గురించి చర్చించడానికి ఇక్వానుస్సీసా అనే మహిళా సంస్థను ప్రారంభించాడు.

ఉర్దూ కాకుండా, హైదరాబాద్లోని విద్యావంతులైన మధ్యతరగతి వర్గాలకు ప్రధాన మాధ్యమంగా ప్రకాశించే ఆంగ్ల వార్తాపత్రికలు మంచి సంఖ్యలో ఉన్నాయి. డెక్కన్ టైమ్స్ (1864) మొదటి ఆంగ్ల వార్తాపత్రికగా పరిగణించబడింది, ఇది ప్రారంభంలో జాతీయ వాదానికి మద్దతు ఇచ్చింది, కానీ తరువాత ప్రభుత్వ అనుకూలమైనదిగా మారింది. హైదరాబాద్ రికార్డ్ (1885), టెలిగ్రాఫ్ (1886), ద డెక్కన్ స్టాండర్డ్ (1886), ద డెక్కన్ మెయిల్ (1896), హైదరాబాద్ బులెటిన్ (1929) మరియు డెక్కన్ క్రానికల్ (1938) రాష్ట్రంలోని కొన్ని ముఖ్యమైన ఆంగ్ల వార్తాపత్రికలు. కొన్ని పేపర్లు ప్రభుత్వానికి అనుకూలమైనవి అయితే, హైదరాబాద్ రికార్డ్ వంటి మరికొన్ని పత్రికలు భావప్రకటనా స్వేచ్ఛను సమర్థించాయి. హైదరాబాద్ రికార్డ్ బ్రిటిష్ రెసిడెంట్ను "స్థానిక సీజర్"గా అభివర్ణించింది. అందుకుగాను దీనిని 1829లో నిషేధించారు.

నిజాం భూస్వామ్య నిరంకుశ పాలనలో అధికారులు ప్రజలతో చులకనగా ప్రవర్తించారు. నిజాం ప్రభుత్వం తెలుగు వంటి రాష్ట్ర ప్రజలలో అత్యధిక సంఖ్యలో ఉన్న ఇతర భాషలపై ఉర్దూ భాష ఆధిపత్యం చెలాయించే పక్షపాత విధానాన్ని అవలంబించింది. తెలుగు భాష, సాహిత్యం, సంస్కృతి నిర్లక్ష్యానికి ప్రభుత్వ మత విధానం కూడా కారణమైంది. తెలంగాణ ప్రాంతంలోని ప్రజలు నిరక్షరాస్యులు, అజ్ఞానులు మరియు పేదలు. వారిలో సామాజిక లేదా సాంస్కృతిక కార్యక్రమాలు లేవు. పైగా నిజాం ప్రభుత్వం తెలుగు ప్రెస్కు అనుకూలంగా లేదు. ఇంకా, వార్తాపత్రిక యొక్క ప్రచురణ భారీ ఆర్థిక నిబద్ధతను కలిగి ఉంది. రాజకీయ అరాచకం మరియు ఆర్థిక అస్థిరత ఉన్న ప్రాంతంలో, ప్రెస్ విజయవంతంగా పనిచేయడం కష్టమైన పనిగా మారింది. ఇన్ని అవరోధాలున్నప్పటికీ తెలంగాణ ప్రాంతంలో పత్రికారంగం గణనీయమైన పాత్ర పోషించింది. హైదరాబాద్ స్టేట్ లో పందొమ్మిదవ శతాబ్దపు రెండవ భాగంలో అనేక పత్రికలు స్థాపించబడ్డాయి. ఆ రోజుల్లో ప్రింటింగ్ ప్రెస్ మరియు వార్తాపత్రికల కోసం అనేక అధికారిక విధానాలను అనుసరించాలి. అందుకే ఇరవయ్యో శతాబ్దపు మొదటి దశాబ్దం చివరి వరకు తెలుగు జర్నల్ ప్రచురించబడలేదు. అయితే, 1920 మరియు 1930 సంవత్సరాల మధ్య, తెలుగు భాషలో 45 పత్రికలు/వార్తాపత్రికలు ప్రచురించబడ్డాయి.

ఇరవయ్యో శతాబ్దం ప్రారంభంలో **శ్రీకృష్ణ దేవరాయ ఆంధ్ర భాషా నిలయం** ప్రారంభించిన సామాజిక-సాంస్కృతిక మరియు భాషా ఉద్యమం తెలంగాణలో తెలుగు జర్నలిజం వృద్ధికి దారితీసింది. నిజాం రాష్ట్ర భాషా విధానం తెలుగు వంటి వాడుక భాషలకు ప్రతికూలంగా ఉంది. ఆ విధంగా గత శతాబ్దపు మొదటి దశాబ్దం నుండి తెలుగు పత్రికల ద్వారా భాషా జాతీయవాదం ప్రచారం చేయబడింది. 1887లో

ప్రచురితమైన సేద్యచంద్రిక తొలి తెలుగు పత్రికగా గుర్తింపు పొందింది. ఇది ఉర్దూ పేపర్ పుసూన్ యొక్క అనువాదం, ఇది వ్యవసాయంలో ఉత్పాదకత మరియు లాభాల గురించి రైతులలో అవగాహన తీసుకురావడానికి ఉద్దేశించబడింది. తొలి తెలుగు మాస పత్రిక హితబోధిని 1913లో మహబూబ్నగర్ నుండి జాగీర్దార్ బాడారు శ్రీనివాస శర్మచే ప్రచురించబడింది. వెనుకబడిన తెలంగాణ ప్రాంతంలో వ్యవసాయం, ప్రజారోగ్యం, ఆధునికీకరణ, పారిశ్రామికీకరణ, స్వదేశీ మరియు సామాజిక సంస్కరణలను ప్రతిపాదించడం దీని ప్రత్యేకత. నీలగిరి అనే వారపత్రికను 1922లో నల్గొండ నుండి షబ్నవీస్ వెంకట రామ నర్సింహారావు ప్రారంభించారు. ఆయన సంపాదకత్వంలో తెలంగాణలో సాహిత్య, సాంస్కృతిక పునరుజ్జీవనంలో ప్రముఖ పాత్ర పోషించింది. అతను బహుముఖ వ్యక్తిత్వం కలవాడు. సంపాదకుడు, ప్రచురణకర్త, రచయిత, లైబ్రేరియన్ మరియు సంఘ సంస్కర్త. అతను తెలుగు జర్నలిజం కోసం పోరాడాడు మరియు తెలుగు ప్రచురణలకు అపారమైన సహకారం అందించాడు. “ఎటువంటి దీపం జాడ లేని సమయంలో ఆయన జర్నలిజం రంగంలో చిన్న దీపాన్ని వెలిగించారు. ఈ విధంగా అతను చీకటిలో వ్రాసాడు”. తెనుగు పత్రిక 1922లో వరంగల్ జిల్లా మహబూబాబాద్ తాలూకా ఇనుగుర్తి గ్రామం నుండి ఒద్దిరాజు సోదరులుగా ప్రసిద్ధి చెందిన ఒద్దిరాజు సీతా రామ చంద్రరావు మరియు ఒద్దిరాజు రాఘవ రంగారావు సంపాదకత్వంలో ప్రచురించబడింది. వారిద్దరూ సుప్రసిద్ధ రచయితలు, కవులు, నవలా రచయితలు. తెలుగు జర్నలిజం మరియు గ్రంథాలయ ఉద్యమం అభివృద్ధికి దోహదపడ్డారు. నీలగిరి పత్రికతో కలిసి, వారు తెంగాణలో సాహిత్య, సాంస్కృతిక సామాజిక మరియు రాజకీయ జాగృతిని ప్రోత్సహించారు. ఆంధ్రాభ్యుదయము జూన్ 1923లో హనుమకొండలో ప్రచురితమయ్యే మాసపత్రిక. దీని ప్రచురణకర్త కోకల సీతా రామశర్మ. తెలుగు మాట్లాడే ప్రజల విద్యను ప్రోత్సహించడం దీని ప్రధాన లక్ష్యం. దేశబంధు అనేది మత చరిత్రను వెలుగులోకి తీసుకురావడానికి అంకితమైన మాసపత్రిక ప్రచురించని శాసనాలు మరియు జీవిత చరిత్ర స్కెచ్లను 1926లో బెల్లంకొండ రామానుజా చార్యులు వడ్డేపల్లి నుండి ప్రచురించారు.

గోల్కొండ పత్రిక 1926 (మే 10)లో సురవరం ప్రతాప రెడ్డి సంపాదకత్వంలో బై వీక్లీగా వారానికి రెండు రోజులు ప్రచురించబడింది. రాజా బహదూర్ వెంకట్ రామా రెడ్డి ఈ పేపర్ను పోషించారు. తెలంగాణలోని ప్రజలను ప్రభావితం చేసిన తెలుగు పత్రికలలో అత్యంత ముఖ్యమైన నీలగిరి మరియు తెలుగు పత్రిక మూసివేత తర్వాత ఇది ప్రారంభమైంది. గోల్కొండ పత్రిక 1949లో దినపత్రికగా మార్చబడింది. తెలంగాణ

ప్రాంతంలో ఆంధ్రోద్యమము అని పిలువబడే సాంస్కృతిక పునరుజ్జీవనం దాని స్థాపనతో ప్రారంభమైందని చెప్పవచ్చు. ఈ పత్రికను స్థాపించడంలో సంపాదకుడు అనేక ఇబ్బందులు ఎదుర్కొన్నాడు. ఈ పత్రికను స్థాపించేటప్పుడు టైటిల్లో 'ఆంధ్ర' అనే పదాన్ని చేర్చాలని భావించారు. అయితే టైటిల్లో 'ఆంధ్ర' అనే పదాన్ని ప్రస్తావిస్తే పత్రికకు అనుమతి నిరాకరించినట్లు నిజాం ప్రభుత్వాలు స్పష్టం చేశాయి. అందుకే ఆ పత్రికకు 'గోల్కొండ పత్రిక' అని పేరు పెట్టవలసి వచ్చింది. పత్రిక యొక్క మొదటి సంచిక సంపాదకీయంలో ప్రజలందరికీ సేవ చేయడం మరియు తెలుగు భాషను అభివృద్ధి చేయడమే పత్రిక లక్ష్యమని స్పష్టం చేశారు. ప్రారంభ దశలలో ప్రచురణ యొక్క అన్ని అంశాలను సురవరం ప్రతాప్ రెడ్డి స్వయంగా చూసుకున్నారు – సంపాదకీయాలు, ప్రూఫ్ రీడింగ్, ప్రింటింగ్, ఎడిటింగ్ మరియు సంచికలు మరియు సున్నం పోస్ట్ చేయడం కూడా. ఇది ఆగస్టు 1940 నుండి దినపత్రికగా మారింది. ప్రతాప రెడ్డి అలుపెరగని కృషితో గోల్కొండ పత్రిక "జాతీయవాదాన్ని వ్యాప్తి చేసే వాహనం"గా మారింది. రాజకీయంగా, సామాజికంగా మరియు విద్యాపరంగా తెలుగు ప్రజలను జాగృతం చేసింది. తర్వాత దేవులపల్లి రామానుజరావు సంపాదకుడయ్యాడు. సుజాత అనే ముఖ్యమైన సాహిత్య పత్రిక 1927లో హైదరాబాద్ నుండి ప్రచురించబడింది. పసుమాముల నరసింహ శర్మ దీనికి సంపాదకులుగా ఉన్నారు. "అనేక తరాల సుసంపన్నమైన మరియు వైవిధ్యమైన ఆంధ్ర సంస్కృతిని వర్ణించడం" దీని ప్రాథమిక లక్ష్యం. ఇది తెలంగాణలో సాహిత్య పునరుజ్జీవనానికి ప్రతీకగా భావించబడింది. మీజాన్ 1944లో తెలంగాణా నుండి ప్రచురితమైన ముఖ్యమైన దినపత్రిక. ఇది మూడు భాషలలో ప్రచురించబడింది. ప్రసిద్ధ నవలా రచయిత అడవి బాపిరాజు తెలుగు ఎడిషన్‌కు సంపాదకులుగా ఉన్నారు. ఇది నిజాం నిరంకుశ, భూస్వామ్య అణచివేత పాలనను విమర్శించింది మరియు తెలుగు ప్రజల ఐక్యత కోసం విశాలాంధ్ర భావనను ప్రతిపాదించింది. ఇది ఆంధ్ర మహాసభ ఉద్యమానికి మద్దతునిచ్చింది. మతపరమైన కార్యకలాపాలు/ప్రచారాన్ని ఖండించింది మరియు తెలంగాణ ప్రాంతంలో ప్రజల మేల్కొలుపు పెరుగుదలకు ఎంతో దోహదపడింది.

రాజగోపాల్ మొదలియార్ 1942లో సికింద్రాబాద్లో తెలంగాణను ప్రారంభించారు. ఇది తెలంగాణలోని మొదటి తెలుగు దినపత్రిక. దీని సంపాదకులు బుక్కపట్నం వెంకట రామానుజాచార్యులు. 1944లో పాములపర్తి సదాశివరావు రాసిన కాకతీయను వరంగల్ నుండి ప్రచురించారు కానీ వెంటనే ఆగిపోయింది. తర్వాత 1946లో పి.వి. నర్సింహారావు కొనసాగించినాడు. ఇది ప్రగతిశీల, ప్రజాస్వామ్య ఆలోచనలను ప్రచారం చేయడానికి ప్రయత్నించింది మరియు వ్యవసాయం, సహకార సంఘాలు, విద్య మరియు సంక్షేమ

సమస్యల వంటి ప్రజల ప్రయోజనాలను హైలైట్ చేసింది. ఇది ప్రభుత్వ అధికారులలో అవినీతిని బహిర్గతం చేసింది మరియు పౌర మరియు మానవ హక్కుల కోసం పోరాడింది. తెలుగు తల్లిని ఆంధ్ర ప్రోగ్రెసివ్ రైటర్స్ తీసుకొచ్చారు. ఇది 1944లో రాచమల్ల సత్యవతీదేవి సంపాదకత్వంలో సికింద్రాబాద్ నుండి వెలువడింది. ఇది అడవి బాపిరాజు, వట్టికోట ఆళ్వార్ స్వామి, కాళోజీ నారాయణరావు, తాపీ ధర్మారావు మొదలైన పూర్వీకుల మరియు శాస్త్రీయ విద్వాంసుల అభిప్రాయాలను మరియు ఆలోచనలను అందించింది. తెలుగు తల్లికి తెలంగాణలో మొదటి మహిళా సంపాదకురాలిగా గుర్తింపు వచ్చింది. యెల్లా ప్రగడ సీతాకుమారి, ఇల్లిందుల సరస్వతీదేవి, నందగిరి ఇందిరాదేవి మరియు సంగం లక్ష్మీబాయి వంటి ప్రముఖ మహిళలు ఈ పత్రికకు వ్యాసాలు, కవితలు, కథలు మరియు వ్యాసాలు అందించారు. సత్యవతి దేవి భాషా కల్పవల్లి సంఘ గ్రంథాలయం అనే గ్రంథాలయాన్ని కూడా ప్రారంభించారు. ఆమె 1940 వరకు పత్రికను విజయవంతంగా నిర్వహించింది. తర్వాత వట్టికోట ఆళ్వార్ స్వామి పత్రికను కొనసాగించారు.

మాతృ భారతి, మరొక ప్రముఖ తెలుగు మాసపత్రికను బాలికా పాఠశాల ప్రచురించింది, దీనిని రావు బహదూర్ వెంకట రామ్ రెడ్డి మరియు మాడపాటి హనుమంత రావు స్థాపించారు. విద్యార్థుల్లో సృజనాత్మకత, డిబేటింగ్, వ్యాసరచన వంటి నైపుణ్యాలను పెంపొందించడంతోపాటు విద్యాపరమైన విషయాలపై అవగాహన కల్పించే లక్ష్యంతో ఈ పత్రికను ప్రారంభించారు. వరకట్నం, బాల్య వివాహాలు, వితంతువుల వంటి సాంఘిక దురాచారాలను వివరిస్తూ పలు కథనాలు ప్రచురించారు. ఆంధ్రశ్రీని ఆంధ్ర సారస్వత మహాసభ తరపున 1944లో సికింద్రాబాద్ నుంచి ప్రచురించారు. రచయితలు మరియు విద్యార్థులలో సాహిత్యంపై ఆసక్తిని పెంపొందించడం దీని లక్ష్యాలలో ప్రధానమైనది. హైదరాబాద్ సాహిత్య పరిషపత్రిక 1945లో ప్రచురించబడింది. శోభను 1947లో ప్రజా మేధావి దేవులపల్లి రామానుజరావు స్థాపించారు. ఇది ఒక అద్భుతమైన సాహిత్య పత్రిక మరియు తెలంగాణ సాహిత్య వర్గాలలో తనకంటూ ఒక సముచిత స్థానాన్ని ఏర్పరుచుకుంది. 1948లో గోల్కొండ పత్రిక సంపాదకత్వం నుంచి తప్పుకున్న తర్వాత సురవరం ప్రతాపరెడ్డి ప్రజావాణిని రాజకీయ పత్రికగా ప్రారంభించారు.

సామాజిక సంస్కరణలు మరియు ఆధ్యాత్మిక ఆలోచనలను ప్రచారం చేయడానికి కుల సంఘాలు మరియు మత సంఘాలు పత్రికలు, జర్నల్స్, వార్తాపత్రికలు ప్రారంభించాయి. వాటిలో ప్రధానమైనది పంచమను 1918లో ఆంగ్లంలో ప్రచురించిన జె.ఎస్. ముత్తయ్య, మాన్య సంఘం కార్యదర్శి. ఇది దళితుల అభ్యున్నతి మరియు సామాజిక న్యాయం కోసం పోరాడింది. దళిత విముక్తి ఉద్యమానికి మార్గదర్శకుడైన

భాగ్య రెడ్డి వర్మ 1931లో భాగ్యనగర్ పత్రిక అనే పక్షం - వార్తాపత్రికను ప్రారంభించారు. తర్వాత 1937లో అది ది ఆది-హిందూ పత్రికగా పేరు మార్చబడింది మరియు మాసపత్రికగా కవర్ చేయబడింది. 1945లో భీమా గౌడ్ చేత సంస్థానవిద్యార్థి ప్రచురించబడింది, ఇది గౌడ సమాజంలో విద్యను వ్యాప్తి చేయడానికి కృషి చేసింది. అదేవిధంగా పద్మశాలి ఉర్దూ, తెలుగు భాషల్లో బూర్గుల రామకృష్ణయ్య సంపాదకత్వంలో వెలువడింది. తెలంగాణలో క్రైస్తవ మత వ్యాప్తి కోసం ఖమ్మంలో మూల వర్ణమణి (1920) మరియు సువర్తమణి (1921), మహబూబ్‌నగర్లో ప్రారంభించారు. డిసెంబరు 1923లో, శైవ ఆరాధనలో ప్రముఖుడైన కడిమెల రాజలింగారాధ్య వరంగల్ లో శైవ ప్రచారిణి మాసపత్రికను స్థాపించారు. ముదిగొండ వీరేశలింగ శాస్త్రి సంపాదకులుగా వ్యవహరించారు. ఇది శైవ మతానికి చెందిన పత్రిక అయినప్పటికీ, మతపరమైన ఆచారాల స్వేచ్ఛపై ప్రభుత్వం విధించిన ఆంక్షలను వ్యతిరేకించింది. ఇది నాలుగు సంవత్సరాల పాటు మాసపత్రికగా కొనసాగింది మరియు తరువాత పక్షం పత్రికగా మార్చబడింది. ఇరవయ్యో శతాబ్దపు ప్రథమార్ధంలో దాదాపు 130 పత్రికలు ప్రధానంగా హైదరాబాద్ మరియు తెలంగాణా ప్రాంతంలోని ఇతర ప్రాంతాల నుండి ప్రచురించబడ్డాయి. నిజాం రాష్ట్రంలో అణచివేత పరిస్థితులు ఉన్నప్పటికీ, తెలంగాణలో ఆంధ్ర ఉద్యమం, గ్రంథాలయ ఉద్యమం మరియు సామాజిక-సాంస్కృతిక జాగృతిని వ్యాప్తి చేయడంలో తెలుగు పత్రికలు ముఖ్యమైన పాత్ర పోషించాయి.

గ్రంథాలయ ఉద్యమం

లైబ్రరీ ఉద్యమం యొక్క ప్రారంభాలు పంతొమ్మిదవ శతాబ్దం చివరి దశకంలో గుర్తించబడతాయి మరియు 1872లో సోమసుందర ముదలియార్ సికింద్రాబాద్లో గ్రంథాలయాన్ని స్థాపించారు. తెలంగాణ ప్రాంతంలో తొలి పబ్లిక్ లైబ్రరీ అని పేర్కొన్నారు. అదే సంవత్సరం ముదిగొండ శంకరారాధ్య సికింద్రాబాద్లోని కవాడిగూడలో మరో గ్రంథాలయాన్ని స్థాపించారు. ముల్లా అబ్దుల్ ఖయ్యూమ్ మరియు మౌల్వీ సయ్యద్ హుస్సేన్ బిల్గామి 1892లో (అసాఫియా) స్టేట్ సెంట్రల్ లైబ్రరీ స్థాపనకు బాధ్యత వహించారు. ముఖ్యంగా 1901 తర్వాత హైదరాబాద్లోని సుల్తాన్ బజార్లో శ్రీకృష్ణ దేవరాయ ఆంధ్ర భాషా నిలయం స్థాపనతో గ్రంథాలయ ఉద్యమం ఉనికిలోకి వచ్చింది, ఇది ప్రజలను ఉత్తేజపరిచింది. ఇది కొమ్మరాజు లక్ష్మణరావుచే ప్రేరణ పొందింది మరియు మునగాల రాజా నాయని వెంకట్ రంగారావు మరియు హైదరాబాద్కు చెందిన మానసబ్దార్ రావిచెట్టు రంగారావు ఆర్థికంగా సహకరించారు.

కొమర్రాజు లక్ష్మణరావు, రావిచెట్టు రంగారావు మరియు ఆదిపూడి సోమనాథరావు ఎన్. వెంకట రంగారావు, గాడిచెర్ల హరిసర్వోత్తమరావు, అయ్యదేవర కాళేశ్వరరావు, ఆంధ్రభాషా నిలయం స్థాపనలో ముఖ్యపాత్ర పోషించారు. తెలంగాణ ప్రాంతంలో సామాజిక-రాజకీయ స్పృహ పెరగడంలో భాషా నిలయం ఒక ముఖ్యమైన మైలురాయి. సాహిత్యోద్యమం పెరగడానికి కూడా దోహదపడింది. తరువాత 1904లో హనుమకొండలో శ్రీ రాజరాజ నరేంద్ర ఆంధ్ర భాషా నిలయం, 1905లో సికింద్రాబాద్లో ఆంధ్ర సంవర్ధిని గ్రంథాలయం స్థాపించారు. తెలంగాణ చరిత్ర మరియు సంస్కృతికి సంబంధించిన పుస్తకాలను ప్రచురించడం కోసం 1906లో కొమర్రాజు లక్ష్మణరావుచే విజ్ఞాన చంద్రికా గ్రంథ మండలి స్థాపించబడింది. అతను అనేక సాహిత్య మరియు సైన్స్ పుస్తకాలను ప్రచురించాడు. తెలంగాణలోని వివిధ ప్రాంతాలలో స్థాపించబడిన ప్రముఖ గ్రంథాలయాలు ఈ క్రింది వాటిని కలిగి ఉన్నాయి:

- బాలభారతి నిలయం ఆంధ్ర భాషాభి వార్ధక సంఘం, షంషాబాద్, 1905
- ఆంధ్ర భాషా నిలయం, ఖమ్మం, 1910
- మహబూబియా ఆంధ్ర భాషా నిలయం, యర్రుపాలెం, 1911
- ఆది-హిందూ గ్రంథాలయం, హైదరాబాద్, 1911
- శ్రీ సిద్ధి మల్లేశ్వర గ్రంధాలయం, రేమిడిచెర్ల, 1913
- శ్రీ ఆంధ్ర విజ్ఞాన ప్రకాశిని గ్రంథాలయ, సూర్యాపేట, 1917 ఆంధ్ర సారస్వత గ్రంథాలయం, నల్గొండ, 1918
- శబ్దానుశాసన ఆంధ్ర భాషా మందిరం, వరంగల్, 1918 బాలసరస్వతి ఆంధ్ర భాషా నిలయం, హైదరాబాద్, 1922
- శ్రీ వేమన ఆంధ్ర భాషా నిలయం, హైదరాబాద్, 1923
- ప్రతాప రుద్ర ఆంధ్ర భాషా నిలయం, మడికొండ, 1924
- ఉస్మానియా భాషా నిలయం, కరీంనగర్, 1923
- జగదీశ్వర్ గ్రంధాలయం, జగిత్యాల, 1923
- ఉస్మానియా తెలుగు గ్రంథాలయం, మంతెన, 1923

- నీలగిరి గ్రంథాలయం, నల్గొండ, 1923
- ఆంధ్ర సోదరసమాజ గ్రంథాలయం, హైదరాబాద్, 1925
- రెడ్డి హాస్టల్ (సురవరం ప్రతాప రెడ్డి మెమోరియల్) లైబ్రరీ, హైదరాబాద్, 1930
- జోగినాదాంధ్ర గ్రంథాలయం, జోగిపేట, 1930
- విజ్ఞాన నికేతనం, ఖమ్మం, 1936
- రైతు గ్రంథాలయం, చిలుకూరు, 1941

ఇరవయ్యవ శతాబ్దం మొదటి త్రైమాసికంలో గ్రంథాలయ ఉద్యమం జిల్లా పట్టణాలు మరియు గ్రామాలకు విస్తరించింది. 1901 మరియు 1925 మధ్య దాదాపు 110 గ్రంథాలయాలు స్థాపించబడ్డాయి. ఈ గ్రంథాలయాలు ఉపన్యాసాలు, సమావేశాలు, సమావేశాలు, పండితుల సమావేశాలు, వార్షిక వేడుకలు ఏర్పాటు చేయడం వంటి బహుళ కార్యకలాపాలను చేపట్టాయి మరియు ప్రజలలో విజ్ఞానాన్ని మరియు కొత్త చైతన్యాన్ని వ్యాప్తి చేయడానికి తీవ్రంగా కృషి చేశాయి. అవి రాజకీయ మరియు సామాజిక కార్యకలాపాలకు కేంద్రాలుగా ఉన్నాయి మరియు నిజాంల భూస్వామ్య నిరంకుశ పాలనకు వ్యతిరేకంగా పోరాడటానికి జాతీయవాదానికి బీజాలు నాటాయి. గ్రంథాలయ ఉద్యమం ఆలోచనల మార్పిడిని సులభతరం చేసింది మరియు ప్రత్యేక తెలంగాణ గుర్తింపు మరియు ఆత్మగౌరవాన్ని వ్యక్తీకరించింది మరియు విస్తృత-ఆధారిత భూస్వామ్య వ్యతిరేక మరియు నిజాం వ్యతిరేక పోరాటాలకు దోహదపడింది. గ్రంథాలయాలు మేధో సమావేశాల కేంద్రాలుగా మారాయి, ఇక్కడ రాజకీయ, సామాజిక మరియు విద్యా విషయాలపై మాత్రమే కాకుండా, సామాన్య ప్రజల జీవితాలపై ప్రత్యక్ష ప్రభావం చూపే సమస్యలు మరియు సమస్యలపై చర్చలు జరిగేవి.

లైబ్రరీ ఉద్యమం పౌర మరియు ప్రజాస్వామిక హక్కుల కోసం పోరాడింది మరియు నిజాంల నిరంకుశ పాలన యొక్క సంకెళ్ల నుండి తెలంగాణ విముక్తి కోసం అవిశ్రాంతంగా పనిచేసింది. ఉద్యమాన్ని అట్టడుగు స్థాయిలో ప్రచారం చేయడంలో కోదాటి నారాయణరావు, మాడపాటి హనుమంతరావు, పువ్వాడ వెంకటప్పయ్య, గంగుల సాయిరెడ్డి, టి. భాగయ్య, వట్టికోట ఆళ్వార్ స్వామి తదితరులు ముఖ్యపాత్రలు పోషించారు. అపఖ్యాతి పాలైన గస్తీ నిషాన్ 53 వంటి అణచివేత చట్టాలను ప్రభుత్వం ఆమోదించింది. విజ్ఞాన చంద్రికా మండలి తరువాత, అనేక స్వచ్ఛంద ప్రచురణ సంఘాలు పట్టణాలు

మరియు గ్రామాలలో స్థాపించబడ్డాయి, ఇవి సామాజిక మరియు చారిత్రక ఇతివృత్తాలపై సిరీస్ పుస్తకాలను (గ్రంథమాలలు, అంటే పుస్తకాల దండ) ప్రచురించాయి. లైబ్రరీ మరియు సాహిత్య ఉద్యమాలను విస్తరించడానికి అవి స్థాపించబడ్డాయి. తెనుగు పత్రిక సంపాదకులు ఒద్దిరాజు సీతా రామ చంద్రరావు, ఒద్దిరాజు రాఘవ రంగారావులచే స్థాపించబడిన విజ్ఞానప్రచారిణి గ్రంథమాలను ఇనుగుర్తి గ్రామం నీలగిరి పత్రిక సంపాదకుడు షబ్నవీస్ వెకట రామ నర్సింహారావు నల్గొండలో సాంస్కారిణి గ్రంథమాల స్థాపించారు. ఆ తర్వాత అనేక గ్రంథమాలలు ఆవిర్భవించాయి. కొన్ని ముఖ్యమైన గ్రంథమాల క్రింది విధంగా ఉన్నాయి:

క్ర.	పేరు	స్థాపకుడు	స్థలం
1.	కృషి ప్రచారిణి గ్రంథాలయం	వెలగా వెంకటప్పయ్య	సూర్యాపేట, నల్గొండ జిల్లా.
2.	వెంకటేశ్వర గ్రంథాలయం	రామదాసు	గార్ల, వరంగల్
3.	ఆంధ్ర సారస్వత గ్రంథమాల	గవ్వా జానకిరామ్ రెడ్డి, గవ్వా మురహరి రెడ్డి, గవ్వా అమృత రెడ్డి	పిల్లలమర్రి, నల్గొడ జిల్లా..
4.	కాకతీయ గ్రంథమాల	తూము వరద రాజులు, దేవులపల్లి వేకటాచలపతిరావు, ధూపాటి వెంకటరమణాచార్యులు	వరంగల్
5.	పూలతోట గ్రంథమాల	కంభంపాటి అప్పన్న శాస్త్రి	వరంగల్
6.	శివ ప్రాభిణి గ్రంథమాల	ముదిగొండ వీరేశలింగశాస్త్రి	వరంగల్
7.	అనగ్రంథమాల	కల్వకుంట్ల చంద్రసేన్ గుప్త	హైదరాబాద్
8.	దేశోద్ధారక గ్రంథమాల	వట్టికోట ఆళ్వార్ స్వామి	సికింద్రాబాద్
9.	ఆంధ్రకేసరి గ్రంథమాల	గుండవరం హనుమంతరావు	హైదరాబాద్
10.	ఆంధ్ర వాంగ్మయ సమితి		పలోంచ, వరంగల్ జిల్లా.

మూలం: – కె. శ్రీనివాస్, తెలంగాణ సాహిత్య వికాసం, హైదరాబాద్, 2019.

1938లో కల్వకుంట్ల చంద్రసేన్ గుప్తా ప్రారంభించిన గ్రంథమాలలలో, చవకైన అణా గ్రంథమాల (12 పైసలు అంటే అప్పటి నిజాం హోలి రూపాయిలో పదహారవ వంతు) ఒక ప్రత్యేక స్థానాన్ని ఆక్రమించింది. ప్రముఖ రచయిత మరియు బహుభాషావేత్త వెల్దుర్తి మాణిక్యరావు సంపాదకత్వంలో దాదాపు 40 పుస్తకాలను ప్రచురించింది. దాని ప్రచురణలలో కొన్నింటిని ప్రభుత్వం నిషేధించింది: అవి రైతు, వినాయక్ దామోదర్ సావర్కర్ మరియు M.N.రాయ్ జీవిత చరిత్ర, సుభాష్ చంద్రబోస్ జీవిత చరిత్ర. "అభ్యంతరకరమైన పుస్తకాలు" ప్రచురించడం పట్ల నిజాం ప్రభుత్వం తీవ్రంగా పరిగణించింది. ఉదాహరణకు, పుస్తక రచయిత సుభాష్ చంద్రబోస్, కె. రంగదాసు అరెస్టు చేయబడి 18 నెలలు జైలులో ఉండగా, ప్రచురణకర్త కె.సి. గుప్తాకు ఒక నెల జైలు శిక్ష మరియు రూ. 250/- పెనాల్టి విధించారు. తెలంగాణలో పుస్తకం రాసి జైలుకెళ్లిన ఏకైక రచయిత కె. రంగదాసు. ప్రభుత్వానికి వ్యతిరేకంగా ప్రజలను "ప్రేరేపిస్తున్నందుకు" ప్రచురణకర్త 1946లో మళ్లీ అరెస్టు చేయబడ్డాడు. మొత్తం 39 నెలల పాటు జైలు శిక్ష అనుభవించాడు. దేశోద్ధరక గ్రంథమాల వ్యవస్థాపకుడు వట్టికోట ఆళ్వార్ స్వామి తెలంగాణలో గ్రంథాలయ ఉద్యమానికి విశేష సేవలందించారు. ఆయన స్వయంగా పుస్తకాలను తన తలపై పెట్టుకుని గ్రామాల్లో పంపిణీ చేశారు. తెలంగాణలోని ప్రముఖ రచయితలు సురవరం ప్రతాప రెడ్డి, కాళోజీ నారాయణరావు, దాశరథి రంగాచార్య వంటి వారి రచనలను ప్రచురించి, పంపిణీ చేసిన ఘనత దేశోద్ధార గ్రంథమాలకి ఉంది.

నిజాం రాష్ట్ర ఆంధ్ర జన సంఘం

కుల ఆధారిత సామాజిక సంస్కరణ కార్యకలాపాలతో పాటు, విస్తృత-ఆధారిత సామాజిక-సాంస్కృతిక మేల్కొలుపు అనేక సంస్థలచే ప్రారంభించబడింది. దక్కన్ హ్యూమానిటేరియన్ లీగ్ 1913లో రాజా బల్ముకుంద్ అధ్యక్షతన స్థాపించబడింది. భాగ్యరెడ్డి వర్మ దీనికి కార్యదర్శి. హైదరాబాద్ సోషల్ సర్వీస్ లీగ్ 1915లో వామన్ నాయక్ చేత స్థాపించబడింది. సాంఘిక సంస్కరణల ఆవశ్యకత గురించి మరియు సాంఘిక దురాచారాలకు వ్యతిరేకంగా పోరాడటానికి ప్రజలకు అవగాహన కల్పించడానికి ఇది అనేక సమావేశాలను నిర్వహించింది. తెలంగాణలో విద్యావంతులైన మధ్యతరగతి వర్గాల్లో పెరుగుతున్న సామాజిక-రాజకీయ, సాహిత్య స్పృహ సమిష్టిగా ఒక సంస్థ రూపంలో వ్యక్తమైంది. 1921 నవంబర్ 12న హైదరాబాద్ లో జరిగిన నిజాం రాష్ట్ర సంఘ సంస్కరణ సదస్సులో జరిగిన ఒక సంఘటన నిజాంరాష్ట్ర ఆంధ్ర జన సంఘం

ఏర్పాటుకు అవకాశం కల్పించింది. డి.కె. కర్వే అధ్యక్షతన జరిగిన సంఘ సంస్కరణ సదస్సు కార్యక్రమాలు. ప్రధానంగా ఆంగ్లం, ఉర్దూ మరియు మరాఠీ భాషలలో నిర్వహించబడింది. తెలుగు ప్రతినిధి అల్లంపల్లి వెంకట రామారావు తెలుగు భాషలో తీర్మానం చేయాలని కోరగా, అందుకు అనుమతించక పోవడంతో నినాదాలు చేశారు. ఇది తెలుగు ఆత్మగౌరవానికి, భాషకు జరిగిన తీరని అవమానంగా భావించారు. అదే రోజున టేకుమల్ రంగారావు, మాడపాటి హన్మంతరావు, మందముల నర్సింగరావు, ఆదిరాజు వీరభద్రరావు వంటి దాదాపు డజను మంది తెలుగు ప్రముఖులు హైదరాబాద్‌లో సమావేశమై 1921లో నిజాంరాష్ట్ర ఆంధ్ర జన సంఘం అనే సంస్థను స్థాపించారు.

ఈ సమావేశంలో నిజాం రాష్ట్రంలోని తెలుగువారి సంక్షేమం కోసం సంఘాలను ఏర్పాటు చేయాలని, ఇప్పటికే ఉన్న సంస్థలతో సమన్వయం చేసుకోవాలని తీర్మానించారు. 18 ఏళ్ల నిండిన, చదవడం, రాయడం తెలిసిన తెలుగు వ్యక్తులందరికీ సభ్యత్వం కల్పించాలని కూడా తీర్మానించారు. సంఘం సభ్యత్వం పెరగడంతో 1922లో రెడ్డి హాస్టల్లో మొదటి సమావేశం కె.వి. రంగారెడ్డి అధ్యక్షతన జరిగింది. బారిస్టర్ ఆర్.రాజ గోపాల్ రెడ్డి, కార్యదర్శిగా మాడపాటి హన్మంతరావు ప్రెసిడెంట్‌గా ఎన్నికయ్యారు. తెలంగాణ ప్రజల సామాజిక, సాంస్కృతిక అభ్యున్నతికి కృషి చేయడమే జనసంఘం ప్రధాన లక్ష్యం. త్వరలో అనేక జిల్లాలు మరియు పట్టణాలలో సంఘం శాఖలు ఏర్పడ్డాయి. ఉద్యమ పరిధిని విస్తృతం చేయడానికి మరియు అసోసియేషన్ కార్యకలాపాలను సమన్వయం చేయడానికి ఆంధ్ర జన కేంద్ర సంఘం అనే కేంద్ర సంస్థను ఏర్పాటు చేశారు. సంఘం యొక్క అనుబంధ విభాగం, ఆంధ్ర పరిశోదక మండలి అనే పేరుతో విలువైన రాతప్రతులను సేకరించి, తెలంగాణ చరిత్ర మరియు సంస్కృతిపై పరిశోధనలు చేయడానికి స్థాపించబడింది. కేంద్ర సంఘం మొదటి సమావేశం 27 జూలై 1923న హైదరాబాద్లో జరిగింది. దీని లక్ష్యాలు ఈ క్రింది విధంగా ఉన్నాయి:

1. లైబ్రరీలు, రీడింగ్ రూమ్లు మరియు పాఠశాలలను ఏర్పాటు చేయడం
2. తాళపత్ర వ్రాతప్రతులు, శాసనాలు సేకరించి పరిశోధనలు చేయడం
3. కరపత్రాలు, బుక్ లెట్లు మరియు ఉపన్యాసాల ద్వారా జ్ఞానాన్ని వ్యాప్తి చేయడం
4. ప్రముఖ కవులు మరియు పండితులను గౌరవించడం
5. తెలుగు భాషా వ్యాప్తికి అవసరమైన చర్యలను ప్రారంభించడం
6. విద్యార్థులకు మద్దతు ఇవ్వడం మరియు ప్రోత్సహించడం.

తెలంగాణలోని వివిధ ప్రాంతాల్లో సంఘం సదస్సులు నిర్వహించి అనేక రకాల కార్యక్రమాలను నిర్వహించింది. తత్ఫలితంగా తెలుగు భాష మరియు సాహిత్య అభివృద్ధికి అనేక గ్రంథాలయాలు మరియు పాఠశాలలు స్థాపించబడ్డాయి. సభలు, గ్రంథాలయాలు ప్రారంభించేందుకు అనుమతి నిరాకరించడం వంటి అనేక అడ్డంకులు ప్రభుత్వం విధించినప్పటికీ, తెలంగాణ ప్రాంతంలో జాగృతిని సృష్టించేందుకు కార్యకర్తలు పట్టుదలతో తమ ప్రయత్నాలను కొనసాగించారు. సామాగ్రి ఉచిత సరఫరా మరియు బలవంతపు పని వంటి భూస్వామ్య పద్ధతులకు వ్యతిరేకంగా సంఘం తన కార్యకలాపాలను నిర్వహించింది. తెలంగాణా ప్రాంతంలోని వ్యాపారులు పర్యాటక ప్రభుత్వ అధికారులు మరియు భూస్వాములు/దొరలకు రాయితీ ధరలకు లేదా ఉచితంగా సరుకులను సరఫరా చేయవలసి వచ్చింది. అందుకు గాను వ్యాపారులు నిరసన వ్యక్తం చేశారు మరియు సంఘం మద్దతుతో వారు తమ స్వేచ్ఛను నొక్కి చెప్పారు. సంఘం సామాజిక దురాచారాలకు వ్యతిరేకంగా, ప్రత్యేకించి వెట్టి మరియు భగేలా బలవంతపు శ్రమ వ్యవస్థ మరియు జోగిని/అడపాప/దేవదాసి వ్యవస్థ దళిత మరియు అట్టడుగు కులాల స్త్రీలపై లైంగిక దోపిడీకి వ్యతిరేకంగా తీవ్రంగా ప్రచారం చేసింది. ఇది ప్రజలను సంఘటితం చేసి అవినీతి, నజరానా, వ్యాపారులు మరియు చేతివృత్తుల వారిపై ప్రభుత్వ అధికారుల దోపిడీకి వ్యతిరేకంగా వారిని సమీకరించింది. నిజాం ప్రభుత్వం భగేలా విధానాన్ని నిషేధించినప్పటికీ, ప్రజలకు ఆ ఉత్తర్వుల నుండి ఎటువంటి ఉపశమనం లభించలేదు. గ్రామీణ ప్రజలలో విద్య మరియు అక్షరాస్యతను వ్యాప్తి చేయడానికి సంఘం అనేక పాఠశాలలను స్థాపించింది, అయితే ప్రభుత్వం వాటిని ఏకపక్షంగా మూసివేసింది.

గ్రామీణ ప్రాంతాల్లో గ్రంథాలయ ఉద్యమాన్ని విస్తృతం చేసేందుకు జనసంఘం చెల్లింపులు, గౌరవ ప్రచారకులను నియమించి విద్యార్థులను అవార్డులతో ప్రోత్సహించింది. ప్రజలలో విజ్ఞానాన్ని మరియు సమాచారాన్ని వ్యాప్తి చేయడానికి అనేక తెలుగు పుస్తకాలు, కరపత్రాలు, వివిధ అంశాలపై బుక్లెట్లను కూడా ప్రచురించింది. వాటిని సామాన్యులకు అర్థమయ్యేలా సరళమైన శైలిలో రాశారు. కొన్ని ముఖ్యమైన ప్రచురణలు; నిజాంరాష్ట్ర ఆంధ్రులు (నిజాం ఆధిపత్యంలో తెలుగు) నిజాంరాష్ట్ర అభివృద్ధి మార్గములు (నిజాం రాష్ట్ర అభివృద్ధి మార్గాలు): వర్తక స్వతంత్రం (వ్యాపారుల స్వేచ్ఛ); మోహతుర్ప-మగ్గము పన్ను (ఎక్సైజ్ మరియు మగ్గం పన్ను); మద్యపానము (మద్యపానము): గస్తీ నిషాన్ 53 ఒక్క వివరణము(గష్టి నిషన్ 53 ఒక వివరణ) మరియు మన విద్యా సమస్యలు(మన విద్యా సమస్యలు): మన వాక్స్వతంత్రయము. నీలగిర్ పత్రిక, తెలుగు పత్రిక, గోల్కొండ పత్రిక, మీజాన్ వంటి తెలుగు పత్రికలు కేంద్ర జన సంఘం కార్యకలాపాలకు విస్తృత

ప్రచారం కల్పించాయి. ఆదిరాజు వీరభద్రరావు స్థాపించిన లక్ష్మణరాయాంధ్ర పరిశోధక మండలి విలువైన రాతప్రతులను సేకరించి తెలంగాణ చరిత్ర మరియు సంస్కృతిపై పరిశోధనలు చేసింది. తెలంగాణలో చారిత్రక, సాంస్కృతిక, వైజ్ఞానిక చైతన్యానికి దోహదపడింది. శేషాద్రి–రమణ కవులు ఎన్నో విలువైన రాతప్రతులను, నాణేలను సేకరించి ప్రచురించారు. కాకతీయ సంచిక మరియు గోల్కొండ కవుల సంచిక తెలంగాణ సాహిత్య ప్రపంచానికి వారి ముఖ్యమైన రచనలు.

ఆంధ్ర మహాసభ ఏర్పాటు

1922 – 1930 సంవత్సరాలలో, ఆంధ్ర జన కేంద్ర సంఘం కార్యకలాపాలకు మరియు సమావేశాలకు పదేపదే అనుమతి నిరాకరించినందున ప్రభుత్వ మద్దతును పొందలేదు. పర్యవసానంగా ప్రభుత్వ అణచివేత విధానాలు వారిలో ప్రతిఘటన స్ఫూర్తిని సృష్టించాయి. కేంద్ర జన సంఘం నేతృత్వంలో సాగిన సామాజిక–సాంస్కృతిక మరియు సాహిత్య ఉద్యమాన్ని ఆంధ్ర మహాసభ 1930 నుండి ముందుకు తీసుకువెళ్లింది. సురవరం ప్రతాప రెడ్డి అధ్యక్షతన 1930లో జోగిపేటలో మొదటి సదస్సు జరిగింది. ఇది ప్రధానంగా సామాజిక–సాంస్కృతిక, భాష మరియు సాహిత్య సమస్యలపై దృష్టి సారించింది. సంఘం మరియు భావప్రకటనా స్వేచ్ఛను నిషేధించే గస్తీ నిషాను రద్దు చేయాలని ప్రభుత్వాన్ని డిమాండ్ చేస్తూ తీర్మానాలు ఆమోదించబడ్డాయి. నిర్బంధ ప్రాథమిక విద్యను అమలు చేయడానికి ప్రభుత్వం ప్రభుత్వేతర/ప్రైవేట్ పాఠశాలలపై పరిమితులను రద్దు చేయడం. స్టేట్ సెంట్రల్ లైబ్రరీలో స్థానిక భాషలను ప్రోత్సహించడంతోపాటు స్థానిక నిధికి ఎన్నికలు నిర్వహించడం. రైతుల జీవన స్థితిగతులను మెరుగుపరచడం, విద్యావ్యాప్తి, సామాజిక దురాచారాలపై పోరాటం, దళితులు, మహిళా సాధికారత కోసం మహాసభ అనేక కార్యక్రమాలు చేపట్టింది. ఈ తీర్మానాలు తెలంగాణ ప్రజల సామాజిక, రాజకీయ ఆకాంక్షలను ప్రతిబింబించాయి. క్రింద చూపిన విధంగా 1930 మరియు 1944 సంవత్సరాల మధ్య మొత్తం పదకొండు సమావేశాలు జరిగాయి:

క్ర.సం	సమావేశం	సం॥	స్థలం	అధ్యక్షులు
1	మొదటి ఆంధ్రమహిళా సభ	1930	జోగిపేట	సురవరం ప్రతాపరెడ్డి
2	రెండవ ఆంధ్రమహిళాసభ	1931	దేవరకొండ	బూర్గుల రామకృష్ణారావు
3	మూడవ ఆంధ్రమహిళాసభ	1934	ఖమ్మం	పులిజాల రంగారావు
4	నాల్గవ ఆంధ్రమహిళాసభ	1935	సిరిసిల్ల	మాడపాటి హనుమంతరావు
5	ఐదవ ఆంధ్రమహిళాసభ	1936	షాద్‌నగర్	కొండా వెంకట రంగారెడ్డి
6	ఆరవ ఆంధ్రమహిళాసభ	1937	నిజామాబాద్	మందముల నరసింగరావు
7	ఏడవ ఆంధ్రమహిళాసభ	1940	మల్కాపురం	మందముల రామచందర్‌రావు
8	ఎనిమిదవ ఆంధ్రమహిళాసభ	1941	చిలుకూరు	రావి నారాయణ రెడ్డి
9	తొమ్మిదవ ఆంధ్రమహిళాసభ	1942	ధర్మవరం	మాదిరాజు రామకోటేశ్వరరావు
10	పదవ ఆంధ్రమహిళాసభ	1943	హైదరాబాద్	కొండా వెంకట రంగారెడ్డి
11	పదకొండవ ఆంధ్రమహిళాసభ	1944	భువనగిరి	రావి నారాయణరెడ్డి
12	పన్నెండవ ఆంధ్రమహిళాసభ	1945	ఖమ్మం	రావి నారాయణరెడ్డి

ఆంధ్ర మహాసభ మొదట్లో సామాజిక, విద్యా, సాహిత్య మరియు సాంస్కృతిక సమస్యలను వివరించినప్పటికీ, క్రమంగా అది 1930ల చివరి నుండి రాజకీయ సంస్థగా రూపాంతరం చెందింది. 1937లో నిజామాబాద్లో జరిగిన ఆరో సదస్సులో బాధ్యతాయుతమైన ప్రభుత్వం, రాజ్యాంగ సంస్కరణలు, రాజకీయ ప్రాతినిధ్యానికి అనుకూలంగా తీర్మానాలు చేశారు. పౌర స్వేచ్ఛలు మరియు ప్రజాస్వామ్య హక్కులను సాధించడానికి ప్రజల పోరాటాలను ప్రారంభించాలనే దాని సంకల్పాన్ని

పునరుద్ధాటించింది. 1930ల చివరి నాటికి సోషలిస్టు మరియు వామపక్ష భావజాలం దేశవ్యాప్తంగా వ్యాపించింది మరియు తెలంగాణ కూడా దీనికి మినహాయింపు కాదు. వామపక్ష యువకుల నాయకత్వంలో గ్రామాల్లో భూస్వామ్య వ్యతిరేక పోరాటాలు తీవ్రరూపం దాల్చడంతో ఆంధ్రమహాసభ కార్యకలాపాలు మరింత ఉధృతంగా మారాయి. ముఖ్యంగా నల్గొండ, వరంగల్ జిల్లాల్లో ఆంధ్ర మహాసభ గ్రామస్థాయి కమిటీలు “సంఘాలు” ఏర్పాటు చేసి రైతుల్లో, వ్యవసాయ కార్మికుల్లో కొత్త చైతన్యాన్ని నింపింది. చిలుకూరులో 1941లో సుప్రసిద్ధ కమ్యూనిస్ట్ రావి నారాయణరెడ్డి అధ్యక్షుడిగా ఎన్నికైనప్పుడు వామపక్షాల ప్రభావం సంస్థలో ప్రదర్శితమైంది. 1944లో భువనగిరిలో జరిగిన ఎనిమిదవ సదస్సులో రావి నారాయణరెడ్డి రెండోసారి అధ్యక్షుడిగా ఎన్నికైనప్పుడు మహాసభలోని వామపక్ష ప్రభావం తారాస్థాయికి చేరుకుంది. పర్యవసానంగా, ఆంధ్ర మహాసభలోని జాతీయవాదులు మరియు వామపక్షాలు అనే రెండు వర్గాల మధ్య విభేదాలు చీలికకు దారితీశాయి. మితవాద జాతీయవాద బృందానికి బూర్గుల రామ కృష్ణారావు, మందుమాల నర్సింగరావు, మరియు కె.వి. రంగారెడ్డి కమ్యూనిస్టు గ్రూపునకు రావి నారాయణరెడ్డి, బద్దం ఎల్లారెడ్డి, ఆరుట్ల రామచంద్రారెడ్డి, దేవులపల్లి రామానుజరావు నేతృత్వం వహించారు. జాతీయ గ్రూపు మణికొండ (1945), కంది (1946)లో మనుముల నర్సింగరావు జమలాపురం కేశవరావు అధ్యక్షతన సమావేశాలు నిర్వహించారు. ఆ తర్వాత జాతీయ ఆంధ్రమహాసభను హైదరాబాద్ స్టేట్ కాంగ్రెస్లో విలీనం చేశారు. కమ్యూనిస్టు బృందం 1946లో తెలంగాణ రైతాంగ సాయుధ పోరాటాన్ని ప్రారంభించింది.

సాహిత్య ఉద్యమం

ఆంధ్ర భాషా నిలయంతో పాటు రచయితలు, కవులను ప్రోత్సహిస్తూ తెలంగాణలో సాహిత్యోద్యమం పెరగడానికి ఆంధ్ర మహాసభ దోహదపడింది. తత్ఫలితంగా అనేక సాహిత్య వేదికలు మరియు సాంస్కృతిక సంస్థలు ఉనికిలోకి వచ్చాయి మరియు అనేక రచనలను రూపొందించాయి. స్నేహలత కవితా సంఘం, వైతాళిక సమితి, ఆంధ్ర కేసరి సంఘం, సాధన సమితి, హైదరాబాద్ సాహిత్య పరిషత్ మరియు ఆంధ్ర సారస్వత పరిషత్ వంటివి ప్రముఖ సాహిత్య వేదికలు. వాటిలో 1939లో బూర్గుల రంగనాధరావు మరియు ఇతరులు స్థాపించిన సాధన సమితి ఆధునిక దృక్పథంతో గద్యం, కవిత్వం, నవల, చిన్న కథ, వ్యాసం, నాటకం మొదలైన వివిధ సాహిత్య ప్రక్రియలను పరిచయం చేయడంలో ముఖ్యమైన స్థానాన్ని ఆక్రమించింది. వినూత్న ఆలోచనలతో యువ రచయితలను ప్రోత్సహించింది. ఈ విధంగా సాహిత్య చరిత్రకారులు 1939 మరియు 1943 మధ్య కాలాన్ని “సాధన సమితి యుగం”గా అభివర్ణించారు. ఇది 1950 నాటికి

18 పుస్తకాలను ప్రచురించింది. 1940లో రాయప్రోలు సుబ్బారావు, కురుగంటి సీతారామయ్యలచే హైదరాబాద్ సాహిత్యంధ్ర పరిషత్ స్థాపించబడింది. ఇది పక్షంవారి పేపర్ను మరియు అనేక పుస్తకాలను ప్రచురించింది. కానీ అది ప్రభుత్వ అనుకూల విధానానికి ప్రసిద్ధి చెందింది మరియు ప్రధాన స్రవంతి సాహిత్య వేదికల నుండి దూరంగా నిర్వహించబడింది. కె. సీతారామయ్య చివరి నిజాం మీర్ ఉస్మాన్ అలీఖాన్ను ప్రశంసిస్తూ "ఆదర్శ ప్రభువు" అనే పుస్తకాన్ని రాశారు. 1943లో నిజాం రాష్ట్ర ఆంధ్ర పరిషత్ను బూర్గుల రంగనాధరావు, భాస్కర భట్ల కృష్ణారావు స్థాపించారు. ఇది తెలంగాణలో తెలుగు భాష మరియు సాహిత్య అభివృద్ధికి ఎంతగానో దోహదపడిన ప్రధాన వేదిక. నిజాంల భూస్వామ్య, నిరంకుశ పాలనలో తెలుగు భాష మరియు సాహిత్యాన్ని పునర్నిర్వచించిన మార్పు ప్రక్రియలకు పరిషత్ ముఖ్యమైన సంస్థాగత మధ్యవర్తి. దీని లక్ష్యాలు.

- అక్షరాస్యతను, తెలుగు భాషను ప్రజల్లో వ్యాప్తి చేయడం
- తెలుగులో పరీక్షలు నిర్వహించడం
- ప్రామాణిక పుస్తకాలను ప్రచురించడం
- కాలానుగుణ సమావేశాలు, సమావేశాలు, సాహిత్య సభలు మొదలైనవాటిని నిర్వహించడం
- తెలుగు భాష, సాహిత్యం, కళలు మరియు సంస్కృతిని ప్రోత్సహించడం

పరిషత్ సంస్థను బలోపేతం చేసేందుకు తెలంగాణలోని వివిధ ప్రాంతాల్లో అనేక సదస్సులు నిర్వహించింది. ప్రారంభమైనప్పటి నుండి, ఇది తెలుగు భాష, సాహిత్యం, కళలు మరియు సంస్కృతి యొక్క పునరుజ్జీవనం కోసం ఒక ఉద్యమం కోణాన్ని పొందింది. ఈ సమావేశాలు విపరీతమైన ప్రోత్సాహాన్ని అందించాయి మరియు అన్ని వర్గాల ప్రజలను ఉత్సాహపరిచాయి. తెలుగు కీర్తిని పునరుద్ధరించడానికి వారి సంకల్పాన్ని క్రియాశీలం చేశాయి. ప్రజల మద్దతు మరియు భాగస్వామ్యాన్ని ప్రేరేపించాయి. సంస్థకు దృఢమైన పునాదులను నిర్ధారించడానికి నిర్వాహకులు చేసిన ప్రయత్నాల స్ఫూర్తి మరియు పరిమాణానికి అవి నిదర్శనం. వాస్తవానికి తెలుగు భాష మరియు సాహిత్యం యొక్క అక్షరాస్యత మరియు అభివృద్ధి కోసం పరిషత్ నిబద్ధత ప్రజల ఊహలను ఆకర్షించింది. బహుజనులలో అక్షరాస్యత ప్రచారం పరిషత్కు కేవలం ఒక ప్రచారం కాదు. కానీ ఇది

దాని ప్రధాన కార్యకలాపాలలో ఒకటి. ఇది అక్షరాస్యత పథకాన్ని గొప్ప ఉత్సాహంతో మరియు సంకల్పంతో అమలు చేసింది. అక్షరాస్యత యొక్క విస్తృత ప్రచారం ఫలితంగా, పరిషత్ 1944లో తెలుగులో చక్కటి నిర్మాణాత్మక పరీక్షా విధానాన్ని రూపొందించింది. దీనికి అధిక స్పందన లభించింది. పట్టణ మరియు గ్రామీణ ప్రాంతాలలో, ముఖ్యంగా పాఠశాల విద్య యొక్క ప్రయోజనం పొందలేని అభ్యర్థులకు తెలుగు భాషను క్రమపద్ధతిలో అధ్యయనం చేయడానికి ఈ పరీక్షలు ప్రోత్సాహకంగా పనిచేశాయి. చివరికి నిజాం ప్రభుత్వం పరిషత్ పథకాలకు అనుమతి ఇచ్చింది. అది అనేకమంది తెలుగు పండితులను తయారు చేసింది.

1949లో నిజాం పేరును తొలగించి పరిషత్ పేరును ఆంధ్ర సారస్వత పరిషత్‌గా మార్చారు. దివాకర్ల వెంకటావధాని, నేలటూరి వెంకట రమణయ్య, రాళ్లపల్లి అనంతశర్మ, గడియారం రామకృష్ణశర్మ మొదలైన అనేకమంది ప్రముఖ తెలుగు పండితుల రచనలను ప్రచురించింది. పరిషత్ కార్యకలాపాల విస్తరణలో దేవులపల్లి రామానుజరావు ప్రముఖ పాత్ర పోషించారు. తెలుగు సాహిత్య సంస్థలు తెలంగాణ ప్రాంతంలోని పండితులు, కవులు మరియు పోషకులను ఒక భాగస్వామ్య సంస్థాగత వేదికపైకి విజయవంతంగా ఒకచోట చేర్చాయి మరియు తెలుగు భాషను మాతృభాషగా పంచుకునే ప్రజా కల్పనను నిర్మించడంలో విజయం సాధించాయి. పరిషత్తో పాటు 1948లో ఏర్పాటైన తెలుగు భాషా సమితి, రావి నారాయణరెడ్డి స్థాపించిన నవ్య సాహితీ సమితి, కాళోజీ నారాయణరావు స్థాపించిన వైతాళిక సమితి, 1949లో తెలంగాణ రచయితల సంఘం స్థాపన తెలుగు భాషా వ్యాప్తిలో ముఖ్యపాత్ర పోషించాయి. మరియు సాహిత్యం. ఆంధ్రుల సాంఘిక చరిత్రను రచించిన సురవరం ప్రతాప రెడ్డి వంటి ప్రసిద్ధ తెలుగు పండితులచే తెలంగాణలో సాహిత్య ఉద్యమం సుసంపన్నమైంది మాడపాటి హనుమంత రావు ఆంధ్రోద్యమం రచించారు. మరియు బూర్గుల రామకృష్ణారావు సారస్వత వ్యాస ముక్తావళి వ్రాసిన బహుభాషావేత్త. 1940 నాటికి తెలంగాణ సాహిత్య ఉద్యమం ప్రగతిశీల మరియు వామపక్ష మలుపు తిరిగింది. వారు రైతుల సామాజిక–ఆర్థిక స్థితిగతులు, వెట్టిచాకిరి వంటి సాంఘిక దురాచారాలు మరియు తెలంగాణ గ్రామాల్లో పెరుగుతున్న భూస్వామ్య వ్యతిరేక పోరాటాలకు ప్రాతినిధ్యం వహించారు. కోటి రతనాల వీణ నా తెలంగాణ ఫేమ్ దాశరథి కృష్ణమాచార్య రచనలు అగ్నిధార మరియు రుద్రవీణ, దాశరథి రంగాచారి చిల్లర దేవుళ్లు మరియు జానపదం, వట్టికోట ఆళ్వార్ స్వామి గంగు మరియు ప్రజల మనిషి గమనించదగినవి. తన సృజనాత్మక రచనలకు ఆళ్వార్ స్వామి “తెలంగాణ గోర్కీ”గా ప్రసిద్ధి చెందారు.

ఆంధ్ర మహిళా సభ

తెలంగాణా సమాజంలో బాల్యవివాహాలు, బలవంతపు వితంతువు, పర్దా విధానం, వరకట్నం, జోగిని, ఆడపాప ఆచారాలు, నిరక్షరాస్యత మరియు అంటరానితనం వంటి విభిన్న సామాజిక దురాచారాలు ప్రబలంగా ఉన్నాయి. ఇరవయ్యవ శతాబ్దపు ఆరంభంలో స్త్రీల స్థితి అత్యంత శోచనీయమైనది. స్త్రీలకు విద్యా సౌకర్యాలు అంతగా లేవు. నిరక్షరాస్యత మరియు అజ్ఞానం ప్రబలింది. ఇరవయ్యవ శతాబ్దం ప్రారంభం నుండి వారి సంక్షేమం మరియు అభివృద్ధి కోసం అనేక మహిళా సంస్థలు స్థాపించబడ్డాయి. తెలంగాణలో మహిళల సమస్యలను ఆర్యసమాజ్ చేపట్టింది. ప్రముఖ సంఘ సంస్కర్తలు కేశవరావు కొరట్కర్, వామన్ నాయక్, అహల్యా బాయి మల్లన్న మొదలైన వారు బాలికల కోసం పాఠశాలలను స్థాపించారు. మహిళా సంఘాలు సమస్యల పరిష్కారానికి, మహిళల్లో నూతన చైతన్యం, తీసుకురావడానికి అనేక కార్యక్రమాలు చేపట్టాయి. 1905లో నడింపల్లి సుందరమ్మ ఆంధ్ర సోదరి సమాజాన్ని స్థాపించగా, 1907లో సీతాబాయి భారత మహిళా సమాజాన్ని స్థాపించింది. యామినీ పూర్ణం తిలకం 1922లో సికింద్రాబాద్లో యువతీ శరణాలయాన్ని స్థాపించారు. వ్యభిచార నిర్మూలనకు కృషి చేయడం దీని ప్రాథమిక లక్ష్యం. ఇది వేశ్యలు ఇతర జీవనోపాధిని వెతకడానికి మరియు సాధారణ జీవితాన్ని గడపడానికి వివాహం చేసుకోవడానికి కూడా సహాయపడింది. ప్రత్యేక మహిళా సంస్థను స్థాపించడానికి మాడపాటి హనుమంతరావు తన భార్య మాణిక్యమ్మ, పండంటి వీర రాఘవమ్మ, నడింపల్లి సుందరమ్మ మరియు వడ్లకొండ వెంకటమ్మలను ప్రోత్సహించారు. 1925లో ఆంధ్ర సోదరీ సమాజాన్ని స్థాపించారు. సాంఘిక దురాచారాలను రూపుమాపడం, మహిళల్లో మూఢ నమ్మకాలకు వ్యతిరేకంగా పోరాడడం మరియు విద్య యొక్క ప్రాముఖ్యతను తెలియజేయడం దీని ప్రధాన లక్ష్యాలు. ప్రతిరోజూ జరిగే అన్యాయాలు మరియు దౌర్జన్యాల నుండి స్త్రీలను విముక్తి చేయడానికి సమాజం అనేక సమావేశాలు మరియు ఉపన్యాసాలు నిర్వహించింది.

1935లో హైదరాబాద్లోని బర్కత్‌పూరలో లక్ష్మీనర్సమ్మ, యెల్లా ప్రగడ సీతాకుమారి, ఇల్లెందుల సరస్వతీదేవి, సాగెం లక్ష్మీబాయి ఆధ్వర్యంలో ఆంధ్ర యువతీ మండలి స్థాపించబడింది. ఇది "నవజీవన్ గర్ల్స్ హై స్కూల్" మరియు మహిళా నవజీవన్ సేవా సదన్ అనే లైబ్రరీని స్థాపించింది, నిరుపేద మహిళలకు ఉపాధి కల్పించడానికి మరియు మహిళల విద్యను ప్రోత్సహించడానికి. బూర్గుల అనంత లక్ష్మి దేవి ఆధ్వర్యంలో ఈ సంస్థ టైలరింగ్, ఎంబ్రాయిడరీ, హస్తకళలు మొదలైన మహిళా సాధికారత కోసం అనేక సంక్షేమ కార్యక్రమాలను నిర్వహించింది. ఇది మహిళల కోసం పాఠశాల మరియు

లైబ్రరీని కూడా ఏర్పాటు చేసింది. ఇది ఆడ పిల్లల రక్షణ కోసం ఆసిఫ్నగర్లో శిశువిహార్ను కూడా ఏర్పాటు చేసింది. నెమిలికంటి లక్ష్మిబాయమ్మ అందించిన సహాయంతో ఆర్యసమాజ్ ముషీరాబాద్లో సచ్చిదానంద ఆశ్రమాన్ని ప్రారంభించింది, ఇది వితంతువులు మరియు విడిచిపెట్టిన మహిళలకు ఆశ్రయం కల్పించింది. 1939లో రాణి పద్మావతి గనిర్వాడ నిరుపేద మహిళలకు ఆశ్రయం కల్పించి వారికి చేతి వృత్తులలో శిక్షణ ఇచ్చేందుకు మహిళా నవజీవన్ సేవా సాధనన్ను స్థాపించారు. సికింద్రాబాద్లోని దక్కన్ సేవా సదన్ కూడా నిరుపేద వితంతువుల అభ్యున్నతికి కృషి చేసింది.

అమీనా పోప్, సరోజినీ నాయుడు మరియు శ్రీమతి రుస్తోమి ఫర్దూన్లచే ఆల్ ఇండియా ఉమెన్స్ కాన్ఫరెన్స్ యొక్క శాఖ అయిన హైదరాబాద్ ఉమెన్స్ అసోసియేషన్ ఏర్పడింది. అసోసియేషన్ యొక్క లక్ష్యం నిజాం రాజ్యంలో అన్ని వయస్సుల స్త్రీలు మరియు పిల్లలలో విద్యను ప్రోత్సహించడం. మహిళలు మరియు పిల్లల సంక్షేమాన్ని ప్రభావితం చేసే అన్ని సమస్యలను పరిష్కరించడం. తెలంగాణలో మహిళా సంక్షేమం కోసం అనేక పత్రికలు ప్రారంభమయ్యాయి. ఇల్లెందుల సరస్వతి, ఎల్లాప్రగడ సీతా కుమారి కలిసి మహిళాలోకం అనే పత్రికను ప్రారంభించారు. ఇది మహిళలు ఎదుర్కొంటున్న సమస్యలను ఎత్తిచూపుతూ వారిలో నూతన చైతన్యాన్ని, మేల్కొలుపును నింపింది. యశోదా దేవి, గీతాదేవి మరియు లీలా దేవి డంగోరియా నాయకత్వంలో 1935లోనారాయణ గూడ, హైదరాబాద్లో మహిళా నవజ్జివల్ మండలి స్థాపించబడింది. మహిళా సంక్షేమం మరియు జాగృతి కోసం విద్యా కార్యక్రమాలను నిర్వహించింది. సుమిత్రాదేవి 1938లో హైదరాబాద్లోని చిక్కడపల్లిలో ఆర్య యువజన పాఠశాలను స్థాపించారు. దీంతోపాటు ఖాదీ పరిశ్రమలు, చరక కేంద్రాలు, కుటీర పరిశ్రమలు నెలకొల్పి ఆర్థిక భద్రత కల్పించింది. పేద మరియు నిరుపేద మహిళలకు సహాయం చేయడానికి, సంగం లక్ష్మీబాయి 1952లో సేవా సదస్సును స్థాపించారు. సంగెం లక్ష్మీబాయి తెలంగాణ ఝాన్సిలక్ష్మీగా పేరుగాంచింది.

ఇరవయ్యో శతాబ్దం మూడో దశాబ్దం నాటికి విద్యావంతులు, ఉత్సాహవంతులైన యువతుల కృషితో తెలంగాణలో మహిళా ఉద్యమం ఊపందుకుంది. 1930లో ఆంధ్రమహా సభ స్థాపనతో తెలంగాణలో మహిళా ఉద్యమం కొత్త పుంతలు తొక్కింది. సభల ప్రత్యేకత ఏమిటంటే, మహిళా సదస్సులు ఆంధ్రమహాసభ ఏకకాలంలో నిర్వహించడం. హైదరాబాదులో భూస్వామ్య సంస్కృతి ఉన్నత మరియు మధ్యతరగతి స్త్రీలను పరదా లేకుండా బయటకు రావడాన్ని నిషేదించింది. ఈ క్రమంలోనే 1930లో ఆంధ్ర మహిళా సభ ఆవిర్భవించి మహిళలకు వేదిక కల్పించింది. ఆంధ్రమహాసభ సదస్సులో భాగంగా 1942 వరకు ఈ మహిళా సదస్సులు కొనసాగాయి. తరువాత 1942 నుండి వార్షిక

మహిళా సదస్సులు స్వతంత్రంగా జరిగాయి. 1930 మరియు 1946 మధ్య, దిగువ చూపిన విధంగా మొత్తం పదకొండు మహిళా సదస్సులు జరిగాయి.

క్ర.సం	సమావేశం	సం॥	స్థలం	అధ్యక్షులు
1	మొదటి ఆంధ్రమహిళా సభ	1930	జోగిపేట	నడింపల్లి సుందరమ్మ
2	రెండవ ఆంధ్రమహిళాసభ	1931	దేవరకొండ	పి. సత్యవతి భాయ్
3	మూడవ ఆంధ్రమహిళాసభ	1934	ఖమ్మం	ఎల్లాప్రగడ సీతాకుమారి
4	నాల్గవ ఆంధ్రమహిళాసభ	1935	సిరిసిల్ల	మాడపాటి మాణిక్యమ్మ
5	ఐదవ ఆంధ్రమహిళాసభ	1936	షాద్‌నగర్	బూర్గుల అనంత లక్ష్మీదేవి
6	ఆరవ ఆంధ్రమహిళాసభ	1937	నిజామాబాద్	నందగిరి ఇందిరాదేవి
7	ఏడవ ఆంధ్రమహిళాసభ	1940	మల్కాపురం	యోగ్య శీలాదేవి
8	ఎనిమిదవ ఆంధ్రమహిళాసభ	1941	చిలుకూరు	రంగమ్మ ఓబుల్‌రెడ్డి
9	తొమ్మిదవ ఆంధ్రమహిళాసభ	1942	ధర్మవరం	రంగమ్మ ఓబుల్‌రెడ్డి
10	పదవ ఆంధ్రమహిళాసభ	1943	హైదరాబాద్	ఎల్లాప్రగడ సీతాకుమారి
11	పదకొండవ ఆంధ్రమహిళాసభ	1944	భువనగిరి	నిమ్మగడ్డ సత్యవతి దేవి
12	పన్నెండవ ఆంధ్రమహిళాసభ	1945	మడికొండ	--

ఆంధ్ర మహిళా సభ నాయకులు సాంఘిక దురాచారాలను తీవ్రంగా ఖండించారు. వారి వరుస సదస్సులలో మహిళా సాధికారతకు అనుకూలంగా తీర్మానాలు చేశారు.

బహుభార్యత్వం మరియు మహిళలకు సంబంధించిన ఇతర సమస్యలపై విస్తృతమైన చర్చలు జరిగాయి. పద్మజా నాయుడు గురించి ప్రస్తావించాలి. వీరి ఇల్లు యువత మరియు అభ్యుదయ మేధావుల సమావేశానికి వేదికగా మారింది. మహిళా సభ అభివృద్ధికి పలువురు మహిళా రచయితలు కూడా సహకరించారు. వారిలో పర్సా జానకి బాయి, ఇందుమతీ దేవి, యల్లాప్రగడ సీతా కుమారి, నందగిరి ఇందిరాదేవి, ఇల్లిందుల సరస్వతీదేవి ప్రముఖులు. వారు గోల్కొండ పత్రిక, శోభ, మాతృ భారతి మొదలైన వాటిలో అనేక వ్యాసాలు వ్రాసి హైదరాబాద్లో అభ్యుదయ జర్నలిజానికి ఎనలేని కృషి చేశారు. అదేవిధంగా ఆంధ్ర యువతీ మండలి, మహిళా నవజీవన మండలి వంటి అనేక మహిళా సంఘాలు ఉనికిలోకి వచ్చి స్త్రీల విముక్తికి కృషి చేశాయి. కొన్ని మహిళా సంఘాలు వాటి పరిధిలో పరిమితమైనప్పటికీ, అవి తెలంగాణలో మహిళల పెరుగుతున్న చైతన్యానికి అద్దం పట్టాయి. వాస్తవానికి వితంతువుల వివాహాలు చేయడం ద్వారా అనేక మంది ప్రముఖ పురుషులు కూడా ఈ సంస్కరణలకి సహకరించారు. రాజా బహదూర్ పింగళి వెంకట రామ్ రెడ్డి వితంతు వివాహాలు మరియు బాల్య వివాహాల నిర్మూలనను సమర్థించారు. తన హాస్టల్లోని ఓ విద్యార్థిని వితంతువుతో పెళ్లి జరిపించాడు. రావి నారాయణరెడ్డి, బి.ఎన్. రెడ్డి మరియు బాజీ కిషన్ రావు కూడా తెలంగాణలో వితంతు పునర్వివాహాలను ప్రోత్సహించడానికి కృషి చేశారు. మాడపాటి హనుమంతరావు 1928లో హైదరాబాద్లోని నారాయణగూడలో బాలికల కోసం తెలుగు మాధ్యమ పాఠశాలను స్థాపించారు.

ముస్లిం మహిళల విషయానికొస్తే, ముల్లా అబ్దుల్ ఖయ్యూమ్ మరియు మౌల్వీ మోహి హుస్సేన్ సామాజిక సంస్కరణల ఉద్యమాన్ని సమర్థించారు. పర్దా, జెనానా, వేశ్యలు, నాచ్ గర్ల్స్, త్వఫ్లెట్ వంటి అనేక సామాజిక దురాచారాలు ముస్లిమ్ సమాజంలో ప్రబలంగా ఉన్నాయి. పేదరికం మరియు నిరక్షరాస్యత ప్రబలింది. సమాజంలోని ఉన్నత వర్గాలకు చెందిన అనేక మంది మహిళలు విద్య మరియు సామాజిక సంస్కరణల కోసం తమ శక్తిని అందించారు. తైబా బిల్గ్రామి, బేగం బుఖ్రియా బిల్గ్రామి, మసుమా బేగం, అమీనా హైదరీ మరియు బేగం సుగ్రాలను తప్పనిసరిగా ప్రస్తావించాలి. వారు మహిళా విద్యలో క్రియాశీల పాత్ర పోషించారు మరియు విద్యా సంస్థలను స్థాపించారు. హైదరాబాద్ లేడీస్ అసోసియేషన్ క్లబ్ 1901లో హైదరాబాద్ మరియు బ్రిటీష్ ఎలైట్ మహిళలు/ఆడియెన్స్టా సాంఘికీకరించడానికి వీలుగా ఏర్పడింది. ఈ క్లబ్ను 1929లో నిజాం ఎగ్జిక్యూటివ్ కౌన్సిల్ ప్రెసిడెంట్ సర్ అక్బర్ హైదరీ భార్య లేడి అమీనా హైదరీ ప్రారంభించారు. ఆమె ప్రముఖ సామాజిక కార్యకర్త మరియు 1908లో కైసర్- ఐ-

హింద్ పతకాన్ని అందుకుంది, 1908 మహా మూసీ వరద సమయంలో ఆమె చేసిన కృషికి ఆమె మొదటి మహిళా గ్రహీత.

నిజాం ప్రభుత్వం మహిళల విద్య మరియు ఉపాధిని ప్రోత్సహించింది. మహబూబ్ అలీఖాన్, ఆరవ నిజాం 1907లో మహబూబియా బాలికల పాఠశాలను స్థాపించారు. మహిళా విద్య పురోగతితో, కొంతమంది విద్యావంతులైన మహిళలు తమ సోదరీమణుల సామాజిక అభ్యున్నతికి కృషి చేయడం ప్రారంభించారు. సాహిత్య సంస్థలు, గ్రంథాలయాలు, మరియు మహిళా సంఘం ప్రారంభోత్సవంలో వారు చాలా ఉత్సాహంగా పాల్గొన్నారు. కొంతమంది ప్రభావవంతమైన ముస్లిం మహిళలు మహిళా విముక్తి కోసం చాలా ఉత్సాహంతో ఉద్యమాన్ని ప్రారంభించారు. 1904లో నవాబ్ ఇమాద్-ఉల్-ముల్క్ కుమార్తె శ్రీమతి కరీం ఖాన్ ద్వారా మహిళా సంఘాన్ని ఏర్పాటు చేశారు. మహిళల్లో సాంఘిక సంబంధాల ప్రోత్సాహం మరియు విద్యను ప్రోత్సహించడం దీని ప్రధాన లక్ష్యం. విద్యావంతులైన ముస్లిం మహిళలు సామాజిక సంస్కరణల ప్రచారం కోసం అనేక పత్రికలను ప్రారంభించారు. వారిలో ఇస్మత్, తహజేబ్ మరియు నిసా ప్రముఖులు. సుయోగ్రా హుమాయున్ మీర్జా నిసాకు సంపాదకులుగా ఉన్నారు. సయ్యిదా బేగం హంజోలీ అనే మరో పత్రికను ప్రారంభించింది, ఆ తర్వాత సిద్ధిక్ ఖురేషీ ప్రారంభించిన సనా నిస్వాస్ చెప్పదగినది. సామాజిక సంస్కరణల కోసం అనేక మహిళా సంఘాలు కూడా ఏర్పడ్డాయి. వాటిలో అంజుమన్-ఎ-ఖవాతేన్-ఎ- దక్కనన్డ్ అంజుమన్-ఎ-ఖవాతీన్-ఇ-ఇస్లాం ముఖ్యమైనవి. హిదు మరియు ముస్లిం వర్గాల మధ్య స్త్రీల ఉద్యమం ప్రారంభంలో నెమ్మదిగా జ్ఞానోదయ, మహిళల విభాగంతో పాటు. స్త్రీలు చురుకైన పాత్ర పోషించారు. విద్య వ్యాప్తి మరియు సంఘ సంస్కరణ ఉద్యమాలు స్త్రీలను కేంద్రీకరించాయి. క్రమంగా అది సామాజిక, సాంస్కృతిక, ఆర్థికాభివృద్ధికి సంబంధించిన ఉద్యమంగా ఎదిగింది. జాతీయ ఉద్యమం కూడా స్త్రీలు తమ సాంప్రదాయక కార్యకలాపాలకు వెలుపల చట్టబద్ధంగా పరిగణించబడే ప్రాంతాలకు వెళ్లాలని పిలిచే పరిస్థితులను సృష్టించింది. అయితే ఈ అవగాహన మధ్యతరగతి మరియు ఉన్నత తరగతి చదువుకున్న మహిళలకే పరిమితమైంది. జాతీయవాద ఉద్యమం ప్రజల ఉద్యమంగా మారినప్పుడే మహిళల సామూహిక భాగస్వామ్యం సాధ్యమైంది.

***

అధ్యాయం - 12

స్వాతంత్ర్య ఉద్యమం

పరిచయం

పంతొమ్మిదవ శతాబ్దపు తొలి దశాబ్దాలలో బ్రిటిష్ వారికి వ్యతిరేకంగా వహాబీ ఉద్యమం ప్రారంభమైంది. ఇది మొదట పంజాబ్లోని సిక్కు ఆధిపత్యానికి వ్యతిరేకంగా నిర్దేశించబడింది. అయితే 1820 నాటికి ఇది బెంగాల్, వాయువ్య సరిహద్దు, యునైటెడ్ ప్రావిన్సెస్ మరియు మద్రాసులో విస్తృతంగా వ్యాపించింది. వహాబీ ఉద్యమాన్ని సయ్యద్ అహ్మద్ బరేల్వీ మరియు అతని అనుచరులు నిర్వహించారు. సిక్కులు మరియు బ్రిటిష్ వారికి వ్యతిరేకంగా పోరాడిన వారిని. 'ముజాహిదలుగా పిలుస్తారు. 1831లో సయ్యద్ అహ్మద్ మరణానంతరం అతని అనుచరులు మాలవీ విలాయత్ అలీ మరియు సలీం దీనిని కొనసాగించారు. వారు 1838లో దక్కనక్కు వచ్చారు. నిజాం రాజకుమారుడు ముబారిజ్ ఉద్దౌలా విశ్వాసాన్ని పొందడంలో విజయం సాధించారు. అతను నిజాం సికందర్ జా మూడవ కుమారుడు మరియు నాసిర్ - ఉద్-దౌలా తమ్ముడు. అతనికి రైస్-ఉల్-ముస్లిం బిరుదును ప్రదానం చేయడం ద్వారా, అతను వహాబీ ఉద్యమ నాయకుడిగా గుర్తించబడ్డాడు. అందులో చురుకుగా పాల్గొన్నాడు. ఆయనతో పాటు కర్నూలు నవాబు, గులాం రసూల్ ఖాన్ కూడా ఉద్యమంలో పాల్గొన్నారు. అరబ్బులు మరియు రోహిల్లాలు చెల్లింపుపై ఉద్యమంలోకి చేర్చబడ్డారు. ముబారిజ్-ఉద్-దౌలా బ్రిటిష్ వారికి వ్యతిరేకంగా తిరుగుబాటులో చురుకుగా సంబంధం కలిగి ఉన్నారని రెసిడెంట్ నాయకులు మరియు పాలకులతో రహస్య చర్చలు జరిపారని కెప్టెన్ మాల్కం నివాసి, జనరల్ ప్రిజర్కు తెలియజేశారు. తదనంతరం, ఫ్రేజర్ నిజాంను అరెస్టు చేయాలని ఒత్తిడి తెచ్చాడు. యువరాజును అరెస్టు చేసి గోల్కొండ కోటకే పరిమితం చేశారు. కర్నూలు నవాబును కూడా అరెస్టు చేసి తిరుచిరాపల్లి కోటలో బంధించారు. తరువాత అతను పదవీచ్యుతుడయ్యాడు. అతని జాగిర్ మద్రాసు ప్రెసిడెన్సీలో విలీనం చేయబడింది. ముబారిజ్ ఉద్దే చోటా, 1851లో గోల్కొండ కోటలో మరణించాడు. ఆయన చోటా

మరణం తర్వాత వహాబీ ఉద్యమం ముగిసింది. అయితే. 1857లో హైదరాబాద్లో జరిగిన సంఘటనలను ఇది నాంది పలికింది.

సాలార్‌జంగ్: 1853 మరియు 1883 మధ్యకాలం ఆధునిక తెలంగాణ పుట్టుక యొక్క రూపురేఖలను అర్థం చేసుకోవడానికి చాలా ముఖ్యమైనది. 1853 సంవత్సరం సాలార్ జంగ్ యొక్క సంస్కరణల ప్రారంభాన్ని సూచిస్తుంది. ఇది నిజాం రాజ్యంలో పరిపాలనా వ్యవస్థ మరియు సామాజిక , సాంస్కృతిక పరిస్థితులలో ప్రాథమిక మార్పులకు దారితీసింది. సాలార్ జంగ్ యొక్క సుదూర సంస్కరణలు రాష్ట్ర ఆర్థిక, పరిపాలనా వ్యవస్థ మరియు సామాజిక-ఆర్థిక అభివృద్ధికి దోహదపడ్డాయి. పంతొమ్మిదవ శతాబ్దం రెండవ సగం కూడా పరిపాలనా, ఆర్థిక, విద్య మరియు సామాజిక-ఆర్థిక రంగాలలో గణనీయమైన మార్పుల కాలంగా గుర్తించబడింది. పంతొమ్మిదవ శతాబ్దపు చివరి నుండి హైదరాబాద్లో ప్రజా జీవితం నెమ్మదిగా ముందుకు సాగింది మరియు వివిధ రంగాలలో అది వ్యక్తీకరించబడింది. ఈ విధంగా పంతొమ్మిదవ శతాబ్దం చివరి నాటికి హైదరాబాద్ రాష్ట్రం విద్యారంగంలో అలాగే విద్యావంతులైన తరగతి ఎదుగుదలలో పురోగతికి దారితీసింది. ఈ కాలంలో విద్యావంతులైన తరగతులచే అనేక సంఘాలు మరియు క్లబ్లు స్థాపించబడ్డాయి. అవి సామాజిక- సాంస్కృతిక మరియు అక్షరాస్యత కార్యకలాపాల ద్వారా ప్రజల అభిప్రాయాన్ని రూపొందించడంలో దోహదపడ్డాయి. పత్రికలు, వార్తాపత్రికలు, పాత్రికేయులు మరియు పౌర సమాజ సంస్థలు. జాతీయవాద ఉద్యమం విస్తృత స్థాయిలో ప్రజా చైతన్యం కోసం పోరాడాయి. హైదరాబాద్ లోని మేధావి వర్గం: సాలార్ జంగ్ యొక్క సంస్కరణల ప్రభావం వల్ల సామాజిక-సాంస్కృతిక మరియు రాజకీయ మేల్కొలుపులో ముఖ్యమైన పాత్ర పోషించారు. నిజాంల భూస్వామ్య మరియు నిరంకుశ పాలన ప్రజల పౌర మరియు ప్రజాస్వామ్య హక్కులను అణచివేసింది. నిజాం బ్రిటిష్ వలసవాదానికి తొత్తుగా కూడా వ్యవహరించాడు. పర్యవసానంగా, పంతొమ్మిదవ శతాబ్దం మధ్యకాలం నుండి ప్రజలలో అసమ్మతి మరియు అసంతృప్తి పెరుగుతూ వచ్చింది. రాష్ట్రంలోని వివిధ ప్రాంతాలలో ప్రారంభమైన వలసవాద మరియు నిజాం వ్యతిరేక పోరాటాలు తెలంగాణలో జాతీయవాద మేల్కొలుపు పెరుగుదలను ప్రతిబింబిస్తాయి. మౌల్వి అల్లావుద్దీన్ మరియు తుర్రా బాజ్ ఖాన్ నేతృత్వంలోని హైదరాబాద్లోని బ్రిటీష్ రెసిడెన్సీపై దాడి మరియు 1857లో సిపాయిల తిరుగుబాటు ప్రజలలో నిజాం వ్యతిరేక మరియు బ్రిటిష్ స్పృహ బీజాలు నాటింది.

హైదరాబాద్ బ్రిటిష్ రెసిడెన్సీపై దాడి. 1857

ఉత్తర భారతదేశం మరియు ఢిల్లీలో సిపాయిల తిరుగుబాటు జరిగిన తర్వాత, తిరుగుబాటు గురించిన వార్తలు దక్కన్లో వ్యాపించాయి. తాంతియా తోపే మరియు నానా సాహెబ్ వంటి తిరుగుబాటు నాయకుల అనుచరులు సాధువులు, సన్యాసులు వలె మారువేషంలో తిరుగుతూ స్థానిక ప్రజలలో బ్రిటిష్ వ్యతిరేక భావాన్ని వ్యాప్తి చేశారు. బ్రిటీష్ విధానాలతో అసంతృప్తి చెందిన స్థానిక సైన్యం, అమీర్లు మరియు స్థానిక భూస్వాముల తిరుగుబాటుదారుల కార్యకలాపాలకు సహాయపడ్డాయి. రహస్య కార్యకలాపాలు కుడా నిర్వహించబడ్డాయి మరియు తిరుగుబాటుదారులు నిజాం మరియు దివాన్లను తిరుగుబాటులో చేరమని కోరారు. ముస్లింలు, హిందువులు ఏకమై నిజాంను తిరుగుబాటుకు గురిచేయాలని పలువురు ప్రకార్డులు ప్రదర్శించారు. బ్రిటీష్ వ్యతిరేక భావన జిహాద్ పరంగా వ్యక్తీకరించబడింది. ముస్లిం మతాధికారులు ప్రజల అసంతృప్తిని వ్యాప్తి చేయడంలో ముందున్నారు. జూన్ 10. 1857 న, మౌల్వీ ఇబ్రహీం ప్రార్థనల సమయంలో బ్రిటిష్ వ్యతిరేక ప్రసంగాలు చేసినప్పుడు, 'దీన్, దీన్" అని అరవడం ద్వారా ప్రజలు ప్రతిస్పందించినప్పుడు, హైదరాబాద్ నగరంలో మొదటి ప్రతిధ్వనులు ప్రతిధ్వనించాయి. ముల్లాలు మరియు ఫకీరు బోవెన్పల్లి ఫౌజ్ అని పిలువబడే సాయుధ దళాలలో అసంతృప్తిని వ్యాప్తి చేయడంతో మసీదులు మరియు ఇతర ప్రార్థన స్థలాలు అశాంతికి కేంద్రాలుగా మారాయి. పెరుగుతున్న అసంతృప్తిని అణిచివేసేందుకు నగరం కొత్వాల్ను ప్రభుత్వం ఆదేశించింది. తదనంతరం ఇబ్రహీంను నిజాం హెచ్చరించాడు. మరియు అతను జైలు నుండి తప్పించుకోవడానికి అజ్ఞాతంలోకి వెళ్ళాడు. అయితే వివిధ రూపాల్లో హైదరాబాద్ వీధుల్లో బ్రిటిష్ వ్యతిరేక ప్రచారాన్ని సాగించారు.

హైదరాబాద్ నగరంలో ఉద్రిక్తత నెలకొని ఉండగా, ఔరంగాబాద్ వద్ద హైదరాబాద్ కాంటిజెంట్ -దళాల మధ్య అశాంతి నెలకొంది. బ్రిటిష్ అధికారుల నియంత్రణలో ఉన్న దళాలలో అసంతృప్తి వ్యాపించింది. ఉత్తర భారతదేశంలో బ్రిటీష్ పై శత్రుత్వం మరియు ఢిల్లీపై దాడి పెరుగుతున్న సందర్భంలో, హైదరాబాద్లోని స్థానిక సిపాయిలు తమను ఢిల్లీకి వెళ్ళి తిరుగుబాటుదారులతో పోరాడమని కోరతారని భయపడ్డారు. ఔరంగాబాద్లో కెప్టెన్ అబ్బాట్ నేతృత్వంలోని బ్రిటిష్ సైన్యంలో అసంతృప్తి తీవ్రమైన మలుపు తీసుకుంది. సిపాయిలు ఢిల్లీకి వెళ్లి మొఘల్ చక్రవర్తికి వ్యతిరేకంగా పోరాడేందుకు తమ అసమ్మతిని సూచిస్తూ నినాదాలు చేశారు. – కె ప్టెన్ అబ్బాట్ అశ్వికదళ శ్రేణులను తనిఖీ చేయాలని నిర్ణయించుకున్నప్పుడు, అతను తనిఖీకి ముందుకు వెళితే అతన్ని చంపేస్తామని సైనికులు బెదిరించారు. తమ మత విశ్వాసాలకు విఘాతం కలిగిస్తున్నారని

అధికారిపై అభియోగాలు మోపారు. బ్రిటిష్ అధికారం ఉత్తరాదికి వెళ్లమని అడగబోమని హామీ ఇవ్వడం ద్వారా వారి బాధాకరమైన భావాలను శాంతింపజేయడానికి ప్రయత్నించారు. అతను సామరస్యపూర్వక వైఖరిని ప్రదర్శించినప్పటికీ, సిపాయిలు అతనిని విశ్వసించలేదు మరియు ఎటువంటి దాడిని ఎదుర్కొవటానికి సిద్ధంగా ఉన్నారు. నమ్మకద్రోహ దళాల మధ్య అణచివేసేందుకు కెప్టెన్ అబాట్ వారిని అరెస్ట్ చేసి నిరాయుధీకరణకు ఆదేశించాడు. తప్పించుకొని ఔరంగాబాద్ ఆశ్రయం పొందిన వారి నాయకుడు జమేదార్ అమీర్ ఖాన్ ను శిక్షించాలని కూడా అతను ఆదేశించాడు. అయినప్పటికీ, వారి తోటి సహచరులను అరెస్టు చేయడం, పదాతిదళం మరియు అశ్వికదళ దళాల మధ్య అసంతృప్తి మరియు తిరుగుబాటుకు దారితీసింది. ఒక దఫేదార్ మీర్ ఫిదా అలీ కెప్టెన్ అబాట్ పై కాల్చాడు. కానీ అది లక్ష్యాన్ని కోల్పోయింది. వెంటనే అలీని పట్టుకుని ఉరి తీశారు. ఈ సంఘటన ఔరంగాబాద్ సైనిక దళాలలో ఫిదా తిరుగుబాటు వ్యాప్తికి దారితీసింది. ఇది బ్రిటిష్ వారిచే క్రూరంగా అణచివేయబడింది.

అయినప్పటికీ, ఔరంగాబాద్ తిరుగుబాటు బుల్తానాలో ఉన్న స్థానిక సిపాయిలలో ఉత్సాహం మరియు అసంతృప్తిని కలిగించింది. వారిలో దాదాపు 13 మంది బుల్తానా నుండి తప్పించుకుని జమేదార్ చీదా ఖాన్ నాయకత్వంలో హైదరాబాద్ చేరుకున్నారు. వీరిని పట్టుకున్నందుకు హైదరాబాద్ ప్రభుత్వం గతంలో వెయ్యి రూపాయల బహుమతిని ప్రకటించింది. సాలార్ జంగ్ సూచనల మేరకు, దివాన్ చీడా ఖాన్ను హైదరాబాద్ చేరుకున్న తర్వాత అరెస్టు చేసి, విచారణ కోసం రెసిడెన్సీకి పంపారు. ఈ సంఘటన నిరసనలకు దారితీసింది మరియు చార్మినార్ సమీపంలోని మక్కా మసీదు వద్ద పెద్ద సంఖ్యలో ప్రజలు గుమిగూడారు. చీదాఖాన్ను విడిపించాలనే అభ్యర్ధనతో మౌల్వీల బృందాన్ని నిజాం వద్దకు పంపాలని వారు నిర్ణయించుకున్నారు. నిజాం ప్రభుత్వం నుంచి సానుకూల స్పందన రాకపోతే రెసిడెన్సీపై దాడి చేయాలని నిర్ణయించుకున్నారు. దివాన్ సాలార్ జంగ్ మక్కా మసీదు వద్ద గుంపును చెదరగొట్టడానికి అరబ్ దళాలను పంపాడు. సైనికుల దాడి గురించి రెసిడెంట్‌కు కూడా తెలియజేశాడు. అయితే, జూలై 17. 1857 సాయంత్రం మౌల్వి అలావుద్దీన్ మరియు జమేదార్ తుర్రా బాజ్ ఖాన్ నేతృత్వంలో దాదాపు ఐదు వందల మంది రోహిల్లాలు కోటిలోని రెసిడెన్సీ భవనం వైపు కవాతు చేశారు. కవాతు చేస్తున్న రోహిల్లాలు ఆగ్రహానికి గురైన ప్రజానీకం ప్రజానికం మద్దతునిచ్చారు. రెసిడెన్సీపై దాడికి హైదరాబాద్లోని జనమంతా ఉవ్వెత్తున లేచారని పుకార్లు వచ్చాయి. బ్రిటీష్ ప్రభుత్వానికి వ్యతిరేకంగా మహమ్మదీయ జనాభా తిరుగుబాటు ఉద్దేశించబడిందిని రెసిడెంట్ భావించాడు.

తుర్రె బాజ్ ఖాన్ మరియు మౌలవి అల్లాపుస్టిన్ నేతృత్వంలోని రోహిల్లల దాడి గురించి. తెలుసుకున్న రెసిడెంట్ కల్నల్ డేవిడ్సన్ అన్ని ప్రవేశ ద్వారాల వద్ద కాపలాదారులను నియమించాడు. రెసిడెన్సీ భవనం పూర్తిగా పటిష్ఠం చేయబడింది. రెసిడెన్సీ భవనం రక్షణ మొత్తం బాధ్యత కమాండ్ లెఫ్టినెంట్ కల్నల్ SC బ్రిగ్స్ రెసిడెంట్ యొక్క సైనిక కార్యదర్శికి ఇవ్వబడింది. రెసిడెన్సీ భవనం సమీపంలో జై గోపాల్ దాస్ మరియు అబ్బన్ సాహెబ్‌కు చెందిన రెండు ప్రైవేట్ నివాస్ గృహాలను ఆక్రమించిన తరువాత తుర్రె బ్రాజ్ ఖాన్ నాయకత్వంలోని తిరుగుబాటుదారులు వ్యూహాత్మక స్థానాన్ని ఆక్రమించి దాడికి పాల్పడ్డారు. అదే సమయంలో చీడాఖాన్ను విడుదల చేయాలని డిమాండ్ చేశారు. రెండవ అశ్వికదళానికి చెందిన రిసాలదార్ ఇస్మాయిల్ ఖాన్ తిరుగుబాటుదారులతో చర్చలు జరపడానికి వ్యక్తిగతంగా వెళ్ళాడు. కాని వారు అతనిపై కాల్పులు జరపడంతో పారిపోయాడు. తరువాత, తిరుగుబాటుదారులు రెసిడెన్సీ భవనం యొక్క డిఫెండింగ్ దళాలపై కాల్పులు జరిపారు మరియు దాడిలో పుత్తిబౌలి వైపు ఉన్న గేట్లలో ఒకటి కూలిపోయింది. బ్రిగ్స్ నేతృత్వంలోని బ్రిటిష్ దళాలు రాత్రంతా ఫిరంగి కాల్పుల శక్తితో దాడిని తిప్పికొట్టాయి. ఉన్నతమైన అగ్నిమాపక శక్తి వారిని అధిగమించడంతో, తిరుగుబాటుదారులు వెనక్కి తగ్గారు. మరియు అక్కడి నుండి పారిపోయారు. కాల్పుల్లో చాలా మంది రోహిల్లాలు చనిపోయారు. పర్యవసానంగా రెసిడెన్సీ భవనంపై దాడి విఫలమైంది. మౌల్వీ అల్లావుద్దీన్, తుర్రెబాజ్ ఖాన్లను నేరస్తులుగా ప్రకటించారు. అనంతరం వారిద్దరిని అరెస్టు చేసి అదుపులోకి తీసుకున్నారు.

తుర్రె బాజ్ ఖాన్ను మొగిలిగిద్ద వద్ద 22 జూలై 1857న అరెస్టు చేసి క్రిమినల్ కోర్ట్ మేజిస్ట్రేట్ కరామత్ అలీ ముందు హాజరుపరిచారు. సివిల్ కోర్టు మేజిస్ట్రేట్ ఫజలుల్లా గాలిబ్ జంగ్ వాంగ్మూలాన్ని నమోదు చేశారు. సమకాలీన ఆధారాల ప్రకారం, విచారణ సమయంలో తుర్రా బాజ్ ఖాన్ పశ్చాత్తాపం మౌల్వీ అల్లావుద్దీన్తో సహా అతని సహచరుల పేర్లను వెల్లడించడానికి నిరాకరించాడు. దాడికి పూర్తి బాధ్యతను తానే తీసుకున్నాడు. కోర్టు తీర్పు ప్రకారం తుర్రె బాజ్ ఖాన్ను జీవితాంతం కారగార శిక్ష విధించబడింది. కానీ అతను 1859 జనవరి 18న జైలు నుండి సెంట్రీల సహాయంతో తప్పించుకోగలిగాడు. తుర్రె బాబ్ ఖాన్ను పట్టుకున్నందుకు రూ. 5,000 బహుమతి ప్రకటించారు. అయితే, ఒక ఇన్ఫార్మర్ ఖుర్బాన్ అలీ అందించిన సమాచారంతో తూప్రాన్ గ్రామంలో నిజాం సైనికులతో జరిగిన గొడవలో తుర్రె బాజ్ ఖాన్ పట్టుబడ్డాడు మరియు కాల్చి చంపబడ్డాడు. అతని మృతదేహాన్ని హైదరాబాద్ నగరానికి తీసుకువచ్చి కోఠిలోని రెసిడెన్సీ భవనం ప్రధాన గేటు ముందు గొలుసులతో వేలాడదీశారు. ఈలోగా బెంగళూరుకు పారిపోయిన మౌల్వీ

అల్లాఉద్దీన్‌ను మంగళంపల్లి గ్రామంలో పట్టుకుని హైదరాబాద్ తీసుకొచ్చారు. అతను జీవిత ఖైదీగా జూన్ 1859లో అండమాన్ (కాబా పానికి) రవాణా చేయబడ్డాడు. అక్కడ అతను 1884లో మరణించాడు. బ్రిటిష్ ఇండియాలో అండమాన్ కు పంపబడిన మొదటి రాజకీయ ఖైదీ ఇతను.

రాంజీ గోండ్ తిరుగుబాటు

రెసిడెన్సీ భవనంపై దాడి విఫలమైనప్పటికీ, నిజాం పాలనలోని ఇతర ప్రాంతాలలో ప్రజల్లో అసంతృప్తి వ్యాపించింది. అందుబాటులో ఉన్న సమాచారం ప్రకారం నానా సాహిబ్ పేష్వా మరియు తాంతియా తోపే రాయబారులు రాష్ట్రం అంతటా తిరిగారు. నానా సాహెబ్ మేనల్లుడు, రావ్ సాహెబ్ పేష్వా కూడా హైదరాబాద్ నగరంలో కొంతకాలం విడిది చేసాడు. 1857 మధ్యలో తిరుగుబాట్లు జిల్లాలకు వ్యాపించాయి. రెసిడెన్సీపై దాడి తరువాత, నిజాం డొమినియన్స్‌లోని అనేక ప్రాంతాల్లో ఇతర తిరుగుబాటు సంఘటనలు జరిగాయి. వాటిలో రామ్ గోందు తిరుగుబాటు గమనించదగినది. ఆదిలాబాద్ జిల్లాలో, రోహిల్లా తిరుగుబాటుదారులు రామ్ జీ గోండ్ నాయకత్వంలో గోండు గిరిజనుల బలమైన దళంలో చేరారు. అతను ఆదివాసీల శక్తికి ప్రకాశించే ఉదాహరణ. మరియు ప్రజలను మభ్యపెట్టగల అసాధారణమైన నాయకుడు. అతను 1857 చారిత్రక తిరుగుబాటు సమయంలో నిజాం మరియు బ్రిటీషర్లకు వ్యతిరేకంగా మరాఠాలు, తెలుగు రోహిల్లాలు మరియు గోండుల సైన్యాలకు నాయకత్వం వహించాడు. ఆదిలాబాద్ చుట్టుపక్కల ప్రాంతాలన్నింటినీ, ఆక్రమించి నిర్మల్ని రాజధానిగా చేసుకున్నారు.

నిర్మల్ తాలుక్దార్ తన నివేదికలో రామ్ జీ గోండ్ తన అనుచరులతో కలిసి మారుమూల పర్వత ప్రాంతంలో విడిది చేసి ప్రభుత్వ దళాలకు వ్యతిరేకంగా యుద్ధం చేసాడు అని తెలిపాడు. చాలా కష్టంతో కలెక్టర్ నేతృత్వంలోని దళాలు తిరుగుబాటుదారులను ఎదుర్కొన్నారు. తరువాతి పోరాటంలో అనేక మంది గోండులు మరియు రోహిల్లాలు గాయపడ్డారు. వారిలో తెలియని సంఖ్యలో మరణించారు. గాయపడిన తరువాత చాలా మంది తిరుగుబాటుదారులు అక్కడి నుండి పారిపోయారు. నాగపూర్ నుండి మద్దతు పొందిన వెయ్యి మంది రోహిల్లాలు మరియు గోండులు రామ్‌జీ గోండ్ నాయకత్వంలో తిరుగుబాటును నిర్వహించారని నిర్మల్ తాలుక్దార్ దివాన్కు తెలియజేశారు. తిరుగుబాటు ప్రారంభంలో బలగాల మధ్య కొన్ని బుల్లెట్ల మార్పిడి జరిగినా తర్వాత అది కత్తి యుద్ధానికి మారింది. తిరుగుబాటుదారులను చుట్టుముట్టడంలో నిజాం సైన్యం విజయం సాధించింది. కాని వారి అధిపతి. రామ్‌జీగోండ్ తప్పించుకున్నాడు.

అయితే తర్వాత నిర్మల్లో పట్టుకుని ఉరి తీశారు. అతను మరియు అతని 1000 మందికి పైగా అనుచరులు సామూహిక ఉరిలో చంపబడ్డారు. ప్రజాదరణ పొందిన నమ్మకం మరియు జానపద కథల ప్రకారం రామ్‌జీ గోండ్ మరియు అతని వెయ్యి మంది అనుచరులు ఒక భారీ మర్రి చెట్టుకు ఉరితీయబడ్డారు. దీనిని ఉరురల్ మర్రి (1000) చెట్టు అని పిలుస్తున్నారు. ఆదిలాబాద్ జిల్లాలో గోండులు మరియు రోహిల్లాల తిరుగుబాటు ఆ విధంగా అణచివేయబడింది. ప్రస్తుతం నిర్మల్ కోటలో రామ్‌జీ గోండు స్మారక చిహ్నం ఉంది.

తుర్రె బాజ్ ఖాన్ మరియు రామ్‌జీ గోండ్ల తిరుగుబాటుతో పాటు నిజాం రాష్ట్రం అంతటా అనేక తిరుగుబాట్లు జరిగాయి. అందులో గుల్బర్గా జిల్లా షోలాపూర్ సంస్థానానికి చెందిన వెంకటప్ప నాయక్ తిరుగుబాటు గమనార్హం. తన ప్రజలు, స్థానిక జమీందార్లు మరియు పీష్వా నానా సాహెబ్ యొక్క దూతల ఒత్తిడితో, అతను 1857లో బ్రిటిష్ వారికి వ్యతిరేకంగా జరిగిన తిరుగుబాటులో పాల్గొని తన సైన్యంలోకి కొన్ని వందల మంది అరబ్బులు మరియు రోహిల్లాలను చేర్చుకున్నాడు. అయితే, వెంకటప్ప నాయక్ తిరుగుబాటును బ్రిటీష్ వారు అణచివేశారు. మరియు అతని సంస్థానాన్ని జప్తి చేశారు. 1858లో బ్రిటిష్ వారికి వ్యతిరేకంగా నానా సాహెబ్ చేసిన ప్రకటన పర్యవసానంగా రంగారావు కుట్ర జరిగింది. అయితే, మొత్తం పన్నాగం విఫలమైంది మరియు రంగారావును దేశద్రోహ నేరం కింద విచారించి జైలులో పెట్టారు. రావ్ సాహెబ్ పేష్వా యొక్క తిరుగుబాటు, బేగమ్ బజార్, కుట్ర కేసు' అని పిలుస్తారు. ఇది హైదరాబాద్ రాజ్యంలో బ్రిటిష్ పాలనకు వ్యతిరేకంగా తిరుగుబాటు ఇది ప్రజల సెంటిమెంట్ యొక్క నిలకడను సూచిస్తుంది. ఉత్తర భారతదేశంలో సిపాయిల తిరుగుబాటును అణచి వేసిన తరువాత, కిషన్ రావు అనే రావు సాహెబ్ పేష్వా హైదరాబాద్ కు వచ్చి బేగంబజార్లో రహస్యంగా బస చేశారు. అతను మరొక వ్యక్తితో కలిసి, దక్కన్లో తిరుగుబాటును నిర్వహించడానికి స్థానిక ప్రజల మద్దతును పొందాడు. స్థానిక గోసైన్ వ్యాపారులు. బ్రాహ్మణులు మరియు భూస్వాములు మద్దతును పొందడంలో కుడా తిరుగుబాటు దారులు విజయం సాదించారు. బ్రిటిష్ సైన్యంలోని కొందరు సైనికులు కూడా వారికి మద్దతుగా నిలిచారు. అయితే, పోలీసులు వారిని అరెస్టు చేయడంతో వారి ప్లానును భగ్నం చేశారు. తరువాత - 1852లో రావ్ సాహెబ్ కాన్పూర్లో బంధించబడి చంపబడ్డాడు. మాల్ఖేడ్, బాల్కి నార్గుండ్, బీర్ మొదలైన ప్రాంతాలలో అనేక కుట్రలు మరియు తిరుగుబాట్ల ద్వారా నిజాం పాలనలో బ్రిటిష్ వ్యతిరేక భావన వ్యక్తమైంది. భద్రాచలం తాలూకాలో రేకపల్లి గిరిజన తిరుగుబాట్లు (1881), మధిర తాలూకాలో కారేపల్లి తిరుగుబాట్లు, పాల్వంచలోని

వడ్డిగూడెం (1883) వరకు జరిగినాయి. ఇవి నిజాం ఆధిపత్యానికి వ్యతిరేకంగా అట్టడుగు వర్గాల్లో బ్రిటిష్ వ్యతిక మరియు నిజాం వ్యతిరిక భావన కొనసాగింపును ఇది సూచిస్తుంది. ఈ ఉద్యమాలు చెదురుమదురుగా మరియు అసంఘటితమైనవి. అయినప్పటికీ అవి పెరుగుతున్న అసంతృప్తిని మరియు ప్రజల మేల్కొలుపును వెల్లడిస్తున్నాయి.

తుర్రె బాజ్ ఖాన్ బ్రిటిష్ రెసిడెన్సీపై దాడి తర్వాత హైదరాబాద్ నగరంలో బ్రిటిష్ వ్యతిరేక భావన కొనసాగుతోందనేది కొంతమంది సిపాయిలు హత్యాప్రయత్నాలు, కులీనుల కుట్రలు వంటి అనేక సంఘటనల ద్వారా రుజువు చేయబడింది. 1857లో తిరుగుబాటు తర్వాత స్థానిక ప్రజలలో బ్రిటీష్ వ్యతిరేక భావన రెసిడెంట్, డేవిడ్సన్ మరియు దివాన్ సాలార్ జంగ్ 1 జీవితాలపై జరిగిన హత్య ప్రయత్నాలలో కూడా వ్యక్తమైంది. గవర్నర్ జనరల్ పంపిన ఖరితా (బహుమతి)ను నిజాంకు అందజేయడానికి బ్రిటిష్ రెసిడెంట్ డేవిడ్సన్ వచ్చిన సందర్భంలో స్థానిక సైనికుడు జహంగీర్‌ఖాన్ స్లగ్స్‌తో నిండిన తుపాకితో దాడి చేశాడు. కానీ అది రెసిడెంట్ని కాకుండా సేవకుడిని గాయపరిచిందని గుర్తించి, కత్తితో పరుగెత్తాడు. అయితే హంతకుడిని అంగరక్షకులు అడ్డుకోవడంతో అక్కడికక్కడే మృతి చెందాడు. అదేవిధంగా, కూకట్‌పల్లి వద్ద హైదరాబాద్ కాంటింజెంట్కు చెందిన అశ్విక దళం కెప్టెన్ మాకింట్‌టైర్పై కత్తితో దాడి చేయడంతో అధికారి చేతిపై కోత పడింది. ఆ తర్వాత దాడి చేసిన వ్యక్తి పారిపోయాడు. కానీ పిస్టెల్ షాట్ ద్వారా కిందకు దించి, అక్కడికక్కడే ఉరి వేశారు.

1857లో తిరుగుబాటును అణచివేసిన తరువాత, హైదరాబాద్ దివాన్ సాలార్ జంగ్ స్థానిక ముస్లింలలోని కొన్ని వర్గాలచే ద్వేషించబడ్డాడు. నిజాం బ్రిటీష్ అనుకూల మరియు ప్రజా వ్యతిరేక విధానాలకు అతను బాధ్యుడయ్యాడు. నిజాం ప్యాలెస్, నగరంలోని మసీదులు మరియు ఇతర ప్రముఖ ప్రదేశాల గోడలపై అతికించిన పోస్టర్లలో స్థానిక జనాభా యొక్క మానసిక స్థితి వ్యక్తమైంది. సాలార్ జంగ్, దివాన్ హైదరాబాద్లో బ్రిటిష్ వారి ప్రభావాన్ని పెంచడానికి ప్రయత్నిస్తున్నారనే సాధారణ అభిప్రాయాన్ని ఈ నోటీసులు స్పష్టంగా సూచించాయి. అందువల్ల, సాలార్ జంగ్ బ్రిటీష్ అనుకూల విధానాలు అతనిని అప్రసిద్ధుడిని చేశాయి మరియు అనేక మంది శత్రువులను సృష్టించినందున అతని జీవితంపై కొన్ని హత్యా ప్రయత్నాలు జరిగాయి. 1968 జనవరి 27న సాలార్ జంగ్ హిజ్ హైనెస్ ప్యాలెస్లో రంజాన్ ఈద్ దర్బారుకు వెళుతున్నప్పుడు, గుంపులో ఉన్న ఒక వ్యక్తి అతనిపై వేగంగా వరుసగా రెండు పిస్టల్-షాట్లు కాల్చాడు. కానీ హంతకుడు లక్ష్యం తప్పి పరిచారకులను గాయపరిచాడు. అతనిని కొత్వాలుకు వెంటనే పట్టుకుని

అప్పగించారు. అతనికి మరణశిక్ష విధించబడింది మరియు తరువాత ఉరితీయబడ్డాడు. తిరుగుబాటు యొక్క వివిధ సంఘటనలలో హిందువులు మరియు ముస్లింల మధ్య చెప్పుకోదగిన ఐక్యత నాయకుల స్థాయిలోనే కాకుండా సిపాయిలు మరియు గిరిజనుల మధ్య కూడా కనిపించడం గమనార్హం. తిరుగుబాటు శ్రేణులలో అరబ్బులు మరియు రోహిల్లాలు అధిపత్యం చెలాయించినప్పటికీ అనేక మంది హిందు జమీందార్లు, ముఖ్యులు మొదలైనవారు కూడా కీలక పాత్ర పోషించారు. ఈ ఐక్యత బ్రిటిష్ అధికారులను దిగ్భ్రాంతికి గురి చేసింది. వారు మత సమూహాల మధ్య శత్రుత్వం మరియు సంఘర్షణ సిద్ధాంతాన్ని ప్రతిపాదించారు. 1857 తిరుగుబాటు సమయంలో హిందూ-ముస్లిం ఐక్యతను ప్రదర్శించడం ద్వారా నిజాం మరియు బ్రిటిష్ వారికి వ్యతిరేకంగా ప్రజల శత్రుత్వం నిర్దేశించబడింది. తుర్రేబాజ్ ఖాన్ నేతృత్వంలోని తిరుగుబాటు బ్రిటీష్ వ్యతిరేక మరియు నిజాం వ్యతిరేక స్పృహ యొక్క బీజాలను నాటింది. కుల, వర్గ మరియు మతపరమైన గుర్తింపులకు అతీతంగా లౌకిక జాతీయవాదాన్ని పెంపొందించడానికి దోహదపడింది. ఇది ఆధునిక తెలంగాణ చరిత్రలో ఒక ముఖ్యమైన అంశం.

పైన పేర్కొన్న తిరుగుబాట్లను బట్టి హైదరాబాద్ స్టేట్ ప్రజల అభిప్రాయం బ్రిటిష్ వారికి అనుకూలంగా లేదని స్పష్టమవుతుంది. 1857 తిరుగుబాటు వింధ్యకు దక్షిణంగా ఉన్న భూభాగాలపై ఎలాంటి ప్రభావం చూపలేదనే సంప్రదాయ నమ్మకానికి విరుద్ధంగా, హైదరాబాద్ రాష్ట్రంలో రెసిడెన్సీపై దాడితో పాటు అనేక స్థానిక తిరుగుబాట్లు, కుట్రలకు సాక్షిగా నిలిచింది. తిరుగుబాటు అణిచివేయబడిన తరువాత, బ్రిటీష్ వారు నిజాం యొక్క బలమైన మద్దతు మరియు విధేయతకు బాధ్యత వహించారు. తిరుగుబాటు మొత్తంలో నిజాం పోషించిన కీలక పాత్రను బొంబాయి గవర్నర్ జనరల్ కు పంపించిన తన టెలిగ్రామ్లో అంగీకరించారు. "నిజాం పోతే అంతా పోతుంది" అని రాశారు. బ్రిటిష్ ప్రభుత్వం హైదరాబాద్ యొక్క ప్రాముఖ్యతను మరియు 1857 తిరుగుబాటు సమయంలో నిజాం మరియు సాలార్ జంగ్ల స్నేహం మంచి సంకల్పాన్ని కూడా గుర్తించింది. అందువల్ల వారు, నిజాం మద్దతుకు కృతజ్ఞతగా బహుమతి ఇవ్వాలని నిర్ణయించుకున్నారు. నిజాం బ్రిటీష్ వారికి 50 లక్షల రూపాయల రుణం రద్దు చేయబడింది. నిజాం 1860లో బ్రిటిష్ వారితే ఒక కొత్త ఒప్పందంపై. సంతకం చేసాడు. దాని ప్రకారం రాయచూర్ దోఆబ్ మరియు నల్దుర్ హైదరాబాద్ రాష్ట్రానికి పునరుద్ధరించబడ్డాయి. నిజాంకు పదివేల స్టెర్లింగ్ బహుమతిని అందజేశారు. నిజాంకు "పెయిత్ అలీ" అనే బిరుదుతో పాటు నైట్ హుడ్ ఆఫ్ ది మోస్ట్ ఎక్సాల్టెడ్ ఆర్డర్ను కూడా ప్రదానం చేశాడు. 'నాణేల నుండి మొఘల్ చక్రవర్తి బహదూర్ షా పేరును తొలగించి, అతని పేరును ఒక వైపు నిజాం-

ఉల్–ముల్క్ అసఫ్ జా బహదూర్ మరియు మరోవైపు జులూస్ మైనానత్ ఫర్కుందా బునియాద్ హైదరాబాద్ అని పెట్టమని బ్రిటిష్ వైస్రాయ్ నిజాంకు సలహా ఇచ్చాడు. 1857 తరువాత, ఈ నాణేలు హైదరాబాద్లో ముద్రించబడ్డాయి మరియు వాటికి హాలీ సిక్కా అని పేరు పెట్టారు. ఇంకా, శుక్రవారం ప్రార్థనల సమయంలో 'కుత్బా' మొఘల్ చక్రవర్తి బహదూర్ షా జఫర్ II పేరు స్థానంలో నవాబ్ అఫ్జల్–ఉద్–దౌలా పేరు పెట్టారు. నిజాం మొఘల్ సుబేదార్ గా ఆగిపోయాడు మరియు మొఘల్ సార్వభౌమాధికారం యొక్క ఆధిపత్యాన్ని అంగీకరించలేదు. బ్రిటిష్ రాణి విక్టోరియా 1861 ఆగస్టు 31న 'గ్రాండ్ కమాండర్ స్టార్ ఆఫ్ ఇండియా' (GCSE) బిరుదును నిజాంకు బహుకరించింది.

చందా రైల్వే పథకానికి వ్యతిరేకంగా ఆందోళన: నిజాం భూస్వామ్య దోపిడీ, నిరంకుశ విధానాలను విద్యావంతులైన ఉన్నతవర్గాలు వ్యతిరేకిస్తూ వివిధ సామాజిక– సాంస్కృతిక, రాజకీయ సంఘాలుగా ఏర్పడి స్వాతంత్ర్య పోరాటం సాగించారు. 1833లో నిజాం ప్రభుత్వంలోని చందా రైల్వే పథకానికి వ్యతిరేకంగా డాక్టర్ అఘోరనాథ్ చటోపాధ్యాయ వంటి కొంతమంది మేధావులు చేసిన ఆందోళనతో హైదరాబాద్ స్టేట్లో ప్రజాభిప్రాయం పెరగడం ప్రారంభమైంది. చందా రైల్వే పథకం వాడి మరియు హైదరాబాద్ మధ్య కొత్త రైల్వే లైన్ వేయడం సూచిస్తుంది. 1870లో నిజాం డొమినియన్ మద్రాసు – బొంబాయి మార్గం మరియు హైదరాబాద్లో వాడి మధ్య కొత్త రైలు మార్గ నిర్మాణానికి సంబంధించి. భారత ప్రభుత్వంతో ఒక ఒప్పందంపై సంతకం చేసింది. ఈ పథకం కింద, హైదరాబాద్ నుండి వాడి వరకు నడుస్తున్న ప్రస్తుత రాష్ట్ర రైల్వేను బ్రిటీష్ కంపెనీ స్వాధీనం చేసుకుంది. ఇది రైలు మార్గాన్ని వరంగల్ మరియు బెజవాడ వరకు, మరొక వైపు వరంగల్ నుండి చందా వరకు పొడిగిస్తుంది. నిజాం రాష్ట్రంలోని సింగరేణి బెల్ట్లో అద్భుతమైన బొగ్గు లభ్యత ఉన్నందున, డోర్నకల్ మరియు యెల్లందు వంటి బొగ్గు గనుల ప్రాంతాలకు రైల్వే లైన్ను మరింత విస్తరించాలని నిర్ణయించారు. మహారాష్ట్రలోని చందా లేదా చంద్రాపూర్ను అనుసంధానించాలని కూడా ప్రతిపాదించారు. ప్రజా వ్యయం యొక్క వాస్తవికతపై తరచుగా సందేహాలు తలెత్తుతాయి. విద్యావంతులైన మధ్య తరగతి ప్రజా వ్యయం యొక్క వాస్తవికత గురించి చాలా ఆందోళన చెందింది. క్రీ.శ. 1880 నాటికి, హైదరాబాద్లో ప్రజా వ్యవహారాలపై ఆసక్తి కనబరిచే చిన్నదైన కానీ చాలా స్పష్టమైన మేధావి వర్గం పెరిగింది. వారు చందా రైల్వే స్కీమ్లను పరిశీలించేందుకు కమిటి అనే పేరుతో ఒక బృందాన్ని ఏర్పాటు చేశారు. దీనికి అఘోరనాథ్ చటోపాధ్యాయ (సరోజినీ నాయుడు తండ్రి, ముల్లా అబ్దుల్ ఖయ్యూమ్ మరియు దస్తూర్ ఔసారి పెషాంగ్ వంటి ప్రముఖ మేధావులు నాయకత్వం. వహించారు. విదేశీ కంపెనీలకు లాభదాయకంగా ఉన్నందున

రైల్వే పథకం ప్రజలకు ప్రయోజనకరంగా లేదని వారు అభిప్రాయపడ్డారు. అందుకు దానిని వారు వ్యతిరేకించారు. కానీ నిజాం ప్రభుత్వం అఘోరనాథ్ చటోపాధ్యాయను పదవి నుండి తొలగించి దేశ బహిష్కరణతో శిక్షించింది.. హైదరాబాద్ రాష్ట్ర సామాజిక-రాజకీయ రంగంలో హెరీరిజోన్లో ప్రభుత్వం యొక్క అమానవీయ మరియు అప్రతిష్ట వైఖరి మొదటి నిప్పురవ్వను రగిలించింది. బహిష్కరణ మధ్యతరగతి వర్గాల్లో కూడా. అసంతృప్తిని కలిగించింది. వారు పౌర స్వేచ్ఛలు మరియు ప్రజాస్వామ్య హక్కులను సాధించడానికి వివిధ ఉద్యమాలను ప్రారంభించారు.

భారత జాతీయ కాంగ్రెస్

1885లో భారత జాతీయ కాంగ్రెస్ స్థాపన మరియు స్వాతంత్ర్య పోరాటం చాలా మంది హైదరాబాదీలకు స్ఫూర్తినిచ్చాయి. బ్రిటీష్ ఇండియాలో ఇండియన్ నేషనల్ కాంగ్రెస్ నేతృత్వంలో జరిగిన స్వాతంత్ర ఉద్యమం హైదరాబాద్లో కూడా దాని పరిణామాలను కలిగి ఉంది. అఘోరనాథ్ చటోపాధ్యాయ మరియు ముల్లా అబ్దుల్ ఖయ్యూమ్ వంటి ప్రముఖ జాతీయవాదులు నిజాం రాష్ట్రంలో రాజకీయ ఉద్యమాల పెరుగుదలలో ముఖ్యమైన పాత్ర పోషించారు. ముల్లా అబ్దుల్ ఖయ్యూమ్ హైదరాబాద్లో భారత జాతీయ కాంగ్రెస్లో చేరిన మొదటి ముస్లిం నాయకుడు. ఆయన మద్రాసు, బెనారస్లలో జరిగిన కాంగ్రెస్ సమావేశాలలో చురుకుగా పాల్గొని హాజరయ్యాడు. హైదరాబాద్ లోని ఇతర ప్రముఖ జాతీయవాదులు: రామచంద్ర పిళ్ళై, రామానుజ ముదలియార్, హాజీ సజ్జన్లాల్, మోహిబ్ హుస్సేన్, సయ్యద్ అఖిల్, ES. చెనోయ్ మొదలైనవారు. వారు లౌకిక జాతీయవాదానికి ప్రాతినిధ్యం వహించారు. హైదరాబాద్ రికార్డ్ వంటి వార్తాపత్రికలు, సొకత-ఉల్- ఇస్లాం కూడా భారత జాతీయ కాంగ్రెస్ స్థాపనకు మద్దతు ఇచ్చాయి మరియు హైదరాబాద్లో జాతీయవాదాన్ని వ్యాప్తి చేయడంలో ముఖ్యమైన పాత్ర పోషించాయి. మితవాద జాతీయవాదులు, నిజాం ప్రభుత్వాన్ని విమర్శించారు మరియు ప్రజల జాగృతికి దోహదపడ్డారు. ప్రముఖ న్యాయవాది. బారిస్టర్ రుద్ర కథనాలు మరియు వ్యాఖ్యానాలు రాశారు మరియు పయనీర్ వార్తాపత్రికలో ప్రభుత్వాన్ని విమర్శించారు. అందువల్ల అతను హైదరాబాద్ రాష్ట్రం నుండి బహిష్కరించబడ్డాడు. అదేవిధంగా పండిట్ తారానాథ్ హిందూ వార్తాపత్రికలో వ్రాసిన ఒక వ్యాసంలో నిజాంను 'ఇండియన్ డయ్యర్ గా అభివర్ణించారు. భారత జాతీయ కాంగ్రెస్ స్థానిక సమావేశం 1888లో సికింద్రాబాద్లో జరిగింది. దాదాపు 2000 మంది ప్రతినిధులు హాజరయ్యారు. ఇది కాంగ్రెస్ యొక్క ప్రజాదరణను ప్రదర్శించింది మరియు

దాని నాయకత్వం నిజంగా హైదరాబాద్ యొక్క మిశ్రమ సంస్కృతిని ప్రతిబింభిస్తుంది. ప్రజాభిప్రాయం నెమ్మదిగా అభివృద్ధి చెందుతోంది. మరియు పందొమ్మిదవ శతాబ్దం చివరిలో ప్రజల అభిప్రాయాన్ని రూపొందించడానికి కొన్ని పౌర సమాజ సంస్థలు మరియు జర్నలిస్టులు, న్యాయవాదులు మరియు ప్రొఫెసర్లతో కూడిన మేధావి, వర్గం దోహదపడింది.

స్వదేశీ ఉద్యమం:

మహారాష్ట్ర ప్రాంతంలో బాలగంగాధర్ తిలక్ ప్రారంభించిన ఉద్యమం హైదరాబాద్ రాష్ట్రంపై కూడా ప్రభావం చూపింది. ఇరవయ్యవ శతాబ్దం మొదటి దశాబ్దంలో బ్రిటిష్ ఇండియాలో ప్రారంభమైన స్వదేశీ మరియు వందేమాతరం ఉద్యమాలు హైదరాబాద్ స్టేట్ లో వ్యాపించాయి. బ్రిటీష్ ఇండియాలో ఇండియన్ నేషనల్ కాంగ్రెస్ నేతృత్వంలో జరిగిన స్వాతంత్ర్య ఉద్యమం హైదరాబాద్ లో కూడా దాని పరిణామాలను కలిగి ఉంది. స్వదేశీ ఉద్యమం మరియు విదేశీ వస్తువుల బహిష్కరణ మరియు దాని ఔచిత్యం గురించి అనేక సమావేశాలు నిర్వహించబడ్డాయి. స్వదేశీ ఉద్యను వ్యాప్తి కూడా ఆర్యసమాజ్ ద్వారానే జరిగింది. కేశవరావు కోరాట్కర్ వంటి మహారాష్ట్ర నాయకులతో సన్నిహిత సంబంధాలు కలిగి ఉన్న ప్రముఖులు ముఖ్యమైన పాత్ర పోషించారు. వ్యాయమశాలలు, అఖాగాలు కూడా యువతకు శారీరక దృఢత్వంలో శిక్షణ ఇచ్చాయి. అవి విప్లవ కార్యకలాపాలకు కేంద్రాలుగా మారాయి. బెంగాలి మరియు మహారాష్ట్రకు చెందిన యువ మిలిటెంట్లు హైదరాబాద్ రాష్ట్రంలోని వివిధ ప్రాంతాలలో నివసిస్తున్న యువతతో సంబంధాలను కొనసాగించారు. 1908లో వందేమాతరం ఉద్యమంలో జరిగిన విప్లవాత్మక కార్యకలాపాలు జాక్సన్ హత్య కేసు ద్వారా హైదరాబాద్ రాష్ట్రంలో కూడా కనిపించాయి. స్వదేశీ ఉద్యమాన్ని వ్యాప్తి చేయడంలో భజన మండళ్లు, గణపతి ఉత్సవాలు ప్రాచుర్యం పొందాయి. స్వదేశీ భావనను ప్రచారం చేసీ వందేమాతరం స్టిక్కర్లు ఉన్న వస్తువులను మాత్రమే కొనుగోలు చేయాలని ప్రజలను కోరారు. తిలక్ మరియు బిపిన్ చంద్ర పాల్‌ల ఛాయాచిత్రాలు మరియు చిత్రాలను బహిరంగంగా ప్రదర్శించారు. గ్రామాలు మరియు పట్టణాలలో గొప్ప నాయకుల జీవిత చరిత్రలను చదవడం జరిగింది. పెరుగుతున్న ఉద్యమాన్ని నిజాం ప్రభుత్వం తీవ్రంగా పరిగణించింది. మతపరమైన వేడుకలను నిషేధిస్తూ ఆజ్ఞలను జారీ చేసింది. ఉదాహరణకు. మహబూబ్ నగర్ లోని భజన కూటమిని పోలీసులు బలవంతంగా మూసివేశారు. మతపరమైన సమావేశాల సహాయంతో మొత్తం హిందూ సమాజాన్ని ఏకం చేయడం ద్వారా ప్రజా జాగృతిని వ్యాప్తి చేయడానికి ప్రయత్నాలు

జరిగాయి. వివేక్ వర్ధని, నూతన విద్యాలయం. శ్రీ కృష్ణదేవరాయ ఆంధ్ర భాషా నిలయం మరియు ఇతర తెలుగు గ్రంథాలయాల ద్వారా తెలంగాణలో స్వదేశీ ఉద్యమం జరిగింది. జాతీయవాద కార్యకలాపాల వ్యాప్తికి అవి కీలక కేంద్రాలు. స్వదేశీ వస్తువులు, డబ్బాల పెట్టెలు, లాకెట్లు వంటి వస్తువులు నిజాం డొమినియన్ల వెలుపలి నుండి దిగుమతి చేసుకున్నవి తెలంగాణలోని అనేక ప్రాంతాలలో విక్రయించబడ్డాయి.

ఖిలాఫత్ ఉద్యమం:

ఇరవయ్యో శతాబ్దం మొదటి త్రైమాసికంలో, ఆర్యసమాజ్, బ్రహ్మసమాజం, ఆంధ్ర మహాసభ, ఆది- హిందూ మహా సభ, శ్రీ కృష్ణ దేవరాయ ఆంధ్ర భాషా నిలయం వంటి వివిధ సంస్థలు, అలాగే ఇతర గ్రంథాలయాలు, పత్రికలు మరియు జర్నలిజం నిర్వచించాయి. తెలంగాణలో ప్రజాభిప్రాయం, మరియు స్వాతంత్ర్య పోరాటంలో ముఖ్యమైన పాత్ర ప్రభావాన్ని కలిగి ఉంది. బ్రిటీష్ ఇండియాలో ఇండియన్ నేషనల్ కాంగ్రెస్ నేతృత్వంలో జరిగిన స్వాతంత్ర్య ఉద్యమం హైదరాబాద్లో కూడా దాని అందువల్ల ప్రముఖ జాతీయవాద నాయకుడు, వామన్ నాయక్ 1918లో తాను అధ్యక్షుడిగా మొదటి కాంగ్రెస్ కమిటీని ఏర్పాటు చేశాడు. మొదటి ప్రపంచ యుద్ధం తర్వాత, టర్కీ ఖలీఫాకు మద్దతుగా ప్రపంచవ్యాప్తంగా ఉన్న ముస్లింలు ఖిలాఫత్ ఉద్యమాన్ని ప్రారంభించారు. దానికి భారతదేశంలో అలీ సోదరులు నాయకత్వం వహించారు. హైదరాబాదులో వరుస సమావేశాలు నిర్వహించబడ్డాయి మరియు మతపరమైన విభేదాలను పక్కనపెట్టి హిందువులు మరియు ముస్లింలు హాజరయ్యారు. ఖిలాఫత్ మరియు సహాయ నిరాకరణ అనే జంట ఇంజన్లు గాంధీచే ఏకకాలంలో వెలిగించడం వల్ల బ్రిటీష్ భూభాగాల్లో ప్రజల నిరసన తరంగాలు సృష్టించబడ్డాయి. ఇది హైదరాబాద్ స్టేట్ పై కూడా ప్రభావం చూపింది.

సెప్టెంబరు 1920లో కలకత్తాలో జరిగిన ప్రత్యేక భారత జాతీయ కాంగ్రెస్ సెషన్ నుండి భారత రాజకీయాల్లో మహాత్మా గాంధీ, ప్రభావం క్రమంగా పెరిగింది. ఖిలాఫత్ ఆందోళనతో పాటు సహాయ నిరాకరణ ఉద్యమాన్ని ప్రారంభించాలన్న గాంధీజీ నిర్ణయానికి హైదరాబాద్ లో మంచి స్పందన లభించింది. మొదటి ఖిలాఫత్ సామూహిక సమావేశం మార్చి, 1920లో నిర్వహించబడింది మరియు ఖిలాఫిక్ స్ఫూర్తి జిల్లాలకు కూడా వ్యాపించింది. నిజాం ప్రభుత్వం ఏర్పరచిన అడ్డంకులు ఉన్నప్పటికి గాంధేయి ప్రభావం కనిపించడం ప్రారంభమైంది. స్వదేశీ ప్రచారం ప్రజల ఊహలను ఆకర్షించింది మరియు వెంటనే వారు తను ఇళ్లలో ఖాది నూలు మరియు 'చరఖాలను అమర్చారు. ఖాదీ

షర్టులు, గాంధీ టోపీలు కూడా ధరించారు. జాతీయవాది మనస్తత్వం ఆర్.వి. పిళ్లై గల వితంతు సోదరి స్పిన్నింగ్ ఫ్యాక్టరీని ప్రారంభించగా, మహబూబ్ నగర్కు చెందిన నర్సోజి నూలు వడకడానికి చిన్న ఫ్యాక్టరీని స్థాపించాడు. జాతీయవాద ముస్లిం నాయకుడు, బద్రుల్ హసన్ బొంబాయి నుండి చరకాలను కొని హైదరాబాద్లో ప్రవేశపెట్టారు. నిజాం ప్రభుత్వం/పరిపాలన విధించిన నిశిత నిఘా మరియు ఆంక్షలు తెలంగాణలో గాంధేయ ఆలోచన వ్యాప్తిని అడ్డుకోలేకపోయాయి. నిజాం వ్యతిరేక స్వాతంత్ర్య పోరాటం యొక్క పెరుగుదల మరియు రాజకీయ ఆందోళనల వేగవంతమైన పెరుగుదల, పురోగతిపై ప్రభుత్వం దృష్టిని ఆకర్షించింది. ప్రభుత్వం ప్రమాదకరంగా భావించిన ఖిలాఫత్ ఆందోళన బాగా ప్రాచుర్యం పొందింది.

టర్కీ సామ్రాజ్యం విచ్ఛిన్నానికి బ్రిటీష్ ప్రభుత్వాన్ని నిరసిస్తు మరియు ఖిలాఫత్ ఆందోళనను చేపట్టాలని నిజాంకు విజ్ఞప్తి చేస్తూ నిజాం డొమినియన్స్ అంతటా అనేక సమావేశాలు జరిగాయి. హైదరాబాద్ నగరం, గుల్బర్గా, ఔరంగాబాద్, రాయచూర్, కరీంనగర్, జనగాన్ మరియు మెదక్ జిల్లాల వంటి రాష్ట్రంలోని అనేక ప్రదేశాలలో 1920 మార్చి, ఏప్రిల్ నెలల్లో యామ్- ఎ-ఖిలాఫత్ (ఖిలాఫత్ డేని పాటించారు.) ఖిలాఫత్ ఆందోళన హిందువులను మరియు ముస్లింలను ఏకతాటిపైకి తెచ్చింది. బారిస్టర్ అస్గర్, అస్ఫర్ హసన్, మహమ్మద్ ముర్తుల్లా, హుమాయున్ మీర్జా వంటి పలువురు నాయకులు బహిరంగ సభలను ఏర్పాటు చేశారు. వీటిలో హిందూ నాయకులు పండిట్ కేశవరావు కోరట్కర్, వామన్ నాయక్, రాఘవేంద్రరావు శర్మ, మరియు ఎం. నర్సింగ్ రావు పాల్గొన్నారు. 23 ఏప్రిల్, 1920న వివేక్ వర్ధిని స్కూల్ గ్రౌండ్స్ లో యుస్-ఇ-ఇన్తిహాన్ విచారణ దినం జరుపుకోవడానికి ఒక బహిరంగ సమావేశం జరిగింది. ఖిలాఫత్ ఉద్యమానికి మద్దతుగా జరిగి ఈ సమావేశానికి దాదాపు 12000 మంది హిందూ, ముస్లింలు హాజరయ్యారు. ఈ సమావేశంలో ముస్లింలు మరియు హిందువులు ప్రసంగించారు. పండిట్ కేశవరావు కోలాట్కర్ సభకు అధ్యక్షత వహించారు. ఖిలాఫత్ ఆందోళనను కొనసాగించేందుకు అక్కడికక్కడే రూ.12000 విరాళం అందించారు. డాక్టర్ -మహమ్మద్ హుస్సేన్ ఎహండి ఖిలాఫత్ ఆందోళనను కొనసాగించేందుకు తన మోటారు కారును మరియు తన ఆస్తిలో సగాన్ని విరాళంగా ఇచ్చారు. వంద, పది, ఒకటి రూపాయల ఖిలాఫత్ నోట్లను ఔరంగాబాద్, ఉస్మానాబాద్. పర్భానీ, వరంగల్లో రహస్యంగా విక్రయించారు. ఔరంగాబాద్లో మహాత్మా గాంధీ, పౌకత్ అలీ మరియు మహమ్మద్ అలిల బ్రోచ్లు మరియు ఫోటోలు రహస్యంగా విక్రయించబడ్డాయి. గాంధీ జయంతిని 1921 అక్టోబర్లో ఉత్సాహంగా జరుపుకున్నారు. 3000 మంది హిందువులు మరియు

ముస్లింలు గుమిగూడారు. హిందూ–ముస్లిం ఐక్యతకు మరియు పరస్పర మంచి సంకల్పానికి అనుకూలంగా అనేక ప్రసంగాలను విన్నారు. మహాత్మ గాంధీకి. జై అంటూ నినాదాలు హోరెత్తాయి.

ఖిలావత్ ఉద్యమ సమయంలో గాంధేయ ప్రభావం నిజాం డోమినియన్స్ కనిపించింది. చర్కా మరియు ఖాదీ భారీ ప్రజాదరణ పొందాయి. హైదరాబాద్లో రాజకీయ ఉద్యమం పెరగడం గురించి న్యాయ, పోలీసు శాఖ కార్యదర్శి నిజాం ప్రభుత్వ కార్యనిర్వాహక మండలి అధ్యక్షుడు అలీ ఇమామ్కు ఇలా వ్రాశారు. 'ప్రభుత్వ దృష్టికి తీసుకురావాల్సిన అవసరం ఎంతైనా ఉంది. బహుళ కోణాల రాజకీయ ఆందోళనలు హైదరాబాద్ బాద్ జీవితాన్ని క్షీణింపజేస్తున్నాయి. ఇప్పుడు డొమినియన్స్లో విస్తరిస్తున్న గాంధీ ఆందోళన యొక్క ప్రత్యేక స్వభావం నగరం మరియు జిల్లాలలో దాని కార్యకలాపాలపై కేంద్ర నియంత్రణ అవసరమయ్యే కొన్ని వ్యవస్థలకు పిలుపునిస్తుందని అనుభవం చూపిస్తుంది. హిజ్ ఎక్సల్టెడ్ హైనెస్ యొక్క డొమినియన్స్ గాంధీయిజం యొక్క వేగవంతమైన పెరుగుదల శాంతి మరియు భద్రతలకు తీవ్రమైన ముప్పుగా ఉంది మరియు దాని ప్రారంభ దశలలో ఉద్యమాన్ని సమర్థవంతంగా తనిఖీ చేయడానికి ప్రత్యేక సంస్థ అవసరం". పూనా, బొంబాయి, అలీగఢ్ వంటి ప్రాంతాలలో రాష్ట్రం వెలుపల చదువుతున్న హైదరాబాద్ విద్యార్థులలో కొందరు సహాయ నిరాకరణ ఉద్యమం ప్రభావంతో తమ చదువులను వదులుకున్నారు. డాక్టర్ సూర్య 1921లో బొంబాయిలోని గ్రాంట్ మెడికల్ కాలేజీలో తన చదువును విడిచిపెట్టాడు. అదేవిధంగా, అలీఘర్లోని ఆంగ్లో– ఓరియంటల్ కాలేజీలో చదువుతున్న హైదరాబాద్ విద్యార్థులు కాలేజీని విడిచిపెట్టి మహమ్మద్ అలీ ప్రారంభించిన నేషనల్ కాలేజీలో చేరారు. ఈ కాలంలో తమ కళాశాలలను విడిచిపెట్టిన వారిలో మీర్ మహబూబ్ హుస్సేన్, అక్బర్ అలీ ఖాన్, M.P. మక్బూల్ జలీ మరియు సయ్యద్ మహమ్మద్ అన్సారీ ఉన్నారు. వీరిలో కరీంనగర్ జిల్లాకు చెందిన మహబూబ్ హుస్సేన్ వేలూరు జైలులో ఆరు నెలల పాటు జైలు శిక్ష అనుభవించాల్సి వచ్చింది. రాష్ట్రంలోని రాజకీయ స్పృహ ఉన్న విద్యార్థులు, మేధావులు స్వదేశీ ఉద్యమంతో ఎంతో స్ఫూర్తి పొందారు. ప్రముఖ జాతీయవాద నాయకుడు. వామన్ నాయక్ సహాయనిరాకరణ ఉద్యమంలో పాల్గొన్న వ్యక్తులందరికీ మద్దతు మరియు ఆతిథ్యాన్ని అందించారు. బద్రుల్ హసన్ తన సోదరుడు జాఫర్ హుస్సేన్తో కలిసి సహాయ నిరాకరణలో చురుకుగా పాల్గొన్నాడు ఆయన ఖద్దరు ఆరాధనను వ్యాప్తి చేయడానికి కృషి చేశాడు. వారు పైజామా ధరించడం మానేసి, దానికి బదులుగా ఖాదీ ధోతీలు మరియు గాంధీ టోపీలు దరించారు.

ఖిలాఫత్ ఉద్యమ సమయంలో తెలంగాణలోని వివిధ ప్రాంతాల్లో హర్తాళ్లు, బహిరంగ సభలు, మద్యపాన నిషేధం మరియు బహిష్కరణకు సంబంధించిన కార్యకలాపాలు తీవ్రమయ్యాయి. గాంధేయ ఉద్యమాలకు మద్దతుగా రాజకీయ కార్యకర్తలు నిర్వహించిన వరుస సమావేశాల తర్వాత ప్రభుత్వం 1921లో గెజిట్ ఎక్స్ ట్రార్డినరీ నెం.52 (గస్తి నిషాన్) అని పిలిచే నిషేధ ఉత్తర్వులను జారీ చేసింది. దానికి నిరసనగా సహాయ నిరాకరణ ఉద్యమాన్ని ప్రారంభించాలని గాంధీజీ నిర్ణయం తీసుకున్నారు. ఖిలాఫత్ ఆందోళనకు హైదరాబాద్ మరియు తెలంగాణలో అనుకూల స్పందన లభించింది. ఖిలాఫత్ మరియు సహాయ నిరాకరణ ఉద్యమాల సమయంలో హైదరాబాదు. రాష్ట్రంలో ప్రజాభిప్రాయం పూర్తిగా తగ్గలేదు. వామన్ నాయక్ అనే ప్రముఖ న్యాయవాది సహాయ నిరాకరణ ఉద్యమంలో పాల్గొన్న వ్యక్తులను ఆదరించారు మరియు వారికి ఆతిథ్యం ఇచ్చారు. ఏది ఏమైనప్పటికీ, ఖిలాఫత్ ఉద్యమం తర్వాత కొన్ని సంవత్సరాలలో, హిందూ మరియు ముస్లిం నాయకుల మధ్య ఉద్భవిస్తున్న మతపరమైన విభజనను బహిర్గతమైంది. కేశవరావు కరాట్కర్ ఆర్యసమాజ్ నాయకుడిగా గుర్తింపు పొందారు. అతను మరియు వామన్ నాయక్ నిజాం పాలనలో హిందూ గుర్తింపు పరిరక్షణ కోసం కృషి చేశారు. మరోవైపు, జాతీయ ప్రయోజనాల కోసం పని చేయడానికి వారితో చేరిన ప్రముఖ ముస్లింలు రాష్ట్ర రాజకీయాల్లో క్రియాశీలకంగా వ్యవహరించడం మానేశారు.

హైదరాబాద్ స్టేట్ కాంగ్రెస్

ఖిలాఫత్ మరియు సహాయ నిరాకరణ ఉద్యమాల తరువాత, 1921లో హైదరాబాద్ స్టేట్ రిఫార్మ్స్ అసోసియేషన్ (HSRA) పేరుతో ఒక సంస్థ ఆవిర్భవించింది. రాజ్యాంగ సంస్కరణలకు అనుకూలంగా ప్రజల అభిప్రాయాన్ని సృష్టించడం మరియు రాజకీయ హక్కుల కోసం పోరాడాలనే లక్ష్యంతో దీనిని వామన్ నాయక్ స్థాపించారు. రాజకీయ కార్యకలాపాల పట్ల నిజాం ప్రభుత్వం యొక్క శత్రు వైఖరి మరియు గస్తి నెం.53 వంటి అణచివేత ఫర్మాన్లను చేయడంతో, మాడపాటి హనుమంత రావు మరియు ఇతరులు రాష్ట్రం వెలుపల రాజకీయ సమావేశాలు నిర్వహించడానికి ప్రయత్నాలు చేశారు. 1923లో మాధవరావు అనీ అధ్యక్షతన కాకినాడలో మొదటి హైదరాబాద్ రాజకీయ సమావేశం జరిగింది. ఆ తర్వాత బొంబాయి (1926), పూనా (1928) మరియు అకోలా (1931)లో మరో మూడు సమావేశాలు జరిగాయి. అకోలా సదస్సులో సుభాష్ చంద్రబోస్ ప్రసంగించారు. నిరంకుశ పాలనకు వ్యతిరేకంగా మరియు ప్రజాస్వామ్య ప్రభుత్వ స్థాపన కోసం పోరాటాన్ని కొనసాగించాలని హైదరాబాద్ ప్రజలను కోరారు. ఈ సమావేశాలలో

పౌర మరియు ప్రాథమిక హక్కులను డిమాండ్ చేస్తూ తీర్మానాలు చేయబడ్డాయి, ముఖ్యంగా పత్రికా మరియు సమావేశ స్వేచ్ఛ కోసం మరియు శాసనసభను ప్రాతినిధ్యం గురించి తీర్మానాలు చేయబడినాయి. బొంబాయి, సమావేశం హైదరాబాద్ రాష్ట్రంలోని హిందూ మెజారిటీని నొక్కి చెప్పింది. నిజాం ఆధ్వర్యంలో బాధ్యతాయుతమైన ప్రభుత్వం ఏర్పాటు చేయాలని అకోలా సదస్సు డిమాండ్ చేసింది.

ఐదవ శతాబ్దం మూడవ దశాబ్దంలో ప్రజలలో పెరుగుతున్న రాజకీయ స్పృహ/ అశాంతి మరియు ఖాదీ ప్రాముఖ్యతను వ్యాప్తి చేయడానికి 1930లో పద్మజా నాయుడు స్వదేశీ లీగ్ సంస్థను స్థాపించింది. 1934లో గాంధీజీ పర్యటన హైదరాబాద్లోని జాతీయవాద శక్తులపై గణనీయమైన ప్రభావాన్ని చూపింది. బ్రిటీష్ ఇండియాలో భారత ప్రభుత్వ చట్టం (1935) మరియు ప్రావిన్సులలో కాంగ్రెస్ మంత్రిత్వ శాఖల ఏర్పాటు వంటి రాజకీయ మార్పుల కారణంగా హైదరాబాద్ జాతీయవాదులు రాజ్యాంగ సంస్కరణలు మరియు రాష్ట్రంలో బాధ్యతాయుతమైన ప్రభుత్వాన్ని ఏర్పాటు చేయాలని డిమాండ్ చేశారు. పర్యవసానంగా, నిజాం ప్రభుత్వం 1937లో దివాన్ బహదూర్ అరవముదు అయ్యంగార్ అధ్యక్షతన కమిటీని ఏర్పాటు చేసి రాష్ట్రంలో ప్రవేశపెట్టాల్సిన రాజ్యాంగ సంస్కరణలను ప్రభుత్వానికి సిఫార్సు చేయమని ఆదేశించింది. కమిటీలోని ఇతర ఇద్దరు సభ్యులు, జి.ఎం. ఖురిషి, మరియు ప్రొఫెసర్ బాదర్ హుస్సేన్ ఖాన్, కమిటీ కార్యదర్శిగా ఎస్.యూసుఫ్ అలీ ఉన్నారు. ఆగస్టు 1938లో, అయ్యంగార్ కమిటీ హైదరాబాద్ స్టేట్లో ప్రవేశపెట్టబోయే వివిధ రాజ్యాంగ సంస్కరణలకు సంబంధించిన తన నివేదికను సమర్పించింది. భవిష్యత్ శాసన మండలిలో హిందువులు మరియు ముస్లింలు అనే రెండు ప్రధాన వర్గాల మధ్య సమాన ప్రాతినిధ్యాన్ని ఇది సూచించింది.

1938లో జరిగిన హరిపుర భారత జాతీయ కాంగ్రెస్ సమావేశంలో పెద్ద సంఖ్యలో (సుమారు 500) హైదరాబాదీలు పాల్గొన్నారు. అది వారికి "వారి ఉదాసీనత యొక్క చిరకాల అవశేషాలను తొలగించడానికి" సహాయపడింది. ప్రఖ్యాత హరిపుర తీర్మానం భారతదేశంలోని మిగిలిన రాష్ట్రాలలో ఉన్న అది రాజకీయ, సామాజిక మరియు ఆర్థిక స్వేచ్ఛ కోసం కాంగ్రెస్ కృషి చేస్తుందని మరియు స్వదేశీ సంస్థానాలను భారతదేశంలో అంతర్భాగంగా పరిగణించాలని పేర్కొంది. హరిపుర సదస్సులో ఆమోదించిన తీర్మానాలు కాంగ్రెస్లో పాల్గొన్న యువతకు స్ఫూర్తినిచ్చాయి. ఇది హైదరాబాదీలు హైదరాబాదులో రాజకీయ సంస్థను ఏర్పాటు చేసుకోవడానికి దోహదపడింది. హైదరాబాద్ స్టేట్ కాంగ్రెస్ ఏర్పాటు కోసం అనేక అనధికారిక సమావేశాలు జరిగాయి. జనవరి 1938లో మాడపాటి హనుమంతరావు హైదరాబాద్ పీపుల్స్ కన్వెన్షన్ ను ఏర్పాటు చేసినాడు. అదే సంవత్సరం

జూలైలో హైదరాబాద్ స్టేట్ కాంగ్రెస్‌కు పునాదిని సిద్ధం చేయడానికి తాత్కాలిక కమిటీని ఏర్పాటు చేశారు. తక్కువ వ్యవధిలో, హైదరాబాద్, సికింద్రాబాద్ మరియు జిల్లాల్లోని జంట నగరాల్లో దాదాపు 1200 మంది ప్రాథమిక సభ్యులు నమోదు చేసుకున్నారు. హైదరాబాద్ స్టేట్ కాంగ్రెస్ యొక్క కార్యక్రమం పార్టీ జాతీయ లక్ష్యాలను నొక్కి చెప్పింది. ప్రజానీకం యొక్క మేర్కొలుపు, రాజకీయ స్పృహను మత రహిత సమీకరించడం తద్వారా మత వర్గాల మధ్య స్నేహాన్ని మెచ్చుకోవడానికి ఏకైక సాధనంగా వాటిని కీర్తించింది. కుల/వర్గ/మతాలకు అతీతంగా పెద్ద సంఖ్యలో పార్టీలో చేరాలని ప్రజలను కోరింది. హిందువులు మరియు ముస్లింలు పరస్పర అపనమ్మకాన్ని విడిచిపెట్టి, బాధ్యతాయుతమైన ప్రభుత్వం కోసం ఉద్యమాన్ని బలోపేతం చేయాలని ఉద్బోధించింది. ఈ అభివృద్ధి అంతా వెనుక ఉన్న చైతన్య స్ఫూర్తి స్వామి రామానంద తీర్థ 1938 సెప్టెంబరు 9న హైదరాబాద్ స్టేట్ కాంగ్రెస్ జనరల్ బాడీ సమావేశాన్ని నిర్వహించి, కొత్త రాజ్యాంగాన్ని ఆమోదించి, ఆఫీస్ బేరర్లను ఎన్నుకోవాలని నిర్ణయించారు. అయితే, హైదరాబాద్ స్టేట్ కాంగ్రెస్ ఏర్పాటును నిజాం ప్రభుత్వం నిషేధించింది మరియు పబ్లిక్ సేఫ్టీ రెగ్యులేషన్ ప్రకారం చట్టవిరుద్ధమైన సంఘంగా ప్రకటించింది. నోటిఫికేషన్లో హైదరాబాద్ స్టేట్ కాంగ్రెస్ మతపరమైన మార్గాల్లో ఏర్పడింది. మతపరమైన,విధ్వంసక ప్రయోజనాలతో యానిమేట్ చేయబడింది..." అని పేర్కొంది. రామాచారి వంటి కాంగ్రెస్ నేతలతో చర్చలు జరిపినా ఏమీ సాధించలేదు.

ప్రభుత్వం బహిరంగంగా మతతత్వ వైఖరిని అవలంబించినప్పటికీ, బయటి రాజకీయ సంస్థలతో విధేయత లేదని ధృవీకరించినప్పటికీ, కాంగ్రెస్ పై నిషేధాన్ని ఎత్తివేయడానికి ప్రభుత్వం ఇష్టపడలేదు. ఈలోగా 1938 ఏప్రిల్లో హైదరాబాద్ నగరంలోని దూల్ పేట్ లో జరిగిన మతపరమైన అల్లర్లను చెదరగొట్టడానికి కొంతమంది కాంగ్రెస్ నాయకులు ప్రయత్నాలు చేశారు. వాస్తవానికి, 1938 సంవత్సరం ప్రారంభం నుండి మతపరమైన అల్లర్లు సంఖ్య మరియు స్థాయి స్పష్టంగా పెరిగాయి. ఎం. నర్సింగ్ రావు వంటి మరికొందరు నాయకులు రాజ్యాంగ సంస్కరణలను వ్యతిరేకించిన ఇత్తెహాద్–ఉల్–ముస్లిమీన్ పార్టీ నాయకుడు బహదూర్ యార్ జంగ్తో ఐక్య చర్చలు జరిపారు. ప్రభుత్వ పెద్దలు, ఇతరులతో సుదీర్ఘ చర్చల అనంతరం హైదరాబాద్ స్టేట్ కాంగ్రెస్పై నిషేదం ఎత్తివేసేందుకు ప్రభుత్వం విముఖత చూపుతోందని కాంగ్రెస్ నేతలు నిర్ధారణకు వచ్చారు. అందుకే హైదరాబాద్ స్టేట్ కాంగ్రెస్ మరియు నిజాం ప్రభుత్వానికి మధ్య ఘర్షణ కొత్త దశకు చేరుకుంది.

ఇరవయ్యవ శతాబ్దపు మూడవ దశాబ్దం హైదరాబాద్ స్టేట్లో ప్రజాసంస్థల విస్తరణకు సాక్ష్యంగా నిలిచింది. వారు తమ హక్కులను విస్తరించాలని మరియు ప్రజాస్వామ్య

మార్పులను అమలు చేయాలని, ప్రజాస్వామ్య సంస్థల అభివృద్ధిని ప్రోత్సహించాలని ప్రభుత్వాన్ని డిమాండ్ చేశారు. 1930 నాటికి ఆంధ్ర మహాసభ (AMS). హైదరాబాదులోని తెలుగు మేధావులకు కేంద్ర వాణిగా మరియు ప్రధాన వేదికగా మారింది. ఇది పూర్తిగా సాంస్కృతిక మరియు సాంఘిక సంస్థగా వ్యవహరించింది. లైబ్రరీల స్థాపన, తెలుగు బోధనకు పిలుపునిస్తూ, వివిధ రకాల సాంస్కృతిక ఎజెండాను ముందుకు తెచ్చింది. అలాగే బాల్య వివాహాలు, వెట్టి మరియు కుల వివక్ష సమస్యలపై చర్చించే సామాజిక-సంస్కరణ సంస్థగా పనిచేసింది. రావి నారాయణరెడ్డి, బద్దం ఎల్లారెడ్డి, ఆరుట్ల సోదరులు మొదలైన మిలిటెంట్ యువకులు కార్యకలాపాల ద్వారా ఆంధ్రమహాసభలోని ఒక వర్గం తీవ్రరూపం దాల్చింది. AMS ద్వారా వ్యక్తీకరించబడిన సామాజిక మరియు సాంస్కృతిక సమస్యలు రాజకీయాలకు సరిహద్దులుగా పరిగణించబడుతున్నాయి. హైదరాబాద్ ప్రభుత్వం పౌర స్వేచ్ఛ మరియు రాజకీయ స్వేచ్ఛను ఇవ్వడానికి ఇష్టపడలేదు. AMSతో పాటు స్వదేశీ లీగ్ (1930). అంజుమాన్-ఐ తారక్కీ - మరియు 1935లో నిజాం సబ్జెక్ట్స్ లీగ్ కూడా ప్రజా జీవితాన్ని పెంపొందించడానికి ప్రయత్నించాయి.

ఆర్యసమాజ్ మరియు హిందూ మహాసభ యొక్క స్పష్టమైన మతపరమైన గుర్తింపులకు వ్యతిరేకంగా, ఈ సంస్థలు సమావేశమయ్యే స్వేచ్ఛ మరియు వాక్ స్వాతంత్ర్యం కోసం రాజకీయ మార్పును కోరుతున్నాయి. రాజకీయ ప్రసంగం మరియు రాజకీయ సమావేశాలను పరిమితం చేసే అప్రసిద్ధ ప్రభుత్వ ఉత్తర్వు, 52 మరియు 53 యొక్క గస్తీని ఈ సమూహాలలో చాలా మంది మనోవేదనకు మూలంగా ఉన్నాయి.. ఆర్యసమాజ్ మరియు హిందూ మహాసభలు 'ముస్లిం' పాలిటీలో 'హిందూ' పక్షాన్ని అణిచివేసినట్లు మతపరంగా వర్ణించి వాటిని ప్రచారం చేయడానికి పౌర హక్కుల వాక్చాతుర్యాన్ని ఉపయోగించడాన్ని మానుకోలేదు. ఆర్యసమాజ్, హిందూ మహాసభ ప్రచార కేంద్రాల పనితీరును హైదరాబాద్ ప్రధాని అక్బర్ హైదరి విమర్శించారు. వేర్పాటువాద మరియు మతతత్వ భావాల నుండి హైదరాబాద్ సమగ్రతను కాపాడటానికి రాజకీయ సంస్థలు మరియు రాజకీయ సమావేశాలపై ఆంక్షలు విధించారని ఆయన వాదించారు. నిజాం ప్రభుత్వం రాజకీయ సంస్కరణల చర్చను అయిష్టంగానే కొనసాగిస్తోందని, రాష్ట్రం ఆమోదం పొందకపోతే రాజకీయ సమావేశాలను నిషేధించిందనేది నిజమే అని పేర్కొన్నారు. 1948లో హైదరాబాద్ సంస్థానం ఇండియన్ యూనియన్లో విలీనం అయ్యే నాటికి విద్యార్థులు మరియు యువత వంటి పౌర సమాజ సమూహాలు అలాగే హైదరాబాద్ స్టేట్ కాంగ్రెస్ వంటి రాజకీయ సంస్థలు సత్యాగ్రహ ఉద్యమం ద్వారా పౌర హక్కులు మరియు ప్రజాస్వామ్య హక్కుల కోసం పోరాడాయి.

ఉస్మానియా యూనివర్సిటీలో వందేమాతరం ఉద్యమం

మాతృభూమిని హిందూ దేవతగా అభివర్ణించి, తమ ప్రార్థనా మందిరంలో ఆమెను పూజించాలని పిలుపునిచ్చిన బంకిం చంద్ర ఛటర్జీ బందేమాతరం' పాడాలని హిందూ విద్యార్థులు పట్టుబట్టిన సందర్భంలో ఉస్మానియా యూనివర్సిటీలో కలకలం రేపింది. యూనివర్సిటీలోని 'బి' హాస్టల్లోని హిందూ విద్యార్థులు 1938లో దసరా వేడుకల సందర్భంగా వందేమాతరం పాట పాడుతూ కనిపించారు. హిందువుల సమావేశ మందిరాల్లో వందేమాతరం పాట పాడారని ముస్లిం విద్యార్థులు అభ్యంతరం వ్యక్తం చేయడంతో హాస్టల్ అధికారులు ప్రార్థనా మందిరాన్ని మూసివేశారు. ప్రముఖ ఉర్దూ వార్తాపత్రిక రహ బర దక్కన్ ఈ పాటను నిషేధించడాన్ని సమర్థించింది. "ముస్లిం పాలనపై తిరుగుబాటు చేయమని మరియు మసీదులను ధ్వంసం చేయమని హిందువులను అడగడానికి మాత్రమే" బంకించంద్ర ఛటర్జీ ఈ పాటను వ్రాసినట్లు ఇది గమనించింది. విద్యాసంస్థలో విద్యార్థులు రాజకీయ, వివాదాస్పద పాటలు పాడకూడదని యూనివర్సిటీ అధికారులు సర్క్యులర్ జారీ చేశారు. పాట పాడటంపై విధించిన నిషేధాన్ని ఉపసంహరించుకోవాలని విద్యార్థులు అధికారులకు విజ్ఞప్తి చేయగా, అధికారులు వెంటనే తిరస్కరించారు. అయినప్పటికీ విద్యార్థులు పట్టుదలతో కారిడార్లలో ప్రార్థనలు నిర్వహించారు. పర్యవసానంగా ప్రో-వైస్-ఛాన్సలర్ 29 నవంబర్ 1938న హిందూ విద్యార్థులకు తమ గదులను తక్షణమే ఖాళీ చేయాలని నోటీసు జారీ చేసి, వారిలో 600 మందిని కళాశాల నుండి బహిష్కరించారు. ఈ ఉత్తర్వు ఉస్మానియా విశ్వవిద్యాలయంలోనే కాకుండా వరంగల్ మరియు ఔరంగాబాద్ వంటి ప్రాంతీయ పట్టణాల్లోని దాని అనుబంధ కళాశాలలు మరియు ఉన్నత పాఠశాలల మొత్తం 1200 మంది విద్యార్థులను ప్రభావితం చేసింది.

వందేమాతరం పాటపై నిషేధంతో పాటు హిందూ విద్యార్థులకు కళాశాల యూనిఫారంగా ముస్లింల దుస్తులను విధించడం వంటి ఇతర ఫిర్యాదులు ఉన్నాయి: ముదురు నీలం రంగు షేర్వానీ మరియు తెలుపు పైజామా బదులుగా వారు తెల్లటి చొక్కా మరియు ధోతి ధరించాలని కోరుకున్నారు. వారు ఉర్దూ మాధ్యమంలో మాత్రమే కాకుండా తెలుగు మరాఠి, కన్నడ వంటి మాతృభాషలలో కూడా పోస్ట్ గ్రాడ్యుయేట్ కోర్సులను కోరుకున్నారు. వారు ప్రాంతీయ భాషలలో ప్రొఫెసర్షిప్లను సృష్టించాలని డిమాండ్ చేశారు. డైనింగ్ హాళ్లలో డ్రెస్ కోడ్ కు సంబంధించిన నిబంధనలను సడలించాలని వారు కోరుకున్నారు. వారు అల్లాకియాత్ (నైతిక బోధనకు) వ్యతిరేకంగా

ఉన్నారు. ముస్లిం మతపరమైన కార్యక్రమాలలో హిందువులను కించపరచడం మరియు విశ్వవిద్యాలయానికి ప్రముఖ వ్యక్తుల సందర్శనల సమయంలో కూడా ఆగ్రహం వ్యక్తం చేశారు. ఉదాహరణకు మౌల్వి M.A. ఘని, దీనియాత్ విభాగానికి చెందిన ప్రొఫెసర్ హిందువులను గోబర్ పరస్ట్ (పిడి ఆరాధకులు) అని పిలిచారు. మహ్మద్ జిన్నా యూనివర్శిటీ విద్యార్థులను ఉద్దేశించి మాట్లాడుతూ వారిని నా ముస్లిం విద్యార్థులు" అని పిలిచారు. విద్యార్థులు దుస్తుల కోడ్‌కు వ్యతిరేకంగా నిరసన వ్యక్తం చేసినప్పుడు ప్రొ వైస్ ఛాన్సలర్, "మీరు ఈ సంస్కృతిని అవలంబించాలి లేదా హాస్టళ్ల నుండి నిష్క్రమించాలి" అని వ్యాఖ్యానించారు. నవంబర్ 28, 1938న ప్రభుత్వం యూనివర్సిటీ ఆవరణలో వందేమాతర గానంపై నిషేధం విధించింది. తద్వారా మతస్వేచ్ఛను హరించడం మరియు హిందువులు ముస్లింల ఆధిపత్యానికి చిహ్నంగా విశ్వవిద్యాలయాన్ని భావించే వారి స్థానాన్ని బలోపేతం చేయడం వంటి ఆరోపణలకు తమను తాము తెరతీశారు.

యూనివర్సిటీ అధికారుల మొండి వైఖరి వల్ల విద్యార్థులు ఆందోళనను తీవ్రతరం చేయడంతో అవసరమైన చర్యలు తీసుకోవాలని కె. అచ్యుతరెడ్డి అధ్యక్షతన యాక్షన్ కమిటీగా ఏర్పడి తమ డిమాండ్లు నెరవేరే వరకు సమ్మెను కొనసాగించాలని నిర్ణయించారు. యూనివర్శిటీ అధికారుల ఏకపక్ష ప్రవర్తన విద్యార్థి లోకాన్ని ఆగ్రహానికి గురిచేసింది వారు హర్తాల్లు బహిష్కరణ మరియు ప్రదర్శనలను నిర్వహించారు. ఔరంగాబాద్, బీదర్, నాందేడ్ మరియు పర్భాని, జిల్లాలలో నిరంతర సమ్మె జరిగింది. విద్యార్థి ఉద్యమం త్వరగా రాష్ట్రమంతటా వ్యాపించింది. రాష్ట్రవ్యాప్తంగా పలు ఉన్నత పాఠశాలలు, కళాశాలల విద్యార్థులు తరగతులను బహిష్కరించారు. విద్యార్థుల ఉద్యమాన్ని అణిచివేసేందుకు ప్రభుత్వం నిర్బంధ విధానాన్ని అవలంబించింది. డిసెంబర్ 10, 1938 నాటికి వారు క్షమాపణలు చెప్పాలని మరియు తరగతులను పునఃప్రారంభించాలని సమ్మె చేసిన వారికి విశ్వవిద్యాలయ అధికారులు నోటీసు ఇచ్చారు. లేకుంటే వారి పేర్లు రోల్స్ లో నుండి తీసివేయ బడుతాయని హెచ్చరించారు. అయినప్పటికీ విద్యార్థులు పట్టుబట్టి యూనివర్సిటీ ఆదేశాలను పాటించడానికి నిరాకరించారు. దీంతో ఉస్మానియా యూనివర్సిటీ కాలేజిలో 350 మంది, సిటీ కాలేజీలో 70 మంది విద్యార్థులు, గుల్బర్గా కాలేజీలో 310 మంది విద్యార్థులు, మహబూబ్నగర్ హైస్కూల్లో 120 మంది విద్యార్థుల పేర్లు కొట్టివేయబడ్డాయి. సమ్మె చేస్తున్న విద్యార్థులకు శిక్షగా ప్రభుత్వం స్కాలర్షిప్పులు మరియు ఫీజు రాయితీల చెల్లింపులను నిలిపివేసింది.. వందేమాతరం గీతాన్ని ఏ ప్రభుత్వ సంస్థల్లోనూ పాడటానికి అనుమతించబోమని ప్రభుత్వం ప్రకటించింది. సమ్మె చేస్తున్న విద్యార్థులను సేవా మరియు ఉపాధి అవకాశాలపై భయంకరమైన పరిణామాలతో బెదిరించింది. అధికారులు ముందస్తు

అనుమతి లేకుండా విద్యార్థులు ప్రసంగాలు / ఉపన్యాసాలు మరియు వ్యాసాలు రాయడం వంటి వాటిని కూడా నిషేదించింది.

ప్రభుత్వ అణచివేత విధానాలకు దీటుగా యూనివర్సిటీ విద్యార్థులు దాదాపు 10 నెలల పాటు తమ ఆందోళనను కొనసాగించారు. ఉస్మానియా యూనివర్సిటీ అధికారులు ఇంటర్ యూనివర్సిటీ బోరుకు విజ్ఞప్తి చేయడంతో బహిష్కరణకు గురైన విద్యార్థులు మరే ఇతర యూనివర్సిటీలో ప్రవేశం లేకుండా చేశారు. ఉస్మానియా విద్యార్థుల ప్రవేశానికి ఆంధ్రా యూనివర్సిటీ నిరాకరించడం విశేషం. ఉస్మానియా విద్యార్థులను రక్షించేందుకు నాగూర్ విశ్వవిద్యాలయం ముందుకు వచ్చి వారికి ప్రవేశం కల్పించింది. మద్రాసు, జబల్పూర్ యూనివర్సిటీలు కూడా వీరికి ప్రవేశం కల్పించాయి. బహిష్కరణకు గురైన విద్యార్థుల్లో అచ్యుతారెడ్డి, ఎన్. రామచంద్రారెడ్డి ఉన్నారు. ఇతర ప్రముఖ నాయకులు: P. V. నర్సింహారావు, D. వెంకటేశ్వరరావు. A. రామచంద్రారెడ్డి, హయగ్రీవాచారి తదితరులు ఉన్నారు. సుదీర్ఘ పోరాటం కూడా కొన్ని వర్గాల విద్యార్థులలో ఆందోళన కలిగించింది. మరియు వారిలో కొందరు సయోధ్య కోసం ప్రయత్నాలు చేశారు. అంతేకాదు స్థానికంగా ఉన్న కొందరు నేతలు యూనివర్సిటీ అధికారులతో చర్చలు జరిపేందుకు ముందుకు రావడంతో మళ్లీ ప్రవేశానికి మంచి షరతులు విధించేందుకు యూనివర్సిటీ సిద్ధమైంది. "యూనిఫారాలు, మతపరమైన బోధన మొదలైనవాటితో సహా హిందూ విద్యార్థులు అన్ని సమస్యలకు హాజరయ్యేందుకు సిద్ధంగా ఉన్నామని, అయితే వందేమాతరం గీతం పై ఎలాంటి ఒప్పందానికి అంగీకరించబోమని నిజాం ప్రభుత్వం ప్రకటించింది. కె.యస్ వైద్య జె.ఆర్. దేశాయ్, బూర్గుల రామాచారి, జయసూర్యనాయుడు, వంటి ప్రముఖ నాయకుల లిఖితపూర్వక విజ్ఞప్తిపై విద్యార్థులు సమ్మె విరమించి తరగతులకు హాజరుకావాలని విద్యార్థి కార్యాచరణ సమితి అధ్యక్షుడు పిలుపునిచ్చాడు.

విద్యార్థి ఉద్యమాన్ని అణిచివేసేందుకు ప్రభుత్వం ఎన్ని ప్రయత్నాలు చేసినప్పటికీ, రాష్ట్రవ్యాప్తంగా మరియు వెలుపల పౌర సమాజం, పత్రికా మరియు రాజకీయ సమూహాల నుండి విస్తృత సానుభూతి మరియు మద్దతును పొందింది. మహాత్మా గాంధీ, జవహర్లాల్ నెహ్రూ సుబాష్ చంద్రబోస్ మరియు సావర్కర్ వంటి జాతీయ నాయకుల ఆశీస్సులను కూడా అందుకుంది. "ప్రార్థనా మందిరంలో ఈ జాతీయ గీతాన్ని పాడే హక్కు మీకు ఉంది" అని గాంధీజీ విద్యార్థులకు సందేశం పంపారు. బోస్ ఇలా వ్రాశాడు. "ఎట్టి పరిస్థితుల్లోనూ లొంగవద్దు, ప్రభుత్వం ఒప్పందానికి వస్తుంది. కనీసం ఆరు నెలల పాటు సమ్మె కొనసాగించాలి". అల్-ఇండియా అర్యన్ కాన్ఫరెన్స్ కూడా విద్యార్థుల

ధైర్యసాహసాలకు అభినందనలు తెలిపింది. బాంబే ప్రెసిడెన్సీ నుండి వచ్చిన మహారథా అనే ఆంగ్ల పత్రిక ఇలా వ్రాసింది. "విద్యార్థులు విశ్వవిద్యాలయ అధికారుల నిషేధిత ఆదేశాలను అద్భుతంగా ఎదుర్కొన్నారు. మరియు వారు పోరాడిన సూత్రంపై ఏకైక భక్తిని నిరూపించుకున్నారు. వందేమాతరం పాటపై నిషేధాన్ని ఎత్తివేయాలన్న ఉద్యమం ప్రధాన డిమాండ్‌ను సాధించనప్పటికీ, అది "విద్యార్థులలో ధైర్యం మరియు త్యాగ స్ఫూర్తిని" సూచిస్తుంది. "భారతదేశంలోని విద్యార్థి ఉద్యమాల చరిత్రలో ఇది విశిష్టమైనది" కాబట్టి ఇది యువతలో ప్రజా మేల్కొలుపులో కొత్త యుగానికి నాంది పలికింది. వందేమాతరం పాట విద్యార్థులకే కాదు, హైదరాబాద్ రాష్ట్రంలోని అనేక రాజకీయ వర్గాలకు మంత్రంగా మారింది. స్టేట్ కాంగ్రెస్, ఆర్యన్ డిఫెన్స్ లీగ్ మరియు ఇతరుల సత్యాగ్రహీలు ఊరేగింపులు, మరియు బహిరంగ కార్యక్రమాలలో వందేమాతరం పాట పాడటం ప్రారంభించారు. విద్యార్థుల ఉద్యమ ప్రభావానికి ఇది స్పష్టమైన సూచన. నిజానికి, హైదరాబాద్ స్టేట్ కాంగ్రెస్ సత్యాగ్రహ ఉద్యమానికి విద్యార్థి ఉద్యమం "సహాయం" అందించింది. వందేమాతరం ఉద్యమం, కామ్రేడ్స్ అసోసియేషన్ మరియు ఆల్ హైదరాబాద్ స్టూడెంట్స్ యూనియన్ ప్రాతినిధ్యం వహిస్తున్న మిలిటెంట్ వామపక్ష విద్యార్థి ఉద్యమం యొక్క భవిష్యత్తుపై లోతైన మరియు శాశ్వతమైన ప్రభావాన్ని చూపింది. దేవులపల్లి వెంకటేశ్వరరావు, సర్వదేవభట్ల రామనాథం వంటి సోషలిస్టు భావాలున్న యువకులు వందేమాతరం ఉద్యమంలో పాల్గొన్నారు.

కాంగ్రెస్ సత్యాగ్రహం

1938లో హైదరాబాద్ స్టేట్ కాంగ్రెస్ సాధ్యమైన ప్రత్యామ్నాయాలను పరిగణించింది. ప్రభుత్వంతో సహేతుకమైన చర్చలకు అన్ని ద్వారాలు మూసివేయబడినప్పుడు, సత్యాగ్రహాన్ని నిర్వహించాలని నిర్ణయించుకుంది. తత్ఫలితంగా తాత్కాలిక కమిటీ రద్దు చేయబడింది. రాజ్యాంగ సంస్కరణలను అమలు చేయడానికి నిజాం ప్రభుత్వంపై ఒత్తిడి తీసుకురావడానికి ఒక కార్యాచరణ కమిటీని ఏర్పాటు చేశారు. అధ్యక్షుడిగా గోవిందరావు నానల్. ప్రధాన కార్యదర్శిగా రామకృష్ణ దూతో కార్యవర్గాన్ని ఏర్పాటు చేశారు. 1935 అక్టోబరు 24న గాంధీజీ అహింస సూత్రానికి కట్టుబడి సత్యాగ్రహాన్ని వ్యక్తిగతంగా నిర్వహించాలని ప్రజలకు విజ్ఞప్తి చేసింది. రాష్ట్రవ్యాప్తంగా సత్యాగ్రహం చేసేందుకు కాంగ్రెస్ ఏకరూప విదానాన్ని అవలంబించింది. వార్తాళ్లను పాటించాలని, ఊరేగింపులు, బహిరంగ సభలు నిర్వహించాలని మరియు స్వచ్ఛంద సేవకులచే అరెస్టు చేయబడాలని ప్రజలను ప్రోత్సహిస్తూ కాంగ్రెస్ సాహిత్యం జిల్లా కేంద్రాలు మరియు ముఖ్యమైన పట్టణాలలో రహస్యంగా పంపిణీ చేయబడింది. గోవింద్ రావ్ నానల్, తన ఇతర సహచరులు నారాయణ రెడ్డి

వంటి వారితో కలిసి సత్యాగ్రహం చేయగా, వారిని అరెస్టు చేశారు. వత్యాగ్రహాన్ని ప్రారంభించిన మొదటి నియంతగా రామానంద తీర్థ నియమితులయ్యారు. రామనంద తీర్థ మరియు ఇతర సత్యాగ్రహులు అరెస్టుకాబడి 18 నెలల పాటు జైలు శిక్ష అనుభవించారు. రాష్ట్ర కాంగ్రెస్ సభ్యులు హైదరాబాద్ నగరంలోని సుల్తాన్ బజార్, పుత్లిబౌలి, క్లాక్ టవర్ ప్రాంతం, కాచిగూడ రైల్వే స్టేషన్, అబిడ్స్ మరియు పత్తర్‌గట్టి వంటి వివిధ ప్రాంతాల నుండి వారానికి రెండు లేదా మూడు సారు సత్యాగ్రహం చేశారు. సత్యాగ్రహ ఉద్యమం ఖమ్మం, వరంగల్, కరీంనగర్ వంటి జిల్లాలకు కూడా విస్తరించింది. 400 మంది కాంగ్రెస్ వాలంటీర్లతో కూడిన మొత్తం 18 బ్యాచ్లు సత్యాగ్రహ ఉద్యమంలో పాల్గొన్నారు. సత్యాగ్రహ ఉద్యమం ఉధృతంగా సాగుతున్నప్పుడు. నిజాం ప్రభుత్వం సత్యాగ్రహాన్ని మతపరమైనదిగా వర్ణించింది.

అపార్థం మరియు మర్షణలను నివారించడానికి గాంధీజీ హైదరాబాద్ స్టేట్ కాంగ్రెస్ కు సత్యాగ్రహ ఉద్యమాన్ని విరమించుకోవాలని సూచించారు. అతను హైదరాబాద్ స్టేట్ కాంగ్రెస్ ను గుర్తించాలని మరియు సత్యాగ్రహులను విడుదల చేయమని కోరుతూ సర్ అక్బర్ హైదరీని కూడా వ్రాసాడు. సత్యాగ్రహులందరినీ ప్రభుత్వం విడుదల చేసినప్పటికీ రాష్ట్ర కాంగ్రెస్ పై నిషేధాన్ని ఎత్తివేయడానికి నిరాకరించింది. 1939-40 సంవత్సరమంతా కాశీనాథరావు వైద్య కాంగ్రెస్ పై నిషేధాన్ని ఎత్తివేయడానికి హైదరాబాద్ ప్రభుత్వంతో చర్చలు జరిపారు. రాష్ట్ర కాంగ్రెస్ తన పేరును హైదరాబాద్ స్టేట్ కాంగ్రెస్ నుండి హైదరాబాద్ నేషనల్ కాన్ఫరెన్స్'గా మార్చడానికి సుముఖత వ్యక్తం చేసింది. భారత జాతీయ కాంగ్రెస్లో తమకు ఎలాంటి అనుబంధం లేదని ప్రకటించింది. ప్రభుత్వం సంతృప్తి చెందడానికి ఇలా ప్రకటించడం జరిగింది. కాశీనాథ్ వైద్య మరియు ప్రభుత్వం మధ్య చర్చలను చూస్తున్న స్వామి రామానంద తీర్థ, శాసనోల్లంఘన లేదా వ్యక్తిగత సత్యాగ్రహాన్ని ఆశ్రయించాలని నిర్ణయించుకున్నారు. ఆయనతో పాటు పలువురు రాష్ట్ర కాంగ్రెస్ సభ్యులు కూడా ఉద్యమంలో పాల్గొన్నారు. మరోవైపు రాష్ట్ర కాంగ్రెస్ తరపున రామాచారి రాష్ట్ర ప్రభుత్వంతో ఉత్తర ప్రత్యుత్తరాలు, సాగించారు. హైదరాబాద్లో ప్రస్తుత పరిస్థితి కూడా ప్రభుత్వానికి అనుకూలంగా లేదు. వీటన్నింటిని పరిగణనలోకి తీసుకున్న నిజాం ప్రభుత్వం ఏప్రిల్ 1946లో భారత జాతీయ కాంగ్రెస్ పై నిషేధాన్ని ఎత్తివేసింది.

ఆర్యసమాజ్ సత్యాగ్రహం

హైదరాబాదు స్టేట్ కాంగ్రెస్ సత్యాగ్రహ ఉద్యమంలో ఆర్యసమాజిస్టులు హిందూ మహాసభ హిందూ వారి హక్కుల సంఘం అధ్వర్యంలోని ప్రజా మండళ్లు చేరాయి.

ఉస్మానియా యూనివర్శిటీ విద్యార్థుల వందేమాతరం ఉద్యమం కూడా సత్యాగ్రహ ఉద్యమం యొక్క కొనసాగింపు. 1938వ సంవత్సరం ఆధునికి హైదరాబాద్ చరిత్రలో గొప్ప ప్రాముఖ్యతను సంతరించుకుంది. ఎందుకంటే ఇది నిజాం ప్రభుత్వానికి వ్యతిరేకంగా తీవ్రస్థాయి మరియు సర్వతోముఖ ప్రజా నిరసన / సత్యాగ్రహ ఉద్యమాల ఆవిర్భావానికి సాక్షిగా నిలిచింది. అందువల్ల, పత్రికలు, బహిరంగ ప్రసంగాలు మరియు సత్యాగ్రహ బెదిరింపుల ద్వారా ఉద్రిక్తతలకు మరింత ఆజ్యం పోస్తే దృఢంగా వ్యవహరించాలని ప్రభుత్వం నిశ్చయించుకుంది. దానిలో భాగంగా హైదరాబాద్ స్టేట్ కాంగ్రెస్పై నిషేధం, బహిరంగ సభలపై కఠిన నిఘా, ఆర్యసమాజ్ స్వర బోధకుడు నరేంద్ర ప్రసాద్ సక్సేనా ప్రసంగాలపై నిషేధం ఉన్నాయి.. రాష్ట్ర అధికారులు హిందూ మరియు ముస్లిం మతాలకు చెందిన మత సంస్థలలో సభ్యులుగా చేరడాన్ని కూడా ప్రబుత్వం నిషేధించింది. హవన్ కుండలు. ఓం జెండాలు, నాగర్ కీర్తనలు మొదలైన వాటిని నిషేధించడం వంటివి ఆర్యసమాజ్ పై ప్రభుత్వం అణచివేతకుని విధానాల అందువల్ల హిందువుల మనోవేదనలను పరిష్కరించడవే కాకుండా మత స్వేచ్ఛ కోసం కూడా సత్యాగ్రహ ఉద్యమాన్ని ప్రారంభించాలని ఆర్యసమాజ్ నిర్ణయించింది. 1938 అక్టోబరు 24న హైదరాబాద్ సత్యాగ్రహ ఉద్యమ నాయకుడిగా మహాత్మా నారాయణ స్వామి ఎన్నికయ్యారు. భారతదేశం అంతటా "హైదరాబాద్ డీ పాటించబడింది. బ్రిటిష్ ఇండియా నుండి అనేక మంది ప్రముఖ ఆర్యసమాజ్ నాయకులు హైదరాబాద్ రాష్ట్రంలోకి ప్రవేశించాలని నిర్ణయించుకున్నారు. విజయవాడ, షోలాపూర్, గుల్బార్గా. అహ్మద్ నగర్, మన్మాడ్, పూనా, చాందా తదితర ప్రాంతాల్లో శిబిరాలు ఏర్పాటు చేశారు. మహాత్మ నారాయణ స్వామితో పాటు వాలంటీర్లను అరెస్టు చేసి ఒక సంవత్సరం కఠిన కారాగార శిక్ష విధించారు. పంజాబ్ వంటి సుదూర ప్రాంతాల నుండి 'నియంతల నాయకత్వంలో అనేక ఆర్య సమాజవాదులు హైదరాబాద్ రాష్ట్రంలోకి వచ్చారు. ఆర్యసమాజ్ సత్యాగ్రహ ఉద్యమంలో మొత్తం 12,000 మంది పాల్గొన్నారు. వారిలో 5,000 మంది స్థానిక హైదరాబాదీలు ఆర్యసమాజ్ సత్యాగ్రహానికి భారతదేశం అంతటా విస్తృత మద్దతు లభించింది. 1938 సంవత్సరం ప్రారంభం. నుండి మతపరమైన అల్లర్లు సంఖ్య స్పష్టంగా పెరిగాయి.

ఆర్యసమాజ్ కార్యకలాపాలు ముమ్మరం కావడంతో రాష్ట్ర ప్రభుత్వం తీవ్ర అణచివేతకు పాల్పడింది. జైళ్లలో మరియు వెలువల సత్యగ్రహిలతో అసభ్యంగా ప్రవర్తించారు మరియు విచక్షణారహితంగా లాఠీఛార్జ్ చేశారు. వారికి సరైన ఆహారం, వైద్య సహాయం కూడా అందించలేదు. ఉదాహరణకు సత్యాగ్రహులో ఒకరైన రామచందర్ రావును అరెస్టు చేసి

జైలులో ఉంచిన సమయంలో ప్రార్థన సమయాల్లో వందేమాతరం గీతాన్ని ఆలపించేవారు. ఇది పెద్ద నేరంగా భావించిన జైలు అధికారులు అతనిపై తీవ్ర స్థాయిలో కొరడా ఝులిపించారు. ప్రతి కొరడా దెబ్బకు వందేమాతరం అంటూ నినాదాలు చేస్తూ స్పృహ తప్పిపోయే వరకు కొరడా ఝులిపించేవారు. కానీ రామచందర్ రావు, వందేమాతరాన్ని పునరావృతం చేశారు. దాని కోసం అతను తన పేరుకు ప్రసిద్ధమైన వందేమాతరం. రామచంద్రరావు అనే బిరుదు సంపాదించాడు. నిజామాబాద్ పోలీస్ స్టేషన్ ఎదుట మరో ఆర్యసమాజ్ కార్యకర్త రాధాకృష్ణపై ఓ అరబ్బు కత్తితో దాడికి పాల్పడ్డాడు. దుకాణాలు మరియు ఇళ్లను లూటీ చేయడం, మరియు ఆర్యసమాజిస్టుల కార్యకర్తలను కాల్చడం వంటి అనేక సందర్భాలు ఉన్నాయి. ఖైదీల పట్ల అసభ్యంగా ప్రవర్తించడం ఇరవై మూడు మంది ఆర్యసమాజిస్టులు మరణానికి దారితీసింది. 19 జూలై 1939న, నిజాం ప్రభుత్వం మతపరమైన వ్యవహారాల కమిటీని ఏర్పాటు చేయడంతో సహా సంస్కరణలను ప్రకటించింది. మరుసటి రోజు 20 జూలై 1939న రాజ్యాంగ సంస్కరణలు ప్రకటించబడ్డాయి. సామరస్య స్ఫూర్తిని దృష్టిలో ఉంచుకుని ఆర్యప్రతినిధి సభ కార్యవర్గం ప్రభుత్వంతో చర్చలు జరిపి 1939 ఆగస్టు 8న సత్యాగ్రహ ఉద్యమాన్ని నిలిపివేసింది.

హిందూ మహాసభ సత్యాగ్రహం

ఆర్యసమాజ్‌తో పాటు హిందూ మహాసభ, ప్రజా మండలాలు, హిందూ పౌర హక్కుల సంఘం సత్యాగ్రహ ఉద్యమాన్ని ప్రారంభించాయి. విడి. అఖిల భారత హిందూ మహాసభ అధ్యక్షుడు సావరకర్ మరియు అంతర్జాతీయ ఆర్యన్ లీగ్ అధ్యక్షుడు GS గుప్తా ఉమ్మడి ఆందోళన కార్యక్రమాన్ని ప్రకటించారు. సావర్కర్, మహాసభ యొక్క సిద్ధాంతకర్తగా, హిందుత్వ భావన సాంస్కృతిక, మత మరియు రక్త సంబంధాల ద్వారా ఏర్పడిన హిందువుల అంతర్గత గుర్తింపు అయినప్పటికీ సజాతీయ జాతీయ రాజ్యానికి ప్రాతిపదికను స్పష్టం చేశారు. కొన్ని సంవత్సరాలలో ప్రజా జీవితం యొక్క వర్గీకరణ పరిస్థితిని పూర్తిగా మార్చింది. భారతదేశంలోని అన్ని హిందూ సభలు వాలంటీర్లను నియమించాలని మరియు భారతదేశం అంతటా హైదరాబాదు వ్యతిరేక ప్రదర్శనలు (హైదరాబాద్ నిర్వహించాలని ఆయన విజ్ఞప్తి చేశారు. వాలంటీర్లతో కూడిన జాతా హైదరాబాద్ చేరుకుని సత్యాగ్రహ ఉద్యమంలో పాల్గొన్నారు. బయటి నుండి పెద్ద జాతాలను పంపడం హైదరాబాద్ పరిపాలనకు అంతరాయం కలిగించడానికి మరియు భారీ ప్రదర్శనల ద్వారా నిరసనను నమోదు చేయడానికి ఉద్దేశించబడింది వాలంటీర్లను రెండు వర్గాలుగా విభజించారు. ఒక సమూహం బహిరంగ ప్రదర్శనలు ఇవ్వడానికి మరియు ఇతరులు

గ్రామాల్లో ప్రభుత్వానికి వ్యతిరేకంగా విధ్వంసకర ప్రచారం చేయడానికి రాష్ట్రంలోకి రహస్యంగా ప్రయాణించడానికి హిందూ మహాసభ హిందువుల సామాజిక ఆర్థిక మరియు మతపరమైన వైకల్యాలు ఆరోపించింది. ముస్లింలు దీనిని ఖండించారు. సభ కూడా బహిరంగంగా మతపరమైన ప్రకటనలు చేసింది. నిజాం పరిపాలనను ఔరంగజేబుతో పోల్చింది. ఇంకా "హిందుస్తాన్ హిందువులకు చెందినది. 'ఎనిమిది కోట్ల మంది ముస్లింలను హిందూ మతంలోకి మార్చాలి లేదా అరేబియా సముద్రంలో ముంచాలి లేదా భారతదేశం నుండి తరిమివేయాలి". ప్రతి హిందువు నిజాం రాజ్యంలో ఒక హిందువును చంపినందుకు ముగ్గురు ముస్లింలను చంపాలి. బ్రిటీష్ ఇండియా, నిజాం వంటి నిరంకుశ రాజ్యాన్ని నాశనం చేయాలి మొదలైనవి.

తీవ్రమైన మతపరమైన ప్రచారం మరియు సత్యాగ్రహుల సమీకరణ ఫలితంగా అణచివేత, క్రూరమైన లాఠీ ఛార్జీలు మరియు పెద్ద ఎత్తున అరెస్టులు జరిగాయి. దాదాపు 8000 సత్యాగ్రహులు కటకటాల వెనుక ఉంచబడ్డారు. జైల్లో ఉన్న సత్యాగ్రహీల పట్ల దురుసుగా ప్రవర్తించారని, ఇస్లాంలోకి బలవంతంగా మతమార్పిడులు. చేశారనే పుకార్లు వ్యాపించాయి. జైళ్లలో మొత్తం తొమ్మిది మంది సత్యాగ్రహి మరణాలు నమోదయ్యాయి. మే 21. 1939న హైదరాబాద్ అమరవీరుల దినోత్సవం' నిర్వహించబడింది. ఇంతలో హిందూ పౌర హక్కుల సంఘం 4000 మంది వాలంటీర్లతో కూడిన ప్రదర్శనను హైదరాబాద్ లోని గౌలిగూడలోని రామమందిరంలో నిర్వహించింది. హిందూ ధర్మ్ కీ జై, మరియు మహాత్మా గాంధీ కి జై అనే నినాదాలు లేవనెత్తబడ్డాయి. ఇది మతపరమైన ఉద్రిక్తతకు కారణమైంది. ముస్లింలు మరియు సిక్కులు కత్తులతో, ఆయుధాలతో గుంపులో గణనీయమైన సంఖ్యలో ఉన్నారు. అయితే హిందువులు వామన్ నాయక్ జిందాబాద్ అంటూ నినాదాలు చేశారు. మహాత్మా గాంధీకి జై మరియు రాష్ట్ర కాంగ్రెస్ జిందాబాద్ అనే నినాదాలతో ఆలయం సమీపంలో వాతావరణం ప్రతిధ్వనించింది. అయితే సత్యాగ్రహ నిర్వాహకులు చూపిన సంయమనం మరియు ప్రభుత్వ అధికారులు చూపిన చాకచక్యం కారణంగా మతపరమైన అల్లర్లు నివారించబడ్డాయి. చివరికి చర్చల కోసం ఒక ఛానెల్ని తెరవడానికి హిందూ మహాసభ 30 జూలై 1939న సత్యాగ్రహాన్ని నిలిపివేయాలని నిర్ణయించింది.

హైదరాబాద్ స్టేట్ కాంగ్రెస్, ఆర్యసమాజ్ మరియు హిందూ మహాసభ వేర్వేరు లక్ష్యాలతో వేర్వేరు సంస్థలుగా పనిచేశాయి. హైదరాబాద్ స్టేట్ కాంగ్రెస్ ప్రధానంగా పార్లమెంటరీ ప్రజాస్వామ్యాన్ని ప్రవేశపెట్టడం మరియు ప్రాథమిక రాజకీయ హక్కులు మరియు బాధ్యతాయుతమైన ప్రభుత్వం యొక్క సాక్షాత్కారానికి సంబంధించినది.

ఆర్యసమాజ్ మొదట్లో మతపరమైన స్వేచ్ఛను వాదించడానికి పరిమితమైంది. హిందూ మహాసభ మతపరమైన బ్యానర్‌తో ముందుకు వచ్చింది. రాష్ట్రంలో హిందువుల సామాజిక మరియు ఆర్థిక స్థితిని మెరుగుపరచాలని అలాగే పరిపాలన, ప్రభుత్వంలో కనీసం వారి జనాభా నిష్పత్తిలో వారి ప్రాతినిధ్యం కల్పించాలని డిమాండ్ చేసింది. పై పార్టీలు నిర్వహించిన సత్యాగ్రహ ఉద్యమాన్ని ముస్లిం సంఘాలు వ్యతిరేకించాయి. వారు దీనిని 'ముస్లిం ప్రభుత్వాన్ని అస్థిరపరిచేందుకు హిందూ కుట్ర"గా భావించారు. ఇత్తిహాద్-ఉల్- ముస్లిమిన్ మరియు ఖాక్సర్ల వంటి మిలిటెంట్ ముస్లిం పార్టీలు సమిష్టి చర్యను సమర్థించాయి. హిందూ వ్యతిరేక ప్రచార ప్రదర్శనలు నిర్వహించాయి. ఉదాహరణకు, రెండు వేల మంది ఖాక్సర్లు నవంబర్ 1938లో నాందేడ్ వద్ద కత్తులు, తుపాకులు మరియు ఇతర మారణాయుధాలతో ఊరేగింపు నిర్వహించారు. "నిజాం జిందాబాద్", "హిందూ సభ మరియు రాష్ట్ర కాంగ్రెస్ ముర్దాబాద్' వంటి నినాదాలు చేశారు. సత్యాగ్రహులకు వ్యతిరేకంగా నినాదాలు చేయడం మరియు సత్యాగ్రహి పార్టీలపై దాడులు చేయడం వల్ల తీవ్ర గాయాలపాలైన సందర్భాలు ఉన్నాయి. మజ్లిస్ పార్టీ ముస్లింల రాజకీయ ప్రయోజనాలకు ప్రాతినిధ్యం వహించే సంస్థగా ప్రకటించుకుంది. ఇది నిజాం రాజ్యానికి మరియు సాధారణంగా ముస్లింల రక్షణ కోసం నిలబడింది. ఇది సంస్కరణలను వ్యతిరేకించింది. హైదరాబాద్ రాష్ట్ర చరిత్ర మరియు సంప్రదాయాల రక్షణ గురించి వారి స్వంత ఆలోచనను ముందుకు తెచ్చింది. బాధ్యతాయుతమైన ప్రభుత్వాన్ని తక్షణ ధ్యేయంగా అనుమతించడం లేదని హైదరాబాద్ రాష్ట్ర సంప్రదాయాలు, దానికి విరుద్ధంగా ఉన్నాయని నవాబ్ బహదూర్ యార్ జంగ్ ప్రకటించారు. ముస్లింల మైనారిటీ హోదా మరియు సమాజ ప్రాతినిధ్యాన్ని పరిష్కరించడానికి సీట్ల రిజర్వేషన్ల ఆవశ్యకతపై చర్చ లేకుండా, హైదరాబాద్ సంప్రదాయాలు బాధ్యతాయుతమైన ప్రభుత్వాన్ని అనుమతించవని సూచించినాడు. మజ్లిస్ పార్టీ మార్చి 1939లో ప్రభుత్వం ప్రతిపాదిత సంస్కరణలను ఆలస్యం చేయడంపై తీవ్ర పదజాలంతో అభ్యంతరం వ్యక్తం చేసింది. సంస్కరణలకు వ్యతిరేకంగా భారీ సత్యాగ్రహాన్ని ప్రారంభిస్తామని బెదిరించింది. రాజ్యాంగ సంస్కరణలను నిరసిస్తూ నగరమంతటా పోస్టర్లు వెలిశాయి. ఏది ఏమైనప్పటికీ, ఏదైనా రాజ్యాంగ ఏర్పాటులో ముస్లింలు మరియు హిందువుల మధ్య సమానత్వాన్ని కూడా సమర్థిస్తామని అది ప్రత్యేకంగా ప్రకటించింది.

కామ్రేడ్స్ అసోసియేషన్

1938లో నిజాం ప్రభుత్వం హైదరాబాద్ స్టేట్ కాంగ్రెస్ పై నిషేధం విధించిన తర్వాత ఆంధ్ర మహాసభ తెలంగాణలో ప్రజా పోరాటానికి నాయకత్వం వహించింది.

పెద్ద సంఖ్యలో చేరిన యువతి యువకులతో ఆంధ్రమహాసభ ప్రజల శక్తివంతమైన రాజకీయ సంస్థగా రూపుదిద్దుకుంది. ఏ.ఎం.ఎస్ కార్యక్రమాల్లో రావి నారాయణరెడ్డి, బద్దం ఎల్లారెడ్డి తదితరులు ఉత్సాహంగా పాల్గొన్నారు. ఉదాహరణకు, రెడ్డి హాస్టల్లోని ఖైదీల బృందం తెలంగాణలోని గ్రామాల్లో కాలినడకన కవాతు చేసి ఏ యం ఏస్ కార్యక్రమాల్ని విజయవంతం చేయాలని ప్రజలకు విజ్ఞప్తి చేసింది. వందేమాతరం ఉద్యమం ప్రగతిశీల మరియు ప్రజాస్వామ్య భావాలు కలిగిన విద్యార్థి సంఘంపై గణనీయమైన ప్రభావాన్ని చూపింది. ఇది దేశభక్తి, జాతీయవాదం మరియు మత సామరస్యం/ఐక్యత భావాన్ని కలిగించింది. ఇరవయ్యో శతాబ్దం మూడో దశాబ్దంలో సోషలిస్టు, మార్క్సిస్టు భావజాల వ్యాప్తి తెలంగాణలోని యువజన ఉద్యమాన్ని కూడా ప్రభావితం చేసింది. హైదరాబాద్ స్టేట్ కాంగ్రెస్ నిర్వహించిన 1938 సత్యాగ్రహ ఉద్యమంలో చురుగ్గా పాల్గొన్న మిలిటెంట్ యువతలోని ఒక వర్గం ఆకస్మికంగా ఆ ఉద్యమాన్ని బేషరతుగా ఉపసంహరించుకోవడంతో కంగుతిన్నారు. కమ్యూనిస్టు భావజాలానికి ఆకర్షితులైన యువకులు కామ్రేడ్స్ అసోసియేషన్ మరియు ఆల్ హైదరాబాద్ స్టూడెంట్స్ యూనియన్ పేరుతో తమ సొంత గ్రూపులను ఏర్పాటు చేసుకున్నారు. సోషలిస్టు విప్లవం. జాతీయ స్వాతంత్ర్య పోరాటం, అభ్యుదయ సాహిత్యం స్ఫూర్తితో హైదరాబాద్ నగరంలోని యువ మేధావులు మరియు విద్యావేత్తలు డిసెంబరు, 1939లో డిబేటింగ్ క్లబ్ కామ్రేడ్స్ అసోసియేషన్"గా తమను తాము ప్రకటించుకున్నారు. సామ్రాజ్యవాద, ఫాసిస్ట్ వ్యతిరేక మరియు నిజాం వ్యతిరేక మరియు మత సామరస్యం, స్వేచ్ఛ, ప్రజాస్వామ్యం లౌకికవాదం సోషలిజం కోసం నిలబడిన అన్ని శక్తుల వేదిక ఆలం ఖుంది మీరీ, సయ్యద్ ఇబ్రహీం, గులాం హైదర్, హుస్సేన్ షాహిద్, అఖిల్ అలీ ఖాన్, జవ్వద్ రజ్వీ, రాజా బహదూర్ గౌర్, ఓంకార్ ప్రసాద్, శ్రీనివాస్ లహోటి, అహ్సాన్ అలీ మీర్జా మరియు మూం మొహియుద్దీన్ వంటి ముస్లిం యువకులు అసోసియేషన్లో చురుకైన పాత్ర పోషించారు. ఇది హైదరాబాద్ స్టేట్ కమ్యూనిస్ట్ పార్టీ ఆఫ్ ఇండియాకు ప్రాతినిధ్యం వహించింది. ఆంధ్ర మహాసభలో చాలా ప్రభావవంతమైన పాత్రను పోషించింది. మరో మూడు గ్రూపులతో కలిసి కామ్రేడ్స్ అసోసియేషన్ నిజాం రాష్ట్ర కమ్యూనిస్టు కమిటీగా రూపాంతరం చెంది, తెలంగాణ సాయుధ రైతాంగ పోరాటంలో క్రియాశీలక పాత్ర పోషించింది.

త్రిపుర కాంగ్రెస్ సెషన్ మరియు వందేమాతర ఉద్యమం తర్వాత, ఆంధ్ర మహాసభలోని వామపక్ష పక్షం 1939 చివరి నాటికి తెలంగాణలో రహస్యంగా కమ్యూనిస్ట్ పార్టీని స్థాపించింది. ప్రారంభంలో సర్వదేవనట రామనాథం, దేవులపల్లి వెంకటేశ్వరరావు,

చిర్రావూరి లక్ష్మీనర్సయ్య, ఆరుట రామచంద్రారెడ్డి, ఆళ్వార్స్వామి తదితరులు పార్టీ నిర్వహణలో ముందున్నారు. పేరవలి వెంకటరమణయ్య నేతృత్వంలో 1941లో భారత కమ్యూనిస్టు పార్టీ తెలంగాణ ప్రాంతీయ కమిటీ ఏర్పడింది. రామనాథం, వెంకటేశ్వరరావు మొదలైన వారితో కలిసి 1942లో వరంగల్ జిల్లా కమిటీని స్థాపించారు. రావెళ్ల జానకిరామయ్య, వాసిరెడ్డి వెంకటపతి, పెండ్యాల సత్యనారాయణ వంటి అనేకమంది ఉన్నత కులాల యువకులు ఖమ్మం జిల్లాలోని పలు గ్రామాల్లో పార్టీ శాఖలను ఏర్పాటు చేశారు. 1942లో నల్గొండ జిల్లాలో ధర్మభిక్షం, భీమ్ రెడ్డి నర్సింహారెడ్డి, రాఘువేందర్ రావు సభ్యులుగా కమ్యూనిస్టు పార్టీ శాఖ ఏర్పాటైంది. దీనికి కన్వీనర్‌గా డి. వి. సుబ్బారావు వ్యవహించారు. అనంతరం 1943లో దేవులపల్లి వెంకటేశ్వరరావు జిల్లా కమిటీ కార్యదర్శిగా పనిచేశారు. నల్గొండ జిల్లాకు చెందిన ఆయన ఖమ్మం, వరంగల్ మరియు హైదరాబాద్లో చదువుకున్నారు. వరంగల్ మరియు నల్గొండ జిల్లాల్లో కమ్యూనిస్ట్ పార్టీ యూనిట ఏర్పాటులో చురుకైన పాత్ర పోషించారు. ఆంధ్రా కమ్యూనిస్ట్ పార్టీ క్రియాశీల సభ్యులు పొట్లూరి. సుందరం మరియు చంద్ర రాజేశ్వర రావు కూడా పార్టీ ఆంధ్ర మరియు తెలంగాణ యూనిట్ల మధ్య 'సమన్వయ ప్రయత్నం అవసరమని భావించారు. నిజానికి రాజేశ్వర్రావు హైదరాబాద్ కు వచ్చి రహస్యంగా రాజకీయ శిక్షణ తరగతులు నిర్వహించి తెలంగాణలో పార్టీ యూనిట్ను ఏర్పాటు చేసేలా స్థానిక నేతలను ప్రేరేపించారు. పర్యవసానంగా, రావి నారాయణ రెడ్డి, బద్దం ఎల్లారెడ్డి ముఖఖాం మొహియుద్దీన్, దేవులపల్లి వెంకటేశ్వరరావు, పెరవల్లి వెంకట్రామయ్య చంద్రగుప్త చౌదరి. వి.డి.లతో హైదరాబాద్ స్టేట్ కమ్యూనిస్ట్ పార్టీ తాత్కాలిక కమిటీని ఏర్పాటు చేశారు సభ్యులుగా – దేశ్ పాండే, కన్వీనర్‌గా ఆంధ్రా విభాగానికి చెందిన ఎసివికె ప్రసాద్ ఉన్నారు. పాయం మరియు రయ్యత్ వార్తాపత్రికల ద్వారా ప్రభావితమైన జాతీయవాద మరియు లౌకిక మేధావి వర్గం వామపక్ష భావజాలాన్ని సాహిత్యంలోకి ప్రవేశపెట్టే లక్ష్యంతో నయా ఆదాబ్ అనే సంస్థను ఏర్పాటు చేసింది. 1943లో ప్రగతిశీల రచయితల సంఘం' ఆవిర్భవించింది. అక్షర్ హసన్, షాహిద్ సిద్ధిఖీ, సులేమాన్ అనీ, హుస్సేన్ షాహిద్ అబిద్ అలీ ఖాన్, మహబూబ్ హసన్ జిగర్, అప్పాక హుస్సేన్ మరియు ఇక్బాల్ మాతిన్ ఈ సంఘంలో ప్రముఖులు. 1939 నుండి 1943 వరకు హైదరాబాద్లో కమ్యూనిస్టుల అభివృధి వేదిక యువ విద్యార్థులను, కార్మిక నాయకులను, రచయితలను ఏకతాటిపైకి తెచ్చింది. ఖమ్మం మరియు హైదరాబాద్ లోని కమ్యూనిస్ట్ పార్టీ యూనిట్లు మేధోపరమైన మరియు రాజకీయ కార్యకలాపాలను నిర్వహించడంలో చాలా చురుకుగా ఉండేవి.

ఆల్ హైదరాబాద్ స్టూడెంట్స్ యూనియన్.

ఉస్మానియా యూనివర్సిటీ వందేమాతరం ఉద్యమం విద్యార్థి లోకంలో రాజకీయ చైతన్యాన్ని రగిలించింది. స్టూడెంట్ పాపులర్ ఫ్రంట్ అని పిలువబడే ఒక సంస్థ 1939లో స్థాపించబడింది. మరియు మరొక సంఘం రాడికల్ స్టూడెంట్స్ లీగ్ కూడా ఉనికిలోకి వచ్చింది కామ్రేడ్స్. అసోసియేషన్ కార్యకలాపాలు ప్రగతిశీల ఆలోచనాపరులైన విద్యార్థి మరియు యువజన సమాజాన్ని ప్రభావితం చేశాయి. విద్యార్థుల్లో రాజకీయ అవగాహన, చైతన్యం తీసుకురావడంలో రెడ్డి హాస్టల్ ముఖ్యపాత్ర పోషించింది. అక్కడి నుంచే కమ్యూనిస్టు పార్టీ రహస్య కార్యకలాపాలు తొలిదశలో సమన్వయం అయ్యాయి. రావి నారాయణరెడ్డి, బద్దం ఎల్లారెడ్డి, ఆరుట్ల రామచంద్రారెడ్డి, దేవులపల్లి వెంకటేశ్వర్ రావు, సర్వదేవభట్ల రామనాథం, అచ్యుత రెడ్డి, రాజా బహదూర్ గౌర్ మరియు జవ్వద్ రజ్వీ, కె.ఎల్ మహేంద్రలతో కూడిన ఉస్మానియా గ్రాడ్యుయేట్స్ బృందం ఆల్ హైదరాబాద్ స్టూడెంట్స్ యూనియన్ ఏర్పాటుకు పునాది వేశారు. లక్నో విశ్వవిద్యాలయం చరిత్ర విభాగం అధిపతి డాక్టర్ రాధా కుముద్ ముఖర్జీ ప్రసంగించిన అభ్యుదయవాద మరియు వామపక్ష భావాలు గల విద్యార్థులు సమావేశం అక్టోబర్ 1939న రెడ్డి హాస్టల్లో జరిగింది. మత, భూస్వామ్య మరియు వలసవాద శక్తులకు వ్యతిరేకంగా మరియు జాతీయవాదం కోసం పోరాడేందుకు సమిష్టి విద్యార్థి ఉద్యమాన్ని నిర్వహించాల్సిన ఆవశ్యకతను ఆయన వారికి తెలియజేశారు. ఈ సమావేశంలో స్వేచ్ఛ, శాంతి, ప్రగతి నినాదాలుగా విద్యార్థి సంఘం నిర్వహించాలని నిర్ణయించారు. 1940 మరియు 1941లో సన్నాహక సమావేశాలు జరిగాయి మరియు ఆల్ హైదరాబాద్ స్టూడెంట్స్ యూనియన్ అని పిలువబడే ఒక గొడుగు సంస్థ క్రింద వివిధ విద్యార్థుల సమూహాలను ఏకం చేయడానికి ఒక తాత్కాలిక కమిటీని ఏర్పాటు చేశారు. విద్యా వ్యవస్థను సంస్కరించడం, పౌర హక్కులను పొందడం, భావప్రకటన స్వేచ్ఛ మరియు స్టూడెంట్స్ యూనియన్ను గుర్తించడం దీని లక్ష్యాలు, AHSU ప్రారంభ సమావేశం 1942 జనవరి 16న గోపాల్ దాస్ అధ్యక్షతన హైదరాబాద్లో జరిగింది. దీనిని ఉస్మానియా యూనివర్సిటీ ప్రొఫెసర్ ఆశీల్ మజీద్ సిద్ధి ప్రారంభించారు. ఈ సమావేశంలో ప్రధాన కార్యదర్శిగా అక్కిల్ అలీఖాన్, ఆర్గనైజింగ్ సెక్రటరీగా ఓంకార్ ప్రసాద్, ప్రధాన కార్యదర్శిగా కోశాధికారిగా ఎన్నుకోబడినారు. పరంజపే బి.యస్ ఎగ్జిక్యూటివ్ కమిటీ కింది వారిని కలిగి ఉంది. రాజా బహదూర్ గౌర్ కె నారాయణి, జవ్వాద్ రజ్వీ మరియు అంబడా వాడ్వాల్కర్,

AHSU విస్తృత ప్రజాస్వామిక ప్రగతిశీల మరియు వామపక్ష శక్తులకు ప్రాతినిధ్యం వహిస్తుంది. ఇది కాంగ్రెస్ సోషలిస్ట్ మరియు కమ్యూనిస్ట్ పార్టీల రాజకీయాలు, భావజాలం మరియు తత్వశాస్త్రం ద్వారా ప్రభావితమైంది. మత ఐక్యత మరియు సామరస్యానికి

వేదికగా కూడా. మారింది. AHSU యొక్క కార్యకలాపాలు రాష్ట్రవ్యాప్తంగా విద్యార్థి సంఘం దృష్టిని ఆకర్షించాయి. మరియు దాని ప్రధాన కార్యదర్శి 1941–42 సంవత్సరంలో ఉస్మానియా విశ్వవిద్యాలయ విద్యార్థి సంఘం అధ్యక్షుడిగా ఎన్నికయ్యారు విద్యాసంస్థలను వర్గీకరించే సందర్భంలో విద్యార్థి సంఘం యొక్క ఐక్యత మరియు విజయాన్ని ఇది ప్రదర్శించింది. ఈ ఎన్నికలు మతోన్మాదులను కలవరపెట్టగా, అవి విశ్వవిద్యాలయ అధికారులకు మరియు ప్రభుత్వ ఉద్యోగులకు అసహ్యంగా ఉన్నాయి. AHSU యొక్క ప్రముఖ సభ్యుల స్వీయచరిత్రలు తక్కువ వ్యవధిలో దాని కార్యకలాపాలు జిల్లా పట్టణాల్లోని పాఠశాలలు, కళాశాలలు మరియు ఇతర విద్యాసంస్థలకు విస్తరించాయని సూచిస్తున్నాయి. AHSU మొదటి మరియు రెండవ సమావేశాలు 1942 మరియు 1943లో హైదరాబాద్లో జరిగాయి. ఈ సదస్సుకు తెలంగాణలోని అన్ని జిల్లాల నుంచి ప్రతినిధులు హాజరై హిందూ–ముస్లింల ఐక్యత, జాతీయ సమైక్యతపై తీర్మానాలను ఆమోదించారు.

నిజాం మరియు బ్రిటిష్ ప్రభుత్వాల అణచివేత విధానాలకు వ్యతిరేకంగా AHSU యొక్క శాఖలు జిల్లా పట్టణాలలో నిర్వహించబడ్డాయి. అది భారీ ర్యాలీని నిర్వహించింది. AHSU శాఖ 1943లో ఖమ్మంలో V నాగేశ్వర్ రావు, అబ్దుల్ అజీజ్ మరియు విశ్వేశ్వర్ రావు సభ్యులుగా ప్రారంభించబడింది. టి.లక్ష్మీ నరసింహారావు అధ్యక్షతన జరిగిన సమావేశానికి హైదరాబాద్ంద్ కు చెందిన జవాద్ రజ్వీతోపాటు దాదాపు ఎనభై మంది విద్యార్థులు హాజరయ్యారు. విద్యార్థి నాయకులు సిహెచ్. రాజేశ్వర్ రావు ఓంకార్ ప్రసాద్, జవ్వాద్ రజ్వీ తదితరులు నిరాహారదీక్షలు, పెద్ద ఎత్తున ప్రదర్శనలో పాల్గొన్నారు. ప్రభుత్వం పౌర హక్కులపై ఆంక్షలు విధించింది. విద్యార్థులు రాజకీయ, సామాజిక మరియు సాంస్కృతిక కార్యక్రమాలలో పాల్గొనకుండా నిషేధించింది. విద్యార్థులు సంఘంలో చేరకుండా వారిని నిషేధించింది. అయినప్పటికీ వారు తమ ఆందోళనను కొనసాగించారు. దీని కోసం వారు పాఠశాలలు మరియు కళాశాలల నుండి రప్పించబడ్డారు. AHSU యొక్క మూడవ సదస్సు 1946లో ప్రతాప్ గరస్ కోఠీలో జరిగింది. తెలంగాణలోని వివిధ జిల్లాల నుండి విద్యార్థుల ప్రతినిధులు పెద్ద సంఖ్యలో హాజరయ్యారు. ఈ సమావేశంలో ప్రధాన కార్యదర్శిగా ఓంకార్ ప్రసాద్, కార్యదర్శులుగా రఫీ అహ్మద్. నర్సింగ్ రావు, ఎస్.బి. పాటేకర్ ఎన్నుకోబడినారు. విద్యార్థి సంఘంలో సామాజిక–రాజకీయ అవగాహన కల్పించేందుకు కరీంనగర్, సూర్యాపేటలో రాజకీయ శిక్షణా సమావేశం నిర్వహించారు. కానీ నిజాం ప్రభుత్వం కార్యకలాపాలను నిషేధించింది మరియు Ch. రాజేశ్వరరావు వంటి విద్యార్థి నాయకులను అరెస్టు చేసింది. హనుమంత రావు, ధర్మ భిక్షం, బ్రిజ్ రాణి, రాంప్యారా ప్రమీలా తాయ్ జమాలున్నీసా బేగం,

నిమ్మగడ్డ సత్యవతి వంటి ప్రముఖ ప్రగతిశీల మరియు రాడికల్ భావాలు గల మహిళలు 1941లో హైదరాబాద్ లో మహా నవజీవన్ మండలిని స్థాపించారు. తదనంతరం వారు 1943 నాటికి కమ్యూనిస్ట్ పార్టీలో సభ్యులుగా మారారు. కాంగ్రెస్ కార్యక్రమం మరియు వ్యూహంలో వారు సానుభూతిపరులుగా మారి కమ్యూనిస్టు పార్టీలో చేరారు.

క్విట్ ఇండియా ఉద్యమ సమయంలో, వివిధ విద్యాసంస్థల విద్యార్థులు ఆందోళనల్లో పాల్గొని నిజాం సంస్థానాన్ని ఇండియన్ యూనియన్లో విలీనం చేయాలని డిమాండ్ చేశారు. విద్యార్థుల ఉద్యమాలను నిషేధించే విధానాన్ని విడనాడేందుకు పోలీసులు సిద్ధంగా లేరు. విద్యా సంస్థలలో చేరే విద్యార్థుల హక్కు రద్దు చేయబడింది. విచక్షణారహితంగా జరిమానాలు విధించడమే కాకుండా బలవంతంగా క్షమాపణలు కూడా చెప్పించారు. పోలీసులు అవలంబిస్తున్న ఈ అణిచివేత పద్ధతులు విద్యార్థుల హక్కులకు అత్యంత హానికరంగా మారాయి. పోలీసులు నిషేదాలు విధించి లాఠీచార్జీలు చేసినా పట్టించుకోకుండా విద్యార్థులు సమావేశాలు ఏర్పాటు చేసి స్వాతంత్ర్య దినోత్సవ వేడుకల్లో పాల్గొని హైదరాబాద్ నగరంలోని అన్ని జంక్షన్లు కార్యాలయ భవనాల్లో త్రివర్ణ పతాకాన్ని ఎగురవేశారు. AHSU సెప్టెంబర్ 2 1947ని రాష్ట్రవ్యాప్తంగా జెండా దినోత్సవంగా జరుపుకోవాలని పిలుపునిచ్చింది మరియు విద్యార్థుల నుండి అద్భుతమైన స్పందన వచ్చింది. హైదరాబాద్లోని ముఖ్యమైన భవనాలు మరియు స్థలాలపై జాతీయ జెండాను ఎగురవేయడానికి కమ్యూనిస్ట్ పార్టీ మొదట చొరవ తీసుకుంది. కమ్యూనిస్టు పార్టీ, ఆంధ్ర మహాసభ, అల్ హైదరాబాద్ ట్రేడ్ యూనియన్ కాంగ్రెస్, ఆల్ హైదరాబాద్ సూడెంట్స్ యూనియన్ తదితర సంఘాలతో పాటు సుదూర గ్రామాలు పట్టణాలు కూడళ్లలో జాతీయ జండాను ఎగురవేశారు. ఊరేగింపులు చేపట్టారు మరియు భారత స్వాతంత్ర్యానికి అనుగుణంగా మరియు హైదరాబాద్ రాష్ట్రాన్ని భారతదేశంలో విలీనం చేయాలని పిలుపునిస్తూ సమావేశాలు నిర్వహించారు. నిజాం జెండాను తొలగించి గ్రామాల్లో జాతీయ జెండాను ఎగురవేశారు. హైదరాబాద్ సంస్థానంలో జాతీయ జెండాను ఎగురవేయడం శిక్షార్హమైన నేరం. అయితే హైదరాబాద్ నగరంతో పాటు జిల్లా పట్టణాల్లో ముఖ్యంగా వరంగల్, మధిర, నల్గొండ, భువనగిరి, సూర్యాపేట, ఖమ్మం. కరీంనగర్ ఔరంగాబాద్ లో వేలాది మంది విద్యార్థులు యువకులు జెండా ఆవిష్కరణలో పాల్గొన్నారు. ప్రభుత్వ ఆర్డినెన్స్ ను పట్టించుకోకుండా కాల్చివేత ఉత్తర్వులను ధిక్కరించి విద్యార్థులు సమ్మెలు మరియు ర్యాలీలలో పాల్గొన్నారు. రావి నారాయణరెడ్డి నేతృత్వంలోని ఆంధ్రమహాసభ. కమ్యూనిస్టు పార్టీ అల్ హైదరాబాద్ ట్రేడ్ యూనియన్లు నిర్వహించిన ఉద్యమాలో విద్యార్థులు కూడా చురుకుగా పాల్గొన్నారు. సి. హెచ్ రాజేశ్వరరావు సి.

హెచ్ హనుమంత రావు, యం. యాదవ రెడ్డి, బూర్గుల నర్సింగరావు మరియు జవ్వాద్ రజ్వీ ఫ్యూడల్ వ్యతిరేక మరియు నిజాం వ్యతిరేక ఉద్యమాలలో ముఖ్య పాత్ర పోషించినారు. ప్రముఖ విద్యార్థి సంఘంగా, AHSU 1946-51లో తెలంగాణ రైతాంగ సాయుధ పోరాటంలో కూడా పాల్గొంది. తత్ఫలితంగా, మార్క్సిస్ట్ భావజాలంతో ప్రభావితమైన అనేక మంది సభ్యులు గెరిల్లా స్క్వాడ్లో చేరారు. తమ జీవితాలను త్యాగం చేసి అమరవీరులయ్యారు.

ఆల్ హైదరాబాద్ ట్రేడ్ యూనియన్ కాంగ్రెస్

సాలార్ జంగ్ యొక్క సంస్కరణలు అసఫ్ జాహీ పాలన చరిత్రలో కొత్త శకానికి నాంది పలికాయి. ఇది రైల్వేలు మరియు భారీ పరిశ్రమల వంటి ఆధునిక రవాణా మరియు కమ్యూనికేషన్ మార్గాల అభివృద్ధికి సాక్ష్యంగా ఉంది. హైదరాబాద్ సంస్థానం బ్రిటిష్ ఇండియాలో సొంత రైల్వే వ్యవస్థను కలిగి ఉన్న మొదటి ప్రిన్లీ ఫీట్ అనే ప్రత్యేకతను కూడా కలిగి ఉంది. బొగ్గు, ఆర్థిక విలువ కలిగిన ఏకైక ఖనిజం. నిజాం డొమినియన్స్ లోని సింగరేణి, సస్తి మరియు పవోని గనులలో కనుగొనబడింది. హైదరాబాద్ స్టేట్ బొగ్గు తవ్వకం అనేది తొలి ఆధునిక పరిశ్రమ. ఇది 1860లో ప్రారంభించబడింది. హైదరాబాద్ రాష్ట్రంలో మొదటి పత్తి మిల్లు 1875లో ఔరంగాబాద్లో స్థాపించబడింది. ఔరంగాబాద్, వరంగల్, పైఠాన్, బీదర్ మరియు ఇతర ప్రాంతాలలో హస్తకళా ఉత్పత్తులను ప్రాచుర్యంలోకి తీసుకురావడానికి కూడా ప్రయత్నాలు జరిగాయి. మూడు టెక్స్టైల్ మిల్లులు ఆరవ నిజాం హయాంలో స్థాపించబడ్డాయి. దివాన్ బహదూర్ రాంగోపాల్ టెక్స్టైల్ మిల్లు మరియు ఆజం జాహీ మిల్లు వరుసగా 1920 మరియు 1934లో ఏడవ నిజాం హయాంలో స్థాపించబడ్డాయి. ఇతర ముఖ్యమైన పరిశ్రమలు: ది జిందా తిల మత్, ది షహాబాద్ సిమెంట్ ఇండస్ట్రీ, ది వజీర్ సుల్తాన్ టొబాకో కంపెనీ లిమిటెడ్ దిక్కన్ మార్బుల్ అండ్ మైనింగ్ కంపెనీ, హైదరాబాద్ ఐరన్ అండ్ స్టీల్ వర్క్స్ లిమిటెడ్, నిజాం షుగర్ ఫ్యాక్టరీ, హైదరాబాద్ అల్విన్ టెమిటర్, సిర్పూర్ పేపర్ మిల్స్ లిమిటెడ్, ప్రాగా టూల్స్ లిమిటెడ్, బటన్ ఫ్యాక్టరీ, సోప్ ఫ్యాక్టరీ, ఇండస్ట్రియల్ అల్కహాల్ ఫ్యాక్టరీ, డెక్కన్ గ్లాస్ వర్క్స్, చక్కెన్ పెన్సిల్ చలపతిరావు వెంకటరమణయ్య పులిపాక రాజయ్య వంటి నాయకులు నిర్వహించారు. కాంట్రాక్టు వ్యవస్థ రద్దు, వేతన పెంపుదల, పని భద్రతపై దృష్టి సారించారు. ఫలం, మరియు బాల కార్మికుల నిర్మూలన ముఖమ్ మొహియుద్దీన్ మరియు రాజా బహదూర్ గౌర్ వంటి ముఖ్యమైన ట్రేడ్ యూనియన్ నాయకులు మే డే వేడుకలను ఉద్దేశించి ప్రసంగించారు. క్రమంగా బొగ్గు గని కార్మికుల

సంఘం ఏర్పడింది. అదేవిధంగా రామనాథం చొరవ తీసుకుని వరంగల్లో ఆజం జాహీ టెక్స్‌టైల్ మిల్లు వర్కర్స్ యూనియన్ నిర్వహించారు మైనర్లు. వారు ఎక్కువగా నిరక్షరాస్యులు. కొలరీలను "నిషిద్ధ ప్రాంతంగా ప్రకటించారు మరియు బయటి వ్యక్తులను అనుమతించలేదు.

వాస్తవానికి, హైదరాబాద్ స్టేట్లో ట్రేడ్ యూనియన్ ఉద్యమం 1920లో మొదట ప్రారంభమైంది. సికింద్రాబాద్లో క్యాలెండర్ కంపెనీ వర్కర్స్ యూనియన్ను నిర్వహించిన V.V. గిరితో అనుబంధం కలిగి ఉంది. తరువాత శ్రామిక వర్గ ఉద్యమానికి ప్రధాన స్ఫూర్తిగా నిలిచిన వి.వి.గిరి మార్గదర్శకత్వంలో 1927లో రైల్వే యూనియన్ కూడా ఏర్పడింది. రైల్వే యూనియన్ నాయకుడు ఫతేహుల్లా ఖాన్ రాష్ట్రంలో ట్రేడ్ యూనియన్ ఉద్యమానికి నాందిగా రైల్వే వర్కర్స్ లీగ్‌ని స్థాపించారు. అయితే నిజాం ఆధీనంలో ట్రేడ్ యూనియన్ ఉద్యమాన్ని నిర్వహించడంలో తెలంగాణ కమ్యూనిస్టులు ముందున్నారు. కమ్యూనిస్ట్ పార్టీ పట్టణ మరియు పారిశ్రామిక ప్రాంతాలలో, ఎక్కువగా రాజధాని నగరం హైదరాబాద్ మరియు చుట్టుపక్కల శ్రామిక వర్గ ఉద్యమాన్ని ప్రారంభించింది. 1941లో నిజాం రైల్వేలో సమ్మె నిర్వహించింది. నగరం చుట్టుపక్కల ఉన్న టెక్స్ టైల్ మిల్లులు మరియు అసంఖ్యాక బటన్ ఫ్యాక్టరీలలో కూడ సమ్మెలు జరిగినాయి. సమద్ రజ్వీ, రామనాథం, కెఎల్ లతో కూడిన ఆజం జాహీ ట్రేడ్ యూనియన్ నర్సింహారావు. 1943 ఆగస్టులో ప్రభుత్వం గుర్తించిన పెండ్యాల రాఘవరావు 1945లో ముఖ్దూం మొహియుద్దీన్ అధ్యక్షుడిగా రాజా బహదూర్ గౌర్ ప్రధాన కార్యదర్శిగా హైదరాబాద్ స్పిన్నింగ్ అండ్ సివింగ్ వర్కర్స్ యూనియన్ ఏర్పాటైంది. రెండవ ప్రపంచ యుద్ధం సమయంలో ధరల పెరుగుదల మరియు శ్రామిక వర్గం యొక్క అధ్వాన్నమైన పరిస్థితి కార్మిక ఉద్యమానికి దారితీసింది. 1946లో హైదరాబాద్ రాష్ట్రమంతటా శ్రామిక వర్గాల్లో పొంగిపొర్లుతున్న అసంతృప్తి అల్విన్ మెటల్స్, మొదలైనవి మిలిటెంట్ సమ్మె ఉద్యమాలను ప్రారంభించాయి. కె.ఎల్. మహేంద్ర మరియు వట్టికోట ఆళ్వార్ స్వామి కార్మిక సంఘాలను నిర్వహించడంలో మరియు వారు పోరాటాలలో ముఖ్యమైన పాత్ర పోషించారు. పర్యవసానంగా 1946 ఆగస్టులో సికింద్రాబాద్ లో ఆల్ హైదరాబాద్ ట్రేడ్ యూనియన్ కాంగ్రెస్ వ్యవస్థాపక సదస్సును ఏర్పాటు చేశారు. ఈ సమావేశంలో అధ్యక్షుడిగా ముఖ్దుమ్ మొహియుద్దీన్ ను, ప్రధాన కార్యదర్శిగా రాజా బహదూర్ గౌరను ఎన్నుకున్నారు. శేషగిరిరావు ఉపాధ్యక్షులుగా సయ్యద్ ఖాసిం, ఉపాధ్యక్షులుగా కె.ఎల్. మహేంద్ర కార్యదర్శి, AITUC సభ్యత్వం మొత్తం 72,000.

ఆల్ హైదరాబాద్ ట్రేడ్ యూనియన్ కాంగ్రెస్ మరియు హిందూ మజ్దూర్

సంఘ్ వర్కర్స్ యూనియన్లను పెద్ద సంఖ్యలో కార్మికులను సమీకరించాయి. దీనికి సంబంధించి "AHTUC కార్యక్రమం" పేరుతో కరపత్రాల కాపీలను కార్మికులకు పంపిణీ చేశారు. కార్మికుల డిమాండ్లకు సంబంధించి చర్యలను సూచించేందుకు నిజాం ప్రభుత్వం కన్సిలియేషన్ బోర్డును నియమించింది.

మహదేవ్ సింగ్ నాయకత్వంలోని కార్మికులను విజయవంతంగా సమీకరించారు. కృష్ణ మిల్స్, బ్రిన్ గన్ ఫ్యాక్టరీ మరియు తాబ్ గ్లాస్ ఫ్యాక్టరీ కార్మికుల డిమాండ్లను ప్రభుత్వం పట్టించుకోకపోవడంతో జాళి సంఘాలు సమ్మెకు దిగాయి సమ్మె నోటీసులు అందగానే ప్రభుత్వం కమ్యూనిస్టుల ఇళ్లపై దాడులు చేసి తీవ్ర అణచివేతకు పాల్పడింది. ఈ చర్య వామపక్ష వర్గాల్లో తీవ్ర కలకలం రేపింది. కమ్యూనిస్టు నాయకులు కార్మికులను సంఘటితం చేసి ప్రభుత్వ అణచివేత విధానానికి వ్యతిరేకంగా 1945 అక్టోబర్ 15 నుండి 17 వరకు 'అణచివేత వ్యతిరేక దినం" పాటించి, ప్రదర్శనలు నిర్వహించారు. బహిరంగ సభలలో ముఖ్దుం మొయినుద్దీన్, రాజ్ బదూర్ గౌర్, జవాద్ రజ్వీ మరియు యశోదా బాయి వంటి కార్మిక నాయకులు ప్రసంగించారు. "పోలీస్ జులుమ్ ముర్దాబాద్' మరియు ఇంక్విలాబ్ జిందాబాద్' నినాదాల మధ్య పెద్ద జనసమూహంతో ఈ సమావేశాలు ముగిశాయి. కమ్యూనిస్టులు టెక్స్ టైల్ మిల్లులు, చేనేత కార్మికులు మరియు తోలు కార్మికులను సంఘటితం చేయడంతో పాటు పారిశుధ్యం వంటి వివిధ ప్రభుత్వ శాఖలు కార్మికులను కూడా సంఘటితం చేశారు. అప్పటి కమ్యూనిస్టు నాయకుల ప్రభావం ఎంతగా ఉందంటే, సమావేశానికి హాజరైన వారందరూ సభ్యత్వ ఫారాలను నింపి ఒక్కొక్కరు ఒకరోజు జితం పార్టీకి చందాగా చెల్లిస్తానని హామీ ఇచ్చారు. సంఘటిత కార్మికవర్గ ఉద్యమం నిరంకు నిజాం ప్రభుత్వ పునాదులను కదిలించింది. అందుకే డిసెంబర్ 3, 1946న కమ్యూనిస్ పార్టీని నిషేధించాలని ప్రభుత్వం నిర్ణయించింది. ప్రభుత్వ అణచివేత విధానం కార్మిక వర్గ ఉద్యమాన్ని తీవ్రంగా ప్రభావితం చేసింది. పోలీసులు చాలా మంది ప్రముఖ నేతలను అరెస్టు చేయడంతో పాటు మరికొందరు అండర్ గ్రౌండ్కు వెళ్లడంతో కార్మికుల ఉద్యమం దెబ్బతింది.

కమ్యూనిస్ట్ ప్రభావం శ్రామిక వర్గాల మధ్య కొనసాగడంతో, మత రాజకీయాలను ఆశ్రయించడం ద్వారా అటువంటి ప్రభావాన్ని ఎదుర్కొనేందుకు ప్రభుత్వం HMS (Hindustaan Mazdoor Sabha) ని ప్రోత్సహించింది. ప్రభుత్వ ఇటువంటి వైఖరి కార్మికవర్గం బలంగా సంఘటితమయ్యేలా చేసింది. కమ్యూనిస్ట్ పార్టీ నిషేధం తర్వాత కూడా కార్మికులను వారి డిమాండ్లపై మరియు నిజాం పాలనకు వ్యతిరేకంగా స్థిరంగా సంఘటితం చేసింది. ప్రభుత్వం AHTUC™ పై అణచివేతను తీవ్రతరం చేసింది మరియు

దాని కార్యకలాపాలపై నిషేధం విధించింది. నాయకులను అజ్ఞాతంలోకి వెళ్లేలా చేసింది. పోలీసులు దౌర్జన్యానికి ఒడిగట్టినప్పటికీ కొత్తగూడెంలో దేవూరి శేషగిరిరావు వంటి నిబద్ధత కలిగిన నాయకులు సింగరేణి బొగ్గు గనులలో కార్మిక ఉద్యమాన్ని ఉధృతం చేశారు. సింగరేణి కాలరీస్ వర్కర్స్ యూనియన్ నిర్మాణంలో విశేష పాత్ర పోషించి అనేక పోరాటాలు విజయవంతం చేశారు. అతను ప్రభుత్వానికి లక్ష్యంగా మారాడు. ఫిబ్రవరి 15, 1948 న నెల్లిపాక అడవిలో పోలీసు బలగాలచే దారుణంగా హత్య చేయబడ్డాడు (ఎన్ కౌంటర్).

కుమ్రం భీముని తిరుగుబాటు

ఆధునిక హైదరాబాద్ ఆదివాసి / గిరిజనుల తిరుగుబాటు చరిత్రలో ఒక మైలురాయి. అవి వలసవాద మరియు భూస్వామ్య వ్యతిరేక/నిజాం వ్యతిరేక పోరాటాల తీవ్రతను సూచిస్తాయి. వాటిలో గోండుల తిరుగుబాట్లు చెప్పుకోదగ్గవి. 1857 తిరుగుబాటు సమయంలో రామ్‌జీ గోండ్ బ్రిటీష్ మరియు నిజాంకు వ్యతిరేకంగా పోరాడాడు. రామ్‌జీ గోండు వారసత్వాన్ని ఇరవయ్యవ శతాబ్దంలో కుమ్రం భీముడు కొనసాగించాడు. తెలంగాణలోని గోండులను రాజ్‌జీ గోండులు అని పిలుస్తారు. మరియు చారిత్రక/ మౌలిక ఆధారాల ప్రకారం భీమ్ జిల్లాల్ సింగ్ సుమారు 970 CE లో పూర్వపు ఆదిలాబాద్ జిల్లాలోని సిర్పూర్, బల్లార్షా మరియు చాందా భూభాగాలతో కూడిన గోండ్వానా రాష్ట్రాన్ని స్థాపించాడు. బెలార్ యొక్క బహమనీ పాలకులు మరియు ఉత్తర భారతదేశంలోని మొఘల పాలకులచే 1598 CE లో భర్తీ చేయబడ్డారు. చివరకు వారి పాలనను మరాఠా పాలకులు నాగపూరుకు చెందిన రఘోజి బోంపై అంతం చేశారు. వీరిని పూర్వపు హైదరాబాద్ రాష్ట్ర నిజాంల పాలన అనుసరించింది. అయినప్పటికీ 1948లో నిజాం డొమినియన్లు ఇండియన్ యూనియన్లలో విలీనం అయ్యే వరకు గోండు అధిపతులు ఒక విధమైన సాంప్రదాయ స్వయంప్రతిపత్తిని పాటించారు. ఆదివాసీల స్వయంప్రతిపత్తి క్షీణించడం వారి వాక్కులకు ముప్పు వాటిల్లినప్పుడు కుమ్రం భీముడు వంటి గిరిజన నాయకులు ఎదగడానికి ఒక ముఖ్యమైన కారణం. గోండుల సామాజిక ఆర్థిక మరియు రాజకీయ వ్యవస్థ విభిన్నంగా ఉండేది. దారిత్రాత్మకంగా గోండుల సామాజిక, సాంస్కృతిక మరియు మతపరమైన క్రమం స్వయం సమృద్ధి మరియు గిరిజన స్వయంప్రతిపత్తిపై ఆధారపడింది. వారు పరస్పర అవగాహన ఆధారంగా సామూహిక జీవితాన్ని గడిపారు. గోండు గ్రామాలు కమ్యూనిటేరియన్ నీతి ఆధారంగా యుగాలుగా తమ విలక్షణమైన గుర్తింపు, సమానత్వం మరియు ప్రత్యేకతను కొనసాగించాయి.

నిస్సందేహంగా, తన ప్రజల కోసం పోరాడిన తెలంగాణ యొక్క అత్యంత ప్రసిద్ధ ఆదివాసీ నాయకుడు కుమ్రం భీముడు. అతను పూర్వపు ఆదిలాబాద్ జిల్లా కరమెరి మండలం సంకవల్లిలో కుమ్రం చిన్ను మరియు మైనాభి దంపతులకు 1900లో జన్మించాడు. అతని తండ్రి మరణం తరువాత, భీముడి కుటుంబం అతని మేనమామలు నివసించే సమీపంలోని గ్రామమైన సర్దాపూర్కు వలస వచ్చింది. భీముడి కుటుంబం పోడు వ్యవసాయ భూమిని తిరిగి స్వాధీనం చేసుకునేందుకు అడవులను నరికివేసి ఆ భూములను సాగుచేస్తున్నారు. అయితే స్థానిక రెవెన్యూ అధికారి సిద్దిక్ మాత్రం తమ భూమిపై తన పటాని క్లెయిమ్ చేశాడు. ఈ సమస్యపై గొడవ జరిగింది. భీముడు దుంగతో సిద్ధిక్‌ని అతని బట్టతలపై కొట్టాడు. తీవ్ర రక్తస్రావంతో సిద్ధిక్ మృతి చెందాడు. ఈ పరిణామాలకు భీముడు భయపడి చంద్రాపూరక్కు వెళ్లి అక్కడ ప్రింటింగ్ ప్రెస్లో పనిచేశాడు. భీముడు మరోసారి చంద్రాపూర్ నుండి అస్సాంకు పారిపోయాడు. అక్కడ అతను టీ మరియు కాఫీ తోటలలో 10 సంవత్సరాలపాటు పనిచేశాడు. అక్కడ కూడా బ్రిటీష్ ప్లాంటర్ల దురాగతాలను చవిచూశాడు. అల్లూరి సీతారామరాజు తిరుగుబాటు మరియు భగత్ సింగ్ బలిదానం వంటి బ్రిటీష్ వలసవాదానికి వ్యతిరేకంగా భారతీయ తిరుగుబాటు గురించి అతను తెలుసుకున్నాడు.

భీముడు సుర్గాపూర్, జోడేఘాట్ ప్రాంతానికి తిరిగి వచ్చాడు. అస్సాంలో కొత్త చైతన్యం పొందాడు. అతను అడవుల నుండి భూములను తిరిగి పొందేందుకు స్థానిక గిరిజనులను ప్రోత్సహించాడు. నీరు (జల్), అడవులు (జంగల్) మరియు భూములు (జమీన్) యుగయుగాలుగా తమకు చెందినవని అతను నమ్మాడు. అతను మావనాట-మావరాజ్ (మా గ్రామం-మన పాలన) వరంగా గిరిజనుల స్వయంప్రతిపత్తి మరియు సార్వభౌమాధికారాన్ని స్పష్టం చేశాడు.ు ఆదివాసీల మధ్య ఐక్యతను తీసుకువచ్చాడు. మరో మాటలో చెప్పాలంటే అతను స్వతంత్ర గోండు రాజ్యాన్ని తిరిగి స్థాపించడానికి ప్రయత్నించాడు. ఏది ఏమైనప్పటికీ నిజాం ప్రభుత్వ రెవెన్యూ మరియు అటవీ విధానాలు గోండుల జీవన విధానాలను తీవ్రంగా ప్రభావితం చేశాయి. 1876లో ప్రత్యేక అటవీ శాఖ రిజర్వ్ ఫారెస్ట్ ప్రాంతాల ఏర్పాటు అటవీ ఉత్పత్తులను వాణిజ్యకరించడం మొదలైన సాలార్‌జంగ్ సంస్కరణలు అటవీ వనరులపై గిరిజన హక్కులను తీవ్రంగా పరిమితం చేశాయి. కొత్త రెవెన్యూ మరియు అటవీ చట్టాలు బయటి వ్యక్తుల చొరబాటు మరియు దోపిడీని కూడా సులభతరం చేశాయి. రెవెన్యూ, ఫారెస్టు కాంట్రాక్టరు. ప్రభుత్వాధికారులతో కలిసి గిరిజనులను నిర్దాక్షిణ్యంగా దోపిడీకి, నిర్వీర్యానికి గురిచేశారు. ప్రభుత్వ రికార్డుల ప్రకారం, 1942 నాటికి గోండు రైతుల్లో కేవలం 20 శాతం మందికి మాత్రమే పట్టాలు,

భూములపై చట్టపరమైన హక్కులు ఉన్నాయి. ఉట్నూర్ ఏరియాలో 3300 గోండు కుటుంబాలకు గాను 471 మందికి మాత్రమే పట్టాలు ఉండగా, ఆసిఫాబాద్లో 2400 మందికి గాను 900 మందికి మాత్రమే పట్టాలు ఉన్నాయి. రాజురాలో 3170 గోండు కుటుంబాలకు గాను 678 మందికి మాత్రమే పట్టాలు ఉన్నాయి.

ప్రభుత్వ విధానాలకు గోండులు ప్రధాన బాధితులు. గిరిజనులు భీముడి నాయకత్వం నుండి ప్రేరణ పొందారు. అతను గిరిజన-స్వయం మనుగడ-ప్రవృత్తి యొక్క పరాయీకరణను ప్రభావితం చేసాడు. వారి స్వయంప్రతిపత్తిని నొక్కి చెప్పమని వారిని కోరాడు. పర్యవసానంగా జోడేఘాట్ మరియు చుట్టుపక్కల పన్నెండు కొత్త కాలనీలు స్థాపించబడ్డాయి. కానీ నిజాం ప్రభుత్వ అధికారులు పోడు సాగులో గిరిజనుల పద్ధతులను వ్యతిరేకించారు. వారిపై అనేక పన్నులు విధించారు. మేకపెట్టి, దుంపపట్టి, బెచ్చార మొదలైన పన్నులు గిరిజనులపై పన్ను భారాన్ని పెంచాయి. దుంపపెట్టి అనేది అడవుల నుండి దుంగలు, కలప (టేకు) మొదలైన వాటిని సేకరించడానికి విధించే పన్ను మరియు బిచ్చర పశువులను మేత కోసం అడవులకు పంపినందుకు విధించే పన్ను కాంట్రాక్టరు/ మధ్యస్థుల దోపిడికి తోడు కింది స్థాయి అధికారులు మామూళ్లు/లంబాలు తెలంగాణ గిరిజన ప్రాంతాల్లో, ప్రభుత్వం సాధారణ లక్షణం. స్థానిక (ఆసిఫాబాద్) న్యాయవాది రామచందర్ రావు సహాయంతో భీముడు మరియు అతని అనుచరులు తమ ఫిర్యాదులను వ్యక్తిగతంగా నిజాం దృష్టికి తీసుకురావాలని ప్రయత్నించారు. అయితే అవినీతి అధికారులు అతనిని కలవడానికి అనుమతి నిరాకరించారు. భీముడు హైదరాబాద్ నుండి తిరిగి వచ్చి పోడు వ్యవసాయాన్ని కొనసాగించాడు. స్థానిక అధికారులు గిరిజనులను అణచివేసి వారిపై లెక్కలేనన్ని కేసులు పెట్టారు. అయితే రెండోవారు మాజీని బహిష్కరించడంతో బాబేఝురి జోడేఘాట్ ప్రాంతంలో ఒక రకమైన గొడవ జరిగింది. అంతిమంగా ప్రభుత్వం సమస్య యొక్క ప్రాముఖ్యతను గ్రహించి అధికారులు అందించే ప్రోత్సాహకాలకు మోసపోలేని కుమ్రం భీమునితో చర్చల కోసం ఆసిఫాబాద్ అసిస్టెంట్ కలెక్టరు పంపింది. భీముడు తన సంఘం వారి భూములు మరియు వనరులపై పూర్తి స్వాతంత్ర్యం కావాలని పునరుద్ఘాటించాడు ఒక పండితుడు ప్రకారం ఈ ప్రాంతం యొక్క జీవావరణ శాస్త్రంతో అంతర్గతంగా ముడిపడి ఉన్న అటవీ మరియు పూర్వీకుల వారసత్వంపై వారి హక్కులను కోల్పోవడం గోండుల జోడేఘాట్ ఉద్యమం వ్యాప్తికి ప్రధాన కారణం."

ప్రభుత్వ అధికారుల నిరంతర వేధింపులు, భీముడు మరియు ప్రభుత్వం మధ్య చర్చలు విఫలం కావడం రెండు పార్టీల మధ్య అనివార్యమైన ఘర్షణకు దారితీసింది.

భీముడు జోడేఘాట్ ప్రాంతంలోని 12 గ్రామాలను గోండ్ రాజ్‌గా ప్రకటించడం ద్వారా పోరాటాన్ని ప్రారంభించాడు. తన స్వంత సైన్యాన్ని/ఫౌజ్ను పెంచుకున్నాడు. రాగల్ ఝుండా (ఎర్ర జెండా) రాష్ట్ర జెండాగా ఎగురవేశారు. భీముడు ప్రత్యేక స్వతంత్ర రాజ్య స్థాపనను ప్రభుత్వం తీవ్రంగా పరిగణించింది. నిజాం ప్రభుత్వం జోడేఘాట్ ప్రాంతానికి సాయుధ దళాలను పంపింది. అక్కడ రెండు పార్టీల మధ్య గెరిల్లా యుద్ధం జరిగింది. ఆదివాసీలకు తుపాకులు, ఆధునిక ఆయుధాలు మరియు మందుగుండు సామగ్రి అందుబాటులో లేనందున్న వారు తమ సాంప్రదాయ ఆయుధాలైన విల్లు మరియు బాణాలు, కత్తులు, ఈటలు మొదలైన వాటితో గెరిల్లా యుద్ధ పద్ధతిలో హిట్ అండ్ రన్ పద్ధతిలో పోరాడవలసి వచ్చింది. 1940లో శివరాత్రి మరియు దసరా మధ్య సుమారు ఏడు నెలల పాటు బాబేఝురి ప్రాంతంలో చుట్టుపక్కల గిరిజనులకు మరియు నిజాం సైన్యానికి మధ్య యుద్ధం జరిగింది. అయినప్పటికీ గిరిజనులను ఓడించలేకపోయారు. అందుకే సైన్యం భీముడి సహాయకుడిని కుర్దు పటేల్‌ను లంచంతో ఆకర్షించింది. భీముని దాగు సైన్యం ఒక రాత్రిలో ఆ ప్రదేశానికి చేరుకుని భీమునిపై దాడి చేసింది. భీముడు ప్రతీకారం తీర్చుకోవడం ప్రారంభించే ముందు, సెప్టెంబర్ 10, 1940న కాల్చి చంపబడ్డాడు. భీముని 20 మంది అనుచరులు కూడా ఎన్కౌంటర్లో మరణించారు. ఘటనపై వివాదాస్పద కథనాలు ఉన్నాయి. 1940 సెప్టెంబర్ 14 నాటి డైరెక్టర్ జనరల్ ఆఫ్ పోలీస్ నివేదిక ప్రకారం, “నాయకుడు భీముడితో సహా 10 మంది మరణించారు మరియు 13 మంది గాయపడ్డారు. గోండులు విడిపోయి పారిపోయారు. కానీ, వారిలో 31 మందిని అరెస్టు చేశారు”. భంగ్య భూక్య ఇలా వ్రాశాడు. “భీముడితో సహా 14 మంది గోండులు అక్కడికక్కడే మరణించారు మరియు వారు ఒక గంటలో క్రూరంగా నలిగిపోయారు. 31 మంది ఆదివాసీలకు తీవ్ర గాయాలు కాగా వారిలో నలుగురు ఆసుపత్రిలో మరణించారు”. కానీ వాస్తవానికి ఈ ఘటనలో దాదాపు 100 మంది గోండులు చనిపోయారు. కుమ్రం భీముని బలిదానంతో నిజాం ప్రభుత్వానికి వ్యతిరేకంగా ఆదివాసీల పోరాటం ముగిసింది.

కుమ్రంభీముడి పోరాటాన్ని నిజాం ప్రభుత్వం అణచివేసినప్పటికీ ఆయన డిమాండ్లను వెంటనే పరిష్కరించారు. కనీసం ఆదివాసీల సామాజిక–ఆర్థిక సమస్యల పరిష్కారానికి చొరవ తీసుకున్నారని చెప్పవచ్చు. నిజాం ప్రభుత్వం గిరిజన సమస్యను అధ్యయనం చేయడానికి అంతర్జాతీయంగా పేరుపొందిన మానవ శాస్త్రవేత్త ప్రొఫెసర్ ఫ్యూరర్ హైమెన్ డారు నియమించింది. అతని సిఫార్సుల ఆధారంగా ఆదివాసీల విద్య మరియు ఆర్థిక సంక్షేమాన్ని ప్రోత్సహించడానికి ప్రయత్నించింది. కుమురం భీముని

వారసత్వం యొక్క బహుళ ప్రభావాలను రాజకీయ మరియు సామాజిక-ఆర్థిక రంగాలలో ధృవీకరించవచ్చు. హైమెన్‌డోర్ఫ్ నివేదిక ఆధారంగా నిజాం ప్రభుత్వం ఆదివాసీల అశాంతికి సంబంధించిన ఆందోళనకు ప్రధాన కారణం భూములపై హక్కు అని గ్రహించింది. అందుకోసం అటవీ మరియు రెవెన్యూ శాఖలలో కొన్ని చర్యలు చేపట్టి ఆదివాసీల సంక్షేమ కార్యక్రమాలను బలోపేతం చేసింది. పోడు భూములు మరియు అడవులపై స్థానిక ఆదివాసీల సాంప్రదాయ హక్కులు గుర్తించబడ్డాయి. వారికి పట్టాలు (రిజిస్టర్ భూమి పత్రాలు) ఇవ్వబడ్డాయి. సుమారు లక్ష ఎకరాల భూమిని ఆదివాసీలకు పంపిణీ చేశారు. వీరికి లావోని పట్టా కింద అటవీ భూములు కూడా మంజూరయ్యాయి. గిరిజనేతర వ్యాపారులకు వ్యతిరేకంగా రక్షణ చట్టాలు, నియమాలు మరియు స్థానిక అధికారుల దౌర్జన్యాల నివారణ చర్యలు ఆదివాసీలకు అనుకూలంగా ప్రభుత్వంచే ప్రకటించబడ్డాయి. హానికరమైన పన్నులను రద్దు చేసి, ఆదివాసీ ప్రాంతాలకు గిరిజనేతర ప్రాంతాల పై ప్రత్యేక హక్కులు కల్పించారు. ఫలితంగా, ఆదివాసీలు అనాదిగా అనుభవిస్తున్న సాంప్రదాయిక హక్కులు పునరుద్ధరించబడ్డాయి.

గిరిజనులకు సుపరిచితమైన భాషల్లో విద్యను అందించడానికి చొరవ తీసుకోవాలని ప్రొఫెసర్ హైమన్ డార్ఫ్ ప్రభుత్వానికి ప్రతిపాదించారు. ఆ విధంగా దాదాపు అర డజను ప్రాథమిక పాఠ్య పుస్తకాలు మరియు కొన్ని నిఘంటువులు గోండి మరియు మరాఠీ భాషలలో రూపొందించబడ్డాయి. పూర్వపు ఆదిలాబాద్ జిల్లాలో గోండు ప్రాంతాలలో పాఠశాలలు కూడా స్థాపించబడ్డాయి. పూర్వపు ఆదిలాబాద్ జిల్లాకు "చెందిన విలక్షణమైన గిరిజన సంస్కృతికి రాష్ట్రం నుండి కూడా గౌరవం లభించింది. జిల్లాలోని కేస్లాపూర్ గ్రామంలో ఏటా జరిగే గోండు సంప్రదాయ జాతరను ప్రభుత్వం గుర్తించింది. జాతర తర్వాత జరిగే దర్బార్లో ప్రభుత్వం వారి సంస్కృతితో ముడిపడి వారి సమస్యలను పరిష్కరించే సాంప్రదాయాన్ని కొనసాగించింది. గత ఏడు దశాబ్దాలుగా ఆదిలాబాద్ జిల్లాలోని గిరిజనుల సమస్యలను పరిష్కరించేందుకు జిల్లా కలెక్టర్ ఆచారంగా తప్పనిసరి జాతరకు హాజరవుతూ దర్బార్కు నాయకత్వం వహిస్తున్నారు.

తెలంగాణ ప్రజల్లో కుమ్రం భీముని బలిదానం. వారసత్వం సజీవంగా ఉన్నాయి. ఆధిపత్యానికి వ్యతిరేకంగా భీముని ప్రతిఘటన స్ఫూర్తి ఆర్యసమాజ్, ఆంధ్ర మహాసభ, హైదరాబాద్ స్టేట్ కాంగ్రెస్, కమ్యూనిస్టులు మొదలైన నిజాం వ్యతిరేక మరియు బ్రిటిష్ వ్యతిరేక పోరాటాలకు స్ఫూర్తినిచ్చింది. జోడేఘాట్ తిరుగుబాటు తెలంగాణ రైతాంగ సాయుధ పోరాటానికి మరియు సిరిసిల్లలోని భూస్వామ్య వ్యతిరేక పోరాటాలకు

కూడా స్ఫూర్తినిచ్చింది. నక్సలైట్లచే జగిత్యాల, పోరాటాలు ఇంద్రవెల్లి ఊచకోత ఆదివాసీ స్వయం ప్రతిపత్తి కోసం జరిగే తపనకు తార్కాణం.. పోలీసు ఇన్ఫార్మర్ గా వ్యవహరించిన దేశద్రోహి కుర్దు పటల్ను తిర్యాణి ప్రాంతానికి చెందిన విప్లవకారుడు గోపాల్రావు దళం 1946లో చంపాడు. కొమురం భీముడు గోండు మౌఖిక సంప్రదాయంలో అమరుడయ్యాడు. అతను పురాణాల దేవత అయిన వహండి కువర్లింగాల అవతారంగా గోండులచే నమ్మబడ్డాడు.

క్విట్ ఇండియా ఉద్యమం

క్రిప్స్ మిషన్ వైఫల్యం, ఆగస్టు 1942లో క్విట్ ఇండియా ఉద్యమాన్ని ప్రారంభించేందుకు గాంధీని ప్రోత్సహించింది. గాంధీజీ నాయకత్వంలో డూ ఆర్ డై అనే నినాదం ఒక మంత్రంగా మారింది. క్విట్ ఇండియా ఉద్యమం హైదరాబాదు రాష్ట్రంలో కూడా ప్రతిధ్వనించింది. ఆలిండియా కాంగ్రెస్ కమిటీ బొంబాయి సమావేశానికి ఒకరోజు ముందు స్వామి రామానంద తీర్థ మహాత్మా గాంధీని కలుసుకుని క్విట్ ఇండియా ఉద్యమంలో పాల్గొనేందుకు ఆయన అనుమతిని పొందారు. క్విట్ ఇండియా పోరాటంలో పాల్గొనాలనే నిర్ణయాన్ని హైదరాబాదులో జరిగిన రాష్ట్ర కాంగ్రెస్ మాత్రమే కాకుండా స్వదేశీ సంస్థానాలలోని వివిధ ప్రజా మండలాలు ఆమోదించాయి. స్వామి రామానంద తీర బొంబాయి నుండి షోలాపూర్ మీదుగా హైదరాబాద్ చేరుకున్నారు. ముందుగా ఊహించినట్లుగానే నాంపల్లి రైల్వే స్టేషన్లో దిగగానే ఆయనను అరెస్టు చేశారు. తక్షణమే పౌర హక్కులను మంజూరు చేయాలని, కాంగ్రెస్ నిషేధాన్ని ఎత్తివేయాలని, రాజకీయ ఖైదీలందరినీ విడుదల చేయాలని డిమాండ్ చేస్తూ రాష్ట్ర కాంగ్రెస్ తరపున డాక్టర్ జి.ఎస్. మెల్కో లేఖపై సంతకాల ఉద్యమాన్ని చేపట్టారు. కోఠిలోని రెసిడెన్సీ భవనంపై పద్మజా నాయుడు జాతీయ జెండాను ఎగురవేసేందుకు ప్రయత్నించి అరెస్ట్ అయ్యారు. హైదరాబాద్ లో క్విట్ ఇండియా ఉద్యమంలో ఆరెస్టయిన ఇతర నాయకులలో హరిశ్చంద్ర. హెడా భానకుమార్ హెడా విమలా భాయ్ మెల్కోట జి.ఎస్.మేల్కోటీ కాళోజీ నారాయణరావు తదితరులు ఉన్నారు.

అజాద్ హింద్ ఫౌజ్ లో హైదరాబాదీలు

1942 క్విట్ ఇండియా ఉద్యమం సమయంలో ఇద్దరు హైదరాబాదీలు అబిది హసన్ సఫ్రాని మరియు సురేష్ చంద్ర నేతాజీ సుభాష్ చంద్రబోస్ స్థాపించిన ఇండియన్ నేషనల్ ఆర్మిలో చేరారు. చార్మినార్ సిగరెట్ ఫ్యాక్టరీ యజమాని అలీ సుల్తాన్ కు కూడా బోస్ తో అనుబంధం ఉంది. సురేష్ చంద్ర ఆజాద్ హింది రేడియోలో వ్యాఖ్యాతగా

పనిచేశారు. సఫ్రాన్ బోస్ వ్యక్తిగత కార్యదర్శిగా మరియు ఆజాద్ హింద్ ఫౌజ్ తాత్కాలిక ప్రభుత్వంలో మంత్రిగా పనిచేశారు. 'జై హింద్" అనే నినాదాన్ని రూపొందించిన వ్యక్తి అబిద్ హసన్ సఫ్రాసి. వలసవాద వ్యతిరేక విశ్వాసాలు ఉన్న కుటుంబంలో జన్మించిన అబిద్ హసన్ సఫ్రానీ హైదరాబాద్లో పెరిగారు. యుక్తవయసులో, గాఢమైన దేశభక్తి కలిగిన యువకుడుగా మహాత్మా గాంధీ శిష్యుడు గా ఆయన సబర్మతి ఆశ్రమంలో కొంతకాలం గడిపాడు. ఆ తర్వాత ఇంజినీరింగ్ డిగ్రీ చేసేందుకు అబిద్ హసన్ జర్మనీ వెళ్లాడు. 1941లో జర్మనీలో భారత యుద్ధ ఖైదీల సమావేశంలో తొలిసారిగా నేతాజీని కలిశారు. ఆకర్షణీయమైన నాయకుడి ప్రేరణతో, అబిద్ హసన్ తన చదువును విడిచిపెట్టాడు. జర్మనీలో ఉన్న సమయంలో నేతాజీకి వ్యక్తిగత కార్యదర్శి మరియు వ్యాఖ్యాత అయ్యాడు. 1942లో, అబిద్ హసన్ సఫ్రానీ నేతాజీతో కలిసి ఆగ్నేయాసియాకు తన అజ్ఞాత ప్రయాణంలో ఉన్నారు. అతను 1944లో నాలుగు నెలల పాటు జరిగిన ఇంఫాల్ యుద్ధంలో కూడా పోరాడాడు. రెండవ ప్రపంచ యుద్ధం ముగింపు భారతదేశానికి తిరిగి వచ్చిన అబిద్ హసన్ 1946లో INA ఇండియన్ నేషనల్ ఆర్మీ ట్రయల్స్ ముగిసిన తర్వాత విడుదలయ్యాడు. అతను కొంతకాలం భారత జాతీయ కాంగ్రెస్లో చేరాడు. కానీ తర్వాత సంస్థను విడిచిపెట్టి హైదరాబాద్లో స్థిరపడ్డాడు. స్వాతంత్ర్యం తరువాత, అతను దేశంలో కొత్తగా సృష్టించబడిన ఇండియన్ ఫారిన్ సర్వీస్లో చేరాడు. భారత ప్రధాని జవహర్లాల్ నెహ్రూ మధ్యప్రాచ్య దేశాలకు రాయబారిగా అబిద్ హసన్ సఫ్రాసని నియమించారు.

ముగింపు

పంతొమ్మిదవ శతాబ్దం మధ్యకాలం నుండి తెలంగాణ ప్రజలు ప్రారంభించిన సుదీర్ఘ పోరాటాల ఫలితంగా 1948లో నిజాం నిరంకుశ పాలన పతనమైంది. తుర్రేబాజ్ ఖాన్ మరియు రామ్ గోండ్ తిరుగుబాలతో ప్రారంభించి, లౌకిక జాతీయవాద స్పృహ విస్తృతమైన ప్రజల సమీకరణకు దోహదపడింది. నిజాం మరియు బ్రిటిష్ వలసవాదం 1857 సిపాయి తిరుగుబాటు సమయంలో హిందూ ముస్లిం ఐక్యతను ప్రదర్శించింది. దీనిని మొదటి భారత స్వాతంత్ర్య యుద్ధం అని కూడా పిలుస్తారు. హైదరాబాద్ వీధుల్లో బ్రిటీష్ వ్యతిరేక ప్రచారం వివిధ రూపాల్లో సాగింది. ముల్లాలు మరియు ఫకీర్లు బోవెన్పల్లి ఫౌజ్ అని పిలువబడే సాయుధ దళాలలో అసంతృప్తిని వ్యాప్తి చేశారు. అయితే, మౌల్వి అలాఉద్దీన్ మరియు తుర్రెబాజ్ ఖాన్ నేతృత్వంలో హైదరాబాద్లోని బ్రిటిష్ రెసిడెన్సీపై దాడి తరువాత, రోహిల్లా మరియు ఆఫ్ఘన్ సిపాయిలు, ఆదివాసీ కోయలు, గోండులు, భిల్లులు మరియు అగ్రవర్ణ హిందూ జమీందార్లు. గ్రామ అధికారులు, దేశపాండేలు

బ్రిటిష్ వ్యతిరేక పోరాటాలలో పాల్గొన్నారు. స్థానిక పాలకులు పీష్వా నానా సాహెబ్ మరియు తాంతియా తోపే కుల మరియు మత గుర్తింపులకు అతీతంగా బ్రిటిష్ వ్యతిరేక ఉద్యమంలో కీలక పాత్ర పోషించారు. బ్రిటీష్ పెట్టుబడిదారులకు ప్రయోజనం చేకూర్చేందుకు ప్రయత్నించిన చందా రైల్వే పథకానికి వ్యతిరేకంగా జరిగిన ఆందోళనతో పందొమ్మిదవ శతాబ్దం చివరలో ప్రత్యేక రాజకీయ స్పృహ స్ఫటికీకరించబడింది. అఘోరనాథ్ చటోపద్యాయ, ముల్లా అబ్దుల్ ఖయూమ్ మరియు దస్తూర్ ఔసాగి హెరీపాంగ్ వంటి ప్రముఖ హైదరాబాద్ మేధావులు దీనిని వ్యతిరేకించారు. విద్యావంతులైన మధ్యతరగతి వర్గాలు పౌర మరియు ప్రజాస్వామిక హక్కులను సాధించుకోవడానికి అనేక ఉద్యమాలు నిర్వహించాయి. రాష్ట్రంలో విద్య మరియు సామాజిక మేల్కొలుపుకు మితవాద జాతీయవాద నాయకులు బాధ్యత వహించారు. 1930 నుండి ఆంధ్ర మహాసభ ఉద్యమం సామాజిక-రాజకీయ సంస్కరణల ఉద్యమాన్ని చేపట్టింది. ఆర్యసమాజ్, హైదరాబాద్ స్టేట్ కాంగ్రెస్, వందేమాతరం ఉద్యమం, కామ్రేడ్స్ అసోసియేషన్, కమ్యూనిస్ట్ పార్టీ ఆఫ్ తెలంగాణ, అల్ హైదరాబాద్ స్టూడెంట్స్ యూనియన్, ఆల్ హైదరాబాద్ కార్మిక సంఘం కార్యకలాపాల ద్వారా మరింత ఉధృతమైంది. కుమురం భీం తిరుగుబాటు, తెలంగాణ రైతాంగ సాయుధ పోరాటం, భారత్‌లో విలీన ఉద్యమం సందర్భంగా వ్యక్తమైన తెలంగాణ ప్రజల ఉమ్మడి వ్యతిరేకత ఫలితంగా నిజాం సింహాసనాన్ని త్యజించవలసి వచ్చింది.

***

అధ్యాయం-13

రైతాంగ సాయుధ పోరాటం, 1946-51

ఆధునిక తెలంగాణ చరిత్రలో తెలంగాణ రైతాంగ సాయుధ పోరాటం ఒక ముఖ్యమైన మైలురాయి. ఇది ఆధునిక భారతదేశంలో అతిపెద్ద రైతు తిరుగుబాట్లలో ఒకటిగా కూడా గుర్తింపు పొందింది. భూమికోసం, భుక్తి కోసం, విముక్తికోసం నినాదాలతో తెలంగాణ ఉద్యమం ప్రారంభమైంది. గరిష్టంగా, ఇది మూడు నుండి నాలుగు మిలియన్ల జనాభాతో సుమారు 15,000 చదరపు మైళ్ల విస్తీర్ణంలో విస్తరించి ఉంది. దాదాపు 5000 మంది సాధారణ సభ్యులతో కూడిన రైతుల గెరిల్లా సైన్యం మరియు అదనంగా 10,000 మంది కార్యకర్తలు నిజాం వ్యతిరేక మరియు భూస్వామ్య వ్యతిరేక పోరాటాన్ని నిర్వహించారు. దాదాపు 4000 గ్రామాలలో ప్రజా ప్రభుత్వం (ప్రజల రాజ్యం) స్థాపించబడింది. రైతాంగ సాయుధ పోరాటం అనాదిగా ఉన్న దోపిడీ భూస్వామ్య వ్యవస్థను సమర్థవంతంగా కూల్చివేసి, భూమిలేని, శ్రమించే ప్రజానీకానికి మరియు కౌలుదారులకు సుమారు పది లక్షల ఎకరాల భూమిని పంచింది. ఆగష్టు 1949 నాటికి, దాదాపు 25,000 మంది కమ్యూనిస్టులు మరియు చురుగ్గా పాల్గొనే కార్యకర్తలు అరెస్టు చేయబడ్డారు జూలై 1950 నాటికి మొత్తం ఖైదీల సంఖ్య 10,000కి చేరుకుంది. రైతుల సమాంతర ప్రభుత్వం దాదాపు 10 లక్షల ఎకరాల భూమిని జప్తు చేసి భూ నిర్వాసితులకు పంపిణీ చేసింది. తెలంగాణ ఉద్యమం హైదరాబాదు నిజాం నిరంకుశ పాలనలో అణచివేత భూస్వామ్య మరియు మతపరమైన రజాకార్ శక్తులకు వ్యతిరేకంగా కమ్యూనిస్ట్ పార్టీ నాయకత్వంలో రైతుల సాయుధ తిరుగుబాటు 1946లో ప్రారంభమైంది. 1948లో హైదరాబాద్ స్టేట్‌ను ఇండియన్ యూనియన్‌లో విలీనం చేసిన తరువాత, తిరుగుబాటు చేసిన రైతులపై నెహ్రూ ప్రభుత్వం దాడిని ప్రారంభించింది. భారత సైన్యం జోక్యం ఫలితంగా మూడు లక్షల మంది ప్రజలు హింసించబడ్డారు, 2,000 మందికి పైగా రైతులు మరియు పార్టీ కార్యకర్తలు చంపబడ్డారు. దాదాపు 50,000 మందిని అరెస్టు చేసి నిర్బంధ శిబిరాల్లో ఉంచారు (వీటిలో 5,000 మంది సంవత్సరాల తరబడి జైలులో ఉన్నారు).

భూస్వామ్యం

సాయుధ పోరాటంలో అత్యంత ముఖ్యమైన అంశం ఏమిటంటే అది దాదాపు అన్ని కులాలు/వర్గాలను, ప్రత్యేకించి దళితబహుజనులను దొరలు మరియు నిజాంకు వ్యతిరేకంగా ఐక్య శక్తిగా ఏకం చేసింది. భూస్వామ్యం తెలంగాణలోని ప్రజల సామాజిక-ఆర్థిక జీవన విశిష్ట లక్షణం హద్దులేని భూస్వామ్య దోపిడీ. నిజాంల ఆధ్వర్యంలోని భూ యాజమాన్య వ్యవస్థ ఖల్సా/దివానీ, జాగీర్లు/పైగాలు మరియు సర్ఫ్-ఎ-ఖాస్ (డెమెన్స్)లతో కూడినది. 53 మిలియన్ ఎకరాల భూమిలో దాదాపు 60% ఖాల్సా సిస్టమ్‌లో ఉంది మరియు ఇది రాష్ట్రానికి ప్రధాన ఆదాయ వనరు. జాగీర్‌దార్లు పైగాలు రాష్ట్ర మొత్తం భూమిలో దాదాపు 30% కలిగి ఉన్నాయి. నిజాం అలీ ఖాన్ తన దివాన్ రుక్న్-ఉద్-దౌలా సలహాతో పాయగాహౌజ్‌హోల్డ్ దళాలను ప్రవేశపెట్టాడు. ఈ దళాల నిర్వహణ కోసం, అతను దేశంలోని పెద్ద ప్రాంతాలను పాయిగాలాండ్స్ అని పిలిచాడు. అవి నిజాం యొక్క గృహ దళాలను నిర్వహించడానికి గొప్ప వ్యక్తులకు మంజూరు చేయబడ్డాయి. జాగీర్లు అనుకూలమైన పదవీకాలంపై ముస్లిం ప్రభువులకు ఇవ్వబడ్డాయి. వారు వారసత్వంగా హక్కులు కలిగి ఉన్నారు. సర్ఫ్-ఎ-ఖాస్ భూములు నిజాం వ్యక్తిగత ఆస్తికి చెందినవి, ఇది రాష్ట్ర మొత్తం భూమిలో 10 శాతం. సర్ఫ్-ఎ-ఖాస్ అధికారులు వారిపై నిఘా పెట్టారు. సర్ఫ్-ఎ-ఖాస్ ప్రాంతాల వార్షిక ఆదాయం రూ. 20 మిలియన్లు. ఈ మొత్తం మరియు అదనంగా ఏడు మిలియన్ రూపాయలు నిజాం మరియు అతని పరివారం యొక్క వ్యక్తిగత ఖర్చులకు ఉపయోగించబడ్డాయి. ఈ పదవీకాల హోల్డర్‌లు కాకుండా, సంస్థానందార్లు కూడా ఉన్నారు. వారు గద్వాల్, వనపర్తి మరియు పాల్వంచ వంటి పురాతన హిందూ రాజులు. వారు నిజాంకు నివాళులర్పించారు మరియు అతని ఆధిపత్యాన్ని గుర్తించారు. అయినప్పటికీ, వారు తమ ప్రాంతాల అంతర్గత పరిపాలనలో స్వయంప్రతిపత్తి కలిగి ఉన్నారు.

నిజాం పాలనలో, తెలంగాణ గ్రామీణ ప్రాంతంలో వ్యవసాయ రంగం మరియు భూస్వామ్య విధానం విస్తృతంగా కుల వ్యవస్థకు అనుగుణంగా ఉన్నాయి. గ్రామ సమాజంలో ఉన్నత మరియు తక్కువ కులాల విభజన భూమి మరియు ఇతర వనరులపై నియంత్రణ కోసం కుల సమూహాలకు అధిక మరియు తక్కువ ప్రాప్యతకు సమాంతరంగా సాగింది. విస్నూరు, పింగళి, జన్నారెడ్డి, నూకల, రామశాయం, పుష్కూరు మొదలైన కొన్ని రెడ్డి, వెలమల కుటుంబాల చేతుల్లో భూమి కేంద్రీకృతం కావడం అందరికీ తెలిసిన విషయమే. తెలంగాణలోని భూస్వాములు ప్రధానంగా బ్రాహ్మణేతర ఉన్నత కులాల నుండి, అంటే రెడ్డి మరియు వెలమ నుండి వచ్చారు. దేశ్‌ముఖ్‌లు, మక్తేదార్లు మొదలైన

వారిలో 90 శాతం మంది ఈ కులాలకు చెందినవారు. కొంతమంది నియోగి (కర్ణం) బ్రాహ్మణ భూస్వాములు కూడా ఉన్నారు. అయితే జాగీర్దార్లు ఎక్కువగా ఉన్నత తరగతి/స్థాయి ముస్లింలకు చెందినవారు. ఈ పెద్ద భూస్వాములు, మక్తేదార్లు, బంజారాదార్లు, దేశ్‌ముఖ్‌లు, జాగీర్దార్‌లు మొదలైన వారి క్రింద, “దొరలు” అని ప్రసిద్ధి చెందిన గ్రామ స్థాయి “ప్రాథమిక” జమీందార్లు చాలా మంది ఉన్నారు. జమీందార్లు వేల ఎకరాల భూములు ఉంటే, దొరలు వందల ఎకరాల్లో భూములు కలిగి ఉన్నారు. భూస్వాములతో పాటు, గ్రామ అధికారులు, పట్వారీ మరియు పటేల్, “రెవెన్యూ సెటప్ యొక్క కింగ్‌పిన్”, కూడా గణనీయమైన హెూల్డింగ్‌లను కలిగి ఉన్నారు. వారు “పటేళ్లు”, గుమాస్తాలుగా ప్రసిద్ధి చెందారు మరియు ఉన్నతమైన భూస్వాములకు (దొరలు మరియు దేశ్‌ముఖ్‌లు) అనుచరులుగా వ్యవహరించారు. వారి ఉన్నత కుల హెూదా, భూమి ఆస్తి, అధికారం మరియు ఆధిపత్యం కారణంగా, గ్రామ అధికారులు గ్రామీణ ప్రాంతాల్లో గణనీయమైన గౌరవాన్ని పొందారు. తెలంగాణపై అనేక అధ్యయనాల ద్వారా వారు గణనీయమైన భూ ఆస్తులను కలిగి ఉన్నారనే వాస్తవం సూచించబడింది. కౌలుదారీ కమిటీ (1940) ఇలా పేర్కొంది, “దాదాపు అన్ని గ్రామాల్లో, గ్రామ అధికారులు... పట్టాదార్లుగా పెద్ద విస్తీర్ణంలో భూమిని పొందారు... వారి వంశపారంపర్య వతన్ నిరక్షరాస్యులు ఉన్న గ్రామంలో వారికి అనవసరమైన ప్రయోజనాన్ని అందిస్తుంది. గ్రామ అధికారులు రైతుల ఖర్చుతో తమ సొంత హెూల్డింగ్‌లను పెంచుకుంటారు”. మందముల నర్సింగరావు తన ఆత్మకథలో, గ్రామంలోని మొత్తం భూమిలో 75 శాతం భూస్వామి (తన స్వంత తండ్రి) మరియు గ్రామ అధికారులు కలిగి ఉన్నారని పేర్కొన్నారు. సీతారాంపురం గ్రామంలో గ్రామ అధికారి అయిన ఒక పెద్ద భూస్వామి 80 శాతానికి పైగా భూమిని కలిగి ఉన్నాడని ఆరుట్ల రామచంద్రారెడ్డి తన జ్ఞాపకాలలో పేర్కొన్నారు. శామీర్‌పేట్ గ్రామంలో, పట్వారీ 247 ఎకరాలను కలిగి ఉన్న “గణనీయమైన సాగుదారు” అని ఎస్‌సి దూబే కనుగొన్నారు.

హైదరాబాద్ స్టేట్‌లోని రెవెన్యూ వ్యవస్థ భూస్వామ్య సంస్థలను బలోపేతం చేసింది, ఫలితంగా రైతుల దోపిడీకి దారితీసింది. ఖల్సా గ్రామాలలో, దేశ్‌ముఖ్‌లు మరియు దేశ్‌పాండేలు మధ్యవర్తులుగా పనిచేశారు. సాలార్ జంగ్ సంస్కరణలు ప్రత్యక్ష ఆదాయ సేకరణ విధానాన్ని ప్రవేశపెట్టాయి మరియు దేశ్‌ముఖ్‌లకు వతన్‌లు (5-10 గ్రామాల బహుమతులు) మంజూరు చేయబడ్డాయి. తత్ఫలితంగా, దేశ్‌ముఖ్‌లు భూస్వాములుగా విలీనం అయ్యారు. దేశ్‌ముఖ్‌లు ‘ఖాతాదార్’లుగా మారి చట్టబద్ధమైన భూ యజమానులుగా వారి పేర్లు రెవెన్యూ రికార్డుల్లోకి ఎక్కాయి. కొత్త సంస్కరణలు భూమిపై

వారి యాజమాన్య హక్కులకు న్యాయపరమైన మరియు చట్టపరమైన హామీతో వారిని పెద్ద భూస్వాములుగా మార్చాయి. సుర్బస్తా లేదా తహబ్ వంటి అంతకుముందు అనిశ్చిత మరియు ఊహాజనిత పదవీకాలం వలె కాకుండా శాశ్వత భూస్వాములుగా వారి స్థానాన్ని స్థిరీకరించడానికి కూడా వారు సహాయం చేసారు. పట్టాదారులుగా వారు ప్రభుత్వ భూమిని 'మక్తా', ఇజారా 'బంజారా' మొదలైన వివిధ పద్దుల కింద లీజుకు తీసుకున్నారు. 1929–30లో ఎస్.కేశవ అయ్యంగార్ సర్వే చేసిన గ్రామాల్లో మక్తేదార్లు, బంజరదార్లు, దొరలు పట్టాపై వేల ఎకరాల భూమిని ఆక్రమించారు. వారి ఆధీనంలో ఉన్న భూమిలో ఎక్కువ భాగం రాయితీ ధరలు మరియు ప్రభుత్వం నుండి అనుకూలమైన నిబంధనలపై కొన్నేళ్లుగా ఉంచబడింది. రెవెన్యూ అధికారులకు లంచాలు ఇచ్చి అక్రమంగా భూములు లాక్కునే విషయంలో కూడా భూస్వాములు పేరుగాంచారు. రైతాంగంలో అక్షరాస్యత తక్కువగా ఉండటం మరియు భూమి రికార్డులపై వారికి ఉన్న పరిజ్ఞానాన్ని సద్వినియోగం చేసుకుని, భూస్వాములు అత్యంత సారవంతమైన భూమిలో ఎక్కువ ప్రాంతాలను స్వాధీనం చేసుకోగలిగారు. చాలా తరచుగా ఇది మరింత మోసపూరితమైనది, అసలైన సాగుదారుని ఇష్టానుసారం కౌలుదారు లేదా భూమిలేని కార్మికుని స్థితికి తగ్గించింది. ఆ విధంగా భూస్వాములు/దొరలు భారీ ఎస్టేట్‌లను కూడబెట్టుకున్నారు. నల్గొండ జిల్లాలోని జనగాంకు చెందిన దేశ్‌ముఖ్ పేరుమోసిన విస్నూరు రామచంద్రారెడ్డికి నలభై గ్రామాలలో 40,000 ఎకరాలు కల్లూరు దేశ్‌ముఖ్ ఖమ్మం జిల్లాలో మధిరను 100,000 ఎకరాల కలిగి ఉన్నారు. జానారెడ్డి ప్రతాప్ రెడ్డికి నల్గొండ జిల్లాలోని సూర్యాపేట తాలూకాలో దాదాపు 150,000 ఎకరాలు ఉంది. సూర్యాపేట దేశ్‌ముఖ్: 20,000 ఎకరాలు బాబాసాహెబ్ పేట దేశ్ ముఖ్: 10,000 ఎకరాలు, మందమేరి మాధవరావు: 10,000 ఎకరాలు పుసుకూరి కుటుంబం: 10,000 నుండి 20,000 ఎకరాలు నర్సాపూర్ సంస్థానం: 50,000 నుండి 100,000 ఎకరాలు. నల్గొండ, మహబూబ్‌నగర్, వరంగల్ జిల్లాల్లో సుందరయ్య ప్రకారం, 500 ఎకరాలకు పైగా ఉన్న భూస్వాములు 60–70 శాతం సాగు భూమిని కలిగి ఉన్నారు.

నిజాం రాజ్యం జాగీర్దార్‌లకు జీతాలకు బదులుగా విస్తారమైన ప్రాంతాలను (గ్రామాల సమూహం లేదా గ్రామం) వ్యక్తిగత ఫిఫ్‌లుగా మంజూరు చేసింది. జాగీర్ భూములు నిజాం ప్రభువులకు మంజూరు చేసిన ఎస్టేట్‌లు. జాగీర్దార్లు రెవెన్యూ కలెక్టర్ల దయతో రైతాంగాన్ని పీడించి పన్నులు వసూలు చేశారు. జాగీర్దార్లు అత్యంత అసహ్యకరమైన భూస్వామ్య అణచివేతదారులు. జాగీర్దార్ల కింద సాగునీరు అందే భూములపై గతంలో ప్రభుత్వ భూముల్లో వసూలు చేసిన వాటి కంటే పదిరెట్లు అధికంగా పన్నులు వసూలు

చేసేవారు. వివిధ రకాల అక్రమ వసూళ్లు మరియు బలవంతపు పని/వెట్టి సాధారణ లక్షణం. హత్‌బజారీ (బజార్లు మరియు జాతరలపై సెస్), కలాల్-పట్టి (మద్యం విక్రయదారులపై పన్ను), షాదీ-పట్టి వంటి అనేక రకాల పన్నులను బలవంతంగా వసూలు చేయడానికి జాగీర్దార్‌లు ఏజెంట్లచే చాలా అణచివేతకు పాల్పడినారు. పెళ్లిపై పన్ను, రహదారీ (టోల్-టాక్స్), ఘనిమ్-బాబ్ (శత్రువు నుండి రక్షణ కోసం), మొహతర్ఫా (ఇల్లు లేదా దుకాణం పన్ను) మరియు మొదలైనవి ఈ జాగిర్ధార్లు వసూలు చేసినారు. 1949లో జాగీర్దారీ వ్యవస్థ రద్దు చేయబడే వరకు రైతుల దోపిడీ ఆచరణలో ఉంది. కొంతమంది జాగీర్దార్‌లకు వారి స్వంత ప్రత్యేక పోలీసు, రెవెన్యూ, సివిల్ మరియు క్రిమినల్ వ్యవస్థలు ఉన్నాయి. జాగీర్దార్లతో పాటు, దేశ్‌ముఖ్‌లు మరియు దేశ్‌పాండేలు గతంలో ప్రభుత్వానికి పన్నులు వసూలు చేసేవారు. తరువాత వారు భూస్వాములుగా మారారు, అత్యంత సారవంతమైన, సాగు చేయబడిన భూమిని అక్రమ మార్గాల ద్వారా లాక్కున్నారు. ఈ భూములను సాగుచేసుకుంటున్న రైతులు బలవంతంగా కౌలుదారుల స్థితికి దిగజారారు. ఆర్థిక సంక్షోభంలో రైతులు పన్నులు కట్టలేని పరిస్థితుల్లో రైతుల ఆధీనంలో ఉన్న భూములను కూడా భూస్వాములు లాక్కున్నారు.

జాగీర్దార్లు మరియు దేశ్‌ముఖ్‌లు ఇద్దరూ స్థానిక స్థాయిలో అపారమైన అధికారాన్ని కలిగి ఉన్నారు. అగ్రవర్ణాల భూస్వాములు, గ్రామాధికారులు గ్రామాల్లో అత్యధిక భూస్వామ్యానికి పాల్పడ్డారని అందుబాటులో ఉన్న ఆధారాలు స్పష్టం చేస్తున్నాయి. పూర్తి యాజమాన్య హక్కులు మరియు ఉన్నత సాంఘిక హోదా కలిగిన వారు, వారు భూమిపై అధికారాలు, భూమి సాగు, కౌలు వసూలు, వివిధ సెస్సులు మరియు సేవల వెలికితీతపై విస్తృతమైన అధికారాలను ఉపయోగించారు. వారిపై ఆధారపడిన వారిపై వారి ఇష్టాన్ని/ అధికారాన్ని అమలు చేశారు. నిరంకుశ నిజాం రాజ్యాధికారాన్ని ఈ భూస్వామ్య కులీనులు గ్రామీణ ప్రాంతాలలో తమ అధికారాన్ని బలోపేతం చేయడానికి ఉపయోగించారు. వారి ప్రాంతాలలో అగ్రవర్ణ భూస్వాములు తక్కువ కులాల కంటే ఎక్కువ భూమిని కలిగి ఉన్నారు అందువల్ల వారు వాస్తవంగా "భూమికి ప్రభువులు". తెలంగాణ పల్లెల్లో ఒకట్రెండు భూస్వాముల కుటుంబాలు సాగు భూమి, ఇతర వనరులపై గుత్తాధిపత్యం వహించాయి. వారు పెద్ద మొత్తంలో మేత, పచ్చిక బయళ్లు మరియు అటవీ భూములను కూడా ఆక్రమించారు. వారు తమ అధికార పరిధిలోని ప్రాంతాలలో గ్రామ సామూహిక మరియు బంజరు భూములపై నియంత్రణను కలిగి ఉన్నారు. ప్రాథమిక కోణంలో, తెలంగాణలో భూస్వామ్య వ్యవస్థ సామాజికంగానే కాకుండా ఆర్థిక పరంగా కూడా అగ్రవర్ణ భూస్వామ్య కులీనులచే చాలా బలమైన నియంత్రణను సూచిస్తుంది, ఎందుకంటే

వారు గ్రామీణ సమాజంలోని వనరులపై పూర్తి గుత్తాధిపత్యాన్ని ప్రదర్శించగలిగారు. దేశ్‌ముఖ్‌లు గ్రామం యొక్క రాజకీయ, న్యాయ మరియు పరిపాలనా అధిపతిగా పని చేయడం ద్వారా వారి గణనీయమైన ఆర్థిక శక్తిని పెంపొందించుకున్నారు. వారు రాజ్యాధికారానికి ప్రాతినిధ్యం వహించారు. వారి భౌతిక ఉనికికి చిహ్నంగా అధికారానికి సంబంధించిన బహుళ విధులను మూర్తీభవించిన చిహ్నంగా, దేశ్‌ముఖ్‌లు/జాగీర్దార్‌లు కూడా రైతుల ఆగ్రహానికి గురి అయ్యారు.

భూమి మరియు ఇతర వనరులపై దొరల గుత్తాధిపత్యం వారి ఆధిపత్యానికి ఒక ముఖ్యమైన సాధనం. ఈ విధంగా, అగ్రవర్ణ భూస్వాములు, గ్రామ అధికారులు మరియు గణనీయమైన భూస్వాములు కలిసి గ్రామీణ తెలంగాణలోని చాలా భూమిని నియంత్రించారు. చేతివృత్తులు మరియు సేవా కులాలతోపాటు అంటరానివారు మరియు గిరిజన వర్గాలకు చెందిన పేద రైతులు స్వతంత్ర సాగుదారుల కంటే కౌలుదారులు మరియు కూలీలుగా వ్యవసాయంపై ఆధారపడవలసి వచ్చింది. అందువల్ల, భూస్వాములు, విస్తారమైన భూస్వామ్య నియంత్రణదారులుగా మరియు స్థానికంగా శక్తివంతమైన వ్యక్తులుగా, అట్టడుగు కులాలపై ఆధారపడిన రైతులను వారికి కౌలుదారులుగా మరియు వ్యవసాయ కూలీలుగా కట్టబెట్టగలిగారు. అయ్యంగార్ గ్రామ సర్వే ఇలా పేర్కొంది, “పెద్ద భూస్వాములు వాస్తవ యజమానులు మాత్రమే కాదు, షావుకార్లు మరియు గ్రేసర్లు, న్యాయమూర్తులు మరియు మేజిస్ట్రేట్లు కూడా. ఈ గ్రామంలోని పెద్ద భూస్వామి విషయంలో, ప్రత్యేకించి, గ్రామంలోని మొత్తం ఆర్థిక వ్యవస్థ అతని నిర్దేశానికి అనుగుణంగా నిర్వహించబడుతుంది మరియు అతను ప్రతి వ్యక్తిని మరియు ప్రతి ప్రక్రియను తన గరిష్ట నికర ఆదాయం యొక్క అత్యున్నత ప్రయోజనం కోసం లొంగదీసుకుంటూ నిజమైన సార్వభౌమాధికారాన్ని బాగా అమలు చేస్తాడు. అన్ని వివాదాలు మరియు తగాదాలు స్థలం యొక్క ‘మహారాజా’ అని పిలువబడే పెద్ద భూస్వామి ద్వారా తన స్వంత మార్గంలో పరిష్కరించబడతాయి మరియు అతనికి అందరూ కట్టుబడి ఉంటారు. పెద్ద భూస్వాములు వాస్తవంగా భూమి మరియు ఇతర వనరులపై గుత్తాధిపత్యం కలిగి ఉన్న గ్రామాలలో ఇది నిజం మరియు విలక్షణమైనది అని చెప్పవచ్చు. గ్రామీణ సమాజంలో ప్రాథమిక వస్తువులకు, అంటే భూమికి దాదాపు ఏకైక సరఫరాదారుగా ఉన్నప్పుడు భూస్వామి యొక్క ఆర్థిక శక్తి ముఖ్యంగా బలంగా ఉంటుంది. భూస్వాములు, మక్తేదార్లు, బంజారాదార్లు మొదలైన వారి గురించి తరచుగా ప్రస్తావనలు అందుబాటులో ఉన్నాయి, వారు వందల మరియు వేల ఎకరాల భూమిని కలిగి ఉన్నారు మరియు కౌలుదారుల సహాయంతో సాగుచేసిన వారు ఎక్కువగా అట్టడుగు కులాలు/వర్గాలకు చెందినవారు. అంతేకాకుండా,

భూమిలేని, మరియు నిమ్న కులాలలో పేదరికం కూడా రైతులపై భూస్వాముల ఆధిపత్యాన్ని కొనసాగించడానికి ముఖ్యమైన కారకాలు.

గ్రామీణ జనాభాలో అధిక భాగం భూమిలేని వ్యవసాయ కూలీలు. 1951 జనాభా లెక్కల ప్రకారం, పేద రైతులు మరియు వ్యవసాయ కార్మికులు కలిసి గ్రామీణ జనాభాలో దాదాపు 40% ఉన్నారు. వ్యవసాయ కార్మికులు జీవనోపాధి కోసం వ్యవసాయంపై ఆధారపడిన గ్రామీణ జనాభాలో 32% మంది ఉన్నారు. అందుబాటులో ఉన్న ఆధారాలు భూమిలేని కుటుంబాలకు నివాసిత వ్యవసాయ కుటుంబాలకు సంబంధించి విస్తృత వైవిధ్యాలను సూచిస్తున్నాయి. అయినప్పటికీ, తెలంగాణలోని గ్రామీణ ప్రాంతాల్లో భూస్వామ్య కుటుంబాలకు భూమిలేని వారి నిష్పత్తి "ఆరోగ్యకరమైన కోణంలో లేదని" స్పష్టమైంది. భూమిలేని కుటుంబాలు చాలా వరకు దిగువ వెనుకబడిన మరియు అంటరాని కులాలకు చెందినవని గ్రామ స్థాయి డేటా సూచిస్తుంది. ఈ కులాలకు చెందిన పెద్ద సంఖ్యలో పేద రైతులు తమను మరియు వారి కుటుంబాలను పోషించుకోవడానికి పెద్ద భూస్వాములు, గ్రామ అధికారులు, షావుకార్లు మొదలైన వారి నుండి భూమిని లీజుకు తీసుకున్నారని కూడా ఇది సూచిస్తుంది. దేశ్‌ముఖ్‌లు, మక్తేదార్లు, బంజారాదార్లు మొదలైన వారి చేతుల్లో ఎక్కువ భూమి కేంద్రీకృతమై ఉన్న ప్రాంతాల్లో కౌలు సాగు మరింత విస్తృతంగా సాగింది. అలాంటి ప్రదేశాల్లో, భూమి ఆకలి, ఉపాధికి ఇతర మార్గాలు లేకపోవడం, రైతుల మధ్య పోటీ కారణంగా వ్యవసాయం సాగింది. కౌలుదారి విధానం చాలా తరచుగా అధిక అద్దెలు మరియు అననుకూల అద్దె నిబంధనలను విధించడానికి దారితీసింది. అటువంటి పరిస్థితిని సద్వినియోగం చేసుకోవడం ద్వారా భూమిని పొందిన పెద్దమనుషులు అద్దెలను (అంటే, ర్యాక్-అద్దెలు)/ కౌలును పెంచడమే కాకుండా, అద్దెదారులను, కౌలుదార్లను మరింత తరచుగా తొలగించారని ప్రత్యేకంగా చెప్పనవసరం లేదు. అందుబాటులో ఉన్న ఆధారల నుండి అనేక ఉదాహరణలను ఉదహరించవచ్చు. 1929-30లో వరంగల్ జిల్లాలో జరిగిన గ్రామ అధ్యయనాలు మరియు 1949-51 నాటి గ్రామీణ విచారణలు కౌలుదారు ఎంతమేరకు కౌలుదారులపై ఎలా భారం మోపింది. దోపిడి చేయబడ్డ బహిర్గతం చేశాయి. ర్యాక్-అద్దె మరియు బహిష్కరణ సందర్భంలో, అట్టడుగు కులాల రైతాంగం పూర్తిగా కాకపోయినా, భూస్వాములతో వ్యక్తిగత సంబంధాలపై ఎక్కువగా ఆధారపడవలసి వచ్చింది. ఇది వారి కౌలుదారుల గౌరవాన్ని ఆజ్ఞాపించడానికి వీలు కల్పించింది. ఆ విధంగా, కౌలు వసూలు చేయడం మరియు ఆధారపడిన కౌలుదారుల నుండి చట్టవిరుద్ధమైన పన్నులు

మరియు సేవలను వసూలు చేయడం వలన వారు తమ ఆధిపత్యాన్ని అమలు చేయగలిగారు.

ఏది ఏమైనప్పటికీ, పెరుగుతున్న పోటీ మరియు భూమి కోసం ఆకలితో ఉన్న సందర్భంలో భూస్వాములకు కౌలుదారుల సమర్పణ తెలంగాణలో సాధ్యమేనని గమనించాలి. భూస్వాములు మరియు కౌలుదారుల మధ్య ఆత్మాశ్రయ మరియు అసమాన సంబంధాల ఉనికి కుల సోపానక్రమంలో పాతుకుపోయింది. అంటే, తెలంగాణలో భూస్వామి–కౌలుదారుల సంబంధాలు లక్ష్యం (ఆర్థిక) మార్కెట్ శక్తుల కంటే కుల అసమానత మరియు సోపానక్రమంపై ఆధారపడి ఉండేవి. కౌలు సంబంధాలు ఆత్మాశ్రయ మరియు వ్యక్తిగతంగా ఉన్నంత కాలం, కులపరమైన బాధ్యతలు మరియు విధేయతలు అలాగే ఆచార పరస్పర సంబంధాలు వ్యవసాయ సమాజంలోని దిగువ స్థాయిలపై ఉన్నత కుల ఆధిపత్యాన్ని కొనసాగించడంలో ముఖ్యమైన పాత్ర పోషించాయి. కౌలు, రుణం, బలవంతం మరియు శారీరక బలం కాకుండా, కులం మరియు బంధుత్వ నెట్‌వర్క్‌లతో పాటు వతండారీ వ్యవస్థ తెలంగాణలో భూస్వామ్య ఆధిపత్యానికి అత్యంత ప్రభావవంతమైన ఏజెన్సీలుగా పనిచేశాయని గమనించాలి. 1930లు మరియు 1940లలో భూస్వామ్య అణచివేతకు ప్రతిఘటన పెరుగుతున్న సందర్భంలో, మిలిటెంట్ రాజకీయ కార్యకర్తలపై క్రూరమైన దాడులతో పాటు చిత్రహింసలు మరియు హత్యల ఆధారంగా భూస్వామ్యాన్ని కొనసాగించినారు.

భూస్వాములు, గ్రామాధికారులు, ధనిక రైతులు మొదలైన వారి సంపద తెలంగాణ గ్రామాల్లో అత్యంత ముఖ్యమైన రుణ వనరుగా ఉండేది. ఈ విధంగా, అగ్రవర్ణ వడ్డీ వ్యాపారులచే రుణభారం రైతులను నియంత్రించడానికి ఉపయోగించే మరొక యంత్రాంగం. ఆధిపత్య కులాలు అట్టడుగు కులాలపై తమ నియంత్రణను కొనసాగించే శక్తివంతమైన సాధనం కూడా ఇది. రెండవ ప్రపంచ యుద్ధం ప్రారంభంతో రైతుల కష్టాలు తీవ్రమయ్యాయి, ఎందుకంటే వారు ఎక్కువ సంఖ్యలో అత్యధిక దోపిడీ పన్నులు మరియు సుంకాలు మరియు బలవంతపు వసూళ్లకు గురైనారు. 'వెట్టి' (బలవంతపు శ్రమ) చేయటానికి, రైతుల్లోని పేద వర్గాల వారు ఎక్కువగా ప్రభావితమయ్యారు, ఎందుకంటే వారిలో చాలా మంది పెరుగుతున్న ఆక్రమణల భారాన్ని భరించలేక, గ్రామంలోని వడ్డీ వ్యాపారులకు తమ భూమిని కోల్పోతున్నారు. అయినప్పటికీ, నాగులుగా పిలువబడే ధాన్యం రుణాలలో భూస్వాముల ఆధిపత్యం గణనీయంగా ఉంది. వారు ధాన్యం మరియు విత్తనాలను అవసరమైన కుటుంబాలకు అధిక ధరలకు 50 నుండి 100 శాతం వరకు అందించారు.

విస్నూర్ దేశ్‌ముఖ్ ఆధ్వర్యంలో ధాన్యం రుణ వ్యవస్థ పనితీరు గురించి నల్ల నర్సింహులు వివరించడం ఒక విలక్షణమైన సందర్భం. అదేవిధంగా, తెలంగాణ సాయుధ పోరాటంపై వివిధ రాజకీయ ఉద్యమకారుల రచనలు మరియు తెలుగు నవలలు దీనికి గ్రాఫిక్ కథనాన్ని అందిస్తాయి. పేద వర్గాల విషయానికొస్తే, అప్పుల మూలంగానే భూ బదలాయింపులు జరిగాయి. రుణభారం కారణంగా భూమి అన్యాక్రాంతం కావడం వల్ల రుణదాతలకు, ముఖ్యంగా భూస్వాములు మరియు గ్రామ అధికారులకు ఎంతో మేలు జరుగుతుందని వివిధ ప్రభుత్వ నివేదికలు పేర్కొన్నాయి.

ఆ విధంగా, తెలంగాణలో క్రెడిట్ మార్కెట్ స్థానికంగా బాగా పాతుకుపోయిన సమూహాలచే ఆధిపత్యం చెలాయించబడింది. అయితే వారు పేద నిమ్న కులాల రైతుల భూములను కూడా స్వాధీనం చేసుకున్నారు. కౌలుకు తీసుకున్నట్లే, క్రెడిట్ సంబంధాలు కూడా ఆత్మాశ్రయ కారకాలచే నిర్వహించబడతాయి. రుణ బాధ్యతలు రుణగ్రహీతలను రుణదాతలకు సమర్ధవంతంగా బంధించాయి మరియు రుణ సంబంధాలు కుల వ్యవస్థతో విడదీయరాని విధంగా ముడిపడి ఉన్నందున ఆధారపడిన రైతుల ప్రవర్తనా విధానాన్ని నిర్ణయాత్మకంగా ప్రభావితం చేశాయి. అందుకే, "కులసేవలకు అలవాటు పడిన సమాజ స్పృహలో అధిక అప్పులు అప్పుల దాస్యానికి దారితీస్తున్నాయి. రుణగ్రహీత తన బాధ్యతలను నిర్వర్తించడానికి సిద్ధంగా ఉండాలి". తెలంగాణలోని బడా భూస్వాములు, దేశ్‌ముఖ్‌లు, మక్తేదార్లు, దొరలు మొదలైనవారు గుమాస్తాలు మరియు గ్రామ అధికారుల సంస్థల ద్వారా వారి క్రింద ఉన్న రైతాంగాన్ని నియంత్రించారు. లభ్యమైన సాక్ష్యాలు దౌర్జన్యాలకు సంబంధించిన ఉదంతాలతో నిండి ఉన్నాయి. గుమాస్తాలు, యాదృచ్ఛికంగా, గణనీయమైన భూస్వాములు మరియు "పిల్ల దొరలు" (చిన్న ప్రభువులు) అని పిలవబడ్డారు, వారు గ్రామీణ సమాజంపై గణనీయమైన అధికారాన్ని చలాయించారు. "గుమాస్తాలు అజ్ఞానులు మరియు నిరక్షరాస్యులైన ప్రజానీకాన్ని వివిధ దురాగతాలకు గురి చేయడంలో వారి యజమానులను చాలా అరుదుగా అధిగమించలేదు."

వెట్టి మరియు భగేలా

వ్యవసాయ పనులు మరియు ఇంటి పనుల కోసం, తెలంగాణలో భూస్వాములు బలవంతపు కూలీలను/వెట్టిని నియమించుకున్నారు. దళిత కుటుంబాలు ఇంటి పని, మెయిల్ లేదా నివేదికలను మెసెంజర్‌గా తీసుకెళ్లడం మరియు అడవుల నుండి కలప సేకరించడం వంటి వెట్టికి కుటుంబం నుండి ఒకరిని పంపాలి. చెప్పులు కుట్టేవారు మరియు చర్మకారులు దేశ్‌ముఖ్‌కు ఉచితంగా తోలు మెటీరియల్‌ను సరఫరా చేయాలి.

తెలంగాణలో వెట్టి వ్యవస్థ సర్వవ్యాప్తి చెందిన సామాజిక దృగ్విషయం. కల్లు గీసేవారు కల్లు సరఫరా చేయాల్సి వచ్చింది, గొర్రెల కాపరులు, వారి గొర్రెలు, నేత పనివారు, బట్టలు, వడ్రంగులు మరియు కమ్మరి, అన్ని వ్యవసాయ పనిముట్లు తయారు చేయాలి. కుమ్మరి కుండలు ఉచితంగా యివ్వాలి. చాకలివారు బట్టలు ఉతకడానికి మరియు పాత్రలు తోమడానికి బలవంతం చేయబడ్డారు. క్షురకులు ఇంట్లో రోజువారీ సేవ చేయవలసి వచ్చింది మరియు రాత్రి సమయంలో భూస్వామి యొక్క పాదాలను నొక్కడం మరియు అతని శరీరానికి మసాజ్ చేయడం. బోయలు మరియు చాకలిలు/ధోబీలు (వాషర్‌మెన్) వంటి కొన్ని ఇతర వెనుకబడిన సంఘాలు భూస్వాముల కుటుంబాలలోని పురుషులు మరియు స్త్రీలను పల్లకీలలో ఒక గ్రామం నుండి మరొక గ్రామానికి తీసుకెళ్లవలసి వచ్చింది. రైతులను కూడా వెట్టి నుంచి తప్పించలేదు. వారు తమ సొంత పొలాల్లో పని చేయడానికి ముందు భూస్వాముల భూములను సాగు చేయవలసి వచ్చింది. భూస్వాముల భూములకు నీరందించే వరకు రైతులకు తమ పొలాలకు నీరు అందదు. వ్యవసాయ కూలీలు ఎలాంటి జీతం లేకుండా భూస్వాముల పొలాల్లో పని చేయాల్సి వచ్చింది. ఆ తర్వాత మాత్రమే వారి జీవనోపాధి కోసం ఇతర రైతుల పనులకు వెళ్లాలి. ఈ వివిధ రకాల బలవంతపు శ్రమలు మరియు దోపిడీలు భూస్వాముల ద్వారా మాత్రమే కాకుండా, చిన్న లేదా ఉన్నత అధికారులందరూ అనుసరించారు.

వెట్టి వ్యవస్థ తెలంగాణ ప్రజల జీవితాన్ని పూర్తిగా దిగజార్చింది మరియు వారి ఆత్మగౌరవాన్ని నాశనం చేసింది. ఈ భూస్వామ్య కక్షలన్నింటిలో నీచమైనది ఏమంటే ఆడపిల్లలను 'బానిసలు'/ఆడబాపాలుగా ఉంచడం. భూస్వాములు తమ కుమార్తెలకు వివాహం చేసినప్పుడు, వారు ఈ అమ్మాయిలను సమర్పించి, వారి వివాహిత కుమార్తెలతో పాటు వారి కొత్త ఇళ్లలో వారికి సేవ చేయడానికి పంపుతారు. ఈ బానిస బాలికలను భూస్వాములు ఉంపుడుగత్తెలుగా ఉపయోగించుకున్నారు. ఆడబాపా అనేది షెడ్యూల్డ్ కులాలు మరియు వెనుకబడిన కులాల మహిళలపై లైంగిక దోపిడీ వ్యవస్థ. దొర కూతురికి పెళ్లి చేసి అత్తమామల దగ్గరకు పంపినప్పుడు అడబాప కూడా తోడుండేది. పంతొమ్మిదవ మరియు ఇరవయ్యవ శతాబ్దాల తెలంగాణలో ఈ ఆచారం సాధారణం. ఆడబాపను పెళ్లి చేసుకోనివ్వలేదు. ఆమె దోరా మరియు అతని అతిథుల లైంగిక కోరికలను తీర్చడం, ఇంటి పనిమనిషిగా సేవలు అందించడం మరియు దోరా పిల్లలను చూసుకోవడం. అడబాప గర్భం దాల్చితే అబార్షన్ చేయవలసి వచ్చింది. అది సాధ్యం కాకపోతే లేదా అబార్షన్ విఫలమైతే, పిల్లవాడిని అడబాపగా మార్చారు. దాశరథి యొక్క చిల్లర దేవుళ్ళులో రామారెడ్డి దొర తన అతిథుల లైంగిక డిమాండ్లను తీర్చడానికి తన

స్వంత అక్రమ కుమార్తెను ఆడబాపాగా మార్చడానికి బలవంతం చేస్తాడు. గ్రామ సర్వేలలో నివేదించబడిన తెలంగాణలోని కొన్ని జిల్లాల్లో భగేల వ్యవస్థ పని చేయడం ఈ విషయాన్ని వివరిస్తుంది. భగేలాలు "వ్యవసాయ సేవకులు"గా పరిగణించబడ్డారు. వారి గురించి ఇలా చెప్పబడింది, "తన అప్పుకు బదులుగా కొన్ని షరతులలో భూస్వామి వద్ద పని చేయడానికి అంగీకరించిన వ్యక్తిని భగేలా అంటారు. సాధారణంగా ఢేడ్‌లు, మాంగ్‌లు, చామర్‌లు మొదలైన అట్టడుగు కులాల ప్రజలు భగేలాలుగా మారడానికి ప్రయత్నిస్తారు. ఈ వ్యవస్థ యొక్క విశిష్టత ఏమిటంటే, వారి వివాహ సమయంలో తక్కువ కులానికి చెందిన వ్యక్తులు వివాహ ఖర్చుల కోసం నిధులను సేకరించడానికి, వారు తమను తాము భద్రతగా అందజేస్తారు. రుణం తిరిగి చెల్లించే వరకు భూస్వామి కోసం పని చేస్తారు. భగేలాను శిక్షించే లేదా జరిమానా విధించే హక్కు ఉన్న తన యజమానిని విడిచిపెట్టలేడు. ఒక వ్యక్తి వివాహం చేసుకున్నప్పుడు, అతని భార్య కూడా వ్యవసాయ కూలీగా పని చేస్తుంది మరియు తనను మరియు తన భర్తను పోషిస్తుంది. భగేలా వేతనాలు అప్పుల చెల్లింపు కోసం వాయిదాలుగా తీసివేయబడతాయి. సాధారణ పరిస్థితులలో అతను కొన్ని సంవత్సరాల వ్యవధిలో తన రుణాన్ని తిరిగి చెల్లించగలగాలి. కానీ వేతనాలు చాలా తక్కువగా ఉన్నాయి మరియు వడ్డీ రేటు చాలా ఎక్కువగా ఉంది. అతని సంపాదన అంతా వడ్డీని తిరిగి చెల్లించడానికి వెళుతుంది మరియు అసలు సాధారణంగా చెల్లించబడదు. మరియు వారు రుణగ్రస్తులుగా మారిన తర్వాత వారు భూస్వాములచే అవసరమైన మరియు డిమాండ్ చేసిన అన్ని సేవలను చేయవలసి వచ్చింది. వాస్తవంగా భాగేలా కుటుంబం మొత్తం రుణదాత యొక్క బెక్ మరియు కాల్ వద్ద ఉంటాడు".

రుణ సంబంధంలోకి ప్రవేశించిన తరువాత, రుణదాత భూస్వాముల బారి నుండి తనను తాను విడిపించుకోవడం రుణగ్రహీత-భాగేలాకు అత్యంత అసాధ్యం. భూస్వాములు (అప్పుల ద్వారా) ఆర్థికంగా జరిపిన వివాహాల నుండి పుట్టిన పిల్లలు స్వయంచాలకంగా సంబంధిత భూస్వాముల యొక్క భగేలాలుగా మారాలనే ఒక పద్ధతి కూడా ఉంది. భగేలాలు అప్పుల బానిసలు మరియు వారు సెర్ఫ్ వ్యవస్థ కంటే చాలా ఘోరంగా ఉన్నారు, ఎందుకంటే వారు ఆస్తి మరియు దాని సంతానం కూడా యజమానికి చెందిన పశువుల మాదిరిగానే పరిగణించబడ్డారు. తెలంగాణపై తెలుగు నవలల్లో భూస్వాముల అపకీర్తి మరియు క్రూరత్వం మరియు వారి దోపిడీ పద్ధతులను గ్రాఫికల్‌గా చిత్రీకరించారు, గంగులోని "జగ్గయ్య దొర" మరియు చిల్లర దేవుళ్ళులోని "రామా రెడ్డి" పాత్రలు చక్కని ఉదాహరణలు. అలాగే, వట్టికోట ఆళ్వార్స్వామి, ప్రజల మనిషి. దాశరథి

రంగాచార్య, మోదుగు పూలు మరియు చిల్లర దేవుళ్లు, తిరునాగై రామనాజా చారి, సంఘం మరియు తెలుగు నాటకం, మా భూమి వంటి ఇతర ప్రసిద్ధ నవలలు తెలంగాణ భూస్వామ్య సారాంశాన్ని చిత్రీకరించాయి. వెట్టి మరియు భగేల వ్యవస్థల సమస్యపైనే 1940ల ప్రారంభంలో రైతాంగం భూస్వామ్య ప్రభువులతో ముఖాముఖి ఘర్షణకు దిగింది. అప్పటికి, కమ్యూనిస్ట్ పార్టీ ఒక వ్యవస్థీకృత శక్తిగా మారింది. అణగారిన కౌలుదారులు మరియు గ్రామీణ పేదలతో తనను తాను గుర్తించుకోగలిగింది.

గ్రెయిన్ లెవీ సిస్టమ్

రెండో ప్రపంచ యుద్ధ సమయంలో ప్రభుత్వాల లెవీ విధానం వల్ల తెలంగాణ ఆర్థిక సంక్షోభం తీవ్రమైంది. యుద్ధం ద్రవ్యోల్బణానికి కారణమైంది. ఇది రైతులబలహీన వర్గాలను ప్రతికూలంగా ప్రభావితం చేసింది. 1943లో నిజాం ప్రభుత్వం ఆహార ధాన్యాల లెవీని విధించి మరుసటి సంవత్సరం నుంచి లెవీని వసూలు చేసింది. సాగుదారుల నుండి నిర్దిష్ట నిష్పత్తిలో ఉత్పత్తిని సేకరించడానికి గ్రామ అధికారులకు అధికారం ఇవ్వబడింది. లెవీ విధానం ప్రవేశపెట్టడం వల్ల వారు అణచివేత పద్ధతులను అనుసరించారు. ప్రభుత్వ ఆదేశాల మేరకు దివాని ప్రాంతాల నుంచి 68.50 లక్షలు, దివానీయేతర ప్రాంతాల నుంచి 53 లక్షల మౌండ్లను లెవీగా వసూలు చేశారు. ఆహార ధాన్యాల ఉత్పత్తిని పెంచడానికి, రైతులు వాణిజ్య పంటలు పండించడాన్ని నిషేధించారు. యుద్ధ కాలంలో సుంకాన్ని పెంచేందుకు ఆహార ధాన్యాల బలవంతపు సాగు అనివార్యమైంది. పైగా రైతులు పండించిన పంటను బహిరంగ మార్కెట్‌లో విక్రయించుకునే వెసులుబాటు లేదు. వారు దానిని ప్రభుత్వానికి మాత్రమే విక్రయించాల్సి వచ్చింది. రైతులు తమ ఉత్పత్తులను ధాన్యపు గుంటలు/డబ్బాలలో నిల్వ చేసుకోవడానికి కూడా అనుమతించబడలేదు మరియు హోర్డింగ్ చట్టవిరుద్ధంగా ప్రకటించబడింది. లెవీ విధానాలు నిర్దాక్షిణ్యంగా ఉండి రైతాంగానికి తీరని బాధ కలిగించాయి. ప్రభుత్వం రెండు రకాల లెవీలను వసూలు చేసింది: గల్లా, ప్రతి రైతు ఎకరాకు 20 సేర్లు పన్నుగా చెల్లించాలి. రైతు భూమి సాగు చేసినా చేయకపోయినా గ్రామ అధికారులు బలవంతంగా పన్ను వసూలు చేశారు. ఖుష్కీ గల్లా కింద ఒక రైతు తన ఇష్టానుసారం ఎంత ధాన్యమైనా ఇవ్వగలడు. లెవీ పరిమాణాన్ని గ్రామ అధికారులు ఇష్టానుసారంగా నిర్ణయించారు.

అయితే, లెవీ విధానంలో అనేక లోపాలు ఉన్నాయి. పటేళ్లు, పట్వారీలు, దేశ్‌ముఖ్‌లు, దేశ్‌పాండేలు మరియు వతందార్‌లు పంట సమయంలో సాగులో ఉన్న విస్తీర్ణం లేదా ఉత్పత్తి వివరాల జోలికి వెళ్లకుండా విచక్షణారహితంగా లెవీ వసూలు చేశారు. ధాన్యం

కోసం రైతుల ఇళ్లలో సోదాలు చేసి, ఆస్తులు మరియు ఆహార ధాన్యాలను జప్తు చేసి, బలవంతంగా లెవీ వసూలు చేస్తూ రైతులను వేధించారు. భూస్వాములు లెవీని ఎగ్గొట్టి అక్రమ హోర్డింగ్ మరియు బ్లాక్ మార్కెట్ నుండి లాభపడ్డారు. గ్రామ అధికారుల పక్షపాత వైఖరి ధనవంతులకు ప్రయోజనం చేకూర్చింది మరియు గ్రామీణ పేదలను ప్రతికూలంగా ప్రభావితం చేసింది. లెవీ విధానం, భూస్వాముల చేతుల్లో భూమిని కేంద్రీకరించడం, వెట్టి, భగేల రూపంలో దోపిడీ, వడ్డీ వ్యాపారుల పాత్ర, ఇవన్నీ తెలంగాణలో వ్యవసాయ జీవనాన్ని, ఆర్థిక వ్యవస్థను ప్రభావితం చేశాయి. ఆంధ్ర మహాసభ, కమ్యూనిస్టు పార్టీల ఆధ్వర్యంలో రైతులు లెవీ విధానాన్ని వ్యతిరేకిస్తూ పోరాటాలు చేశారు. కమ్యూనిస్టు కార్యకలాపాలు నల్గొండ మరియు యితర జిల్లాలలో బాగా విస్తరించాయి. హత్యలు, దహనం మరియు దోపిడి రూపంలో ఉన్నాయి. ఈ సంఘటనలు చెదురుమదురుగా జరిగినవి కావు కానీ చాలా సందర్భాలలో సులభంగా మరియు శిక్షార్హత లేకుండా అమలు చేయబడిన ఒక జాగ్రత్తగా రూపొందించిన ప్రణాళిక ఫలితంగా ఉన్నాయి. ఇది వాస్తవానికి, కమ్యూనిష్టులు ప్రారంభించిన తీవ్రమైన లెవీ వ్యతిరేక ప్రచారానికి పొడిగింపు మరియు కొనసాగింపు. లెవీ వ్యతిరేక ఆందోళనలో అత్యంత గమనించదగ్గ అంశం ఏమిటంటే, పటేల్‌లు, పట్వారీలు మరియు గిర్దావర్‌లపై క్రూరమైన దాడులు జరిగాయి, వారు విధేయులుగా ఉండటానికి మరియు కొన్ని గ్రామాలలో కమ్యూనిస్టుల కార్యకలాపాలను చెక్‌మేట్ చేయడంలో పోలీసులకు సహాయం చేయడానికి ఎంచుకున్నందున శిక్ష కోసం ప్రత్యేకంగా గుర్తించబడ్డారు. అయినప్పటికీ ఆకునూరు, మాచిరెడ్డిపల్లి గ్రామాలలో రైతుల లెవీ వ్యతిరేక ఉద్యమాలు లెవీ విధానంపై విస్తృతంగా వ్యాపించిన వ్యతిరేకతకు నిదర్శనం.

ఆకునూరు, మాచిరెడ్డిపల్లి తిరుగుబాట్లు

ఆకునూర్ జనగాం తాలూక్‌లోని ఒక చారిత్రాత్మక గ్రామం, ఇది ప్రభుత్వ ఆహార ధాన్యాల లెవీ విధానాన్ని ధిక్కరించి పోరాడాలనే రైతుల (ధనిక మరియు పేద) సమష్టి సంకల్పాన్ని ప్రదర్శించింది. ఆంధ్రమహాసభ మరియు కమ్యూనిస్టు పార్టీ వ్యతిరేకించిన గ్రామ భూస్వామి గ్రామ అధికారులతో కలిసి బలవంతంగా లెవీ వసూలు చేశారు. రెవెన్యూ ఇన్‌స్పెక్టర్/గిర్దావర్ పోలీసుల మద్దతుతో రైతుల ఇళ్లలో సోదాలు చేసి, వారిని నిర్దాక్షిణ్యంగా కొట్టి, బలవంతంగా ఆహార ధాన్యాలను స్వాధీనం చేసుకున్నారు. ప్రభుత్వ అధికారుల తీరును గ్రామస్తులు సంఘటితంగా వ్యతిరేకించారు. వారిపై దాడి చేసి గ్రామం నుంచి వెళ్లగొట్టారు. ఈ ప్రతిఘటన భూస్వాములు మరియు ప్రభుత్వం యొక్క

అణచివేత విధానాలకు వ్యతిరేకంగా రైతాంగం యొక్క పేరుకుపోయిన కోపానికి పరాకాష్ట రిజర్వ్ పోలీసు బలగాలు గ్రామంపై దాడి చేసి గ్రామస్థులపై అమానవీయ దౌర్జన్యాలకు పాల్పడ్డారు. నిరాయుధులైన ఆందోళనకారులపై పోలీసులు కాల్పులు జరిపి 10-12 మందిని చంపారు. పోలీసు బలగాలు కూడా మహిళలపై దాడి చేసి దాదాపు 80 మందిపై అత్యాచారానికి పాల్పడ్డారు. ఆకునూరు ప్రజలపై జరిగిన దౌర్జన్యాలు నిజాం ప్రభుత్వ ఆహార ధాన్యాల వసూళ్ల అణచివేత విధానాలను బయటపెట్టాయి. అదేవిధంగా జనగాం తాలూకాలోని మాచిరెడ్డిపల్లి రైతులు ప్రభుత్వోద్యోగుల దురుసు ప్రవర్తనకు వ్యతిరేకంగా ఆందోళనకు దిగారు. రెవెన్యూ అధికారులు సేకరించేందుకు గ్రామానికి రాగా, రైతులు చెల్లించేందుకు నిరాకరించడంతో పాటు ఇప్పటికే చెల్లించిన ఆహార ధాన్యాన్ని కూడా వెనక్కి తీసుకున్నారు. దీంతో పోలీసులకు, రైతులకు మధ్య వాగ్వాదం చోటుచేసుకుంది. రెవెన్యూ, పోలీసు అధికారులు అర్ధరాత్రి గ్రామంలో దాడి చేసి ప్రజలను విచక్షణారహితంగా కొట్టి, సుమారు 36 మంది మహిళలపై అత్యాచారం, చేశారు. గ్రామం శ్మశాన వాటికగా మారింది..

ఏది ఏమైనప్పటికీ, మాచిరెడ్డిపల్లి సంఘటన ప్రభుత్వోద్యోగుల అహంకార మరియు అన్యాయమైన ప్రవర్తనను వ్యతిరేకించడంలో గ్రామస్తుల సమష్టి శక్తిని ప్రదర్శించింది. ప్రభుత్వ అన్యాయమైన లెవీ విధానాన్ని కూడా బట్టబయలు చేసింది. రాజ్య అణచివేతకు సంబంధించిన ఈ రెండు సంఘటనలు పత్రికలలో బహిర్గతం చేయబడ్డాయి మరియు మహాత్మా గాంధీ దృష్టిని ఆకర్షించాయి. ఈ ఘటనలపై విచారణకు పద్మజా నాయుడును నియమించగా, ఆకునూరు, మాచిరెడ్డిపల్లిలో ప్రజలపై పోలీసుల దౌర్జన్యాలను ఆమె ధృవీకరించారు. ఆమె ఇలా వ్రాసింది, "పోలీసులు ప్రవేశించని ఇల్లు చాలా అరుదుగా ఉంది. ఇళ్ల నుండి పురుషులను తీసుకువెళ్లారు. ఆ విధంగా అసురక్షితంగా వదిలివేయబడిన స్త్రీలు చాలా నీచమైన వేధింపులకు గురయ్యారు...ఊహించలేని నీచమైన భాషలో అధికారులు దుర్భాషలాడారు...కొట్టారు మరియు వారి నగలు దోచుకున్నారు". నల్గొండ, వరంగల్ జిల్లాల్లోని వస్తకొండూరు, రామానుజపురం, అమ్మనబోలు వంటి పలు గ్రామాల్లో ప్రజలు పోలీసు బలగాలపై దాడి చేసి ధాన్యం లెవీని బలవంతంగా వెనక్కి తీసుకున్నారు. ప్రభుత్వం యొక్క నిర్బంధ ధాన్యం లెవీ సేకరణలు, ఒక విధాన పరంగా రైతాంగాన్ని, ముఖ్యంగా వారిలో పేదలను స్థానభ్రంశం చేసే ఒక ముఖ్యమైన అంశం. రైతులందరూ ఈ చర్యను ప్రతిఘటించారు, అయితే ధనవంతులైన రైతులు అధికారులకు లంచం ఇవ్వడం లేదా వారి పరిచయాలను ఉపయోగించడం ద్వారా లెవీని నివారించగలిగారు. అలా కాపాడుకున్న మిగులును భూగర్భంలో దాచి బ్లాక్ మార్కెట్‌లో అధిక ధరలకు

విక్రయించారు. కానీ, మెజారిటీ పేద మరియు మధ్య రైతాంగానికి ఎవరితోనూ సంబంధాలు లేవు. వారి పరిమిత మిగులు నిర్బంధ లెవీ భారాన్ని భరించింది. వసూళ్లలో అన్యాయం, అహంకారపూరిత రెవెన్యూ కలెక్టర్లు అవమానాలు మరియు గ్రామస్థులలో లెవీ డిమాండ్‌ను అప్పగించిన వంశపారంపర్య గ్రామ స్థాయి అధికారులకు (వతందార్లు) అధిక అధికారాన్ని అందించడాన్ని వారు తీవ్రంగా ఆక్షేపించారు. పేద గ్రామస్తులకు కమ్యూనిస్టుల రక్షణ వారిని స్థానిక హీరోలను చేసింది. ధాన్యం లెవీ పేద రైతుల జీవనోపాధిపై అప్పుడప్పుడు మరియు అనూహ్యమైన నష్టాలకు దారితీసింది.

భూస్వామ్య వ్యతిరేక పోరాటాలు

భూస్వామ్య వ్యతిరేక పోరాటాలు ప్రారంభంలో, ఆంధ్ర మహా సభ (AMS) అగ్రవర్ణాల నాయకత్వానికి ఆధిపత్యం వహించింది మరియు పరిపాలనా వ్యవస్థలో సంస్కరణలు, పౌర స్వేచ్ఛలు, మరిన్ని పాఠశాలలు మరియు భూస్వామ్య వర్గాలకు రాయితీల కోసం డిమాండ్ చేస్తూ తీర్మానాలను ఆమోదించడానికి మాత్రమే పరిమితమైంది, కానీ ప్రజలను సమీకరించి పోరాటాలు చేయలేదు. అణచివేత భూస్వాములు మరియు నిరంకుశ పాలనకు వ్యతిరేకంగా ఉద్యమాలు నిర్మించలేదు. ఇది తప్పనిసరిగా నాయకత్వ పరంగా ఉదారవాద, మితవాద మేధావుల సంస్థగా మిగిలిపోయింది. మితవాద నాయకత్వంలో ఉన్నంత కాలం భూస్వామి కుటుంబాలకు ఆంధ్రమహాసభ అనుకూలంగా ఉంది. 1940లో మల్కాపూర్‌లో, 1941లో చిల్కూరులో జరిగిన ఆంధ్రమహా సభ సమావేశాల్లో కమ్యూనిస్టుల చురుకైన అనుబంధం కారణంగా గుర్తించదగిన మార్పు కనిపించింది. ఈ సెషన్‌లలో ఆమోదించబడిన తీర్మానాల స్వరం మరియు వామపక్షాల పెరుగుతున్న బలాన్ని సూచిస్తున్నాయి. చిల్కూరు సెషన్‌లో రావి నారాయణ రెడ్డి అధ్యక్షతన భూపన్ను తగ్గింపు, వెట్టిచాకిరీ రద్దుకు సంబంధించిన పలు తీర్మానాలను పునరుద్ధరించిన ఉత్సాహంతో ఆమోదించారు. చర్చల సమయంలో మొత్తం వామపడ్ ఉచ్ఛారణ, ముఖ్యంగా అధ్యక్షుడి ద్వారా మార్గనిర్దేశం చేయడం చాలా స్పష్టంగా కనిపించింది. ఆ విధంగా, 1940లలో AMS కమ్యూనిస్ట్ పార్టీ నాయకత్వంలో వచ్చింది, ఇది జమీందార్లు, జాగీర్దార్లు, దేశ్‌ముఖ్‌లు మరియు నిజాంకు వ్యతిరేకంగా అనేక పోరాటాలను ప్రారంభించింది. ఒక CID నివేదిక ఇలా పేర్కొంది, "సభలోని తీవ్ర వామపక్షం... సంస్థను స్వాధీనం చేసుకుంది, నరసింగరావు వంటి మితవాద జాతీయవాద అభిప్రాయాలను కలిగి ఉన్న వ్యక్తులను దేశ్‌ముఖ్ వ్యతిరేక విధానం మరియు కార్యక్రమాన్ని నిర్వహించేందుకు... కమ్యూనిస్ట్ ధోరణులను ప్రదర్శిస్తుంది." 1944లో భోంగీర్‌లో జరిగిన పదకొండవ సదస్సులో మహాసభ తీవ్రరూపం దాల్చింది. ప్రముఖ కమ్యూనిస్ట్ రావి నారాయణరెడ్డి సభకు

అధ్యక్షుడిగా ఎన్నికయ్యారు. నిజానికి, 1939 నుండి, అతను రైతాంగ పోరాటాలలో ముందంజలో ఉన్నాడు మరియు 1944 నాటికి అతను చాలా దూరం వచ్చాడు. గ్రామీణ పేదలు, ప్రత్యేకించి నల్గొండ మరియు వరంగల్ జిల్లాల్లో పెద్దఎత్తున వలసవెళ్లడంతో, 1945లో జరిగిన మహాసభల మధిర సమావేశానికి 45,000 మందితో కూడిన భారీ బలప్రదర్శనలో కొత్తగా చేరిన సభ్యులు హాజరయ్యారు. కమ్యూనిస్టులు బాగా సంఘటితమై తాలూకా లేదా 'స్థానికంగా బలపడినారు. '1943 నాటికి సూర్యాపేట, హుజూర్‌నగర్, ఖమ్మం మరియు మధిర ప్రాంతాలలో కమిటీలు ఏర్పడినాయి. 1944లో భోంగీర్ సెషన్ తర్వాత "ఆంధ్రా కాన్ఫరెన్స్ కమిటీలు కమ్యూనిస్టులందరినీ నింపాయి" మరియు "మరింతమందికి శిక్షణనిచ్చి కమ్యూనిస్టు పార్టీకి నాయకత్వం వహించాయి".

1946 నాటికి, కమ్యూనిస్టులు తమ కార్యక్రమాన్ని జిల్లా కమిటీ నుండి నల్గొండ జిల్లాలోని గ్రామస్థాయి వరకు సంపూర్ణంగా నిర్వహించి పెద్ద సంఖ్యలో పార్టీ కార్యకర్తలు మరియు సానుభూతిపరులతో తమ కార్యక్రమాన్ని కొనసాగించారు. సూర్యాపేట, భోంగీర్, జనగాం, హుజూర్‌నగర్ తాలూకాలలో కమ్యూనిస్టులు చాలా ప్రభావం చూపారు. నల్గొండ. సూర్యాపేటలో ముప్పై ఐదు గ్రామాలు, భోంగిర్‌లో ఇరవై మూడు, జనగాంలో ఇరవై రెండు, హుజూర్‌నగర్‌లో ఇరవై, నల్గొండలో పద్నాలుగు గ్రామాలు కమ్యూనిస్టుల ప్రాబల్యంలోకి వచ్చాయి. గ్రామ కమిటీలు ఏర్పాటయ్యాయి. చట్టబద్ధంగా ఏర్పాటైన అధికారం యొక్క విధులను తమకు తామే బదిలీ చేసుకుంటూ, 'పత్రి సర్కార్'ని అనుకరిస్తూ పని చేయడం ప్రారంభించాయి. ముఖ్యంగా సూర్యాపేట, జనగాం, హుజూర్‌నగర్ తాలూకాలు ఎక్కువగా ప్రభావితమైనాయి. హింస ఆరాధనను విశ్వసించే లంబాడాలు, వడ్డార్లు మొదలైన గ్రామీణ జనాభా యొక్క పోరాట అంశాలు". కమ్యూనిష్టు పార్టీని బలపరిచినాయి. భోంగీర్ సెషన్ తర్వాత ఆంధ్ర మహా సభ 'దేశ్‌ముఖ్ వ్యతిరేక పీపుల్స్' ఫ్రంట్‌గా మారింది. ఎక్కువగా సేవా కులాల నుండి వచ్చిన సంఘం సభ్యులు సమిష్టిగా పోలీసు పటేల్‌ను వ్యతిరేకించారు మరియు వారి శ్రమను సేకరించకుండా నిరోధించారు. గొల్ల (గొర్రెల కాపరులు), చాకలి, మంగలి మరియు ఇతర సేవా కులాలకు చెందిన వారు ఒక అణా (ఆరు పైసలు) సభ్యత్వ రుసుముగా చెల్లించి సంఘంలో చేరారు. అదేవిధంగా సుమారు 500 మంది "రాపాక రామచంద్రారెడ్డి సేవకులు మరియు కార్మికులు" ఆరుట్ల రామచంద్రారెడ్డికి తమ గ్రామంలో సంఘం స్థాపించడంలో సహాయం చేసారు. AMS "జాగీర్దార్లు మరియు దేశ్‌ముఖ్‌లను నిర్మూలించాలనే లక్ష్యంతో సంఘం వామపక్షాల ఆధ్వర్యంలోకి వచ్చింది. నల్గొండ జిల్లా గణనీయమైన సంఖ్యలో దేశ్‌ముఖ్‌లు, జాగీర్దార్లు మరియు మక్తాదార్‌లతో, అసంతృప్తితో ఉన్న గ్రామస్థుల మధ్య ప్రచారానికి

మంచి అవకాశాన్ని అందించింది. జిల్లా, తాలూకా మరియు గ్రామ కమిటీలు ఏర్పాటు చేయబడ్డాయి మరియు కార్యకర్తలకు శిక్షణ ఇవ్వబడ్డాయి. మొదట బలవంతపు పని, వెట్టి, ఆపై కౌలు మరియు తొలగింపు బెదకల్ సమస్యలు చిన్న చిన్న గొడవలుగా మారాయి.

కమ్యూనిస్ట్ పార్టీ ఆఫ్ ఇండియా యొక్క ప్రారంభ విజయం ఈ క్రింది లక్షణాల ద్వారా వర్గీకరించబడింది: పేద రైతుల దీర్ఘకాల మనోవేదనలను వ్యక్తీకరించడం. ప్రత్యక్ష పద్ధతిలో ఈ రైతుల ఆర్థిక పరిస్థితులను ప్రభావితం చేసిన సమస్యలపై చర్య నల్గొండలో దూకుడు జిల్లా కమిటీ అంకితమైన కేడర్ సృష్టి మరియు ముఖ్యంగా సామూహిక భాగస్వామ్యం. 1942 నుండి డిఫెన్స్ కార్ప్స్ నిర్వహించబడ్డాయి మరియు లాఠీలు/ గుత్పాలు ఉపయోగించే యూనిట్లుగా ఏర్పడ్డాయి. ప్రతి కుటుంబం నుండి ఒక మగవారిని ఈ పని కోసం నియమించారు. ఈ దళాలు (పారా-మిలటరీ యూనిట్లు) రక్షణకు బాధ్యత వహిస్తాయి. అయితే పరిపాలనను గ్రామ-రాజ్యాలు (గ్రామ రిపబ్లిక్‌లు లేదా గ్రామ 'సోవియట్‌లు') అని పిలిచే కమిటీలు నిర్వహిస్తాయి. సంక్షిప్తంగా, వారు దేశ్‌ముఖ్ అధికారాన్ని స్వాధీనం చేసుకున్నారు. బలవంతపు శ్రమ, "చట్టవిరుద్ధమైన" చెల్లింపులు (అద్దెలు, లెవీలు మొదలైనవి) మరియు "చట్టవిరుద్ధంగా" స్వాధీనం చేసుకున్న భూమిని రద్దు చేయడానికి వారు ప్రచారాన్ని సమర్థవంతంగా నిర్వహించారు. ఐదు నుంచి ఏడుగురు సభ్యులతో కూడిన గ్రామపంచాయతీలు గ్రామాల్లో వాస్తవ పాలకవర్గాలుగా మారాయి. క్యాడర్‌లను రెండు గ్రూపులుగా విభజించారు: గ్రామ బృందాలు మరియు గెరిల్లా స్క్వాడ్‌లు. సుమారు పది వేల మంది, సాధారణ జీవితాలను కొనసాగించారు, చిన్నచిన్న కార్యకలాపాలు నిర్వహించారు. గెరిల్లా స్క్వాడ్‌లు దాదాపు రెండు వేల మంది సభ్యులను కలిగి ఉన్నాయి మరియు జిల్లా, తాలూకా మరియు గ్రామం అనే మూడు స్థాయిలలో దళాలు ఏర్పాటు చేయబడ్డాయి. గెరిల్లా స్క్వాడ్‌లు కార్యాచరణ మార్గాల్లో పునర్వ్యవస్థీకరించబడ్డాయి: ఐదు ఏరియా కమిటీలు ఏర్పడినాయి. ప్రతి ప్రాంతంలోని అనేక మండలాలు, ఒక్కొక్కటి ఒక ఆర్గనైజర్ మరియు ప్రతి జోన్ పరిధిలో అనేక సైనిక మరియు రాజకీయ బృందాలు ఉన్నాయి. ప్రతి సాధారణ స్క్వాడ్‌లో పది మంది గెరిల్లాలు ఉండాలి.

1948 మధ్య నాటికి, ఉద్యమం ఉత్తరం వైపు కరీంనగర్ మరియు ఆదిలాబాద్ జిల్లాలకు మరియు తూర్పు వైపు ఆంధ్రాలోని కృష్ణా మరియు పశ్చిమ గోదావరి జిల్లాల సరిహద్దు ప్రాంతాలకు వ్యాపించింది. ఒక్కొక్కటి 20 మందితో ఆరు ఏరియా స్క్వాడ్‌లు మరియు 50-60 విలేజ్ స్క్వాడ్‌లు (గ్రామ సభలు) ఉన్నాయి. బలవంతపు వివాహాన్ని

నిరోధించడం, విడాకులను అనుమతించడం మరియు వితంతువులైన స్త్రీలను తిరిగి వివాహం చేసుకునేలా ప్రోత్సహించడం) ముఖ్యమైన విధులు. గ్రామీణ జనాభాలో తన స్థావరాన్ని విస్తరించడానికి కమ్యూనిస్ట్ ఆధిపత్య AMS నాయకత్వం మరింత మంది గ్రామస్తులను సంఘాల్లో చేరేందుకు ఆకర్షించేందుకు సభ్యత్వ రుసుమును ఒక రూపాయి నుండి నాలుగు అణాలకు తగ్గించింది. చిట్టీలు (రసీదులు) కలిగి ఉన్న నాలుగు అణాలు చెల్లించి ఆంధ్ర మహా సభలో పెద్ద ఎత్తున ప్రజలు చేరడం వల్ల 'చిట్టిల సంఘం' (సభ్యత్వ రశీదులతో సంఘం సభ్యులు) అనే పేరు వచ్చింది. ఒక అణా సభ్యత్వం చెల్లించడం ద్వారా ప్రజలు పెద్ద సంఖ్యలో సంఘంలో చేరారు మరియు భూస్వాముల దురాగతాల నుండి తమ విముక్తికి ఇది పాస్‌పోర్ట్ అని వారు గ్రహించారు. చిట్టిని కలిగి ఉండటం ప్రతిష్టాత్మకమైనది మాత్రమే కాకుండా వెట్టి మరియు భూస్వాముల అణచివేత నుండి విముక్తి అని కూడా అర్థం. ఆంధ్రమహాసభ అని ముద్దుగా పిలుచుకునే సంగం పొలాల్లో ఎర్రజెండాలు పాతి ఈ పోరాటాలకు నాయకత్వం వహించింది. సంఘం నాయకత్వంలో ప్రజలు గూండాయిజాన్ని అనుమతించలేదు వారు లంచాలు ఇవ్వడం, పెద్ద భూస్వాములకు నజారాలు ఇవ్వడం మరియు వెట్టి చేయడం మానేశారు. ఒక శక్తివంతమైన సభ్యత్వ డ్రైవ్ ప్రారంభించబడింది. గ్రామీణ ప్రాంతాల్లో 100,000 మందిని నియమించారు మరియు 8000-12000 మంది భోంగీర్ సెషన్‌కు హాజరయ్యారు. 1944 నుండి 1946 వరకు, హైదరాబాద్‌లోని అనేక జిల్లాలలో, ముఖ్యంగా నల్గొండ మరియు వరంగల్‌లో కమ్యూనిస్ట్ కార్యకలాపాలు పెరిగాయి. 1946 నాటి కరువు పంట నష్టానికి కారణమైంది మరియు పశుగ్రాసం లభ్యతలో సంక్షోభం ఏర్పడింది. పర్యవసానంగా, ఆహారం, పశుగ్రాసం మరియు ఇతర జీవితావసరాల ధరలు పెరిగాయి. దీంతో కౌలుదార్లు, దళారులు తీవ్ర సంక్షోభంలో పడ్డారు.

నిజానికి, మిలిటెంట్ రైతాంగ పోరాటాన్ని ప్రారంభించడానికి 1946 సంవత్సరం పుష్కలమైన అవకాశాలను అందించింది. జూలై 1946 ప్రారంభంలో, కమ్యూనిస్ట్ పార్టీ నాయకత్వంలో రైతాంగం భూస్వాముల అణచివేతను మరియు నిజాం ప్రభుత్వ నిరంకుశ విధానాలను ప్రతిఘటించింది. 1944 నుంచి 1946 మధ్య కాలంలో తెలంగాణ పల్లెల్లో కమ్యూనిస్టు ఉద్యమం విస్తృతమైంది. 1945-46 నాటి ప్రభుత్వ నివేదికలలో దొరలు మరియు ప్రభుత్వ అధికారులకు వ్యతిరేకంగా రైతులు పోరాడిన అనేక సందర్భాలు ఉన్నాయి. నల్గొండ జిల్లాకు చెందిన తాలూక్దార్ (కలెక్టర్) అనేక గ్రామాలలో రైతుల్లో కమ్యూనిస్టుల ప్రభావం పెరుగుతుండడాన్ని గమనించారు. నల్గొండ జిల్లా ముఖ్యంగా సూర్యాపేట, హుజూర్‌నగర్, జనగాం మరియు భోంగీర్ తాలూకులలో పెద్ద ఎత్తున

కమ్యూనిస్ట్ కార్యకలాపాలు అద్భుతంగా అభివృద్ధి చెందిందని గుర్తించబడింది. ఇది ఆసన్నమైన ఇబ్బందికి నాంది అని అతను భావించాడు. గ్రామీణ ప్రాంతాల్లో అశాంతి నెలకొంది. కమ్యూనిస్టులు బాగా వ్యవస్థీకృతమై ఉన్నారు మరియు వారి కార్యకర్తలు స్థానిక, తాలూక్ మరియు జిల్లా స్థాయిల నుండి తీసుకోబడ్డారు. అసంతృప్తులు మరియు భూమిలేని ప్రజలు కమ్యూనిస్టుల యొక్క విపరీతమైన ప్రచారంతో ప్రభావితమయ్యారు మరియు వారు ప్రారంభించిన పోరాటాలలో చురుకుగా పాల్గొన్నారు. కమ్యూనిస్ట్ పార్టీ ప్రభుత్వ అధికారుల కదలికలు మరియు పోలీసు బలగాల విన్యాసాలను వెంటనే నివేదించే యువ బృందాలచే నిర్వహించబడే స్వంత రహస్య గూఢచార సేవను కలిగి ఉంది. ఏ వ్యక్తికి 50 ఎకరాల కంటే ఎక్కువ భూమి ఉండకూడదని పార్టీ ప్రజల్లో ప్రచారం చేసింది, ఒకప్పుడు వారి పూర్వీకులకు చెందిన భూమిని దేశ్‌ముఖ్‌లు మరియు ఇతర వ్యక్తుల నుండి లాక్కోమని ప్రజలను ప్రోత్సహించింది.

పార్టీ గ్రామ వివాదాలను కూడా పరిష్కరించింది మరియు గ్రామంలోని దేశ్‌ముఖ్‌లు మరియు ఇతర ప్రజా వ్యతిరేక శక్తులు నిల్వ చేసిన ధాన్యాన్ని దోచుకోవడానికి రైతులకు చురుకుగా సహాయం చేసింది. గ్రామస్థాయిలో కమ్యూనిస్టు పార్టీ ప్రభావం వేగంగా పెరుగుతోంది. ఉదాహరణకు సూర్యాపేట తాలూకాలోని చుండుపట్ల గ్రామంలో అక్కల్‌దేవిగూడ, తిమ్మాపూర్ గ్రామాలకు చెందిన కమ్యూనిస్టులు భారీగా తరలివచ్చి భూస్వాముల ధాన్యం దుకాణాలను దోచుకున్నారు. గుంపాల్ గ్రామంలో, దేశ్‌ముఖ్‌ను త్వరలో చంపేస్తానని పార్టీ నాయకుల నుండి నోటీసు అందించబడింది. అనేక ఇతర గ్రామాల్లో ధాన్యం నిల్వలను దోచుకోవడం మరియు ప్రభుత్వ వ్యతిరేక నినాదాలు చేయడం ద్వారా కమ్యూనిస్టుల కార్యకలాపాలు తీవ్రమయ్యాయి. ఇకపై ప్రభుత్వానికి ఎలాంటి విధింపులను అంగీకరించబోమని కూడా పార్టీ ప్రకటించింది. తహశీల్దార్ దళారుల ద్వేషపూరిత వైఖరితో గ్రామాల్లో ఎలాంటి పంటల మూల్యాంకనం చేయలేకపోయారు. ఫతే ఖాన్ గిర్దావర్ తన తాబీ పంటను పరిశీలించిన సమయంలో నమరం గ్రామంలోని ఢేడ్‌లు గొలుసు లాగడానికి నిరాకరించారని మరియు ఈ విధిని నిర్లక్ష్యం చేసినందుకు మందలించినప్పుడు, ధేడ్‌లు దాడి చేయడానికి కమ్యూనిస్టుల గుంపును ఆశ్రయించారని నివేదించారు. తన పనిని అసంపూర్తిగా వదిలి గ్రామం విడిచి వెళ్ళవలసి వచ్చింది. అలాగే జనగాం తాలూకాలోని సీతారాంపూర్, మేడ్చెర్ల గ్రామస్థులు పటేల్‌పై దాడి చేసి 12 బోర్ తుపాకీని లాక్కెళ్లారు. కమ్యూనిస్టు కార్యకలాపాలపై పోలీసులకు ఫిర్యాదు చేయవద్దని పలువురు గ్రామ అధికారులను హెచ్చరించారు.

ఈ జిల్లాలోని మొత్తం ఆరు తాలూకుల్లోని ప్రభావిత గ్రామాలలో కమ్యూనిస్ట్

సంస్థ యొక్క ప్రధాన క్రియాశీల శక్తి దాదాపు 500 మరియు స్థానిక మరియు జిల్లా నాయకుల మొత్తం బలం సుమారు 100 మంది అని తాలూక్దార్ అంచనా వేశారు. అతను ఇలా వ్రాశాడు, "ఉద్యమం రోజురోజుకూ పుంజుకుంటున్నాయి. మేము ఒక శక్తిని సృష్టించే వరకు... ఉద్యమం యొక్క పెరుగుతున్న బలాన్ని సమర్థవంతంగా నియంత్రించడం కష్టం." ఇంకా, అతను నివేదించాడు, "కమ్యూనిస్ట్ నాయకులు జరిమానాలు చెల్లించవద్దని ప్రజలను రెచ్చగొడుతున్నారు. నాయకుల ఆస్తులను వేలంలో పొందేందుకు ఎవరూ ముందుకు రాకపోవడంతో వారి ఆస్తులను అటాచ్ చేసి వేలం వేస్తే జరిమానాలను గుర్తించడం కష్టం. దోషులు మరియు అణచివేతకు గురైనవారు ఎంతగానో భయభ్రాంతులకు గురయ్యారు, వారు గాయపడినా, దోపిడీ చేసినా కమ్యూనిస్టులకు వ్యతిరేకంగా నివేదించడానికి కూడా భయపడుతున్నారు. ప్రస్తుతం తక్కువగా ఉందని నేను బయపడుతున్న ప్రజలలో ప్రజల విశ్వాసాన్ని పునరుద్ధరించడం ప్రథమ ఆవశ్యకం. ఈ రెండు వారాల్లో కమ్యూనిస్టుల దౌర్జన్యాలు భయంకరంగా ఉన్నాయి. రిపోర్టు చేయడానికి జనం భయపడుతున్నారు. గ్రామ అధికారులు తమ గ్రామాలలో అల్లాడిపోతున్నారు మరియు గిర్దావర్లు గ్రామాల్లో పర్యటించడానికి భయాందోళనలకు గురవుతారు. ప్రస్తుత పోలీసు సంస్థ సమూలంగా పునరాలోచించబడాలి, తద్వారా క్రమంగా భూమిని పొందుతున్నట్లు మరియు లోపలికి చొచ్చుకుపోతున్నట్లు మరియు తద్వారా ఈ జిల్లాలో ప్రధాన భాగాన్ని చుట్టుముట్టే ప్రమాదం ఉన్నట్లు కనిపించే ఈ ముప్పును నిజంగా సమర్థవంతంగా ఎదుర్కోవడానికి కృషిచేయాలి. గ్రామాలలో పెరుగుతున్న రైతు అశాంతి పోలీసు బలగాల నుండి అణచివేతను ఆకర్షించింది. నామరం గ్రామంలో 200-700 మంది కమ్యూనిస్టులు రెండు భూస్వాముల ఇళ్లను దోచుకున్నప్పుడు, ఇద్దరు వ్యక్తులు పోలీసు కాల్పుల్లో మరణించారు. కమ్యూనిస్టుల నియంత్రణలో ఉన్న గ్రామాల్లో సమావేశాలు నిర్వహించి కమ్యూనిస్టు జెండాలతో ఊరేగింపులు చేపట్టారు. గ్రామస్తులు తమ లెవీ ధాన్యాన్ని విడిచిపెట్టవద్దని మరియు బలవంతపు ప్రయత్నాలను అడ్డుకోవాలని ఉద్బోధించారు. కమ్యూనిస్ట్ పార్టీ నియంత్రణలో ఉన్న గ్రామాలకు లెవీ వ్యతిరేక ప్రచారాన్ని నిర్వహించడంలో స్వేచ్ఛ ఉంది. వారు ముఖ్యంగా లెవీ వసూలును నిరోధించడంలో చురుకుగా ఉన్నారు. ఆరుట్ల రాంచంద్రారెడ్డి నేతృత్వంలోని దాదాపు 500 మంది కమ్యూనిస్టులతో కూడిన సాయుధ గుంపు - ఒక రహస్య నాయకుడు - గ్రామ అధికారుల కార్యాలయ రికార్డులను మరియు గ్రామాల భూస్వాముల ఆయుధాలను బలవంతంగా స్వాధీనం చేసుకున్నారు. విస్నూరు పోలీస్‌స్టేషన్ పరిధిలోని గ్రామాల్లో యాదగిరిరావు, నల్ల నర్సింహల ఆధ్వర్యంలో మరో వర్గం చాలా చురుకుగా ఉంది.

బందగీ ప్రతిఘటన

విస్నూరు దేశ్‌ముఖ్ ఎస్టేట్‌లోని జనగాం తాలూకాలోని కామారెడ్డిగూడెం గ్రామానికి చెందిన షేక్ బందగి పేద రైతు. నాలుగు ఎకరాల భూమి పంపిణీ కోసం బందగీ, అతని సోదరుడు అబ్బాస్ అలీ మధ్య గొడవ జరిగింది. ఈ నేపథ్యంలో విస్నూరుకు చెందిన దేశ్‌ముఖ్ భూముల వ్యవహారంలో అబ్బాస్ అలీకి మద్దతు పలికారు. చివరకు, కేసు న్యాయస్థానానికి వెళ్లింది మరియు బందగీ న్యాయ పోరాటంలో గెలిచాడు. కొండా లక్ష్మణ్ బాపూజీ అనే యువ న్యాయవాది భోంగిరి సెషన్స్ కోర్టులో బందగీ కేసుకు అనుకూలంగా వాదించారు. బందగీకి అనుకూలంగా కోర్టు తీర్పుపై దేశ్‌ముఖ్ ఆగ్రహం చెందాడు మరియు అతనిపై ప్రతీకారం తీర్చుకోవాలనుకున్నాడు. పర్యవసానంగా, జనగాం నుండి తిరిగి వస్తుండగా కామారెడ్డిగూడెం గ్రామంలో బందగీని దేశ్‌ముఖ్ అనుచరులు చంపారు. బందగీ హత్య రైతాంగాన్ని ఆగ్రహానికి గురిచేసింది మరియు వారు దేశ్‌ముఖ్‌కు వ్యతిరేకంగా ఐక్య పోరాటాలు ప్రారంభించారు. బందగీ పోరాటం విస్నూర్ దేశ్‌ముఖ్ ముగింపుకు నాందిగా నిరూపించబడింది.

ధర్మపురం మరియు ముంద్రాయి పోరాటాలు

అంతర్యుద్ధ కాలంలో, రైతు ప్రతిఘటన భూమి హక్కుల చుట్టూ స్ఫటికీకరించబడింది. జనగాం తాలూక్‌లోని దేవరుప్పల, ధర్మాపురం, ముంద్రాయి గ్రామాల్లో జరిగిన లంబాడా/బంజారాల రైతాంగ పోరాటాలు దానికి నిదర్శనం. ధర్మాపురం గ్రామంలో లంబాడాలు అడవిని తొలగించి 100 ఎకరాలకు పైగా భూమిని సాగులోకి తెచ్చారు. అయితే స్థానిక వెలమ భూస్వామి, పూసుకూరి రాఘవరావు దీనిపై యాజమాన్యం తమదేనంటూ రైతాంగాన్ని వెళ్లగొట్టే ప్రయత్నం చేశారు. దేవరుప్పల, ధర్మాపురం, ముంద్రాయి గ్రామాలకు చెందిన మక్తాదార్ల తొలగింపు భేదకల్ ప్రయత్నాలను అడ్డుకుంటున్న మక్తా భూముల సాగుదారులు తమ గ్రామాల్లో సంఘం ఏర్పాటు చేయాలని అప్పటికే ఆంధ్రమహాసభ నాయకత్వాన్ని ఆశ్రయించారు. లంబాడా రైతుల తిరుగుబాటుకు నల్లా నర్సింలు, ఎర్రంమోహన్‌రెడ్డి మద్దతు తెలిపారు. వాస్తవానికి, జనగాం ప్రాంతంలో భూ యాజమాన్యంపై భూస్వాములు మరియు రైతుల మధ్య విభేదాలు తీవ్రమయ్యాయి. నల్గొండ జిల్లాలోని తిరుమలగిరి, బమ్మెర గ్రామాలు, వరంగల్ జిల్లా వెంసూరు, అమ్మపాలెం గ్రామాల్లో భూ పోరాటాలు జరిగాయి. కౌలుదారుల చట్టం కౌలుదారులకు రక్షణ కల్పించింది. అయినప్పటికీ భూస్వాములు రైతులను బలవంతంగా పెద్ద ఎత్తున బహిష్కరించడాన్ని ఆశ్రయించారు. లంబాడ రైతులు తమ శ్రమతో భూమిని సాగులోకి తెచ్చి పంట పండించినా ధర్మాపురంలోని

దొర వారి హక్కులను కాలరాయాలన్నారు. బహిష్కరణ వారి జీవనోపాధికి మరియు ఆత్మగౌరవానికి సవాలుగా మారింది. వారు తక్షణమే ఐక్యమై తమ హక్కులను సాధించుకున్నారు. కాబట్టి, 1945 మరియు 1946లో భూస్వాములు, సాగుదారుల భారీ తొలగింపులను ఆశ్రయించారు. ఇది భూస్వాములు మరియు రైతుల మధ్య తీవ్ర ఘర్షణకు దారితీసింది మరియు దాదాపు 15 రైతులు ప్రాణాలు కోల్పోయారు. భూస్వామి గూండాల సహాయంతో భూమిపై యాజమాన్య హక్కులు పొందినప్పుడు, జాటోత్ హాము మరియు రామోజీ నాయకత్వంలో గిరిజన రైతాంగం వారిపై హింసాత్మకంగా దాడి చేసి, వారిని వెళ్లగొట్టి, వ్యవసాయ పనిముట్లను తగులబెట్టారు. అదే విధంగా ముండ్రాయి గ్రామంలో లంబాడా రైతులు పొదలను నరికి, గ్రానైట్‌లను తొలగించి భూమిని చదును చేసి, మైదం చెరువు అనే ట్యాంక్‌ను నిర్మించి, పొలాల్లోకి కాలువలు, కల్వర్టులు తవ్వారు. వారు తమ చెమట మరియు రక్తంతో పగలు మరియు రాత్రి పని చేసి భూమిని సారవంతం చేశారు. 40 ఎకరాలు పొడి భూమి, 30 ఎకరాల తడి భూమిలో సాగు చేస్తున్నారు. అయితే, భూమి సారవంతం మరియు ఉత్పాదకతను చూసి, స్థానిక దొర కటార్ నరసింహారావు తన యాజమాన్యాన్ని ప్రకటించి బలవంతంగా భూమిని లాక్కున్నాడు. అతను చాలా దూరంగా ఉన్న గ్రామంలో కొంత బంజరు భూమిని అందించడం ద్వారా రైతులను శాంతింపజేయడానికి ప్రయత్నించాడు, దానిని వారు తిరస్కరించారు.

1935 నుంచి మక్తాదార్ల ప్రయత్నాలను ప్రతిఘటిస్తూ వచ్చిన లంబాడా రైతులు 1944 అక్టోబరులో ఆంధ్ర మహా సభ నాయకత్వంపై ఒత్తిడి తెచ్చి తుది పరిష్కారం కోసం పోరాటాలు కొనసాగించారు. భూమిపై తమ హక్కును ప్రదర్శించేందుకు సమీపంలోని 10 తాండాలకు చెందిన 3000 మంది లంబాడాలు (లంబాడీ నివాసాలు) మరియు గ్రామాల నుండి సుమారు 300 మంది ప్రజలు లాఠీలు (గుత్పాలు) పట్టుకుని లంబాడా రైతులకు మద్దతుగా ముండ్రాయి గ్రామంలో గుమిగూడారు. దొర పోలీసుల సహాయం తీసుకుని ఉద్యమాన్ని నిర్దాక్షిణ్యంగా అణిచివేయడంలో విజయం సాధించారు. విసూ్నరు దేశ్‌ముఖ్ కుమారుడు బాబు దొర కూడా ముండ్రాయిలోని లంబాడాలపై దౌర్జన్యానికి పాల్పడ్డాడు. అయినప్పటికీ లంబాడా రైతులు తమ పోరాటంలో కొనసాగారు చివరికి మైదం చెరువు యుద్ధంగా ప్రసిద్ధి చెందిన సుదీర్ఘ ఉద్యమం తర్వాత తమ భూములను తిరిగి పొందారు. సుప్రసిద్ధ ముండ్రాయి పోరాటానికి లంబాడా (ఆదివాసీ) నాయకులు ధరావత్ భంగ్యా, ధరావత్ పంతులు, ధరావత్ సంగ్యా మరియు ధవుల వంటివారు భూస్వామి కాటార్ నరసింహారావుకు వ్యతిరేకంగా నాయకత్వం వహించారు. ఈ పోరాటంలో లంబాడా యువకుడు జాటోత్ థాను ముందంజలో ఉండి చివరి వరకు వీరోచితంగా పోరాడి అమరుడయ్యాడు.

జాటోత్ థాను నాయక్ పుస్కూరు మక్తాదర్స్ ఎస్టేట్‌లలోని జనగాం తాలూకా ధర్మపురం గ్రామంలోని పడమటి తండాకు చెందిన జాటోత్ థాను హాము అమ్డ్ మంగ్లీకి నాల్గవ కుమారుడు. అతను ధైర్యంగల యువకుడు మరియు స్థానిక దొరలు, రజాకార్లు మరియు పోలీసుల అణచివేత నుండి అనేకసార్లు తప్పించుకున్నాడు. తమ భూములను కాపాడుకునేందుకు విస్నూరు దేశ్‌ముఖ్, రజాకార్లు, పోలీసులకు వ్యతిరేకంగా ఆ కుటుంబం అనేకసార్లు పోరాడింది. 1948 ఫిబ్రవరి 7వ తేదీన నిజాం పోలీసులు, రజాకార్ల సహకారంతో విస్నూరు దేశ్‌ముఖ్ కుమారుడు బాబుదొర (జగన్‌మోహన్‌రెడ్డి) ధర్మపురం గ్రామాన్ని రెండుసార్లు తగులబెట్టాడు. గ్రామ ప్రజలను, గిరిజన లంబాడా మహిళలను చిత్రహింసలకు గురిచేశాడు. భూముల కోసం పోరాడుతున్న హాము, మంగ్లీల కుటుంబాన్ని భూస్వాములు టార్గెట్ చేసుకున్నారు. హేము కుమారులు జాటోత్ జోద్యా నాయక్, థాను నాయక్ వేధింపులకు గురయ్యారు. అణచివేత నుండి తప్పించుకోవడానికి వారు రహస్య ప్రదేశాలకు వెళ్లారు. విస్నూరు దేశ్‌ముఖ్ మరియు అతని అనుచరులు జాటోత్ సోమ్లా, రెడ్యా, అజ్మీరా, చెంద్రు, రాము మరియు బానోత్ సంక్రు అనే ఆరుగురు గిరిజన యువకులను సజీవ దహనం చేశారు. హాము కుటుంబం మొత్తం ఉద్యమంలో పాల్గొన్నారు. ఆ తర్వాత గిరిజన మహిళ పూలిబాయి (పూలమ్మ) దేశ్‌ముఖ్‌పై పోరాటాన్ని కొనసాగించి రజాకార్లు మరియు పోలీసులను ఊచకోత కోశారు. ఆమె అలాంటి భీభత్సాన్ని సృష్టించింది, రజాకార్లు ఈ గ్రామంలోకి ప్రవేశించడానికి భయపడుతున్నారు. పోలీసు చర్య తర్వాత, యూనియన్ మిలటరీ కమ్యూనిస్ట్ విప్లవకారుడు జాటోత్ థాను కోసం వెతికింది. తనను సజీవంగా పట్టుకోవాలనుకున్న సైన్యాన్నుంచి తప్పించుకున్నాడు. కానీ చివరికి, ఒక దేశద్రోహి అతనికి ద్రోహం చేశాడు. మొండ్రాయి గ్రామానికి చెందిన నేతావత్ నంద్యా, భూక్య హరిసింగ్ మరియు వకుడోత్ భీమ్లా నివాసితులు ఇన్‌ఫార్మర్ల సహాయంతో మిలటరీ జాటోత్ థానుయ్‌ని పట్టుకుని చిత్రహింసలకు గురి చేసింది, అయితే అతను పార్టీ రహస్యాలు చెప్పడానికి నిరాకరించాడు. థాను 'కమ్యూనిస్టు పార్టీ జిందాబాద్" అనే నినాదంతో వీర మరణం పొందాడు. ఆయన స్మారకార్థం గ్రామస్థులు 11-05-1989న ధర్మారం గ్రామంలో స్మారక విగ్రహాన్ని నిర్మించారు. దేవురుప్పల గ్రామానికి చెందిన లంబాడా రైతులు కూడా ఇదే తరహాలో తిరుగుబాటు చేసి తమ భూములను స్వాధీనం చేసుకున్నారు. ధర్మాపురం, ముండ్రాయి గ్రామాల్లో భూముల కోసం జరిగిన పోరాటంలో 10-15 మంది రైతులు అమరులయ్యారు.

చిట్యాల ఐలమ్మ పోరాటం

పాలకుర్తి గ్రామానికి చెందిన ఐలమ్మ చాకలి మహిళ, మక్తాదార్ ఉత్తమ్‌రాజు రాఘవరావుకు చెందిన నాలుగు ఎకరాల కౌలు భూమిలో సాగుచేసేది. విస్నూరుకు చెందిన దేశ్‌ముఖ్‌కు చెందిన అనుచరులు ఐలమ్మకు చెందిన భూమిని బలవంతంగా స్వాధీనం చేసుకునేందుకు ప్రయత్నించినప్పుడు, నేరుగా పొలాల నుండి పంటను స్వాధీనం చేసుకోవాలని ప్లాన్ చేసినప్పుడు, ఆమె ప్రతిఘటించి వారిపై పోరాడింది. ఆమె ఆంధ్ర మహాసభ సంఘానికి గట్టి మద్దతుదారు మరియు కార్యకర్త. అయితే, ఐలమ్మ విస్నూరు దేశ్‌ముఖ్‌పై చేసిన పోరాటానికి దేవులపల్లి వెంకటేశ్వర్‌రావు, భీమ్‌రెడ్డి నర్సింహారెడ్డి, ఆరుట్ల రామచంద్రారెడ్డి, నల్ల నర్సింలు, ఎర్రంరెడ్డి మోహన్‌రెడ్డి, చకిలం యాదగిరిరావు తదితర కమ్యూనిస్టు నాయకులు మద్దతు పలికారు. తీవ్రమైన సంకల్పం, తిరుగుబాటు గూండాలు పారిపోయారు. దేశ్‌ముఖ్ నాయకులపై తప్పుడు కేసులు బనాయించి వారిని శారీరకంగా హింసించి జైలుకు పంపారు. ఐలమ్మ కుమారులు, భర్తను ఇరికించి కూడా పాలకుర్తి కేసులో అరెస్టు చేశారు. అయినప్పటికి పోరాటం కొనసాగించి పంటను సేకరించి ఐలమ్మ ఇంటికి పంపించారు. అదే రోజు రాత్రి పోలీసులు వచ్చారు, కానీ వారు ఐలమ్మ ఇంట్లో నిల్వ చేసిన ధాన్యాన్ని ముట్టుకోలేదు. ఈ సంఘటన ధైర్యాన్ని, ఆత్మవిశ్వాసాన్ని నింపి ప్రజలలో స్ఫూర్తిని రగిలించి తెలంగాణ పోరాటానికి ఒక వెలుగు వెలిగింది. అలా ఐలమ్మ పోరాటం సబల్టర్న్ వర్గాల ధైర్యసాహసాలను ప్రతిబింబించింది మరియు ఆమె తెలంగాణ సాయుధ పోరాటంలో మహిళా శక్తికి ఒక చిహ్నంగా మారింది.

దొడ్డి కొమరయ్య బలిదానం

ఐలమ్మ సంఘటన తరువాత, జూలై 4, 1946 న, కడివెండి గ్రామంలో ఊరేగింపు నిర్వహించబడింది, దానిపై విస్నూరు దేశ్‌ముఖ్, రాపాక రాంచంద్రారెడ్డి, ముఖ్యంగా ముస్కీన్ అలీల గూండాలు కాల్పులు జరిపారు, ఇది గ్రామ సంఘం కార్యకర్త దొడ్డి కొమరయ్య హత్యకు దారితీసింది. అతని సోదరుడు మల్లయ్యకు గాయాలు అయినాయి. గూండా పార్టీ సభ్యుడైన రామిరెడ్డిని పట్టుకున్న గ్రామస్థులు ప్రజాకోర్టులో విచారించారు. అతను విస్నూరు దేశ్‌ముఖ్ సవతి తల్లి అయిన దొరసానికి తొత్తు. కొమరయ్య అంత్యక్రియలకు చుట్టుపక్కల గ్రామాల నుండి సుమారు 4000 మంది ప్రజలు హాజరయ్యారు. అతను సాయుధ పోరాటంలో మొదటి అమరవీరుడు అయ్యాడు. కొత్త తిరుగుబాటు "దొరల రాజ్యాన్ని" కూల్చివేయాలనే ప్రజల సంకల్పాన్ని బలపరిచింది. కొమరయ్య అమరత్వం

తెలంగాణ రైతాంగంలోని ఆవేశాన్ని దహించివేసి, 1946 జూలై చివరి నాటికి 300-400 గ్రామాలకు వ్యాపించిన నిరసన తరంగాన్ని రేకెత్తించింది. ముఖ్యంగా వరంగల్, నల్గొండ మరియు ఖమ్మం జిల్లాలు మిలిటెంట్ చర్యలను చవిచూశాయి. ప్రజలు ఆకస్మికంగా జైత్ర యాత్రలు (విజయ యాత్రలు) నిర్వహించి ఎర్ర జెండాలు పట్టుకుని పాటలు పాడుతూ ఒక గ్రామం నుండి మరో గ్రామం వరకు సాగిపోయారు.

యాత్రలో ఉన్నప్పుడు ప్రజలు స్థానిక భూస్వాములతో పోరాడటానికి సంఘాలు మరియు స్వచ్ఛంద దళాలను ఏర్పాటు చేశారు. సంఘాలు రైతులకు భూములను పునరుద్ధరించాయి, ధాన్యం బ్యాంకుల్లో నిల్వ చేసిన ధాన్యాలను పంపిణీ చేశాయి మరియు గ్రామస్థుల నుండి వసూలు చేసిన జరిమానాలను భూస్వాములు తిరిగి ఇవ్వాలని డిమాండ్ చేశారు. తడకమ్మల్ల (మిర్యాలగూడ తాలూకా) అనంతారం, పొట్లపాడు (సూర్యాపేట తాలూకా), గ్రామాల్లో మూడు వేల మంది 'విజయయాత్ర'లో పాల్గొని భూస్వాముల దుకాణాలను బద్దలు కొట్టారు. ధాన్యాన్ని స్వాధీనం చేసుకుని పంపిణీ చేశారు. గ్రామస్తుల సమూహాలు ఒక గ్రామం నుండి మరొక గ్రామానికి కవాతు చేయడం మరియు వెట్టి, భూ తొలగింపు మరియు ధాన్యం లెవీల సమస్యలు మరియు జమీందార్‌లతో వారి సంబంధాలపై చర్చించడానికి గ్రామస్తుల సమూహాలు రావడంతో తీవ్రమైన ఉద్యమం ఉద్భవించింది. నల్గొండ జిల్లాలోని అన్ని తాలూకులలో ప్రజలు లేచి, కర్రలు మరియు జోలెలతో ఆయుధాలతో పొరుగు గ్రామాలకు కవాతు చేసి వారిని రెచ్చగొట్టారు.

తెలంగాణ సాయుధ పోరాట చరిత్రలో కొమరయ్య మరణం ఒక మైలురాయి. ఈ ఊరేగింపుల్లో పురుషులతో పాటు మహిళలు కూడా తమ సొంత గ్రామంలోనే కాకుండా ఇతర గ్రామాల్లో కూడా పాల్గొనడం విశేషం. వారు ఉమ్మడిగా గడి (దేశ్‌ముఖ్ లేదా భూస్వామి ఇల్లు) ముందు బహిరంగ సభలు నిర్వహించారు. ఎర్ర జెండాను ఎగురవేసి ఇలా ప్రకటించారు: 'సంఘం ఇక్కడ నిర్వహించబడింది. ఇక వెట్టి చట్టవిరుద్ధమైన వసూళ్లు లేవు, తొలగింపులు లేవు. సంఘం యొక్క ఈ ఆదేశాలను భూస్వామి లేదా దేశ్‌ముఖ్ అమలు చేయకపోతే, వారు సామాజికంగా బహిష్కరించబడ్తారు. సంఘం యొక్క ఈ ఆదేశాలు అమలు చేయబడ్డాయి. కొద్ది వారాల్లోనే నల్గొండతో పాటు పొరుగు జిల్లాల్లోని వందలాది గ్రామాలకు ఉద్యమం పాకింది. 1946 చివరినాటికి, పోలీసులు రైతులచే 156 దాడి కేసులను నివేదించారు మరియు నాలుగు ప్రధాన పోలీసు-రైతు పోరాటాలు సంభవించాయి, అయితే మిలిటరీ, పోలీసులు లేదా ప్రైవేట్ మిలీషియాల చర్యలు కమ్యూనిస్టులను అణచివేయలేకపోయాయి. నల్గొండ జిల్లాలోని

సూర్యాపేట మరియు జనగాం తాలూకాలలో చాలా ఘర్షణలు జరిగాయి. ఖమ్మం, కరీంనగర్, నల్గొండ మరియు వరంగల్ జిల్లాల్లోని ప్రజలు సంఘం నియంత్రణలోకి వెళ్లగా, నల్గొండ జిల్లాలో 4,000 మంది సైనిక దళాలను మోహరించారు.

మొదటి సారిగా, భూ సమస్య, తొలగింపు మరియు వెట్టి, బలవంతపు ధాన్యం వసూళ్లు, జమీందారీ వ్యవస్థ రద్దు నినాదంతో అనుసంధానించబడ్డాయి మరియు అది రైతు ఉద్యమం యొక్క ప్రధాన లక్షణం. తీవ్ర ప్రజా ఉద్యమం కారణంగా ప్రభుత్వం లెవీ ధాన్యాన్ని సేకరించలేకపోయింది. ఇలా వసూలు చేసే అధికారులు, మనుషులు గ్రామాల్లోకి అడుగు పెట్టడానికి కూడా వీలులేదు. వెట్టికి ముగింపు పలికారు.చాలా మంది భూస్వాములు గ్రామాల నుండి పారిపోయి నిజాం జోక్యాన్ని కోరడం వల్ల అనేక గ్రామాల్లో పోలీసు మరియు సైనిక శిబిరాలు ఏర్పాటు చేయబడ్డాయి. మిలిటరీ, రజాకార్ల దాడులు వారాలు, నెలల తరబడి సాగాయి. ప్రజలు ధైర్యం కోల్పోకుండా ఈ కష్టాలను ఎదుర్కొన్నారు. కమ్యూనిస్ట్ పార్టీ ప్రజల స్వచ్ఛంద దళానికి శిక్షణ ఇవ్వడం ప్రారంభించింది. ప్రత్యేకించి భూస్వాముల సాయుధుల నుండి వారు నిశ్చయాత్మకమైన దాడులను ఎదుర్కొంటున్న ప్రాంతాలలో శిక్షణ పొందిన వాలంటీర్లు 1945 మరియు 1946లో భూస్వాముల గూండా దాడులకు వ్యతిరేకంగా రైతులను రక్షించారు. ప్రతి ఇంట్లోని ప్రతి స్త్రీ మరియు పురుషుడు పోరాటానికి తానే ప్రతిజ్ఞ చేశారు. ఊరి నడిబొడ్డున ఒక పెద్ద డోలును ఉంచారు, దాని శబ్దంతో ప్రతి ఒక్కరూ, వారు ఎక్కడ ఉన్నా సరే, తమ ఆయుధాలతో యుద్ధరంగంలో చేరాలి.

వందల వేల మంది రైతు యువకులు, లాఠీలు మరియు జోలెలతో, కారంపొడి, రాళ్ళు మరియు వేడినీటితో మహిళలు తమ పొయ్యిని మరియు ఇంటిని రక్షించుకున్నారు. అది ప్రజల మనోభావాలు, స్ఫూర్తి, క్రమశిక్షణ మరియు విశ్వాసం. తెలంగాణ ప్రజల అసంతృప్తి తీవ్రమైంది మరియు తిరుగుబాటు చాలా లోతుగా ఉంది, వారు వెట్టి, భగేలా, అక్రమ దోపిడీలకు ముగింపు పలికారు. నిర్బంధ ధాన్యం వసూలు మరియు భూస్వాములు గతంలో స్వాధీనం చేసుకున్న భూములను తిరిగి ఆక్రమించడం ప్రారంభించారు. ప్రజలు భూస్వాముల సాయుధ దాడులను ప్రతిఘటించడం ప్రారంభించారు, సాయుధ పోలీసులను, రజాకార్లను మరియు నిజాం సైనిక దళాలను ఎదుర్కోవడానికి సిద్ధంగా ఉన్నారు. మహిళలు సాధ్యమైన అన్ని విధాలుగా ప్రతిఘటనలో చేరారు మరియు మిలిటెంట్ పాటలు, జానపద కళల యొక్క సామూహిక సాంస్కృతిక ఉప్పెన చెలరేగింది. దాని ప్రతిఘటన ఉద్యమంలో భాగంగా, కమ్యూనిస్ట్ పార్టీ కోర్టు సమన్లు మరియు అరెస్ట్ వారెంట్లను ధిక్కరించాలని పిలుపునిచ్చింది, వారిని పట్టుకోవద్దని

పిలుపునిచ్చింది. పోలీసులచే, ఆస్తుల జప్తు మరియు వేలాన్ని నిరోధించింది. ప్రజలు ఉత్సాహంగా స్పందించి వీటిని నిర్వహించారు. ప్రతిఘటన యొక్క కొత్త రూపాలను అభివృద్ధి చేయడం, దీనికి నిదర్శనం.

బైరన్‌పల్లి కూటిగల్లు తిరుగుబాట్లు

దొడ్డి కొమరయ్య బలిదానం స్ఫూర్తితో తెలంగాణ ప్రజలు దొరలు, రజాకార్లు, నిజాం ప్రభుత్వానికి వ్యతిరేకంగా అనేక పోరాటాలు చేశారు. జనగాం, వరంగల్ సరిహద్దులోని బైరన్ పల్లి గ్రామంలో కుల, మత, వయస్సులకు అతీతంగా ప్రజలు పోరుబాటలో పాల్గొనడంతో రణరంగంగా మారింది. రజాకార్ల దౌర్జన్యాలను ప్రతిఘటించేందుకు లింగాపూర్, దుల్మిట్ట, కూటిగల్లు, బైరన్‌పల్లికి చెందిన యువకులు గ్రామ రక్షణ దళాన్ని ఏర్పాటు చేశారు. వెంటనే ఆ దళం రజాకార్లకు కంటిమీద కునుకు లేకుండా చేసింది. బైరన్‌పల్లి గ్రామంలోని బుర్జ్ (వాచ్ టవర్) 1948లో రజాకార్లకు వ్యతిరేకంగా జరిగిన విప్లవోద్యమానికి కేంద్రంగా ఉంది. రజాకార్లు దోచుకునే బండ్లతో పాటు 1200/- వసూలు చేయాలని డిమాండ్ చేశారు. అయితే గ్రామస్తులు డిమాండ్‌లకు లొంగకుండా నిర్మొహమాటంగా తిరస్కరించారు. రైతాంగం ధిక్కరించడంతో ఆగ్రహించిన రజాకార్లు తమ సాయుధ దళాన్ని మొత్తం సంఘటితం చేసి 'భీభత్స పాలన'కు తెరలేపారు. తమపై బుల్లెట్ల వర్షం కురిపించిన రజార్కార్లను గ్రామస్తులు వెంబడించారు. దీనిని పట్టించుకోని గ్రామస్థులు తమ వేటను కొనసాగించారు మరియు కొద్దిసేపటికే రజాకార్లు దోపిడితో నిండిన బండ్లను మరియు వారు తీసుకువెళుతున్న తుపాకులను వదిలి పారిపోయారు. ప్రతీకారంగా, 1948 మార్చిలో మొదటిసారి రజాకార్లు 60 సాయుధ బలగాలతో బైరన్‌పల్లి గ్రామంపై దాడి చేయగా, గ్రామ దళాలు వారిని ఓడించాయి మరియు రజాకార్లు పారిపోయారు. రెండోసారి రజాకార్లు 80 మంది సాయుధ బలగాలతో దాడి చేసినా విఫలమయ్యారు. మళ్లీ రజాకార్లు 200 బలగాలతో దాడి చేసినా ఆ సమయంలో కూడా విఫలమై పారిపోయారు. గ్రామ దళాలు ఐదుగురు రజాకార్లను హతమార్చాయి. చివరకు నిజాం మిలటరీ, రజాకార్లు కలిసి మాస్టర్ ప్లాన్‌తో గ్రామంపై దాడి చేశారు. నిజాం సాయుధ బలగాల మద్దతుతో రజాకార్లు ఆగష్టు 27, 1948 తెల్లవారుజామున 3 తెల్లవారుజామున స్టెంగన్స్, మెషిన్ గన్స్ మరియు 303 రీఫిల్స్ వంటి అధునాతన ఆయుధాలతో గ్రామంపైకి దూసుకెళ్లారు. దాదాపు 1200 మంది పారామిలటరీ బలగాలు పది మిలిటరీ ట్రక్కుల్లో వచ్చాయి.

సంఘటనల ఆటుపోట్లను గమనించి, గ్రామాన్ని రక్షించడానికి చక్కటి ప్రణాళికాబద్ధమైన రక్షణ అవసరమని గ్రామ రక్షణ దళం ఏకగ్రీవంగా నిర్ణయించింది. తదనుగుణంగా, బైరన్‌పల్లి టవర్‌లోని మానేర్‌లో ఒక వాచ్‌ను ఉంచారు మరియు మూతి లోడింగ్‌లను మోసే వ్యక్తులు టవర్‌పై నిరంతరం కాపలాగా ఉన్నారు. గ్రామానికి ఏదైనా ప్రమాదం జరిగితే కెటిల్‌డ్రమ్ శబ్దం వస్తుంది మరియు గ్రామస్తులందరూ తమ వద్ద ఉన్న పనిని వదిలివేసి, తమ వద్ద ఉన్న కర్ర, కొడవలి, గొడ్డలి లేదా రాయితో పోరాడటానికి సిద్ధమైనారు. గ్రామం చుట్టూ సెంట్రీలను ఏర్పాటు చేశారు. గ్రామం యొక్క సాయుధ దళం బురుజ్‌పై ఉంది, ఫిరంగి/తుపాకీ (ఝుజ్జాయి), కరబ్బి (ఒక రకమైన ఆయుధం) మరియు గన్‌పౌడర్‌తో నిండిన గోనె సంచులతో. చుట్టుపక్కల ఎనిమిది గ్రామాలకు చెందిన గ్రామస్తులకు 50-100 మందిని ఏర్పాటు చేసే పనిని అప్పగించారు, ప్రతిరోజూ ఒక గ్రామం కర్రలు మరియు రాళ్లతో ఆయుధాలతో గ్రామం చుట్టూ తిరిగేందుకు మరియు వారి మనోధైర్యాన్ని కాపాడుకోవడానికి నిర్ణయించింది. దీని ప్రకారం ఏదైనా సంక్షోభం ఏర్పడినప్పుడు ఆయుధాలు మరియు పేలుడు పదార్థాలను ఎల్లప్పుడూ సిద్ధంగా ఉంచారు. సాధారణ నిరాడంబరమైన గొర్రెల కాపరులు వైర్‌లెస్ సేవను నిర్వహించారు. ఒక బ్రాహ్మణుడు విశ్వనాథ్ భట్ జోషి తన సైకిల్‌పై పరుగెత్తారు. కొద్దిసేపటికే కెటిల్ డ్రమ్ మోగింది, గ్రామమంతా యుద్ధ కేకలతో మోగింది. గ్రామస్థులు ప్రాణాభయంతో పరుగులు తీశారు, మహిళలు పిల్లలను మరియు వృద్ధులను రక్షించారు, గ్రామంలో చిన్న కానన్ విజృంభించడం ప్రారంభించింది. ఇది యుద్ధం! నిజాం దళాల క్రూరమైన షెల్లింగ్ మరియు కాల్పుల కారణంగా గ్రామస్థులు తమ సాంప్రదాయ ఆయుధాలతో ఎక్కువసేపు భూమిని పట్టుకోలేకపోయారు. రజార్‌కార్ల బలాన్ని తెలుసుకునేందుకు టవర్‌పైకి ఎక్కిన ఇద్దరు బాలురు రామయ్య కోలి, భూమయ్య బంజారాలను కాల్చి చంపారు.

పరిస్థితి యొక్క తీవ్రతను అర్థం చేసుకున్న గ్రామస్థులు తెల్ల జెండాను ఎగురవేసి సంధి విరమణను సూచిస్తారు, కాని అనాగరిక శక్తులు పశ్చాత్తాపం చెందే పరిస్థితి లేదు. గ్రామస్తుల వద్ద ఎటువంటి అధునాతన ఆయుధాలు లేవు. కొన్ని గంటల్లో రజాకార్లు గ్రామాన్ని ఆక్రమించారు మరియు మహిళలతో సహా గ్రామ ప్రజలందరినీ వరుసలో ఉంచారు. వారు చరిత్రలో అసమానమైన రక్తస్నానాన్ని ప్రారంభించారు. బైరన్‌పల్లి ఊచకోతలో ప్రాణాలతో బయటపడిన 80 ఏళ్ల చరణ్ చంద్రారెడ్డి గ్రామ సరిహద్దులో ఉన్న మట్టి కోట వద్ద కాపలాగా ఉండి త్రుటిలో ప్రాణాపాయం నుంచి తప్పించుకున్నాడు. ఆ రోజు భైరాన్‌పల్లిలో రజాకార్లు 96 మందికి పైగా చంపారు.

మహిళలపై అత్యాచారం చేసి, వారిని నగ్నంగా ఊరేగించి, వారి నుంచి బంగారు ఆభరణాలు లాక్కెళ్లారు. రజాకార్ల మూకలు వెంబడించడంతో గ్రామస్థులు పరుగు తీశారు. కొందరు వ్యవసాయ పొలాల్లోని బహిరంగ బావుల్లోకి దూకి చనిపోయారు" అని ఈ సంఘటనలో ప్రాణాలతో బయటపడిన మరో ఎన్. మల్లయ్య వ్యాఖ్యానించాడు "వారు ప్రతిదీ దోచుకున్నారు. సాయుధ రజాకార్లు కేవలం ఆనందం కోసం స్త్రీలను వేధించారు, గొర్రెలను చంపారు మరియు సమర్థులైన పురుషులను చంపారు. దారిలో ప్రతి గ్రామాన్ని దోచుకున్నారు. యువకులు, వృద్ధులు, బలహీనులు లేదా వ్యాధిగ్రస్తులు ఎవరూ సజీవంగా ఉండలేదు. మగవాళ్ళు, అబ్బాయిలు కళ్లకు గంతలు కట్టి, తాళ్లతో కట్టి, జంతువులా ఊరి బయటికి ఈడ్చుకెళ్లారు, స్త్రీలపై రజాకార్లు సామూహిక అత్యాచారానికి పాల్పడ్డారు. నీచమైన, క్రూరమైన కాల్పులు వందల మందికి పైగా మరణించే వరకు కొనసాగాయి. తొంభై మంది హరిజనులను చంపి సామూహిక సమాధిలో పాతిపెట్టారు. ఆర్మీ ఒక ఎత్తులో నిలబడి ఉన్న వ్యక్తులపై కాల్పులు జరిపింది". బైరన్‌పల్లి యుద్ధంలో కర్రె బుచ్చమ్మ, కర్రె శాంతమ్మ, చొప్పర మల్లమ్మ, పెరుమంటి మల్లమ్మ, వొరుగంటి సాయమ్మ వంటి అనేక మంది మహిళలు ప్రాణాలు కోల్పోయారు. ముందు వరుసలో ఉన్న మోటం పోషాలు, మోటం రాములు, బలిజ నాగయ్య కూడా కాల్చి చంపబడ్డారు.

1948 ఆగస్టు 27న దేశం మొత్తం మొదటి స్వాతంత్ర్య దినోత్సవాన్ని జరుపుకుంటున్న సమయంలో భైరానిపల్లిలో రక్తపుటేరులు జరిగాయి. గ్రామం దోచుకోబడింది. వ్యవసాయ భూములు ధ్వంసమయ్యాయి, రక్తపు ప్రవాహాలు ప్రవహించాయి. తెల్లవారుజామున పక్షుల కిలకిలారావాలతో పాటు భయంకరమైన కేకలు ప్రతిధ్వనించాయి. మంటల్లో ఇళ్ళ నుండి దట్టమైన పొగలు ఉదయాన్నే సూర్యుడిని కప్పివేసాయి. ఈ దృశ్యం వివేకవంతమైన మానవ మనస్సుకు అర్థం చేసుకోలేనిది. గ్రామాన్ని శ్మశాన వాటికగా మార్చారు. వినాశనం పూర్తయింది. ఇది తెలంగాణ సమాజాన్ని దిగ్భ్రాంతికి గురిచేసిన సామూహిక మారణహోమం. బైరన్‌పల్లి ఊచకోత జలియన్‌వాలాబాగ్ దుర్ఘటనతో పోల్చదగినది. కాబట్టి దీనిని "తెలంగాణ జలియన్ వాలాబాగ్" అని పిలవడానికి అర్హమైనది. క్రూరమైన సైన్యం అనేక మంది మహిళలను వేధించడంతో పాటు, వారిని బట్టలు విప్పి, గ్రామస్తుల మృతదేహాల చుట్టూ బతుకమ్మ ఆడమని బలవంతం చేసింది. బైరన్‌పల్లి ఊచకోత తర్వాత రజాకార్లు కుటిగల్లు వంటి అనేక గ్రామాలను కూడా దోచుకున్నారు. ఈ గ్రామంలో మెజారిటీ ముస్లింలు రజాకార్లుగా మార్చబడ్డారు. దాదాపు 200 మంది సైనిక మరియు రజాకార్ దళాలు గ్రామ గెరిల్లా దళంపై దాడి చేసి గ్రామాన్ని తగలబెట్టారు. గ్రామస్తులు రజాకార్ల దాడిని తిప్పికొట్టారు. కాని బైరన్‌పల్లిలో

మాదిరిగా, వారు మళ్లీ అధిక సంఖ్యలో (400) వచ్చి విచక్షణారహితంగా కాల్పులు జరిపారు, ఇందులో దళం నాయకుడు కామ్రేడ్ ఎల్లయ్యతో సహా 20 మంది మరణించారు. 1948 సెప్టెంబర్ 2న వరంగల్ జిల్లా పర్కల్ గ్రామంపై కూడా రజాకార్లు దాడి చేసి 23 మందిని హతమార్చారు.

గడీలు, రజాకార్ల శిబిరాలపై దాడులు

దొడ్డి కొమరయ్య బలిదానం తర్వాత తెలంగాణ ప్రాంతమంతా మిలిటెంట్ ప్రజా ఉద్యమం దావానంలా వ్యాపించింది. దొరలు మరియు నిజాంకు వ్యతిరేకంగా ప్లీబియన్ల ("చిల్లరోళ్ళు") తిరుగుబాటు పెరుగుతోంది. కమ్యూనిస్ట్ పార్టీ నాయకులు సైద్ధాంతికంగా మరియు రాజకీయంగా వారి కార్యక్రమాన్ని చేపట్టడానికి సిద్ధమయ్యారు. కమ్యూనిస్టులు విస్తృత 'భూస్వామ్య వ్యతిరేక' వ్యవసాయ కార్యక్రమాన్ని రూపొందించారు. ఇందులో వెట్టి, వెలికితీత నిషేధించడం, అక్రమ జరిమానాలు, పన్నులు మరియు సెస్ వసూలు చేయడం, బలవంతపు ధాన్యం వసూలును వ్యతిరేకించడం. అదే విధంగా భూస్వాములు అక్రమంగా ఆక్రమించిన భూములను తిరిగి ఇవ్వడం, సాగుదారుల పట్టా హక్కులను నిర్ధారించడం, మక్తా, జాగీర్ భూములు, అక్రమంగా స్వాధీనం చేసుకున్న అన్నింటినీ తిరిగి ఇవ్వడం. భూస్వాముల ద్వారా భూములు, అసహ్యించుకున్న భూస్వాములు, గ్రామ అధికారుల ధాన్యం నిల్వలను స్వాధీనం చేసుకుని పేదలకు/నిరుపేదలకు పంపిణీ చేయడం, వడ్డీ వ్యాపారుల రికార్డులను తగలబెట్టడం, భూస్వాములు సేకరించిన డబ్బు లేదా ధాన్యం రూపంలో అక్రమంగా వసూలు చేసిన మొత్తాన్ని తిరిగి ఇవ్వడం, ఆక్రమించిన భూములను పంపిణీ చేయడం భూస్వాముల నుండి భూమి లేని పేదలకు మరియు గ్రామ కమిటీల ద్వారా అందరికీ ఉచిత న్యాయం. ఆ విధంగా కమ్యూనిస్టులు భూస్వాముల వ్యతిరేక ప్రజా పునాదిని ఏకీకృతం చేశారు. "తెలంగాణ గ్రామాల్లో కమ్యూనిస్టులు మరింత చురుకుగా పని చేయడం ప్రారంభించారు. వారు భూస్వాములకు వ్యతిరేకంగా తీవ్ర ప్రచార కార్యక్రమాన్ని ప్రారంభించారు, కౌలు మరియు ఆహార నిల్వలు వంటి సమస్యలపై దాడి చేశారు, ఇది గ్రామంలోని అన్ని తరగతులలో విస్తృత విజ్ఞప్తిని కలిగి ఉంది. అనేక ప్రాంతాలలో కాంగ్రెస్ మితవాదులు వియుక్తంగా వ్యవహరించిన మనోవేదనలను గుర్తించడానికి మరియు వ్యక్తం చేయడానికి వచ్చిన మొదటి రాజకీయ నిర్వాహకులు వారే. అందువల్ల, కమ్యూనిస్ట్ పార్టీ వైపు ఆకర్షితులవుతున్న అణచివేత వ్యవస్థకు వ్యతిరేకంగా గ్రామస్తులు ఏదైనా నిరసన తెలియజేయాలనుకుంటున్నారు. కమ్యూనిస్టులు తమ దృష్టిని కేంద్రీకరించారు: (1) కట్టుదిట్టమైన కార్మికులు మరియు వెట్టిని రద్దు చేయడం, (2) హిందూ-ముస్లిం ఐక్యత మరియు (3) పేదలకు పంపిణీ

చేయడానికి బలవంతపు ధాన్యం లెవీ సేకరణ. అయితే వామపక్షాలు చేస్తున్న పని పర్యవసానాలను చూసి ప్రభుత్వం భయపడింది.

నల్గొండ జిల్లాకు చెందిన మొదటి తాలూక్దార్ (కలెక్టర్) వారు "ప్రజలతో పరిచయాలు ఏర్పరుచుకుని, భవిష్యత్తులో ఏదైనా ప్రయోజనం కోసం వారిని ఉపయోగించుకోవడం చాలా ప్రమాదకరమైన విషయం" అని ప్రభుత్వానికి తెలియజేశారు. అయితే, కమ్యూనిస్టు పార్టీ ఆధ్వర్యంలో 10,000 మంది సభ్యులతో గుత్పల సంఘాల (స్టిక్స్ బ్రిగేడ్) అనే గ్రామ స్క్వాడ్‌లు మరియు 2,000 మంది సభ్యులతో గెరిల్లా స్క్వాడ్‌ను ఏర్పాటు చేశారు. సాయుధ రైతులు దొరలు, గ్రామ అధికారులు, రజాకార్ల శిబిరాలు, పోలీసు మరియు కస్టమ్స్ స్టేషన్ల ఇళ్ళు/గడిలపై దాడి చేసి వారి ఆయుధాలను లాక్కున్నారు. 10-15 గ్రామాలకు చెందిన సంఘం సభ్యులు లాఠీలతో చుట్టుపక్కల గ్రామాలకు వందలు మరియు వేల మందితో ర్యాలీగా వెళ్లి జాతీయ మరియు ఎర్ర జెండాలను ఎగురవేసిన విధానం ఉంది. గ్రామాల్లో ఇది సర్వసాధారణంగా మారింది. ఉధృతమైన ప్రజా ఉద్యమం కారణంగా నిజాం పాలన పునాదుల వద్దనే కదిలింది. నిజాం ప్రభుత్వం మజ్లిస్ ఇత్తెహాద్-ఉల్-ముస్లిమీన్‌కు చెందిన కాసిం రజ్వీ నాయకత్వంలో రజాకార్లను పెద్ద ఎత్తున భయభ్రాంతులకు గురిచేసింది. ప్రభుత్వం కూడా గ్రామస్తులపై పూర్తి సైన్యం మద్దతుతో వారిని వదులుకుంది. దోపిడీ, దహనం, చిత్రహింసలు, హత్యలు మరియు అత్యాచారాలు భూమిని చుట్టుముట్టాయి. ప్రజలు ఏ ఆయుధాలతోనైనా, ఏ సంస్థతోనైనా సమీకరించగలిగిన వారితో పోరాడవలసి వచ్చింది.

వరంగల్, నల్గొండ జిల్లాల్లోని పలు గ్రామాల్లో భూస్వాముల గడీలపై హింసాత్మక దాడులు జరిగాయి. అందులో ఎర్రబాడు భూస్వామి జన్నారెడ్డి ప్రతాపరెడ్డిపై దాడి చేయడం గమనార్హం. అతను తెలంగాణ ధనిక భూస్వామి మరియు రైతులను భూముల నుండి తరిమికొట్టడంలో అపఖ్యాతి పాలయ్యాడు. నెల్లికుదురు, కుమ్మరికుంట్ల, చిల్పకుంట్ల, నూతనకల్, ఎడవల్లి తదితర గ్రామాల్లో రైతన్నలను బలవంతంగా తొలగించి తమ భూములను తన పేరున రిజిస్ట్రేషన్ చేయాలని కోరారు. రైతాంగంపై లెక్కలేనన్ని అఘాయిత్యాలకు పాల్పడ్డాడు. తప్పుడు కేసులు పెట్టడం వంటి అనేక చర్యలకు పాల్పడ్డాడు. అయినప్పటికీ రైతులు సంఘం నాయకత్వంలో భూస్వామిని వ్యతిరేకించారు మరియు తిరుగుబాటు చేశారు. "అక్రమంగా ఆక్రమించిన భూములను తిరిగి ఇవ్వండి", "బహిష్కరణలు (బేదాఖలు) ఆపండి" మొదలైన నినాదాలు వారు లేవనెత్తారు మరియు వేలాది మంది ఐక్యంగా గడిపై దాడి చేశారు. భూస్వామి తన ప్రైవేట్ సైన్యాన్ని (గూండాలను) ప్రేరేపించి, తన గడిలో రజాకార్లను నిలబెట్టినప్పటికీ, తిరుగుబాటును

అణచివేయడంలో అతను విజయం సాధించలేదు. ఎడవల్లి గ్రామంలో గాజుల రామచంద్రయ్య ఆధ్వర్యంలో రైతులు జన్నారెడ్డి ప్రతాపరెడ్డి గడిని ధ్వంసం చేశారు. గడిని కూల్చివేసిన తరువాత, రైతులు భూస్వామి ధాన్యాగారాన్ని దోచుకున్నారు మరియు సుమారు 4000 బస్తాల వడ్లను పంపిణీ చేశారు. ఈ పోరాటంలో చిల్పకుంట్ల గ్రామానికి చెందిన ప్రముఖ జానపద కళాకారుడు బండి యాదగిరి వీరమరణం పొందారు. అతను ప్రతాప రెడ్డి దగ్గర కార్మికుడు, మరియు కమ్యూనిస్ట్ కార్యకలాపాలతో ప్రభావితమై గ్రామ గెరిల్లా దళంలో చేరాడు.

రాయపాడు-కోటపాడు, పిండిప్రోలు, మరిపెడ, బచ్చోడు-కాకరవాయి, పురుషోత్తమాయిగూడెం, చిలుకోడు, రాజోలు, బలపాల, గూడూరు తదితర భూస్వాముల గడీలపై కూడా రైతులు దాడి చేశారు. నూకల జగన్నాథ రెడ్డి, వంగేటి లింగారెడ్డి, రామసహాయం రాఘవ రెడ్డి మొదలైన అణచివేత భూస్వాములు తమ గడీల నుండి తప్పించుకొని పట్టణాలలో తలదాచుకున్నారు. నాగులవంచ, కలకోట, అల్లినగరం, సంకీస, చెట్లముప్పారం గ్రామాల్లో మరికొందరు భూస్వాములను తరిమికొట్టి వేలాది బస్తాల తిండి గింజలు పంపిణీ చేశారు. కమ్యూనిస్టు గెరిల్లా నాయకుడు జనుగు బుచ్చిరెడ్డి ఆధ్వర్యంలో సంఘం సభ్యులు వర్ధన్నపేట భూస్వామిపై దాడి చేసి పేదలకు భూములు పంచారు. అదేవిధంగా గార్ల-బయ్యారం, తెల్దారుపల్లి, కొలనుపాక తదితర ప్రాంతాల్లో పేరుమోసిన జాగీర్దార్లపై రైతుల దాడులు చేసి వెళ్లగొట్టి వారి ఆస్తులను ఆక్రమించుకున్నారు.

భూస్వాముల నుంచి కౌలుకు తీసుకుని సాగు చేస్తున్న భూములను నిలుపుదల చేయడమే కాకుండా భూస్వాములు అక్రమంగా కబ్జా చేసిన భూములన్నింటినీ తిరిగి స్వాధీనం చేసుకునేందుకు కమ్యూనిస్టు పార్టీ నాయకత్వం వహించింది. శిస్తులో తగ్గింపు మరియు తరువాత పెద్ద భూస్వాములకు మరియు ప్రజల శత్రువులకు శిస్తులు చెల్లించకపోవడం కూడా అమలు చేయబడింది. రైతాంగం యొక్క సాయుధ దాడులు ప్రధానంగా అక్రమంగా సేకరించిన లెవీ ధాన్యాలు, బలవంతంగా తొలగింపులు మరియు భూస్వాములచే అక్రమ పన్నుల వసూలును లక్ష్యంగా చేసుకున్నాయి. పర్యవసానంగా వేలాది బస్తాల ఆహార ధాన్యాలు, వందల ఎకరాల భూములు పేద రైతాంగానికి పంపిణీ చేయబడ్డాయి. 1948 ప్రారంభంలో, తెలంగాణ ప్రాంతంలోని చాలా మంది గ్రామీణ పేదలు మరియు రైతులు కమ్యూనిస్టుల ఆధ్వర్యంలో సంఘటితమై దొరలు మరియు నిజాం రాజ్యానికి వ్యతిరేకంగా ఆయుధాలను చేపట్టడంతో ఒక సంపూర్ణ విప్లవం జరిగింది. ఇది వారి ప్రైవేట్ మిలీషియా మరియు ఆస్తులను విడిచిపెట్టి,

నగరాలకు పారిపోయిన భూస్వాముల పెద్ద ఎత్తున స్థానభ్రంశం కలిగించింది. గెరిల్లా స్క్వాడ్‌లు/దళాలు కొనసాగాయి. ప్రాదేశిక విస్తరణ యొక్క విజయవంతమైన ప్రచారం మరియు 1948 మధ్య నాటికి ప్రభుత్వ దళాలను సమర్థవంతంగా మట్టుబెట్టింది. కమ్యూనిస్ట్ పార్టీ యొక్క సామాజిక కూర్పు గురించి గ్రహణశక్తి గల ఒక పండితుడు ఇలా వ్యాఖ్యానించాడు: "దాని భూ విధానం జనాభాలోని పెద్ద వర్గాన్ని ఆకర్షించింది. భూస్వామి ఆస్తులను జప్తు చేసి, గ్రామ కమిటీల ద్వారా పునర్విభజన చేయడం ద్వారా పేదలను గెలుచుకుంది. ప్రభుత్వం స్వాధీనం చేసుకున్న గెరిల్లాల్లో దాదాపు సగం మంది రెడ్డిలు కావడం ఈ భూస్వామ్య కులం తిరుగుబాటుకు ఎంత మద్దతునిచ్చిందో సూచిస్తుంది. 16,600 ఎకరాలు మాత్రమే చేతులు మారినట్లు ప్రభుత్వ వర్గాలు చెబుతున్నప్పటికీ, లక్ష ఎకరాలకు పైగా పునఃపంపిణీ చేసినట్లు పార్టీ పేర్కొంది. జాబితా చేయబడిన 45 మంది బందీలలో 28 మంది రెడ్డిలు, చంపబడిన 12 మంది నాయకులలో 4 మంది రెడ్డిలు, 29 మంది నాయకులలో 14 మంది రెడ్డిలు ఉన్నారు. పార్టీకి కంచుకోట అయిన నల్గొండ జిల్లాలో 6 మంది అగ్రనేతల్లో 5 మంది రెడ్డిలు ఉన్నారు.

నిజాం రాష్ట్రంపై పోలీసు చర్యకు ముందు కమ్యూనిస్ట్ పార్టీ బలం గురించి, సీనియర్ పాత్రికేయుడు రమేష్ థాపర్ ఇలా అన్నారు, "నాలుగు మిలియన్లకు పైగా జనాభా ఉన్న తెలంగాణలోని రెండు వేల గ్రామాలు నిజాం పాలనను తొలగించి, పార్టీని స్థాపించాయి. 13000 చదరపు మైళ్ల విస్తీర్ణంలో సమాంతర పరిపాలన కొనసాగింది. గతంలో 500 నుండి 1,20,000 ఎకరాల వరకు బకాయి ఉన్న భూస్వాములు నగదు శిస్తు మరియు గడ్డి శిస్తు వంటి చట్టపరమైన మరియు చట్టవిరుద్ధమైన పన్నుల ద్వారా రైతులను స్వాధీనపరచుకునేవారు. భూస్వాముల దుర్మార్గాలను ప్రజల స్వతంత్ర కమిటీలు రద్దు చేశాయి. గ్రామ అధికారాన్ని రద్దు చేశారు. సంక్షిప్తంగా కొత్త ఆర్థిక-రాజకీయ కార్యక్రమం రూపొందించబడింది. నిజాం డొమినియన్‌లోని భారత ఏజెంట్ జనరల్ కె.యం. మున్షీ సర్దార్ పటేల్‌కు రాసిన లేఖలో ఇలా పేర్కొన్నాడు, "... 1948 జనవరి మరియు ఫిబ్రవరి నెలల్లో నల్గొండ మరియు వరంగల్ జిల్లాలలో కమ్యూనిస్టుల ఆధీనంలో ఉన్న గ్రామాలకు బలమైన శక్తి ఉందని స్పష్టమైంది. రజాకార్ల దృష్టి నుండి. ఇది బెజవాడ నుండి నియంత్రించబడిన కమ్యూనిస్టులకు హైదరాబాదులోని తెలంగాణా జిల్లాలపై గొప్ప పట్టు సాధించింది. నల్గొండ, వరంగల్, ఖమ్మం మరియు కరీంనగర్ జిల్లాలు, మెదక్ మరియు ఆదిలాబాద్ జిల్లాల్లో సగానికి పైగా మరియు తెలంగాణలోని మిగిలిన మూడు జిల్లాలు మహబూబ్‌నగర్, హైదరాబాద్ మరియు నిజామాబాద్‌లలో

గణనీయమైన భాగాన్ని కవర్ చేస్తూ తెలంగాణ గ్రామీణ ప్రాంతాలలో ఎక్కువ భాగం వారి ఆధీనంలోకి వచ్చింది".

సాయుధ పోరాటం ఇప్పటికే 30 లక్షల మంది ప్రజలు నివసించే 3000 గ్రామాల విస్తృత భూభాగాన్ని విముక్తి చేసింది మరియు అడవి మంటలా విస్తరిస్తోంది. దాదాపు 16,000 చదరపు మైళ్లు, 4,000 గ్రామాలను కవర్ చేసింది. సంఘాలు/గ్రామ కమ్యూన్‌లు నేరుగా నిర్వహించబడుతున్నాయి. తిరుగుబాటు దళాలు 10,000 మంది సైనిక దళాలు మరియు 2,000 మంది గెరిల్లా దళాలతో గరిష్ట స్థాయికి చేరుకున్నాయి. తిరుగుబాటు దళాలకు అదనంగా మూడు నుండి నాలుగు మిలియన్ల క్రియాశీల కార్మికులు మరియు పోరాటేతర మద్దతుదారులు ఉన్నారు. ప్రభుత్వ నివేదిక ప్రకారం, 15 ఆగస్టు 1947 మరియు 13 సెప్టెంబర్ 1948 మధ్య, కమ్యూనిస్టులు 2000 మందిని హత్య చేశారు, 22 పోలీసు అవుట్‌పోస్టులపై దాడి చేశారు. గ్రామ రికార్డులను ధ్వంసం చేశారు. 141 మంది గ్రామ అధికారులను హతమార్చారు. 230 తుపాకులు, ఎనిమిది రివాల్వర్లు మరియు ఒక రైఫిల్ స్వాధీనం చేసుకున్నారు, దోపిడి లేదా ధ్వంసం చేశారు. రూ. 70,000 విలువైన నగదు, రూ. 10,43,668 విలువైన నగలు దోచుకెళ్లి, 20 కస్టమ్స్ అవుట్‌పోస్టులను ధ్వంసం చేశారు.

వ్యవసాయ కూలీలు, పేద రైతుల్లో కమ్యూనిస్టు పార్టీ విపరీతమైన ప్రభావం చూపింది. వారు పార్టీ పిలుపుకు ప్రతిస్పందించి, రోడ్లను తవ్వి ధ్వంసం చేశారు, దేశ్‌ముఖ్‌ల భవనాలు మరియు కోటలను పడగొట్టారు, రజాకార్ కేంద్రాలను చుట్టుముట్టారు మరియు ధ్వంసం చేశారు. చాలా మంది అసహ్యించుకున్న శత్రువులను కూడా చంపారు. కమ్యూనిస్టులు భూమి మరియు పశువులను పునఃపంపిణీ చేశారు, రేట్లు తగ్గించారు, బలవంతపు పనిని ముగించారు మరియు వంద శాతం వేతనాలు పెంచారు. వారు జనాభాకు టీకాలు వేసి బహిరంగ మరుగుదొడ్లను నిర్మించారు. వారు మహిళా సంఘాలను ప్రోత్సహించారు, సెక్టారియన్ సెంటిమెంట్‌ను నిరుత్సాహపరిచారు మరియు అంటరానితనాన్ని నిర్మూలించడానికి ప్రయత్నించారు. ఒక ప్రభుత్వ అధికారి ఇలా వ్యాఖ్యానించాడు, 'కమ్యూనిస్ట్ పాలన ఒంటరిగా ఉన్న గ్రామస్థులకు ఉపశమనం మరియు ఉద్ధరణ మరియు అతని ఆత్మగౌరవాన్ని మెరుగుపరిచింది".

సాయుధ పోరాటంలో విస్నూరు దేశ్‌ముఖ్ కుమారుడు జగన్ మోహన్ రెడ్డి బాబుదొర హత్య ఒక ముఖ్యమైన సంఘటన. ఇది భూస్వామిపై ప్రజలకు ద్వేషాన్ని మరియు ఆగ్రహాన్ని ప్రదర్శించింది. అతను క్రూరత్వం ప్రదర్శించి ప్రజల పట్ల

అమానుషంగా ప్రవర్తించాడు. అతను దాదాపు 10 మంది రైతులను చంపి వందలాది మందిని హింసించాడు. భారత సైన్యం ప్రవేశించిన తర్వాత, జనగావ్ తాలూక్ ప్రాంతంలో సాయుధ పోరాటం వేగంగా వ్యాప్తి చెందడం మరియు గడిలపై దాడులు జరిగాయి. గడిపై పథకం ప్రకారం దాడి జరుగుతుందని తెలుసుకున్న బాబు దొర హైదరాబాద్‌కు తప్పించుకుని వెళ్లడానికి జనగాం రైల్వే స్టేషన్‌కు చేరుకున్నారు. అతను గూడ్స్ రైలు ఎక్కేందుకు ప్రయత్నించాడు. ఈలోగా స్థానిక సంఘం కార్యకర్తలు అతని ప్లాన్ గురించి తెలుసుకుని పెద్ద సంఖ్యలో రైల్వే స్టేషన్‌కు చేరుకున్నారు. జనం రైలును ఆపి బాబు దొరను పట్టుకుని చంపారు. అతని మరణానంతరం, అతని చేతుల్లో క్రూరమైన దౌర్జన్యాలకు గురైన వ్యక్తులు అతని ముఖంపై పదేపదే ఉమ్మివేసారు మరియు అతని బాధితురాలి అయిన లంబాడా/బంజారా మహిళ నోటిలో మూత్ర విసర్జన చేశారు. ఇది శత్రువుపై ప్రతీకారం అనే సబాల్టర్న్ భావనకు ప్రతీక.

కమ్యూనిస్ట్ పార్టీ మరియు సంఘం అట్టడుగు స్థాయిలో మిలిటెంట్ రైతాంగ ఉద్యమాన్ని సమీకరించినప్పుడు/సంఘటించినప్పుడు, రజాకార్లు మరియు పోలీసు/సైనిక దళాలు భూస్వాములకు మద్దతు ఇచ్చాయి. ఎర్రబాదు ప్రతాప రెడ్డి, విస్నూరు దేశ్‌ముఖ్, నూకల కుటుంబం మొదలైన అనేక మంది భూస్వాములు రజాకార్లకు ఆశ్రయం కల్పించారు. వారి గడీలలో విలాసవంతమైన వినోదాన్ని అందించారు మరియు రైతాంగానికి వ్యతిరేకంగా పోరాడటానికి వారిని సన్నద్ధం చేశారు. తెలంగాణ అంతటా తిరుగుబాటు విస్తరిస్తున్నందున కమ్యూనిస్టులతో నిమగ్నమవ్వడానికి ప్రభుత్వం వారిని ఎక్కువగా పంపింది. అయితే వారు అసమర్థులుగా నిరూపించబడ్డారు. రజాకార్లు కత్తులు, జంబియాలు (రెండు అంచుల బాకులు), ఈటెలు, మూతి-లోడర్లు మరియు రైఫిల్స్‌తో గ్రామాలపై దాడి చేశారు. భూస్వాములు, రజాకార్లు మరియు ప్రభుత్వ దళాల మధ్య అనుబంధం ఉంది. నిజాం మరియు రజాకార్ల మధ్య నిశ్శబ్ద అవగాహన కూడా ఉంది. కమ్యూనిస్టు పార్టీ బలంగా ఉన్న అనేక గ్రామాల్లో రజాకార్లు, సైనిక శిబిరాలు ఏర్పాటయ్యాయి. జూలై మరియు నవంబర్ 1946 మధ్య, కమ్యూనిస్టులు మరియు నిజాం దళాల మధ్య ఘర్షణలు హింసాత్మకంగా మారాయి. 1946 చివరి నాటికి, నిజాం పోలీసులు మరియు మిలిటరీ, స్థానిక రజాకార్ల మద్దతుతో కమ్యూనిస్టులపై సమన్వయంతో చర్యలు చేపట్టారు. పారామిలటరీ బలగాలు గ్రామాలను చుట్టుముట్టాయి మరియు అనుమానిత కమ్యూనిస్టులను సామూహికంగా స్వాధీనం చేసుకున్నాయి. గుంపులపైకి కాల్పులు జరిపి గ్రామస్థులను కాల్చివేసి విస్తృతంగా దోపిడీకి పాల్పడ్డాయి. ప్రభుత్వ ఉన్నతాధికారులు కూడా దోషులుగా తేలింది. ఉదాహరణకు, వరంగల్‌కు చెందిన

సుబేదార్ హబీబ్ మహమ్మద్‌పై హత్య, గుర్తూరు గ్రామంలో రెండు వందల ఇళ్లను తగులబెట్టడం వంటి నేరాల కింద విచారణ జరిగింది. అనేక వందల మంది కమ్యూనిస్టుల బృందం అనేక డజన్ల మంది రజాకార్లపై దాడి చేసి హతమార్చిన తర్వాత నల్గొండ తాలూక్దార్ మోజమ్ హుస్సేన్ ఇరవై మంది 'అమాయక హిందువుల' మరణానికి ఆదేశించాడని చెప్పబడింది. కమ్యూనిస్టులు ప్రభుత్వ అధికారులను మరియు అనుమానిత సహకారులను శిక్షించారు.

రజాకార్లు కిడ్నాప్, చిత్రహింసలు, మహిళలపై అత్యాచారాలు మరియు వేధింపులు, విచక్షణారహితంగా ఆస్తులను ధ్వంసం చేయడం, ఇళ్లు, గ్రామాలను తగలబెట్టడం మరియు ప్రజలను చంపడం వంటి ఘోరమైన నేరాలకు పాల్పడ్డారు. ఉదాహరణకు, 1947 మరియు 1948 మధ్య వరంగల్ జిల్లాలోని పెరుమాండ్ల సంకీస అనే గ్రామంలో, రజాకార్లు గ్రామంపై దాడి చేసిన ప్రతిసారీ కోపంతో ఆరుసార్లు ఆ గ్రామాన్ని ఆక్రమించారు. 1948 సెప్టెంబరు 1వ తేదీన, నిజాం అధికారులపై క్రమం తప్పకుండా దాడి చేసి తప్పించుకునే గెరిల్లా దళాల కోసం వెతుకుతూ వచ్చిన రజాకార్ల రక్తపిపాసి రూపాన్ని గ్రామం చూసింది. దాడి నుండి బయటపడిన గ్రామానికి చెందిన 99 ఏళ్ల చిట్టి కోమలు ఇలా గుర్తు చేసుకున్నారు: "రజాకార్లు మా గ్రామంపై దాడి చేశారు మరియు నన్ను సజీవంగా పట్టుకుని తలక్రిందులుగా వేలాడదీశారు. తుమ్మ శేషయ్య ఆచూకీ కోసం వారు నన్ను హింసించారు. ఈ ప్రాంతంలో సాయుధ దళ కమాండర్....రజాకార్లను చూసి మహిళలు పారిపోయి మొక్కజొన్న పొలాల్లో దాక్కున్నారు. కానీ వారిని రజాకార్లు వెంబడించి వేటాడారు మరియు పట్టపగలు బహిరంగంగా అత్యాచారం చేశారు". అతను వరంగల్, గుల్బర్గే మరియు జల్నాలలో ఒకటిన్నర సంవత్సరాలు జైలుకు పంపబడ్డాడు. తెలంగాణ విముక్తి మరియు ఇండియన్ యూనియన్‌లో విలీనానికి దారితీసిన పోలీసు చర్య తర్వాత విడుదలయ్యాడు. సాయుధ పోరాటంలో అత్యంత ముఖ్యమైన 40 గ్రామాలపై రజాకార్లు పదే పదే దాడులు చేశారు. ప్రతీకారంగా రజాకార్ శిబిరాలపై గెరిల్లా దళాలు అనేక దాడులు చేసి ధ్వంసం చేశాయి. రజాకార్లు 151 మందిని చంపారని, 363 మంది మహిళలపై అత్యాచారం చేశారని అంచనా. రజాకార్లపై కుర్రారం గ్రామానికి చెందిన రేణికుంట్ల రామిరెడ్డి 20 మంది గెరిల్లాలతో కలిసి వీరమరణం పొందిన వీరోచిత పోరాటం తెలంగాణ జానపద సాహిత్యంలో భాగమైంది. పాపా రెడ్డి, జగన్మోహన్ రెడ్డి నాయకత్వంలో 1947 జూలై 19న గుండ్రాంపల్లిలోని రజాకార్ల శిబిరంపై దాడి చేసి 12 మంది రజాకార్లను చంపి వారి ఇళ్లను తగులబెట్టారు. రాయపాడు-కోటపాడు, రాయపర్తి, నెల్లికుదురు, ఎర్రుపాలెం-రాయన్‌పేట, నక్రేకల్, ముస్త్యాలపల్లి, కొడకండ్ల,

గ్రామాల్లో పేరుమోసిన రజాకార్ల శిబిరాలు ధ్వంసమై, ఎందరో రజాకార్లను గెరిల్లా దళాలు హతమార్చాయి. ఆధునిక తెలంగాణ సంప్రదాయ చరిత్ర రజాకార్లను "హిందువులపై" దాడి చేసిన ప్రత్యేక "ముస్లిం" శక్తిగా వర్గీకరించింది.

సరోజినీ రేగాని వంటి ఉదారవాద జాతీయవాద చరిత్రకారులు తెలంగాణ గ్రామాలలో రజాకార్ల దురాగతాలను వివరించడానికి హిందూ వర్సెస్ ముస్లిం అనే బైనరీని విచక్షణారహితంగా ఉపయోగించారు. అయితే మతతత్వ భావాలు కలిగిన పండితులు ఊహాత్మక సజాతీయ "ముస్లిం" సమాజాన్ని ఉపయోగించారు మరియు వారిని రజాకార్లతో సమానం చేశారు. అటువంటి వివరణ తప్పిపోయింది మరియు/లేదా ఉద్దేశపూర్వకంగా ముస్లిమేతర కోణాన్ని కలిగి ఉన్న సంక్లిష్టమైన రజాకార్ దృగ్విషయాన్ని విస్మరించింది. మరో మాటలో చెప్పాలంటే, ముస్లింలు మాత్రమే రజాకార్లు కాదు. పాండు రంగా రెడ్డి ప్రకారం, "నాలుగు రకాల రజాకార్లు ఉన్నారు - హైదరాబాద్‌ను రక్షించడానికి స్వయంసేవకులు ఎటువంటి సైనిక దురాక్రమణకు వ్యతిరేకంగా రాష్ట్ర మిలటరీకి సరిపోదని ప్రకటించబడిన నేపథ్యంలో మరియు ఇతర రకాల రజాకార్లలో హిందూ సిబ్బందిని నియమించారు. హిందూ దేశ్‌ముఖ్‌లు మరియు జమీందార్లు నిజాంకు అనుకూలమైన ఉద్దేశ్యంతో పాటు రజాకార్లు అని పిలువబడే క్రమరహిత మిలీషియా. మరొక రకమైన రజాకార్లు హెూంగార్డులు మరియు సరిహద్దులోని భారత జిల్లాల రిజర్వ్‌డ్ కానిస్టేబులరీ, వీరు తరచూ రజాకార్ల వేషం ధరించి హైదరాబాద్ భూభాగంలో రాత్రిపూట దాడులు చేసేవారు. ఉదాహరణకు, మిస్కిన్ అలీ మరియు అబ్బాస్ అలీ వంటి "ముస్లిం" అనుచరులు హిందూ దొరల ఆదేశంతో హిందువులపై దౌర్జన్యాలకు పాల్పడ్డారు. కడివెండి, దేవరుప్పల గ్రామాల్లో రజాకార్ల మద్దతుతో విస్నూరు దేశ్‌ముఖ్ రాపాక రాంచంద్రారెడ్డి తన అధికారాన్ని, ఆధిపత్యాన్ని సుస్థిరం చేసుకున్నాడు. విస్నూర్ దేశ్‌ముఖ్‌పై ఆధారపడిన దళిత ఉపకులమైన మాదిగలు రజాకార్లలో చేరారు, శిబిరాలను స్థాపించారు మరియు దోపిడి కోసం తరచుగా పొరుగు గ్రామాలపై దాడి చేశారు.

తెలంగాణ గ్రామాలలో రజాకార్ దళాలు మొత్తం ముస్లిం సమాజాన్ని సభ్యులు కలిగి లేవు, ప్రధానంగా సెక్సిండిస్, మస్కురుస్, అలాగే పోలీసులు మరియు మాలిపటేల్‌ల వంటి గ్రామ సేవకులుగా పనిచేస్తున్న ముస్లింలు మాత్రమే రజాకార్లుగా ఉన్నారు. హిందూ అధికారులు కర్ణంలు/విలేజ్ అకౌంటెంట్‌లు, గుమాస్తాలు/దొరల సంరక్షకులు, అలాగే ప్రభుత్వంలోని దళిత గ్రామ సేవకులు మరియు దొరలు/జాగీర్దార్లల్లో రజాకార్లకు చేరారు మరియు/లేదా మద్దతు ఇచ్చారు. హిందూ భూస్వాముల యొక్క అనేక గడీలు/కోటలలో రజాకార్ శిబిరాలు స్థాపించబడ్డాయి: విస్నూరు, కుమ్మరికుంట్ల, పాలకుర్తి,

చెన్నూరు, ముత్తారం, చౌటుప్పల్, జెర్రిపోతులగూడెం మరియు పాతసూర్యపేట. రజాకార్లు గ్రామాల్లోకి ప్రవేశించినప్పుడు వారికి దొరలు స్వాగతం పలికారు. ఆశ్రయం మరియు ఆతిథ్యం/విందులు ఏర్పాటు చేశారు. అదనంగా, భౌతిక మరియు ఆర్థిక సహాయం కూడా విస్తరించబడింది. ముఖ్యంగా నల్గొండ మరియు వరంగల్ జిల్లాలలో రజాకార్–దొర పొత్తుల యొక్క అసంఖ్యాక ఉదాహరణలు ఉదహరించవచ్చు. చారిత్రాత్మకంగా చెప్పాలంటే, దోపిడీకి గురైన ప్రజానీకానికి చెందిన చారిత్రాత్మక తెలంగాణ రైతాంగ సాయుధ పోరాటం హేతువాదం మరియు లౌకికవాద సూత్రాలపై ఆధారపడింది. తెలంగాణలోని సామాన్య ప్రజలు, ప్రత్యేకించి అత్యధిక సంఖ్యలో దళితబహుజనులు, నిరంకుశ–భూస్వామ్య విధానానికి మరియు మతపరమైన మార్గాల్లో తమ మధ్య ఉన్న వైరుధ్యాన్ని ఊహించలేదు. అదేవిధంగా, వామపక్షాల సమీకరణ మరియు రజాకార్ల దురాగతాలకు వ్యతిరేకంగా పోరాటం మతపరమైన అంశాల ఆధారంగా కాదు. అసలు విషయం ఏమిటంటే రజాకార్లు అంటే ముస్లింలు మాత్రమే కాదు. దళిత బహుజనుల విభాగాలు కూడా ఉన్నాయి. పైగా తెలంగాణలోని హిందూ భూస్వాములు తమ గడీల్లో ఆశ్రయం కల్పించి రైతాంగ విప్లవకారులను అణచివేయడానికి రజాకార్ శక్తులకు మద్దతుగా నిలిచారు.

ఏజెన్సీ ప్రాంతాల్లో సాయుధ పోరాటం

1948 సెప్టెంబరులో పోలీసు చర్య తర్వాత, రైతాంగ ఉద్యమంపై భారత సైన్యం అణచివేతను తీవ్రతరం చేసింది. అత్యంత ప్రభావిత గ్రామాలలో మరియు అటవీ/ఏజెన్సీ ప్రాంతాలలో అనేక సైనిక శిబిరాలు స్థాపించబడ్డాయి. భారత సైన్యం ప్రవేశించిన రెండు వారాల్లోనే క్రూరమైన మిలిటరీ తీవ్రవాద దాడి ప్రారంభించబడింది మరియు డిసెంబర్ 1948 చివరి నాటికి దాని పూర్తి తీవ్రతకు చేరుకుంది. కమ్యూనిస్ట్ పార్టీ నుండి గిరిజన సమాజాన్ని వేరు చేయడానికి, సైన్యం "బ్రిగ్స్ ప్లాన్"ను ప్రవేశపెట్టింది. ఇది బ్రిటిష్ జనరల్ సర్ హెరాల్డ్ బ్రిగ్స్ రూపొందించిన సైనిక ప్రణాళిక. దీనిని మొదట మలేషియాలో ప్రవేశపెట్టారు. ఈ పథకం కింద గిరిజన ప్రజలు వారి భూమి నుండి బలవంతంగా బదిలీ చేయబడ్డారు మరియు గాంధీనగర్, అశోక్‌నగర్, వల్లభనగర్, కాకతీయనగర్ మరియు బాపూజీనగర్ వంటి కొత్తగా నిర్మించిన నివాసాలకు తరలించారు. ఫిబ్రవరి 1951 నాటికి, వరంగల్ ప్రాంతంలోని 30,000 మంది కోయలలో 7000 మంది ఈ పథకం కింద గ్రామాల్లో స్థిరపడ్డారు. అయితే, తిరిగి నివాసం ఉంటున్న గిరిజన ప్రజలకు తాగునీరు వంటి కనీస సౌకర్యాలు లేవు, వారు మరియు వారి పశువులు ఆకలి మరియు రోగాల బారిన పడ్డాయి. బ్రిగ్స్ ప్లాన్ తెలంగాణలోని కమ్యూనిస్ట్

పార్టీని గెరిల్లా ఆర్మీగా, పనిచేస్తున్న తెలంగాణలో ఓడించాలని లక్ష్యంగా పెట్టుకుంది. గిరిజన జనాభాలో వారి మద్దతు మూలాల నుండి వారు దూరంగా ఉన్నారు. "బ్రిగ్స్ ప్లాన్" కోయ, చెంచు మరియు లంబాడీ జనాభాను అటవీ ప్రాంతాలలో ఉన్న వారి కుగ్రామాల నుండి లేదా మైదానాలలో చెల్లాచెదురుగా ఉన్న వారి కుగ్రామాల నుండి తరలించాలని భావించింది.

జనరల్ చౌదరి యొక్క సైనిక ప్రభుత్వం కమ్యూనిస్ట్ పార్టీని నిషేధించింది మరియు వెంటనే రైతు కమ్యూన్‌లపై సైనిక దాడిని ప్రారంభించింది. తెలంగాణ ప్రజలపై, నల్గొండ, ఖమ్మం, వరంగల్ జిల్లాలు మరియు పొరుగు ప్రాంతాలలో ప్రజా ఉద్యమాన్ని అణచివేయడానికి మరియు నిర్వీర్యం చేయడానికి అతను భారీ దాడిని ప్రారంభించాడు. జనరల్ జె.ఎన్. చౌదరి "ఆరు వారాల్లో హైదరాబాద్ రాష్ట్రమంతటా కమ్యూనిస్టులను నిర్మూలిస్తానని" ప్రగల్భాలు పలికాడు. డిసెంబరు 1948లో, గెరిల్లాలకు మద్దతు ఇవ్వకూడదని గ్రామస్తులను భయపెట్టేందుకు సైనిక పరిపాలన పెద్ద ఎత్తున తిరుగుబాటు వ్యతిరేక ప్రచారాన్ని ప్రారంభించింది. ఈ ఆపరేషన్ కోసం ప్రత్యేక పోలీసు కమిషనర్‌గా కెప్టెన్ నంజప్పను కేంద్ర ప్రభుత్వం పంపింది. విచక్షణారహితంగా అరెస్టులు చేయాలని, భూపంపిణీ జరిగిన మొత్తం గ్రామాలను తగలబెట్టాలని, స్వాధీనం చేసుకున్న తర్వాత అనుమానితులను చట్టవిరుద్ధంగా చంపాలని ఆదేశించాడు. ఆగస్ట్ 1949 చివరి నాటికి దాదాపు 2,000 మంది రైతులు, సాయుధులు మరియు నిరాయుధులు చంపబడ్డారు. మరియు 25,000 మందిని అరెస్టు చేశారు. సైన్యం అడవుల్లోని సుమారు 2,000 గిరిజన కుగ్రామాలను ధ్వంసం చేసింది మరియు ప్రజలను నిర్బంధ/కేంద్రీకరణ శిబిరాలకు తరలించింది. తుంగపతి తండాలో, (ఒక గిరిజన కుగ్రామం) నవంబర్‌లో గెరిల్లాలు ఎలా విజయవంతంగా బస్సుపై దాడి చేశారనే రహస్యాలను వెల్లడించడానికి నిరాకరించినందుకు బిమ్లా నాయక్‌ను కాల్చి చంపారు. సమాచారాన్ని దాచి ఉంచినట్లు అనుమానిస్తున్న వారిపై విస్తృతంగా చిత్రహింసలు పెట్టారు. తెలంగాణలోని గ్రామస్తులపై సైనిక సిబ్బంది అప్పుడప్పుడు విచక్షణారహితంగా అరెస్టులు మరియు సామూహిక కాల్పులు జరిపారు.

బ్రిగ్స్ ప్లాన్ ఉన్నప్పటికీ, స్థానికుల నుండి విస్తృత మద్దతుతో గెరిల్లాలు తమ కార్యకలాపాలను కొనసాగించారు. గెరిల్లా దళాలు గోదావరి బేసిన్‌లోని దట్టమైన అడవుల్లోకి మరియు నల్లమల రేంజ్‌లోని కృష్ణా నదికి అడ్డంగా ఉన్న అడవులకు మద్దతుతో వెనక్కి తగ్గాయి. సైనిక దాడిని అధిగమించేందుకు గెరిల్లా స్క్వాడ్‌లు పాలోంచ, యెల్లందు, మహబూబాబాద్, ములుగు మరియు నర్సంపేట అటవీ ప్రాంతాలకు

పారిపోయాయి. ఏజెన్సీ ప్రాంతాలలో సాయుధ పోరాటంలో చెప్పుకోదగ్గ లక్షణం గిరిజన పురుషులు మరియు మహిళలు, ప్రధానంగా కోయలు అధిక సంఖ్యలో పాల్గొనడం. భూస్వాములు, ప్రభుత్వ అధికారులు మరియు వ్యాపారి–మనీలెండర్ల దోపిడీని అంతం చేయడానికి కమ్యూనిస్ట్ పార్టీ గిరిజన రైతాంగాన్ని సంఘటితం చేసింది. ఏజెన్సీ ప్రాంతాల్లోని గిరిజనులు 10–20 గుడిసెలతో కూడిన చిన్న కుగ్రామాల్లో నివసిస్తున్నారు. పోడు సాగు చేస్తూ అటవీ ఉత్పత్తులను సేకరించి జీవనోపాధి పొందారు. వీరికి భూములపై పట్టా హక్కులు లేవు. రెవెన్యూ, అటవీ అధికారుల దయాదాక్షిణ్యాలపైనే ఆధారపడి జీవిస్తున్నారు. అటవీ సంపదకు ఉచిత ప్రవేశం కూడా నిరాకరించబడింది. చౌక ధరలకు కొనుగోలు చేసి ఎక్కువ ధరలకు విక్రయించిన వ్యాపారుల వల్ల గిరిజనులు మోసపోయారు. గిరిజన ప్రజలు నిరక్షరాస్యులు, వెనుకబడినవారు మరియు పేదరికంలో జీవించారు.

కమ్యూనిస్టు పార్టీ నాయకత్వంలో ఖమ్మం, వరంగల్ ఏజెన్సీ ప్రాంతాల్లో భూస్వాములు, ఇతర పీడనలకు వ్యతిరేకంగా అనేక పోరాటాలు జరిగాయి. గిరిజన యువకులకు గ్రామ సంఘాలు, గెరిల్లా స్క్వాడ్‌లు ఏర్పాటు చేసి సైనిక శిక్షణ ఇచ్చారు. చాలా మంది గిరిజనులు మరియు అంటరానివారిని చేర్చుకున్న భూమిలేని పేద రైతులు తిరుగుబాటుకు వెన్నెముకగా నిలిచారు. గెరిల్లాలు మరింత రహస్య వ్యూహాలను అనుసరించారు. వ్యక్తిగత స్క్వాడ్‌ల పరిమాణం పది నుండి ఐదుకి తగ్గించబడింది. వారు తక్షణమే అందుబాటులో ఉన్న ఆయుధాలు లేకుండా గ్రామీణ జనాభాలో పౌర జీవితాలను నడిపించడం ప్రారంభించారు, కమ్యూనికేషన్ కోసం మధ్యవర్తులపై ఆధారపడతారు మరియు అప్పుడప్పుడు కార్యకలాపాలను నిర్వహించడానికి ఏర్పాటు చేశారు. గుండాల, నర్సంపేట ప్రాంతాల్లో భూస్వామిపై గిరిజన స్క్వాడ్‌లు అనేకసార్లు దాడులు నిర్వహించి వేల ఎకరాల భూములను ఆక్రమించుకున్నాయి. వారు భూస్వాముల గోడౌన్లు/గోదాములపై దాడులు చేసి, సాహుకార్లు/వ్యాపారులు వేల బస్తాల ఆహార ధాన్యాలను స్వాధీనం చేసుకుని భూమిలేని పేదలకు పంపిణీ చేశారు. గుండాల మండలంలో మక్తేదార్ పై దాడి చేసి 1060 బస్తాల వడ్లు, 560 పశువులను స్వాధీనం చేసుకున్నారు. దాదాపు 3500 ఎకరాల అటవీ భూమిని కబ్జా చేసి సాగులోకి తెచ్చారు.

జనవరి 1948లో, సిపిఐ కార్యకర్తలు రాకముందే, కోయలు నిజాం సేనలకు వ్యతిరేకంగా ఆయుధాలను చేపట్టి దాదాపు యాభై గ్రామాలలో "పంచాయతీ రాజ్" (స్థానిక పాలన) స్థాపించారు. సెప్టెంబరు 1948 నాటి పోలీసు చర్య తర్వాత, మిలిటరీ గవర్నర్ వరంగల్ జిల్లాకు చెందిన కోయలు "కమ్యూనిజం యొక్క తీవ్ర మద్దతుదారులు" అని నివేదించారు. రెండు సంవత్సరాల తరువాత, హైదరాబాద్ ప్రభుత్వ ప్రధాన కార్యదర్శి

కోయలను "కమ్యూనిస్ట్ సంస్థకు వెన్నెముకగా పరిగణించారు." ఏజెన్సీ ప్రాంతాల్లో సాయుధ పోరాటాల పెరుగుదలపై వ్యాఖ్యానిస్తూ ప్రభుత్వ నివేదిక ఈ విధంగా పేర్కొంది: "ఈ విషయంలో ప్రమాదకరమైన పరిణామం ఏమిటంటే, విధ్వంసక కార్యకలాపాలలో 'గోండుల' నమోదు మరియు శిక్షణ. ఇటీవల జైలు కస్టడీ నుంచి తప్పించుకున్న కొత్తగూడెం కొల్లియర్స్ వర్క్స్ యూనియన్‌కు చెందిన డి.శేషగిరిరావు భద్రాచలం వద్ద గోండులను నిర్వహిస్తున్నట్లు భావిస్తున్నారు. బూర్గంపహాడ్‌లోని స్టేట్ బ్యాంక్‌పై దాడి చేయడానికి 700 మంది గోండులు విల్లులు. బాణాలు మరియు కొన్ని తుపాకులతో శిక్షణ పొందుతున్నారనే పుకార్లు ప్రబలంగా ఉన్న భయాందోళనలను పెంచాయి. సంస్థాన్ రెండవ తాలుక్దార్ నుండి 02-01-1948 నాటి నివేదిక ప్రకారం, పిర్నాటపల్లి నుండి అమవరం వరకు పాలోంచ సంస్థాన్‌లోని అన్ని గ్రామాలు కమ్యూనిస్ట్ ప్రభావంలోకి వచ్చాయి, ఈ గ్రామాలలో లెవీ వసూలు పనులు నిలిచిపోయాయి. ఇప్పటికే సేకరించిన లెవీ ధాన్యాన్ని రవాణా చేయడం ఆచరణాత్మకంగా అసాధ్యం, రుద్రకోట్‌లోని ఫారెస్ట్ అమీన్ కార్యాలయాన్ని స్వాధీనం చేసుకున్నారు మరియు సామాజిక సేవా గోడాన్ లూటీ చేయబడింది".

ఇంటెలిజెన్స్ బ్యూరో కమ్యూనిస్ట్ పార్టీ మరియు గిరిజన తెగల మధ్య ఐక్యత యొక్క సంభావ్య బలాన్ని చూసింది. 1951లో ఇంటెలిజెన్స్ డిపార్ట్‌మెంట్ చీఫ్ కమ్యూనిస్టులు ఉత్తర తెలంగాణ మరియు ఇప్పుడు దక్షిణ ఛత్తీస్‌గఢ్ మరియు ఒరిస్సాలోని కొండలు మరియు అటవీ ప్రాంతాలలో స్థావరాలను ఏర్పాటు చేయడంలో విజయం సాధిస్తే, "వాటిని తరిమివేయడం కష్టం" అని హెచ్చరించాడు. అనేకమంది గిరిజనులు ముఖ్య పోరాటాలలో సువర్ణపాక సుందరయ్య, పునుకొండ వెంకన్న, మొగిలిపల్లి బుచ్చిరాముల వంటి నాయకులు ముఖ్యులు. కానీ అత్యంత ప్రసిద్ధ గిరిజన నాయకుడు సోయం గంగులు, అతని వీరోచిత తిరుగుబాట్లు గిరిజన జానపద కథలలో భాగమయ్యాయి. గిరిజన మహిళలు ఉద్యమంలో చురుకుగా పాల్గొనడం మరియు వారిలో కొందరు సువర్ణపాక లక్ష్మి, ఐలు వెంకటమ్మ మరియు మాడి యాదమ్మ వంటి దళ సభ్యులు మరియు కొరియర్లు కావడం ఆసక్తికరంగా ఉంది. అధిక వేతనాల కోసం సమ్మెలో కూడా వారు ముందున్నారు. తెలంగాణలో ఆదివాసీ, రైతాంగ ఉద్యమ తీవ్రతను సైనిక ప్రభుత్వం క్రూరంగా అణచివేసింది. సెప్టెంబరు 1948 మధ్యలో నిజాం లొంగిపోయిన కొద్ది రోజుల్లోనే, హైదరాబాద్‌లో కొత్తగా నియమితులైన మిలటరీ గవర్నర్ తెలంగాణ కమ్యూనిస్టులపై "తీవ్రమైన సైనిక మరియు పోలీసు చర్య"కు ఆదేశించాడు. భారత సైన్యం ప్రవేశించడం గ్రామాలలో భయాందోళనలను సృష్టించింది. సైనిక పాలనలో

అట్టడుగు కులాల నుండి ఎక్కువగా ఆకర్షించబడిన కమ్యూనిస్టులు మరియు సంఘం సభ్యులను హింసించడం మరింత దూకుడుగా మారింది. సైనిక పరిపాలన రాష్ట్రంలో కమ్యూనిస్ట్-వ్యతిరేక మంత్రగత్తె వేటను నిర్వహించింది మరియు కమ్యూనిస్టులందరినీ అరెస్టు చేసింది. నిజానికి రజాకార్ల కాలంలో కూడా కనీ వినీ ఎరుగని దురాగతాలకు సైనిక ప్రభుత్వం పాల్పడింది. సైనిక క్రూరత్వానికి సంబంధించిన అసంఖ్యాక ఉదాహరణలు కార్యకర్తలు అందించారు. సుందరయ్య ప్రకారం, "ప్రజలను ముళ్ల పొదల్లోకి విసిరి, సైనిక బూట్లను ధరించి వారిపై నృత్యం చేయడం, మండే ఎండలో ప్రజలను ఫర్లాంగ్‌ల పాటు క్రాల్ చేయమని బలవంతం చేయడం, చెట్లపై నుండి ప్రజలను తలక్రిందులుగా వేలాడదీయడం మరియు తన్నడం. బూటు కాళ్ళతో బంతిలాగా, చెట్లపై నుండి తాడులను అకస్మాత్తుగా వదలడం, గులకరాళ్లు మరియు రాళ్లతో కప్పబడిన నేలపైకి ప్రజలను విసిరివేయడం మరియు రోడ్డు తయారీ సామగ్రి, మహిళల తలలను క్షౌరము చేయడం, వారిపై అత్యాచారం చేయడం - ఇవి కొన్ని విధానాలు. శత్రువు యొక్క సైనిక దురాగతాలు".

ఉద్యమం ఉధృతంగా ఉన్న సమయంలో, నల్గొండ మరియు వరంగల్ జిల్లాలోని 1910 గ్రామాలలో ప్రజా/సంఘం ప్రభుత్వం ఏర్పడింది. చాలా మంది స్క్వాడ్ సభ్యులను సైనిక దళాలు కాల్చివేసి సజీవంగా పాతిపెట్టాయి. సైనిక దాడుల్లో మహిళలు ఎక్కువగా బాధితులు. 1000 మందికి పైగా అత్యాచారానికి గురయ్యారని మరియు 100 మందికి పైగా సైనిక దళాలచే చంపబడ్డారని అంచనా. "నడిగడ్డ తండాలో 10 మంది మహిళలు తమ భర్తల ఎదుటే అత్యాచారానికి గురైనారు. కొయ్యగూడెం తండాలో మహిళలను వేధింపులకు గురిచేసి దారుణంగా చిత్రహింసలకు గురిచేసినా, మహిళల తలలు గుండు చేయించినా, స్క్వాడ్‌లకు మద్దతుగా, రక్షణగా నిలిచారు. నేరేడాలో 70 మంది మహిళలను వివస్త్రను చేసి, వారి తొడలకు ఊసరవెల్లిలను కట్టి, గాయాలపై కారం పొడి విసిరారు. అయినప్పటికీ, సైనిక దాడిని ధైర్యంగా ఎదుర్కొన్న మహిళలు సాయుధ పోరాటంలో ముఖ్యమైన పాత్ర పోషించారు.

మహిళల పాత్ర

భూస్వాములు మరియు నిజాం పాలనకు వ్యతిరేకంగా మహిళలు వీధుల్లోకి వచ్చి ఉద్యమంలో పాల్గొనడం అత్యంత ముఖ్యమైన లక్షణం. చాకలి ఐలమ్మగా ప్రసిద్ధి చెందిన చిట్యాల ఐలమ్మ ఉద్యమంలో అత్యంత ప్రజాదరణ పొందిన నాయకులలో ఒకరు. అగ్ర కులాల ఆధిపత్యాన్ని తిరస్కరిస్తూ గ్రామీణ పేదల హక్కుల కోసం, ముఖ్యంగా మహిళలు తమ సొంత భూమిని సాగు చేసుకునేందుకు ఆమె పోరాడారు. రజాకార్లను

ఆమె ధిక్కరించడం వందలాది మంది మహిళలను సాయుధ పోరాటంలో పాల్గొనేలా చేసింది. 1940ల చివరి నాటికి పట్టణ మరియు గ్రామీణ ప్రాంతాల్లో మహిళల భాగస్వామ్యం ఊపందుకుంది. అలాంటి ప్రముఖ మహిళా నాయకురాళ్లలో మల్లు స్వరాజ్యం ఒకరు. ఆమె ధైర్యసాహసాలు మరియు పరాక్రమాల కోసం, ఆమె "తెలంగాణ ఉక్కు మహిళ" అని పిలువబడింది. ఆమె భూస్వాములకు వ్యతిరేకంగా పోరాడింది. ఆమె నల్గొండ జిల్లాకు చెందిన ప్రముఖ తెలంగాణ యోధుడు మరియు పార్లమెంటేరియన్ అయిన విప్లవ నాయకుడు భీంరెడ్డి నరసింహా రెడ్డి సోదరి. మల్లు స్వరాజ్యం తెలంగాణ సాయుధ పోరాటంలో తన సోదరుడితో కలిసి పాల్గొని అత్యున్నత ధైర్యసాహసాలు ప్రదర్శించింది. మహిళలు ఇంటి నుంచి బయటకు రాని తరుణంలో ఆమె ఎంతో మంది మహిళలకు స్ఫూర్తిదాయకంగా నిలిచారు. ఆమె గ్రామాలు తిరుగుతూ తన పాటలు మరియు ఉపన్యాసాల ద్వారా ప్రజలను జ్ఞానోదయం చేసింది. 1947–48లో రజాకార్లు ఆమె ఇంటిని తగలబెట్టారు మరియు ఆమె ఆచూకీ గురించి ఎవరైనా తెలియజేస్తే ఆమె తలపై 40000 రూపాయల ప్రైజ్ మనీ ప్రకటించారు. 1947–48లో రజాకార్ల దాడి తరువాత, ఆమె భూగర్భంలోకి వెళ్లిపోయింది. 16 సంవత్సరాల వయస్సులో, రైతులపై దౌర్జన్యాలకు పాల్పడిన భూస్వాములకు (డోరస్) వ్యతిరేకంగా పోరాడటానికి ఆమె తుపాకీని పట్టుకుంది. గోదావరి అటవీ ప్రాంతంలో అండర్‌గ్రౌండ్ స్క్వాడ్ మెంబర్‌గా పని చేసింది. ఆమెతో పాటు, సుమారు 300 మంది మహిళలు మాజీ సైనికుడిచే సాయుధ పోరాట కళలో శిక్షణ పొందారు మరియు వారు నిజాం మరియు భారత సైన్యం యొక్క ప్రైవేట్ మిలీషియాకు వ్యతిరేకంగా పోరాడారు.

మల్లు స్వరాజ్యం సాయుధ పోరాటంలో వరంగల్, కరీంనగర్, ఆదిలాబాద్ జిల్లాల్లోని అటవీ ప్రాంతాల గిరిజనులను కూడా జాగృతం చేసింది. ఒక పండితుడిని ఉటంకిస్తూ, "పోరాటం యొక్క స్త్రీవాద పఠనం దళిత–బహుజన, మరియు నిమ్న–కుల స్త్రీల పాత్రలు లేదా రచనలు మాత్రమే కాకుండా ప్రత్యేకతలను నొక్కి చెబుతుంది. తెలివిగల ఆయుధాల ద్వారా లేదా పురుషాధిక్య అణచివేతకు వ్యతిరేకంగా ప్రతిఘటన ద్వారా ఇంటిని మరియు ఇంటిని సంఘర్షణలోకి తీసుకురావడం ద్వారా, తెలంగాణ పోరాట మహిళలు స్త్రీ అసమ్మతి ఎలా ఉంటుందో మరియు హింసాత్మక విప్లవ మహిళ అంటే ఏమిటో వేదికలను విస్తరించారు. అంతేకాకుండా, మహిళలు చీపుర్లు, రోకలి, కత్తులు, స్లింగ్స్ మరియు కారం పొడి వంటి గృహోపకరణాలను యుద్ధ ఆయుధాలుగా ఉపయోగించుకుని అద్భుతమైన విజయం సాధించారు. CPI మరియు AMS మహిళా యోధులకు రైఫిల్ శిక్షణను అందించగా, మహిళలు కొత్త ఆయుధాలతో హింసాత్మక

పోరాట యోధులుగా వారి అనుభవాన్ని వ్యక్తిగతీకరించారు. విప్లవ యోధురాలు, గ్రామ రక్షణ దళంలో చేరేందుకు తన భర్తను ధిక్కరించి రజాకార్ల చేతిలో అపారమైన క్రూరత్వాన్ని ఎదుర్కొన్నానని లచ్చుమ్మ గుర్తు చేసుకున్నారు. అయినప్పటికీ, వృద్ధులు మరియు యువతులు ఒకరినొకరు చూసుకున్నారని మరియు మహిళా విప్లవకారుల మధ్య సంఘీభావం వారి సంకల్పాన్ని బలపరిచిందని ఆమె పేర్కొంది.

సంఘం కార్యకర్తలు, ఇన్‌ఫార్మర్లు, కొరియర్‌లు, ఆహార ప్రదాతలు, ఆశ్రయం ఇచ్చేవారు మరియు గెరిల్లా స్క్వాడ్‌ల రక్షకులుగా మహిళలు సాయుధ పోరాటంలో గణనీయమైన పాత్ర పోషించారని అందుబాటులో ఉన్న ఆధారాలను బట్టి స్పష్టమవుతోంది. అనేక సందర్భాల్లో, మహిళలు తమ గౌరవాన్ని మరియు ప్రాణాలను పణంగా పెట్టి నిజాం సైన్యం, రజాకార్లు మరియు భారత సైనిక దళాలకు వ్యతిరేకంగా ధైర్యంగా పోరాడారు. మల్లు స్వరాజ్యం, ఆరుట్ల కమలాదేవి, బ్రిజ్రాణి, నిమ్మగడ్డ సత్యవతి, ప్రియంవద, ప్రమీలాబాయి మొదలైన పట్టణ మరియు గ్రామీణ ప్రాంతాలకు చెందిన అగ్రవర్ణ అభ్యుదయ మహిళలు ప్రజలలో సానుభూతి పొందారు. ముఖ్యంగా అట్టడుగు కులాల దళితబహుజన్, గిరిజన మహిళలు కూడా సాయుధ పోరాటంలో ముందున్నారు. ఆపరేషన్ పోలో సమయంలో నిజాం సైన్యం రజాకార్లు మరియు భారత పోలీసు బలగాలు చేసిన క్రూరమైన హింసలు మరియు దౌర్జన్యాలకు మహిళలు ఎక్కువగా బాధితులు. వారు వేధింపులకు మరియు అత్యాచారానికి గురయ్యారు, వారి కళ్ల ముందే వారి పిల్లలు చిత్రహింసలు మరియు హత్యలకు గురికావడం మరియు వారి భర్తలు మరియు కుటుంబ సభ్యులు వారి ముందే చంపబడ్డారు. మల్లు స్వరాజ్యం ప్రకారం, "మహిళలు పోరాటంలో పాల్గొనడానికి ఒక కారణం ఏమిటంటే, గ్రామంలో అందమైన స్త్రీని భూస్వామి విడిచిపెట్టలేదు. ఒక ఇంటి యజమాని గ్రామంలో అందమైన స్త్రీని చూసినా లేదా అతను ఆకర్షించబడిన వ్యక్తిని చూసినా, ఆమెను వెంటనే అతని వద్దకు పంపాలి. అలా ఉద్యమానికి కార్యకర్తలుగా వచ్చి చేరిన అమ్మాయిల్లో ఇలాంటి వేధింపులు ఎదుర్కొన్న అమ్మాయిలు కూడా ఉన్నారు. భూస్వామి నుండి తప్పించుకోలేని నిరుపేద స్త్రీలు కూడా ఉన్నారు. వృద్ధులను వివాహం చేసుకుని, వారి జీవితాలకు అర్థం లేని యువతులు కూడా వచ్చి ఉద్యమంలో చేరారు, ఎందుకంటే వారు తమ జీవితాలను అంకితం చేయడానికి ఇక్కడ ఏదో ఒక కారణం కనుగొన్నారు. ఆ సమయంలో మాకు మహిళల సమస్యలపై కూడా స్పృహ ఉండేది.

మల్లారెడ్డిగూడెంలోని దళిత మహిళా వ్యవసాయ కూలీలు గురువమ్మ, తొండమ్మ, నాగమ్మలు అసాధారణ ధైర్యసాహసాలు ప్రదర్శించి నిజాం సైనిక దాడులకు వ్యతిరేకంగా

పోరాడి అమరులయ్యారు. వీరే తొలి దళిత మహిళా అమరవీరులు. పారామిలటరీ బలగాల దాడులను భరించిన ఇతర ప్రముఖ మహిళలు: హుజూర్‌నగర్ తాలూకాకు చెందిన రాములమ్మ, రాంబాయమ్మ మరియు ఎర్రమ్మ, కాసర్లపాడు రాజక్క, పిండిప్రోల్ గ్రామానికి చెందిన రాంబాయమ్మ, మేళ్లచెరువుకు చెందిన నాగమ్మ మరియు జైనాబీ. లంబాడ లచ్చక్క, పూలమ్మ, మంగ్లీ, కోయ బూడెమ్మ, లచ్చమ్మ వంటి గిరిజన మహిళలు గణనీయ పాత్ర పోషించారు. వారి త్యాగాలు మరియు బలిదానం అసమానమైనది మరియు చిరస్మరణీయం.

సాయుధ పోరాటాన్ని ఉపసంహరించుకోవడం

1948లో హైదరాబాద్ రాష్ట్ర విలీనం తరువాత, తిరుగుబాటు చేసిన రైతులపై భారత ప్రభుత్వం దాడిని ప్రారంభించింది. ఆరు నెలల్లోనే పోలీసులకు ఆందోళన కలిగించే నివేదికలు అనేక క్షేత్రస్థాయి యూనిట్ల నుండి పార్టీకి అందాయి. మానుకోట ప్రాంతంలో, డిసెంబరు 1948లో ముమ్మరంగా దాడులు ప్రారంభమయ్యాయి మరియు స్క్వాడ్‌లు ఫీల్డ్‌లో ఉండి పనిచేయలేకపోయాయి. సూర్యాపేట, ఖమ్మంమెట్ తాలూకుల్లో కొన్ని స్క్వాడ్‌లు గాలింపు చర్యలు చేపట్టాయి. పాల్వొంచ ప్రాంతం నుండి వచ్చిన నివేదికలో సైనిక చర్య తర్వాత అన్ని ముఖ్యమైన స్క్వాడ్‌లు ఫారెస్ట్ బెల్ట్‌కు వెనుదిరిగాయని పేర్కొన్నారు. ఖమ్మం, మధిర మండలాల పార్టీ నాయకత్వంపై మరికొందరు ద్రోహం చేశారు. స్థానిక నాయకత్వంలోని ప్రధాన భాగం గల్లంతైనందున, ఈ ప్రాంతాలతో అనుసంధానం చేయడం ఆలస్యమైంది. భువనగిరి ప్రాంతం నుండి వచ్చిన ఫీల్డ్ రిపోర్ట్ మొత్తం ప్రాంత నాయకత్వాన్ని అరెస్టు చేసినట్లు పేర్కొంది. పశ్చిమ భువంగీర్‌లో, జోనల్ నిర్వాహకులను అరెస్టు చేశారు లేదా కాల్చి చంపారు. పశ్చిమ భువననగిరిలో, ఉద్యమం ఆచరణాత్మకంగా కూలిపోయింది, అడ్డగూడూరు మరియు కాపర్తి మండలాలను సంప్రదించలేదు. జనగాం-వరంగల్ ప్రాంతం నుండి వచ్చిన నివేదికలు సైనిక జోక్యం తరువాత, మొత్తం ప్రాంతం యొక్క నాయకత్వం పట్టుబడిందని లేదా కాల్చి చంపబడిందని పేర్కొంది. కొంతమంది సెంట్రల్ ఆర్గనైజర్లు మరియు స్క్వాడ్ సభ్యులు మాత్రమే మిగిలి ఉన్నారు. వారు కూడా పార్టీతో లేదా ఒకరితో ఒకరు ఎటువంటి లింక్‌లు లేకుండా చెల్లాచెదురుగా ఉన్నారు. హుజూర్‌నగర్ ప్రాంతంలో మిలిటరీ గెరిల్లా స్క్వాడ్‌లను మరియు గ్రామ ప్రజల సభలను రద్దు చేసింది. సంఘం భూమిని శత్రువులు లాక్కోకుండా కాపాడలేదు. మహబూబ్‌నగర్, ఆదిలాబాద్ ప్రాంతాలు ఉద్యమానికి అడ్డాగా మారాయి. ఒకరిద్దరు సహచరులను అరెస్టు చేయడంతో, స్క్వాడ్‌లు జిల్లాతో అన్ని సంబంధాలను కోల్పోయాయి.

నిజానికి పోలీసు చర్య వల్ల కమ్యూనిస్టు నేతృత్వంలోని తెలంగాణ రైతాంగ ఉద్యమానికి చావుదెబ్బ తగిలింది. డిసెంబర్ 1949 నాటికి, పోలీసులు మరియు సైనిక దళాలు 6000 మందిని ఖైదు చేశారు. భారత సైన్యంతో జరిగిన పోరాటంలో 2,000 మంది రైతులు మరియు పార్టీ కార్యకర్తలు మరణించారు. ఆగష్టు 1949 నాటికి, దాదాపు 25,000 మంది కమ్యూనిస్టులు మరియు చురుగ్గా పాల్గొనేవారు అరెస్టు చేయబడ్డారు. జూలై 1950 నాటికి మొత్తం ఖైదీల సంఖ్య 10,000కి చేరుకుంది. భారత సైన్యం జోక్యంతో మూడు లక్షల మందికి పైగా ప్రజలు చిత్రహింసలకు గురయ్యారు మరియు దాదాపు 50,000 మందిని అరెస్టు చేసి నిర్బంధ శిబిరాల్లో ఉంచారు (వీరిలో 5,000 మంది ఏళ్ల తరబడి ఖైదు చేయబడ్డారు).

తెలంగాణ ప్రాంతంలో ఉన్న 50,000 మంది యూనియన్ మిలిటరీ కమ్యూనిస్టుల నేతృత్వంలోని సాయుధ పోరాటాన్ని క్రూరంగా అణిచివేయడానికి దాదాపు 18 నెలల సమయం పట్టింది. 1951లో కమ్యూనిస్టుల సాయుధ పోరాటం దాని క్యాడర్ బలం మరియు భౌగోళిక స్థానాల్లో క్షీణించడం ప్రారంభించింది. పోరాటంలో ప్రజల స్వచ్ఛందంగా మరియు ప్రత్యక్షంగా పాల్గొనడం క్షీణించింది. సమాజంలోని అనేక వర్గాలు పోరాటం నుండి విడిపోవడం ప్రారంభించాయి. ప్రభుత్వంచే బలవంతంగా మరియు ప్రజలను ఆకర్షించడం మరియు యూనియన్ మిలిటరీ యొక్క దాడి వంటి వివిధ ఒత్తిళ్ల వ్యూహాలు పోరాటంపై దాని స్వంత ప్రత్యక్ష ప్రభావాన్ని చూపాయి. ప్రజలు ముఖ్యంగా పెద్ద మరియు మధ్యతరగతిలోని ధనవంతులు కూడా యూనియన్ మిలిటరీకి ఇన్ఫార్మర్లుగా మార్చబడ్డారు. స్క్వాడ్‌ల మధ్య విభేదాలు ప్రమాదకరంగా మారాయి. ఇలా వర్గపోరు పరస్పర హత్యలతో కూరుకుపోయింది. స్క్వాడ్‌ల కార్యకలాపాలు కేవలం అటవీ మండలాలకే పరిమితమయ్యాయి. ఆ విధంగా 1951వ సంవత్సరం మొదటి త్రైమాసికం నాటికి తెలంగాణ సాయుధ పోరాటం విపత్తు అంచుకు నెట్టబడింది. కమ్యూనిస్ట్ పార్టీ కేడర్ మరియు సాయుధ దళాలు గందరగోళంలో ఉన్నాయి. పార్టీ సైద్ధాంతిక వైరుధ్యాలలో కూరుకుపోయింది. సాయుధ పోరాటం వేలాది గ్రామాలను విముక్తి చేయడంలో విజయం సాధించినప్పటికీ, ఐదు సంవత్సరాల సుదీర్ఘ తిరుగుబాటును ప్రభుత్వం హింసాత్మకంగా అణచివేసింది. చివరికి 1951లో ఓడిపోయింది. సైనిక పాలనలో దాదాపు 3,000 మంది కమ్యూనిస్టులు చంపబడ్డారు.

సైనిక దళాలచే పెరుగుతున్న అణచివేత సాయుధ పోరాటాన్ని కొనసాగించడం గురించి కమ్యూనిస్ట్ పార్టీని పునరాలోచించవలసి వచ్చింది. పార్టీలో రెండు వర్గాలు ఉన్నాయి, మితవాద విభాగానికి పి. సంజోషి, రావి నారాయణ రెడ్డి నాయకత్వం

వహించారు. మరియు రాడికల్ బృందానికి పుచ్చలపల్లి సుందరయ్య, సి. హెచ్.రాజేశ్వర రావు మరియు బి.టి. రణదివే నాయకత్వం వహించారు. పెరుగుతున్న సైనిక దాడి నేపథ్యంలో నారాయణ రెడ్డి నేతృత్వంలోని మితవాద వర్గం పోరాటాన్ని ఉపసంహరించుకోవడానికి మరియు లాభాలను ఏకీకృతం చేయడానికి అనుకూలంగా ఉంది, అయితే రణదివే నేతృత్వంలోని రాడికల్ వర్గం పోరాటాన్ని కొనసాగించాలని నిర్ణయించుకుంది. కొనసాగింపుపై విమర్శనాత్మక అభిప్రాయాలు ఆమోదం పొందాయి మరియు జోషి సాయుధ పోరాటాన్ని ఉపసంహరించుకోవాలని, పార్టీలో దూకుడుగా ప్రచారం చేశారు. తెలంగాణా అంశంపై పార్టీలో జరుగుతున్న చర్చ నాయకత్వంలో విభేదాలు తలెత్తాయి. కాబట్టి పార్టీ స్టాలిన్ సలహా తీసుకోవాలని కోరింది. అజయ్ ఘోష్, S.A. డాంగే, M. బసవపున్నయ్య మరియు రాజేశ్వర్ రావులతో కూడిన బృందం రష్యాకు వెళ్లి 9 ఫిబ్రవరి 1951న మాస్కోలో స్టాలిన్‌ను కలిశారు. స్టాలిన్ బృందంతో సుదీర్ఘంగా చర్చించి, "నేను మీకు ఎలాంటి సూచనలు ఇవ్వలేదు. ఇది సలహా. ఇది మీకు తప్పనిసరి కాదు. మీరు దానిని స్వీకరించవచ్చు లేదా తీసుకోకపోవచ్చు."

ఏప్రిల్ 1951లో, ఆచార్య వినోబా భావే నిర్బంధంలో ఉన్న అనేకమంది కమ్యూనిస్ట్ పార్టీ నాయకులతో మాట్లాడి, వారిలో పెద్ద సంఖ్యలో విడుదల చేయబడ్డారు. పార్టీ తన వైఖరిని మార్చుకుంది మరియు 1951 చివరి త్రైమాసికంలో చర్చల పరిష్కారానికి ఒక అవగాహనకు వచ్చింది. CPI కేంద్ర కమిటీ A.K.తో కూడిన ముగ్గురు సభ్యుల కమిటీని నియమించింది. గోపాలన్, జ్యోతిబసు, మరియు ముజాఫర్ అహ్మద్ హైదరాబాద్ రాష్ట్ర ప్రభుత్వంతో చర్చలు జరపడానికి మరియు ఏకకాలంలో జైలులో మరియు అడవులలో ఉన్న నాయకులతో చర్చించడానికి హైదరాబాద్‌కు వచ్చారు. ఈ ప్రతినిధి బృందం రాష్ట్ర ప్రభుత్వాన్ని కలిసి, తెలంగాణ సాయుధ పోరాటాన్ని ఉపసంహరించుకోవడానికి నాలుగు షరతులు విధించింది, అవి, సీపీఐపై నిషేధం ఎత్తివేయడం, ఆక్రమిత భూముల నుండి రైతులను ఖాళీ చేయకూడదు, అన్ని నిర్బంధాలను రద్దు చేయడం, తెలంగాణ నుండి సైన్యాన్ని ఉపసంహరించుకోవడం మరియు ఎన్నికల్లో పాల్గొనేందుకు అనుకూలమైన వాతావరణాన్ని కల్పించడం. పోరాట విరమణకు కమిటీ విధించిన షరతులపై స్పందించేందుకు ప్రభుత్వం సిద్ధంగా లేదన్నారు. తత్ఫలితంగా, 25 అక్టోబర్ 1951న, కమ్యూనిస్ట్ పార్టీ కేంద్ర కమిటీ అధికారికంగా తెలంగాణ సాయుధ పోరాటాన్ని విరమించుకుంది. సాయుధ పోరాటాన్ని ఉపసంహరించుకున్న తర్వాత పార్టీ పీపుల్స్ డెమోక్రటిక్ ఫ్రంట్ అనే సంస్థను ఏర్పాటు చేసి 1952 సాధారణ ఎన్నికల్లో పోటీ చేసింది. షెడ్యూల్డ్ క్యాస్ట్ ఫెడరేషన్ మరియు సోషలిస్ట్ పార్టీతో పొత్తు పెట్టుకుని

40 ఎమ్మెల్యేలు, ఏడు ఎంపీ స్థానాలను గెలుచుకుంది. ముఖ్యంగా సాయుధ పోరాట కేంద్రాలుగా నిలిచిన నల్గొండ, వరంగల్, ఖమ్మం, కరీంనగర్ జిల్లాల్లో పీడీఎఫ్ అభ్యర్థులు అఖండ మెజారిటీతో విజయం సాధించారు.

తెలంగాణ సాయుధ పోరాటం గ్రామీణ భారత చరిత్రలో అత్యంత తీవ్రమైన రైతాంగ ఉద్యమాలలో ఒకటి. సాయుధ పోరాట ప్రభావంతో రాజారాం, యాదగిరి, సుద్దాల హనుమంతు వంటి అనేకమంది ప్రజాకవులు ఉద్భవించారు. ఈ ఉద్యమం సాధారణ రైతులు, వెట్టి కార్మికులు మరియు వ్యవసాయ సేవకుల నుండి సమర్థులైన నిర్వాహకులు మరియు రాజకీయ కార్యకర్తలను కూడా ఉత్పత్తి చేసింది. బుర్రకథ, గొల్లసుద్దులు, ఒగ్గుకథ, కోలాటం తదితర కార్యక్రమాలను జానపద కళాకారులు ప్రదర్శించి గ్రామీణ ప్రాంత ప్రజలను ఉత్తేజపరిచారు. బుర్రకథ అనేది కథా సంప్రదాయంలో ఒక మౌఖిక కథన సాంకేతికత మరియు తెలంగాణలోని గ్రామాల్లో ప్రసిద్ధి చెందింది. తెలంగాణ సాయుధ పోరాటంలో ప్రజలకు సందేశాన్ని అందించడంలో మరియు వారిని జాగృతం చేయడంలో ఇది సమర్థవంతమైన పాత్రను పోషించింది. నిజాం సేట్‌లో రాజకీయ సమావేశాల్లో రాజకీయ పరిస్థితులను ప్రజలకు తెలియజేసే మాధ్యమం ఇది. అలాగే, గొల్లసుద్దాలు కూడా తెలంగాణ ప్రాంతంలో బాగా ప్రాచుర్యం పొందిన కళారూపం. సంఘం బుర్రకథలపై సంతకాలు చేయడం, బతకమ్మలు ఆడుతూ గ్రామాల్లో జరిగే సభలను అనుసరించారు. ప్రభుత్వ నివేదికలో, "ఈ బుర్రకథలను పఠించడం అత్యంత ప్రమాదకరమైన ప్రచారం అనడంలో ఎలాంటి సందేహం లేదు... వారు ప్రభుత్వ అధికారులను మరియు జమీందార్‌లను నిరంతరం తీవ్రంగా విమర్శిస్తారు మరియు రైతులలో తీవ్రమైన అసంతృప్తిని కలిగిస్తున్నారు" అని పేర్కొంది. కోలాటం అనేది లయబద్ధమైన కదలికలు, పాటలు మరియు సంగీతం యొక్క కలయిక. ఇది ఒక పురాతన పల్లెటూరి కళ. ఇది ప్రతి చేతిలో రెండు కర్రలు పట్టుకుని, లయబద్ధమైన ధ్వని చేయడానికి కొట్టారు. కర్ర ప్రధాన లయను అందిస్తుంది మరియు ఈ నృత్యం గ్రామ పండుగల సమయంలో ప్రదర్శించబడుతుంది. కమ్యూనిస్టు పార్టీ సాంస్కృతిక సంస్థ ప్రజానాట్యమండలి వెట్టిచాకిరి, కష్టజీవి, మా భూమి తదితర నాటకాల ద్వారా ప్రజల్లో విప్లవ చైతన్యం కలిగించడంలో కీలక పాత్ర పోషించింది. కమ్యూనిస్ట్ నేతృత్వంలోని రైతాంగం కట్టుదిట్టమైన కార్మికులు మరియు ఇతర రకాల ఆర్థిక దోపిడీ మరియు సామాజిక అణచివేత లేని సమాజం కోసం పోరాడింది.

సైనిక పరిపాలనను సద్వినియోగం చేసుకుని, గ్రామాలను విడిచిపెట్టిన భూస్వాములు తిరిగి వచ్చారు. పోలీసు చర్య తర్వాత భూస్వాములు భారత సైన్యాన్ని

'సేఫ్టీ వాల్వ్'గా ఉపయోగించుకున్నారు. వారి జప్తు చేసిన భూములు మరియు సాంప్రదాయ అధికారాలను తిరిగి పొందారు. ప్రజల ఉద్యమంపై ఒక విధమైన పక్షవాతం వ్యాపించింది. అయినప్పటికీ, గెరిల్లా స్క్వాడ్‌లు భూస్వాముల ఆధిపత్యాన్ని ప్రతిఘటించారు. 1970వ దశకంలో మావోయిస్టు నేతృత్వంలోని నక్సలైట్ల గెరిల్లా పోరాటాన్ని మిలిటెంట్ వ్యవసాయ కార్యక్రమం ఆధారంగా తెలంగాణ అడవుల్లో విస్తరించడం ప్రారంభించినప్పుడు రైతు తిరుగుబాటు స్ఫూర్తి చనిపోలేదు. మళ్లీ తిరుగుబాటును ప్రేరేపించింది. తెలంగాణ సాయుధ పోరాటంలో 4000 మందికి పైగా ఆత్మబలిదానాలు చేసుకున్నారు. నల్గొండ మరియు వరంగల్‌లలో భారీ భాగస్వామ్యాన్ని కోల్పోయి, భారతదేశంలో మరెక్కడా మద్దతు పొందడంలో విఫలమైన కమ్యూనిస్ట్ పార్టీ బేషరతుగా పోరాటాన్ని విరమించుకుంది. అధిక ధైర్యాన్ని మరియు చాలా ఉన్నతమైన ఆశయాలు కలిగి ఉన్నప్పటికీ, భారత సైన్యానికి లొంగిపోయింది. దాదాపు మూడు సంవత్సరాలు మరియు 50,000 మంది సైనికులు తెలంగాణ పోరాటాన్ని అణచి వేసినారు. వెట్టిని రద్దు చేయడం మరియు నిమ్న కులాల మధ్య భూపంపిణీతో సహా సాయుధ పోరాటంలో చెప్పుకోదగిన విజయాలు ఉన్నాయి. తెలంగాణ రైతాంగ పోరాటం విఫలమైనప్పటికీ, నిస్సందేహంగా అది దేశంలోని కమ్యూనిస్టులకు స్ఫూర్తిదాయకంగా నిలిచింది. రైతుల ఉద్యమం దాని విజయాల కోసం ఏకైక అతి ముఖ్యమైన విప్లవ పోరాటంగా నిలుస్తుంది. రైతాంగ పోరాటం నేటి వరకు ఉద్యమాలకు మార్గనిర్దేశం చేయడంలో నిరంతర ప్రభావాన్ని కలిగి ఉంది. విప్లవాత్మక మార్గం గురించి గొప్ప అవగాహనను అందించడంలో కూడా తెలంగాణ రైతాంగ పోరాటం స్ఫూర్తిగా నిలిచింది.

***

అధ్యాయం - 14

నిజాం సంస్థానం విచ్ఛిన్నం

హైదరాబాద్ స్టేట్ క్షీణత మరియు పతనం ఆధునిక భారతదేశ చరిత్రలో ఒక ముఖ్యమైన మైలురాయి. 1946లో బ్రిటీష్ ప్రభుత్వం క్యాబినెట్ మిషన్ను భారతదేశానికి పంపి అధికారాన్ని బదిలీ చేయడానికి వాటాదారులందరితో చర్చలు జరిగాయి. క్యాబినెట్ మిషన్ మరియు బ్రిటిష్ ఇండియా ప్రభుత్వంతో హైదరాబాద్ రాష్ట్ర స్వాతంత్ర్యం గురించి చర్చలు జరపడానికి నిజాం సర్ వాల్టర్ మాంక్టన్ను రాజ్యాంగ సలహాదారుగా నియమించారు. క్యాబినెట్ మిషన్కు సమర్పించిన మెమోరాండంలో నిజాం భారతదేశం లేదా పాకిస్తాన్ రాజ్యాంగ అసెంబ్లీలో చేరడానికి సుముఖత వ్యక్తం చేయలేదు. బ్రిటీష్ ప్రధాన మంత్రి క్లెమెంట్ అట్లీ 20 ఫిబ్రవరి 1947న బ్రిటీష్ ప్రభుత్వం ఇండియాకు 30 జూన్ 1948 నాటి పూర్తి స్వపరిపాలనపై ప్రకటన చేశాడు. చివరి బదిలీ తేదీ తర్వాత ప్రిన్స్లీ స్టేట్స్ యొక్క భవిష్యత్తు నిర్ణయించబడుతుందని ప్రకటించాడు. లార్డ్ మౌంట్ బాటన్ భారతదేశానికి వైస్రాయ్‌గా పంపబడ్డాడు. 3 జూన్ 1947 నాటి మౌంట్ బాటన్ ప్రణాళిక భారతదేశాన్ని భారతదేశం మరియు పాకిస్తాన్ రెండు స్వతంత్ర రాష్ట్రాలుగా విభజించాలని భావించింది. ఇంకా, స్వదేశీ సంస్థానాలకు స్వతంత్రంగా ఉండటానికి లేదా భారతదేశం లేదా పాకిస్తాన్లో చేరే అవకాశం ఇవ్వబడింది. కాంగ్రెస్ మరియు ముస్లిం లీగ్ ఈ ప్రణాళికను అంగీకరించాయి.

భారత స్వాతంత్ర్య చట్టం 1947, జూలైలో బ్రిటిష్ పార్లమెంట్లో ఆమోదించబడింది. జూలై 18, 1947న రాజ ఆమోదం పొందింది, ఈ ప్రణాళికను అమలులోకి వచ్చింది. చట్టంలోని క్లాజ్ 7 భారతదేశంలోని రాష్ట్రాలకు డొమినియన్ హోదాను ఇచ్చే అవకాశాన్ని తొలగించింది. కానీ నిజాం భారతదేశం లేదా పాకిస్తాన్లో చేరకూడదని నిర్ణయించుకున్నాడు. నిజాం ప్రభువు స్వతంత్రంగా ఉంటానని 11 జూన్ 1947న ఫార్మాన్ జారీ చేశాడు. ఈ ఫార్మాన్ ద్వారా నిజాం ఆజాద్ (స్వతంత్ర్యం) హైదరాబాద్ ఆలోచనను వెల్లడించాడు. అతను ఈ విధంగా తన నిర్ణయాన్ని

సమర్థించుకున్నాడు," '[t]సమీప భవిష్యత్తులో పారామౌంట్ పవర్ యొక్క నిష్క్రమణ చట్టం ఫలితంగా నేను స్వతంత్ర సార్వభౌమ స్థితిని పునఃప్రారంభించటానికి అర్హున్ని అవుతాను". భారత హోం మంత్రి సర్దార్ వల్లభ్భాయ్ పటేల్, స్వతంత్ర హైదరాబాద్ ఆలోచనను "భారతదేశం నడిబొడ్డున ఉన్న పుండుగా, శస్త్రచికిత్స ద్వారా తొలగించాల్సిన అవసరం ఉందని" అభివర్ణించారు. ఇంకా, ""హైదరాబాద్, భారతదేశం కడుపులో ఉంది. ప్రధాన శరీరం నుండి కత్తిరించిన బొడ్డు ఎలా ఊపిరి పీల్చుకుంటుంది?... హైదరాబాద్ స్వాతంత్ర్యానికి మేం ఎప్పటికీ అంగీకరించం. స్వతంత్ర హోదాను కొనసాగించాలంటే దాని డిమాండ్ కొనసాగితే దాని డిమాండ్ విఫలమవుతుంది".

ఆజాద్ హైదరాబాద్

నిజాం భారతదేశంతో సత్సంబంధాలను కొనసాగించాలని మరియు శాంతియుత పరిష్కారాన్ని కోరుకున్నారు. దీని ప్రకారం, నిజాం ప్రభుత్వం మరియు భారత ప్రభుత్వం మధ్య 11 జూలై 1947న మొదటి రౌండ్ చర్చలు జరిగాయి. హైదరాబాద్ ప్రతినిధుల బృందంలో నవాబ్ ఆఫ్ ఛతారీ (కార్యనిర్వాహక మండలి అధ్యక్షుడు), సర్ వాల్టర్ మాంక్టన్ (రాజ్యాంగ సలహాదారు), నవాబ్ అలీ యావర్ ఉన్నారు. జంగ్ (హోమ్ మినిస్టర్), పింగిల్ వెంకట్రామా రెడ్డి మరియు అబ్దుర్ రహీమ్ (ఎగ్జిక్యూటివ్ కౌన్సిల్ సభ్యులు) ఉన్నారు. భారత ప్రభుత్వ బృందానికి లార్డ్ మౌంట్ బాటన్, సర్ కాన్రాడ్ కార్ఫీల్డ్ మరియు VP మీనన్ నాయకత్వం వహించారు. హైదరాబాద్కు డొమినియన్ నాయకత్వం హోదా ఇవ్వడం నిజాంకు బేరార్ అప్పగించడం ఇండియన్ యూనియన్లో రాష్ట్రం చేరడం అనే మూడు అంశాలపై చర్చలు జరిగాయి. అయితే అన్ని విషయాల్లో ఇరువర్గాలు వాగ్వాదానికి దిగడంతో ఎలాంటి అంగీకారం కుదరలేదు. 1947 జూలై నెలాఖరున హైదరాబాద్ ప్రతినిధి బృందం ఎటువంటి సానుకూల ఫలితం లేకుండా స్వరాష్ట్రానికి తిరిగి వచ్చింది. తరువాత ఆగష్టు 8న, నిజాం మౌంట్ బాటన్కు తాను డొమినియన్లో చేరడం గురించి ఆలోచించడం లేదని, మరియు కమ్యూనికేషన్స్, డిఫెన్స్ మరియు విదేశీ వ్యవహారాలపై భారతదేశంలో ఒప్పందం కుదుర్చుకోవడానికి సిద్ధంగా ఉన్నానని తెలియజేశాడు. ఇంకా, "భారత్ మరియు పాకిస్తాన్ మధ్య యుద్ధం జరిగినప్పుడు తటస్థంగా ఉండటానికి, తన ప్రభుత్వ అభిష్టానుసారం ఏజెంట్లను-జనరల్ని నియమించడానికి మరియు భారతదేశం బ్రిటిష్ కామన్వెల్త్ నేషన్స్ నుండి విడిపోతే రాష్ట్ర స్థితిని పరిగణలోకి తీసుకునే స్వేచ్ఛను కలిగి ఉంది." అని నిజాం ప్రకటించాడు.

నిజాం వైఖరిని భారత ప్రభుత్వం ఆమోదించలేదు, హైదరాబాద్ భారత యూనియన్లో షరతులు లేకుండా చేరాలని పట్టుబట్టింది. 15 ఆగస్ట్ 1947 నాటికి, 565 భారత స్వదేశ సంస్థానాలు హైదరాబాద్, కాశ్మీర్ మరియు జునాగఢ్లోని ముస్లిం మెజారిటీ రాష్ట్రాలు భారత యూనియన్ చేరలేదు. వైస్రాయ్, లార్డ్ మౌంట్ బాటన్ ఆగస్టు 12, 1947న నిజాంకు "ప్రత్యేక స్థానం మరియు ప్రత్యేకమైన సమస్యల దృష్ట్యా....విలీన ప్రతిపాదన తెరిచి ఉంటుంది...మరో రెండు నెలల పాటు కొనసాగుతుంది" అని తెలియజేశాడు. మౌంట్ బాటన్ సలహాను అంగీకరించడానికి బదులుగా, నిజాం స్వతంత్రంగా (ఆజాద్) తన నిర్ణయాన్ని కొనసాగించే పట్టుదలతో ఉన్నాడు మరియు జిన్నాను మద్దతు అభ్యర్థించడానికి ప్రయత్నించాడు. నవాబ్ అలీ యావర్ జంగ్ మరియు అబ్దుల్ రహీమ్లు హైదరాబాద్ ప్రతినిధి బృందం కరాచీకి వెళ్లి పాకిస్తాన్ ప్రభుత్వంతో చర్చలు జరిపింది, కానీ ఏదీ కార్యరూపం దాల్చలేదు. హైదరాబాద్ భూపరివేష్టిత భూభాగం మరియు భవిష్యత్తు అవసరాలను దృష్టిలో ఉంచుకుని, నిజాం ప్రభుత్వం మచిలిపట్నం మరియు గోవా వంటి ఓడరేవులను పొందాలని కోరింది. నిజాం బ్రిటీష్ మరియు గోవాతో వరుసగా చర్చలు జరిపాడు కానీ ఈ ప్రయత్నాలు ఏవీ సానుకూల ఫలితాలను ఇవ్వలేదు.

మజ్లిస్ మరియు స్థానిక ఉర్దూ పత్రికలు తప్ప, రాష్ట్రంలోని మరే ఇతర రాజకీయ సంస్థ నిజాం స్వాతంత్ర్య ప్రకటన నిర్ణయాన్ని స్వాగతించలేదు. ఆసక్తికరంగా, ఆజాద్ హైదరాబాద్ ప్రకటనకు కమ్యూనిస్ట్ పార్టీ హైదరాబాద్ నగర యూనిట్ నాయకులు రాజ బహదూర్ గౌర్ మరియు మఖ్దూం మొయిహుద్దీన్ కానీ పార్టీ ప్రధాన కార్యదర్శి, బిటి రణదేవ్లు మద్దతునిచ్చారు. నగర యూనిట్ నిర్ణయానికి దూరంగా ఉన్నారు మరియు దానిని తిరస్కరించారు. ఆ నినాదం తప్పని పార్టీకి, దానితో ఎలాంటి సంబంధం లేదని ఆయన చెప్పారు. నిజాం ప్రకటనని అణగారిన వర్గ సంఘం నాయకుడు బి.ఎస్.వెంకట్ రావు కూడా స్వాగతించినాడు. ఆయన ఈ విధంగా సభ్యులకు విజ్ఞప్తి చేసినాడు. "ముస్లింలతో చేతులు కలపండి...తమ రాజకీయ అధికారాన్ని నిలబెట్టుకోవడం కోసం.... అణగారిన వ్యక్తులు వారితో ఎలాంటి త్యాగం చేయడానికైనా సిద్ధంగా ఉన్నారు. 1947 జూన్ 29న అణగారిన తరగతుల సంఘం హైదరాబాద్ స్వాతంత్ర్య వేడుకలు జరుపుకుంటున్నట్లు ఆయన ప్రకటించారు. మరో దళిత నాయకుడు జె. సుబ్బయ్య, షెడ్యూల్డ్ క్యాస్ట్ ఫెడరేషన్ అధ్యక్షుడు జూన్ 17న ఒక పత్రికా ప్రకటనలో 40 లక్షల మంది షెడ్యూల్డ్ కులాలు కాంగ్రెస్కు వెలుపల ఉండి, ఆజాద్ హైదరాబాద్ ప్రకటనను సమర్థించారు. నిజాం స్వాతంత్ర్యాన్ని స్వాగతించిన అణగారిన వర్గాలకు చెందిన ఏకైక

రాజకీయ సంస్థ ఇది. సుబ్బయ్య తీసుకున్న వైఖరిని స్థానిక నాయకులు, మరియు డాక్టర్ బిఆర్ అంబేద్కర్ వ్యతిరేకించారు. అంబేద్కర్, "భారత ప్రభుత్వం ఏ భారతీయ రాష్ట్రాన్ని సార్వభౌమ స్వతంత్ర రాజ్యంగా గుర్తించదు" అని ప్రకటించినాడు. నిజాం స్వాతంత్ర్యంపై దళిత నాయకుల వైఖరిని హైదరాబాద్ స్టేట్ కాంగ్రెస్ మరియు ఇతర రాజకీయ నాయకులు కూడా వ్యతిరేకించారు.

జాయిన్ ఇండియా ఉద్యమం

నిజాంచే ఆజాద్గా ప్రకటించబడిన తరువాత మరియు భారతదేశ ప్రభుత్వంతో చర్చల తరువాత, రాష్ట్రవ్యాప్తంగా ఒక తిరుగుబాటు జరిగింది. స్వామి రామానంద తీర్థ నాయకత్వంలో హైదరాబాద్ స్టేట్ కాంగ్రెస్ ఆధ్వర్యంలో ప్రజా ఉద్యమం ప్రారంభమైంది. కాంగ్రెస్ అధ్యక్షుడిగా, అతను షరతులు లేకుండా హైదరాబాద్ స్టేట్ను ఇండియన్ యూనియన్లో చేరాలని డిమాండ్ చేస్తూ జాయిన్ ఇండియా లేదా విలీన ఉద్యమానికి నాయకత్వం వహించాడు. మొదట్లో హైదరాబాద్ నగరంలో ఉద్యమం ఉధృతంగా సాగిన తర్వాత జిల్లాలు, గ్రామాలకు పాకింది. ముఖ్యంగా ఖమ్మం, వరంగల్, మహబూబ్ నగర్, నిజామాబాద్ జిల్లా పట్టణాల్లో ఊరేగింపులు, ర్యాలీలు, సమ్మెలు జరిగాయి. ఈ ఉద్యమం ఆంధ్ర, మరాఠ్వాడా ప్రాంతాలకు కూడా విస్తరించింది. అదేవిధంగా, బొంబాయిలోని 12000 మంది మిల్లు కార్మికులు ఇండియన్ యూనియన్ దేకి మద్దతుగా సమ్మె చేశారు. కాంగ్రెస్ పార్టీ ఇండియన్ యూనియన్లో చేరడం మరియు బాధ్యతాయుతమైన ప్రభుత్వాన్ని ఏర్పాటు చేయడంలో తక్కువ దేనినీ అంగీకరించరాదని తీర్మానించింది. "ఇండియన్ యూనియన్తో రాష్ట్ర సంబంధాన్ని నిర్ణయించే హక్కు ప్రజలకు ఉంది మరియు నిజాంకు కాదు" అని ప్రకటించారు. సత్యాగ్రహ ఉద్యమం 1947 ఆగస్టు 7న హైదరాబాద్లో జాతీయ జెండాను ఎగురవేసిన హైదరాబాద్లోని సుల్తాన్ బజార్లో అద్భుతమైన బహిరంగ సభ జరిగింది. తీర్థ ఒక కమిటీ ఆఫ్ యాక్షన్ పర్యవేక్షణలో సత్యాగ్రహం మరియు రహస్య ఉద్యమంలో పాల్గొనాలని ప్రణాళిక నిర్ణయించారు. బొంబాయిలోని సెంట్రల్ ఆఫీస్తో పాటు బెజవాడ మరియు గడగ్లోని జోనల్ కార్యాలయాల నుండి ఉద్యమం కొనసాగించబడింది.

జాయిన్ ఇండియన్ యూనియన్ దినోత్సవం భారీ జన సమీకరణకు దారితీసింది. తెల్లవారుజాము నుండి కాంగ్రెస్ వాలంటీర్లు జాయిన్ ఇండియా బ్యాడ్జు ధరించి మరియు కాంగ్రెస్ జెండాలను పట్టుకుని నగరంలో ఊరేగింపును నిర్వహించారు. అక్కడ త్రివర్ణ జెండాలు ఆవిష్కరించబడ్డాయి. పోలీసులు లాఠీచార్జి చేసి కొంతమంది వాలంటీర్లను

అరెస్టు చేశారు. నిజాం పోలీసుల దౌర్జన్యాలు మరియు రజాకార్ల క్రూరత్వానికి వ్యతిరేకంగా పోరాడటానికి హైదరాబాద్ స్టేట్ కాంగ్రెస్ నాయకత్వం జోక్యం చేసుకోవాలని అభ్యర్థించింది. సత్యాగ్రహంలో నిమగ్నమైన కాంగ్రెస్ వాలంటీర్లు కోర్టులకు అంతరాయం కలిగించడం, జైలును నింపడం మరియు నిజాంను ఇండియన్ యూనియన్లో చేరమని బలవంతం చేయడం ద్వారా విధ్వంసానికి పాల్పడ్డారు. విద్యార్థుల పాఠశాలలను విడిచిపెట్టమని, న్యాయవాదులు కోర్టులను బహిష్కరించాలని ప్రోత్సహించారు. హైదరాబాద్ స్టేట్ కాంగ్రెస్లోని రాడికల్ విభాగం విధ్వంసక చర్యలకు ప్రణాళిక వేసింది, ప్రభుత్వ ఆస్తులు మరియు కమ్యూనికేషన్లపై దాడులు నిర్వహించి, అవసరమైతే ఆయుధాలతో 'ఆత్మ రక్షణ' చర్యకు తమ సభ్యులకు అధికారం ఇచ్చింది. ప్రభుత్వ నోట్ ప్రకారం, 'ఇకపై విద్యాసంస్థలు పనిచేయవు, న్యాయస్థానాలు నిర్మానుష్యంగా ఉన్నాయి. వాణిజ్య జీవితం ఛిన్నాభిన్నమైంది' మరియు 21,000 మంది కాంగ్రెస్ సభ్యులను అరెస్టు చేసినట్లు ప్రభుత్వం ప్రకటించింది.

నిజాం ప్రభుత్వానికి వ్యతిరేకంగా పోరాడేందుకు , 1942లో జయప్రకాష్ నారాయణ నిర్వహించిన ఉద్యమం తరహాలో హైదరాబాద్ స్టేట్ కాంగ్రెస్ బోర్డర్ క్యాంపులను నిర్వహించింది. బల్హర్ష వద్ద బోర్డర్ క్యాంపును ఆదిలాబాద్ జిల్లా కాంగ్రెస్ కమిటీ కార్యదర్శి శ్రీ కె.వి.కేశవులు స్థాపించారు. రాష్ట్ర కాంగ్రెస్ సంస్థ సూచనల మేరకు ఈ శిబిరాన్ని హుజూరాబాద్కు చెందిన వి.రాజేశ్వరరావు పునర్వ్యవస్థీకరించారు. జె.వి.నరసింగరావు చాందా వద్ద క్యాంపును స్థాపించిన తర్వాత, బలహర్ష క్యాంపు అందులో విలీనమైంది. దాభా క్యాంప్ను బల్హర్ష క్యాంప్కు సబ్క్యాంప్గా రూపొందించారు. దానికి సి.వామన్రావు ఇన్ఛార్జ్ ఉన్నారు. శ్రీరాములు ఆధ్వర్యంలో మంథని శివారులో సిరొంచ క్యాంపును ఏర్పాటు చేశారు. విజయవాడ సమీపంలోని నిజాం ఆధీనంలో ఉన్న పరిటాల గ్రామం తనను తాను కేంద్రపాలిత ప్రాంతంగా ప్రకటించుకుని పన్నులు చెల్లించడానికి నిరాకరించింది. నెల్లమర్రి, కొక్కిరేణి, సింగవరం, పరిటాల, సిరిపురంలో శిబిరాలు ఏర్పాటు చేశారు. షోలాపూర్, మన్మాడ్ మరియు చందా వంటి తెలంగాణ ప్రాంతం వెలుపల కూడా శిబిరాలు ఏర్పాటు చేయబడ్డాయి. ఈ శిబిరాలన్నీ, జాయిన్ ఇండియా ఉద్యమంలో భాగంగా, సత్యాగ్రహ కేంద్రాలను ఏర్పాటు చేసి క్రియాశీలక పాత్ర పోషించాయి.

సత్యాగ్రహ శిబిరాల్లో ప్రముఖులు రేపాల వద్ద, కోదాటి నారాయణరావు కార్యనిర్వహణాధికారి. మొదటి సత్యాగ్రహిగా, న్యాయవాది టి.నాగప్ప గద్వాల్ క్యాంపులో భారత జెండాను ఎగురవేయడానికి ప్రయత్నించారు. పోలీసులు అరెస్టు చేశారు. వి.బి.రాజు,

హయగ్రీవాచారి, బొమ్మకంటి సత్యనారాయణరావులకు కరపత్రాలు, ఇతర ప్రచురణల ప్రచార బాధ్యతలు అప్పగించారు. ముఖ్యంగా వరంగల్ మరియు ఖమ్మం ప్రాంతాలలో పోరాట లక్ష్యాలు, ఉద్దేశాలను వివరించడానికి, ప్రజల విశ్వాస స్థాయిలను మరియు నైతికతను కాపాడుకోవడానికి ప్రచార సామగ్రి ఉద్దేశించబడింది. పి.వి.నరసింహారావు, మరియు రాష్ట్ర కాంగ్రెస్ ఇతర నాయకులు కూడా సరిహద్దు క్యాంపు ఉద్యమంలో ముఖ్యపాత్ర పోషించారు. చాందా కేంద్రంగా కరీంనగర్ మరియు ఆదిలాబాద్ జిల్లాలలో ఉద్యమాన్ని పర్యవేక్షించారు. 1942 ఉద్యమంలో ప్రముఖ పాత్ర పోషించిన కొండా లక్ష్మణ్ బాపూజీ కూడా రాడికల్ గ్రూప్ తరపున జాయిన్ ఇండియన్ యూనియన్ ఉద్యమంలో పాల్గొన్నారు. సోషలిస్ట్ పార్టీ ఆఫ్ ఇండియా హైదరాబాద్ స్వాతంత్ర్య పోరాటం కోసం దాని స్వంత కార్యాచరణ కమిటీని ఏర్పాటు చేసింది. దాని నాయకుడు జయప్రకాష్ నారాయణ్ ఉద్యమానికి మద్దతు ఇచ్చారు. అరుణా అసఫ్ అఫ్ కూడా నిజాం డొమినియన్లలో, ముఖ్యంగా తెలంగాణ ప్రాంతంలో రజాకార్లు సృష్టించిన పరిస్థితులను అధ్యయనం చేయడానికి రహస్య పర్యటన చేశారు.

1947 ఆగస్టు 15వ తేదీన దేశం మొత్తం స్వాతంత్ర్య దినోత్సవాన్ని జరుపుకుంటున్నప్పుడు, హైదరాబాద్ రాష్ట్రం భారతదేశ స్వాతంత్ర్య వేడుకలను నిర్వహించకుండా నిషేధించారు. భారతీయ త్రివర్ణ పతాకాన్ని ఆవిష్కరించవద్దని లేదు నిజాం ప్రభుత్వం హైదరాబాద్ రాష్ట్ర ప్రజలను హెచ్చరించింది. ఫర్మానా ద్వారా నిజాం భారత జెండాను ఎగురవేయడంపై నిషేధం విధించారు. రాయల్ ఆర్డర్ ఇలా చెబుతోంది, "ఏ వ్యక్తి ఏ పబ్లిక్ ఫంక్షన్లోనైనా ఉత్సవ పద్ధతిలో జెండాను ఆవిష్కరించవద్దని దీని ద్వారా ఆదేశాలు ఇవ్వబడ్డాయి. ఏ విదేశీ దేశం యొక్క జెండా లేదా దానికి వందనం చేయవద్దు. ఈ ఉత్తర్వు ధిక్కరణ మూడు సంవత్సరాల వరకు పొడిగించబడే జైలు శిక్ష లేదా జరిమానా విధించబడుతుంది". నిజాం ప్రభుత్వం ఫర్మానా జారీ చేసినప్పటికీ , దేశభక్తి గల యువత మరియు విద్యార్థుల భారత జెండాను ఆవిష్కరించడానికి వీధుల్లోకి వచ్చారు. నిజాం నిషేధాన్ని ధిక్కరించడంలో యువకులు, రాడికల్ విద్యార్థులు ప్రముఖ పాత్ర పోషించారు. భారత జెండాను ఆవిష్కరించిన వారిలో ఒకరైన జవాద్ రజ్వీ మాట్లాడుతూ, "తెలంగాణ రాష్ట్రంలోని ఖమ్మం, మెదక్, సూర్యతో పాటు అనేక పాఠశాలల విద్యార్థుల సమ్మెలు మరియు ప్రదర్శనలు రాష్ట్రవ్యాప్తంగా సముచితంగా మరియు పోరాట పద్ధతిలో జాయిన్ ఇండియన్ యూనియన్ దినోత్సవాన్ని జరుపుకున్నా" ఆగస్ట్ 15న 1947 హైదరాబాద్ స్టేట్ కాంగ్రెస్ సుల్తాన్ బజార్లోని బహిరంగ ప్రదేశంలో స్వామి రామానంద తీర్థకు పండిట్ జవహర్లాల్ నెహ్రూ స్వయంగా ఇచ్చిన ఇండియన్ యూనియన్

జెండాను ఎగురవేసింది. ఈ సందర్భంగా స్వామి రామనాద తీర్థతోపాటు జీఎస్మేల్కోటే, కృష్ణమాచారి జోషి, జమలాపురం కేశవరావులను అరెస్టు చేశారు.

నిజాం స్వాతంత్ర్యాన్ని వ్యతిరేకించినందున కాంగ్రెస్ ప్రారంభించిన భారత్లో చేరండి ఉద్యమానికి కమ్యూనిస్ట్ పార్టీ మద్దతు ఇచ్చింది. పర్యవసానంగా, రెండు పార్టీల మధ్య తాత్కాలిక కూటమి/యునైటెడ్ ఫ్రంట్ కుదిరింది. కమ్యూనిస్టు పార్టీ తరుపున రావి నారాయణరెడ్డి ఒక ప్రకటన విడుదల చేస్తూ "భారతీయ సమాఖ్య జెండా హైదరాబాద్ ప్రజల జెండా కూడా" అని, "ఈ పోరాటాన్ని విజయవంతం చేసేందుకు కమ్యూనిస్టు పార్టీ అన్ని విధాలా కృషి చేస్తుందని ప్రతిజ్ఞ చేస్తుంది". యునైటెడ్ ఫ్రంట్ ఉనికిలో లేదని రామానంద తీర్థ ప్రకటించినప్పటికీ ఇంటెలిజెన్స్ నివేదికలు హైదరాబాద్ స్టేట్ కాంగ్రెస్ మరియు కమ్యూనిస్ట్ పార్టీల మధ్య ఆచరణాత్మకంగా తేడా లేదని సూచించినాయి. కాంగ్రెస్ మరియు కమ్యూనిస్ట్ పార్టీల మధ్య పొత్తు సత్యాగ్రహ ఉద్యమం రాష్ట్ర చట్టాల ధిక్కారాన్ని బలపరిచింది. విద్యార్థులు పాఠశాలలు మరియు కళాశాలలను బహిష్కరించారు, అధికారులు తమ ఉద్యోగాలకు రాజీనామా చేశారు. ప్రభుత్వ విధులను రద్దు చేశారు, గ్రామ రికార్డులను తగులబెట్టారు మరియు కస్టమ్స్ మరియు పోలీసు పోస్టులపై దాడులు మరియు/లేదా దహనం చేశారు. నిజాం రాష్ట్రానికి ఎక్సైజ్ ఆదాయాన్ని రాకుండా పెద్ద ఎత్తున తాటి, ఖర్జూర చెట్లను నరికి తగులబెట్టారు. రాష్ట్ర కాంగ్రెస్ ప్రభుత్వానికి వ్యతిరేకంగా సహాయ నిరాకరణ ఉద్యమాన్ని ప్రారంభించింది. ప్రజలు తమ డబ్బును బ్యాంకులు మరియు పోస్టాఫీసుల నుండి విత్డ్రా చేసుకోమని విజ్ఞప్తి చేసింది.

రజాకార్ల వ్యతిరేకత

స్టేట్ కాంగ్రెస్ మరియు కమ్యూనిస్టులు ప్రారంభించిన ఉద్యమాలకు భిన్నంగా, ఖాసిం రజ్వీ నాయకత్వంలోని రజాకార్లు స్వాతంత్ర్యం మరియు "ఉస్మానిస్తాన్" ఆలోచనపై నిజాం వైఖరిని గట్టిగా సమర్థించారు. మజ్లిస్ పార్టీ 1947 ఆగస్టు 15న స్వతంత్ర హైదరాబాద్ దినోత్సవం, బహిరంగ సభలు మరియు సాయుధ ఊరేగింపులను నిర్వహించడం ద్వారా జరుపుకుంది. రజాకార్లు నిర్వహిస్తున్న సభలకు నిజాం స్వయంగా హాజరైనాడు. "లాంగ్ లివ్ కింగ్ ఉస్మాన్", "హైదరాబాదీలకు హైదరాబాద్", "ఇండియన్ యూనియన్తో ఎలాంటి ఒప్పందం లేదు" మొదలైన నినాదాలతో బ్యానర్లు మరియు హ్యాండ్బిల్లులు నగరం అంతటా ప్రదర్శించబడినాయి. మజ్లిస్ పార్టీ శక్తివంతమైంది. అది ముస్లింల ప్రతినిధిగా గుర్తించబడింది. మజ్లిస్ పార్టీ భారత ప్రభుత్వంతో ఎలాంటి

చర్చలను బహిరంగంగా వ్యతిరేకించింది మరియు నిజాంని ప్రభావితం చేసింది. హైదరాబాద్ ప్రతినిధి బృందంలోని సభ్యులు ఖాసిం రాజ్వీ ప్రవర్తనతో చిరాకు చెందినారు. ఛతారీ, మాంక్టన్ మరియు అలీ యావర్ జంగ్ తమ పదవులకు రాజీనామాలను సమర్పించారు, అయితే లార్డ్ మౌంట్ బాటన్ మరియు నిజాం వారి రాజీనామాలను ఉపసంహరించుకోవాలని వారిని ఒప్పించారు. జూలై 1947లో మొదటి రౌండ్ చర్చల నుండి హైదరాబాద్ మరియు భారతదేశం మధ్య చర్చలు ఎటువంటి ప్రతిఫలాన్ని సాధించలేదు. ప్రతిష్టభన కొనసాగింది. ఈలోగా, భారతదేశంలో మరియు నిజాం సంస్థానంలో అంతర్గత కలహాలు పెరుగుతున్నాయి. ప్రతిష్టంభనను తొలగించడానికి లార్డ్ మౌంట్ బాటన్ వల్లభాయ్ పటేల్కు నిజాంతో స్టాండ్స్టిల్ యదాతథ ఒప్పందాన్ని సూచించినాడు. డాక్యుమెంట్లను సిద్ధం చేయాలని హెూంశాఖ కార్యదర్శి వీపీ మీనన్‌ను కూడా ఆదేశించారు.

హైదరాబాద్ ప్రతినిధి బృందం నిజాం సంతకం కోసం పత్రాన్ని హైదరాబాద్ తీసుకువెళ్లింది. ఆ పత్రాన్ని మూడు రోజుల్లో అంటే 27 అక్టోబర్ 1947 న ఢిల్లీకి తిరిగి ఇస్తామని హామీని సమర్పించారు. అయితే, రజాకార్ల ఒత్తిడి కారణంగా హైదరాబాద్లో పరిస్థితి తాజాగా మారింది. ఒప్పందాన్ని ఆమోదించిన తర్వాత, కార్యనిర్వాహక మండలి దానిని నిజాం సంతకం కోసం అక్టోబర్, 25న పంపింది. విచిత్రంగా ఆ రోజు నిజం ఆ పత్రంపై సంతకం చేయలేదు. జిన్నాతో సంప్రదింపుల కోసం కరాచీకి పంపిన మజ్లిస్ ప్రతినిధి బృందం ఫలితం కోసం ఆయన ఎదురు చూస్తున్నట్లు కనిపించింది. జిన్నా ఒప్పందాన్ని ప్రస్తుత రూపంలో అంగీకరించరాదని సలహా ఇచ్చారు. అందువల్ల, నిర్ణీత రోజున ప్రతినిధి బృందం హైదరాబాద్ నుండి బయలుదేరకుండా నిరోధించాలని ఖాసీం రాజ్వీ ప్లాన్ చేశాడు. తెల్లవారుజామున 3 గంటలకు, దాదాపు 20,000 మంది గుంపు, ఎక్కువగా రజాకార్లు నిజాం ప్రతినిధుల ఇళ్లను చుట్టుముట్టారు. ఛతారీ, మోంక్టన్ మరియు సర్ సుల్తాన్ అహ్మద్‌లను ఢిల్లీకి వెళ్లకుండా అడ్డుకున్నారు. సమకాలీన కథనం ప్రకారం "పదివేల మంది... ప్రతినిధుల ఇళ్ల చుట్టూ ఉన్న ప్రతి అంగుళం రోడ్లను ఎలా కవర్ చేశారో వివరించింది. పగటి విరామ సమయానికి, చుట్టుపక్కల ఉన్న మైళ్ల కొద్ది రోడ్లు కేవలం మానవత్వం యొక్క చురుకైన ద్రవ్యరాశితో కప్పబడి ఉన్నాయి. సభ్యులు బయటకు వచ్చి ఢిల్లీకి వెళ్లేది లేదని హామీ ఇచ్చే వరకు జనం చెదరలేదు. ప్రతినిధుల ఇళ్ల దగ్గర పోలీసుల బలగాలు లేవు. ప్రతినిధులను సైన్యం చివరకు రెండు గంటల్లో విడిపించింది. ఈ తీవ్రవాద చర్యకు మజ్లిస్ పార్టీ బహిరంగంగా క్రెడిట్ తీసుకుంది.

అనుకోని సంఘటనల దృష్ట్యా సిగ్గుపడిన నిజాం "అనుకోలేని పరిస్థితుల" కారణంగా ప్రతినిధులు ఢిల్లీకి చేరుకోలేకపోయారని మౌంట్‌బాటెన్‌కు తెలియజేశాడు. నిజాం ఆటంకాలకు రజాకార్లను నిందించాడు. ఎగ్జిక్యూటివ్ కౌన్సిల్ సిఫారసు చేసిన స్టాండ్‌స్టిల్ ఒప్పందంపై సంతకం చేయాలనే తన నిర్ణయాన్ని పునరుద్ఘాటించాడు. నిజాం కూడా ఖాసిం రజ్వీ నిర్ణయాన్ని అంగీకరించమని బలవంతం చేయాలనుకున్నాడు, కానీ అతను దానిని చేయలేకపోయాడు. రజ్వీ మొండిగా ఉన్నాడు. ఉత్తర భారతదేశంలో అనేక ఇబ్బందులను చూసి హైదరాబాద్‌పై భారత ప్రభుత్వం ఎటువంటి చర్య తీసుకోలేదని నిజాన్ని ఒప్పించాడు. మజ్లిస్ పార్టీ యదాతథ ఒప్పందాన్ని వ్యతిరేకించింది ఎందుకంటే అది హైదరాబాద్కు విదేశీ వ్యవహారాలు, రక్షణ మరియు కమ్యూనికేషన్ల ఎలాంటి అధికారాన్ని అందించలేదు. భారతదేశంతో ఒప్పందాన్ని అంగీకరించడం వల్ల హైదరాబాద్ స్టేట్ను లొంగదీసుకోవడానికి వీలు కల్గుతుంది. నిజాం జిన్నా సలహా కూడా కోరాడు. కాశ్మీర్ సమస్య పరిష్కారమయ్యే వరకు ఒప్పందాన్ని నిలిపివేయాలని ఆయన సూచించాడు. నిజాంపై రజ్వీ అభిప్రాయాలు ప్రబలంగా ఉన్నాయని ఇది స్పష్టంగా సూచిస్తుంది. కానీ ప్రతినిధి బృందంలోని సభ్యులు రజ్వీ ప్రతిపాదనలు హైదరాబాద్‌కు వినాశకరమని నిజాంకు చెప్పారు, కానీ నిజాం రజ్వీకి మద్దతు ఇచ్చాడు. అందువల్ల, ప్రతినిధులు (మాంక్టన్, ఛతారీ మరియు సుల్తాన్ అహ్మద్) తమ రాజీనామాను సమర్పించారు, దానిని నిజాం ఆమోదించారు. మొయిన్ నవాజ్ జంగ్, అబ్దుర్ రహీమ్ (ఇత్తెహాద్-ఉల్-ముస్లిమీన్ అనుకూలులు) మరియు పింగిల్ వెంకట్రామా రెడ్డిలతో కూడిన కొత్త ప్రతినిధి బృందాన్ని అక్టోబర్ 1947 చివరిలో ఢిల్లీకి పంపారు. హైదరాబాద్ ప్రతినిధి బృందం ఒప్పందంలో కొన్ని మార్పులు చేసినప్పుడు, భారత ప్రభుత్వం పునఃపరిశీలించడానికి నిరాకరించింది. చివరి రౌండ్ చర్చలు 25 నవంబర్ 1947న జరిగాయి మరియు నిజాం 1947 నవంబర్ 29న స్టాండ్‌స్టిల్ ఒప్పందంపై సంతకం చేశారు.

స్టాండ్ స్టిల్ అగ్రిమెంట్ / యథాతథ ఒప్పందం

స్టాండ్ స్టిల్ ఒప్పందం ఈ క్రింది విధంగా ఒక సంవత్సరం పాటు అమలులో ఉంటుంది.

నవంబర్ పందొమ్మిది వందల నలభై ఏడు ఈ ఇరవై తొమ్మిదవ రోజున భారతదేశ డొమినియన్ మరియు హైదరాబాద్ నిజాం మరియు బేరార్ మధ్య ఒప్పందం కుదిరింది.

అయితే, ఇరువురి పరస్పర ప్రయోజనాల కోసం సన్నిహిత సహవాసం మరియు స్నేహంతో కలిసి పనిచేయడం భారతదేశ డొమినియన్ మరియు హైదరాబాద్ నిజాం

మరియు బేరార్ యొక్క లక్ష్యం మరియు విధానం. అయితే వారి మధ్య సంబంధం యొక్క రూపం మరియు స్వభావానికి సంబంధించిన తుది ఒప్పందం ఇంకా కుదురలేదు. ఉమ్మడి ఆందోళనకు సంబంధించిన విషయాలలో ఇప్పటికే ఉన్న ఒప్పందాలు మరియు పరిపాలన ఏర్పాట్లను పెండింగ్లో ఉంచడం రెండు పక్షాలకు ప్రయోజనకరంగా ఉంటుంది:

కాబట్టి, ఇది ఈ క్రింది విధంగా అంగీకరించబడింది:-

ఆర్టికల్ 1 . దీని ఆగస్టు తరపున కొత్త ఒప్పందాలు చేసుకునే వరకు, 1947 ఆగస్టు 15వ తేదీకి ముందు క్రౌన్ మరియు నిజాం మధ్య ఉన్న విదేశీ వ్యవహారాలు, రక్షణ మరియు కమ్యూనికేషన్లతో సహా ఉమ్మడి ఆందోళనకు అన్ని ఒప్పందాలు మరియు పరిపాలనా ఏర్పాట్లు చేయాలి. భారతదేశం యొక్క డొమినియన్ (లేదా దానిలోని ఏదైనా భాగం) మరియు నిజం మధ్య కొనసాగుతుంది. ఇందులో ఉన్న ఏదీ హైదరాబాద్ డొమినియన్పై ఎటువంటి బాధ్యతను విధించలేదు.

(i) అంతర్గత ఆర్డర్ నిర్వహణలో నిజాంకు సహాయం చేయడానికి సైన్యాన్ని పంపడం.

(ii) యుద్ధ సమయంలో తప్ప హైదరాబాద్ భూభాగంలో సైన్యాన్ని నిలబెట్టడం మరియు నిజాం సమ్మతితో అసమంజసంగా నిలిపివేయబడదు. శత్రుత్వాలు ముగిసిన 6 నెలలలోపు హైదరాబాద్ భూభాగం నుండి సైన్యాన్ని ఉపసంహరించుకోవాలి.

ఆర్టికల్ 2 . భారత ప్రభుత్వం మరియు నిజాం ఈ ఒప్పందం యొక్క ప్రయోజనాలను మరింత మెరుగ్గా అమలు చేయడానికి హైదరాబాద్ మరియు ఢిల్లీలలోని ఏజెంట్లను నియమించడానికి వారి విధులను నిర్వహించడానికి వారికి ప్రతి సౌకర్యాన్ని కల్పించడానికి అంగీకరిస్తున్నారు.

ఆర్టికల్ 3.

(i) ఇందులో ఉన్న ఏదీ పారామౌంట్సీ విధులను చేర్చకూడదు లేదా పరిచయం చేయకూడదు లేదా ఏదైనా పారామౌంట్సీ సంబంధాన్ని సృష్టించకూడదు.

(ii) ఈ ఒప్పందాన్ని రద్దు చేసిన తేదీ తర్వాత కొనసాగే హక్కును ఏ పార్టీకీ అనుకూలంగా సృష్టించినట్లుగా భావించబడదు మరియు ఇందులో ఏది లేదు మరియు దీని ప్రకారం చేసిన ఏదీ కించపరిచినట్లు పరిగణించబడదు. ఏదైనా హక్కు కానీ ఈ

ఒప్పందం కోసం, ఇది రద్దు చేసిన తేదీ తర్వాత దానిలో ఏ పక్షం అయినా ఉపయోగించుకోవచ్చు.

ఆర్టికల్ 4. ఈ ఒప్పందం నుండి లేదా ఒప్పందాలు లేదా ఏర్పాట్ల నుండి ఉత్పన్నమయ్యే ఏదైనా వివాదం ఇద్దరు మధ్యవర్తుల మధ్యవర్తిత్వానికి సూచించబడుతుంది, ప్రతి పక్షాలచే నియమించబడిన వ్యక్తి మరియు ఆ మధ్యవర్తులచే నియమించబడిన అంపైర్.

ఆర్టికల్ 5. ఈ ఒప్పందం ఒకేసారి అమల్లోకి వస్తుంది మరియు ఒక సంవత్సరం పాటు అమల్లో ఉంటుంది.

భారత గవర్నర్ జనరల్ మరియు హైదరాబాద్ నిజాం మరియు బేరార్ తమ సంతకాలను జోడించిన ధృవీకరణ

మీర్ ఉస్మాన్ అలీ ఖాన్

హైదరాబాద్ నిజాం మరియు బేరార్

బర్మా మౌంట్బాటన్

భారత గవర్నర్ జనరల్

[ఒప్పందం ప్రకారం, %ఖవీ% మున్షీని హైదరాబాద్లో ఏజెంట్ జనరల్గా నియమించారు మరియు నవాబ్ జైన్ యార్ జంగ్ను ఢిల్లీలో హైదరాబాద్ ఏజెంట్ జనరల్గా నియమించారు.

స్టాండ్ స్టిల్ అగ్రిమెంట్ ఉల్లంఘన

స్టాండ్ స్టిల్ ఒప్పందం భారతీయ పత్రికలలో చాలా ప్రతికూల ప్రతిస్పందనను రేకెత్తించింది. కమ్యూనిస్టులు ఈ ఒప్పందాన్ని "నెహ్రూ-పటేల్ కుట్ర" అని ఖండించారు. హైదరాబాద్ స్టేట్ కాంగ్రెస్కు దాని గురించి నిరాశవాదంతో మరియు రిజర్వేషన్లు ఉన్నాయి. కాంగ్రెస్ సోషలిస్టు పార్టీ కూడా దీన్ని వ్యతిరేకించింది. 1947 డిసెంబరులో రామానంద తీర్థ "15 ఆగస్ట్ 1947 న ప్రారంభించిన ఉద్యమం చేరిక సమస్య మరియు బాధ్యతాయుతమైన ప్రభుత్వ లక్ష్యం నెరవేరకపోతే అంతం కాదు" అని ప్రకటించారు. 28 నవంబర్ 1947న మీర్ లాయిక్ అలీ అనే వ్యాపారవేత్త మరియు మజ్లిస్ పార్టీ/రజాకార్ల పోషకుడు రాష్ట్రానికి ఒక సంవత్సరం పాటు ప్రధానమంత్రిగా నియమితులయ్యారు

మరియు రాజ్యాంగ సంస్కరణల ప్రవేశానికి బ్లూ ప్రింట్ సిద్ధం చేశారు. లయిక్ అలీ కొత్త మంత్రి వర్గాన్ని ఏర్పాటు చేశారు, ఇందులో నలుగురు హిందువులు క్యాబినెట్లో ఉన్నారు. ఉప ప్రధాన మంత్రి పింగిల్ వెంకటరామ రెడ్డి, అణగారిన తరగతులకు ప్రాతినిధ్యం వహిస్తున్న విద్యా మంత్రి బి.ఎస్. వెంకట్ రావు, లింగాయత్లకు నాయకత్వం వహిస్తున్న మల్లికార్జునప్ప మరియు జెవి జోషి. తర్వాత హైదరాబాద్ స్టేట్ కాంగ్రెస్ సభ్యుడు జి. రామాచార్ కూడా మంత్రివర్గంలో చేరారు. స్టాండ్ స్టిల్ ఒప్పందంపై సంతకం చేసిన వెంటనే, నిజాం రాజకీయ పార్టీలు మరియు ఉద్యమాల పట్ల మరింత ఉదారంగా, సహన విధానాలను అవలంబించాడు. కొన్ని మినహాయింపులతో రాజకీయ ఖైదీలందరూ జైలు నుండి విడుదల చేయబడ్డారు మరియు కమ్యూనిస్ట్ పార్టీపై నిషేధం 4 మే 1948న ఎత్తివేయబడింది. అయినప్పటికీ, లాయిక్ అలీ ప్రభుత్వం రజాకార్ల అనుకూలమైనందున ప్రజల మద్దతు లేదు. కొత్త ప్రభుత్వాన్ని ప్రధాన రాజకీయ ప్రధాన పార్టీలైన కాంగ్రెస్, కమ్యూనిస్టులు మరియు సోషలిస్టులు వ్యతిరేకించారు. నిజాం ప్రభుత్వానికి వ్యతిరేకంగా పోరాడుతున్న అన్ని ప్రతిపక్ష పార్టీలకు మజ్లిస్ పార్టీ మరియు దాని ప్రైవేట్ సైన్యం రజాకార్లు ప్రధాన లక్ష్యంగా మారారు. ముఖ్యంగా కమ్యూనిస్టు పార్టీ 1948 ప్రారంభం నుండి సాయుధ పోరాటాన్ని ఉధృతం చేసింది, హైదరాబాద్ స్టేట్ కాంగ్రెస్ మరియు కాంగ్రెస్ సోషలిస్ట్ పార్టీ, ఆర్యసమాజ్ మరియు హిందూ మహాసభ సరిహద్దు ప్రాంతంలో ఉద్యమంలో పాల్గొన్నారు. నిజాంపై నారాయణరావు పవార్, గండయ్య మరియు ఇతరులు 4 డిసెంబర్ 1947న జరిపిన బాంబు దాడి నిజాం నిరంకుశ పాలనపై ప్రజల ఆగ్రహాన్ని సూచిస్తుంది. అయితే, నిజాం బాంబు పేలుడులో హెయిర్ లైన్ తృటిలో తప్పించుకున్నాడు. సరిహద్దు ప్రాంత ఉద్యమంలో ప్రభుత్వానికి వ్యతిరేకంగా పెరుగుతున్న ప్రజా అశాంతి వ్యక్తమైంది, ఇక్కడ ప్రజలు తమ ప్రాంతాలను ఫ్రీ జోన్లుగా ప్రకటించి, ఇండియన్ యూనియన్లో విలీనం చేయాలని డిమాండ్ చేశారు.

ఏది ఏమైనప్పటికీ, స్టాండ్ స్టిల్ ఒప్పందంపై ఇంక్ ఆరిపోవక ఉండకముందే, నిజాం ప్రభుత్వం త్వరితగతిన రెండు ఆర్డినెన్సును జారీ చేసింది, మొదటిది హైదరాబాద్ నుండి భారతదేశానికి అన్ని విలువైన లోహాల ఎగుమతిపై పరిమితి విధించబడిందిబీ రెండవది రాష్ట్రంలో భారత కరెన్సీ చట్టబద్ధం కాదని ప్రకటించడం మరియు భారతదేశానికి బంగారం, నగలు మరియు విలువైన రాళ్లను ఎగుమతి చేయడం నిషేధించబడింది. నిజాం 'ఆజాద్ హైదరాబాద్' (స్వతంత్ర హైదరాబాద్) ఆలోచనను కలిగి ఉన్నాడని ఇది వెల్లడిస్తుంది . హైదరాబాద్ ప్రభుత్వం ఒప్పందంలోని అన్ని నిబంధనలను ఉల్లంఘించింది:

విదేశీ వ్యవహారాలలో, పాకిస్తాన్తో కుట్రలు నిర్వహించడం ద్వారా, అది రహస్యంగా 15 మిలియన్ పౌండ్లను అప్పుగా ఇచ్చిందిబీ రక్షణలో, ఒక పెద్ద సెమీ-ప్రైవేట్ సైన్యాన్ని నిర్మించడం ద్వారాబీ సమాచార మార్పిడిలో, సరిహద్దుల వద్ద ట్రాఫిక్కు అంతరాయాన్ని కలిగించడం మరియు భారతీయ రైల్వేల ద్వారా ట్రాఫిక్ను అడ్డుకోవడం. ఆర్థిక దిగ్బంధనం విధించడం ద్వారా భారత్ ఒప్పందాన్ని ఉల్లంఘించిందని కూడా తెలుస్తుంది. ఢిల్లీకి తెలియకుండా హైదరాబాద్కు సరఫరా చేసే విషయంలో బొంబాయి రాష్ట్రం అడ్డుపడుతున్నట్లు తేలింది. ఈ సూచన ప్రాంతీయ ప్రభుత్వాలతో చర్చిస్తామని ప్రభుత్వం హామీ ఇచ్చింది, కానీ ఏనాడూ అమలు కాలేదు. భారత్ నుంచి హైదరాబాద్కు వస్తువుల ఆయుధాల రవాణాలో కూడా జాప్యం జరిగింది. టెలర్ సి. షెర్మాన్ ప్రకారం, "హైదరాబాద్ ప్రభుత్వం తన భారతీయ సెక్యూరిటీలను ఉపసంహరించుకోవడం, భారత ప్రభుత్వం కరెన్సీని నిషేధించడం, వేరుశెనగ ఎగుమతిని నిలిపివేయడం, పాకిస్తాన్ నుండి అక్రమ తుపాకీలను దిగుమతి చేసుకోవడం ద్వారా నిజాం ప్రభుత్వం స్వాతంత్ర్యం వైపు దూసుకుపోతున్నట్లు భారతదేశం అభిప్రాయపడింది. నిజాం ప్రభుత్వం బీమా కంపెనీల పనిపై కూడా ఆంక్షలు విధించింది. ఇది పాకిస్తాన్ నుండి ఆహార ధాన్యాలను కొనుగోలు చేయడానికి భారీ మొత్తంలో డబ్బుతో పాకిస్తాన్కు సహాయం చేసింది. పాకిస్తాన్ ప్రభుత్వానికి ఆర్థిక సహాయం అందించడమే ఉద్దేశ్యం మరియు ట్రక్కులు, మోటారు సైకిళ్ల రూపంలో సైనిక పరికరాలను భారీగా కొనుగోలు చేసింది.

హైదరాబాద్ ప్రభుత్వం రాష్ట్రంలో అక్రమంగా ఆయుధాలు తరలించటం కొరకు అన్ని పద్ధతులను అవలంబించింది. తన సైన్యం బలాన్ని పెంచడానికి ప్రయత్నించింది. ఆయుధాలు మరియు మందుగుండు సామగ్రిని ఉత్పత్తి చేయడానికి రాష్ట్రం ప్రాగా మెషిన్ టూల్స్ మరియు ప్రాగా స్టీల్ ఫ్యాక్టరీని స్థాపించారు. హైదరాబాద్ నగరంలో అనేక ఆయుధాల ఉత్పత్తి యూనిట్లు స్థాపించబడ్డాయి. నిజాం ప్రభుత్వం విదేశాల నుండి ఆయుధాలు మరియు మందుగుండు సామాగ్రిని అక్రమంగా రవాణా చేయడానికి ఒక ఆస్ట్రేలియన్ ఏవియేషన్ ఫోటోగ్రాఫర్ అయిన సిడ్నీ కాటన్ సేవను కూడా ఉపయోగించుకుంది. సిడ్నీ కాటన్ క్రమం తప్పకుండా కరాచీ నుండి బీదర్ మరియు మన్ననూర్ విమానాశ్రయాలకు సాధారణ విమానాలను నడిపినాడు. అతను హైదరాబాద్ నుండి పాకిస్తానుకు బంగారు నిల్వలు మరియు ఆయుధాలు, సామాగ్రి మరియు మందులను విమానంలో రవాణా చేశాడు. భారత ప్రభుత్వం సిడ్నీ కాటన్పై ఫిర్యాదు చేసింది. తదనంతరం అతను UK ఎయిర్ నావిగేషన్ చట్టం ప్రకారం ఆయుధాలను నడుపుతున్నట్లు ఆరోపణలను ఎదుర్కొన్నాడు , దోషిగా నిర్ధారించబడింది. ఆయనపై

£20 జరిమానా విధించబడింది. వందేమాతరం రామచంద్రరావు కాటన్ రహస్యంగా చేరవేస్తున్న ఆయుధాల అక్రమ రవాణాను భారత ప్రభుత్వం దృష్టికి తీసుకెళ్లారు. ఆయుధాల కొనుగోలుతో పాటు, హైదరాబాద్ ప్రభుత్వం పెట్రోల్, డీజిల్ ఆయిల్, విడిభాగాలు, వస్త్రాలు, నూలు, మోటారు వాహనాలు, మరియు ఆయుధాలు మరియు మందుగుండు సామగ్రి నిత్యావసర వస్తువులను సేకరించి నిల్వచేసింది. పెద్ద మొత్తంలో ఆహార ధాన్యాలను కూడా నిల్వ చేసింది. హైదరాబాద్ ప్రభుత్వం చేసిన ఈ చర్యలన్నీ, దౌత్యపరంగా మరియు అవసరమైతే సైనికపరంగా కూడా భారతదేశానికి వ్యతిరేకంగా నిలబడటానికి తగినంత బలం వచ్చే వరకు సమయం పొందడం కోసమే నిలుపుదల ఒప్పందంలోకి ప్రవేశించినట్లు రుజువు చేసింది. మరోవైపు, హైదరాబాదీ ప్రతినిధులు భారతదేశం అన్ని భూ మార్గాల్లో సాయుధ బారికేడ్లను ఏర్పాటు చేసిందని మరియు రాష్ట్రాన్ని ఆర్థికంగా ఒంటరిగా చేయడానికి ప్రయత్నిస్తున్నారని ఆరోపించారు. హైదరాబాద్ ప్రభుత్వం తమపై భారతదేశం "ఆర్థిక దిగ్బంధనం" ప్రయోగించడాన్ని లేవనెత్తింది. ట్రక్కులు మరియు రసాయనాల వంటి నిత్యావసర వస్తువులను భారతదేశం నిలిపివేస్తుందని పేర్కొంది.

రజాకార్ల దురాగతాలు

1948 ప్రారంభం నుండి రజాకార్లు తమ కార్యకలాపాలను హైదరాబాద్ నగరం నుండి పట్టణాలు మరియు ప్రాంతాలకు విస్తరించారు. హిందువులను హత్య చేయడం, మహిళలను అపహరించడం, ఇళ్లు మరియు పొలాలు దోచుకోవడం, ముస్లింమేతర ఆస్తులను దోచుకోవడం వంటి విస్తృతమైన భీభత్స పాలనలో మహిళలు అత్యాచారాలకు పాల్పడ్డారు. అణచివేత పరిపాలన కొనసాగించిన క్రూరత్వాన్ని వేలాది మంది రజాకార్లను ధైర్యంగా ఎదుర్కొన్నారు. రజకార్ల కార్యకలాపాల కారణంగా, వేలాది మంది హిందువులు రాష్ట్రం నుండి పారిపోయి వివిధ శిబిరాల్లో తలదాచుకున్నారు. దాదాపు 40,000 మంది శరణార్థులను సెంట్రల్ ప్రావిన్స్లు స్వీకరించారు. వీరిలో కొందరు సరిహద్దు దాటి స్వతంత్ర భారతదేశంలోకి ప్రవేశించి నిజాం భూభాగంపై దాడులు నిర్వహించారు. ఇది హింసను మరింత పెంచింది. ఈ రైడర్లలో చాలామంది భారతదేశంలోని కాంగ్రెస్ నాయకత్వంచే నియంత్రించబడిన మరియు హిందూత్వ మడతలోని రాడికల్ మతపరమైన అంశాలతో సంబంధాలు కలిగి ఉన్నారు. 150 కంటే ఎక్కువ గ్రామాలు హింసకు గురయ్యాయి. కాంగ్రెస్ సోషలిస్టు పార్టీ కూడా హైదరాబాద్ సరిహద్దుల్లోని గ్రామాలను భారత్లో విలీనం చేసేందుకు ప్రోత్సహించింది. రజాకార్ల కార్యకలాపాలు క్రమంగా పెరగడంతోపాటు రజాకార్ల బలగాలకు, నిజాం పోలీసులకు మరియు గ్రామస్తులకు తిరిగి అనేక సరిహద్దు ఘటనలు జరిగాయి. హైదరాబాద్ స్టేట్ కాంగ్రెస్ ఏర్పాటు

చేసిన సరిహద్దు శిబిరాల్లో శిక్షణ పొందిన స్క్వాడ్ సభ్యులు రజాకార్లను ప్రతిఘటించారు. దహనం మరియు దోపిడి ఒక సాధారణ లక్షణంగా మారింది. రజకార్లచే అనేక గ్రామాలు దగ్ధమయ్యాయి. ఈ మధ్య కాలంలో ఒకవైపు రజాకార్లు, నిజాం పోలీసుల మధ్య అనేక దౌర్జన్యాలు, సాయుధ ఎన్కౌంటర్లు, మరోవైపు ప్రజలు మరియు ప్రభుత్వం మధ్య సాయుధ పోరాటం రోజురోజుకు పెరిగిపోతున్నాయి. ఈ సందర్భంగా జరిగిన కొన్ని సంఘటనలు ఇలా ఉన్నాయి.

1948 జనవరి 10వ తేదీన బీబీనగర్ గ్రామం మరియు రైల్వే స్టేషన్లో అగ్నిప్రమాదం జరిగింది. ఆ రోజు సాయంత్రం 5.00 గంటలకు, ఐదు లారీల సాయుధ రజాకార్లు భోంగీర్ వద్ద ర్యాలీ నుండి హైదరాబాద్కు తిరిగి వస్తున్నారు. రజాకార్లు 'షా-ఎ-ఉస్మాన్ జిందాబాద్' అని అరిచారు, కానీ రైల్వే స్టేషన్లోని ప్రజలు 'మహాత్మా గాంధీకి జై' అనే జాతీయవాద నినాదంతో సమాధానం ఇచ్చారు. రజాకార్లు దిగి, ఒక ఇంటిని తగలబెట్టారు మరియు రైల్వే స్టేషన్ పరిసర ప్రాంతాల్లో ఉన్నవారిని కొట్టి, దోచుకున్నారు. వారు ముగ్గురు హిందూ ఉద్యగులను కొట్టారు మరియు రైల్వే ఉద్యోగుల ఇళ్లపై కూడా దాడి చేశారు. బీబీనగర్లోని పలు ఇళ్లను దోచుకుని మహిళల నగలను బలవంతంగా లాక్కెళ్లారు. మొత్తం మీద రజాకార్ల చేతిలో గాయపడిన వారి సంఖ్య 28బీ వీరిలో ఆరుగురికి తీవ్ర గాయాలు కాగా, జరిగిన దోపిడీలు, దహనం వల్ల దాదాపు రూ. 40,000/- నష్టం జరిగింది. బీబీనగర్లో దోపిడీ మరియు దహనం జరుగుతున్నప్పుడు, కాసిం రజ్వీ వ్యక్తిగతంగా ఉన్నాడు మరియు అతను ఘట్కేసర్ నుండి బలగాలను పంపాడు.

ఇలాంటి దోపిడి, దహన ఘటనలు అనేక ఇతర గ్రామాల్లో జరిగాయి. చందన్పల్లి వద్ద గ్రామం మొత్తం దగ్ధమైంది. ధాన్యం నిల్వలతో పాటు పలు ఇళ్లు, పది గడ్డివాములు పూర్తిగా దగ్ధమయ్యాయి. నల్గొండ వర్ధమానకోట, పల్లెపహాడ్, సూర్యాపేట, ఖమ్మం తాలూకాలోని చెన్నారం తదితర గ్రామాల్లో కూడా ఇలాంటి సంఘటనలు జరిగాయి. సహజంగానే ఈ సంఘటనలు మధ్యతరగతి కుటుంబాలలో భయాందోళనలు సృష్టించాయి మరియు వారిలో పెద్ద సంఖ్యలో ఇండియన్ యూనియన్కు వలస వెళ్ళారు.

సరిహద్దు శిబిరాల్లో ఉన్న సాయుధ బృందాలు మరియు ఇతర వాలంటీర్లు ప్రతీకారం తీర్చుకున్నారు. నల్గొండ జిల్లా సరిహద్దు ప్రాంతాలను కస్టమ్స్ నాకాస్ను పూర్తిగా నిర్వీర్యం చేసి మూసివేశారు. కరీంనగర్లోని కొన్ని నియోజకవర్గాల్లో ఇళ్లు దగ్ధం చేయబడ్డాయి. చికిత్స మరియు రజాకార్లు మరియు ఆంధ్ర మహా సభ/కమ్యూనిస్ట్ పార్టీ సభ్యుల మధ్య ఘర్షణలు జరిగాయి. 1948 జనవరిలో మందాపురం కొండల వద్ద భూపతి రెడ్డి,

అనబేరి ప్రభాకర్ రావు సహా ఎనిమిది మంది ఆంధ్ర మహాసభ కార్యకర్తలు హత్యకు గురైనారు. ఖమ్మం జిల్లాలో 15-1-1948న మధిర తాలూకాలోని మీనబోలు గ్రామంలో ఒకవైపు రజాకార్లు, నిజాం పోలీసుల మధ్య, మరోవైపు సాయుధ దళం, విలేజ్గార్డ్ల మధ్య ఎదురుకాల్పులు జరిగాయి. ఇందులో ఆరుగురు గ్రామ రక్షకులు మరణించారు. నల్గొండ జిల్లా భోంగీర్ తాలూకాలోని రేణికుంట దగ్గర 4-3-1948న రేణుకుంట రామిరెడ్డి నాయకత్వంలో 80 మంది స్థానిక గ్రామస్తులు నిజాం సైన్యం, రజాకార్లతో పన్నెండు గంటల పాటు పోరాడారు. వారు నిజాం పోలీసులకు మరియు రజాకార్లకు తీవ్రమైన ప్రాణనష్టం కలిగించారు, ఈ ధైర్యవంతులైన 26 మంది గ్రామస్తులు తమ గ్రామాన్ని రజాకార్ల దోపిడీ రజాకార్ల నుండి రక్షించుకునే ప్రయత్నంలో మరణించారు. 28-8-1948న సూర్యాపేట తాలూకాలోని పాతర్లపహాడ్లో పన్ను ఎగవేత ప్రచారంపై ప్రజలకు, రజాకార్లకు, నిజాం పోలీసులకు మధ్య జరిగిన పోరాటంలో 17 మంది చనిపోయారు. 19-7-1948న గుండ్రాంపల్లి గ్రామంలో కమ్యూనిస్టు దళం నాయకుడి కార్యకలాపాలకు ప్రతీకారంగా రజాకార్లు గ్రామస్తులపై విచక్షణ రహితంగా దాడి చేసి 21 మందిని పట్టుకుని వరుసలో నిలబెట్టి కాల్చి చంపారు. ఆ తర్వాత వారి మృతదేహాలను మసీదు సమీపంలోని గోతిలో విసిరి కాల్చారు. మహబూబ్నగర్లో గ్రామస్తులు లెవీ చెల్లించడానికి నిరాకరించడంతో గద్వాల్ తాలూకా తహశీల్దార్ స్వయంగా గ్రామంపై దాడి చేసి గ్రామస్తులపై కాల్పులు జరిపిన సంఘటనలో నలుగురు వ్యక్తులు మరణించారు.

తోటి ముస్లింలతో సహా తమ కార్యకలాపాలను వ్యతిరేకించే వారిపై రజాకార్లు విచక్షణారహితంగా హత్యలకు పాల్పడ్డారు. 1948 ఆగస్టు 19న నానాజ్ దినోత్సవాన్ని పురస్కరించుకుని కాసిం రాజ్వీ భారత నాయకుల ప్రకటనను ఖండించారు. భారతదేశపు తోలుబొమ్మలుగా / ఏజెంట్లుగా పిలవబడే వారిపై బెదిరింపులకు పాల్పడినారు. తన ప్రసంగంలో, "ముస్లింలకు వ్యతిరేకంగా లేచిన చేయి పడిపోవాలి లేదా నరికివేయబడాలి" అని ప్రకటించాడు. ఈ ప్రసంగం ద్వారా మునిమ్ ఖాన్ మరియు అతని సహచరులు వంటి వ్యక్తులు మతోన్మాదులను ప్రేరేపించారు, వారు 21, 1948న ఆగస్టులో రజాకార్లను విమర్శించిన జాతీయవాద పత్రిక "ఇమ్రోజ్" సంపాదకుడు షోయిబుల్లా ఖాన్ను కాల్చి చంపారు. కిందపడినప్పుడు కత్తులతో దాడి చేసి అతని చేతులు నరికి చంపారు. షోయిబుల్లా ఖాన్, రజాకార్లను వ్యతిరేకించిన జాతీయవాద పాత్రికేయుడు. రజాకార్లు క్రూరమైన హత్య ప్రజల దృష్టిని ఆకర్షించింది. ది బాంబే క్రానికల్ షోయిబుల్లా ఖాన్ ఇత్తెహాద్-ఉల్-ముస్లిమీన్ ఇష్టానికి తలవంచడానికి నిరాకరించిన 'ధైర్యవంతుడైన యువకుడు'గా అభివర్ణించాడు. షోయిబుల్లాను "ప్రజల పక్షాన అమరవీరుడు" అని ప్రకటించింది.

"హైదరాబాద్ ఆయుధాల వారోత్సవం" సందర్భంగా ఖాసీం రజ్వీ "అతి త్వరలో ఢిల్లీలోని ఎర్రకోటపై అసఫియా జెండా ఎగురుతుంది" అని ప్రకటించారు. ప్రజలు " చలో ఢిల్లీ " నినాదాలతో స్వాగతం పలికారు. ఇంకా, "బంగాళాఖాతంలోని అలలు మన సార్వభౌమాధికారుల పాదాలను కడిగే రోజు ఎంతో దూరంలో లేదు" అని ప్రకటించాడు.

హైదరాబాద్ ప్రభుత్వం తన ప్రెస్ మరియు రేడియో ద్వారా భారతదేశానికి వ్యతిరేకంగా పట్టుదలతో కూడిన ప్రచారాన్ని నిర్వహించింది, దానిని వెంటనే నిలిపివేయాలని భారత ప్రభుత్వం ఒక కమ్యూనికేషన్ను పంపింది. తమ హింసాత్మక చర్యల ద్వారా పొరుగున ఉన్న భారతీయ ప్రావిన్సులు, బొంబాయి మరియు మద్రాస్‌ల సరిహద్దు ప్రాంతాలను భయభ్రాంతులకు గురిచేస్తున్న రజాకార్ల చట్టవిరుద్ధ కార్యకలాపాలను కూడా ఇది ఎత్తి చూపింది. ఈ సంస్థను చట్టవిరుద్ధంగా ప్రకటించాలని పట్టుబట్టింది. కానీ హైదరాబాద్ ప్రధాన మంత్రి లాయిక్ అలీ తన సమాధానంలో తన ప్రభుత్వం తీసుకున్న వైఖరిని సమర్థించారు: "ఒక సార్వభౌమ రాజ్యంగా, హైదరాబాద్ ఆయుధాలు మరియు మందుగుండు సామగ్రిని కొనుగోలు చేసే హక్కు ఉంది". శాంతిభద్రతలు వేగంగా క్షీణించడం మరియు రాజ్యాన్ని యుద్ధ శిబిరంగా మార్చిన రజాకార్లు చేపట్టిన దౌర్జన్యాలు నిజాం రాజుని నిస్సహాయకునిగా మారాయి. రజాకార్ల చర్యలకు నిరసనగా హిందూ మంత్రులు జెవి జోషి, జి. రామాచార్, మల్లికార్జునప్పతో పాటు పలువురు శాసనసభ్యులు తమ పదవులకు రాజీనామా చేశారు. రాష్ట్రంలో జరుగుతున్న దయనీయ స్థితికి, భీభత్స పాలనకు నిరసనగా కొందరు ముస్లిం అధికారులు కూడా తమ పదవులకు రాజీనామా చేశారు. బాకర్ అలీ మీర్జా, నవాబ్ మంజూర్ జంగ్, అహ్మద్ మీర్జా, అఫ్జల్ మునిమ్, SNA జఫ్రీ మొదలైన ప్రముఖ ముస్లిం నాయకులతో సహా హైదరాబాద్లోని ప్రముఖ పౌరులు 1948 ఆగస్టు 13న నిజాంకు తన హ్రస్వ దృష్టిని విడనాడాలని, రజాకార సంస్థను రద్దు చేయాలని విజ్ఞప్తి చేశారు. లాయిక్ అలీ మంత్రిత్వ శాఖను రద్దు చేసి, నిజాంను భారత యూనియన్లో చేరమని కోరారు. కానీ వారి మంచి హేతుబద్ధమైన విజ్ఞప్తి చెవిటి చెవుల్లో పడింది. రజాకార్ల అకృత్యాలకు నిరసనగా రాష్ట్రంలోని వివిధ న్యాయవాదులు కోర్టులను బహిష్కరించారు. ఏప్రిల్, 1948లో, వినాయక్ రావు విద్యాలంకర్ చైర్మన్గా ప్రజల ఫిర్యాదులను ప్రభుత్వం దృష్టికి తీసుకెళ్లేందుకు ప్లీడర్ల నిరసన కమిటీని ఏర్పాటు చేశారు.

రాష్ట్రం నలుమూలల లెక్కలేనన్ని సరిహద్దు ఘటనలు జరిగాయి. నిజాంకు చెందిన ఎన్క్లేవ్లలో తమ అధికారాన్ని చాటుకోవడానికి రజాకార్లు భారత కేంద్రపాలిత ప్రాంతాలలోకి చొరబడ్డారు. దానికి ఉదాహరణ నానాజ్లో జరిగిన ఘటనపై భారత ప్రభుత్వం తీవ్ర

ఆగ్రహం వ్యక్తం చేసి హైదరాబాద్ ప్రభుత్వాన్ని వివరణ కోరిన సంఘటన ఒకటి. జూలై 24, 1948నబీ భారత సైన్యం వారి కాన్వాయ్లుతో బార్సీ గ్రామానికి వెళుతున్నప్పుడు రజాకార్లు, అరబ్బులు, పఠాన్లు మరియు నిజాం పోలీసులు ఎలాంటి కవ్వింపు లేకుండా వారిపై దాడి చేశారు. ఈ అనాలోచిత దాడిలో ఐదుగురు భారత సైనికులు గాయపడగా, వారిలో ఇద్దరికి తీవ్రగాయాలు అయ్యాయి. సహజంగానే భారతీయ సైన్యం కాల్పులు జరిపింది, దీని కారణంగా నిజాం రక్షకులు మరియు పోలీసులలో ఏడుగురు వ్యక్తులు మరణించారు, వీరిని లాయిక్ అలీ "అమర ఏడుగురు"గా అభివర్ణించారు. నానాజ్ను భారత సైన్యం ఆక్రమించింది మరియు ఈ సంఘటన హైదరాబాద్పై సైనిక చర్యను రేకెత్తించింది.

ఆపరేషన్ పోలో

పాకిస్తాన్ నుండి నిజాం యొక్క రహస్య ఆయుధాల సేకరణ, రజాకార్ల దౌర్జన్యాలు మరియు వేలాది గ్రామాలపై కమ్యూనిస్టుల పెత్తనం హైదరాబాద్ స్టేట్లో బలవంతపు ప్రవేశానికి కేంద్ర ప్రభుత్వాన్ని వేగవంతం చేసింది. ముఖ్యంగా తెలంగాణ ప్రాంతంలో కమ్యూనిస్టుల శరవేగంగా పెరుగుతున్న బలాన్ని చూసి భారత ప్రభుత్వం అప్రమత్తమైంది. 1948 వేసవిలో, భారత అధికారులు, ముఖ్యంగా పటేల్, హైదరాబాద్పై సాయుధ చర్యకు సంకేతం ఇచ్చారు. బలప్రయోగం సమస్య లేకుండా బ్రిటన్ భారతదేశాన్ని ప్రోత్సహించింది, అయితే సహాయం చేయమని నిజాం చేసిన అభ్యర్థనలను తిరస్కరించింది. ఐక్యరాజ్యసమితి జోక్యాన్ని కోరేందుకు నిజాం కూడా విఫలయత్నాలు చేశాడు. 21 ఆగస్టు 1948 నాటి కేబుల్గ్రామ్ ద్వారా నిజాం ఐక్యరాజ్యసమితి భద్రతా మండలిని ఆర్టికల్ 35 (2) ప్రకారం, "హైదరాబాద్ మరియు భారతదేశం మధ్య తీవ్రమైన వివాదం తలెత్తిందని, ఇది అంతర్జాతీయ చట్టం మరియు న్యాయానికి అనుగుణంగా పరిష్కరించకపోతే, నిర్వహణకు ప్రమాదం ఏర్పడే అవకాశం ఉంది. UN భద్రతా మండలిలో అర్జెంటీనా ప్రతినిధి జోస్ ఆర్స్, హైదరాబాద్ రాష్ట్రంపై భారత ప్రభుత్వం ఆర్మీ చర్యపై తీవ్ర అభ్యంతరం వ్యక్తం చేశారు. "హైదరాబాద్ రాజధానిపై భారత సైనికుల మార్చ్ అబిస్సియన్ రాజధాని పై ఇటాలియన్ సైనిక మార్చ్ను గుర్తుచేస్తుంది" అని ఆయన వివరించారు.

హైదరాబాదు రాష్ట్రంలో జరుగుతున్న సంఘటనల పరంపరతో, భారత ప్రభుత్వం హైదరాబాద్ రాష్ట్రంపై ఆర్మీ చర్యను చేపట్టింది. సెప్టెంబర్ 13, 1948లో తన సైనికులను పంపింది. సైన్యానికి మేజర్ జనరల్ JN చౌదరి నాయకత్వం వహించారు. "హైదరాబాద్పై

జరిగిన ఆపరేషన్కు ఆర్మీ ప్రధాన కార్యాలయం "ఆపరేషన్ పోలో" అని పేరు పెట్టింది. ఇది రెండు వైపుల నుడి దాడి, ప్రధాన దళం షోలాపూర్-హైదరాబాద్ రహదారిలో 186 మైళ్ల దూరం కదులుతుండగా, మరొక విభాగం విజయవాడ-హైదరాబాద్ రహదారి వెంట కవాతు చేసింది. 9 సెప్టెంబరు, 1948 న నెహ్రూ ప్రభుత్వం భారతదేశం యొక్క కడుపులో హైదరాబాద్ క్యాన్సర్ను తొలగించడానికి పోలీసు చర్యను ఆశ్రయించాలని నిర్ణయం తీసుకుంది. హోం మంత్రి సర్దార్ పటేల్ 13 సెప్టెంబర్ 1948న పోలీసు చర్యకు అనుమతించాడు. ఆర్మీ హెడ్ క్వార్టర్స్ సైనిక చర్యకు 'ఆపరేషన్ పోలో' అనే కోడ్ పేరు పెట్టారు. భారత సైన్యం. JN చౌదరి మొత్తం పర్యవేక్షణలో లెఫ్టినెంట్ జనరల్ రాజేంద్ర సింగ్ ఆఫీసర్ జనరల్ కమాండింగ్-ఇన్-చీఫ్, సదరన్ కమాండ్ 13 సెప్టెంబర్, 1948 ఉదయం హైదరాబాద్లోకి ప్రవేశించారు. మొదటి రెండు రోజులలో వారు రజాకార్లు మరియు నిజాం సైన్యం స్వల్ప ప్రతిఘటన ఇచ్చినప్పటికీ. యుద్ధరంగం నుంచి పారిపోయారు. సెప్టెంబరు 17, 1948న ఎల్-ఎద్రూస్ ఆధ్వర్యంలో నిజాం సైన్యాలు భారత ప్రభుత్వానికి లొంగిపోయాయి. నిజాం తన ఓటమిని అంగీకరించాడు. హైదరాబాద్ ఇండియన్ యూనియన్లో భాగమైంది. పోలీసు చర్య తర్వాత, హైదరాబాద్ నిజాం 22 సెప్టెంబర్ 1948 నాటి కేబుల్గ్రామ్ ద్వారా సెక్యూరిటీ జనరల్కు సమర్పించిన ఫిర్యాదును ఉపసంహరించుకున్నట్లు తెలియజేసాడు. లాయిక్ అలీ మంత్రిత్వ మండలి భద్రతా మండలికి పంపిన ప్రతినిధి బృందం ఆగిపోయింది. లాయిక్ అలీ ప్రభుత్వం నిజాంకు గాని ఆయన రాజ్యానికి బాధ్యత వహించడానికి అధికారం లేదని ప్రకటించాడు. నిజాం హైదరాబాద్ రాష్ట్రం లొంగిపోవడంతో భారతదేశంలోని చివరి మరియు అతిపెద్ద స్వదేశీ సంస్థానం ఇండియన్ యూనియన్లో అంతర్భాగంగా మారింది.

సెప్టెంబర్ 13-17, 1998 సమయంలో నిజాం సంస్థానంపై భారత ప్రభుత్వం చేసిన సైనిక చర్య ఒక ముఖ్యమైన చారిత్రక మైలురాయి. ఇది నిరంకుశ-భూస్వామ్య పాలనను అంతం చేసి స్టేట్ను ఇండియన్ యూనియన్లో విలీనం చేసింది. ఈ చారిత్రక సంఘటన భిన్నమైన రాజకీయ మరియు సైద్ధాంతిక ధోరణులతో విభిన్న పండితులు పరస్పర విరుద్ధమైన వ్యాఖ్యానాలకు లోనైంది. కొంత మంది విద్వాంసులు ఇది విముక్తి అని వాదించగా, మరికొందరు ఇది ఒక విషాదం మరియు విధ్వంసం అని వాదించారు. ఇటీవల తెలంగాణలో అనేక పౌర సమాజ వేదికలు మరియు రాజకీయ సంస్థలు తమ ప్రత్యేక సైద్ధాంతిక/రాజకీయ దృక్పథానికి అనుగుణంగా తమ ఆలోచనలను ప్రచారం చేస్తున్నాయి. నిశితంగా పరిశీలిస్తే అవి ప్రామాణికమైన చారిత్రక ఆధారాలు మరియు నమోదు చేయబడిన సాక్ష్యాలపై ఆధారపడి లేవని సూచిస్తుంది. హిందుత్వ వాదులు

మత/వర్గ కోణం నుండి 17 సెప్టెంబర్ 1948న ముస్లిం దౌర్జన్యం నుండి హిందువులకు "విముక్తి"ని తెలియజేసిందని, మైనారిటీ మత దృక్పథం ప్రతిపాదకులు దీనిని "విషాదం"గా అభివర్ణించారు. జాతీయవాద మరియు వామపక్ష సమూహాలు అందించే వివరణ విముక్తి మరియు ఏకీకరణ మధ్య ఊగిసలాడుతుంది. ఏది ఏమైనప్పటికీ, అందుబాటులో ఉన్న చారిత్రక ఆధారాలు, పండితుల వాఖ్యానాలు మతపరమైన వివరణకు విరుద్ధంగా ఉన్నాయి. ఈ సంఘటనకు మతపరమైన కోణం జోడించబడింది, ఎందుకంటే పాలకుడు ముస్లిం మరియు పాలించబడిన హిందువులు. విశ్వాసం మరియు మతం ప్రకారం నిజాం ముస్లిం అనేది నిజం. అయితే, హైదరాబాద్ స్టేట్ షరియత్ ఆధారంగా ఒక మతతత్వ రాజ్యం కాదు. ఇది ఖచ్చితంగా నిరంకుశ పాలన. అందువల్ల, పాలకులు మరియు పాలకులు వారి మధ్య వైరుధ్యం పూర్తిగా మతపరమైన పరిశీలనలపై ఆధారపడి ఉందని అర్థం చేసుకోవాలి. అదనంగా, నిజాం పాలనలో "హిందూ" మరియు ముస్లింమేతర భూస్వామ్య పెద్దలు మరియు ప్రభువులు పరిపాలనలో ముఖ్యమైన పాత్ర పోషించారు. మతపరమైన అంశాల ఆధారంగా హైదరాబాద్ విమోచన సిద్ధాంతానికి చారిత్రక ఆధారాలు మద్దతు ఇవ్వలేదు.

హిందుత్వ సిద్ధాంతకర్తలు ప్రతిపాదించిన విముక్తి భావన ఈ ముఖ్యమైన కోణాన్ని కోల్పోతుంది. పైగా, ఇటీవల అందుబాటులోకి వచ్చిన ప్రభుత్వ రహస్య నివేదికలు, పత్రాలు మొదలైనవి, హైదరాబాద్ రాజ్యంపై సైనిక చర్య కమ్యూనిస్టు తిరుగుబాటును మరియు రజాకార్లను అణచివేయడానికి లక్ష్యంగా పెట్టుకున్నదని, ప్రధానంగా సాయుధ పోరాటానికి వ్యతిరేకంగా జరిగిన వాస్తవాన్ని వెల్లడిస్తున్నాయి. ఒక అంచనా ప్రకారం 1948 మరియు 1951 సంవత్సరాల మధ్య భారత సైన్యం చేతిలో చంపబడిన కమ్యూనిస్ట్ విప్లవకారుల సంఖ్య, జూలై 1946 మరియు సెప్టెంబర్ 1948 మధ్య నిజాం పోలీసు/సైన్యం మరియు రజాకార్ల చంపబడిన సంఖ్య కంటే చాలా ఎక్కువ. అందువల్ల, సైనిక చర్య వల్ల నిజమైన విముక్తి జరగలేదు. సైనిక చర్య భూస్వామ్య పెద్దల ప్రయోజనాలను కాపాడింది. రైతాంగ సాయుధ పోరాటం వల్ల వచ్చిన లాభాలను భూమిలేని పేద రైతులు అనుభవించడానికి వీలుకాకుండా పోయింది. సైనిక దళాలు ప్రదర్శించిన క్రూరత్వం మరియు సామూహిక ఎన్కౌంటర్ల "బ్రిగ్స్ ప్లాన్" వేలాది మంది ప్రజలను ఊచకోత మరియు మానవ విషాదానికి దారితీసింది. సైనిక చర్య యొక్క మరొక ప్రతికూల పరిణామం హిందూ మతవాదులచే వేలాది మంది ముస్లింలను ఊచకోత కోయడం. పండిట్ సుందర్లాల్ కమిటీ నివేదిక ప్రకారం 27 నుండి 40 వేల మంది ముస్లింలు మతోన్మాద మూలకాలచే చంపబడ్డారు, ప్రధానంగా పూర్వపు హైదరాబాద్ రాష్ట్రంలోని

కన్నడ మరియు మరాఠ్వాడా ప్రాంతాలలో తెలంగాణ ప్రాంతంలోని నల్గొండ, మెదక్, వరంగల్ జిల్లాల్లోనూ మత ఘర్షణలు జరిగాయి. నవంబర్, 1948లో భారత ప్రభుత్వానికి జనరల్ చౌదరి పంపిన ఒక రహస్య నివేదికలో, ఈ విధంగా పేర్కొన్నాడు. "సైనిక ఆక్రమణ ప్రారంభమైన వెంటనే, హైదరాబాద్లోని అన్ని జిల్లాల్లోని అధిక సంఖ్యలో హిందువులు హిందూ రాజ్ ఆవిర్భవించిందని భావించారు... ఫలితంగా హిందువులు చేసిన ఈ ప్రతీకార చర్య వల్ల కొన్ని జిల్లాల్లోని కొందరు ముస్లింలు నష్టపోయారు. ముఖ్యంగా బీదర్, ఉస్మానాబాద్, గుల్బర్గా, నల్గొండ మరియు వరంగల్ జిల్లాలు ప్రభావితమయ్యాయి . ప్రాణనష్టం గురించి ఇంకా ఖచ్చితమైన గణాంకాలు లభించనప్పటికీ, దాదాపు 2,000 మంది ముస్లింలు ఊచకోత కోసి ఉండవచ్చని అంచనా". అక్టోబరు 1948 నాటి రహస్య గూఢచార నివేదిక ఇలా పేర్కొన్నది. "రజాకార్ సంస్థతో పెద్దగా సంబంధం లేని ముస్లింలు కూడా చాలా మంది బలి అయ్యారు... సికింద్రాబాద్లో 18-9-1948 పది రోజుల పాటు అనేక ముస్లింల ఇళ్లు, దుకాణాలు లూటీ చేయబడ్డాయి. చట్టవిరుద్ధతను ఆపడానికి భారత సైన్యం సరైన రీతిలో జోక్యం చేసుకోలేదు. హైదరాబాదు నగరంలో మూర్ఖత్వం ఫలితంగా, బాధ్యతారహితమైన హిందూ ప్రజానీకంలోని అనేక మంది ముస్లింలను విచక్షణారహితంగా దోచుకున్నట్లు మరియు అణచివేసినట్లు కనిపిస్తుంది". పోలీసు చర్య సమయంలో మరియు తరువాత ముస్లింల మరణాల గురించి, పరస్పర విరుద్ధ అభిప్రాయాలు ఉన్నాయి. కొంత మంది లక్షల్లో, మరికొందరు వేలల్లో అంచనా వేశారు. ఏది ఏమైనప్పటికీ, "అత్యల్ప అంచనాలు, మిలటరీ ప్రభుత్వం ప్రైవేట్‌గా అందించిన సమాచారం కూడా, ఇంతకుముందు రజాకార్లు అధికారికంగా ఆరోపించబడిన హత్యల సంఖ్య కంటే కనీసం పది రెట్లు ఎక్కువ".

నిజాం రాజ్యానికి వ్యతిరేకంగా పోలీసు చర్య యొక్క బహుముఖ కోణాలను బట్టి, సరైన చారిత్రక ఆధారాలు లేకుండా సంకుచిత మరియు మతపరమైన పరిశీలనల ఆధారంగా ఏదైనా వ్యాఖ్యానం అసమంజసమైనదని భావించడం సరైంది. హిందుత్వ భావజాలం పురోగమిస్తున్న సందర్భంలో ఇటీవలి గతాన్ని నిష్పక్షపాతంగా మరియు సమగ్ర దృక్పథంలో అర్థం చేసుకోవడం చాలా అవసరం. తెలంగాణ గత చరిత్ర, సాంస్కృతిక వారసత్వం గురించి నిష్పాక్షికమైన అవగాహన ఈ తరుణంలో అవసరం. ముఖ్యంగా బహమనీలు, కుతుబ్ షాలు మరియు అసఫ్ జాహీల కాలం నుండి తెలంగాణ ప్రాంతంలో కాస్మోపాలిటన్ మరియు మిశ్రమ సంస్కృతి వర్ధిల్లుతున్న నేపథ్యంలో మత సామరస్యాన్ని మరియు మత సహజీవనాన్ని కొనసాగించడం అత్యవసరం. 1948

సెప్టెంబరు 17న జరిగిన సంఘటన యొక్క చిక్కులను నిర్మోహమాటంగా చర్చించి, అర్థం చేసుకోవాలి. మతపరమైన అవగాహన మరియు మతపరమైన దృక్కోణంపై ఆధారపడిన వివరణలు, ప్రామాణికమైన ఆధారాలు లేకుండా చేసే ఆరోపణలు తెలంగాణ సమాజాన్ని ధ్రువీకరించే ప్రమాదంలో పడవేస్తాయి. అలాంటి వాఖ్యానాలు తెలంగాణ మిశ్రమ సాంస్కృతిక వారసత్వాన్ని నాశనం చేస్తుంది.

***

అధ్యాయం - 15

తెలంగాణ ఉద్యమం: మొదటిదశ, 1952-1970

చారిత్రక నేపథ్యం

2014లో కొత్త తెలంగాణ రాష్ట్రం ఏర్పడిన సందర్భంలో ప్రాంతం, సమాజం మరియు అధికారం మధ్య ఉన్న పరస్పర సంబంధాన్ని విశ్లేషించాల్సిన అవసరం ఉంది. ప్రత్యేక తెలంగాణ ఉద్యమాల ఎదుగుదల, సమస్యలు, ఆందోళనలను, దీర్ఘకాలిక చారిత్రక నేపథ్యంలో అధ్యయనం చేయాలి. ఈ అధ్యయనం ఉద్యమం యొక్క కారణాలను పరిశీలించడానికి ప్రయత్నిస్తుంది మరియు ప్రాంతం యొక్క రాజకీయ, ఆర్థిక మరియు సామాజిక-సాంస్కృతిక నేపథ్యం ప్రత్యేక తెలంగాణ ఉద్యమం యొక్క వివిధ దశల్ని విశ్లేషిస్తుంది. ఉప ప్రాంతీయ గుర్తింపు మరియు స్పృహ, భాషాప్రయుక్త రాష్ట్రాల ఏర్పాటుకు హేతుబద్ధత మరియు సమర్థన, భాషా జాతీయత మరియు ప్రాంతీయ సమాజ కల్పన, ప్రాంతీయ సామాజిక నిర్మాణం యొక్క గతిశీలత వంటి అనేక ప్రశ్నలను లేవనెత్తినందున తెలంగాణ ఉద్యమం యొక్క ఆవిర్భావం ప్రత్యేకమైనది. అధికార వ్యవస్థ మరియు "అంతర్గత వలసవాదం" మధ్యవున్న అవినాభవ సంబంధాన్ని పరిశీలిస్తుంది. పూర్వపు ఆంధ్ర ప్రదేశ్ రాష్ట్ర విభజన కోసం పదేపదే డిమాండ్లు మరియు ఆందోళనలు జరుగుతున్న సందర్భంలో, తెలంగాణ సమస్య దాని ప్రత్యేక గుర్తింపు మరియు వ్యక్తిత్వం అత్యంత వివాదాస్పద చర్చనీయాంశంగా మారాయి.

తెలంగాణపై ఇటీవలి రచనలు, ఉన్నత కులాలు మరియు మధ్య తరగతి ఉన్నతవర్గాలచే ప్రాతినిధ్యం వహించే భాషా జాతీయవాదాన్ని విమర్శించాయి. తెలంగాణ తన నిర్దిష్ట గుర్తింపును ఉప-ప్రాంతంగా నిలుపుకుంది. ప్రధానంగా సీమాంధ్ర కులీనులచే వ్యక్తీకరించబడిన తెలుగు గుర్తింపు, సమగ్ర తెలుగు జాతీయవాదాన్ని ప్రోత్సహించలేదు. తద్వారా తెలంగాణ ఒక ప్రాంతంగా వివక్షకు, నిర్లక్ష్యానికి గురై అట్టడుగున ఉండిపోయింది. తెలంగాణ భాష/మాండలికాలు మరియు సాహిత్యాన్ని, సంస్కృతిని నిర్వీర్యం చేయడం,

దాని సహజ మరియు ఆర్థిక వనరుల దోపిడీ ఊహాజనిత తెలుగు సమాజం ఏర్పడకుండా నిరోధించింది. తెలంగాణ యాస, జానపద సంప్రదాయాలను అవమానించడం, దుర్మార్గంగా మార్చడం, తెలంగాణ వనరుల దోపిడీకి నిదర్శనంగా పేర్కొన్నారు. ఉప-ప్రాంతీయ భావాల ప్రత్యేకత మరియు ప్రత్యేకత గుర్తింపును పదే పదే నొక్కి చెప్పడం జరిగింది. డాక్టర్ బి.ఆర్ వివరించిన విధంగా తెలుగు ప్రజలు "సహజ భావన మరియు స్పృహ" తెలుగు ప్రజల్లో పరిణామం చెందలేదు.

ఉప-ప్రాంతీయ విశిష్టతను కుల, సాంస్కృతిక, భాషా మరియు రాజకీయ-చారిత్రక అంశాలకు ఆపాదించవచ్చు. ఉప-ప్రాంతీయ భావాలు చారిత్రాత్మకంగా ప్రజాదరణ పొందిన మనస్తత్వంలో పాతుకుపోయాయని చెప్పవచ్చు. ఎందుకంటే తెలుగువారు రెండు విభిన్న రాజకీయ విభాగాలుగా విడిపోయారు. అంటే కోస్తా ఆంధ్ర మరియు రాయలసీమ ప్రాంతాలు బ్రిటిష్ మద్రాసు ప్రెసిడెన్సీలో మరియు తెలంగాణ నిజాం పాలనలో ఉన్న భాగంగా ఉన్నాయి. తెలంగాణ ప్రాంతం నిజాంల నిరంకుశ- ఫ్యూడల్ పాలనలో ఉంది. ఈ విధంగా తెలంగాణకు రెండు శతాబ్దాల కంటే ఎక్కువ ప్రత్యేక రాజకీయ చరిత్ర మరియు సామాజిక-సాంస్కృతిక అనుభవం ఉంది. పూర్వపు ఆంధ్ర ప్రదేశ్ రాష్ట్రం స్పష్టంగా నిర్వచించబడిన మూడు ఉప ప్రాంతాలుగా విభజించబడింది. ముఖ్యంగా బహమనీ సుల్తానులు, కుతుబ్ షాహీలు మరియు అసఫ్ జాహీల నిరంతర పాలనలో తెలంగాణ ప్రాంతానికి సుమారు ఐదు శతాబ్దాల విశిష్ట రాజకీయ చరిత్ర మరియు సామాజిక- సాంస్కృతిక అనుభవం ఉంది. రెండు అసమాన ప్రాంతాలు విలీనం కావడం మరియు తదనంతరం ప్రజల అంతర్ ప్రాంత చైతన్యం 1950ల నుండి తెలంగాణా ప్రాంతంలో స్థానికేతర v/s నాన్-లోకల్ / ముల్కీ- v/s నాన్-ముల్కీ సంఘర్షణలకు మార్గం సుగమం చేసింది. ప్రత్యేక తెలంగాణా రాష్ట్ర ఏర్పాటు కోసం ఇటీవలి ఉద్యమాలు 1956లో ఆంధ్ర ప్రదేశ్ ఏర్పాటుకు భాషా సూత్రం యొక్క సమర్థనకు సంబంధించి ప్రాథమిక ప్రశ్నలను లేవనెత్తాయి. ప్రత్యేక తెలంగాణ డిమాండ్ కొత్త దృగ్విషయం కాదు. భారతదేశానికి స్వాతంత్ర్యం వచ్చినప్పటి నుండి దాని స్వంత చరిత్ర ఉంది.

చారిత్రాత్మకంగా స్వీయ (స్థానిక) మరియు ఇతర (నాన్-లోకల్) ఆలోచన బహమనీ కాలం నాటి విలక్షణమైన చారిత్రక, సాంస్కృతిక, మానసిక మరియు రాజకీయ-పరిపాలన వ్యవస్థలో పాతుకుపోయింది. దక్కనీ సుల్తానుల పాలనలో, పెద్ద సంఖ్యలో పండితులు, నిర్వాహకులు, సైనికులు, సైనికాధికారులు, ప్రధానమంత్రి (దివాన్) పదవితో సహా స్థానికేతరులు వివిధ స్థానాల్లో నియమించబడ్డారు. వీరంతా ఇరాన్ మరియు మధ్య

ఆసియా నుండి వలస వచ్చినవారు మరియు పర్షియన్ మాట్లాడే వారు. వారిని అఫాకీలు హబ్షీలు అని పిలుస్తారు. స్థానికులను డెక్కనీలు అని పిలుస్తారు. కాలక్రమంలో అఫాకీలు మరియు దక్కనీల మధ్య అంతర్-శ్రేష్ఠమైన పోటీలు జరిగాయి. ఇది సామాజిక-రాజకీయ గందరగోళం మరియు రక్తపాతానికి దారితీసింది. ముఖ్యంగా బహమనీ కాలంలో మరియు కుతుబ్ షాహీ కాలంలో కూడా కొనసాగింది. ప్రస్తుత తెలంగాణ ప్రాంతాన్ని ఇరవయ్యవ శతాబ్దం మధ్యకాలం వరకు బహమనీలు, కుతుబ్ షాహీలు, మొఘలులు మరియు అసఫ్ జాహీలు అనే వివిధ తెలుగుయేతర రాజవంశాలు సుమారు ఆరు శతాబ్దాల పాటు పాలించారు. ఆ రాజవంశాలు రాష్ట్రాన్ని నడపడానికి వారి స్వంత జాతి సమూహాలను తీసుకువచ్చాయి. ఆ తర్వాత ప్రజాస్వామ్యం ఆవిర్భవించిన తర్వాత, తెలంగాణ ప్రాంతం బయటి శక్తులచే గణనీయంగా నియంత్రించబడే దృగ్విషయాన్ని చూసింది. అందువల్ల, తెలంగాణ ప్రజలు ఏడు శతాబ్దాలుగా రాష్ట్ర పాలన స్వయం నిర్ణయం తీసుకునే ప్రక్రియలో పాల్గొనకుండా మినహాయించడం వల్ల, ఆ 'బయటి శక్తులు/ముల్కీయేతరుల పట్ల ఖచ్చితమైన అపనమ్మకం ఏర్పడింది. 1323 CE లో కాకతీయ రాజవంశం పతనం నుండి, ఈ 'బయటి శక్తులు' తెలంగాణ భూమి మరియు దాని ప్రజల విధిని నియంత్రించాయి. కుతుబ్ షాహీలు తెలంగాణ ప్రాంతాన్ని ఒక శతాబ్దానికి పైగా పాలించారు మరియు ఆసఫ్ జాహీలను వారిని అనుసరించారు.

అసఫ్ జాహీ పాలన, ముల్కీ సంఘర్షణ

అసఫ్ జాహీ పాలనలో, సాలార్ జంగ్ 1853 -1883 మధ్య కాలంలో హైదరాబాద్ స్టేట్ యొక్క ప్రీమియర్/దివాన్ ఆయన పరిపాలన కాలంలో అన్ని రంగాలలో సంస్కరణలను ప్రవేశపెట్టారు. పరిపాలనా ప్రమాణాలను మెరుగుపరచడానికి అతను దేశం నలుమూలల నుండి, ప్రధానంగా ఉత్తర భారతదేశం నుండి ప్రతిభావంతులైన వ్యక్తులను నియమించుకున్నాడు. 1853 నుండి మొదటి దశ సంస్కరణల్లో పరిపాలనను ఆధునీకరించడానికి సాలార్ జంగ్ చేసిన ప్రయత్నాలకు బ్రిటిష్ ఇండియాలో శిక్షణ పొందిన అధికారులు అవసరం. 1868లో, ఐదవ నిజాం పాలన ముగిసే సమయానికి, హైదరాబాద్ పరిపాలనలోని అన్ని విభాగాలకు ముల్కీలను మాత్రమే నియమించాలని ఆదేశాలు జారీ చేయబడ్డాయి. 1882లో ప్రభుత్వం ముందస్తు అనుమతి లేకుండా గైర్ నాన్ ముల్కీలను నియమించడం సాధ్యం కాదని స్పష్టం చేశారు. తరువాత ముల్కీయేతర నిర్వాహకులు రాజకీయ అధికారాన్ని చేజిక్కించుకోగా, ముల్కీలు పరిపాలనా స్థానాలను పొందేందుకు ప్రయత్నించారు. సయ్యద్ హుస్సేన్ తగ్రామి, మహిబ్ హుస్సేన్, సయ్యద్ మెహదీ అలీ, మోహిన్-ఉల్-ముల్క్, చిరాగ్ అలీ మొదలైన ఉత్తర భారతదేశం నుండి

హైదరాబాద్ రాష్ట్రంలోకి దిగుమతి చేసుకున్న ముల్కీయేతర నిర్వాహకుల సమూహం ఆధునీకరించబడిన బ్యూరోక్రసీ యొక్క ఫ్రేమ్వర్క్ స్థాపించబడింది. అఘోర్నాథ్ చటోపాద్యాయ ప్రముఖ విద్యావేత్త మరియు నిజాం కళాశాల వ్యవస్థాపక ప్రిన్సిపాల్ మీర్జా గాలిబ్ మనవడు, ప్రసిద్ధ ఉర్దూ కవి మీర్జా ఆషా బేగ్, ప్రిన్స్ మహబూబ్ అలీ ఖాన్కు విద్యను అందించడానికి హైదరాబాద్కు ఆహ్వానించబడ్డారు. ఆ విధంగా ముల్కీ మరియు నాన్-ముల్కీ సమస్య సాలార్ జంగ్ కాలంలోనే మొదలైంది.

ఆరవ నిజాం హయాంలో, ముల్కీయేతర సమూహం హైదరాబాద్ రాష్ట్రంలోకి, ముఖ్యంగా బీహార్, యు.పి మొదలైన ప్రాంతాల నుండి దిగుమతి చేయబడ్డారు. ముల్కీ మరియు నాన్-ముల్కీ గ్రూపులను రెండు వేర్వేరు పరిపాలనా మరియు సామాజిక రంగాలలో సంస్థాగతీకరించడానికి సాలార్ జంగ్ ఉద్దేశపూర్వక ప్రయత్నాలు ఎక్కువగా జరిగాయి. విజయం సాధించారు. 1886 నుండి ఎనిమిదేళ్ల కాలంలో ముల్కీయేతరుల సంఖ్య దాదాపు 230 నుండి 447కి రెండింతలు పెరిగిందని 1894 సివిల్ లిస్ట్ సూచిస్తుంది. అయితే హైదరాబాదీలు/స్థానికుల సంఖ్య వాస్తవానికి తగ్గింది. మొత్తం 447 మందిలో 233 మంది ముల్కీలు మాత్రమే ఇలా నమోదయ్యారు. అక్టోబర్ 1884 నుండి నియమించబడిన వారి ప్రత్యేక జాబితా, 421 కొత్త నియామకాలలో, 274 లేదా 65 శాతం మంది హైదరాబాదీలు, మొత్తం జీతాలలో 37 శాతం మాత్రమే పొందుతున్నారు: అయితే 147 లేదా 35 శాతం నాన్ ముల్కీలు, మొత్తం జీతాల్లో 63 శాతం పొందారు. దివాన్, సాలార్ జంగ్ II న్యాయ, సర్వే మరియు విద్యా శాఖలకు పెద్ద సంఖ్యలో నియామకాలు జరుగుతున్నాయని, దీనికి స్థానిక ప్రతిభ అందుబాటులో లేకపోవడమే ముల్కీ సమస్యకు కారణమని పేర్కొన్నారు.

1886 నాటి మొదటి హైదరాబాద్ సివిల్ లిస్ట్ 476 మంది సివిల్ ఆఫీసర్లను మూలం మరియు జీతం ప్రకారం చూపింది: ముల్కీలు యాభై శాతం మంది మొత్తం జీతాల పంపిణీలో 42 శాతం మాత్రమే పొందారు, అయితే ముల్కీయేతరులు 48 శాతం మంది జీతాలలో 58 శాతం పొందారు. నిజాం నుండి స్పష్టమైన సూచనలు ఉన్నప్పటికీ, దివానీ బ్యూరోక్రసీ విస్తరణ ముల్కీయేతరులకు అనుకూలంగా కొనసాగింది. అయితే, ముల్కీయేతరుల ప్రాముఖ్యతను స్థానికులు/ముల్కీలు ఆగ్రహించారు. 1886 మరియు 1894 మధ్య ముల్కీయేతరుల శాతం 48% నుండి 66%కి పెరిగింది. తత్ఫలితంగా, 1884 నుండి 1886 వరకు ప్రభుత్వ తీర్మానాల శ్రేణి ముల్కీలను నిర్వచించింది. ప్రభుత్వ ఉద్యోగాలకు సంబంధించిన విధానాలను వివరించింది. ముల్కీ అంటే పదిహేనేళ్లుగా హైదరాబాద్ స్టేట్లో శాశ్వతంగా నివసించే వ్యక్తి లేదా

కనీసం పన్నెండేళ్లపాటు నిరంతరంగా ప్రభుత్వంలో పనిచేసిన వ్యక్తి అతను మరియు అతని వంశపారంపర్య మగ వారసులు రెండు తరాల వరకు చట్టబద్ధంగా ముల్కీలు కాగా, ప్రత్యేక ప్రభుత్వ అనుమతి లేకుండా శాశ్వతంగా లేదా తాత్కాలికంగా ఉన్నత లేదా తక్కువ పదవిలో ముల్కీయేతరులను నియమించకూడదు. జ్ఞానం మరియు అనుభవం హైదరాబాద్లో ఇంకా అందుబాటులో లేదు. విజయవంతమైన దరఖాస్తుదారు ముల్కీ సర్టిఫికేట్ అని పిలువబడే నివాస ధృవీకరణ పత్రాన్ని అందుకున్నారు. ఈ నిబంధనలు నాన్–ముల్కీలు మరియు వారి కుమారులు పరిపాలనా స్థానాలపై తమ గుత్తాధిపత్యాన్ని నిలుపుకోవడానికి వీలు కల్పించాయి.

1919 ముల్కీ నిబంధనలు

నిజానికి, సాలార్ జంగ్ I, ఆధునిక హైదరాబాద్ సివిల్ సర్వీస్ యొక్క సృష్టికర్త. 1882లో, అతను అసాధారణమైన జరీదాను విడుదల చేశాడు. నిజాం రాష్ట్రంలో నియామకం కోసం యువ హైదరాబాదీలకు విద్య మరియు శిక్షణ ఇవ్వవలసిన అవసరాన్ని నొక్కి చెప్పాడు. బ్రిటీష్ ఇండియా నమూనాలో సమర్థవంతమైన పరిపాలనా వ్యవస్థను నిర్మించాలనే ఆలోచనను ఆయన ప్రతిపాదించారు మరియు అనేక పరిపాలనా సంస్కరణలను ప్రవేశపెట్టారు. 1919లో, హైదరాబాద్ పాలకుడు నిజాం, మీర్ ఉస్మాన్ అలీఖాన్ ఒక ఫార్మాన్ (శాసనాన్ని) జారీ చేశాడు. తదనుగుణంగా హైదరాబాద్ సివిల్ సర్వీసెస్ నిబంధనలు ప్రకటించబడ్డాయి. ముల్కీ నిబంధనలు ఈ నిబంధనలలో భాగంగా ఏర్పడ్డాయి. 'ముల్క్' అంటే ఒక దేశం మరియు ప్రాంతం దాని నివాసులను 'ముల్కీలు' అని పిలుస్తారు. ప్రజా ఉపాధికి సంబంధించి దాని నివాసితుల ప్రయోజనాలను పరిరక్షించే విధానం ప్రసిద్ధి చెందిన 'ముల్కీ రూల్స్'లో పొందుపరచబడింది. వాస్తవానికి, పేర్కొన్న నియంత్రణలోని రూల్ 39లో 'ముల్కీ' మరియు 'ముల్కీ నియమాలు' అనే పదాలు ఉపయోగించబడ్డాయి. పూర్వపు హైదరాబాద్ రాష్ట్రంలోని ఏదైనా సేవకు నియామకం కోసం ఎవరిని ముల్కీగా పరిగణించాలో అనుబంధం N పొందపరచబడింది.

నియమం 39 ప్రకారం: "అపెండిక్స్ 'N' లో నిర్దేశించబడిన నియమాల ప్రకారం ముల్కీ కానట్లయితే, నిర్దిష్ట అనుమతి లేకుండా ఏ వ్యక్తి ఏ ఉన్నతమైన లేదా తక్కువ స్థాయి ఉద్యోగంలో నియమించబడదు. ఏ వ్యక్తి అయినా, అతని నివాసం రద్దు చేయబడింది ముల్కీ నిబంధనలలోని పారా 9 ప్రకారం, అటువంటి రద్దు తేదీ నుండి అతని పదవి నుండి తొలగించబడినట్లు పరిగణించబడుతుంది." అనుబంధం 'N' కింది వాటిని కలిగి ఉంది:

నియమం 1 ప్రకారం ఒక వ్యక్తిని ముల్కీ అని పిలుస్తారు:

(ఎ) పుట్టుకతో అతను హైదరాబాద్ రాష్ట్రానికి చెందినవాడు లేదా

(బి) హైదరాబాద్ స్టేట్లో నివాసం ఉండటం ద్వారా అతను ముల్కీగా ఉండటానికి అర్హులు లేదా

(సి) అతని తండ్రి 15 సంవత్సరాల సర్వీసు పూర్తి చేసి, అతని (పిల్లవాడు) పుట్టిన సమయంలో ప్రభుత్వ ఉద్యోగంలో ఉన్నాడు లేదా

(డి) ఆమె ముల్కీకి చెందిన వ్యక్తి భార్య."

ఒక వ్యక్తి పుట్టినప్పుడు అతని తండ్రి ముల్కీగా ఉన్నట్లయితే, అతనిని పుట్టుకతో రాష్ట్ర సబ్జెక్ట్ అని పిలుస్తారని రూల్ 2 పేర్కొంది.

రూల్ 3 ప్రకారం "హైదరాబాద్ స్టేట్లో కనీసం 15 సంవత్సరాలు శాశ్వత నివాసం కలిగి ఉన్న వ్యక్తిని ముల్కీ అని పిలుస్తారు మరియు అతని మునుపటి నివాస స్థలానికి తిరిగి రావాలనే ఆలోచనను విడిచిపెట్టి, ఆ మేరకు సర్టిఫికేట్ పొందారు. మేజిస్ట్రేట్ చేత ధృవీకరించబడిన సూచించబడిన ఫారమ్."

భర్త ముల్కీ అయితే ఆమెను ముల్కీగా పరిగణిస్తారనే నియమాలు 4 ముల్కీయేతర మహిళ హోదాతో వ్యవహరిస్తాయి.

ముల్కీని వివాహం చేసుకోవడం ద్వారా స్త్రీ ముల్కీ అవుతుందని రూల్ 5 నిర్ధారిస్తుంది.

రూల్ 6 ముల్కీ సర్టిఫికేట్లను జారీ చేయడానికి సమర్థులైన అధికారులను నిర్దేశిస్తుంది.

రూల్ 7 ముల్కీ సర్టిఫికేట్ కోసం దరఖాస్తు వివరాలను మరియు తప్పుడు వివరాలను ఇవ్వడం వల్ల కలిగే పరిణామాలను వివరిస్తుంది.

ముల్కీ సర్టిఫికేట్ మంజూరు కోసం దరఖాస్తు తిరస్కరించబడినట్లయితే, తిరస్కరించబడిన తేదీ నుండి ఒక నెలలోపు ఆర్డర్పై సంబంధిత సుబేదార్కు అప్పీల్ దాఖలు చేయవచ్చు మరియు సుబేదార్ యొక్క ఉత్తర్వు అంతిమంగా ఉంటుందని రూల్ 8 పేర్కొంది.

రూల్ 9 ముల్కీ సర్టిఫికేట్ను ఈ క్రింది విధంగా రద్దు చేయడానికి షరతులను నిర్దేశిస్తుంది:

దరఖాస్తులో తప్పు సమాచారం అందించినట్లయితే మరియు

బి) వ్యక్తి ప్రభుత్వానికి వ్యతిరేకంగా ఏదైనా కార్యకలాపాలలో పాల్గొంటే.

హైదరాబాద్ సివిల్ సర్వీస్ (HCS)

1892 రాజ్యాంగం, ఆరవ నిజాం కానున్-చా-ముబారక్ హైదరాబాద్ స్టేట్లో సిబ్బంది నిర్వహణ రంగంలో ఒక మైలురాయిగా పరిగణించబడింది. అదేవిధంగా, మీర్ ఉస్మాన్ అలీ ఖాన్ హయాంలో, 1919 రాజ్యాంగం ప్రకారం, బాబేబ్- హుకుమాత్, నిజాం సేవలపై సార్వభౌమాధికారాన్ని ఉపయోగించారు. 1919 ఫార్మాన్ ప్రకారం, హైదరాబాద్ సివిల్ సర్వీస్ కమిటీని స్థాపించారు. సిబ్బంది ఏజెన్సీగా ఇది పౌర సేవల నిర్వహణలో ముఖ్యమైన పాత్ర పోషించింది. ఇది దాని పనితీరులో స్వతంత్రంగా ఉంది. కమిటీ యొక్క నిర్ణయాత్మక ప్రక్రియపై ఒత్తిడి తీసుకురావడానికి ఎటువంటి ప్రయత్నం చేయలేదు. ఇది ఒక మల్టీఫంక్షనల్ ఏజెన్సీ మరియు హైదరాబాద్ సివిల్ సర్వీస్ యొక్క అన్ని అంశాలతో దగ్గరి సంబంధం కలిగి ఉంది. వివిధ విభాగాల్లోని వివిధ ఖాళీల కోసం అభ్యర్థుల ఎంపిక మరియు నియామకం కోసం ఇది పరీక్షలు నిర్వహిస్తుంది.

1938లో, ఎగ్జిక్యూటివ్ కౌన్సిల్ యొక్క తీర్మానం ద్వారా, రిక్రూట్మెంట్ కోసం ఏజెన్సీ లేదా ఏజెన్సీల అవకాశం మరియు పాత్రను పరిశీలించడానికి ఆర్థిక సభ్యుడు అధ్యక్షుడిగా మరియు ఆర్థిక శాఖ అధికారి కార్యదర్శిగా ప్రభుత్వ కార్యదర్శులందరితో కూడిన ఒక కమిటీని ఏర్పాటు చేశారు.

నియామకం మరియు దాని/వాటి పరిధి. వివరణాత్మక చర్చ తర్వాత, హైదరాబాద్ పబ్లిక్ సర్వీస్ కమీషన్ అని పిలువబడే ఒక స్వతంత్ర మరియు నిష్పక్షపాత రిక్రూట్మెంట్ ఏజెన్సీని స్థాపించాలని సిఫార్సు చేయబడింది. "పరిపాలన యొక్క సామర్థ్యం దాని సిబ్బందిపై ఆధారపడి ఉంటుంది" అని కమిటీ అభిప్రాయపడింది. అందువల్ల పరిపాలన యొక్క ఉన్నత సేవల కోసం రిక్రూట్మెంట్ ప్రక్రియ దాని ప్రమాణం మరియు సామర్థ్యాన్ని రూపొందించడంలో మరియు నిర్వహించడంలో ముఖ్యమైన పాత్ర పోషిస్తుందని స్పష్టంగా తెలుస్తుంది. తదనుగుణంగా, హైదరాబాద్ పబ్లిక్ సర్వీస్ కమిషన్ను 27 ఏప్రిల్ 1947న ఒక ఫార్మానా ద్వారా స్థాపించారు. అసఫ్ జాహీ పాలనలో పౌర సేవల సంస్థ మరియు నిర్వహణలో కమిషన్ ఏర్పాటు ఒక ముఖ్యమైన మైలురాయి. ఇది నిజాం రాష్ట్ర పౌర సేవల యొక్క మొత్తం పరిపాలనా యంత్రాంగాన్ని ఆధునిక కాలానికి అనుగుణంగా

తీసుకువచ్చింది. హైదరాబాద్ సివిల్ సర్వీస్ అనేది హైదరాబాద్ రాష్ట్రంలో గౌరవనీయమైన సేవ. ఇది శ్రేష్టమైన సేవగా పరిగణించబడింది. ప్రభుత్వ అధికారులలో అత్యుత్తమమైన వారు పోటీ పరీక్ష ద్వారా ఇందులో నియమించబడినారు. బ్రిటీష్ ప్రావిన్షియల్ పబ్లిక్ సర్వీస్ కమీషన్ తరహాలో హైదరాబాద్ పబ్లిక్ సర్వీస్ కమీషన్ ఇలాంటి విధులతో ఏర్పాటు చేయబడింది. ఇందులో చైర్మన్ మరియు సభ్యులు నలుగురికి మించకుండా ఉండేవారు. కార్యనిర్వాహక మండలి ప్రెసిడెంట్ సిఫారసు మేరకు నిజాం హైనెస్ వీరిని నియమించారు. 1948లో పోలీసు చర్య తర్వాత ఇది రద్దు చేయబడింది మరియు దీని అధికారులు భారత ప్రభుత్వ పౌర సేవల్లోకి చేర్చబడ్డారు.

నిజాం సబ్జెక్ట్స్ లీగ్

మీర్ ఉస్మాన్ అలీ ఖాన్, 1911-1948 జారీ చేసిన ముల్కీ నియమాలు మరియు నిబంధనలు సహేతుకమైన సమ్మతిని కలిగి ఉన్నాయి. మరీ ముఖ్యంగా, స్థానిక/ముల్కీ హైదరాబాదీలు, దక్కనీ సంశ్లేషణకు ప్రాతినిధ్యం వహిస్తున్న హిందువులు మరియు ముస్లింలు, ఉద్యోగాలు మరియు సేవలలో తమ ప్రయోజనాలను కాపాడాలని నిజాంపై ఒత్తిడి తెచ్చారు. నిజాం సబ్జెక్ట్స్ లీగ్ రాజ్యాంగ హక్కులు మరియు పౌరసత్వ అధికారాలను కాపాడటానికి, నిజాం ఆధ్వర్యంలో రాజ్యాంగబద్ధమైన ప్రభుత్వాన్ని స్థాపించడానికి ఏర్పాటు చేయబడింది. ఇది హైదరాబాద్ రాష్ట్రంలోని అన్ని తరగతులు/వర్గాల మధ్య సద్భావన మరియు సహకారాన్ని ప్రోత్సహించాలని కోరింది. ముల్కీ రాజకీయ సంస్థలు 1920లలో స్థానిక ఉస్మానియా గ్రాడ్యుయేట్స్ అసోసియేషన్ మరియు లండన్లో సొసైటీ ఆఫ్ యూనియన్ అండ్ ప్రోగ్రెస్ ఏర్పాటుతో ప్రారంభమయ్యాయి. సొసైటీని 1926లో ఇంగ్లండ్లో చదువుతున్న హిందువులు మరియు ముస్లింలు హైదరాబాద్ విద్యార్థుల చిన్న సమూహం స్థాపించారు. నిజాం సబ్జెక్ట్స్ లీగ్ 1935లో మాజీ రాజకీయ వ్యవహారాల మంత్రి సర్ నిజామత్ జంగ్ నాయకత్వంలో స్థానిక/ముల్కీలకు పరిపాలనా స్థానాల్లో మరియు నిర్ణయాధికార సంస్థల్లో తగిన ప్రాతినిధ్యం కల్పించడం కోసం స్థాపించబడింది. నిజాం పట్ల మరియు దక్కనీ సంస్కృతి మరియు భాష పట్ల విధేయత లీగ్ యొక్క ప్రాథమిక సిద్ధాంతాలు. ఇది "హైదరాబాదీలు హైదరాబాద్ కోసం" అనే నినాదాన్ని ఇచ్చింది. దాని కార్యదర్శి సయ్యద్ అబిద్ హసన్ తన రచనలో, హైదరాబాద్లో, "రాష్ట్రానికి సేవ చేసే ప్రత్యేక హక్కు" కోసం ముల్కీల డిమాండ్ను చేపట్టారు అని పేర్కొన్నాడు. రాష్ట్ర ఆర్థిక వనరుల ద్వారా లబ్ధి పొందడం మరియు... రాష్ట్ర పరిపాలనా విధానాలను రూపొందించడం. ఉస్మానియా యూనివర్శిటీ స్థాపన తర్వాత స్థానిక ముస్లిం యువత ఉన్నత చదువులు చదివి పరిపాలనా సేవల్లో తగిన ప్రాతినిధ్యం కోసం ఆకాంక్షించారు.

హైదరాబాద్ రాష్ట్రంలో 1900-1915 వరకు అనేక పాఠశాలలు మరియు విద్యా సంస్థలు స్థాపించబడ్డాయి, దీని ఫలితంగా ముల్కీలలో అర్హత కలిగిన వారి సంఖ్య పెరిగింది. అయితే, ముల్కీయేతరుల ఆధిపత్యం కారణంగా చాలా మంది ప్రభుత్వ ఉద్యోగాలను పొందలేకపోయారు. ఇది వారిని చాలా అసంతృప్తికి గురి చేసింది అదే సమయంలో ముల్కీయేతరులు తమకు మంచి అర్హతలు ఉన్నాయని, ప్రభుత్వ ఉద్యోగాలన్నింటికీ అర్హులని విశ్వసించారు. ఈ విశ్వాసాన్ని ప్రదర్శించడం ముల్కీల మనోభావాలను దెబ్బతీసింది. 1911 మరియు 1931 సంవత్సరాలలో ఇతర రాష్ట్రాల నుండి వలసలు పెరిగాయి మరియు ఉపాధి కోసం హైదరాబాద్కు వచ్చిన వారు ముల్కి ఆగ్రహాన్ని రేకెత్తించారు. ఉత్తర భారతీయులు ఇతరులను పరిపాలన వెలుపల ఉంచే సమూహంగా వ్యవహరించారు మరియు తమను తాము "రాష్ట్ర పాలకులు"గా భావించారు. ముల్కీలపై ఆధిపత్య కాంప్లెక్స్ను ప్రదర్శించారు. ముల్కీ సమస్య తీవ్ర ఆందోళనకు గురిచేసిందని అరవముదు అయ్యగార్ కమిటీ గమనించింది. ఇది ఈ విధంగా సిఫార్సు చేసింది, "రాష్ట్రానికి (అంటే భూమి పుత్రులకు) శాశ్వత అనుబంధం ఉన్న వ్యక్తులచే ప్రజా సేవలను నిర్వహించడం అవసరం. ప్రభుత్వ సేవల సమర్థత మరియు నైతిక స్థైర్యాన్ని పెంపొందించడానికి స్వతంత్ర మరియు నిష్పాక్షికమైన ఏజెన్సీని ఏర్పాటు చేయాలి". ప్రభుత్వం జులై 19, 1939న ముల్కీ నిబంధనలను మరింత కఠినంగా అమలు చేయడంతోపాటు సమగ్ర సంస్కరణల పథకాన్ని ప్రకటించింది. విద్యావంతులైన స్థానిక యువతలో పెరుగుతున్న నిరుద్యోగం, ముల్కీయేతరుల ఆధిపత్యంపై ఆగ్రహాన్ని కూడా కలిగించింది: ఒక ప్రభుత్వ ఉన్నతాధికారి మాటల్లో "అన్ని కాడిలలోకెల్లా అత్యంత బరువైనది. అపరిచితుడు..." ముల్కీ వాదన దక్కనీ సాంస్కృతిక సంశ్లేషణపై ఆధారపడింది. ఇందులో హిందూ-ముస్లిం సాంస్కృతిక అంశాలు ఉన్నాయి. నిజామత్ జంగ్ మరియు బూర్గుల రామకృష్ణారావు వంటి హిందూ మరియు ముస్లిం ఉన్నతవర్గాలు ఇందులో ప్రాతినిధ్యం వహించినందున లీగ్ సభ్యత్వం మిశ్రమ సంస్కృతికి సాక్ష్యమిస్తుంది. ముల్కీ సంఘం ముల్కీ రాజకీయ చైతన్యాన్ని బలోపేతం చేయడానికి కృషి చేసింది. 1948కి ముందు కాలంలో ముల్కీ ఉద్యమంలో ఉస్మానియా యూనివర్సిటీ పట్టభద్రులు ముందున్నారు. తత్ఫలితంగా హైదరాబాద్ ముస్లింలు మరింత లాభపడ్డారు. 1947-48లో వివిధ విభాగాల్లోని 999 మంది గెజిటెడ్ అధికారులలో 754 మంది ముస్లింలు ఉన్నారు. అక్షరాస్యత శాతం ఎక్కువగా ఉండటం, ఉర్దూ అధికార భాష కావడం మరియు ఇంగ్లీషుకు పరిచయం ఉన్నందున వారు లాభపడినారు.

పోలీసు చర్య, దాని ప్రభావం

1948లో పోలీసు చర్య తర్వాత, దాదాపు పదిహేను వేల మంది అధికారులు మరియు ఒక లక్ష మంది కిందిస్థాయి సిబ్బందితో కూడిన నిజాం పరిపాలనా యంత్రాంగం కుప్పకూలింది. బ్యూరోక్రసీలో ప్రధానంగా ముస్లింలు ఉన్నారు మరియు వారికి ఉర్దూ మాత్రమే తెలుసు. కానీ కొత్త ప్రభుత్వంలో వారు మినహాయించబడ్డారు. పాలన యంత్రాంగం రద్దు వల్ల ఏర్పడిన శూన్యతను పొరుగున ఉన్న బొంబాయి, సెంట్రల్ ప్రావిన్సులు మరియు మద్రాస్ ప్రెసిడెన్సీల నుండి వచ్చిన అధికారులు ఆంగ్ల పరిజ్ఞానంతో త్వరగా భర్తీ చేశారు. తెలంగాణ సమాజంలోని మెజారిటీ నిరక్షరాస్యులైనందున సమైక్య అధికార యంత్రాంగం నుండి మినహాయించబడ్డారు. మిలిటరీ గవర్నర్, మేజర్ జనరల్ చౌదరి బయటి నుండి వచ్చిన హిందూ అధికారులను, ఆంగ్లేయులను నియమించారు. పాత ముస్లిం అధికారుల విధేయతను అనుమానించిన కొత్త ప్రభుత్వం వారిలో చాలా మందిని తొలగించింది. అనేకమందిని అరెస్టు చేసి జైలులో పెట్టింది. మాజీ హైదరాబాద్ సివిల్ సర్వీస్ (హెచ్సీఎస్) సభ్యులపై సైనిక పరిపాలన కక్ష్య సాధింపు చర్యలకు పాల్పడిన సందర్భాలు కూడా ఉన్నాయి. వారు తమ పదవుల నుండి నిర్దాక్షిణ్యంగా తొలగించబడటమే కాకుండా, వారి పోస్టులు బొంబాయి మరియు మద్రాసు ప్రెసిడెన్సీలకు చెందిన అధికారులతో భర్తీ చేయబడ్డాయి. వారిలో కొంతమంది పాకిస్తాన్కు పారిపోని వారు అరెస్టును ఎదుర్కోవలసి వచ్చింది. మాజీ హెచ్సీఎస్ అధికారి, మహమ్మద్ హైదర్ హత్య మరియు దోపిడీకి సంబంధించిన తప్పుడు ఆరోపణలతో జైలు శిక్ష అనుభవించినాడు. తర్వాత జరిగిన న్యాయ పోరాటాలకు సంబంధించిన వివరాలను ఆయన పుస్తకం "అక్టోబర్ తిరుగుబాటు" అందిస్తుంది. నల్గొండ జిల్లా కలెక్టర్గా ఉన్న నవాబ్ ఫఖర్-ఉల్-ముల్క్ మనవడు మీర్ మోజామ్ హుస్సేన్ కూడా అరెస్టు చేయబడి జైలు పాలయ్యాడు.

1948 తర్వాతి సంవత్సరాలలో ముస్లిం సమాజానికి వ్యతిరేకంగా హింస జరిగినట్లు కూడా అందుబాటులో ఉన్న ఆధారాలు సూచిస్తున్నాయి. సైనిక ఆక్రమణ ప్రారంభమైన వెంటనే, హైదరాబాదులోని అన్ని జిల్లాలలో అధిక సంఖ్యలో హిందువులు "హిందూ రాజ్" ఏర్పడిందని భావించారు. హిందువుల ప్రతీకార చర్య ఫలితంగా కొన్ని జిల్లాల్లోని కొంతమంది ముస్లింలు నష్టపోయారు. ముఖ్యంగా బీదర్, ఉస్మానాబాద్, గుల్బర్గా, నల్గొండ, వరంగల్ జిల్లాలు ఎక్కువగా దెబ్బతిన్నాయి మరియు వేలాది మంది ముస్లింలు చంపబడ్డారు. దాదాపుగా ఇవన్నీ ప్రధాన సమాచార మార్గాలకు దూరంగా ఉన్న చిన్న గ్రామాలలో జరిగాయి. హైదరాబాదు నగరంలోనూ, కొన్ని ప్రాంతాలలోనూ

బాధ్యతారహితమైన హిందూ ప్రజానీకంలోని అనేక వర్గాలు ముస్లింలను విచక్షణారహితంగా దోచుకుని అణిచివేసారు.

అధికారం యొక్క మీటలు ప్రధానంగా ఒక సంఘం చేతిలో ఉన్నాయని కొత్త మిలటరీ పరిపాలన కనుగొంది. ముస్లింలు జనాభాలో 12 శాతం కంటే తక్కువ ఉన్నారు, కానీ ప్రతి సీనియర్ నియామకం వారితోనే జరిగింది. ఉదాహరణకు, బక్లే, చీఫ్ సివిల్ అడ్మినిస్ట్రేటర్ ప్రకారం పదహారు మంది కార్యదర్శులలో ఒక్కరు మాత్రమే L.N. గుప్తా, ముస్లిమేతరుడు. సచివాలయంలోని అధికారులు, చీఫ్ సూపరింటెండెంట్లు మరియు రిజిస్ట్రార్ల వరకు 118 మంది ఉన్నారు. వారిలో పదమూడు మంది హిందువులు మరియు నలుగురు క్రైస్తవుడు మాత్రమే ఉన్నారు. యాభై ఒక్క డిపార్ట్మెంట్ హెడ్లలో పది మంది హిందువులు, ఇద్దరు పార్సీలు మరియు ఒక క్రైస్తవులు. సీనియర్ స్థాయిలలో మొత్తం నాన్–ముస్లిమేతర ప్రాతినిధ్యం 15 శాతం కంటే తక్కువగా ఉంది. హైదరాబాద్ లోని మిలటరీ ప్రభుత్వం ముస్లింలు అధికంగా ఉండే కార్యనిర్వాహక, పోలీసు మరియు పరిపాలనా సేవలలో జాతి సమతుల్యతను సర్దుబాటు చేయడానికి ప్రయత్నించింది. ఈ మేరకు ప్రధాన కార్యదర్శి నుంచి కిందిస్థాయి పోలీసు సిబ్బంది వరకు వందమందికి పైగా అధికారులను విధుల నుంచి తప్పించారు. పోలీసు చర్యతో పాటు జరిగిన హింసలో పాల్గొన్నట్లు అనుమానించబడిన అనేక మంది స్థానిక అధికారులను కూడా వారు అదుపులోకి తీసుకున్నారు. అదనంగా, వారు బలవంతపు పదవీ విరమణ లేదా రాష్ట్రం నుండి బదిలీ చేయడం ద్వారా సివిల్ సర్వీస్లో పనిచేస్తున్న ముస్లింల సంఖ్యను తగ్గించడానికి ప్రయత్నించారు. మిలిటరీ ప్రభుత్వం కొత్త ముస్లింలను సేవల్లో నియమించుకోకూడదనే విధానాన్ని అవలంబించింది. పోలీసు చర్య తర్వాత మరియు దాని నేపథ్యంలో అనుసరించిన కొత్త సెటప్ పర్యవసానంగా చాలా మంది ముస్లిమ్లు ఉపాధి నుండి తొలగించబడ్డారు. 1948లో నిజాం ప్రభుత్వ ఉద్యోగులలో హిందువుల శాతం 10% అయితే 1950 నాటికి వారి వాటా 42% అని తేలింది. 1952లో, పోలీసు సిబ్బందిలో హిందువులు దాదాపు 50% ఉన్నారు. 1948లో జిల్లా పోలీసు సూపరింటెండెంట్లలో కేవలం 15% ఉండగా, 1952 నాటికి అది 75%కి పెరిగింది.

ముల్కీ నిబంధనల ఉల్లంఘన

డిసెంబర్ 1949లో, మిలిటరీ గవర్నర్ పరిపాలన ముగిసింది. M.K. వెల్లోడి, ICS మేజర్– జనరల్ చౌధురి స్థానంలో డిసెంబర్ 1949 మరియు మార్చి 1952

మధ్య హైదరాబాద్లో కొత్త పౌర పరిపాలనకు హెడ్ (ముఖ్యమంత్రి)గా నియమితులయ్యారు. జూన్ 1950న, M.K. వెల్లోడి మంత్రివర్గాన్ని ఈ క్రింది విధంగా ఏర్పాటు చేశారు:

బూర్గుల రామకృష్ణారావు- విద్య మరియు ఎక్సైజ్, ఎం. శేషాద్రి- హెరం మరియు జ్యుడిషియరీ, సి.వి.ఎస్. రావు - ఫైనాన్స్ మరియు వాణిజ్యం, వి.బి. రాజు - Lbour, కస్టమ్స్ మరియు పరిశ్రమ, వినాయక్ రావు విద్యాలంకర్ - వ్యవసాయం, సహకార మరియు సరఫరా ఫూల్చంద్ గాంధీ - వైద్య, ఆరోగ్యం మరియు స్థానిక ప్రభుత్వం

మిలిటరీ ప్రభుత్వం అనుసరించిన పరిపాలనా విధానాలనే వెల్లోడి ప్రభుత్వం కొనసాగించింది. ఇది ముస్లిం అధికారులకు ప్రతికూలంగా ఉంది. ముఖ్యమైన వ్యవసాయ చట్టం, హైదరాబాద్ కౌలు మరియు వ్యవసాయ భూముల చట్టం, 1950 ప్రభుత్వంచే ఆమోదించబడింది. వెల్లోడి ఆధ్వర్యంలోని సివిల్ అడ్మినిస్ట్రేషన్ ముస్లింలను మినహాయించడం మరియు ముల్కీయేతరులకు అనుకూలంగా ఉండే విధానాన్ని కొనసాగించింది. ఇది స్థానిక ప్రజలలో అసంతృప్తిని కలిగించింది. వాస్తవానికి, సైనిక ప్రభుత్వం నవంబర్ 1949లో నిజాం జారీ చేసిన ఫర్మానాను పొందింది. దానిలో ఇలా పేర్కొంది: "ముల్కీ కాకపోతే అతని ఉన్నతమైన ఉన్నత వ్యక్తి యొక్క నిర్దిష్ట అనుమతి లేకుండా ఏ వ్యక్తి అయినా ఉన్నత లేదా తక్కువ సేవలో నియమించబడడు. అనుబంధం 'N'లో నిర్దేశించబడిన నియమాలు. ముల్కీ నిబంధనలలోని పేరా 9 ప్రకారం నివాసం రద్దు చేయబడిన ఏ వ్యక్తి అయినా, అటువంటి రద్దు తేదీ నుండి తొలగించబడినట్లు పరిగణించబడుతుంది. నిజాం యొక్క ఫర్మానా, వాస్తవానికి, ప్రభుత్వం క్రింద ఒక పదవికి నియామకం కొరకు 19191 ముల్కీ నిబంధనలకు సంబంధించిన నిబంధనలను ధృవీకరించింది. హైదరాబాద్ స్టేట్లో 15 సంవత్సరాలు ఉండాలనే క్లాజ్ను కూడా స్పష్టం చేసింది మరియు ముల్కీ తన స్వస్థలానికి తిరిగి వెళ్లే ఆలోచన లేదని హైదరాబాద్లో శాశ్వత నివాసి అని మెజిస్ట్రేట్ నుండి సర్టిఫికేట్ తీసుకోవాలని పేర్కొంది.

సైనిక మరియు పౌర ప్రభుత్వాలు ముల్కీ నిబంధనలను అమలు చేయడంలో విఫలమయ్యాయి. ప్రస్తుత నిబంధనలకు విరుద్ధంగా వేలాది మంది నాన్ ముల్కీలను నియమించారు. ముల్కీయేతరుల ఉద్యోగాలకు, స్థానికుల పట్ల వివక్షకు నిరసనగా రాజకీయ పార్టీల నాయకులు, మేధావులు, యువత నిరసన తెలిపారు. ఉద్యోగాలకు అర్హులైన స్థానిక అభ్యర్థులు అందుబాటులో ఉన్నప్పటికీ, ముల్కీయేతరులకు ఉద్యోగ అవకాశాలు కల్పించడానికి వెల్లోడి ప్రభుత్వం 1949లో ఒక చట్టాన్ని ఆమోదించింది. 1919 నాటి ముల్కీ నిబంధనలలోని 1(ఎ) మరియు 1 (సి) ప్రకారం ముల్కీ నిబంధనలను

పాటించాల్సిన అవసరం లేదని పేర్కొంది. ఇది 1919 నాటి ముల్కీ నిబంధనలను నిరాకరించడమె రూల్ 1 (ఎ) ప్రకారం, వ్యక్తి పుట్టుకతో ముల్కీ అయి ఉండాలి మరియు రూల్ 1(సి) ప్రకారం, వ్యక్తి తండ్రి హైదరాబాద్ స్టేట్ లో 15 ఎందుకంటే సంవత్సరాల ప్రభుత్వ సర్వీసును పూర్తి చేసి ఉండాలి. ఈ రెండు నిబంధనలను కొత్త ప్రభుత్వం రద్దు చేసింది. ఇది హైదరాబాదీలలో అసంతృప్తిని కలిగించింది. ఇంకా, వెల్లోడి ప్రభుత్వం 1950లో జారీ చేసిన సర్క్యులర్ లెటర్లో ప్రభుత్వ పరిధిలోని సర్వీసులకు రిక్రూట్మెంట్ కోసం జనన మరియు సంతతి అర్హతలను ఒత్తిడి చేయరాదని ఆదేశాలు ఇచ్చింది. అదేవిధంగా, 18 సెప్టెంబర్ 1951 నాటి ఒక సర్క్యులర్, "ప్రస్తుతమున్న ముల్కీ నిబంధనలలో నిర్దేశించిన పదిహేనేళ్ల నివాస కాలం విద్య లేదా వైద్య ప్రయోజనాల కోసం రాష్ట్రం వెలుపల గడిపిన కాలాలు 'విరామంగా' పరిగణించబడవు అనే నిబంధనతో 'నిరంతర'గా ఉండాలని నిర్ణయించింది. స్థానికేతరులు కొత్త నిబంధనలను ఆసరాగా చేసుకొని, ప్రభుత్వ అలసత్వం, అవినీతిని సద్వినియోగం చేసుకొని, అనేక శాఖల్లో ఉద్యోగాలు పొందినారు.

ముఖ్యంగా పొరుగున ఉన్న ఆంధ్ర జిల్లాల నుండి అనేక మంది దీనివల్ల లాభపడినారు. బోధనా మాధ్యమం మరియు అధికార భాషా విధానం కూడా స్థానికేతరులకు పెద్ద ఎత్తున ఉపాధి కల్పించేందుకు మొగ్గుచూపింది. తెలుగు, మరాఠీ, కన్నడ భాషల్లో జ్ఞానాన్ని అదనపు అర్హతగా పేర్కొంటూ వెల్లోడి ప్రభుత్వం సర్క్యులర్ జారీ చేసింది. ఇది హైదరాబాద్ స్టేట్ అధికార భాష అయిన ఉర్దూ భాష యొక్క ప్రాముఖ్యత క్షీణతకు దారితీసింది. పర్యవసానంగా, ఆంగ్లంలో చదువుకున్న నాన్–ముల్కీ ఆంధ్ర గ్రాడ్యుయేట్లు మరియు తెలుగు పండిట్లు రెవెన్యూ, పోలీసు, విద్యా శాఖలు మొదలైన వాటిలో ఉపాధిని పొందారు. ముల్కీయేతర అధికారులు తమ అధికారాన్ని, ప్రభావాన్ని ఎలా ఉపయోగించుకుంటున్నారనేదానికి అనేక ఉదాహరణలు ఉన్నాయి. స్థానికేతరులు వారి బంధువులను తీసుకువచ్చి వారికి ఉపాధి కల్పించినారు. ఉద్యోగాలపై ముల్కీలు గొప్ప ఆశలు పెట్టుకున్న ముల్కీలు ముల్కీయేతరులను పదవుల్లో నియమించినప్పుడు నిరుత్సాహానికి మరియు నిరాశకు గురయ్యారు. వారు తమకు ఇస్తారని ఆశించిన ఉద్యోగాల్లో స్థానికేతరులు నియమించబడినారు. ఆ విధంగా రాష్ట్రంలోని విద్యావంతులైన తరగతులలోని అన్ని వర్గాలలో నిరాశ మరియు నిస్పృహ సంకేతాలు అధికమైనాయి. దీనికి తోడు ఆంధ్రా అధికారుల ఉదాసీనత, అహంకార ప్రవర్తన, ఆధిపత్యం స్థానిక ప్రజలను దూరం చేసింది. స్థానికుల ఆత్మగౌరవాన్ని, గౌరవాన్ని కించపరిచేలా బయటి వ్యక్తులు విజేతలుగా ప్రవర్తించారు. బంధువు లేదా స్నేహితులకు బోగస్ ముల్కీ సర్టిఫికేట్ల

ఆధారంగా స్థానికేతరులు ఉద్యోగాలిచ్చారు. తెలంగాణ నిరుద్యోగ యువత అంచనాలు ఫలించలేదు. కొత్త ప్రభుత్వం ఏర్పడ్డాక తమ సమస్యలు తీరతాయన్న వారి ఊహలు బద్దలయ్యాయి. ముల్కీయేతరుల వల్ల ఉద్యోగాలు, ఉపాధికి దూరమవుతారని విద్యావంతులైన యువత ఆవేదన వ్యక్తం చేశారు.

కాంగ్రెస్ ప్రభుత్వం ఏర్పాటు

1952లో జరిగిన మొదటి సార్వత్రిక ఎన్నికల్లో కాంగ్రెస్ పార్టీ మెజారిటీ సీట్లు (175కి 93) గెలుచుకుని బూర్గుల రామకృష్ణారావు ముఖ్యమంత్రిగా ప్రభుత్వాన్ని ఏర్పాటు చేసింది. కమ్యూనిస్టు పార్టీ నేతృత్వంలోని ప్రోగ్రెసివ్ డెమోక్రటిక్ ఫ్రంట్ 42 సీట్లు గెలుచుకుని ప్రతిపక్ష పార్టీగా అవతరించింది. ఈ ఎన్నికల్లో జవహర్లాల్ నెహ్రూ కంటే రావి నారాయణరెడ్డికి అత్యధిక ఓట్లు వచ్చాయి. కాంగ్రెస్ మంత్రిత్వ శాఖలో 13 మంది క్యాబినెట్ మంత్రులు మరియు 7 మంది డిప్యూటీ మంత్రులు ఉన్నారు:

1. బి. రామకృష్ణారావు (ముఖ్యమంత్రి, సాధారణ పరిపాలన, రెవెన్యూ)
2. దిగంబర్రావు బిందు (హోంమ్)
3. కె.వి.రంగా రెడ్డి (ఎక్సైజ్, కస్టమ్స్ మరియు ఫారెస్ట్)
4. వినాయకరావు విద్యాలంకార్ (వాణిజ్యం మరియు పరిశ్రమలు)
5. G.S. మెల్కోటే (ఫైనాన్స్)
6. మెహదీ నవాజ్జంగ్ (పబ్లిక్ వర్క్స్)
7. ఫూల్చంద్ ప్రేమచంద్ గాంధీ (విద్య, ప్రజారోగ్యం)
8. V.B.రాజు (ప్రణాళిక, పునరావాసం, లేబర్ మరియు సమాచారం)
9. డా. ఎం. చెన్నా రెడ్డి (సరఫరా/ఆహారం మరియు వ్యవసాయం)
10. అన్నావో గన్ముఖి (స్థానిక ప్రభుత్వం)
11. జగన్నాథ రావు చందర్కి (లా/న్యాయవ్యవస్థ)
12. శంకర్దేవ్ (సాంఘిక సంక్షేమం/హరిజనుల సంక్షేమం)

13. దేవిసింగ్ చౌహాన్ (గ్రామీణ పునర్నిర్మాణం)

ఉప మంత్రులు

14. అరిగె రామస్వామి

15. సంఘం లక్ష్మీబాయి

16. శ్రీనివాసరావు ఎఖేలికర్

17. భగవంతరావు సూటే

18. M.S. రాజలింగం

19. పల్లెర్ల హనుమంత రావు

20. విరూపాక్షప్ప

కాంగ్రెస్ మంత్రివర్గం 1955లో హైదరాబాద్ టెనెన్సీ (నివారణ మరియు తొలగింపు చట్టం), మరియు హైదరాబాద్ అబాలిషన్ ఆఫ్ ఇనామ్స్ చట్టం వంటి ప్రసిద్ధ భూ సంస్కరణల చట్టాన్ని ఆమోదించింది.

మొదటి ముల్కీ ఆందోళన, 1952

ముల్కీ సమస్య కొనసాగుతూనే హైదరాబాద్ శాసనసభలో ప్రభుత్వం అనేక ప్రశ్నల్ని ఎదుర్కొంది. అనేక మంది సభ్యులు రాజకీయ మరియు సైద్ధాంతిక విభేదాలకు అతీతంగా బయటి/స్థానికేతరుల ఉపాధి మరియు ముల్కీ నిబంధనల ఉల్లంఘనకు సంబంధించిన సమస్యలను లేవనెత్తారు. మొదటి హైదరాబాద్ అసెంబ్లీ సమావేశంలో సభ్యులు అసంఖ్యాకమైన ప్రశ్నలు లేవనెత్తారు. ముఖ్యంగా ముల్కీ–నాన్ ముల్కీ సమస్యలపై దిశానిర్దేశం చేశారు. 1952 జూన్ మరియు జులైలో ముల్కీయేతర ఉద్యోగులపై సభలో ప్రజల అసంతృప్తులు వ్యక్తం చేయబడినాయి.

1952 ముల్కీ ఆందోళనపై తన నివేదికను సమర్పించిన జస్టిస్ జగన్మోహన్ రెడ్డి ఇలా వ్యాఖ్యానించారు: నాన్–ముల్కీ భావన హైదరాబాద్లో చాలా కాలంగా ప్రబలంగా ఉంది. ఇది ఎల్లప్పుడూ ప్రభుత్వ రంగంలోనాన్–ముల్కీల ఉపాధి యొక్క ప్రత్యక్ష ఫలితం. పోలీసు చర్యకు ముందు, ముల్కీయేతర ముస్లింల ఉద్యోగాల కారణంగా ముల్కీ ముస్లీంలలో ఈ భావాలు ఎక్కువగా ఉండేవి. ఆ సమయంలో ఉద్యోగాల్లో ముల్కీయేతరుల

గుత్తాధిపత్యంగా ఉండేవి. పోలీసు చర్య తర్వాత ప్రభుత్వ సర్వీసులోని అన్ని శాఖల్లోకి ముల్కీయేతరులు పెద్దఎత్తున ప్రవేశించారు. వారికి హైదరాబాద్ ప్రజల అలవాట్లు, ఆచారాలు లేదా దృక్పథం గురించి తెలియదు. సాక్షులందరి సాక్ష్యాధారాల ప్రకారం, కొన్ని మినహాయింపులతో, ఈ అధికారులు స్థానిక ప్రజలకు అందించిన సాధారణ ట్రీట్మెంట్ ఏమిటంటే, ఒక విజేత జయించిన వారికి ఇచ్చిన మరియు వారి ఆత్మగౌరవాన్ని మరియు గౌరవాన్ని అవమానపరిచేలా ఉంది. 'ముల్కీయేతర ఆంధ్రా అధికారుల అవమానకరమైన మరియు ఆధిపత్య వైఖరిని స్థానిక రాజకీయ నాయకులు మరియు ఇతరులు ధృవీకరించారు: హైదరాబాద్ స్టేట్ కాంగ్రెస్ ప్రధాన కార్యదర్శులలో ఒకరైన ప్రాణేశాచారి మాట్లాడుతూ "బయట ఒక భావన ఉంది. దిగుమతి చేసుకున్న అధికారులు స్థానిక ప్రజలను జయించిన వారిలా వ్యవహరిస్తున్నారు. పోలీస్ యాక్షన్ తర్వాత భారత ప్రభుత్వం హైదరాబాద్ పరిపాలనను నిర్వహించడానికి సిబ్బంది ఎంపికను హడావుడిగా చేసి అరవై శాతానికి పైగా ప్రజలు ఇక్కడికి తీసుకువచ్చారని హైదరాబాద్ పార్లమెంటు సభ్యుడు డాక్టర్ జైసూర్య అభిప్రాయపడ్డారు. "ముల్కీయేతర ఉద్యోగులు మహమూద్ గజ్నీలా ప్రవర్తించారని మరియు వారి చర్యలు అనైతికత, మరియు దోపిడితో కొట్టుమిట్టాడుతున్నాయని" వ్యాఖ్యానించారు. మెడికల్ డిపార్ట్మెంట్ రిటైర్డ్ డైరెక్టర్ కల్నల్ వాఘే ఇలా అన్నారు: "పోలీసు చర్య తర్వాత, స్థానిక ప్రజల పట్ల దిగుమతి చేసుకున్న అధికారుల ప్రవర్తించడం చాలా సమయాల్లో ఆత్మగౌరవం ఉన్న వ్యక్తులను కించపరిచేలా ఉంది. జస్టిస్ జగన్మోహన్ రెడ్డి కమిషన్ సేకరించిన సాక్ష్యాలు బయటి నుండి పెద్దఎత్తున ముల్కీయేతరులు తరలివచ్చారనే వాస్తవాన్ని పునరుద్ఘాటిస్తుంది మరియు "ముల్కీల పట్ల గైర్-ముల్కీల వలస వైఖరిని కూడా నిర్ధారిస్తుంది"

ముల్కీ ఉద్యమ వ్యాప్తి

1952లో యువకుల అసంతృప్తి తెలంగాణలో విస్తృతమైన ఆందోళనకు దారితీసింది. హైదరాబాద్ స్టేట్ అసెంబ్లీ సభ్యుడు రామాచారి 1952లో ముల్కీల ప్రయోజనాలను కాపాడేందుకు, ముల్కీయేతరులకు వ్యతిరేకంగా పోరాడేందుకు హైదరాబాద్ హితరక్షణ సమితిని స్థాపించారు. జస్టిస్ రెడ్డి ప్రకారం, వరంగల్లో విద్యార్థుల సమ్మె మరియు హైదరాబాద్, సికింద్రాబాద్ సహా ఇతర నగరాలకు విస్తరించడానికి కారణాలు: అవినీతి మరియు దిగుమతి చేసుకున్న అధికారుల బంధుప్రీతి స్థానికప్రజలతో వ్యవహరించడంలో స్థానికేతర అధికారులు ప్రదర్శించిన దుష్ప్రవర్తన మరియు విజేత కాంప్లెక్స్: స్నేహితుల ఉపాధి మరియు దిగుమతి చేసుకున్న అధికారుల సంబంధాలు, మరియు బోగస్ ముల్కీ సర్టిఫికెట్లు కలిగి ఉన్న వ్యక్తుల నియామకం పెరుగుతున్న నిరుద్యోగం కారణంగా

విద్యార్థి సంఘానికి అస్పష్టమైన అవకాశాలు ఉన్నాయి. ఉపాధ్యాయుల బదిలీలు మరియు పదోన్నతుల గురించి పాఠశాలల డివిజనల్ ఇన్స్పెక్టర్ శ్రీ పార్థసారథి మరియు వరంగల్ స్థానిక జిల్లా కాంగ్రెస్ కార్యదర్శి శ్రీ హయగ్రీవాచారి మధ్య విభేదాలు. 1952 ఆగస్టు 28న వరంగల్లో మరియు హైదరాబాద్ నగరంలో 2 సెప్టెంబర్ 1952న చాదర్ ఘాట్ మరియు ముస్తాహెదురా పాఠశాలల వద్ద జరిగిన అన్యాయమైన లాఠీచార్జి ముల్కీయేతరులకు వ్యతిరేకంగా జరిగిన ఉద్యమం కొనసాగింపుపై దాని ప్రభావం కలిగి ఉంది. జస్టిస్ జగన్ మోహన్ రెడ్డి కమిటీ ఉద్యమం యొక్క కోర్సు వివరాలను ఈ క్రింది విధంగా అందించింది.

విద్యార్థుల ఆందోళనకు తక్షణ కారణం వరంగల్లో పాఠశాలల డివిజనల్ ఇన్స్పెక్టర్ పార్థసారథి సుమారు 200 మంది ఉపాధ్యాయులను బదిలీ చేయడం మరియు వారి స్థానంలో రాష్ట్రం వెలుపల నుండి వచ్చిన ఇతరులను నియమించడం. 'నాన్ ముల్కీలు–గో బ్యాక్', "ఇడ్లీ సాంబార్–గో బ్యాక్', 'గోంగూర పచ్చడి–గో బ్యాక్', ఆంధ్రులకు వ్యతిరేకంగా ప్రసిద్ధ నినాదాలుగా మారాయి. ఈ ఉద్యమం ఎక్కువగా వరంగల్, నల్గొండ జిల్లాలు, హైదరాబాద్ మరియు సికింద్రాబాద్ జంట నగరాలలో ప్రజాదరణ పొందింది. నినాదాలను బట్టి చూస్తే, మద్రాసు రాష్ట్రం నుండి బయటి వ్యక్తుల ప్రవాహానికి వ్యతిరేకంగా అత్యంత స్పష్టమైన భావన – "బెజవాడకు తిరిగి వెళ్ళు". మరియు "డౌన్ విత్ మద్రాసీలు" ముఖ్యంగా నగర గోడలపై మరియు వీధి ఊరేగింపులలో సాధారణం. పట్టణాల్లో విద్యార్థులు శాంతియుతంగా ర్యాలీలు నిర్వహించారు. 1952 జులై 26న వరంగల్ పట్టణంలో విద్యార్థుల మొదటి సమ్మె ప్రారంభం కాగా, అన్ని పాఠశాలల్లోని దాదాపు మూడు నుంచి నాలుగు వేల మంది విద్యార్థులు సమ్మెలో పాల్గొని చాలా రోజులు కొనసాగించారు. మరుసటి రోజు వరంగల్ నగరంలో సంపూర్ణ హర్తాళ్ జరిగింది. తదనంతరం, స్థానిక నాయకుడు బుచ్చయ్య నేతృత్వంలో పాఠశాలలు మరియు కళాశాలల ప్రతినిధులతో కూడిన జాయింట్ యాక్షన్ కమిటీ 1952 జూలై 28న ఏర్పడింది. రాష్ట్రంలో బోగస్ ముల్కీ సర్టిఫికెట్లు పొంది ప్రభుత్వ ఉద్యోగాల్లోకి ప్రవేశించిన నాన్ ముల్కీలపై చర్యలు తీసుకోవాలని యాక్షన్ కమిటీ సభ్యులు ముఖ్యమంత్రి బూర్గుల రామకృష్ణారావును కలిసి విన్నవించారు. 1952 ఆగస్టు 29న ఖమ్మంమెట్, మహబూబాబాద్, యెల్లందు మధిర, నల్గొండ, మిర్యాలగూడ, భోనగిరి, హైదరాబాద్, సికింద్రాబాద్, బోలారం నగరాల్లోని పలు ప్రాంతాల్లో విద్యార్థులపై లాఠీ చార్జి చేశారు. ఈ సమ్మెల సందర్భంగా వరంగల్లోనూ, నల్గొండలోనూ విద్యార్థులు వేధింపులకు పాల్పడి ముల్కీయేతరులపై దాడికి పాల్పడ్డారు. రోడ్డు రవాణా బస్సులను నిలిపివేసి, నాన్ ముల్కీలను కిందకు దించి

నడవాలని కోరారు. వరంగల్లో జరిగిన మొదటి సమ్మె, ఖమ్మం, మహబూబాబాద్, మధిర, యెల్లందులలో జులై, ఆగస్టు ప్రారంభంలో జరిగిన సమ్మె తర్వాత విద్యార్థుల ఆందోళన రాష్ట్రంలోని ఇతర ప్రాంతాలకు పాకింది.

అనంతరం హైదరాబాద్, సికింద్రాబాద్ జంట నగరాల్లో బోలారం వద్ద విద్యార్థుల తొలి సమ్మె జరిగింది. చాదర్ ఘాట్ కళాశాల, బద్రుకా కళాశాల, నిజాం కళాశాల, మదరసా-ఇ-అలియా, ముఫీదుల్ ఆనం పాఠశాల, ధర్మావత్ హైస్కూల్, దారుల్ ఉలుమ్ హైస్కూల్, మొఘల్పురా స్కూల్, ఆల్ సెయింట్స్ హైస్కూల్, ముస్తయిద్పురా హైస్కూల్, బజార్, చౌక్ స్కూల్ నుంచి వందలాది మంది విద్యార్థులు, చెంచల్గూడ స్కూల్, రిఫా-ఎ-ఆనమ్, ఉర్దూ షెరీఫ్, కలికామాన్, మొదలైన ప్రాంతాలలో నాన్ ముల్కీలకు వ్యతిరేకంగా నినాదాలు చేశారు. ఈ సందర్భంగా ఆందోళనకారులు ముఖ్యమంత్రి కారును దగ్ధం చేశారు. విద్యార్థులపై పోలీసులు జరిపిన కాల్పులకు దారితీసిన సంఘటనలు విచారణ కమిటీ నివేదికలో ఈ క్రింది విధంగా వివరించబడ్డాయి: విద్యార్థి ఉద్యమం సందర్భంగా, హైదరాబాద్ నగర పోలీసు కమిషనర్ విద్యార్థులకు విజ్ఞప్తి చేశారు మరియు నగరాల్లో పోలీసు బలగాలను నియమించారు. మోటారు వాహనాలలో గస్తీని పంపారు. వివిధ పాఠశాలలకు చెందిన వందలాది మంది విద్యార్థులు నినాదాలు చేస్తూ ఊరేగింపుగా సిటీ కళాశాలకు చేరుకున్నారు. పోలీసులు సభ చట్టవిరుద్ధమని ప్రకటించి, విద్యార్థులను హెచ్చరించి, గుంపుపై లాఠీఛార్జ్ చేసి చెదరగొట్టారు. సెప్టెంబర్ 2వ తేదీ 10-30 గంటల సమయంలో, దాదాపు 500 మంది విద్యార్థులు చాదర్ ఘాట్ కళాశాల నుండి ముల్కీయేతర నినాదాలు చేస్తూ ఊరేగింపుగా వచ్చి, పోలీసులపై నిరంతరం రాళ్లు రువ్వడం ప్రారంభించారు. టియర్ గ్యాస్ మొదలైన వాటిని ఉపయోగించడం అవసరం అయింది. దాదాపు 1500 మంది విద్యార్థులు కళాశాల దక్షిణ ద్వారం నుండి బయటకు రాగా, అసిస్టెంట్ కమీషనర్ ఆఫ్ పోలీస్ కొంత మంది సిబ్బందితో వారి వద్దకు వెళ్లి ఊరేగింపులు చేయకూడదని, నిషేధాజ్ఞలు ఉన్న విషయం గురించి చెప్పి వారిని కళాశాలలోకి వెళ్లమని ఆదేశించారు. వెంటనే, గుంపు పోలీసు పార్టీపై రాళ్లు రువ్వడం ప్రారంభించింది. పోలీసులు పొగ హ్యాండ్-గ్రెనేడ్లు మరియు గుంపును చెదరగొట్టడానికి స్మోక్ షెల్స్ కూడా కాల్చారు.

టియర్ స్మోక్ ఆపరేషన్ మరికొంత సేపు కొనసాగింది. విద్యార్థులు తిరిగి కళాశాలలోకి వెళ్లే సూచనలు కనిపించకపోవడంతో సంఘటనా స్థలానికి చేరుకోవడానికి పోలీసు కమిషనర్కు సమాచారం పంపారు. విద్యార్థులు ముసల్లం జంగ్ పోలీస్ అవుట్పోస్టు దాడి చేసి, అక్కడ ఉన్న పోలీసు కానిస్టేబుళ్లను రాళ్లతో కొట్టి, వారి కిట్ బాక్సులను విసిరారు. ఒక పోలీసు కానిస్టేబుల్ గాయపడ్డారు. మూడు పోలీసు వాహనాలపై కళాశాల

కాంపౌండ్ నుండి మరియు కళాశాల మొదటి అంతస్తు నుండి భారీగా రాళ్లతో దాడి చేశారు, దీని ఫలితంగా అద్దాలు పగిలాయి. పోలీసు అధికారులకు తీవ్ర గాయాలయ్యాయి. తపతి కళాశాల సమీపంలో రోడ్డుపై గుమిగూడిన విద్యార్థులు పోలీసులపై రాళ్లు రువ్వారు. అందుబాటులో ఉన్న పోలీసు అధికారులు మరియు సిబ్బందిని కమిషనర్ సేకరించారు. ఈ దశలో స్థానిక గూండాలు పెద్ద సంఖ్యలో పరిస్థితిని అవకాశంగా తీసుకుని గుంపులో చేరారు. గుంపు రాళ్లు రువ్వడం వల్ల అనేక మంది పోలీసులు మరియు అధికారులు గాయపడ్డారు. సంఘటన స్థలంలో ఉన్న పోలీసు అవుట్పోస్ట్ భవనానికి గుంపు నిప్పు పెట్టినారు. ఉద్యమకారులు, పోలీస్ కమిషనర్ శివకుమా లాల్ అభిప్రాయం ప్రకారం, ప్రాణాలకు మరియు ఆస్తికి తీవ్రమైన ప్రమాదం ఉంది. షార్ట్ ఫైరింగ్ ఏమీ ఫలితానివ్వలేదు. కాబట్టి ఈ తరుణంలో దాదాపు 15,000 మంది గుంపుతో పోలీసులు దాదాపు అన్ని వైపులా చుట్టుముట్టారు. కాల్పులు జరపాలని ఆదేశాలు ఇవ్వాలని మేజిస్ట్రేట్ను సంప్రదించారు. ఉద్యమకారులు పోలీసులు మరియు ప్రజల ఆస్తులపై దాడి కొనసాగించారు. మేజిస్ట్రేట్ శ్రీ అబ్దుల్ బషీర్ కాల్పులు జరపాలని ఆదేశించారు. మొదటగా గుంపుపై రెండు రౌండ్లు కాల్పులు జరిపారు. పోలీసు పార్టీపై దాడి చేయడానికి గుంపు ముందుకు రావడంతో మళ్లీ మరికొన్ని రౌండ్లు కాల్పులు జరిగాయి మరియు ఒక వ్యక్తి కిందపడి మరణించాడు.

సిటీ కాలేజీ ప్రాంతం నుండి చెదరగొట్టబడిన గుంపు కొద్దిసేపటికే ఒక ఊరేగింపుగా ఏర్పడి అఫ్జల్‌గంజ్ వైపు వెళ్ళింది. మార్గంలో ట్రాఫిక్ను ఆపివేసి, మిగిలిన వారు పత్తర్‌గట్ వద్ద ఒక పెద్ద సమావేశాన్ని ఏర్పాటు చేశారు. హైదరాబాద్ రవాణా శాఖ బస్సులను జనం నిలిపివేసి కొన్నింటికి నిప్పు పెట్టారు. ఇది ఇలా ఉండగా మదీనా హెరిటల్ ఎదురుగా ఉన్న జంక్షన్ వద్దకు వచ్చిన రెండు బస్సులను కూడా గుంపు ధ్వంసం చేసింది. 1952 సెప్టెంబర్ 3వ తేదీ రాత్రి హైదరాబాద్ మున్సిపాలిటీకి జరిగిన నష్టం మొత్తం రూ. 60,000 మరియు రోడ్డు రవాణా శాఖ రూ. 1,15, 000. పోలీసులు 3 సెప్టెంబర్ 1952న 24 రౌండ్ల మందుగుండు సామగ్రిని కాల్చారు – 410 బోర్ కాట్రిడ్జి 5–7 రౌండ్లు మరియు 303 యొక్క 12 రౌండ్లు షాట్లు మరియు 97 టియర్ స్మోక్ షెల్స్ మరియు గ్రెనేడ్లను ఉపయోగించారు. 1952 సెప్టెంబర్ 3న హత్యకు గురైన వారి సంఖ్య రెండు. పోలీసులు కాల్పులతో కోపోద్రిక్తులైన గుంపు కోటి సమీపంలోని ప్రతాప్గీ భవనం వద్ద ముఖ్యమంత్రి కారుకు నిప్పు పెట్టారు. ఆ తర్వాత నిషేధాజ్ఞలను ధిక్కరిస్తూ దాదాపు 5000 మంది గుంపు ఫతే మైదాన్లో సమావేశమైంది. మరుసటి రోజు, 4 సెప్టెంబర్

1952 ఉదయం 10 గంటలకు ఉస్మానియా ఆసుపత్రి ముందు 20 నుండి 30 వేల మంది భారీ గుంపు గుమిగూడారు మరియు దానిని ముట్టడించారు.

సెప్టెంబరు 4న జరిగిన సంఘటనలకు సంబంధించి పోలీసుల కథనం ఇలా ఉంది: అఫ్జల్గంజ్ పోలీస్ స్టేషన్ మరియు హాస్పిటల్ చుట్టూ జనం ఉన్నారు మరియు వారి సంఖ్య 30,000 కంటే తక్కువ కాదని అంచనా వేయబడింది. క్రౌడ్లోని చాలా మంది వ్యక్తులు ముందుగా నిర్ణయించిన ప్రణాళిక ప్రకారం రాళ్లు మరియు ఇతర క్షిపణులను కలిగి ఉన్నారు. ఈ క్రౌడ్లో పీపుల్స్ డెమొక్రటిక్ ఫ్రంట్ కార్యకర్తలు పెద్ద సంఖ్యలో ఉన్నారు మరియు విద్యార్థుల సంఖ్య తక్కువగా ఉంది. క్రితం రోజు (సెప్టెంబర్ 3) మరణించిన వ్యక్తుల మృతదేహాలను తమకు అప్పగించాలని నాయకులు డిమాండ్ చేయగా, పోలీసులు అందుకు నిరాకరించారు. ఇంతలో, గుంపు ఆసుపత్రికి చేరుకుని అక్కడ అలజడి సృష్టించింది. ఆసుపత్రి కాంపౌండ్లో పార్క్ చేసిన కొన్ని ఆటోలు, ఆసుపత్రి వైద్యులు, సిబ్బందికి చెందిన వాహనాలు ధ్వంసమయ్యాయి. పోలీసు వైర్లెస్ వ్యాన్ను ఆకతాయిలు తగులబెట్టారు. మేజిస్ట్రేట్, లోతుగా పరిశీలించిన తర్వాత, అల్లరి మూకపై కాల్పులు జరపాలని ఆదేశాలు ఇచ్చారు. అది ఎలాంటి ప్రభావం చూపకపోవడంతో జనం పోలీసులపై రాళ్ల వర్షం కురిపించారు. 4-9-1952న పోలీసులు మరియు ఇతర ప్రభుత్వోద్యోగులపై హింస మరియు ప్రజా ఆస్తులకు నష్టం కలిగించిన అనేక సందర్భాలు ఉన్నాయి. పోలీసులు 4వ తేదీన మొత్తం 74 రౌండ్ల మందుగుండు సామాగ్రిని కాల్చారు మరియు 45 టియర్ గ్యాస్ షెల్స్ను కూడా ప్రయోగించారు. 3-9-1952న పోలీసు కాల్పుల్లో మరణించిన వారి సంఖ్య ఇద్దరు మరియు 4- 9-1952న నలుగురు. 5-9-1952న మరొకరు మరియు 29-9-1952న మరొకరు, పోలీసు కాల్పుల్లో మొత్తం ఎనిమిది మంది మరణించారు. 1952 సెప్టెంబరు 3 మరియు 4 తేదీల్లో తుపాకీ కాల్పులకు గురైన మొత్తం వ్యక్తుల సంఖ్య 33. గాయపడిన మొత్తం వ్యక్తుల సంఖ్య 147 మరియు గాయపడిన మొత్తం పోలీసుల సంఖ్య 104. సెప్టెంబరు 4 తర్వాత ఉద్రిక్తత ఉన్నప్పటికీ. అది ఆగిపోయింది. శాంతి మరియు ప్రశాంతత పునరుద్ధరించబడ్డాయి.

ఉద్యమం అణచివేయబడిన తర్వాత 1952 సెప్టెంబర్ 7న అధికారికంగా క్యాబినెట్ సబ్ కమిటీని ప్రకటించారు. సభ్యులు కె.వి. రంగా రెడ్డి, డా. మేల్కోటే, ఫుల్చంద్ గాంధీ మరియు నవాజ్ జంగ్ బహదూర్. ముల్కీ నిబంధనలను అధ్యయనం చేయడం, విద్యార్థులు మరియు ఇతర భాగస్వాములతో సంప్రదించి వాటిని సమర్థవంతంగా అమలు చేయడానికి మార్గాలను సూచించడం కమిటీ ఉద్దేశం. నాన్-ముల్కీ ఆందోళన ఆంధ్రా ఉద్యోగులు మరియు వ్యాపారవేత్తలపై ఉన్న విరోధానికి ఒక వ్యక్తీకరణ. అసంతృప్తులు విస్తృతంగా

వ్యాపించాయి మరియు ఇది తెలంగాణ ప్రజల సొంత రాష్ట్రం ఆకాంక్షకు ప్రత్యక్ష ప్రతిబింబం. ఇది పౌర సామాజిక సమూహాలు మరియు సంస్థల నేతృత్వంలోని చెలరేగిన ఆకస్మిక ఉద్యమం. 1952 ఉద్యమం ప్రాంతీయ విశిష్టత, గుర్తింపు మరియు సంస్కృతిని గట్టిగా నొక్కి చెప్పింది. బెజవాడ గో–బ్యాక్, గొంగ్గుర పచ్చడి వంటి నినాదాలు మరొకరిని తిరస్కరించడం మరియు స్వీయ దృక్పథానికి ప్రతీక. ఇది గౌరవం మరియు ఆత్మగౌరవాన్ని నొక్కి చెప్పిన ఉద్యమం. స్థానికేతరుల ఆధిపత్యం మరియు అహంకారాన్ని ఖండించింది. అలా జై 1969 తెలంగాణ ఉద్యమానికి పునాదులు వేసింది. తెలంగాణ ప్రాంతంలో పనిచేసిన స్థానికేతర అధికారులు హైదరాబాదును ఆక్రమిత ప్రాంతంగా పరిగణించారు. రాష్ట్ర పునర్వ్యవస్థీకరణ మరియు ప్రత్యేక తెలంగాణ రాష్ట్ర డిమాండ్ పట్ల ప్రజల వైఖరిని రూపొందించిడంలో ముల్కీ ఉద్యమం ముఖ్యమైనది. ఆ తర్వాత వచ్చిన తెలంగాణ ఉద్యమాలకు మూలాలు ముల్కీ ఉద్యమంలో ఉన్నాయి. 1952–ముల్కీ ఉద్యమం ఉద్యోగ నియమాలలో పెద్దగా మార్పులు తీసుకురానప్పటికీ, తెలంగాణ ప్రజలు విశాలాంధ్ర ఆలోచనను తిరస్కరించడం మరియు ఆంధ్రా ప్రజలపై వారి అపనమ్మకాన్ని స్పష్టంగా తెలియజేశారు. తెలంగాణ ఉద్యమంలో విద్యార్థులు మరియు దిగువ మధ్య తరగతి ప్రజలు కీలకపాత్ర పోషించినారు. ఒక సమాజంగా చాలా మంది ముస్లింలు ఉద్యమం పట్ల సానుభూతి చూపినందున, ఆందోళన యొక్క మతపరమైన అంశాలను గమనించడం ఆసక్తికరంగా ఉంది. ఎందుకంటే 'పోలీసు చర్య' తర్వాత అధికారం మరియు ప్రతిష్ట కోల్పోయిన వారిలో చాలా మంది ఇంకా రాజీపడలేదు. ఎన్నికల సమయంలో ముస్లిం సమాజం ఆగ్రహం కూడా వ్యక్తం చేసింది. 1952 ఎన్నికలలో ఒక సంఘంగా ముస్లింలు పీపుల్స్ డెమొక్రటిక్ ఫ్రంట్కు ఓటు వేశారు. ఒక పండితుడు ఈ విధంగా పేర్కొన్నాడు: "ప్రజా ప్రభుత్వం విధించిన బలవంతపు శాంతి ముసుగులో, అన్యాయానికి సంబంధించిన విత్తనాలు భూగర్భంలోకి వెళ్లిపోయాయి, తరువాత 1969–70లో జై తెలంగాణ ఉద్యమంగా మొలకెత్తింది".

ఫజల్ అలీ కమిషన్ మరియు పెద్దమనుషుల ఒప్పందం

1953 అక్టోబరులో ఆంధ్ర రాష్ట్రం ఏర్పడిన తర్వాత భాషా ప్రయుక్త రాష్ట్రాల ఏర్పాటు డిమాండ్ ప్రాధాన్యత సంతరించుకుంది. అక్టోబర్ 22, 1953న ఫజల్ అలీ నేతృత్వంలో భారత ప్రభుత్వం రాష్ట్ర పునర్వ్యవస్థీకరణ కమిషన్ను ఏర్పాటు చేసింది. కమిషన్లోని ఇతర సభ్యులు H. N. కుంజ్రు మరియు K. M. ఫనిక్కర్. "హైదరాబాద్ రాష్ట్రంలోని తెలుగు మాట్లాడే ప్రజలకు ప్రత్యేక తెలంగాణ రాష్ట్రం కావాలని సిఫార్సు చేసింది. ఆంధ్ర మరియు తెలంగాణలకు ఉమ్మడి ప్రయోజనాలు ఉన్నాయి. ఈ ఆసక్తులు

ప్రజలను ఒకరికొకరు దగ్గరకు చేర్చగలవని మేము ఆశిస్తున్నాము. పర్యావరణ అభివృద్ధిపై మా ఆశలు, ప్రాంతాల ఏకీకరణకు దోహదపడే పరిస్థితులు నెరవేరకపోతే, రెండు రాష్ట్రాల ఏకీకరణకు వ్యతిరేకంగా తెలంగాణలో ప్రజల మనోభావాలు స్పటికీకరిస్తే, తెలంగాణ ప్రత్యేక యూనిట్గా కొనసాగవలసి ఉంటుంది". SRC ప్రకారం "తెలంగాణలోని విద్యాపరంగా వెనుకబడిన ప్రజలు భయాందోళనలకు గురవుతారు. వారు కోస్తా ప్రాంతంలోని మరింత అభివృద్ధి చెందిన ప్రజలచే చిత్తడినేల మరియు దోపిడీకి గురవుతారు. హైదరాబాద్ నగరం వెలుపల ఉన్న తెలంగాణ జిల్లాల్లో విద్య చాలా వెనుకబడి ఉంది. ఫలితంగా ఆంధ్రా కంటే తక్కువ విద్యార్హత కలిగి ఉన్నారు. తెలంగాణా ప్రజల నిజమైన భయం ఏమిటంటే, వారు ఆంధ్రలో చేరితే, వారు ఆంధ్రా ప్రజలతో అసమానంగా ఉంచబడతారని మరియు ఈ భాగస్వామ్యంలో, ప్రధాన భాగస్వామి వెంటనే అన్ని ప్రయోజనాలను పొందుతారని వీరు తెలంగాణ ప్రజలు విశ్వసించినారు. విశాలాంధ్ర వ్యతిరేకతకు ప్రధాన కారణాలలో ఇది ఒకటి. ఔత్సాహిక ఆంధ్రులు తెలంగాణను కాలనీగా మార్చవచ్చు అనే అభిప్రాయం తెలంగాణ వాసుల్లో ఉంది.

"ఫజల్ అలీ కమీషన్ అభిప్రాయం ప్రకారం పెద్ద రాష్ట్ర ఏర్పాటుకు చాలా చెప్పవలసి ఉందని మరియు ఈ లక్ష్యాన్ని సాధించడంలో ఆటంకం కలిగించడానికి ఏమీ చేయకూడదని మాకు అనిపిస్తోంది. అదే సమయంలో, ఆంధ్రాలో పెద్ద యూనిట్కు అనుకూలంగా అభిప్రాయం ఉన్నప్పటికీ, తెలంగాణలో ప్రజాభిప్రాయం ఇంకా స్పటికీకరించబడుతుందనే ముఖ్యమైన వాస్తవాన్ని గమనించాలి. "ఈ అంశాలన్నింటినీ పరిగణనలోకి తీసుకున్న తర్వాత, ప్రస్తుతానికి తెలంగాణా ప్రాంతాన్ని ప్రత్యేక రాష్ట్రంగా ఏర్పాటు చేస్తే, అది ఆంధ్ర మరియు తెలంగాణ ప్రయోజనాలకు అనుకూలంగా ఉంటుందని మేము నిర్ధారణకు వచ్చాము. 1961లో జరిగే సార్వత్రిక ఎన్నికల తర్వాత లేదా దాదాపు మూడింట రెండొంతుల మెజారిటీతో అవశేష హైదరాబాద్ రాష్ట్ర శాసనసభ అటువంటి ఏకీకరణకు అనుకూలంగా వ్యక్తీకరించినట్లయితే ఇది హైదరాబాద్ రాష్ట్రం అని పిలువబడుతుంది.

ఫజల్ అలీ కమీషన్ గుర్తించినట్లుగా, మెజారిటీ తెలంగాణ ప్రజలు విశాలాంధ్ర ఏర్పాటును వ్యతిరేకించారు. హైదరాబాద్ ప్రదేశ్ కాంగ్రెస్ తెలంగాణ ప్రతినిధులలో 105 మందిలో 73 మంది తెలంగాణకు ప్రత్యేక రాష్ట్రాన్ని కోరుతున్నారు. వరంగల్లో విశాలాంధ్రకు వ్యతిరేకంగా ప్రజాసంకల్పయాత్ర, పత్రికల్లో వ్యతిరేక వ్యాఖ్యలు వచ్చాయి. అయితే, ఫిబ్రవరి 1956 నాటికి, ప్రత్యేక తెలంగాణ రాష్ట్రం ఆలోచన విరమించబడింది. పెద్దమనుషుల ఒప్పందం రూపంలో తెలంగాణకు రక్షణ కల్పించిన తర్వాత కోస్తా ఆంధ్ర, రాయలసీమ మరియు తెలంగాణ ప్రాంతాలతో కూడిన ఉమ్మడి ఆంధ్రప్రదేశ్ రాష్ట్రం

ఏర్పడింది. పెద్దమనుషుల ఒప్పందం 1 నవంబర్ 1956న ఒకే ఆంధ్ర ప్రదేశ్ రాష్ట్ర ఏర్పాటుకు మార్గం సుగమం చేసింది. దాని నిబంధనలలో ఈ క్రిందివి ఉన్నాయి:

1. రాష్ట్ర కేంద్ర మరియు సాధారణ పరిపాలనా వ్యయాలను రెండు ప్రాంతాలు దామాషా ప్రకారం భరించాలి. తెలంగాణా నుండి వచ్చే ఆదాయాన్ని తెలంగాణ ప్రాంతం అభివృద్ధికి చేసే ఖర్చు కోసం రిజర్వ్ చేయాలి. ఈ ఏర్పాటు ఐదేళ్ల తర్వాత సమీక్షించబడుతుంది మరియు తెలంగాణ అసెంబ్లీ సభ్యులు కోరుకుంటే మరో ఐదేళ్లపాటు కొనసాగించవచ్చు.

2. తెలంగాణ అసెంబ్లీ సభ్యులు నిర్ణయించిన పద్ధతిలో తెలంగాణలో నిషేధాన్ని అమలు చేయాలి.

3. తెలంగాణలో ప్రస్తుతం ఉన్న విద్యా సౌకర్యాలను తెలంగాణ విద్యార్థులకు అందించాలి మరియు మరింత మెరుగుపరచాలి. తెలంగాణ ప్రాంతంలోని టెక్నికల్ ఇన్స్టిట్యూషన్లతో సహా కాలేజీలలో ప్రవేశం తెలంగాణ విద్యార్థులకు మాత్రమే పరిమితం చేయబడాలి, లేదా తెలంగాణ విద్యార్థులకు ఏ కోర్సు ప్రయోజనకరంగా ఉంటుందో, ఆ కోర్సు మొత్తం రాష్ట్రంలోని మొత్తం అడ్మిషన్లలో మూడింట ఒక వంతు వరకు ప్రవేశాన్ని కలిగి ఉండాలి.

4. ఏకీకరణ కారణంగా అనివార్యమైతే, సేవల ఉపసంహరణ రెండు ప్రాంతాల నుండి అనులోమానుపాతంలో ఉండాలి.

5. సర్వీసులకు భవిష్యత్తులో రిక్రూట్మెంట్ రెండు ప్రాంతాల జనాభా ప్రాతిపదికన ఉంటుంది.

6. ప్రస్తుతం తెలంగాణ ప్రాంతంలో ఉన్న పరిపాలనా మరియు న్యాయవ్యవస్థలో ఉర్దూ స్థానం ప్రాంతీయ మండలిచే సమీక్షించబడినప్పుడు, ఐదేళ్లపాటు కొనసాగవచ్చు. సర్వీసులకు రిక్రూట్మెంట్కు సంబంధించినది ఇప్పటివరకు, రిక్రూట్మెంట్ సమయంలో తెలుగు పరిజ్ఞానం ఉండాలని పట్టుబట్టకూడదు. కానీ నియామకం తర్వాత రెండేళ్లలో నిర్దేశించిన తెలుగు పరీక్షలో ఉత్తీర్ణులు కావాలి.

7. ఒక రకమైన నివాస నియమం, ఉదా., తెలంగాణ ప్రాంతానికి సేవల నియామకానికి నిర్ణీత నిష్పత్తిని నిర్ధారించడానికి 12 సంవత్సరాల పాటు నివాసం అందించాలి.

8. తెలంగాణ ప్రాంతంలోని వ్యవసాయ భూముల విక్రయాలు (అది) ప్రాంతీయ మండలిచే నియంత్రించబడాలి.

9. తెలంగాణ ప్రాంతం దాని అవసరాలు మరియు అవసరాలకు అనుగుణంగా దాని సర్వతోముఖాభివృద్ధిని భద్రపరచడానికి ఒక ప్రాంతీయ మండలి ఏర్పాటు చేయబడుతుంది.

10. ప్రాంతీయ మండలి ఈ క్రింది విధంగా 20 మంది సభ్యులను కలిగి ఉంటుంది: తెలంగాణ జిల్లాల అసెంబ్లీ సభ్యులు విడివిడిగా ఎన్నుకోబడేందుకు, తెలంగాణాలోని ప్రతి జిల్లాకు ప్రాతినిధ్యం వహిస్తున్న 9 మంది అసెంబ్లీ సభ్యులు, 6 మంది అసెంబ్లీ లేదా పార్లమెంటు సభ్యులు తెలంగాణ ప్రతినిధులచే ఎన్నుకోబడతారు. అసెంబ్లీ, అసెంబ్లీ వెలుపల 5 మంది సభ్యులను తెలంగాణ అసెంబ్లీ సభ్యులు ఎన్నుకుంటారు. తెలంగాణ ప్రాంతానికి చెందిన మంత్రులందరూ (దాని) సభ్యులుగా ఉంటారు.

11. క్యాబినెట్లో ఆంధ్ర మరియు తెలంగాణకు వరుసగా 60 నుండి 40 శాతం మంది సభ్యులు ఉంటారు. 40 శాతం మంది తెలంగాణ మంత్రుల్లో ఒకరు తెలంగాణకు చెందిన ముస్లిం ఉండాలి.

12. ముఖ్యమంత్రి ఆంధ్రావాసి అయితే, ఉపముఖ్యమంత్రి తెలంగాణా, వైస్-వెర్సా. కింది పోర్ట్ ఫోలియోలలో రెండు తెలంగాణ మంత్రులకు కేటాయించబడతాయి. ఒక హౌసింగ్ బి. ఆర్థిక సి. రెవెన్యూ డి. ప్రణాళిక

13. హైదరాబాద్ ప్రదేశ్ కాంగ్రెస్ కమిటీ ప్రెసిడెంట్ 1962 చివరి వరకు ప్రదేశ్ కాంగ్రెస్ కమిటీని తెలంగాణ నుండి వేరు చేయాలని కోరుకున్నారు. ఆంధ్రా ప్రావిన్స్ కాంగ్రెస్ కమిటీ అధ్యక్షుడికి ఎటువంటి అభ్యంతరం లేదు. ఒప్పందంపై సంతకం చేసిన వెంటనే ఉల్లంఘన ప్రారంభమైంది. ఒప్పందంలోని షరతుల్లో ఒకటి ఏమిటంటే, ముఖ్యమంత్రి ఆంధ్రావాసి అయితే, ఉప ముఖ్యమంత్రి తెలంగాణవాడై ఉండాలి. కానీ ఈ ఒప్పందాన్ని 1956లోనే ఉల్లంఘించారు, నీలం సంజీవరెడ్డి మొదటి సి.ఎం. ఏ తెలంగాణ మంత్రిని డిప్యూటీ సీఎంగా నియమించడానికి ఏపీకి చెందిన వారు నిరాకరించారు. ఉప ముఖ్యమంత్రి పదవి ఆరో వేలు లాంటిదని, అది పనికిరాదని వ్యాఖ్యానించారు. ఒప్పందం ప్రకారం తెలంగాణ ప్రయోజనాలను పరిరక్షించేందుకు తెలంగాణ ప్రాంతీయ మండలి

ఉంటుంది. కానీ దానిని కేవలం తెలంగాణ ప్రాంతీయ కమిటీగా ఏర్పాటు చేసి దాని పరిశీలనలు, సిఫార్సులను విస్మరించారు. ఇది ఘోరమైన ఉల్లంఘన మరియు తెలంగాణ ప్రాంతానికి తీరని నష్టం కలిగించింది. నిజమైన భయాందోళనలను పట్టించుకోకుండా, పెద్దమనుషుల ఒప్పందం ముల్కీ నిబంధనల కొనసాగింపుకు హామీ ఇచ్చింది. కానీ, ఆంధ్రప్రదేశ్ ఏర్పడిన తర్వాత ఆంధ్ర ప్రాంతం నుంచి ఉద్యోగుల వలసలను ప్రోత్సహించారు. ముల్కీ నిబంధనలను సడలించారు. 1956లో రాజధాని నగరానికి వలస వచ్చిన ఆంధ్రా ఉద్యోగులందరినీ ముల్కీ నిబంధనల ప్రకారం 15 ఏళ్లుగా కాకుండా 12 ఏళ్లకే స్థానికులుగా పరిగణించారు. ముల్కీయేతరులు బోగస్ ముల్కీ సర్టిఫికెట్లు పొందేందుకు 'మేనేజ్' చేయగలిగారు. తెలంగాణ ప్రాంతీయ కమిటీ ఈ అక్రమాలను ఎత్తిచూపినప్పటికీ ప్రభుత్వం ఏమీ చేయలేదు. రాష్ట్రంలోని ప్రభుత్వ ఉద్యోగాలలోని ఖాళీలను ఆంధ్ర ప్రాంతానికి చెందిన స్థానికేతరులతో భర్తీ చేశారు. కొంత కాలంగా సీమాంధ్రుల మౌన దండయాత్ర నిరాటంకంగా కొనసాగింది. 1969 నాటికి తెలంగాణలో 24,000 పోస్టులను నకిలీ సర్టిఫికెట్ల ముసుగులో 'నాన్ ముల్కీలు' నిర్వహిస్తున్నారని అధికారికంగా అంగీకరించారు.

ప్రత్యేక తెలంగాణ రాష్ట్ర ప్రతిపాదకులు నీటి పంపిణీ, బడ్జెట్ కేటాయింపులు మరియు ఉద్యోగాల పంపిణీలో అన్యాయాన్ని గుర్తించారు. ఆంధ్రప్రదేశ్ రాష్ట్రంలో, కృష్ణా నది పరివాహక ప్రాంతంలో 68.5% మరియు గోదావరి నది పరివాహక ప్రాంతంలో 69% తెలంగాణ పీఠభూమి ప్రాంతంలో ఉన్నాయి. రాష్ట్రంలోని ఇతర ప్రాంతాల గుండా బంగాళాఖాతంలోకి ప్రవహిస్తాయి. ప్రధాన నీటిపారుదల ప్రాజెక్టుల కింద కాలువ వ్యవస్థ ద్వారా నీటిపారుదల ప్రయోజనాలు గణనీయంగా, కోస్తా ఆంధ్ర ప్రాంతానికి 74.25%, తెలంగాణ వాటా 18.20% అని తెలంగాణవాదులు వాదిస్తున్నారు. మిగిలిన 7.55% రాయలసీమ ప్రాంతానికి వెళ్తుంది. ప్రొఫెసర్ జయశంకర్ ప్రకారం, మొత్తం ప్రభుత్వ ఉద్యోగులలో 20% మాత్రమే, సచివాలయంలో 10% కంటే తక్కువ ఉద్యోగులు, మరియు ఆంధ్రప్రదేశ్ ప్రభుత్వంలో 5% కంటే తక్కువ మంది విభాగాధిపతులు తెలంగాణకు చెందినవారు ఇతర ప్రాంతాలకు చెందిన వారు ఉపాధిలో ఎక్కువ భాగం ఆక్రమించారు. ఐదు దశాబ్దాలకు పైగా తెలంగాణ ప్రాంతానికి చెందినవారు 6 1/2 సంవత్సరాలు మాత్రమే ముఖ్యమంత్రిగా ప్రాతినిధ్యం వహించారని, ఈ ప్రాంతానికి చెందిన ఏ ముఖ్యమంత్రి కూడా 2 1/2 సంవత్సరాలకు పైగా నిరంతరం అధికారంలో లేరని ఆరోపించారు. శ్రీకృష్ణ కమిటీ నివేదిక ప్రకారం తెలంగాణ ప్రాంతం 10.5

ఏళ్లు ముఖ్యమంత్రి పదవిని నిర్వహించగా, సీమాంధ్ర ప్రాంతం 42 ఏళ్లు ముఖ్యమంత్రిగా కొనసాగింది.

తెలంగాణ మిగులు బడ్జెట్ కేటాయింపులు, ప్రభుత్వ ఉద్యోగాలు మరియు సేవలు, విద్య, వ్యవసాయం మరియు భూములకు సంబంధించి ఉల్లంఘనలు జరిగాయి. ఉదాహరణకు, స్థానికేతరులకు అనుకూలంగా పబ్లిక్ ఎంప్లాయిమెంట్ చట్టం సవరించబడింది. "చట్టంలోని రూల్ 3ని తీసుకోకుండా ప్రభుత్వం అనేక రాయితీలు ఇచ్చింది". స్థానికులకు చెందిన అన్ని ఖాళీ స్థానాలను స్థానికేతర ఆంధ్రులతో భర్తీ చేశారు. డైరెక్ట్ రిక్రూట్మెంట్లలో 2:1 నిష్పత్తిని పాటించలేదు. చాలా మంది ఆంధ్రులు పంచాయత్ రాజ్ శాఖను సద్వినియోగం చేసుకొని తెలంగాణ వారికి చెందిన స్థానిక పోస్టుకు వ్యతిరేకంగా ఉపాధ్యాయులుగా నియమించబడ్డారు. 1967 నాటికి దాదాపు 4000 పోస్టులను స్థానికేతరులతో భర్తీ చేశారని అంచనా. ముఖ్యంగా రెవెన్యూ, విద్య, సహకారం, ఆరోగ్యం, ఇంజినీరింగ్, పంచాయతీరాజ్ తదితర శాఖల్లో స్థానికులకు అన్యాయం జరిగింది. పెద్దమనుషుల ఒప్పందాన్ని పెద్ద ఎత్తున ఉల్లంఘించడంపై నిరాశ మరియు బాధతో, అప్పటి తెలంగాణ ప్రాంతీయ కమిటీ చైర్మన్ శ్రీ కె అచ్యుతారెడ్డి ఉల్లంఘనల వివరణాత్మక జాబితాను ప్రకటించారు. తెలంగాణకు జరిగిన అన్యాయాన్ని ఎత్తిచూపుతూ ప్రాంతీయ కమిటీ అధ్యక్షులు చొక్కారావు, హయగ్రీవా చారిలు పెద్దపెట్టున నినాదాలు చేశారు. 1962 అక్టోబర్లో హయగ్రీవాచారి అధ్యక్షతన తెలంగాణ ఉద్యోగుల సమస్యలపై విచారణ జరిగింది. స్థానికులకు అనేక అన్యాయాలు జరిగినట్లు గుర్తించారు. పెద్దమనుషుల ఒప్పందం అమలు కంటే ఉల్లంఘించబడింది. ఎక్కువ తెలంగాణ మిగులు ఆదాయాన్ని సీమాంధ్రకు అనుకూలంగా మళ్లించారని తెలంగాణ ప్రాంతీయ కమిటీ గుర్తించింది. మిగులు నిధుల సమస్యలపై అధ్యయనం చేసేందుకు ప్రభుత్వం నియమించిన కమిటీలు "కళ్లు తెరిచే వాస్తవాలు", తెలంగాణకు జరిగిన అన్యాయాలను బయటపెట్టాయి. కుమార్ లలిత్ కమిటీ, తెలంగాణలో ఖర్చు చేయని తెలంగాణ మిగులును రూ. 63.93 కోట్లు, జస్టిస్ భార్గవ కమిటీ 1956-68 కాలంలోనే రూ.28.34 కోట్లుగా అంచనా వేసింది. ప్రముఖ ఆర్థికవేత్త హనుమంత రావు ప్రకారం తెలంగాణ మిగులు రూ. దానిపై వడ్డీని లెక్కిస్తే రూ.117 కోట్లు. వెనుకబడిన ప్రాంతమైన తెలంగాణకు మిగులు మొత్తాన్ని ఖర్చు చేయడం లేదని పుచ్చలపల్లి సుందరయ్య, రావి నారాయణ రెడ్డి వంటి ప్రతిపక్ష నాయకులు రాష్ట్ర అసెంబ్లీలో ప్రస్తావించారు. "తెలంగాణ నిల్వలు, మిగులును ఇప్పుడు ఆంధ్రా ప్రాంతానికి వెచ్చించడం, భవిష్యత్తులో తెలంగాణ అభివృద్ధి చెందుతుందని చెప్పడం ఏమాత్రం సముచితం కాదు, సంతృప్తికరంగా లేదు" అని సుందరయ్య వ్యాఖ్యానించారు.

తెలంగాణలో ఆంధ్రా సెటిలర్లు

తెలంగాణలో వ్యవసాయ భూముల క్రయవిక్రయాలకు సంబంధించిన నిబంధనలను కూడా ప్రభుత్వం ఉల్లంఘించింది. పెద్దమనుషుల ఒప్పందంలోని ఆర్టికల్ 9 ప్రకారం తెలంగాణ ప్రాంతీయ కమిటీ ఏర్పాటైంది. అయితే దాని ఆమోదం లేకుండానే ఆంధ్రా సెటిలర్లకు అనుకూలంగా, ముఖ్యంగా వరంగల్, ఖమ్మం, ఆదిలాబాద్, నిజామాబాద్ జిల్లాల్లో భూ బదలాయింపులు జరిగాయి. ఒక అంచనా ప్రకారం, వరంగల్ మరియు ఖమ్మం జిల్లాల్లో గోదావరి నది వెంబడి దాదాపు 60 నుండి 80 శాతం సారవంతమైన తడి మాగాణి భూములను ఆంధ్రా వలసదారులు స్థానిక రైతుల నుండి కొనుగోలు చేశారు. అలాగే నిజాంసాగర్ ప్రాజెక్ట్ (నిజామాబాద్), నాగార్జునసాగర్ ప్రాజెక్ట్ (నల్గొండ), కడెం ప్రాజెక్ట్ (ఆదిలాబాద్), రాజోలిబండ (మహబూబ్ నగర్) లోని ఆయకట్టు ప్రాంతాల్లో నిర్వాసితులకు అనుకూలంగా భూసేకరణ జరిగింది. నాగార్జునసాగర్ ప్రాజెక్ట్ డిజైన్ కూడా ఆంధ్ర ప్రాంతానికి అనుకూలంగా మార్చబడింది. హైదరాబాద్ మరియు రంగారెడ్డి జిల్లాల చుట్టూ ఉన్న రియల్ ఎస్టేట్ కూడా కమ్మలు, కాపులు, రాజులు మరియు రెడ్డిల ఆధిపత్య కులాలకు చెందిన సీమాంధ్ర పెట్టుబడిదారుల గుత్తాధిపత్యంలో ఉంది.. సాంస్కృతిక పరంగా, కోస్తా ఆంధ్ర ప్రజలు తెలంగాణ మాండలికం మరియు భాషను ఎగతాళి చేశారు మరియు దాని కళాత్మక ప్రతిభను అణగదొక్కారు.

చారిత్రాత్మకంగా, గత శతాబ్దం మొదటి రెండు దశాబ్దాలలో తెలంగాణకు కోస్తా ఆంధ్ర రైతాంగం వలసలు ప్రారంభమయ్యాయి. తెలంగాణ ప్రాంతం సమృద్ధిగా సహజ వనరులతో కూడుకున్నప్పటికీ, నిజాం మరియు అతని భూస్వామ్య ప్రభువుల నిరంకుశ పాలన కారణంగా స్థానిక రైతాంగానికి వ్యవసాయం చేసే అవకాశాలను అందించలేదు, అయితే బ్రిటిష్ వలస పాలనలోని తీర ప్రాంతాలు గుర్తించదగిన వ్యవసాయ పరివర్తనను పొందాయి. ముఖ్యంగా గోదావరి-కృష్ణా ఎత్తిపోతల నిర్మాణం తర్వాత. కోస్తాంధ్ర వ్యవసాయం అభివృద్ధి చెందింది. తద్వారా ఇది మెరుగైన నీటిపారుదల వ్యవస్థ మరియు వాణిజ్య వ్యవసాయాన్ని విస్తరిస్తున్న పరంగా వ్యవసాయపరంగా చైతన్యవంతమైంది. 1920వ దశకంలో నిజాం ప్రభుత్వం ఆహ్వానం మేరకు కోస్తా ఆంధ్ర రైతుల వలసలు తెలంగాణలోకి ప్రారంభమయ్యాయి. దాదాపు 40 లక్షల ఎకరాల కొత్త భూమిని సాగులోకి తీసుకురావడానికి ప్రభుత్వం "వలసీకరణ" పథకాన్ని అమలు చేసింది. సాగుయోగ్యమైన వ్యర్థ భూములను బయటి ఆంధ్ర ప్రాంతంవారికి పంపిణీ చేయాలని మరియు కొన్ని ప్రోత్సాహకాలను అందించాలని ఇది ప్రతిపాదించింది. వలసల పథకం కోస్తా రైతుల దృష్టిని ఆకర్షించింది మరియు వారిలో ఎక్కువ మంది గుంటూరు మరియు కృష్ణా

జిల్లాల నుండి వలస వచ్చారు. అక్కడ భూముల విలువలు చాలా ఎక్కువగా ఉండటంతో, వారి భూములన్నింటినీ విక్రయించడం ద్వారా వారు తెలంగాణలో గణనీయమైన ఆస్తులను చాలా చౌకగా సంపాదించినారు. తెలంగాణలో భూముల కొనుగోలు పెట్టుబడి కోస్తా రైతులకు లాభదాయకమైన వెంచర్. ఉన్నతమైన వ్యవసాయ నైపుణ్యాలు మరియు చాకచక్యం కారణంగా వారు గణనీయమైన ఆర్థిక పురోగతిని సాధించగలిగారు. కమ్మ సాగుదారులు వారి కృషి మరియు వ్యవసాయ ఉత్పత్తి యొక్క వ్యవస్థీకృత నిర్వహణకు ప్రసిద్ధి చెందారు. వారి పని నీతి మరియు ఔత్సాహిక స్వభావాన్ని ఇతర సంఘాలు బాగా గుర్తించాయి. గుంటూరు, కృష్ణా జిల్లాలకు చెందిన ధనిక, మధ్యతరగతి రైతులు ప్రధానంగా ఖమ్మం, వరంగల్ జిల్లాల్లోని గోదావరి నదీ తీరం వెంబడి నల్లమట్టి, రేగర్ భూములను కొనుగోలు చేశారు. ముఖ్యంగా 1930 మరియు 1940లలో తెలంగాణలో నిజాంసాగర్ ప్రాజెక్ట్, వైరా, పాలేరు, మూసీ మొదలైన నీటిపారుదల ప్రాజెక్టులను నిర్మించిన తర్వాత ఆంధ్ర సాగుదారుల ప్రవాహం పెరిగింది. సెన్సస్ నివేదికలు మరియు గోల్కొండ పత్రిక 1950 మరియు 1960 లలో జరిగిన భూ లావాదేవీల వివరణాత్మక లెక్కలు అందిస్తాయి.

కోస్తా ఆంధ్రా సెటిలర్లు వివిధ కులాలు మరియు సామాజిక-ఆర్థిక సమూహాల నుండి వచ్చినప్పటికీ, తెలంగాణలోని సాగునీటి మండలాలు, అంటే నిజామాబాద్, ఖమ్మం, వరంగల్ మరియు నల్గొండ జిల్లాల్లోని కొన్ని ప్రాంతాలలో కమ్మ సాగుదారులు వారి అధిక ఉనికిని కలిగి ఉన్నారు. ఈ రైతుల సంఘం యొక్క స్థిరనివాస నమూనా మరియు భౌగోళిక విస్తరణను పరిశీలించడం వలన వారు ప్రధానంగా నీటిపారుదల ప్రాజెక్టులు మరియు నల్లరేగడి నేలల చుట్టూ ఉన్న ప్రాంతాలలో, ముఖ్యంగా గోదావరి మరియు కృష్ణా నదీ పరివాహక ప్రాంతాలలో కేంద్రీకృతమై ఉన్నారని తెలుస్తుంది. వారు అవలంబించిన ఇంటెన్సివ్ సాగు పద్ధతులు కూడా సాంద్రీకృత పరిష్కార నమూనాను సులభతరం చేశాయి. ఈ విధంగా తెలంగాణలోని అనేక ప్రాంతాలలో కమ్మవారిపల్లె లేదా కమ్మ గృహాల స్థానాలు ఒక ప్రత్యేకమైన దృశ్యాన్ని ప్రదర్శిస్తాయి. తూర్పు కమ్మ/కాపు స్థావరాలను స్థానిక ప్రజలు ఒక నిర్దిష్ట రకమైన నివాసాలు మరియు జీవన విధానాలను సూచించే దృశ్యాలుగా భావిస్తారు. కమ్మ స్థావరం యొక్క ప్రత్యేక కుల ఆకృతీకరణ సాధారణంగా ప్రధాన గ్రామానికి దూరంగా ఉంటుంది. కొత్తూరు (కొత్త గ్రామం), గుంటూరుపల్లె, కమ్మగూడెం, రెడ్డిపల్లె మరియు తూర్పు కమ్మవాడ వంటి స్థానిక వ్యక్తీకరణలు వారి నివాసం యొక్క నిర్దిష్ట స్వభావాన్ని సూచిస్తాయి. కమ్మ రైతాంగం తెలంగాణలోని స్థానిక కుల వ్యవస్థలోకి సులభంగా ఇమడలేదు. ఎందుకంటే వారు

రెడ్డిలు మరియు వెలమల వంటి ఇతర ఆధిపత్య కులాల నుండి సంఖ్యాపరంగా చాలా తక్కువ మరియు విభిన్నంగా ఉన్నారు.

వెనుకబడిన తెలంగాణ గ్రామాలలో ఆర్థికంగా పేద, సామాజికంగా అణచివేయబడిన మరియు తక్కువ సమూహాల మధ్యలో ఒక ఔత్సాహిక సంఘం ఉండటం కూడా అసూయ, శత్రుత్వం మరియు ద్వేషానికి మూలంగా ఉంది. చైతన్యవంతమైన వలస రైతులు తమ నైపుణ్యాలను ప్రదర్శించారు మరియు సంపదను పోగుచేసి తెలంగాణలోని కొన్ని ప్రాంతాలలో అపారంగా అభివృద్ధి చెందారు. వారు సాధించిన అద్భుతమైన ప్రగతి గ్రామీణ ప్రాంతాల్లో వారి ఉన్నత జీవన ప్రమాణాల పరంగా వ్యక్తీకరించబడింది. వేగవంతమైన మెటీరియల్ పురోగతి కోసం వారి అన్వేషణలో, ఇతర ఆధిపత్య మరియు బాగా స్థిరపడిన ఇతర సంఘాలతో పోటీ అనివార్యం. 1960ల చివర్లో జరిగిన తెలంగాణ ఉద్యమ సమయంలో ఇది చాలా స్పష్టంగా కనిపించింది. ఇది బయటి వ్యక్తుల పట్ల స్థానిక ప్రజల శత్రుత్వాన్ని సూచిస్తుంది. ఉద్యోగాలు. ఆర్థిక వనరుల పై ఆధిపత్యం చెలాయించడమే కాకుండా ఆంధ్రులు స్థానిక సాంస్కృతిపై పెత్తనం చెలాయిస్తున్నారు. వారు తెలంగాణ మాండలికం అపరిశుభ్రంగా మరియు ముతకగా ఉందని భావించాలి. తెలంగాణ ప్రజలు సోమరితనంగా ఉన్నారు మరియు ఔత్సాహికులు కాదు అనేది వారివైఖరి. ఇటువంటి మూస ధోరణి మరియు ప్రతికూల వైఖరి తెలంగాణా ప్రజలలో వారిపట్ల గణనీయమైన ఆగ్రహానికి దారితీసింది.

ముఖ్యంగా ప్రభుత్వ ఉద్యోగాలు, మరియు ముల్కీ నిబంధనలకు సంబంధించి పెద్ద మనుషుల (జెంటిల్మెన్) ఒప్పందాన్ని ఉల్లంఘించిన సందర్భాలు లెక్కలేనన్ని ఉన్నాయి. 1969 జనవరి 19న ముఖ్యమంత్రి కాసు బ్రహ్మానందరెడ్డి నివాసంలో జరిగిన అఖిలపక్ష సమావేశం నిర్ణయాన్ని అమలు చేసేందుకు ప్రభుత్వ ఉత్తర్వు 36 ఆమోదించబడింది. 1969 జనవరి 19న తెలంగాణ భద్రతలను సక్రమంగా అమలు చేసేందుకు అఖిలపక్ష ఒప్పందం కుదిరింది. అకార్డ్ యొక్క ప్రధాన అంశాలు 1) తెలంగాణ స్థానికులకు రిజర్వ్ చేయబడిన పోస్టులను కలిగి ఉన్న తెలంగాణేతర ఉద్యోగులందరూ వెంటనే బదిలీ చేయబడతారు. 2) తెలంగాణ మిగులు తెలంగాణ అభివృద్ధికి వినియోగిస్తారు. 3) తెలంగాణ విద్యార్థులు ఆందోళన విరమించాలని విజ్ఞప్తి. GO ప్రకారం, A.P. పబ్లిక్ ఎంప్లాయ్ మెంట్ రూల్స్ ప్రకారం తెలంగాణ స్థానికులకు రిజర్వ్ చేయబడిన కొన్ని కేటగిరీల పోస్టులకు 1 నవంబర్ 1956న లేదా ఆ తర్వాత నియమించబడిన నాన్- డొమిసైల్/నాన్- లోకల్ వ్యక్తులందరూ 28 ఫిబ్రవరి 1969లోపు రిలీవ్ చేయబడతారు.

ఆంధ్రుల నేతృత్వంలోని ప్రభుత్వాల వైఖరి చాలా ప్రతికూలంగా ఉంది. తెలంగాణవాదులు చట్టపరమైన / న్యాయపరమైన పరిష్కారాలను ఆశ్రయించారు. అక్కడ కూడా వారు హైకోర్టులో చాలా సంక్లిష్టమైన మరియు ప్రతికూల తీర్పులను ఎదుర్కొన్నారు. ఫిబ్రవరి 3, 1969 న, జస్టిస్ చిన్నప రెడ్డి ముల్కీ నిబంధనలకు వ్యతిరేకంగా ఒక తీర్పు ఇచ్చారు మరియు అది స్థానికేతరులకు అనుకూలంగా ఉంది. ఈ తీర్పుపై ప్రభుత్వం అప్పీల్ చేయగా, డివిజన్ బెంచ్ 1969 ఫిబ్రవరి 4న స్టే ఇచ్చింది. కానీ ముల్కీయేతరులు అప్పీల్కు వెళ్లి, జి.ఓ. 36 అమలును నిలిపివేయాలని ప్రార్థించారు. రిట్ పిటిషన్ అడ్మిషన్ దశలో, అడ్వకేట్ జనరల్ కేసు చివరకు పరిష్కారమయ్యే వరకు తదుపరి చర్యలు తీసుకోబోమని పేర్కొనడం ద్వారా న్యాయపరమైన మెలిక పెట్టారు.. అయితే, ఈలోగా స్థానికేతరులు సుప్రీంకోర్టును ఆశ్రయించారు. ఇది జి.ఓ.నెం.36' అమలును నిలిపివేస్తూ 1969 ఫిబ్రవరి 17న స్టే ఆర్డర్ను మంజూరు చేసింది. ఫిబ్రవరి 20న హైకోర్టు డివిజన్ బెంచ్ ముల్కీ నిబంధనలను సమర్థించినప్పటికీ, ప్రభుత్వం సుప్రీంకోర్టు స్టే ఉత్తర్వులను సద్వినియోగం చేసుకుని, జి.ఓ. 36 అమలును నిలిపివేసింది. ప్రధాన న్యాయమూర్తి ఎం. హిదాయతుల్లా నేతృత్వంలోని సుప్రీంకోర్టు ఫుల్ బెంచ్ జిఓ 36ని రద్దు చేస్తూ ముల్కీ నిబంధనలు చెల్లవని తీర్పునిచ్చినప్పుడు ముల్కీ నిబంధనలకు సంబంధించిన న్యాయపరమైన అంశాలు మరియు న్యాయపరమైన వివరణలు ఎట్టకేలకు పరిష్కారమయ్యాయి. తెలంగాణ ప్రజలు ముఖ్యంగా మధ్యతరగతి ప్రజలు నిరాశకు గురవుతున్న నేపథ్యంలో సుప్రీంకోర్టు తీర్పు అగ్నికి ఆజ్యం పోసింది. పెరుగుతున్న నిరాశ, నిస్పృహలు ప్రత్యేక తెలంగాణ ఉద్యమానికి దారితీశాయి. ముఖ్యమంత్రి కాసు బ్రహ్మానందా రెడ్డి ఉద్యమం పట్ల క్యారెట్, కర్ర విధానాన్ని అనుసరించారు. ముందుగా అఖిలపక్ష సమావేశాన్ని ఏర్పాటు చేసి ఉద్యోగ విధానాలు, ముల్కీ నిబంధనలలోని తప్పులను సరిదిద్దుతామని హామీ ఇచ్చారు. ఈ మధ్యకాలంలో ముఖ్యంగా ఉద్యోగులు, విద్యావంతులైన మధ్యతరగతి వర్గాల్లో అసంతృప్తి పెరిగిపోయింది.

1969 జై తెలంగాణ ఉద్యమం

స్థానిక ఉద్యోగులకు జరుగుతున్న అన్యాయాలపై కొత్తగూడెం థర్మల్ పవర్ స్టేషన్ (కేటీపీఎస్) ఆందోళనతో తెలంగాణ ఉద్యమానికి నాంది పలుకుతుంది. 1960లో పవర్ ప్లాంట్ను స్థాపించినప్పుడు 1400 మందికి ఉపాధి లభించింది. వీరిలో 1400 మంది ఉద్యోగుల్లో 200 మంది మాత్రమే తెలంగాణకు చెందిన వారు. 8 సంవత్సరాల తర్వాత అంటే 1968లో తెలంగాణ స్థానికులైన దాదాపు 175 మంది కార్మికులు సర్వీసు నుండి తొలగించబడ్డారు. ఈ ఘటన ముల్కీ నిబంధనలను కఠినంగా అమలు

చేయాలనే ఉద్యమాన్ని ఉధృతం చేసింది. కార్మికుల తొలగింపునకు నిరసనగా కృష్ణ అనే దినసరి కూలీ నిరాహార దీక్షకు దిగారు. కె. రామదాసు స్థానిక మిత్రుల సహకారంతో సత్యాగ్రహం నిర్వహించడంలో చొరవ తీసుకున్నారు. ఆంధ్రుల అక్రమ ఉద్యోగాలు, బోగస్ ముల్కీ సర్టిఫికెట్లకు వ్యతిరేకంగా పోరాడేందుకు 1968లో ఇల్లెందులో తెలంగాణ ప్రాంతీయ సమితిని స్థాపించారు. కేటీపీఎస్లో స్థానికేతరుల ఉపాధికి వ్యతిరేకంగా పోరాటం ప్రారంభించి స్థానిక ప్రజల నుంచి మద్దతు పొందారు. కె. రామదాసు చొరవతో కళాశాల విద్యార్థి అన్నాబత్తుల రవీంద్రనాథ్ ఆమరణ నిరాహార దీక్ష నిర్వహించారు. దీనికి తెలంగాణ నాన్ గెజిటెడ్ అధికారులు, నిరుద్యోగ యువకులు, కొలీరీస్ కార్మికులు తదితరులు మద్దతు పలికారు. 1969 జనవరి 8న ఖమ్మం పట్టణంలో నిరాహార దీక్షలు ప్రారంభమయ్యాయి. "నాన్ ముల్కీలు గో బ్యాక్" నినాదాలతో భారీ నిరసన ప్రదర్శనలు నిర్వహించారు. పాఠశాలలు, కళాశాలల నుంచి విద్యార్థులు భారీగా తరలివచ్చారు. తెలంగాణ సేఫ్గార్డ్స్ ఆందోళన సంఘం అధ్యక్ష, ప్రధాన కార్యదర్శి టి.పురుషోత్తంరావు, ముచ్చెర్ల సత్యనారణ వంటి పలువురు తెలంగాణ అనుకూల నేతలు మద్దతు ప్రకటించగా, రవీంద్రనాథ్ నిరాహార దీక్షకు మద్దతుగా బహిరంగ సభ నిర్వహించారు. ఉద్యమం పట్టణాలు మరియు గ్రామాలలో వ్యాపించినప్పుడు "ఖమ్మం యొక్క నిప్పురవ్వ తెలంగాణను అగ్నిగా చుట్టుముట్టింది".

తెలంగాణా ప్రాంత ఉద్యోగులు ఐక్య స్వరంతో డిమాండ్ చేస్తే తప్ప ఆంధ్ర ప్రదేశ్ రాష్ట్ర ఏర్పాటుకు ప్రాతిపదిక అయిన పెద్దమనుషుల ఒప్పందంలో హామీ ఇచ్చిన ప్రయోజనాలు అమలు కావడం లేదన్న వాస్తవాన్ని గ్రహించారు. ఖమ్మం జిల్లా ఉద్యోగులు చొరవ తీసుకుని తెలంగాణ ప్రాంతమంతా పర్యటించి రక్షణ ఉద్యమానికి మద్దతు కూడగట్టారు. క్రమంగా ఉద్యమం హైదరాబాద్ కు వ్యాపించి ఉస్మానియా విశ్వవిద్యాలయం అందులో ముఖ్యపాత్ర పోషించింది. రవీంద్రనాథ్ నిరాహార దీక్షకు మద్దతుగా ఉస్మానియా యూనివర్సిటీ స్టూడెంట్ అసోసియేషన్ 1969 జనవరి 15న సమ్మె నిర్వహించింది. జహీరాబాద్, శంషాబాద్, పాలోంచ తదితర ప్రాంతాల్లో పోలీసు బలగాలు లాఠీచార్జి, కాల్పులకు పాల్పడడంతో వేలాది మంది విద్యార్థులు ఆందోళనలో పాల్గొన్నారు. తరచూ హింసాత్మకంగా మారారు. ధర్నాలు, సమ్మెలు, ఆందోళనలు వంటి వివిధ నిరసనల ద్వారా ఉద్యమం హింసాత్మకంగా మారింది. భౌతిక దాడులు, ప్రభుత్వ ఆస్తులను ధ్వంసం చేయడం జరిగింది. ప్రభుత్వ కార్యాలయాలు మరియు విద్యాసంస్థలు మూసివేయబడ్డాయి. తెలంగాణ ఉద్యమంలో తొలి విద్యార్థి అమరవీరులు సదాశివ పేటకు చెందిన శంకర్, మరియు కృష్ణ. అయితే, మారుతున్న పరిస్థితుల

కారణంగా 1969 జనవరి 23న రవీంద్రనాథ్ నిరాహార దీక్ష విరమించబడింది, కాని ఉద్యమం తీవ్రమైంది. ఆ తర్వాత తెలంగాణ ఉద్యమానికి ఉస్మానియా యూనివర్సిటీ ప్రధాన కేంద్రంగా మారింది.

ఉస్మానియా యూనివర్శిటీ విద్యార్థులు ఉద్యమంలో పాల్గొనడంతో తెలంగాణ అంతటా వేగంగా విస్తరించి పెద్దఎత్తున మద్దతు పొందారు. తెలంగాణ వాదానికి మద్దతుగా సభలు, సమావేశాలు, సెమినార్లు, మేధోమథన సభలు నిర్వహించారు. ప్రఖ్యాత స్వాతంత్ర్య సమరయోధుడు కాటం లక్ష్మీనారాయణ అధ్యక్షతన తెలంగాణ పరిరక్షణ సమితి ఏర్పడి ప్రత్యేక తెలంగాణ కోసం విద్యార్థులు చేస్తున్న పోరాటానికి మద్దతుగా నిలిచింది. 'తెలంగాణ విమోచనోద్యమ సమితి' ఆధ్వర్యంలో వరంగల్లో మహాసభ నిర్వహించారు. మహాసభల ఇతివృత్తం "తెలంగాణ విముక్తి". దీనికి మహాకవి కాళోజి నారాయణరావు అధ్యక్షత వహించారు. ముఖ్యమంత్రి రాజీనామా చేయాలని డిమాండ్ చేశారు. "పీపుల్స్ కన్వెన్షన్" అనే రాజకీయేతర సంస్థ ప్రధానంగా యువత మరియు మేధావులచే స్థాపించబడింది. ఏ మదన్ మోహన్ కన్వీనర్గా నియమితులయ్యారు. పీపుల్స్ కన్వెన్షన్ తొలి సమావేశం మార్చి 8, 9 తేదీల్లో హైదరాబాద్లోని రెడ్డి హాస్టల్లో జరిగింది. దీనికి వేలాదిగా తెలంగాణ ప్రేమికులు హాజరయ్యారు. వివిధ జిల్లాల నుంచి దాదాపు 15000 మంది ప్రతినిధులు సదస్సుకు హాజరయ్యారని అంచనా. అప్పటి ఉస్మానియా యూనివర్సిటీలో ఫిజిక్స్ ప్రొఫెసర్ రావాడ సత్యనారాయణ దీన్ని ప్రారంభించారు. ఇది భారీ విజయం సాధించి 1969 తెలంగాణ ఉద్యమంలో మైలురాయిగా నిలిచింది. శ్రీమతి సదాలక్ష్మి సభకు అధ్యక్షత వహించారు. తెలంగాణలో అశాంతికి సంబంధించిన సమస్యలపై చర్చించేందుకు మే 20న యూనివర్సిటీ, కాలేజీ టీచర్ల సదస్సు జరిగింది. ఉస్మానియా యూనివర్సిటీ వైస్ ఛాన్సలర్ ప్రొఫెసర్ రావాడ సత్యనారాయణ సదస్సును ప్రారంభించగా, ప్రొఫెసర్ మంజూర్ ఆలం అధ్యక్షత వహించగా డాక్టర్ మర్రి చెన్నా రెడ్డి ప్రసంగించారు. డాక్టర్ జయశంకర్, ప్రొఫెసర్ బషీరుద్దీన్, డాక్టర్ శ్రీధర స్వామి, తోట ఆనందరావు వంటి మేధావులు తెలంగాణ ప్రశ్నలోని బహు కోణాలను విశ్లేషించే పరిశోధనా పత్రాలను సమర్పించారు. పరిశోధనా పత్రాలను "తెలంగాణ ఉద్యమం: ఒక పరిశోధనాత్మక దృష్టి" పేరుతో పుస్తకంగా ప్రచురించారు. తెలంగాణ అధ్యయనానికి ఇది ఒక ముఖ్యమైన సహకారం.

హైదరాబాద్లోని గౌలిగూడలోని తెలంగాణ వతండారీ సంఘం కార్యాలయంలో జరిగిన సమావేశంలో డెక్కన్ క్రానికల్లో పనిచేస్తున్న ప్రముఖ జర్నలిస్ట్ ప్రతాప్ కిషోర్, న్యాయవాది జగన్మోహన్ రెడ్డి, ఎస్ రఘువీర్ రావు, పీఎన్ స్వామి, మునీర్ జమాల్,

మదన్ పాల్గొన్నారు. మోహన్, న్యాయవాది మరియు డాక్టర్ ఎ గోపాల కిషన్ ఒక వైద్యుడు. కొనసాగుతున్న విద్యార్థులు ఆందోళనకు తమ మద్దతును తెలియజేసి, తెలంగాణకు ప్రత్యేక రాష్ట్ర ఏర్పాటును తెలంగాణ ప్రజలు ఆమోదించాలని డిమాండ్ చేస్తూ తీర్మానం చేశారు. మదన్ మోహన్, డాక్టర్ గోపాల కిషన్ కలిసి ఆందోళన చేస్తున్న విద్యార్థులకు మద్దతుగా తెలంగాణ ప్రజా సమ్మేళనాన్ని ప్రారంభించారు. విద్యార్థుల ఉద్యమాన్ని ఉధృతం చేసి పాఠశాలలు, కళాశాలల బహిష్కరణకు పిలుపునిచ్చి, ఆంధ్రులకు వ్యతిరేకంగా "క్విట్ తెలంగాణా" అంటూ నినాదాలు చేశారు. మల్లికార్జున్ నేతృత్వంలోని "తెలంగాణ స్టూడెంట్స్ యాక్షన్ కమిటీ" తెలంగాణకు ప్రత్యేక రాష్ట్ర సాధనే తమ ధ్యేయమని ప్రకటించి, తెలంగాణ కోసం విద్యార్థి సమాజం ఎలాంటి త్యాగాలకైనా సిద్ధంగా ఉండాలని పిలుపునిచ్చారు. యాక్షన్ కమిటీ నిరసన దినోత్సవం, డిమాండ్ల దినోత్సవం, అణచివేత వ్యతిరేక దినం, జెండా దినోత్సవం మొదలైన అనేక కార్యక్రమాలను నిర్వహించింది. విద్యార్థులు, నాన్ గెజిటెడ్ అధికారులు, న్యాయవాదులు, వైద్యులు మరియు పౌర సమాజంలోని దాదాపు అన్ని వర్గాలు దీనికి మద్దతు ఇచ్చాయి. తెలంగాణ మొత్తం రణరంగంగా మారింది. ఊరేగింపులు, ధర్నాలు, నిరాహారదీక్షలు, ఘెరావ్లు, బస్సు దహనాలు, రైలులోకోలు నిర్వహించబడినాయి. అరెస్టులు, లాఠీ ఛార్జీలు, బాష్పవాయువు పేలుళ్లు, 144 సెక్షన్ల విధింపు, కర్ఫ్యూలు, బారికేడ్లు, పోలీసు బలగాల నుండి కాల్పులు దినచర్యగా మారినాయి. తెలంగాణ వ్యాప్తంగా ఉన్న పాఠశాల, కళాశాల భవనాలను ఓపెన్ జైళ్లుగా మార్చారు. మల్లికార్జున్, డాక్టర్ ఎం శ్రీధర్ రెడ్డి వంటి విద్యార్థి నాయకులు ముఖ్య పాత్ర పోషించారు. వారు నిజాం కళాశాల, వివేక వర్ధని కళాశాలలు ఉద్యమంలో ముందంజలో ఉన్నాయి. హైదరాబాద్, నల్గొండ, వరంగల్, కోదాడ, కొత్తగూడెంలలో ప్రభుత్వం సైన్యాన్ని మోహరించింది మరియు ఈ పట్టణాలన్నింటిలో ఫ్లాగ్ మార్చ్ నిర్వహించింది.

ఉద్యమం ఊపందుకోవడంతో, తెలంగాణ పీపుల్ కన్వెన్షన్ 1969 మార్చి 25న తెలంగాణ ప్రజా సమితి (TPS)గా మార్చబడింది. మదన్ మోహన్ దాని మొదటి అధ్యక్షుడయ్యాడు. తదనంతరం, ఉద్యోగుల సంఘం నాయకుడు శ్రీ కె. ఆర్. ఆమోస్ నేతృత్వంలో ఉద్యోగులు మరియు ఉపాధ్యాయుల జాయింట్ యాక్షన్ కమిటీని ఏర్పాటు చేశారు. టీపీఎస్, స్టూడెంట్స్ యాక్షన్ కమిటీతో కలిసి పనిచేయాలని నిర్ణయించారు. ఉద్యమ క్రమంలో టీపీఎస్ అధ్యక్షుడు మదన్మోహన్ స్థానంలో మర్రి చెన్నారెడ్డిని నియమించారు. ఊరేగింపులు, హర్తాళ్లు, బంద్ లు, సామూహిక సత్యాగ్రహాలు మొదలైన బహుళ కార్యకలాపాలతో TPS ఆందోళనను తీవ్రతరం చేశారు. సామూహిక తిరుగుబాటు

హింసాత్మక సంఘటనలకు దారితీసింది. ఆందోళనకారులపై పోలీసులు నిషేధాజ్ఞలు, లాఠీ ఛార్జీలు మరియు కాల్పులు జరిపారు. హైదరాబాద్ మరియు సికింద్రాబాద్ జంట నగరాలు జమై ఉస్మానియా రైల్వే స్టేషన్ మరియు సికింద్రాబాద్ వద్ద పోలీసు కాల్పులకు సాక్ష్యంగా ఉన్నాయి, ఇందులో 10 మందికి పైగా విద్యార్థులు మరణించారు. వరంగల్, ఖమ్మం, కరీంనగర్ వంటి ముఖ్యమైన పట్టణాల్లో కూడా విద్యార్థులు, ఉద్యోగులు పెద్ద ఎత్తున ఉద్యమంలో పాల్గొన్నారు.

జై తెలంగాణ ఉద్యమం ఆంధ్రుల (ఎన్.జి.రంగా మరియు కె.పట్టాభి రామయ్య) రాజకీయ నాయకుల మద్దతును పొంది జాతీయ దృష్టిని ఆకర్షించింది. పార్లమెంటులోనూ తెలంగాణ అంశాన్ని లేవనెత్తారు. స్వతంత్ర, రిపబ్లికన్ పార్టీ, సోషలిస్టులు, నక్సలైట్లు వంటి రాజకీయ పార్టీల మద్దతు లభించింది. అయితే వామపక్ష పార్టీలు, CPI మరియు CPM దీనిని వ్యతిరేకించాయి. మహిళా నాయకులు సంగెం లక్ష్మీబాయి, సుమిత్రాదేవి, సదాలక్ష్మి మరియు ఈశ్వరీబాయి ఉద్యమంలో చురుకుగా పాల్గొనడం ఆసక్తికరంగా ఉంది. నిజానికి, సదాలక్ష్మి, TPS అధ్యక్షురాలిగా ఉద్యమానికి నాయకత్వం వహించారు. రెడ్డి హాస్టల్లో జరిగిన తెలంగాణ ప్రజా సమ్మేళనం సమావేశానికి ఆమె అధ్యక్షత వహించి, తన నగలు అమ్మి ఉద్యమానికి వనరులను సమీకరించారు. ఇతర ప్రముఖ నాయకుడు కొండా లక్ష్మ బాపూజీ, ఉద్యమానికి మద్దతుగా తన మంత్రి పదవికి రాజీనామా చేశారు. ప్రత్యేక తెలంగాణ ఏర్పాటు కోసం పోరాడేందుకు రాజీనామా చేసిన తొలి మంత్రి ఆయన ఆ తర్వాత తెలంగాణ కాంగ్రెస్ సమితిని స్థాపించారు. విస్తృత మద్దతు ఉద్యమాన్ని బలపరిచింది మరియు అది ప్రభుత్వాన్ని పూర్తిగా స్తంభింపజేసింది. తత్ఫలితంగా, ప్రభుత్వం అణచివేతను ప్రారంభించింది. నాయకులను విచక్షణారహితంగా అరెస్టు చేసింది, ఉద్యోగులను సస్పెండ్ చేసింది మరియు సుమారు 370 మందిని చంపడం ద్వారా భయానక పాలనను సృష్టించింది. ఉద్యమ తీవ్రతకు ప్రభుత్వం కదిలిపోయింది. ఇందిరాగాంధీ స్వయంగా హైదరాబాద్ను సందర్శించారు. ఆమె రాజకీయ నేతలతో ఉన్నత స్థాయి సమావేశాన్ని ఏర్పాటు చేసి తెలంగాణ సమస్య పరిష్కారానికి అష్టసూత్ర ఫార్ములాను కూడా ప్రకటించారు. దాని నిబంధనలు క్రింది విధంగా ఉన్నాయి.

1. రిటైర్డ్ లేదా సర్వోన్నత న్యాయస్థానంలో పనిచేస్తున్న సుప్రీంకోర్టు న్యాయమూర్తి చైర్మన్గా మరియు రాష్ట్ర ఆర్థిక విషయాలపై అవగాహన ఉన్న ప్రముఖ ఆర్థికవేత్తతో పాటు కంట్రోలర్ యొక్క సీనియర్ ప్రతినిధితో కేంద్ర ప్రభుత్వం ఒక ఉన్నత-శక్తి

కమిటీని నియమిస్తుంది. ఆంధ్ర ప్రాంతానికి తరలించిన తెలంగాణ మిగులు నిధుల లెక్కలు తేల్చడానికి ఒక ఉన్నతాధికార సంఘం నియమించబడుతుంది.

2. తెలంగాణకు సంబంధించి మిగులును సద్వినియోగం చేసుకోవడానికి అవసరమైన ఆర్థిక వనరులను కనుగొనే విధానానికి సంబంధించి కేంద్ర ఆర్థిక మరియు హెం మంత్రిత్వ శాఖలు, ప్రణాళికా సంఘం మరియు రాష్ట్ర ప్రభుత్వ ప్రతినిధుల మధ్య తక్షణమే చర్చ జరుగుతుంది.

3. ముఖ్యమంత్రి సూచన మేరకు, ముఖ్యమంత్రి, ఆంధ్రప్రదేశ్కు చైర్మన్గా మరియు ప్రణాళికా సంఘం సభ్యునిగా, ఆంధ్రప్రదేశ్ మంత్రివర్గంలోని మంత్రులతో కూడిన హై-పవర్ తెలంగాణ డెవలప్మెంట్ కమిటీని వెంటనే ఏర్పాటు చేయాలని అంగీకరించారు. తెలంగాణ ప్రాంతానికి చెందినవారు. తెలంగాణ ప్రాంతీయ కమిటీ చైర్మన్ సభ్యులుగా ఉంటారు. కమిటీ యొక్క ప్రధాన విధులు పంచవర్ష ప్రణాళికల యొక్క మొత్తం ఫ్రేమ్వర్క్ సాధించాల్సిన భౌతిక మరియు ఆర్థిక లక్ష్యాలను సూచిస్తూ తెలంగాణ ప్రాంతానికి సంబంధించిన కార్యక్రమాలు మరియు పథకాలను గుర్తించడం. ఈ కార్యక్రమాలు మరియు పథకాల వాస్తవ అమలు పనిని ఎప్పటికప్పుడు సమీక్షించడం. అవసరమైనదిగా భావించే తగిన నిర్ణయాలపై రాష్ట్ర ప్రభుత్వానికి సలహా ఇవ్వడం.

4. ప్రణాళికా సంఘం యొక్క సలహాదారు అధ్యక్షత వహించే అధికారిక స్థాయిలో ప్రణాళిక అమలు కమిటీ కూడా ఉంటుంది మరియు ప్రణాళిక కార్యక్రమాల వాస్తవ అమలుపై వివరణాత్మక కాలానుగుణ సమీక్ష లక్ష్యంతో కేంద్ర ఆర్థిక మరియు హెూం మంత్రిత్వ శాఖలు మరియు రాష్ట్ర ప్రభుత్వ ప్రతినిధులతో కూడి ఉంటుంది. తెలంగాణ ప్రాంతం యొక్క వేగవంతమైన అభివృద్ధికి సంబంధించిన పథకాలు, ఈ కమిటీ ప్రతి త్రైమాసికంలో సమావేశమై తన నివేదికను ముఖ్యమంత్రికి, ప్రధానికి అందజేస్తుంది.

5. తగిన సమన్వయంతో పాటు నిర్ణయాల సమర్థవంతంగా మరియు త్వరితగతిన అమలు జరిగేలా చూసేందుకు ప్రత్యేకంగా వ్యవహరించే బాధ్యతను అప్పగించిన అధికారులకు అనుకూలంగా ఏదైనా అధికారాలను అప్పగించాల్సిన అవసరం ఉన్నట్లయితే, ముఖ్యమంత్రి ఏవిధంగా అధికారాలను పంపిణీ చేస్తారో పరిశీలిస్తారు.

6. తెలంగాణా ప్రాంతానికి చెందిన వ్యక్తులకు అనుకూలంగా ప్రభుత్వ ఉద్యోగాల

విషయంలో తగిన రాజ్యాంగపరమైన రక్షణలను కల్పించే అవకాశాన్ని భారత ప్రభుత్వం న్యాయ కమిటీతో సంప్రదించి పరిశీలిస్తుంది.

7. ముఖ్యమంత్రి సూచన మేరకు, రాష్ట్రాల పునర్వ్యవస్థీకరణ చట్టం 1956 ప్రకారం U.P.S.C. ఛైర్మన్ నేతృత్వంలో, రిటైర్డ్ ఉన్నతాధికారితో కూడిన ఉన్నతాధికార కేంద్ర సలహా కమిటీని ఏర్పాటు చేయాలని కూడా అంగీకరించారు. వివిధ వర్గాల ప్రభుత్వోద్యోగుల ఫిర్యాదులను త్వరితగతిన పరిశీలించి, కేంద్ర హోం మంత్రిత్వ శాఖకు తగిన సిఫార్సులు చేసేందుకు కోర్టు జడ్జి మరియు కేంద్ర ప్రభుత్వ రిటైర్డ్ లా సెక్రటరీ హైదరాబాద్‌ను చాలా త్వరగా సందర్శిస్తారు. సేవల ఏకీకరణకు సంబంధించి ఏవైనా అత్యుత్తమ కేసులను నిర్ణయించే లక్ష్యంతో కేంద్ర హోం మంత్రిత్వ శాఖ ఒక నిర్దిష్ట సమయ షెడ్యూల్లో అత్యవసర కార్యక్రమాన్ని కూడా రూపొందిస్తుంది. కేంద్ర సలహా సంఘం లేదా రాష్ట్ర సలహా కమిటీ టెండర్ చేసిన సలహాల వెలుగులో భారత ప్రభుత్వం ఇచ్చే ఏవైనా నిర్ణయాలను రాష్ట్ర ప్రభుత్వం వెంటనే అమలు చేస్తుందని ముఖ్యమంత్రి హామీ ఇచ్చారు.

8. ముఖ్యమంత్రి సూచన మేరకు తెలంగాణ ప్రాంత సమస్యలపై కేంద్ర ప్రభుత్వం నిరంతరం దృష్టి సారించేలా, ముఖ్యమంత్రి మరియు ఆయన ఇతర సహచరులతో ప్రతి ఆరు నెలలకోసారి ప్రధాని సమీక్షా సమావేశాలు నిర్వహించాలని అంగీకరించారు. గతంలో సూచించిన హై పవర్డ్ తెలంగాణ డెవలప్మెంట్ కమిటీలో. ఉప ప్రధాన మంత్రి, కేంద్ర హోం మంత్రి మరియు ఇతర సంబంధిత కేంద్ర మంత్రులు హాజరు కావాల్సిన అవసరం ఉందని మరియు ప్రణాళికా సంఘం డిప్యూటీ ఛైర్మన్ కూడా సమావేశాలకు అనుబంధంగా ఉంటారు.

ఎనిమిది పాయింట్ల ఫార్ములా ద్వారా ప్రధాని ఇందిర ఇచ్చిన హామీలను పట్టించుకోకుండా, రాష్ట్ర మరియు కేంద్ర ప్రభుత్వాలతో చర్చలు జరుపుతూ తెలంగాణ ప్రజాసమితి ఉద్యమాన్ని కొనసాగించారు. ఫార్ములాలో ఉపాధికి సంబంధించిన భద్రతలకు సంబంధించి నిర్దిష్టమైన నిబంధనలు ఏవీ లేకపోవడంతో ఉద్యమం కొత్త ఉత్సాహంతో కొనసాగింది. తెలంగాణ ప్రజా సమితి మరియు ఇతర పోరాట కమిటీలు ఆందోళనలతో ముందుకు సాగాయి. ఏప్రిల్ 15న 'పోరాట దినం' పాటించాయి. నిజామాబాద్, మహబూబ్నగర్లలో పోలీసు కాల్పులు, హైదరాబాద్లో చాలా చోట్ల వీధి పోరాటాలు జరిగాయి. అదే రోజు తెలంగాణ నాన్ గెజిటెడ్ ఉద్యోగులు నిరవధిక సమ్మె ప్రారంభించారు. అనేక మలుపులు, నాయకత్వాల మధ్య అంతర్గత కుమ్ములాటల తర్వాత, 1969 నవంబర్

27న TPS అధ్యక్షుడు ఉద్యమాన్ని తాత్కాలికంగా ఉపసంహరించుకున్నారు. చెన్నా రెడ్డి నిర్ణయాన్ని సదాలక్ష్మి వంటి ఇతర నాయకులు వ్యతిరేకించారు. ఆమె చెన్నారెడ్డిని బహిష్కరించి ప్రత్యర్థి TPS అధ్యక్షురాలైంది. చెన్నారెడ్డి టీపీఎస్ని కాంగ్రెస్ పార్టీలో విలీనం చేసిన తర్వాత 'సంపూర్ణ తెలంగాణ ప్రజా సమితి' పేరుతో మరో సంస్థను ఏర్పాటు చేశారు. నూతన సంస్థలో ప్రముఖులు డాక్టర్ ఎం శ్రీధర్ రెడ్డి, శ్రీమతి. ఈశ్వరీ బాయి, శ్రీ టి పురుషోత్తమ రావు, శ్రీ ప్రతాప్ కిషోర్, శాంతపురి రఘువీర రావు మరియు ఇతరులు ఉన్నారు. తెలంగాణ ప్రజా పరిషత్ అనే మరో సంస్థను ఎం.జగన్ మోహన్ రెడ్డి, జి.పి. సక్సేనా ప్రారంభించారు. తెలంగాణ ప్రజాసమితిలో వర్గ రాజకీయాలు, వ్యక్తిత్వ గొడవలు ఉద్యమానికి తీరని నష్టం కలిగించాయి. 370 మంది త్యాగధనులను స్మరించుకుంటూ గన్ పార్క్ వద్ద, అసెంబ్లీ భవనం సమీపంలో తెలంగాణ అమరవీరుల స్మారక స్థూపాన్ని, సికింద్రాబాద్ క్లాక్ టవర్ దగ్గర మరో స్థూపాన్ని ఏర్పాటు చేశారు. ఈ స్మారక చిహ్నాన్ని "జాతీయంగా గుర్తింపు పొందిన శిల్పి" మరియు మాజీ JNTU శిల్పకళా ప్రొఫెసర్ అయిన ఎక్కా యాదగిరి రావు రూపొందించి నిర్మించారు.

తెలంగాణ ఉద్యమం TPSకి ఎన్నికల లాభాలను అందించింది. రాష్ట్ర అసెంబ్లీ మరియు పార్లమెంటు ఎన్నికలలో దాని అభ్యర్థులు గెలిచారు. తెలంగాణ ప్రాంతంలో ఉన్న 14 లోక్సభ స్థానాలకు గానూ 11 లోక్సభ స్థానాల్లో విజయం సాధించి 47.5% ఓట్లను సాధించింది. భారతదేశంలో స్థాపక ప్రజాస్వామ్య రాజ్యానికి తోటి భావన మరియు "దయగల స్పృహ" అనేవి ప్రాథమిక సూత్రాలు అని అంబేద్కర్ ప్రతిపాదించారు. భాషాప్రయుక్త రాష్ట్ర ఏర్పాటుకు "ఒక రాష్ట్రం ఒక భాష" కూడా అవసరమని ఆయన నొక్కి చెప్పారు. ఇంకా, "భాషా ప్రయుక్త రాష్ట్రాల ఏర్పాటు ద్వారా కుల వ్యవస్థ యొక్క దుర్మార్గాలు పదును పెట్టడం ఖాయమని" ఆయన నొక్కి చెప్పారు. మైనారిటీ వర్గాలు అణిచివేయబడవచ్చు. అణిచివేయబడకపోతే వారు వారు ఖచ్చితంగా వివక్షకు గురవుతారు మరియు చట్టం ముందు సమానత్వం మరియు ప్రజా జీవితంలో సమాన అవకాశాలను తిరస్కరిచబడుతారు. ఆంధ్ర ప్రదేశ్ విషయానికొస్తే, ఉప- ప్రాంతీయ భావాల ప్రత్యేకత పదేపదే నొక్కిచెప్పబడింది మరియు అంబేద్కర్ వివరించిన విధంగా తెలుగు ప్రజలు సహృదయ భావాన్ని పెంపొందించుకోలేదు. భాషాప్రయుక్త రాష్ట్రంలో ఆధిపత్య కులాలు నిమ్న కులాలు కులాలు మరియు తరగతులపై అనుచితమైన అధికారం చెలాయిస్తాయని అంబేద్కర్ ఎత్తి చూపారు. ఆయన 1953లో "ఆంధ్రను తీసుకోండి భాషా ప్రాంతంలో రెండు ప్రధాన సంఘాలు మాత్రమే విస్తరించి ఉన్నాయి. వారు రెడ్డిలు లేదా కమ్మలు. వారు భూమి, అన్ని ఉద్యోగాలు మరియు అన్ని వ్యాపారాలను కలిగి ఉన్నారు.

అంటరానివారు వారిపై ఆధారపడి జీవిస్తున్నారు... భాషా రాష్ట్రాలలో చిన్న వర్గాల వారికి ఏమి మిగిలి ఉంటుంది?" అని అంబేద్కర్ అన్నాడు. గ్రహణశక్తి గల ఒక పండితుడు ఇలా వ్యాఖ్యానించాడు. "1956లో ఆంధ్ర ప్రదేశ్ ఏర్పాటు సీమాంధ్ర రాజకీయ ప్రముఖుల ఆధిపత్యంతో కూడిన ప్రజాస్వామ్య రాజకీయాలకు దారితీసింది. విశాలాంధ్రలో మొదటి రెండు దశాబ్దాల ప్రజాస్వామ్య ఆచరణలో క్రమపద్ధతిలో హామీలు మరియు రక్షణలు, అలాగే పెద్దమనుషుల ఒప్పందాన్ని ఉల్లంఘించడం జరిగింది. తొలి ముఖ్యమంత్రి నీలం సంజీవరెడ్డి హయాంలో సీమాంధ్ర నాయకత్వం రాజకీయ ఆధిపత్యాన్ని బొత్తిగా ప్రదర్శించడం భవిష్యత్తులో రెండు ప్రాంతాల మధ్య అనైక్యతకు నిదర్శనం. తెలంగాణా ప్రాంతంలోకి సీమాంధ్ర విద్యార్థులు మరియు ఉద్యోగులు పెద్ద ఎత్తున వలస రావడం విద్య మరియు వృత్తిపరమైన అసమానతలను మరియు కోస్తా ఆంధ్ర బ్యూరోక్రసీ యొక్క అధిక ఆధిపత్యాన్ని మరింత పెంచింది". ఆంధ్రా ఉద్యోగులు పరిపాలనలో, ప్రత్యేకించి సచివాలయం, న్యాయవ్యవస్థ మరియు విద్యారంగంలో కీలకమైన స్థానాలను ఆక్రమించారని అందుబాటులో ఉన్న ఆధారాలు స్పష్టంగా సూచిస్తున్నాయి. మిగులు తెలంగాణ ఆదాయాన్ని దుర్వినియోగం చేయడం, ముల్కీ నిబంధనల ఉల్లంఘన మరియు తెలంగాణ ప్రాంతీయ కమిటీని నిర్లక్ష్యం చేయడం, రాజకీయ మరియు వృత్తి నిర్మాణాల ఆంధ్రీకరణ తెలంగాణవాదుల వివక్ష మరియు అణచివేతకు దారితీసింది. 1956లో ఆంధ్ర ప్రదేశ్ రాష్ట్రం ఏర్పడినప్పటి నుండి కమ్మ మరియు రెడ్డి అనే రెండు ఆధిపత్య కులాలు సామాజిక-ఆర్థిక మరియు రాజకీయ అధికారాన్ని కలిగి ఉన్నాయి.

తెలంగాణ ఆర్థిక వనరులపై సీమాంధ్ర పెట్టుబడిదారుల నియంత్రణ అంతర్గత వలసవాదం మరియు అగ్రవర్ణ ఆధిపత్యంగా వర్గీకరించబడింది. తెలంగాణ ప్రాంతంలో స్థానిక ప్రజలు అధికారంలో సమాన వాటా మరియు నిర్ణయాధికార సంస్థల్లో తగిన ప్రాతినిధ్యం కోరారు. దిగువ నుండి తెలంగాణలో ప్రజా ఉద్యమం వ్యక్తమైంది. తెలంగాణ ఉద్యమాలు ప్రజాస్వామిక మరియు సమానత్వ సూత్రాల ఆకాంక్షలు మరియు దార్శనికతలను ప్రతిబింబించాయి. రాజకీయ పరిపాలనా అధికార నిర్మాణం మరియు ఆర్థిక వనరులలో దామాషా వాటాను కోరాయి. అందుకే తెలంగాణలోని విద్యార్థులు, యువత, ఉద్యోగులు, ఇతర వర్గాలలో ఆత్మగౌరవం, స్వరాజ్యం, ప్రాంతీయ స్వయంప్రతిపత్తి తదితర నినాదాలు ఆమోదం పొందాయి. ఆంధ్రప్రదేశ్ రాష్ట్రం ఏర్పడిన ఇన్నేళ్ల తర్వాత ఒప్పందాలు, హామీలు ఎలా అమలు చేశారనే దానిపై తెలంగాణ ప్రజలు అసంతృప్తి వ్యక్తం చేశారు. జై తెలంగాణ ఉద్యమం తెలంగాణ ప్రజల కమ్మ

ఉచ్ఛరణకు వ్యతిరేకమని భావించారు. ఆధిపత్య కమ్మ కులాన్ని కూడా బయట స్థిరనివాసులుగానూ, తెలంగాణ ప్రాంతంలోని వనరులను దోపిడీ చేసేవారిగానూ భావించారు. రెండు అసమాన ప్రాంతాల విలీనం మరియు ఆ తర్వాత ప్రజల అంతర్-ప్రాంతీయ చైతన్యం గ్రామీణ తెలంగాణలో సామాజిక/కుల ఉద్రిక్తతలకు మార్గం సుగమం చేసింది. 1969 తెలంగాణ ఉద్యమమే ఇందుకు నిదర్శనం. "డైనమిక్ కోస్తా రైతుల" వలసల చారిత్రక పూర్వాపరాలు, వారి స్థిరనివాసాల తీరు అలాగే తెలంగాణ సామాజిక-ఆర్థిక వ్యవస్థపై దాని ప్రభావం జై తెలంగాణ ఉద్యమంలో కీలక పాత్ర పోషించాయి.

***

అధ్యాయం - 16

తెలంగాణ ఉద్యమం : రెండవదశ, 1971-2014

జై ఆంధ్ర ఉద్యమం:

సెప్టెంబరు 1971లో ఆంధ్ర ప్రదేశ్ ముఖ్యమంత్రిగా ఉన్న కాసు బ్రహ్మానంద రెడ్డి తన పదవికి రాజీనామా చేసి తెలంగాణ నుండి మొదటి ముఖ్యమంత్రిగా పి.వి.నరసింహారావు బాధ్యతలు చేపట్టారు. ముఖ్యమంత్రిగా ఉన్న కాలంలో పి.వి. నరసింహారావు, ఆంధ్ర ప్రదేశ్‌లో జై ఆంధ్ర ఉద్యమం అని పిలువబడే మరొక ఆందోళనకు సాక్షి. 3 అక్టోబరు 1972న ఐదుగురు సభ్యుల సుప్రీంకోర్టు ధర్మాసనం ముల్కీ నిబంధనలను సమర్థించింది. ఈ తీర్పును ఆంధ్రులు వ్యతిరేకించగా, తెలంగాణవాదులు స్వాగతించి, ప్రత్యేక తెలంగాణ రాష్ట్రాన్ని ఏర్పాటు చేయాలని కోరారు. రెండు ప్రాంతాల మధ్య వివాదం తీవ్రరూపం దాల్చడంతో జై ఆంధ్రా ఉద్యమం ఆ తీర్పుకు తెరలేపింది. పివి నర్సింహారావు ప్రవేశపెట్టిన భూసంస్కరణలను వ్యతిరేకించిన ఆంధ్రాలోని కులక్ పెత్తందార్లు దీనికి నాయకత్వం వహించారు. రెండు ప్రాంతాల మధ్య పెరుగుతున్న ఉద్రిక్తత జాతీయ నాయకత్వం దృష్టిని ఆకర్షించింది. భారత ప్రధాని ఇందిరా గాంధీ ఈ తీర్పును గ్రహించి రాజకీయ నేతలతో చర్చలు జరిపారు. రెండు ప్రాంతాల ప్రజలను సంతృప్తి పరిచేందుకు ఆమె 27 నవంబర్ 1972న లోక్సభలో ఐదు పాయింట్ల ఫార్ములాను ప్రకటించారు. దాని నిబంధనలు క్రింది విధంగా ఉన్నాయి:

1. తెలంగాణలోని నాన్ గెజిటెడ్ పోస్టులు మరియు తహశీల్దార్లు, సివిల్ అసిస్టెంట్ సర్జన్లు మరియు జూనియర్ ఇంజనీర్ల పోస్టుల నియామకాలకు ముల్కీ నిబంధనలు వర్తిస్తాయి. సెక్రటేరియట్, హెడ్ ఆఫ్ డిపార్ట్మెంట్ల కార్యాలయాలు మరియు రాష్ట్ర ప్రభుత్వ ఇతర సాధారణ సంస్థల విషయంలో, ప్రతి మూడు ఖాళీలలో రెండవ ఖాళీని భర్తీ చేయడానికి ఈ నియమాలు వర్తిస్తాయి.

2. ఈ రక్షణలు తెలంగాణ ప్రాంతంలో డిసెంబర్ 1980 చివరి వరకు అమలులో ఉంటాయి. అయితే, రాజధాని జంట నగరాల్లో డిసెంబర్ 1977 చివరి వరకు కొనసాగుతాయి. జంట నగరాల్లో రాజధాని నగరం ఉన్నందున ఈ వ్యత్యాసం చూపబడింది.

3. ఆంధ్ర మరియు తెలంగాణా రెండు ప్రాంతాల ప్రభుత్వ ఉద్యోగులకు ప్రమోషన్ల అవకాశాలను అందించడానికి కేడర్లు మొదటి లేదా రెండవ గెజిటెడ్ స్థాయి వరకు ప్రాంతీయీకరించబడతాయి. ఈ పద్ధతి అఖిల భారత సర్వీసులకు వర్తించదు.

4. జంట నగరాల్లోని తెలంగాణ విద్యార్థులకు విద్యా సౌకర్యాలు, సాంకేతిక మరియు వృత్తిపరమైన రంగాలతో సహా అందుబాటులో ఉన్న సౌకర్యాలు తగినంతగా విస్తరించబడతాయి. నివాసం ఆధారంగా అదనపు సౌకర్యాలు పరిమితం చేయబడవు.

5. హైదరాబాద్ మరియు సికింద్రాబాద్ నగరాలకు కాంపోజిట్ పోలీస్ ఫోర్స్ ఉంటుంది. రాష్ట్ర ప్రభుత్వంతో చర్చించి వివరాలు రూపొందిస్తామన్నారు.

ఇరు ప్రాంతాల ప్రజలను సంతృప్తి పరచడానికి బదులు ఫైవ్ పాయింట్ ఫార్ములా ప్రత్యేక రాష్ట్రాల కోసం ఉద్యమాలకు దారి తీసింది. ముల్కీ నిబంధనలు చెల్లుబాటవుతాయని సుప్రీం కోర్టు న్యాయమూర్తి జస్టిస్ S.M.సిక్రీ నేతృత్వంలోని ఐదుగురు సభ్యుల ధర్మాసనం తీర్పునిచ్చిన తర్వాత, ముల్కీ నిబంధనలను రద్దు చేయడం కోసం, ఎలాంటి షరతులతో కూడిన సంబంధాలు లేని రాష్ట్రం కోసం జై ఆంధ్ర ఉద్యమం ప్రారంభమైంది. ఆంధ్ర, తెలంగాణ, జాతీయ రాజకీయ నాయకత్వం రూపొందించిన రాజకీయ ఒప్పందం సిక్స్ పాయింట్ ఫార్ములాకు దారితీసింది. ఆంధ్ర ప్రదేశ్ రాష్ట్ర కొనసాగింపు కోసం తాత్కాలిక ఏర్పాట్లను ఎలాగైనా కొనసాగించడానికి పెద్దమనుషుల ఒప్పందం, ఆల్ పార్టీ అకార్డ్, ఎయిట్ పాయింట్ ఫార్ములా, ఫైవ్ పాయింట్ ఫార్ములాలు మొదలైన వాటి పరంగా గతంలో అనేక ప్రయత్నాలు జరిగాయి. అయితే, ఫార్ములా పరిష్కారానికి బదులుగా ప్రత్యేక జై ఆంధ్ర ఉద్యమం యొక్క పెరుగుదలకు దారితీసింది. ఈ ఉద్యమానికి విద్యార్థులు, ఉద్యోగులు, మధ్యతరగతులు మద్దతు ఇవ్వడంతో ఆంధ్ర, రాయలసీమ ప్రాంతాల్లోని అనేక పట్టణాలు, నగరాలకు విస్తరించి హింసాత్మకంగా మారింది. పోలీసులు లాఠీ ఛార్జిని ఆశ్రయించారు. టియర్ గ్యాస్ షెల్స్ ప్రయోగించారు మరియు గుంపుపై కాల్పులు జరిపారు. దీని ఫలితంగా ఒక జంట మరణించారు. జై ఆంధ్ర ఉద్యమం తెలంగాణ రక్షణకు, ముల్కీ నిబంధనలకు వ్యతిరేకంగా జరిగింది. ముల్కీ నిబంధనలను తక్షణమే రద్దు చేయాలని ఆంధ్రులు కోరుతున్నారు. తమ ప్రత్యేక

రాష్ట్రంలోనే తమ పరువు, గౌరవాలు కాపాడుకోవచ్చని భావించారు. ఉద్యమం తీవ్రరూపం దాల్చడంతో ఆంధ్రా ప్రజలను సంతృప్తి పరచడానికి భారత ప్రధాని ఇందిరా గాంధీ 1973 సెప్టెంబర్ 21న సిక్స్ పాయింట్ ఫార్ములాను ప్రకటించారు. దాని నిబంధనలు క్రింది విధంగా ఉన్నాయి:

1. రాష్ట్రంలోని వెనుకబడిన ప్రాంతాల వేగవంతమైన అభివృద్ధి మరియు రాష్ట్ర రాజధాని యొక్క ప్రణాళికాబద్ధమైన అభివృద్ధి. ఈ ప్రయోజనాల కోసం కేటాయించబడిన నిర్దిష్ట వనరులతో మరియు రాష్ట్ర శాసనసభలో అటువంటి వెనుకబడిన ప్రాంతాలకు తగిన ప్రాతినిధ్యం కల్పించబడుతోంది. ఇతర నిపుణులతో కలిసి ఆయా ప్రాంతాల అభివృద్ధి పథకాలను రూపొందించి పర్యవేక్షించాలి. ఈ లక్ష్యాన్ని సాధించడానికి రాష్ట్ర స్థాయిలో ప్రణాళికా మండలి మరియు వివిధ వెనుకబడిన ప్రాంతాల కోసం సబ్ కమిటీల ఏర్పాటు తగిన సాధనంగా ఉండాలి.

2. విద్యా సంస్థల్లో ప్రవేశాల విషయంలో స్థానిక అభ్యర్థులకు తగిన ప్రాధాన్యత కల్పించేలా రాష్ట్రవ్యాప్తంగా ఏకరూప ఏర్పాట్లను ఏర్పాటు చేయడం, ప్రస్తుతం ఉన్న విద్యా సదుపాయాలను పెంపొందించేందుకు హైదరాబాద్లో కొత్త సెంట్రల్ యూనివర్సిటీని ఏర్పాటు చేయడం విద్యా విధానానికి ఆధారం.

3. రాష్ట్రం మొత్తం అవసరాలకు లోబడి, (i) నాన్ గెజిటెడ్ పోస్టులకు (సెక్రటేరియట్లో కాకుండా. విభాగాధిపతుల కార్యాలయాలు, ఇతర) డైరెక్ట్ రిక్రూట్మెంట్ విషయంలో స్థానిక అభ్యర్థులకు నిర్దిష్ట మేరకు ప్రాధాన్యత ఇవ్వాలి. రాష్ట్ర స్థాయి కార్యాలయాలు మరియు సంస్థలు మరియు హైదరాబాద్ సిటీ పోలీస్) (ii) స్థానిక సంస్థల క్రింద సంబంధిత పోస్టులు మరియు (iii) తహశీల్దార్లు, జూనియర్ ఇంజనీర్లు మరియు సివిల్ అసిస్టెంట్ సర్జన్ల పోస్టులు. వారి ప్రమోషన్ అవకాశాలను మెరుగుపరచడానికి, సర్వీస్ క్యాడర్లను తగిన స్థానిక ప్రాతిపదికన నిర్దేశిత గెజిటెడ్ స్థాయి వరకు, మొదటి లేదా రెండవది, పరిపాలనాపరంగా అనుకూలమైనదిగా నిర్వహించాలి.

4. నియామకాలు, సీనియారిటీ, పదోన్నతులు మరియు ఇతర అనుబంధ విషయాలకు సంబంధించి సేవల ఫిర్యాదులను పరిష్కరించడానికి ఒక ఉన్నత-పవర్ అడ్మినిస్ట్రేటివ్ ట్రిబ్యునల్ను ఏర్పాటు చేయాలి. ట్రిబ్యునల్ నిర్ణయాలు సాధారణంగా రాష్ట్ర ప్రభుత్వానికి కట్టుబడి ఉండాలి. అటువంటి ట్రిబ్యునల్ యొక్క రాజ్యాంగం అటువంటి విషయాలలో న్యాయవ్యవస్థను ఆశ్రయించే పరిమితులను సమర్థిస్తుంది.

5. పై సూత్రాలపై ఆధారపడిన చర్యలను అమలు చేయడం వలన వ్యాజ్యం మరియు పర్యవసానంగా అనిశ్చితి, ఈ విషయంలో అధికారాలను రాష్ట్రపతికి అందజేసేందుకు అవసరమైన మేరకు రాజ్యాంగాన్ని సముచితంగా సవరించాలి.

6. పై విధానం ముల్కీ నియమాలు మరియు ప్రాంతీయ కమిటీ యొక్క కొనసాగింపును అనవసరంగా చేస్తుంది.

జై ఆంధ్ర ఉద్యమం జరుగుతున్న సమయంలో ముఖ్యమంత్రి పీవీ నర్సింహారావు రాజీనామా చేశారు. తరువాత కేంద్ర ఉద్యమం రాష్ట్ర అసెంబ్లీని సస్పెండ్ చేసింది మరియు 18 జనవరి 1973న ఆంధ్ర ప్రదేశ్‌లో రాష్ట్రపతి పాలన విధించింది. ఆంధ్ర నాయకులు కేంద్ర ప్రభుత్వంతో మరియు అధికారాలతో గణనీయమైన ప్రయోజనాలను పొందడంలో విజయవంతమయ్యారు. ఆరు పాయింట్ల ఫార్ములా స్పష్టంగా ఆంధ్రుల అవసరాలను తీర్చింది మరియు తెలంగాణ ప్రయోజనాలకు విరుద్ధంగా ఉంది. వాస్తవానికి, ఆరు పాయింట్ల ఫార్ములా జై తెలంగాణ ఉద్యమ స్ఫూర్తిని ఓడించింది. ఎందుకంటే ఇది పెద్దమనుషుల ఒప్పందంలో భాగమైన సుప్రీంకోర్టు మరియు ప్రాంతీయ కమిటీ రాజ్యాంగబద్ధంగా ఉంచిన ముల్కీ నిబంధనలను రద్దు చేసింది. తద్వారా తెలంగాణ ప్రజలకు, సమాజానికి తీవ్ర అన్యాయం జరిగింది. ముల్కీ నిబంధనల రద్దు, తెలంగాణ ప్రాంతీయ కమిటీ, హైదరాబాద్లో కేంద్రీయ విశ్వవిద్యాలయం ఏర్పాటు ఫార్ములాలోని ముఖ్యమైన అంశాలు. సిక్స్ పాయింట్ ఫార్ములా స్థానిక ప్రాంత అర్హతను 15 నుండి 4 సంవత్సరాలకు తగ్గించింది. ఇది స్థానికేతరులకు ప్రయోజనం చేకూర్చింది. ఆరు పాయింట్ల ఫార్ములాను అమలు చేయడానికి, కేంద్ర ప్రభుత్వం మే 1974లో 32వ రాజ్యాంగ సవరణ చేసింది. సవరణ ప్రకారం క్లాజ్-డి ఆర్టికల్ 371కి జోడించబడింది. దీని ప్రకారం, భారత రాష్ట్రపతి 18 అక్టోబర్ 1975న ఒక ఉత్తర్వు జారీ చేశారు. రాష్ట్రపతి ఉత్తర్వులు, (PO) A.P. ప్రభుత్వం 20 అక్టోబర్ 1975న G.O. No. 674ను జారీ చేసింది. P.O. ప్రకారం ఉద్యోగానికి సంబంధించిన విధివిధానాలను ఇది పేర్కొంది.

PO ప్రకారం జోనల్ వ్యవస్థ అమలులోకి వచ్చింది మరియు రాష్ట్రం ఆరు జోన్లుగా మరియు హైదరాబాద్ ఫ్రీ జోన్గా విభజించబడింది. స్థానికులకు వివిధ కేటగిరీల పోస్టులలో రిజర్వేషన్లు ఈ క్రింది విధంగా పేర్కొనబడ్డాయి. జిల్లా స్థాయి పోస్టులు 80% జోనల్ స్థాయి నాన్ గెజిటెడ్ పోస్టులు 70% మరియు జోనల్ స్థాయి గెజిటెడ్ పోస్టులు 60%. అయితే, ఉద్దేశపూర్వక తప్పుడు వ్యాఖ్యానం కారణంగా హైదరాబాదును ఏడవ జోన్ గా మార్చారు మరియు స్థానిక ప్రజలు ఉపాధి అవకాశాలు కోల్పోయారు.

సచివాలయం, విభాగాధిపతులు, రాష్ట్ర స్థాయి కార్యాలయాలు, ప్రధాన ప్రాజెక్టులు మొదలైన వాటికి రాష్ట్రపతి ఉత్తర్వులు వర్తించదు. పబ్లిక్ కార్పొరేషన్లు, బోర్డులు మరియు విశ్వవిద్యాలయాలు వంటి కొన్ని కార్యాలయాలు రాష్ట్రపతి ఉత్తర్వులలో చేర్చబడలేదు. చట్టవిరుద్ధమైన బదిలీలు, డిప్యూటేషన్లు, బోగస్ స్థానిక సర్టిఫికెట్లు మరియు రిక్రూట్మెంట్ నమూనాలు మొదలైన వాటి ద్వారా PO ఉల్లంఘించబడింది. స్థానికేతరులకు ప్రయోజనం చేకూర్చడానికి ఈ ఆర్డర్ అమలు చేయబడింది. 1975 ప్రెసిడెన్షియల్ ఆర్డర్ కంటే చాలా ముందు, దాదాపు 25000 మంది అభ్యర్థులు, బోగస్ ముల్కీ సర్టిఫికేట్లను పొంది, ముల్కీ అభ్యర్థులకు ఉద్దేశించిన ఖాళీలను ఆక్రమించారు. 21-1-1969 నాటి GO Ms No 36 ద్వారా దీనిని సరిదిద్దాలని కోరింది. కాని స్థానికేతరులను వారిని వెనక్కి పంపలేదు లేదా తప్పుడు / బోగస్ ముల్కీ సర్టిఫికేట్లను రూపొందించినందుకు చర్యలు తీసుకోలేదు. ఈ సమస్యలు న్యాయపోరాటానికి లాగబడ్డాయి. ఇది చివరకు ముల్కీ నిబంధనలను చెల్లుబాటు చేస్తూ 1972 నాటి సుప్రీంకోర్టు తీర్పుతో ముగిసింది.

స్థానిక ఉద్యోగులకు జరుగుతున్న అన్యాయంపై ప్రొఫెసర్ జయశంకర్ వ్యాఖ్యానిస్తూ: తెలంగాణ ఉద్యోగులకు రాష్ట్రాల పునర్వ్యవస్థీకరణ చట్టం ప్రకారం రిక్రూట్మెంట్, పదోన్నతులు, సర్వీసుల అనుసంధానం వంటి అంశాల్లో కొన్ని రక్షణలు, హామీ ఇచ్చారు. గత 12 ఏళ్లలో తెలంగాణ ఉద్యోగులు (ఎన్జీవోలు, ఉపాధ్యాయులు) చేపట్టిన పోరాటాన్ని నిష్పక్షపాతంగా పరిశీలించడం, సర్వీస్ ఆర్గనైజేషన్లు చేసిన పలు ప్రాతినిధ్యాలను నిశితంగా పరిశీలించడం, 1961లో రాష్ట్ర ప్రభుత్వం విడుదల చేసిన శ్వేతపత్రంపై విమర్శనాత్మక సమీక్ష. తెలంగాణ సర్వీస్ల గురించి శ్వేతపత్రంపై ఆంధ్ర ప్రదేశ్ ప్రాంతీయ కమిటీ సబ్కమిటీ నివేదిక పరిశీలించిన తర్వాత ఆంధ్రప్రదేశ్లో సర్వీసుల ప్రశ్నకు విశ్వాసం లేకపోవడం తెలియజేస్తుందని వెల్లడించారు. పెద్దమనుషుల ఒప్పందం, రాష్ట్రంలోని ప్రభుత్వ ఉద్యోగాల విషయంలో తెలంగాణ ప్రజలకు రక్షణ కల్పిస్తుంది. నియమాలు 3 అందిస్తుంది. "ఆంధ్రప్రదేశ్ రాష్ట్ర ప్రభుత్వం క్రింద ఉన్న తెలంగాణ ప్రాంతంలోని ఒక పోస్ట్ కి లేదా అతను పేర్కొన్న ప్రాంతంలోని స్థానిక అథారిటీ (కంటైన్మెంట్ బోర్డ్ కాకుండా) కింద ఉన్న పోస్టు ఒక వ్యక్తి నియామకానికి అర్హులు కాదు. నిర్దేశించిన తేదీకి ముందు వెంటనే పదిహేను సంవత్సరాల కంటే తక్కువ కాకుండా పేర్కొన్న ప్రాంతంలో స్పృహతో నివసించడం". దీనిని నివాసాలు లేదా నివాసేతరులలో చేర్చలేరు. వీరిని 'బోగస్ ముల్కీ'లుగా పేర్కొంటారు. ఉద్యోగాల సమీకరణం మరియు 1958 నాటి వేతన సవరణ తెలంగాణ ఉద్యోగులకు ఎలాంటి ద్రవ్య ప్రయోజనం లేకుండా ఆంధ్ర ఉద్యోగులకు మాత్రమే ప్రయోజనం చేకూర్చింది. ఈ సమీకరణం తెలంగాణ ఉద్యోగులపై అన్ని శాఖలలో భవిష్యత్ ప్రమోషన్లకు సంబంధించి. ప్రతికూల ప్రభావం చూపింది.

రాష్ట్రపతి ఉత్తర్వుల పాక్షిక అమలు, ఉల్లంఘనలపై తెలంగాణ నాన్ గెజిటెడ్ ఆర్గనైజేషన్ ప్రభుత్వానికి ఫిర్యాదు చేసింది. వారు ముఖ్యమంత్రి యన్.టి.రామారావుకు వినతి పత్రం సమర్పించారు. పీఓను నిష్పక్షపాతంగా అమలు చేయాలని రామారావు లేఖలో కోరారు. ప్రజాప్రతినిధుల్లో పేర్కొన్న అంశాలను ప్రభుత్వం నిశితంగా పరిశీలించి, కేంద్రప్రభుత్వ ప్రతినిధులతో విస్తృత చర్చలు జరిపిన తర్వాత 07-12-1985న తెలంగాణ నాన్ గెజిటెడ్ అధికారుల సంఘంతో ఒప్పందం కుదుర్చుకుంది. ఒప్పంద నిబంధనల ప్రకారం 18-10-1975 తర్వాత V జోన్లకు కేటాయించిన ఉద్యోగులను పేర్కొంటూ ప్రభుత్వం ఉత్తర్వులు జారీ చేసింది. కమిటీలోని ఇతర సభ్యులు కమలనాథన్, ఉమాపతి ఉన్నారు. 58,962 మంది స్థానికేతరులు పీఓను ఉల్లంఘించి స్థానిక ఖాళీలపై అక్రమంగా ఉద్యోగాలు పొందినట్లు కమిటీ గుర్తించింది. ప్రభుత్వం ఉండరేసన్ కమిటీ అని పిలిచే మరో కమిటీని కూడా ఏర్పాటు చేసింది. ఈ రెండు కమిటీల సిఫార్సుల ఆధారంగా ప్రభుత్వం 30 డిసెంబర్ 1985న G.O. No. 610ని జారీ చేసింది మరియు ఇది మార్చి 1986 చివరి నాటికి అమలులోకి రావాల్సి ఉంది. GO కింది నిబంధనలను కలిగి ఉంది:

1. జూరాల, శ్రీశైలం లెఫ్ట్ కెనాల్ మరియు శ్రీరాంసాగర్ ప్రాజెక్ట్ స్టేజ్-IIకి సంబంధించి, నాన్- గెజిటెడ్ కేటగిరీలలోని సిబ్బంది అంతా టెక్నికల్ మరియు నాన్ టెక్నికల్ అసిస్టెంట్స్‌తో సహా. 01-03-1983 తర్వాత V మరియు VI వెలుపలి జోన్ల నుండి ప్రాజెక్టకు పోస్ట్ చేయబడిన 1975 ప్రెసిడెన్షియల్ ఆర్డర్ ప్రకారం స్థానిక కేడర్ల జోనలైజేషన్ కింద వచ్చే ఎగ్జిక్యూటివ్ ఇంజనీర్లు (గతంలో జెఇలు) వారి సంబంధిత స్వంత జోన్లకు తిరిగి బదిలీ చేయబడతారు. మరియు ఇప్పటికే ఉన్న ఖాళీలలోకి పోస్టింగ్ చేయబడతారు. ఆ జోన్లలోని వివిధ ప్రభుత్వ సంస్థలలో ఖాళీలు అందుబాటులో లేని సూపర్ న్యూమరీ పోస్టులలో భర్తీ చేస్తారు. దీని కోసం ప్రభుత్వం భారత ప్రభుత్వ నోటిఫికేషన్ G.S.R కు సవరణను కోరుతూ భారత ప్రభుత్వాన్ని కూడా సంప్రదిస్తుంది. 525(E) తేదీ 28-06-1985 01-03-1983 నుండి ఈ ఆర్డర్కు పునరాలోచన ప్రభావం చూపుతుంది.

(ఎ) 1975 ప్రెసిడెన్షియల్ ఆర్డర్లోని పేరా 4 కింద చేసిన కేటాయింపు ఉత్తర్వులకు వ్యతిరేకంగా దాఖలు చేసిన అప్పీల్లలకు సంబంధించి సకాలంలో సమర్థ అధికారికి మరియు అటువంటి అప్పీళ్లు ఇప్పటికీ పెండింగ్లో ఉన్నట్లయితే, T.N.G.Os యూనియన్ ద్వారా వివరాలు అందించబడిన అన్ని కేసులకు సంబంధించి లేదా వ్యక్తులు, 31-03-1986 నాటికి పరిష్కరించబడాలి.

(బి) పై కసరత్తు ఫలితంగా, తత్ఫలితంగా ఏవైనా ఖాళీలు ఏర్పడినట్లయితే, రాష్ట్రపతి ఉత్తర్వు క్రింద నిర్దేశించిన విధానం ప్రకారం భర్తీ చేయబడుతుంది.

(2) ప్రెసిడెన్షియల్ ఆర్డర్ యొక్క పరిధికి వెలుపల ఉన్న కొన్ని విభాగాలలోని మొదటి స్థాయి గెజిటెడ్ పోస్టులకు సంబంధించి, అటువంటి పోస్టులను కూడా స్థానికీకరణ పథకంలో చేర్చే ప్రశ్నను సమీక్షించడానికి చర్య తీసుకోవాలి మరియు ఈ విషయాన్ని పరిగణనలోకి తీసుకోవాలి. పేర్కొన్న ఉత్తర్వుకు తగిన సవరణ కోసం భారత ప్రభుత్వాన్ని సంప్రదించాలి.

(3) G.S.Rలో నోటిఫై చేయబడిన సంస్థలు/స్థాపనలోని పోస్టులు. No.526 (E) తేదీ:18-10-1975 పైన చదివిన G.O. 3లో జారీ చేసిన ఉత్తర్వుల ప్రకారం సమాన ప్రాతిపదికన వివిధ స్థానిక కేడర్ల నుండి పదవీకాల ప్రాతిపదికన వ్యక్తులను డ్రా చేయడం ద్వారా భర్తీ చేయాలి.

(4) అంతర్-స్థానిక కేడర్ బదిలీలకు సంబంధించిన రాష్ట్రపతి ఉత్తర్వులోని పారా 5(2) (సి)లోని నిబంధన ఖచ్చితంగా అమలు చేయబడుతుంది. అటువంటి బదిలీలు ప్రజా ప్రయోజనాల దృష్ట్యా అసాధారణమైన పరిస్థితులలో మాత్రమే అమలు చేయబడతాయి.

(5) ఎంప్లాయిమెంట్ ఎక్స్చేంజీలలో బోగస్ రిజిస్ట్రేషన్లకు సంబంధించి తమ దృష్టికి వచ్చిన కేసులలో సంబంధిత శాఖలలో చర్యలు ప్రారంభించబడతాయి.

(6) ముఖ్యంగా విలేజ్ అసిస్టెంట్ల కేటగిరీలోని V మరియు VI జోన్లకు అభ్యర్థుల అక్రమ కేటాయింపులకు సంబంధించి TNGOస్ యూనియన్ చేసిన ఫిర్యాదుల స్వీకరణపై సంబంధిత శాఖ A.P. పబ్లిక్ సర్వీస్ కమీషన్ విచారణ చేపట్టి, చర్యలు తీసుకుంటుంది. సక్రమంగా కేటాయింపులు ఏవైనా ఉంటే వాటిని సరిచేయడానికి అవసరమైన చర్యలు.

(7) ఒక నిర్దిష్ట స్థానిక కేడర్లోని స్థానికేతర ఖాళీకి వ్యతిరేకంగా అదే జోన్/మల్టీ-జోన్లోని వ్యక్తులను కేటాయించే అవకాశం APPSCతో సంప్రదించి పరిశీలించబడుతుంది.

(8) T.N.G.Os యూనియన్, శిక్షణ పొందిన సిబ్బంది కోసం, V మరియు VI జోన్లలో స్థానికేతర అభ్యర్థులను నియమించే సర్వీస్ / కేటగిరీలను ప్రభుత్వానికి అందజేస్తుంది. తద్వారా ప్రభుత్వం అటువంటి సేవలు/కేటగిరీలకు సంబంధించి శిక్షణ సౌకర్యాలను

అందిస్తుంది. V మరియు VI జోన్లలో స్థానిక అభ్యర్థుల నియామకం తగిన అవకాశాలను కల్పించడం.

(9) సచివాలయ శాఖలు 30-06-1986 నాటికి, పేర్కొన్న ఆర్డర్లోని పేరా 13 ప్రకారం రాష్ట్రపతి ఉత్తర్వుల ప్రకారం చేసిన నియామకాలు/ప్రమోషన్ల సమీక్షను పూర్తి చేయాలి.

(10) (ఎ) 01-11-1956 నాటికి అసిస్టెంట్ ఇంజనీర్లకు (ప్రస్తుతం డిప్యూటీ ఇంజనీర్లు) సంబంధించి కామన్ గ్రేడేషన్ జాబితాను ఖరారు చేయడానికి తక్షణ చర్య తీసుకోబడుతుంది. S.R చట్టం 1956 ప్రకారం నిర్దేశించిన విధానాన్ని అనుసరించడం జరుగుతుంది.

(బి) మాజీ జూనియర్ ఇంజనీర్లకు (ప్రస్తుతం అసిస్టె.ఇ.ఇ.లు) ప్రభుత్వం ప్రచురించిన ఉమ్మడి గ్రేడేషన్ జాబితాను ఎ.పి. అడ్మినిస్ట్రేటివ్ ట్రిబ్యునల్ రద్దు చేసింది మరియు ప్రభుత్వం సుప్రీంకోర్టుకు అప్పీలు చేసింది. సుప్రీంకోర్టులో ఉన్న కేసును త్వరితగతిన పరిష్కరించేందుకు సమర్థవంతమైన చర్యలు తీసుకుంటారు.

(11) I నుండి IV జోన్లకు చెందిన లోకల్ ఫండ్ ఆడిట్ ఇన్స్పెక్టర్ కేడర్లోని 7 మంది స్థానికేతర సిబ్బందిని కేటాయించడం, వారి ఎంపికలకు వ్యతిరేకంగా జోన్లు-V మరియు VIలకు కేటాయించిన విషయం సంబంధిత శాఖ ద్వారా పరిశీలించబడుతుంది. ప్రెసిడెన్షియల్ ఆర్డర్ యొక్క నిబంధనల వీక్షణ.

(12) హైదరాబాద్ నగరంలో పనిచేస్తున్న పబ్లిక్ హెల్త్ డిపార్ట్మెంట్లోని 13 మంది డిప్యూటీ ఎగ్జిక్యూటివ్ ఇంజనీర్లను I నుండి IV జోన్లకు స్వదేశానికి స్వంత ప్రాంతానికి రప్పించే ప్రశ్నను రాష్ట్రపతి ఉత్తర్వులోని నిబంధనలను దృష్టిలో ఉంచుకుని సంబంధిత శాఖ పరిశీలిస్తుంది.

ఎన్.టి. రామారావు ప్రభుత్వం 610 జిఓను అమలు చేసి స్థానికేతరులను వెనక్కి పంపుతామని హామీ ఇచ్చింది. వారి ప్రాంతానికి రప్పించిన తరువాత ఖాళీగా ఉన్న స్థానాల్లో స్థానిక అభ్యర్థులను కూడా నియమిస్తామని హామీ ఇచ్చారు. అలాగే, ఇతర ప్రభుత్వ ఉత్తర్వులు కూడా ఆయన హయాంలో మరియు ఆ తర్వాత అమలు కాలేదు. 610 జి.ఓకు సంబంధించిన అంశాల హైలైట్ తెలంగాణ ఉద్యమ వాదుల చేతుల్లో ఆయుధంగా మారింది. 1980ల నుండి కాంగ్రెస్ మరియు తెలుగుదేశం పార్టీ ప్రభుత్వాల

హయాంలో, ముఖ్యంగా విద్య, ఉపాధి, నీటిపారుదల, విద్యుత్ మొదలైన రంగాలలో వివక్ష మరియు చట్టబద్ధమైన నిబంధనల ఉల్లంఘన నిరంతరాయంగా కొనసాగింది.

తెలంగాణకు అన్యాయం

వివిధ ప్రభుత్వ నివేదికలు, కమిటీలు, కమీషన్ల ప్రకారం 1970ల నుంచి తెలంగాణకు విద్యా, ఉద్యోగ రంగాల్లో అన్యాయం జరిగింది. ఉదాహరణకు, సెక్రటేరియట్ మరియు రాష్ట్ర స్థాయి కార్యాలయాల్లో స్థానికుల వాటా 10 నుండి 15 శాతం మాత్రమే ఉంది. దాదాపు 130 డిపార్ట్మెంట్ హెడ్లలో వారి ప్రాతినిధ్యం చాలా తక్కువగా ఉంది. అదేవిధంగా డిప్యూటీ కలెక్టర్లు, డిప్యూటీ సూపరింటెండెంట్ ఆఫ్ పోలీస్, ఎక్సైజ్ సూపరింటెండెంట్లు, న్యాయమూర్తులు వంటి ప్రతిష్టాత్మకమైన పోస్టులలో చాలా తక్కువ మంది స్థానికులను నియమించారు. ఉపాధి పరంగా, ప్రభుత్వం మరియు ప్రభుత్వ నిధులతో పనిచేసే కార్యాలయాలు మరియు సంస్థల్లో దాదాపు 15 లక్షల ఉద్యోగాలు ఉన్నాయి. జనాభా ప్రాతిపదిక ఆధారంగా ఈ ఉద్యోగాల్లో 40%, అంటే 6 లక్షలు తెలంగాణకు చెందిన ఉద్యోగార్థులకు వెళ్లి ఉండాలి. కానీ వారు ఆక్రమించిన మొత్తం ఉద్యోగాల సంఖ్య 3 లక్షల లోపే. అదే విధంగా రాష్ట్ర సచివాలయంలో 5,000 మందికి పైగా ఉద్యోగులు ఉన్నారు, వారిలో 10% కంటే తక్కువ మంది తెలంగాణ ప్రాంతానికి చెందినవారు. తెలంగాణ ప్రాంతంలో అవకాశాల కొరత కారణంగా క్వాలిఫైడ్ గ్రాడ్యుయేట్లు అందుబాటులో లేరు. స్థానికులకు శిక్షణ ఇవ్వనందున బయటి నుండి స్థానికేతరులను తెలంగాణ ప్రాంతంలోని ప్రస్తుత సంస్థలలో నియమించారు. ఆంధ్రాలోని నిరుద్యోగ విద్యావంతులైన యువతకు తెలంగాణను డంపింగ్ గ్రౌండ్గా మార్చడానికి రాష్ట్ర ప్రభుత్వాలు ఉద్దేశపూర్వకంగా ప్రణాళికలు తయారు చేసినారు.

విద్యారంగం: బడ్జెట్ కేటాయింపులు, నియామకాలు, పదోన్నతుల విషయంలో తెలంగాణ ప్రాంతానికి విద్యారంగంలో అన్యాయం జరిగింది. 2001-02 సంవత్సరంలో రాష్ట్రంలో 60,60,394 మంది విద్యార్థులు ప్రభుత్వం, స్థానిక సంస్థలు మరియు ప్రైవేట్ మేనేజ్మెంట్లు (ఎయిడెడ్ మరియు అన్ఎయిడెడ్) నిర్వహిస్తున్న ప్రాథమిక పాఠశాలల్లో చేరారు. ప్రాంతాల వారీగా: కోస్తా ఆంధ్ర 27,57,269 (45.50%), రాయలసీమ 13,02,673 (21.49%), తెలంగాణ 20,00,452 (33.01%). 1995-96లో తెలంగాణలో మొత్తం ప్రభుత్వ కళాశాలలు 159 మాత్రమే (హైదరాబాద్ను మినహాయిస్తే 116 మాత్రమే). కానీ ఆంధ్రాలో వాటి మొత్తం సంఖ్య 181.

తెలంగాణలో కాలేజీ విద్యకు కేటాయించిన మొత్తం బడ్జెట్ 93 కోట్లు కాగా ఆంధ్ర

ప్రాంతంలో 223 కోట్లు కేటాయించారు. 2008-09లో, ప్రభుత్వ మరియు ఎయిడెడ్ డిగ్రీ కళాశాలల్లో మొత్తం ఉపాధ్యాయుల సంఖ్య 8828 మరియు తెలంగాణలో 3709. ఆంధ్రా ప్రాంతం 59% వాటాను ఉండాలి. అయితే వారు 70%, తెలంగాణ ప్రాంతం 40%కి అర్హులు అయితే వాస్తవ వాటా 29% ఉంది. అదేవిధంగా, ప్రైవేట్ ఎయిడెడ్ డిగ్రీ కళాశాలలకు విడుదల చేసిన గ్రాంట్-ఇన్-ఎయిడ్లో 75% పొందినారు. ఆంధ్రా ప్రాంతానికి వెళ్లింది. అయితే అది 59% ఉండాలి. తెలంగాణ ప్రాంతానికి 40% అర్హత ఉంది, అయితే వాస్తవానికి 24% పొందింది. రాష్ట్ర ప్రభుత్వం లేదా సమాఖ్య ప్రభుత్వం లేదా స్వయం-ఆర్థిక నిధులు సమకూర్చే 21 విశ్వవిద్యాలయాలు మరియు విశ్వవిద్యాలయ స్థాయి సంస్థలలో మూడు కోస్తా ఆంధ్ర జిల్లాల్లో, ఏడు రాయలసీం జిల్లాల్లో, 10 రాజధాని హైదరాబాద్లో మరియు తెలంగాణా జిల్లాల్లో ఒకటి మాత్రమే ఉన్నాయి.

అర్హత కలిగిన అభ్యర్థులు ఇక్కడ అందుబాటులో లేరనే కారణంతో తెలంగాణ ప్రాంతంలో స్థానికేతర శిక్షణ పొందని గ్రాడ్యుయేట్లను ఉపాధ్యాయులుగా నియమించాలని విద్యాశాఖ కోరింది. 174 సైన్స్ అసిస్టెంట్ల నియామకానికి 900 మంది ముల్కీ అభ్యర్థులు దరఖాస్తు చేసుకున్న నేపథ్యంలో ఇది చాలా తప్పుదారి పట్టించింది. కాబట్టి ఈ ప్రాంతం వివక్షత స్పష్టంగా గుర్తైంది. 1962-66 సంవత్సరాలలో ఉస్మానియా విశ్వవిద్యాలయం నుండి తెలంగాణ గ్రాడ్యుయేట్ల సంఖ్య దాదాపు 17,000 మంది ఉన్నారు. వారు ఉపాధ్యాయ నియామకానికి అర్హులు. కాని శిక్షణ లేని నాన్ ముల్కీలను నియమిస్తూ విద్యాశాఖ తీసుకున్న నిర్ణయం తెలంగాణా ప్రజల ఖర్చుతో ఆంధ్రా వారికి ఉపాధి కల్పించాలనే ఆసక్తిని మాత్రమే రుజువు చేస్తోంది. A.P. ఏర్పడిన తర్వాత ప్రభుత్వం ఆంధ్ర ప్రాంతంలో తొమ్మిది పాలిటెక్నిక్ సంస్థలను ఏర్పాటు చేయగా, తెలంగాణలో కేవలం రెండు సంస్థలు మాత్రమే స్థాపించబడ్డాయి. ఆంధ్ర ప్రాంతంలో ఇంజనీరింగ్ వంటి ప్రొఫెషనల్ కళాశాలలు ప్రాంతం అంతటా సమానంగా ఉన్నాయి. కానీ తెలంగాణలోని అన్ని ప్రొఫెషనల్ కళాశాలలు రాజధాని నగరంలో ఉన్నాయి. రాష్ట్ర ప్రభుత్వం చేసిన మొత్తం వ్యయంలో తెలంగాణ వాటా ప్రభుత్వ కళాశాలలకు సంబంధించి 37.85% మరియు ఎయిడెడ్ కళాశాలలకు సంబంధించి 21.59%. తెలంగాణలోని 10 జిల్లాలలో ఆరు జిల్లాలు అత్యల్ప అక్షరాస్యత కలిగిన జిల్లాలు (57.15%), మహిళా అక్షరాస్యత మరియు పాఠశాలల్లో పిల్లల నమోదులో కూడా వెనుకబడి ఉన్నాయి.

పరిశ్రమలు: విశాఖపట్నం, విజయవాడ, కాకినాడ, నెల్లూరు, తిరుపతి మరియు కడపలలో అనేక పరిశ్రమల స్థాపనతో పోలిస్తే తెలంగాణ ప్రాంతంలోని ఏ జిల్లాలోనూ చెప్పుకో తగిన పెద్ద పరిశ్రమ ఏదీ స్థాపించబడలేదు. దీనికి విరుద్ధంగా, నిజాం కాలంలో

తెలంగాణ ప్రాంతంలో స్థాపించబడిన చాలా పెద్ద పరిశ్రమలను వరుసగా వచ్చిన ప్రభుత్వాలు ఒకదాని తర్వాత ఒకటి మూసివేశాయి. వాటిలో ముఖ్యమైనవి: అజంజాహి మిల్స్ (వరంగల్), సర్ సిల్క్ ఫ్యాక్టరీ (సిర్పూర్), అంతర్గావ్ స్పిన్నింగ్ మిల్స్ (ఆదిలాబాద్), డిబిఆర్ మిల్స్ (హైదరాబాద్), ఆల్విన్ ఫ్యాక్టరీ (హైదరాబాద్), రిపబ్లిక్ ఫోర్ట్ (హైదరాబాద్). ఇంకా, ప్రసిద్ధ నిజాం షుగర్ ఫ్యాక్టరీ (నిజామాబాద్) అమ్మకానికి పెట్టబడింది. తెలంగాణలోని వివిధ ప్రాంతాల్లో నెలకొల్పిన 12 మిల్క్ చిల్లింగ్ ప్లాంట్లు ఆకస్మికంగా మూతపడ్డాయి. రామగుండంలోని ఎరువుల కర్మాగారంలో విద్యుత్ సరఫరా సరిగా లేకపోవడం, బొగ్గు నాణ్యత లేకపోవడంతో మూతపడింది. తెలంగాణ ప్రాంతంలో కొత్త పరిశ్రమలు ఏవీ ఏర్పాటు కానప్పటికీ ఇందులో ఉన్న ప్రాజెక్టుల ఆంధ్ర ప్రాంతానికి బదిలీ చేయబడినాయి. తెలంగాణ ప్రాంతం సమృద్ధిగా బొగ్గు మరియు నీటి వనరులను కలిగి ఉంది. విద్యుత్తు ఇవి ఉత్పత్తి స్టేషన్ల ఏర్పాటుకు అవసరమైనవి. అయితే ఆంధ్రా ప్రాంతానికి చెందిన పాలకులు ఆంధ్రా ప్రాంతం పట్ల పక్షపాతంతో తెలంగాణ ప్రాంత ప్రయోజనాలను విస్మరించి ఆంధ్ర ప్రాంతంలో ప్లాంట్లు నిర్మించేందుకు ప్రాధాన్యతనిచ్చినారు. మణుగూరు/భద్రాచలం నిర్మించాల్సిన పవర్ ప్రాజెక్ట్ విజయవాడకు మారింది. పర్యవసానంగా, తెలంగాణ ప్రాంతం 1760 మెగావాట్ల స్థాపిత సామర్థ్యాన్ని కోల్పోయింది. ఉపాధి అవకాశాలు మరియు ప్రాంతం యొక్క అభివృద్ధిని కూడా కోల్పోయింది. అదేవిధంగా, పూర్వం ఆంధ్రప్రదేశ్ రాష్ట్ర విద్యుత్ బోర్డు కరీంనగర్ జిల్లా రామగుండంలో సూపర్ థర్మల్ పవర్ ప్లాంట్ను నిర్మించాలని ప్రణాళిక వేసింది. అయితే, ఈ ప్లాంట్ను ఎన్టీపిసికి అప్పగించడంలో ఆంధ్రా ఇంజనీర్, APSEB చైర్మన్ నార్ల టాటారావు కీలక పాత్ర పోషించారు. తెలంగాణ ప్రాంతం నుండి ఆంధ్ర ప్రాంతానికి ప్రాజెక్టులను మళ్లించడం వల్ల తెలంగాణ యువత విద్యుత్ రంగంలో వేలాది ఉద్యోగాలు కోల్పోయారు. తెలంగాణ ప్రాంతంలో సంభావ్య ఉత్పత్తి ప్రాజెక్టులను ప్రణాళికాబద్ధంగా అమలు చేయకపోవడం మరియు మూడు దశాబ్దాలకు పైగా రాష్ట్రపతి ఉత్తర్వులను అమలు చేయకపోవడం వల్ల నష్టం జరిగింది.

బడ్జెట్: బడ్జెట్/ఫైనాన్స్కు సంబంధించి దాదాపు 75% రసీదులు 'సేల్స్ ట్యాక్స్' కింద, ఏకైక అతిపెద్ద ఆదాయ వనరు, మరియు 55% కంటే ఎక్కువ ఎక్సైజ్ వసూళ్లు రాష్ట్ర ఖజానాకు తెలంగాణ ద్వారా అందించబడుతున్నాయని డేటా స్పష్టంగా చూపిస్తుంది. రాష్ట్ర ఆదాయంలో తెలంగాణ మొత్తం సహకారం 50% కంటే ఎక్కువగా ఉందని స్పష్టమైంది. కానీ, తెలంగాణ ప్రాంతానికి చేసిన ఖర్చు ఎప్పుడూ 25% నుండి 30% కంటే ఎక్కువ కాదు. ప్రధాన నీటిపారుదల ప్రాజెక్టుల నిర్మాణం మరియు నిర్వహణపై వివిధ ప్రాంతాలలో చేసే వ్యయం సాధారణంగా ఆయా ప్రాంతాల్లో

సృష్టించబడిన సామర్థ్యానికి అనులోమానుపాతంలో ఉండాలి. ఈ స్కోర్లో తెలంగాణ వాటా కేవలం 18.20% మాత్రమే. రాజధాని నగరం మరియు చుట్టుపక్కల జరుగుతున్న అభివృద్ధి తెలంగాణ ప్రాంత అభివృద్ధికి సూచిక కాదు, ఎందుకంటే రాష్ట్రంలోని ఇతర ప్రాంతాల నుండి వలస వచ్చినవారు. ఎక్కువగా దాని ఫలాలను పొందుతున్నారు. భూమి, నీరు, విద్యుత్ తదితర అంశాల్లో లెక్కలేనన్ని రాయితీలు కల్పించి, తెలంగాణ ప్రజానికానికి ఈ సౌకర్యాలు లేకుండా చేస్తూ రాజధాని నగరంలో అభివృద్ధి చెందిన సినీ పరిశ్రమ పూర్తిగా ఆంధ్రా వలసదారుల నియంత్రణలో ఉంది. ఆంధ్రుల గుత్తాధిపత్యంలో ఉన్న సినిమా పరిశ్రమ తెలంగాణ ప్రతిభను వికసించనివ్వదు.

నీటిపారుదల: నీటిపారుదల రంగంలో తెలంగాణ ప్రాంతానికి కాంగ్రెస్, టీడీపీ ప్రభుత్వాల వల్ల తీవ్ర అన్యాయం జరిగింది. తెలంగాణ, ఆంధ్రాకు ఉపయోగపడే నాగార్జున్ సాగర్ ప్రాజెక్టు ఎడమ గట్టు కాలువ ద్వారా తెలంగాణ 7.95 లక్షల ఎకరాలు, ఆంధ్రా ప్రాంతానికి 2.05 లక్షల ఎకరాలు నీరు అందించాల్సి ఉంది. తెలంగాణ, ఆంధ్రా ప్రాంతంలో వినియోగించుకోవాల్సిన నీరు వరుసగా 161 టీఎంసీలు, 25 టీఎంసీలు. అయితే, 1956 సంవత్సరంలో ప్రాజెక్టును మంజూరు చేసిన ప్రణాళికా సంఘం, తెలంగాణ ఆయకట్టును 6.6 లక్షల ఎకరాలకు కుదించింది, దీని వినియోగాన్ని 111 టీఎంసీలుగా నిర్ణయించారు. జూరాల జలాలను అప్పుడప్పుడు రాయలసీమలోని కర్నూలు ప్రాంతానికి మళ్లించారు. ఇది ట్రిబ్యునల్ ఆదేశాలను ఉల్లంఘించడమే. తుంగభద్ర (ఎల్బిసి) పొడిగింపు వంటి తెలంగాణకు లాభదాయకమైన అనేక నీటిపారుదల ప్రాజెక్టులు వదలివేయబడ్డాయి. ఉదాహరణకు భీమా ప్రాజెక్ట్బీ ఎగువ కృష్ణ (RBC ఎక్స్టెన్షన్) గోదావరి మల్టీపర్పస్ ప్రాజెక్ట్ ఇంచంపల్లి ప్రాజెక్ట్ దేవనూర్ ప్రాజెక్ట్. కుదించబడిన మరియు మురిగిపోయిన ప్రాజెక్టులు: SRSP, ప్రాణహిత, లోయర్ పెన్‌గంగా, ఎల్లంపల్లి, దేవాదుల, జూరాల, నెట్టెంపాడు, శ్రీశైలం ఎడమ గట్టు కాలువ టన్నెల్, నిజాంసాగర్, కోలిసాగర్, డిండి మొదలైనవి. 2007-08 సంవత్సరంలో మొత్తం 106,10 హెక్టార్స్ ఆయకట్టుకు సాగునీరు అందించారు. కాలువ వ్యవస్థ కింద తెలంగాణాలో 2,22,000 హెక్టార్లకు సాగునీరు అందించబడింది, అంటే ఉత్తమ కాలంలో కూడా 13.79%, ఇది అత్యధికంగా 18% గా ఉంది. తెలంగాణ మిగులు ఆదాయాన్ని ఆంధ్రా ప్రాంతానికి మళ్లించేందుకు వీలుగా శ్రీరామ్ సాగర్ ప్రాజెక్టు నిర్మాణాన్ని ఉద్దేశపూర్వకంగా నిలిపివేశారు. 20 లక్షల ఎకరాల ఆయకట్టు ప్రతిపాదించగా ఇప్పటి వరకు సగం కూడా పూర్తి కాలేదు.

ప్రొఫెసర్ జయశంకర్ ప్రకారం, "ఇరిగేషన్ ప్రాజెక్టుల బడ్జెట్ కేటాయింపు మరియు అమలులో వివక్ష వల్ల తెలంగాణ ప్రాంతానికి అపార నష్టం కలిగించింది. నదీ జలాల కేటాయింపు మరియు వినియోగానికి సంబంధించి ఈ ప్రాంతానికి జరిగిన ముడి ఒప్పందం తెలంగాణ ప్రజల ప్రధాన బాధలలో ఒకటి. అయితే ఇది ఊహించని పరిణామం కాదు. రాజకీయ పార్టీలు, అధికారంలో ఉన్న నాయకులతో సంబంధం లేకుండా గత నాలుగున్నర దశాబ్దాలుగా వచ్చిన ప్రభుత్వాలు నదీ జలాల్లో తెలంగాణకు న్యాయమైన వాటాను నిరాకరించాయి. దేశంలోని వివిధ రాష్ట్రాల మధ్య సాధారణంగా జరిగే విధంగా రాష్ట్రంలోని వివిధ ప్రాంతాల మధ్య నీటి కేటాయింపులకు పరీవాహక ప్రాంతాన్ని ప్రధాన ప్రమాణంగా తీసుకుంటే, తెలంగాణకు 68.5% రావాలి అంటే 811 TMC సాగు విస్తీర్ణం, వర్షపాతం, భూగర్భ స్థాయిలు, వెనుకబాటుతనం మొదలైనవాటిని కూడా పరిగణనలోకి తీసుకుంటే, రాష్ట్రానికి కేటాయించిన మొత్తం నీటి పరిమాణంలో 70% కంటే తక్కువ కాకుండా తెలంగాణ ప్రాంతానికి హక్కు ఉంటుంది. కానీ తెలంగాణ ప్రాంతంలోని ప్రాజెక్టులకు చేసిన కేటాయింపులు దాదాపు 32% మాత్రమే. నీటి వాస్తవ వినియోగాన్ని పరిగణనలోకి తీసుకుంటే అది దాదాపు 10 నుంచి 11% మాత్రమే. నాగార్జున సాగర్ ఆంధ్ర మరియు తెలంగాణ ప్రాంతాలకు సమానంగా ప్రయోజనం చేకూర్చే విధంగా సవరించబడింది, తద్వారా 75% ప్రయోజనం కోస్తా ఆంధ్రకు వస్తుంది, తెలంగాణ ప్రాంతం వాటాను కేవలం 25% కి తగ్గించింది. కానీ తెలంగాణ ప్రాంతానికి 5 లక్షల ఎకరాలకు ఈ సౌకర్యం అందడం లేదు.

మొదట పవర్ ప్రాజెక్టుగా ఉన్న శ్రీశైలం ప్రాజెక్ట్ ఇప్పుడు బహుళార్ధసాధక ప్రాజెక్టుగా మార్చబడింది. అయినా తెలంగాణ ప్రాంతానికి ఒక్క చుక్క నీరు కూడా అందడం లేదు. కృష్ణా నదిపై తెలంగాణకు ఉద్దేశించిన మొదటి ప్రాజెక్ట్ అయిన జూరాల ప్రాజెక్ట్ ఈ నదిపై నిర్మించిన అన్ని ప్రాజెక్టులలో చిన్నది. బచావత్ ట్రిబ్యునల్ ఈ ప్రాజెక్టుకు కేవలం 17.5 టిఎంసి అడుగుల నీటిని కేటాయించింది. రాష్ట్ర ప్రభుత్వం దాని నిల్వ సామర్థ్యాన్ని 11 టిఎంసి అడుగులకు తగ్గించింది. అయితే దాదాపు 35 లక్షల ఎకరాలకు సాగునీరు అందుతుండగా ఇప్పటి వరకు వాస్తవ వినియోగం 2 టిఎంసి అడుగుల కంటే ఎక్కువ లేదు. కృష్ణానదిపై నిర్మించిన ప్రాజెక్టుల కింద తెలంగాణ ప్రాంతంలో దాదాపు 5 లక్షల ఎకరాలు, ఇతర ప్రాంతాలలో మిగిలిన ప్రాంతాలకు ప్రయోజనం లేదు. ప్రధాన నీటిపారుదల ప్రాజెక్టుల కింద కాలువ వ్యవస్థ ద్వారా నీటిపారుదల ప్రయోజనం గణనీయంగా, అంటే 74.25%, కోస్తా ఆంధ్ర ప్రాంతానికి చేరింది. తెలంగాణ వాటా కేవలం 18.20% కాగా, మిగిలిన 7.55% రాయలసీమ ప్రాంతానికి చెందుతుంది.

పర్యవసానంగా, తెలంగాణలోని రైతులు ఎక్కువగా బావి నీటిపారుదలపై ఆధారపడి ఉన్నారు. ఇది రోజురోజుకు ఖరీదైనదిగా మారుతోంది. ఆంధ్ర ప్రదేశ్ ఏర్పడే నాటికి తెలంగాణ ప్రాంతంలో 12 లక్షల ఎకరాలకు పైగా చెరువుల ద్వారా సాగునీరు అందేది. కానీ అది ఏటా బాగా తగ్గిపోయి ఇప్పుడు 5 లక్షల ఎకరాలకు చేరుకుంది. ట్యాంకుల్లో పేరుకుపోయిన సిల్ట్‌ను తొలగించలేదు. తెగిపోయిన ట్యాంకులకు మరమ్మతులు చేయలేదు మరియు ప్రధాన పట్టణాలు మరియు నగరాల్లో ముఖ్యంగా రాజధాని నగరం హైదరాబాద్లో పట్టణీకరణను ప్రోత్సహించడానికి ఉద్దేశపూర్వకంగా పనిచేస్తున్న కొన్ని ట్యాంకులను దెబ్బతీశారు.

నక్సలైట్ ఉద్యమం

తెలంగాణ యువత మరియు అట్టడుగు వర్గాల్లో ఉన్న అసంతృప్తి మరియు నిరాశ ఫలితంగా రాడికల్ ఉద్యమాలు పెరిగాయి. భారతదేశంలో నక్సలైట్ ఉద్యమం 1967లో పశ్చిమ బెంగాల్లోని నక్సల్బరీ పట్టణంలో ప్రారంభమైంది. పశ్చిమ బెంగాల్లో కమ్యూనిస్టులు అధికారంలోకి వచ్చిన వెంటనే అసంతృప్తి చెందిన కమ్యూనిస్ట్ పార్టీ ఆఫ్ ఇండియా (మార్క్సిస్ట్) సభ్యుల చిన్న సమూహం దీనిని నిర్వహించింది. ఇది భారతదేశంలో మొట్టమొదటిసారిగా మార్క్సిజం-లెనినిజం మరియు మావోయిజం యొక్క ఆదర్శాలను ప్రచారం చేసింది. సామూహిక పోరాటం మరియు గెరిల్లా యుద్ధం ద్వారా అధికారాన్ని చేజిక్కించుకోవాలని వాదించింది.

1967 మార్చి 3వ తేదీన చిన్న రైతులు, వ్యవసాయ కూలీలు భూస్వాముల ఆధీనంలో ఉన్న భూమిని ఆక్రమించి, పంటను పండించి, ఎర్ర జెండాలతో సరిహద్దులు వేయడంతో నక్సల్బరీలో తొలి నిప్పురవ్వ వెలిగింది. మే 1967 నాటికి, నక్సల్బరీలో ఉద్యమం ఉచ్ఛస్థితికి చేరుకుంది. తిరుగుబాటుదారులు మూడు వందల చదరపు మైళ్ల భూభాగాన్ని తమ ఆధీనంలోకి తీసుకున్నారని పేర్కొన్నారు. అయితే పోలీసు నివేదికలు దెబ్బైకి మించలేదని పేర్కొన్నాయి. నక్సల్బరీలో తిరుగుబాటు అణిచివేయబడిన తర్వాత అది ఇతర చోట్ల, ముఖ్యంగా ఈశాన్య ఆంధ్రప్రదేశ్లో ని అటవీ ప్రాంతాలలో గిరిజన జిల్లా అయిన శ్రీకాకుళంలో కొనసాగింది. ఇది స్థానిక భూస్వాములు, వ్యాపారులు-మనీలెండర్లు, అటవీ కాంట్రాక్టర్లు, రెవెన్యూ మరియు అటవీ శాఖ అధికారులచే దోపిడీ చేయబడిన పెద్ద ఆదివాసీ జనాభాను కలిగి ఉంది. వడ్డీ వ్యాపారుల ఏజెంట్లు 1967 అక్టోబర్లో ఇద్దరు ఆదివాసీలను హత్య చేసిన తర్వాత, గిరిజన సంఘం దళాలను

నిర్వహించడం ప్రారంభించింది. శ్రీకాకుళం పోరాటం నక్సల్బరీ నమూనాను అనుసరించాలని నిర్ణయించుకుంది.

చారు మజుందార్ సుప్రసిద్ధ కథనం "శ్రీకాకుళం- ఇది భారతదేశపు యెనాన్?" లిబరేషన్ యొక్క మార్చి 1969 సంచికలో ప్రచురించబడింది. మొదటి గెరిల్లా చర్య తరువాతి నెలలో (ఏప్రిల్) వచ్చింది మరియు 1969 చివరి నాటికి తిరుగుబాటుదారులు ఏడు వందల నుండి ఎనిమిది వందల చదరపు మైళ్ల వరకు ఉన్న దాదాపు మూడు వందల గ్రామాలను తమ నియంత్రణలో ఉంచుకున్నారని పేర్కొన్నారు. పోలీసు అణచివేత సమయంలో చాలా మంది గెరిల్లాలు చంపబడ్డారు. సాయుధ "ఎన్ కౌంటర్లు"గా పోలీసులు పేర్కొన్న దానిలో క్లుప్తంగా ఉరితీయబడ్డారు. 1970 చివరి నాటికి శ్రీకాకుళంలో ఉద్యమం అణిచివేయబడింది. వడ్డీ వ్యాపారులు మరియు ఇతర వ్యాపారులు తమ కార్యకలాపాలను పునరుద్ధరించడానికి తిరిగి వచ్చారు. నవంబర్ 1967లో ఆల్ ఇండియా కోఆర్డినేషన్ కమిటీ ఆఫ్ కమ్యూనిస్ట్ రివల్యూషనరీస్ (AICCCR) ఏర్పడింది మరియు అది అధికారికంగా 1969 మే డే రోజున CPI (మార్క్సిస్ట్-లెనినిస్ట్)గా మారింది. CPI (ML) యొక్క ప్రధాన లక్ష్యం 'వర్గ శత్రువుల నిర్మూలన'. "వినాశన రేఖ" అనేది CPI (మార్క్సిస్ట్-లెనినిస్ట్) కార్యకర్తలు మరియు నాయకుల మధ్య వివాదానికి దారితీసింది. ఆపంథా ఉద్యమం విచ్ఛిన్నానికి దోహదపడింది. పట్టణ మధ్యతరగతి వర్గాలు, ముఖ్యంగా విద్యార్థులు, తిరుగుబాటులో ముఖ్యమైన పాత్ర పోషించారు. 1969 నుండి, మజుందార్ విద్యార్థులను "పరీక్షలలో ఉత్తీర్ణత సాధించడానికి మీ శక్తిని వృధా చేయకుండా ఇక్కడ మరియు ఇప్పుడు విప్లవ పోరాటంలో మునిగిపోండి" అని ప్రోత్సహించారు. చాలా మంది విద్యార్థులు గ్రామీణ ప్రాంతంలో ఉద్యమంలో చేరారు మరియు తిరుగుబాటుదారులకు ప్రాథమిక మద్దతు స్థావరంగా మారారు.

తెలంగాణలో విప్లవ కమ్యూనిస్టు కమిటీ తరిమెల నాగిరెడ్డి, దేవులపల్లి వెంకటేశ్వరరావు, కొండపల్లి సీతారామయ్య, చంద్ర పుల్లారెడ్డి, రామనర్సయ్య తదితరుల నేతృత్వంలో ఖమ్మం, వరంగల్, ఆదిలాబాద్ జిల్లాల్లోని ఉద్యమ అటవీ ప్రాంతాల్లో రైతాంగ ఉద్యమాన్ని నిర్వహించింది. గిరిజన కేడర్ల బలమైన మద్దతుతో గెరిల్లా యుద్ధం జరిగింది. 1970 మధ్య నాటికి, RCC 7,000 మరియు 8,000 చదరపు మైళ్ల విస్తీర్ణంలో అర-మిలియన్ కంటే ఎక్కువ మంది ప్రజలు నివసించే ప్రాంతాన్ని "విముక్తి" చేసినట్లు పేర్కొంది. RCC నాయకత్వం 1970లో అరెస్టు చేయబడింది. మార్చి 1971లో భారత ప్రభుత్వం పదివేల మంది పారామిలిటరీ బలగాలను తెలంగాణ ప్రాంతంలోకి పంపింది. శ్రీకాకుళంలో మాదిరిగా, స్థానిక జనాభాను వారి గ్రామాల నుండి తొలగించి రోడ్డు పక్కన శిబిరాల్లో

ఉంచారు. రాష్ట్ర ప్రతిఘటన ఉత్తర తెలంగాణలోని తిరుగుబాటుదారుల సంస్థాగత సామర్థ్యాన్ని దెబ్బతీసింది. 1974లో, ఆ సమయానికి నక్సల్బరీలో ప్రారంభమైన తిరుగుబాటు తరంగం భారతదేశంలోని ఇతర చోట్ల చాలా కాలం పాటు అణచివేయబడింది. ఇప్పటికీ తెలంగాణాలో దళాలు పనిచేస్తున్నాయి మరియు ఉత్తర తెలంగాణాలో తిరుగుబాటు అత్యంత విస్తృతంగా వ్యాపించింది. 1980లో, తెలంగాణ ఉద్యమంలో ప్రముఖుడైన కె. సీతారామయ్య ఆంధ్ర ప్రదేశ్లో పీపుల్స్ వార్ గ్రూప్ (PWG)ని స్థాపించారు. PWG వినాశన రేఖ సిద్ధాంతాన్ని విస్మరించింది. దానికి బదులుగా సంస్థాగత ఏకీకరణ యొక్క ప్రాముఖ్యతను మరియు గ్రామీణ దిగువ తరగతులకు సమిష్టి ప్రయోజనాలను అందించడాన్ని నొక్కి చెప్పింది. పిడబ్ల్యుజి కేడర్లు ఉత్తర తెలంగాణాలోని దట్టమైన అటవీ సరిహద్దు ప్రాంతాలలో పనిచేస్తున్నారు. అక్కడ వారు గెరిల్లా యుద్ధానికి అనువైన భూభాగాన్ని పొందారు. గిరిజన వర్గాల వారి మనోవేదనలను రాష్ట్ర ప్రభుత్వం పట్టించుకోలేదు. అదే సంవత్సరంలో, (1980) PWG దళాలు మొదట బస్తర్లో ఉద్యమాన్ని ప్రారంభించాయి. ఇది ప్రస్తుతం భారతదేశంలో మావోయిస్టు తిరుగుబాటుకు కేంద్రంగా పరిగణించబడుతుంది (CPI –మావోయిస్ట్).

2004లో, పీపుల్స్ వార్ (PW) మరియు మావోయిస్ట్ కమ్యూనిస్ట్ సెంటర్ (MCC) అనే రెండు అత్యంత మిలిటెంట్ వర్గాలు విలీనమై CPI (మావోయిస్ట్)ని స్థాపించాయి. ఇది నక్సలైట్ ఉద్యమ చరిత్రలో అత్యంత విస్తృతమైన గెరిల్లా యుద్ధాన్ని నిర్వహించింది. ప్రముఖ నాయకులు: ముప్పాల లక్ష్మణ్ రావు (గణపతి), కటకం సుదర్శన్ (ఆనంద్), నల్లా ఆది రెడ్డి, చెరుకూరి రాజ్కుమార్ (ఆజాద్), మరియు మల్లోజుల కోటేశ్వర్ రావు (క్రిషెంజీ). CPI (మావోయిస్టు) శిక్షణ, వ్యూహాలు మరియు ఆయుధాల పరంగా అత్యంత అధునాతనమైన మరియు నిపుణులైన సంస్థ. భూస్వాములు మరియు ప్రజా శత్రువులపై పార్టీ అనేక అద్భుతమైన దాడులను నిర్వహించింది. సిపిఐ (మార్క్సిస్ట్– లెనినిస్ట్ (ఎం–ఎల్) పార్టీలతో అనుబంధం ఉన్న విద్యార్థి కార్యకర్తలు మరియు రైతు కార్యకర్తలు తెలంగాణ ప్రాంతంలో కార్మికులకు మెరుగైన వేతనాలు, కట్టుబానిస వ్యవస్థకు స్వస్తి పలికాలని డిమాండ్ చేస్తూ రైతు కూలీ సంఘాలను RCS నిర్వహించడం ప్రారంభించారు. భూస్వాములు చట్టవిరుద్ధంగా ఆక్రమించిన భూమిని తిరిగి యివ్వడానికి నిరాకరించినప్పుడు, RCS లు భూస్వాములపై బహిష్కరణలు మరియు సమ్మెలు నిర్వహించాయి. ప్రతిస్పందనగా, భూస్వాములు నక్సలైట్లపై దాడి చేయడానికి స్థానిక దుండగులను నియమించారు. గ్రామస్తులను అరెస్టు చేయడానికి మరియు వారిపై అభియోగాలు నమోదు చేయడానికి పోలీసులను నియమించారు. N.T. రామారావు

హయాంలో, అనుమానిత నక్సలైట్లకు వ్యతిరేకంగా ప్రభుత్వదుష్ప్రచారం, రైతు మరియు గిరిజన ఉద్యమకారుల ఎన్ కౌంటర్ హత్యలు సర్వసామాన్యమైనాయి. సహా మానవ హక్కుల ఉల్లంఘనల మధ్య తీవ్రమైంది. మానవ హక్కుల కార్యకర్తలు ఎక్కువగా దాడికి గురయ్యారు. 1985 మరియు 1986లో ఇద్దరు సీనియర్ APCLC కార్యకర్తలు డాక్టర్ రామనాథం మరియు లక్ష్మారెడ్డి చంపబడ్డారు. మరికొందరు జైలు పాలయ్యారు.

మావోయిస్ట్ ఉద్యమం తెలంగాణా అంతటా త్వరగా వ్యాపించింది. మేధావులు మరియు మధ్యతరగతుల మద్దతు పొందింది. ఆంధ్ర ప్రదేశ్లో సుదీర్ఘ సాహిత్య సంప్రదాయం నుండి వచ్చిన ఉపాధ్యాయులు, రచయితలు మరియు కవులు, విద్యార్థులను కూడా ఉద్యమానికి మద్దతు యిచ్చినారు. రివల్యూషనరీ రైటర్స్ అసోసియేషన్ (1970) మరియు రాడికల్ స్టూడెంట్స్ యూనియన్ లేదా RSU (1974) వంటి ఫ్రంట్ సంస్థలు ఏర్పడ్డాయి. 1978లో రాడికల్ స్టూడెంట్ యూనియన్ వారి మొట్టమొదటి భారీ జన సమీకరణ– 'గో టు ది విలేజ్' ప్రచారాన్ని నిర్వహించింది. సత్యమూర్తి తదితరులు విద్యార్థులకు శిక్షణనిచ్చి సుమారు రెండు వారాలపాటు సెషన్లు నిర్వహించారు. ఒక్కొక్కరు 3–5 మంది సభ్యులతో దాదాపు 150 విద్యార్థి సంఘాలను ఏర్పాటు చేశారు. ముఖ్యంగా కరీంనగర్, ఆదిలాబాద్ జిల్లాల్లో విద్యార్థి సంఘాలు విస్తృతంగా ప్రచారం నిర్వహించాయి. విద్యార్థి కార్యకర్తలు తమను తాము చిన్న సమూహాలుగా విభజించారు మరియు తీవ్రమైన అసమానతలను ఎదుర్కొన్న గ్రామాలను సందర్శించారు. అనేక గ్రామ సర్వేలు నిర్వహించారు. అత్యంత అణగారిన నిమ్న కులాలు లేదా దళిత యువకులు మిలిటెంట్ ఉద్యమంలో పాల్గొన్నారు. గ్రామాలకు తరలివెళ్లి ప్రచారం ప్రధానంగా కరీంనగర్ జిల్లాలోని జగిత్యాల, మంథని తాలూకులతో పాటు ఆదిలాబాద్ జిల్లాలోని లక్సెట్టిపేట, ఆసిఫాబాద్ తాలూకులను విస్తరించింది. ఎమర్జెన్సీ అనంతర కాలంలో నెలకొని ఉన్న విస్తృత ప్రజాస్వామిక తిరుగుబాటు మరియు ఉల్లాసపూరిత వాతావరణాన్ని మావోయిస్టు పార్టీ సద్వినియోగం చేసుకుంది. RSU పునరుద్ధరించబడింది. రాడికల్ యూత్ లీగ్, (RYL), Ryotu Cooli Sangham (RCU) మరియు సింగరేణి కార్మిక సమాఖ్య (Sikasa) స్థాపించబడ్డాయి. గో టు విలేజ్ ప్రచారంలో భాగంగా, యువకులు గ్రామస్తులను అధ్యయనం చేయాలనే ఆదేశంతో నిర్దిష్ట గ్రామాలను సందర్శించారు. పాటలు మరియు ఇతర సాంస్కృతిక ప్రదర్శనలతో ప్రజలను ఆకర్షించారు. అణగారిన వారితో కలిసి వారి సమస్యలను అర్థం చేసుకోవాని మార్క్సిజం భావజాలం/తత్వశాస్త్రాన్ని ప్రచారం చేశారు. ప్రజానీకంతో వ్యవసాయ విప్లవం, మరియు సామూహిక సంస్థ/గ్రామసభల స్థానిక యూనిట్లను ఏర్పాటు చేసినారు.

జగిత్యాల-సిరిసిల్ల ఉద్యమం

గో టు విలేజెస్ నినాదం అనేక మంది రాడికల్ విద్యార్థులు మరియు యువతను గ్రామీణ పేదలను సంఘటితం చేసి వారి హక్కుల కోసం పోరాడేలా ప్రేరేపించింది. ఇది కరీంనగర్ జిల్లాలో ప్రసిద్ధ జగిత్యాల-సిరిసిల్ల జైత్రయాత్రకు దారితీసింది. ఈ జిల్లా భూస్వామ్య అణచివేతకు మరియు వెట్టికాకిరి, అడపాప, నజరానా, అక్రమ జరిమానాలు, బలవంతపు వసూళ్లు మొదలైన మధ్యయుగ భూస్వామ్య పద్ధతులకు ప్రసిద్ధి చెందింది. ప్రత్యేకించి అగ్రవర్ణ వెలమ భూస్వాములు తమ గడీలలో ఆదిమ భూస్వామ్య పద్ధతులను కొనసాగించి గ్రామస్తులను భయభ్రాంతులకు గురిచేస్తున్నారు. వారు రాజ్యంలో రాజ్యంగా వ్యవహరించారు మరియు డిఫాక్టో పాలకులు/యుద్ధనాయకులుగా మారారు. రాడికల్ విద్యార్థి సంఘం కార్యకలాపాలు ప్రధానంగా నిర్బంధ కార్మిక పద్ధతులు మరియు చట్టవిరుద్ధమైన జరిమానాలపై దృష్టి సారించాయి. ప్రారంభంలో, భూస్వాముల అణచివేత మరియు బలవంతం, వెట్టి ఆచారం, భూమి లేనివారికి భూమి, వడ్డీ వ్యాపారం మొదలైన సమస్యల చుట్టూ సామూహిక సమీకరణ జరిగింది. జన నాట్య మండలి (JNM) అనే సాంస్కృతిక సంస్థతో కలిసి నిరసన ప్రదర్శనలకు ప్రాధాన్యత ఇవ్వబడింది. RCS వ్యవసాయ విప్లవ సందేశాన్ని వ్యాప్తి చేసి గ్రామ యువతను ఆకర్షించింది. ఆ విధంగా RCS అన్ని అణగారిన వర్గాల సంస్థాగత వ్యక్తీకరణగా గుర్తించబడింది. ముఖ్యంగా గ్రామీణ ప్రాంతాల్లోని దళితులు, అన్ని రకాల భూస్వామ్య వర్గ అణచివేతలకు వ్యతిరేకంగా పోరాటాన్ని నిర్వహించగల సామర్థ్యం కలిగి ఉన్నారు. వ్యవసాయ సమీకరణ యొక్క ఈ దశకు ప్రధానమైనది జైత్ర యాత్ర (విక్టరీ మార్చ్). 7 సెప్టెంబర్ 1978న, 150 గ్రామాల నుండి 30,000 మందికి పైగా ప్రజలు, రైతు-సేవకులు, వ్యవసాయ కూలీలు మరియు శ్రామిక రైతులు, జగిత్యాల పట్టణానికి పాదయాత్రలో సమీకరించబడ్డారు, ఇది భారీ బహిరంగ సభతో ముగిసింది. జైత్రయాత్ర గురించి ఒక పండితుడు వ్యాఖ్యానిస్తూ, "తెలంగాణలో రైతాంగ ఉద్యమ చరిత్రలో ఇది ఒక మలుపు. దీంతో కొత్త పరిచయాలు ఏర్పడ్డాయి, ఉత్సాహవంతులైన యువకులు తమ గ్రామాల్లో రైతుకూలి సంఘాల యూనిట్లను ప్రారంభించేందుకు ఆసక్తి కనబరిచారు, జైత్రయాత్ర సంస్థాగత నెట్వర్క్ను విస్తరించడంలో మరియు ఈ ప్రాంతంలో రైతాంగ పోరాటానికి మద్దతుగా నిలిచింది. జనాదరణ పొందిన ప్రతిస్పందనను ప్రదర్శిస్తూ, రైతు సంఘం భూస్వాములను మునుపటి వర్గం డిమాండ్లకు లొంగిపోయేలా చేసింది. భూస్వాములు అక్రమంగా ఆధీనంలో ఉంచుకున్న భూములను భూ నిర్వాసితులకు పంపిణీ చేశారు.

ఇందులో ఉన్న గణనీయమైన భౌతిక ప్రయోజనాల దృష్ట్యా, భూస్వాములు వేతనాలు పెంచాలని మరియు రైతుల నుండి బలవంతంగా ఆక్రమించిన భూములను మరియు అక్రమంగా నియంత్రించబడిన సాధారణ భూములను అప్పగించాలనే డిమాండ్ను వ్యతిరేకించారు. ఈ డిమాండ్లను సాధించడానికి, వివిధ రకాల సమీకరణ మరియు నిరసన పద్ధతులైన ప్రదర్శనలు, ఘెరావోలు, సమ్మెలు మరియు, వాస్తవానికి, సామాజిక బహిష్కరణలు వంటి వాటిని RCS అవలంబించింది. భూస్వాముల వ్యతిరేక పోరాటాల తీవ్రతరం దొరలు పట్టణాలు మరియు నగరాలకు వలస వెళ్ళడానికి దారితీసింది. ఒక అంచనా ప్రకారం, 1984లో దాదాపు 1100 మంది విద్యార్థులు 150 బృందాలుగా విడిపోయి 2419 గ్రామాలను సందర్శించి 50 లక్షల మంది గ్రామస్థులకు అవగాహన కల్పించారు. RCS మరియు RYL యొక్క శాఖలు 200 గ్రామాలలో స్థాపించబడ్డాయి. 1978 మరియు 1985 సంవత్సరాల మధ్య మావోయిస్టు పార్టీ 12,000 గ్రామాలకు తక్కువ కాకుండా విస్తరించింది. తెలంగాణలోని మూడు కోట్ల మంది ప్రజలకు చేరువైంది. పార్టీ రాజకీయ కార్యక్రమాలతో పాటు సామాజిక-సాంస్కృతిక కార్యక్రమాల్ని కూడా చేపట్టింది. భూస్వామ్య ప్రభువులచే లైంగిక దోపిడీ మరియు స్త్రీలను బంధించడం వంటి అమానవీయ పద్ధతులు, గృహ కలహాలలో జోక్యం చేసుకోవడం మరియు మధ్యవర్తిత్వం వహించి జరిమానాలు విధించడం వంటి వాటిని నిర్మూలించింది.

పర్యవసానంగా, సిరిసిల్ల మరియు జగిత్యాల రెండు తాలూకాలు అక్టోబరు 1978 నెలలో ఆటంకాలను అణిచివేత చట్టం, 1948 ప్రకారం 'అంతరాయం కలిగించే ప్రాంతాలు'గా ప్రకటించబడ్డాయి. ఇది పోలీసులు మరియు భూస్వాముల మధ్య సహకారాన్ని సులభతరం చేసింది. తద్వారా రైతు ఉద్యమకారుల జీవితాన్ని దుర్భరం చేసింది. రాష్ట్రం నక్సలైట్లను ప్రమాదకరంగా భావించినందున వారి పెరుగుతున్న ప్రజాదరణ తీవ్ర అణచివేతకు దారితీసింది. నక్సలైట్లు మరియు సామూహిక సంస్థల యొక్క అన్ని ప్రజాస్వామ్య మరియు బహిరంగ వ్యక్తీకరణలు తగ్గించబడ్డాయి. ఎన్ కౌంటర్ హత్యల సంఖ్య విపరీతంగా పెరిగింది. ముఖ్యమంత్రి ఎన్.టి. రామారావు ఇకమీదట "నాట్యం లేదు. పాట లేదు మరియు ప్రసంగం లేదు" అని ప్రకటించారు. 1985-89 సంవత్సరాలలో ప్రభుత్వం తీవ్ర అణచివేతను పెంచింది. అందువల్ల నక్సల్స్ కార్యకలాపాలకు సంబంధించిన సంకేతాలు కనిపించలేదు. అయితే, జనవరి 1990లో హైదరాబాద్లో జరిగిన విరసం 20 ఏళ్ల వేడుకలు నక్సలైట్ల బల ప్రదర్శనకు తొలి సందర్భం. నక్సలైట్లపై ప్రజల్లో విశ్వాసం, సానుభూతి తగ్గడం లేదని, అది అంతకంతకూ విస్తరిస్తున్నదని సమావేశం నిరూపించింది. నక్సలైట్ రాజకీయాల పాపులర్ ఫేస్ మరియు

అండర్ గ్రౌండ్ లోకి వెళ్లిన శక్తిమంతుడైన ప్రజాగాయకుడు గద్దర్ బయటకు వచ్చాడు. మే 1990లో, రైతు కూలీ సంఘం తన రాష్ట్ర సదస్సును వరంగల్లో నిర్వహించింది మరియు దీనికి వేలాది మంది ప్రజలు, ముఖ్యంగా కరీంనగర్, ఆదిలాబాద్ జిల్లాల నుండి భారీగా హాజరయ్యారు. వరంగల్ సభకు దాదాపు 12 లక్షల మంది ప్రజలు స్వచ్ఛందంగా హాజరై నక్సలైట్లు నిజంగానే ప్రజాధరణ కలిగి ఉన్నారన్న విషయాన్ని ప్రభుత్వానికి స్పష్టంగా చూపించారు.

మే 21,1992న ఆంధ్రప్రదేశ్ ముఖ్యమంత్రి రాడికల్ స్టూడెంట్స్ యూనియన్, రాడికల్ యూత్ లీగ్, రైతు కూలీ సంఘం, సింగరేణి కార్మిక సమాఖ్య, ఆల్ ఇండియా రివల్యూషనరీ స్టూడెంట్స్ ఫెడరేషన్ మరియు సీపీఐ (ఎంఎల్) పీపుల్స్ వారిపై విప్లవ కార్మిక సమాఖ్య నిషేధం విధిస్తున్నట్లు ప్రకటించారు. స్వాతంత్ర్యానంతరం రాష్ట్రంలో ఒక రాజకీయ సంస్థతో పాటు విద్యార్థులు, యువకులు మరియు గని కార్మికుల సామూహిక సంస్థలపై నిషేధం విధించడం ఇదే తొలిసారి. తెలంగాణా జిల్లాలు భారతదేశంలోని అత్యంత పేదరికం ఒకటిగా ఉన్నాయి, అధిక భూ యాజమాన్యం నిరుపేద కౌలు రైతులు మరియు భూమిలేని కూలీలు అధిక సంఖ్యలో ఉన్నారు. చాలా మంది పేదలు గిరిజనులు, దళితులు లేదా ఇతర నిమ్న కులాల సమూహాలు మరియు భూమి యాజమాన్యం, న్యాయమైన మరియు ఇతర సామాజిక – రాజకీయ హక్కులను పొందేందుకు వారి వంతుగా చేసిన ప్రయత్నాల్ని అగ్రవర్ణ భూస్వాముల దాడులతో ఎదుర్కొన్నారు. భూస్వాములు అనేక మంది దళితులు, గిరిజనులు మరియు ఇతర గ్రామస్తులపై దాడి చేసి హత్య చేశారు. రైతు సంఘాలు మరియు ఇతర సమూహాలు తమ హక్కులను కాపాడుకోవడానికి నిర్వహించకుండా నిరోధించడానికి రాజకీయ నాయకులు మరియు పోలీసులు కూడా భూ యజమానులతో కుమ్మక్కయ్యారు. అయితే ఉద్యమం కొనసాగింది. విద్యార్థి సంఘం, యువజన సంఘం, రైతు సంఘం, సాంస్కృతిక సంస్థ, రచయితల సంస్థలను ఏర్పాటు చేయడం ద్వారా పార్టీ కార్యకలాపాలకు మరియు సామాన్య ప్రజలకు మధ్య అంతరాన్ని తగ్గించడానికి మావోయిస్టు పార్టీ బహుజన సంఘాలను ఏర్పాటు చేసింది. సంఘటిత ప్రయత్నాలతో, ఉద్యమం యొక్క ప్రభావం విస్తరించింది మరియు ఇది సమాజాన్ని విస్తృతంగా ప్రజాస్వామ్యం చేయడంలో సహాయపడింది. ఎంప్లాయీస్ యూనియన్, వర్కర్స్ యూనియన్, ఫార్మర్స్ యూనియన్, బ్యాక్వర్డ్ క్లాస్ యూనియన్, షెడ్యూల్ కులాల వంటి సమూహాలు. స్థాపించబడినాయి. అనేక మంది మహిళలు జన నాట్య మండలి, ప్రజా నాట్య మండలి, మరియు అరుణోదయ సాంస్కృతిక సమాఖ్య (ACF) వంటి సాంస్కృతిక సంఘాలలో చురుకుగా పాల్గొన్నారు. నిషేధించబడిన పీపుల్స్ వార్ గ్రూప్

లో సభ్యులుగా తుపాకులు పట్టుకుని మరికొందరు తెలంగాణలో మహిళలు చురుకుగా పాల్గొన్నారు. మహిళలు తెలియని మరియు కనిపించని శక్తిగా మారారు. ఉద్యమాన్ని నిలబెట్టడంలో మరియు అవసరమైన మద్దతును అందించడంలో వారు కీలక పాత్ర పోషించారు.

తెలుగుదేశం పార్టీ, తెలంగాణ

1984లో తెలుగుదేశం పార్టీ ఆవిర్భావంతో రాష్ట్రంలో మొత్తంగా మరియు ముఖ్యంగా తెలంగాణలో సామాజిక-ఆర్థిక మరియు రాజకీయ పరిస్థితులలో చాలా మార్పులు వచ్చాయి. ప్రాంతీయ పార్టీల పెరుగుదల కులం, ప్రాంతం, రాజధాని నిర్మాణం మరియు ఆర్థికాభివృద్ధి మధ్య విచిత్రమైన అనుబంధానికి దారితీసింది. అయినప్పటికీ ఎన్.టి. రామారావు "తెలుగు గర్వం", "తెలుగు ఆత్మగౌరవం" నినాదంతో అధికారంలోకి రావడంతో తెలంగాణ ప్రాంతీయ గుర్తింపు పరాయీకరణ, అణచివేత స్పష్టంగా కనిపించింది. అతను పటేల్-పట్వారీ వ్యవస్థను రద్దు చేయడం మరియు భూస్వాముల ఆధిపత్యాన్ని బలహీనపరిచేందుకు మండల్ వ్యవస్థ వంటి కొన్ని కీలకమైన సంస్కరణలను తీసుకువచ్చాడు. అతని కొన్ని విధానాలు తెలంగాణలో దొరల అధికారాన్ని బలహీనపరిచాయి మరియు ఇతర వెనుకబడిన తరగతులకు అధికారం కల్పించాయి. N.T కింద రామారావు నాయకత్వంలో టీడీపీ ఘన విజయం సాధించింది. కమ్మలు తమ మొత్తం డబ్బు మరియు వ్యాపారాలతో తరలిరావడమే కాకుండా, రెడ్డి ఆధిపత్య కాంగ్రెస్ పార్టీ నుండి దూరంగా ఉంచబడిన ఇతర వెనుకబడిన కులాల (ఓబిసిలు) పెద్ద సెక్షన్ కూడా వచ్చారు. టీడీపీ సామాజిక పునాదిపై ఒక పండితుడు వ్యాఖ్యానిస్తూ, 'ఇది నిజంగా లేనివారి కారవాన్, ఉన్నవారిని తీసుకోవడానికి ముందుకు సాగుతోంది. చిన్న పట్టణాల్లోని యువకులు-నిరుద్యోగులు జీవితంలో పిలుపు కోసం వెతుకుతున్నారు, రాజకీయాలు సాగిస్తున్న తీరుతో విసిగిపోయిన విద్యావంతులు అందరూ టీడీపీలో చేరారు. కొత్త నాయకత్వం ఏర్పడింది. ఎన్టీఆర్ సమాజంలోని అన్ని వర్గాలను మోసుకెళ్లారు. 'ఆయన రాజకీయాలు మరింత కలుపుకొని ఉన్నాయి. అధికార మాతృకలో లేని ఓబీసీలకు అధికారంలో వాటా లభించింది. వీటన్నింటిలోనూ తెలంగాణ అంశం పరాయీకరణ భావంతోపాటు సమాధి అయింది, ఎన్టీఆర్ హయాంలో ఓబీసీ ప్రజాప్రతినిధి రాజకీయంగా ఎలా సాధికారత సాధించారో చెప్పడానికి దేవేందర్ గౌడ్ మంచి ఉదాహరణ".

అయినప్పటికీ, టిడిపి ప్రభుత్వ రాజకీయ మరియు ఆర్థిక విధానాలు ఎక్కువగా ఆంధ్రులకు, ముఖ్యంగా కమ్మలకు అనుకూలంగా ఉన్నాయి. కె. చంద్ర శేఖర్ రావు

మాట్లాడుతూ 'ఎన్టీఆర్ కోస్తా ఆంధ్ర నుంచి అసెంబ్లీ, లోక్ సభ స్థానాల్లో సెటైర్లు వేయడం ద్వారా తెలంగాణ వలస ప్రక్రియను పూర్తి చేశారు. కాంగ్రెస్ ఎప్పుడూ ఇలా చేయలేదు". ఎన్టీఆర్ అధికారంలోకి వచ్చిన వెంటనే స్థానిక అభ్యర్థులను విస్మరించి ఉపేంద్ర, డాక్టర్ కల్పనా దేవి వంటి స్థానికేతరులను లోక్సభకు పోటీకి దించారు. ఆయన హయాంలో తెలంగాణ ప్రాంతీయ కమిటీని రద్దు చేసి బడ్జెట్ కేటాయింపుల్లో తెలంగాణకు అన్యాయం చేశారు. తెలంగాణ జిల్లాలకు సాగునీరు అందించేందుకు ఉద్దేశించిన శ్రీరామ్ సాగర్ వ్యయంతో తెలుగు గంగ ప్రాజెక్టును చేపట్టారు. సర్ సిల్క్ లాంటి పరిశ్రమలు మూతపడి, బోధన్ షుగర్ ఫ్యాక్టరీ లాభాలను సీమాంధ్ర ప్రాంతానికి మళ్లించారు. తెలుగు విశ్వవిద్యాలయం నాగార్జునసాగర్ నుండి హైదరాబాద్కు బదిలీ చేయబడింది, అయితే హెల్త్ విశ్వవిద్యాలయం విజయవాడలో మరియు మహిళా విశ్వవిద్యాలయం తిరుపతిలో స్థాపించబడినాయి. తెలుగు గుర్తింపు పేరుతో అనేక వివక్షాపూరిత విధానాలు అమలు చేయబడ్డాయి. తెలంగాణ ప్రజలలో పరాయీకరణ మరియు అణగారిన భావన పెరిగింది. టీడీపీ అధికారంలోకి వచ్చిన తర్వాత ఆంధ్రా ప్రాంతానికి చెందిన పారిశ్రామికవేత్తలు, రాజకీయ నాయకులు స్థానిక ప్రజల ఖర్చుతో అపారమైన ప్రయోజనాలను పొందారు. కాంగ్రెస్ హయాంలో రాజకీయ నాయకత్వం రెడ్డీల ఆధిపత్యంలో ఉండటంతో, పారిశ్రామిక వేత్తలైన కమ్మ పెట్టుబడిదారులు రాజకీయ అధికారాన్ని సంపాదించి, తెలంగాణ ఆర్థిక వ్యవస్థపై గుత్తాధిపత్యాన్ని పొందినారు. టీడీపీ ప్రభుత్వం కులం, ప్రాంతం, మరియు ఆర్థిక అభివృద్ధికి మధ్య అవినాభావ సంబంధాన్ని సూచిస్తుంది. ముఖ్యంగా చంద్రబాబు నాయుడు నాయకత్వంలో ప్రధానంగా కమ్మలతో కూడిన ప్రాంతీయ పెట్టుబడిదారీ వర్గం సరళీకరణ, ప్రైవేటీకరణ, ప్రపంచీకరణ విధానాలను పూర్తిగా సద్వినియోగం చేసుకొని ఆర్థిక వృద్ధిని సాధించింది. హైదరాబాద్ మరియు సికింద్రాబాద్ జంట నగరాల్లోని రియల్ ఎస్టేట్, కాంట్రాక్టులు, ఫైనాన్స్, సినిమా, ఆసుపత్రులు, కార్పొరేట్ విద్య, చిట్ ఫండ్స్, ఇన్ఫర్మేషన్ టెక్నాలజీ కోస్తా ఆంధ్రా పెట్టుబడిదారుల ఆధీనంలో ఉన్నాయి. సరళీకరణ అనంతర కాలంలో సేవల రంగం ఆర్థిక వృద్ధికి ఇంజన్గా మారింది. కానీ తెలంగాణలో, హైదరాబాద్ మరియు దాని హైటెక్ ఎన్ క్లేవ్ సైబరాబాద్లో మాత్రమే సేవారంగం వృద్ధి చెందింది. ఈ అత్యంత నైపుణ్యం కలిగిన ఉద్యోగాలలు ఎక్కువ భాగం బయటి వ్యక్తులకు వెళ్లాయి ఇతర రాష్ట్రాలు మరియు మిగిలిన ఆంధ్రా ప్రాంతాల నుండి వలస వచ్చిన వారు బాగా లాభపడినారు.

హరిత విప్లవం వాణిజ్యీకరించబడిన ధనిక రైతులకు ప్రయోజనం చేకూర్చింది, ఫలితంగా వారు పెట్టుబడిదారీ రైతులుగా మరియు అత్యంత లాభదాయక వర్గంగా

మారారు. వీరంతా కోస్తా ఆంధ్రకు చెందినవారు. ఈ ప్రాంతం కొత్త శ్రేయస్సును అనుభవించింది. ఆర్థిక పరివర్తన యొక్క ప్రధాన ప్రాంతంగా ఉద్భవించింది. ఉపాధి అవకాశాల పతనం మరియు ముల్కీ నిబంధనలను ఉల్లంఘించడం తెలంగాణ ప్రాంత దుస్థితిపై తీవ్ర ప్రభావాన్ని కలిగి ఉంది. సీమాంధ్ర నాయకత్వ రాజకీయ ఆధిపత్యం పెరగడం మరియు ఆంధ్ర మరియు తెలంగాణ మధ్య ఆర్థికాభివృద్ధిలో పెరుగుతున్న అసమానతలు తెలంగాణ ప్రయోజనాలను పక్కన పెట్టడానికి దారితీశాయి. వాణిజ్య పంటల పెరుగుదల, నీటిపారుదల సౌకర్యాలు క్షీణించడం, గొట్టపు బావులపై మితిమీరిన ఆధారపడటం, కరువు తదితర ప్రభుత్వ ప్రతికూల విధానాల కారణంగా తెలంగాణ ప్రాంతంలోని వ్యవసాయ, హస్తకళా రంగాలు తీవ్ర సంక్షోభానికి గురయ్యాయి. ఇది రైతుల మరియు నేత కార్మికుల ఆత్మహత్యలకు మరియు వలసలకు దారితీసింది. పెరుగుతున్న వ్యవసాయ ఖర్చులు వాణిజ్య మరియు అధిక ప్రమాదకర పంటల వైపు బలవంతంగా మారాయి. 1997-2006 మధ్య కాలంలో తెలంగాణాలో 3028 మంది రైతులు ఆత్మహత్యలు చేసుకున్నారు. చంద్రబాబు నాయుడు విజన్ 2020 "మానవ ముఖం"తో ఆర్థిక సంస్కరణలను రూపొందించడం మరియు అమలు చేయడం లక్ష్యంగా పెట్టుకుంది, అయితే పూర్తిగా ప్రైవేటీకరణ ఫలితంగా ప్రాంతీయ అసమతుల్యత తెలంగాణను మరింత అట్టడుగున పడవేసింది.

న్యూఢిల్లీలో డిసెంబర్ 21, 2002న జరిగిన 50వ జాతీయ అభివృద్ధి మండలి సమావేశంలో చంద్రబాబు చేసిన ప్రసంగంలో, ఆంధ్రప్రదేశ్ రాష్ట్రం "దేశంలో ప్రభుత్వ రంగ ప్రైవేటీకరణ ధోరణిని నెలకొల్పిందని, ఇప్పటికే 11 యూనిట్లు ప్రైవేటీకరించబడ్డాయి మరియు మరో 23 యూనిట్లు ప్రవేటీకరించబడతాయని పేర్కొన్నాడు. ఉన్నత విద్యలో ప్రైవేట్ రంగ భాగస్వామ్యం దేశంలో కొత్త ఒరవడిని సృష్టించింది. 1995-96లో మొత్తం ఇంజనీరింగ్ కళాశాలల సంఖ్య 32 నుండి 2002-2003లో 217కి పెరిగింది. సీట్ల సంఖ్య 8,000 నుండి 62,715కి పెరిగింది. ప్రైవేట్ రంగ భాగస్వామ్యంతో ఇదే కాలంలో మెడికల్ కాలేజీల సంఖ్య 10 నుంచి 21కి, డెంటల్ కాలేజీల సంఖ్య 2 నుంచి 12కి పెరిగింది. ప్రైవేట్ రంగం భాగస్వామ్యం ద్వారా 6 మెడికల్ కాలేజీలు మరియు 4 డెంటల్ కాలేజీలు పైపైన్లో ఉన్నాయి. NASSCOM అధ్యయనం ప్రకారం 2001-2002లో హైదరాబాద్ నగరం 323 శాతం వృద్ధి రేటును సాధించడంతో IT ప్రారంభించబడిన సేవలలో వేగవంతమైన వృద్ధి ఉంది. ఇది దేశంలోనే అత్యధికం. హైదరాబాద్ నగరంలో మునిసిపల్ సేవల ప్రైవేటీకరణ గొప్ప విజయాన్ని సాధించింది. ప్రైవేటీకరణ ద్వారా 75 శాతం పారిశుద్ధ్య నిర్వహణకు రూ.20 కోట్లు ఖర్చు చేస్తున్నారు.

ప్రభుత్వ రంగంలో పెట్టుబడుల ఉపసంహరణ కోసం మన ప్రయత్నాలకు మరింత శక్తిని అందించాల్సిన అవసరాన్ని ఆయన నొక్కి చెప్పారు. పెట్టుబడుల ఉపసంహరణకు అనుకూలంగా జాతీయ ఏకాభిప్రాయం ఏర్పడాలి. ఓపెన్ స్కై పాలసీ మరియు టూరిజంలో ప్రైవేట్ రంగ భాగస్వామ్యాన్ని మరింత పరిశీలించి ప్రోత్సహించాల్సిన అవసరం ఉంది".

నూతన ఆర్థిక విధానాలు గ్రామీణ రంగాన్ని ప్రతికూలంగా ప్రభావితం చేశాయి. ఉదాహరణకు ప్రత్యేక ఆర్థిక మండలాల ఏర్పాటు వ్యవసాయ భూములను పారిశ్రామిక రంగంగా మార్చడానికి దారితీసింది. తత్ఫలితంగా చాలా మంది చిన్న మరియు సన్నకారు రైతులు తమ భూములు కోల్పోయి భూమిలేని వారు అయ్యారు. అదేవిధంగా, బొగ్గు గనుల ప్రైవేటీకరణ మరియు ఓపెన్ కాస్ట్ వ్యవస్థ కూడా వ్యవసాయ రంగం మరియు గిరిజన ఆర్థిక వ్యవస్థపై ప్రతికూల ప్రభావం చూపింది. కాంగ్రెస్ పార్టీకి చెందిన వై.ఎస్. రాజశేఖర్ రెడ్డి ముఖ్యమంత్రిగా ఉన్నప్పుడు ప్రపంచీకరణ విధానాల కొనసాగింపు రెడ్డి కాంట్రాక్టర్లు మరియు క్రోనీ క్యాపిటలిస్టులకు సంపదను కూడబెట్టడానికి పుష్కలంగా అవకాశాలను కల్పించింది. టీడీపీ పాలన కమ్మలకు అండగా ఉంటే, వైఎస్ఆర్ పాలనలో రెడ్డిలకు మేలు జరిగింది. వైఎస్ఆర్ నీటిపారుదల రంగానికి భారీగా నిధులు వెచ్చిస్తున్నారని, అయితే ఈ జలయజ్ఞం ప్రాజెక్టుల్లో చాలా వరకు ఆయన స్వస్థలమైన రాయలసీమ ప్రాంతానికి మరియు ఆయన సొంత జిల్లా కడపకు ప్రయోజనం చేకూర్చేలా రూపొందించారని ఒక పండితుడు పేర్కొన్నాడు. పరిపాలన యొక్క రెడ్డిఫికేషన్ ఆరోపణలు పుష్కలంగా ఉన్నాయి. ఉన్నత పరిపాలనా స్థానాల్లో ఉన్న 400 మంది రెడ్డిల జాబితాను రూపొందించారు. వీరిలో ఎక్కువ మంది కోస్తా ఆంధ్ర, రాయలసీమకు చెందిన వారేనని తెలిపారు. సారాంశంలో, వైఎస్ఆర్ ప్రపంచీకరణ క్రమంలో చంద్రబాబు నాయుడు విధానాల యొక్క ప్రాథమిక సూత్రాన్ని అనుసరించారు. నాయుడు బ్రాండ్ హైదరాబాద్/సైబరాబాద్ను "ఆత్మతో" నిర్మిస్తే, వైఎస్ఆర్ దానిని అంతే ఉత్సాహంతో ముందుకు తీసుకెళ్లారు. హైదరాబాద్ మునుపటి కంటే వేగంగా విస్తరించడం ప్రారంభించింది. ఈ ప్రదేశం యొక్క భౌగోళిక స్వరూపం మారడం ప్రారంభించింది. తత్ఫలితంగా, రెడ్డి–కమ్మ రెండు ఆధిపత్య కులాలు సివిల్ కాంట్రాక్టులు మరియు రియల్ ఎస్టేట్ రంగాలలో గుత్తాధిపత్యం కల్గి ఉన్నాయి. నీటిపారుదల ప్రాజెక్టుల కాంట్రాక్టర్లలో 12 మంది టాప్ కాంట్రాక్టర్లలో 10 మంది రెడ్డి సామాజిక వర్గానికి చెందిన వారు కావడం గమనార్హం. మరోవైపు, ప్రపంచీకరణలో ఆర్థికాభివృద్ధి తెలంగాణలోని చేతివృత్తుల మరియు వృత్తిపరమైన సంఘాలను నాశనం చేయడానికి దారితీసింది. వారిలో ఆగ్రహానికి కారణమైంది.

1990ల నుంచి తెలంగాణ ఉద్యమం ఉవ్వెత్తున ఎగిసిపడడం తెలంగాణ ప్రాంతంలోని ఉత్పత్తి వర్గాల దౌర్భాగ్యానికి స్పష్టమైన నిదర్శనం. పైగా, చంద్రబాబు నాయుడు మరియు రాజశేఖర్ రెడ్డి ఆర్థిక అభివృద్ధి నమూనా, అగ్రవర్ణ క్రోనీ క్యాపిటలిస్టులకు ప్రయోజనం చేకూర్చగా, తెలంగాణ ప్రాంతంలోని అత్యధిక ఉత్పత్తి కులాలు మరియు వర్గాలను నాశనం చేసింది. ఈ రెండు కులాలు (రెడ్డి-కమ్మ), సీమాంధ్ర ప్రాంతంలోని రాజులు మరియు కాపులతో కలిసి ఆంధ్రప్రదేశ్లో రాజకీయ అధికారాన్ని నియంత్రించడానికి తమ ఆర్థిక శక్తిని ఉపయోగించారు. "1955-2004లో అవిభక్త AP జనాభాలో దాదాపు 13% ఆంధ్రప్రదేశ్ అసెంబ్లీలో మొత్తం 39.5% సీట్లను నియంత్రించడం ద్వారా, ఆర్థిక మరియు రాజకీయ అధికారంలో ఆధిపత్య కులాల గుత్తాధిపత్యం చాలా మినహాయింపు మరియు వివక్షను శాశ్వతంగా కొనసాగించడానికి దోహదం చేసింది. తెలంగాణా నాయకుల రాజకీయ అణచివేతపై ఒక పండితుడు వ్యాఖ్యానిస్తూ, "ఏ ప్రాంతమైనా అభివృద్ధి చెందడానికి రాజకీయ అధికారం ఒక ముఖ్యమైన అంశం. గత 56 ఏళ్ల ఉమ్మడి ఏపీ చరిత్రలో ఆంధ్ర ముఖ్యమంత్రులు 26 ఏళ్లు పాలించారు. రాయలసీమ ముఖ్యమంత్రులు 24 సంవత్సరాలు, తెలంగాణ ముఖ్యమంత్రులు 6 సంవత్సరాల 4 నెలలు పాలించారు. ఈ 6 సంవత్సరాల 4 నెలలలో కూడా తెలంగాణేతర ముఖ్యమంత్రులను మార్చే సమయంలో 3 తెలంగాణ ముఖ్యమంత్రులను మేక్-షిఫ్ట్ ఏర్పాట్లుగా ఉపయోగించుకున్నారు. తెలంగాణ ముఖ్యమంత్రులు ఎప్పుడూ ముఖ్యమంత్రిగా అధికారం పొందలేదు మరియు వారి ఐదేళ్ల పూర్తి కాలానికి ముఖ్యమంత్రిగా ఉండటానికి అనుమతించబడలేదు. ప్రస్తుతం తెలంగాణ ఎంపీలు, ఎమ్మెల్యేలు, ఎమ్మెల్సీలు మెజారిటీ ఆంధ్రా నాయకులకు లోబడి ఉన్నారు. వారు పార్టీ మరియు ఓటర్ల కంటే ఆంధ్రా నాయకులకు రుణపడి ఉన్నారు. వారు దంతాలు లేనివారు, ముఖం లేనివారు, పాత్రలు లేనివారు మాత్రమే కాదు, ఆంధ్రా నాయకులకు కాపలాదార్లు కూడా".

ఆంధ్రా పెట్టుబడిదారులకు చెందిన కొన్ని ప్రముఖ కంపెనీల ఆర్థిక శక్తి క్రింది విధంగా ఉంది:

రియల్ ఎస్టేట్ : నార్నే ఎస్టేట్స్, GPR, జయభేరి ఎస్టేట్స్, శ్రీ లక్ష్మీప్రియ ఎస్టేట్స్, జనచైతన్య రియల్ ఎస్టేట్స్, గ్రీన్ సిటీ టౌన్షిప్, హ్యాపీ హోమ్స్ మొదలైనవి

నిర్మాణం: మేఘా ఇంజనీరింగ్ కంపెనీ, GMR, గాయత్రి కన్స్ట్రక్షన్స్, ప్రోగ్రెసివ్ కన్స్ట్రక్షన్స్. నాగార్జున కన్స్ట్రక్షన్స్ కంపెనీ, ల్యాంకో, మధుకాన్, GVK మొదలైనవి

చిట్స్ మరియు ఫైనాన్స్: మార్గదర్శి, మయూరి, నాగార్జున, జనచైతన్య, DCL,NCL, KLN మొదలైనవి.

రవాణా, పర్యటనలు మరియు ప్రయాణాలు: SRMT, నవత, క్రాంతి, చెన్నుపాటి, శ్రీ కాళేశ్వరి లారీ సర్వీసెస్, కేశినేని, దివాకర్, MNR, గౌతం మొదలైనవి.

సినిమా మరియు వినోదం: రామోజీ, అన్నపూర్ణ, రామానాయుడు, రామకృష్ణ, పద్మాలయ, మహేశ్వరి మరియు పరమేశ్వరి, తారకరామ, GVK, ప్రసాద్ ఐమాక్స్, రాఘవేంద్ర మ్యూటిప్లెక్స్ మొదలైనవి.

ప్రింట్ మరియు ఎలక్ట్రానిక్ మీడియా: ఈనాడు, ఆంధ్రజ్యోతి, సాక్షి, ఉదయం, ఆంధ్రభూమి, డెక్కన్ క్రానికల్, నవ తెలంగాణ, మన తెలంగాణ, ఈటీవీ, TV9, TV5, ABN, NTV, సాక్షి, మొదలైనవి.

కార్పొరేట్ విద్య: శ్రీ చైతన్య, నారాయణ, విజ్ఞాన్, గౌతమి, కృష్ణవేణి మొదలైనవి.

కార్పొరేట్ హాస్పిటల్స్ : అపోలో, కేర్, కామినేనే, రెయిన్బో, మెడ్విన్, మెడిసిటీ, కిమ్స్ మొదలైనవి.

స్టార్ హోటల్స్: తాజ్ కృష్ణ, తాజ్ బంజారా, కాకతీయ, పార్క్ హయత్, గ్రీన్ పార్క్ ITC మొదలైనవి.

పరిశ్రమ: ఫార్మాస్యూటికల్ మరియు ఐటీ రంగాలు సీమాంధ్రుల ఆధిపత్యంలో ఉన్నాయి.

ఆంధ్ర మరియు తెలుగు రాష్ట్రాల నుండి మొదటి 10 మంది ధనవంతులు: దివీస్ లేబొరేటరీస్కు చెందిన మురళీ దివి మరియు కుటుంబం, హెటెరో డ్రగ్స్కు చెందిన పార్థసారథి రెడ్డి, పి.పిచ్చి రెడ్డి, పివి కృష్ణా రెడ్డి మరియు మేఘా ఇంజనీరింగ్కు చెందిన కుటుంబం, K. సతీష్ రెడ్డి మరియు కుటుంబం (డా. రెడ్డీస్ లేబొరేటరీస్), జి.అమరేందర్ రెడ్డి మరియు కుటుంబం (GAR); M.సత్యనారాయణ రెడ్డి మరియు కుటుంబం (MSN Laboratories) జివి ప్రసాద్ మరియు కుటుంబం (డా. రెడ్డీస్ లేబొరేటరీస్) వెంకటేశ్వర్లు జాస్తి మరియు కుటుంబం (సువెన్ ఫార్మాస్యూటికల్స్) పివిఎన్ రాజు (గ్లాండ్ ఫార్మా) మరియు వి.సి. నన్నపనేని (నాట్కో ఫార్మా). బయోలాజికల్ ఇకి చెందిన అత్యంత సంపన్న మహిళ మహిమా దాట్ల మరియు కుటుంబం. వారిలో ఎక్కువ మంది ఆంధ్రులే. శ్రీకృష్ణ కమిషన్ నివేదిక ప్రకారం రాష్ట్రంలో రెడ్డీలు, కాపులు, కమ్మలు మొదలైన ఆధిపత్య

కులాలు అధికారంలో ఉన్నాయి. తెలంగాణలోని ఆర్థిక, పారిశ్రామిక, భూసేకరణ రంగాలను సీమాంధ్ర పెట్టుబడిదారులు నియంత్రించారు. ఒక పండితుడు గమనించిన విషయం ఏమిటంటే, "ప్రపంచ వ్యాప్తంగా జరిగిన అనేక పోరాటాల మాదిరిగానే, ప్రత్యేక తెలంగాణా రాష్ట్రం కోసం ఉద్యమం దేశంలోని ఇతర ప్రాంతాల నుండి, కోస్తా ఆంధ్ర మరియు రాయలసీమ నుండి ఖచ్చితంగా చెప్పాలంటే వ్యవసాయ భూములు, ఆక్రమణ దారులు అంత అదృష్టవంతులు కాని స్థానిక రైతులు తమ సొంత పొలాలను సాగు చేసుకునే అవకాశాన్ని నిరాకరించారు. రియల్ ఎస్టేట్ కూడా "సెటిలర్ల చేతుల్లోకి వచ్చింది", వారు ధరలను అవాస్తవ స్థాయికి పెంచారు. తెలంగాణవాసుల్లో ఇప్పుడున్న "గుండె మంట"కి ఇదీ ఒక కారణమని చెప్పవచ్చు. గత 30 ఏళ్లలో హైదరాబాద్, పొరుగున ఉన్న రంగారెడ్డి జిల్లాలతో పాటు నిజామాబాద్, కరీంనగర్, మెదక్, మహబూబ్నగర్ జిల్లాల్లోని వ్యవసాయ భూముల్లో భారీగా పెట్టుబడులు వచ్చాయి. వలస వచ్చిన వారిలో చాలా మంది ఉద్యోగార్థులు, మరికొందరు వ్యాపారులు మరియు వారితో పాటు వారి స్వంత సంస్కృతిని తీసుకువచ్చారు. వ్యవస్థాపక నైపుణ్యాలు కలిగిన స్థానిక కమ్యూనిటీ లేనందున, రాష్ట్రంలోని ఇతర ప్రాంతాల నుండి వలస వచ్చిన వ్యాపారులు (ప్రధానంగా కమ్మ మరియు రెడ్డిలు) "కొత్తగా అభివృద్ధి చెందుతున్న ఆర్థిక వ్యవస్థ యొక్క కమాండింగ్ ఎత్తులను స్వాధీనం చేసుకున్నారు".

స్థిరపడిన సాగుదారులలో, కమ్మలు ఒక నిర్దిష్ట రకమైన బంధుత్వ సంబంధాలు, వివాహ విధానం/ నెట్వర్క్ జీవనశైలి మరియు అంతర్-వ్యక్తిగత సంబంధాలను ప్రదర్శిస్తారు. ఇవి స్థానికులకు భిన్నంగా ఉంటాయి. సెటిలర్ కమ్యూనిటీ యొక్క చిత్రాలు దూకుడు, క్రూరత్వం, అహంకారం మొదలైనవి స్థానిక జనాభాను "మరొకరు" భిన్నమైనదని భావించేలా చేస్తాయి. ఒక ప్రసిద్ధ సామెత ఇలా చదువుతుంది, కమ్మవారు చేరితే, కడమ కులాలు తొలుగుతాయి (కమ్మల రాకతో, ఇతర కులాలు వెళ్లిపోతాయి). వారి మధ్య బలమైన, తీవ్రమైన బంధుత్వ సంబంధాలు మరియు వారి కేంద్రీకృత నివాసం ఇతరులను వారి సమాజాన్ని సజాతీయంగా మరియు ఏకీకృతంగా చూసేలా చేసింది. ఇది అంతర్గతంగా విభిన్నంగా ఉన్నప్పటికీ, దాని ఆస్తి యాజమాన్యం యొక్క నిర్మాణం అది ఒక పొందికైన సమూహంగా కనిపిస్తుంది. ఆర్థిక వర్గ పరంగా తెలంగాణ ప్రాంతంలోని కమ్మలలో అత్యధికులు మధ్యతరగతి మరియు ధనిక రైతాంగానికి చెందినవారు. రాజకీయంగా వారు రెడ్డిల ఆధిపత్య కాంగ్రెస్ పార్టీకి లొంగిపోయినప్పటికీ, 1980ల మధ్య నుండి కమ్మలు విద్య, ఉపాధి, వాణిజ్య మరియు పారిశ్రామిక వ్యవస్థాపకతలో వారిని అధిగమించారు.

అందువల్ల, కమ్మ గ్రామీణ ధనవంతులు తాము పోగుచేసిన మిగులును వైవిధ్యపరచగలరు మరియు వ్యాపార ప్రపంచంలోకి ప్రవేశించగలరు. వాణిజ్య వ్యవసాయం, వ్యవసాయ-పరిశ్రమలు, రియల్ ఎస్టేట్, ఫైనాన్స్ మొదలైన రంగాలలో కుల/సంఘం బంధుత్వ నెట్వర్క్లు మరియు కనెక్షన్లు వారి స్థిరత్వాన్ని సులభతరం చేశాయి. కమ్మల మధ్య వివాహ మరియు వరకట్న వ్యవస్థ యొక్క విభిన్న నమూనా వనరుల సమీకరణ మరియు కుల సంఘీభావం పరంగా అదనపు ప్రయోజనాలను అందించింది.. ఈ అంశం స్థానిక ప్రజల దృష్టిని ఆకర్షించింది మరియు వ్యతిరేకతకు కూడా మూలంగా మారింది. తెలంగాణ స్థానిక కుల వ్యవస్థలో కమ్మ కులాన్ని కలపడం సాధ్యం కానందున, వారు తమలో తాము సన్నిహిత కుల/సంఘాల నెట్వర్క్లను అభివృద్ధి చేయడంలో మరియు వారి తీరప్రాంత సంబంధాలతో తరచుగా రాజకీయ/సైద్ధాంతిక సరిహద్దులను దాటుకోవడంలో బలవంతంగా మరియు సురక్షితంగా భావించబడ్డారు. వివాహ పొత్తులు మరియు అనధికారిక/అధికారిక సాంస్కృతిక సంస్థలు కూడా సమాజ బంధాలను సుస్థిరం చేయడంలో ముఖ్యమైన పాత్ర పోషించాయి. అందువల్ల ప్రజాదరణ పొందిన అభిప్రాయంలో, తెలంగాణలోని కోస్తా ఆంధ్రా స్థిరపడినవారు బయటి/స్థానికేతరులుగా కొనసాగుతున్నారు.

తెలంగాణ గుర్తింపు

తెలంగాణ ప్రాంతంపై పెరుగుతున్న దాడి, సీమాంధ్రుల సామాజిక-ఆర్థిక, సాంస్కృతిక మరియు రాజకీయ ఆధిపత్య పరంగా మధ్యతరగతి మరియు మేధావులు దాని ప్రత్యేకతను వెలికితీసేందుకు మరియు నొక్కిచెప్పడానికి ప్రయత్నించారు. 2001లో తెలంగాణ రాష్ట్ర సమితి (TRS) ఏర్పడటానికి చాలా కాలం ముందు, తెలంగాణలో రాజకీయేతర మరియు ప్రజా సంఘాలు ఆత్మగౌరవం, గౌరవం మరియు గుర్తింపును నొక్కిచెప్పాయి. వివిధ వ్యక్తులు, సంస్థలు తెలంగాణ యొక్క ప్రత్యేక అస్తిత్వం, స్వీయ గౌరవం, స్వయం పాలన మరియు సాంస్కృతిక గుర్తింపు పరంగా తెలంగాణ ఆలోచనను వ్యక్తీకరించాయి. 1990వ దశకంలో తెలంగాణ ఉద్యమానికి నాంది పలుకుతూ పౌర మరియు ప్రజాస్వామిక, విద్యార్థి, సాంస్కృతిక మరియు ప్రజా సంఘాలు చేసిన కృషిని గుర్తించవచ్చు. ఇవి ప్రముఖ పౌర సమాజ ఉనికిని కలిగి ఉన్న కొంతమంది ప్రజా స్ఫూర్తి గల వ్యక్తుల నుండి మేధో మరియు సైద్ధాంతిక మద్దతును పొందగలిగినాయి. ఇది పార్టీయేతర చొరవ ఫలితంగా విస్తృతంగా వర్గీకరించబడుతుంది.

జైని మల్లయ్య గుప్తా అధ్యక్షతన నల్గొండ జిల్లా భోనగిరి పట్టణంలో భువనగిరి

సభ 8 మరియు 9 మార్చి 1997లో నిర్వహించబడింది. ఇతర ప్రముఖ సభ్యులు, కేశవరావు జాదవ్, కాళోజీ నారాయణరావు మరియు K. G. సత్యమూర్తి. దీనికి ప్రొఫెసర్ జయశంకర్, గద్దర్, ఘంటా చక్రపాణి, నందిని సిద్దారెడ్డి, పి.ఎల్. విశ్వేశ్వర రావు తదితరులు హాజరైనారు. ఇది ప్రాథమికంగా రచయితలు, కళాకారులు, విద్యావేత్తలు మరియు పాత్రికేయులకు ఒక వేదిక. సాహితీ మిత్ర మండలి ఆధ్వర్యంలో జానపద కళాకారిణి బెల్లి లలిత చేతుల మీదుగా 'దగపడ్డ తెలంగాణ (అణగారిన తెలంగాణ)' అనే అంశంపై నిర్వహించారు. తెలంగాణ నలుమూలల నుంచి దాదాపు 40 వేల మంది పాల్గొన్నారు. తెలంగాణ రాష్ట్ర సాధన ఉద్యమాన్ని ఉధృతం చేసేందుకు ఈ సభ ఒక ఉత్ప్రేరకంగా పనిచేసింది. తెలంగాణ సంస్కృతి, సాహిత్యం, రాజకీయాలు, ఆర్థిక రంగాలపై ఆంధ్ర ప్రజల ఆధిపత్యంపై భోంగిరి సదస్సు దృష్టి సారించింది.

తెలంగాణ మహా సభ మేధావులు ఇతర ముఖ్యమైన సంస్థ. ఇది నల్గొండ జిల్లా సూర్యాపేటలో 1997 ఏప్రిల్ 11న మారోజు వీరన్న చేత ప్రజాకూటమి నిర్వహించింది. ఈ సదస్సులో బెల్లి లలిత పాడిన పాటలు ఆమెను తెలంగాణ వ్యాప్తంగా వెలుగులోకి తెచ్చాయి. ప్రొఫెసర్ జయశంకర్, గాదె ఇన్నయ్య, దుశ్చర్ల సత్యనారాయణ తదితరులు ప్రత్యేక తెలంగాణ రాష్ట్రాన్ని డిమాండ్ చేసిన ప్రముఖ వక్తలు. 10 జిల్లాలతో కూడిన తెలంగాణ ఏర్పాటు, పోలవరం, పులిచింతల ప్రాజెక్టుల నిర్మాణం నిలిపివేయడం, మిగులు భూములను పేదలకు పంపిణీ చేయడం, నక్సలైట్ల పేరుతో అక్రమ హత్యలు, ప్రజా ఆస్తుల ప్రైవేటీకరణపై నిషేధం తదితర ప్రధాన డిమాండ్లు ముందుకు వచ్చాయి.. మహా సభ కూడా కుల ప్రశ్నను ఎత్తిచూపింది మరియు నిమ్న కులాలపై ఉన్నత కులాల ఆధిపత్యాన్ని లొంగదీసుకోవడాన్ని ఖండించింది. ఆల్ ఇండియా పీపుల్స్ ఫ్రంట్ 28 డిసెంబర్ 1997న వరంగల్లో ఒక సదస్సును నిర్వహించింది. తెలంగాణ ప్రజల డిమాండ్లకు మద్దతుగా పార్లమెంటేరియన్లు, సామాజిక కార్యకర్తలు మరియు ఇతరులను సభ ఏకతాటిపైకి తెచ్చింది. ఈ సదస్సులో 'వరంగల్ డిక్లరేషన్'ను కాళోజీ నారాయణరావు విడుదల చేశారు. ఈ సమావేశానికి రాష్ట్రం నలుమూలల నుండి 200,000 మందికి పైగా ప్రజలు హాజరయ్యారు.

తెలంగాణ ప్రజల అభ్యున్నతి కోసం భూసంస్కరణల అమలు, గిరిజనుల భూమి అన్యాక్రాంతం కాకుండా ఏజెన్సీ ప్రాంతాల్లో 1/70 చట్టం అమలు, సాగునీటి సౌకర్యం కల్పించడం, గోదావరిపై ఇచ్చంపల్లి ప్రాజెక్టు నిర్మాణం వంటి 60కి పైగా డిమాండ్లతో వరంగల్ డిక్లరేషన్లో ఉంది. ప్రైవేటీకరణకు వ్యతిరేకంగా మరియు పారిశ్రామిక రంగాల పునరుద్ధరణకు అనుకూలంగా తీర్మానాలు చేయబడినాయి. తెలంగాణ న్యాయవాదులు,

పాత్రికేయులు మరియు ఉపాధ్యాయుల వేదికగా 1998 జూలైలో తెలంగాణ జనసభ ఏర్పాటుకు వరంగల్ డిక్లరేషన్ స్ఫూర్తినిచ్చింది. తెలంగాణ స్వయం పాలన కోసం పోరాడేందుకు 1998 అక్టోబర్లో తెలంగాణ స్టూడెంట్స్ ఫ్రంట్ కూడా ఏర్పడింది. దళితులు ఇతర వెనుకబడిన తరగతులు/మహిళలు/మైనారిటీలపై జరుగుతున్న అన్యాయాలు, భూ యజమానులు మరియు వడ్డీ వ్యాపారుల దోపిడీ మరియు తెలంగాణ ప్రజలు ఎదుర్కొంటున్న ఇతర సమస్యలపై తన పాటల ద్వారా ప్రజలను ఆకర్షించడంలో బెల్లి లలిత యొక్క ఉనికి కీలక పాత్ర పోషించింది.. తెలంగాణ జనసభ రైతులు, కూలీలు మరియు సమాజంలోని ఇతర అణగారిన వర్గాల హక్కుల కోసం పోరాడింది. తెలంగాణ జనసభ సాంస్కృతిక విభాగం తెలంగాణ కళా సమితికి బెల్లి లలిత కన్వీనర్గా వ్యవహరించారు. తెలంగాణ ప్రజలకు రాష్ట్ర హోదా, గుర్తింపు డిమాండ్లపై అప్రకటిత ఎమర్జెన్సీ ఏర్పడినప్పుడు ఆమె తెలంగాణ ఉద్యమానికి గొంతుకగా నిలిచారు. తెలంగాణ ప్రజలకు స్ఫూర్తినిచ్చి ప్రోత్సహించి, మహిళలు, యువత, కార్మికులు, రైతులు వంటి సమాజంలోని వివిధ వర్గాల అభ్యున్నతికి ఆమె 'నైటింగేల్ ఆఫ్ తెలంగాణ' అయ్యారు. ఈ సంస్థలు ప్రజాస్వామ్య తెలంగాణా, సామాజిక తెలంగాణా మరియు ప్రజల తెలంగాణా అనే భావనను సమతా సూత్రాలను నొక్కి చెప్పేలా రాష్ట్ర ఏర్పాటు ఉద్యమాలకు మార్గదర్శక సూత్రంగా నిలిచాయి.

పై సదస్సులతో పాటు, ప్రత్యేక తెలంగాణ రాష్ట్ర సాధన కోసం వివిధ సంస్థలు ఏర్పడ్డాయి, 1996 ఆగస్టు 15వ తేదీన ఎర్రకోటలో ప్రధాని దేవె గౌడ చిన్న రాష్ట్రాల ఏర్పాటుకు హామీ ఇస్తూ చేసిన ప్రసంగం వెలుగులోకి వచ్చింది.

తెలంగాణ డెవలప్మెంట్ ఫోరమ్ (TDF-USA) అనేది ఒక స్వచ్ఛంద మరియు లాభాపేక్ష లేని సంస్థ, ఇది తెలంగాణ రాష్ట్ర ప్రజలకు వివిధ అభివృద్ధి మరియు సాంస్కృతిక కార్యక్రమాల కోసం వేదికను అందించడానికి 1999లో స్థాపించబడింది. TDF-USA తెలంగాణలో ధార్మిక అభివృద్ధి కార్యకలాపాలలో పాలుపంచుకున్న వ్యక్తులు మరియు సమూహాలు/సంస్థలతో కలిసి పనిచేసింది. ఇది విద్య, ఆరోగ్యం వ్యవసాయం మరియు మహిళా సాధికారత రంగాలలో కార్యక్రమాలను చేపట్టింది. ఇది తెలంగాణలోని అణగారిన వర్గాలకు సేవ చేయడానికి కూడా ప్రయత్నించింది. తెలంగాణ ఉద్యమానికి అమెరికాలోని ప్రవాసీయుల మద్దతు సమకూర్చడానికి మధు కె రెడ్డి, మారోజు వెంకట్ తదితరులు ముఖ్య పాత్ర నిర్వహించారు.

తెలంగాణ రాష్ట్ర సమితి మరియు తెలంగాణ ఉద్యమం:

2001లో తెలంగాణ ఉద్యమాన్ని పునరుజ్జీవింపజేసేందుకు కల్వకుంట్ల చంద్రశేఖర్ రావు (కేసీఆర్) నేతృత్వంలో తెలంగాణ రాష్ట్ర సమితి (టీఆర్ఎస్) ఏర్పాటుతో తెలంగాణ రాష్ట్ర ఏర్పాటు కోసం ఒత్తిడి పెరిగింది. ఛత్తీస్గఢ్, జార్ఖండ్, ఉత్తరాంచల్ (ఉత్తరాఖండ్) ఏర్పాటుతో తెలంగాణ ఏర్పాటుపై ఆశలు చిగురించాయి. హైదరాబాదు రాజధానిగా చేసుకుని ప్రత్యేక తెలంగాణ రాష్ట్రాన్ని ఏర్పాటు చేయాలనే ఏకైక ఎజెండాతో ముందుకు వచ్చింది. టీఆర్ఎస్కు మాత్రమే. తెలంగాణ ఉద్యమ క్రమంలో తెలంగాణ ప్రజల సామాజిక ప్రజాస్వామిక, ఆధిపత్యేతర ఆకాంక్షలను వ్యక్తీకరించిన తెలంగాణ మహాసభ, తెలంగాణ జనసభ వంటి వివిధ మేధావి మరియు రాజకీయ సంస్థల పాత్ర కూడా ముఖ్యమైనది. 2001 లో టి.ఆర్.ఎస్ మరియు 2010లో జాయింట్ యాక్షన్ కమిటి ఏర్పాటుకు ముందు ఇటువంటి ఉచ్చారణలు మరియు సమీకరణలు జరిగాయి. వారు ప్రాంతీయ గుర్తింపు సమీకరణల కోసం ట్రెండ్ మరియు ఎజెండాను సెట్ చేశారు. ఏది ఏమైనప్పటికీ, తెలంగాణ ఉద్యమంలో భాగంగా ఆవిర్భవించిన టీఆర్ఎస్ ఈ ప్రాంతానికి రాజ్యాధికారం సాధించాలనే లక్ష్యంతో స్థాపించబడిన పార్టీగా ఉద్యమానికి విశిష్టమైన, నిర్ణయాత్మకమైన రాజకీయ నాయకత్వాన్ని అందించిన ఘనత సాధించింది. పార్టీయేతర ఉమ్మడి కార్యాచరణ వేదిక అయిన తెలంగాణ ఐక్య వేదిక ద్వారా చేపట్టిన సామూహిక చొరవ, ఉద్యమానికి నిర్ణయాత్మక రాజకీయ స్వభావాన్ని మరియు నాయకత్వాన్ని అందించడానికి స్పష్టమైన పార్టీ- రాజకీయ కోణాన్ని అందించడమే కాకుండా, ఆవశ్యకతను కూడా అందించింది. టీఆర్ఎస్ లింగ, వర్గ, కులం వంటి పాక్షిక గుర్తింపులకు అతీతంగా స్థూల ప్రాంతీయ గుర్తింపును చాటుకుంది. ప్రత్యేక తెలంగాణ ఉద్యమంపై ఇతర రాజకీయ పార్టీలను కూడా నిలదీయాలని టీఆర్ఎస్ పార్టీ ఒత్తిడి చేసింది.

1997లో భారతీయ జనతా పార్టీ (బిజెపి) తెలంగాణ రాష్ట్ర శాఖ ప్రత్యేక తెలంగాణ కోరుతూ తీర్మానాన్ని ఆమోదించింది. పార్టీ 2000లో జార్ఖండ్, ఛత్తీస్గఢ్ మరియు ఉత్తరాఖండ్ రాష్ట్రాలను ఏర్పాటు చేసినప్పటికీ, కేంద్రంలోని దాని ప్రభుత్వానికి వెలుపల మద్దతునిచ్చిన తెలుగుదేశం పార్టీతో ఏకాభిప్రాయం లేకపోవడంతో ప్రత్యేక తెలంగాణ రాష్ట్రాన్ని ఏర్పాటు చేయలేకపోయింది. ప్రత్యేక తెలంగాణ రాష్ట్రానికి మద్దతిచ్చిన తెలంగాణ ప్రాంతానికి చెందిన కాంగ్రెస్ పార్టీ ఎమ్మెల్యేలు తెలంగాణ కాంగ్రెస్ లెజిస్లేటర్స్ ఫోరమ్ను ఏర్పాటు చేసి తెలంగాణ రాష్ట్రానికి మద్దతు ఇవ్వాలని కోరుతూ తమ అధ్యక్షురాలు సోనియా గాంధీకి వినతి పత్రం సమర్పించారు. 2001లో, కాంగ్రెస్ వర్కింగ్ కమిటీ తెలంగాణ రాష్ట్ర డిమాండ్ను పరిశీలించడానికి రెండవ SRC ని ఏర్పాటు చేయాలని

NDA కేంద్ర ప్రభుత్వానికి తీర్మానం పంపింది. దీన్ని అప్పటి కేంద్ర హోం మంత్రి ఎల్.కె. అధ్వాని చిన్న రాష్ట్రాలు దేశ సమగ్రతకు ఆచరణీయమైనవి లేదా అనుకూలంగా లేవని అద్వానీ పేర్కొన్నారు. ఏప్రిల్ 2002లో, అద్వానీ "ప్రణాళిక మరియు అందుబాటులో ఉన్న వనరులను సమర్థవంతంగా ఉపయోగించడం ద్వారా ఆర్థికాభివృద్ధిలో ప్రాంతీయ అసమానతలను పరిష్కరించవచ్చు" అనే కారణంతో తెలంగాణ రాష్ట్ర ఏర్పాటు ప్రతిపాదనను తిరస్కరిస్తూ పార్లమెంటు సభ్యుడు. నరేంద్రకు లేఖ రాశారు. కాబట్టి ఎన్డీయే ప్రభుత్వం ప్రత్యేక తెలంగాణ రాష్ట్ర ఏర్పాటును ప్రతిపాదించడం లేదని ఆయన అన్నారు. అయినప్పటికీ, ప్రజా నిరసన రాజకీయాలు తెలంగాణ ఉద్యమంలో రాజకీయ నాయకత్వం యొక్క అవకతవకలను మరియు రాజీలను బహిర్గతం చేశాయి. దానిని టీఆర్ఎస్ సద్వినియోగం చేసుకుంది. టీఆర్ఎస్ నాయకత్వంలో తెలంగాణ ఉద్యమం పెరగడం, ఆధిపత్య కులాల ఆధిపత్యాన్ని బెదిరించడంతోపాటు వారిలో అనుమానాలను సృష్టించింది. కమ్మ ఆధిక్యత ఉన్న టీడీపీతో పోలిస్తే, రెడ్డి ఆధిక్యత ఉన్న కాంగ్రెస్ పార్టీ తెలంగాణ ప్రజల డిమాండ్లకు అనుకూలంగా కనిపించింది. ఆంధ్రప్రదేశ్ మాజీ ముఖ్యమంత్రి వైఎస్ రాజశేఖర్ రెడ్డి మాట్లాడుతూ, "ప్రత్యేక తెలంగాణా రాష్ట్ర ఏర్పాటు డిమాండ్ చాలా భావోద్వేగానికి సంబంధించిన అంశం మరియు ఇది నా హృదయానికి దగ్గరగా ఉంటుంది. కాంగ్రెస్ పార్టీ కూడా తెలంగాణ డిమాండ్‌కు ఎల్లప్పుడూ గౌరవిస్తుంది. తెలంగాణ ప్రజల సెంటిమెంట్ మరియు ప్రత్యేక రాష్ట్ర డిమాండ్పై దాని వైఖరి మొదటి నుండి స్పష్టంగా ఉంది. ఈ విషయంపై మేము గతంలో ఎవరినీ మోసం చేయలేదు లేదా భవిష్యత్తులో కూడా చేయము" అని ప్రకటించినాడు.

కేసీఆర్ ప్రత్యేక తెలంగాణా డిమాండ్ యొక్క సామర్థ్యాన్ని అర్థం చేసుకున్నారు. 1990 ల నుండి ప్రజలను సంఘటితం చేయడం మరియు చైతన్యం చేయడంలో నిమగ్నమై ఉన్న వ్యక్తులను మరియు సంస్థలను ఏకతాటిపైకి తీసుకురావడం ద్వారా తన రాజకీయ జీవితాన్ని పునరుద్ధరించారు. తెలంగాణ మాండలికంలో అతని అద్భుతమైన మరియు ఆకట్టుకునే వక్తృత్వ నైపుణ్యం, అతని వ్యూహాత్మక విధానం అతన్ని తిరుగులేని నాయకుడిని చేసింది. అతని ప్రవేశం నీరు (నీళ్లు), వనరులు (నిధులు) మరియు ఉపాధి (నియమకాలు) సమస్యలపై దృష్టి పెట్టడానికి ఉద్యమాన్ని మలుపు తిప్పింది. బహిరంగ సభలు మరియు రాజకీయ ప్రచారాలలో ఈ నినాదాలు అతని ప్రసంగాలలో ప్రధానమైనవి. ప్రొఫెసర్ జయశంకర్ సిద్ధాంతకర్తగా కేసీఆర్కు మేధోపరమైన సలహాలు, సూచనలు అందించారు. టీఆర్ఎస్ పార్టీ నాయకత్వాన్ని స్వీకరించిన వెంటనే, కేసీఆర్ 2001 మే 17న కరీంనగర్లో జరిగిన సింహగర్జన మహాసభకు హాజరైనాడు. ఆయన ప్రసంగాలు

ప్రజలను ఆకట్టుకున్నాయి. కరీంనగర్ సభ అనంతరం తెలంగాణలోని పలుచోట్ల టీఆర్ఎస్ వరుస సమావేశాలు నిర్వహించింది. ఫోరమ్ ఫర్ తెలంగాణ, 5 మే 2001న ఉస్మానియా యూనివర్సిటీ క్యాంపస్ (ఠాగూర్ ఆడిటోరియం)లో ఒక సమావేశాన్ని ఏర్పాటు చేసింది. దీనిలో కేసీఆర్ ప్రసంగించారు. అప్పటి నుంచి తెలంగాణ ఉద్యమంలో ఓయూ విద్యార్థులు ముందున్నారు. 2007 ఆగస్టులో నిజాం కళాశాలలో మరో బృహత్తర సభ "విద్యార్థి గర్జన" నిర్వహించబడింది. అదేవిధంగా సుప్రీంకోర్టు తీర్పును నిరసిస్తూ సిద్దిపేటలో తెలంగాణ ఎమ్మెల్యేల సభ (ఉద్యోగుల గర్జన')' జరిగింది. రాజకీయ అవకాశాలను సద్వినియోగం చేసుకొని ఉద్యమించడం విజయవంతం కావడంతో కేసీఆర్ ధైర్యంగా ఉన్నారు మరియు స్థానిక రాజకీయాల రంగ ప్రవేశం చేశారు.

స్థానిక సంస్థల ఎన్నికలలో అనేక స్థానాలను గెలుచుకోవడంలో అతని ఎన్నికల వ్యూహాలు మంచి ఫలితాలను ఇచ్చాయి. 2004, 2009 సార్వత్రిక ఎన్నికల్లో కాంగ్రెస్, టీడీపీతోనూ వరుసగా టీఆర్ఎస్ పార్టీ పొత్తు పెట్టుకుంది. ఎన్నికల్లో సాధించిన విజయాల వల్లే కేంద్రం, రాష్ట్రంలో టీఆర్ఎస్ అధికారంలోకి వచ్చింది. యూపీఏ ప్రభుత్వంలో కేసీఆర్ కేంద్ర మంత్రి (లేబర్) అయ్యారు. రాష్ట్ర సాధన ఉద్యమానికి రాజకీయ మద్దతు పొందడానికి కేసీఆర్ ఎన్నికల రాజకీయాలు, లాబీయింగ్లను ఉపయోగించుకున్నారు. ఏకంగా 1.50 లక్షల మంది హాజరైన వరంగల్ జైత్రయాత్ర వంటి ఆందోళనలు, ధర్నాలు, పాదయాత్రలు, బహిరంగ సభలు కూడా నిర్వహించారు. సాగునీరు, వ్యవసాయ సంక్షోభం, రైతుల ఆత్మహత్యలు తదితర ప్రధాన సమస్యలపై టీఆర్ఎస్ పార్టీ దృష్టి సారించింది. కానీ అతి ముఖ్యమైన సమస్య G.O 610కి వ్యతిరేకంగా జరిగిన ఆందోళన.

గిర్గ్లాని కమీషన్ ప్రకారం వచ్చిన ఉమ్మడి ఆంధ్ర ప్రదేశ్ రాష్ట్రంలో అన్ని ప్రభుత్వాలు రాష్ట్రపతి ఉత్తర్వులను ఉల్లంఘించాయి. ఇది తెలంగాణ ఉద్యోగులలో అసంతృప్తిని కలిగించింది. తెలంగాణ నాన్ గెజిటెడ్ ఆఫీసర్స్ యూనియన్ ఒత్తిడి కారణంగా, ముఖ్యమంత్రి చంద్రబాబు నాయుడు 1975 నాటి రాష్ట్రపతి ఉత్తర్వుల ఉల్లంఘనలపై విచారణకు 25 జూలై 2001న గిర్గ్లానీ కమిషన్ను నియమించారు. వన్ మ్యాన్ గిర్గ్లానీ కమిషన్ ఉపాధికి సంబంధించి భద్రతల క్రమబద్ధమైన ఉల్లంఘనను స్పష్టంగా బయటపెట్టింది. ప్రెసిడెన్షియల్ ఆర్డర్కు ఆటంకం కలిగించే వివిధ పరిపాలనా నిర్ణయాల చిక్కులు "గమనించబడలేదు లేదా విస్మరించబడ్డాయి" అని గిర్గ్లానీ వ్యాఖ్యానించారు ప్రెసిడెన్షియల్ ఆర్డర్ "క్రమంగా నిరుపయోగమైన అవయవంగా మార్చబడింది అని అభిప్రాయబడినాడు. కొన్ని సందర్భాల్లో ప్రోత్సాహం, అభిమానం లేదా బ్లూ-ఐడ్ బాయ్ సిండ్రోమ్ చాలా పేటెంట్గా మరియు చాలా దయనీయంగా ఉన్నాయి అని ఆయన

పేర్కొన్నారు. రాష్ట్రపతి ఉత్తర్వులోని కొన్ని నిబంధనలు మరియు G.O. P.No వంటి ప్రభుత్వ ఉత్తర్వులలోని సూచనల గురించి అజ్ఞానం మరియు తరచుగా అపోహ. 728 కొనసాగింది". పోలీసు, నీటిపారుదల మరియు కమాండ్ ఏరియా డెవలప్మెంట్ వంటి చాలా పెద్ద కేడర్ను కలిగి ఉన్న మరియు నిర్దిష్ట విభాగాలను కలిగి ఉన్న డిపార్ట్‌మెంట్లు రాష్ట్రపతి ఉత్తర్వుల (PO) నుండి మినహాయించబడ్డాయి. 1975 రాష్ట్రపతి ఉత్తర్వులు ఉల్లంఘింపబడినాయి. అధికారుల ఇష్టాలు మరియు అభిరుచుల ప్రకారం తప్పుగా అన్వయించబడింది, సడలించింది, విస్మరించబడింది. రాష్ట్రపతి ఉత్తర్వులు స్థానిక రిజర్వేషన్లు వర్తించని 51 విభాగాల అధిపతులను మాత్రమే గుర్తించాయి. అయితే ప్రస్తుత నిబంధనలను తప్పించుకోవడానికి వారి సంఖ్యను 104కి పెంచారు. HODల సంఖ్యను పెంచుతున్నప్పుడు ప్రభుత్వం భారత రాష్ట్రపతి ఆమోదం తీసుకోలేదు. ప్రభుత్వాలు తెలంగాణలోని అనేక జోనల్ స్థాయి కార్యాలయాలను రాష్ట్ర స్థాయి కార్యాలయాలుగా మార్చాయి. రాష్ట్రపతి ఉత్తర్వుల ప్రకారం ఈ కార్యాలయాలను జోనల్ స్థాయి పోస్టులు స్థానిక రిజర్వేషన్లు వర్తించని రాష్ట్ర స్థాయి పోస్టులుగా మారాయి. హైదరాబాద్ అర్బన్ డెవలప్మెంట్ అథారిటీ మరియు కులీ కుతుబ్షా అర్బన్ డెవలప్మెంట్ అథారిటీలు స్థానిక సంస్థలుగా ఉన్నాయి. అయితే అవి రాష్ట్ర స్థాయి సంస్థలుగా పరిగణించబడ్డాయి మరియు హైదరాబాద్ నగరంలోని స్థానికులకు ఉపాధిని హరించే రాష్ట్రపతి ఉత్తర్వులు 1975 పరిధి నుండి తొలగించబడ్డాయి.

అనేక జిల్లా స్థాయి పోస్టులు జోనల్ స్థాయి పోస్టులకు ఎలివేట్ చేయబడ్డాయి, జోనల్ స్థాయిలు రాష్ట్ర స్థాయిలకు పెంచబడ్డాయి, తద్వారా స్థానిక రిజర్వేషన్ల శాతం 80% నుండి 60%కి తగ్గించబడింది. రాష్ట్ర స్థాయి పోస్టులకు రిజర్వేషన్ లేదు. 1975 రాష్ట్రపతి ఉత్తర్వుల యొక్క నిబంధనల ప్రకారం ఇంటర్ డిస్ట్రిక్ట్ మరియు ఇంటర్ జోనల్ బదిలీలు అనుమతించబడవు. 1975 కానీ ప్రజా ప్రయోజనాల నిబంధనను ఉపయోగించి, ఆంధ్రా నుండి చాలా మంది ఉద్యోగులు తెలంగాణ జిల్లా/జోన్లకు బదిలీ చేయబడ్డారు. డిప్యుటేషన్ను అనుమతించి ఆ తర్వాత ఈ పోస్టుల్లో చేర్చుకున్నారు. రాష్ట్రపతి ఉత్తర్వులు 1975 యొక్క పేరా 14 ప్రకారం ప్రధాన అభివృద్ధి ప్రాజెక్టులలో ఉపాధి అవకాశాలు అందరికీ అందుబాటులో ఉన్నాయి. కానీ ప్రభుత్వ నిబంధనలను ఉల్లంఘిస్తూ ప్రధాన అభివృద్ధి ప్రాజెక్టుల్లో 1975 నుంచి 1985 వరకు నియమితులైన అభ్యర్థుల సర్వీసులను క్రమబద్ధీకరించారు. జిఓ నెం. 455లో జారీ చేసిన ఉత్తర్వులు, తద్వారా దాదాపు 40,870 ఉద్యోగావకాశాలను తెలంగాణ కోల్పోయింది. పి.ఓ. పేర్కొన్న గెజిటెడ్ పోస్టులను జాబితాలో చేర్చింది. అనేక నాన్-గెజిటెడ్ పోస్టులను ఏకపక్షంగా మార్చడం మరియు జోనల్ స్పెసిఫైడ్ గెజిటెడ్ పోస్టులను భారత రాష్ట్రపతి

ఆమోదం లేకుండా రాష్ట్రవ్యాప్త గెజిట్ పోస్టులుగా పెంచడం వల్ల స్థానిక రిజర్వేషన్ల శాతం తగ్గింది. ప్రభుత్వం చాలా మంది ఆంధ్రా ఉద్యోగులకు కారుణ్య ప్రాతిపదికన నియామక ఉత్తర్వులు జారీ చేసింది. P.O 1975ని ఉల్లంఘించి తెలంగాణలో వారిని నియమించింది. రాష్ట్రపతి ఉత్తర్వులలో ఏడవ జోన్ లేదా ఫ్రీ జోన్ అనే భావన లేదు. కానీ హైదరాబాద్ నగరం ఏడవ జోన్ లేదా ఫ్రీ జోన్ గా పరిగణించబడింది. రిక్రూట్మెంట్లు చేయడం ద్వారా ఆంధ్రాకు చెందిన వందలాది మంది స్థానికేతరులు జోన్ VI లోని స్థానికులకు చెందిన ఉద్యోగాలు పొందారు. 20%, 30% మరియు 40% పోస్టులను మెరిట్ ఆధారంగా భర్తీ చేయాలి. P.O.లో స్థానికేతరులకు రిజర్వేషన్ లేదు. కానీ APPSC మరియు DSC లు వాటిని తప్పుగా అర్థం చేసుకుని స్థానికేతరులకు రిజర్వ్ చేశాయి. స్థానికుల కోసం ఉద్దేశించిన బ్యాక్లాగ్ పోస్టను 100% లోకల్తో భర్తీ చేయాల్సి ఉంది. అయితే ఈ పోస్టులను మళ్లీ లోకల్ మరియు నాన్-లోకల్ అని విభజించారు, తద్వారా వందలాది లోకల్ పోస్టులు స్థానికేతరులకు వెళ్లిపోయాయి. నిర్దిష్ట కేటగిరీ పోస్టులకు నిపుణులు లేనప్పుడు, ప్రజా ప్రయోజనాలను ఉపయోగించి ఆంధ్రా నుండి అభ్యర్థులను తీసుకువచ్చారు. స్థానిక జిల్లా / జోన్ నుండి నిపుణులైన అభ్యర్థి అందుబాటులో ఉన్నప్పుడల్లా వారిని స్వస్థలాలకు రప్పించవలసి ఉంటుంది. కానీ ఇది చేయలేదు.

హైదరాబాద్ను ఫ్రీ జోన్ గా పరిగణించాలని 2009 అక్టోబర్ 9న సుప్రీంకోర్టు ఇచ్చిన తీర్పును వ్యతిరేకిస్తూ 2009లో తెలంగాణ ఉద్యమం ఉధృతమైంది. తీర్పును వ్యతిరేకిస్తూ తెలంగాణ వ్యాప్తంగా పెద్దఎత్తున ప్రజలు ఉద్యమించారు. అందుకే తెలంగాణకు ప్రత్యేక రాష్ట్రాన్ని ఏర్పాటు చేయాలని డిమాండ్ చేస్తూ నిరవధిక నిరాహార దీక్ష చేయాలని కేసీఆర్ నిర్ణయించారు. కేసీఆర్ ఆమరణ నిరాహార దీక్ష నిర్ణయంపై జైరాం రమేశ్ మాట్లాడుతూ "వైఎస్ఆర్ హఠాన్మరణంతో వృద్ధుడైన కె. రోశయ్య ఆ మరుసటి రోజే ముఖ్యమంత్రి అయ్యాడు. లోలకం తనకు అనుకూలంగా మారిందని కేసీఆర్ భావించి ఉండవచ్చు. రాజకీయంగా తనకు తానుగా సంబంధం కలిగి ఉండేందుకు తీవ్రంగా ప్రయత్నిస్తున్నాడు, అతను నిరాహార దీక్షకు దిగాడు". 2009 నవంబర్ 29న ప్రారంభమైన 11 రోజుల నిరాహారదీక్ష ప్రత్యేక తెలంగాణ ఉద్యమ చరిత్రలో ఒక ముఖ్యమైన మైలురాయి. నిరాహార దీక్ష చేపట్టనున్న సిద్దిపేటకు వెళ్తుండగా అరెస్టు చేసి ఖమ్మం తీసుకెళ్లి జైల్లో పెట్టారు. అనంతరం నిమ్స్ ఆస్పత్రికి తరలించారు. కేసీఆర్ నిరాహార దీక్ష పెద్ద ఎత్తున నిరసనలు, హింసాకాండకు దారితీసింది. ముఖ్యంగా ఉస్మానియా యూనివర్సిటీ విద్యార్థులు పోలీసుల అణచివేతకు ధీటుగా తమ పోరాటాన్ని కొనసాగించారు. బాల్క సుమన్ వంటి విద్యార్థి నాయకులపై పోలీసులు

పాశవికంగా దాడి చేయడంతో క్యాంపస్ వర్చువల్ రణరంగంగా మారింది. కేసీఆర్ అరెస్టు కూడా విద్యార్థులు, యువకుల విషాదకర ఆత్మహత్యలకు దారి తీసింది. కేసీఆర్ అరెస్టు, పోలీసుల దమనకాండను తట్టుకోలేక ఓ విద్యార్థి కె. శ్రీకాంత్‌చారి పెట్రోల్లో ముంచి హైదరాబాద్‌లోని యల్.బి.నగర్ క్రాస్‌రోడ్స్ వద్ద జై తెలంగాణ నినాదాలు చేస్తూ ఆత్మహత్యకు పాల్పడినాడు. కాసేపటికే అపోలో ఆసుపత్రికి తరలించగా, మృతి చెందాడు. అతని మరణం తర్వాత మరికొన్ని ఆత్మహత్యలు జరిగాయి. ప్రధానంగా విద్యార్థులు: కిష్టయ్య, భుక్య ప్రవీణ్, డిండియా పృథ్వీ రాజ్, వేణుగోపాల్ రెడ్డి, యాదయ్య, ఢిల్లీలోని యాది రెడ్డి తదితరులు నిరాహారదీక్ష ద్వారా వెలుగుచూసిన నిప్పురవ్వ తెలంగాణ సమాజాన్ని మొత్తం చుట్టుముట్టింది మరియు తెలంగాణ వ్యాప్తంగా ధర్నాలు, ప్రదర్శనలు నిరాహారదీక్షలు, రాస్తారోకోలు, దిష్టిబొమ్మల దహనంతో ఉద్యమం మరింత హింసాత్మకంగా మారింది.

జై తెలంగాణ నినాదాలు చేస్తూ లక్షలాది మంది వీధుల్లోకి వచ్చారు. ఉద్యమం రాష్ట్ర ప్రభుత్వాన్ని స్తంభింపజేసింది మరియు ప్రత్యేక తెలంగాణ రాష్ట్ర ఏర్పాటుకు సంబంధించి తన నిర్ణయాన్ని ప్రకటించాలని కేంద్ర ప్రభుత్వాన్ని ఒత్తిడి చేసింది. పర్యవసానంగా, హోంమంత్రి పి. చిదంబరం ఈ విధంగా ప్రకటించారు. "తెలంగాణ రాష్ట్ర ఏర్పాటు ప్రక్రియ ప్రారంభించబడుతుంది. రాష్ట్ర అసెంబ్లీలో తగిన తీర్మానం ప్రవేశ పెడతాం". కేసీఆర్ నిరాహార దీక్ష విరమించారు. నిజానికి, ఫ్రీ జోన్కు వ్యతిరేకంగా నిరాహారదీక్ష మరియు నిరసన తర్వాత విద్యార్థులు, ఉద్యోగులు, కుల సంఘాలు మొదలైన ప్రజా సంఘాలు ఆకస్మికంగా ఉద్యమంలో పాల్గొనడంతో ఉద్యమం కొత్త మలుపు తిరిగింది. ఉస్మానియా, కాకతీయ విశ్వవిద్యాలయాల విద్యార్థులు ముందంజలో ఉంటూ జాయింట్ యాక్షన్ కమిటీలుగా ఏర్పడి ఉద్యమాన్ని ముందుకు తీసుకెళ్లారు. పోలీసులు దౌర్జన్యాల భారాన్ని విద్యార్థులు భరించారు. మరియు క్యాంపస్లు నిర్బంధ శిబిరాలుగా మార్చబడ్డాయి. ముఖ్యంగా హైదరాబాద్లో వాతావరణం "సర్ఛార్జ్ మారింది" మరియు ఉస్మానియా విశ్వవిద్యాలయం పులిసిన స్థితిలో ఉంది. రాజ్యసభలో బీజేపీ సీనియర్ నేత వెంకయ్యా నాయుడు తెలంగాణ అంశాన్ని లేవనెత్తుతూ 'ఆంధ్రప్రదేశ్ ఉక్కిరిబిక్కిరి అవుతోంది' అని అన్నారు.

కేసీఆర్ చేపట్టిన నిరాహారదీక్ష, ఆ తర్వాత తెలంగాణలో జరిగిన ఆందోళనల నేపథ్యంలో కాంగ్రెస్ పార్టీ స్పందించాల్సి వచ్చింది. పర్యవసానంగా, ఆంధ్రప్రదేశ్ ముఖ్యమంత్రి కె. రోశయ్య 7 డిసెంబర్ 2009న ఎనిమిది ప్రధాన రాజకీయ పార్టీలతో

సమావేశాన్ని ఏర్పాటు చేశారు. తెలంగాణ ఏర్పాటు కోసం రాష్ట్ర అసెంబ్లీలో తీర్మానాన్ని ఆమోదించే ప్రతిపాదనకు సి.పి.యం పార్టీ మినహా మిగతావన్నీ మద్దతు ఇచ్చాయి. రెండు రోజుల తర్వాత 9 డిసెంబర్ 2009న హోం మంత్రి చిదంబరం ఒక ప్రకటన విడుదల చేశారు. అందులో "తెలంగాణ రాష్ట్ర ఏర్పాటు ప్రక్రియ ప్రారంభం అవుతుంది. రాష్ట్ర అసెంబ్లీలో తగిన తీర్మానం ప్రవేశపెడతాం. ఇది పార్లమెంటులో "బెడ్లామ్" సృష్టించింది. తన పుస్తకంలో, "ఓల్డ్ హిస్టరీ న్యూ జియోగ్రఫీలో" జైరాం రమేశ్ నిరాహారదీక్ష ప్రారంభమైన 29 నవంబర్ 2009 మరియు 9 డిసెంబర్ 2009 చిదంబరం ప్రకటన "ఆంధ్రప్రదేశ్‌ను కదిలించిన పది రోజులు"గా పేర్కొన్నాడు. చిదంబరం డిసెంబర్ 9 ప్రకటనపై వ్యాఖ్యానిస్తూ, "ఇది ఇరుపక్షాలకు మందుగుండు సామగ్రిని ఇచ్చింది. కొత్త తెలంగాణ రాష్ట్రం ఆవిర్భవించడం కాలమేనని తెలంగాణవాదులు విశ్వసించారు. మరోవైపు, ఉమ్మడి ఆంధ్రప్రదేశ్ (సమైక్య ఆంధ్ర") యొక్క ప్రతిపాదకులు ద్రోహంగా భావించి, తమ నిరసనలను నమోదు చేయడానికి ప్రతి- ఆందోళనను ప్రారంభించారు. డిసెంబర్ 9 నాటి ప్రకటనకు తెలంగాణ ప్రాంతానికి చెందిన కాంగ్రెస్ మరియు టీడీపీ ఎంపీలు మద్దతు ఇవ్వడంతో పాటు సీమాంధ్ర ప్రాంతానికి చెందిన సభ్యులు తమ తీవ్ర ఆందోళనలను వ్యక్తం చేయడంతో పార్లమెంట్లో నిరసనలు తమ ప్రతిధ్వనిని గుర్తించాయి. ఆంధ్ర పరదేశ్ అంతటా అభిరుచులు అధికమయ్యాయి. సర్వత్రా గందరగోళం కనిపించింది". డిసెంబర్ 9 ప్రకటనలు భారీ సంక్షోభాన్ని సృష్టించాయని కేంద్ర ప్రభుత్వం గ్రహించి అందుకే సరిగ్గా 15 రోజుల తర్వాత చిదంబరం రెండో ప్రకటన విడుదల చేశారు. ఇది క్రింది విధంగా చదవబడింది: "డిసెంబర్ 9 2009 ప్రకటనల తర్వాత, ఆంధ్రప్రదేశ్లో పరిస్థితి మారిపోయింది. ఈ అంశంపై పలు రాజకీయ పార్టీల్లో భిన్నాభిప్రాయాలు వ్యక్తమవుతున్నాయి. రాష్ట్రంలోని అన్ని రాజకీయ పార్టీలు, గ్రూపులతో విస్తృత స్థాయి సంప్రదింపులు జరపాల్సిన అవసరం ఉంది. ఈ ప్రక్రియలో సంబంధిత అందరినీ భాగస్వామ్యం చేసేందుకు భారత ప్రభుత్వం చర్యలు తీసుకుంటుంది. నిజానికి UPA ప్రభుత్వం తన మునుపటి నిర్ణయాన్ని తిరస్కరించింది. అందుకే, ప్రకటనకు వ్యతిరేకంగా పెద్దఎత్తున నిరసన ఉద్యమాలు జరిగాయి మరియు 24-12-2009న రాజకీయ జాయింట్ యాక్షన్ కమిటీని ఏర్పాటు చేశారు. కన్వీనర్ ప్రొ.ఎం.కోదండరాం, కో- కన్వీనర్‌గా మల్లేపల్లి లక్ష్మయ్య వ్యవహరించారు.

రాజకీయ జేఏసీ ఏర్పాటుతో ఉద్యమానికి విస్తృత మద్దతు లభించడంతో పాటు వివిధ సంఘాలు, సంస్థలు ఇందులో కీలక పాత్ర పోషించాయి. ఇది సిద్ధాంతాలు మరియు రాజకీయాలకు అతీతంగా వివిధ సంస్థల సమిష్టి వేదికగా మారింది. రాజకీయ పార్టీలు మరియు పౌర సమాజ సమూహాలతో కూడిన విస్తృత ఆధారిత ఉద్యమాన్ని

నిర్మించాలని కోరింది. మేధావులు, కవులు, రచయితలు కళాకారులను దీని పరిధిలోకి తెచ్చారు. T-JAC కూడా 1 మార్చి 2011న రైల్-రోకో మరియు పల్లెబాట వంటి వినూత్న పోరాట పద్ధతులను రూపొందించింది. ఇది గ్రామాల్లోని ప్రజలకు చేరువైంది. సరళీకరణ విధానాలు గ్రామీణ ప్రాంతాలను ప్రతికూలంగా ప్రభావితం చేశాయి మరియు వ్యవసాయం తీవ్ర సంక్షోభంలో ఉంది. చేతివృత్తిదారులు, రైతులు మరియు ఇతర వృత్తి కులాలు మరియు సంఘాలు అనేక ఆర్థిక ఇబ్బందులను ఎదుర్కొంటున్నాయి. అనేక మంది రైతులు, చేనేత కార్మికులు ఆత్మహత్యలు చేసుకున్నారు. "తెలంగాణ జాగో, ఆంధ్రావాలా భాగో", "హైదరాబాద్ సిర హమారా" వంటి నినాదాలు ప్రజలను ఉత్తేజపరిచాయి. T-JAC నాయకత్వంలో మిలియన్ మార్చ్ (10-3-2011), సకలజనుల సమ్మె (13-09-2011 నుండి 24-10-2011 వరకు సకల జనుల సమ్మె), తెలంగాణ మార్చ్ / సాగరహారం వంటి అనేక ఆందోళన కార్యక్రమాలు నిర్వహించారు. (30 సెప్టెంబర్ 2012).

మిలియన్ మార్చ్ (10 మార్చి 2010న) తెలంగాణ ఏర్పాటుపై కేంద్రానికి సందేశం పంపడం లక్ష్యంగా పెట్టుకుంది. నగరం నడిబొడ్డున ఉన్న హుస్సేన్సాగర్ సరస్సు వద్ద ట్యాంక్ బండ్ వద్ద మధ్యాహ్నం 1 నుండి 4 గంటల వరకు జరిగింది. ఈజిప్టులో ఇటీవల జరిగిన తహరీక్ చౌక్ నిరసన ఉద్యమం తరహాలో 'మిలియన్ మార్చ్' కార్యక్రమాన్ని నిర్వహించారు. ట్యాంక్ బండ్పై యన్.టి. రామరావు ఏర్పాటు చేసిన ఏడు తెలుగు ప్రముఖుల విగ్రహాలు. విధ్వంసానికి గురయ్యారు. బారికేడ్లను ఛేదించడంతో ట్యాంక్ బండ్పై జనం దాదాపు 20,000 మంది వరకు చేరుకున్నారు. తెలంగాణ జాయింట్ యాక్షన్ కమిటీ కన్వీనర్ కోదండరామ్ను అరెస్టు చేయడంతో ఆందోళనకారులు పూర్తి స్థాయిలో నినాదాలు చేస్తూ డ్యాన్సు చేశారు. పోలీసులు పటిష్టమైన భద్రతా ఏర్పాట్లు చేశారు. ట్యాంక్ బండ్కు వెళ్లే అన్ని రహదారులను మూసివేశారు. కానీ ర్యాలీని నిరోధించలేకపోయారు. పోలీసులు విధించిన భారీ ట్రాఫిక్ మరియు భద్రతా ఆంక్షలు అధిగమించి 'మిలియన్ మార్చ్ కార్యక్రమానికి ప్రజలు భారీగా హాజరుకావడంతో హైదరాబాద్లో జనజీవనం అస్తవ్యస్తమైంది. ఈ ఉద్యమంలో సిపిఐ (ఎంఎల్) న్యూడెమొక్రసీ పార్టీ మిలిటెంట్ పాత్ర పోషించి పెద్ద సంఖ్యలో ప్రజలను సమీకరించింది. మిలియన్ మార్చ్ సందర్భంగా ద్వంద్వ ప్రమాణాలతో కూడిన తెలుగుదేశం పార్టీని టీ-జేఏసీ నుంచి బహిష్కరించారు.

సకల జనుల సమ్మె తెలంగాణలో జరిగిన అతిపెద్ద నిరసన. ఇది ఆరు వారాల పాటు కొనసాగింది, ప్రధానంగా ప్రజా సేవలను మరియు స్థానిక ఆర్థిక వ్యవస్థను ప్రభావితం చేసింది. టీ-జేఏసీ ఇచ్చిన పిలుపు మేరకు దీన్ని ప్రారంభించారు. తెలంగాణ

రాష్ట్ర సాధనకు మద్దతుగా 'అన్ని వర్గాల ప్రజల సమ్మె'లో భాగంగా, తెలంగాణ వ్యాప్తంగా ప్రభుత్వ ఉద్యోగులు విధులకు దూరంగా ఉన్నారు. న్యాయవాదులు కోర్టులను బహిష్కరించారు మరియు సింగరేణి కాలరీస్కు చెందిన 60,000 మంది బొగ్గు గని కార్మికులు సమ్మెలో పాల్గొన్నారు. సమ్మె సందర్భంగా తెలంగాణ వ్యాప్తంగా రైలు దిగ్బంధనంతో పాటు జాతీయ రహదారులపై రాస్తారోకోలు చేపట్టారు. ఆటో రిక్షా యూనియన్ల సమ్మె కారణంగా రవాణా సేవలకు అంతరాయం ఏర్పడింది. తెలంగాణ ఫిల్మ్ ఛాంబర్ ఇచ్చిన పిలుపు మేరకు తెలంగాణలోని దాదాపు 450 సినిమా థియేటర్లు మూతపడ్డాయి. ప్రభుత్వ ఉపాధ్యాయులు సమ్మెలో పాల్గొనగా, ప్రైవేటు పాఠశాలల యాజమాన్యాలు సమ్మెకు మద్దతుగా ఒకరోజు సెలవు ప్రకటించాయి. అదేవిధంగా రాష్ట్ర రోడ్డు రవాణా సంస్థ ఉద్యోగులు, రాష్ట్ర విద్యుత్ బోర్డు ఉద్యోగులు నిరవధిక సమ్మెలో పాల్గొన్నారు. నగరంలోని పలు చోట్ల రైల్ రోకో కార్యక్రమం సంగీతం, నృత్యం, నాటకాలు, విలాసవంతమైన మధ్యాహ్న భోజనంతో తెలంగాణ సంస్కృతిలోని వివిధ కోణాల సమ్మేళనంగా మారింది. దాదాపు అన్ని వర్గాల ప్రజలు ఈ సమ్మెలో పాల్గొన్నారు. తెలంగాణా సమస్య పరిష్కారానికి నిర్ణయం తీసుకోవాలని ఉద్యమం కాంగ్రెస్ నాయకత్వాన్ని బలవంతం చేసింది. తదనుగుణంగా, 30 సెప్టెంబర్ 2011న కాంగ్రెస్ పార్టీ AP రాష్ట్ర ఇన్చార్జి గులాం నబీ ఆజాద్, కాంగ్రెస్ అధ్యక్షుడికి నాయకులతో సంప్రదింపులు జరిపిన తర్వాత తెలంగాణ సమస్య గురించి అంతర్గత పార్టీ నివేదికను సమర్పించారు. ప్రధాన మంత్రి డాక్టర్ మన్మోహన్ సింగ్ మాట్లాడుతూ ప్రభుత్వం "అన్ని వాటాదారులతో విస్తృత చర్చలు మరియు చర్చలలో నిమగ్నమై ఉంది మరియు ఈ ప్రక్రియ ద్వారా సంబంధిత అందరికీ విజయవంతమైన పరిస్థితిని చేరుకోవాలని భావిస్తోంది." 42 రోజుల తర్వాత అక్టోబర్ 24న ప్రభుత్వ ఉద్యోగుల సంఘాలు సమ్మె విరమించాయి. ప్రత్యేక రాష్ట్ర ఏర్పాటుపై కేంద్రం మొత్తం ఆలోచనలపై సమ్మె ప్రభావం చూపిందని, ఇతర నిరసన కార్యక్రమాలతో ఉద్యమం కొనసాగుతుందని కోదండరామ్ చెప్పారు.

తెలంగాణమార్చ్/సాగరహారం: రాష్ట్ర ఏర్పాటును ప్రకటించేందుకు 2012 ఆగస్టు 14న కేంద్ర ప్రభుత్వానికి కేసీఆర్ రెండు వారాల గడువు ఇచ్చారు. సాగరహారం అని పిలువబడే తెలంగాణ మార్చ్ 30 సెప్టెంబర్ 2012న ప్రారంభమైంది. పోలీసులు గేట్లను మూసివేశారు. ఉస్మానియా విశ్వవిద్యాలయం గేటు వద్ద విద్యార్థులను అడ్డుకున్నారు. నగరంలోని అనేక ప్రదేశాలలో ఇతర నిరసనకారులను నిరోధించారు. నెక్లెస్ రోడ్లోని దాదాపు అన్ని ప్రవేశాలను పోలీసులు మూసివేసినప్పటికీ, సాయంత్రం 4 గంటల సమయానికి దాదాపు 200,000 మంది నిరసనకారులు అన్ని మార్గాల నుండి వేదిక

వద్దకు చేరుకున్నారు. వేదిక వద్దకు రాకుండా అడ్డుకోవడంతో ఆందోళనకారులు పోలీసులపై రాళ్లు రువ్వారు. పోలీసులు లాఠీ ఛార్జి, వాటర్ కెనాన్లు, బాష్పవాయువు ప్రయోగించారు. పోలీసుల కథనం ప్రకారం, నెక్లెస్ రోడ్డులోని పీపుల్స్ ప్లాజా వద్ద ఆందోళనకారులు రెండు పోలీసు వాహనాలను తగులబెట్టారు. ఖైరతాబాద్ రైల్వే స్టేషన్లో లోకల్ రైలును తగులబెట్టిన ఆకతాయిలు హుస్సేన్సాగర్ రైల్వే జంక్షన్ క్యాబిన్ ను తగులబెట్టారు. హింసాత్మక సంఘటనలు జరిగినప్పటికీ, తెలంగాణపై ప్రభుత్వం ప్రకటన విడుదల చేసే వరకు ప్రజలు వేదిక నుండి బయటకు వెళ్లడానికి నిరాకరించారు. భారీ పోలీసు అణచివేత తర్వాత, భారీ వర్షం మరియు గాయాలు తర్వాత మార్చ్ అర్ధరాత్రి రద్దు చేయబడింది.

ఈ ఉద్యమాల్లో విద్యార్థులు, ఉద్యోగులు, దళిత బహుజనుల భాగస్వామ్యంతో వంటావార్పు. రాస్తారోకో, రైల్రోకో, సడక్ బందు, ధర్నాలు, రిలే నిరాహారదీక్షలు తదితర వినూత్న నిరసన ప్రదర్శనలు జరిగాయి. ప్రజాసంఘాలతోపాటు యూనివర్సిటీ విద్యార్థులు కూడా సొంతంగా జేఏసీగా ఏర్పడి పాదయాత్రలు, బహిష్కరణలు, ఘెరావోలు మొదలైన అనేక కార్యక్రమాలను నిర్వహించారు. రచయితలు, మేధావులు, ఉపాధ్యాయులు, ప్రొఫెసర్లు, కవులు, గాయకులు, కళాకారులు, పాత్రికేయులు, న్యాయవాదులు, వైద్యులు, ఇంజనీర్లు, మహిళలు, ఎన్ఆర్ఐలు, విశ్లేషకులు, ప్రజా సంఘాలు కూడా తెలంగాణ ఉద్యమం చివరి దశలో కీలక పాత్ర పోషించాయి. జానపద కళాకారులు, ధూమ్ ధామ్‌లు గ్రామాలు, పట్టణాల్లో ఉద్యమాన్ని వ్యాప్తి చేయడంలో ప్రధాన పాత్ర పోషించారు. పీపుల్స్ ఆర్టిస్ట్ గద్దర్ ధూమ్ ధామ్స్ మరియు అనేక సాంస్కృతిక కార్యక్రమాలకు ప్రధాన రూపశిల్పి. అందెశ్రీ గోరేటి వెంకన్న, గూడ అంజయ్య, జయరాజ్, రసమయి బాలకృష్ణ, బెల్లి లలిత, విమలక్క, సంధ్య, మధుప్రియ వంటి ఇతర జానపద కళాకారులు/కవులు/గాయకులను ప్రస్తావించవచ్చు.

తెలంగాణ జాగృతిని 2003లో కల్వకుంట్ల కవిత స్థాపించారు. తెలంగాణ ప్రజలు తమ ప్రత్యేక గుర్తింపును మరియు వారి సామాజిక-సాంస్కృతిక హక్కులను తిరిగి పొందేందుకు, ఈ ప్రక్రియలో మహిళలు ఎక్కువగా పాల్గొనేలా ప్రోత్సహించడం కోసం తెలంగాణలో సాంస్కృతిక పునరుజ్జీవనానికి నాంది పలికేందుకు ఇది ఏర్పడింది. పర్యావరణ పరిరక్షణ మరియు మహిళల హక్కుల సార్వత్రిక సందేశంతో తెలంగాణ సంస్కృతికి ప్రత్యేకమైన బతుకమ్మ పండుగ వేడుకలను పునరుద్ధరించడం సంస్థ చేపట్టిన మొదటి కార్యకలాపాలలో ఒకటి. అరుణోదయ సాంస్కృతిక సమాఖ్య, స్త్రీ విముక్తి వంటి మహిళా కార్యకర్తల నేతృత్వంలోని ఇతర సంస్థలు కూడా ఉద్యమంలో ముఖ్యమైన పాత్ర పోషించాయి.

రాజకీయేతర ప్రజా సంఘాలు తెలుగుతల్లి ప్రతీకలను తిరస్కరించి తెలంగాణ సాంస్కృతిక విశిష్టతను చాటాయి. సాంస్కృతిక అణచివేతను కొట్టిపారేయడానికి, తెలంగాణ తల్లి అనే భావన అమలులోకి వచ్చింది. అది తెలంగాణలో సామాజిక-రాజకీయ సమీకరణకు కేంద్రంగా మారింది.

టీ-జేఏసీతో పాటు తెలంగాణ ప్రజాఫ్రంట్, తెలంగాణ యునైటెడ్ ఫ్రంట్, తెలంగాణ రిసోర్స్ సెంటర్, లాయర్స్ జేఏసీ, తెలంగాణ జర్నలిస్టుల ఫోరం, తెలంగాణ విద్యావంతుల వేదిక, పీపుల్స్ తెలంగాణ ఫౌండేషన్, ఎంప్లాయీస్ జేఏసీ, తెలంగాణ నాన్ గెజిటెడ్ అధికారులు వంటి పలు స్థూల సంస్థలు, తెలంగాణ ఐక్య వేదిక, తెలంగాణ సంఘూషణ సమితి, ఎన్నారైలు, వైద్యులు తదితరులు ఉద్యమంలో చురుకుగా పాల్గొన్నారు. తెలంగాణ ఇంటలెక్చువల్ ఫోరం ఉద్యమానికి అనుబంధంగా ఉంది. ఇది 2007లో పీపుల్స్ తెలంగాణ ఫౌండేషన్ తరపున స్టేట్మెంట్ ఆఫ్ పీపుల్స్ తెలంగాణ కోసం ఒక ముఖ్యమైన పత్రాన్ని ప్రచురించింది. దళితబహుజనుల నాయకత్వంలో సామాజిక న్యాయ ఆధారిత తెలంగాణను ఇది స్పష్టం చేసింది. తెలంగాణ మేధావులు ప్రొ. జయశంకర్, కేశవ రావు జాదవ్, ఘంటా చక్రపాణి, కోదండరామ్ తదితరులు "అంతర్గత వలసవాదం" మరియు ప్రత్యేక తెలంగాణ గుర్తింపును వ్యక్తీకరించడంలో ప్రధాన పాత్ర పోషించారు. వారు తెలంగాణ ఉద్యమానికి సామాజిక-రాజకీయ సమర్థనను అందించారు.

జయశంకర్ టీఆర్ఎస్కు సిద్ధాంతకర్త మరియు వ్యూహకర్త. ప్రత్యేక తెలంగాణ రాష్ట్రాన్ని సాధించడానికి కేశవరావ్ జాదవ్ వివిధ పౌర సమాజ సంస్థలు మరియు ప్రత్యామ్నాయ రాజకీయ వేదికలతో అనుబంధం కలిగి ఉన్నారు. HMTV రూపొందించిన దశ-దిశ ప్రోగ్రామ్కు ప్రొఫెసర్ ఘంటా చక్రపాణి అందించిన సహకారం చాలా గుర్తించదగినది. తన వార్తా పేపర్ కాలమ్ ఘంటపథం ద్వారా, అతను ఉద్యమ సమయంలో తక్షణమే ఇంటి పేరు అయ్యాడు. అతను అనేక టీవీ కార్యక్రమాలు/చర్చలలో కూడా చురుకుగా పాల్గొని ప్రత్యేక తెలంగాణ రాష్ట్ర ఆవశ్యకతను బలంగా ప్రస్తావించాడు. T-JAC కన్వీనర్గా కోదండరామ్ విస్తృత ఆధారిత ఉద్యమాన్ని నిర్మించడంలో కీలకపాత్ర పోషించారు. మరియు ప్రత్యేక తెలంగాణ రాష్ట్ర సాధన కోసం ప్రజల మద్దతును పొందారు. పాత్రికేయులు పాశం యాదగిరి, కె.శ్రీనివాస్, అల్లం నారాయణ, మల్లేపల్లి లక్ష్మయ్య, రచయితలు జూలూరి గౌరీ శంకర్, నందిని సిద్ధారెడ్డి, బి.ఎస్. రాములు, విశ్లేషకులు ప్రొ. కె. నాగేశ్వర్ తదితరులు కూడా తెలంగాణకు ప్రత్యేక హెూదా సాధనకు కృషి చేశారు.

విద్యార్థుల పాత్ర: దళిత బహుజన సంఘాల భాగస్వామ్యంతో ఉద్యమం మరింత ఉధృతమై గ్రామీణ ప్రజలను ఆవరించింది. 2001 మరియు 2011 సంవత్సరాల మధ్య తెలంగాణ ఉద్యమ స్వభావాన్ని విశ్లేషిస్తూ, అణగారిన ప్రజానీకం పెద్ద ఎత్తున పాల్గొనడం మరియు వారి సామాజిక-రాజకీయ సమీకరణ యొక్క ప్రాముఖ్యతను ఒక సామాజిక శాస్త్రవేత్త ఎత్తి చూపారు. ప్రజల భాగస్వామ్య ప్రజాస్వామ్యం కోసం మరియు రాజకీయ / పరిపాలనా వ్యవస్థలో అట్టడుగు సామాజిక వర్గాలను చేర్చడం కోసం ప్రాంతీయ ఉద్యమాన్ని ప్రజాస్వామ్య ఉద్యమంగా మార్చిందని ఆయన వ్యాఖ్యానించారు. అలాగే, ఒక అవగాహన కలిగిన జర్నలిస్ట్ ఇలా పేర్కొన్నాడు: "విద్యార్థులు, న్యాయవాదులు మరియు ప్రభుత్వ ఉద్యోగులే కాకుండా, స్వయం సహాయక సంఘాలతో సంబంధం ఉన్న మహిళలు, క్షురకులు, వడ్రంగులు మరియు రైతులు కూడా పోరాటంలో భాగం అవుతున్నారు. పోరాటం స్వయంప్రతిపత్తిగా మారడంతోపాటు తీవ్రమైన స్థానిక మనోభావాలను రేకెత్తిస్తోంది. స్థానిక స్థాయిలో- చిన్న పట్టణాలు మరియు పెద్ద గ్రామాలు- జాయింట్ యాక్షన్ కమిటీలు వస్తున్నాయి. ధూమ్ ధామ్లు, ధర్నాలు, రాస్తారోకో, గర్జనలు, పాదయాత్రలు, విజయయాత్రలు, శవయాత్రలు, బోనాలు, రంగోలీ మొదలైన ప్రజా రాజకీయాల ప్రాముఖ్యత మరియు ప్రజా ఉప్పెన తెలంగాణలోని అణగారిన కులాల స్వయంప్రతిపత్తి చైతన్యాన్ని నొక్కి చెప్పింది. అట్టడుగు కులాల వారు తమ కుల, కులసంఘాల ద్వారా పాల్గొనడం జరిగింది. తుడుందెబ్బ, గొల్లకుర్మదొడ్డెబ్బ, మోకుదెబ్బ, మాలమహానాడు, మాదిగ దండోరా, లంబాడ నగరభేరి, యెరుకల కుర్రు, పూసల కేక, చాకియి రేవుదెబ్బ, వడ్డెర పోరాట సమితి ప్రజా సంఘాల మహా జనఫ్రంట్ జాయింట్ యాడ్ కమిటీ ఆధ్వర్యంలో ఉద్యమంలో పాల్గొన్నాయి. ఇది క్రిందిస్థాయి ప్రజల సమిష్టి పోరాట చైతన్యాన్ని సూచించింది. అగ్రవర్ణ మేధావులు మరియు రాజకీయ నాయకుల నేతృత్వంలోని రాజకీయ JACకి దిగువ నుండి సామూహిక సమీకరణ ప్రత్యామ్నాయ ప్రతివాద రాజకీయాలకు ప్రాతినిధ్యం వహించారు.

కెసిఆర్ ఆమరణ నిరాహార దీక్ష సందర్భంగా ఉస్మానియా యూనివర్సిటీ క్యాంపస్ రణరంగంగా మారడంతో తెలంగాణ ఉద్యమం కొత్త పుంతలు తొక్కింది. కెసిఆర్‌ను అరెస్టు చేయడంతో విద్యార్థులు పెద్ద ఎత్తున నిరసన కార్యక్రమాలు, ప్రదర్శనలు నిర్వహించారు. పోలీసులు క్రూరమైన అణచివేతకు పాల్పడ్డారు మరియు చాలా మంది విద్యార్థులను గాయపరిచారు. ప్రత్యేక తెలంగాణ రాష్ట్ర ఏర్పాటును వాయిదా వేస్తూ చిదంబరం చేసిన రెండో ప్రకటనను కూడా ఓయూ విద్యార్థులు ఖండించారు. అదేవిధంగా శ్రీకృష్ణ కమిటీ విధివిధానాలను వారు వ్యతిరేకించారు. స్టూడెంట్స్ జాయింట్ యాక్షన్

కమిటీ ఏర్పాటు తెలంగాణ ఉద్యమ చరిత్రలో ఒక మైలురాయి. వివిధ రాజకీయాలకు చెందిన వివిధ సంస్థల విద్యార్థులు ఏకాభిప్రాయానికి వచ్చి 21-11-2009న జేఏసీ ఏర్పాటును అధికారికంగా ప్రకటించారు.

ఓయూ స్టూడెంట్స్ జాయింట్ యాక్షన్ కమిటీ

ఉస్మానియా యూనివర్సిటీ క్యాంపస్‌లో జేఏసీ ఆధ్వర్యంలో నిర్వహించిన విద్యార్థి మహాగర్జనలో తెలంగాణలోని వివిధ జిల్లాల నుంచి లక్షలాది మంది విద్యార్థులు పాల్గొన్నారు. అదేవిధంగా ఉస్మానియా, కాకతీయ యూనివర్సిటీ క్యాంపస్‌లలో విద్యార్థుల 'పొలికేక' నిర్వహించగా తెలంగాణ నలుమూలల నుంచి వేలాది మంది విద్యార్థులు పాల్గొన్నారు. 2010 ఫిబ్రవరి 20న తెలంగాణ సాధన కోసం 'అసెంబ్లీ ముట్టడి' పిలుపు మేరకు ఉస్మానియా యూనివర్సిటీ విద్యార్థులు పోలీసుల అణచివేతను సైతం లెక్కచేయకుండా ముందుకు సాగారు. పోలీసుల బారికేడ్లను బద్దలు కొట్టి అసెంబ్లీకి చేరుకుని జై తెలంగాణ నినాదాలు చేశారు. పీజీ కోర్సుల్లో ప్రవేశాల్లో స్థానికేతరులకు 15% కోటాను రిజర్వ్ చేయడం ద్వారా స్థానిక అభ్యర్థులకు జరుగుతున్న అన్యాయానికి వ్యతిరేకంగా తెలంగాణ స్టూడెంట్స్ ఫ్రంట్ ఉద్యమాన్ని ప్రారంభించింది. నవంబర్ 1న బ్లాక్ డేను కూడా నిర్వహించింది. రాజకీయ, సైద్ధాంతిక విభేదాలకు అతీతంగా విద్యార్థి సంఘాలు, నాయకులు తెలంగాణ ఉద్యమం తర్వాతి దశలోనూ ప్రముఖ పాత్ర పోషించాయి.

తెలంగాణ ప్రజా సంఘాల జేఏసీ సామాజిక న్యాయం, సమ్మిళిత తెలంగాణ కోసం ప్రజా ఉద్యమ కార్యక్రమాన్ని పటిష్టం చేయాలని కోరింది. తెలంగాణ ఉద్యమ క్రమంలో తెలంగాణ ప్రజల సామాజిక ప్రజాస్వామిక, ఆధిపత్య రహిత ఆకాంక్షలను వ్యక్తీకరించిన తెలంగాణ మహాసభ, తెలంగాణ జనసభ వంటి వివిధ మేధావి మరియు రాజకీయ సంఘాల పాత్ర కూడా ముఖ్యమైనది. వారు ప్రాంతీయ గుర్తింపు సమీకరణల కోసం ట్రెండ్ మరియు ఎజెండాను సెట్ చేశారు. ఉస్మానియా యూనివర్శిటీలో స్వయంప్రతిపత్తి కలిగిన విద్యార్థి ఉద్యమం పెరుగుదల మరియు ఆ ఊపును కొనసాగించడంలో దాని పాత్ర చాలా ముఖ్యమైనది. తెలంగాణ ప్రాంతంలోని రెండు ప్రముఖ విశ్వవిద్యాలయాల నుండి విద్యార్థులు, అనగా. ఉస్మానియా మరియు కాకతీయ అత్యధికంగా మొదటి తరం OBC, SC, ST, మైనారిటీలు మరియు మహిళలకు చెందినారు. ఆధిపత్య కుల నాయకత్వం అనుసరిస్తున్న ప్రపంచీకరణ ఎజెండాకు బాధితులైన అట్టడుగు కులాలను వర్గాల ఆకాంక్షలను సంబంధాలకు యూనివర్సిటి విద్యార్థులు నిజంగా

ప్రాతినిధ్యం వహించారు. తిరుమల వంటి పండితులు సామాజిక బహిష్కరణ మరియు పారా రాజకీయాల ఆవిర్భావం యొక్క గతిశీలతను ఎత్తిచూపారు. తెలంగాణలోని హస్తకళాకారులు మరియు సేవా కులాలు దిగువ నుండి వచ్చిన ప్రతిస్పందనలు 1990 మరియు 2000 లలో జరిగిన తెలంగాణ ఉద్యమానికి కొత్త కోణాన్ని జోడించాయి.

OBCలు, దళితులు మరియు ఆదివాసీలు అనుభవించిన ఆర్థిక పరాయీకరణ మరియు రాజకీయ అణచివేత ప్రజా సంఘాలు వంటి సంస్థల ఆవిర్భావానికి దారితీసింది. ఇది అగ్రవర్ణాల నాయకత్వంలోని JAC నాయకత్వం వహించిన ఉద్యమానికి స్థూల మద్దతును జోడించింది. “1980లు మరియు 90లలో మాదిగలు మరియు కొత్త వ్యవసాయ ప్రతిఘటనలో కీలకమైన భాగాన్ని చూశారు. ఇది బహుశా దిగువ నుండి దృఢమైన ఉద్యమంగా ప్రారంభమైన కొత్త ధోరణి. ఇది మొదట్లో ఈ కుల వర్గాల్లో ఒక ఆశను సృష్టించింది. 1990లో ఆస్తుల సరళీకరణ మరియు ప్రైవేటీకరణ అనేక చేతివృత్తిదారులు, సేవా కులాలు, పశుపోషక సమూహాలను వారి జీవనానికి దూరం చేసింది కాబట్టి అప్పటి నుండి దిగువ కుల రాజకీయాలు ఉనికిలోకి వచ్చాయి. తెలంగాణ ఉద్యమం యొక్క తరువాతి దశ విద్య, ఉపాధి నీటిపారుదల, నీటి వనరులు మరియు అభివృద్ధి సమస్యల రంగాలలో తెలంగాణ ప్రజల పట్ల సీమాంధ్ర కులీనుల వివక్షను గ్రహించింది. అదేవిధంగా పెద్దమనుషుల ఒప్పందాన్ని ఉల్లంఘించడం, సమాన రాజకీయ ప్రాతినిధ్యానికి సంబంధించిన హామీలు నెరవేర్చకపోవడం కూడా సీమాంధ్ర రాజకీయ నేతలపై ఆగ్రహానికి కారణమైంది. ప్రత్యేక తెలంగాణ ఏర్పాటు వల్ల విద్య, ఉపాధి, అభివృద్ధి రంగాల్లో అవకాశాల పరంగా తమకు మేలు జరుగుతుందని అట్టడుగు కులాలు, వర్గాలు విశ్వసించాయి. అదనంగా, ప్రత్యేక రాష్ట్ర డిమాండ్తో బలమైన భావోద్వేగ భావన కూడా ఉంది. తెలంగాణ ఉద్యమ డిమాండ్లకు భాషా జాతీయవాదానికి పెద్దగా సంబంధం లేదు. వారు కొన్నిసార్లు జాతి ద్వారా ప్రేరేపించబడతారు. కానీ ప్రధానంగా నిర్లక్ష్యం మరియు ఆర్థిక స్వయంప్రతిపత్తి కోసం కోరికల ద్వారా దళితబహుజనులు పెద్దఎత్తున ప్రవేశించడం తెలంగాణ ఉద్యమ పరిధిని విస్తృతం చేయడమే కాకుండా దానిని సజీవంగా నిలిపింది.

ప్రత్యేక తెలంగాణ రాష్ట్ర ఏర్పాటుపై తమ వైఖరిని స్పష్టం చేయాలని టీఆర్ఎస్ నేతృత్వంలోని ఉద్యమం ఇతర రాజకీయ పార్టీలను ఒత్తిడి చేసింది. కమ్యూనిస్ట్ పార్టీ ఆఫ్ ఇండియా (మార్క్సిస్ట్) మరియు ఆల్-ఇండియా మజ్లిస్ -ఇ-ఇత్తెహాదుల్-ముస్లిమీన్ మినహా, అన్ని ప్రధాన పార్టీలు ఉద్యమానికి మద్దతు ఇచ్చాయి.

కాంగ్రెస్ పార్టీ: జై తెలంగాణ ఉద్యమం తొలిదశలో చొరవ తీసుకుంది, అయితే ఇందిరా గాంధీ దానిని వ్యతిరేకించారు. అయితే, కొండా లక్ష్మణ్ బాపూజీ, పురుషోత్తమరావు, సదాలక్ష్మి వంటి కొందరు కాంగ్రెస్ నేతలు మద్దతు పలికారు. తర్వాత 1970లలో కాంగ్రెస్ పార్టీ ప్రభుత్వాన్ని ఏర్పాటు చేసినా తెలంగాణ ప్రాంతానికి చెందిన నాయకులు పి.వి. నర్సింహారావు, చెన్నా రెడ్డి, అంజయ్య తదితరులు క్రియాశీలక పాత్రలు పోషించలేకపోయారు. సమైక్య రాష్ట్రమైన ఏపీలో తెలంగాణ ప్రాంతం నిర్లక్ష్యానికి గురై, వివక్షను ఎదుర్కొన్నప్పుడు పార్టీ సరైన చర్యలు తీసుకోలేనందువల్ల తెలంగాణ ప్రజల విశ్వాసాన్ని కోల్పోయింది. కాంగ్రెస్ పార్టీ టీడీపీ చేతిలో ఓడిపోయిన తర్వాత తెలంగాణ విషయంలో నేతల మధ్య అంతర్గత విభేదాలు, వర్గపోరు నెలకొంది. జానా రెడ్డి, చిన్నా రెడ్డి వంటి కొందరు నాయకులు వరుసగా "తెలంగాణ ఫోరం" మరియు తెలంగాణ శాసనసభ ఫోరమ్లను ఏర్పాటు చేసి తెలంగాణ అనుకూల వైఖరిని తీసుకుని 2004లో సోనియా గాంధీకి మెమోరాండం సమర్పించారు. అంతర్గత విభేదాల కారణంగా తెలంగాణ ప్రాంతంలో పార్టీ విశ్వసనీయతను కోల్పోయింది. టీడీపీ రెండోసారి అధికారంలోకి వచ్చింది. అందువల్ల, కేంద్ర నాయకత్వం తెలంగాణ సమస్యను పరిగణలోకి తీసుకుంది. UPA ప్రభుత్వం తెలంగాణ అంశాన్ని విడుదల చేసిన "కామన్ మినిమం ప్రోగ్రామ్"లో చేర్చింది. ఆ తర్వాత ప్రణబ్ ముఖర్జీ కమిటీని నియమించింది. రాజశేఖర్ రెడ్డి ప్రభుత్వం (2004-2009) తెలంగాణ అంశంపై సానుకూలంగా స్పందించి రోశయ్య కమిటీని నియమించింది. రాజశేఖర్ రెడ్డి మరణానంతరం, తెలంగాణ ఉద్యమానికి కాంగ్రెస్ పార్టీ మద్దతు ఇచ్చింది.

తెలుగుదేశం పార్టీ: టీడీపీ ఆవిర్భావం నుంచి ప్రత్యేక తెలంగాణను వ్యతిరేకించింది. దీని వ్యవస్థాపకుడు ఎన్.టి. రామారావు తెలుగు ప్రజల ఐక్యతను, వారి చారిత్రక గుర్తింపును వివరించారు. తెలుగు ఔన్నత్యం, గౌరవం, తెలుగు గర్వం అనే భావజాలాన్ని ఆయన ప్రతిష్ఠించారు. కాబట్టి ఉమ్మడి ఆంధ్రప్రదేశ్ రాష్ట్ర విభజన ఆయనకు నచ్చలేదు. చంద్ర బాబు నాయుడు హయాంలో ఉపాధి, నీటిపారుదల, వ్యవసాయం, విద్య మొదలైన అనేక రంగాలలో తెలంగాణ ప్రాంతం అన్యాయం జరిగింది. ఆయన పాలనలో నక్సలైట్లను విచక్షణారహితంగా హతమార్చారు. ముఖ్యంగా తెలంగాణ ప్రాంతంలో ప్రపంచీకరణ విధానాలు ప్రతికూలంగా ప్రభావితం చేసినాయి. తెలంగాణ సమాజంలోని అట్టడుగు వర్గాలు నూతన ఆర్థిక విభాగాల వల్ల నష్టపోయినారు. చంద్రబాబు నాయుడు ఎన్డీయే ప్రభుత్వంతో తన ప్రభావాన్ని ఉపయోగించుకుని ప్రత్యేక తెలంగాణ ఏర్పాటును

అడ్డుకున్నారు. ఈ ప్రాంతంపై ఆయనకు ఉన్న వ్యతిరేకత ఎంత తీవ్రంగా ఉందో, రాష్ట్ర అసెంబ్లీలో తెలంగాణ పదాన్ని ఉపయోగించడాన్ని నిషేధించారు. అయితే, ఆయన విధానాలను నిరసిస్తూ తెలంగాణ ప్రాంతానికి చెందిన కొందరు మంత్రులు రాజీనామా చేశారు. వీరిలో కె. చంద్రశేఖర్ రావు, ఇంద్రారెడ్డి, దేవేంద్రగౌడ్, నాగం జనార్దన్ రెడ్డి తదితరులు ఉన్నారు. 20వ శతాబ్దపు మొదటి దశాబ్దంలో తెలంగాణ ఉద్యమం తీవ్రరూపం దాల్చడంతో, తెలంగాణ రాష్ట్ర ఏర్పాటుకు మద్దతుగా ప్రణబ్ ముఖర్జీ కమిటీకి టిడిపి లేఖ సమర్పించింది. కానీ ఎన్నికల సమయంలో చంద్రబాబు నాయుడు జై తెలంగాణ, జై తెలుగుదేశం అంటూ 'రెండు కళ్లు' సిద్ధాంతాన్ని ప్రతిపాదించారు. సీమాంధ్రకు చెందిన ప్రత్యేక ఆధిపత్య వర్గానికి టీడీపీ అనుకూలంగా ఉందని తెలంగాణ సమాజం ఎక్కువగా భావిస్తోంది.

వామపక్షాలు: ఉమ్మడి కమ్యూనిస్ట్ పార్టీ AP రాజకీయాల్లో ముఖ్యమైన పాత్ర పోషించింది మరియు ఇది తెలుగు మాట్లాడే ప్రజల ఐక్యతను స్పష్టం చేసింది. ఇది "విశాలాంధ్రలో ప్రజారాజ్యం" (సమైక్య ఆంధ్రలో ప్రజల ప్రభుత్వం) అనే నినాదాన్ని ఇచ్చింది. పార్టీ తెలంగాణ రైతుల సాయుధ పోరాటానికి నాయకత్వం వహించింది, అయితే ముల్కీ ఉద్యమాన్ని మరియు ప్రత్యేక తెలంగాణ రాష్ట్ర ఏర్పాటును వ్యతిరేకించింది. భారత కమ్యూనిస్ట్ పార్టీ మరియు కమ్యూనిస్ట్ పార్టీ ఆఫ్ ఇండియా మార్క్సిస్ట్ సీపీఐ(ఎం) జై తెలంగాణ, జై ఆంధ్ర ఉద్యమాలను వ్యతిరేకించాయి. సైద్ధాంతికంగా, సంస్థాగతంగా వామపక్షాలు ఉమ్మడి ఆంధ్రప్రదేశ్‌కు మద్దతిచ్చాయి. రాష్ట్ర సాధన ఉద్యమాన్ని మొదటి నుంచి వ్యతిరేకిస్తూ సీపీఐ (ఎం) పార్టీ వ్యతిరేక వైఖరిని స్పష్టం చేసింది. స్పష్టం చేసింది. 5 జనవరి 2010న ఢిల్లీలో జరిగిన అఖిల పక్ష సమావేశంలో కూడ తెలంగాణ రాష్ట్ర డిమాండ్‌ను వ్యతిరేకించింది. అంతేకాకుండా, రాజ్యసభ సభ్యుడు సీతారాం యాచూరి పార్లమెంటులో తెలంగాణ బిల్లును వ్యతిరేకించారు.

CPI (M) పార్టీ విధానానికి విరుద్ధంగా, **కమ్యూనిస్ట్ పార్టీ ఆఫ్ ఇండియా** CPI తన విధానాన్ని మార్చుకుంది. తెలంగాణ ఉద్యమం ఉవ్వెత్తున ఎగిసిపడుతున్న వేళ తన మద్దతును అందించింది. రాష్ట్ర శాఖ సూచన మేరకు కేంద్ర పార్టీ తెలంగాణ ఉద్యమానికి మద్దతు పలికింది. దీని ప్రకారం, 5 ఆగస్టు 2007న, CPI నాయకుడు గురుదాస్ గుప్తా లోక్‌సభలో తన పార్టీ మద్దతు ప్రకటించారు. తరువాత 5 జనవరి 2010న, ఢిల్లీలో జరిగిన అఖిలపక్ష సమావేశంలో AP మరియు తెలంగాణకు చెందిన CPI పార్టీ రాష్ట్ర యూనిట్ నాయకులు పాల్గొని తమ మద్దతును అందించారు. టీ–

జేఏసీ చేపట్టిన ఉద్యమాల్లో సీపీఐ నాయకులు సురవరం ప్రతాపరెడ్డి, గుండా మల్లేష్ తోపాటు క్యాడర్ చురుగ్గా పాల్గొన్నారు. తెలంగాణకు అనుకూలంగా ప్రణబ్ ముఖర్జీకి, శ్రీకృష్ణ కమిటీకి సీపీఐ మెమోరాండం ఇచ్చింది. 2009 డిసెంబరు 7న AP ముఖ్యమంత్రి రోశయ్య నిర్వహించిన అఖిలపక్ష సమావేశంలో ప్రత్యేక తెలంగాణా ఉద్యమానికి కూడా మద్దతు ఇచ్చింది. CPI రాష్ట్ర కార్యదర్శి నారాయణ జూన్ 2011లో ఆదిలాబాద్ లోని జోడేఘాట్ నుండి హైదరాబాద్ వరకు పాదయాత్ర నిర్వహించినాడు. 2013 జోన్‌లో నిజాం కళాశాలలో సామూహిక ధర్నా నిర్వహించారు.

భారతీయ జనతా పార్టీ: 1969-70 నాటి జై తెలంగాణ ఉద్యమానికి బిజెపికి పూర్వగామి అయిన జన్ సంఘ్ పార్టీ మద్దతు ఇచ్చింది. సూత్రప్రాయంగా బీజేపీ చిన్న రాష్ట్రాల ఏర్పాటుకు అనుకూలంగా ఉంది. దీని ప్రకారం 1994లో కాకినాడలో జరిగిన జాతీయ కార్యవర్గ సమావేశంలో తెలంగాణ రాష్ట్రానికి అనుకూలంగా తీర్మానం చేశారు. తర్వాత 1988లో జరిగిన సాధారణ ఎన్నికలలో "ఒక ఓటు రెండు రాష్ట్రాలు" అనే నినాదాన్ని ఇచ్చింది. సూత్రప్రాయంగా రాజ్నాథ్ సింగ్, అరుణ్ జైట్లీ, సుష్మాస్వరాజ్, కిషన్ రెడ్డి వంటి పార్టీ నేతలు తెలంగాణ ఉద్యమానికి మద్దతు పలికారు. ఢిల్లీలో జరిగిన అఖిలపక్ష సమావేశంలోనూ తెలంగాణకు మద్దతు ప్రకటించారు. లోక్సభలో తెలంగాణ బిల్లుకు పార్టీ మద్దతు తెలిపింది. ఆ తర్వాత ఎన్డీయే ప్రభుత్వం మూడు కొత్త రాష్ట్రాలను ఏర్పాటు చేసింది.

మజ్లిస్ పార్టీ: 1952లో తొలి ముల్కీ ఉద్యమం తర్వాత విశాలాంధ్ర ఉద్యమాన్ని వ్యతిరేకించిన మజ్లిస్ పార్టీ ఆ తర్వాత జై తెలంగాణ ఉద్యమాన్ని కూడా వ్యతిరేకించింది. తెలంగాణ రాష్ట్ర సాధన ఉద్యమం తర్వాతి దశలోనూ పాల్గొనలేదు. మజ్లిస్ పార్టీ ప్రాథమికంగా హైదరాబాద్ నగరం మరియు తెలంగాణలోని కొన్ని పట్టణ ప్రాంతాలకు మాత్రమే పరిమితమైంది. ఢిల్లీలో జరిగిన అఖిలపక్ష సమావేశంలో తెలంగాణ రాష్ట్ర డిమాండ్ను వ్యతిరేకిస్తూ రాయల తెలంగాణకు అనుకూలంగా మజ్లిస్ పార్టీ అధ్యక్షుడు అక్బరుద్దీన్ ఒవైసీ శ్రీకృష్ణ కమిటీకి మెమోరాండం సమర్పించారు. అయితే గ్రామాల్లోని ముస్లిం ప్రజానీకం తెలంగాణ ఉద్యమాన్ని ఆదరించి అందులో పాల్గొన్నారు. ముస్లిం ఫోరమ్ ఫర్ తెలంగాణ, జమైత్-ఎ-ఇస్లామీ-హింద్, ముస్లిం మైనారిటీ జాయింట్ యాక్షన్ కమిటీ మొదలైన ముస్లిం సంస్థలు ఈ ఉద్యమానికి మద్దతు ఇచ్చాయి. హైదరాబాద్ నిజాం కళాశాలలో జమైతె ఇస్లాం ఆధ్వర్యంలో ముస్లిం గర్జన సభ నిర్వహించారు. ఈ సమావేశానికి జమైత్ పార్టీ అధ్యక్షుడు మాలిక్ మొహసిత్ ఖాన్ అధ్యక్షత వహించారు.

ఇంద్రారెడ్డి స్థాపించిన **జై తెలంగాణా** పార్టీ, దేవేంద్ర గౌడు స్థాపించిన **నవ తెలంగాణా** పార్టీ తెలంగాణ రాష్ట్ర సాధన ఉద్యమానికి తమ మద్దతును అందించడంతోపాటు టీ-జేఏసీ నిర్వహించే కార్యక్రమాల్లో చురుగ్గా పాల్గొన్నాయి. చంద్రబాబు నాయుడు విధానాలకు నిరసనగా వీరిద్దరూ తెలుగుదేశం పార్టీకి రాజీనామా చేశారు. అదే విధంగా, **తెలంగాణ సాధన సమితి** మరియు **తల్లి తెలంగాణ** పార్టీని వరుసగా ఆలె నరేంద్ర మరియు విజయ శాంతి స్థాపించారు. వీరిద్దరూ తమ పార్టీలను తెలంగాణ రాష్ట్ర సమితిలో విలీనం చేసి అందులో చేరారు. ప్రత్యేక తెలంగాణ రాష్ట్ర ఏర్పాటును వైఎస్ఆర్ కాంగ్రెస్ పార్టీ, లోక్ సత్తా పార్టీలు వ్యతిరేకించాయి.

నక్సలైట్ పార్టీలు: కమ్యూనిస్ట్ పార్టీ ఆఫ్ ఇండియా (పీపుల్స్ వార్), కమ్యూనిస్ట్ పార్టీ ఆఫ్ ఇండియా (మావోయిస్ట్), జనశక్తి, న్యూడెమోక్రసీ వంటి వివిధ నక్సల్ గ్రూపులు ప్రత్యేక తెలంగాణా ఉద్యమానికి దాని ప్రారంభం నుండి నిలకడగా మద్దతు యిచ్చినాయి. ఖమ్మంలో కేసీఆర్ను అరెస్టు చేసినప్పటి నుంచి సీపీఐ (ఎంఎల్) న్యూడెమోక్రసీ టీ-జేఏసీలో భాగమై ఉద్యమంలో చురుగ్గా పాల్గొంది.

పార్లమెంటరీ ప్రక్రియ మరియు తెలంగాణ రాష్ట్ర ఏర్పాటు

పెరుగుతున్న ప్రజా ఉద్యమం తెలంగాణ సమస్య పరిష్కారానికి చర్యలు ప్రారంభించాలని కేంద్ర ప్రభుత్వాన్ని ఒత్తిడి చేసింది. 2009లో చిదంబరం ప్రకటనతో తెలంగాణవాదులలో ఆశలు చిగురించాయి. "ప్రత్యేక తెలంగాణా రాష్ట్ర డిమాండ్తో పాటు ప్రస్తుతం సమైక్య స్థితిని కొనసాగించాలనే డిమాండ్తో పాటు ఆంధ్రప్రదేశ్ రాష్ట్రంలోని పరిస్థితిని పరిశీలించడానికి భారత ప్రభుత్వం 3 ఫిబ్రవరి 2010న శ్రీకృష్ణ కమిటీని ఏర్పాటు చేసింది. ఆంధ్రప్రదేశ్". కమిటీలోని ఇతర సభ్యులు: ప్రొఫెసర్ (డా.) రణబీర్ సింగ్, వైస్-ఛాన్సలర్, నేషనల్ లా యూనివర్సిటీ, ఢిల్లీ: డా. అబుసలేహ్ షరీఫ్, సీనియర్ రీసెర్చ్ ఫెలో, ఇంటర్నేషనల్ ఫుడ్ పాలసీ రీసెర్చ్ ఇన్స్టిట్యూట్, ఢిల్లీ: శ్రీమతి) రవీందర్ కౌర్, ప్రొఫెసర్, డిపార్ట్మెంట్ ఆఫ్ హ్యుమానిటీస్ అండ్ సోషల్ సైన్సెస్, IIT, ఢిల్లీ. మాజీ హోం సెక్రటరీ వినోద్ కె. దుగ్గల్ దాని సభ్యకార్యదర్శిగా ఉన్నారు. టీఆర్ఎస్ అధ్యక్షుడు కె చంద్రశేఖర్ నిబంధనలు నిరాధారమైనవి, అర్థరహితమైనవి అని వ్యాఖ్యానించారు. అయితే, శ్రీకృష్ణ కమిటీ రాజకీయ పార్టీలు, సామాజిక సంస్థలు మరియు ఇతర వాటాదారుల నుండి సూచనలు మరియు అభిప్రాయాలను కోరింది. గడువులోగా 60,000 పిటిషన్లను స్వీకరించింది. ఈ కమిటీ వివిధ సంస్థలతో వ్యక్తిగత చర్చలు జరిపి తన నివేదికను 30 డిసెంబర్ 2010న హోం వ్యవహారాల మంత్రిత్వ శాఖకు సమర్పించింది. తెలంగాణ

సమస్యకు పరిష్కారం కనుగొనడానికి కమిటీ ఆరు ఎంపికలను సూచించింది. అవి ఈ క్రింది విధంగా ఉన్నాయి:

1. యథాతథ స్థితిని కొనసాగించడం - తెలంగాణ, రాయలసీమ మరియు కోస్తా ఆంధ్ర ప్రాంతాలలో ఎలాంటి మార్పు లేకుండా ఆంధ్రప్రదేశ్ రాష్ట్రాన్ని అలాగే ఉంచడం.

2. ఆంధ్రప్రదేశ్ రాష్ట్రాన్ని సీమాంధ్ర మరియు తెలంగాణా ప్రాంతాలుగా విభజించడంతోపాటు రెండు రాష్ట్రాలు తమ సొంత రాజధానులను కాలక్రమంలో అభివృద్ధి చేసుకోవడం. హైదరాబాద్ ను కేంద్రపాలిత ప్రాంతంగా మార్చడం - ఈ ప్రతిపాదన పంజాబ్-హర్యానా-చండీగఢ్ మోడల్ మాదిరిగానే ఉంది.

3. ఆంధ్రప్రదేశ్ను రెండు రాష్ట్రాలుగా విభజించడం - రాయల-తెలంగాణ ఒకటి హైదరాబాద్ రాజధానిగా మరియు రెండవది కోస్తా ఆంధ్ర ప్రదేశ్

4. ఆగ్నేయంలో నల్గొండ జిల్లా మీదుగా కోస్తా ఆంధ్రలోని గుంటూరు జిల్లాకు మరియు దక్షిణాన మహబూబ్ నగర్ జిల్లా మీదుగా రాయలసీమలోని కర్నూలు జిల్లాకు అనుసంధానించబడిన హైదరాబాద్ మహానగరాన్ని ఒక ప్రత్యేక కేంద్రపాలిత ప్రాంతంగా ఆంధ్రప్రదేశ్ ను సీమాంధ్ర మరియు తెలంగాణలుగా విభజించడం.

5. హైదరాబాదు తెలంగాణ రాజధానిగా మరియు సీమాంధ్రకు కొత్త రాజధానిని కలిగి ఉన్నందున ప్రస్తుత సరిహద్దుల ప్రకారం రాష్ట్రాన్ని తెలంగాణ మరియు సీమాంధ్రగా విభజించడం.

6. రాష్ట్రాన్ని సమైక్యంగా ఉంచడం మరియు తెలంగాణ ప్రాంత సామాజిక-ఆర్థిక అభివృద్ధి మరియు రాజకీయ అభివృద్ధికి చట్టబద్ధమైన అధికార తెలంగాణ ప్రాంతీయ కౌన్సిలు ఏర్పాటు చేయడం.

ఈ ఎంపికలలో, కమిషన్ మొదటి మూడింటిని తిరస్కరించింది. పైన పేర్కొన్న వాటిలో నాలుగు, ఐదు మరియు ఆరు ఎంపికను కుదించాయి. మరియు వీటిలో, కమిటి ఆరవ ఎంపికను సూచించింది "తెలంగాణ ప్రాంతం యొక్క సామాజిక-ఆర్థిక అభివృద్ధి మరియు రాజకీయ సాధికారత కోసం ఏకకాలంలో నిర్దిష్ట రాజ్యాంగ చట్టబద్ధమైన చర్యలను అందించడం ద్వారా రాష్ట్రాన్ని సమైక్యంగా ఉంచడం. చట్టబద్ధంగా సాధికారత కలిగిన తెలంగాణ ప్రాంతీయ మండలి ఏర్పాటు అత్యంత "పని చేయదగిన ఎంపిక"గా

కనిపిస్తోంది. నివేదిక ఇలా పేర్కొంది: "కమిటీ ఈ ఎంపిక యొక్క అన్ని అంశాలను చర్చించింది మరియు దాని అమలులో కొన్ని ఇబ్బందులు ఉంటాయని అంగీకరిస్తున్నప్పటికీ, సమతుల్యతతో, ఇది ఇచ్చిన పరిస్థితులలో మూడు ప్రాంతాల ప్రజల ఆర్థిక సంక్షేమం." సామాజిక మరియు ఉత్తమ ప్రయోజనాల కోసం ఇది అత్యంత ఆచరణీయ ఎంపికగా గుర్తించింది.

రాయలసీమ మరియు కోస్తా ఆంధ్రలోని అగ్రవర్ణాలు రాష్ట్ర విభజన ఆలోచనను తీవ్రంగా వ్యతిరేకిస్తున్నాయని శ్రీ కృష్ణ కమిటీ గమనించింది. హైదరాబాద్ను పోగొట్టుకోవడమే వారి భయం. రాయలసీమ రాజకీయ ఆధిపత్యం మరియు కోస్తా ఆంధ్ర ఆర్థిక ఆధిపత్యం అనే కోణంలో ఈ రెండు ప్రాంతాల మధ్య వసతి ఉంది. రెండు ప్రాంతాలు కలిసి కాంగ్రెస్, టీడీపీ రాజకీయాల ద్వారా రాష్ట్రాన్ని పాలించాయి. తెలంగాణ ఈ ప్రాంతాలలోని అగ్రవర్ణాల ఆధిపత్యంలో ఉన్నట్లు అనిపిస్తుంది మరియు దాని పోరాటం ప్రధానంగా వారి కాడిని పారద్రోలడమే". తెలంగాణ ఉద్యమ సారాంశాన్ని క్లుప్తంగా కోదండ రాం పేర్కొన్నారు. "తర్వాత వచ్చిన ప్రభుత్వాలు అనుసరించిన ఆర్థికాభివృద్ధి ప్రక్రియ ఫలితంగా తెలంగాణ అంతర్గత కాలనీగా మారిపోయింది. దాని వనరులు ఇతర ప్రాంతాల అభివృద్ధికి మళ్లించబడ్డాయి మరియు ఉపయోగించబడ్డాయి. ప్రత్యేక రాష్ట్రం కోసం ఉద్యమం వనరులలో న్యాయమైన వాటా డిమాండ్ను స్పష్టంగా చెప్పడానికి ప్రయత్నిస్తుంది. ఇది ఆంధ్రప్రదేశ్లో వరుసగా వచ్చిన ప్రభుత్వాలు ఈ ప్రాంతానికి చేసిన అన్యాయానికి ఫలితం".

ముఖ్యంగా ఎనిమిదో అధ్యాయానికి సంబంధించి కమిటీ సిఫార్సులు కొంత వివాదానికి దారితీశాయి. జనవరిలో, కమిటీ నివేదిక 'చెల్లనిది'గా ప్రకటించాలని ఒక పిటిషన్ దాఖలు చేయబడింది, ఎందుకంటే దాని నివేదికలోని ఎనిమిదవ అధ్యాయంలోని శాంతి భద్రతల పరిస్థితికి సంబంధించిన విషయాలను బహిరంగపరచలేదు. నివేదిక తన సలహాను సమర్పించే కమిటీ మాత్రమేనని మరియు కేంద్ర ప్రభుత్వం "దాని సిఫార్సుపై చర్య తీసుకోవలసిన బాధ్యత లేదు" అని పేర్కొంటూ ప్రభుత్వం వాదనను వ్యతిరేకించింది. 2011 మార్చి 23న ఆంధ్రప్రదేశ్ హైకోర్టు న్యాయమూర్తి జస్టిస్ ఎల్ నరసింహారెడ్డి శ్రీకృష్ణ కమిటీలోని ఎనిమిదో అధ్యాయంలోని అంశాలను బహిరంగపరచాలని కేంద్ర ప్రభుత్వాన్ని ఆదేశించారు. జస్టిస్ ఎల్ నరసింహా రెడ్డి తన 60 పేజీల తీర్పులో "తెలంగాణ డిమాండ్ను అంగీకరించవద్దని భారత యూనియన్ను ఒప్పించేందుకు కమిటీ తన ప్రయత్నంలో నిబంధనలను మించిపోయింది" అని అన్నారు. 68-72 పేరాలలో

ఉదహరించిన కమిటీ రహస్య నివేదిక, మత హింస, మావోయిస్టు హింస మరియు సామాజిక ఉద్రిక్తతలను చర్చిస్తున్నప్పుడు తెలంగాణ రాష్ట్రానికి వ్యతిరేకంగా వాదించింది. సప్లిమెంటరీ నోట్ టు సీక్రెట్ రిపోర్టో పొలిటికల్ మేనేజ్మెంట్, మీడియా మేనేజ్మెంట్, ఫుల్ ప్రిపేరేన్స్ అనే మూడు భాగాలు ఉన్నాయి. న్యాయమూర్తి ఇలా గమనించారు, "కమిటీ తన రహస్య అనుబంధ నోట్లో సూచించిన యుక్తి ప్రజాస్వామ్య వ్యవస్థకే ముప్పు మాత్రమే కాకుండా బహిరంగ సవాలుగా ఉంది. దీనికి మూలం ప్రభుత్వమే అయితే, అది (ప్రభుత్వం) పౌరులకు వివరణ ఇవ్వవలసి ఉంటుంది. మరోవైపు ఇన్పుట్ల మూలం మరెక్కడా ఉంటే, అటువంటి దుర్మార్గపు మూలాన్ని వెలికితీసేందుకు మరియు నిర్మూలించడానికి ప్రభుత్వం సరైన శ్రద్ధతో ముందుకు సాగాలి. తద్వారా ప్రజాస్వామ్యం పట్ల తనకున్న గౌరవాన్ని మరియు విశ్వాసాన్ని నిరూపించుకోవాలి." శ్రీకృష్ణ కమిటీ సభ్యులను ప్రాసిక్యూట్ చేయాలని తెలంగాణ జేఏసీ, అన్ని రాజకీయ పార్టీలకు చెందిన తెలంగాణ అనుకూల నేతలు డిమాండ్ చేశారు.

శ్రీకృష్ణ కమిటీ సిఫార్సులపై రాజకీయ పార్టీల నుంచి భిన్నాభిప్రాయాలు వ్యక్తమవుతున్నాయి. ప్రత్యేకించి టీఆర్ఎస్ దానిని మొత్తంగా తిరస్కరించి హైదరాబాద్ రాజధానిగా ప్రత్యేక తెలంగాణ రాష్ట్రాన్ని ఏర్పాటు చేయాలని పట్టుబట్టింది. తెలంగాణ జేఏసీ స్టీరింగ్ కమిటీ శ్రీకృష్ణ కమిటీ నివేదిక అబద్ధాల గుట్ట అని పేర్కొనగా, సమైఖ్య ఆంధ్ర జేఏసీ, ప్రజారాజ్యం పార్టీ వంటి సంయుక్త రాష్ట్ర ప్రతిపాదకులు కమిటీ సిఫార్సులను స్వాగతించారు. ప్రముఖ ఆర్థికవేత్త ప్రొఫెసర్ సి. హెచ్. హనుమత రావు సిఫార్సులు "దాని స్వంత విశ్లేషణతో విభేదిస్తున్నాయి" అని పేర్కొన్నారు. ఈ సిఫారసులకు వ్యతిరేకంగా టీ–జేఏసీ ఆందోళన కొనసాగించింది. తెలంగాణలో నిరసనలు సమ్మెలు, నిరాహారదీక్షలు, ఆత్మహత్యలు, ప్రజా అధికారులకు వినతిపత్రాలు మరియు గులాబీలు ఇవ్వడం మరియు రచ్చబండ కార్యక్రమం (ప్రతి ఒక్కరికీ సామాజిక ప్రయోజనాలను వాగ్దానం చేసే) వంటి బహిరంగ కార్యక్రమాలను బహిష్కరించడం వంటి రూపంలో ఉద్యమం కొనసాగింది. కొన్ని ప్రాంతాల్లో ఆందోళనలు అదుపు తప్పడంతో కార్యక్రమాన్ని రద్దు చేయాల్సి వచ్చింది.

ఈ మధ్య కాలంలో యూపీఏ ప్రభుత్వం సర్వేలు, విచారణలు నిర్వహించి టీ–జేఏసీ నిర్వహిస్తున్న ప్రజాఉద్యమాలు బలపడుతున్నట్లు తేల్చింది. అందువల్ల చర్చల ద్వారా ఒక పరిష్కారానికి రావడానికి ప్రయత్నించింది. ప్రత్యేక తెలంగాణ రాష్ట్ర ఏర్పాటును ఆమోదించింది. అంతకుముందు 2009లో రోశయ్య కమిటీ, 2014లో ప్రణబ్ ముఖర్జీ కమిటీలు అనేక సాకులను చూపుతూ తమ నివేదికలను సమర్పించలేదు.

తెలంగాణ రాష్ట్ర ఏర్పాటుపై నిర్ణయం తీసుకోవడానికి ఎలాంటి కాలపరిమితిని ఏర్పాటు చేయలేమని ప్రణబ్ ముఖర్జీ చెప్పారు. "రాష్ట్ర ఏర్పాటు డిమాండ్పై అన్ని రాజకీయ పార్టీల నుంచి స్పందన వచ్చిన తర్వాత సబ్ కమిటీ తన నివేదికను ఖరారు చేస్తుందని, భారతీయ జనతా పార్టీ మినహా అన్ని పార్టీలు తమ అభిప్రాయాలను సమర్పించాయని, బీజేపీ నుంచి స్పందన కోసం మేము ఇంకా ఎదురు చూస్తున్నామని, అది పెద్ద పార్టీ కాబట్టి. దాని అభిప్రాయాలు ముఖ్యమైనవి. వారి ప్రతిస్పందనను కోరుతూ మేము ఇప్పటికే వారికి రిమైండరిని పంపాము." కాంగ్రెస్ ఉద్దేశపూర్వకంగా ప్రక్రియను జాప్యం చేస్తోందన్న ఆరోపణలను తోసిపుచ్చిన ఆయన, సబ్కమిటీ ఇప్పటికే మూడు రౌండ్ల సమావేశాన్ని నిర్వహించిందని, అన్ని రాజకీయ పార్టీల అభిప్రాయాలను తెలుసుకునే ప్రక్రియలో ఉందని చెప్పారు. టీఆర్ఎస్ పార్టీ ఒత్తిడి మేరకు కాంగ్రెస్ కోర్ కమిటీ నేతలు ఈ నిర్ణయానికి మద్దతు పలికారు. జూలై 2013లో, ఇది AP ముఖ్యమంత్రి N. కిరణ్ కుమార్ రెడ్డి, ఉప ముఖ్యమంత్రి దామోదరం రాజనర్సింహ మరియు A.P. కాంగ్రెస్ అధ్యక్షుడు B. సత్యనారాయణ రావు తదితరులతో సంప్రదింపులు జరిపింది. హైదరాబాద్ సహా 10 జిల్లాలతో ప్రత్యేక తెలంగాణ రాష్ట్ర ఏర్పాటుకు అనుకూలంగా కాంగ్రెస్ వర్కింగ్ కమిటీ 30 జూలై 2013న ఒక ప్రకటన విడుదల చేసింది. తెలంగాణ రాష్ట్ర ఏర్పాటుకు అనుకూలంగా ఆంధ్రప్రదేశ్లోని దాని నాయకుల మధ్య విభేదాలు మరియు దానిని వ్యతిరేకించే వారి మధ్య విభేదాల నేపథ్యంలో పార్టీలో సుదీర్ఘ చర్చల తరువాత దాని నిర్ణయం జరిగింది.

CWC తీర్మానం ఇలా ఉంది, "ప్రత్యేక తెలంగాణ రాష్ట్రాన్ని ఏర్పాటు చేయడానికి రాజ్యాంగానికి అనుగుణంగా నిర్దిష్ట కాలపరిమితిలోపు చర్యలు తీసుకోవాలని కేంద్ర ప్రభుత్వాన్ని అభ్యర్థించడం... "ప్రత్యేక రాష్ట్రాన్ని రూపొందించాలని" ప్రభుత్వాన్ని కోరింది. 10 సంవత్సరాల పాటు ఉమ్మడి రాజధానిగా హైదరాబాద్లో ఆంధ్ర ప్రదేశ్ నుండి తెలంగాణను విభజించాలి. ఆ తర్వాత, హోం మంత్రి చిదంబరం 5 ఆగస్టు 2013న లోక్సభలో "తెలంగాణ ఏర్పాటు ప్రక్రియ ప్రారంభమైందని" ఒక ప్రకటన చేశారు. దీని ప్రకారం 2013 ఆగస్టు 6న ఆంటోనీ అధ్యక్షతన విభజన కమిటీ ఏర్పాటైంది. దిగ్విజయ్ సింగ్, వీరప్ప మొయిలీ మరియు అహ్మద్ పటేల్. కమిటీలో సభ్యులుగా ఉన్నారు. తెలంగాణ రాష్ట్ర ప్రక్రియ తిరుగులేనిదని, ప్రత్యేక తెలంగాణ ఏర్పాటులో ఏకాభిప్రాయం సాధించడమే కమిటీ ఉద్దేశమని ఆంటోనీ వ్యాఖ్యానించారు. రెవెన్యూ, నీరు/నీటిపారుదల, విద్య, ఉమ్మడి రాజధానిగా హైదరాబాద్కు పదేళ్లపాటు హోదాపై కమిటీ పలు సిఫార్సులు చేసింది. హైదరాబాద్లో పాటు తెలంగాణలోని ఇతర ప్రాంతాల్లో స్థిరపడిన సీమాంధ్ర

ప్రజల సమస్యలను కూడా ఇందులో ప్రస్తావించారు. ఇది వారి ప్రయోజనాలను పరిరక్షించడానికి ప్రత్యేక నిబంధనలను ఉదహరించింది. 10 సంవత్సరాల పరివర్తన కాలానికి వారిని తప్పనిసరిగా అంతర్గత/స్థానికంగా పరిగణించాలని పట్టుబట్టింది. ఆరోగ్యం మరియు విద్యకు సంబంధించి, కమిటీ ఇలా చెబుతోంది. "తెలంగాణలో ఉన్న విద్యా సంస్థల్లో అడ్మిషన్లు పొందేందుకు 10 సంవత్సరాల పరివర్తన వ్యవధిలో నుండి విద్యార్థులను ఇన్సైడర్లుగా పరిగణించడాన్ని అనుమతించాలి". అదేవిధంగా, వాణిజ్యం మరియు పరిశ్రమలపై, "హైదరాబాద్ మరియు చుట్టుపక్కల అనేక పెద్ద మరియు చిన్న కంపెనీలు ఐటీ, ఐటీ ఎనేబుల్డ్ సర్వీసెస్, ఫార్మా, ఇన్ఫ్రాస్ట్రక్చర్, రియల్ ఎస్టేట్, హాస్పిటాలిటీ వంటి విస్తృత శ్రేణి ఆర్థిక కార్యకలాపాలను నిర్వహిస్తున్నాయి. తెలంగాణలోని కొందరు ప్రముఖులు బెదిరింపు స్వరంతో మాట్లాడుతు ఇరు ప్రాంతాల ప్రజల మధ్య ద్వేషాలు పెరుగుతున్న నేపథ్యంలో ఈ పారిశ్రామిక వేత్తల ఆందోళనలకు తగిన హామీ ఇవ్వాల్సి ఉంటుంది. హైదరాబాద్ రాజధాని, గ్రేటర్ హైదరాబాద్ మున్సిపల్ కార్పొరేషన్ సరిహద్దుల్లో హైదరాబాద్ పోలీస్ కమిషనర్, సైబరాబాద్ పోలీస్ కమిషనర్ ఉండేలా చూడాలని ఆంటోనీ ప్యానెల్ సూచించింది. టీఆర్ఎస్ నేతల ప్రకటనలు సీమాంధ్రలో ఉత్కంఠకు, ఆందోళనకు గురిచేస్తున్నాయని ఆంటోనీ కమిటీ పేర్కొంది. కాబట్టి, అటువంటి ఆస్తులు మరియు వ్యాపారాలను పునరాలోచన ప్రభావంతో కొనుగోలు చేసేందుకు భవిష్యత్తులో తెలంగాణ ప్రభుత్వం బిల్లును ఆమోదించకుండా ఉండేలా బిల్లులో నిబంధన ఉండాలని ప్యానెల్ సూచించింది.

సీడబ్ల్యూసీ తీర్మానం తర్వాత తెలంగాణ రాష్ట్ర ఏర్పాటు ప్రక్రియ వేగవంతమైంది. కాబట్టి తెలంగాణ రాష్ట్ర ఏర్పాటుపై హోం మంత్రిత్వ శాఖ రూపొందించిన నోట్ను 3 అక్టోబర్ 2013న కేబినెట్ ఆమోదించింది. తర్వాత 8 అక్టోబర్ 2013న హోం మంత్రి సుశీల్ కుమార్ షిండే అధ్యక్షతన మంత్రుల బృందం కమిటీని ఏర్పాటు చేసింది. ఇందులో సభ్యులు: చిదంబర (ఆర్థిక మంత్రి), ఆంటోనీ (రక్షణ), వీరప్ప మొయిలీ (పెట్రోలియం), జైరాం రమేష్ (గ్రామీణాభివృద్ధి) మరియు గులాం నబీ ఆజాద్ (ఆరోగ్యం). వి.నారాయణ స్వామి ప్రత్యేక ఆహ్వానితుడు. ఈ కమిటీ ఏపీలోని ఎనిమిది గుర్తింపు పొందిన రాజకీయ పార్టీల అభిప్రాయాలను కోరింది. టీడీపీ, వైఎస్సార్ కాంగ్రెస్, సీపీఐ మినహా మిగిలిన అన్ని పార్టీలు తమ అభిప్రాయాన్ని వెల్లడించాయి. ఆ తర్వాత 5 డిసెంబర్ 2013న సుశీల్ కుమార్ షిండే కమిటీ రూపొందించిన తెలంగాణ ముసాయిదా బిల్లుకు కేంద్ర కేబినెట్ ఆమోదం తెలిపింది. ఆంధ్రప్రదేశ్ పునర్వ్యవస్థీకరణ బిల్లు 12 డిసెంబర్ 2013న ప్రత్యేక విమానంలో ఆమోదం కోసం ఆంధ్రప్రదేశ్ అసెంబ్లీకి పంపబడింది. అసెంబ్లీలో

అనేక రౌండ్ల చర్చల తర్వాత, బిల్లు "తిరస్కరించబడింది" అని పేర్కొంటూ 30 జనవరి 2014న కేంద్ర ప్రభుత్వానికి తిరిగి పంపబడింది. 4-6 ఫిబ్రవరి 2014న A.P. అసెంబ్లీ తిరస్కరించిన బిల్లుపై మంత్రుల బృందం చర్చించి 30 సవరణలు చేసింది. మరుసటి రోజు (7 జనవరి 2014) కేంద్ర క్యాబినెట్ బిల్లును ఆమోదించి, 9 ఫిబ్రవరి 2014న భారత రాష్ట్రపతి ఆమోదానికి పంపింది. తెలంగాణ బిల్లును పార్లమెంటులో ప్రవేశపెట్టినప్పుడు విజయవాడ M.P లగడపాటి రాజగోపాల్ కారం చల్లడం వల్ల గందరగోళం నెలకొంది. అయితే, ఈ బిల్లును 20 ఫిబ్రవరి 2014న పార్లమెంట్ ఆమోదించింది. 1 మార్చి 2014న రాష్ట్రపతి ఆమోదం పొందింది. అదే రోజున ఏపీలో రాష్ట్రపతి పాలన విధించారు. కేంద్ర ప్రభుత్వం జూన్ 2, 2014ని తెలంగాణ ఆవిర్భావ దినోత్సవంగా ప్రకటించింది. . ఆ విధంగా తెలంగాణ భారతదేశంలో 29వ రాష్ట్రంగా అవతరించింది.

ఆంధ్రప్రదేశ్ పునర్వ్యవస్థీకరణ చట్టం నెం. 6,2014, "ఆంధ్రప్రదేశ్ రాష్ట్రం రెండు రాష్ట్రాల మధ్య ఆస్తులు, అప్పులు, ఉద్యోగులు, ఒప్పందాలు మొదలైన వాటి విభజనతో సహా రాష్ట్రాల ఏర్పాటుకు సంబంధించిన కార్యకలాపాలను ప్రారంభించాలని కోరుతోంది. ఇది పార్లమెంట్లో రాష్ట్రాల ప్రాతినిధ్యం, రెండు రాష్ట్రాలకు వేర్వేరు శాసనసభలు మరియు శాసన మండలి, గవర్నర్ పాత్ర, ఆదాయ పంపిణీ, నగదు మరియు రుణ నిల్వల పంపిణీ, నీటి వనరుల నిర్వహణ, అభివృద్ధి మరియు పరిపాలన కోసం పోలీసు, అటవీ సేవలు ప్రత్యేక కేడర్ల సృష్టి, కొత్తగా ఏర్పడిన తెలంగాణ రాష్ట్రం ఆంధ్రప్రదేశ్లోని కింది జిల్లాలను కలిగి ఉంటుంది: ఆదిలాబాద్, కరీంనగర్, మెదక్, నిజామాబాద్, వరంగల్, రంగారెడ్డి, నల్గొండ, మహబూబ్ నగర్, ఖమ్మం మరియు హైదరాబాద్. ఆంధ్రప్రదేశ్, తెలంగాణలకు పదేళ్లపాటు ఉమ్మడి రాజధానిగా హైదరాబాద్ ఉంటుంది. ఈ కాలం తర్వాత హైదరాబాద్ తెలంగాణకు మాత్రమే రాజధానిగా ఉంటుంది. ఈ బిల్లు అమల్లోకి వచ్చిన 45 రోజుల్లోగా ఆంధ్రప్రదేశ్కు కొత్త రాజధానిని సిఫారసు చేసేందుకు కేంద్ర ప్రభుత్వం నిపుణుల కమిటీని ఏర్పాటు చేస్తుంది.

గవర్నర్ పాత్ర: ప్రస్తుత ఆంధ్రప్రదేశ్ రాష్ట్ర గవర్నర్ రాష్ట్రపతిచే నిర్ణయించబడిన కాలానికి రెండు రాష్ట్రాలకు ఉమ్మడి గవర్నర్గా ఉంటారు. హైదరాబాద్ ఉమ్మడి రాజధాని ప్రాంతం యొక్క పరిపాలనలో భాగంగా, అతను (i) జీవితం, స్వేచ్ఛ మరియు ఆస్తి భద్రత, (ii) శాంతి భద్రతలు, (iii) అంతర్గత భద్రత, (iv) కీలకమైన ఇన్స్టాలేషన్ల భద్రత, మరియు (V) ప్రభుత్వ భవనాల నిర్వహణ మరియు కేటాయింపులకు బాధ్యత వహిస్తాడు.

పార్లమెంట్లో ప్రాతినిధ్యం: విభజన తర్వాత రాజ్యసభలో ఆంధ్రప్రదేశ్‌కు 11 సీట్లు, తెలంగాణకు 7. లోక్‌సభలో ఆంధ్రప్రదేశ్‌కు 25 సీట్లు, తెలంగాణకు 17 సీట్లు వస్తాయి. శాసన సభ మరియు మండలిలో ప్రాతినిధ్యం: విభజన తర్వాత, శాసనసభలోని మొత్తం స్థానాల సంఖ్య (LA) ఆంధ్రప్రదేశ్‌కు 175 మరియు తెలంగాణకు 119. ఇంకా, గవర్నర్ ఆంగ్లో ఇండియన్ కమ్యూనిటీ నుండి, వారసులైన రాష్ట్రాల LA (Lagislative Assemblies) లకు ఒక్కొక్కరిని నామినేట్ చేయవచ్చు. ఆంధ్రప్రదేశ్‌లోని శాసన మండలి (ఎల్సి)లో గరిష్టంగా 50 మంది సభ్యులు, తెలంగాణకు 40 మంది సభ్యులు ఉంటారు.

హైకోర్టు: హైదరాబాద్‌లోని హైకోర్టు కొంత కాలం పాటు వారసత్వ రాష్ట్రాలకు ఉమ్మడి హైకోర్టుగా ఉంటుంది. ఆ తరువాత, ఇది తెలంగాణ రాష్ట్రానికి హైకోర్టు అవుతుంది మరియు ఆంధ్రప్రదేశ్ కొత్త హైకోర్టును పొందుతుంది. తెలంగాణలోని ఖమ్మం జిల్లాకు చెందిన ఏడు మండలాలు ఆంధ్రప్రదేశ్‌కు బదిలీ అయ్యాయి. భద్రాచలం రెవెన్యూ డివిజన్లోని చింతూరు, కూనవరం, వరరామచంద్రపురం, భద్రాచలం (భద్రాచలం రెవెన్యూ గ్రామం మినహా) నాలుగు మండలాలు తూర్పుగోదావరి జిల్లాకు బదిలీ అయ్యాయి. పాల్వంచ రెవెన్యూ డివిజన్‌లోని మూడు మండలాలు కుకునూరు, వేలేరుపాడు, బూర్గంపాడు, 12 గ్రామాలు మినహా పశ్చిమగోదావరి జిల్లాలో కలిపారు.

ప్రత్యేక తెలంగాణ రాష్ట్రం ఏర్పడిన తర్వాత టీ.ఆర్.ఎస్ ను కాంగ్రెస్‌లో విలీనం చేస్తానని కేసీఆర్ హామీ ఇచ్చారు. అయితే రాష్ట్రానికి ముఖ్యమంత్రిగా ఎవరు ఉండాలనే దానిపై భిన్నాభిప్రాయాలతో విలీనం జరగలేదు. 2014 మే లో జరిగిన సార్వత్రిక ఎన్నికల్లో 119 స్థానాలకు గానూ 63 స్థానాల్లో టీఆర్ఎస్ విజయం సాధించి ప్రభుత్వాన్ని ఏర్పాటు చేసింది. ఆ పార్టీ కూడా 17 ఎంపీ స్థానాల్లో 11 గెలిచింది. (లోక్‌సభ సీట్లు) తెలంగాణ రాష్ట్రానికి మొదటి ముఖ్యమంత్రిగా కె. చంద్రశేఖర్ రావు, ఉపముఖ్యమంత్రులుగా మహమూద్ అలీ, డా.టి.రాజయ్య నియమితులైనారు. తెలంగాణ రాష్ట్ర తొలి గవర్నర్ ఇ.నర్సింహన్. ప్రతిపక్ష పార్టీలలో కాంగ్రెస్ 21 [2 M.P.], TDP-15 [1M.P], మజ్లిస్ -07 [01 M.P], BJP- 05 [01 M.P.], YSR కాంగ్రెస్-03 [01 M.P.], బహుజన పార్టీ -02, CPI (M) మరియు CPI నుండి 01 మంది మరియు 01 స్వతంత్ర అభ్యర్థి గెలిచారు. రాష్ట్రానికి తొలి సీఎంగా దళితుడిని చేస్తానని టీఆర్ఎస్ పార్టీ అధ్యక్షుడిగా కేసీఆర్ వాగ్దానం చేసి అమలు చేయలేదు. అదే విధంగా తన తొలి మంత్రివర్గంలో ఏ మహిళకు మంత్రి పదవి దక్కలేదు. అయితే, తెలంగాణ ప్రజల చిరకాల వాంఛ 2014లో 1000 మందికి పైగా అమరవీరుల త్యాగాల వల్ల ప్రత్యేక రాష్ట్రం సాకారమైంది.

తెలంగాణ చారిత్రక మరియు సాంస్కృతిక వారసత్వం యొక్క విశిష్టత ప్రత్యేక రాష్ట్ర డిమాండ్‌లో అంతర్భాగంగా ఉంది. తెలంగాణ ప్రాంతీయ సామాజిక-ఆర్థిక వ్యవస్థ విశిష్టత, సంస్కృతి మరియు దాని నైతికత విలువలు స్వాతంత్ర్యానికి పూర్వం మరియు అనంతర కాలంలో ప్రత్యేక రాష్ట్ర డిమాండ్‌కు ప్రాతిపదికగా ఏర్పడ్డాయి. భారతదేశంలోని ఇతర రాష్ట్ర ఏర్పాటు ఉద్యమాలతో పోల్చినప్పుడు, తెలంగాణ ఉద్యమం ఒక ప్రత్యేకమైన స్థానాన్ని ఆక్రమించింది. ఎందుకంటే ఇది కుల, వర్గ మరియు లింగాలకు అతీతంగా సామూహిక సాంస్కృతిక నైతికత మరియు విలువలను వ్యక్తీకరించింది. దాని ప్రత్యేకతను నొక్కి చెప్పింది. ప్రాచీన కాలం నుండి తెలంగాణ చరిత్ర మరియు సంస్కృతిలో పాతుకుపోయిన నిర్దిష్ట ఉపప్రాంతీయ ఉచ్ఛారణలను పూర్తిగా భాషపై ఆధారపడిన విస్తృతమైన స్థూల ప్రాంతీయ గుర్తింపు. చారిత్రక గతం, దాని జ్ఞాపకశక్తి ప్రసిద్ధ ఊహ మరియు స్పృహలో భాగం. 1950ల నుండి ప్రత్యేక రాష్ట్రం కోసం తెలంగాణ ఉద్యమాల తీరు మరియు స్వభావాన్ని పరిశీలిస్తే, 2014లో ఉమ్మడి ఆంధ్రప్రదేశ్ విభజన సాకారం కావడంలో రాజకీయ వాదన కంటే సామాజిక-సాంస్కృతిక అంశాలు ముఖ్యమైన పాత్ర పోషించిందని సూచిస్తుంది.

ఉప-ప్రాంతీయ గుర్తింపు మరియు స్పృహ నిలకడ, భాషాప్రయుక్త రాష్ట్రాల ఏర్పాటు యొక్క హేతుబద్ధత మరియు సమర్థత, భాషా జాతీయత మరియు ప్రాంతీయ సమాజం యొక్క కల్పన, ప్రాంతీయ డైనమిక్స్ వంటి అనేక సమస్యలను లేవనెత్తిన కోణంలో తెలంగాణ ప్రశ్న ప్రత్యేకమైనది. సామాజిక వ్యవస్థ మరియు అధికార నిర్మాణం ఆవిర్భావం నుంచి ఉమ్మడి ఆంధ్రప్రదేశ్‌లోని మూడు వేర్వేరు ప్రాంతాల మధ్య ఉద్రిక్తతలు ఉన్నాయి. ఉప-ప్రాంతీయ విశిష్టత అనేది రాజకీయ-చారిత్రక, కులం/సంఘం మరియు సాంస్కృతిక అంశాల పర్యవసానంగా ఉంది. ముఖ్యంగా, దక్కన్ సుల్తానులు, కుతుబ్ షాహీలు మరియు అసఫ్ జాహీల నిరంతర పాలనలో తెలంగాణ ప్రాంతానికి సుమారు ఐదు శతాబ్దాల విశిష్ట రాజకీయ చరిత్ర మరియు సామాజిక-సాంస్కృతిక భేదాలను విస్మరించడం, సామాజిక-ఆర్థిక పరివర్తన నమూనాలను విస్మరించడం వల్ల భాషా ఐక్యత ఉన్నప్పటికీ తెలుగువారి జాతి ఐక్యతకు అనేక సమస్యలు వచ్చాయి.

రెండు అసమాన ప్రాంతాల విలీనం, ఆ తర్వాత ప్రజల అంతర్ ప్రాంత చైతన్యం 1950 నుండి తెలంగాణ ప్రాంతంలో స్థానికేతర / ముల్కీ-ముల్కీయేతర వివాదాలకు మార్గం సుగమం చేసింది. ఆంధ్రప్రదేశ్ రాష్ట్ర విభజన కోసం పదేపదే డిమాండు, ఆందోళనలు జరుగుతున్న సందర్భంలో తెలంగాణ అంశం మరియు దాని ప్రత్యేక గుర్తింపు/వ్యక్తిత్వం అత్యంత వివాదాస్పద చర్చనీయాంశంగా మారింది. ప్రత్యేక తెలంగాణ

రాష్ట్ర ఏర్పాటు కోసం ఇటీవలి ఉద్యమాలు ఉప-ప్రాంతీయ గుర్తింపు మరియు ప్రత్యేకత యొక్క ఉచ్ఛారణకు సంబంధించి ప్రాథమిక ప్రశ్నలను లేవనెత్తాయి. తెలంగాణ ఉద్యమం చివరి దశలో ఏర్పాటు విషయంలో వ్యతిరేకులు, సమర్థులు పరస్పర విరుద్ధమైన వాదనలను ముందుకు తెచ్చారు. ప్రత్యర్థులు వేర్పాటు, కొత్త రాష్ట్ర ఏర్పాటు అనే ఉచ్ఛారణను స్వార్థపూరితంగా, అవకాశవాదంగా, ఉద్వేగభరితంగా, భాషా సమైక్యతతో కొట్టిపారేయడానికి మొగ్గు చూపుతుండగా, రాష్ట్ర మద్దతుదారులు తెలంగాణ గుర్తింపు చారిత్రాత్మకంగా మరియు సాంస్కృతికంగా పాతుకుపోయిందని నొక్కి చెప్పారు.

ఆధార గ్రంథాలు (Bibliography)

I. **తెలుగు:**

1. ప్రతాపరెడ్డి, సురవరం (1992), *ఆంధ్రుల సాంఘిక చరిత్ర* (హైదరాబాద్).
2. తెలుగు భాషా సమితి (1959), తెలుగు సంస్కృతి, తెలుగు విజ్ఞాన సర్వస్వము, మూడవ సంపుటము (మద్రాసు).
3. హనుమంతరావు, బి.ఎస్.ఎల్. (1996), *ఆంధ్రుల చరిత్ర* (హైదరాబాద్).
4. .... (1994), *ఆంధ్రదేశంలో జైన, బౌద్ధ మతాలు* (హైదరాబాద్).
5. దుర్గాప్రసాద్, జె. (1995), *ఆంధ్రుల చరిత్ర* (హైదరాబాద్: తెలుగు అకాడమీ).
6. రామకృష్ణశర్మ, గడియారం (1992), *ఆంధ్ర సారస్వత పరిషత్తు చరిత్ర* (హైదరాబాద్).
7. రామకృష్ణ, వకుళాభరణం (1986), *ఆంధ్రదేశంలో సంఘ సంస్కరణోద్యమాలు 1848 - 1919* (హైదరాబాద్).
8. రామచంద్ర, తిరుమల (1988), *గాథాసప్తశతిలో తెలుగు పదాలు* (హైదరాబాద్).
9. శేషగిరిరావు, భద్రిరాజు (1990), *ఆంధ్రప్రదేశ్‌లో రైతు ఉద్యమాలు* (హైదరాబాద్).
10. పరబ్రహ్మశాస్త్రి, పి.వి. (2005), కాకతీయులు (హైదరాబాద్).
11. ....(2006), 'తెలింగ - ఆంధ్ర సమస్య', నడుస్తున్న చరిత్ర, సం. 6 (విజయవాడ).
12. ....(2005), 'తెలుగు భాషా ప్రాచీనత', తెలుగు పసిడి (విజయవాడ).
13. సి.వి. (1987), *ఆంధ్రలో సాంఘిక తిరుగుబాట్లు* (విశాఖ హేతువాద సంఘం).
14. రాజారెడ్డి, డి. (2006), *చరిత్ర ఖజానా : అలనాటి నాణేల అంతరంగం* (హైదరాబాద్).
15. శ్రీశ్రీ (1993), *మహాప్రస్థానం* (హైదరాబాద్).
16. రామానుజరావు, దేవులపల్లి (1991), *తెలంగాణాలో జాతీయోద్యమాలు* (హైదరాబాద్).
17. .... (1991), *తెలుగు సీమలో సాంస్కృతిక పునరుజ్జీవనము* (హైదరాబాద్).

18. నారాయణరెడ్డి, రావి (1972), *వీర తెలంగాణా : నా అనుభవాలు, జ్ఞాపకాలు* (హైదరాబాద్).

19. పాల్కురికి సోమన (1990), *మల్లికార్జున పండితారాధ్య చరిత్ర* (హైదరాబాద్)

20. వల్లభరాయడు, వినుకొండ (2005), *క్రీడాభిరామం* (విజయవాడ).

21. బెర్న్ స్టార్ఫ్, దాగ్మార్, హ్యూగే (2005), *ఆంధ్రప్రదేశ్ రాజకీయ వ్యవస్థ : తెలంగాణ రాజకీయాలు* (హైదరాబాద్).

22. *ఆచార్య కొండా లక్ష్మణ్ బాపూజీ 90వ జన్మదినోత్సవ సంచిక* (2004 : హైదరాబాద్).

23. శాస్త్రి, ద్వా.నా. (2001), *తెలుగు సాహిత్య చరిత్ర* (హైదరాబాద్).

24. మలయశ్రీ (1997), *కరీంనగర్ జిల్లా తెలుగు సాహిత్య చరిత్ర* (కరీంనగర్).

25. బలరామమూర్తి, ఏటుకూరి (1985), *ఆంధ్రుల సంక్షిప్త చరిత్ర* (హైదరాబాద్).

26. శేషగిరిరావు, చీమకుర్తి (1996), *తెలుగులో పాళీ పదాలు* (హైదరాబాద్).

27. .... (1996), *తెలుగు మఱుగులు* (హైదరాబాద్).

28. నారగోని, వి.జి.ఆర్. (2002), *భారతదేశంలో కల్లుగీత కులాలు : సామాజిక, రాజకీయ ఉద్యమాల చరిత్ర* (హైదరాబాద్).

29. *మిసిమి మాసపత్రిక* (సెప్టెంబర్, నవంబర్ 2007, మే 2008 : హైదరాబాద్).

30. *నాల్గవ ప్రపంచ తెలుగు మహాసభలు* (2012) (తిరుపతి).

II. English

Acharya Kondalaxman Bapuji 90va Janmadinotsva Sachika, Hyderabad, 2004.

Afsar Mohammad. *The Festival of Peers*, New Delhi, 2013.

Ajay Mitra Shastri. *Vakatakas: Sources and History*, New Delhi, 1997.

Aldo Ricci. *The Travels of Marco Polo.* New Delhi, 1931.

Ali M, Ramachari A. "About the participants in the Hyderabad Chloroform

Commissions". In: Fink B. R, Morris L. E, Stephen CR, (editors). *The History of Anesthesia: Third International Symposium*. Illinois: Wood Library

Museum of Anaesthesiology; 1992. p. 28-31.

Anand Rao, Thota. *The Telangana Movement - An Investigative Focus*. Hyderabad, 1969

Anuradha Reddy, P. *Aviation in the Hyderabad Dominions,* Hyderabad, 2010

Anusandhan Patrika, vol. XIX, Ambajogai, 2000.

Austin Ian: *City of Legends- The Story of Hyderabad*, New Delhi, 1992.

Barry Pavier. *The Telangana Movement*, New Delhi, 1981.

Bawa, V. K. *The Nizam Between Mughals and British*, *Hyderabad Under Salajung-I*, New Delhi,1986.

_________ *The Last Nizam*, New Delhi, 1991.

Benbabaali, Dalel "Caste Dominance and Territory in South India: Understanding Kammas' socio-spatial mobility", *Modern Asian Studies*, 52 (6): pp.1938–1976,

Benichou, L. D. *From Autocracy to Integration: Political Developments in Hyderabad State (1 938-1948)*, Hyderabad, 2000.

Bernstroff, D.'Eclipse of the "Reddy- Raj"? 'The Attempted Restructuring of the Congress Party in Andhra Pradesh' *Asian Survey* 13 (10), 1973.

Bernstroff, D and Hugh Gray, (eds).*The King Makers- Politicians and Politics in Andhra Pradesh.* New Delhi, 1998.

Bhangya, Bhukya.*Subjugated Nomads: The Lambadas Under the Rule of the Nizams*, New Delhi. 2010.

_____________*History of Modern Telangana*, Hyderabad, 2019.

_____________*A Cultural History of Telangana,* Hyderabad, (2021).

___________ "Between Tradition and Modernity" in: *Economic and Political Weekly*, Vol.48, (2013).

Bharat Bhushan, M. and N. Venugopal (ed.) *Telangana: the State of Affairs,* Hyderabad, 2009.

Bhumaiah, Vangara. 'Konda Laxman Bapuji: A Politial Biography'.*Unpublished Ph.D. Thesis*. Warangal: Kakatiya University,2007.

Bongurala Gangadhar,"Role of Women in Telangana StatehoodMovement from South India: Contributions and Case Story of Belli Lalitha", in: *Antyajaa: Indian Journal of Women and Social Change* 5(1), 70–77, (2020).

Chandraiah, K. *Hyderabad: 400 Glorious Years,* Hyderabad, (1996).

Channa Basavaiah, M. "Mulki Movement in Telangana, A Study in Retrospection"

Research & Occasional Paper Series,(ROPS/CTS No. 1, April 2022), Dr.B.R. Ambedkar Research Centre, Osmania University, Hyderabad

Chinnaiah, J. *Dalits and the Making of Modern India,* New Delhi, 2019

Chinna Rao, Y. *Dalits Struggles for Indentity.* New Delhi, 2003.

Chenna Reddy, P. *Readings in Society and Religion of Medieval South India*. New Delhi, 2006.

Chenna Reddy.P. (Ed).*Andhra Pradesh lo Puravastu Panishodhanalu (2008-2011)*,Hyderabad, 2011.

Chirag Ali, *Hyderabad (Deccan) Under Sir Salarjung*, Bombay, 1985

Choudary, K Bhavaiah. *A Brief History of the Kammas,* Sangamjagarlamudi, 1954.

Cohen, Benjamin B. *Kingship and Colonialism in India's Deccan 1850-1948*, New York, 2007

__________"Modernising the Urban Environment: The Musi River Flood of 1908 Hyderabad, India", in: *Environment and History* 17 (2011): 409–432

Cynthia Talbot.*Precolonial India in Practice: Society, Region, and Identity in Medieval Andhra*, New Delhi, 2001.

Darlymple, William, *White Mughals: Love and Betrayal in Eighteenth Century India,* New Delhi, 2002.

Datla, K.S. *The Language of Secular Islam: Urdu Nationalism and Colonial India*. New Delhi,2013.

Dayakar Rao T. *History of Padmanayakas.*Hyderabad, 2016.

Deccan Chronicle, *Deccani Miniature Paintings,* Hyderabad, 2014

Dermoti Monahan. *The Story of Dichpally*, London, No Date.

Desai, A. R.(ed). *Peasants Struggle in India,* New Delhi, 1979.

Dhanagare, D.N. *Peasant Movements in India, 1920-50*. New Delhi, 1991.

Divekar VM, Naik L.D. "Evolution of Anaesthesia in India", *Journal Postgraduate Medicine*; 47:200, p.1149-52.

Eaton, R.M. *A Social History of the Deccan 1300-1760*, Cambridge, 2005

Eric Lewis Beverly. *Hyderabad, British India and the World*, New Delhi, 2016

Gazetteer of India: Provincial Series, Hyderabad state, Calcutta, 1909.

Graham, C. *Azaraiah of Durnacol*, London, No date

Gribble, J.D. *History of the Deccan, Vols. I & II.* New Delhi, 2002.

Goel, A.K. "Hyderabad Narrative", (Typed Copy).

________"Communist Narrative" (Typed Copy).

_________"Vishalandhra: From Dream to Reality" (Typed Copy).

Hanumantha Rao, B.S.L. *The Age of Satavahanas*. Hyderabad, 2001.

Haimendorf, C. Von Furer. *Tribal Hyderababad. Four Reports*, Hyderabad,1945.

Human Rights Watch/Asia, *Human Rights in India. Police Killings and Rural Violence in Andhra Pradesh*, New York, 1992.

Hyderabad Forum for Telangana. *Telangana Movement: A Turning Point in Indian Democracy*, Hyderabad, 2010.

Ilaiah, K. *The weapons of the Other: Dalitbahujan Writings and the Remaking of Indian Nationalist Thought,* New Delhi, 2016.

Iyengar, S.K. *Economic Investigations in the Hyderabad State,* Hyderabad,1932.

Jagan Mohan Reddy, P. *Report of the Inquiry Regarding the Firing in the City of Hyderabad on the 3rd and 4th September*, 1952. Hyderabad.1953.

Jayashankar,K." *Telangana Movement: The Demand for a Separate State: A Historical Perspective"* at

http://demandtelangana.blogspot.in/2006/11/ telanganamovementdemand-for-separate.html.

_______________ *Telangana Rashtram OkaDemand* (in Telugu), Hyderabad, 2004.

_______ *Viability of Telangana and Andhra asSeparate States,* Hyderabad, 2012.

Jonathan Kennedy and Sunil Purushotham, "Beyond Naxalbari: AComparative Analysis of Maoist Insurgency and Counter Insurgency in Independent India" in: *Comparative Studies in Society and History*, 544 (4): 832-862, 2012.

Joshi P. M. and M. A. Nayeem (eds). *Studies in the Foreign Relations of India: Sherwani felicitation Volume,* Hyderbad, 1975.

KAMMAS (Chowdary): November 2008 (kammacommunity.blogspot.com)

Khalidi Omar: *Hyderabad After the Fall, Hyderabad, 1988*

Khan, M.F. *A History of Administrative Reforms in Hyderabad State*,Calcutta, 1935.

Kahtri L.D. "Plague and Anti-Plague Measures in Hyderabad State",Downloaded from rsh.sagepub.comat The University of Iowa Libraries.

Khusro, A.M. *Economic and Social Effects of Jagir Abolition and Land Reforms in Hyderabad State*, Hyderabad, 1958.

Keshavanarayana, B, (ed). *Comprehensive History and Culture of Andhra Pradesh*, Vol.VII, Hyderabad, 2016.

Kingshuk Nag. *Battle Ground Telangana, Chronicle of an Agitation.*Delhi, 2011.

Kishan Rao, V. & Adapa Satyanarayana, Ed., *A Thousand Laurels – Dr. Sadiq Naqvi: Studies on Medieval India with Special Reference to Deccan,* Hyderabad, 2005.

M. Kodanda Ram. "Movement for Telangana State: A Struggle forAutonomy", *Economic and Political Weekly*, Jan-13, 2007, p. 90-94.

Kothari, R. (ed.*), Caste in Indian Politics*, Hyderabad, 1978.

Krishna Sastry, V.V. *The Proto and Early Historical Cultures of A.P.*Hyderabad,1983.

—————————— (Ed). *Satavahana Special*, Hyderabad, 1990.

——————————*The Science of Antiquity: Essays in Archaeology and History*. Hyderabad, 2013.

Krishnaswamy Mudiraj, K. *Pictorial Hyderabad, Vol. 1-2.* Hyderabad, 2006.

Kulkarni, A.R. and Nayeem, M.*AHistory of Modern Deccan(1720/ 1724-1948), Vol. I,* Hyderabad, 1978.

Lamb, F. *The Story of Haiderabad*, London, No. Year;

________*The Gospel and the Mala: Christianity in Hyderabad*, Mysore, 1913.

Leonard, Karen, "Hyderabad: Mulki-Non-Mulki Conflict" in Robin

Jeffrey (Ed), *People, Princes, and Paramount Power: Society and Politics in the Princely States,* New Delhi, 1978

Lokender Reddy, A. *Exploitation of Telangana*. Hyderabad, 2011.

Luther, Narendra. *Hyderabad: A Biography*, New Delhi, 2006.

Mallu Swarajyam. *Na Maate Tupaki Toota (Telugu),* Hyderabad, 2019

Mandumula Narasinga Rao. *50 Samvatsarala Hyderabad (Telugu).*Hyderabad 2012.

Manikya Rao, B.J. "A Study of the Work of the Wesleyan Methodist Missionary Society in Hyderabad from 1878-1947, With Special Reference to the Ministries of C.W. Posnett and F.C. Sackett, "(Unpublished B.D.Thesis) Serampore College, 1967.

Mohammed Hyder. *October Coup: A Memoir of the Struggle for Hyderabad*, New Delhi 2016.

Momin Ali &A. Ramachari. "History of Anaesthesia & Hyderabad Chloroform Commissions" in: *Bulletin of Indian Institute of History of Medicine*, Vol. XIX. pp. 47-61

Murthy, M.L.K. (Ed). Pre- and Proto Historic Andhra Pradesh upto 500 B.C. Hyderabad. 2005.

Nalla Narasimhulu. *Telangana Sayudha Poratam - Naa Anubhavalu* (Telugu). Hyderabad. 1986.

Nanumasa Swamy. *Folk Art Forms: Scroll Narratives*, Secunderabad, 2014.

Narayana Ala, A Ramachari, R Krishna Kumar, "Sir Thomas LauderBrunton, F.R.S. (1844–1916) about his visit to Hyderabad – Deccan: His role in the2nd Hyderabad Chloroform Commission (1889 A.D.)" [Downloaded free from http://www.ijaweb.org]

Narsimlu, B. *Munnuru Kapu Kulabhyudayam,(Telugu),* Hyderabad, 1964.

Naqvi, Sadiq. *The Iranian Afaquées Contribution to the Qutb Shahi and Adil Shahi Kingdoms.* Hyderabad, 1998.

..................*Muslim Religious Institutions and the Role under the Qutb Shahis.* Hyderabad, 1993.

.... and N. Kishan Rao. Ed. *The Muhrram Ceremonies among the Non-Muslims of Andhra Pradesh.* Hyderabad, 2004.

Narasimha Sastry, Kesavapantula. *Samsthanamula Sahitya Seva.* Hyderabad, 1975.

Narayana Rao, K.V. *The Emergence of Andhra Pradesh.* Delhi, 1973.

Narayana Reddy, R. *Veera Telangana: Na Anubhavalu, Jnapakalu,* (Telugu), Hyderabad, 1972

Omvedt, G. *Dalits and the Democratic Revolution,* Hyderabad, 2008.

Osmania Medical College, http://www.omcalumni.org. Panduranga Reddy, L. *States' Reorganization: A Case Study of Andhra Pradesh,* Hyderabad, 2013.

Pachauri, S.K.(Ed).*Archives Rare Papers of Historical Importance.* Hyderabad, 1993.

Parabrahma Sastri, P.V. Rural Studies in Early Andhra. Hyderabad,1996.

....................'A Millennium of Buddhism in Andhra Desa'. *Private Paper*. Hyderabad.

.... *Satavahana Epoch: A New Light*. Hyderabad, 1990.

.... *Srisailam - History and Cult. Srisailam*. Hyderabad, 1990.

Parthasarathy,R.(Ed). *Andhra Culture*. Hyderabad,1984.

People's Telangana Foundation. Statement of People's Telangana.Hyderabad, 2007.

Pernau, M. *The Passing of Patrimonialism*, New Delhi, 200

Pingle, Gautam. *The Fall and Rise of Telangana*. Hyderabad, 2014.

———"The Historical Context of Andhra and Telangana, 1949-1956" *Economic Political Weekly,* 20 February, 45 (8), 2010, 57-65.

_______ 'Reddys, Kammas and Telangana' *Economic Political Weekly,* 46(36) 3 September, 2011

________ 'The Telanangana Tragedy- A Lesson in Integration and Disintegration' *Journal of Indian School of Political Economy* 21 (1-4), 2009

.... *The Formation and History of Telangana*. Hyderabad,2021.

Prakash, V. *History of Telangana Movements*, Hyderabad, 2016

Raja Reddy, D. *Kotalingala Bommalu, Singavaram Borusulu*, Hyderabad, 2007.

Raja Reddy D. and Megana Deme. *The Study of Satavahana History: The Source Material*. Hyderabad, 2015.

Rajendra Babu Arvini, "Telangana Movement: First Phase (1969-72): Some Reflections and Recollections" (Typed Copy)

Rajendra Prasad, *Asaf Jahis of Hyderabad*, Hyderabad, 1984.

Ramachandra Murthy, N.S. *Kotilingala: A Report on Excavations, 1979-1983*, Hyderabad, 2006.

Ramachari A, Ali M, Narayana A, Bhatnagar VK. "Short communication:Dr.Rupa Bai Furdoonji: First Lady Anaesthetist" in: *Journal of Indian Institute of History of Medicine*, 37:199, 2007.

Ramakrishna, V. *History of Telangana.* Hyderabad, 2016.

Rama Reddy, V. *Telangana Sayudha Poratam, 1948* (Telugu). Hyderabad,2014.

Ramalakhman, A. (Ed). *Andhra Pradesh Archaeology: A Review 1987-2001*,Hyderabad, 2002.

Rao, C.V.S. *Hyderabad: The Social Context of Industrialism 1875 to 1948*. New Delhi, 2007.

Rao, K.P. and M.N. Rajesh. Eds., *Culture and Cognition in Reconstructing the Past,* New Delhi, *2022.*

Rao, P.R. *History and Culture of Andhra Pradesh*. New Delhi, 1994.

Rao, R.S., et.al. (Ed). *Fifty Years of Andhra Pradesh, 1956-2006*. Hyderabad, 2006.

Rama Sundari Mantena. "The Andhra Movement, Hyderabad State, and the Historical Origins of the Telangana Demand: Public Life and Political Aspirations in India, 1900–56",*India Review*, 13:4, 337-357, 2014. DOI: 10.1080/14736489.2014.964629

Ramesan, N. *The Freedom Struggle in Hyderabad*, 4 vol. Hyderabad, 1997

Ramesh, Jairam. *Old History New Geography*, New Delhi, 2016

Ratnam, K.Y. "The Dalit Movement and Democratization in Andhra Pradesh". East – West Center Washington Working Paper, p.17

Raza Ali khan. *Hyderabad 400 Years- 1591-1991*, Hyderabad, 1990

Razvi, S.M. Jawad: *Political Awakening in Hyderabad- Role of Youth and Students (1938-1956)*, Hyderabad, 1985.

Reddy, B. Rama Chandra. "Temples, Brahmanical Institutions and

Networks of Trade of Medieval Perur". *Kakatiya Journal of Historical Studies.* Vol. XIII, No. 1.

Report of the H.E.H. Nizam's Government, for the years 1880-1948.

Report of the Hyderabad Chloroform Commission, *with a preface by Sir Asman Jah*, Bombay, 1891.

Richards, J.F. *Mughal Administration in Golkonda*, New Delhi, 1975

Sackett, F.C. *Postnett of Medak*, London, No Date;

__________ *Out of the Miry Clay: The Story of Haiderabad Mission to the Outcastes*, London, 1924

__________ *Vision and Venture: A Record of Fifty Years in Hyderabad, 1879-1929*, London, No date.

Sarma, I.K. Ed. *Early Historic Andhra Pradesh, 500 BC - 624 AD*. New Delhi,2008.

Sarma, Radhakrishna M. *Temples of Telingana.* New Delhi, 1972.

Sarojini Regani. *Highlights of Freedom Movement in Andhra Pradesh*. Hyderabad, 1968.

.... *Nizam-British Relations, 1724- 1857*. Hyderabad, 1963.

Sastri, B. N. *Vakataka Mahadevi*, Hyderabad, 1986.

Satyanarayana, A. *Dalits and Upper Castes: Essays in Social History*, New Delhi, 2010.

——————————— . *Society, Economy, and Polity in Modern Andhra*, New Delhi, 2007

____________"Remembering Osmania University's Contribution to Public Life", *Economic and Political Weekly*, April 14, 2018 vol. Liii, no 15

————————————————*(ed). Comprehensive History and Culture of Andhra Pradesh*, Vol.VI, Hyderabad, 2014.

________________*"Buddhism and the Identity of Telangana*", General President's Address delivered at the South Indian History Congress, Fortieth Annual Session, 31 january – 02 February 2020, Department of History, Annamalai University, Annamalai Nagar 2020, Tamil Nadu

.... and Dyavanapalli Satyanarayana. *Telangana Charitra-Samskruti, Rashtra Avatarana Udyamalu* (Telugu). Hyderabad, 2016.

Satyanarayana,Dyavanapalli. *Andhra Pradesh Samajika, Samskrutika Charitra* (Telugu), Hyderabad, 2008.

Sherman, T. C, *Muslim Belonging in Secular India*, New Delhi, 2015

__________ 'The Integration of the Princely State of Hyderabad and the making of the Post-Colonial State in India, 1948-1956' in: *Indian Economic and Social History Review* 44; 2007 498-515

____________"Migration, Citizenship and Belonging in Hyderabad

(Deccan), 1946-1956" in: *Modern Asian Studies*, Vol.45, No.1, 2011, 81-107

_____________ *State Violence and Punishment in India*, London, 2010

Sherwani, H.K. *History of the Qutbshahi Dynasty*, New Delhi, 1974

Sheela Raj, *Medievalism to Modernism*, Bombay, 1987

---------*The profile of Secular and Transparent Hyderabad under Nizam VII,* Hyderabad, 2013

_________*The Religious Tolerance of Asaf Jahi Kings and Hindu-Muslim Traditions*, Hyderabad, 2010.

__________*Portrait of an Era- Hyderabad in the Days of Nizams, 1828-1896,* Hyderabad, 2013.

Shoba Gandhi. *Pratyeka Telangana Udyamala Charitra*, (Telugu) Hyderabad, 2006

Simhadri, S. and P. L. Vishweshwer Rao. (ed).*Telangana: Dimensions of Underdevelopment.* Hyderabad, 1997.

Sitapati, P. "Temples of Andhra Pradesh". *Itihas.* Vol. VIII No. 1, Hyderabad, 1981.

Sivanagi Reddy, E. *Buddhist Archaeology in Telangana*, Hyderabad, 2019.

Sivanagi Reddy-Sthapathi,E. *Sculptural Heritage of the Telugu People*. Hyderabad, 2014.

Soma Reddy, R. *Hindu and Muslim Religious Intuitions, 1300-1600*. Madras, 1984.

Somasekhara Sarma, M. *A Forgotten Chapter of Andhra History*. Madras,1945.

Sreevastava D.K, Mohan C.V. "First Lady Physician Anaesthesiologist in the World: An Indian".*Indian Journal of Anaesth*", 50:103. 2006

Srikanth, H. "Construction and Consolidationof the Telangana Identity", in: *Economic and Political Weekly*, 48 (45), 39-45, 2013.

Sri Krishna, B.N. *Report of the Committee for Consultation for Consultation on the Situation in Andhra Pradesh*, New Delhi, 2010.

Srinivas, K. *Telangana Sahitya Vikasam* (Telugu), Hyderabad, 2019

Srinivasulu, K. "Caste, Class and Social Articulation in Andhra Pradesh: Mapping Differential Regional Trajectories." Working Paper 179. Overseas Development Institute. London, 2002.

Srinivasan, P.R. and S. Sankaranarayanan. *Inscriptions of the Ikshvaku Period*. Hyderabad, 1979.

Stree Shakti Sangathana. *We Were Making History": Life Stories of Women in the Telengana People's Struggle,* Hyderabad, 1994

Suda Rani, E. "Consciouesness, Contribution of Telangana Women in Hyderabad State 1924-1948 ". (Typed Copy)

Sujatha, Surepalli. *Irusu Chakrabandhamlo Telangana: 1969 Telangana Vidhyarthula Udyama Charitra* (Telugu). Secunderabad, 2012.

Sundarayya, P. *Veera Telangana Viplava Poratam Gunapaatalu* (Telugu). Hyderabad, 1973..

.... *Telangana Peoples' Struggle and Its Lessons*. Hyderabad, 1972.

Sunkireddy Narayana Reddy. *Telangana Charitra (Telugu)*. Hyderabad, 2011.

Sunil Purushotham, "Internal Violence: The Police Action in Hyderabad", in: *Comparative Studies in Society and History*, 57(2): 2015, 435-466.

Syed Siraj-ul- Hasan: *Castes and Tribes of Hyderabad*, Hyderabad, 1929.

Telangana Non-Gazetted Officers Union. *Violation of Telangana Services, Safeguards*. Hyderabad, 1969.

Telugu Bhasha Samiti. *Telugu Culture*. Hyderabad, 2009

Thirumali,Inukonda. *Telangana-Andhra: Castes, Regions and Politics in Andhra Pradesh*. Delhi, 2013.

.... *Against Dora and Nizam: People's Movement in Telangana 1939-1948*, New Delhi, 2003.

Thapar, Romila. *Early India*. New Delhi, 2003.

Upadhya, Carol Boyak. "The Farmer-Capitalists of Coastal Andhra Pradesh Author", *Economic and Political Weekly,* Vol. 23, No. 28 (Jul. 9,1988), pp. 1433-1442

Vaikuntam, Y. *Studies in Socio-Economic and Political History: Hyderabad State,* Hyderabad, 2009.

.... *Telangana: A Land of Plenty! A Re-Look.* Hyderabad, 2008.

________________ *State, Economy and Social Tranformation: Hyderabad State 1724-1948,* New Delhi, 2002.

_________ *Water Resources Management: in Hyderabad State, Riparian Conflicts, Feudal Chiefs and Hyderabad State 1901-1956, New* Delhi, 2010.

____________ *Oriental Culture in Transition: Hyderabad State (1853-1948),* New Delhi, 2018.

Venkataswamy, P.R. *Our Struggle for Emancipation,* Hyderabad, 2019.

Vekateswara Rao, D. *Telangana Sayudha Poratam (Telugu).* Hyderabad, 2014.

Venkataramanayya, N. *The Chalukyas of Vemulavada.* Hyderabad, 1953.

Venugopal, N. *Samagra Telangana*, (Telugu), Hyderabad, 2015

Wiebe, Paul D. *Christianity in Andhra Pradesh: The Mennonites of Mahbubnagar,* Bangalore 1988.

William Campbell Maclean. *Memories of a Long Life*, Edinburgh, 1895.

Yamada Keiko. "Politics and representation of caste identity in regional historiography: A case study of Kammas in Andhra", in: *The Indian Economic and Social History Review*, 45, 3 (2008): p. 353–80.

"తెలంగాణ హిస్టరీ, కల్చర్ అండ్ మూవ్మెంట్స్" ఆవిష్కరణ

తెలంగాణ రాష్ట్ర ప్రభుత్వ ప్రధాన కార్యదర్శి సోమేశ్ కుమార్ బీ.ఆర్.కె.ఆర్. భవన్ లోని తన కార్యాలయంలో ప్రొఫెసర్ అడపా సత్యనారాయణ, డా. ద్యావనపల్లి సత్యనారాయణలు రచించిన "తెలంగాణ హిస్టరీ, కల్చర్ అండ్ మూవ్మెంట్స్" అనే గ్రంథాన్ని ఆవిష్కరించారు. ఆవిష్కరణలో తెలంగాణ మీడియా అకాడమీ చైర్మన్ అల్లం నారాయణ, సాహిత్య అకాడమీ చైర్మన్ జూలూరు గౌరీశంకర్, తెలంగాణ పబ్లిక్ సర్వీస్ కమిషన్ మాజీ చైర్మన్ ప్రొఫెసర్ ఘంటా చక్రపాణి, ఆచార్య కిషోర్ రెడ్డి, ప్రచురణకర్త కోయ చంద్ర మోహన్, పిఆర్డీఓ కన్నేకంటి వెంకట రమణలు పాల్గొన్నారు.

తేది: 29.09.2022

'తెలంగాణ చరిత్ర, సంస్కృతి, ఉద్యమాలు' ఆవిష్కరణ

చరిత్రకారులు ఆచార్య అడపా సత్యనారాయణ, ద్యావనపల్లి సత్యనారాయణ రచించిన తెలంగాణ చరిత్ర–సంస్కృతి– ఉద్యమాలు అనే తెలుగు గ్రంథాన్ని రాష్ట్ర ఉన్నత విద్యామండలి చైర్మన్ ఆచార్య ఆర్. లింబాద్రి ఆవిష్కరించారు. రాష్ట్ర ఉన్నత విద్యామండలి కార్యాలయంలో ఈ కార్యక్రమం జరిగింది. ఓయూ ఉపకులపతి రవీందర్ మాట్లాడుతూ తెలంగాణ చరిత్రను ఒకే గ్రంథంలో సమగ్రంగా ముద్రించడం అభినందనీయమన్నారు. ఈ కార్యక్రమంలో రచయితలతోపాటు తెలంగాణ సాహిత్య అకాడమీ చైర్మన్ జూలూరు గౌరీశంకర్, ఉన్నత విద్యామండలి ఉపాధ్యక్షుడు షేక్ మహమూద్, ప్రొఫెసర్ రమణ నాయక్, తెలంగాణ ఇంజినీర్ల ఐకాస చైర్మన్ తన్నీరు వెంకటేశం, పబ్లిషర్ కోయ చంద్రమోహన్‌లు పాల్గొన్నారు.

తేది: 17.08.2023

తెలంగాణ పబ్లికేషన్స్

"మా ప్రచురణలు" | సోల్ డిస్ట్రిబ్యూషన్ ✆ 8639972160

1.	Telangana History, Culture & Movements Adapa Satyanarayana & Dyavanapalli Satyanarayana		699
2.	తెలంగాణ చరిత్ర, సంస్కృతి, ఉద్యమాలు	ప్రొ॥ అడపా, డా॥ ద్యావనపల్లి	590
3.	తెలంగాణ కాలజ్ఞాని సర్. జయశంకర్	ప్రొ॥ ఘంటా చక్రపాణి	299
4.	చరిత్ర పుటల్లో తెలంగాణ	ప్రొ॥ లక్ష్మణ్, ఓయూ	600
5.	కాలిబాటలు తెలంగాణ కథా విమర్శ	డా.బి.వి.ఎన్. స్వామి	150
6.	తెలంగాణ సాహిత్య వికాసం	కె. శ్రీనివాస్	500
7.	ఆధునిక తెలుగు సాహిత్య విమర్శ	యాకూబ్	290
8.	తెలంగాణ బిట్‌బ్యాంక్	తంగిరాల చక్రవర్తి	200
9.	తెలంగాణ సంస్కృతి కళలు	జూలూరు గౌరీశంకర్	350
10.	తెలంగాణ భౌగోళిక విజ్ఞాన సర్వస్వం	ప్రొ॥ ఎ. కమలాకర్ రెడ్డి	170
11.	తెలంగాణ లాంగ్ మార్చ్	సూరేపల్లి సుజాత	130
12.	తెలంగాణ పదకోశం	నలిమెల భాస్కర్	170
13.	తెలంగాణ రాష్ట్రోదయం	యం. కోదండరామ్	180
14.	తెలుగు రాష్ట్రాల రెవన్యూ వ్యవస్థ	ఏనుగు నరసింహారెడ్డి	130
15.	రైతులు రాజ్యం	ప్రొ॥ కె. సీతారామరావు	200
16.	సాలర్‌జంగ్ సంస్కరణలు	డా॥ గాజుల దయాకర్	200
17.	ఆ 42 రోజులు	స్పృహ సాహితీ	500
18.	మన తెలంగాణ	కట్టా శేఖర్ రెడ్డి	100
19.	మా సాహెబా హయాత్ బక్షి బేగం	ప్రొ॥ ఇ. సుధారాణి 99	
20.	తెలుగు సాహిత్య చరిత్ర	డా॥ ద్వా.నా. శాస్త్రి	750
21.	తెలంగాణ సాహితీ సంపద	డా॥ ద్వా.నా. శాస్త్రి	160
22.	Telangana District And Land Administration at A Glance	Vanam Jwala Narasimharao	350

* * *

www.ingramcontent.com/pod-product-compliance
Lightning Source LLC
LaVergne TN
LVHW100411051026
849518LV00004B/1237
* 9 7 8 8 1 9 5 8 1 7 9 4 8 *